ਤੁਹਾਡੇ ਅਵਚੇਤਨ ਮਨ ਦੀ ਸ਼ਕਤੀ

AF370695

ਤੁਹਾਡੇ ਅਵਚੇਤਨ ਮਨ ਦੀ ਸ਼ਕਤੀ

ਜੋਸੇਫ ਮਰਫ਼ੀ
ਦੁਆਰਾ ਲਿਖੀ ਗਈ ਮਹਾਨ ਕ੍ਰਿਤੀ

SANAGE
PUBLISHING HOUSE

Copyright © 2020 Sanage Publishing House LLP

All rights reserved. No part of this publication may be reproduced, distributed, or transmitted in any form or by any means, including photocopying, recording, or other eletronic or mechanical methods, without the prior written permission of the publisher, except in the case of brief quotations embodied in critical reviews and certain other noncommercial uses permitted by copyright law. For permission requests, write to the publisher, addressed "Attention Permissions Coordinator," at the address below.

Paperback: 978-936205110-3
Hardback: 978-936205791-4
e-book: 978-936205923-9

Any references to historical events, real people, or real places are used fictitiously. Names, characters, and places are products of the author's imagination.

Sanage Publishing House LLP
Mumbai, India

sanagepublishing@gmail.com

ਵਿਸ਼ਾ-ਸੂਚੀ

ਕਿਵੇਂ ਇਹ ਕਿਤਾਬ ਤੁਹਾਡੇ ਜੀਵਨ ਵਿਚ ਚਮਤਕਾਰ ਲਿਆ ਸਕਦੀ ਹੈ?

ਮੈਂ ਸਾਰੀ ਦੁਨੀਆ ਵਿਚ ਜੀਵਨ ਦੇ ਹਰ ਖੇਤਰ ਵਿਚ ਮਰਦਾਂ ਅਤੇ ਔਰਤਾਂ ਦੇ ਜੀਵਨ ਅੰਦਰ ਚਮਤਕਾਰ ਹੁੰਦੇ ਹੋਏ ਦੇਖੇ ਹਨ। ਚਮਤਕਾਰ ਤੁਹਾਡੇ ਨਾਲ ਵੀ ਹੋ ਸਕਦੇ ਹਨ, ਬਸ਼ਰਤੇ ਤੁਸੀਂ ਆਪਣੇ ਅਵਚੇਤਨ ਮਨ ਦੀ ਜਾਦੂਈ ਸ਼ਕਤੀ ਦੀ ਵਰਤੋਂ ਕਰਨੀ ਸ਼ੁਰੂ ਕਰ ਦਿਉ। ਇਸ ਕਿਤਾਬ ਦਾ ਮਨੋਰਥ ਤੁਹਾਨੂੰ ਇਹ ਸਿਖਾਉਣਾ ਹੈ ਕਿ ਤੁਸੀਂ ਆਪਣੇ ਅਵਚੇਤਨ ਮਨ ਦੀ ਸ਼ਕਤੀ ਨਾਲ ਕਿਵੇਂ ਆਪਣੀ ਤਕਦੀਰ ਬਣਾ ਸਕਦੇ ਹੋ; ਕਿਉਂਕਿ ਮਨੁੱਖ ਜਿਵੇਂ ਆਪਣੇ ਅਵਚੇਤਨ ਮਨ 'ਚ ਸੋਚਦਾ ਹੈ, ਉਹ ਉਸੇ ਤਰ੍ਹਾਂ ਦਾ ਹੀ ਹੁੰਦਾ ਹੈ।

ਕੀ ਤੁਸੀਂ ਇਨ੍ਹਾਂ ਸਵਾਲਾਂ ਦੇ ਜਵਾਬ ਜਾਣਦੇ ਹੋ?

ਕਿਉਂ ਇਕ ਵਿਅਕਤੀ ਉਦਾਸ ਹੁੰਦਾ ਹੈ, ਤੇ ਦੂਜਾ ਖ਼ੁਸ਼?

ਕਿਉਂ ਇਕ ਵਿਅਕਤੀ ਸੁਖੀ ਅਤੇ ਖ਼ੁਸ਼ਹਾਲ ਹੁੰਦਾ ਹੈ, ਜਦੋਂ ਕਿ ਦੂਜਾ ਦੁਖੀ ਅਤੇ ਗ਼ਰੀਬ?

ਕਿਉਂ ਇਕ ਵਿਅਕਤੀ ਭੈਭੀਤ ਤੇ ਵਿਆਕੁਲ ਹੁੰਦਾ ਹੈ, ਜਦੋਂ ਕਿ ਦੂਜਾ ਆਸਥਾਵਾਨ ਤੇ ਆਤਮ-ਵਿਸ਼ਵਾਸੀ?

ਕਿਉਂ ਇਕ ਵਿਅਕਤੀ ਦੇ ਕੋਲ ਸੁੰਦਰ, ਆਲੀਸ਼ਾਨ ਬੰਗਲਾ ਹੁੰਦਾ ਹੈ, ਜਦੋਂ ਕਿ ਦੂਜਾ ਝੁੱਗੀ-ਝੋਪੜੀ ਵਿਚ ਬਹੁਤ ਹੀ ਮੁਸ਼ਕਿਲਾਂ ਅੰਦਰ ਮਾਮੂਲੀ ਜਿਹੇ ਹਾਲਾਤਾਂ ਵਿਚ ਰਹਿਣ ਲਈ ਮਜ਼ਬੂਰ?

ਕਿਉਂ ਇਕ ਵਿਅਕਤੀ ਹਰ ਤਰ੍ਹਾਂ ਨਾਲ ਸਫਲ ਹੁੰਦਾ ਹੈ, ਜਦੋਂ ਕਿ ਦੂਜਾ ਬੁਰੀ ਤਰ੍ਹਾਂ ਅਸਫਲ?

ਕਿਉਂ ਇਕ ਬੁਲਾਰਾ ਬੇਮਿਸਾਲ ਅਤੇ ਅਸਧਾਰਨ ਤੌਰ 'ਤੇ ਹਰਮਨਪਿਆਰਾ ਹੁੰਦਾ ਹੈ, ਜਦੋਂ ਕਿ ਦੂਜਾ ਔਸਤ ਦਰਜੇ ਦਾ ਅਤੇ ਬਦਨਾਮ?

ਕਿਉਂ ਇਕ ਵਿਅਕਤੀ ਆਪਣੇ ਕੰਮ ਜਾਂ ਪੇਸ਼ੇ ਵਿਚ ਮਾਹਿਰ ਹੁੰਦਾ ਹੈ, ਜਦੋਂ ਕਿ ਦੂਜਾ ਸਾਰੀ ਜ਼ਿੰਦਗੀ ਮਿਹਨਤ ਕਰਣ ਦੇ ਬਾਵਜੂਦ ਕੁੱਝ ਹਾਸਿਲ ਨਹੀਂ ਕਰ ਪਾਉਂਦਾ?

ਕਿਉਂ ਇਕ ਵਿਅਕਤੀ ਅਖੌਤੀ ਲਾਇਲਾਜ ਬਿਮਾਰੀ ਤੋਂ ਠੀਕ ਹੋ ਜਾਂਦਾ ਹੈ, ਜਦੋਂ ਕਿ ਦੂਜਾ ਨਹੀਂ ਹੋ ਪਾਉਂਦਾ?

ਕਿਉਂ ਇੰਨੇ ਸਾਰੇ ਚੰਗੇ, ਦਿਆਲੂ ਅਤੇ ਧਾਰਮਿਕ ਲੋਕ ਬਹੁਤ ਜ਼ਿਆਦਾ ਮਾਨਸਿਕ ਅਤੇ ਸਰੀਰਕ ਤਸੀਹੇ ਝੱਲਦੇ ਹਨ?

ਕਿਉਂ ਕਈ ਅਨੈਤਿਕ ਅਤੇ ਅਧਰਮੀ ਲੋਕ ਸਫਲ, ਖ਼ੁਸ਼ਹਾਲ ਅਤੇ ਤੰਦਰੁਸਤ ਹੁੰਦੇ ਹਨ?

ਕਿਉਂ ਇਕ ਔਰਤ ਦਾ ਵਿਆਹੁਤਾ ਜੀਵਨ ਸੁੱਖੀ ਹੁੰਦਾ ਹੈ, ਜਦੋਂ ਕਿ ਉਸੇ ਦੀ ਭੈਣ ਦਾ ਦੁੱਖਾਂ ਅਤੇ ਨਿਰਾਸ਼ਾ ਨਾਲ ਭਰਿਆ ਹੋਇਆ?

ਕੀ ਤੁਹਾਡੇ ਚੇਤਨ ਅਤੇ ਅਵਚੇਤਨ ਮਨ ਦੀ ਕਾਰਜਸ਼ੈਲੀ ਵਿਚ ਇਨ੍ਹਾਂ ਸਵਾਲਾਂ ਦਾ ਕੋਈ ਜਵਾਬ ਮਿਲ ਸਕਦਾ ਹੈ?

ਨਿਸ਼ਚਿਤ ਤੌਰ 'ਤੇ ਮਿਲ ਸਕਦਾ ਹੈ।

ਇਸ ਕਿਤਾਬ ਨੂੰ ਲਿਖਣ ਦਾ ਕਾਰਨ

ਉੱਪਰ ਦਿੱਤੇ ਗਏ ਸਵਾਲਾਂ 'ਤੇ ਇਸੇ ਤਰ੍ਹਾਂ ਦੇ ਹੋਰ ਬਹੁਤ ਸਾਰੇ ਸਵਾਲਾਂ ਦੇ ਜਵਾਬ ਅਤੇ ਉਨ੍ਹਾਂ ਦੇ ਕਾਰਨਾਂ ਨੂੰ ਸਪੱਸਟ ਤੌਰ 'ਤੇ ਦੱਸਣ ਦੀ ਡੂੰਘੀ ਇੱਛਾ ਕਾਰਨ ਹੀ ਮੈਨੂੰ ਇਹ ਕਿਤਾਬ ਲਿਖਣ ਲਈ ਪ੍ਰੇਰਿਤ ਮਿਲੀ ਹੈ। ਮੈਂ ਤੁਹਾਡੇ ਮਨ-ਮਸਤਿਸ਼ਕ ਅੰਦਰ ਚਲ ਰਹੀਆਂ ਬੁਨਿਆਦੀ ਸੱਚਾਈਆਂ ਨੂੰ ਸੌਖੀ ਤੋਂ ਸੌਖੀ ਭਾਸ਼ਾ ਵਿਚ ਸਮਝਾਉਣ ਦੀ ਕੋਸ਼ਿਸ ਕੀਤੀ ਹੈ। ਮੈਂ ਮੰਨਦਾ ਹਾਂ ਕਿ ਜੀਵਨ ਤੇ ਮਨ-ਮਸਤਿਸ਼ਕ ਦੇ ਮੁੱਢਲੇ ਅਤੇ ਬੁਨਿਆਦੀ ਨਿਯਮਾਂ ਨੂੰ ਰੋਜ਼ਾਨਾ ਦੀ ਸੌਖੀ ਭਾਸ਼ਾ ਵਿਚ ਸਮਝਾਉਣਾ ਪੂਰੀ ਤਰ੍ਹਾਂ ਸੰਭਵ ਹੈ। ਤੁਸੀਂ ਦੇਖੋਗੇ ਕਿ ਇਸ ਕਿਤਾਬ ਦੀ ਭਾਸ਼ਾ ਉਹੀ ਹੈ, ਜੋ ਤੁਹਾਨੂੰ ਆਪਣੇ ਰੋਜ਼ਾਨਾ ਦੇ ਜੀਵਨ ਅੰਦਰ ਅਖ਼ਬਾਰਾਂ, ਰਸਾਲਿਆਂ, ਦਫ਼ਤਰਾਂ ਅਤੇ ਘਰਾਂ ਆਦਿ ਵਿਚ ਵਰਤੀ ਜਾਂਦੀ ਹੈ।

ਮੈਂ ਤੁਹਾਨੂੰ ਇਸ ਕਿਤਾਬ ਨੂੰ ਪੜ੍ਹਨ ਜਾਂ ਅਧਿਐਨ ਕਰਨ ਅਤੇ ਇਸ ਵਿਚ ਦੱਸੀਆਂ ਗਈਆਂ ਤਕਨੀਕਾਂ ਨੂੰ ਅਮਲ ਵਿਚ ਲਿਆਉਣ ਲਈ ਬੇਨਤੀ ਕਰਦਾ ਹਾਂ; ਅਤੇ ਜਦੋਂ ਤੁਸੀਂ ਇਸ ਨੂੰ ਵਰਤੋਂ ਵਿਚ ਲੈ ਆਉਂਦੇ ਹੋ ਤਾਂ ਮੈਨੂੰ ਪੂਰਾ ਯਕੀਨ ਹੈ ਕਿ ਇਸ ਨਾਲ ਤੁਸੀਂ ਉਸ ਚਮਤਕਾਰੀ ਸ਼ਕਤੀ ਨੂੰ ਜਾਣ ਪਾਵੋਗੇ, ਜੋ ਕਿ ਤੁਹਾਨੂੰ ਦੁਚਿੱਤੀ, ਸੰਤਾਪ, ਉਦਾਸੀ ਅਤੇ ਅਸਫਲਤਾ ਦੀ ਹਫੜਾ-ਦਫੜੀ ਤੋਂ ਬਾਹਰ ਕੱਢ ਦੇਵੇਗੀ। ਇਹ ਸ਼ਕਤੀ ਤੁਹਾਨੂੰ ਆਪਣੀ ਸੱਚੀ ਮੰਜ਼ਿਲ ਤਕ ਪਹੁੰਚਾਉਣ ਦਾ ਮਾਰਗਦਰਸ਼ਨ ਦੇਵੇਗੀ, ਤੁਹਾਡੀ ਸਮੱਸਿਆਵਾਂ ਨੂੰ ਸੁਲਝਾਏਗੀ, ਤੁਹਾਨੂੰ ਭਾਵਨਾਤਮਕ ਅਤੇ ਸਰੀਰਕ ਬੇੜੀਆਂ ਤੋਂ ਮੁਕਤ ਕਰੇਗੀ ਅਤੇ ਤੁਹਾਨੂੰ ਸੁਤੰਤਰਤਾ, ਖ਼ੁਸ਼ੀ ਅਤੇ ਮਾਨਸਿਕ ਸ਼ਾਂਤੀ ਦੇ ਸ਼ਾਹੀ ਮਾਰਗ 'ਤੇ ਪਹੁੰਚਾ ਦੇਵੇਗੀ।

ਤੁਹਾਡੇ ਅਵਚੇਤਨ ਮਨ ਦੀ ਇਹ ਚਮਤਕਾਰੀ ਸ਼ਕਤੀ ਤੁਹਾਡੀ ਹਰ ਬਿਮਾਰੀ

ਨੂੰ ਠੀਕ ਕਰ ਸਕਦੀ ਹੈ। ਇਹ ਤੁਹਾਨੂੰ ਮੁੜ ਤੰਦਰੁਸਤ, ਉਤਸਾਹੀ ਅਤੇ ਸ਼ਕਤੀਸ਼ਾਲੀ ਬਣਾ ਸਕਦੀ ਹੈ। ਜਦੋਂ ਤੁਸੀਂ ਆਪਣੀਆਂ ਅੰਦਰੂਨੀ ਸ਼ਕਤੀਆਂ ਨੂੰ ਵਰਤਨਾ ਸਿਖ ਲਵੋਗੇ, ਤਾਂ ਤੁਸੀਂ ਡਰ ਦੀ ਕੈਦ ਤੋਂ ਮੁਕਤ ਹੋ ਜਾਵੋਗੇ ਅਤੇ ਅਜਿਹੇ ਆਨੰਦਮਈ ਜੀਵਨ ਦਾ ਸੁਆਦ ਚੱਖ ਲਵੋਗੇ, ਜਿਸ ਨੂੰ ਪੌਲ ਨੇ ਪਰਮਾਤਮਾ ਦੀਆਂ ਸੰਤਾਨਾਂ ਦੀ ਸ਼ਾਨਦਾਰ ਆਜ਼ਾਦੀ ਵਜੋਂ ਵਰਨਿਤ ਕੀਤਾ ਹੈ।

ਚਮਤਕਾਰੀ ਕਾਰਜ-ਸ਼ਕਤੀ ਨੂੰ ਆਜ਼ਾਦ ਕਰਨਾ

ਸਾਡੇ ਲਈ ਅਵਚੇਤਨ ਮਨ ਦੀ ਚਮਤਕਰੀ ਸ਼ਕਤੀ ਦਾ ਸਭ ਤੋਂ ਵੱਡਾ ਸਬੂਤ ਇਹ ਹੋਵੇਗਾ ਕਿ ਸਾਡੀ ਬਿਮਾਰੀ ਠੀਕ ਹੋ ਜਾਵੇ ਤਾਂ ਹੀ ਸਾਨੂੰ ਇਸ 'ਤੇ ਭਰੋਸਾ ਹੋਵੇਗਾ। ਬਤਾਲੀ ਸਾਲ ਪਹਿਲਾਂ ਮੈਂ ਆਪਣੇ ਇਕ ਟਿਊਮਰ ਦਾ ਇਲਾਜ ਕੀਤਾ ਸੀ, ਜਿਸ ਨੂੰ ਡਾਕਟਰਾਂ ਦੀ ਭਾਸ਼ਾ ਵਿਚ ਸਰਕੋਮਾ (Sarcoma) ਕਿਹਾ ਜਾਂਦਾ ਹੈ। ਮੈਂ ਇਹ ਇਲਾਜ ਆਪਣੇ ਅਵਚੇਤਨ ਮਨ ਦੀ ਉਸ ਸ਼ਕਤੀ ਦੁਆਰਾ ਕੀਤਾ, ਜਿਸਨੇ ਮੇਰੇ ਸਰੀਰ ਦੀ ਰਚਨਾ ਕੀਤੀ ਹੈ ਅਤੇ ਜੋ ਮੇਰੇ ਸਾਰੇ ਮਹੱਤਵਪੂਰਨ ਸਰੀਰਕ ਕਾਰਜਾਂ ਨੂੰ ਸੰਭਾਲਦੀ ਅਤੇ ਨਿਯੰਤਰਿਤ ਕਰਦੀ ਹੈ। ਉਸ ਟਿਊਮਰ ਨੂੰ ਮੈਂ ਜਿਸ ਤਕਨੀਕ ਨਾਲ ਠੀਕ ਕੀਤਾ ਸੀ, ਉਹ ਤਕਨੀਕ ਇਸ ਕਿਤਾਬ ਵਿਚ ਅੱਗੇ ਵਿਸਤਾਰ ਨਾਲ ਦਿੱਤੀ ਜਾ ਰਹੀ ਹੈ। ਮੈਨੂੰ ਪੂਰਾ ਯਕੀਨ ਹੈ ਕਿ ਇਸ ਨਾਲ ਦੂਜਿਆਂ ਨੂੰ ਵੀ ਉਸ ਇਲਾਜ ਕਰਨ ਦੀ ਸ਼ਕਤੀ 'ਤੇ ਭਰੋਸਾ ਹੋ ਜਾਵੇਗਾ, ਜੋ ਕਿ ਸਾਡੇ ਸਾਰਿਆਂ ਦੇ ਅਵਚੇਤਨ ਮਨ ਦੀ ਡੂੰਘਿਆਈ ਵਿਚ ਮੌਜੂਦ ਹੈ।

ਇਕ ਬਜ਼ੁਰਗ ਡਾਕਟਰ ਮਿੱਤਰ ਦੀ ਸਲਾਹ ਨਾਲ ਮੈਨੂੰ ਅਚਣਚੇਤ ਹੀ ਇਹ ਅਹਿਸਾਸ ਹੋਇਆ ਕਿ ਜਦੋਂ ਅਵਚੇਤਨ ਮਨ ਦੇ ਰਚਨਾਤਮਕ ਗਿਆਨ ਨੇ ਮੇਰਾ ਸਾਰਾ ਸਰੀਰ ਅਤੇ ਇਹ ਸਾਰੇ ਅੰਗ ਬਣਾਏ ਹਨ, ਤਾਂ ਇਹ ਆਪਣੀ ਬਣਾਈ ਹੋਈ ਚੀਜ਼ ਨੂੰ ਠੀਕ ਕਿਉਂ ਨਹੀਂ ਕਰ ਸਕਦਾ। ਪ੍ਰਾਚੀਨ ਕਹਾਵਤ ਹੈ, "ਡਾਕਟਰ ਜ਼ਖਮ 'ਤੇ ਪੱਟੀ ਕਰਦਾ ਹੈ ਅਤੇ ਪਰਮਾਤਮਾ ਇਸ ਨੂੰ ਚੰਗਾ।"

ਜਦੋਂ ਤੁਸੀਂ ਪ੍ਰਭਾਵਸ਼ਾਲੀ ਢੰਗ ਨਾਲ ਪ੍ਰਾਰਥਨਾ ਕਰਦੇ ਹੋ, ਉਦੋਂ ਚਮਤਕਾਰ ਹੁੰਦੇ ਹਨ

ਇਕ ਵਿਗਿਆਨਕ ਪ੍ਰਾਰਥਨਾ ਮਨ-ਮਸਤਿਸ਼ਕ ਦੇ ਚੇਤਨ ਅਤੇ ਅਵਚੇਤਨ ਸਤਰਾਂ ਦੇ ਵਿਚਕਾਰ ਦੀ ਅਜਿਹੀ ਇਕਸਾਰਤਾ ਪੂਰਨ ਆਪਸੀ ਪ੍ਰਤੀਕਿਰਿਆ ਹੈ, ਜਿਸ ਨਾਲ ਕਿਸੇ ਖ਼ਾਸ ਉੱਦੇਸ਼ ਨੂੰ ਪਾਉਣ ਲਈ ਵਿਗਿਆਨਕ ਤਰੀਕਿਆਂ ਨੂੰ ਨਿਰਦੇਸ਼ਿਤ ਕੀਤਾ ਜਾਂਦਾ ਹੈ। ਇਹ ਕਿਤਾਬ ਤੁਹਾਡੇ ਅੰਦਰ ਛੁਪੀ ਹੋਈ ਅਨੰਤ ਸ਼ਕਤੀ ਨੂੰ ਇਸਤੇਮਾਲ ਕਰਨ ਦਾ ਵਿਗਿਆਨਕ ਤਰੀਕਾ ਸਿਖਾਏਗੀ। ਇਹ ਕਿਤਾਬ ਤੁਹਾਨੂੰ ਉਹ ਸਾਰਾ ਕੁਝ ਪ੍ਰਾਪਤ ਕਰਨ ਲਈ ਸਮਰੱਥ ਬਣਾਏਗੀ, ਜੋ ਤੁਸੀਂ ਜੀਵਨ ਵਿਚ

ਸੱਚਮੁਚ ਚਾਹੁੰਦੇ ਹੋ। ਤੁਸੀਂ ਜ਼ਿਆਦਾ ਸੁਖੀ, ਸੰਪੂਰਨ ਅਤੇ ਖੁਸ਼ਹਾਲ ਜੀਵਨ ਚਾਹੁੰਦੇ ਹੋ। ਇਸ ਚਮਤਕਾਰੀ ਸ਼ਕਤੀ ਦੀ ਵਰਤੋਂ ਕਰਕੇ ਤੁਸੀਂ ਆਪਣੇ ਰੋਜ਼ਾਨਾ ਦੇ ਜੀਵਨ ਨੂੰ ਸੁਖੀ ਬਣਾਓ, ਆਪਣੇ ਕੰਮ-ਧੰਧਿਆਂ ਦੀਆਂ ਸਮੱਸਿਆਵਾਂ ਨੂੰ ਸੁਲਝਾਓ ਅਤੇ ਪਰਿਵਾਰਕ ਰਿਸ਼ਤਿਆਂ ਵਿਚ ਇਕਸੁਰਤਾ ਲਿਆਓ।

ਯਕੀਨੀ ਬਣਾਓ ਕਿ ਤੁਸੀਂ ਇਸ ਕਿਤਾਬ ਨੂੰ ਵਾਰ-ਵਾਰ ਪੜ੍ਹਿਆ ਹੈ। ਇਸ ਤੋਂ ਤੁਹਾਨੂੰ ਜਾਣਕਾਰੀ ਮਿਲੇਗੀ ਕਿ ਇਹ ਅਦਭੁੱਤ ਸ਼ਕਤੀ ਕਿਵੇਂ ਕੰਮ ਕਰਦੀ ਹੈ ਅਤੇ ਤੁਸੀਂ ਆਪਣੇ ਅੰਦਰ ਛੁਪੀ ਹੋਈ ਪ੍ਰੇਰਨਾ ਅਤੇ ਸਿਆਣਪ ਨੂੰ ਸਾਹਮਣੇ ਕਿਵੇਂ ਲਿਆ ਸਕਦੇ ਹੋ। ਅਵਚੇਤਨ ਮਨ ਨੂੰ ਪ੍ਰਭਾਵਿਤ ਕਰਨ ਦੀਆਂ ਸਧਾਰਨ ਤਕਨੀਕਾਂ ਸਿਖ ਲਵੋ। ਆਪਣੀ ਸ਼ਕਤੀ ਦੇ ਅਨੰਤ ਭੰਡਾਰ ਨੂੰ ਇਸਤੇਮਾਲ ਕਰਨ ਦਾ ਨਵਾਂ ਵਿਗਿਆਨਕ ਤਰੀਕਾ ਅਪਣਾਓ। ਇਸ ਕਿਤਾਬ ਨੂੰ ਬੜੇ ਧਿਆਨ, ਇਮਾਨਦਾਰੀ ਅਤੇ ਪਿਆਰ ਨਾਲ ਪੜ੍ਹੋ। ਵਿਸ਼ਵਾਸ ਰੱਖੋ ਕਿ ਇਹ ਤੁਹਾਡੀ ਹੈਰਾਨੀਕੁਨ ਮਦਦ ਕਰ ਸਕਦੀ ਹੈ। ਹੋ ਸਕਦਾ ਹੈ ਅਤੇ ਮੇਰਾ ਮੰਨਣਾ ਹੈ, ਇੰਝ ਹੀ ਹੋਵੇਗਾ, ਇਹ ਤੁਹਾਡੀ ਜ਼ਿੰਦਗੀ ਦਾ ਨਿਰਣਾਇਕ ਮੋੜ ਸਾਬਤ ਹੋਵੇਗਾ।

ਹਰ ਵਿਅਕਤੀ ਪ੍ਰਾਰਥਨਾ ਕਰਦਾ ਹੈ

ਕੀ ਤੁਸੀਂ ਜਾਣਦੇ ਹੋ, ਕਾਰਗਰ ਪ੍ਰਾਰਥਨਾ ਕਿਵੇਂ ਕੀਤੀ ਜਾਂਦੀ ਹੈ? ਕਿੰਨੇ ਲੰਮੇ ਸਮੇਂ ਤੋਂ ਤੁਸੀਂ ਨਿਯਮਤ ਪ੍ਰਾਰਥਨਾ ਕਰਨਾ ਛੱਡ ਦਿਤਾ ਹੈ? ਆਮ ਤੌਰ 'ਤੇ ਖ਼ਤਰੇ ਜਾਂ ਮੁਸੀਬਤ, ਬਿਮਾਰੀ ਜਾਂ ਮੌਤ ਦੇ ਨਜ਼ਦੀਕ ਆਉਣ 'ਤੇ ਪ੍ਰਾਰਥਨਾਵਾਂ ਮੂੰਹੋਂ ਕਿਉਂ ਨਿਕਲਦੀਆਂ ਹਨ।

ਬਸ ਰੋਜ਼ਾਨਾ ਆਪਣਾ ਅਖ਼ਬਾਰ ਪੜ੍ਹੋ

ਦੱਸਿਆ ਜਾਂਦਾ ਹੈ ਕਿ ਦੇਸ਼ ਭਰ ਵਿਚ ਇਕ ਅਖੌਤੀ ਲ਼ਾਇਲਾਜ ਬਿਮਾਰੀ ਤੋਂ ਪੀੜ੍ਹਤ ਬੱਚੇ ਲਈ ਪ੍ਰਾਰਥਨਾ ਕੀਤੀ ਜਾ ਰਹੀਆਂ ਹਨ, ਦੇਸ਼ਾਂ ਵਿਚਕਾਰ ਅਮਨ ਵਾਸਤੇ ਦੁਆਵਾਂ ਮੰਗੀਆਂ ਜਾ ਰਹੀਆਂ ਹਨ, ਕਿਸੇ ਖਦਾਨ ਅੰਦਰ ਹੜ੍ਹ ਨਾਲ ਪਾਣੀ ਭਰ ਜਾਣ ਕਾਰਨ ਫੱਸੇ ਹੋਏ ਖਨਿਕਾਂ ਲਈ ਪ੍ਰਾਰਥਨਾਵਾਂ ਕੀਤੀਆਂ ਜਾ ਰਹੀਆਂ ਹਨ। ਬਚਣ ਤੋਂ ਬਾਅਦ ਉਨ੍ਹਾਂ ਨੇ ਵੀ ਇਹ ਦੱਸਿਆ ਕਿ ਉਨ੍ਹਾਂ ਨੇ ਵੀ ਬਚਾਅ ਦੀ ਉਡੀਕ ਕਰਦੇ ਹੋਏ ਪ੍ਰਾਰਥਨਾ ਕੀਤੀ; ਇਕ ਹਵਾਈ ਜਹਾਜ ਦੇ ਪਾਇਲਟ ਦਾ ਕਹਿਣਾ ਹੈ ਕਿ ਉਸ ਨੇ ਇਕ ਸਫਲ ਐਮਰਜੈਂਸੀ ਲੈਂਡਿੰਗ ਦੌਰਾਨ ਪ੍ਰਾਰਥਨਾ ਕੀਤੀ।

ਯਕੀਨਨ, ਬੇਸ਼ਕ ਮੁਸੀਬਤ ਵੇਲੇ ਪ੍ਰਾਰਥਨਾ ਹਮੇਸ਼ਾ ਮਦਦ ਕਰਦੀ ਹੈ; ਪਰੰਤੂ ਪ੍ਰਾਰਥਨਾ ਨੂੰ ਆਪਣੇ ਜੀਵਨ ਦਾ ਅਨਿੱਖੜਵਾ ਅਤੇ ਉਸਾਰੂ ਹਿੱਸਾ ਬਣਾਉਣ ਲਈ ਮੁਸੀਬਤ ਦਾ ਇੰਤਜ਼ਾਰ ਕਰਨ ਦੀ ਲੋੜ ਨਹੀਂ ਹੈ। ਪ੍ਰਾਰਥਨਾ ਦੇ ਨਾਟਕੀ ਜਵਾਬ

ਅਖ਼ਬਾਰਾਂ ਲਈ ਸੁਰਖੀਆਂ ਬਣਾਉਂਦੇ ਹਨ ਜੋ ਪ੍ਰਾਰਥਨਾ ਦੀ ਪ੍ਰਭਾਵਸ਼ੀਲਤਾ, ਗਵਾਹੀ ਦਾ ਸਬੂਤ ਬਣਦੀਆਂ ਹਨ। ਪ੍ਰਾਰਥਨਾ ਕਈ ਤਰ੍ਹਾਂ ਦੀਆਂ ਹੁੰਦੀਆਂ ਹਨ, ਜਿਵੇਂ ਬੱਚਿਆਂ ਦੀਆਂ ਨਿੱਕੀਆਂ-ਨਿੱਕੀਆਂ ਨਿਮਰ ਪ੍ਰਾਰਥਨਾਵਾਂ, ਹਰ ਦਿਨ ਰੋਟੀ ਖਾਉਣ ਵੇਲੇ ਪਰਮਾਤਮਾ ਵਲੋਂ ਕੀਤੀ ਗਈ ਕਿਰਪਾ ਦਾ ਸਧਾਰਨ ਧੰਨਵਾਦ, ਸ਼ਰਧਾ ਨਾਲ ਕੀਤੀ ਗਈ ਧਾਰਮਿਕ ਪ੍ਰਾਰਥਨਾ ਜਿਸ ਵਿਚ ਵਿਅਕਤੀ ਕੇਵਲ ਪਰਮਾਤਮਾ ਨਾਲ ਸਾਂਝ ਕਰਨ ਦੀ ਕੋਸ਼ਿਸ ਕਰਦਾ ਹੈ?

ਲੋਕਾਂ ਨਾਲ ਕਾਫੀ ਲੰਮੇ ਸਮੇਂ ਤਕ ਕੰਮ ਕਰਦਿਆਂ ਮੈਂ ਪ੍ਰਾਰਥਨਾ ਕਰਨ ਦੇ ਵੱਖ-ਵੱਖ ਤਰੀਕਿਆਂ ਦਾ ਅਧਿਐਨ ਕੀਤਾ ਹੈ। ਮੈਂ ਆਪ ਵੀ ਆਪਣੇ ਜੀਵਨ ਵਿਚ ਪ੍ਰਾਰਥਨਾ ਦੀ ਸ਼ਕਤੀ ਦਾ ਅਨੁਭਵ ਕੀਤਾ ਹੈ। ਇਸ ਤੋਂ ਇਲਾਵਾ, ਮੈਂ ਕਈ ਅਜਿਹੇ ਲੋਕਾਂ ਨਾਲ ਗੱਲਬਾਤ ਅਤੇ ਕੰਮ ਕੀਤਾ ਹੈ, ਜਿਨ੍ਹਾਂ ਨੂੰ ਪ੍ਰਾਰਥਨਾਵਾਂ ਕਰਨ ਨਾਲ ਬੜਾ ਫਾਇਦਾ ਹੋਇਆ ਹੈ। ਸਧਾਰਨ ਤੌਰ 'ਤੇ ਸਮੱਸਿਆ ਇਹ ਆਉਂਦੀ ਹੈ ਕਿ ਕਿਸੇ ਦੂਜੇ ਨੂੰ ਪ੍ਰਾਰਥਨਾ ਕਰਨਾ ਕਿਵੇਂ ਸਿਖਾਇਆ ਜਾਵੇ। ਮੁਸੀਬਤ ਵਿਚ ਫੱਸੇ ਹੋਏ ਲੋਕਾਂ ਲਈ ਤਾਰਕਿਕ ਢੰਗ ਨਾਲ ਸੋਚਣਾ ਅਤੇ ਕੰਮ ਕਰਨਾ ਮੁਸ਼ਕਿਲ ਹੁੰਦਾ ਹੈ। ਉਨ੍ਹਾਂ ਨੂੰ ਕੋਈ ਸੌਖਾ ਜਿਹਾ ਫਾਰਮੂਲਾ ਚਾਹੀਦਾ ਹੈ, ਜਿਸਦੀ ਉਹ ਪਾਲਣਾ ਕਰ ਸਕਣ। ਕੋਈ ਕਾਰਗਰ ਤਰੀਕਾ, ਜੋ ਸੌਖਾ ਅਤੇ ਖ਼ਾਸ ਹੋਵੇ। ਆਮ ਕਰਕੇ ਇਨ੍ਹਾਂ ਦੀ ਵਰਤੋਂ ਐਮਰਜੈਂਸੀ ਵੇਲੇ ਕੀਤੀ ਜਾਣੀ ਚਾਹੀਦੀ ਹੈ।

ਇਸ ਕਿਤਾਬ ਦੀ ਅਨੂਠੀ ਖ਼ਾਸੀਅਤ

ਇਸ ਕਿਤਾਬ ਦੀ ਅਨੂਠੀ ਖ਼ਾਸੀਅਤ ਇਹ ਹੈ ਇਹ ਵਿਹਾਰਕ ਅਤੇ ਯਥਾਰਥਪੂਰਕ ਹੈ। ਇਸ ਵਿਚ ਤੁਹਾਨੂੰ ਸੌਖੀਆਂ ਤਕਨੀਕਾਂ ਅਤੇ ਕਾਰਗਰ ਫਾਰਮੂਲੇ ਮਿਲਣਗੇ, ਜਿਨ੍ਹਾਂ ਨੂੰ ਤੁਸੀਂ ਰੋਜ਼ਾਨਾ ਦੇ ਜੀਵਨ ਵਿਚ ਅਜਮਾ ਸਕਦੇ ਹੋ। ਇਨ੍ਹਾਂ ਸੌਖੀਆਂ ਤਕਨੀਕਾਂ ਨੂੰ ਮੈਂ ਦੁਨੀਆ ਭਰ ਦੇ ਬਹੁਤ ਸਾਰੇ ਮਰਦਾਂ ਅਤੇ ਔਰਤਾਂ ਨੂੰ ਸਿਖਲਾਈਆਂ ਹਨ। ਹੁਣੇ ਹੀ ਮੈਂ ਲਾਸ ਐਂਜਲਸ ਦੀ ਇਕ ਵਿਸ਼ੇਸ਼ ਕਲਾਸ ਵਿਚ ਹਜ਼ਾਰਾਂ ਵੱਖ-ਵੱਖ ਧਰਮਾਂ ਵਿਚ ਆਸਥਾ ਰਖਣ ਵਾਲੇ ਮਰਦਾਂ ਅਤੇ ਔਰਤਾਂ ਨੂੰ ਇਸ ਕਿਤਾਬ ਵਿਚ ਦਿਤੀਆਂ ਗਈਆਂ ਮੁੱਖ ਗੱਲਾਂ ਨਾਲ ਜਾਣੂ ਕਰਾਇਆ। ਇਨ੍ਹਾਂ 'ਚੋਂ ਕਈ ਦੋ ਸੌ ਮੀਲਾਂ ਦੀ ਦੂਰੀ ਤੋਂ ਇਸ ਕਲਾਸ ਵਿਚ ਭਾਗ ਲੈਣ ਲਈ ਆਏ ਹੋਏ ਸਨ।

ਇਸ ਕਿਤਾਬ ਦੀ ਕੁੱਝ ਗੱਲਾਂ ਖਾਸ ਤੌਰ 'ਤੇ ਤੁਹਾਡੀ ਮਦਦ ਕਰਣਗੀਆਂ। ਇਸ ਵਿਚ ਇਹ ਰਹੱਸ ਖੋਲਿਆ ਗਿਆ ਹੈ ਕਿ ਤੁਸੀਂ ਜਿਸ ਵਸਤੁ ਲਈ ਪ੍ਰਾਰਥਨਾ ਕਰਦੇ ਹੋ, ਅਕਸਰ ਤੁਹਾਨੂੰ ਉਸਦੇ ਉਲਟ ਨਤੀਜੇ ਕਿਉਂ ਮਿਲਦੇ ਹਨ। ਦੁਨੀਆ ਭਰ ਦੇ ਹਜ਼ਾਰਾਂ ਹੀ ਲੋਕਾਂ ਨੇ ਮੈਨੂੰ ਪੁੱਛਿਆ, "ਵਾਰ-ਵਾਰ ਪ੍ਰਾਰਥਨਾ ਕਰਨ ਦੇ ਬਾਵਜੂਦ ਸਾਨੂੰ ਮੰਗੀ ਹੋਈ ਚੀਜ਼ ਕਿਉਂ ਨਹੀਂ ਮਿਲੀ?" ਇਸ ਕਿਤਾਬ ਵਿਚ ਤੁਹਾਨੂੰ ਇਸ ਆਮ ਸ਼ਿਕਾਇਤ ਦਾ ਕਾਰਨ ਪਤਾ ਚੱਲ ਜਾਵੇਗਾ। ਇਸ ਵਿਚ

ਅਵਚੇਤਨ ਮਨ ਨੂੰ ਪ੍ਰਭਾਵਿਤ ਕਰਨ 'ਤੇ ਸਹੀ ਜਵਾਬ ਪਾਉਣ ਦੇ ਤਰੀਕਿਆਂ ਦਾ ਜੋ ਸਪੱਸ਼ਟੀਕਰਨ ਦਿੱਤਾ ਗਿਆ ਹੈ, ਉਸ ਨਾਲ ਇਹ ਕਿਤਾਬ ਅਸਧਾਰਨ ਤੌਰ 'ਤੇ ਹੋਰ ਕੀਮਤੀ ਬਣ ਜਾਂਦੀ ਹੈ। ਇਹ ਔਖੇ ਵੇਲੇ ਹਮੇਸ਼ਾ ਮਦਦ ਕਰੇਗੀ।

ਤੁਸੀਂ ਕਿਸ 'ਤੇ ਭਰੋਸਾ ਕਰਦੇ ਹੋ?

ਇਹ ਉਹ ਚੀਜ਼ ਨਹੀਂ ਹੈ ਜੋ ਵਿਅਕਤੀ ਦੀ ਪ੍ਰਾਰਥਨਾ ਦਾ ਫਲ ਹੈ; ਇਹ ਤਾਂ ਉਦੋਂ ਹੀ ਮਿਲਦਾ ਹੈ, ਜਦੋਂ ਵਿਅਕਤੀ ਦਾ ਅਵਚੇਤਨ ਮਨ ਉਸ ਵਿਅਕਤੀ ਦੀ ਮਾਨਸਿਕ ਤਸਵੀਰ ਜਾਂ ਵਿਚਾਰ 'ਤੇ ਪ੍ਰਤੀਕਿਰਿਆ ਕਰ ਕੇ ਉਸ ਨੂੰ ਹਕੀਕਤ ਵਿਚ ਬਦਲ ਦਿੰਦਾ ਹੈ। ਵਿਸ਼ਵਾਸ ਦਾ ਇਹ ਨਿਯਮ ਦੁਨੀਆ ਦੇ ਸਾਰੇ ਧਰਮਾਂ ਨੂੰ ਸੰਚਾਲਿਤ ਕਰ ਰਿਹਾ ਹੈ ਅਤੇ ਇਹੀ ਕਾਰਨ ਹੈ ਕਿ ਇਹ ਸਾਰੇ ਮਨੋਵਿਗਿਆਨਕ ਤੌਰ 'ਤੇ ਸਹੀ ਹਨ। ਧਾਰਮਿਕ ਵਿਭਿੰਨਤਾਵਾਂ ਦੇ ਬਾਵਜੂਦ ਬੌਧ, ਈਸਾਈ, ਮੁਸਲਿਮ ਅਤੇ ਜਹੂਦੀ ਲੋਕਾਂ ਨੂੰ ਆਪਣੀ ਪ੍ਰਾਰਥਨਾਵਾਂ ਦੇ ਜਵਾਬ ਮਿਲਦੇ ਹਨ। ਇੰਝ ਕਿਵੇਂ ਹੋ ਸਕਦਾ ਹੈ? ਇਸਦਾ ਕਾਰਨ ਇਹ ਹੈ ਕਿ ਪ੍ਰਾਰਥਨਾਵਾਂ ਦੇ ਜਵਾਬ ਕਿਸੀ ਖ਼ਾਸ ਆਸਥਾ, ਧਰਮ, ਜੁੜਾਅ, ਕਰਮਕਾਂਡ, ਸੰਸਕਾਰ, ਅਰਾਧਨਾ, ਭਜਨ, ਮੰਤ੍ਰ, ਕੁਰਬਾਨੀ ਜਾਂ ਭੇਟਾਵਾਂ ਕਾਰਨ ਨਹੀਂ ਮਿਲਦੇ। ਜਵਾਬ ਤਾਂ ਉਸ ਵਿਸ਼ਵਾਸ ਜਾਂ ਮਾਨਸਿਕ ਸਵੀਕਰਤੀ ਦੇ ਕਾਰਨ ਮਿਲਦੇ ਹਨ, ਜਿਸ ਨਾਲ ਪ੍ਰਾਰਥਨਾ ਕੀਤੀ ਜਾਂਦੀ ਹੈ।

ਜੀਵਨ ਦਾ ਨਿਯਮ ਵਿਸ਼ਵਾਸ ਦਾ ਨਿਯਮ ਹੈ। ਵਿਸ਼ਵਾਸ ਨੂੰ ਸੰਖੇਪ ਵਿਚ ਤੁਸੀਂ ਮਨ ਜਾਂ ਮਸਤਿਸ਼ਕ ਦਾ ਵਿਚਾਰ ਕਹਿ ਸਕਦੇ ਹੋ। ਵਿਅਕਤੀ ਜਿਵੇਂ ਸੋਚਦਾ, ਮਹਿਸੂਸ ਅਤੇ ਵਿਸ਼ਵਾਸ ਕਰਦਾ ਹੈ, ਉੱਵ ਦਾ ਹੀ, ਉਸਦਾ ਮਨ, ਸਰੀਰ ਅਤੇ ਹਾਲਾਤ ਹੁੰਦੇ ਹਨ। ਤੁਸੀਂ ਕੀ ਕਰ ਰਹੇ ਹੋ ਅਤੇ ਤੁਸੀਂ ਇਹ ਕਿਉਂ ਕਰ ਰਹੇ ਹੋ, ਇਹ ਜਾਣ ਲੈਣ ਤੋਂ ਬਾਅਦ ਤੁਸੀਂ ਅਵਚੇਤਨ ਮਨ ਦੀ ਮਦਦ ਨਾਲ ਅਜਿਹੀ ਤਕਨੀਕ ਤਿਆਰ ਕਰ ਸਕਦੇ ਹੋ, ਜੋ ਤੁਹਾਨੂੰ ਜੀਵਨ ਦੀਆਂ ਸਾਰੀਆਂ ਚੰਗੀਆਂ ਚੀਜ਼ਾਂ ਨੂੰ ਅਵਚੇਤਨ ਰੂਪ 'ਚ ਲਿਆਉਣ ਵਿਚ ਤੁਹਾਡੀ ਮਦਦ ਕਰਦੀਆਂ ਹਨ। ਲਾਜ਼ਮੀ ਤੌਰ 'ਤੇ ਪ੍ਰਾਰਥਨਾ ਦਾ ਅਸਲ ਮਨੋਰਥ ਤੁਹਾਡੇ ਦਿਲ ਦੀ ਇੱਛਾ ਪੂਰੀ ਹੋਣ ਦੇ ਤੌਰ 'ਤੇ ਲਿਆ ਜਾਂਦਾ ਹੈ।

ਇੱਛਾ ਪ੍ਰਾਰਥਨਾ ਹੈ

ਹਰ ਇਕ ਵਿਅਕਤੀ ਚੰਗੀ ਸਿਹਤ, ਖ਼ੁਸ਼ੀ, ਸੁਰੱਖਿਆ, ਮਾਨਸਿਕ ਸ਼ਾਂਤੀ ਅਤੇ ਸੰਪੂਰਨ ਪ੍ਰਗਟਾਵੇਂ ਦੀ ਕਾਮਨਾ ਕਰਦਾ ਹੈ, ਪਰ ਬਹੁਤ ਸਾਰੇ ਸਪਸ਼ਟ ਤੌਰ 'ਤੇ ਪਰਿਭਾਸ਼ਤ ਨਤੀਜੇ ਪ੍ਰਾਪਤ ਕਰਨ ਵਿਚ ਅਸਫਲ ਹੋ ਜਾਂਦੇ ਹਨ। ਯੂਨੀਵਰਸਿਟੀ ਦੇ ਇਕ ਪ੍ਰੋਫੈਸਰ ਨੇ ਕੁੱਝ ਸਮਾਂ ਪਹਿਲਾਂ ਮੈਨੂੰ ਕਿਹਾ ਸੀ, "ਮੈਂ ਜਾਣਦਾ ਹਾਂ ਕਿ ਜੇ ਮੈਂ ਆਪਣੇ ਮਾਨਸਿਕ ਨਜ਼ਰੀਏ ਨੂੰ ਬਦਲ ਲਵਾਂ ਅਤੇ ਆਪਣੇ ਭਾਵਨਾਤਮਕ ਜੀਵਨ ਨੂੰ

ਨਵੀਂ ਦਿਸ਼ਾ ਦੇ ਦਿਆਂ, ਤਾਂ ਮੈਨੂੰ ਅਲਸਰ ਦੁਬਾਰਾ ਨਹੀਂ ਹੋਵੇਗਾ। ਪਰੇਸ਼ਾਨੀ ਇਹ ਹੈ ਕਿ ਮੇਰੇ ਕੋਲ ਇੰਝ ਕਰਨ ਦੀ ਕੋਈ ਤਕਨੀਕ, ਪ੍ਰਕਿਰਿਆ ਜਾਂ ਕਾਰਜਵਿਧੀ ਨਹੀਂ ਹੈ। ਮੇਰਾ ਮਨ-ਮਸਤਿਸ਼ਕ ਕਈ ਸਮੱਸਿਆਵਾਂ 'ਤੇ ਇੱਥੇ-ਉੱਥੇ ਭਟਕਦਾ ਰਹਿੰਦਾ ਹੈ ਅਤੇ ਮੈਂ ਆਪਣੇ-ਆਪ ਨੂੰ ਨਿਰਾਸ਼, ਦੁੱਖੀ ਅਤੇ ਹਾਰਿਆ ਹੋਇਆ ਮਹਿਸੂਸ ਕਰਦਾ ਹਾਂ।'' ਇਸ ਪ੍ਰੋਫੈਸਰ ਦੇ ਮਨ ਵਿਚ ਸੰਪੂਰਨ ਸਿਹਤ ਦੀ ਇੱਛਾ ਸੀ; ਉਸ ਨੂੰ ਤਾਂ ਸਿਰਫ਼

ਆਪਣੇ ਮਨ ਦੇ ਕੰਮ ਕਰਨ ਦੇ ਤਰੀਕੇ ਬਾਰੇ ਗਿਆਨ ਦੀ ਲੋੜ ਸੀ ਜਿਸ ਨਾਲ ਉਹ ਆਪਣੀ ਇੱਛਾ ਪੂਰੀ ਕਰਨ ਦੇ ਜੋਗ ਬਣ ਜਾਵੇ। ਇਸ ਕਿਤਾਬ ਵਿਚ ਦੱਸੀਆਂ ਗਈਆਂ ਇਲਾਜ ਦੇ ਤਰੀਕਿਆਂ ਦਾ ਅਭਿਆਸ ਕਰਦੇ ਹੋਏ ਉਹ ਸੰਪੂਰਨ ਅਤੇ ਉੱਤਮ ਬਣ ਗਿਆ।

ਸਾਰੇ ਵਿਅਕਤੀਆਂ ਲਈ ਇੱਕੋ ਹੀ ਸੋਚ ਹੁੰਦੀ ਹੈ (ਐਮਰਸਨ)

ਤੁਹਾਡੇ ਅਵਚੇਤਨ ਮਨ ਦੀਆਂ ਚਮਤਕਾਰੀ ਸ਼ਕਤੀਆਂ ਉਸ ਸਮੇਂ ਵੀ ਮੌਜੂਦ ਸਨ, ਜਦੋਂ ਤੁਸੀਂ ਜਾਂ ਮੈਂ ਪੈਦਾ ਵੀ ਨਹੀਂ ਹੋਏ ਸੀ, ਜਦੋਂ ਕੋਈ ਚਰਚ ਨਹੀਂ ਸੀ, ਜਦੋਂ ਦੁਨੀਆ ਹੀ ਨਹੀਂ ਸੀ। ਜੀਵਨ ਦੀ ਮਹਾਨ ਸਦੀਵੀ ਸੱਚਾਈਆਂ ਅਤੇ ਸਿਧਾਂਤ ਉਸ ਸਮੇਂ ਵੀ ਮੌਜੂਦ ਸਨ, ਜਦੋਂ ਕੋਈ ਧਰਮ ਸ਼ੁਰੂ ਵੀ ਨਹੀਂ ਹੋਇਆ ਸੀ। ਮੈਂ ਤੁਹਾਨੂੰ ਬੇਨਤੀ ਕਰਦਾ ਹਾਂ ਕਿ ਅੱਗੇ ਆਉਣ ਵਾਲੇ ਅਧਿਆਵਾਂ ਵਿਚ ਤੁਸੀਂ ਇਸ ਅਦਭੁੱਤ, ਜਾਦੂਈ, ਕਾਇਆ-ਪਲਟ ਕਰ ਦੇਣ ਵਾਲੀ ਸ਼ਕਤੀ ਅਤੇ ਉਸਦੀ ਉਪਯੋਗਤਾ ਨੂੰ ਚੰਗੀ ਤਰ੍ਹਾਂ ਨਾਲ ਜਾਣ ਲਵੋ। ਇਹ ਮਾਨਸਿਕ ਤੇ ਸਰੀਰਕ ਜ਼ਖਮਾਂ ਨੂੰ ਭਰ ਦੇਵੇਗੀ, ਡਰੇ ਹੋਏ ਮਨ ਨੂੰ ਹੌਂਸਲਾ ਦੇ ਕੇ ਤੁਹਾਨੂੰ ਗਰੀਬੀ, ਅਸਫਲਤਾ, ਦੁੱਖ, ਘਾਟ ਅਤੇ ਨਿਰਾਸ਼ਾ ਦੀਆਂ ਸੀਮਾਵਾਂ ਤੋਂ ਪੂਰੀ ਤਰ੍ਹਾਂ ਆਜ਼ਾਦ ਕਰ ਦੇਵੇਗੀ।

ਤੁਹਾਨੂੰ ਤਾਂ ਬਸ ਮਾਨਸਿਕ ਅਤੇ ਭਾਵਨਾਤਮਕ ਤੌਰ 'ਤੇ ਉਸ ਚੰਗੀ ਚੀਜ਼ ਦੇ ਨਾਲ ਜੁੜਨਾ ਹੈ, ਜਿਸ ਨੂੰ ਤੁਸੀਂ ਹਕੀਕਤ ਬਨਾਉਣਾ ਚਾਹੁੰਦੇ ਹੋ। ਤੁਹਾਡੇ ਅਵਚੇਤਨ ਮਨ ਦੀ ਰਚਨਾਤਮਕ ਸ਼ਕਤੀਆਂ ਇਸੇ ਅਨੁਸਾਰ ਪ੍ਰਤੀਕਿਰਿਆ ਕਰਣਗੀਆਂ। ਅੱਜ ਹੀ, ਹੁਣ ਤੋਂ ਹੀ ਸ਼ੁਰੂਆਤ ਕਰ ਦਿਓ। ਆਪਣੇ ਜੀਵਨ ਵਿਚ ਚਮਤਕਾਰ ਹੁੰਦਿਆਂ ਦੇਖੋ! ਇੰਝ ਉਦੋਂ ਤੱਕ ਕਰਦੇ ਰਹੋ, ਜਦੋਂ ਤਕ ਕਿ ਸੂਰਜ ਨਾ ਨਿਕਲ ਆਵੇ ਅਤੇ ਹਨ੍ਹੇਰਾ ਦੂਰ ਨਾ ਹੋ ਜਾਵੇ।

ਤੁਹਾਡੇ ਅੰਦਰ ਬਹੁਤ ਵੱਡਾ ਖ਼ਜ਼ਾਨਾ ਹੈ

ਜੇ ਤੁਸੀਂ ਆਪਣੇ ਮਨ ਦੀਆਂ ਅੱਖਾਂ ਨੂੰ ਖੋਲੂ ਲਵੋਗੇ ਤਾਂ ਤੁਹਾਨੂੰ ਆਪਣੇ ਚਾਰੇ ਪਾਸੇ ਬਹੁਤ ਵੱਡਾ ਖ਼ਜ਼ਾਨਾ ਨਜ਼ਰ ਆਵੇਗਾ। ਉਸ ਨੂੰ ਹਾਸਿਲ ਕਰਨ ਲਈ ਤੁਹਾਨੂੰ ਬਸ ਆਪਣੇ ਮਨ ਦੀਆਂ ਅੱਖਾਂ ਖੋਲੂ ਕੇ ਉਸ ਨੂੰ ਵੇਖਣਾ ਹੀ ਹੈ। ਤੁਹਾਡੇ ਅੰਦਰ ਰਹਿਮਤਾਂ ਦਾ ਅਤੁੱਲ ਭੰਡਾਰ ਹੈ, ਜਿਸ ਵਿੱਚੋਂ ਤੁਸੀਂ ਸੁਖਮਈ, ਸ਼ਾਨਦਾਰ ਤੇ ਆਨੰਦ ਭਰਪੂਰ ਜੀਵਨ ਜਿਉਣ ਲਈ ਹਰ ਲੋੜੀਂਦੀ ਚੀਜ਼ ਕੱਢ ਸਕਦੇ ਹੋ। ਕਈ ਲੋਕ ਆਪਣੀ ਸੰਭਾਵਨਾ ਨੂੰ ਇਸ ਲਈ ਨਹੀਂ ਜਾਣ ਪਾਉਂਦੇ, ਕਿਉਂਕਿ ਉਨ੍ਹਾਂ ਨੂੰ ਆਪਣੇ ਅੰਦਰ ਮੌਜੂਦ ਅਸੀਮ ਗਿਆਨ ਅਤੇ ਅਸੀਮਤ ਪਿਆਰ ਦੇ ਭੰਡਾਰ ਦਾ ਪਤਾ ਹੀ ਨਹੀਂ ਹੁੰਦਾ।

ਤੁਸੀਂ ਜੋ ਕੁਝ ਵੀ ਚਾਹੁੰਦੇ ਹੋ, ਇਸ ਵਿੱਚੋਂ ਕੱਢ ਸਕਦੇ ਹੋ। ਲੋਹੇ ਦਾ ਚੁੰਬਕੀ ਟੁਕੜਾ ਆਪਣੇ ਭਾਰ ਤੋਂ ਬਾਰਾਂ ਗੁਣਾ ਜ਼ਿਆਦਾ ਵਜਨ ਚੁੱਕ ਸਕਦਾ ਹੈ, ਅਤੇ, ਜੇ ਤੁਸੀਂ ਉਸਦੇ ਚੁੰਬਕੀ ਗੁਣ ਨੂੰ ਹਟਾ ਦਿਓ, ਤਾਂ ਇਹ ਇਕ ਖੰਭ ਵੀ ਨਹੀਂ ਚੁੱਕ ਸਕਦਾ। ਇਸੇ ਤਰ੍ਹਾਂ, ਲੋਕੀਂ ਵੀ ਦੋ ਤਰ੍ਹਾਂ ਦੇ ਹੁੰਦੇ ਹਨ। ਇਕ ਉਹ ਚੁੰਬਕੀ ਵਿਅਕਤੀ ਹੁੰਦੇ ਹਨ, ਜੋ ਆਤਮਵਿਸ਼ਵਾਸ ਅਤੇ ਆਸਥਾ ਨਾਲ ਭਰਪੂਰ ਹੁੰਦੇ ਹਨ। ਉਹ ਜਾਣਦੇ ਹਨ ਕਿ ਉਹ ਸਫਲ ਹੋਣ ਅਤੇ ਜਿੱਤਣ ਲਈ ਹੀ ਪੈਦਾ ਹੋਏ ਹਨ। ਦੂਜੀ ਤਰ੍ਹਾਂ ਦੇ ਲੋਕ ਉਹ ਹੁੰਦੇ ਹਨ, ਜਿਨ੍ਹਾਂ ਵਿਚ ਚੁੰਬਕੀ ਗੁਣ ਨਹੀਂ ਹੁੰਦੇ। ਉਹ ਬੜੀ ਤਾਦਾਦ ਵਿਚ ਹੁੰਦੇ ਹਨ। ਸਮਾਂ ਆਉਣ ਤੇ ਉਹ ਕਹਿੰਦੇ ਹਨ, "ਜੇਕਰ ਮੈਂ ਸਫਲ ਨਹੀਂ ਹੋਇਆ, ਤਾਂ ਕੀ ਹੋਵੇਗਾ? ਕਿਤੇ ਮੇਰਾ ਪੈਸਾ ਡੁੱਬ ਨਾ ਜਾਵੇ। ਲੋਕ ਮੇਰੇ 'ਤੇ ਹੱਸਣਗੇ।" ਇਸ ਕਿਸਮ ਦੇ ਲੋਕ ਜਿੰਦਗੀ ਵਿਚ ਬਹੁਤ ਅੱਗੇ ਤੱਕ ਨਹੀਂ ਵੱਧ ਪਾਉਣਗੇ ਕਿਉਂਕਿ ਉਨ੍ਹਾਂ ਦਾ ਡਰ ਉਨ੍ਹਾਂ ਨੂੰ ਉਸੇ ਅਸਥਾਨ 'ਤੇ ਰੋਕੇ ਹੀ ਰਖੇਗਾ, ਜਿੱਥੇ ਉਹ ਹਨ।

ਤੁਸੀਂ ਚੁੰਬਕੀ ਵਿਅਕਤੀ ਬਣ ਸਕਦੇ ਹੋ, ਬਸ਼ਰਤੇ ਤੁਸੀਂ ਇਤਿਹਾਸ ਦਾ ਸਭ ਤੋਂ ਵੱਡਾ ਰਹੱਸ ਸਮਝ ਲਓ ਅਤੇ ਉਸ ਉੱਤੇ ਮਹਾਰਤ ਹਾਸਿਲ ਕਰ ਲਓ।

ਸਦੀਆਂ ਦਾ ਸਭ ਤੋਂ ਵੱਡਾ ਰਹੱਸ

ਜੇ ਤੁਹਾਡੇ ਕੋਲੋਂ ਕੋਈ ਸਦੀਆਂ ਦਾ ਸਭ ਤੋਂ ਵੱਡਾ ਰਹੱਸ ਪੁੱਛੇ, ਤਾਂ ਤੁਸੀਂ ਕੀ ਜਵਾਬ ਦਿਓਗੇ? ਪਰਮਾਣੂ ਉਰਜਾ ਦਾ ਰਹੱਸ? ਥਰਮੋ-ਨਿਊਕਲੀਅਰ ਉਰਜਾ? ਨਿਊਟ੍ਰੋਨ ਬੰਬ? ਇੰਟਰ-ਪਲੇਨੈਟਰੀ ਟ੍ਰੈਵਲ (ਅੰਤਰ-ਗ੍ਰਹਿ ਯਾਤਰਾ)? ਨਹੀਂ- ਇਨ੍ਹਾਂ ਵਿਚੋਂ ਕੁੱਝ ਵੀ ਨਹੀਂ। ਤਾਂ ਫਿਰ, ਸਭ ਤੋਂ ਵੱਡਾ ਰਹੱਸ ਕੀ ਹੈ? ਕੋਈ ਵੀ ਇਨਸਾਨ ਇਸ ਨੂੰ ਕਿੱਥੋ ਲੱਭ ਸਕਦਾ ਹੈ? ਕਿਵੇਂ ਇਸ ਨੂੰ ਸਮਝਿਆ ਜਾ ਸਕਦਾ ਹੈ? ਕਿਵੇਂ ਇਸ ਨੂੰ ਅਮਲ ਵਿਚ ਲਿਆ ਕੇ ਫਾਇਦਾ ਚੁੱਕਿਆ ਜਾ ਸਕਦਾ ਹੈ? ਇਸ ਦਾ ਜਵਾਬ ਬਹੁਤ ਹੀ ਸੌਖਾ ਹੈ। ਇਸ ਦਾ ਰਹੱਸ ਹੈ ਤੁਹਾਡੇ ਅਵਚੇਤਨ ਮਨ ਤੋਂ ਪ੍ਰਾਪਤ ਹੋਣ ਵਾਲੀ ਅਦਭੁੱਤ ਅਤੇ ਚਮਤਕਾਰੀ ਸ਼ਕਤੀ। ਇਹ ਉਹ ਆਖ਼ਰੀ ਸਥਾਨ ਹੈ, ਜਿਸ ਦੀ ਜ਼ਿਆਦਾਤਰ ਲੋਕ ਤਲਾਸ਼ ਕਰਦੇ ਰਹਿੰਦੇ ਹਨ।

ਤੁਹਾਡੇ ਅਵਚੇਤਨ ਦੀ ਅਦਭੁੱਤ ਸ਼ਕਤੀ

ਆਪਣੇ ਅਵਚੇਤਨ ਮਨ ਦੀ ਛੁਪੀ ਹੋਈ ਸ਼ਕਤੀ ਦੀ ਵਰਤੋਂ ਕਰਨਾ ਸਿਖ ਕੇ ਤੁਸੀਂ ਆਪਣੇ ਜੀਵਨ ਵਿਚ ਵਧੇਰੀ ਸ਼ਕਤੀ, ਵਾਧੂ ਦੌਲਤ, ਚੰਗੀ ਸਿਹਤ, ਵਧੇਰੀ ਖ਼ੁਸ਼ਹਾਲੀ ਅਤੇ ਆਨੰਦ ਲਿਆ ਸਕਦੇ ਹੋ। ਤੁਹਾਨੂੰ ਇਸ ਸ਼ਕਤੀ ਨੂੰ ਹਾਸਿਲ ਕਰਨ ਦੀ ਲੋੜ ਨਹੀਂ ਹੈ; ਇਹ ਤਾਂ ਤੁਹਾਡੇ ਕੋਲ ਪਹਿਲਾਂ ਤੋਂ ਹੀ ਹੈ। ਲੇਕਿਨ, ਤੁਸੀਂ ਇਸ ਦੀ ਵਰਤੋਂ ਕਰਨਾ ਸਿਖਣਾ ਚਾਹੁੰਦੇ ਹੋ; ਤੁਸੀਂ ਇਸ ਨੂੰ ਸਮਝਣਾ ਚਾਹੁੰਦੇ ਹੋ, ਤਾਂ ਜੁ ਤੁਸੀਂ ਇਸ ਦੀ ਵਰਤੋਂ ਆਪਣੇ ਜੀਵਨ ਦੇ ਸਾਰੇ ਪਹਿਲੂਆਂ 'ਤੇ ਕਰ ਸਕੋ।

ਜੇ ਤੁਸੀਂ ਇਸ ਕਿਤਾਬ ਵਿਚ ਦਿੱਤੀਆਂ ਸੌਖੀਆਂ ਤਕਨੀਕਾਂ ਤੇ ਪ੍ਰਕਿਰਿਆਵਾਂ ਦੀ ਪਾਲਨਾ ਕਰੋਗੇ, ਤਾਂ ਤੁਹਾਨੂੰ ਲੋੜੀਂਦੀਆਂ ਜਾਣਕਾਰੀਆਂ ਅਤੇ ਸਮਝ ਮਿਲ ਜਾਵੇਗੀ। ਇਕ ਨਵੀਂ ਰੋਸ਼ਨੀ ਤੁਹਾਨੂੰ ਪ੍ਰੇਰਿਤ ਕਰ ਸਕਦੀ ਹੈ, ਅਤੇ ਤੁਸੀਂ ਇਕ ਨਵੀਂ ਤਾਕਤ ਪੈਦਾ ਕਰ ਸਕਦੇ ਹੋ, ਜਿਸ ਦੀ ਬਦੌਲਤ ਤੁਸੀਂ ਆਪਣੀ ਸਾਰੀਆਂ ਆਸਾਵਾਂ ਅਤੇ ਸੁਫਨਿਆਂ ਨੂੰ ਸਾਕਾਰ ਕਰ ਸਕਦੇ ਹੋ। ਇਸੇ ਵਕਤ ਫੈਸਲਾ ਕਰ ਲਓ ਕਿ ਤੁਸੀਂ ਆਪਣੇ ਜੀਵਨ ਨੂੰ ਪਹਿਲਾਂ ਤੋਂ ਜ਼ਿਆਦਾ ਵਧੀਆ, ਮਹਾਨ, ਖੁਸ਼ਹਾਲ, ਉੱਤਮ ਅਤੇ ਸ਼ਾਨਦਾਰ ਬਣਾਉਗੇ।

ਤੁਹਾਡੇ ਅਵਚੇਤਨ ਦੀ ਡੂੰਘਿਆਈ ਵਿਚ ਸਾਰੀਆਂ ਲੋੜੀਂਦੀਆਂ ਚੀਜ਼ਾਂ ਬਾਰੇ ਅਨੰਤ ਗਿਆਨ, ਸ਼ਕਤੀ ਅਤੇ ਆਪੂਰਤੀ ਦਾ ਭੰਡਾਰ ਹੈ, ਜੋ ਵਿਕਾਸ ਅਤੇ ਪ੍ਰਗਟਾਵੇ ਦੀ ਉਡੀਕ ਕਰ ਰਹੀ ਹੈ। ਹੁਣ ਆਪਣੇ ਅਵਚੇਤਨ ਮਨ ਦੀਆ ਇਨ੍ਹਾਂ ਯੋਗਤਾਵਾਂ ਜਾਂ ਸੰਭਾਵਨਾਵਾਂ ਦੀ ਸਮਰਥਾ ਨੂੰ ਜਾਣਨਾ ਸ਼ੁਰੂ ਕਰੋ, ਤਾਂ ਜੁ ਉਹ ਬਿਨਾਂ ਕਿਸੇ ਡਰ ਦੇ ਬਾਹਰੀ ਦੁਨੀਆ ਵਿਚ ਸਾਕਾਰ ਹੋ ਜਾਣ।

ਜੇ ਤੁਸੀਂ ਖੁੱਲ੍ਹੇ ਦਿਮਾਗ ਦੇ ਅਤੇ ਗ੍ਰਹਿਣਸ਼ੀਲ ਹੋ, ਤਾਂ ਤੁਹਾਡੇ ਅਵਚੇਤਨ ਮਨ ਵਿਚ ਮੌਜੂਦ ਅਨੰਤ ਗਿਆਨ ਤੁਹਾਨੂੰ ਹਰ ਉਹ ਚੀਜ਼ ਦੱਸ ਸਕਦਾ ਹੈ, ਜਿਸਦੀ

ਤੁਹਾਨੂੰ ਕਦੇ ਵੀ, ਕਿਤੇ ਵੀ ਲੋੜ ਪੈ ਸਕਦੀ ਹੈ। ਤੁਸੀਂ ਇਕ ਨਵਾਂ ਵਿਚਾਰ ਪਾ ਸਕਦੇ ਹੋ, ਨਵੀਆਂ ਕਾਢਾਂ ਕੱਢ ਸਕਦੇ ਹੋ, ਨਵੀਆਂ ਖੋਜਾਂ ਕਰ ਸਕਦੇ ਹੋ, ਨਵੀਆਂ ਕਿਤਾਬਾਂ ਅਤੇ ਨਾਟਕ ਲਿਖਣ ਦੇ ਜੋਗ ਬਣ ਸਕਦੇ ਹੋ। ਇਸ ਤੋਂ ਇਲਾਵਾ, ਤੁਹਾਡੇ ਅਵਚੇਤਨ ਵਿਚ ਅਨੰਤ ਬੁੱਧੀ ਤੁਹਾਨੂੰ ਸ਼ਾਨਦਾਰ ਗਿਆਨ ਦੇ ਸਕਦਾ ਹੈ। ਇਹ ਤੁਹਾਨੂੰ ਪ੍ਰਗਟ ਕਰ ਸਕਦਾ ਹੈ, ਤੁਹਾਡੇ ਜੀਵਨ ਵਿਚ ਸੰਪੂਰਨ ਪ੍ਰਗਟਾਵੇ ਅਤੇ ਸੱਚੇ ਜਾਂ ਸਹੀ ਸਥਾਨ ਲਈ ਰਾਹ ਖੋਲ੍ਹ ਸਕਦਾ ਹੈ।

ਆਪਣੇ ਅਵਚੇਤਨ ਮਨ ਦੀ ਸਿਆਣਪ ਨਾਲ ਤੁਸੀਂ ਆਦਰਸ਼ ਸਾਥੀ ਨੂੰ ਆਕਰਸ਼ਿਤ ਕਰ ਸਕਦੇ ਹੋ ਅਤੇ ਨਾਲ ਹੀ ਸਹੀ ਕਾਰੋਬਾਰੀ ਸਹਿਯੋਗੀ ਜਾਂ ਸਾਥੀ ਲੱਭ ਸਕਦੇ ਹੋ। ਇਹ ਤੁਹਾਡੇ ਘਰ ਲਈ ਸਹੀ ਖ਼ਰੀਦਦਾਰ ਲੱਭ ਸਕਦਾ ਹੈ ਅਤੇ ਤੁਹਾਨੂੰ ਤੁਹਾਡੀ ਲੋੜ ਮੁਤਾਬਿਕ ਦੌਲਤ ਹਾਸਿਲ ਕਰਨ ਦਾ ਰਾਹ ਦੱਸ ਸਕਦਾ ਹੈ। ਇਹ ਤੁਹਾਨੂੰ ਵਿੱਤੀ ਤੌਰ 'ਤੇ ਆਜ਼ਾਦ ਵੀ ਬਣਾ ਸਕਦਾ ਹੈ, ਤਾਂ ਜੁ ਤੁਸੀਂ ਆਪਣੀ ਦਿਲੀ ਇੱਛਾ ਅਨੁਸਾਰ ਬਣੋ, ਕਰੋ ਅਤੇ ਰਹੋ।

ਵਿਚਾਰ, ਭਾਵਨਾ, ਸ਼ਕਤੀ, ਰੋਸ਼ਨੀ, ਪਿਆਰ ਅਤੇ ਸੁੰਦਰਤਾ ਦੀ ਇਸ ਅੰਦਰੂਨੀ ਦੁਨੀਆ ਨੂੰ ਲੱਭਣਾ ਤੁਹਾਡਾ ਬੁਨਿਆਦੀ ਹੱਕ ਹੈ। ਇਹ ਸ਼ਕਤੀਆਂ ਅਦਿੱਖ ਹੋਣ ਦੇ ਬਾਵਜੂਦ ਬਹੁਤ ਸ਼ਕਤੀਸ਼ਾਲੀ ਹਨ। ਤੁਸੀਂ ਆਪਣੇ ਅਵਚੇਤਨ ਮਨ ਦੇ ਅੰਦਰ ਆਪਣੀ ਹਰ ਸਮੱਸਿਆ ਦਾ ਹੱਲ ਤੇ ਇਨ੍ਹਾਂ ਦੇ ਹੋਣ ਦਾ ਕਾਰਨ ਵੀ ਲੱਭ ਲਓਗੇ।

ਜਦੋਂ ਤੁਸੀਂ ਆਪਣੀਆਂ ਲੁਕੀਆਂ ਹੋਈਆਂ ਸ਼ਕਤੀਆਂ ਨੂੰ ਬਾਹਰ ਕੱਢ ਕੇ ਉਨ੍ਹਾਂ ਸ਼ਕਤੀਆਂ 'ਤੇ ਅਸਲ ਅਧਿਕਾਰ ਅਤੇ ਸਿਆਣਪ ਜਾਂ ਗਿਆਨ ਪ੍ਰਾਪਤ ਕਰ ਲੈਂਦੇ ਹੋ, ਜਿਸ ਨਾਲ ਤੁਸੀਂ ਪੂਰਤ ਤੌਰ 'ਤੇ ਭਰਪੂਰਤਾ, ਸੁਰੱਖਿਆ, ਖ਼ੁਸ਼ੀ ਅਤੇ ਪ੍ਰਭਾਵ ਨੂੰ ਵਧਾ ਕੇ ਅੱਗੇ ਜਾ ਸਕੋ।

ਮੈਂ ਆਪ ਅਵਚੇਤਨ ਦੀ ਸ਼ਕਤੀ ਨੂੰ ਦੇਖਿਆ ਹੈ। ਇਸ ਦੀ ਸ਼ਕਤੀ ਨਾਲ ਲੋਕਾਂ ਨੂੰ ਅਪਾਹਜ ਅਵਸਥਾ ਤੋਂ ਪੂਰੀ ਤਰ੍ਹਾਂ ਤੰਦਰੁਸਤ ਹੁੰਦੇ ਹੋਏ ਦੇਖਿਆ ਹੈ, ਅਵਚੇਤਨ ਮਨ ਦੇ ਸਹਾਰੇ ਉਨ੍ਹਾਂ ਨੇ ਖ਼ੁਸ਼ੀ, ਸਿਹਤ ਅਤੇ ਆਨੰਦ ਦੀਆਂ ਭਾਵਨਾਵਾਂ ਨੂੰ ਇਕ ਵਾਰ ਹਕੀਕਤ ਵਿਚ ਬਦਲਿਆ ਹੈ। ਯਕੀਨਨ ਤੁਹਾਡੇ ਅਵਚੇਤਨ ਵਿਚ ਅਜਿਹੀ ਚਮਤਕਾਰੀ ਇਲਾਜ ਕਰਨ ਦੀ ਸ਼ਕਤੀ ਹੈ, ਜੋ ਕਿ ਪਰੇਸ਼ਾਨ ਦਿਮਾਗ਼ ਅਤੇ ਟੁੱਟੇ ਦਿਲ ਦਾ ਇਲਾਜ਼ ਵੀ ਕਰ ਸਕਦੀ ਹੈ। ਇਹ ਤੁਹਾਡੇ ਮਸਤਿਸ਼ਕ ਦੀ ਜੇਲ੍ਹ ਦਾ ਦਰਵਾਜ਼ਾ ਖੋਲ੍ਹ ਕੇ ਤੁਹਾਨੂੰ ਆਜ਼ਾਦ ਕਰ ਸਕਦੀ ਹੈ। ਇਹ ਤੁਹਾਨੂੰ ਹਰ ਤਰ੍ਹਾਂ ਦੇ ਭੌਤਿਕ ਅਤੇ ਸਰੀਰਕ ਬੰਧਨਾ ਤੋਂ ਮੁਕਤ ਕਰ ਸਕਦੀ ਹੈ।

ਕਾਰਜਕਾਰੀ ਆਧਾਰ ਦੀ ਲੋੜ

ਕਾਰਜ ਆਧਾਰ ਦੀ ਅਣਹੋਂਦ ਵਿਚ ਕਿਸੇ ਵੀ ਖੇਤਰ ਅੰਦਰ ਕੀਤੇ ਗਏ ਯਤਨਾਂ ਨਾਲ ਸੰਪੂਰਨ ਪ੍ਰਗਤੀ ਹੋਣਾ ਅਸੰਭਵ ਹੈ, ਇਹ ਤੱਥ ਸਰਵ-ਵਿਆਪਕ ਹੈ। ਤੁਸੀਂ

ਆਪਣੇ ਅਵਚੇਤਨ ਮਨ ਦੀ ਕਾਰਜਵਿਧੀ ਵਿਚ ਨਿਪੁੰਨਤਾ ਪ੍ਰਾਪਤ ਕਰ ਸਕਦੇ ਹੋ। ਜਿਸ ਤਰ੍ਹਾਂ ਦਾ ਗਿਆਨ ਤੁਹਾਨੂੰ ਇਸ ਦੇ ਸਿਧਾਂਤ ਦਾ ਹੈ ਅਤੇ ਜਿਸ ਤਰ੍ਹਾਂ ਤੁਸੀਂ ਇਕ ਖ਼ਾਸ ਉੱਦੇਸ਼ ਅਤੇ ਨਤੀਜਾ ਪਾਉਣਾ ਚਾਹੁੰਦੇ ਹੋ ਉਸ ਦੇ ਅਨੁਪਾਤ ਵਿਚ ਤੁਸੀਂ ਇਸ ਦੀਆਂ ਸ਼ਕਤੀਆ ਦਾ ਅਭਿਆਸ ਕਰ ਨਤੀਜਿਆਂ ਦੀ ਨਿਸ਼ਚਿਤਤਾ ਪ੍ਰਾਪਤ ਕਰ ਸਕਦੇ ਹੋ।

ਇੱਕ ਸਾਬਕਾ ਰਸਾਇਨ ਵਿਗਿਆਨੀ/ਕੈਮਿਸਟ ਹੋਣ ਦੇ ਨਾਤੇ, ਮੈਂ ਇਹ ਦੱਸਣਾ ਚਾਹਵਾਂਗਾ ਕਿ ਜਦੋਂ ਤੁਸੀਂ ਹਾਈਡਰੋਜ਼ਨ ਦੇ ਦੋ ਪਰਮਾਣੂਆਂ ਅਤੇ ਆੱਕਸੀਜਨ ਦੇ ਇਕ ਪਰਮਾਣੂ ਨੂੰ ਮਿਲਾਉਂਦੇ ਹੋ, ਤਾਂ ਨਤੀਜੇ ਵਜੋਂ ਹਮੇਸ਼ਾ ਪਾਣੀ ਹੁੰਦਾ ਹੈ। ਕਦੇ-ਕਦਾਈਂ ਜਾਂ ਅਕਸਰ ਨਹੀਂ, ਹਮੇਸ਼ਾ। ਜਦੋਂ ਤੁਸੀਂ ਆੱਕਸੀਜਨ ਦੇ ਇਕ ਪਰਮਾਣੂ ਅਤੇ ਕਾਰਬਨ ਦੇ ਇਕ ਪਰਮਾਣੂ ਨੂੰ ਮਿਲਾਉਂਦੇ ਹੋ, ਤਾਂ ਕਾਰਬਨ ਮੋਨੋਆਕਸਾਈਡ ਨਾਂ ਦੀ ਜ਼ਹਿਰੀਲੀ ਗੈਸ ਉਤਪੰਨ ਹੁੰਦੀ ਹੈ। ਲੇਕਿਨ ਜੇ ਤੁਸੀਂ ਆੱਕਸੀਜਨ ਦਾ ਇਕ ਹੋਰ ਪਰਮਾਣੂ ਜੋੜ ਦਿੰਦੇ ਹੋ, ਤਾਂ ਤੁਹਾਨੂੰ ਕਾਰਬਨ ਡਾਈਆਕਸਾਈਡ ਮਿਲ ਜਾਂਦੀ ਹੈ, ਜੋ ਪ੍ਰਾਣੀਆਂ ਲਈ ਹਾਨੀਰਹਿਤ ਤੇ ਪੌਧਿਆਂ ਲਈ ਜੀਵਨਦਾਈ ਹੁੰਦੀ ਹੈ। ਇਹ ਸਦੀਵੀ ਅਤੇ ਨਾ-ਬਦਲਣ ਵਾਲਾ ਤੱਥ ਹੈ।

ਤੁਹਾਨੂੰ ਇਹ ਨਹੀਂ ਸੋਚਣਾ ਚਾਹੀਦਾ ਕਿ ਰਸਾਇਨ ਵਿਗਿਆਨ, ਭੌਤਿਕ ਵਿਗਿਆਨ ਅਤੇ ਗਣਿਤ ਦੇ ਤੁਹਾਡੇ ਅਵਚੇਤਨ ਮਨ ਦੇ ਸਿਧਾਂਤਾਂ ਤੋਂ ਵੱਖਰੇ ਹਨ। ਆਮ ਤੌਰ 'ਤੇ ਇਸ ਸਿਧਾਂਤ ਨੂੰ ਸਾਰੇ ਸਵੀਕਾਰ ਕਰਦੇ ਹਨ: "ਪਾਣੀ ਆਪਣੇ ਪੱਧਰ ਦੀ ਆਪ ਭਾਲ ਕਰਦਾ ਹੈ।" ਇਹ ਇਕ ਸਦੀਵੀ ਜਾਂ ਵਿਆਪਕ ਸਿਧਾਂਤ ਹੈ, ਜੋ ਹਰ ਸਥਾਨ ਦੇ ਪਾਣੀ ਉੱਤੇ ਲਾਗੂ ਹੁੰਦਾ ਹੈ।

ਇਕ ਹੋਰ ਸਿਧਾਂਤ 'ਤੇ ਗੌਰ ਕਰੀਏ: "ਗਰਮ ਹੋਣ 'ਤੇ ਪਦਾਰਥ ਫੈਲਦਾ ਹੈ।" ਇਹ ਕਿਤੇ ਵੀ, ਕਿਸੇ ਵੀ ਸਮੇਂ, ਅਤੇ ਹਰ ਹਾਲਤ ਵਿਚ ਸੱਚ ਹੈ। ਤੁਸੀਂ ਸਟੀਲ ਦੇ ਟੁਕੜੇ ਨੂੰ ਗਰਮ ਕਰ ਸਕਦੇ ਹੋ, ਤਾਂ ਇਹ ਫੈਲੇਗਾ, ਭਾਵੇ ਇਹ ਸਟੀਲ ਚੀਨ, ਇੰਗਲੈਂਡ ਜਾਂ ਭਾਰਤ ਦਾ ਹੋਵੇ। ਇਹ ਇਕ ਵਿਸ਼ਵਵਿਆਪੀ ਸੱਚਾਈ ਹੈ ਕਿ ਗਰਮ ਹੋਣ 'ਤੇ ਪਦਾਰਥ ਫੈਲਦਾ ਹੈ। ਇਹ ਇਕ ਸਦੀਵੀ ਸੱਚਾਈ ਹੈ ਕਿ ਤੁਸੀਂ ਆਪਣੇ ਅਵਚੇਤਨ ਮਨ 'ਤੇ ਜੋ ਛਾਪ ਜਾਂ ਪ੍ਰਭਾਵ ਛੱਡਦੇ ਹੋ, ਉਹ ਹਾਲਾਤ, ਅਨੁਭਵ ਅਤੇ ਘਟਨਾ ਦੇ ਰੂਪ ਵਿਚ ਪ੍ਰਗਟ ਹੁੰਦਾ ਹੈ।

ਤੁਹਾਡੀ ਪ੍ਰਾਰਥਨਾ ਦਾ ਜਵਾਬ ਮਿਲਦਾ ਹੈ, ਕਿਉਂਕਿ ਤੁਹਾਡਾ ਅਵਚੇਤਨ ਮਨ ਇਕ ਸਿਧਾਂਤ ਹੈ ਅਤੇ ਮੇਰਾ ਇਸ ਸਿਧਾਂਤ ਤੋਂ ਭਾਵ ਹੈ ਕਿ ਕੋਈ ਚੀਜ਼ ਕਿਵੇਂ ਕੰਮ ਕਰਦੀ ਹੈ। ਉਦਾਹਰਣ ਲਈ, ਬਿਜਲੀ ਦਾ ਸਿਧਾਂਤ ਇਹ ਹੈ ਕਿ ਇਹ ਉੱਚ ਸਮਰੱਥਾ ਤੋਂ ਨਿਮਨ ਸਮਰੱਥਾ ਵੱਲ ਕੰਮ ਕਰਦੀ ਹੈ। ਜਦੋਂ ਤੁਸੀਂ ਬਿਜਲੀ ਦੀ ਵਰਤੋਂ ਕਰਦੇ ਹੋ, ਉਦੋਂ ਇਸ ਸਿਧਾਂਤ ਨੂੰ ਨਹੀਂ ਬਦਲਦੇ, ਪਰ ਪ੍ਰਕਿਰਤੀ ਦੇ ਨਾਲ ਸਹਿਯੋਗ ਕਰਕੇ ਤੁਸੀਂ ਅਦਭੁੱਤ ਖੋਜਾਂ ਅਤੇ ਅਵਿਸ਼ਕਾਰਾਂ ਨੂੰ ਸਾਹਮਣੇ ਲਿਆ ਜਾਂ

ਸਾਕਾਰ ਕਰ ਸਕਦੇ ਹੋ, ਜੋ ਮਨੁੱਖਤਾ ਨੂੰ ਅਣਗਿਣਤ ਤਰੀਕਿਆਂ ਨਾਲ ਸੁੱਖ ਪ੍ਰਦਾਨ ਕਰਦੇ ਹਨ।

ਤੁਹਾਡਾ ਅਵਚੇਤਨ ਮਨ ਸਿਧਾਂਤ ਹੈ ਅਤੇ ਇਹ ਵਿਸ਼ਵਾਸ ਦੇ ਨਿਜਮ ਅਨੁਸਾਰ ਕੰਮ ਕਰਦਾ ਹੈ। ਤੁਹਾਨੂੰ ਇਹ ਪਤਾ ਹੋਣਾ ਚਾਹੀਦਾ ਹੈ ਕਿ ਇਹ ਵਿਸ਼ਵਾਸ ਕੀ ਹੈ, ਇਹ ਕਿਉਂ ਅਤੇ ਕਿਵੇਂ ਕੰਮ ਕਰਦਾ ਹੈ। ਬਾਈਬਲ ਤੁਹਾਨੂੰ ਇਕ ਸਰਲ, ਸਪਸ਼ਟ ਅਤੇ ਸੁੰਦਰ ਤਰੀਕੇ ਨਾਲ ਦੱਸਦੀ ਹੈ:

> ਜੋ ਵੀ ਕੋਈ ਇਸ ਪਹਾੜ ਨੂੰ ਕਹੇਗਾ, ਤੂੰ ਹੱਟ ਜਾ ਅਤੇ ਉਸ ਪਹਾੜ ਨੂੰ ਸਮੁੰਦਰ ਵਿਚ ਸੁੱਟ ਦਿਓ; ਅਤੇ ਉਹ ਆਪਣੇ ਦਿਲ ਵਿਚ ਥੋੜੀ ਜਿਹੀ ਵੀ ਸ਼ੰਕਾ ਨਹੀਂ ਕਰੇਗਾ, ਬਲਕਿ ਦ੍ਰਿੜ ਵਿਸ਼ਵਾਸ ਰੱਖੇਗਾ ਕਿ ਉਹ ਗੱਲਾ ਪੂਰੀ ਹੋਣਗੀਆਂ ਜੋ ਉਹ ਆਖਦਾ ਹੈ। ਉਸ ਕੋਲੋਂ ਉਹੀ ਅਵੱਸ਼ ਹੋਵੇਗਾ ਜੋ ਉਹ ਕਹਿੰਦਾ ਹੈ।

ਮਾਰਕ 11:23

ਤੁਹਾਡੇ ਮਨ ਦਾ ਨਿਜਮ ਵਿਸ਼ਵਾਸ ਦਾ ਨਿਜਮ ਹੈ। ਇਸ ਦਾ ਮਤਲਬ ਹੈ ਜਿਵੇਂ ਤੁਹਾਡਾ ਮਨ ਕੰਮ ਕਰਦਾ ਹੈ, ਉਸ ਉੱਤੇ ਤੁਹਾਡਾ ਅਟੁੱਟ ਵਿਸ਼ਵਾਸ ਹੋਣਾ ਚਾਹੀਦਾ ਹੈ। ਤੁਹਾਡੇ ਮਨ ਦਾ ਵਿਸ਼ਵਾਸ ਹੀ ਤੁਹਾਡੇ ਮਨ-ਮਸਤਿਸ਼ਕ ਦਾ ਵਿਚਾਰ ਹੈ। ਇਸ ਤੋਂ ਇਲਾਵਾ ਹੋਰ ਕੁੱਝ ਨਹੀਂ।

ਤੁਹਾਡਾ ਅਵਚੇਤਨ ਮਨ ਤੁਹਾਡੇ ਵਿਚਾਰਾਂ ’ਤੇ ਪ੍ਰਤੀਕਿਰਿਆ ਕਰਦਾ ਹੈ ਅਤੇ ਉਨ੍ਹਾਂ ਦੇ ਅਨੁਰੂਪ ਅਨੁਭਵਾਂ, ਕਾਰਜਾਂ, ਘਟਨਾਵਾਂ ਅਤੇ ਹਾਲਾਤਾਂ ਨੂੰ ਉਤਪੰਨ ਕਰ ਦਿੰਦਾ ਹੈ। ਯਾਦ ਰੱਖੋ, ਤੁਹਾਨੂੰ ਸਫਲਤਾ ਉਸ ਚੀਜ਼ ਦੇ ਕਾਰਨ ਨਹੀਂ ਮਿਲਦੀ ਹੈ, ਜਿਸ ਵਿਚ ਤੁਸੀਂ ਵਿਸ਼ਵਾਸ ਕਰਦੇ ਹੋ। ਸਫਲਤਾ ਤਾਂ ਮਨ ਦੇ ਵਿਸ਼ਵਾਸ ਕਾਰਨ ਮਿਲਦੀ ਹੈ। ਮਾਨਵ ਜਾਤੀ ਨੂੰ ਜਕੜਨ ਵਾਲੇ ਝੂਠੇ ਵਿਸ਼ਵਾਸਾਂ, ਮਸ਼ਵਰੇ, ਅੰਧ ਵਿਸ਼ਵਾਸ ਅਤੇ ਡਰ ਨੂੰ ਸਵੀਕਾਰ ਕਰਨਾ ਬੰਦ ਕਰ ਦਿਓ। ਸਦੀਵੀ ਸੱਚ ਅਤੇ ਜੀਵਨ ਦੀ ਉਨ੍ਹਾਂ ਸੱਚਾਈਆਂ ’ਤੇ ਵਿਸ਼ਵਾਸ ਕਰਨਾ ਸ਼ੁਰੂ ਕਰ ਦਿਓ, ਜੋ ਕਦੇ ਵੀ ਨਹੀਂ ਬਦਲਦੇ। ਇਸ ਮੋੜ ’ਤੇ ਪਹੁੰਚਣ ਤੋਂ ਬਾਅਦ ਤੁਸੀਂ ਅੱਗੇ, ਉਂਪਰ ਵੱਲ ਵੱਧਣ ਲੱਗੋਗੇ ਭਾਵ ਪਰਮਾਤਮਾ ਵੱਲ ।

ਜੋ ਕੋਈ ਵੀ ਇਸ ਕਿਤਾਬ ਨੂੰ ਪੜ੍ਹਦਾ ਹੈ ਅਤੇ ਇਸ ਵਿਚ ਲਿਖੇ ਗਏ ਅਵਚੇਤਨ ਮਨ ਦੇ ਸਿਧਾਂਤਾਂ ’ਤੇ ਆਸਥਾ ਨਾਲ ਅਮਲ ਕਰਦਾ ਹੈ, ਉਹ ਆਪਣੇ ਤੇ ਹੋਰਾਂ ਲਈ ਵਿਗਿਆਨਕ ਅਤੇ ਪ੍ਰਭਾਵੀ ਢੰਗ ਨਾਲ ਪ੍ਰਾਰਥਨਾ ਕਰਨ ਦੀ ਕਾਬਲੀਅਤ ਹਾਸਿਲ ਕਰ ਲਵੇਗਾ। ਤੁਹਾਨੂੰ ਤੁਹਾਡੀ ਪ੍ਰਾਰਥਨਾ ਦਾ ਜਵਾਬ ਕਿਰਿਆ ਅਤੇ ਪ੍ਰਤੀਕਿਰਿਆ ਦੇ ਸਦੀਵੀ ਨਿਜਮ ਦੇ ਅਨਸਾਰ ਹੀ ਮਿਲਦਾ ਹੈ। ਵਿਚਾਰ ਇਕ ਆਂਤਰਿਕ ਕਿਰਿਆ ਹੈ। ਪ੍ਰਤੀਕਿਰਿਆ ਤੁਹਾਡੇ ਅਵਚੇਤਨ ਮਨ ਦਾ ਉਹ ਜਵਾਬ

ਹੈ, ਜੋ ਕਿ ਤੁਹਾਡੇ ਵਿਚਾਰ ਦੇ ਸੁਭਾਅ ਨਾਲ ਮੇਲ ਖਾਂਦਾ ਹੈ। ਸਦਭਾਵਨਾ, ਸਿਹਤ, ਸ਼ਾਂਤੀ ਅਤੇ ਚੰਗੀ-ਇੱਛਾ ਦੇ ਸੰਕਲਪਾਂ ਨੂੰ ਆਪਣੇ ਸਨੇਹੀਆਂ ਵਾਂਗ ਵਿਅਸਤ ਰੱਖੋ, ਫਿਰ ਤੁਹਾਡੇ ਜੀਵਨ ਵਿਚ ਚਮਤਕਾਰ ਹੋਣ ਲੱਗਣਗੇ।

ਮਸਤਿਸ਼ਕ ਦਾ ਦੈਤ

ਤੁਹਾਡਾ ਮਸਤਿਸ਼ਕ ਤਾਂ ਇਕ ਹੈ, ਪਰੰਤੂ ਇਸਦੇ ਦੋ ਸਪਸ਼ਟ ਅਤੇ ਖ਼ਾਸ ਕਾਰਜਕਾਰੀ ਹਿੱਸੇ ਹੁੰਦੇ ਹਨ। ਇਨ੍ਹਾਂ ਦੋਨਾਂ ਦੇ ਵਿਚਕਾਰ ਸੀਮਾਬੰਦੀ ਜਾਂ ਕਾਰਜ-ਵੰਡ ਦੀ ਰੇਖਾ ਬਾਰੇ ਅੱਜ ਸਾਰੇ ਮਰਦਾਂ ਅਤੇ ਔਰਤਾਂ ਨੂੰ ਚੰਗੀ ਤਰ੍ਹਾਂ ਪਤਾ ਹੈ। ਇਨ੍ਹਾਂ ਦੋਨਾਂ ਦੇ ਆਪਣੇ ਖ਼ਾਸ ਗੁਣ ਅਤੇ ਸ਼ਕਤੀਆਂ ਹਨ, ਜੋ ਇਕ ਦੂਜੇ ਤੋਂ ਵੱਖਰੀਆਂ ਹਨ। ਮਸਤਿਸ਼ਕ ਦੇ ਇਨ੍ਹਾਂ ਦੋਨੇ ਕਾਰਜਾਂ ਵਿਚ ਅੰਤਰ ਕਰਨ ਲਈ ਕਈ ਨਾਂਵਾਂ ਦਾ ਪ੍ਰਯੋਗ ਕੀਤਾ ਜਾਂਦਾ ਹੈ। ਜਿਵੇਂ, ਵਸਤੂਨਿਸ਼ਠ (Objective) ਅਤੇ ਵਿਅਕਤੀਨਿਸ਼ਠ (Subjective) ਮਨ, ਚੇਤਨ ਅਤੇ ਅਵਚੇਤਨ ਮਨ, ਜਾਗਰਿਤ ਅਤੇ ਸੁੱਤਿਆ ਮਨ, ਸਤਹੀ ਅਤੇ ਡੂੰਘਾ ਸਰੂਪ, ਸ੍ਵੈਇੱਛਤ (Voluntary) ਅਤੇ ਅਣਇੱਛਤ (Involuntary) ਮਨ, ਪੁਰਸ਼ ਅਤੇ ਇਸਤਰੀ ਮਨ ਆਦਿ। ਨਾਂ ਚਾਹੇ ਜੋ ਵੀ ਦਿੱਤਾ ਜਾਵੇ, ਇਸ ਨਾਲ ਮਸਤਿਸ਼ਕ ਦੇ ਮੂਲ ਦੈਤ ਦਾ ਪਤਾ ਚਲਦਾ ਹੈ। ਇਸ ਪੂਰੀ ਕਿਤਾਬ ਵਿਚ ਮੈਂ ਆਪਣੇ ਮਸਤਿਸ਼ਕ ਦੇ ਦੋਹਰੇ ਸੁਭਾਅ ਨੂੰ ਦਰਸਾਉਣ ਲਈ ਚੇਤਨ (Conscious) ਅਤੇ ਅਵਚੇਤਨ (Subconscious) ਸ਼ਬਦਾਂ ਦੀ ਵਰਤੋਂ ਕੀਤੀ ਹੈ।

ਚੇਤਨ ਅਤੇ ਅਵਚੇਤਨ ਮਨ

ਤੁਹਾਡੇ ਮਸਤਿਸ਼ਕ ਦੇ ਦੋ ਤਰਫ਼ਾ ਕਾਰਜਾਂ ਨੂੰ ਜਾਨਣ ਕਈ ਇਕ ਬਹੁਤ ਹੀ ਸ਼ਾਨਦਾਰ ਤਰੀਕਾ ਹੈ ਕਿ ਤੁਸੀਂ ਇਸ ਨੂੰ ਬਗੀਚੇ ਦੇ ਤੌਰ 'ਤੇ ਮੰਨ ਲਓ। ਤੁਸੀਂ ਇਕ ਮਾਲੀ ਹੋ ਅਤੇ ਤੁਸੀਂ ਆਪਣੇ ਅਵਚੇਤਨ ਮਨ ਵਿਚ ਆਪਣੀ ਆਦਤ ਅਨੁਸਾਰ ਹਰ ਦਿਨ ਬੀਜ (ਵਿਚਾਰ) ਬੀਜਦੇ ਹੋ। ਜਿਹੋ ਜਹੇ ਬੀਜ ਤੁਸੀਂ ਆਪਣੇ ਅਵਚੇਤਨ ਮਨ ਵਿਚ ਬੀਜਦੇ ਹੋ, ਉਹੀ ਜਹੀ ਫ਼ਸਲ ਤੁਹਾਨੂੰ ਆਪਣੇ ਸਰੀਰ ਅਤੇ ਵਾਤਾਵਰਨ ਵਿਚੋਂ ਵੱਢਣੀ ਪੈਂਦੀ ਹੈ।

ਇਸੇ ਵੇਲੇ ਸ਼ਾਂਤੀ, ਖ਼ੁਸ਼ੀ, ਸਹੀ ਕੰਮ, ਸਦਭਾਵਨਾ ਅਤੇ ਖ਼ੁਸ਼ਹਾਲੀ ਦੇ ਵਿਚਾਰਾਂ ਦੇ ਬੀਜ ਬੀਜਣੇ ਸ਼ੁਰੂ ਕਰ ਦਿਓ। ਸ਼ਾਂਤੀ ਅਤੇ ਵਿਸ਼ਵਾਸ ਨਾਲ ਇਨ੍ਹਾਂ ਚੀਜ਼ਾਂ ਬਾਰੇ ਸੋਚੋ। ਆਪਣੇ ਚੇਤਨ ਤਾਰਕਿਕ ਮਨ ਵਿਚ ਇਨ੍ਹਾਂ ਨੂੰ ਪੂਰੀ ਤਰ੍ਹਾਂ ਸਵੀਕਾਰ ਕਰੋ। ਇਨ੍ਹਾਂ ਅਦਭੁਤ ਵਿਚਾਰਾਂ (ਬੀਜਾਂ) ਨੂੰ ਆਪਣੇ ਮਸਤਿਸ਼ਕ ਦੇ ਬਾਗ ਵਿਚ ਬੀਜਦੇ ਰਹੋ; ਤੁਹਾਨੂੰ ਬਹੁਤ ਵਧੀਆ ਫ਼ਸਲ ਪ੍ਰਾਪਤ ਹੋਵੇਗੀ। ਕਲਪਨਾ ਕਰੋ ਕਿ ਤੁਹਾਡਾ ਅਵਚੇਤਨ ਮਨ ਉਪਜਾਉ ਮਿੱਟੀ ਹੈ, ਜੋ ਕਿ ਹਰ ਤਰ੍ਹਾਂ ਦੇ ਬੀਜਾਂ

ਨੂੰ ਪੁੰਗਰਨ ਵਿਚ ਮਦਦ ਕਰਦਾ ਹੈ, ਭਾਵੇ ਉਹ ਚੰਗੇ ਹੋਣ ਜਾਂ ਮਾੜੇ। ਜੇ ਤੁਸੀਂ ਕੰਡੇ ਬੀਜਦੇ ਹੋ, ਤਾਂ ਕੀ ਤੁਹਾਨੂੰ ਅੰਗੂਰ ਮਿਲ ਸਕਦੇ ਹਨ? ਜੇ ਤੁਸੀਂ ਕੰਡਿਆਲੀ ਝਾੜੀਆਂ ਬੀਜਦੇ ਹੋ, ਤਾਂ ਕੀ ਤੁਹਾਨੂੰ ਅੰਜੀਰ ਦੀ ਫ਼ਸਲ ਮਿਲ ਸਕਦੀ ਹੈ? ਹਰ ਵਿਚਾਰ, ਇਸ ਲਈ, ਇਕ ਕਾਰਨ ਹੈ ਅਤੇ ਹਰ ਹਾਲਤ ਇਕ ਪ੍ਰਭਾਵ ਹੈ। ਇਨ੍ਹਾਂ ਕਾਰਨਾਂ ਕਰਕੇ, ਇਹ ਜ਼ਰੂਰੀ ਹੈ ਕਿ ਤੁਸੀਂ ਆਪਣੇ ਵਿਚਾਰਾਂ ਨੂੰ ਸੰਭਾਲੋ ਜਾਂ ਇਨ੍ਹਾਂ 'ਤੇ ਕਾਬੂ ਰੱਖੋ ਤਾਂ ਜੁ ਸਿਰਫ਼ ਲੋੜੀਂਦੇ ਹਾਲਾਤਾਂ ਨੂੰ ਸਾਮ੍ਹਣੇ ਲਿਆਇਆ ਜਾ ਸਕੇ ਜਾਂ ਇਸੇ ਤਰ੍ਹਾਂ ਹੀ ਆਪਣੀ-ਆਪਣੀ ਇੱਛਾ ਅਨੁਸਾਰ ਹੀ ਹਾਲਾਤ ਮਿਲ ਸਕਣ।

ਜਦੋਂ ਤੁਹਾਡਾ ਮਸਤਿਸ਼ਕ ਸਹੀ ਤਰੀਕੇ ਨਾਲ ਸੋਚਦਾ ਹੈ, ਜਦੋਂ ਤੁਸੀਂ ਸੱਚਾਈ ਸਮਝ ਲੈਂਦੇ ਹੋ, ਜਦੋਂ ਤੁਹਾਡੇ ਅਵਚੇਤਨ ਮਨ ਤੱਕ ਪੁੱਜੇ ਵਿਚਾਰ ਉਸਾਰੂ, ਸਦਭਾਵਨਾਪੂਰਨ ਅਤੇ ਸ਼ਾਂਤੀਪੂਰਨ ਹੁੰਦੇ ਹਨ, ਤਾਂ ਤੁਹਾਡੇ ਅਵਚੇਤਨ ਦੀ ਜਾਦੂਈ ਕਾਰਜਕਾਰੀ ਸ਼ਕਤੀ ਪ੍ਰਤੀਕਿਰਿਆ ਕਰੇਗੀ। ਇਹ ਉਸ ਵਿਚਾਰ ਲਈ ਲੋੜੀਂਦੇ ਹਾਲਾਤ ਅਤੇ ਠੀਕ ਮਾਹੌਲ ਦੀ ਉਸਾਰੀ ਕਰ ਦੇਵੇਗੀ। ਆਪਣੀ ਵਿਚਾਰ ਪ੍ਰਕਿਰਿਆਵਾਂ ਨੂੰ ਕਾਬੂ ਕਰਨ ਤੋਂ ਬਾਅਦ ਤੁਸੀਂ ਕਿਸੇ ਵੀ ਸਮੱਸਿਆ ਜਾਂ ਮੁਸ਼ਕਿਲ ਵਿਚ ਆਪਣੇ ਅਵਚੇਤਨ ਮਨ ਦੀ ਸ਼ਕਤੀ ਦੀ ਵਰਤੋਂ ਕਰ ਸਕਦੇ ਹੋ। ਦੂਜੇ ਸ਼ਬਦਾਂ ਵਿਚ, ਅਸਲ ਵਿਚ ਤੁਸੀਂ ਜਾਣਦੇ-ਬੁੱਝਦੇ ਹੋਏ ਉਸ ਬੇਅੰਤ, ਅਸੀਮ ਸ਼ਕਤੀ ਅਤੇ ਸਰਵ ਸ਼ਕਤੀਮਾਨ ਕਾਨੂੰਨ ਦੇ ਨਾਲ ਸਹਿਯੋਗ ਕਰ ਰਹੇ ਹੁੰਦੇ ਹੋ, ਜੋ ਸਾਰੀਆਂ ਚੀਜਾਂ ਨੂੰ ਨਿਯੰਤਰਿਤ ਜਾਂ ਕਾਬੂ ਕਰਦਾ ਹੈ।

ਤੁਸੀਂ ਜਿੱਥੇ ਵੀ ਰਹਿੰਦੇ ਹੋ, ਆਪਣੇ ਆਲੇ-ਦੁਆਲੇ ਨਜ਼ਰਸਾਨੀ ਕਰੋ ਅਤੇ ਤੁਸੀਂ ਦੇਖੋਗੇ ਮਨੁੱਖੀ ਜਾਤੀ ਦੀ ਵੱਡੀ ਬਹੁਗਿਣਤੀ, ਗਿਆਨਵਾਨ ਸ਼ਕਤੀਆਂ ਤੋਂ ਇਲਾਵਾ, ਆਪਣੀ ਅੰਦਰੂਨੀ ਦੁਨੀਆ ਵਿਚ ਬਹੁਤੀ ਦਿਲਚਸਪੀ ਰੱਖਦੀ ਹੈ। ਯਾਦ ਰੱਖੋ, ਇਹ ਤੁਹਾਡੀ ਅੰਦਰਲੀ ਦੁਨੀਆ ਹੀ ਹੈ, ਅਰਥਾਤ ਤੁਹਾਡੇ ਵਿਚਾਰ, ਭਾਵਨਾਵਾਂ ਅਤੇ ਤੁਹਾਡੀ ਕਲਪਨਾ ਜੋ ਤੁਹਾਨੂੰ ਤੁਹਾਡੀ ਦੁਨੀਆ ਤੋਂ ਦੂਰ ਰੱਖਦੀ ਹੈ। ਇਸ ਤਰ੍ਹਾਂ, ਉਹ ਸਿਰਜਨਾਤਮਕ ਸ਼ਕਤੀ ਅਤੇ ਹਰ ਉਹ ਚੀਜ਼ ਜੋ ਤੁਸੀਂ ਆਪਣੇ ਸੰਸਾਰ ਵਿਚ ਦੇਖਦੇ ਹੋ, ਤੁਹਾਡੇ ਮਨ ਦੇ ਅੰਦਰੂਨੀ ਦੁਨੀਆ ਵਿਚ ਉਤਪੰਨ ਕੀਤੀਆਂ ਹੋਈਆਂ ਹਨ, ਭਾਵੇਂ ਤੁਸੀਂ ਇਹ ਕੰਮ ਚੇਤਨ ਤੌਰ 'ਤੇ ਕੀਤਾ ਹੋਵੇ ਜਾਂ ਅਚੇਤਨ ਤੌਰ 'ਤੇ।

ਆਪਣੇ ਚੇਤਨ ਅਤੇ ਅਵਚੇਤਨ ਮਨ ਦੇ ਆਪਸੀ ਤਾਲਮੇਲ ਦਾ ਗਿਆਨ ਤੁਹਾਨੂੰ ਆਪਣੀ ਪੂਰੀ ਜ਼ਿੰਦਗੀ ਨੂੰ ਬਦਲਣ ਦੇ ਜੋਗ ਬਣਾਵੇਗਾ।

ਜੇ ਤੁਸੀਂ ਆਪਣੀ ਬਾਹਰਲੀਆਂ ਸਥਿਤੀਆਂ ਨੂੰ ਬਦਲਣਾ ਚਾਹੁੰਦੇ ਹੋ, ਤਾਂ ਤੁਹਾਨੂੰ ਉਨ੍ਹਾਂ ਦੇ ਕਾਰਨਾਂ ਨੂੰ ਬਦਲਣਾ ਹੋਵੇਗਾ। ਜ਼ਿਆਦਾਤਰ ਲੋਕ ਸਥਿਤੀਆਂ ਅਤੇ ਪਰੀਸਥਿਤੀਆਂ ਨਾਲ ਸੰਘਰਸ਼ ਕਰਕੇ ਉਨ੍ਹਾਂ ਨੂੰ ਬਦਲਣ ਦੀ ਕੋਸ਼ਿਸ ਕਰਦੇ ਹਨ। ਆਪਣੇ ਜੀਵਨ ਨਾਲ ਮਨ-ਮੁਟਾਅ, ਦੁਚਿੱਤੀ, ਘਾਟ ਅਤੇ ਸੀਮਾ ਨੂੰ ਦੂਰ ਕਰਨ ਲਈ ਤੁਹਾਨੂੰ ਉਨ੍ਹਾਂ ਦੇ ਕਾਰਨਾਂ ਨੂੰ ਵੀ ਦੂਰ ਕਰਨਾ ਹੋਵੇਗਾ। ਕਾਰਨ ਜਾਂ

ਤਰਕਹੀ ਉਹ ਇਕ ਤਰੀਕਾ ਹੈ ਜਿਸ ਵਿਚ ਤੁਸੀਂ ਆਪਣੇ ਚੇਤਨ ਮਨ ਦੀ ਵਰਤੋਂ ਕਰ ਰਹੇ ਹੋ। ਦੂਜੇ ਸ਼ਬਦਾਂ ਵਿਚ, ਜਿਸ ਤਰ੍ਹਾਂ ਤੁਸੀਂ ਸੋਚ ਰਹੇ ਹੋ ਅਤੇ ਆਪਣੇ ਮਨ ਵਿਚ ਤਸਵੀਰ ਬਣਾਉਂਦੇ ਹੋ। ਅਸੀਂ ਸਾਰੇ ਅਸੀਮ ਦੌਲਤ ਦੇ ਅਥਾਹ ਸਮੁੰਦਰ ਵਿਚ ਰਹਿੰਦੇ ਹਾਂ। ਤੁਹਾਡਾ ਅਵਚੇਤਨ ਮਨ ਤੁਹਾਡੇ ਚੇਤਨ ਵਿਚਾਰਾਂ ਪ੍ਰਤੀ ਬੜਾ ਸੰਵੇਦਨਸ਼ੀਲ ਹੁੰਦਾ ਹੈ। ਇਹ ਚੇਤਨ ਵਿਚਾਰ ਦਾਂਚਾਜਾਂ ਮੈਟ੍ਰਿਕਸ ਵਾਂਗ ਕੰਮ ਕਰਦੇ ਹਨ, ਜਿਨ੍ਹਾਂ ਵਿੱਚੋਂ ਤੁਹਾਡੇ ਅਵਚੇਤਨ ਦਾ ਅਸੀਮ ਗਿਆਨ, ਬੁੱਧੀ, ਜੀਵਨ-ਸ਼ਕਤੀ ਅਤੇ ਉਰਜਾ ਪ੍ਰਵਾਹਿਤ ਹੁੰਦੀ ਹੈ।

ਇਸ ਕਿਤਾਬ ਦਾ ਹਰ ਅਧਿਆਇ ਵਿੱਚ ਦਰਸਾਏ ਗਏ ਤੁਹਾਡੇ ਮਨ ਦੇ ਨਿਯਮਾਂ ਦੀ ਵਿਹਾਰਕ ਵਰਤੋਂ ਤੁਹਾਨੂੰ ਗਰੀਬੀ ਦੀ ਬਜਾਇ ਅਮੀਰੀ, ਅੰਧ ਵਿਸ਼ਵਾਸ ਅਤੇ ਅਗਿਆਨਤਾ ਦੀ ਬਜਾਇ ਬੁੱਧੀਮਾਨੀ, ਦਰਦ ਦੀ ਬਜਾਇ ਸ਼ਾਂਤੀ, ਉਦਾਸੀ ਦੀ ਬਜਾਇ ਖ਼ੁਸ਼ੀ, ਹੰਨ੍ਹੇਰੇ ਦੀ ਥਾਂ ਉਜਾਲੇ, ਝਗੜੇ ਜਾਂ ਮਤਭੇਦ ਦੀ ਥਾਂ ਸਦਭਾਵਨਾ, ਡਰ ਦੇ ਬਜਾਇ ਵਿਸ਼ਵਾਸ ਅਤੇ ਭਰੋਸਾ, ਅਸਫਲਤਾ ਦੀ ਬਜਾਇ ਸਫਲਤਾ ਅਤੇ ਔਸਤ ਦੇ ਕਾਨੂੰਨ ਤੋਂ ਆਜ਼ਾਦੀ ਦਾ ਅਨੁਭਵ ਕਰਾਉਣ ਲੱਗੇਗੀ।

ਜ਼ਿਆਦਾਤਰ ਮਹਾਨ ਵਿਗਿਆਨਕਾਂ, ਕਲਾਕਾਰਾਂ, ਕਵੀਆਂ, ਗਾਇਕਾਂ, ਲੇਖਕਾਂ ਅਤੇ ਅਵਿਸ਼ਕਾਰਕਾਂ ਨੂੰ ਚੇਤਨ ਅਤੇ ਅਵਚੇਤਨ ਮਨ ਦੀ ਕੰਮ ਕਰਨ ਦੇ ਢੰਗ/ਸ਼ੈਲੀ ਦੀ ਡੂੰਘੀ ਸਮਝ ਹੁੰਦੀ ਹੈ।

ਇਕ ਵਾਰ ਮਹਾਨ ਆਪੇਰਾ ਗਾਇਕ ਕੇਰੂਸੋ ਨੂੰ ਸਟੇਜ 'ਤੇ ਜਾਣ ਤੋਂ ਡਰ ਲੱਗਿਆ। ਉਨ੍ਹਾਂ ਦੱਸਿਆ ਕਿ ਜ਼ਿਆਦਾਤਰ ਡਰ ਦੇ ਕਾਰਨ ਉਨ੍ਹਾਂ ਦੇ ਗਲੇ ਦੀਆਂ ਮਾਂਸਪੇਸ਼ੀਆਂ ਆਕੜ ਗਈਆਂ ਸਨ, ਉਨ੍ਹਾਂ ਦੇ ਚਿਹਰੇ 'ਤੇ ਪਸੀਨਾ ਆ ਰਿਆ ਸੀ, ਉਹ ਆਪਣੇ-ਆਪ ਤੋਂ ਬਹੁਤ ਸ਼ਰਮਿੰਦਾ ਸੀ। ਉਸ ਨੇ ਕਿਹਾ, "ਉਹ ਮੇਰੇ 'ਤੇ ਹੱਸਣਗੇ। ਮੈਂ ਗਾ ਨਹੀਂ ਸਕਦਾ।" ਫਿਰ ਉਹ ਸਟੇਜ਼ ਦੇ ਪਿੱਛਲੇ ਪਾਸੇ ਹਾਜ਼ਰ ਲੋਕਾਂ ਵਿਚਕਾਰ ਜਾ ਕੇ ਜ਼ੋਰ ਨਾਲ ਚੀਕੇ, "ਮੇਰੇ ਅੰਦਰ ਦਾ ਨਿੱਕਾ 'ਮੈਂ' ਮੇਰੇ ਅੰਦਰ ਦੇ ਵੱਡੇ 'ਮੈਂ' ਨੂੰ ਮਾਰਣਾ ਚਾਹੁੰਦਾ ਹੈ।"

ਉਨ੍ਹਾਂ ਨੇ ਨਿੱਕੇ 'ਮੈਂ' ਨੂੰ ਕਿਹਾ, "ਬਾਹਰ ਨਿਕਲ ਜਾਓ। ਵੱਡਾ ਮੈਂ ਮੇਰੇ ਰਾਹੀ ਗਾਣਾ ਚਾਹੁੰਦਾ ਹਾਂ।"

ਵੱਡੇ ਮੈਂ ਤੋਂ ਉਸ ਦਾ ਮਤਲਬ ਆਪਣੇ ਅਵਚੇਤਨ ਮਨ ਦੀ ਅਨੰਤ ਸ਼ਕਤੀ ਅਤੇ ਬੁੱਧੀ ਨਾਲ ਸੀ। ਉਹ ਚੀਕਣ ਲੱਗੇ, "ਬਾਹਰ ਨਿਕਲ ਜਾਓ, ਬਾਹਰ ਨਿਕਲ ਜਾਓ, ਵੱਡਾ ਮੈਂ ਹੁਣ ਗਾਉਣ ਜਾ ਰਿਹਾ ਹੈ!"

ਅਵਚੇਤਨ ਮਨ ਨੇ ਪ੍ਰਤੀਕਿਰਿਆ ਕਰਦਿਆਂ ਉਨ੍ਹਾਂ ਦੇ ਅੰਦਰ ਅਸੀਮ ਸ਼ਕਤੀਆਂ ਨੂੰ ਮੁਕਤ ਕਰ ਦਿੱਤਾ। ਸਮਾਂ ਆਉਣ ਤੇ ਉਹ ਸਟੇਜ 'ਤੇ ਗਏ ਅਤੇ ਉਨ੍ਹਾਂ ਨੇ ਸ਼ਾਨਦਾਰ ਢੰਗ ਨਾਲ ਗਾਇਆ, ਜਿਸ ਨਾਲ ਸ਼੍ਰੋਤੇ ਮੰਤਰਮੁਗਧ ਹੋ ਗਏ। ਹੁਣ ਤੱਕ ਤੁਸੀਂ ਜਾਣ ਹੀ ਗਏ ਹੋਵੋਗੇ ਕਿ ਕੇਰੂਸੋ ਨੂੰ ਮਨ-ਮਸਤਿਸ਼ਕ ਦੀਆਂ ਦੋਵੇਂ

ਅਵਸਥਾਵਾਂ ਭਾਵ ਚੇਤਨ ਜਾਂ ਤਾਰਕਿਕ ਸਤਰ ਅਤੇ ਅਵਚੇਤਨ ਜਾਂ ਅਤਾਰਕਿਕ ਸਤਰ ਦਾ ਗਿਆਨ ਹੋ ਗਿਆ ਸੀ। ਤੁਹਾਡਾ ਅਵਚੇਤਨ ਮਨ ਪ੍ਰਤੀਕਿਰਿਆਸ਼ੀਲ ਹੈ। ਇਹ ਤੁਹਾਡੇ ਵਿਚਾਰਾਂ ਦੀ ਪ੍ਰਕਿਰਤੀ ਦੇ ਅਨੁਰੂਪ ਪ੍ਰਤੀਕਿਰਿਆ ਕਰਦਾ ਹੈ। ਜਦੋਂ ਤੁਹਾਡਾ ਚੇਤਨ ਮਨ (ਕੇਰੂਸੋ ਦਾ ਨਿੱਕਾ ਮੈਂ) ਡਰ, ਚਿੰਤਾ ਅਤੇ ਤਣਾਅ ਨਾਲ ਭਰਿਆ ਹੁੰਦਾ ਹੈ, ਤਾਂ ਤੁਹਾਡਾ ਅਵਚੇਤਨ ਮਨ (ਵੱਡਾ ਮੈਂ) ਵਿਚ ਨਕਾਰਾਤਮਕ ਭਾਵ ਪ੍ਰਵਾਹਿਤ ਹੋਣ ਲੱਗਦੇ ਹਨ। ਇਹ ਨਕਾਰਾਤਮਕ ਭਾਵ ਚੇਤਨ ਮਨ ਵਿਚ ਦਹਿਸ਼ਤ, ਦੁਚਿੱਤੀ ਅਤੇ ਨਿਰਾਸ਼ਾ ਭਰ ਦਿੰਦੇ ਹਨ। ਜਦੋਂ ਤੁਹਾਡੇ ਨਾਲ ਇਸ ਤਰ੍ਹਾਂ ਹੋਵੇ, ਤਾਂ ਤੁਸੀਂ ਵੀ ਮਹਾਨ ਕੇਰੂਸੋ ਦੇ ਉਦਾਹਰਣ 'ਤੇ ਅਮਲ ਕਰ ਸਕਦੇ ਹੋ। ਤੁਸੀਂ ਦ੍ਰਿੜਤਾ ਅਤੇ ਪੂਰੇ ਹੱਕ ਨਾਲ ਆਪਣੇ ਵਧੀਕ ਡੂੰਘੇ ਮਨ ਵਿਚ ਉਤਪੰਨ ਅਤਾਰਕਿਕ ਭਾਵਾਂ ਨੂੰ ਕਹਿ ਸਕਦੇ ਹੋ, "ਚੁੱਪ ਰਹੋ। ਸ਼ਾਂਤ ਹੋ ਜਾਓ। ਮੈਂ ਕਾਬੂ ਵਿਚ ਹਾਂ। ਤੈਨੂੰ ਮੇਰੇ ਹੁਕਮਾਂ ਦੀ ਪਾਲਨਾ ਕਰਨੀ ਹੋਵੇਗੀ, ਤੂੰ ਮੇਰੇ ਹੁਕਮਾਂ ਦੀ ਪਾਲਨਾ ਕਰਨ ਲਈ ਮਜਬੂਰ ਹੈਂ। ਤੂੰ ਉੱਥੇ ਦਖ਼ਲ ਨਹੀਂ ਦੇ ਸਕਦਾ ਜਿੱਥੇ ਤੇਰਾ ਖੇਤਰ ਨਹੀਂ ਹੈ।"

ਇਹ ਦੇਖਣਾ ਬਹੁਤ ਦਿਲਚਸਪ ਤੇ ਆਕਰਸ਼ਕ ਹੈ ਕਿ ਕਿਵੇਂ ਤੁਸੀਂ ਅਧਿਕਾਰ ਅਤੇ ਦ੍ਰਿੜ੍ਹ ਵਿਸ਼ਵਾਸ ਨਾਲ ਆਪਣੇ ਅੰਦਰ ਚਲ ਰਹੀ ਅਤਾਰਕਿਕ ਭਾਵਨਾਵਾਂ ਨਾਲ ਗੱਲਾਂ ਕਰਕੇ ਆਪਣੇ ਮਨ ਵਿਚ ਚੁੱਪੀ, ਸਦਭਾਵ ਤੇ ਸ਼ਾਂਤੀ ਲਿਆ ਸਕਦੇ ਹੋ। ਅਵਚੇਤਨ, ਚੇਤਨ ਮਨ ਦੇ ਅਧੀਨ ਰਹਿੰਦਾ ਹੈ ਅਤੇ ਇਸ ਲਈ, ਇਸ ਨੂੰ ਅਵਚੇਤਨ ਜਾਂ ਵਿਅਕਤੀਨਿਸ਼ਠ ਕਿਹਾ ਜਾਂਦਾ ਹੈ।

ਸਿਰਕੱਢ ਮਤਭੇਦ ਅਤੇ ਕਾਰਵਾਈ ਦੇ ਢੰਗ

ਤੁਸੀਂ ਹੇਠ ਲਿਖੀਆਂ ਉਦਾਹਰਣਾਂ ਦੁਆਰਾ ਮੁੱਖ ਅੰਤਰ ਨੂੰ ਜਾਣ ਪਾਓਗੇ: ਚੇਤਨ ਮਨ ਸਮੁੰਦਰੀ ਜਹਾਜ ਦਾ ਕਪਤਾਨ ਹੈ। ਉਹ ਜਹਾਜ ਨੂੰ ਦਿਸ਼ਾ-ਨਿਰਦੇਸ਼ ਦਿੰਦਾ ਹੈ। ਉਹ ਇੰਜਨ ਰੂਮ ਦੇ ਕਾਮਿਆਂ ਨੂੰ ਸੰਕੇਤਾਂ ਨਾਲ ਆਦੇਸ਼ ਦਿੰਦਾ ਹੈ, ਤਾਂ ਹੀ ਉਹ ਸਾਰੇ ਬਦਲੇ ਵਿਚ ਬਾਇਲਰਾਂ, ਯੰਤਰਾਂ ਅਤੇ ਗੇਜਾਂ/ਉਪਕਰਣਾਂ ਨੂੰ ਨਿਯੰਤਰਿਤ ਕਰਦੇ ਹਨ। ਇੰਜਨ ਰੂਮ ਵਿਚ ਕੰਮ ਕਰਨ ਵਾਲਿਆ ਨੂੰ ਇਹ ਪਤਾ ਨਹੀਂ ਹੁੰਦਾ ਕਿ ਉਹ ਕਿੱਥੇ ਜਾ ਰਹੇ ਹਨ; ਉਹ ਤਾਂ ਸਿਰਫ਼ ਕਪਤਾਨ ਦੇ ਆਦੇਸ਼ ਦੀ ਪਾਲਨਾ ਕਰਦੇ ਹਨ। ਜੇ ਕਪਤਾਨ ਕੰਪਾਸ, ਸੇਕਸਟੈਂਟ ਜਾਂ ਹੋਰ ਯੰਤਰਾਂ ਦੇ ਆਧਾਰ 'ਤੇ ਗਲਤ ਜਾਂ ਦੋਸ਼ਪੂਰਨ ਆਦੇਸ਼ ਜਾਰੀ ਕਰ ਦੇਵੇ, ਤਾਂ ਜਹਾਜ ਚੱਟਾਨਾਂ ਨਾਲ ਟਕਰਾ ਸਕਦਾ ਹੈ। ਇੰਜਨ ਰੂਮ ਵਿਚਲੇ ਲੋਕ ਕਪਤਾਨ ਦੇ ਆਦੇਸ਼ਾਂ ਦੀ ਪਾਲਨਾ ਆਪਣੇ-ਆਪ ਹੀ ਕਰਦੇ ਹਨ। ਇੰਜਨ ਰੂਮ ਦੇ ਲੋਕ ਕਪਤਾਨ ਨੂੰ ਪਲਟ ਕੇ ਜੁਆਬ ਨਹੀਂ ਦਿੰਦੇ, ਉਹ ਤਾਂ ਕੇਵਲ ਉਸ ਦੇ ਆਦੇਸ਼ਾਂ ਦੀ ਪਾਲਨਾ ਕਰਦੇ ਹਨ।

ਕਪਤਾਨ ਆਪਣੇ ਜਹਾਜ ਦਾ ਮਾਲਿਕ ਹੁੰਦਾ ਹੈ ਅਤੇ ਬਾਕੀ ਲੋਕ ਉਸਦੇ ਆਦੇਸ਼ਾਂ ਦੀ ਪਾਲਨਾ ਕਰਦੇ ਹਨ। ਇਸੇ ਤਰ੍ਹਾਂ, ਤੁਹਾਡਾ ਚੇਤਨ ਮਨ ਤੁਹਾਡੇ ਜਹਾਜ

ਦਾ ਕਪਤਾਨ ਅਤੇ ਮਾਲਿਕ ਹੈ, ਜੋ ਤੁਹਾਡੇ ਸਰੀਰ, ਤੁਹਾਡਾ ਮਾਹੌਲ ਅਤੇ ਤੁਹਾਡੇ ਨਾਲ ਜੁੜੇ ਸਾਰੇ ਕੰਮਾਂ-ਕਾਰਜਾਂ ਦਾ ਨਿਯੰਤਰਕ ਹੈ। ਚੇਤਨ ਮਨ ਤੁਹਾਡੇ ਵਿਸ਼ਵਾਸ ਅਤੇ ਅਨੁਮਾਨਾਂ ਦੇ ਆਧਾਰ 'ਤੇ ਆਦੇਸ਼ ਦਿੰਦਾ ਹੈ ਅਤੇ ਤੁਹਾਡਾ ਅਵਚੇਤਨ ਮਨ ਚੁੱਪਚਾਪ ਉਨ੍ਹਾਂ ਆਦੇਸ਼ਾਂ ਨੂੰ ਮੰਨਦਾ ਅਤੇ ਸਵੀਕਾਰ ਕਰਦਾ ਹੈ। ਜਦੋਂ ਤੁਸੀਂ ਲੋਕਾਂ ਨੂੰ ਵਾਰ-ਵਾਰ ਕਹਿੰਦੇ ਹੋ, "ਮੈਂ ਇਸਦੀ ਸਮਰੱਥਾ ਨਹੀਂ ਰੱਖਦਾ," ਤਾਂ ਤੁਹਾਡਾ ਅਵਚੇਤਨ ਮਨ ਤੁਹਾਡੀ ਗੱਲ ਨੂੰ ਮੰਨ ਲੈਂਦਾ ਹੈ ਅਤੇ ਇਹ ਸੁਨਿਸ਼ਚਿਤ ਕਰ ਦਿੰਦਾ ਹੈ ਕਿ ਆਪਣੀ ਮਨਭਾਉਂਦੀ ਚੀਜ਼ ਨੂੰ ਖਰੀਦਣ ਦੀ ਸਥਿਤੀ ਤੁਹਾਡੇ ਕੋਲ ਨਹੀਂ ਹੋਵੇ।

ਜਿੰਨਾ ਚਿਰ ਤੁਸੀਂ ਇਸਤਰ੍ਹਾਂ ਕਹਿੰਦੇ ਰਵੋਗੇ, "ਮੈਂ ਉਹ ਕਾਰ, ਯੂਰਪ ਦੀਆਂ ਛੁੱਟੀਆਂ, ਉਹ ਘਰ, ਉਹ ਫਰ ਕੋਟ ਜਾਂ ਐਰਮਾਈਨ ਦਾ ਸ਼ਾਲ ਨਹੀਂ ਖਰੀਦ ਸਕਦਾ," ਤੁਸੀਂ ਨਿਸ਼ਚਿੰਤ ਰਹਿ ਸਕਦੇ ਹੋ ਕਿ ਤੁਹਾਡਾ ਅਵਚੇਤਨ ਮਨ ਤੁਹਾਡੇ ਆਦੇਸ਼ਾਂ ਦੀ ਪਾਲਨਾ ਕਰਦਾ ਰਹੇਗਾ, ਅਤੇ ਤੁਸੀਂ ਇਨ੍ਹਾਂ ਸਾਰੀਆਂ ਚੀਜ਼ਾਂ ਦੀ ਕਮੀ ਦਾ ਅਹਿਸਾਸ ਆਪਣੀ ਸਾਰੀ ਜ਼ਿੰਦਗੀ ਕਰਦੇ ਰਵੋਗੇ।

ਪਿਛਲੀ ਕ੍ਰਿਸਮਸ ਦੀ ਸ਼ਾਮ ਨੂੰ ਯੂਨੀਵਰਸਿਟੀ ਦੀ ਇਕ ਸੁੰਦਰ ਮੁਟਿਆਰ ਵਿਦਿਆਰਥਣ ਨੇ ਇਕ ਦੁਕਾਨ ਦੇ ਡਿਸਪਲੇ ਵਿੰਡੋ 'ਤੇ ਰੱਖੇ ਹੋਏ ਇਕ ਸੁੰਦਰ, ਆਕਰਸ਼ਕ ਅਤੇ ਮਹਿੰਗੇ ਸਫ਼ਰੀ ਬੈੱਗ ਨੂੰ ਦੇਖਿਆ। ਉਹ ਛੁੱਟੀਆਂ ਲਈ ਨਿਉਯਾਰਕ ਦੇ ਬੁਫੈਲੋ ਸ਼ਹਿਰ ਜਾ ਰਹੀ ਸੀ। ਉਹ ਇਹ ਕਹਿਣ ਵਾਲੀ ਹੀ ਸੀ, "ਮੈਂ ਇਹ ਬੈੱਗ ਕਦੇ ਖਰੀਦ ਨਹੀਂ ਪਾਵਾਂਗੀ।" ਉਸੇ ਵੇਲੇ ਉਸ ਨੂੰ ਮੇਰੇ ਲੈਕਚਰ ਦਾ ਇਹ ਵਾਕ ਯਾਦ ਆਇਆ, "ਕਦੇ ਵੀ ਕਿਸੇ ਨਕਾਰਾਤਮਕ ਵਾਕ ਨੂੰ ਪੂਰਾ ਨਾ ਹੋਣ ਦਿਓ। ਇਸ ਨੂੰ ਇਕਦਮ ਉਲਟ ਕੇ ਸਕਾਰਾਤਮਕ ਕਰ ਦਿਓ ਅਤੇ ਤੁਹਾਡੇ ਜੀਵਨ ਵਿਚ ਚਮਤਕਾਰ ਹੋਣ ਲੱਗ ਜਾਣਗੇ।" ਉਸ ਨੇ ਕਿਹਾ, "ਇਹ ਬੈੱਗ ਮੇਰਾ ਹੈ। ਇਹ ਵਿਕਰੀ ਲਈ ਹੈ। ਮੈਂ ਮਾਨਸਿਕ ਤੌਰ 'ਤੇ ਸਵੀਕਾਰ ਕਰਦੀ ਹਾਂ ਕਿ ਇਹ ਮੈਨੂੰ ਮਿਲੇਗਾ ਅਤੇ ਮੇਰਾ ਅਵਚੇਤਨ ਮਨ ਇਹ ਸੁਨਿਸ਼ਚਤ ਕਰੇਗਾ।" ਕ੍ਰਿਸਮਸ ਦੀ ਸ਼ਾਮ ਨੂੰ ਕੋਈ ਅੱਠ ਵਜੇ ਉਸ ਦੇ ਮੰਗੇਤਰ ਨੇ ਉਸੇ ਤਰ੍ਹਾਂ ਦਾ ਇਕ ਬੈੱਗ ਦਿੱਤਾ, ਜਿਸ ਨੂੰ ਉਸ ਨੇ ਦੇਖਿਆ ਸੀ ਅਤੇ ਮਾਨਸਿਕ ਤੌਰ 'ਤੇ ਉਸ ਬੈੱਗ ਨਾਲ ਸਵੇਰੇ ਦਸ ਵਜੇ ਜੁੜ ਗਈ ਸੀ। ਉਸਨੇ ਆਪਣੇ ਮਨ ਨੂੰ ਉੱਮੀਦ ਦੇ ਅਹਿਸਾਸ ਨਾਲ ਭਰ ਕੇ ਇਨਾਂ ਸਾਰੀਆਂ ਨੂੰ ਉਹ ਮਨ ਦੀ ਡੂੰਘਿਆਈ ਤਕ ਲੈ ਗਈ ਜੋ 'ਕਿਵੇਂ ਕਰੋ' ਵਿਚ ਮਾਹਿਰ ਹੈ।

ਸਦਰਨ ਕੈਲੀਫੋਰਨੀਆ ਯੂਨੀਵਰਸਿਟੀ ਦੀ ਵਿਦਿਆਰਥਣ, ਇਸ ਮੁਟਿਆਰ ਨੇ ਮੈਨੂੰ ਕਿਹਾ, "ਮੇਰੇ ਕੋਲ ਉਸ ਬੈੱਗ ਨੂੰ ਖਰੀਦਣ ਜੋਗੇ ਪੈਸੇ ਨਹੀਂ ਸਨ, ਪਰ ਹੁਣ ਮੈਂ ਜਾਣ ਗਈ ਹਾਂ ਕਿ ਪੈਸੇ ਕਿੱਥੋਂ ਲੱਭਣੇ ਹਨ ਅਤੇ ਹੋਰ ਲੋੜੀਂਦੀਆਂ ਸਾਰੀਆਂ ਚੀਜ਼ਾਂ ਮੈਨੂੰ ਕਿੱਥੋਂ ਮਿਲਣਗੀਆਂ। ਉਹ ਸਾਰਾ ਕੁੱਝ ਮੈਨੂੰ ਆਪਣੇ ਅੰਦਰਲੇ ਸਦੀਵੀ ਖ਼ਜਾਨੇ ਤੋਂ ਮਿਲੇਗਾ।"

ਇਕ ਹੋਰ ਸਧਾਰਨ ਉਦਾਹਰਣ: ਜਦੋਂ ਤੁਸੀਂ ਕਹਿੰਦੇ ਹੋ, "ਮੈਨੂੰ ਮਸ਼ਰੂਮ ਪਸੰਦ ਨਹੀਂ ਹਨ।" ਜਦੋਂ ਅਜਿਹਾ ਮੌਕਾ ਆਉਂਦਾ ਹੈ ਕਿ ਤੁਹਾਨੂੰ ਮਸ਼ਰੂਮ ਸੋਸ ਜਾਂ ਸਲਾਦ ਨਾਲ ਪਰੋਸਿਆ ਜਾਂਦਾ ਹੈ ਉਦੋਂ ਤੁਹਾਨੂੰ ਬਦਹਜ਼ਮੀ ਹੋ ਜਾਵੇਗੀ, ਕਿਉਂਕਿ ਤੁਹਾਡਾ ਅਵਚੇਤਨ ਤੁਹਾਨੂੰ ਕਹਿੰਦਾ ਹੈ, "ਤੁਹਾਡਾ ਬਾੱਸ/ਮਾਲਿਕ (ਤੁਹਾਡਾ ਚੇਤਨ ਮਨ) ਨੂੰ ਮਸ਼ਰੂਮ ਪਸੰਦ ਨਹੀਂ ਹਨ," ਇਹ ਇਕ ਮਜ਼ੇਦਾਰ ਮਿਸਾਲ ਹੈ ਤੁਹਾਡੇ ਚੇਤਨ ਅਤੇ ਅਵਚੇਤਨ ਮਨ ਦੇ ਵਿਚਕਾਰ ਹੋਣ ਵਾਲੇ ਬੇਮਿਸਾਲ ਮਤਭੇਦਾਂ ਜਾਂ ਅੰਤਰਾਂ ਦੇ ਢੰਗਾਂ ਦਾ।

ਕੋਈ ਔਰਤ ਕਹਿ ਸਕਦੀ ਹੈ, "ਜੇ ਮੈਂ ਰਾਤ ਨੂੰ ਕਾੱਫੀ ਪੀਂਦੀ ਹਾਂ ਤਾਂ ਮੈਂ ਸਵੇਰੇ ਤਿੰਨ ਵਜੇ ਉਠ ਜਾਂਦੀ ਹਾਂ।" ਜਦੋਂ ਉਹ ਕਾੱਫੀ ਪੀਂਦੀ ਹੈ, ਉਦੋਂ ਉਸਦਾ ਅਵਚੇਤਨ ਮਨ ਉਸ ਨੂੰ ਉਕਸਾਉਂਦਾ ਹੈ, ਜਿਵੇਂ ਕਿ ਉਹ ਕਹਿਣਾ ਚਾਹੁੰਦਾ ਹੋਵੇ, "ਮਾਲਿਕ ਚਾਹੁੰਦੇ ਹਨ ਕਿ ਤੁਸੀਂ ਸਾਰੀ ਰਾਤ ਜਾਗਦੇ ਰਹੋ।"

ਤੁਹਾਡਾ ਅਵਚੇਤਨ ਮਨ ਚੌਵੀਂ ਘੰਟੇ ਕੰਮ ਕਰਦਾ ਹੈ ਅਤੇ ਤੁਹਾਡੇ ਫਾਇਦਿਆਂ ਲਈ ਮੌਕੇ ਬਣਾਉਂਦਾ ਹੈ, ਤੁਹਾਡੀ ਗੋਦੀ ਨੂੰ ਤੁਹਾਡੀ ਆਦਤ ਦੇ ਅਨੁਸਾਰ ਫ਼ਲਾਂ ਨਾਲ ਭਰ ਦਿੰਦਾ ਹੈ।

ਉਸ ਦਾ ਅਵਚੇਤਨ ਮਨ ਕਿਵੇਂ ਪ੍ਰਤੀਕਿਰਿਆ ਕਰਦਾ ਹੈ

ਕੁੱਝ ਮਹੀਨੇ ਪਹਿਲਾਂ ਮੈਨੂੰ ਰੂਥ ਏ. ਨਾਂ ਦੀ ਇਕ ਮਹਿਲਾ ਦਾ ਪੱਤਰ ਮਿਲਿਆ, ਜਿਸ ਨੇ ਮੇਰੇ ਵਖਿਆਨ ਸੁਣੇ ਸਨ। ਉਸ ਨੇ ਲਿਖਿਆ ਸੀ:

ਮੈਂ ਪੰਜਹੱਤਰ ਵਰਿਆਂ ਦੀ ਇਕ ਵਿਧਵਾ ਹਾਂ ਜਿਸ ਕੋਲ ਇਕ ਵੱਡਾ ਪਰਿਵਾਰ ਹੈ ਇਸ ਦੇ ਬਾਵਜੂਦ ਮੈਂ ਇਕੱਲੀ ਥੋੜ੍ਹੀ ਜਹੀ ਪੈਂਸ਼ਨ 'ਤੇ ਗੁਜ਼ਾਰਾ ਕਰ ਰਹੀ ਹਾਂ। ਮੈਂ ਅਵਚੇਤਨ ਮਨ ਦੀਆਂ ਸ਼ਕਤੀਆਂ ਬਾਰੇ ਤੁਹਾਡੇ ਵਖਿਆਨ ਸੁਣੇ, ਜਿਨ੍ਹਾਂ ਵਿਚ ਤੁਸੀਂ ਕਿਹਾ ਸੀ ਕਿ ਵਿਚਾਰਾਂ ਨੂੰ ਵਾਰ-ਵਾਰ ਦੁਹਰਾ ਕੇ, ਵਿਸ਼ਵਾਸ ਅਤੇ ਉੱਮੀਦ ਨਾਲ ਅਸੀਂ ਆਪਣੇ ਅਵਚੇਤਨ ਮਨ ਤੱਕ ਪਹੁੰਚਾ ਸਕਦੇ ਹਾਂ।

"ਮੈਂ ਵਾਰ-ਵਾਰ ਪੂਰੀ ਭਾਵਨਾ ਨਾਲ ਦੁਹਰਾਉਣ ਲੱਗੀ, "ਮੈਨੂੰ ਸਾਰੇ ਚਾਹੁੰਦੇ ਹਨ। ਮੇਰਾ ਵਿਆਹ ਬਹੁਤ ਖ਼ੁਸ਼ੀ ਨਾਲ ਇਕ ਦਿਆਲੂ, ਪਿਆਰ ਕਰਨ ਵਾਲੇ ਤੇ ਅਧਿਆਤਮਕ ਸੋਚ ਵਾਲੇ ਵਿਅਕਤੀ ਨਾਲ ਹੋਇਆ ਹੈ। ਮੈਂ ਸੁਰੱਖਿਅਤ ਹਾਂ!"

"ਮੈਂ ਤਕਰੀਬਨ ਦੋ ਹਫ਼ਤਿਆਂ ਤੱਕ ਹਰ ਦਿਨ ਇਹ ਗੱਲ ਕਈ ਵਾਰੀ ਦੁਹਰਾਉਂਦੀ ਰਹੀ। ਇਕ ਦਿਨ ਨੁੱਕੜ ਵਾਲੀ ਦਵਾਈ ਦੀ ਦੁਕਾਨ 'ਤੇ ਇਕ ਰਿਟਾਇਰਡ ਫਾਰਮਾਸਿਸਟ ਨਾਲ ਮੇਰੀ ਮੁਲਾਕਾਤ ਹੋਈ। ਉਹ

ਦਿਆਲੂ, ਸਿਆਣੇ ਅਤੇ ਬੜੀ ਧਾਰਮਿਕ ਪ੍ਰਵਿਰਤੀ ਦੇ ਸਨ। ਉਹ ਮੇਰੀ ਪ੍ਰਾਰਥਨਾ ਦੇ ਆਦਰਸ਼ ਅਤੇ ਸੰਪੂਰਨ ਜਵਾਬ ਸੀ।

ਇਕ ਹਫਤੇ ਦੇ ਅੰਦਰ ਹੀ ਉਨ੍ਹਾਂ ਨੇ ਮੇਰੇ ਸਾਹਮਣੇ ਵਿਆਹ ਦੀ ਪੇਸ਼ਕਸ਼ ਕੀਤੀ। ਇਸ ਵੇਲੇ ਅਸੀਂ ਯੂਰਪ ਵਿਚ ਹਨੀਮੂਨ ਮੰਨਾ ਰਹੇ ਹਾਂ। ਮੈਂ ਜਾਣਦੀ ਹਾਂ ਕਿ ਮੇਰੇ ਅਵਚੇਤਨ ਮਨ ਦੀ ਬੁੱਧੀਮਤਾ ਨੇ ਪਰਮਾਤਮਾ ਦੇ ਆਦੇਸ਼ ਨਾਲ ਸਾਨੂੰ ਦੋਹਾਂ ਨੂੰ ਮਿਲਾਇਆ ਹੈ।

ਇਸ ਔਰਤ ਨੇ ਪਾਇਆ ਕਿ ਖ਼ਜ਼ਾਨਾ ਉਸੇ ਦੇ ਅੰਦਰ ਸੀ। ਉਸ ਦੀ ਪ੍ਰਾਰਥਨਾ ਉਸ ਦੇ ਦਿਲ ਨੂੰ ਸੱਚੀ ਲੱਗੀ ਅਤੇ ਉਸ ਦੀ ਸਕਾਰਾਤਮਕਤਾ ਉਸ ਦੇ ਅਵਚੇਤਨ ਮਨ ਵਿਚ ਉਤਰ ਗਈ, ਜੋ ਰਚਨਾਤਮਕ ਸਾਧਨ ਹੈ। ਜਿਸ ਪਲ ਉਸ ਨੇ ਦ੍ਰਿੜ੍ਹਤਾ ਨਾਲ ਇਹ ਤਸਵੀਰ ਦੇਖੀ, ਉਸ ਦੇ ਅਵਚੇਤਨ ਮਨ ਨੇ ਆਕਰਸ਼ਨ ਦੇ ਨਿਯਮ ਰਾਹੀਂ ਜਵਾਬ ਖੋਜ ਲਿਆ। ਬੁੱਧੀਮਾਨੀ ਅਤੇ ਸਿਆਣਪ ਨਾਲ ਭਰੇ ਅਵਚੇਤਨ ਮਨ ਨੇ ਉਨ੍ਹਾਂ ਦੋਵਾਂ ਨੂੰ ਪਰਮਾਤਮਾ ਦੇ ਆਦੇਸ਼ ਵਿਚ ਮਿਲਾਇਆ।

ਤੁਸੀਂ ਇਸ ਬਾਰੇ ਜ਼ਰੂਰ ਸੋਚੋ:

ਜੋ ਵੀ ਚੀਜ਼ਾਂ ਸੱਚੀਆਂ ਹਨ, ਜੋ ਵੀ ਚੀਜ਼ਾਂ ਇਮਾਨਦਾਰ ਹਨ, ਜੋ ਵੀ ਚੀਜ਼ਾਂ ਨਿਆਂਪੂਰਨ ਹਨ, ਜੋ ਵੀ ਚੀਜ਼ਾਂ ਚੀਜ਼ਾਂ ਪਵਿੱਤਰ ਤੇ ਨਿਰਦੋਸ਼ ਹਨ, ਜੋ ਵੀ ਚੀਜ਼ਾਂ ਪਿਆਰੀਆਂ ਹਨ ਅਤੇ ਜਿਨ੍ਹਾਂ ਚੀਜਾਂ ਬਾਰੇ ਚੰਗੀ ਰਿਪੋਰਟਾਂ ਹਨ; ਅਤੇ ਜੇ ਕੋਈ ਪ੍ਰਸ਼ੰਸਾ ਅਤੇ ਆਸਥਾ ਹੈ, ਤਾਂ ਇਨ੍ਹਾਂ ਚੀਜ਼ਾਂ ਬਾਰੇ ਸੋਚੋ।

ਫਿਲ 4:8

ਯਾਦ ਰੱਖਣ ਲਾਇਕ ਵਿਚਾਰਾਂ ਦੀ ਸੰਖੇਪ ਸੂਚੀ

1. ਖ਼ਜ਼ਾਨਾ ਤੁਹਾਡੇ ਅੰਦਰ ਹੈ। ਆਪਣੀ ਦਿਲੀ ਇੱਛਾਵਾਂ ਦਾ ਜਵਾਬ ਆਪਣੇ ਅੰਦਰੋਂ ਖੋਜੋ।

2. ਹਰ ਯੁਗ ਦੇ ਮਹਾਨ ਪੁਰਸ਼ਾਂ ਕੋਲ ਸਭ ਤੋਂ ਵੱਡਾ ਰਹੱਸੀ, ਉਨ੍ਹਾਂ ਦੇ ਆਪਣੇ ਅਵਚੇਤਨ ਮਨ ਦੀਆਂ ਸ਼ਕਤੀਆਂ ਨਾਲ ਸੰਪਰਕ ਕਰਨ ਅਤੇ ਉਨ੍ਹਾਂ ਨੂੰ ਮੁਕਤ ਕਰਨ ਦੀ ਯੋਗਤਾ। ਤੁਸੀਂ ਵੀ ਇੰਝ ਕਰ ਸਕਦੇ ਹੋ।

3. ਤੁਹਾਡੇ ਅਵਚੇਤਨ ਮਨ ਕੋਲ ਸਾਰੀਆਂ ਸਮੱਸਿਆਵਾਂ ਦਾ ਜਵਾਬ ਹੈ। ਜੇ ਤੁਸੀਂ ਸੌਣ ਤੋਂ ਪਹਿਲਾਂ ਆਪਣੇ ਅਵਚੇਤਨ ਮਨ ਨੂੰ ਇਹ ਸੁਝਾਅ ਦਿੰਦੇ ਹੋ, "ਮੈਂ ਸਵੇਰੇ ਛੇ ਵਜੇ ਜਾਗਣਾ ਚਾਹੁੰਦਾ ਹਾਂ," ਤਾਂ ਇਹ ਤੁਹਾਨੂੰ ਉਸੇ ਸਮੇਂ 'ਤੇ ਜਗਾ ਦੇਵੇਗਾ।

4. ਤੁਹਾਡਾ ਅਵਚੇਤਨ ਮਨ ਤੁਹਾਡੇ ਸਰੀਰ ਦਾ ਨਿਰਮਾਤਾ ਹੈ ਅਤੇ ਇਹ ਤੁਹਾਡਾ ਇਲਾਜ ਵੀ ਕਰ ਸਕਦਾ ਹੈ। ਸੰਪੂਰਨ ਸਿਹਤ ਦੇ ਵਿਚਾਰਨਾਲ ਹਰ ਰਾਤ ਆਪਣੇ-ਆਪ ਨੂੰ ਸੌਣ ਲਈ ਇਕ ਲੋਰੀ ਸੁਣਾਓ ਅਤੇ ਤੁਹਾਡਾ ਅਵਚੇਤਨ, ਤੁਹਾਡਾ ਵਫ਼ਾਦਾਰ ਸੇਵਕ ਹੋਣ ਦੇ ਨਾਤੇ, ਤੁਹਾਡੇ ਆਦੇਸ਼ ਦੀ ਪਾਲਨਾ ਕਰੇਗਾ।

5. ਹਰ ਵਿਚਾਰ ਇਕ ਕਾਰਨ ਹੈ ਅਤੇ ਹਰ ਪਰੀਸਥਿਤੀ ਇਕ ਪ੍ਰਭਾਵ।

6. ਜੇ ਤੁਸੀਂ ਕਿਤਾਬ ਲਿਖਣਾ ਚਾਹੁੰਦੇ ਹੋ, ਸ਼ਾਨਦਾਰ ਨਾਟਕ ਲਿਖਣਾ ਚਾਹੁੰਦੇ ਹੋ, ਆਪਣੇ ਸ਼੍ਰੋਤਿਆਂ ਦੇ ਸਾਹਮਣੇ ਵਧੀਆ ਵਖਿਆਨ ਦੇਣਾ ਚਾਹੁੰਦੇ ਹੋ, ਤਾਂ ਇਹ ਵਿਚਾਰ ਆਪਣੇ ਅਵਚੇਤਨ ਮਨ ਨੂੰ ਪਿਆਰ ਅਤੇ ਭਾਵਪੂਰਨ ਢੰਗ ਨਾਲ ਪਹੁੰਚਾ ਦਿਓ, ਇਹ ਤੁਹਾਨੂੰ ਉਸੇ ਦੇ ਅਨੁਸਾਰ ਜਵਾਬ ਜਾਂ ਪ੍ਰਤੀਕਿਰਿਆ ਦੇਵੇਗਾ।

7. ਤੁਸੀਂ ਜਹਾਜ ਦੇ ਕਪਤਾਨ ਵਾਂਗ ਹੋ ਜੋ ਇਕ ਜਹਾਜ ਨੂੰ ਨੈਵੀਗੇਟ ਕਰ ਰਿਹਾ ਹੈ। ਉਸਨੂੰ ਸਹੀ ਆਦੇਸ਼ ਦੇਣੇ ਚਾਹੀਦੇ ਹਨ, ਇਸੇ ਤਰ੍ਹਾਂ, ਤੁਹਾਨੂੰ ਆਪਣੇ ਅਵਚੇਤਨ ਮਨ ਨੂੰ ਸਹੀ ਆਦੇਸ਼ (ਵਿਚਾਰ ਅਤੇ ਕਲਪਨਾ) ਦੇਣੇ ਚਾਹੀਦੇ ਹਨ, ਜੋ ਤੁਹਾਡੇ ਸਾਰੇ ਅਨੁਭਵਾਂ ਨੂੰ ਨਿਯੰਤਰਿਤ ਅਤੇ ਸੰਚਾਲਿਤ ਕਰਦਾ ਹੈ।

8. ਇਸੇ ਤਰ੍ਹਾਂ ਦੇ ਵਾਕਾਂ ਦੀਵਰਤੋਂ ਕਦੇ ਨਾ ਕਰੋ, "ਮੇਰੇ ਕੋਲ ਇਸ ਦੇ ਲਈ ਪੈਸੇ ਨਹੀਂ ਹਨ," ਜਾਂ "ਮੈਂ ਇਹ ਕੰਮ ਨਹੀਂ ਕਰ ਸਕਦਾ।" ਤੁਸੀਂ ਜੋ ਸੋਚਦੇ ਹੋ, ਤੁਹਾਡਾ ਅਵਚੇਤਨ ਮਨ ਉਸੇ ਗੱਲ ਨੂੰ ਸੱਚ ਮੰਨ ਲੈਂਦਾ ਹੈ। ਉਹ ਇਹ ਸੁਨਿਸ਼ਚਿਤ ਕਰਦਾ ਹੈ ਕਿ ਤੁਹਾਡੇ ਕੋਲ ਕਦੇ ਪੈਸੇ ਨਾ ਹੋਣ ਜਾਂ ਉਸ ਕੰਮ ਨੂੰ ਕਰਨ ਦੀ ਸਮਰੱਥਾ ਨਾ ਰਹੇ, ਜੋ ਤੁਸੀਂ ਕਰਨਾ ਚਾਹੁੰਦੇ ਹੋ। ਇਸ ਦੀ ਬਜਾਇ ਦ੍ਰਿੜਤਾ ਨਾਲ ਕਹੋ, "ਮੈਂ ਆਪਣੇ ਅਵਚੇਤਨ ਮਨ ਦੀ ਸ਼ਕਤੀ ਨਾਲ ਸਾਰੇ ਕੰਮ ਕਰ ਸਕਦਾ ਹਾਂ।"

9. ਜੀਵਨ ਦਾ ਨਿਜਮ ਵਿਸ਼ਵਾਸ ਦਾ ਨਿਜਮ ਹੈ। ਵਿਸ਼ਵਾਸ ਤੁਹਾਡੇ ਮਨ-ਮਸਤਿਸ਼ਕ ਦਾ ਵਿਚਾਰ ਹੈ। ਉਨ੍ਹਾਂ ਚੀਜ਼ਾਂ ਵਿਚ ਵਿਸ਼ਵਾਸ ਨਾ ਕਰੋ, ਜੋ ਤੁਹਾਨੂੰ ਨੁਕਸਾਨ ਜਾਂ ਦੁੱਖ ਦੇ ਸਕਦੀਆਂ ਹਨ। ਆਪਣੇ ਅਵਚੇਤਨ ਨੂੰ ਚੰਗੇ ਤਰੀਕੇ ਨਾਲ ਉਤਸਾਹਿਤ, ਸ਼ਕਤੀਸ਼ਾਲੀ ਅਤੇ ਖ਼ੁਸ਼ਹਾਲ ਬਨਾਉਣ ਦੀ ਸ਼ਕਤੀ 'ਤੇ ਵਿਸ਼ਵਾਸ ਰਖੋ। ਤੁਹਾਡੇ ਵਿਸ਼ਵਾਸ ਦੇ ਅਨੁਸਾਰ ਹੀ ਇਹ ਕੰਮ ਕਰੇਗਾ।

10. ਆਪਣੇ ਵਿਚਾਰਾਂ ਨੂੰ ਬਦਲ ਕੇ ਤੁਸੀਂ ਆਪਣੀ ਕਿਸਮਤ ਨੂੰ ਬਦਲ ਸਕਦੇ ਹੋ।

ਆਧਿਆਇ 2

———

ਤੁਹਾਡਾ ਮਸਤਿਸ਼ਕ ਕਿਵੇਂ
ਕੰਮ ਕਰਦਾ ਹੈ

ਤੁਹਾਡੇ ਕੋਲ ਦਿਮਾਗ ਜਾਂ ਮਸਤਿਸ਼ਕ ਹੈ, ਅਤੇ ਤੁਹਾਨੂੰ ਇਸ ਦੀ ਵਰਤੋਂ ਕਿਵੇਂ ਕਰਨੀ ਹੈ, ਇਹ ਸਿੱਖਣਾ ਚਾਹੀਦਾ ਹੈ। ਤੁਹਾਡੇ ਮਸਤਿਸ਼ਕ ਦੇ ਦੋ ਸਤਰ ਹਨ – ਚੇਤਨ ਜਾਂ ਤਰਕ ਕਰਨ ਵਾਲਾ ਸਤਰ ਅਤੇ ਦੂਜਾ ਅਵਚੇਤਨ ਜਾਂ ਤਰਕਹੀਣ ਸਤਰ। ਤੁਸੀਂ ਆਪਣੇ ਚੇਤਨ ਮਸਤਿਸ਼ਕ ਨਾਲ ਸੋਚਦੇ ਹੋ ਅਤੇ ਆਪਣੀ ਆਦਤ/ ਅਭਿਆਸ ਦੇ ਮੁਤਾਬਿਕ ਜੋ ਕੁੱਝ ਵੀ ਤੁਸੀ ਸੋਚਦੇ ਹੋ, ਉਹ ਤੁਹਾਡੇ ਅਵਚੇਤਨ ਮਨ ਵਿਚ ਵਸ ਜਾਂਦਾ ਹੈ, ਅਤੇ ਤੁਹਾਡੇ ਵਿਚਾਰਾਂ ਦੀ ਪ੍ਰਕਿਰਤੀ ਦੇ ਅਨੁਰੂਪ ਉਸਦੀ ਸਿਰਜਨਾ ਕਰਦਾ ਹੈ। ਤੁਹਾਡੀਆਂ ਭਾਵਨਾਵਾਂ ਅਤੇ ਰਚਨਾਤਮਕ ਮਸਤਿਸ਼ਕ ਦੇ ਰਹਿਨ ਦੀ ਥਾਂ ਤੁਹਾਡਾ ਅਵਚੇਤਨ ਮਨ ਹੈ। ਜੇ ਤੁਸੀਂ ਚੰਗਾ ਸੋਚਦੇ ਹੋ, ਤਾਂ ਤੁਹਾਨੂੰ ਚੰਗੇ ਨਤੀਜੇ ਮਿਲਣਗੇ; ਜੇ ਤੁਸੀਂ ਮਾੜਾ ਸੋਚਦੇ ਹੋ, ਤਾਂ ਤੁਹਾਨੂੰ ਮਾੜੇ ਨਤੀਜੇ ਹੀ ਮਿਲਣਗੇ। ਤੁਹਾਡਾ ਮਸਤਿਸ਼ਕ ਇਸੇ ਤਰ੍ਹਾਂ ਕੰਮ ਕਰਦਾ ਹੈ।

ਯਾਦ ਕਰਨ ਯੋਗ ਇਹ ਇਕੱਲਾ ਮੁੱਖ ਨੁਕਤਾ ਹੈ, ਜਦੋਂ ਅਵਚੇਤਨ ਮਨ ਕਿਸੇ ਵਿਚਾਰ ਨੂੰ ਸਵੀਕਾਰ ਕਰ ਲੈਂਦਾ ਹੈ, ਤਾਂ ਉਹ ਇਸ 'ਤੇ ਕੰਮ ਕਰਨਾ ਸ਼ੁਰੂ ਕਰ ਦਿੰਦਾ ਹੈ। ਦਿਲਚਸਪ ਅਤੇ ਸੂਖਮ ਸੱਚ ਇਹ ਹੈ ਕਿ ਅਵਚੇਤਨ ਮਨ ਦੇ ਨਿਜਮ ਚੰਗੇ ਅਤੇ ਮਾੜੇ ਦੋਵੇਂ ਤਰ੍ਹਾਂ ਦੇ ਵਿਚਾਰਾਂ 'ਤੇ ਸਮਾਨ ਰੂਪ ਵਿਚ ਕੰਮ ਕਰਦੇ ਹਨ। ਜੇ ਇਸ ਨਿਜਮ ਦੀ ਨਕਾਰਾਤਮਕ ਢੰਗ ਨਾਲ ਵਰਤੋਂ ਕੀਤੀ ਜਾਵੇ, ਤਾਂ ਇਹ ਅਸਫਲਤਾ, ਨਿਰਾਸ਼ਾ ਅਤੇ ਦੁੱਖ ਦਾ ਕਾਰਨ ਬਣਦਾ ਹੈ। ਦੂਜੇ ਪਾਸੇ, ਜੇ ਤੁਹਾਡੀ ਆਦਤਨ ਸੋਚ ਇਕਸੁਰ ਅਤੇ ਉਸਾਰੂ ਹੁੰਦੀ ਹੈ, ਤਾਂ ਤੁਸੀਂ ਸੰਪੂਰਨ ਸਿਹਤ, ਸਫਲਤਾ ਅਤੇ ਖੁਸ਼ਹਾਲੀ ਦਾ ਅਨੁਭਵ ਕਰਦੇ ਹੋ।

ਮਾਨਸਿਕ ਸ਼ਾਂਤੀ ਅਤੇ ਸਿਹਤਮੰਦ ਸ਼ਰੀਰ ਦਾ ਹੋਣਾ ਨਿਸ਼ਚਿਤ ਹੈ, ਜਦੋਂ ਤੁਸੀਂ ਸਹੀ ਦਿਸ਼ਾ ਵਿਚ ਸੋਚਦੇ ਅਤੇ ਅਨੁਭਵ ਕਰਦੇ ਹੋ। ਜਿਸ ਚੀਜ ਦੀ ਤੁਸੀਂ ਮਾਨਸਿਕ ਤੌਰ 'ਤੇ ਆਸ ਅਤੇ ਸੋਚ ਰਖੋਗੇ, ਤੁਹਾਡਾ ਅਵਚੇਤਨ ਮਨ ਉਸ ਨੂੰ

28

ਸਵੀਕਾਰ ਕਰ ਤੁਹਾਡੇ ਅਨੁਭਵ ਨੂੰ ਸਾਕਾਰ ਕਰ ਦੇਵੇਗਾ। ਖ਼ਾਸ ਗੱਲ ਸਿਰਫ਼ ਇਹ ਹੈ ਕਿ ਤੁਹਾਨੂੰ ਤਾਂ ਆਪਣੇ ਅਵਚੇਤਨ ਮਨ ਕੋਲੋਂ ਆਪਣੇ ਵਿਚਾਰਾਂ ਨੂੰ ਸਵੀਕਾਰ ਹੀ ਕਰਵਾਉਣਾ ਹੈ। ਉਦੋਂ ਤੁਹਾਡੇ ਅਵਚੇਤਨ ਮਨ ਦਾ ਨਿਜਮ ਤੁਹਾਡੀ ਮਨਭਾਉਂਦੀ ਸਿਹਤ, ਸ਼ਾਂਤੀ ਅਤੇ ਜਿਸ ਓਹਦੇ ਦੀ ਆਸ ਕਰ ਰਹੇ ਹੋ, ਉਸ ਨੂੰ ਸਾਕਾਰ ਕਰ ਦੇਵੇਗਾ। ਤੁਸੀਂ ਆਦੇਸ਼ ਦਿੰਦੇ ਹੋ ਅਤੇ ਤੁਹਾਡਾ ਅਵਚੇਤਨ ਉਸ 'ਤੇ ਛੱਡੀ ਗਈ ਵਿਚਾਰਕ ਛਾਪ ਜਾਂ ਪ੍ਰਭਾਵ ਨੂੰ ਸਾਕਾਰ ਕਰਨ ਲਈ ਪੂਰੀ ਲਗਨ ਨਾਲ ਕੰਮ ਕਰਨ ਲੱਗਦਾ ਹੈ। ਤੁਹਾਡੇ ਮਸਤਿਸ਼ਕ ਦਾ ਨਿਜਮ ਇਹ ਹੈ:

ਜਿਸ ਤਰ੍ਹਾ ਦਾ ਵਿਚਾਰ ਤੁਸੀਂ ਆਪਣੇ ਚੇਤਨ ਮਸਤਿਸ਼ਕ ਵਿਚ ਰੱਖਦੇ ਹੋ, ਉਸੇ ਦੇ ਅਨੁਰੂਪ ਪ੍ਰਤੀਕਿਰਿਆ ਤੁਹਾਡਾ ਅਵਚੇਤਨ ਮਨ ਤੁਹਾਨੂੰ ਦੇਵੇਗਾ।

ਮਨੋਵਿਗਿਆਨੀ ਅਤੇ ਮਨੋਚਿਕਿਤਸਕ ਇਸ ਤੱਥ ਵੱਲ ਇਸ਼ਾਰਾ ਕਰਦੇ ਹਨ ਕਿ ਜਦੋਂ ਵਿਚਾਰ ਤੁਹਾਡੇ ਅਵਚੇਤਨ ਮਨ ਤਕ ਪਹੁੰਚ ਜਾਂਦੇ ਹਨ, ਤਾਂ ਮਸਤਿਸ਼ਕ ਦੀਆਂ ਕੋਸ਼ਿਕਾਵਾਂ ਵਿਚ ਉਨ੍ਹਾਂ ਦੀ ਛਾਪ ਬਣ ਜਾਂਦੀ ਹੈ। ਜਿਵੇਂ ਹੀ ਤੁਹਾਡਾ ਅਵਚੇਤਨ ਕਿਸੇ ਵਿਚਾਰ ਨੂੰ ਸਵੀਕਾਰ ਕਰ ਲੈਂਦਾ ਹੈ, ਇਹ ਉਸ ਨੂੰ ਸਾਕਾਰ ਕਰਨ ਵਿਚ ਇਕਦਮ ਜੁਟ ਜਾਂਦਾ ਹੈ। ਵਿਚਾਰਾਂ ਦੇ ਅਨੁਰੂਪ ਹੀ ਕੰਮ ਕਰਕੇ ਇਹ ਆਪਣੇ ਨਿਸ਼ਾਨੇ ਨੂੰ ਸਾਕਾਰ ਕਰਨ ਲਈ ਗਿਆਨ ਦੇ ਹਰ ਉਸ ਹਿੱਸੇ ਦੀ ਵਰਤੋਂ ਕਰਦਾ ਹੈ, ਜੋ ਤੁਸੀਂ ਜਿੰਦਗੀ ਭਰ ਇਕੱਠਾ ਕੀਤਾ ਹੈ। ਇਹ ਤੁਹਾਡੀ ਅੰਦਰਲੀ ਅਸੀਮ ਸ਼ਕਤੀ, ਊਰਜਾ ਅਤੇ ਬੁੱਧੀ ਦੀ ਵਰਤੋਂ ਕਰਦਾ ਹੈ। ਨਤੀਜਾ ਪਾਉਣ ਲਈ ਇਹ ਪ੍ਰਕਿਰਤੀ ਦੇ ਸਾਰੇ ਨਿਜਮਾਂ ਦੀ ਵਰਤੋਂ ਕਰਦਾ ਹੈ। ਕਈ ਵਾਰੀ ਇਹ ਤੁਹਾਡੀ ਮੁਸ਼ਕਿਲ ਦਾ ਸਮਾਧਾਨ ਤੁਰੰਤ ਹੀ ਕਰ ਦਿੰਦਾ ਹੈ। ਪਰ, ਕਦੇ-ਕਦਾਈਂ ਇਸ ਨੂੰ ਕਈ ਦਿਨ, ਹਫ਼ਤੇ ਜਾਂ ਇਸ ਤੋਂ ਵੀ ਜ਼ਿਆਦਾ ਸਮਾਂ ਲੱਗ ਸਕਦਾ ਹੈ। ਇਸ ਦੇ ਹੱਲ ਕੱਢਣ ਦੇ ਕਈ ਤਰੀਕੇ ਹਨ।

ਚੇਤਨ ਅਤੇ ਅਵਚੇਤਨ ਸ਼ਬਦਾਂ ਦੀਆਂ ਭਿੰਨਤਾਵਾਂ

ਤੁਹਾਨੂੰ ਯਾਦ ਰੱਖਣਾ ਚਾਹੀਦਾ ਹੈ ਕਿ ਚੇਤਨ ਅਤੇ ਅਵਚੇਤਨ ਦੋ ਮਸਤਿਸ਼ਕ ਨਹੀਂ ਹਨ। ਉਹ ਤਾਂ ਇਕੋ ਹੀ ਮਸਤਿਸ਼ਕ ਵਿਚ ਹੋਣ ਵਾਲੀਆਂ ਗਤੀਵਿਧੀਆਂ ਦੇ ਦੋ ਖੇਤਰ ਹਨ। ਤੁਹਾਡਾ ਚੇਤਨ ਮਨ ਤਾਰਕਿਕ ਮਸਤਿਸ਼ਕ ਹੈ। ਇਹ ਮਸਤਿਸ਼ਕ ਦਾ ਉਹ ਹਿੱਸਾ ਹੈ, ਜੋ ਵਿਕਲਪ ਚੁਣਦਾ ਹੈ। ਮਿਸਾਲ ਲਈ, ਤੁਸੀਂ ਆਪਣੀਆਂ ਕਿਤਾਬਾਂ, ਆਪਣਾ ਘਰ ਅਤੇ ਜੀਵਨਸਾਥੀ ਦੀ ਚੋਣ ਕਰਦੇ ਹੋ। ਤੁਸੀਂ ਆਪਣੇ ਚੇਤਨ ਮਨ ਨਾਲ ਸਾਰੇ ਫੈਸਲੇ ਲੈਂਦੇ ਹੋ। ਦੂਜੇ ਪਾਸੇ, ਤੁਹਾਡੀ ਸੁਚੇਤ ਚੋਣ ਤੋਂ ਬਿਨਾਂ ਹੀ ਤੁਹਾਡਾ ਦਿਲ ਆਪਣੇ-ਆਪ ਕੰਮ ਕਰਦਾ ਰਹਿੰਦਾ ਹੈ ਅਤੇ ਹਾਜ਼ਮਾ, ਲਹੂ ਸੰਚਾਰ ਅਤੇ ਸਾਹ ਲੈਣ ਦੀ ਜ਼ਰੂਰੀ ਪ੍ਰਕਿਰਿਆਵਾਂ ਤੁਹਾਡੇ ਅਵਚੇਤਨ ਮਨਰਾਹੀਂ ਚਲਦੀਆਂ ਰਹਿੰਦੀਆਂ ਹਨ। ਤੁਹਾਡੇ ਚੇਤਨ ਮਨ 'ਤੇ ਇਨ੍ਹਾਂ ਪ੍ਰਕਿਰਿਆਵਾਂ ਦਾ ਕੋਈ ਨਿਯੰਤਰਣ ਨਹੀਂ ਹੁੰਦਾ।

ਤੁਸੀਂ ਆਪਣੇ ਅਵਚੇਤਨ ਮਨ 'ਤੇ ਜੋ ਵੀ ਪ੍ਰਭਾਵ ਛੱਡਦੇ ਹੋ ਜਾਂ ਤੁਸੀਂ ਜਿਸ ਵਿਚ ਵੀ ਪ੍ਰਬਲ ਵਿਸ਼ਵਾਸ ਕਰਦੇ ਹੋ, ਤੁਹਾਡਾ ਅਵਚੇਤਨ ਮਨ, ਉਸ ਨੂੰ ਸਵੀਕਾਰ ਕਰ ਲੈਂਦਾ ਹੈ। ਇਹ ਤੁਹਾਡੇ ਚੇਤਨ ਮਨ ਵਾਂਗ ਤਰਕ ਜਾਂ ਬਹਿਸ ਨਹੀਂ ਕਰਦਾ। ਤੁਹਾਡਾ ਅਵਚੇਤਨ ਮਨ ਉਸ ਮਿੱਟੀ ਵਾਂਗ ਹੈ, ਜੋ ਕਿਸੇ ਵੀ ਤਰ੍ਹਾਂ ਦੇ ਬੀਜ ਨੂੰ ਸਵੀਕਾਰ ਕਰ ਲੈਂਦੀ ਹੈ, ਭਾਵੇਂ ਉਹ ਚੰਗਾ ਹੋਵੇ ਜਾਂ ਮਾੜਾ। ਤੁਹਾਡੇ ਵਿਚਾਰ ਸਰਗਰਮ ਹਨ, ਅਤੇ ਉਨ੍ਹਾਂ ਦੀਆਂ ਤੁਲਨਾ ਬੀਜਾਂ ਨਾਲ ਨਹੀਂ ਕੀਤੀਆਂ ਜਾ ਸਕਦੀਆਂ। ਨਕਾਰਾਤਮਕ, ਵਿਨਾਸ਼ਕਾਰੀ ਵਿਚਾਰ ਤੁਹਾਡੇ ਅਵਚੇਤਨ ਮਨ ਵਿਚ ਉਲਟ ਕੰਮ ਕਰਦੇ ਹਨ ਅਤੇ ਸਮਾਂ ਆਉਣ 'ਤੇ ਬਾਹਰੀ ਅਨੁਭਵ ਉਨ੍ਹਾਂ ਦੇ ਅਨੁਸਾਰ ਹੀ ਹੁੰਦੇ ਹਨ।

ਯਾਦ ਰੱਖੋ, ਤੁਹਾਡਾ ਅਵਚੇਤਨ ਮਨ ਇਹ ਸਾਬਤ ਕਰਨ ਦੀ ਕੋਈ ਕੋਸ਼ਿਸ ਨਹੀਂ ਕਰਦਾ ਕਿ ਤੁਹਾਡੇ ਵਿਚਾਰ ਚੰਗੇ ਹਨ ਜਾਂ ਮਾੜੇ, ਸਹੀ ਹਨ ਜਾਂ ਗਲਤ, ਪਰ ਇਹ ਤੁਹਾਡੇ ਵਿਚਾਰਾਂ ਜਾਂ ਸੁਝਾਵਾਂ ਦੀ ਪ੍ਰਕਿਰਤੀ ਦੇ ਅਨੁਰੂਪ ਪ੍ਰਤੀਕਿਰਿਆ ਕਰਦਾ ਹੈ। ਮਿਸਾਲ ਲਈ, ਜੇ ਤੁਸੀਂ ਜਾਣ-ਬੁੱਝ ਕੇ ਕਿਸੇ ਗੱਲ ਨੂੰ ਸੱਚ ਮੰਨ ਲੈਂਦੇ ਹੋ, ਭਾਵੇਂ ਉਹ ਝੂਠ ਹੀ ਕਿਉਂ ਨਾ ਹੋਵੇ, ਤੁਹਾਡਾ ਅਵਚੇਤਨ ਮਨ ਇਸ ਨੂੰ ਵੀ ਸੱਚ ਮੰਨ ਕੇ ਕੰਮ ਕਰਨ ਵਿਚ ਲਗ ਜਾਵੇਗਾ ਅਤੇ ਉਸਦੇ ਅਨੁਰੂਪ ਨਤੀਜੇ ਦੇਣ ਲੱਗੇਗਾ, ਕਿਉਂਕਿ ਤੁਸੀਂ ਚੇਤਨ ਤੌਰ 'ਤੇ ਇਸ ਨੂੰ ਸੱਚ ਮੰਨ ਲਿਆ ਹੈ।

ਮਨੋਵਿਗਿਆਨੀਆਂ ਵੱਲੋਂ ਕੀਤੇ ਗਏ ਪ੍ਰਯੋਗ

ਮਨੋਵਿਗਿਆਨੀਆਂ ਅਤੇ ਹੋਰਾਂ ਦੁਆਰਾ ਹਿਪਨੋਟਿਕ ਅਵਸਥਾ ਵਿਚ ਵਿਅਕਤੀਆਂ 'ਤੇ ਅਣਗਿਣਤ ਪ੍ਰਯੋਗਾਂ ਰਾਹੀਂ ਦੱਸਿਆ ਗਿਆ ਹੈ ਕਿ ਅਵਚੇਤਨ ਮਨ ਕੋਈ ਵੀ ਚੋਣ ਜਾਂ ਤੁਲਨਾ ਕਰਨ ਵਿੱਚ ਅਸਮਰੱਥ ਹੈ, ਜੋ ਕਿ ਤਾਰਕਿਕ ਪ੍ਰਕਿਰਿਆ ਲਈ ਜ਼ਰੂਰੀ ਹੁੰਦਾ ਹੈ। ਉਨ੍ਹਾਂ ਨੇ ਇਸ ਪੱਖ ਨੂੰ ਕਈ ਵਾਰ ਦਰਸਾਇਆ ਹੈ ਕਿ ਅਵਚੇਤਨ ਮਨ ਕਿਸੇ ਵੀ ਸੁਝਾਅ ਨੂੰ ਸਵੀਕਾਰ ਕਰ ਲੈਂਦਾ ਹੈ, ਭਾਵੇਂ ਉਹ ਝੂਠ ਹੀ ਕਿਉਂ ਨਾ ਹੋਵੇ। ਇਕ ਵਾਰ ਕਿਸੇ ਵੀ ਸੁਝਾਅ ਨੂੰ ਮੰਨਣ ਤੋਂ ਬਾਅਦ ਇਹ ਉਸਦੀ ਪ੍ਰਕਿਰਤੀ ਅਨੁਸਾਰ ਪ੍ਰਤੀਕਿਰਿਆ ਕਰਦਾ ਹੈ।

ਤੁਹਾਡੇ ਅਵਚੇਤਨ ਮਨ ਦੀ ਅਨੁਕੂਲਤਾ ਨੂੰ ਦਰਸਾਉਣ ਲਈ ਇਕ ਉਦਾਹਰਣ ਦੇਖੋ। ਜੇ ਕੋਈ ਅਨੁਭਵੀਂ ਜਾਂ ਮਾਹਿਰ ਸੰਮੋਹਨ-ਕਰਤਾ ਆਪਣੇ ਕਿਸੇ ਸੰਮੋਹਿਤ ਵਿਅਕਤੀ ਨੂੰ ਇਹ ਸੁਝਾਅ ਦਿੰਦਾ ਹੈ ਕਿ ਉਹ ਨੇਪੋਲੀਅਨ ਬੋਨਾਪਾਰਟ ਹੈ ਜਾਂ ਇੱਥੋਂ ਤੱਕ ਕਿ ਉਹ ਇੱਕ ਕੁੱਤਾ ਜਾਂ ਬਿੱਲੀ ਹੈ, ਤਾਂ ਉਹ ਵਿਅਕਤੀ ਪੂਰੀ ਨਿਪੁੰਨਤਾ ਨਾਲ ਉਸ ਭੂਮਿਕਾ ਨੂੰ ਨਿਭਾਉਣ ਲਗ ਜਾਵੇਗਾ। ਕੁੱਝ ਸਮੇਂ ਲਈ ਉਸ ਦਾ ਪੂਰਾ ਵਿਅਕਤਿਤਵ ਬਦਲ ਜਾਂਦਾ ਹੈ। ਉਹ ਆਪਣੇ ਉਸੇ ਰੂਪ 'ਤੇ ਵਿਸ਼ਵਾਸ ਕਰਦਾ ਹੈ ਜੋ ਉਸ ਨੂੰ ਦੱਸਿਆ ਗਿਆ ਹੋਵੇ।

ਇੱਕ ਹੁਨਰਮੰਦ ਸੰਮੋਹਨ-ਕਰਤਾ ਆਪਣੇ ਕਿਸੇ ਇੱਕ ਵਿਦਿਆਰਥੀ ਨੂੰ ਸੰਮੋਹਿਤ ਅਵਸਥਾ ਵਿਚ ਕਹਿੰਦਾ ਹੈ ਕਿ ਉਸਦੀ ਪਿੱਠ 'ਤੇ ਖਾਜ ਹੋ ਰਹੀ ਹੈ, ਦੂਜੇ ਨੂੰ ਇਹ ਕਹਿ ਸਕਦਾ ਹੈ ਕਿ ਉਸਦੀ ਨੱਕ 'ਚੋਂ ਲਹੂ ਵੱਗ ਰਿਹਾ ਹੈ, ਕਿਸੇ ਹੋਰ ਨੂੰ ਇਹ ਕਹਿ ਸਕਦਾ ਹੈ ਕਿ ਉਹ ਇੱਕ ਸੰਗਮਰਮਰ ਦੀ ਮੂਰਤੀ ਹੈ ਅਤੇ ਕਿਸੇ ਹੋਰ ਨੂੰ ਇਹ ਕਹਿ ਸਕਦਾ ਹੈ ਕਿ ਉਹ ਬਰਫ਼ ਵਾਂਗ ਜਮ ਗਿਆ ਹੈ ਅਤੇ ਤਾਪਮਾਨ ਜ਼ੀਰੋ ਤੋਂ ਘੱਟ ਹੈ। ਹਰੇਕ ਵਿਦਿਆਰਥੀ ਉਸ ਨੂੰ ਦਿੱਤੇ ਗਏ ਵਿਸ਼ੇਸ਼ ਨਿਰਦੇਸ਼ ਦੇ ਅਨੁਸਾਰ ਕੰਮ ਕਰੇਗਾ, ਉਨ੍ਹਾਂ ਸਾਰੀਆਂ ਪਰੀਸਥਿਤੀਆਂ ਨੂੰ ਨਜ਼ਰ-ਅੰਦਾਜ਼ ਕਰ ਦੇਵੇਗਾ, ਜੋ ਉਸ ਸੰਮੋਹਨ ਦੇ ਨਿਰਦੇਸ਼ ਜਾਂ ਸੁਝਾਅ ਦੇ ਅਨੁਰੂਪ ਨਹੀਂ ਹਨ।

ਇਹ ਸਧਾਰਨ ਉਦਾਹਰਣ ਤੁਹਾਡੇ ਚੇਤਨ ਮਨ ਜਾਂ ਤਾਰਕਿਕ ਮਸਤਿਸ਼ਕ ਅਤੇ ਤੁਹਾਡੇ ਅਵਚੇਤਨ ਮਨ ਦੇ ਅੰਤਰ ਨੂੰ ਸਪੱਸ਼ਟ ਤੌਰ 'ਤੇ ਦਰਸਾਉਂਦਾ ਹੈ। ਤੁਹਾਡਾ ਅਵਚੇਤਨ ਮਨ ਗੈਰਸ਼ਖਸੀ ਅਤੇ ਚੋਣਹੀਨ ਹੈ। ਇਹ ਹਰ ਉਸ ਚੀਜ਼ ਨੂੰ ਸੱਚ ਮੰਨ ਲੈਂਦਾ ਹੈ, ਜਿਸ ਨੂੰ ਤੁਹਾਡਾ ਚੇਤਨ ਮਨ ਸੱਚ ਮੰਨਦਾ ਹੈ। ਇਸਲਈ, ਇਹ ਮਹੱਤਵਪੂਰਨ ਹੈ ਕਿ ਤੁਸੀਂ ਅਜਿਹੇ ਵਿਚਾਰ ਅਤੇ ਆਧਾਰ ਵਾਕਾਂ ਨੂੰ ਚੁਣੋ, ਜੋ ਤੁਹਾਨੂੰ ਸੁੱਖ ਪਹੁੰਚਾਣ, ਤੁਹਾਡਾ ਇਲਾਜ ਕਰਨ ਅਤੇ ਤੁਹਾਡੀ ਆਤਮਾ ਨੂੰ ਖ਼ੁਸ਼ੀਆਂ ਜਾਂ ਅਨੰਦ ਨਾਲ ਭਰ ਦੇਣ।

ਯਥਾਰਥਵਾਦੀ ਅਤੇ ਕਲਪਨਾਵਾਦੀ ਮਸਤਿਸ਼ਕ ਦਾ ਸਪੱਸ਼ਟੀਕਰਨ

ਕਈ ਵਾਰ ਤੁਹਾਡੇ ਚੇਤਨ ਮਨ ਨੂੰ ਉਦੇਸ਼ ਜਾਂ ਯਥਾਰਥਵਾਦੀ ਮਨ ਵੀ ਕਿਹਾ ਜਾਂਦਾ ਹੈ, ਕਿਉਂਕਿ ਇਹ ਬਾਹਰਲੀਆਂ ਵਸਤੂਆਂ ਨਾਲ ਨਜਿੱਠਦੀਆਂ ਹਨ। ਯਥਾਰਥਵਾਦੀ ਮਨ (Objective mind) ਬਾਹਰਮੁਖੀ ਦੁਨੀਆ ਦਾ ਗਿਆਨ ਰੱਖਦਾ ਹੈ। ਇਸ ਦੀ ਪੜਚੋਲ ਦਾ ਮਾਧਿਅਮ ਤੁਹਾਡੀਆਂ ਪੰਜ ਭੌਤਿਕ ਜਾਂ ਸਰੀਰਕ ਇੰਦਰੀਆਂ ਹਨ। ਤੁਹਾਡਾ ਯਥਾਰਥਵਾਦੀ ਮਨ ਤੁਹਾਡੇ ਵਾਤਾਵਰਣਨਾਲ ਸੰਪਰਕ ਕਰਾਉਣ ਵਿਚ ਤੁਹਾਡਾ ਮਾਰਗਦਰਸ਼ਕ ਅਤੇ ਨਿਰਦੇਸ਼ਕ ਹੈ।

ਤੁਸੀਂ ਆਪਣੀਆਂ ਇਨ੍ਹਾਂ ਪੰਜਾਂ ਇੰਦਰੀਆਂ ਰਾਹੀਂ ਗਿਆਨ ਪ੍ਰਾਪਤ ਕਰਦੇ ਹੋ। ਤੁਹਾਡਾ ਯਥਾਰਥਵਾਦੀ ਮਨ ਪੜਚੋਲ, ਅਨੁਭਵ ਅਤੇ ਸਿਖਿਆ ਰਾਹੀਂ ਸਿੱਖਦਾ ਹੈ। ਜਿਵੇਂ ਪਹਿਲਾਂ ਹੀ ਦੱਸਿਆ ਜਾ ਚੁੱਕਿਆ ਹੈ ਕਿ ਯਥਾਰਥਵਾਦੀ ਮਨ ਦਾ ਸਭ ਤੋਂ ਵੱਡਾ ਕਾਰਜ ਤਰਕ ਜਾਂ ਦਲੀਲ ਕਰਨਾ ਹੈ।

ਮੰਨ ਲਓ, ਤੁਸੀਂ ਉਨ੍ਹਾਂ ਹਜ਼ਾਰਾਂ ਸੈਲਾਨੀਆਂ 'ਚੋਂ ਇੱਕ ਹੋ, ਜੋ ਹਰ ਸਾਲ ਲਾਸ ਐਂਜਲਸ ਦੀ ਸੈਰ ਕਰਨ ਲਈ ਆਉਂਦੇ ਹਨ। ਤੁਸੀਂ ਇਸ ਦੇ ਸੁੰਦਰ ਬਗੀਚਿਆਂ, ਸ਼ਾਨਦਾਰ ਇਮਾਰਤਾਂ ਅਤੇ ਸੁੰਦਰ ਘਰਾਂ ਨੂੰ ਦੇਖਣ ਤੋਂ ਬਾਅਦ ਇਸ

ਨਤੀਜੇ 'ਤੇ ਪਹੁੰਚ ਦੇ ਹੋ ਕਿ ਇਹ ਬਹੁਤ ਸੋਹਣਾ ਸ਼ਹਿਰ ਹੈ। ਇਹ ਤੁਹਾਡੇ ਉਦੇਸ਼ ਜਾਂ ਯਥਾਰਥਵਾਦੀ ਮਨ ਦਾ ਕੰਮ ਹੈ।

ਅਕਸਰ ਤੁਹਾਡੇ ਅਵਚੇਤਨ ਮਨ ਨੂੰ ਵਿਅਕਤੀਗਤ ਜਾਂ ਕਲਪਨਾਵਾਦੀ ਮਨ (Subjective mind) ਵੀ ਕਿਹਾ ਜਾਂਦਾ ਹੈ। ਤੁਹਾਡਾ ਕਲਪਨਾਵਾਦੀ ਮਨ ਆਪਣੇ ਵਾਤਾਵਰਣ ਨੂੰ ਪੰਜ ਗਿਆਨ ਇੰਦਰੀਆਂ ਨਾਲੋਂ ਵੱਖ ਕਰਕੇ ਪਛਾਣਦਾ ਹੈ। ਤੁਹਾਡਾ ਅਵਚੇਤਨ ਮਨ ਆਪਣੇ ਅੰਤਰਗਿਆਨ ਦੁਆਰਾ ਸਮਝਦਾ ਹੈ। ਇਹ ਤੁਹਾਡੀ ਭਾਵਨਾਵਾਂ ਦਾ ਸਥਾਨ ਅਤੇ ਯਾਦਾਂ ਦਾ ਭੰਡਾਰ ਹੈ। ਤੁਹਾਡਾ ਕਲਪਨਾਵਾਦੀ ਮਨ ਆਪਣੇ ਉੱਚ-ਪਧਰੀ ਕਾਰਜ ਉਦੋਂ ਕਰਦਾ ਹੈ, ਜਦੋਂ ਤੁਹਾਡੀਆਂ ਯਥਾਰਥਵਾਦੀ ਇੰਦਰੀਆਂ ਸਰਗਰਮ ਨਹੀਂ ਹੁੰਦੀਆਂ ਹਨ। ਦੂਜੇ ਸ਼ਬਦਾਂ ਵਿਚ ਇਹ ਉਹ ਬੁੱਧੀ ਹੈ ਜੋ ਆਪਣਾ ਕੰਮ ਉਦੋਂ ਕਰਦੀ ਹੈ ਜਦੋਂ ਉਦੇਸ਼ ਜਾਂ ਯਥਾਰਥਵਾਦੀ ਮਸਤਿਸ਼ਕ ਅਕਿਰਿਆਸ਼ੀਲ, ਸੁਸਤ ਜਾਂ ਨੀਂਦ ਦੀ ਅਵਸਥਾ ਵਿਚ ਹੁੰਦਾ ਹੈ।

ਤੁਹਾਡਾ ਵਿਅਕਤੀਗਤ ਜਾਂ ਕਲਪਨਾਵਾਦੀ ਮਨ ਦ੍ਰਿਸ਼ਟੀ ਦੇ ਕੁਦਰਤੀ ਅੰਗਾਂ ਦੀ ਵਰਤੋਂ ਕੀਤੇ ਬਿਨਾਂ ਦੇਖਦਾ ਹੈ ਭਾਵ ਅੱਖਾਂ ਤੋਂ ਬਿਨਾਂ ਦੇਖ ਸਕਦਾ ਹੈ। ਉਹ ਬ੍ਰਹਮ ਦਰਸ਼ਕ ਜਾਂ ਦਿਬ-ਦ੍ਰਿਸ਼ਟੀ ਅਤੇ ਅਗੰਮੀ ਵਾਕ ਸੁਣਨਵਾਲਾ ਹੈ। ਤੁਹਾਡਾ ਕਲਪਨਾਵਾਦੀ ਮਨ ਤੁਹਾਡੇ ਸ਼ਰੀਰ ਨੂੰ ਤਿਆਗ ਸਕਦਾ ਹੈ, ਦੂਰ-ਦੁਰਾਡੇ ਦੇਸ਼ਾਂ ਵਿੱਚ ਜਾ ਸਕਦਾ ਹੈ, ਉਥੋਂ ਸੱਚੀ ਅਤੇ ਸਟੀਕ ਕੁਦਰਤੀ ਜਾਣਕਾਰੀਆਂ ਲਿਆ ਸਕਦਾ ਹੈ। ਆਪਣੇ ਵਿਅਕਤੀਵਾਦੀ ਜਾਂ ਕਲਪਨਾਵਾਦੀ ਮਨ ਰਾਹੀਂ ਤੁਸੀਂ ਦੂਜਿਆਂ ਦੇ ਮਨਾਂ ਨੂੰ ਪੜ੍ਹ ਸਕਦੇ ਹੋ, ਤਾਲਾਬੰਦ ਤਿਜ਼ੋਰੀਆਂ ਅਤੇ ਲਿਫ਼ਾਫ਼ਿਆਂ ਦੀ ਸਮੱਗਰੀਆਂ ਨੂੰ ਜਾਣ ਸਕਦੇ ਹੋ। ਤੁਹਾਡਾ ਕਲਪਨਾਵਾਦੀ ਮਨ ਦੂਜਿਆਂ ਦੇ ਵਿਚਾਰਾਂ ਨੂੰ ਆਮ ਤੌਰ 'ਤੇ ਵਰਤੀਆਂ ਜਾਣ ਵਾਲੀਆਂ ਸੰਚਾਰ ਪ੍ਰਣਾਲੀਆਂ ਤੋਂ ਬਿਨਾਂ ਸਮਝਣ ਦੀ ਸਮਰੱਥਾ ਰੱਖਦਾ ਹੈ। ਇਹ ਸਭ ਤੋਂ ਜ਼ਿਆਦਾ ਮਹੱਤਵਪੂਰਨ ਹੈ ਕਿ ਅਸੀਂ ਪ੍ਰਾਰਥਨਾ ਕਰਨ ਦੀ ਅਸਲ ਕਲਾ ਨੂੰ ਸਿੱਖਣ ਲਈ ਉਦੇਸ਼ ਅਤੇ ਵਿਅਕਤੀਗਤ ਮਨ ਦੇ ਆਪਸੀ ਤਾਲਮੇਲ ਨੂੰ ਸਮਝੀਏ।

ਅਵਚੇਤਨ ਤੁਹਾਡੇ ਚੇਤਨ ਮਨ ਵਾਂਗ ਤਰਕ ਜਾਂ ਦਲੀਲ ਨਹੀਂ ਕਰ ਸਕਦਾ; ਤੁਹਾਡਾ ਅਵਚੇਤਨ ਮਨ ਵਿਵਾਦਾਂ ਨਾਲ ਭਰੀ ਬਹਿਸ ਨਹੀਂ ਕਰ ਸਕਦਾ।

ਇਸੇ ਲਈ, ਜੇ ਤੁਸੀਂ ਇਸ ਨੂੰ ਗਲਤ ਸੁਝਾਅ ਦੇਵੋਗੇ, ਤਾਂ ਇਹ ਉਨ੍ਹਾਂ ਨੂੰ ਸੱਚ ਮੰਨ ਲਵੇਗਾ ਅਤੇ ਉਸ ਨੂੰ ਸਥਿਤੀਆਂ, ਅਨੁਭਵਾਂ ਅਤੇ ਘਟਨਾਵਾਂ ਦੇ ਤੌਰ 'ਤੇ ਲਾਗੂ ਕਰਨ ਲਈ ਅੱਗੇ ਵਧੇਗਾ। ਤੁਹਾਡੇ ਨਾਲ ਵਾਪਰਨ ਵਾਲੀਆਂ ਸਾਰੀਆਂ ਗੱਲਾਂ ਤੁਹਾਡੇ ਅਵਚੇਤਨ ਵਿੱਚ ਬੈਠੇ ਵਿਸ਼ਵਾਸਾਂ ਕਾਰਨ ਵਾਪਰਦੀਆਂ ਹਨ। ਜੇ ਤੁਸੀਂ ਆਪਣੇ ਮਨ ਨੂੰ ਗਲਤ ਧਾਰਨਾਵਾਂ ਦੱਸੀਆ ਹਨ ਤਾਂ ਇਸ ਨੂੰ ਦੂਰ ਕਰਨ ਦਾ ਸਹੀ ਤਰੀਕਾ, ਉਸਾਰੂ, ਇਕਸੁਰਤਾ ਵਾਲੇ ਵਿਚਾਰਾਂ ਨੂੰ ਵਾਰ-ਵਾਰ ਦੁਹਰਾਉਣ ਦੁਆਰਾ ਹੈ, ਜਿਸ ਨੂੰ ਤੁਹਾਡਾ ਅਵਚੇਤਨ ਮਨ ਸਵੀਕਾਰ ਕਰਦਾ ਹੈ, ਇਸ ਤਰ੍ਹਾਂ ਤੁਸੀਂ ਆਪਣੇ ਅਵਚੇਤਨ ਮਨ ਲਈ ਵਿਚਾਰ ਅਤੇ ਜੀਵਨ ਦੀਆਂ ਨਵੀਆਂ ਅਤੇ

ਸਿਹਤਮੰਦ ਆਦਤਾਂ ਨੂੰ ਪਾ ਸਕਦੇ ਹੋ, ਕਿਉਂਕਿ ਤੁਹਾਡਾ ਅਵਚੇਤਨ ਮਨ ਆਦਤਾਂ (ਸੁਭਾਅ) ਦਾ ਸਥਾਨ ਹੈ।

ਤੁਹਾਡੇ ਚੇਤਨ ਮਨ ਦੀ ਆਦਤਨ ਸੋਚ ਤੁਹਾਡੇ ਅਵਚੇਤਨ ਮਨ 'ਚ ਡੁੱਘੀਆਂ ਖੱਡਾਂ ਨੂੰ ਉਜਾਗਰ ਕਰਦੀ ਹੈ। ਇਹ ਤੁਹਾਡੇ ਲਈ ਇਕ ਅਨੁਕੂਲ ਸਥਿਤੀ ਹੈ ਜੇ ਤੁਹਾਡੇ ਵਿਚਾਰ ਇਕਸੁਰ, ਸ਼ਾਂਤੀਪੂਰਨ ਅਤੇ ਉਸਾਰੂ ਹੋਣ।

ਜੇ ਤੁਸੀਂ ਡਰ, ਚਿੰਤਾ ਅਤੇ ਹੋਰ ਤਰ੍ਹਾਂ ਦੀਆਂ ਵਿਨਾਸ਼ਕ ਸੋਚਾਂ ਦੇ ਸ਼ਿਕਾਰ ਹੋ? ਤਾਂ ਇਸ ਦਾ ਇਲਾਜ ਹੈ ਆਪਣੇ ਅਵਚੇਤਨ ਮਨ ਦੀ ਸ਼ਕਤੀ ਨੂੰ ਪਛਾਣ ਕੇ ਉਸ ਨੂੰ ਆਜ਼ਾਦੀ, ਖ਼ੁਸ਼ੀ ਅਤੇ ਸੰਪੂਰਨ ਸਿਹਤ ਦਾ ਆਦੇਸ਼ ਦੇਣਾ। ਤੁਹਾਡਾ ਅਵਚੇਤਨ ਮਨ ਰਚਨਾਤਮਕ ਅਤੇ ਤੁਹਾਡੇ ਬ੍ਰਹਮ ਜਾਂ ਦੈਵੀ ਸ੍ਰੋਤ ਨਾਲ ਇਕਰੂਪ ਹੋਣ ਕਰਕੇ, ਤੁਹਾਡੀ ਦਿਲੀ ਇੱਛਾ ਅਨੁਸਾਰ ਆਜ਼ਾਦੀ ਅਤੇ ਖ਼ੁਸ਼ੀਆਂ ਲਿਆਉਣ ਦੀ ਤਿਆਰੀ ਵਿਚ ਲੱਗ ਜਾਵੇਗਾ।

ਸੁਝਾਅ ਦੀ ਬੇਪਨਾਹ ਸ਼ਕਤੀ

ਹੁਣ ਤੱਕ ਤੁਸੀਂ ਅਹਿਸਾਸ ਕਰ ਲਿਆ ਹੋਵੇਗਾ ਕਿ ਤੁਹਾਡਾ ਚੇਤਨ ਮਸਤਿਸ਼ਕ "ਦਰਬਾਨ" ਹੈ ਅਤੇ ਇਸਦਾ ਮੁੱਖ ਕੰਮ ਤੁਹਾਡੇ ਅਵਚੇਤਨ ਮਨ ਨੂੰ ਗਲਤ ਤੱਥਾਂ ਜਾਂ ਪ੍ਰਭਾਵਾਂ ਤੋਂ ਬਚਾਉਣਾ ਹੈ। ਤੁਸੀਂ ਹੁਣ ਮਸਤਿਸ਼ਕ ਦੇ ਬੁਨਿਆਦੀ ਨਿਯਮਾਂ 'ਚੋਂ ਇਕ ਤੋਂ ਜਾਣੂ ਹੋ: ਤੁਹਾਡਾ ਅਵਚੇਤਨ ਮਨ ਸੁਝਾਅ ਦੇ ਪ੍ਰਤੀ ਬੇਹਦ ਸੰਵੇਦਨਸ਼ੀਲ ਹੈ ਜਾਂ ਤੁਹਾਡਾ ਅਵਚੇਤਨ ਮਨ ਸੁਝਾਵਾਂ ਨਾਲ ਬੜੀ ਛੇਤੀ ਪ੍ਰਭਾਵਿਤ ਹੋ ਜਾਂਦਾ ਹੈ। ਜਿਵੇਂ ਕਿ ਤੁਸੀਂ ਜਾਣਦੇ ਹੋ, ਤੁਹਾਡਾ ਅਵਚੇਤਨ ਮਨ ਕੋਈ ਤੁਲਨਾ ਨਹੀਂ ਕਰਦਾ ਨਾ ਹੀ ਕੁਝ ਉਲਟ ਸੋਚਦਾ ਜਾਂ ਤਰਕ ਕਰਦਾ ਹੈ, ਇਹ ਆਪਣੇ ਲਈ ਕੁਝ ਨਹੀਂ ਸੋਚਦਾ। ਸੋਚਣ ਦੀ ਪ੍ਰਕਿਰਿਆ ਤੁਹਾਡੇ ਚੇਤਨ ਮਨ ਦੀ ਹੈ। ਅਵਚੇਤਨ ਮਨ ਤਾਂ ਕੇਵਲ ਚੇਤਨ ਮਨ ਦੁਆਰਾ ਇਸ ਨੂੰ ਦਿੱਤੇ ਗਏ ਪ੍ਰਭਾਵਾਂ 'ਤੇ ਪ੍ਰਤੀਕਿਰਿਆ ਕਰਦਾ ਹੈ। ਇਹ ਕਿਸੇ ਪ੍ਰਕਾਰ ਵੀ ਇੱਕ ਕਾਰਜ ਨੂੰ ਦੂਜੇ ਕਾਰਜ ਤੋਂ ਬਿਹਤਰ ਜਾਂ ਕਮਤਰ ਕਰ ਕੇ ਨਹੀਂ ਆਂਕਦਾ।

ਸੁਝਾਅ ਦੀ ਜ਼ਬਰਦਸਤ ਸ਼ਕਤੀ ਦਾ ਇੱਕ ਸ਼ਾਨਦਾਰ ਉਦਾਹਰਨ ਅੱਗੇ ਦਿੱਤਾ ਗਿਆ ਹੈ। ਕਲਪਨਾ ਕਰੋ ਕਿ ਤੁਸੀਂ ਕਿਸੇ ਅਜਿਹੇ ਸਮੁੰਦਰੀ ਜਹਾਜ 'ਤੇ ਹੋ, ਜੋ ਥੋੜ੍ਹਾ ਹਿਲ-ਝੁੱਲ ਰਿਹਾ ਹੈ। ਤੁਸੀਂ ਇਕ ਡਰਪੋਕ ਦਿਖ ਵਾਲੇ ਯਾਤਰੀ ਕੋਲ ਜਾ ਕੇ ਉਸ ਨੂੰ ਕੁਝ ਇਸ ਤਰ੍ਹਾਂ ਕਹਿੰਦੇ ਹੋ, "ਤੁਹਾਡੀ ਹਾਲਤ ਮੈਨੂੰ ਚੰਗੀ ਨਹੀਂ ਲੱਗ ਰਹੀ ਹੈ। ਤੁਹਾਡਾ ਚਿਹਰਾ ਬਿਲਕੁੱਲ ਫਿੱਕਾ ਜਾਂ ਪੀਲਾ ਪੈ ਗਿਆ ਹੈ! ਮੈਨੂੰ ਲਗਦਾ ਹੈ ਕਿ ਤੁਹਾਨੂੰ ਸਮੁੰਦਰੀ ਯਾਤਰਾ ਦੌਰਾਨ ਹੋਣ ਵਾਲੀ ਮਤਲੀ ਹੋ ਸਕਦੀ ਹੈ। ਕੀ ਮੈਂ ਤੁਹਾਨੂੰ ਕੈਬਿਨ ਤੱਕ ਪਹੁੰਚਾ ਦਿਆਂ?" ਯਾਤਰੀ ਦਾ ਚਿਹਰਾ ਪੀਲਾ ਪੈ ਜਾਂਦਾ ਹੈ। ਤੁਸੀਂ ਉਸ ਨੂੰ ਮਤਲੀ ਜਾਂ ਸਮੁੰਦਰੀ ਬਿਮਾਰੀ ਬਾਰੇ ਜੋ ਸੁਝਾਅ ਹੁਣੇ-ਹੁਣੇ ਦਿੱਤਾ

ਹੈ, ਉਹ ਉਸਦੇ ਆਪਣੇ ਡਰ ਅਤੇ ਸ਼ੰਕਾਵਾਂ ਨਾਲ ਮੇਲ ਖਾਂਦਾ ਹੈ। ਉਹ ਤੁਹਾਡੀ ਸਹਾਇਤਾ ਲੈ ਕੇ ਡੈੱਕ ਤੋਂ ਥੱਲੇ ਆਪਣੇ ਕੈਬਿਨ ਤਕ ਪਹੁੰਚ ਜਾਂਦਾ ਹੈ। ਉੱਥੇ ਪਹੁੰਚ ਕੇ ਤੁਹਾਡਾ ਨਕਾਰਾਤਮਕ ਸੁਝਾਅ, ਜਿਸ ਨੂੰ ਉਸ ਨੇ ਸੱਚ ਮੰਨ ਲਿਆ ਸੀ, ਸੱਚ ਜਾਂ ਸਾਕਾਰ ਹੋ ਜਾਂਦਾ ਹੈ।

ਇੱਕੋ ਜਿਹੇ ਸੁਝਾਅ 'ਤੇ ਵੱਖ-ਵੱਖ ਪ੍ਰਤੀਕਰਮ

ਇਹ ਸੱਚ ਹੈ ਕਿ ਵੱਖੋ-ਵੱਖਰੇ ਲੋਕ ਆਪਣੀ ਅਵਚੇਤਨ ਸਥਿਤੀ ਜਾਂ ਵਿਸ਼ਵਾਸ ਕਾਰਨ ਇੱਕੋ ਸੁਝਾਅ 'ਤੇ ਵੱਖਰੇ-ਵੱਖਰੇ ਤਰੀਕਿਆਂ ਨਾਲ ਪ੍ਰਤੀਕਿਰਿਆ ਕਰਣਗੇ। ਮਿਸਾਲ ਲਈ, ਜੇ ਤੁਸੀਂ ਸਮੁੰਦਰੀ ਜਹਾਜ 'ਤੇ ਕਿਸੇ ਮਲਾਹ ਕੋਲ ਜਾ ਕੇ ਉੱਸ ਨੂੰ ਹਮਦਰਦੀ ਨਾਲ ਕਹਿੰਦੇ ਹੋ,"ਮੇਰੇ ਪਿਆਰੇ ਸਾਥੀ, ਤੁਸੀਂ ਬਹੁਤ ਬਿਮਾਰ ਦਿਖ ਰਹੇ ਹੋ। ਕੀ ਤੁਸੀਂ ਆਪਣੇ-ਆਪ ਨੂੰ ਬਿਮਾਰ ਤਾਂ ਨਹੀਂ ਮਹਿਸੂਸ ਕਰ ਰਹੇ ਹੋ? ਇੰਵ ਪ੍ਰਤੀਤ ਹੋ ਰਿਹਾ ਹੈ ਕਿ ਤੁਸੀਂ ਬਿਮਾਰ ਹੋਣ ਵਾਲੇ ਹੋ।"

ਆਪਣੇ ਸੁਭਾਅ ਅਨੁਸਾਰ ਉਹ ਜਾਂ ਤਾਂ ਤੁਹਾਡੇ "ਮਜ਼ਾਕ" ਤੇ ਹੱਸਦਾ ਹੈ ਜਾਂ ਥੋੜ੍ਹੀ ਜਿਹੀ ਚਿੜਚਿੜਾਹਟ ਜ਼ਾਹਿਰ ਕਰੇਗਾ। ਤੁਹਾਡੇ ਸੁਝਾਅ ਦਾ ਉਸ 'ਤੇ ਕੋਈ ਅਸਰ ਨਹੀਂ ਹੋਵੇਗਾ, ਕਿਉਂਕਿ ਉਸ ਨੇ ਸਮੁੰਦਰੀ ਬਿਮਾਰੀ ਨੂੰ ਆਪਣੀ ਚੰਗੀ ਸਿਹਤ ਦੀ ਵਜ੍ਹਾ ਨਾਲ ਅਣਡਿੱਠ ਕੀਤਾ ਹੋਇਆ ਹੈ। ਇਸ ਲਈ, ਉੱਸ ਨੂੰ ਥੋੜ੍ਹਾ ਜਿਹਾ ਵੀ ਡਰ ਜਾਂ ਚਿੰਤਾ ਮਹਿਸੂਸ ਨਹੀਂ ਹੋਵੇਗਾ, ਸਗੋਂ ਇਸ ਦੇ ਉਲਟ ਉਸਦਾ ਆਤਮ-ਵਿਸ਼ਵਾਸ ਪ੍ਰਗਟ ਹੋਵੇਗਾ।

ਡਿਕਸ਼ਨਰੀ ਦੇ ਅਨੁਸਾਰ ਸੁਝਾਅ (Suggestion) ਇੱਕ ਅਜਿਹਾ ਕੰਮ ਜਾਂ ਉਦਾਹਰਣ ਹੈ ਜੋ ਤੁਸੀਂ ਕਿਸੇ ਹੋਰ ਦੇ ਮਸਤਿਸ਼ਕ ਜਾਂ ਦਿਮਾਗ ਵਿਚ ਪਾਉਂਦੇ ਹੋ। ਇੱਕ ਮਾਨਸਿਕ ਪ੍ਰਕਿਰਿਆ, ਜਿਸ ਵਿੱਚ ਸੁਝਾਏ ਗਏ ਵਿਚਾਰ ਜਾਂ ਸੋਚ, ਨੂੰ ਸਵੀਕਾਰ ਕੀਤਾ ਜਾਂਦਾ ਹੈ ਜਾਂ ਉਸ ਨੂੰ ਕਾਰਜਰੂਪ ਵਿਚ ਢਾਲਿਆ ਜਾਂਦਾ ਹੈ। ਤੁਹਾਨੂੰ ਯਾਦ ਰੱਖਣਾ ਹੋਵੇਗਾ ਕਿ ਕੋਈ ਵੀ ਸੁਝਾਅ ਉਦੋਂ ਤੱਕ ਅਵਚੇਤਨ ਮਨ ਵਿੱਚ ਨਹੀਂ ਪਾਇਆ ਜਾ ਸਕਦਾ, ਜਦੋਂ ਤੱਕ ਕਿ ਚੇਤਨ ਮਸਤਿਸ਼ਕ ਇਸ ਲਈ ਸਹਿਮਤ ਨਾ ਹੋਵੇ। ਦੂਜੇ ਸ਼ਬਦਾਂ ਵਿੱਚ, ਤੁਹਾਡੇ ਚੇਤਨ ਮਸਤਿਸ਼ਕ ਨੂੰ ਦਿੱਤੇ ਗਏ ਸੁਝਾਅ ਨੂੰ ਅਸਵੀਕਾਰ ਕਰਨ ਦੀ ਸ਼ਕਤੀ ਹੁੰਦੀ ਹੈ। ਮੱਲਾਹ ਦੇ ਸੰਦਰਭ ਵਿਚ ਉਸ ਨੂੰ ਸਮੁੰਦਰੀ ਬਿਮਾਰੀ ਦਾ ਕੋਈ ਡਰ ਜਾਂ ਭੈ ਨਹੀਂ ਸੀ। ਉਸ ਨੂੰ ਆਪਣੇ ਆਪ 'ਤੇ ਇਸ ਬਿਮਾਰੀ ਤੋਂ ਸੁਰੱਖਿਅਤ ਰਹਿਣ ਦਾ ਵਿਸ਼ਵਾਸ ਸੀ, ਇਸ ਲਈ ਨਕਾਰਾਤਮਕ ਸੁਝਾਅ ਕੋਲ ਉਸ ਵਿਚ ਡਰ ਪੈਦਾ ਕਰਨ ਦੀ ਕੋਈ ਸ਼ਕਤੀ ਨਹੀਂ ਸੀ।

ਦੂਜੇ ਯਾਤਰੀ 'ਤੇ ਸਮੁੰਦਰੀ ਬਿਮਾਰੀ ਦਾ ਸੁਝਾਅ ਉਸ ਦੇ ਆਪਣੇ 'ਤੇ ਇਸਦਾ ਡਰ ਹੋਣ ਕਾਰਨ ਵੱਧ ਗਿਆ। ਸਾਡੇ ਵਿੱਚੋਂ ਹਰ ਇੱਕ ਦਾ ਆਪਣਾ

ਅੰਦਰੂਨੀ ਡਰ, ਵਿਸ਼ਵਾਸ ਤੇ ਮਾਨਤਾ ਹੁੰਦੀ ਹੈ ਅਤੇ ਇਹ ਅੰਦਰੂਨੀ ਸੋਚ ਸਾਡੇ ਜੀਵਨ ਨੂੰ ਨਿਯੰਤਰਿਤ ਅਤੇ ਸੰਚਾਲਿਤ ਕਰਦੀ ਹੈ। ਸੁਝਾਅ ਵਿਚ ਆਪਣੇ-ਆਪ ਲਈ ਕੋਈ ਸ਼ਕਤੀ ਨਹੀਂ ਹੁੰਦੀ ਜਦੋਂ ਤੱਕ ਤੁਸੀਂ ਇਸ ਨੂੰ ਮਾਨਸਿਕ ਤੌਰ 'ਤੇ ਸਵੀਕਾਰ ਨਾ ਕਰਲਓ। ਸੁਝਾਵਾਂ ਦੀ ਪ੍ਰਕਿਰਤੀ ਦੇ ਅਨੁਸਾਰ ਤੁਹਾਡਾ ਅਵਚੇਤਨ ਮਨ ਸੀਮਤ ਪ੍ਰਤੀਕਿਰਿਆ ਕਰਦਾ ਹੈ।

ਉਸ ਨੇ ਆਪਣੀ ਬਾਂਹ ਕਿਵੇਂ ਗੁਆ ਦਿੱਤੀ

ਹਰ ਦੋ ਜਾਂ ਤਿੰਨ ਸਾਲਾਂ ਬਾਅਦ ਮੈਂ ਕੈਕਸਟਨ ਹਾਲ ਵਿਚ ਲੰਡਨ ਟਰੂਥ ਫੋਰਮ ਅੰਦਰ ਨਿਯਮਤ ਤੌਰ 'ਤੇ ਵਖਿਆਨਾਂ ਦੀ ਲੜੀ ਦੇਣ ਲਈ ਜਾਂਦਾ ਹਾਂ। ਇਹ ਇੱਕ ਅਜਿਹਾ ਫੋਰਮ ਹੈ ਜਿਸਦੀ ਸਥਾਪਨਾ ਮੈਂ ਕਈ ਸਾਲ ਪਹਿਲਾਂ ਕੀਤੀ ਸੀ। ਇਸਦੀ ਨਿਦੇਸ਼ਕ, ਡਾ. ਈਵਲਿਨ ਫਲੀਟ ਨੇ ਮੈਨੂੰ ਸੁਝਾਅ ਦੀ ਸ਼ਕਤੀ ਨਾਲ ਨਜਿੱਠਣ ਵਾਲੇ ਅੰਗ੍ਰੇਜ਼ੀ ਅਖ਼ਬਾਰਾਂ ਵਿਚ ਪ੍ਰਕਾਸ਼ਿਤ ਇੱਕ ਲੇਖ ਬਾਰੇ ਦੱਸਿਆ, ਜੋ ਇਕ ਵਿਅਕਤੀ ਦੁਆਰਾ ਲਗਭਗ ਦੋ ਸਾਲਾਂ ਦੇ ਅਰਸੇ ਵਿੱਚ ਆਪਣੇ ਅਵਚੇਤਨ ਮਨ ਨੂੰ ਦਿੱਤੇ ਗਏ ਸੁਝਾਅ ਦੇ ਬਾਰੇ ਸੀ:

"ਮੈਂ ਆਪਣੀ ਧੀ ਨੂੰ ਠੀਕ ਕਰਨ ਲਈ ਆਪਣੀ ਸੱਜੀ ਬਾਂਹ ਦੇ ਦਿਆਂਗਾ।" ਇੰਝ ਜਾਪਦਾ ਹੈ ਕਿ ਉਸਦੀ ਧੀ, ਚਮੜੀ ਦੀ ਲਾਇਲਾਜ ਬਿਮਾਰੀ ਦੇ ਨਾਲੋ-ਨਾਲ ਅਪਹਾਜ ਬਨਾਉਣ ਵਾਲੀ ਹੱਡੀ ਦੀ ਬਿਮਾਰੀ ਆਰਥਰਾਇਟਿਸ ਨਾਲ ਜੂਝ ਰਹੀ ਸੀ। ਡਾਕਟਰਾਂ ਦੀ ਤਮਾਮ ਕੋਸ਼ਿਸ਼ਾਂ ਦੇ ਬਾਵਜੂਦ ਵੀ ਉਸ ਦੀ ਧੀ ਨੂੰ ਕੋਈ ਫਾਇਦਾ ਨਹੀਂ ਹੋਇਆ। ਪਿਤਾ ਨੂੰ ਆਪਣੇ ਧੀ ਦੇ ਠੀਕ ਹੋਣ ਲਈ ਇੱਕ ਤੀਬਰ ਤਾਂਘ ਸੀ, ਇਸੇ ਲਈ, ਉਸ ਨੇ ਇਸ ਦਾ ਇਜ਼ਹਾਰ ਉੱਪਰ ਦਿੱਤੇ ਗਏ ਸ਼ਬਦਾਂ ਵਿੱਚ ਕੀਤਾ।

ਡਾ. ਈਵਲਿਨ ਫਲੀਟ ਨੇ ਕਿਹਾ ਕਿ ਅਖ਼ਬਾਰ ਦੇ ਲੇਖ ਨੇ ਇਸ ਵੱਲ ਇਸ਼ਾਰਾ ਕੀਤਾ ਕਿ ਇੱਕ ਦਿਨ ਉਹ ਪਰਿਵਾਰ ਆਪਣੀ ਕਾਰ ਰਾਹੀਂ ਕਿਤੇ ਜਾ ਰਿਹਾ ਸੀ ਅਤੇ ਉਨ੍ਹਾਂ ਦੀ ਕਾਰ ਐਕਸੀਡੈਂਟ ਹੋ ਗਿਆ, ਜਿਸ ਵਿਚ ਉਸਦੇ ਪਿਤਾ ਦਾ ਸੱਜਾ ਹੱਥ ਮੋਢੇ ਤੋਂ ਜੁਦਾ ਹੋ ਗਿਆ ਅਤੇ ਤੁਰੰਤ ਉਸੇ ਵਕਤ ਉਸਦੀ ਧੀ ਦਾ ਆਰਥਰਾਇਟਿਸ ਅਤੇ ਚਮੜੀ ਦਾ ਰੋਗ ਬਿਲਕੁੱਲ ਗਾਇਬ ਹੋ ਗਿਆ।

ਤੁਹਾਨੂੰ ਆਪਣੇ-ਆਪ ਨੂੰ ਇਸ ਗੱਲ ਲਈ ਯਕੀਨੀ ਬਨਾਉਣਾ ਚਾਹੀਦਾ ਹੈ ਕਿ ਤੁਸੀਂ ਆਪਣੇ ਅਵਚੇਤਨ ਮਨ ਨੂੰ ਸਿਰਫ ਉਸੇ ਤਰ੍ਹਾਂ ਦੇ ਸੁਝਾਅ ਦਿਓ, ਜੋ ਸਹੀ ਇਲਾਜ, ਅਸੀਸ ਦੇਣ, ਉੱਨਤੀ ਅਤੇ ਤੁਹਾਨੂੰ ਸਾਰੇ ਤਰੀਕਿਆ ਨਾਲ ਪ੍ਰੇਰਿਤ ਕਰਨ। ਯਾਦ ਰੱਖੋ ਕਿ ਤੁਹਾਡਾ ਅਵਚੇਤਨ ਮਨ ਮਖੌਲ ਨਹੀਂ ਕਰ ਸਕਦਾ। ਉਹ ਤੁਹਾਡੇ ਸ਼ਬਦਾਂ ਨੂੰ ਗ੍ਰਹਿਣ ਕਰਦਾ ਜਾਂ ਸਿਰਫ ਤੁਹਾਡੇ ਹੁਕਮਾਂ ਦੀ ਅੱਖਰੀ ਪਾਲਣਾ ਕਰਦਾ ਹੈ।

ਕਿਵੇਂ ਸੈ-ਸੁਝਾਅ ਡਰ ਨੂੰ ਦੂਰ ਕਰਦਾ ਹੈ

ਆਪਣੇ-ਆਪ ਨੂੰ ਦਿੱਤੇ ਸੁਝਾਅ ਦੇ ਦ੍ਰਿਸ਼ਟਾਂਤ: ਸਵੈ-ਸੁਝਾਅ (Auto-suggestion) ਦਾ ਅਰਥ ਹੈ ਆਪਣੇ-ਆਪ ਨੂੰ ਕੋਈ ਨਿਸ਼ਚਿਤ ਅਤੇ ਵਿਸ਼ੇਸ਼ ਸੁਝਾਅ ਦੇਣਾ। ਹਰਬਰਟ ਪਾਰਕਿਨ ਸੈ-ਸੁਝਾਅ 'ਤੇ ਆਪਣੀ ਸ਼ਾਨਦਾਰ ਕਿਤਾਬ ਵਿੱਚ, ਹੇਠ ਲਿਖੀ ਘਟਨਾ ਨੂੰ ਦਰਜ ਕਰਦੇ ਹੋਏ ਦੱਸਦੇ ਹਨ: ਇਸਦਾ ਇਕ ਦਿਲਚਸਪ ਪਹਿਲੂ ਹੈ ਜਿਸ ਨਾਲ ਤੁਸੀਂ ਇਸ ਨੂੰ ਯਾਦ ਰੱਖ ਸਕਦੇ ਹੋ, "ਨਿਊਯਾਰਕ ਦਾ ਇਕ ਸੈਲਾਨੀ ਸ਼ਿਕਾਗੋ ਵਿਚ ਪਹੁੰਚ ਕੇ ਆਪਣੀ ਘੜੀ ਨੂੰ ਦੇਖਦਾ ਹੈ, ਜਿਸਦਾ ਸਮਾਂ ਸ਼ਿਕਾਗੋ ਦੇ ਸਮੇਂ ਕੋਲੋ ਇਕ ਘੰਟੇ ਅੱਗੇ ਸੀ ਅਤੇ ਉਸਨੇ ਆਪਣੇ ਸ਼ਿਕਾਗੋ ਦੇ ਦੋਸਤ ਨੂੰ ਦੱਸਿਆ ਕਿ ਬਾਰਾਂ ਵੱਜ ਚੁੱਕੇ ਹਨ। ਉਸਦੇ ਸ਼ਿਕਾਗੋ ਦੇ ਦੋਸਤ ਬਿਨਾਂ ਇਹ ਧਿਆਨ ਦਿੱਤੇ ਕਿ ਦੋਨਾਂ ਸ਼ਹਿਰਾਂ ਦੇ ਸਮੇਂ ਵਿਚ ਅੰਤਰ ਹੈ, ਆਪਣੇ ਨਿਊਯਾਰਕ ਵਾਲੇ ਦੋਸਤ ਨੂੰ ਦੱਸਿਆ, "ਉਹ ਭੁੱਖਾਂ ਹੈ ਅਤੇ ਉਨ੍ਹਾਂ ਨੂੰ ਦੁਪਹਿਰ ਦੇ ਖਾਣੇ 'ਤੇ ਜਾਣਾ ਚਾਹੀਦਾ ਹੈ।"

ਸੈ-ਸੁਝਾਅ ਦੀ ਵਰਤੋਂ ਵੱਖ-ਵੱਖ ਤਰ੍ਹਾਂ ਦੇ ਡਰ ਅਤੇ ਨਕਾਰਾਤਮਕ ਸਥਿਤੀਆਂ ਨੂੰ ਖਤਮ ਕਰਨ ਲਈ ਕੀਤੀਆਂ ਜਾ ਸਕਦੀਆਂ ਹਨ। ਇਕ ਨੌਜਵਾਨ ਗਾਇਕਾ ਨੂੰ ਆਡੀਸ਼ਨ ਦੇਣ ਲਈ ਬੁਲਾਇਆ ਗਿਆ, ਉਹ ਇਸ ਆਡੀਸ਼ਨ ਦੇ ਇੰਟਰਵਿਊ ਲਈ ਉਡੀਕ ਕਰ ਰਹੀ ਸੀ, ਪਰ ਇਸ ਤੋਂ ਪਹਿਲਾਂ ਹੋਏ ਤਿੰਨਾਂ ਮੌਕਿਆਂ 'ਤੇ ਉਹ ਆਪਣੇ ਡਰ ਦੇ ਕਾਰਨ ਬੁਰੀ ਤਰ੍ਹਾਂ ਅਸਫਲ ਹੋ ਗਈ ਸੀ, ਕਾਰਣ ਅਸਫਲ ਹੋਣ ਦਾ ਡਰ। ਇਸ ਮੁਟਿਆਰ ਦੀ ਆਵਾਜ਼ ਬਹੁਤ ਚੰਗੀ ਸੀ, ਪਰ ਉਹ ਆਪਣੇ-ਆਪ ਨੂੰ ਕਹਿੰਦੀ ਰਹਿੰਦੀ ਸੀ, "ਜਦੋਂ ਗਾਉਣ ਦਾ ਵੇਲਾ ਆਵੇਗਾ, ਉਦੋਂ ਮੈਂ ਮਾੜਾ ਗਾਵਾਂਗੀ। ਮੈਨੂੰ ਉਹ ਭੂਮਿਕਾ ਕਦੇ ਨਹੀਂ ਮਿਲੇਗੀ। ਉਹ ਮੈਨੂੰ ਪਸੰਦ ਨਹੀਂ ਕਰਣਗੇ। ਉਹ ਸੋਚਣਗੇ ਕਿ ਮੈਂ ਕੋਸ਼ਿਸ਼ ਕਰਣ ਦੀ ਹਿੰਮਤ ਵੀ ਕਿਵੇਂ ਕੀਤੀ। ਮੈਂ ਆਡੀਸ਼ਨ ਦੇਣ ਤਾਂ ਜਾਵਾਂਗੀ, ਪਰ ਮੈਂ ਜਾਣਦੀ ਹਾਂ ਕਿ ਮੈਂ ਅਸਫਲ ਹੋ ਜਾਵਾਂਗੀ।"

ਉਸਦੇ ਅਵਚੇਤਨ ਮਨ ਨੇ ਇਨ੍ਹਾਂ ਨਕਾਰਾਤਮਕ ਸੈ-ਸੁਝਾਵਾਂ ਨੂੰ ਇਕ ਬੇਨਤੀ ਦੇ ਤੌਰ 'ਤੇ ਸਵੀਕਾਰ ਕਰ ਲਿਆ ਅਤੇ ਉਨ੍ਹਾਂ ਨੂੰ ਸੱਚ ਸਾਬਤ ਕਰਨ ਵਿਚ ਜੁਟ ਗਿਆ ਅਤੇ ਉਨ੍ਹਾਂ ਨੂੰ ਹਾਲਾਤ ਵਿਚ ਤਬਦੀਲ ਕਰ ਦਿੱਤਾ। ਕਾਰਨ ਇਕ ਅਣਇੱਛਤ ਸੈ-ਸੁਝਾਅ ਸੀ, ਜੋ ਪੂਰੇ ਭਾਵਨਾਤਮਕ ਅਤੇ ਵਿਸ਼ੇ-ਵਸਤੂ ਵਿਚ ਮੌਨ ਡਰ।

ਉਸ ਮੁਟਿਆਰ ਨੇ ਅੱਗੇ ਦਿੱਤੀ ਗਈ ਤਕਨੀਕ ਨੂੰ ਅਪਨਾਕੇ ਆਪਣੇ ਡਰ 'ਤੇ ਕਾਬੂ ਪਾਇਆ: ਰੋਜ਼ਾਨਾ ਦਿਨ ਵਿਚ ਤਿੰਨ ਵਾਰੀ ਉਹ ਇਕ ਸ਼ਾਂਤ ਕਮਰੇ ਵਿਚ ਇਕੱਲੀ ਜਾਂਦੀ ਸੀ। ਉਹ ਆਰਾਮ ਕੁਰਸੀ 'ਤੇ ਨਿਸ਼ਚਿੰਤ ਹੋ ਕੇ ਬੈਠ ਜਾਂਦੀ, ਆਪਣੇ ਸਰੀਰ ਨੂੰ ਢਿੱਲਾ ਛੱਡ ਕੇ ਆਪਣੀਆਂ ਅੱਖਾਂ ਨੂੰ ਬੰਦ ਕਰ ਲੈਂਦੀ। ਉਹ

ਆਪਣੇ ਮਸਤਿਸ਼ਕ ਤੇ ਸਰੀਰ ਨੂੰ ਜਿੰਨਾ ਸੰਭਵ ਹੋ ਸਕੇਸ਼ਾਂਤ ਤੇ ਸਥਿਰ ਕਰ ਲੈਂਦੀ ਸੀ। ਸਰੀਰਕ ਜੜਤਾ ਮਾਨਸਿਕ ਨਿਸ਼ਕਿਰਿਆਤਾ ਨੂੰ ਪ੍ਰੇਰਿਤ ਕਰਦੀ ਹੈ ਅਤੇ ਮਸਤਿਸ਼ਕ ਨੂੰ ਸੁਝਾਵਾਂ ਲਈ ਵਧੇਰੇ ਗ੍ਰਹਿਣਸ਼ੀਲ ਬਣਾਉਂਦੀ ਹੈ।

ਉਸਨੇ ਆਪਣੇ ਡਰ ਦੇ ਸੁਝਾਅ ਨੂੰ ਇਹ ਕਹਿ ਕੇ ਜਵਾਬ ਦਿੱਤਾ, "ਮੈਂ ਬੜਾ ਚੰਗਾ ਗਾਉਂਦੀ ਹਾਂ। ਮੈਂ ਸ਼ਾਂਤ, ਸਹਿਜ, ਸੰਤੁਲਿਤ ਅਤੇ ਆਤਮਵਿਸ਼ਵਾਸੀ ਹਾਂ।" ਉਸ ਨੇ ਇਸ ਵਾਕ ਨੂੰ ਹੌਲੀ-ਹੌਲੀ, ਸ਼ਾਂਤੀ ਅਤੇ ਭਾਵਨਾ ਨਾਲ ਪੰਜ ਤੋਂ ਦਸ ਵਾਰੀ ਹਰ ਬੈਠਕ ਵਿਚ ਦੁਹਰਾਇਆ। ਉਹ ਹਰ ਰੋਜ਼ ਤਿੰਨ ਵਾਰੀ ਅਜਿਹੀਆਂ "ਬੈਠਕਾਂ" ਕਰਦੀ ਸੀ ਅਤੇ ਇਕ ਵਾਰੀ ਰਾਤ ਨੂੰ ਸੌਣ ਤੋਂ ਠੀਕ ਪਹਿਲਾਂ। ਹਫਤੇ ਦੇ ਅੰਤ ਵਿਚ ਉਹ ਪੂਰੀ ਤਰ੍ਹਾਂ ਸ਼ਾਂਤ ਅਤੇ ਭਰੋਸੇਮੰਦ ਹੋ ਗਈ ਸੀ। ਜਦੋਂ ਉਸ ਨੂੰ ਆਡੀਸ਼ਨ ਦਾ ਸੱਦਾ ਆਇਆ ਤਾਂ ਉਸ ਨੇ ਬਹੁਤ ਕਮਾਲ ਦਾ, ਸ਼ਾਨਦਾਰ ਅਤੇ ਵਧੀਆ ਆਡੀਸ਼ਨ ਦਿੱਤਾ।

ਉਸ ਨੇ ਆਪਣੀ ਯਾਦਦਾਸ਼ਤ ਕਿਵੇਂ ਬਹਾਲ ਕੀਤੀ

ਪੰਜਹੱਤਰ ਸਾਲਾਂ ਦੀ ਇਕ ਔਰਤ, ਆਪਣੇ-ਆਪ ਨੂੰ ਇਹ ਕਹਿਣ ਦੀ ਆਦਤ ਸੀ, "ਮੈਂ ਆਪਣੀ ਯਾਦ-ਦਾਸ਼ਤ ਗੁਆਂ ਰਹੀ ਹੈ।" ਉਸਨੇ ਆਪਣੀ ਇਸ ਆਦਤ ਨੂੰ ਉਲਟਾ ਦਿੱਤਾ ਅਤੇ ਦਿਨ ਵਿਚ ਕਈ ਵਾਰੀ ਪ੍ਰੇਰਿਤ ਸ੍ਵੈ-ਸੁਝਾਅ ਦਾ ਅਭਿਆਸ ਕਰਦਿਆਂ ਆਪਣੇ-ਆਪ ਨੂੰ ਕਹਿੰਦੀ: "ਅੱਜ ਤੋਂ ਹਰ ਖੇਤਰ 'ਚ ਮੇਰੀ ਯਾਦਦਾਸ਼ਤ ਅੰਦਰਸੁਧਰ ਹੋ ਰਿਹਾ ਹੈ। ਮੈਨੂੰ ਸਮੇਂ ਦੇ ਹਰ ਪਲ ਅਤੇ ਸਥਾਨ 'ਤੇ, ਜੋ ਵੀ ਜਾਨਣ ਦੀ ਲੋੜ ਹੈ, ਉਨ੍ਹਾਂ ਨੂੰ ਮੈਂ ਹਮੇਸ਼ਾ ਯਾਦ ਰੱਖਾਂਗੀ। ਮੈਨੂੰ ਇਸ ਤੋਂ ਪ੍ਰਾਪਤ ਪ੍ਰਭਾਵ ਸਪੱਸ਼ਟ ਵਧੇਰੇ ਨਿਸ਼ਚਿਤ ਹੋਣਗੇ। ਮੈਂ ਉਨ੍ਹਾਂ ਨੂੰ ਆਪਣੇ-ਆਪ ਲਈ ਆਸਾਨੀ ਨਾਲ ਬਰਕਰਾਰ ਰੱਖਾਂਗੀ। ਮੈਂ ਜੋ ਕੁੱਝ ਵੀ ਯਾਦ ਕਰਨਾ ਚਾਹਵਾਂਗੀ, ਉਹ ਮੇਰੇ ਮਨ ਵਿੱਚ ਇਕਦਮ ਆਪਣੇ-ਆਪ ਨੂੰ ਸਹੀ ਰੂਪ ਵਿਚ ਪ੍ਰਗਟ ਕਰੇਗਾ। ਮੈਂ ਹਰ ਰੋਜ਼ ਬਹੁਤ ਤੇਜ਼ੀ ਨਾਲ ਸੁਧਾਰ ਕਰ ਰਹੀ ਹਾਂ ਅਤੇ ਬੜੀ ਛੇਤੀ ਹੀ ਮੇਰੀ ਯਾਦਦਾਸ਼ਤ ਪਹਿਲਾਂ ਨਾਲੋਂ ਬਿਹਤਰ ਹੋ ਜਾਵੇਗੀ।" ਤਿੰਨ ਹਫਤਿਆਂ ਦੇ ਅੰਤ ਵਿਚ, ਉਸਦੀ ਯਾਦਦਾਸ਼ਤ ਪਹਿਲਾਂ ਵਾਂਗ ਹੋ ਗਈ ਅਤੇ ਉਹ ਹੁਣ ਬਹੁਤ ਖ਼ੁਸ਼ ਸੀ।

ਉਸ ਨੇ ਆਪਣੇ ਗੁੱਸੇ 'ਤੇ ਕਿਵੇਂ ਕਾਬੂ ਕੀਤਾ

ਬਹੁਤ ਸਾਰੇ ਮਰਦ, ਜੋ ਚਿੜਚਿੜੇਪਨ ਅਤੇ ਛੇਤੀ ਗੁੱਸਾਆਉਣ ਦੀ ਸ਼ਿਕਾਇਤ ਕਰਦੇ ਹਨ। ਉਹ ਸ੍ਵੈ-ਸੁਝਾਅ ਬੜੀ ਛੇਤੀ ਗ੍ਰਹਿਣ ਕਰਦੇ ਹਨ ਅਤੇ ਹੇਠਾਂ ਦਿੱਤੇ ਗਏ ਕਥਨਾਂ ਨੂੰ ਦਿਨ ਵਿਚ ਤਿੰਨ ਜਾਂ ਚਾਰ ਵਾਰ-ਸਵੇਰ, ਦੁਪਹਿਰ ਅਤੇ ਰਾਤ ਨੂੰ ਸੌਣ ਤੋਂ ਪਹਿਲਾਂ ਲਗਭਗ ਇੱਕ ਮਹੀਨੇ ਤੱਕ ਵਰਤ ਕੇ ਸ਼ਾਨਦਾਰ ਨਤੀਜੇ ਪ੍ਰਾਪਤ ਕਰ ਚੁੱਕੇ ਹਨ। "ਇਸ ਤੋਂ ਬਾਅਦ, ਮੈਂ ਹੋਰ ਜ਼ਿਆਦਾ ਚੰਗੇ ਸੁਭਾਅ ਦਾ ਬਣਾਂਗਾ।

ਮਸਤੀ, ਖ਼ੁਸ਼ੀ ਅਤੇ ਹਮੇਸ਼ਾ ਪ੍ਰਸੰਨ ਰਹਿਣਾ ਮੇਰੇ ਮਨ ਦੀਆਂ ਸੁਭਾਵਿਕ ਮਾਨਸਿਕ ਸਥਿਤੀ ਹੋਵੇਗੀ। ਹਰ ਦਿਨ ਮੈਂ ਜ਼ਿਆਦਾ ਤੋਂ ਜ਼ਿਆਦਾ ਪਿਆਰ ਕਰਨ ਦੇ ਕਾਬਲ ਅਤੇ ਸਿਆਣਾ ਬਣ ਰਿਹਾ ਹਾਂ। ਮੈਂ ਹੁਣ ਆਪਣੇ ਆਲੇ-ਦੁਆਲੇ ਦੇ ਸਾਰੇ ਲੋਕਾਂ ਲਈ ਆਨੰਦ ਤੇ ਸਦਭਾਵਨਾ ਦਾ ਕੇਂਦਰ ਬਣ ਉਨ੍ਹਾਂ ਨੂੰ ਵੀ ਪ੍ਰਭਾਵਿਤ ਕਰ ਰਿਹਾ ਹਾਂ। ਇਹ ਖ਼ੁਸ਼ੀ, ਪ੍ਰਸੰਨਤਾ ਅਤੇ ਹਾਸੇ-ਮਖੌਲ ਦਾ ਸੁਭਾਅ ਮੇਰੇ ਮਨ ਦੀ ਸੁਭਾਵਿਕ ਸਥਿਤੀ ਬਣ ਗਈ ਹੈ। ਮੈਂ ਅਹਿਸਾਨਮੰਦ ਹਾਂ।

ਸੁਝਾਅ ਦੀ ਉਸਾਰੂ ਅਤੇ ਵਿਨਾਸ਼ਕਾਰੀ ਸ਼ਕਤੀ

ਕੁੱਝ ਉਦਾਹਰਨ ਅਤੇ ਟਿੱਪਣੀਆਂ ਭਿੰਨ-ਭਿੰਨ ਪ੍ਰਕਾਰ ਦੇ ਸੁਝਾਵਾਂ 'ਤੇ: ਵਿਭਿੰਨ ਜਾਂ ਵਿਸ਼ਮ ਬਾਹਰੀ ਸੁਝਾਅ (Hetero-Suggestion) ਦਾ ਮਤਲਬ ਹੈ ਕਿਸੇ ਹੋਰ ਵਿਅਕਤੀ ਵਲੋਂ ਦਿੱਤਾ ਗਿਆ ਸੁਝਾਅ। ਪ੍ਰਾਚੀਨ ਕਾਲ ਤੋਂ ਹੀ ਹਰ ਸਮੇਂ ਅਤੇ ਦੁਨੀਆ ਦੇ ਹਰ ਹਿੱਸੇਜਾਂ ਦੇਸ਼ ਵਿਚ ਸੁਝਾਅ ਦੀ ਸ਼ਕਤੀ ਨੇ ਮਨੁੱਖੀ ਜੀਵਨ ਦੀ ਸੋਚ ਵਿਚ ਮਹੱਤਵਪੂਰਨ ਭੂਮਿਕਾ ਨਿਭਾਈ ਹੈ। ਸੰਸਾਰ ਦੇ ਬਹੁਤ ਸਾਰੇ ਹਿੱਸਿਆਂ ਵਿਚ ਇਹ ਧਰਮ ਦੀ ਇਹ ਨਿਯੰਤਰਣ ਸ਼ਕਤੀ ਹੈ।

ਸੁਝਾਅ ਦਾ ਪ੍ਰਯੋਗ ਆਪਣੇ-ਆਪ ਨੂੰ ਅਨੁਸ਼ਾਸਿਤ ਤੇ ਨਿਯੰਤਰਿਤ ਕਰਨ ਦੇ ਸਾਧਨ ਦੇ ਤੌਰ 'ਤੇ ਲਿਆ ਜਾ ਸਕਦਾ ਹੈ, ਪਰ ਇਸਦੀ ਵਰਤੋਂ ਉਹਨਾਂ 'ਤੇ ਵੀ ਕਾਬੂ ਅਤੇ ਸੰਚਾਲਿਤ ਕਰਨ ਲਈ ਵੀ ਕੀਤੀ ਜਾ ਸਕਦੀ ਹੈ, ਜਿਨ੍ਹਾਂ ਨੂੰ ਮਸਤਿਸ਼ਕ ਦੇ ਨਿਯਮਾਂ ਦਾ ਗਿਆਨ ਨਹੀਂ ਹੈ। ਉਸਾਰੂ ਤੌਰ 'ਤੇ ਇਹ ਅਦਭੁੱਤ ਅਤੇ ਬੇਹਤਰੀਨ ਹੈ। ਇਸਦੇ ਨਕਾਰਾਤਮਕ ਪਹਿਲੂਆਂ ਵਿੱਚ ਇਹ ਮਸਤਿਸ਼ਕ ਦੀ ਸਾਰੇ ਪ੍ਰਤੀਕਿਰਿਆ ਪੈਮਾਨਿਆਂ (Patterns) ਵਿੱਚ ਸਭ ਤੋਂ ਵੱਧ ਵਿਨਾਸ਼ਕਾਰੀ ਹੈ, ਜਿਸਦੇ ਨਤੀਜੇ ਵਜੋਂ ਦੁੱਖ, ਅਸਫਲਤਾ, ਸੰਤਾਪ, ਬਿਮਾਰੀ, ਆਫ਼ਤ ਅਤੇ ਤਬਾਹੀ ਹੈ।

ਕੀ ਤੁਸੀਂ ਇਨ੍ਹਾਂ ਵਿੱਚੋਂ ਕਿਸੇ ਇੱਕ ਨੂੰ ਸਵੀਕਾਰ ਕੀਤਾ ਹੈ?

ਬਚਪਨ ਤੋਂ ਹੀ ਸਾਡੇ ਵਿੱਚੋਂ ਬਹੁਤਿਆਂ ਨੂੰ ਨਕਾਰਾਤਮਕ ਸੁਝਾਅ ਦਿੱਤੇ ਗਏ ਹਨ। ਚੁੰਕਿ ਅਸੀਂ ਇਹ ਜਾਣਦੇ ਹੀ ਨਹੀਂ ਕਿ ਉਨ੍ਹਾਂ ਨੂੰ ਕਿਵੇਂ ਨਕਾਰਿਆ ਜਾਏ, ਅਸੀਂ ਉਨ੍ਹਾਂ ਨੂੰ ਅਨਜਾਣੇ ਵਿਚ ਸਵੀਕਾਰ ਕਰ ਲੈਂਦੇ ਹਾਂ। ਇੱਥੇ ਕੁੱਝ ਨਕਾਰਾਤਮਕ ਸੁਝਾਵਾਂ ਦੀਆਂ ਉਦਾਹਰਨਾਂ ਹਨ:

"ਤੁਸੀਂ ਨਹੀਂ ਕਰ ਸਕਦੇ," "ਤੁਹਾਡਾ ਕਦੇ ਵੀ ਕੁੱਝ ਨਹੀਂ ਹੋ ਪਾਵੇਗਾ," "ਤੁਹਾਨੂੰ ਕੁੱਝ ਨਹੀਂ ਕਰਨਾ ਚਾਹੀਦਾ।""ਤੁਸੀਂ ਅਸਫਲ ਹੋ ਜਾਵੋਗੇ," "ਤੁਹਾਨੂੰ ਕੋਈ ਮੌਕਾ ਨਹੀਂ ਮਿਲਿਆ," "ਤੁਸੀਂ ਬਿਲਕੁੱਲ ਗਲਤ ਹੋ," "ਇਸ ਨਾਲ ਕੋਈ ਫਾਇਦਾ ਨਹੀਂ ਹੋਵੇਗਾ," "ਮਹੱਤਵਪੂਰਨ ਇਹ ਨਹੀਂ ਹੈ ਕਿ ਤੁਸੀਂ ਕੀ ਜਾਣਦੇ ਹੋ;

ਮਹੱਤਵਪੂਰਨ ਤਾਂ ਇਹ ਹੈ ਕਿ ਤੁਸੀਂ ਕਿਸ ਨੂੰ ਜਾਣਦੇ ਹੋ,” “ਦੁਨੀਆ ਰਸਾਤਲ ਵੱਲ ਜਾ ਰਹੀ ਹੈ,” “ਕੀ ਫ਼ਾਇਦਾ, ਕਿਸੇ ਨੂੰ ਕੋਈ ਫਰਕ ਨਹੀਂ ਪੈਂਦਾ,” “ਇੰਨੀ ਜ਼ਿਆਦਾ ਕੋਸ਼ਿਸ ਕਰਨਦਾ ਵੀ ਕੋਈ ਫ਼ਾਇਦਾ ਨਹੀਂ ਹੈ,” “ਤੁਹਾਡੀ ਉਮਰ ਹੁਣ ਜ਼ਿਆਦਾ ਹੋ ਚੁੱਕੀ ਹੈ,” “ਚੀਜ਼ਾਂ ਬਦ ਤੋਂ ਬਦਤਰ ਹੁੰਦੀਆਂ ਜਾ ਰਹੀਆਂ ਹਨ,” “ਜ਼ਿੰਦਗੀ ਕੋਲੂ ਦਾ ਚੱਕਰ ਬਣ ਕੇ ਰਹਿ ਗਈ ਹੈ,” “ਪਿਆਰ ਸਿਰਫ਼ ਪੰਖੇਰੂਆਂ ਲਈ ਹੈ,” “ਤੁਸੀਂ ਕਦੇ ਜਿੱਤ ਨਹੀਂ ਸਕਦੇ,” “ਬਹੁਤ ਛੇਤੀ ਤੁਸੀਂ ਦੀਵਾਲੀਆਂ ਹੋ ਜਾਵੋਗੇ,” “ਧਿਆਨ ਰੱਖੋ, ਤੁਹਾਨੂੰ ਛੂਤ ਲੱਗ ਸਕਦੀ ਹੈ,” “ਕੋਈ ਵੀ ਭਰੋਸੇ ਦੇ ਕਾਬਿਲ ਨਹੀਂ ਹੈ,” ਆਦਿ-ਆਦਿ।

ਜਦੋਂ ਤੱਕ, ਤੁਸੀਂ ਇੱਕ ਬਾਲਗ ਹੋਣ ਦੇ ਨਾਤੇ, ਉਸਾਰੂ ਸੈ-ਸੁਝਾਅ ਨੂੰ ਵਰਤੋਂ ਵਿਚ ਨਹੀਂ ਲਿਆਉਂਦੇ ਜੋ ਕਿ ਆਪਣੇ ਨੂੰ ਅਨੁਰੂਪ ਕਰਨ ਦੀ ਇਕ ਚਿਕਿਤਸਾ ਹੈ, ਤੁਹਾਡੇ ਵੱਲੋਂ ਅਤੀਤ ਵਿੱਚ ਛੱਡੇ ਗਏ ਪ੍ਰਭਾਵ, ਛਾਪ ਜਾਂ ਨਿਸ਼ਾਨ ਤੁਹਾਡੇ ਸੁਭਾਅ ਵਿਚ ਬਦਲਾਅ ਲਿਆ ਸਕਦੇ ਹਨ, ਜੋ ਤੁਹਾਡੇ ਨਿਜੀ ਅਤੇ ਸਮਾਜਿਕ ਜੀਵਨ ਵਿਚ ਅਸਫਲਤਾ ਦਾ ਕਾਰਨ ਬਣ ਸਕਦੇ ਹਨ। ਸੈ-ਸੁਝਾਅ ਇਕ ਮਾਧਿਅਮ ਹੈ ਜੋ ਨਕਰਾਤਮਕ ਬੋਲੇ ਗਏ ਉਨ੍ਹਾਂ ਸ਼ਬਦਾਂ ਦੇ ਫੇਰ 'ਚੋਂ ਤੁਹਾਨੂੰ ਕੱਢੇਗਾ, ਜੋ ਤੁਹਾਡੀ ਜੀਵਨ ਸ਼ੈਲੀ ਨੂੰ ਵਿਗਾੜ ਰਹੇ ਹਨ, ਜਿਸ ਕਰਕੇ ਚੰਗੀਆਂ ਆਦਤਾਂ ਦਾ ਵਿਕਾਸ ਮੁਸ਼ਕਿਲ ਹੋ ਸਕਦਾ ਹੈ।

ਤੁਸੀਂ ਨਕਾਰਾਤਮਕ ਸੁਝਾਵਾਂ ਦਾ ਮੁਕਾਬਲਾ ਕਰ ਸਕਦੇ ਹੋ

ਕਿਸੇ ਵੀ ਦਿਨ ਦਾ ਅਖ਼ਬਾਰ ਚੁੱਕ ਲਓ ਤੇ ਤੁਸੀਂ ਹਰ ਦਿਨ ਦਰਜਨਾਂ ਅਜਿਹੀਆਂ ਖ਼ਬਰਾਂ ਪੜ੍ਹੋਗੇ, ਜੋ ਵਿਅਰਥਤਾ, ਡਰ, ਚਿੰਤਾ, ਤਣਾਅ ਅਤੇ ਆਉਣ ਵਾਲੇ ਤਬਾਹੀ ਦੇ ਬੀਜ ਬੀਜਣਗੀਆਂ। ਜੇ ਤੁਹਾਡੇ ਵਲੋਂ ਇਨ੍ਹਾਂ ਨੂੰ ਸਵੀਕਾਰ ਕੀਤਾ ਜਾਂਦਾ ਹੈ, ਤਾਂ ਡਰ ਦੇ ਇਹ ਵਿਚਾਰ ਤੁਹਾਡੀ ਜਿਉਣ ਦੀ ਇੱਛਾ ਨੂੰ ਹੀ ਖ਼ਤਮ ਕਰ ਦੇਣਗੇ। ਇਹ ਜਾਣਦੇ ਹੋਏ ਕਿ ਤੁਸੀਂ ਆਪਣੇ ਅਵਚੇਤਨ ਮਸਤਿਸ਼ਕ ਨੂੰ ਰਚਨਾਤਮਕ ਸੈ-ਸੁਝਾਅ ਦੇ ਕੇ ਇਨ੍ਹਾਂ ਸਾਰੇ ਨਕਾਰਾਤਮਕ ਸੁਝਾਵਾਂ ਨੂੰ ਰੱਦ ਕਰ ਸਕਦੇ ਹੋ, ਤੁਸੀਂ ਇਨ੍ਹਾਂ ਸਾਰੇ ਵਿਨਾਸ਼ਕਾਰੀ ਵਿਚਾਰਾਂ ਦਾ ਵਿਰੋਧ ਕਰਦੇ ਹੋ।

ਨਿਯਮਿਤ ਤੌਰ 'ਤੇ ਲੋਕਾਂ ਵੱਲੋਂ ਦਿੱਤੇ ਗਏ ਨਕਾਰਾਤਮਕ ਸੁਝਾਵਾਂ ਦੀ ਜਾਂਚ ਕਰਦੇ ਰਹੋ। ਤੁਹਾਨੂੰ ਹੋਰਾਂ ਵੱਲੋਂ ਦਿੱਤੇ ਗਏ ਵਿਨਾਸ਼ਕਾਰੀ ਵਿਖਮ ਸੁਝਾਵਾਂ ਤੋਂ ਪ੍ਰਭਾਵਿਤ ਹੋਣ ਦੀ ਲੋੜ ਨਹੀਂ ਹੈ। ਅਸੀਂ ਸਾਰਿਆਂ ਨੇ ਆਪਣੇ ਬਚਪਨ ਅਤੇ ਜਵਾਨੀ ਵਿਚ ਇਸ ਦਾ ਦੁੱਖ ਝੱਲਿਆ ਹੈ। ਜੇ ਤੁਸੀਂ ਪਿੱਛੇ ਮੁੜ ਕੇ ਦੇਖਦੇ ਹੋ, ਤਾਂ ਤੁਸੀਂ ਆਸਾਨੀ ਨਾਲ ਯਾਦ ਕਰ ਸਕਦੇ ਹੋ ਕਿ ਮਾਂਪਿਆਂ, ਦੋਸਤਾਂ, ਰਿਸ਼ਤੇਦਾਰਾਂ, ਅਧਿਆਪਕਾਂ ਅਤੇ ਸਹਿਯੋਗੀਆਂ ਨੇ ਨਕਾਰਾਤਮਕ ਸੁਝਾਵਾਂ ਦੀ ਮੁਹਿੰਮ ਵਿੱਚ ਕਿਵੇਂ ਯੋਗਦਾਨ ਪਾਇਆ ਸੀ। ਤੁਹਾਨੂੰ ਕਹੀਆਂ ਗਈਆਂ ਗੱਲਾਂ ਦਾ ਅਧਿਐਨ

ਕਰੋ, ਅਤੇ ਤੁਸੀਂ ਪਾਓਗੇ ਕਿ ਇਨ੍ਹਾਂ ਵਿਚੋਂ ਜ਼ਿਆਦਾਤਰ ਨੂੰ ਇਕ ਪ੍ਰਚਾਰ ਦੇ ਤੌਰ 'ਤੇ ਦਿੱਤਾ ਗਿਆ ਹੈ। ਜੋ ਕੁਝ ਵੀ ਤੁਹਾਨੂੰ ਦੱਸਿਆ ਗਿਆ ਹੈ ਉਨ੍ਹਾਂ ਦਾ ਉਦੇਸ਼ ਤੁਹਾਡੇ 'ਤੇ ਕਾਬੂ ਜਾਂ ਨਿਯੰਤਰਣ ਕਰਨਾ ਜਾਂ ਤੁਹਾਡੇ ਅੰਦਰ ਡਰ ਪੈਦਾ ਕਰਨਾ ਸੀ।

ਇਸ ਤਰ੍ਹਾਂ ਦੇ ਵਿਪਰੀਤ ਜਾਂ ਉਲਟ ਸੁਝਾਅ ਦੀ ਪ੍ਰਕਿਰਿਆ ਹਰ ਘਰ, ਆਫਿਸ, ਫੈਕਟਰੀ ਤੇ ਕਲਬਾਂ ਵਿਚ ਚਲਦੀ ਰਹਿੰਦੀ ਹੈ। ਤੁਸੀਂ ਦੇਖੋਗੇ ਕਿ ਇਨ੍ਹਾਂ ਵਿਚੋਂ ਬਹੁਤ ਸਾਰੇ ਸੁਝਾਅ ਤੁਹਾਨੂੰ ਸੋਚਣ, ਮਹਿਸੂਸ ਕਰਨ ਅਤੇ ਕੰਮ ਕਰਨ ਦੇ ਉਦੇਸ਼ ਲਈ ਦਿੱਤੇ ਜਾਂਦੇ ਹਨ, ਕਿਉਂਕਿ ਹੋਰ ਲੋਕ ਚਾਹੁੰਦੇ ਹਨ ਕਿ ਤੁਸੀਂ ਉਨ੍ਹਾਂ ਦੇ ਫਾਇਦਿਆਂ ਲਈ ਕੰਮ ਕਰੋ।

ਕਿਵੇਂ ਸੁਝਾਅ ਨੇ ਵਿਅਕਤੀ ਨੂੰ ਮਾਰਿਆ

ਇੱਥੇ ਵਿਪਰੀਤ ਸੁਝਾਅ ਦਾ ਇੱਕ ਉਦਾਹਰਣ ਹੈ: ਮੇਰੇ ਇਕ ਰਿਸ਼ਤੇਦਾਰ ਨੇ ਭਾਰਤ ਵਿਚ ਇਕ ਮਸ਼ਹੂਰ ਭਵਿੱਖ ਵਕਤਾ (Crystal Gazer) ਕੋਲ ਜਾ ਕੇ ਆਪਣਾ ਭਵਿੱਖ ਪੁੱਛਿਆ। ਜਿਸਨੇ ਉਸ ਨੂੰ ਦੱਸਿਆ ਕਿ ਉਸਦਾ ਦਿਲ ਬੜਾ ਕਮਜ਼ੋਰ ਹੈ ਅਤੇ ਉਹ ਅਗਲੇ ਨਵੇਂ ਚੰਦ ਵਾਲੇ ਦਿਨ ਨੂੰ ਮਰ ਜਾਵੇਗਾ। ਉਸਨੇ ਆਪਣੇ ਪਰਿਵਾਰ ਦੇ ਹਰ ਇਕ ਵਿਅਕਤੀ ਨੂੰ ਇਸ ਭਵਿੱਖਬਾਣੀ ਬਾਰੇ ਦੱਸਣਾ ਸ਼ੁਰੂ ਕਰ ਦਿੱਤਾ, ਅਤੇ ਉਸਨੇ ਆਪਣੀ ਵਸੀਅਤ ਤਿਆਰ ਕਰਨ ਦਾ ਪ੍ਰਬੰਧ ਵੀ ਕਰ ਲਿਆ।

ਇੰਨਾ ਸ਼ਕਤੀਸ਼ਾਲੀ ਸੁਝਾਅ ਉਸਦੇ ਅਵਚੇਤਨ ਮਨ ਵਿਚ ਦਾਖ਼ਲ ਹੋ ਗਿਆ, ਕਿਉਂਕਿ ਉਸ ਨੇ ਇਸ 'ਤੇ ਪੂਰੀ ਤਰ੍ਹਾਂ ਨਾਲ ਭਰੋਸਾ ਕਰ ਲਿਆ ਸੀ। ਮੇਰੇ ਰਿਸ਼ਤੇਦਾਰ ਨੇ ਮੈਨੂੰ ਇਹ ਵੀ ਦੱਸਿਆ ਕਿ ਇਸ ਭਵਿੱਖ ਵਕਤਾ ਕੋਲ ਕੁਝ ਅਜੀਬ ਜਾਦੂਈ ਤਾਕਤਾਂ ਵੀ ਹਨ ਅਤੇ ਉਹ ਲੋਕਾਂ ਦਾ ਨੁਕਸਾਨ ਜਾਂ ਭਲਾ ਕਰ ਸਕਦਾ ਹੈ। ਜਿਵੇਂ ਦੀ ਭਵਿੱਖ ਬਾਣੀ ਕੀਤੀ ਗਈ ਸੀ, ਉਸੇ ਤਰ੍ਹਾਂ ਹੀ ਉਸ ਦੀ ਮੌਤ ਹੋ ਗਈ, ਉਹ ਇਹ ਨਹੀਂ ਜਾਣਦਾ ਸੀ ਕਿ ਆਪਣੀ ਮੌਤ ਦਾ ਕਾਰਨ ਉਹ ਆਪ ਸੀ। ਮੈਨੂੰ ਲੱਗਦਾ ਹੈ ਕਿ ਸਾਡੇ 'ਚੋਂ ਕਈਆਂ ਨੇ ਇਸੇ ਤਰ੍ਹਾਂ ਦੀਆਂ ਮੂਰਖਾਨਾ, ਹਾਸੋਂ-ਹੀਣੀ, ਅਜੀਬ-ਓ-ਗਰੀਬ ਅਤੇ ਅੰਨ੍ਹੀਂ ਸ਼ਰਧਾਂ ਨਾਲ ਭਰੀਆਂ ਕਹਾਣੀਆਂ ਸੁਣੀਆਂ ਹਨ।

ਆਪਣੇ ਗਿਆਨ ਨਾਲ ਦੇਖੀਏ ਕਿ ਅਵਚੇਤਨ ਮਨ ਕਿਵੇਂ ਕੰਮ ਕਰਦਾ ਹੈ। ਜਿਵੇਂ ਮਨੁੱਖ ਦਾ ਚੇਤਨ, ਤਾਰਕਿਕ ਮਸਤਿਸ਼ਕ ਜੋ ਵੀ ਵਿਸ਼ਵਾਸ ਕਰਦਾ ਹੈ; ਉਸੇ ਪ੍ਰਕਾਰ ਅਵਚੇਤਨ ਮਨ ਉਸ ਨੂੰ ਸਵੀਕਾਰਦਾ ਹੈ ਅਤੇ ਉਸ ਦੇ ਅਨੁਰੂਪ ਕੰਮ ਕਰਦਾ ਹੈ। ਮੇਰਾ ਰਿਸ਼ਤੇਦਾਰ ਸਿਹਤਮੰਦ, ਖੁਸ਼, ਜੋਸ਼ੀਲਾ ਅਤੇ ਤਗੜਾ ਸੀ, ਜੋ ਬਿਨਾਂ ਕਿਸੇ ਕਾਰਨ ਦੇ ਉਸ ਭਵਿੱਖ ਵਕਤਾ ਕੋਲ ਗਿਆ। ਭਵਿੱਖ ਵਕਤਾ ਨੇ ਉਸ ਨੂੰ ਇਕ ਬਹੁਤ ਹੀ ਨਕਾਰਾਤਮਕ ਸੁਝਾਅ ਦਿੱਤਾ, ਜਿਸ ਨੂੰ ਉਸ ਨੇ ਸਵੀਕਾਰ ਕਰ ਸੱਚ ਮੰਨ ਲਿਆ। ਉਹ ਬੁਰੀ ਤਰ੍ਹਾਂ ਡਰ ਗਿਆ ਅਤੇ ਲਗਾਤਾਰ ਇਸ ਤੱਥ ਨੂੰ ਸੋਚਦਾ ਰਹਿੰਦਾ ਸੀ ਕਿ ਅਗਲੇ ਨਵੇਂ ਚੰਦ ਨੂੰ ਉਹ ਮਰਨ ਵਾਲਾ ਹੈ। ਉਸ ਨੇ

ਇਸ ਬਾਰੇ ਸਾਰਿਆਂ ਨੂੰ ਦੱਸਣਾ ਸ਼ੁਰੂ ਕਰ ਦਿੱਤਾ ਅਤੇ ਆਪਣੀ ਮੌਤ ਦੀ ਤਿਆਰੀ ਕਰ ਲਈ। ਉਸ ਦੇ ਮਸਤਿਸ਼ਕ ਵਿਚ ਵੀ ਕਿਰਿਆਵਾਂ ਸ਼ੁਰੂ ਹੋ ਗਈਆਂ ਅਤੇ ਇਹ ਉਸ ਦੀ ਆਪਣੀ ਸੋਚ ਦੇ ਕਾਰਨ ਸੀ। ਉਹ ਆਪ ਆਪਣੀ ਇਸ ਮੌਤ ਨੂੰ ਲੈ ਆਇਆ ਜਾਂ ਆਪਣੇ ਡਰ ਅਤੇ ਅੰਤ ਦੀ ਉਮੀਦ ਦੁਆਰਾ ਆਪਣੇ ਅਖੌਤੀ ਸਰੀਰ ਦੇ ਨਾਸ਼ ਦਾ ਕਾਰਣ ਬਣਿਆ।

ਜਿਸ ਮਹਿਲਾ ਨੇ ਉਸਦੀ ਮੌਤ ਦੀ ਭਵਿੱਖ ਬਾਣੀ ਕੀਤੀ ਸੀ, ਉਸ ਕੋਲ ਖੇਤਾਂ ਜਾਂ ਮੈਦਾਨਾਂ ਵਿਚ ਪਏ ਪੱਥਰਾਂ ਅਤੇ ਡੰਡਿਆਂ ਤੋਂ ਵਧ ਤਾਕਤ ਨਹੀਂ ਸੀ। ਉਸਦੇ ਸੁਝਾਅ ਵਿਚ ਉਸ ਵੱਲੋਂ ਸੁਝਾਏ ਗਏ ਅੰਤ ਨੂੰ ਬਣਾਉਣ ਜਾਂ ਲਿਆਉਣ ਦੀ ਕੋਈ ਸ਼ਕਤੀ ਨਹੀਂ ਸੀ। ਜੇ ਉਸ ਨੂੰ ਆਪਣੇ ਮਸਤਿਸ਼ਕ ਦੇ ਨਿਜਮਾਂ ਦਾ ਗਿਆਨ ਹੁੰਦਾ, ਤਾਂ ਉਹ ਇਸ ਨਕਾਰਾਤਮਕ ਸੁਝਾਅ ਨੂੰ ਪੂਰੀ ਤਰ੍ਹਾਂ ਤੋਂ ਨਕਾਰ ਦਿੰਦਾ। ਜੇ ਉਹ ਜਾਣਦਾ ਕਿ ਉਹ ਆਪਣੇ ਹੀ ਵਿਚਾਰਾਂ ਅਤੇ ਭਾਵਨਾਵਾਂ ਦੁਆਰਾ ਨਿਯੰਤਰਿਤ ਹੈ, ਤਾਂ ਉਹ ਜਿੰਦਾ ਰਹਿ ਸਕਦਾ ਸੀ। ਉਦੋਂ ਭਵਿੱਖ ਵਕਤਾ ਦੀ ਭਵਿੱਖ ਬਾਣੀ ਬਖਤਰ-ਬੰਦ ਟੈਂਕ 'ਤੇ ਸੁੱਟੇ ਗਏ ਟੀਨ ਦੇ ਤੀਰਾਂ ਵਾਂਗ ਹੁੰਦੀ। ਮਹਿਲਾ ਦੀ ਭਵਿੱਖ ਬਾਣੀ ਬਿਨਾਂ ਉਸ ਨੂੰ ਨੁਕਸਾਨ ਪਹੁੰਚਾਏ ਪੂਰੀ ਤਰ੍ਹਾਂ ਨਾਲ ਨਿਸ਼ਕ੍ਰੀਅ ਅਤੇ ਖ਼ਤਮ ਕੀਤੀ ਜਾ ਸਕਦੀ ਸੀ।

ਆਪਣੇ-ਆਪ ਵਿਚ ਦੂਜਿਆਂ ਵੱਲੋਂ ਦਿੱਤੇ ਗਏ ਸੁਝਾਵਾਂ ਦਾ ਤੁਹਾਡੇ 'ਤੇ ਕੋਈ ਅਸਰ ਨਹੀਂ ਹੋਵੇਗਾ, ਜਦੋਂ ਤੱਕ ਤੁਸੀਂ ਆਪਣੇ ਵਿਚਾਰਾਂ ਰਾਹੀਂ ਉਨ੍ਹਾਂ ਨੂੰ ਸ਼ਕਤੀ ਨਾ ਦਿਓ। ਤੁਹਾਨੂੰ ਆਪਣੀ ਮਾਨਸਿਕ ਸਹਿਮਤੀ ਦੇਣੀ ਪਵੇਗੀ; ਤੁਹਾਨੂੰ ਉਸ ਵਿਚਾਰ ਨੂੰ ਸਵੀਕਾਰ ਕਰਨਾ ਹੋਵੇਗਾ। ਫਿਰ, ਇਹ ਵਿਚਾਰ ਤੁਹਾਡਾ ਬਣ ਜਾਂਦਾ ਹੈ ਅਤੇ ਤੁਸੀਂ ਸੋਚਣ ਲੱਗ ਜਾਂਦੇ ਹੋ। ਯਾਦ ਰੱਖੋ, ਤੁਹਾਡੇ ਕੋਲ ਚੋਣ ਕਰਨ ਦੀ ਸਮਰੱਥਾ ਹੈ। ਜਿੰਦਗੀ ਚੁਣੋ! ਪਿਆਰ ਦੀ ਚੋਣ ਕਰੋ! ਸਿਹਤ ਦੀ ਚੋਣ ਕਰੋ!

ਇੱਕ ਮੰਨੇ ਗਏ ਮੁੱਖ ਅਧਾਰ ਦੀ ਸ਼ਕਤੀ

ਤੁਹਾਡਾ ਮਸਤਿਸ਼ਕ ਇੱਕ ਸਿਲੋਜੀਜ਼ਮ (Syllogism) ਵਾਂਗ ਕੰਮ ਕਰਦਾ ਹੈ। ਇਸ ਦਾ ਮਤਲਬ ਇਹ ਹੈ ਕਿ ਤੁਹਾਡਾ ਚੇਤਨ ਮਨ ਜੋ ਵੀ ਮੁੱਖ ਆਧਾਰ-ਵਾਕ ਨੂੰ ਸੱਚ ਮੰਨਦਾ ਹੈ, ਉਸੇ ਆਧਾਰ 'ਤੇ ਤੁਹਾਡੇ ਮਨ ਦੇ ਕਿਸੇ ਖ਼ਾਸ ਪ੍ਰਸ਼ਨ ਜਾਂ ਸਮੱਸਿਆ 'ਤੇ ਤੁਹਾਡਾ ਅਵਚੇਤਨ ਮਨ ਨਤੀਜਾ ਨਿਸ਼ਚਿਤ ਕਰਦਾ ਹੈ। ਜੇ ਤੁਹਾਡਾ ਆਧਾਰ-ਵਾਕ ਸਹੀ ਹੈ, ਤਾਂ ਨਤੀਜਾ ਵੀ ਜ਼ਰੂਰ ਸਹੀ ਹੋਵੇਗਾ, ਜਿਵੇਂ ਕਿ ਹੇਠ ਲਿਖੀ ਮਿਸਾਲ ਦਰਸਾਉਂਦੀ ਹੈ:

ਹਰ ਗੁਣ ਸ਼ਲਾਘਾਯੋਗ ਹੈ; ਦਿਆਲਤਾ ਇਕ ਗੁਣ ਹੈ; ਇਸਲਈ, ਦਿਆਲੁਤਾ ਸ਼ਲਾਘਾਯੋਗ ਹੈ।

ਇੱਕ ਹੋਰ ਉਦਾਹਰਨ ਇਸ ਪ੍ਰਕਾਰ ਹੈ:

ਸਾਰੀਆਂ ਬਣਾਈਆਂ ਗਈਆਂ ਚੀਜ਼ਾਂ ਬਦਲਦੀਆਂ ਅਤੇ ਖ਼ਤਮ ਹੋ ਜਾਂਦੀਆਂ ਹਨ; ਮਿਸ਼ਰ ਦੇ ਪਿਰਾਮਿਡ ਬਣਾਈ ਗਈ ਚੀਜ਼ ਹਨ; ਇਸੇ ਲਈ, ਕਿਸੇ ਦਿਨ ਇਹ ਪਿਰਾਮਿਡ ਵੀ ਖ਼ਤਮ ਹੋ ਜਾਣਗੇ।

ਪਹਿਲੇ ਕਥਨ ਜਾਂ ਵਾਕ ਨੂੰ ਮੁੱਖ ਆਧਾਰ-ਵਾਕ ਕਿਹਾ ਜਾਂਦਾ ਹੈ ਅਤੇ ਸਹੀ ਨਤੀਜੇ ਨੂੰ ਨਿਸ਼ਚਿਤ ਤੌਰ 'ਤੇ ਸਹੀ ਆਧਾਰ-ਵਾਕ ਦੀ ਪਾਲਨਾ ਕਰਨੀ ਚਾਹੀਦੀ ਹੈ।

ਇੱਕ ਕਾਲਜ ਦੇ ਪ੍ਰੋਫੈਸਰ, ਜਿਸ ਨੇ ਮਈ 1962 ਵਿਚ ਨਿਊਯਾਰਕ ਦੇ ਟਾਊਨ ਹਾਲ ਵਿਚ ਹੋਏ ਮਸਤਿਸ਼ਕ-ਵਿਗਿਆਨ 'ਤੇ ਮੇਰੇ ਕੁੱਝ ਵਖਿਆਨਾਂ ਵਿੱਚ ਭਾਗ ਲਿਆ ਸੀ, ਨੇ ਮੈਨੂੰ ਦੱਸਿਆ, "ਮੇਰੀ ਜ਼ਿੰਦਗੀ ਵਿੱਚ ਸਭ ਕੁੱਝ ਅਸਥਿਰ ਜਾਂ ਉਲਟਾ-ਪੁਲਟਾ ਹੈ, ਹਰ ਚੀਜ਼ ਵਿੱਚ ਗੜਬੜ ਹੈ। ਮੈਂ ਆਪਣੀ ਸਿਹਤ, ਦੌਲਤ ਅਤੇ ਦੋਸਤਾਂ ਨੂੰ ਗੁਆ ਦਿੱਤਾ ਹੈ। ਹਰ ਚੀਜ਼ ਜਿਸ ਨੂੰ ਮੈਂ ਛੂਹ ਲੈਂਦਾ ਹਾਂ, ਉਹ ਵਿਗੜ ਜਾਂ ਗ਼ਲਤ ਹੋ ਜਾਂਦੀ ਹੈ।"

ਮੈਂ ਉਸ ਨੂੰ ਸਮਝਾਇਆ ਕਿ ਉਸ ਨੂੰ ਆਪਣੇ ਚਿੰਤਨ ਵਿਚ ਇਕ ਮੁੱਖ ਆਧਾਰ-ਵਾਕ ਨੂੰ ਸਥਾਪਿਤ ਕਰਨਾ ਚਾਹੀਦਾ ਹੈ ਅਤੇ ਇਹ ਕਿ ਉਸ ਦੇ ਅਵਚੇਤਨ ਮਨ ਦਾ ਅਸੀਮ ਗਿਆਨ ਉਸ ਨੂੰ ਅਧਿਆਤਮਿਕ, ਮਾਨਸਿਕ ਅਤੇ ਭੌਤਿਕ ਤੌਰ 'ਤੇ ਮਾਰਗਦਰਸ਼ਨ ਦੇ ਰਿਹਾ ਹੈ, ਨਿਰਦੇਸ਼ਿਤ ਕਰ ਰਿਹਾ ਹੈ ਅਤੇ ਖ਼ੁਸ਼ਹਾਲ ਕਰ ਰਿਹਾ ਹੈ। ਫਿਰ, ਉਸਦਾ ਅਵਚੇਤਨ ਮਨ ਆਪਣੇ-ਆਪ ਉਸ ਨੂੰ ਉਸ ਦੇ ਨਿਵੇਸ਼ਾਂ, ਫੈਸਲੇ ਲੈਣ ਲਈ ਮਾਰਗਦਰਸ਼ਨ ਦੇਵੇਗਾ ਅਤੇ ਉਸ ਦੇ ਸਰੀਰ ਨੂੰ ਸਿਹਤਮੰਦ ਕਰੇਗਾ, ਨਾਲ ਹੀ ਉਸ ਦੀ ਮਾਨਸਿਕ ਸ਼ਾਂਤੀ ਅਤੇ ਤਸੱਲੀ ਭਾਵ ਧੀਰਜ ਨੂੰ ਮੋੜ ਕੇ ਲੈ ਆਵੇਗਾ।

ਇਸ ਪ੍ਰੋਫੈਸਰ ਨੇ ਉਸ ਤਰੀਕੇ ਦੀ ਇਸ ਸਮੁੱਚੀ ਤਸਵੀਰ ਤਿਆਰ ਕੀਤੀ ਜਿਸ ਤਰ੍ਹਾਂ ਦਾ ਉਹ ਆਪਣੀ ਜ਼ਿੰਦਗੀ ਚਾਹੁੰਦਾ ਸੀ, ਅਤੇ ਉਸ ਦਾ ਪ੍ਰਮੁੱਖ ਆਧਾਰ-ਵਾਕ ਸੀ:

"ਅਸੀਮ ਗਿਆਨ ਜਾਂ ਬੁੱਧੀ ਮੇਰੇ ਸਾਰੇ ਰਾਹਾਂ 'ਚ ਮੈਨੂੰ ਅਗਵਾਈ ਅਤੇ ਮਾਰਗਦਰਸ਼ਨ ਦੇ ਰਹੀ ਹੈ। ਮੈਂ ਪੂਰੀ ਤਰ੍ਹਾਂ ਸਿਹਤਮੰਦ ਹਾਂ, ਅਤੇ ਇਕਸੁਰਤਾ ਦਾ ਨਿਯਮ ਮੇਰੇ ਮਸਤਿਸ਼ਕ ਅਤੇ ਸਰੀਰ 'ਤੇ ਕੰਮ ਕਰ ਰਿਹਾ ਹੈ। ਸੁੰਦਰਤਾ, ਪਿਆਰ, ਸ਼ਾਂਤੀ ਅਤੇ ਭਰਪੂਰਤਾ ਮੇਰੀਆਂ ਹਨ। ਸਹੀ ਕਿਰਿਆ ਅਤੇ ਦੈਵੀ ਆਦੇਸ਼ ਦਾ ਸਿਧਾਂਤ ਮੇਰੇ ਸਾਰੇ ਜੀਵਨ ਨੂੰ ਨਿਯੰਤਰਿਤ ਕਰਦੇ ਹਨ। ਮੈਂ ਜਾਣਦਾ ਹਾਂ ਕਿ ਮੇਰਾ ਮੁੱਖ ਆਧਾਰ-ਵਾਕ ਜੀਵਨ ਦੀਆਂ ਸਦੀਵੀ ਸੱਚਾਈਆਂ 'ਤੇ ਅਧਾਰਿਤ ਹੈ ਅਤੇ ਮੈਂ ਜਾਣਦਾ ਹਾਂ, ਮਹਿਸੂਸ ਕਰਦਾ ਹਾਂ ਅਤੇ ਵਿਸ਼ਵਾਸ ਕਰਦਾ ਹਾਂ ਕਿ ਮੇਰਾ ਅਵਚੇਤਨ ਮਨ ਮੇਰੇ ਚੇਤਨ ਮਨ ਦੀ ਸੁਭਾਅ ਦੇ ਅਨੁਸਾਰ ਪ੍ਰਤੀਕਿਰਿਆ ਦਿੰਦਾ ਹੈ।"

ਉਨ੍ਹਾਂ ਨੇ ਮੈਨੂੰ ਇਸ ਤਰ੍ਹਾਂ ਲਿਖਿਆ:

"ਮੈਂ ਆਪਣੇ ਮੁੱਖ ਆਧਾਰ-ਵਾਕ ਨੂੰ ਹੌਲੀ-ਹੌਲੀ, ਸ਼ਾਂਤੀ ਅਤੇ ਬਹੁਤ ਪਿਆਰ ਨਾਲ ਦਿਨ ਵਿਚ ਕਈ ਵਾਰੀ ਦੁਹਰਾਇਆ, ਕਿਉਂਕਿ ਮੈਂ ਜਾਣਦਾ ਸੀ ਕਿ ਉਹ ਮੇਰੇ ਅਵਚੇਤਨ ਮਨ ਦੀ ਡੂੰਘਿਆਈ 'ਚ ਉਤਰ ਰਹੇ ਸਨ ਅਤੇ ਇਸ ਤੋਂ ਨਤੀਜੇ ਜਰੂਰ ਮਿਲਣਗੇ। ਮੈਂ ਤੁਹਾਡੇ ਦੁਆਰਾ ਦਿੱਤੇ ਇੰਟਰਵਿਊ ਲਈ ਤਹਿ ਦਿਲੋਂ ਧੰਨਵਾਦੀ ਹਾਂ, ਅਤੇ ਮੈਂ ਇਹ ਵੀ ਕਹਿਣਾ ਚਾਹਾਂਗਾ ਕਿ ਮੇਰੇ ਜੀਵਨ ਦੇ ਸਾਰੇ ਖੇਤਰ ਬਿਹਤਰ ਹੋਣ ਲਈ ਬਦਲ ਰਹੇ ਹਨ। ਇਹ ਕੰਮ ਕਰਦਾ ਹੈ!"

ਅਵਚੇਤਨ ਮਨ ਵਿਵਾਦਪੂਰਨ ਬਹਿਸ ਨਹੀਂ ਕਰਦਾ

ਤੁਹਾਡਾ ਅਵਚੇਤਨ ਮਨ ਬਹੁਤ ਸਿਆਣਾ ਹੈ ਅਤੇ ਤੁਹਾਡੇ ਸਾਰੇ ਸਵਾਲਾਂ ਦੇ ਜਵਾਬ ਇਹ ਜਾਣਦਾ ਹੈ। ਇਹ ਤੁਹਾਡੇ ਨਾਲ ਬਹਿਸ ਨਹੀਂ ਕਰਦਾ ਜਾਂ ਮੋੜਵਾਂ ਜਵਾਬ ਨਹੀਂ ਦਿੰਦਾ। ਇਹ ਇੰਝ ਨਹੀਂ ਕਹਿੰਦਾ ਕਿ, "ਤੁਸੀਂ ਮੈਨੂੰ ਇਸ ਚੀਜ਼ ਨਾਲ ਪ੍ਰਭਾਵਤ ਨਾ ਕਰੋ।" ਮਿਸਾਲ ਲਈ, ਜਦੋਂ ਤੁਸੀਂ ਕਹਿੰਦੇ ਹੋ, "ਮੈਂ ਇਹ ਨਹੀਂ ਕਰ ਸਕਦਾ," "ਮੈਂ ਹੁਣ ਬਿਰਧ ਹੋ ਗਿਆ ਹਾਂ," "ਮੈਂ ਇਸ ਜਿੰਮੇਵਾਰੀ ਨੂੰ ਨਹੀਂ ਨਿਭਾ ਸਕਦਾ," "ਮੈਂ ਗਲਤ ਥਾਂ, ਗਲਤ ਘਰ ਵਿਚ ਪੈਦਾ ਹੋਇਆ ਸੀ," "ਮੈਂ ਸਹੀਂ ਸਿਆਸਤਦਾਨਾਂ ਨੂੰ ਨਹੀਂ ਜਾਣਦਾ," ਉਦੋਂ ਤੁਸੀਂ ਆਪਣੇ ਅਵਚੇਤਨ ਮਨ ਨੂੰ ਇਨ੍ਹਾਂ ਨਕਾਰਾਤਮਕ ਵਿਚਾਰਾਂ ਨਾਲ ਭਰ ਰਹੇ ਹੁੰਦੇ ਹੋ ਅਤੇ ਇਸੇ ਦੇ ਅਨੁਰੂਪ ਇਹ ਪ੍ਰਤੀਕਿਰਿਆ ਕਰੇਗਾ। ਅਸਲ ਵਿਚ ਤੁਸੀਂ ਆਪਣੀ ਭਲਿਆਈ ਦਾ ਰਾਹ ਰੋਕ ਰਹੇ ਹੋ, ਇੰਝ ਤੁਸੀਂ ਆਪਣੇ ਜੀਵਨ ਵਿਚ ਕਮੀ, ਰੁਕਾਵਟ ਅਤੇ ਨਿਰਾਸ਼ਾ ਲੈ ਆਉਂਦੇ ਹੋ।

ਜਦੋਂ ਤੁਸੀਂ ਆਪਣੇ ਚੇਤਨ ਮਸਤਿਸ਼ਕ ਵਿਚ ਰੁਕਾਵਟਾਂ, ਅੜੀਕੇ ਅਤੇ ਦੇਰੀ ਦੀ ਕਲਪਨਾ ਕਰਦੇ ਹੋ ਤਾਂ ਤੁਸੀਂ ਆਪਣੇ ਅਵਚੇਤਨ ਮਨ ਦੀ ਬੁੱਧੀਮੱਤਾ ਅਤੇ ਗਿਆਨ ਤੋਂ ਇਨਕਾਰ ਕਰ ਰਹੇ ਹੁੰਦੇ ਹੋ। ਅਸਲ ਵਿਚ ਤੁਸੀਂ ਕਹਿ ਰਹੇ ਹੁੰਦੇ ਹੋ ਕਿ ਤੁਹਾਡਾ ਅਵਚੇਤਨ ਮਨ ਤੁਹਾਡੀ ਸਮੱਸਿਆਵਾਂ ਨੂੰ ਸੁਲਝਾ ਨਹੀਂ ਸਕਦਾ। ਇਸਦਾ ਨਤੀਜਾ ਇਹ ਹੁੰਦਾ ਹੈ ਕਿ ਮਾਨਸਿਕ ਅਤੇ ਭਾਵਨਾਤਮਕ ਭੀੜ-ਭੜੱਕਾ (Congestion), ਜਿਸ ਤੋਂ ਬਾਅਦ ਬਿਮਾਰੀ ਅਤੇ ਨਿਊਰੋਟਿਕ ਪ੍ਰਵਿਰਤੀਆਂ ਆਉਂਦੀਆਂ ਹਨ।

ਆਪਣੀਆਂ ਇੱਛਾਵਾਂ ਨੂੰ ਸਾਕਾਰ ਅਤੇ ਨਿਰਾਸ਼ਾ ਨੂੰ ਦੂਰ ਕਰਨ ਲਈ ਦਿਨ ਵਿਚ ਕਈ ਵਾਰੀ ਦ੍ਰਿੜਤਾ ਨਾਲ ਕਹੋ:

"ਅਸੀਮ ਗਿਆਨ, ਜਿਸ ਨੇ ਮੈਨੂੰ ਇਹ ਇੱਛਾ ਦਿੱਤੀ ਹੈ, ਮੇਰੀ ਅਗਵਾਈ, ਮੇਰਾ ਮਾਰਗਦਰਸ਼ਨ ਕਰਦੀ ਹੈ, ਅਤੇ ਇਹੀ ਮੇਰੇ ਸਾਮੂਹੇ ਮੇਰੀਆਂ ਇੱਛਾਵਾਂ ਨੂੰ ਸਾਕਾਰ ਕਰਨ ਦੀ ਆਦਰਸ਼ ਯੋਜਨਾ ਦੀ ਰਾਹ ਦਿਖਾਉਂਦੀ

ਹੈ। ਮੈਂ ਜਾਣਦਾ ਹਾਂ ਕਿ ਮੇਰੇ ਅਵਚੇਤਨ ਮਨ ਦੀ ਡੂੰਘੀ ਸਿਆਣਪ ਹੁਣ ਪ੍ਰਤੀਕਿਰਿਆ ਦੇ ਰਹੀ ਹੈ ਅਤੇ ਜੋ ਮੈਂ ਮਹਿਸੂਸ ਕਰਦਾ ਹਾਂ ਅਤੇ ਜਿਸ 'ਤੇ ਮਨ ਵਿਚ ਦਾਅਵਾ ਕਰਦਾ ਹਾਂ, ਉਹ ਬਾਹਰ ਪ੍ਰਗਟ ਹੁੰਦਾ ਹੈ। ਇੱਥੇ ਸੰਤੁਲਨ ਸਮਾਨਤਾ ਅਤੇ ਸ਼ਾਂਤਚਿਤਤਾ ਹਰ ਪਾਸੇ ਮੌਜੂਦ ਹੈ।''

ਦੂਜੇ ਪਾਸੇ, ਜੇ ਤੁਸੀਂ ਕਹਿੰਦੇ ਹੋ, ''ਹੁਣ ਕੋਈ ਰਾਹ ਨਹੀਂ ਬਚਿਆ; ਮੈਂ ਗੁਆਚ ਗਿਆ ਹਾਂ; ਹੁਣ ਮੇਰੀ ਖੇਡ ਖ਼ਤਮ ਹੋ ਗਈ; ਇਸ ਉਲਝਣ ਜਾਂ ਦੁਬਿਧਾ ਤੋਂ ਬਾਹਰ ਨਿਕਲਣ ਦਾ ਕੋਈ ਤਰੀਕਾ ਨਹੀਂ ਹੈ; ਮੈਂ ਅੜਚਣ ਵਿਚ ਹਾਂ ਤੇ ਰੁੱਕਿਆ ਹੋਇਆ ਹਾਂ,'' ਤਾਂ ਤੁਹਾਨੂੰ ਤੁਹਾਡੇ ਅਵਚੇਤਨ ਮਨ ਕੋਲੋ ਕੋਈ ਜਵਾਬ ਜਾਂ ਪ੍ਰਤੀਕਿਰਿਆ ਨਹੀਂ ਮਿਲੇਗੀ। ਜੇ ਤੁਸੀਂ ਚਾਹੁੰਦੇ ਹੋ ਕਿ ਤੁਹਾਡਾ ਅਵਚੇਤਨ ਤੁਹਾਡੇ ਲਈ ਕੰਮ ਕਰੇ, ਤਾਂ ਇਸ ਦਾ ਸਹਿਯੋਗ ਲੈਣ ਲਈ ਤੁਹਾਨੂੰ ਇਸ ਨੂੰ ਸਹੀ ਨਿਵੇਦਨ ਕਰਨਾ ਹੋਵੇਗਾ। ਇਹ ਤੁਹਾਡੇ ਲਈ ਹਮੇਸ਼ਾ ਕੰਮ ਕਰਦਾ ਹੈ। ਇਹ ਇਸ ਵੇਲੇ ਵੀ ਤੁਹਾਡੇ ਦਿਲ ਦੀਆਂ ਧੜਕਨਾਂ ਅਤੇ ਸਾਹਾਂ ਨੂੰ ਨਿਯੰਤਰਿਤ ਕਰ ਰਿਹਾ ਹੈ। ਇਹ ਤੁਹਾਡੀ ਉਂਗਲ 'ਤੇ ਲੱਗੀ ਸੱਟ ਦਾ ਇਲਾਜ ਕਰਦਾ ਹੈ ਅਤੇ ਇਸ ਦੀ ਪ੍ਰਵਿਰਤੀ ਜੀਵਨ ਨੂੰ ਅੱਗੇ ਵਧਾਉਣ ਵੱਲ ਹੈ। ਇਹ ਹਮੇਸ਼ਾ ਤੁਹਾਡਾ ਖ਼ਿਆਲ ਰੱਖਦਿਆਂ ਤੁਹਾਨੂੰ ਸੁਰੱਖਿਅਤ ਵੀ ਰੱਖਦਾ ਹੈ। ਤੁਹਾਡੇ ਅਵਚੇਤਨ ਦੇ ਕੋਲ ਆਪਣੀ ਬੁੱਧੀ ਹੈ, ਲੇਕਿਨ ਇਹ ਤੁਹਾਡੇ ਵਿਚਾਰਾਂ ਅਤੇ ਤਸਵੀਰਾਂ ਦੇ ਪੈਟਰਨਾਂ ਨੂੰ ਸਵੀਕਾਰ ਕਰਦਾ ਹੈ।

ਜਦੋਂ ਤੁਸੀਂ ਕਿਸੇ ਸਮੱਸਿਆ ਦਾ ਜਵਾਬ ਭਾਲਦੇ ਹੋ, ਤਾਂ ਤੁਹਾਡਾ ਅਵਚੇਤਨ ਪ੍ਰਤੀਕਿਰਿਆ ਕਰੇਗਾ, ਲੇਕਿਨ ਇਹ ਤੁਹਾਡੇ ਕੋਲੋਂ ਆਸ ਕਰਦਾ ਹੈ ਕਿ ਤੁਸੀਂ ਆਪਣੇ ਚੇਤਨ ਮਨ ਵਿਚ ਕਿਸੇ ਸੱਚੇ ਫ਼ੈਸਲੇ 'ਤੇ ਪੁੱਜ ਜਾਵੋ। ਤੁਹਾਨੂੰ ਇਹ ਮੰਨਣਾ ਹੋਵੇਗਾ ਕਿ ਤੁਹਾਡੇ ਅਵਚੇਤਨ ਮਨ ਦੇ ਕੋਲ ਜਵਾਬ ਹਨ। ਜੇ ਤੁਸੀਂ ਕਹਿੰਦੇ ਹੋ, ''ਮੈਨੂੰ ਨਹੀਂ ਪਤਾ ਕਿ ਕੋਈ ਰਾਹ ਹੈ ਵੀ ਕਿ ਨਹੀਂ; ਮੈਂ ਪੂਰੀ ਤਰ੍ਹਾਂ ਨਾਲ ਦੁਵਿਧਾ ਅਤੇ ਉਲਝਨ ਵਿਚ ਹਾਂ; ਮੈਨੂੰ ਜਵਾਬ ਕਿਉਂ ਨਹੀਂ ਮਿਲਦਾ?'' ਤਾਂ ਤੁਸੀਂ ਆਪਣੀ ਪ੍ਰਾਰਥਨਾ ਨੂੰ ਬੇਅਸਰ ਕਰ ਰਹੇ ਹੋ। ਸਿਪਾਹੀ ਦੇ ਕੀਤੇ ਕਦਮ ਤਾਲ ਵਾਂਗ ਤੁਸੀਂ ਕਿਤੇ ਵੀ ਨਹੀਂ ਪਹੁੰਚ ਸਕਦੇ।

ਆਪਣੇ ਮਸਤਿਸ਼ਕ ਦੇ ਪਹੀਏ ਨੂੰ ਸਥਿਰ ਕਰੋ, ਨਿਸ਼ਚਿਤ ਹੋ ਜਾਓ ਅਤੇ ਸ਼ਾਂਤੀ ਨਾਲ ਕਹੋ:

''ਮੇਰਾ ਅਵਚੇਤਨ ਮਨ ਜਵਾਬ ਜਾਣਦਾ ਹੈ। ਇਹ ਇਸ ਸਮੇਂ ਵੀ ਪ੍ਰਤੀਕਿਰਿਆ ਕਰ ਰਿਹਾ ਹੈ। ਮੈਂ ਧੰਨਵਾਦ ਦਿੰਦਾ ਹਾਂ, ਕਿਉਂਕਿ ਮੈਂ ਜਾਣਦਾ ਹਾਂ ਕਿ ਮੇਰੇ ਅਵਚੇਤਨ ਦਾ ਅਨੰਤ ਗਿਆਨ ਸਾਰਾ ਕੁੱਝ ਜਾਣਦਾ ਹੈ ਅਤੇ ਮੈਨੂੰ ਇਸ ਵੇਲੇ ਵੀ ਆਦਰਸ਼ ਜਵਾਬ ਦੇ ਰਿਹਾ ਹੈ। ਮੇਰਾ ਦ੍ਰਿੜ ਵਿਸ਼ਵਾਸ ਮੇਰੇ ਅਵਚੇਤਨ ਮਨ ਦੀ ਬੁੱਧੀਮੱਤਾ ਅਤੇ ਗਿਆਨ ਨੂੰ ਮੁਕਤ ਕਰ ਰਿਹਾ ਹੈ। ਇਸ ਤਰ੍ਹਾਂ ਹੋਣ ਕਾਰਨ ਮੈਂ ਬਹੁਤ ਖ਼ੁਸ਼ ਹਾਂ।''

ਵਿਸ਼ੇਸ਼ਤਾਵਾਂ ਦੀਆ ਸਮੀਖਿਆ

1. ਚੰਗਾ ਸੋਚੋਗੇ, ਅਤੇ ਚੰਗਾ ਹੋਵੇਗਾ। ਮਾੜਾ ਸੋਚੋਗੇ, ਤਾਂ ਮਾੜਾ ਹੋਵੇਗਾ। ਤੁਸੀਂ ਉਹੀ ਹੋ, ਜੋ ਤੁਸੀਂ ਸਾਰਾ ਦਿਨ ਸੋਚਦੇ ਰਹਿੰਦੇ ਹੋ।

2. ਤੁਹਾਡਾ ਅਵਚੇਤਨ ਮਨ ਤੁਹਾਡੇ ਨਾਲ ਬਹਿਸ ਨਹੀਂ ਕਰਦਾ। ਇਹ ਜੋ ਕੁੱਝ ਤੁਹਾਡਾ ਚੇਤਨ ਮਸਤਿਸ਼ਕ ਨਿਰਣਾ ਲੈਂਦਾ ਹੈ, ਉਸ ਨੂੰ ਸਵੀਕਾਰਦਾ ਹੈ। ਜੇ ਤੁਸੀਂ ਕਹਿੰਦੇ ਹੋ, "ਮੈਂ ਇਹ ਨਹੀਂ ਖਰੀਦ ਸਕਦਾ," ਤਾਂ ਇਹ ਸੱਚ ਹੋ ਸਕਦਾ ਹੈ, ਪਰ ਇਹ ਨਾ ਕਹੋ। ਇੱਕ ਬਿਹਤਰ ਵਿਚਾਰ ਦੀ ਚੋਣ ਕਰੋ, "ਮੈਂ ਇਸ ਨੂੰ ਖਰੀਦਾਂਗਾ। ਮੈਂ ਇਸ ਨੂੰ ਆਪਣੇ ਮਨ ਵਿਚ ਸਵੀਕਾਰ ਕਰਦਾ ਹਾਂ।"

3. ਤੁਹਾਡੇ ਕੋਲ ਚੋਣ ਕਰਨ ਦੀ ਸ਼ਕਤੀ ਹੈ। ਚੰਗੀ ਸਿਹਤ ਅਤੇ ਖ਼ੁਸ਼ੀਆਂ ਚੁਣੋ। ਤੁਸੀਂ ਦੋਸਤੀ ਚੁਣ ਸਕਦੇ ਹੋ ਜਾਂ ਇਸ ਤੋਂ ਦੂਰ ਵੀ ਰਹਿ ਸਕਦੇ ਹੋ। ਸਹਿਯੋਗ ਕਰਨ ਵਾਲਾ, ਖ਼ੁਸ਼ਨੁਮਾ, ਦੋਸਤਾਨਾ, ਪਿਆਰ ਕਰਨ ਵਾਲਾ ਬਣਨ ਦੀ ਚੋਣ ਕਰੋ, ਅਤੇ ਸਾਰੀ ਦੁਨੀਆ ਇਸ 'ਤੇ ਪ੍ਰਤੀਕਿਰਿਆ ਕਰੇਗੀ। ਇਹ ਵਧੀਆ ਤਰੀਕਾ ਹੈ ਇੱਕ ਅਦਭੁੱਤ ਅਤੇ ਸ਼ਾਨਦਾਰ ਵਿਅਕਤਿਤਵ ਵਿਕਸਿਤ ਕਰਨ ਦਾ।

4. ਤੁਹਾਡਾ ਚੇਤਨ ਮਸਤਿਸ਼ਕ 'ਦਰਬਾਨ' ਹੈ। ਇਸਦਾ ਮੁੱਖ ਕਾਰਜ ਤੁਹਾਡੇ ਅਵਚੇਤਨ ਮਨ ਨੂੰ ਝੂਠੇ ਪ੍ਰਭਾਵਾਂ ਜਾਂ ਛਾਪਾਂ ਤੋਂ ਰੱਖਿਆ ਕਰਨਾ ਹੈ। ਇਸ ਵਿਸ਼ਵਾਸ ਦੀ ਚੋਣ ਕਰੋ ਕਿ ਕੁੱਝ ਚੰਗਾ ਹੋ ਸਕਦਾ ਹੈ ਅਤੇ ਅੱਗੇ ਹੋ ਰਿਹਾ ਹੈ। ਚੋਣ ਕਰਨ ਦੀ ਸਮਰੱਥਾ ਤੁਹਾਡੀ ਸਭ ਤੋਂ ਵੱਡੀ ਸ਼ਕਤੀ ਹੈ। ਖ਼ੁਸ਼ੀਆਂ ਅਤੇ ਅਮੀਰੀ ਦੀ ਚੋਣ ਕਰੋ।

5. ਦੂਜਿਆਂ ਦੇ ਸੁਝਾਵਾਂ ਅਤੇ ਬਿਆਨ ਤੁਹਾਨੂੰ ਦੁਖੀ ਕਰਨ ਦੀ ਸ਼ਕਤੀ ਨਹੀਂ ਰੱਖਦੇ। ਤੁਹਾਡੇ ਆਪਣੇ ਵਿਚਾਰ ਹੀ ਤੁਹਾਡੀ ਤਾਕਤ ਹਨ। ਤੁਸੀਂ ਦੂਜਿਆਂ ਦੀ ਸੋਚ ਅਤੇ ਬਿਆਨਾਂ ਨੂੰ ਅਸਵੀਕਾਰ ਜਾਂ ਰੱਦ ਕਰਕੇ ਚੰਗਿਆਈ ਨੂੰ ਨਿਸ਼ਚਿਤ ਕਰ ਸਕਦੇ ਹੋ। ਤੁਸੀਂ ਅਜਿਹੀ ਪ੍ਰਤੀਕਿਰਿਆ ਦਿਉ, ਇਸਦੀ ਚੋਣ ਕਰਨ ਦੀ ਸ਼ਕਤੀ ਤੁਹਾਡੇ ਕੋਲ ਹੈ।

6. ਧਿਆਨ ਰੱਖੋ ਤੁਸੀਂ ਕੀ ਕਹਿੰਦੇ ਹੋ। ਤੁਹਾਨੂੰ ਹਰ ਵਿਹਲੇ ਜਾਂ ਬੇਕਾਰ ਸ਼ਬਦ ਦਾ ਹਿਸਾਬ ਦੇਣਾ ਪਵੇਗਾ। ਕਦੇ ਵੀ ਇਹ ਨਾ ਕਹੋ, "ਮੈਂ ਫੇਲ ਹੋ ਜਾਵਾਂਗਾ; ਮੈਂ ਆਪਣੀ ਨੌਕਰੀ ਗੁਆ ਲਵਾਂਗਾ; ਮੈਂ ਕਿਰਾਇਆ ਨਹੀਂ ਦੇ ਸਕਦਾ।" ਤੁਹਾਡਾ ਅਵਚੇਤਨ ਕੋਈ ਮਜ਼ਾਕ ਨਹੀਂ ਸਮਝ ਸਕਦਾ। ਇਹ ਇਨ੍ਹਾਂ ਸਾਰੀਆਂ ਚੀਜ਼ਾਂ ਨੂੰ ਸਾਕਾਰ ਕਰ ਸਕਦਾ ਹੈ।

7. ਤੁਹਾਡਾ ਮਸਤਿਸ਼ਕ ਬੁਰਾ ਨਹੀਂ ਹੈ। ਪ੍ਰਕਿਰਤੀ ਦੀ ਕੋਈ ਵੀ ਸ਼ਕਤੀ ਬੁਰੀ ਨਹੀਂ ਹੁੰਦੀ। ਇਹ ਤੁਹਾਡੇ 'ਤੇ ਨਿਰਭਰ ਕਰਦਾ ਹੈ ਕਿ ਤੁਸੀਂ ਪ੍ਰਕਿਰਤੀ

ਦੀ ਸ਼ਕਤੀਆਂ ਦਾ ਵਰਤੋਂ ਕਿਵੇਂ ਕਰਦੇ ਹੋ। ਆਪਣੇ ਮਸਤਿਸ਼ਕ ਨੂੰ ਅਸੀਸ ਦੇਣ, ਇਲਾਜ ਕਰਨ ਅਤੇ ਹਰ ਜਗ੍ਹਾਂ ਦੇ ਸਾਰੇ ਲੋਕਾਂ ਨੂੰ ਪ੍ਰੇਰਿਤ ਕਰਨ ਲਈ ਕਰੋ।

8. ਕਦੇ ਨਾ ਕਹੋ, "ਮੈਂ ਨਹੀਂ ਕਰ ਸਕਦਾ।" ਆਪਣੇ ਡਰ ਨੂੰ ਦੂਰ ਕਰਨ ਲਈ ਹੇਠ ਲਿਖੇ ਵਾਕ ਦੀ ਵਰਤੋਂ ਕਰੋ: "ਮੈਂ ਆਪਣੇ ਅਵਚੇਤਨ ਮਨ ਦੀ ਸ਼ਕਤੀ ਰਾਹੀਂ ਸਭ ਕੁੱਝ ਕਰ ਸਕਦਾ ਹਾਂ।"

9. ਡਰ, ਅਗਿਆਨ ਅਤੇ ਅੰਧ ਵਿਸ਼ਵਾਸ ਦੇ ਵਿਚਾਰਾਂ ਨੂੰ ਆਧਾਰ ਬਨਾਉਣ ਦੀ ਬਜਾਇ ਸਦੀਵੀ ਸੱਚ ਅਤੇ ਜੀਵਨ ਦੇ ਸਿਧਾਂਤਾਂ ਦੇ ਨਜ਼ਰੀਏ ਨਾਲ ਸੋਚਨਾ ਸ਼ੁਰੂ ਕਰੋ। ਕਿਸੇ ਹੋਰ ਨੂੰ ਆਪਣੇ ਲਈ ਸੋਚਣ ਨਾ ਦਿਓ। ਆਪਣੇ ਵਿਚਾਰ ਆਪ ਚੁਣੋ ਅਤੇ ਆਪਣੇ ਫੈਸਲੇ ਵੀ ਆਪ ਲਓ।

10. ਤੁਸੀਂ ਆਪਣੀ ਆਤਮਾ (ਅਵਚੇਤਨ ਮਨ) ਦੇ ਕਪਤਾਨ ਹੋ ਅਤੇ ਆਪਣੀ ਤਕਦੀਰ ਦੇ ਮਾਲਕ ਹੋ। ਯਾਦ ਰਖੋ, ਤੁਹਾਡੇ ਕੋਲ ਚੁਨਣ ਦੀ ਸਮਰੱਥਾ ਹੈ। ਜਿੰਦਗੀ ਨੂੰ ਚੁਣੋ! ਪਿਆਰ ਨੂੰ ਚੁਣੋ! ਸਿਹਤ ਦੀ ਚੋਣ ਕਰੋ! ਖ਼ੁਸ਼ੀਆਂ ਚੁਣੋ!

11. ਜੋ ਕੁੱਝ ਵੀ ਤੁਹਾਡਾ ਚੇਤਨ ਮਸਤਿਸ਼ਕ ਸੋਚਦਾ ਅਤੇ ਇਸ ਨੂੰ ਸੱਚ ਮੰਨਦਾ ਹੈ, ਤੁਹਾਡਾ ਅਵਚੇਤਨ ਮਨਉਸ ਨੂੰ ਸਵੀਕਾਰ ਕਰੇਗਾ ਅਤੇ ਹਕੀਕਤ ਬਣਾ ਦੇਵੇਗਾ। ਚੰਗੀ ਕਿਸਮਤ, ਦੈਵੀ ਮਾਰਗਦਰਸ਼ਨ, ਸਹੀ ਕੰਮ ਅਤੇ ਜੀਵਨ ਦੀਆਂ ਸਾਰੀਆਂ ਬਰਕਤਾਂ ਵਿਚ ਵਿਸ਼ਵਾਸ ਕਰੋ।

ਤੁਹਾਡੇ ਅਵਚੇਤਨ ਦੀ
ਚਮਤਕਾਰੀ ਕੰਮ ਕਰਨ ਦੀ ਸ਼ਕਤੀ

ਤੁਹਾਡੇ ਅਵਚੇਤਨ ਮਨ ਦੀ ਸ਼ਕਤੀ ਅਤੁੱਲ ਅਤੇ ਅਸੀਮ ਹੈ। ਇਹ ਤੁਹਾਨੂੰ ਪ੍ਰੇਰਿਤ ਕਰਦਾ ਹੈ, ਇਹ ਤੁਹਾਡਾ ਮਾਰਗਦਰਸ਼ਨ ਕਰਦਾ ਹੈ, ਇਹ ਤੁਹਾਡੀ ਅਗਵਾਈ ਕਰਦਾ ਹੈ, ਅਤੇ ਇਹ ਤੁਹਾਨੂੰ ਯਾਦਦਾਸ਼ਤ ਦੇ ਭੰਡਾਰ 'ਚੋਂ ਤੁਹਾਨੂੰ ਨਾਮ, ਤੱਥ ਅਤੇ ਦ੍ਰਿਸ਼ਾਂ ਨੂੰ ਪਰਤੱਖ ਕਰਦਾ ਹੈ। ਤੁਹਾਡਾ ਅਵਚੇਤਨ ਤੁਹਾਡੇ ਦਿਲ ਦੀ ਧੜਕਣ ਸ਼ੁਰੂ ਕਰਦਾ ਹੈ, ਇਹ ਤੁਹਾਡੇ ਲਹੂ ਦੇ ਗੇੜ ਜਾਂ ਸੰਚਾਰ ਨੂੰ ਨਿਯੰਤਰਿਤ ਕਰਦਾ ਹੈ। ਇਹ ਤੁਹਾਡੇ ਹਾਜ਼ਮਾ, ਸਮਾਈ ਅਤੇ ਖ਼ਾਤਮੇ ਨੂੰ ਨਿਯਮਤ ਕਰਕੇ ਸੁਚਾਰੂ ਬਣਾਉਂਦਾ ਹੈ। ਜਦੋਂ ਬ੍ਰੈਡ ਦਾ ਇੱਕ ਟੁਕੜਾ ਖਾਂਦੇ ਹੋ, ਤਾਂ ਤੁਹਾਡਾ ਅਵਚੇਤਨ ਮਨ ਇਸ ਨੂੰ ਟਿਸ਼ੂ ਜਾਂ ਉਤਕ, ਮਾਂਸਪੇਸ਼ੀ, ਹੱਡੀ ਅਤੇ ਖ਼ੂਨ ਵਿਚ ਤਬਦੀਲ ਕਰ ਦਿੰਦਾ ਹੈ। ਇਹ ਪ੍ਰਕਿਰਿਆ ਧਰਤੀ 'ਤੇ ਚੱਲਣ ਵਾਲੇ ਦੁਨੀਆ ਦੇ ਸਭ ਤੋਂ ਸਿਆਣੇ ਆਦਮੀ ਦੀ ਸਮਝ ਤੋਂ ਵੀ ਪਰੇ ਹੁੰਦੀ ਹੈ। ਤੁਹਾਡਾ ਅਵਚੇਤਨ ਮਨ ਤੁਹਾਡੇ ਸਾਰੇ ਸਰੀਰ ਦੀਆਂ ਸਾਰੀਆਂ ਲੋੜੀਂਦੀਆਂ ਪ੍ਰਕਿਰਿਆਵਾਂ ਅਤੇ ਕਾਰਜਾਂ ਨੂੰ ਨਿਯੰਤਰਿਤ ਕਰਦਾ ਹੈ, ਨਾਲ ਹੀ ਤੁਹਾਡੀਆਂ ਸਾਰੀਆਂ ਸਮੱਸਿਆਵਾਂ ਦਾ ਜਵਾਬ ਅਤੇ ਸਮਾਧਾਨ ਵੀ ਇਹ ਜਾਣਦਾ ਹੈ।

ਤੁਹਾਡਾ ਅਵਚੇਤਨ ਮਨ ਕਦੇ ਨਹੀਂ ਸੌਂਦਾ, ਨਾ ਹੀ ਕਦੇ ਆਰਾਮ ਕਰਦਾ ਹੈ। ਇਹ ਹਮੇਸ਼ਾ ਕੰਮ ਕਰਦਾ ਰਹਿੰਦਾ ਹੈ। ਤੁਹਾਨੂੰ ਆਪਣੇ ਅਵਚੇਤਨ ਮਨ ਦੀ ਚਮਤਕਾਰੀ ਸ਼ਕਤੀ ਦਾ ਪਤਾ ਚਲ ਸਕਦਾ ਹੈ, ਬਸ਼ਰਤੇ ਤੁਸੀਂ ਸੌਣ ਤੋਂ ਪਹਿਲਾਂ ਇਸ ਨੂੰ ਕਹਿ ਦਿਓ ਕਿ ਤੁਸੀਂ ਕਿਸੇ ਖ਼ਾਸ ਚੀਜ਼ ਨੂੰ ਹਾਸਿਲ ਕਰਨਾ ਚਾਹੁੰਦੇ ਹੋ। ਤੁਹਾਨੂੰ ਇਹ ਜਾਣ ਕੇ ਖ਼ੁਸ਼ੀ ਹੋਵੇਗੀ ਕਿ ਇਸ ਤੋਂ ਬਾਅਦ ਤੁਹਾਡੇ ਅੰਦਰ ਅਜਿਹੀਆਂ ਸ਼ਕਤੀਆਂ ਸਰਗਰਮ ਹੋ ਜਾਣਗੀਆਂ, ਜੋ ਤੁਹਾਨੂੰ ਮਨਭਾਉਂਦੇ ਨਤੀਜਿਆਂ ਵੱਲ ਲੈ ਜਾਣਗੀਆਂ। ਇਹ ਸ਼ਕਤੀ ਤੇ ਬੁੱਧੀਮਾਨੀ ਦਾ ਅਜਿਹਾ ਸ੍ਰੋਤ ਹੈ, ਜੋ ਤੁਹਾਨੂੰ ਸਰਵ-ਸ਼ਕਤੀਮਾਨ ਨਾਲ ਸੰਪਰਕ ਕਰਾਉਂਦਾ ਹੈ ਜੋ ਸਾਰੇ ਸੰਸਾਰ

ਨੂੰ ਚਲਾਉਂਦਾ ਹੈ, ਜੋ ਗ੍ਰਹਿਆਂ ਨੂੰ ਉਨ੍ਹਾਂ ਦੇ ਰਾਹ ਵਿਚ ਅਗਵਾਈ ਕਰਦਾ ਅਤੇ ਸੂਰਜ ਨੂੰ ਚਮਕਾਉਂਦਾ ਹੈ।

ਤੁਹਾਡਾ ਅਵਚੇਤਨ ਮਨ ਤੁਹਾਡੇ ਆਦਰਸ਼ਾਂ, ਤਾਂਘਾਂ ਅਤੇ ਪਰਉਪਕਾਰੀ ਇੱਛਾਵਾਂ ਦਾ ਸ੍ਰੋਤ ਹੈ। ਅਵਚੇਤਨ ਮਨ ਦੇ ਜ਼ਰੀਏ ਹੀ ਸ਼ੈਕਸਪੀਅਰ ਨੇ ਉਨ੍ਹਾਂ ਮਹਾਨ ਸੱਚਾਈਆਂ ਨੂੰ ਜਾਣਿਆ ਅਤੇ ਪ੍ਰਗਟ ਕੀਤਾ, ਜੋ ਉਨ੍ਹਾਂ ਦੇ ਯੁੱਗ ਦੇ ਆਮ ਆਦਮੀ ਨੂੰ ਪਤਾ ਹੀ ਨਹੀਂ ਸਨ। ਬੇਸ਼ੱਕ, ਇਹ ਉਸਦੇ ਅਵਚੇਤਨ ਮਨ ਦੀ ਪ੍ਰਤੀਕਿਰਿਆ ਸੀ ਜਿਸ ਕਾਰਨ ਯੂਨਾਨੀ ਮੂਰਤੀਕਾਰ ਫ਼ੀਡੀਅਸ ਨੇ ਸੰਗਮਰਮਰ ਅਤੇ ਕਾਂਸੇ ਦੀਆਂ ਮੂਰਤੀਆਂ ਨੂੰ ਇਕ ਨਿਸ਼ਚਿਤ ਅਨੁਪਾਤ ਵਿਚ ਸੁੰਦਰਤਾ, ਤਰਤੀਬ, ਸਮਰੂਪਤਾ ਨਾਲ ਉਕੇਰਨ ਵਿਚ ਇੰਨੀ ਨਿਪੁੰਨਤਾ ਅਤੇ ਕੁਸ਼ਲਤਾ ਹਾਸਿਲ ਕੀਤੀ। ਇਸੇ ਅਵਚੇਤਨ ਮਨ ਨੇ ਇਤਾਲਵੀ ਕਲਾਕਾਰ ਰਾਫ਼ੈਲ ਨੂੰ ਉਨ੍ਹਾਂ ਦੀ ਅਮਰ ਕਲਾਕ੍ਰਿਤੀ ਮੈਡੋਨਾ ਨੂੰ ਬਣਾਉਣ ਅਤੇ ਮਹਾਨ ਜਰਮਨ ਸੰਗੀਤਕਾਰ ਬੀਥੋਵਨ ਨੂੰ ਉਨ੍ਹਾਂ ਦੀ ਸਿਮਫਨੀ ਦੀ ਰਚਨਾ ਕਰਨ ਦੇ ਜੋਗ ਬਣਾਇਆ।

1955 ਈ. ਵਿੱਚ ਮੈਂ ਭਾਰਤ ਦੇ ਇੱਕ ਸ਼ਹਿਰ ਰਿਸ਼ੀਕੇਸ਼ ਦੀ ਯੋਗਾ ਫੋਰੈਸਟ ਯੂਨੀਵਰਸਿਟੀ ਵਿਚ ਵਖਿਆਨ ਦਿੱਤਾ ਸੀ, ਅਤੇ ਉੱਥੇ ਮੈਂ ਬੰਬਈ ਦੇ ਇਕ ਵਿਜ਼ਿਟਿੰਗ ਸਰਜਨ ਨਾਲ ਗੱਲਬਾਤ ਕੀਤੀ। ਉਨ੍ਹਾਂ ਨੇ ਮੈਨੂੰ ਡਾ. ਜੇਮਸ ਐਸਡੈਲ, ਸਕਾਟਲੈਂਡ ਤੋਂ ਇਕ ਸਰਜਨ, ਜੋ ਕਿ ਬੰਗਾਲ ਵਿਖੇ ਕੰਮ ਕਰ ਰਹੇ ਸਨ, ਬਾਰੇ ਦੱਸਿਆ। ਡਾ. ਐਸਡੈਲ ਨੇ ਬੇਹੋਸ਼ ਕਰਨ ਵਾਲੀ ਦਵਾ ਈਥਰ, ਜਾਂ ਇਸ ਤਰ੍ਹਾਂ ਦੇ ਕਿਸੇ ਹੋਰ ਆਧੁਨਿਕ ਅਨੱਸਥੀਸੀਆ ਦੇ ਉਪਾਵਾਂ ਦੀ ਖੋਜ ਤੋਂ ਪਹਿਲਾਂ, ਬਿਨਾਂ ਇਨ੍ਹਾਂ ਦੀ ਵਰਤੋਂ ਕੀਤੇ 1843 ਅਤੇ 1846 ਦੇ ਵਿਚਕਾਰ ਹਰ ਕਿਸਮ ਦੇ ਕਰੀਬ ਚਾਰ ਸੌ ਵੱਡੇ ਆਪਰੇਸ਼ਨ ਕੀਤੇ। ਇਨ੍ਹਾਂ ਵਿਚ ਅੱਖਾਂ, ਕੰਨ ਅਤੇ ਗਲੇ ਦੇ ਆਪਰੇਸ਼ਨਾਂ ਤੋਂ ਇਲਾਵਾ ਅੰਗ ਕੱਟਣਾ, ਟਿਊਮਰ ਅਤੇ ਕੈਂਸਰ ਦੀ ਗੰਢ ਨੂੰ ਹਟਾਉਣ ਦੇ ਆਪਰੇਸ਼ਨ ਸ਼ਾਮਿਲ ਸਨ। ਇਹ ਸਾਰੇ ਆਪਰੇਸ਼ਨ ਕੇਵਲ ਮਾਨਸਿਕ ਅਨੱਸਥੀਸੀਆ ਰਾਹੀਂ ਕੀਤੇ ਗਏ ਸਨ। ਰਿਸ਼ੀਕੇਸ਼ ਦੇ ਇਸ ਭਾਰਤੀ ਡਾਕਟਰ ਨੇ ਮੈਨੂੰ ਦੱਸਿਆ ਕਿ ਡਾ. ਐਸਡੈਲ ਦੁਆਰਾ ਕੀਤੇ ਗਏ ਆਪਰੇਸ਼ਨਾਂ ਤੋਂ ਬਾਅਦ ਮਰੀਜ਼ਾਂ ਦੀ ਮੌਤ ਦਰ ਬਹੁਤ ਘੱਟ ਸੀ, ਸ਼ਾਇਦ ਦੋ ਜਾਂ ਤਿੰਨ ਫੀਸਦੀ। ਮਰੀਜ਼ਾਂ ਨੂੰ ਕੋਈ ਦਰਦ ਮਹਿਸੂਸ ਨਹੀਂ ਹੋਇਆ ਅਤੇ ਨਾ ਹੀ ਕਿਸੇ ਦੀ ਮੌਤ ਆਪਰੇਸ਼ਨ ਦੌਰਾਨ ਹੋਈ।

ਡਾ. ਐਸਡੈਲ ਆਪਣੇ ਸਾਰੇ ਮਰੀਜ਼ਾਂ ਨੂੰ ਸੰਮੋਹਨ ਦੀ ਅਵਸਥਾ ਵਿਚ ਇਹ ਸੁਝਾਅ ਦਿੰਦੇ ਸਨ ਕਿ ਉਨ੍ਹਾਂ ਨੂੰ ਕੋਈ ਲਾਗ ਭਾਵ ਸੰਕਰਮਣ ਜਾਂ ਸੈਪਟਿਕ ਮਤਲਬ ਜ਼ਹਿਰ ਫੈਲਣ ਵਰਗੀ ਕੋਈ ਸਥਿਤੀ ਨਹੀਂ ਹੋਵੇਗੀ। ਤੁਹਾਨੂੰ ਯਾਦ ਰੱਖਣਾ ਚਾਹੀਦਾ ਹੈ ਕਿ ਇਹ ਲੁਈ ਪਾਸ਼ਚਰ, ਜੋਸੇਫ ਲਿਸਟਰ ਤੇ ਹੋਰਾਂ ਤੋਂ ਪਹਿਲਾਂ ਦੀ ਘਟਨਾ ਸੀ, ਜਿਨ੍ਹਾਂ ਨੇ ਬਿਮਾਰੀ ਦੀ ਵਜ੍ਹਾ ਬੈਕਟਰੀਆ ਨੂੰ ਅਤੇ ਛੂਤ ਜਾਂ ਸੰਕਰਮਣ ਦਾ ਕਾਰਨ ਉਪਕਰਣਾਂ ਦਾ ਸਾਫ ਨਾ ਹੋਣਾ ਤੇ ਵਾਇਰਸ ਨੂੰ ਦੱਸਿਆ ਸੀ। ਇਸ ਭਾਰਤੀ

ਸਰਜਨ ਨੇ ਕਿਹਾ ਕਿ ਘੱਟ ਮੌਤ ਦਰ ਅਤੇ ਆਮ ਸੰਕਰਮਣ ਦੇ ਨਾ ਹੋਣ ਦੀ ਵਜ੍ਹਾ ਡਾ. ਐਸਡੇਲ ਦੁਆਰਾ ਆਪਣੇ ਸੰਮੋਹਿਤ ਮਰੀਜਾਂ ਦੇ ਅਵਚੇਤਨ ਮਨ ਨੂੰ ਸੁਝਾਅ ਦੇਣਾ ਸੀ। ਮਰੀਜਾਂ ਨੇ ਸੁਝਾਵਾਂ ਦੀ ਪ੍ਰਕਿਰਤੀ ਅਨੁਸਾਰ ਪ੍ਰਤੀਕਿਰਿਆ ਦਿੱਤੀ।

ਇਹ ਕਿੰਨੀ ਹੈਰਾਨੀ ਵਾਲੀ ਗੱਲ ਹੈ ਕਿ ਇੱਕ ਸੌ ਵੀਹ ਸਾਲ ਪਹਿਲਾਂ ਕਿਵੇਂ ਇਕ ਸਰਜਨ ਨੇ ਅਵਚੇਤਨ ਮਨ ਦੀ ਚਮਤਕਾਰੀ ਜਾਦੂਈ ਕਾਰਜ ਸ਼ਕਤੀ ਨੂੰ ਖੋਜ ਲਿਆ ਸੀ। ਜਦੋਂ ਤੁਸੀਂ ਰੁੱਕ ਕੇ ਆਪਣੇ ਅਵਚੇਤਨ ਮਨ ਦੀਆਂ ਅਲੌਕਿਕ ਸ਼ਕਤੀਆਂ ਬਾਰੇ ਸੋਚਦੇ ਹੋ ਉਦੋਂ ਤੁਸੀਂ ਇਸ ਡੂੰਘੇ ਰਹੱਸਮਈ ਅਚੰਭੇ ਨਾਲ ਗ੍ਰਸਤ ਨਹੀਂ ਹੋ ਜਾਂਦੇ? ਇਸ ਵਾਯੂ ਸੰਵੇਦਨਾਤਮਕ ਧਾਰਨਾਵਾਂ ਵਰਗੇ ਦੈਵੀ ਸ੍ਰੋਤਾ, ਇਸਦੀ ਸਮੇਂ ਤੇ ਸਥਾਨ ਤੋਂ ਮੁਕਤੀ, ਇਸਦੀ ਤੁਹਾਨੂੰ ਹਰ ਤਰ੍ਹਾਂ ਦੇ ਦਰਦ ਤੇ ਦੁੱਖਾਂ ਤੋਂ ਮੁਕਤ ਕਰਨ ਦੀ ਸਮਰੱਥਾ, ਅਤੇ ਸਾਰੀਆਂ ਸਮੱਸਿਆਵਾਂ ਦਾ ਜਵਾਬ ਪ੍ਰਾਪਤ ਕਰਨ ਦੀ ਸਮੱਰਥਾ ਬਾਰੇ ਸੋਚ। ਇਹ ਸਭ ਅਤੇ ਹੋਰ ਬਹੁਤ ਸਾਰੇ ਅਹਿਸਾਸ ਤੁਹਾਨੂੰ ਦੱਸਦੇ ਹਨ ਕਿ ਤੁਹਾਡੇ ਅੰਦਰ ਇਕੋ-ਇਕ ਸ਼ਕਤੀ ਅਤੇ ਗਿਆਨ ਹੈ ਜੋ ਤੁਹਾਡੇ ਗਿਆਨ ਨੂੰ ਦੂਰ ਤੱਕ ਲੈ ਜਾਂਦੇ ਹਨ, ਜਿਸ ਨਾਲ ਤੁਸੀਂ ਇਸਦੇ ਚਮਤਕਾਰਾਂ 'ਤੇ ਹੈਰਾਨ ਹੋ ਜਾਂਦੇ ਹੋ। ਇਹ ਸਾਰੇ ਅਨੁਭਵ ਤੁਹਾਨੂੰ ਅਨੰਦ ਦਿੰਦੇ ਹਨ, ਅਤੇ ਤੁਹਾਡੇ ਆਪਣੇ ਅਵਚੇਤਨ ਮਨ ਦੇ ਚਮਤਕਾਰ ਕਾਰਜ ਸ਼ਕਤੀ 'ਤੇ ਵਿਸ਼ਵਾਸ ਕਰਨ ਦਾ ਕਾਰਨ ਬਣਦੇ ਹਨ।

ਅਵਚੇਤਨ ਮਨ ਤੁਹਾਡੇ ਜੀਵਨ ਦੀ ਕਿਤਾਬ ਹੈ

ਤੁਸੀਂ ਆਪਣੇ ਅਵਚੇਤਨ 'ਤੇ ਜੋ ਵੀ ਵਿਚਾਰ, ਵਿਸ਼ਵਾਸ, ਧਾਰਨਾ, ਨੀਤੀ ਜਾਂ ਸਿਧਾਂਤ ਲਿਖਦੇ, ਉਕੇਰਦੇ, ਨਿਸ਼ਾਨ ਬਣਾਉਂਦੇ ਜਾਂ ਪ੍ਰਭਾਵਿਤ ਕਰਦੇ ਹੋ, ਉਨ੍ਹਾਂ ਦਾ ਅਨੁਭਵ ਇਕ ਪਰੀਸਥਿਤੀ, ਹਾਲਾਤ ਅਤੇ ਘਟਨਾ ਦੇ ਰੂਪ ਵਿਚ ਪ੍ਰਗਟ ਹੋ ਜਾਂਦਾ ਹੈ। ਜੋ ਕੁੱਝ ਵੀ ਤੁਸੀਂ ਅੰਦਰੋਂ ਲਿਖੋਗੇ, ਬਾਹਰ ਵੀ ਉਹੀ ਕੁੱਝ ਅਨੁਭਵ ਕਰੋਗੇ। ਤੁਹਾਡੇ ਜੀਵਨ ਦੇ ਦੋ ਪਹਿਲੂ ਹਨ, ਯਥਾਰਥਵਾਦੀ ਤੇ ਕਲਪਨਾਵਾਦੀ, ਦ੍ਰਿਸ਼ਮਾਨ ਤੇ ਅਦਿੱਖ, ਵਿਚਾਰ ਅਤੇ ਇਸ ਦਾ ਪ੍ਰਗਟਾਵਾ।

ਤੁਹਾਡਾ ਦਿਮਾਗ਼ ਤੁਹਾਡੇ ਵਿਚਾਰਾਂ ਨੂੰ ਗ੍ਰਹਿਣ ਕਰਦਾ ਹੈ ਜੋ ਕਿ ਤੁਹਾਡੇ ਚੇਤਨ ਤਾਰਕਿਕ ਮਨ ਦਾ ਅੰਗ ਹੈ। ਜਦੋਂ ਤੁਹਾਡਾ ਚੇਤਨ ਜਾਂ ਯਥਾਰਥਵਾਦੀ ਮਸਤਿਸ਼ਕ ਵਿਚਾਰ ਨੂੰ ਪੂਰੀ ਤਰ੍ਹਾਂ ਸਵੀਕਾਰ ਕਰ ਲੈਂਦਾ ਹੈ, ਉਦੋਂ ਇਸ ਨੂੰ ਸੋਲਰ ਪਲੇਕਸਸ, ਜਿਸ ਨੂੰ ਤੁਹਾਡੇ ਮਸਤਿਸ਼ਕ ਦਾ ਦਿਮਾਗ ਵੀ ਕਹਿੰਦੇ ਹਨ, ਤੱਕ ਭੇਜਿਆ ਜਾਂਦਾ ਹੈ, ਜਿਥੇ ਇਹ ਮਾਸ ਬਣ ਕੇ ਸਾਕਾਰ ਹੋ ਜਾਂਦਾ ਹੈ ਅਤੇ ਤੁਹਾਡੇ ਅਨੁਭਵ 'ਚ ਪ੍ਰਗਟ ਹੋ ਕੇ ਹਾਲਾਤਾਂ ਦਾ ਰੂਪ ਲੈ ਲੈਂਦਾ ਹੈ।

ਜਿਵੇਂ ਕਿ ਪਹਿਲਾਂ ਦੱਸਿਆ ਜਾ ਚੁੱਕਿਆ ਹੈ, ਤੁਹਾਡਾ ਅਵਚੇਤਨ ਬਹਿਸ ਨਹੀਂ ਕਰਦਾ। ਇਹ ਤਾਂ ਸਿਰਫ ਉਸੇ 'ਤੇ ਅਮਲ ਕਰਦਾ ਹੈ, ਜੋ ਤੁਸੀਂ ਇਸ

'ਤੇ ਲਿਖਦੇ ਹੋ। ਇਹ ਤੁਹਾਡੇ ਚੇਤਨ ਮਨ ਦੇ ਨਤੀਜਿਆਂ ਨੂੰ ਅੰਤਿਮ ਮੰਨ ਲੈਂਦਾ ਹੈ। ਇਸ ਲਈ ਤੁਸੀਂ ਹਮੇਸ਼ਾ ਆਪਣੇ ਜੀਵਨ ਦੀ ਕਿਤਾਬ 'ਤੇ ਲਿਖਦੇ ਰਹਿੰਦੇ ਹੋ, ਕਿਉਂਕਿ ਤੁਹਾਡੀ ਸੋਚ ਹੀ ਤੁਹਾਡੇ ਅਨੁਭਵ ਬਣ ਜਾਂਦੇ ਹਨ। ਅਮਰੀਕੀ ਨਿਬੰਧਕਾਰ ਰਾਲਫ਼ ਵਾਲਡੋ ਐਮਰਸਨ ਨੇ ਕਿਹਾ ਸੀ, "ਮਨੁੱਖ ਉਹੀ ਹੁੰਦਾ ਹੈ, ਜੋ ਉਹ ਸਾਰਾ ਦਿਨ ਸੋਚ ਦਾ ਰਹਿੰਦਾ ਹੈ।"

ਅਵਚੇਤਨ ਵਿਚ ਜੋ ਪ੍ਰਭਾਵਿਤ ਹੁੰਦਾ ਹੈ, ਉਸ ਨੂੰ ਪ੍ਰਗਟ ਕੀਤਾ ਜਾਂਦਾ ਹੈ

ਵਿਲੀਅਮ ਜੇਮਸ, ਅਮਰੀਕੀ ਮਨੋਵਿਗਿਆਨ ਦੇ ਪਿਤਾਮਾ ਨੇ ਕਿਹਾ ਸੀ ਕਿ ਸੰਸਾਰ ਨੂੰ ਹਿਲਾਉਣ ਦੀ ਸ਼ਕਤੀ ਤੁਹਾਡੇ ਅਵਚੇਤਨ ਮਨ ਵਿਚ ਹੈ। ਤੁਹਾਡੇ ਅਵਚੇਤਨ ਮਨ ਕੋਲ ਅਸੀਮਤ ਗਿਆਨ ਅਤੇ ਅਨੰਤ ਬੁੱਧੀਮੱਤਾ ਹੈ। ਇਸਦੀ ਪਾਲਨਾ ਲੁਕਵੇ ਚਸਮੇਂ ਤੋਂ ਮਿਲੀ ਖ਼ੁਰਾਕ ਨਾਲ ਹੁੰਦੀ ਹੈ ਅਤੇ ਜਿਸ ਨੂੰ ਜੀਵਨ ਦਾ ਨਿਜਮ ਕਿਹਾ ਜਾਂਦਾ ਹੈ। ਜੋ ਕੁੱਝ ਵੀ ਤੁਸੀਂ ਆਪਣੇ ਅਵਚੇਤਨ ਮਨ ਨੂੰ ਕਰਨ ਲਈ ਕਹਿੰਦੇ ਹੋ, ਇਹ ਉਸ ਨੂੰ ਸਾਕਾਰ ਕਰਨ ਲਈ ਜ਼ਮੀਂ-ਅਸਮਾਨ ਇਕ ਕਰ ਦੇਵੇਗਾ। ਇਸ ਲਈ, ਤੁਹਾਨੂੰ ਇਸ ਨੂੰ ਸਹੀ ਅਤੇ ਉਸਾਰੂ ਵਿਚਾਰਾਂ ਨਾਲ ਹੀ ਪ੍ਰਭਾਵਿਤ ਕਰਨਾ ਚਾਹੀਦਾ ਹੈ।

ਦੁਨੀਆ ਵਿਚ ਇੰਨੀ ਜ਼ਿਆਦਾ ਅਰਾਜਕਤਾ ਅਤੇ ਦੁਖਾਂਤ ਇਸ ਲਈ ਹਨ, ਕਿਉਂਕਿ ਜ਼ਿਆਦਾਤਰ ਲੋਕ ਆਪਣੇ ਚੇਤਨ ਅਤੇ ਅਵਚੇਤਨ ਮਨ ਦੇ ਆਪਸੀ ਤਾਲਮੇਲ ਨੂੰ ਨਹੀਂ ਸਮਝ ਪਾਉਂਦੇ। ਜਦੋਂ ਇਹ ਦੋਵੇਂ ਸਿਧਾਂਤ ਸਹਿਮਤੀ, ਇਕਸਾਰਤਾ ਅਤੇ ਸ਼ਾਂਤੀ ਨਾਲ ਸਮਕਾਲੀ ਤੌਰ 'ਤੇ ਇਕੱਠੇ ਕੰਮ ਕਰਦੇ ਹਨ, ਤਾਂ ਤੁਹਾਨੂੰ ਚੰਗੀ ਸਿਹਤ, ਖ਼ੁਸ਼ੀ, ਸ਼ਾਂਤੀ ਅਤੇ ਅਨੰਦ ਮਿਲਦਾ ਹੈ। ਜਦੋਂ ਚੇਤਨ ਅਤੇ ਅਵਚੇਤਨ ਮਨ ਇਕਸੁਰਤਾ ਅਤੇ ਸ਼ਾਂਤੀ ਨਾਲ ਮਿਲ ਕੇ ਕੰਮ ਕਰਦੇ ਹਨ, ਤਾਂ ਕੋਈ ਬਿਮਾਰੀ ਜਾਂ ਝਗੜਾ ਨਹੀਂ ਹੁੰਦਾ।

ਹਰਮੇਜ ਦੇ ਮਕਬਰੇ ਨੂੰ ਬੜੀ ਉਮੀਦਾਂ ਅਤੇ ਹੈਰਾਨੀ ਦੀ ਭਾਵਨਾ ਨਾਲ ਖੋਲ੍ਹਿਆ ਗਿਆ ਸੀ ਕਿਉਂਕਿ ਲੋਕਾਂ ਦਾ ਵਿਸ਼ਵਾਸ ਸੀ ਕਿ ਉਸ ਮਕਬਰੇ ਅੰਦਰ ਸਦੀਆਂ ਦਾ ਰਹੱਸ ਦੱਬਿਆ ਹੋਇਆ ਹੈ। ਰਹੱਸ ਜਾਂ ਭੇਤ ਜਿਵੇਂ ਅੰਦਰ ਸੀ, ਉਵੇਂ ਹੀ ਬਾਹਰ; ਜਿਨਾਂ ਉੱਪਰ, ਉਨਾਂ ਹੀ ਹੇਠਾਂ।

ਦੂਜੇ ਸ਼ਬਦਾਂ ਵਿਚ, ਤੁਹਾਡੇ ਅਵਚੇਤਨ ਮਨ 'ਚ ਜਿਸ ਤੋਂ ਪ੍ਰਭਾਵਿਤ ਹੁੰਦਾ ਹੈ, ਇਹ ਪੁਲਾੜ ਦੇ ਪਰਦੇ 'ਤੇ ਪ੍ਰਗਟ ਕੀਤਾ ਜਾਂਦਾ ਹੈ। ਮੂਸਾ, ਈਸਾਯਾਹ, ਈਸਾ ਮਸੀਹ, ਬੁੱਧ, ਜ਼ੋਰਸਟਰ, ਲਾਉਤਜ਼ੇ ਅਤੇ ਸਦੀਆਂ ਦੀ ਸਾਰੀਆਂ ਮਸ਼ਹੂਰ ਹਸਤੀਆਂ ਨੇ ਵੀ ਇਸੇ ਸੱਚਾਈ ਨੂੰ ਐਲਾਨਿਆ ਸੀ। ਤੁਸੀਂ ਨਿਜੀ ਤੌਰ 'ਤੇ ਜਿਸ ਨੂੰ ਸੱਚ ਮੰਨਦੇ ਹੋ, ਉਹ ਸਥਿਤੀਆਂ, ਅਨੁਭਵਾਂ ਅਤੇ ਘਟਨਾਵਾਂ ਦੇ ਰੂਪ ਵਿਚ

ਵਿਅਕਤ ਕੀਤੀਆਂ ਗਈਆਂ ਹਨ। ਗਤੀ ਅਤੇ ਭਾਵਨਾਵਾਂ ਵਿਚਕਾਰ ਸੰਤੁਲਨ ਜ਼ਰੂਰ ਹੋਣਾ ਚਾਹੀਦਾ, ਜਿਵੇਂ ਸੁਰਗ (ਤੁਹਾਡਾ ਆਪਣੇ ਮਸਤਿਸ਼ਕ) ਵਿਚ ਹੈ, ਤਿਵੇਂ ਹੀ ਧਰਤੀ 'ਤੇ (ਤੁਹਾਡੇ ਸਰੀਰ ਅਤੇ ਵਾਤਾਵਰਣ ਵਿਚ) ਹੋਵੇਗਾ। ਇਹ ਜੀਵਨ ਦਾ ਮਹਾਨ ਨਿਜਮ ਹੈ।

ਸਮੁੱਚੀ ਪ੍ਰਕਿਰਤੀ ਵਿਚ ਕਿਰਿਆ ਤੇ ਪ੍ਰਤੀਕਿਰਿਆ, ਸਥਿਰਤਾ ਅਤੇ ਗਤੀ ਦਾ ਇਹ ਨਿਜਮ ਤੁਹਾਨੂੰ ਮਿਲੇਗਾ। ਇਨ੍ਹਾਂ ਦੋਨਾਂ ਵਿਚਕਾਰ ਸੰਤੁਲਨ ਹੋਣਾ ਚਾਹੀਦਾ ਹੈ ਤਾਂ ਹੀ ਉੱਥੇ ਇਕਸੁਰਤਾ ਅਤੇ ਸੰਤੁਲਨ ਹੋਵੇਗਾ। ਤੁਸੀਂ ਇੱਥੇ ਜੀਵਨ ਦੇ ਸਿਧਾਂਤ ਨੂੰ ਤਾਲਬੱਧ ਅਤੇ ਇਕਸੁਰਤਾ ਨਾਲ ਪ੍ਰਵਾਹਿਤ ਹੋਣ ਦੇਣ ਲਈ ਆਏ ਹੋ। ਅੰਦਰ ਜਾਉਣ ਅਤੇ ਬਾਹਰ ਕੱਢਣ ਦੀ ਸਮਰੱਥਾ ਬਰਾਬਰ ਹੋਣੀ ਚਾਹੀਦੀ ਹੈ। ਪ੍ਰਭਾਵ ਅਤੇ ਸਮੀਕਰਨ ਬਰਾਬਰ ਹੋਣੇ ਚਾਦੀਦੇ ਹਨ। ਤੁਹਾਡੀ ਸਾਰੀ ਨਿਰਾਸ਼ਾ ਅਧੂਰੀ ਇੱਛਾ ਦੇ ਕਾਰਣ ਹੈ।

ਜੇ ਤੁਸੀਂ ਨਕਾਰਾਤਮਕ, ਵਿਨਾਸ਼ਕਾਰੀ ਅਤੇ ਦੁਸ਼ਟਤਾਪੂਰਨ ਢੰਗ ਨਾਲ ਸੋਚਦੇ ਹੋ, ਤਾਂ ਇਹ ਵਿਚਾਰ ਵਿਨਾਸ਼ਕਾਰੀ ਭਾਵਨਾਵਾਂ ਪੈਦਾ ਕਰਣਗੇ, ਜਿਨ੍ਹਾਂ ਨੂੰ ਪ੍ਰਗਟ ਜ਼ਰੂਰ ਕੀਤਾ ਜਾਣਾ ਚਾਹੀਦਾ ਹੈ ਅਤੇ ਇਸ ਵਾਸਤੇ ਇਨ੍ਹਾਂ ਨੂੰ ਬਾਹਰ ਕੱਢਣ ਦਾ ਕੋਈ ਨਾ ਕੋਈ ਰਾਹ ਲੱਭੋ। ਇਨ੍ਹਾਂ ਭਾਵਨਾਵਾਂ ਦੀ ਪ੍ਰਕਿਰਤੀ ਨਕਾਰਾਤਮਕ ਹੋਣ ਕਾਰਣ ਇਹ ਆਮ ਕਰਕੇ ਅਲਸਰ, ਦਿਲ ਦੀ ਸਮੱਸਿਆ ਜਾਂ ਦਿਲ ਦੇ ਰੋਗ, ਤਣਾਅ ਅਤੇ ਚਿੰਤਾਵਾਂ ਦੇ ਰੂਪ ਵਿਚ ਪ੍ਰਗਟ ਹੁੰਦੀਆਂ ਹਨ।

ਹੁਣ ਆਪਣੇ ਬਾਰੇ ਤੁਹਾਡੀ ਕੀ ਸੋਚ ਹੈ? ਤੁਹਾਡੀ ਹੋਂਦ ਦਾ ਹਰ ਇਕ ਹਿੱਸਾ ਉਸੇ ਸੋਚ ਨੂੰ ਦਰਸਾਉਂਦਾ ਹੈ। ਤੁਹਾਡੀ ਜੀਵਨਸ਼ਕਤੀ, ਸਰੀਰ, ਵਿੱਤੀ ਜਾਂ ਆਰਥਿਕ ਸਥਿਤੀ, ਦੋਸਤ ਅਤੇ ਸਮਾਜਿਕ ਰੁਤਬਾ ਤੁਹਾਡੇ ਆਪਣੇ ਵਿਚਾਰਾਂ ਦਾ ਸੰਪੂਰਨ ਪ੍ਰਤੀਬਿੰਬ ਦਰਸਾਉਂਦਾ ਹੈ। ਇਸਦਾ ਅਸਲ ਅਰਥ ਇਹ ਹੈ ਕਿ ਜੋ ਕੁੱਝ ਤੁਹਾਡੇ ਅਵਚੇਤਨ ਮਨ 'ਚ ਪ੍ਰਭਾਵਿਤ ਹੁੰਦਾ ਹੈ, ਅਤੇ ਜੋ ਤੁਹਾਡੇ ਜੀਵਨ ਦੇ ਸਾਰੇ ਪੜਾਵਾਂ ਅੰਦਰ ਦਿਖਦਾ ਹੈ।

ਅਸੀਂ ਆਪਣੀ ਨਕਾਰਾਤਮਕ ਸੋਚ ਨਾਲ ਆਪਣੇ-ਆਪ ਨੂੰ ਹੀ ਨੁਕਸਾਨ ਪਹੁੰਚਾਉਂਦੇ ਹਾਂ। ਤੁਸੀਂ ਕਿੰਨੀ ਵਾਰੀ ਗੁੱਸਾ ਹੋ ਕੇ, ਡਰ ਕੇ, ਸੜ੍ਹ-ਬਲ ਕੇ ਜਾਂ ਬਦਲੇ ਦੀ ਭਾਵਨਾ ਨਾਲ ਆਪਣੇ-ਆਪ ਨੂੰ ਨੁਕਸਾਨ ਪਹੁੰਚਾਇਆ ਹੈ? ਇਹ ਜ਼ਹਿਰ ਤੁਹਾਡੇ ਅਵਚੇਤਨ ਮਨ 'ਚ ਦਾਖਲ ਹੋ ਜਾਂਦਾ ਹੈ। ਤੁਸੀਂ ਅਜਿਹੇ ਨਕਾਰਾਤਮਕ ਨਜ਼ਰੀਏ ਨਾਲ ਪੈਦਾ ਨਹੀਂ ਹੋਏ ਸੀ। ਆਪਣੇ ਅਵਚੇਤਨ ਮਨ ਦੀ ਪਾਲਨਾ ਜੀਵਨ ਦੇਣ ਵਾਲੇ ਵਿਚਾਰਾਂ ਨਾਲ ਕਰੋ, ਤਾਂ ਤੁਸੀਂ ਇਸ ਵਿਚ ਦਰਜ ਸਾਰੇ ਨਕਾਰਾਤਮਕ ਬਿਰਤੀਆਂ ਨੂੰ ਮਿਟਾ ਦਿਓਗੇ। ਜਿਵੇਂ ਹੀ ਤੁਸੀਂ ਇਸ ਤਰ੍ਹਾਂ ਕਰਦੇ ਰਹੋਗੇ, ਤੁਹਾਡਾ ਸਾਰਾ ਅਤੀਤ ਮਿਟਾ ਦਿੱਤਾ ਜਾਵੇਗਾ ਅਤੇ ਹੋਰ ਕੁੱਝ ਵੀ ਯਾਦ ਨਹੀਂ ਰਹੇਗਾ।

ਅਵਚੇਤਨ ਚਮੜੀ ਰੋਗ ਠੀਕ ਕਰਦਾ ਹੈ

ਨਿਜੀ ਜਾਂ ਵਿਅਕਤੀਗਤ ਉਪਚਾਰ, ਅਵਚੇਤਨ ਮਨ ਦੀ ਉਪਚਾਰ ਸ਼ਕਤੀ ਦਾ ਸਭ ਤੋਂ ਵੱਡਾ ਉਦਾਹਰਣ ਹੈ। ਚਾਲੀਂ ਸਾਲ ਪਹਿਲਾਂ ਮੈਂ ਇਕ ਪ੍ਰਾਰਥਨਾ ਦੁਆਰਾ ਚਮੜੀ ਦੇ ਦੋਸ਼ ਨੂੰ ਠੀਕ ਕੀਤਾ ਸੀ। ਮੈਡੀਕਲ ਥੈਰੇਪੀ ਉਸ ਦੇ ਵਿਕਾਸ ਨੂੰ ਨਹੀਂ ਰੋਕ ਪਾ ਰਹੇ ਸਨ ਅਤੇ ਇਹ ਦਿਨ-ਬ-ਦਿਨ ਹੋਰ ਵਿਗੜਦੀ ਜਾ ਰਹੀ ਸੀ।

ਇਕ ਪਾਦਰੀ, ਜਿਸ ਨੂੰ ਮਨੋਵਿਗਿਆਨ ਦਾ ਬਹੁਤ ਡੂੰਘਾ ਗਿਆਨ ਸੀ, ਨੇ 139ਵੇਂ ਸਾਲਮ (ਭਜਨ) ਦਾ ਗੁੱੜ ਅਰਥ ਸਮਝਾਇਆ ਸੀ, ਇਸ ਦੇ ਅਨੁਸਾਰ, ਤੁਹਾਡੀ ਕਿਤਾਬ ਵਿਚ ਮੇਰੇ ਸਾਰੇ ਮੈਂਬਰਾਂ ਦੇ ਨਾਂ ਸਿਲਸਿਲੇ ਵਿਚ ਲਿਖੇ ਗਏ ਸਨ ਫਿਰ ਵੀ ਉੱਥੇ ਕੁੱਝ ਨਹੀਂ ਸੀ ਜਾਂ ਤੇਰੀ ਕਿਤਾਬ ਵਿਚ ਮੇਰੇ ਸਾਰੇ ਅੰਗ ਲਿਖੇ ਗਏ ਸਨ, ਜੋ ਨਿਰੰਤਰਤਾ ਨਾਲ ਬਣਾਏ ਗਏ ਸਨ, ਜਦੋਂ ਤੱਕ ਉਨ੍ਹਾਂ ਵਿੱਚੋਂ ਕੋਈ ਵੀ ਨਹੀਂ ਸੀ।

ਉਸ ਨੇ ਮੈਨੂੰ ਇਸ ਸ਼ਬਦ ਦਾ ਅਰਥ ਸਮਝਾਇਆ, "ਕਿਤਾਬ" ਤੋਂ ਮਤਲਬ ਮੇਰਾ ਅਵਚੇਤਨ ਮਨ, ਜਿਸ ਨੇ ਮੇਰੀ ਇੱਕ ਅਦਿਖ ਜਿਹੀ ਮੂਲ ਕੋਸ਼ਿਕਾ ਜਾਂ ਸੈੱਲ ਤੋਂ ਮੇਰੇ ਸਾਰੇ ਅੰਗਾਂ ਨੂੰ ਬਣਾਇਆ ਅਤੇ ਢਾਲਿਆ। ਉਨ੍ਹਾਂ ਨੇ ਇਹ ਵੀ ਦੱਸਿਆ ਕਿ ਚੁੰਕਿ ਮੇਰੇ ਅਵਚੇਤਨ ਮਨ ਨੇ ਮੇਰਾ ਸਰੀਰ ਬਣਾਇਆ ਹੈ, ਇਹ ਇਸ ਨੂੰ ਦੁਬਾਰਾ ਬਣਾ ਤੇ ਠੀਕ ਕਰ ਸਕਦਾ ਹੈ ਕਿਉਂਕਿ ਇਸ ਦੇ ਅੰਦਰ ਇਕ ਆਦਰਸ਼ ਆਕ੍ਰਿਤੀ ਜਾਂ ਪੈਟਰਨ ਮੌਜੁਦ ਹੈ।

ਇਸ ਪਾਦਰੀ ਨੇ ਮੈਨੂੰ ਆਪਣੀ ਘੜੀ ਦਿਖਾਈ ਤੇ ਕਿਹਾ, "ਇਸ ਦਾ ਇਕ ਨਿਰਮਾਤਾ ਸੀ, ਉਸ ਨੂੰ ਘੜੀ ਬਣਾਉਣ ਤੋਂ ਪਹਿਲਾਂ ਘੜੀ ਦਾ ਵਿਚਾਰ ਆਇਆ ਅਤੇ ਇਹ ਵੀ ਕਿ ਜੇ ਘੜੀ ਵਿਗੜ ਜਾਵੇ ਤਾਂ ਉਸ ਨੂੰ ਠੀਕ ਵੀ ਕੀਤਾ ਜਾ ਸਕਦਾ ਹੈ।" ਮੈਂ ਸਮਝ ਗਿਆ ਕਿ ਇਸ ਤਰ੍ਹਾਂ ਤੁਲਨਾ ਕਰਕੇ ਉਹ ਮੈਨੂੰ ਕੀ ਸਮਝਾਉਣ ਦੀ ਕੋਸ਼ਿਸ਼ ਕਰ ਰਹੇ ਸਨ। ਮੇਰੇ ਸਰੀਰ ਦੀ ਰਚਨਾ ਕਰਨ ਵਾਲੀ ਅਵਚੇਤਨ ਬੁੱਧੀ ਘੜੀ ਬਣਾਉਣ ਵਾਲੇ ਵੰਗ ਹੈ। ਇਹ ਠੀਕ-ਠੀਕ ਜਾਣਦੀ ਹੈ ਕਿ ਮੇਰੇ ਸਰੀਰ ਦੀ ਸਾਰੀ ਮਹੱਤਵਪੂਰਨ ਕਿਰਿਆਵਾਂ ਅਤੇ ਪ੍ਰਤੀਕਿਰਿਆਵਾਂ ਦਾ ਇਲਾਜ ਕਿਵੇਂ ਕੀਤਾ ਜਾਵੇ, ਸਰੀਰ ਨੂੰ ਦੁਬਾਰਾ ਕਿਵੇਂ ਬਣਾਇਆ ਜਾਵੇ ਅਤੇ ਮਾਰਗਦਰਸ਼ਨ ਕਿਵੇਂ ਦਿੱਤਾ ਜਾਵੇ। ਪਰ, ਇਸ ਕੰਮ ਨੂੰ ਸਹੀ ਤਰੀਕੇ ਨਾਲ ਕਰਵਾਉਣ ਲਈ ਮੈਨੂੰ ਇਸ ਨੂੰ ਸਿਹਤ ਦਾ ਆਦਰਸ਼ ਵਿਚਾਰ ਦੇਣਾ ਪਵੇਗਾ।

ਇਹ ਆਦਰਸ਼ ਵਿਚਾਰ ਉਹ ਕਾਰਣ ਬਣ ਜਾਵੇਗਾ, ਜਿਸ ਦਾ ਨਤੀਜਾ ਇਲਾਜ ਹੋਵੇਗਾ। ਮੈਂ ਇਕ ਬੜੀ ਸੌਖੀ ਤੇ ਸਿੱਧੀ ਪ੍ਰਾਰਥਨਾ ਤਿਆਰ ਕੀਤੀ: "ਮੇਰਾ ਸਰੀਰ ਤੇ ਇਸਦੇ ਸਾਰੇ ਅੰਗ ਮੇਰੇ ਅਵਚੇਤਨ ਮਨ ਦੀ ਅਸੀਮ ਬੁੱਧੀ ਨੇ ਬਣਾਏ ਹਨ। ਇਹ ਜਾਣਦਾ ਹੈ ਕਿ ਮੇਰਾ ਇਲਾਜ ਕਿਵੇਂ ਕੀਤਾ ਜਾਵੇ। ਇਸ ਦੀ ਬੁੱਧੀ ਨੇ ਮੇਰੇ ਸਾਰੇ ਅੰਗ, ਊਤਕ, ਮਾਂਸਪੇਸ਼ੀਆਂ ਅਤੇ ਹੱਡੀਆਂ ਬਣਾਈਆਂ ਹਨ।

ਮੇਰੇ ਅੰਦਰ ਮੌਜੂਦ ਇਹ ਅਨੰਤ ਉਪਚਾਰਕ ਸ਼ਕਤੀ ਮੇਰੀ ਹੋਂਦ ਦੀ ਹਰ ਕੋਸ਼ਿਕਾ ਜਾਂ ਸੈੱਲ ਨੂੰ ਬਦਲ ਰਹੀ ਹੈ ਅਤੇ ਹੁਣ ਇਸ ਨੇ ਮੈਨੂੰ ਪੂਰਨ ਅਤੇ ਉੱਤਮ ਬਣਾ ਦਿਤਾ ਹੈ। ਮੇਰੇ ਅੰਦਰ ਜੋ ਇਲਾਜ ਹੋ ਰਿਹਾ ਹੈ ਉਸ ਲਈ ਮੈਂ ਧੰਨਵਾਦ ਦਿੰਦਾ ਹਾਂ। ਮੇਰੇ ਅੰਦਰਲੇ ਉਸਾਰੂ ਗਿਆਨ ਦਾ ਕੰਮ ਬਹੁਤ ਸ਼ਾਨਦਾਰ ਅਤੇ ਅਦਭੁੱਤ ਹੈ।''

ਮੈਂ ਇਸ ਸ਼ੋਖੀ ਜਿਹੀ ਪ੍ਰਾਰਥਨਾ ਨੂੰ ਪੰਜ ਮਿੰਟ ਤੱਕ ਹਰ ਰੋਜ ਦੋ-ਤਿੰਨ ਵਾਰੀ ਜ਼ੋਰ-ਸ਼ੋਰ ਨਾਲ ਦੁਹਰਾਉਂਦਾ ਗਿਆ। ਤਕਰੀਬਨ ਤਿੰਨ ਮਹੀਨਿਆਂ ਬਾਅਦ ਮੇਰੀ ਚਮੜੀ ਪੂਰੀ ਤਰ੍ਹਾਂ ਠੀਕ ਹੋ ਗਈ। ਚਮੜੀ ਦਾ ਰੋਗ ਗਾਇਬ ਹੋ ਗਿਆ।

ਜਿਵੇਂ ਕਿ ਤੁਸੀਂ ਦੇਖ ਸਕਦੇ ਹੋ, ਮੈਂ ਆਪਣੇ ਅਵਚੇਤਨ ਮਨ ਨੂੰ ਕੇਵਲ ਸੰਪੂਰਨਤਾ, ਸੁੰਦਰਤਾ ਅਤੇ ਪੂਰਨਤਾ ਦੀ ਜੀਵਨਦਾਈ ਰੂਪਰੇਖਾ ਦੇ ਆਦਰਸ ਵਿਚਾਰ ਦਿੱਤੇ ਸਨ, ਇਸ ਤਰ੍ਹਾਂ ਵਿਚਾਰਾਂ ਦੇ ਨਕਾਰਾਤਮਕ ਪ੍ਰਭਾਵ ਅਤੇ ਆਕਾਰ ਜੋ ਮੇਰੇ ਅਵਚੇਤਨ ਮਨਵਿਚ ਸਨ, ਅਤੇ ਮੇਰੀਆਂ ਸਾਰੀਆਂ ਸਮੱਸਿਆਵਾਂ ਦੇ ਕਾਰਨ ਵੀ ਸਨ, ਉਨ੍ਹਾਂ ਨੂੰ ਖ਼ਤਮ ਕਰ ਦਿੱਤਾ। ਜਦੋਂ ਤੁਹਾਡੇ ਮਸਤਿਸ਼ਕ ਵਿਚ ਮਾਨਸਿਕ ਇਕਸਾਰਤਾ ਹੈ, ਉਦੋਂ ਤੁਹਾਡੇ ਸ਼ਰੀਰ ਨੂੰ ਕੁੱਝ ਵੀ ਨਹੀਂ ਹੁੰਦਾ ਅਤੇ ਜਿਵੇਂ ਹੀ ਤੁਸੀਂ ਆਪਣੇ ਮਨ ਨੂੰ ਬਦਲਦੇ ਹੋ ਅਤੇ ਇਸ ਨੂੰ ਇਕ ਤੋਂ ਬਾਅਦ ਇਕ ਵਿਚਾਰ ਦਿੰਦੇ ਹੋ, ਤੁਸੀਂ ਆਪਣੇ ਸਰੀਰ ਨੂੰ ਬਦਲ ਦਿੰਦੇ ਹੋ। ਇਲਾਜ ਦਾ ਇਹੀ ਆਧਾਰ ਹੈ। ਭਜਨ ਜਾਂ ਸਾਲਮ 139:14 ਕਹਿੰਦਾ ਹੈ:

ਤੁਹਾਡੇ ਕੰਮ ਅਦਭੁੱਤ ਹਨ ਅਤੇ ਮੇਰੀ ਆਤਮਾ (ਅਵਚੇਤਨ ਮਨ) ਸੱਚ ਨੂੰ ਚੰਗੀ ਤਰ੍ਹਾਂ ਜਾਣਦੀ ਹੈ।

ਅਵਚੇਤਨ ਕਿਵੇਂ ਸਰੀਰ ਦੇ ਸਾਰੇ ਕਾਰਜਾਂ ਨੂੰ ਕਾਬੂ ਕਰਦਾ ਹੈ

ਭਾਵੇਂ ਤੁਸੀਂ ਜਾਗਦੇ ਹੋਵੇ ਜਾਂ ਆਪਣੇ ਬਿਸਤਰੇ 'ਤੇ ਸੁੱਤੇ ਹੋਏ ਡੂੰਘੀ ਨਿੰਦਰ ਵਿੱਚ ਹੋਵੇ, ਉਦੋਂ ਵੀ ਤੁਹਾਡਾ ਅਵਚੇਤਨ ਮਨ ਬਿਨਾਂ ਰੁਕੇ, ਬਿਨਾਂ ਥਕੇ ਲਗਾਤਾਰ ਬਿਨਾਂ ਤੁਹਾਡੇ ਚੇਤਨ ਮਸਤਿਸ਼ਕ ਦੀ ਸਹਾਇਤਾ ਲਏ ਤੁਹਾਡੇ ਸਰੀਰ ਦੇ ਸਾਰੇ ਮਹੱਤਵਪੂਰਨ ਅੰਗਾਂ ਨੂੰ ਨਿਯੰਤਰਿਤ ਕਰਦਾ ਹੈ। ਮਿਸਾਲ ਲਈ, ਜਦੋਂ ਤੁਸੀਂ ਸੌਂ ਜਾਂਦੇ ਹੋ, ਉਦੋਂ ਵੀ ਤੁਹਾਡਾ ਦਿਲ ਆਪਣੀ ਤਾਲ ਵਿਚ ਧੜਕਣਾ ਜਾਰੀ ਰੱਖਦਾ ਹੈ, ਤੁਹਾਡੇ ਫੇਫੜੇ ਆਰਾਮ ਨਹੀਂ ਕਰਦੇ ਅਤੇ ਸਾਹ ਲੈਣ ਅਤੇ ਛੱਡਣ ਦੀ ਪ੍ਰਕਿਰਿਆ, ਜਿਸ ਦੀ ਵਜ੍ਹਾ ਨਾਲ ਤੁਹਾਡਾ ਲਹੂ ਤਾਜੀ ਹਵਾ ਸੋਖਦਾ ਹੈ, ਇਹ ਸਾਰਾ ਕੁੱਝ ਉਵੇਂ ਹੀ ਚਲਦਾ ਰਹਿੰਦਾ ਹੈ, ਜਿਵੇਂ ਇਹ ਤੁਹਾਡੀ ਜਾਗਰਿਤ ਅਵਸਥਾ ਵਿਚ ਚੱਲ ਰਿਹਾ ਸੀ। ਤੁਹਾਡਾ ਅਵਚੇਤਨ ਮਨ ਤੁਹਾਡੀ ਪਾਚਕ ਪ੍ਰਕਿਰਿਆਵਾਂ ਅਤੇ ਗ੍ਰੰਥੀਆਂ ਦੇ ਰਿਸਣ ਵਾਲੇ ਪਦਾਰਥਾਂ ਤੋਂ ਇਲਾਵਾ ਤੁਹਾਡੇ ਸਰੀਰ ਦੇ ਹੋਰ ਸਾਰੇ ਅਦਭੁੱਤ ਜਟਿਲ ਕਾਰਜਾਂ ਨੂੰ ਨਿਯੰਤਰਿਤ ਰੱਖਦਾ ਹੈ। ਤੁਹਾਡੇ ਚਿਹਰੇ 'ਤੇ ਵਾਲ

ਵੱਧਦੇ ਰਹਿੰਦੇ ਹਨ ਭਾਵੇਂ ਤੁਸੀਂ ਜਾਗਦੇ ਹੋਵੋ ਜਾਂ ਸੁੱਤੇ। ਵਿਗਿਆਨੀ ਸਾਨੂੰ ਦੱਸਦੇ ਹਨ ਕਿ ਸਾਡੀ ਚਮੜੀ ਜਾਗਦਿਆਂ ਦੇ ਮੁਕਾਬਲੇ ਸੌਣ ਵੇਲੇ ਜ਼ਿਆਦਾ ਪਸੀਨਾ ਕੱਢਦੀ ਹੈ। ਤੁਹਾਡੀਆਂ ਅੱਖਾਂ, ਕੰਨ ਅਤੇ ਹੋਰ ਇੰਦਰੀਆਂ ਸੌਣ ਦੌਰਾਨ ਵੀ ਸਰਗਰਮ ਰਹਿੰਦੀਆਂ ਹਨ। ਮਿਸਾਲ ਲਈ, ਸਾਡੇ ਕਈ ਮਹਾਨ ਵਿਗਿਆਨੀਆਂ ਨੂੰ ਆਪਣੀਆਂ ਜਟਿਲ ਸਮੱਸਿਆਵਾਂ ਦਾ ਜਵਾਬ ਉਦੋਂ ਮਿਲਿਆ, ਜਦੋਂ ਉਹ ਸੁੱਤੇ ਹੋਏ ਸਨ। ਉਨ੍ਹਾਂ ਨੇ ਸੁਫਨਿਆਂ ਅੰਦਰ ਆਪਣੇ ਜਵਾਬਾਂ ਨੂੰ ਦੇਖਿਆ।

ਕਦੇ-ਕਦੇ ਤੁਹਾਡਾ ਚੇਤਨ ਮਸਤਿਸ਼ਕ ਆਮ ਦਿਲ ਦੀ ਧਣਕਣ, ਫੇਫੜਿਆਂ, ਢਿੱਡ ਅਤੇ ਆਂਦਰਾਂ ਦੇ ਕੰਮਾਂ ਵਿਚ ਪਰੇਸ਼ਾਨੀ, ਚਿੰਤਾ, ਡਰ ਅਤੇ ਨਿਰਾਸ਼ਾ ਰਾਹੀਂ ਅੜੀਕਾ ਪਾਉਂਦਾ ਹੈ। ਵਿਚਾਰਾਂ ਦੀ ਅਜਿਹੀ ਤਸਵੀਰ ਤੁਹਾਡੇ ਅਵਚੇਤਨ ਮਨਦੇ ਇਕਸੁਰਤਾਪੂਰਨ ਕੰਮਾਂ ਵਿਚ ਰੁਕਾਵਟ ਪਾਉਂਦੀ ਹੈ। ਜਦੋਂ ਤੁਸੀਂ ਮਾਨਸਿਕ ਤੌਰ 'ਤੇ ਪਰੇਸ਼ਾਨ ਹੋਵੋ, ਉਦੋਂ ਇਹੋ ਜਿਹੇ ਵਿਚਾਰਾਂ ਨੂੰ ਜਾਣ ਦਿਓ, ਆਰਾਮ ਦਿਓ ਜਾਂ ਆਪਣੇ ਵਿਚਾਰਾਂ ਦੀ ਪ੍ਰਕਿਰਿਆ ਨੂੰ ਰੋਕ ਦਿਓ। ਆਪਣੇ ਅਵਚੇਤਨ ਮਨ ਨਾਲ ਗੱਲਾ ਕਰੋ, ਉਸ ਨੂੰ ਸ਼ਾਂਤੀ, ਇਕਸਾਰਤਾ ਅਤੇ ਦੈਵੀ ਵਿਧਾਨ ਦੇ ਸਿਲਸਿਲੇ ਵਿਚ ਜਾਣ ਨੂੰ ਕਹੋ। ਤੁਸੀਂ ਦੇਖੋਗੇ ਕਿ ਤੁਹਾਡੇ ਸ਼ਰੀਰ ਦੇ ਸਾਰੇ ਕੰਮ ਫਿਰ ਤੋਂ ਆਮ ਹੋ ਜਾਣਗੇ। ਆਪਣੇ ਅਵਚੇਤਨ ਮਨ ਨੂੰ ਬੜੀ ਦ੍ਰਿੜਤਾ ਅਤੇ ਅਧਿਕਾਰ ਨਾਲ ਜ਼ਰੂਰ ਕਹੋ ਤਾਂ ਉਹ ਤੁਹਾਡੇ ਆਦੇਸ਼ਾਂ ਦੀ ਪਾਲਨਾ ਕਰਕੇ ਪ੍ਰਤੀਕਿਰਿਆ ਕਰੇਗਾ।

ਤੁਹਾਡਾ ਅਵਚੇਤਨ ਤੁਹਾਡੇ ਜੀਵਨ ਨੂੰ ਸੁਰਖਿਅਤ ਰੱਖਣ ਅਤੇ ਕਿਸੇ ਵੀ ਮੁੱਲ 'ਤੇ ਤੁਹਾਨੂੰ ਸਿਹਤਮੰਦ ਰਖੇਗਾ। ਇਹ ਤੁਹਾਨੂੰ ਆਪਣਿਆਂ ਬੱਚਿਆਂ ਨਾਲ ਪਿਆਰ ਕਰਨ ਦਾ ਕਾਰਨ ਵੀ ਬਣਦਾ ਹੈ, ਜੋ ਸਾਰੀ ਜ਼ਿੰਦਗੀ ਨੂੰ ਸੁਰੱਖਿਅਤ ਰੱਖਣ ਦੀ ਸੁਭਾਵਿਕ ਇੱਛਾ ਨੂੰ ਵੀ ਦਰਸਾਉਂਦਾ ਹੈ। ਮੰਨ ਲਓ ਕਿ ਤੁਸੀਂ ਗ਼ਲਤੀ ਨਾਲ ਕੁੱਝ ਖ਼ਰਾਬ ਖਾਣਾ ਖਾ ਲਿਆ ਹੈ। ਤੁਹਾਡਾ ਅਵਚੇਤਨ ਤੁਹਾਨੂੰ ਇਸ ਨੂੰ ਉਲਟਾਉਣ ਲਈ ਕਹੇਗਾ ਜਾਂ ਉਲਟੀ ਕਰਵਾਏਗਾ। ਜੇ ਤੁਸੀਂ ਅਣਜਾਣੇ ਵਿਚ ਜ਼ਹਿਰ ਖਾ ਲਿਆ, ਤਾਂ ਤੁਹਾਡੀ ਅਵਚੇਤਨ ਸ਼ਕਤੀ ਇਸ ਨੂੰ ਬੇਅਸਰ ਕਰਨ ਲਈ ਪ੍ਰਕਿਰਿਆ ਅਰੰਭ ਕਰ ਦਵੇਗੀ। ਜੇ ਤੁਹਾਨੂੰ ਪੂਰਨ ਤੌਰ 'ਤੇ ਇਸਦੀ ਚਮਤਕਾਰੀ ਕਾਰਜ-ਸ਼ਕਤੀ 'ਤੇ ਭਰੋਸਾ ਹੈ ਤਾਂ ਤੁਸੀਂ ਦੁਬਾਰਾ ਪੂਰੀ ਤਰਾਂ ਨਾਲ ਸਿਹਤਮੰਦ ਹੋ ਜਾਂਦੇ ਹੋ।

ਕਿਵੇਂ ਅਵਚੇਤਨ ਕੋਲੋਂ ਆਪਣੇ ਲਈ ਕੰਮ ਕਰਵਾਇਆ ਜਾਏ

ਸਭ ਤੋਂ ਪਹਿਲਾਂ ਇਹ ਸਮਝਣਾ ਹੋਵੇਗਾ ਕਿ ਤੁਹਾਡਾ ਅਵਚੇਤਨ ਮਨ ਹਮੇਸ਼ਾ ਕੰਮ ਕਰਦਾ ਹੈ। ਇਹ ਰਾਤ-ਦਿਨ ਸਰਗਰਮ ਰਹਿੰਦਾ ਹੈ, ਭਾਵੇਂ ਤੁਸੀਂ ਇਸ ਨੂੰ ਕਹੋ ਜਾਂ ਨਾ ਕਹੋ। ਤੁਹਾਡਾ ਅਵਚੇਤਨ ਤੁਹਾਡੇ ਸਰੀਰ ਦਾ ਨਿਰਮਾਤਾ ਹੈ, ਪਰ ਤੁਸੀਂ ਇਸ ਖਾਮੋਸ਼ ਪ੍ਰਕਿਰਿਆ ਨੂੰ ਚੇਤਨ ਤੌਰ 'ਤੇ ਦੇਖ ਜਾਂ ਸੁਣ ਨਹੀਂ ਸਕਦੇ। ਤੁਹਾਡਾ ਮਤਲਬ ਸਿਰਫ਼ ਚੇਤਨ ਮਸਤਿਸ਼ਕ ਨਾਲ ਹੈ, ਅਵਚੇਤਨ ਮਨ ਨਾਲ ਨਹੀਂ। ਬਸ

ਆਪਣੇ ਚੇਤਨ ਮਸਤਿਸ਼ਕ ਕੋਲੋਂ ਚੰਗੇ ਤੋਂ ਚੰਗੇ ਦੀ ਆਸ ਕਰਦੇ ਹੋਏ ਇਸ ਨੂੰ ਵਿਅਸਤ ਰਖਦਿਆਂ ਇਹ ਪੱਕਾ ਕਰੋ ਕਿ ਤੁਹਾਡੇ ਆਦਤਨ ਵਿਚਾਰ ਸੁੰਦਰ, ਸੱਚੇ, ਨਿਆਂਪੂਰਨ ਅਤੇ ਵਧੀਆਂ ਖਬਰਾਂ ’ਤੇ ਅਧਾਰਿਤ ਹੋਣ। ਹੁਣ ਤੋਂ ਹੀ ਆਪਣੇ ਚੇਤਨ ਮਨ ਦਾ ਧਿਆਨ ਰੱਖਣਾ ਸ਼ੁਰੂ ਕਰੋ, ਆਪਣੇ ਦਿਲ ਅਤੇ ਦਿਮਾਗ਼ ਨੂੰ ਤੁਸੀਂ ਜਾਣਦੇ ਹੋ ਕਿ ਤੁਹਾਡਾ ਅਵਚੇਤਨ ਹਮੇਸ਼ਾ ਤੁਹਾਡੀਆਂ ਆਦਤਾਂ ਦੇ ਅਨੁਸਾਰ ਪ੍ਰਗਟ ਹੁੰਦਾ ਹੈ, ਆਪਣੇ-ਆਪ ਨੂੰ ਦੁਬਾਰਾ ਪੈਦਾ ਅਤੇ ਪ੍ਰਗਟ ਕਰਦਾ ਹੈ।

ਯਾਦ ਰੱਖੋ, ਜਿਵੇਂ ਪਾਣੀ ਉਸੇ ਪਾਇਪ ਦਾ ਆਕਾਰ ਲੈ ਲੈਂਦਾ ਹੈ, ਜਿਸ ਵਿਚੋਂ ਇਹ ਵੱਗਦਾ ਹੈ, ਉਸੇ ਤਰ੍ਹਾਂ ਤੁਹਾਡੇ ’ਚ ਜੀਵਨ-ਸਿਧਾਂਤ ਤੁਹਾਡੇ ਵਿਚਾਰਾਂ ਦੀ ਪ੍ਰਕਿਰਤੀ ਦੇ ਅਨੁਰੂਪ ਹੀ ਵਹਿੰਦੇ ਹਨ। ਦਾਅਵਾ ਕਰੋ ਕਿ ਤੁਹਾਡੇ ਅਵਚੇਤਨ ਦੀ ਉਪਚਾਰਕ ਸ਼ਕਤੀ ਤੁਹਾਡੇ ਅੰਦਰ ਇਕਸੁਰਤਾ, ਸਿਹਤ, ਸ਼ਾਂਤੀ, ਸੁੱਖ, ਅਨੰਦ ਤੇ ਖ਼ੁਸ਼ਹਾਲੀ ਦੇ ਤੌਰ ’ਤੇ ਵਹਿ ਰਹੀ ਹੈ। ਇਸ ਨੂੰ ਰਾਹ ਦਾ ਜੀਵਨ ਗਿਆਨ ਜਾਂ ਇਕ ਪਿਆਰਾਸਾਥੀ ਸਮਝੋ। ਇਸ ਗੱਲ ’ਤੇ ਦ੍ਰਿੜ੍ਹਤਾ ਨਾਲ ਯਕੀਨ ਕਰੋ ਕਿ ਇਹ ਤੁਹਾਡੇ ਅੰਦਰ ਲਗਾਤਾਰ ਪ੍ਰਵਾਹਿਤ ਹੋ ਰਹੀ ਹੈ, ਤੁਹਾਨੂੰ ਸਜੀਵ ਬਣਾ ਰਹੀ ਹੈ, ਪ੍ਰੇਰਿਤ ਕਰ ਰਹੀ ਹੈ ਅਤੇ ਖ਼ੁਸ਼ਹਾਲ ਬਣਾ ਰਹੀ ਹੈ। ਇਹ ਬਿਲਕੁਲ ਇਸੇ ਤਰੀਕੇ ਨਾਲ ਜਵਾਬ ਦੇਵੇਗਾ। ਇਹ ਤੁਹਾਡੇ ਵੱਲੋਂ ਕੀਤੇ ਗਏ ਵਿਸ਼ਵਾਸ ਦੇ ਅਨੁਸਾਰ ਹੀ ਕਰਦਾ ਹੈ।

ਅਵਚੇਤਨ ਦਾ ਉਪਚਾਰਕ ਸਿਧਾਂਤ ਖ਼ਰਾਬ ਆਪਟਿਕ ਤੰਤੁਿਕਾਂ ਨੂੰ ਬਹਾਲ ਕਰਦਾ ਹੈ

ਇਹ ਇਕ ਬੜਾ ਮੰਨਿਆ-ਪਰਮੰਨਿਆ ਫ੍ਰਾਂਸ ਦੀ ਮੈਡਮ ਬਾਇਰ ਦਾ ਵਿਧੀਵਤ ਪ੍ਰਮਾਣਿਤ ਕੇਸ ਹੈ, ਜਿਸਦਾ ਰਿਕਾਰਡ ਲੂਰਡੈਸ, ਫ੍ਰਾਂਸ ਦੇ ਮੈਡੀਕਲ ਵਿਭਾਗ ਦੇ ਪੁਰਾਲੇਖਾਂ ਵਿਚ ਦਰਜ ਹੈ। ਮੈਡਮ ਬਾਇਰ ਅੱਖਾਂ ਅੰਨ੍ਹੀ ਸੀ; ਉਨ੍ਹਾਂ ਦੀ ਅੱਖਾਂ ਦੀਆਂ ਨਾੜਾਂ ਕਮਜ਼ੋਰ ਅਤੇ ਬੇਕਾਰ ਹੋ ਚੁੱਕੀਆਂ ਸਨ। ਉਹ ਲੂਰਡੈਸ ਗਈ ਅਤੇ ਉਨ੍ਹਾਂ ਨੇ ਉਹ ਪਾਇਆ ਜਿਸ ਨੂੰ ਉਨ੍ਹਾਂ ਨੇ ਚਮਤਕਾਰੀ ਇਲਾਜ ਕਿਹਾ। ਰੂਥ ਕ੍ਰੈਨਸਟਨ, ਇਕ ਪ੍ਰੋਟੈਸਟੈਂਟ ਮੁਟਿਆਰ, ਨੇ ਲੂਰਡੈਸ ਵਿਚ ਹੋ ਰਹੇ ਇਲਾਜ ਦੀ ਤਹਕੀਕਾਤ ਕੀਤੀ ਅਤੇ ਨਵੰਬਰ, 1955 ਵਿਚ ਮੈਡਮ ਬਾਇਰ ਬਾਰੇ ਮੈਕਾਲ ਮੈਗਜ਼ੀਨ ਵਿਚ ਇਸ ਤਰ੍ਹਾਂ ਲਿਖਿਆ: ‘‘ਲੂਰਡੈਸ ਵਿਖੇ ਉਨ੍ਹਾਂ ਨੇ ਆਪਣੀਆਂ ਅੱਖਾਂ ਦੀ ਰੋਸ਼ਨੀ ਨਾ-ਭਰੋਸੇਯੋਗ ਤਰੀਕੇ ਨਾਲ ਮੁੜ ਪ੍ਰਾਪਤ ਕੀਤੀ, ਉਨ੍ਹਾਂ ਦੀ ਆਪਟਿਕ ਤੰਤਰਿਕਾ ਖ਼ਰਾਬ ਅਤੇ ਕਿਸੇ ਕੰਮ ਦੀ ਨਹੀਂ ਸੀ, ਕਿਉਂਕਿ ਕਈ ਡਾਕਟਰ ਜਾਂਚ ਕਰਨ ਤੋਂ ਬਾਅਦ ਇਸ ਨਤੀਜੇ ’ਤੇ ਪਹੁੰਚੇ ਸਨ ਕਿ ਉਨ੍ਹਾਂ ਦੀ ਆਪਟਿਕ ਤੰਤੁਿਕਾ ਕਿਸੇ ਕੰਮ ਦੀ ਨਹੀਂ ਹੈ। ਇੱਕ ਮਹੀਨੇ ਬਾਅਦ, ਦੁਬਾਰਾ ਜਾਂਚ ਕਰਨ ’ਤੇ ਉਨ੍ਹਾਂ ਨੇ ਪਾਇਆ ਕਿ ਉਨ੍ਹਾਂ ਦੀ ਨਜ਼ਰ ਪੂਰੀ ਤਰ੍ਹਾਂ ਵਾਪਸ ਆ ਗਈ ਹੈ, ਅਤੇ ਉਹ ਆਮ

ਮਨੁੱਖਾਂ ਵਾਂਗ ਦੇਖ ਸਕਦੀ ਹੈ, ਪਰ ਪਹਿਲਾਂ ਤਾਂ, ਜਿੱਥੋਂ ਤਕ ਡਾਕਟਰੀ ਜਾਂਚ ਦੱਸ ਸਕਦੀ ਹੈ ਕਿ ਉਹ 'ਮ੍ਰਿਤ ਅੱਖਾਂ' ਨਾਲ ਦੇਖ ਰਹੀ ਸੀ।

ਮੈਂ ਲੂਰਡੈਸ ਕਈ ਵਾਰ ਗਿਆ, ਮੈਂ ਵੀ ਕਈ ਉਪਚਾਰ ਦੇਖੇ ਹਨ ਅਤੇ ਜਾਹਿਰ ਹੈ ਜਿਵੇਂ ਕਿ ਅਸੀਂ ਅਗਲੇ ਕਿਸੇ ਅਧਿਆਇ ਵਿਚ ਇਸ ਨੂੰ ਸਪੱਸ਼ਟ ਕਰਾਂਗੇ, ਇਸ ਵਿਚ ਕੋਈ ਸ਼ੱਕ ਨਹੀਂ ਹੈ ਕਿ ਸਾਰੀ ਦੁਨੀਆ ਵਿਚ ਕ੍ਰਿਸ਼ਚੀਅਨ ਜਾਂ ਹੋਰਾਂ ਦੇ ਧਰਮ ਅਸਥਾਨਾਂ 'ਤੇ ਇਸ ਤਰ੍ਹਾਂ ਦਾ ਇਲਾਜ ਹੋ ਰਿਹਾ ਹੈ।

ਮੈਡਮ ਬਾਇਰ, ਜਿਨ੍ਹਾਂ ਬਾਰੇ ਅਸੀਂ ਹੁਣੇ ਹੀ ਦੱਸਿਆ ਹੈ, ਉਨ੍ਹਾਂ ਦਾ ਇਲਾਜ ਕਿਸੇ ਧਾਰਮਿਕ ਪਵਿੱਤਰ ਜਲ ਰਾਹੀਂ ਨਹੀਂ ਹੋਇਆ ਸੀ, ਬਲਕਿ ਉਨ੍ਹਾਂ ਦੇ ਆਪਣੇ ਅਵਚੇਤਨ ਮਨ ਦੁਆਰਾ ਹੋਇਆ, ਜਿਸ ਨੇ ਉਨ੍ਹਾਂ ਦੇ ਵਿਸ਼ਵਾਸ ਦਾ ਜਵਾਬ ਦਿੱਤਾ। ਉਸਦੇ ਅੰਦਰਲੇ ਉਪਚਾਰ ਦੇ ਸਿਧਾਂਤ ਨੇ ਉਨ੍ਹਾਂ ਦੇ ਵਿਚਾਰਾਂ ਦੀ ਪ੍ਰਕਿਰਤੀ 'ਤੇ ਪ੍ਰਤੀਕਿਰਿਆ ਦਿੱਤੀ। ਵਿਸ਼ਵਾਸ ਅਵਚੇਤਨ ਮਨਦਾ ਇਕ ਵਿਚਾਰ ਹੈ। ਇਸਦਾ ਅਰਥ ਕਿਸੇ ਚੀਜ ਨੂੰ ਸੱਚ ਦੀ ਤਰ੍ਹਾਂ ਸਵੀਕਾਰ ਕਰਨਾ ਹੈ। ਸਵੀਕਾਰ ਕੀਤੇ ਵਿਚਾਰ ਆਪਣੇ-ਆਪ ਕੰਮ ਕਰਦੇ ਹਨ। ਇਸ ਵਿਚ ਕੋਈ ਸ਼ੱਕ ਨਹੀਂ ਕਿ ਮੈਡਮ ਬਾਇਰ ਗਿਰਜਾਘਰ ਬੜੀ ਆਸ ਅਤੇ ਆਸਥਾ ਨਾਲ ਗਏ ਸਨ ਕਿ ਉਨ੍ਹਾਂ ਨੂੰ ਉੱਥੋਂ ਇਲਾਜ ਮਿਲੇਗਾ। ਉਨ੍ਹਾਂ ਦੇ ਅਵਚੇਤਨ ਮਨ ਨੇ ਉਨ੍ਹਾਂ ਦੇ ਵਿਚਾਰ ਦੇ ਅਨੁਸਾਰ ਪ੍ਰਤੀਕਿਰਿਆ ਦਿੱਤੀ ਅਤੇ ਆਪਣੇ ਅੰਦਰ ਹਮੇਸ਼ਾ ਮੌਜੂਦ ਉਪਚਾਰ ਸ਼ਕਤੀ ਨੂੰ ਕੱਢਿਆ। ਅਵਚੇਤਨ ਮਨ ਜਿਸ ਨੇ ਅੱਖਾਂ ਦੀ ਰਚਨਾ ਕੀਤੀ ਸੀ ਉਹ ਨਿਸ਼ਚਿਤ ਤੌਰ 'ਤੇ ਇਕ ਮ੍ਰਿਤ ਤੰਤਰਿਕਾ ਨੂੰ ਮੁੜ ਤੋਂ ਜੀਵਨ ਦੇ ਸਕਦਾ ਹੈ। ਜਿਸ ਰਚਨਾ ਦੇ ਸਿਧਾਂਤ ਨੇ ਇਸ ਨੂੰ ਬਣਾਇਆ ਹੈ ਉਹ ਮੁੜ ਤੋਂ ਇਸ ਨੂੰ ਬਣਾ ਸਕਦਾ ਹੈ। ਤੁਹਾਡੇ ਵਿਸ਼ਵਾਸ ਦੇ ਅਨੁਸਾਰ ਹੀ ਤੁਹਾਡੇ ਨਾਲ ਉਸੇ ਤਰ੍ਹਾਂ ਹੀ ਹੁੰਦਾ ਹੈ।

ਸੰਪੂਰਨ ਸਿਹਤ ਦੇ ਵਿਚਾਰ ਨੂੰ ਆਪਣੇ ਅਵਚੇਤਨ ਮਨ ਤੱਕ ਕਿਵੇਂ ਪਹੁੰਚਾਉਣਾ ਹੈ

ਇਕ ਪ੍ਰੋਟੈਸਟੈਂਟ ਪਾਦਰੀ, ਜਿਸ ਨੂੰ ਮੈਂ ਜੋਹਾਨਸਬਰਗ (ਦੱਖਣ ਅਫਰੀਕਾ) ਤੋਂ ਜਾਂਦਾ ਸੀ, ਨੇ ਮੈਨੂੰ ਉਹ ਤਰੀਕਾ ਦੱਸਿਆ ਜੋ ਉਸ ਨੇ ਆਪਣੇ ਅਵਚੇਤਨ ਮਨ ਨੂੰ ਸੰਪੂਰਨ ਸਿਹਤ ਦੇ ਵਿਚਾਰ ਨੂੰ ਪਹੁੰਚਾਉਣ ਲਈ ਵਰਤਿਆ ਸੀ। ਉਸ ਨੂੰ ਫੇਫੜਿਆਂ ਦਾ ਕੈਂਸਰ ਸੀ।

ਉਨ੍ਹਾਂ ਨੇ ਆਪਣੀ ਹੱਥ-ਲਿਖੀ ਚਿੱਠੀ ਵਿਚ ਆਪਣੇ ਵੱਲੋਂ ਅਪਣਾਈ ਗਈ ਤਕਨੀਕ ਬਾਰੇ ਮੈਨੂੰ ਇਸ ਤਰ੍ਹਾਂ ਲਿਖਿਆ: "ਦਿਨ ਵਿਚ ਕਈ ਵਾਰ ਮੈਂ ਆਪਣੇ-ਆਪ ਨੂੰ ਭਰੋਸਾ ਦਿੰਦਾ ਸੀ ਕਿ ਮਾਨਸਿਕ ਤੇ ਸਰੀਰਕ ਤੌਰ 'ਤੇ ਮੈਂ ਪੂਰੀ ਤਰ੍ਹਾਂ ਆਰਾਮਦਾਈ ਸਥਿਤੀ ਵਿਚ ਹੋਵਾਂ। ਮੈਂ ਆਪਣੇ ਸਰੀਰ ਨੂੰ ਇਹ ਗੱਲਾਂ ਕਹਿਣ ਲੱਗਿਆ: "ਮੇਰੇ ਪੈਰ ਆਰਾਮਦੇਹ ਹਨ, ਮੇਰੇ ਗਿੱਟੇ ਆਰਾਮਦੇਹ ਹਨ, ਮੇਰੀਆਂ

ਲੱਤਾਂ ਆਰਾਮਦੇਹ ਹਨ, ਮੇਰੇ ਢਿੱਡ ਦੀਆਂ ਮਾਂਸਪੇਸ਼ੀਆਂ ਆਰਾਮਦੇਹ ਹਨ, ਮੇਰਾ ਦਿਲ ਅਤੇ ਫੇਫੜੇ ਆਰਾਮਦੇਹ ਹਨ, ਮੇਰਾ ਸਿਰ ਆਰਾਮਦੇਹ ਹਨ, ਮੇਰਾ ਪੂਰਾ ਸ਼ਰੀਰ ਪੂਰੀ ਤਰ੍ਹਾਂ ਨਾਲ ਆਰਾਮਦਾਇਕ ਸਥਿਤੀ ਵਿਚ ਹੈ।'' ਤਕਰੀਬਨ ਪੰਜ ਮਿੰਟਾਂ ਬਾਅਦ ਮੈਂ ਆਪਣੇ-ਆਪ ਨੂੰ ਉਨੀਂਦਰੀ ਅਵਸਥਾ ਵਿਚ ਮਹਿਸੂਸ ਕਰਕੇ ਇਸ ਸੱਚ ਨੂੰ ਸਵੀਕਾਰ ਕਰਦਾ: ''ਪਰਮਾਤਮਾ ਦੀ ਸੰਪੂਰਨਤਾ ਹੁਣ ਮੇਰੇ ਵਲੋਂ ਜ਼ਾਹਿਰ ਹੋ ਰਹੀ ਹੈ। ਇਕ ਸੰਪੂਰਨ ਸਿਹਤ ਦਾ ਵਿਚਾਰ ਮੇਰੇ ਅਵਚੇਤਨ ਮਨ 'ਚ ਭਰ ਰਿਹਾ ਹੈ। ਪਰਮਾਤਮਾ ਦੀ ਨਜ਼ਰ ਵਿਚ ਮੇਰੀ ਜੋ ਤਸਵੀਰ ਹੈ, ਉਹ ਉੱਤਮ ਹੈ ਅਤੇ ਮੇਰਾ ਅਵਚੇਤਨ ਮਨ ਮੇਰੇ ਸ਼ਰੀਰ ਨੂੰ ਮੇਰੇ ਪਰਮਾਤਮਾ ਦੇ ਮਨ ਵਿਚ ਬਣੀ ਮੇਰੀ ਉੱਤਮ ਤਸਵੀਰ ਦੇ ਅਨੁਸਾਰ ਬਣਾਉਂਦਾ ਹੈ।'' ਇਸ ਪਾਦਰੀ ਦਾ ਇਲਾਜ ਅਸਧਾਰਨ ਅਤੇ ਵਿਲੱਖਣ ਸੀ। ਉਨ੍ਹਾਂ ਨੇ ਜਿਸ ਤਕਨੀਕ ਦੀ ਵਰਤੋਂ ਕੀਤੀ ਸੀ, ਉਹ ਤੁਹਾਡੇ ਅਵਚੇਤਨ ਮਨ ਤਕ ਸੰਪੂਰਨ ਸਿਹਤ ਦੇ ਵਿਚਾਰ ਨੂੰ ਪਹੁੰਚਾਉਣ ਦਾ ਇੱਕ ਸਧਾਰਨ ਤੇ ਸੌਖਾ ਤਰੀਕਾ ਹੈ।

ਸਿਹਤ ਦੇ ਵਿਚਾਰ ਨੂੰ ਅਵਚੇਤਨ ਮਨ ਤਕ ਪਹੁੰਚਾਉਣ ਦਾ ਇੱਕ ਹੋਰ ਅਦਭੁੱਤ ਤਰੀਕਾ ਅਨੁਸ਼ਾਸਿਤ ਜਾਂ ਵਿਗਿਆਨਕ ਕਲਪਨਾ ਦੁਆਰਾ ਦਿੱਤਾ ਜਾ ਸਕਦਾ ਹੈ। ਮੈਂ ਇਕ ਵਿਅਕਤੀ, ਜੋ ਲਕਵੇਂ ਕਾਰਨ ਪੀੜਤ ਸੀ, ਨੂੰ ਆਪਣਾ ਇਕ ਸਜੀਵ ਅਤੇ ਸਪੱਸ਼ਟ ਤਸਵੀਰ ਬਣਾਉਣ ਲਈ ਕਿਹਾ ਜਿਸ ਵਿਚ ਉਹ ਆਪਣੇ ਆਫਿਸ ਅੰਦਰ ਚਾਰੇ ਪਾਸੇ ਚੱਲ ਰਿਹਾ ਹੋਵੇ, ਆਪਣੀ ਡੈਸਕ ਛੂਹ ਰਿਹਾ ਹੋਵੇ, ਫੋਨ ਰਾਹੀਂ ਜਵਾਬ ਦੇ ਰਿਹਾ ਹੋਵੇ ਅਤੇ ਉਹ ਸਾਰੇ ਕੰਮ ਕਰ ਰਿਹਾ ਹੋਵੇ, ਜੋ ਕਿ ਉਹ ਆਪਣੇ ਠੀਕ ਹੋਣ ਦੀ ਸਥਿਤੀ ਵਿਚ ਕਰਦਾ। ਮੈਂ ਉਸ ਨੂੰ ਸਮਝਾਇਆ ਕਿ ਉਸ ਦੇ ਅਵਚੇਤਨ ਮਨ ਦੁਆਰਾ ਇਹ ਵਿਚਾਰ ਅਤੇ ਸੰਪੂਰਨ ਸਿਹਤ ਦੀ ਮਾਨਸਿਕ ਤਸਵੀਰ ਨੂੰ ਸਵੀਕਾਰ ਕਰ ਲਿਆ ਜਾਵੇਗਾ।

ਉਸ ਨੇ ਆਪਣੇ-ਆਪ ਨੂੰ ਇਸ ਭੂਮਿਕਾ ਵਿਚ ਜੀਉਂਦਾ ਕਰ ਆਪਣੇ-ਆਪ ਨੂੰ ਅਸਲ ਵਿਚ ਦਫਤਰ ਵਿਖੇ ਮੁੜ ਵਾਪਸ ਮਹਿਸੂਸ ਕੀਤਾ। ਉਹ ਜਾਣਦਾ ਸੀ ਕਿ ਉਹ ਆਪਣੇ ਅਵਚੇਤਨ ਮਨ ਨੂੰ ਕੁੱਝ ਨਿਸ਼ਚਤ ਕੰਮ ਕਰਨ ਨੂੰ ਦੇ ਰਿਹਾ ਹੈ। ਉਸਦਾ ਅਵਚੇਤਨ ਮਨ ਉਹ ਫ਼ਿਲਮ ਸੀ, ਜਿਸ 'ਤੇ ਤਸਵੀਰ ਦੀ ਛਾਪ ਛੱਡੀ ਜਾ ਰਹੀ ਸੀ। ਉਸ ਨੇ ਕਈ ਹਫਤਿਆਂ ਤਕ ਲਗਾਤਾਰ ਮਾਨਸਿਕ ਚਿਤਰਨ ਦੀਆਂ ਵਿਸਤਰਿਤ ਤਸਵੀਰਾਂ ਨੂੰ ਦੇਖਿਆ। ਫਿਰ ਇਕ ਦਿਨ ਪਹਿਲਾਂ ਤੋਂ ਹੀ ਤੈਅ ਕੀਤੇ ਗਏ ਮੁਤਾਬਿਕ ਟੈਲੀਫੋਨ ਦੀ ਘੰਟੀ ਉਸ ਵੇਲੇ ਵੱਜੀ, ਜਦੋਂ ਉਸ ਦੀ ਪਤਨੀ ਅਤੇ ਨਰਸ ਬਾਹਰ ਸਨ। ਟੈਲੀਫੋਨ ਉਸ ਦੇ ਪਲੰਗ ਤੋਂ ਬਾਰਾਂ ਫੁੱਟ ਦੀ ਦੂਰੀ 'ਤੇ ਰੱਖਿਆ ਹੋਇਆ ਸੀ, ਪਰ, ਉਹ ਜਿਵੇਂ-ਤਿਵੇਂ ਇਸਦਾ ਜਵਾਬ ਦੇਣ ਵਿਚ ਕਾਮਜਾਬ ਹੋ ਗਿਆ। ਉਸੇ ਸਮੇਂ ਉਹ ਠੀਕ ਹੋ ਗਿਆ। ਉਸ ਦੇ ਅਵਚੇਤਨ ਮਨ ਦੀ ਉਪਚਾਰਕ ਸ਼ਕਤੀ ਨੇ ਉਸ ਦੇ ਮਨ ਦੀ ਕਲਪਨਾ ਦਾ ਜਵਾਬ ਦਿੱਤਾ ਅਤੇ ਉਪਚਾਰ ਸ਼ੁਰੂ ਹੋ ਗਿਆ।

ਇਹ ਵਿਅਕਤੀ ਇਕ ਮਾਨਸਿਕ ਅੜੀਕੇ ਤੋਂ ਪੀੜਤ ਸੀ, ਜਿਸ ਨੇ ਮਸਤਿਸ਼ਕ ਵਿਚੋਂ ਉਤਪੰਨ ਤੰਤਰਿਕਾ ਆਵੇਗਾਂ ਨੂੰ ਉਸ ਦੇ ਪੈਰਾਂ ਤਕ ਪਹੁੰਚਾਉਣ ਤੋਂ ਰੋਕਿਆ ਹੋਇਆ ਸੀ; ਇਸ ਲਈ, ਉਸ ਨੇ ਕਿਹਾ ਉਹ ਤੁਰ ਨਹੀਂ ਸਕਦਾ। ਜਦੋਂ ਉਸ ਨੇ ਆਪਣਾ ਧਿਆਨ ਆਪਣੇ ਅੰਦਰਲੀ ਉਪਚਾਰਕ ਸ਼ਕਤੀ ਵੱਲ ਕੀਤਾ, ਤਾਂ ਉਸ ਦੇ ਕੇਂਦ੍ਰਿਤ ਧਿਆਨ ਨਾਲ ਸ਼ਕਤੀ ਪ੍ਰਵਾਹਿਤ ਹੋਣ ਲੱਗੀ ਅਤੇ ਉਹ ਦੁਬਾਰਾ ਚੱਲਣ ਲੱਗ ਪਿਆ।

ਜੋ ਕੁੱਝ ਵੀ ਤੁਸੀਂ ਪ੍ਰਾਰਥਨਾ ਵਿਚ ਮੰਗੋਗੇ, ਵਿਸ਼ਵਾਸ ਕਰੋਗੇ ਉਹ ਤੁਹਾਨੂੰ ਪ੍ਰਾਪਤ ਹੋਵੇਗਾ।

ਮੈਥਯੂ 21:22

ਯਾਦ ਰੱਖਣ ਜੋਗ ਵਿਚਾਰ

1. ਤੁਹਾਡਾ ਅਵਚੇਤਨ ਮਨ ਤੁਹਾਡੇ ਸਰੀਰ ਦੀ ਸਾਰੀ ਜਰੂਰੀ ਕਿਰਿਆਵਾਂ 'ਤੇ ਕਾਬੂ ਰੱਖਦਾ ਹੈ ਅਤੇ ਉਹ ਸਾਰੀ ਸਮੱਸਿਆਵਾਂ ਦਾ ਜਵਾਬ ਜਾਣਦਾ ਹੈ।

2. ਸੌਣ ਤੋਂ ਪਹਿਲਾਂ, ਆਪਣੇ ਅਵਚੇਤਨ ਮਨ ਤੋਂ ਕੋਈ ਉਚੇਰਾ ਨਿਵੇਦਨ ਕਰੋ ਅਤੇ ਇਸਦੀ ਚਮਤਕਾਰੀ ਸ਼ਕਤੀ ਨੂੰ ਆਪਣੇ 'ਤੇ ਸਿੱਧ ਹੋਣ ਦਿਉ।

3. ਤੁਸੀਂ ਆਪਣੇ ਅਵਚੇਤਨ ਮਨ 'ਤੇ ਜੋ ਵੀ ਪ੍ਰਭਾਵ ਪਾਉਂਦੇ ਹੋ, ਉਹ ਪੁਲਾੜੀ ਪਰਦੇ 'ਤੇ ਹਾਲਾਤਾਂ, ਅਨੁਭਵਾਂ ਅਤੇ ਘਟਨਾਵਾਂ ਵਾਂਗ ਵਿਅਕਤ ਹੁੰਦੀਆਂ ਹਨ। ਇਸ ਲਈ, ਤੁਹਾਨੂੰ ਆਪਣੇ ਚੇਤਨ ਮਸਤਿਸ਼ਕ ਵਿਚ ਸਵੀਕਾਰ ਕੀਤੇ ਗਏ ਵਿਚਾਰਾਂ ਅਤੇ ਸੋਚ ਪ੍ਰਤੀ ਬਹੁਤ ਸੁਚੇਤ ਹੋਣ ਦੀ ਲੋੜ ਹੈ।

4. ਕਿਰਿਆ ਅਤੇ ਪ੍ਰਤੀਕਿਰਿਆ ਦਾ ਨਿਜਮ ਸਰਵ-ਵਿਆਪੀ ਹੈ। ਤੁਹਾਡਾ ਵਿਚਾਰ ਕਿਰਿਆ ਹੈ ਅਤੇ ਉਸ ਵਿਚਾਰ 'ਤੇ ਤੁਹਾਡਾ ਅਵਚੇਤਨ ਮਨ ਆਪਣੇ-ਆਪ ਸੁਭਾਵਿਕ ਪ੍ਰਤੀਕਿਰਿਆ ਕਰਦਾ ਹੈ। ਆਪਣੇ ਵਿਚਾਰਾਂ 'ਤੇ ਧਿਆਨ ਦਿਉ।

5. ਸਾਰੀਆਂ ਨਿਰਾਸ਼ਾਵਾਂ, ਅਧੂਰੀਆਂ ਇੱਛਾਵਾਂ ਕਾਰਨ ਪੈਦਾ ਹੁੰਦੀਆਂ ਹਨ। ਜੇ ਤੁਸੀਂ ਰੁਕਾਵਟਾਂ, ਦੇਰੀ ਅਤੇ ਮੁਸ਼ਕਿਲਾਂ 'ਤੇ ਧਿਆਨ ਕੇਂਦਰਿਤ ਕਰੋਗੇ, ਤਾਂ ਤੁਹਾਡਾ ਅਵਚੇਤਨ ਮਨ ਉਸੇ ਦੇ ਅਨੁਸਾਰ ਜਵਾਬ ਦਿੰਦਾ ਹੈ, ਅਤੇ ਤੁਸੀਂ ਆਪਣੀ ਭਲਿਆਈ ਨੂੰ ਆਪ ਹੀ ਰੋਕ ਰਹੇ ਹੁੰਦੇ ਹੋ।

6. ਜੀਵਨ ਦਾ ਸਿਧਾਂਤ ਤੁਹਾਡੇ ਅੰਦਰ ਤਾਲਬੱਧ ਅਤੇ ਇਕਸੁਰਤਾ ਨਾਲ ਪ੍ਰਵਾਹਿਤ ਹੋ ਸਕਦਾ ਹੈ, ਜੇ ਤੁਸੀਂ ਚੇਤਨ ਤੌਰ 'ਤੇ ਦ੍ਰਿੜਤਾ ਨਾਲ ਕਹੋ, "ਮੈਂ ਵਿਸ਼ਵਾਸ ਕਰਦਾ ਹਾਂ ਕਿ ਜਿਸ ਅਵਚੇਤਨ ਮਨ ਨੇ ਮੈਨੂੰ ਇਹ ਇੱਛਾ ਦਿੱਤੀ

ਹੈ, ਉਹੀ ਇਸ ਨੂੰ ਮੇਰੇ ਰਾਹੀਂ ਪੂਰੀ ਕਰ ਰਿਹਾ ਹੈ।'' ਇਸ ਨਾਲ ਸਾਰੀਆਂ ਪਰੇਸ਼ਾਨੀਆਂ ਅਤੇ ਵਿਵਾਦ ਖ਼ਤਮ ਹੋ ਜਾਣਗੇ।

7. ਤੁਸੀਂ ਚਿੰਤਾ, ਤਣਾਅ ਅਤੇ ਡਰ ਦੇ ਕਾਰਨ ਆਪਣੇ ਦਿਲ, ਫੇਫੜਿਆਂ ਅਤੇ ਹੋਰ ਅੰਗਾਂ ਦੀ ਆਮ ਤਾਲ ਵਿਚ ਵਿਘਨ ਪਾ ਸਕਦੇ ਹੋ। ਆਪਣੇ ਅਵਚੇਤਨ ਨੂੰ ਇਕਸਾਰਤਾ, ਸਿਹਤ ਅਤੇ ਸ਼ਾਂਤੀ ਦੇ ਵਿਚਾਰਾਂ ਦਾ ਭੋਜਨ ਦਿਉ, ਜਿਸ ਨਾਲ ਤੁਹਾਡੇ ਸਰੀਰ ਦੀ ਸਮੁੱਚੀ ਕਾਰਜ ਪ੍ਰਣਾਲੀ ਦੁਬਾਰਾ ਆਮ ਹੋ ਜਾਵੇਗੀ।

8. ਆਪਣੇ ਚੇਤਨ ਮਸਤਿਸ਼ਕ ਨੂੰ ਸਭ ਤੋਂ ਵਧੀਆ ਉਮੀਦਾਂ ਨਾਲ ਵਿਅਸਤ ਰੱਖੋ, ਅਤੇ ਤੁਹਾਡਾ ਅਵਚੇਤਨ ਤੁਹਾਡੀ ਆਦਤਨ ਸੋਚ ਨੂੰ ਵਫ਼ਾਦਾਰੀ ਨਾਲ ਦੁਬਾਰਾ ਸਾਕਾਰ ਕਰ ਦੇਵੇਗਾ।

9. ਆਪਣੀ ਸਮੱਸਿਆ ਦੇ ਸੁਖਦ ਅੰਤ ਜਾਂ ਸਮਾਧਾਨ ਦੀ ਕਲਪਨਾ ਕਰੋ। ਆਪਣੀਆਂ ਉਪਲਬਧੀਆਂ ਦੇ ਰੋਮਾਂਚ ਨੂੰ ਮਹਿਸੂਸ ਕਰੋ: ਅਤੇ ਤੁਸੀਂ ਜੋ ਵੀ ਕਲਪਨਾ ਕਰੋਗੇ ਜਾਂ ਮਹਿਸੂਸ ਕਰੋਗੇ, ਉਸ ਨੂੰ ਤੁਹਾਡਾ ਅਵਚੇਤਨ ਮਨ ਵਲੋਂ ਸਵੀਕਾਰ ਕੀਤਾ ਜਾਵੇਗਾ ਅਤੇ ਉਹ ਉਸ ਨੂੰ ਸਾਕਾਰ ਕਰ ਦੇਵੇਗਾ।

ਪ੍ਰਾਚੀਨ ਕਾਲ ਵਿਚ ਮਾਨਸਿਕ ਇਲਾਜ

ਸਦੀਆਂ ਤੋਂ ਸਾਰੇ ਦੇਸ਼ਾਂ ਦੇ ਮਨੁੱਖਾਂ ਨੂੰ ਕਿਸੇ ਨਾ ਕਿਸੇ ਤਰ੍ਹਾਂ ਨਾਲ ਯਕੀਨ ਹੈ ਕਿ ਉਨ੍ਹਾਂ ਦੇ ਆਲੇ-ਦੁਆਲੇ ਹੀ ਇਲਾਜ ਕਰਨ ਦੀ ਸ਼ਕਤੀ ਦੀ ਹੋਂਦ ਹੈ, ਜੋ ਕਿਰਿਆਵਾਂ ਅਤੇ ਮਨੁੱਖ ਦੇ ਸਰੀਰ ਵਿਚ ਹੋਣ ਵਾਲੀਆਂ ਸੰਵੇਦਨਾਵਾਂ ਨੂੰ ਮੁੜ ਸੁਭਾਵਿਕ ਅਵਸਥਾ ਵਿਚ ਲਿਆ ਸਕਦੀ ਹੈ। ਉਹ ਮੰਨਦੇ ਸਨ ਕਿ ਇਸ ਰਹੱਸਮਈ ਸ਼ਕਤੀ ਨੂੰ ਕੁੱਝ ਵਿਸ਼ੇਸ਼ ਸਥਿਤੀਆਂ ਵਿਚ ਜਾਗਰਿਤ ਕੀਤਾ ਜਾ ਸਕਦਾ ਹੈ ਅਤੇ ਇਸ ਤੋਂ ਬਾਅਦ ਮਾਨਵੀ ਪੀੜਾਵਾਂ ਘੱਟ ਹੋ ਜਾਣਗੀਆਂ। ਸਾਰੇ ਦੇਸ਼ਾਂ ਦਾ ਇਤਿਹਾਸ ਇਸ ਵਿਸ਼ਵਾਸ ਦੇ ਸਮਰਥਨ ਵਿਚ ਗਵਾਹੀ ਦਿੰਦਾ ਹੈ।

ਕਿਹਾ ਜਾਂਦਾ ਹੈ ਕਿ ਦੁਨੀਆ ਦੇ ਮੁਢਲੇ ਇਤਿਹਾਸ ਵਿਚ, ਮਨੁੱਖਾਂ 'ਤੇ ਚੰਗੇ ਜਾਂ ਮਾੜੇ ਪ੍ਰਭਾਵਾਂ ਤੋਂ ਇਲਾਵਾ ਬਿਮਾਰੀ ਦਾ ਇਲਾਜ ਕਰਨ ਦੀ ਗੁਪਤ ਸ਼ਕਤੀਆਂ ਕੇਵਲ ਪਾਦਰੀਆਂ, ਪੁਜਾਰੀਆਂ ਜਾਂ ਸਾਰੇ ਦੇਸ਼ਾਂ ਦੇ ਪਵਿੱਤਰ ਪੁਰਖਾਂ ਦੇ ਕੋਲ ਹੀ ਸੀ। ਬਿਮਾਰ ਨੂੰ ਠੀਕ ਕਰਨ ਦੀ ਸ਼ਕਤੀ ਉਨ੍ਹਾਂ ਨੂੰ ਸਿੱਧੇ ਤੌਰ 'ਤੇ ਪਰਮਾਤਮਾ ਕੋਲੋਂ ਮਿਲਦੀ ਸੀ ਅਤੇ ਇਲਾਜ ਕਰਨ ਦੀਆਂ ਪ੍ਰਕਿਰਿਆਵਾਂ ਰਾਹੀਂ ਪਰਮਾਤਮਾ ਨੂੰ ਅਨੇਕ ਤਰ੍ਹਾਂ ਦੀਆਂ ਅਰਾਧਨਾ ਅਤੇ ਚੜ੍ਹਾਵਾਂ, ਜਿਸ ਵਿਚ ਕਈ ਤਰ੍ਹਾਂ ਦੀਆਂ ਰਸਮਾਂ ਜਿਵੇਂ ਸਿਰ 'ਤੇ ਹੱਥ ਰੱਖਣਾ, ਮੰਤ੍ਰਾਂ ਦਾ ਜਾਪ ਜਾਂ ਝਾੜ-ਫੂੰਕ, ਤਾਬੀਜ਼ ਪਾਉਣਾ, ਮੰਤਰਾਂ ਨਾਲ ਭਰਪੂਰ ਅੰਗੂਠੀਆਂ, ਪੁਰਾਣੇ ਅਵਸ਼ੇਸਾਂ ਅਤੇ ਮੂਰਤੀਆਂ ਦੀ ਪੂਜਾ ਆਦਿ ਦੀ ਵਰਤੋਂ ਕੀਤੀ ਜਾਂਦੀ ਸੀ।

ਮਿਸਾਲ ਲਈ, ਪ੍ਰਾਚੀਨ ਮੰਦਰਾਂ ਵਿਚ ਪੁਜਾਰੀ ਰੋਗੀਆਂ ਨੂੰ ਨਸ਼ੀਲਾ ਪਦਾਰਥ ਖਿਲਾਉਂਦੇ ਸਨ ਅਤੇ ਉਨ੍ਹਾਂ ਦੇ ਬੇਸੁਰਤ ਹੋ ਜਾਣ ਤੋਂ ਪਹਿਲਾਂ ਸੰਮੋਹਿਤ ਕਰਕੇ ਉਨ੍ਹਾਂ ਨੂੰ ਕਹਿੰਦੇ ਸਨ ਕਿ ਨੀਂਦ ਵਿਚ ਪਰਮਾਤਮਾ ਉਨ੍ਹਾਂ ਕੋਲ ਆਵੇਗਾ ਅਤੇ ਉਨ੍ਹਾਂ ਨੂੰ ਠੀਕ ਕਰ ਦੇਵੇਗਾ। ਇਸੇ ਪ੍ਰਕਾਰ ਕਈ ਹੋਰ ਇਲਾਜ ਹੁੰਦੇ ਸਨ। ਸਪੱਸ਼ਟ ਹੈ ਕਿ ਇਹ ਸਾਰਾ ਕੁੱਝ ਅਵਚੇਤਨ ਮਨ ਦੇ ਸ਼ਕਤੀਸ਼ਾਲੀ ਸੁਝਾਵਾਂ ਦਾ ਕੰਮ ਸੀ।

ਕੁੱਝ ਨਿਸ਼ਚਤ ਰਹੱਸਮਈ ਸੰਸਕਾਰਾਂ ਦੇ ਪ੍ਰਦਰਸ਼ਨਾਂ ਤੋਂ ਬਾਅਦ ਹੇਕੈਟ ਦੇ ਸ਼ਰਧਾਲੂ ਆਪਣੀ ਨੀਂਦ ਦੌਰਾਨ ਦੇਵੀ ਦੇ ਦਰਸ਼ਨ ਕਰਦੇ, ਬਸ਼ਰਤੇ ਸੌਣ ਤੋਂ ਪਹਿਲਾਂ ਉਨ੍ਹਾਂ ਨੇ ਅਜੀਬ-ੳ-ਗਰੀਬ ਤੇ ਅਦਭੁੱਤ ਹਦਾਇਤਾਂ ਅਨੁਸਾਰ ਦੇਵੀ ਦੀ ਪੂਜਾ ਜਾਂ ਪ੍ਰਾਰਥਨਾ ਕੀਤੀ ਹੋਵੇ। ਉਨ੍ਹਾਂ ਨੂੰ ਕਿਹਾ ਜਾਂਦਾ ਸੀ ਕਿ ਕਿਰਲੀਆਂ ਨੂੰ ਰਾਲ, ਲੁਭਾਨ ਅਤੇ ਗੰਧਰਸ ਨਾਲ ਮਿਲਾ ਕੇ ਚਾਂਦਨੀ ਰਾਤ ਦੀ ਰੋਸ਼ਨੀ ਵਿਚ ਖੁੱਲੀ ਹਵਾ ਵਿਚ ਕੁੱਟਣ। ਇਸ ਅਜੀਬ ਪ੍ਰਕਿਰਿਆ ਤੋਂ ਬਾਅਦ ਕਈ ਸਾਰੇ ਮਾਮਲਿਆਂ ਵਿਚ ਇਲਾਜ ਹੋਣ ਦੀ ਰਿਪੋਰਟ ਕੀਤੀ ਗਈ ਸੀ।

ਸਪੱਸ਼ਟ ਹੈ ਕਿ ਉੱਪਰ ਦੱਸੀਆਂ ਗਈਆਂ ਇਸ ਤਰ੍ਹਾਂ ਦੀਆਂ ਅਜੀਬ ਪ੍ਰਕਿਰਿਆਵਾਂ ਅਤੇ ਉਨ੍ਹਾਂ ਵਿਅਕਤੀਆਂ ਦੀ ਕਲਪਨਾਵਾਂ ਨੂੰ ਸ਼ਕਤੀਸ਼ਾਲੀ ਅਪੀਲ ਰਾਹੀਂ ਉਨ੍ਹਾਂ ਦੇ ਅਵਚੇਤਨ ਮਨ ਨੇ ਸਵੀਕਾਰ ਕਰ ਲਿਆ ਸੀ। ਅਸਲ ਵਿਚ, ਇਨ੍ਹਾਂ ਸਾਰੀਆਂ ਚਿਕਿਤਸਾ ਪ੍ਰਣਾਲੀਆਂ ਵਿਚ ਵਿਅਕਤੀ ਦਾ ਅਵਚੇਤਨ ਮਨ ਹੀ ਇਲਾਜ ਕਰਨ ਵਾਲਾ ਹਕੀਮ ਸੀ।

ਸਦੀਆਂ ਤੋਂ ਇਹੀ ਦੇਖਿਆ ਗਿਆ ਹੈ ਕਿ ਜਿਨ੍ਹਾਂ ਮਾਮਲਿਆਂ ਵਿਚ ਸਿਖਿਅਤ ਡਾਕਟਰਾਂ ਨੂੰ ਸਫਲਤਾ ਨਹੀਂ ਮਿਲੀ, ਉੱਥੇ ਹੀ ਅਣਅਧਿਕਾਰਤ ਇਲਾਜ ਕਰਨ ਵਾਲਿਆਂ ਨੇ ਸ਼ਾਨਦਾਰ ਅਤੇ ਅਦਭੁੱਤ ਨਤੀਜੇ ਪ੍ਰਾਪਤ ਕੀਤੇ। ਇਹ ਸੋਚਣ ਲਈ ਮਜਬੂਰ ਕਰਦਾ ਹੈ। ਦੁਨੀਆ ਦੇ ਸਾਰੇ ਹਿੱਸਿਆ ਵਿਚ ਇਹ ਉਪਚਾਰਕ ਕਿਵੇਂ ਆਪਣੇ ਇਲਾਜ ਨੂੰ ਪ੍ਰਭਾਵੀ ਬਣਾਉਂਦੇ ਹਨ? ਬਿਮਾਰ ਵਿਅਕਤੀ ਦਾ ਅੰਧ-ਵਿਸ਼ਵਾਸ (Blind-Belief) ਇਨ੍ਹਾਂ ਸਾਰੇ ਇਲਾਜਾਂ ਦਾ ਕਾਰਨ ਹੈ ਜੋ ਉਨ੍ਹਾਂ ਦੇ ਅਵਚੇਤਨ ਮਨ ਵਿਚ ਮੌਜੂਦ ਇਲਾਜ ਸ਼ਕਤੀ ਨੂੰ ਆਜ਼ਾਦ ਕਰ ਦਿੰਦਾ ਹੈ। ਕਈਆਂ ਦੇ ਇਲਾਜ ਲਈ ਅਜੀਬ ਅਤੇ ਸ਼ਾਨਦਾਰ ਤਰੀਕਿਆਂ ਦੀ ਵਰਤੋਂ ਕੀਤੀ ਗਈ, ਜਿਨ੍ਹਾਂ ਨੇ ਮਰੀਜਾਂ ਦੀ ਕਲਪਨਾਸ਼ਕਤੀ ਨੂੰ ਵਧਾਇਆ, ਜਿਸ ਕਰਕੇ ਉਨ੍ਹਾਂ ਦੀਆਂ ਭਾਵਨਾਵਾਂ ਨੂੰ ਉਤਸ਼ਾਹ ਮਿਲਿਆ। ਮਸਤਿਸ਼ਕ ਦੀ ਇਸ ਅਵਸਥਾ ਨੇ ਚੰਗੀ ਸਿਹਤ ਦੇ ਸੁਝਾਅ ਦੀ ਸਹੂਲੀਅਤ ਦਿੱਤੀ, ਜਿਸ ਨੂੰ ਮਰੀਜ ਦੇ ਦੋਨੋਂ ਭਾਵ ਚੇਤਨ ਅਤੇ ਅਵਚੇਤਨ ਮਨ ਦੁਆਰਾ ਸਵੀਕਾਰ ਕੀਤਾ ਗਿਆ। ਇਸ ਵਿਸ਼ੇ ਨੂੰ ਅਗਲੇ ਅਧਿਆਇ ਵਿਚ ਹੋਰ ਵਿਸਤਾਰ ਨਾਲ ਦੱਸਿਆ ਜਾਵੇਗਾ।

ਅਵਚੇਤਨ ਸ਼ਕਤੀਆਂ ਦੀ ਵਰਤੋਂ ਬਾਰੇ ਬਾਈਬਲ ਦੇ ਬਿਰਤਾਂਤ

ਜਿਹੜੀਆਂ ਚੀਜ਼ਾਂ ਦੀ ਤੁਸੀਂ ਇੱਛਾ ਕਰਦੇ ਹੋ, ਜਦੋਂ ਤੁਸੀਂ ਉਨ੍ਹਾਂ ਲਈ ਪ੍ਰਾਰਥਨਾ ਅਤੇ ਵਿਸ਼ਵਾਸ ਕਰਦੇ ਹੋ ਕਿ ਤੁਸੀਂ ਉਨ੍ਹਾਂ ਨੂੰ ਪ੍ਰਾਪਤ ਕਰ ਲਿਆ ਹੈ, ਉਹ ਤੁਹਾਨੂੰ ਨਿਸ਼ਚਿਤ ਹੀ ਮਿਲ ਜਾਣਗੀਆਂ।

ਮਾਰਕ 11:24

ਕਾਲਾਂ (Tenses) ਦੇ ਅੰਤਰ 'ਤੇ ਗੌਰ ਕਰੋ। ਪ੍ਰੇਰਿਤ ਲਿਖਾਰੀ ਸਾਨੂੰ ਇਹ ਤੱਥ ਕਿ ਸਾਡੀਆਂ ਇੱਛਾਵਾਂ ਪਹਿਲਾਂ ਤੋਂ ਹੀ ਪੂਰੀ ਅਤੇ ਮਿਲ ਗਈਆਂ ਹਨ ਅਤੇ ਇਹ ਹੈ ਕਿ ਅਸੀਂ ਇਸ ਨੂੰ ਪਹਿਲਾਂ ਤੋਂ ਹੀ ਇਸ ਨੂੰ ਮੰਨ ਲਿਆ ਹੈ, ਇਸ 'ਤੇ ਵਿਸ਼ਵਾਸ ਅਤੇ ਇਸ ਨੂੰ ਸੱਚ ਦੇ ਵਾਂਗ ਸਵੀਕਾਰ ਕਰਨ ਲਈ ਕਹਿੰਦਾ ਹੈ। ਅਤੇ ਕਹਿੰਦਾ ਹੈ ਕਿ ਇਸਦੀ ਪ੍ਰਾਪਤੀ ਇਕ ਵਸਤੂ ਦੇ ਤੌਰ 'ਤੇ ਸਾਨੂੰ ਭਵਿੱਖ ਵਿਚ ਮਿਲ ਜਾਵੇਗੀ।

ਇਸ ਤਕਨੀਕ ਦੀ ਸਫਲਤਾ ਇਸ ਸੋਚ, ਵਿਚਾਰ ਅਤੇ ਇਸ ਦੀ ਤਸਵੀਰ ਦੇ ਪੱਕੇ ਯਕੀਨ 'ਤੇ ਅਧਾਰਿਤ ਹੈ, ਇਹ ਤਸਵੀਰ ਪਹਿਲਾਂ ਤੋਂ ਹੀ ਮਸਤਿਸ਼ਕ ਵਿਚ ਮੌਜੂਦ ਹੈ। ਕਿਸੇ ਵੀ ਚੀਜ਼ ਦੇ ਮਸਤਿਸ਼ਕ ਦੀ ਦੁਨੀਆ ਅੰਦਰ ਇਕ ਪਦਾਰਥ ਦੇ ਤੌਰ 'ਤੇ ਹੋਣ ਲਈ, ਇਸ ਨੂੰ, ਇਹ ਇੱਥੇ ਪਹਿਲਾਂ ਤੋਂ ਹੀ ਹਾਜ਼ਰ ਹੈ, ਵਾਂਗ ਹੀ ਸੋਚਿਆ ਜਾਣਾ ਚਾਹੀਦਾ ਹੈ। ਇਹ ਡੂੰਘੇ ਸ਼ਬਦ ਵਿਚਾਰ ਦੀ ਰਚਨਾਤਮਕ ਸ਼ਕਤੀ ਦੇ ਵਰਤੋਂ ਰਾਹੀਂ ਅਵਚੇਤਨ 'ਤੇ ਆਪਣੀ ਮਨਭਾਉਂਦੀ ਚੀਜ਼ ਦੀ ਛਾਪ ਛੱਡਣ ਦਾ ਸੰਖੇਪ ਅਤੇ ਵਿਸ਼ੇਸ਼ ਤਰੀਕਾ ਸੁਝਾਉਂਦੀ ਹੈ। ਤੁਹਾਡਾ ਵਿਚਾਰ, ਯੋਜਨਾ ਜਾਂ ਉਦੇਸ਼ ਆਪਣੇ ਪਧਰ 'ਤੇ ਉਨਾਂ ਹੀ ਅਸਲੀ ਹੈ, ਜਿੰਨਾ ਕਿ ਤੁਹਾਡਾ ਹੱਥ ਜਾਂ ਤੁਹਾਡਾ ਦਿਲ। ਬਾਈਬਲ ਦੀ ਇਸ ਤਕਨੀਕ ਦੀ ਪਾਲਨਾ ਕਰਦੇ ਹੋਏ, ਤੁਸੀਂ ਉਹ ਸਾਰੀਆਂ ਸਥਿਤੀਆਂ, ਪਰੀਸਥਿਤੀਆਂ ਜਾਂ ਅਜਿਹੀ ਕੋਈ ਵੀ ਚੀਜ ਜੋ ਵਿਪਰੀਤ ਪਰੀਸਥਿਤੀਆਂ ਲਿਆ ਸਕਦੀਆਂ ਹਨ, ਖ਼ਤਮ ਕਰ ਸਕਦੀਆਂ ਹਨ। ਅਜਿਹੀਆਂ ਸੰਭਾਵਨਾਵਾਂ ਨੂੰ ਆਪਣੇ ਮਸਤਿਸ਼ਕ ਤੋਂ ਪੂਰੀ ਤਰ੍ਹਾਂ ਖ਼ਤਮ ਕਰ ਸਕਦੇ ਹੋ। ਤੁਸੀਂ ਇਕ ਬੀਜ (ਸੰਕਲਪ) ਆਪਣੇ ਮਸਤਿਸ਼ਕ 'ਚ ਬੀਜਦੇ ਹੋ, ਤੁਸੀਂ ਇਸ ਨੂੰ ਬਿਨਾਂ ਪਰੇਸ਼ਾਨ ਕੀਤੇ ਛੱਡ ਦਿਓ, ਤਾਂ ਇਹ ਹਮੇਸ਼ਾ ਬਾਹਰੀ ਆਨੰਦ (ਫੱਲ) ਵਿਚ ਬਦਲੇਗਾ।

ਇਸ ਲਈ ਮੁੱਖ ਸ਼ਰਤ, ਜਿਸ 'ਤੇ ਈਸਾ ਮਸੀਹ ਨੇ ਜੋਰ ਦਿੱਤਾ ਸੀ, ਉਹ ਸੀ ਆਸਥਾ ਜਾਂ ਵਿਸ਼ਵਾਸ। ਤੁਸੀਂ ਬਾਈਬਲ ਵਿਚ ਵਾਰ-ਵਾਰ ਪੜ੍ਹਦੇ ਹੋ, ਤੁਹਾਡੀ ਆਸਥਾ ਦੇ ਅਨੁਸਾਰ ਇਸ ਨੂੰ ਤੁਹਾਡੇ ਲਈ ਕੀਤਾ ਜਾਂਦਾ ਹੈ। ਜੇ ਤੁਸੀਂ ਜ਼ਮੀਨ ਵਿਚ ਖ਼ਾਸ ਪ੍ਰਕਾਰ ਦੇ ਬੀਜ ਬੀਜਦੇ ਹੋ, ਤਾਂ ਤੁਹਾਨੂੰ ਵਿਸ਼ਵਾਸ ਹੁੰਦਾ ਹੈ ਕਿ ਉਹ ਆਪਣੇ ਬੀਜ ਵਾਂਗ ਉੱਗਣਗੇ। ਬੀਜ ਇਸੇ ਤਰ੍ਹਾਂ ਕੰਮ ਕਰਦੇ ਹਨ, ਉਨ੍ਹਾਂ ਨੂੰ ਵਾਧੇ ਅਤੇ ਖੇਤੀ-ਬਾੜੀ ਦੇ ਨਿਜਮਾਂ 'ਤੇ ਵਿਸ਼ਵਾਸ ਹੈ। ਤੁਸੀਂ ਜਾਣਦੇ ਹੋ ਕਿ ਬੀਜ ਆਪਣੀ ਕਿਸਮ ਵਾਂਗ ਹੀ ਉੱਗਣਗੇ। ਆਸਥਾ ਬਾਰੇ ਜਿਵੇਂ ਬਾਈਬਲ 'ਚ ਕਿਹਾ ਗਿਆ ਹੈ, ਸੋਚ ਦਾ ਇਕ ਤਰੀਕਾ ਹੈ, ਮਸਤਿਸ਼ਕ ਦਾ ਰਵੱਈਆ, ਮਾਨਸਿਕ ਨਜ਼ਰੀਆ ਹੈ, ਇਕ ਅੰਦਰੂਨੀ ਨਿਸ਼ਚਿਤਤਾ, ਇਹ ਜਾਣਦੇ ਹੋਏ ਕਿ ਜਿਸ ਵਿਚਾਰ ਨੂੰ ਤੁਸੀਂ ਚੇਤਨ ਮਨ ਵਿਚ ਪੂਰਨ ਤੌਰ 'ਤੇ ਸਵੀਕਾਰ ਕਰ ਲੈਂਦੇ ਹੋ, ਉਹ ਤੁਹਾਡੇ ਅਵਚੇਤਨ ਮਨ ਵਿਚ ਦਾਖਲ ਹੋ ਕੇ ਸਾਕਾਰ ਅਤੇ ਪ੍ਰਗਟ ਹੋ ਜਾਂਦਾ ਹੈ। ਆਸਥਾ, ਇਕ ਤਰ੍ਹਾਂ ਨਾਲ ਜਿਸ ਨੂੰ ਤੁਹਾਡਾ ਤਰਕ ਅਤੇ ਵਿਵੇਕ ਜਾਂ ਇੰਦਰੀਆਂ ਨਕਾਰਦੀਆਂ ਹਨ, ਉਸ ਨੂੰ ਸੱਚ ਵਾਂਗ ਸਵੀਕਾਰਦਾ ਹੈ, ਜਿਵੇਂ ਚੇਤਨ ਮਨ ਦੇ ਥੋੜੇ

ਜਿਹੇ ਤਰਕਸ਼ੀਲ, ਵਿਸ਼ਲੇਸ਼ਣਾਤਮਕ ਤੱਥਾਂ ਨੂੰ ਛੱਡ ਕੇ ਆਪਣੇ ਅਵਚੇਤਨ ਮਨ ਦੀ ਅੰਦਰੂਨੀ ਸ਼ਕਤੀ ਦੇ ਪ੍ਰਗਟਾਵੇਂ ਨੂੰ ਪੂਰੀ ਤਰ੍ਹਾਂ ਨਾਲ ਸਵੀਕਾਰਦਾ ਹੈ।

ਬਾਈਬਲ ਤਕਨੀਕ ਦੀ ਇਕ ਕਲਾਸੀਕਲ ਉਦਾਹਰਣ ਮੈਥਯੂ 9:28-30 ਵਿਚ ਦਰਜ ਕੀਤਾ ਗਿਆ ਹੈ: ਅਤੇ ਜਦੋਂ ਉਹ ਘਰ ਵਿਚ ਆਇਆ, ਉਦੋਂ ਇਕ ਅੰਨ੍ਹਾ ਵਿਅਕਤੀ ਉਨ੍ਹਾਂ ਦੇ ਕੋਲ ਆਇਆ; ਅਤੇ ਈਸੂ ਨੇ ਉਸ ਨੂੰ ਕਿਹਾ, ਕੀ ਤੁਹਾਨੂੰ ਵਿਸ਼ਵਾਸ ਹੈ ਕਿ ਮੈਂ ਇਹ ਕਰ ਸਕਦਾ ਹਾਂ? ਉਨ੍ਹਾਂ ਨੇ ਉਸ ਨੂੰ ਕਿਹਾ, ਹਾਂ ਪ੍ਰਭੂ। ਉਦੋਂ ਈਸੂ ਨੇ ਇਹ ਕਹਿੰਦੇ ਹੋਏ ਉਨ੍ਹਾਂ ਦੀ ਅੱਖਾਂ ਨੂੰ ਛੂਹਿਆ ਅਤੇ ਕਿਹਾ, ਤੁਹਾਡੇ ਵਿਸ਼ਵਾਸ ਦੇ ਅਨੁਸਾਰ ਇੰਝ ਹੀ ਹੋਵੇ; ਅਤੇ ਉਸ ਦੀਆਂ ਅੱਖਾਂ ਖੁੱਲ੍ਹ ਗਈਆਂ; ਈਸਾ ਮਸੀਹ ਨੇ ਉਨ੍ਹਾਂ ਨੂੰ ਸਖ਼ਤ ਤਾੜਨਾ ਕਰਦਿਆਂ ਕਿਹਾ, ਧਿਆਨ ਰੱਖੀ ਕਿਸੇ ਵੀ ਮਨੁੱਖ ਨੂੰ ਇਸ ਦੇ ਬਾਰੇ ਪਤਾ ਨਾ ਚਲੇ।

ਤੁਹਾਡੇ ਵਿਸ਼ਵਾਸ ਦੇ ਅਨੁਸਾਰ ਇੰਝ ਹੀ ਹੋਵੇ, ਇਨ੍ਹਾਂ ਸ਼ਬਦਾਂ ਤੋਂ ਤੁਸੀਂ ਦੇਖਦੇ ਹੋ ਕਿ ਈਸੂ ਅਸਲ ਵਿਚ ਅੰਨ੍ਹੇ ਵਿਅਕਤੀ ਦੇ ਅਵਚੇਤਨ ਮਨ ਤੋਂ ਸਹਿਯੋਗ ਦੀ ਯਾਚਨਾ ਕਰ ਰਹੇ ਸਨ। ਉਨ੍ਹਾਂ ਦਾ ਵਿਸ਼ਵਾਸ, ਉਨ੍ਹਾਂ ਦੀਆਂ ਡੂੰਘੀਆਂ ਆਸਾਵਾਂ, ਉਨ੍ਹਾਂ ਦੀਆਂ ਅੰਦਰੂਨੀ ਭਾਵਨਾ, ਉਨ੍ਹਾਂ ਦੇ ਅੰਦਰ ਦੀ ਆਸਥਾ ਕਿ ਕੁੱਝ ਅਦਭੁੱਤ ਹੋਵੇਗਾ, ਉਨ੍ਹਾਂ ਦੀਆਂ ਪ੍ਰਾਰਥਨਾਵਾਂ ਦਾ ਜਵਾਬ ਮਿਲੇਗਾ ਅਤੇ ਇੰਝ ਹੀ ਹੋਇਆ। ਇਹ ਇਲਾਜ ਦੀ ਸਮਾਂਬੱਧ ਤਕਨੀਕ ਹੈ ਅਤੇ ਸਾਰੀ ਦੁਨੀਆ ਵਿਚ ਹਰ ਧਰਮ ਦੇ ਆਸਥਾਵਾਨ ਸਾਰੇ ਇਲਾਜ ਕਰਨ ਵਾਲਿਆਂ ਦਾ ਸਮੂਹ ਇਸ ਦੀ ਵਰਤੋਂ ਕਰਦਾ ਹੈ।

ਇਨ੍ਹਾਂ ਸ਼ਬਦਾਂ, ਦੇਖੋ ਕਿ ਕੋਈ ਵੀ ਮਨੁੱਖ ਇਸ ਨੂੰ ਨਾ ਜਾਣ ਪਾਏ, ਈਸੂ ਨੇ ਹੁਣੇ ਹੀ ਠੀਕ ਹੋਏ ਮਰੀਜਾਂ ਨੂੰ ਆਪਣੇ ਸਿਹਤਮੰਦ ਹੋਣ ਨੂੰ ਕਿਸੇ ਨੂੰ ਨਾ ਦੱਸਣ ਲਈ ਇਸ ਲਈ ਕਿਹਾ ਕਿਉਂਕਿ ਉਨ੍ਹਾਂ ਨੂੰ ਸ਼ੱਕ ਅਤੇ ਅਪਮਾਨਜਨਕ ਆਲੋਚਨਾ ਅਤੇ ਅਵਿਸ਼ਵਾਸੀ ਲੋਕਾਂ ਦੀ ਸੰਦੇਹਵਾਦੀ ਨਜ਼ਰਾਂ ਨਾਲ ਦੇਖਿਆ ਜਾਵੇਗਾ। ਇਹ ਉਨ੍ਹਾਂ ਦੀਆਂ ਪ੍ਰਾਪਤੀਆਂ ਦਾ ਫਾਇਦਾ, ਜੋ ਉਨ੍ਹਾਂ ਨੂੰ ਈਸੂ ਦੇ ਹੱਥਾਂ ਦੁਆਰਾ ਮਿਲਿਆ, ਉਸ ਨੂੰ ਅਵਚੇਤਨ ਮਨ ਦੇ ਅੰਦਰ ਦਾ ਡਰ, ਸ਼ੱਕ ਅਤੇ ਚਿੰਤਾ ਪੈਦਾ ਕਰਕੇ ਖਤਮ ਕੀਤਾ ਜਾ ਸਕਦਾ ਸੀ।

> ... ਜਿਸ ਅਧਿਕਾਰ ਤੇ ਸ਼ਕਤੀ ਦੇ ਨਾਲ ਉਨ੍ਹਾਂ ਨੇ ਭਰਿਸ਼ਟ ਆਤਮਾਵਾਂ ਨੂੰ ਆਦੇਸ਼ ਦਿੱਤਾ, ਉਹ ਬਾਹਰ ਆ ਗਏ।
>
> **ਲਿਊਕ 4:36**

ਜਦੋਂ ਬਿਮਾਰ ਲੋਕ ਈਸੂ ਕੋਲ ਸਿਹਤਮੰਦ ਹੋਣ ਲਈ ਆਏ, ਤਾਂ ਉਨ੍ਹਾਂ ਦਾ ਇਲਾਜ ਉਨ੍ਹਾਂ ਦੇ ਆਪਣੀ ਆਸਥਾ ਨਾਲ ਹੋਇਆ, ਜਿਸ ਵਿਚ ਈਸੂ ਦੀ ਆਸਥਾ ਅਤੇ ਅਵਚੇਤਨ ਮਨ ਦੀ ਇਲਾਜ ਕਰਨ ਦੀ ਸ਼ਕਤੀ ਦੀ ਸਮਝ ਵੀ ਸ਼ਾਮਿਲ ਸੀ। ਜੋ

ਕੁੱਝ ਵੀ ਉਸ ਨੇ ਇੱਛਾ ਕੀਤੀ। ਅੰਦਰੋਂ ਉਸ ਨੇ ਇਸ ਨੂੰ ਸੱਚ ਸਮਝਿਆ। ਉਹ ਅਤੇ ਉਹ ਲੋਕ ਜਿਨ੍ਹਾਂ ਨੂੰ ਸਹਾਇਤਾ ਦੀ ਲੋੜ ਸੀ ਉਹ ਸਾਰੇ ਵਿਸ਼ਵਵਿਆਪੀ ਕਲਪਨਾਵਾਦੀ ਮਸਤਿਸ਼ਕ ਵਿਚ ਸਨ ਅਤੇ ਉਸ ਦੇ ਸ਼ਾਂਤ ਅੰਦਰੂਨੀ ਗਿਆਨ ਅਤੇ ਇਲਾਜ ਸ਼ਕਤੀ ਦੇ ਦਿੜ੍ਹ ਵਿਸ਼ਵਾਸ ਨਾਲ ਮਰੀਜ਼ਾਂ ਦੇ ਅਵਚੇਤਨ ਵਿਚ ਨਕਾਰਾਤਮਕ ਵਿਨਾਸ਼ਕਾਰੀ ਸਰੂਪ ਜਾਂ ਪੈਟਰਨ ਨੂੰ ਬਦਲ ਦਿੱਤਾ। ਨਤੀਜਤਨ ਇਲਾਜ, ਅੰਦਰੂਨੀ ਮਾਨਸਿਕ ਬਦਲਾਅ ਦੀ ਸ੍ਵੈਚਾਲਿਤ ਪ੍ਰਕਿਰਿਆ ਸੀ। ਉਸਦਾ ਆਦੇਸ਼ ਉਸ ਮਰੀਜ ਦੇ ਅਵਚੇਤਨ ਮਨ ਨੂੰ ਕੀਤੀ ਗਈ ਯਾਚਨਾ ਸੀ ਨਾਲ ਹੀ ਉਸਦੇ ਅਧਿਕਾਰ ਨਾਲ ਬੋਲੇ ਗਏ ਸ਼ਬਦਾਂ 'ਤੇ ਅਵਚੇਤਨ ਮਨ ਦੀ ਪ੍ਰਤੀਕਿਰਿਆ ਲਈ ਉਸਦੀ ਜਾਗਰੂਕਤਾ, ਭਾਵਨਾਵਾਂ 'ਤੇ ਪੂਰਨ ਵਿਸ਼ਵਾਸ ਸੀ।

ਸਾਰੀ ਦੁਨੀਆ ਦੇ ਵੱਖ-ਵੱਖ ਧਰਮ ਅਸਥਾਨਾਂ 'ਤੇ ਚਮਤਕਾਰ

ਇਹ ਇਕ ਪ੍ਰਮਾਣਿਤ ਅਤੇ ਸਥਾਪਿਤ ਤੱਥ ਹੈ ਕਿ ਸਾਰੀ ਦੁਨੀਆਂ ਦੀ ਸਮੂਹ ਪਵਿੱਤਰ ਅਸਥਾਨਾਂ ਜਿਵੇਂ ਜਾਪਾਨ, ਭਾਰਤ, ਯੂਰਪ ਅਤੇ ਅਮਰੀਕਾ ਵਿਚ ਇਲਾਜ ਹੁੰਦੇ ਰਹੇ ਹਨ। ਮੈਂ ਜਾਪਾਨ ਦੇ ਕਈ ਮਸ਼ਹੂਰ ਪਵਿੱਤਰ ਅਸਥਾਨਾਂ ਦਾ ਦੌਰਾ ਕੀਤਾ ਹੈ। ਵਿਸ਼ਵ ਪ੍ਰਸਿੱਧ ਡਾਇਬੁਟਸੁ ਨਾਂ ਦਾ ਤੀਰਥ ਅਸਥਾਨ 'ਤੇ ਭਗਵਾਨ ਬੁੱਧ ਦੀ ਕਾਂਸੇ ਦੀ ਇਕ ਵਿਸ਼ਾਲ ਤੇ ਦਿਵਯ ਮੂਰਤੀ ਹੈ, ਜਿਸ ਵਿਚ ਬੁੱਧ ਹੱਥ ਜੋੜੇ ਹੋਏ ਬੈਠੇ ਹਨ ਅਤੇ ਉਨ੍ਹਾਂ ਦਾ ਸਿਰ ਡੂੰਘੀ ਚਿੰਤਨ ਦੇ ਆਨੰਦ ਦੀ ਮੁਦਰਾ ਵਿਚ ਝੁਕਿਆ ਹੋਇਆ ਹੈ। ਇਸਦੀ ਉਚਾਈ 42 ਫੁੱਟ ਹੈ ਅਤੇ ਇਸ ਨੂੰ "ਮਹਾਨ ਬੁੱਧ" ਦੇ ਨਾਂ ਨਾਲ ਜਾਣਿਆ ਜਾਂਦਾ ਹੈ। ਇੱਥੇ ਮੈਂ ਜਵਾਨ ਅਤੇ ਬਿਰਧ ਲੋਕਾਂ ਨੂੰ ਉਨ੍ਹਾਂ ਦੇ ਚਰਣਾਂ ਵਿਚ ਚੜ੍ਹਾਵਾਂ ਚੜ੍ਹਾਉਂਦੇ ਹੋਏ ਦੇਖਿਆ।

ਪੈਸੇ, ਫੱਲ, ਚੌਲ ਅਤੇ ਸੰਤਰੇ ਆਦਿ ਫੱਲਾਂ ਨੂੰ ਭੇਟ ਕੀਤੇ ਜਾਂਦੇ ਹਨ। ਮੋਮਬੱਤੀਆਂ ਜਗਾਈਆਂ ਜਾ ਰਹੀਆਂ ਸਨ, ਅਗਰਬੱਤੀਆਂ ਧੁਖਾਈਆ ਜਾ ਰਹੀਆਂ ਸਨ ਅਤੇ ਮਨੌਤ ਮੰਗੀਆਂ ਜਾ ਰਹੀਆਂ ਸਨ। ਗਾਈਡ ਨੇ ਇਕ ਮੁਟਿਆਰ ਦੀ ਅਰਚਨਾ ਬਾਰੇ ਮੈਨੂੰ ਦੱਸਿਆ, ਜਦੋਂ ਉਹ ਇਕ ਪ੍ਰਾਰਥਨਾ ਨੂੰ ਹੌਲੀ ਜਿਹੀ ਆਵਾਜ਼ ਵਿਚ ਬੋਲ ਰਹੀ ਸੀ, ਉਸਦਾ ਸਿਰ ਝੁਕਿਆ ਹੋਇਆ ਸੀ, ਉਸਨੇ ਚੜ੍ਹਾਵੇਂ ਦੇ ਤੌਰ 'ਤੇ ਦੋ ਸੰਤਰੇ ਚੜ੍ਹਾ ਦਿੱਤੇ। ਉਸ ਨੇ ਮੋਮਬੱਤੀ ਵੀ ਜਲਾਈ। ਗਾਈਡ ਨੇ ਦੱਸਿਆ ਕਿ ਉਸ ਨੇ ਆਪਣੀ ਆਵਾਜ਼ ਖੋਹ ਦਿੱਤੀ ਸੀ ਅਤੇ ਇਸ ਮੰਦਿਰ ਵਿਚ ਉਸਦੀ ਆਵਾਜ਼ ਵਾਪਸ ਆ ਗਈ। ਉਹ ਭਗਵਾਨ ਬੁੱਧ ਨੂੰ ਆਪਣੀ ਆਵਾਜ਼ ਮੋੜਨ ਲਈ ਉਨ੍ਹਾਂ ਨੂੰ ਧੰਨਵਾਦ ਦੇ ਰਹੀ ਸੀ। ਉਸ ਨੂੰ ਪੂਰਨ ਵਿਸ਼ਵਾਸ ਸੀ ਕਿ ਜੇ ਉਹ ਕੁੱਝ ਖਾਸ ਧਾਰਮਿਕ ਰਸਮਾਂ, ਵਰਤ ਅਤੇ ਉਨ੍ਹਾਂ 'ਤੇ ਕੁੱਝ ਚੜ੍ਹਾਵਾਂ ਦੇਣ ਦਾ ਸੰਕਲਪ ਕਰਦੀ ਹੈ ਤਾਂ ਮਹਾਤਮਾ ਬੁੱਧ ਉਸ ਦੀ ਗਾਉਣ ਵਾਲੀ ਆਵਾਜ਼ ਵਾਪਸ ਮੋੜ ਦੇਣਗੇ। ਇੰਨਾਂ ਸਾਰੀਆਂ ਚੀਜ਼ਾਂ ਨੇ ਉਸ ਦੇ ਮਨ ਵਿਚ ਆਸਥਾ ਅਤੇ

ਆਸ ਜਗਾਉਣ ਵਿਚ ਮਦਦ ਕੀਤੀ, ਜਿਸ ਨੂੰ ਉਸਦਾ ਮਨ ਇਸ ਤਰ੍ਹਾਂ ਕਰਨ ਦੀ ਸੋਚ ਲਈ ਤਿਆਰ ਹੋ ਗਿਆ। ਉਸਦੇ ਅਵਚੇਤਨ ਮਨ ਨੇ ਉਸਦੇ ਵਿਸ਼ਵਾਸ 'ਤੇ ਪ੍ਰਤੀਕਿਰਿਆ ਕਰਦਿਆਂ ਉਸ ਦੀ ਆਵਾਜ਼ ਨੂੰ ਠੀਕ ਕਰ ਦਿੱਤਾ।

ਇਸੇ ਪ੍ਰਕਾਰ ਦੇ ਹੋਰ ਕਾਲਪਨਿਕ ਅਤੇ ਅੰਧ ਵਿਸ਼ਵਾਸ ਦੀ ਸ਼ਕਤੀ ਨੂੰ ਦਰਸਾਉਣ ਲਈ ਮੈਂ ਆਪਣੇ ਇਕ ਰਿਸ਼ਤੇਦਾਰ ਦਾ ਕੇਸ ਦੱਸਦਾ ਹਾਂ ਜਿਸ ਨੂੰ ਤਪੇਦਿਕ (ਟੀ.ਬੀ.) ਹੋ ਗਈ ਸੀ ਅਤੇ ਉਨ੍ਹਾਂ ਦੇ ਫੇਫੜੇ ਬੁਰੀ ਤਰ੍ਹਾਂ ਖ਼ਰਾਬ ਹੋ ਗਏ ਸਨ। ਉਨ੍ਹਾਂ ਦੇ ਪੁੱਤਰ ਨੇ ਆਪਣੇ ਪਿਤਾ ਨੂੰ ਠੀਕ ਕਰਣ ਦਾ ਫੈਸਲਾ ਕੀਤਾ। ਉਹ ਪਰਥ, ਪੱਛਮੀ ਆਸਟ੍ਰੇਲੀਆ ਆਇਆ ਜਿੱਥੇ ਉਸ ਦੇ ਪਿਤਾ ਜੀ ਰਹਿੰਦੇ ਸਨ ਅਤੇ ਉਸ ਨੇ ਕਿਹਾ ਕਿ ਉਹ ਇਕ ਭਿਕਸ਼ੂ ਨੂੰ ਮਿਲਿਆ ਸੀ ਜੋ ਯੂਰਪ ਦੇ ਕਿਸੇ ਇਕ ਇਲਾਜ ਲਈ ਪ੍ਰਸਿੱਧ ਮੰਦਿਰ ਤੋਂ ਵਾਪਸ ਆਇਆ ਸੀ। ਇਸ ਭਿਕਸ਼ੂ ਨੇ ਉਸ ਨੂੰ ਸੱਚੀ ਸਲੀਬ ਦਾ ਇਕ ਟੁਕੜਾ ਵੇਚਿਆ। ਉਸ ਨੇ ਭਿਕਸ਼ੂ ਨੂੰ ਇਸ ਲਈ 500 ਡਾਲਰ ਦੇ ਬਰਾਬਰ ਦੀ ਰਕਮ ਦਿੱਤੀ ਸੀ।

ਉਸ ਨੌਜਵਾਨ ਨੇ ਅਸਲ ਵਿਚ ਫੁੱਟਪਾਥ 'ਤੇ ਪਏ ਲੱਕੜੀ ਦੇ ਟੁੱਕੜੇ ਨੂੰ ਚੁੱਕਿਆ ਅਤੇ ਉਸ ਨੂੰ ਲੈ ਕੇ ਉਹ ਇਕ ਜੌਹਰੀ ਕੋਲ ਗਿਆ ਅਤੇ ਉਸ ਨੂੰ ਇਕ ਅੰਗੂਠੀ ਵਿਚ ਜੜਵਾ ਲਿਆ, ਜਿਸ ਨਾਲ ਉਹ ਅਸਲੀ ਦਿਖਾਈ ਦੇਣ ਲੱਗੇ। ਉਸਨੇ ਆਪਣੇ ਪਿਤਾ ਨੂੰ ਦੱਸਿਆ ਕਿ ਕਈ ਲੋਕ ਅੰਗੂਠੀ ਜਾਂ ਸਲੀਬ ਨੂੰ ਛੂਹ ਕੇ ਚੰਗੇ ਹੋ ਗਏ ਸਨ। ਉਸ ਨੇ ਆਪਣੇ ਪਿਤਾ ਜੀ ਦੀ ਉਤਸੁਕਤਾ ਨੂੰ ਇੰਨਾ ਜਗਾਇਆ ਕਿ ਉਸ ਦੇ ਪਿਤਾ ਨੇ ਉਸ ਦੇ ਹੱਥੋਂ ਅੰਗੂਠੀ ਖੋਹ ਲਈ। ਉਨ੍ਹਾਂ ਨੇ ਅੰਗੂਠੀ ਨੂੰ ਆਪਣੇ ਸੀਨੇ ਨਾਲ ਲਾਇਆ, ਮਨ ਹੀ ਮਨ ਪ੍ਰਾਰਥਨਾ ਕੀਤੀ ਅਤੇ ਸੌਂ ਗਏ। ਸਵੇਰੇ ਤੱਕ ਉਹ ਠੀਕ ਹੋ ਚੁੱਕੇ ਸਨ। ਕਲੀਨਿਕ ਵਿਚ ਹੋਈਆਂ ਸਾਰੀਆਂ ਜਾਂਚਾਂ ਦੀ ਰਿਪੋਰਟ ਨੈਗੇਟਿਵ ਸੀ।

ਇਹ ਤਾਂ ਤੁਸੀਂ ਜਾਣਦੇ ਹੀ ਹੋ ਕਿ ਇਹ ਫੁੱਟਪਾਥ ਤੋਂ ਚੁੱਕਿਆ ਲੱਕੜ ਦਾ ਟੁਕੜਾ ਨਹੀਂ ਸੀ, ਜਿਸ ਨਾਲ ਉਹ ਰੋਗ ਮੁਕਤ ਹੋ ਗਏ ਸਨ। ਇਹ ਤਾਂ ਉਸ ਦੇ ਪਿਤਾ ਦੀ ਡੂੰਘੀ ਕਲਪਨਾਸ਼ਕਤੀ ਕਾਰਣ ਹੋਇਆ, ਜੋ ਕਿ ਪ੍ਰਬਲਤਾ ਨਾਲ ਵੱਧ ਗਈ ਸੀ। ਇਸਦੇ ਨਾਲ ਹੀ ਪੂਰਨ ਤੌਰ 'ਤੇ ਸਿਹਤਮੰਦ ਹੋਣ ਦਾ ਆਤਮਵਿਸ਼ਵਾਸ ਭਰੀ ਉਮੀਦ ਜੋ ਉਨ੍ਹਾਂ ਦੇ ਚੰਗੇ ਹੋਣ ਦਾ ਕਾਰਣ ਬਣਿਆ। ਕਲਪਨਾਸ਼ਕਤੀ ਆਸਥਾ ਜਾਂ ਵਿਅਕਤੀਪਰਕ ਭਾਵਨਾ ਦੇ ਨਾਲ ਮਿਲ ਗਈ ਅਤੇ ਇਨ੍ਹਾਂ ਦੋਹਾਂ ਦੇ ਸੁਮੇਲ ਨਾਲ ਉਸ ਦੇ ਅਵਚੇਤਨ ਮਨ ਦੀ ਸ਼ਕਤੀ ਨੇ ਇਲਾਜ ਕਰ ਦਿਖਾਇਆ। ਪਿਤਾ ਨੂੰ ਆਪਣੇ ਪੁੱਤਰ ਦੀ ਇਸ ਚਾਲ ਬਾਰੇ ਕਦੇ ਪਤਾ ਨਹੀਂ ਚੱਲ ਪਾਇਆ ਜੋ ਉਨ੍ਹਾਂ ਨਾਲ ਖੇਡੀ ਗਈ ਸੀ। ਜੇ ਉਨ੍ਹਾਂ ਨੂੰ ਪਤਾ ਚੱਲਦਾ ਤਾਂ ਸ਼ਾਇਦ ਇਹ ਬਿਮਾਰੀ ਉਨ੍ਹਾਂ ਨੂੰ ਦੁਬਾਰਾ ਹੋ ਜਾਂਦੀ। ਉਹ ਟੀ.ਬੀ. ਤੋਂ ਹਮੇਸ਼ਾ-ਹਮੇਸ਼ਾ ਲਈ ਪੂਰੀ ਤਰ੍ਹਾਂ ਠੀਕ ਹੋ ਗਏ ਸਨ ਅਤੇ ਪੰਦਰਾਂ ਸਾਲ ਬਾਅਦ ਉਨਾਂਨਵੇਂ ਸਾਲ ਦੀ ਉਮਰ ਵਿਚ ਆਪਣੀ ਕੁਦਰਤੀ ਮੌਤ ਨੂੰ ਪ੍ਰਾਪਤ ਹੋਏ।

ਇਲਾਜ ਦਾ ਸਰਵ-ਵਿਆਪੀ ਸਿਧਾਂਤ

ਇਹ ਇਕ ਚੰਗੀ ਤਰ੍ਹਾਂ ਮੰਨਿਆ ਹੋਇਆ ਤੱਥ ਹੈ ਕਿ ਵੱਖ-ਵੱਖ ਪ੍ਰਕਾਰ ਤੋਂ ਕੀਤੇ ਜਾਣ ਵਾਲੇ ਸਮੂਹ ਉਪਚਾਰਕ ਸੰਸਥਾਨਾਂ ਦੀਆਂ ਸ਼ਾਨਦਾਰ ਵਿਸ਼ੇਸ਼ਤਾਵਾਂ ਹਨ। ਸਪੱਸ਼ਟ ਨਤੀਜੇ ਜੋ ਤੁਹਾਡੇ ਦਿਮਾਗ ਵਿਚ ਆਉਂਦੇ ਹਨ, ਉਹ ਇਹ ਕਿ ਇਥੇ ਜਰੂਰ ਕੋਈ ਅੰਤਰੀਵ ਸਿਧਾਂਤ ਹੋਣਾ ਚਾਹੀਦਾ ਹੈ, ਜੋ ਕਿ ਉਨ੍ਹਾਂ ਸਾਰਿਆਂ ਲਈ ਸਾਂਝਾ ਹੋਵੇਗਾ। ਸੱਚਮੁੱਚ ਇੰਝ ਹੀ ਹੈ। ਉਸ ਦਾ ਨਾਮ ਹੈ ਅਵਚੇਤਨ ਮਨ ਅਤੇ ਇਲਾਜ ਦੀ ਪ੍ਰਕਿਰਿਆ ਹੈ ਆਸਥਾ।

ਹੇਠ ਲਿਖੀਆਂ ਇਨ੍ਹਾਂ ਬੁਨਿਆਦੀ ਸੱਚਾਈਆਂ ਨੂੰ ਇਕ ਵਾਰ ਫਿਰ ਤੋਂ ਸਿਲਸਿਲੇਵਾਰ ਆਪਣੇ ਮਨ ਵਿਚ ਯਾਦ ਕਰਾਂਗੇ:

ਪਹਿਲਾਂ ਇਹ ਕਿ ਤੁਹਾਡੇ ਕੋਲ ਮਾਨਸਿਕ ਕਾਰਜ ਹੈ, ਜਿਨ੍ਹਾਂ ਨੂੰ ਇੱਕ ਚੇਤਨ ਮਨ ਅਤੇ ਦੂਜੇ ਨੂੰ ਅਚੇਤਨ ਮਨ ਦੁਆਰਾ ਨਿਰਧਾਰਿਤ ਕੀਤਾ ਗਿਆ ਹੈ।

ਦੂਜਾ, ਤੁਹਾਡਾ ਅਵਚੇਤਨ ਮਨ ਸੁਝਾਅ ਦੀ ਸ਼ਕਤੀ ਦਾ ਹਮੇਸ਼ਾ ਪਾਲਨ ਕਰਦਾ ਹੈ। ਇਸ ਤੋਂ ਇਲਾਵਾ, ਤੁਹਾਡਾ ਅਵਚੇਤਨ ਮਨ ਦਾ ਤੁਹਾਡੇ ਸਰੀਰ ਦੇ ਸਾਰੇ ਕਾਰਜਾਂ, ਸਥਿਤੀਆ ਅਤੇ ਸੰਵੇਦਨਾਵਾਂ 'ਤੇ ਪੂਰਾ ਨਿਯੰਤਰਣ ਹੁੰਦਾ ਹੈ।

ਮੇਰਾ ਭਰੋਸਾ ਹੈ ਕਿ ਇਸ ਕਿਤਾਬ ਦੇ ਸਾਰੇ ਪਾਠਕ ਇਸ ਤੱਥ ਤੋਂ ਜਾਣੂ ਹਨ ਕਿ ਸੁਝਾਅ ਦੇ ਕੇ ਸੰਮੋਹਿਤ ਵਿਅਕਤੀਆਂ ਵਿਚ ਕਿਸੇ ਵੀ ਬਿਮਾਰੀ ਦੇ ਲੱਖਣ ਪੈਦਾ ਕੀਤੇ ਜਾ ਸਕਦੇ ਹਨ। ਮਿਸਾਲ ਲਈ, ਹਿਪਨੌਟਿਕ ਅਵਸਥਾ ਵਿਚ ਦਿੱਤੇ ਗਏ ਸੁਝਾਅ ਦੀ ਪ੍ਰਕਿਰਤੀ ਦੇ ਅਨੁਸਾਰ ਵਿਅਕਤੀ ਨੂੰ ਤੇਜ ਬੁਖਾਰ, ਉਸਦਾ ਚਿਹਰਾ ਲਾਲ ਜਾਂ ਉਸ 'ਚ ਸਰਦੀ ਦੀ ਕੰਬਨੀ ਨੂੰ ਵਿਕਸਤ ਕੀਤਾ ਜਾ ਸਕਦਾ ਹੈ। ਪ੍ਰਯੋਗ ਦੁਆਰਾ, ਤੁਸੀਂ ਕਿਸੇ ਵਿਅਕਤੀ ਨੂੰ ਸੁਝਾਅ ਦੇ ਸਕਦੇ ਹੋ ਕਿ ਉਸ ਨੂੰ ਲਕਵਾ ਮਾਰਗਿਆ ਹੈ ਅਤੇ ਉਹ ਚੱਲ ਨਹੀਂ ਸਕਦਾ: ਤਾਂ ਇੰਝ ਹੀ ਹੋਵੇਗਾ। ਉਦਾਹਰਨ ਲਈ ਤੁਸੀਂ ਹਿਪਨੌਟਿਕ ਵਿਅਕਤੀ ਦੀ ਨੱਕ ਦੇ ਹੇਠਾਂ ਠੰਢੇ ਪਾਣੀ ਦਾ ਇਕ ਕੱਪ ਰੱਖ ਕੇ ਉਸ ਨੂੰ ਦੱਸ ਸਕਦੇ ਹੋ, "ਇਹ ਮਿਰਚ ਨਾਲ ਭਰਿਆ ਹੋਇਆ ਹੈ, ਇਸ ਨੂੰ ਸੁੰਘੋ!" ਉਹ ਨਿੱਛ ਮਾਰਨ ਲਈ ਅੱਗੇ ਵਧੇਗਾ। ਤੁਸੀਂ ਕੀ ਸੋਚਦੇ ਹੋ ਕਿ ਉਹ ਕਿਉਂ ਛਿੱਕਣ ਲੱਗਾ? ਪਾਣੀ ਦੇ ਕਾਰਣ ਜਾਂ ਸੁਝਾਅ ਦੇ ਕਾਰਣ?

ਜੇ ਕੋਈ ਆਦਮੀ ਤੁਹਾਨੂੰ ਕਹਿੰਦਾ ਹੈ ਕਿ ਉਸ ਨੂੰ ਟਿਮੋਥੀ ਘਾਹ ਨਾਲ ਐਲਰਜੀ ਹੈ, ਤਾਂ ਤੁਸੀਂ ਉਸ ਦੀ ਨੱਕ ਦੇ ਸਾਹਮਣੇ ਕੋਈ ਕਾਗ਼ਜ਼ੀ ਫੁੱਲ ਜਾਂ ਖ਼ਾਲੀ ਗਿਲਾਸ ਰੱਖ ਸਕਦੇ ਹੋ ਜਦੋਂ ਉਹ ਹਿਪਨੌਟਿਕ ਅਵਸਥਾ ਵਿਚ ਹੁੰਦਾ ਹੈ, ਅਤੇ ਉਸ ਨੂੰ ਕਹੋ ਕਿ ਇਹ ਟਿਮੋਥੀ ਘਾਹ ਹੈ। ਉਹ ਐਲਰਜੀ ਦੇ ਆਮ ਲੱਖਣਾਂ ਨੂੰ

ਦਰਸਾਏਗਾ। ਇਸ ਤੋਂ ਪਤਾ ਲਗਦਾ ਹੈ ਕਿ ਰੋਗ ਦਾ ਕਾਰਨ ਮਸਤਿਸ਼ਕ ਦੇ ਅੰਦਰ ਹਨ। ਰੋਗ ਦਾ ਇਲਾਜ ਵੀ ਮਾਨਸਿਕ ਤੌਰ 'ਤੇ ਵੀ ਹੋ ਸਕਦਾ ਹੈ।

ਵਿਭਿੰਨ ਚਿਕਿਤਸਾ-ਪੱਧਤੀਆਂ, ਜਿਵੇਂ ਆਸਟਿਓਪੈਥੀ, ਕਾਇਰੋਪ੍ਰੈਕਟਿਕ ਅਤੇ ਨੈਚੁਰੋਪੈਥੀ ਸ਼ਾਨਦਾਰ ਇਲਾਜ ਕਰਨ ਦਾ ਦਾਅਵਾ ਕਰਦੀਆਂ ਹਨ। ਅਜਿਹਾ ਦਾਅਵਾ ਦੁਨੀਆ ਭਰ ਦੇ ਵਿਭਿੰਨ ਧਰਮਾਂ ਦੀਆਂ ਰੀਤਾਂ ਅਤੇ ਕਰਮਕਾਂਡ ਵੀ ਕਰਦੇ ਹਨ। ਇਹ ਸਪੱਸ਼ਟ ਹੈ ਕਿ ਇਹ ਸਾਰੇ ਇਲਾਜ ਅਵਚੇਤਨ ਮਨ ਦੁਆਰਾ ਕੀਤੇ ਜਾਂਦੇ ਹਨ, ਉਹ ਇਕੋ-ਇਕ ਚੰਗਾ ਇਲਾਜ ਕਰਨ ਵਾਲਾ ਵੀ ਹੈ।

ਧਿਆਨ ਦਿਓ ਕਿ ਇਹ ਸ਼ੇਵਿੰਗ ਕਾਰਨ ਤੁਹਾਡੇ ਚਿਹਰੇ 'ਤੇ ਲੱਗੇ ਕੱਟ ਨੂੰ ਕਿਵੇਂ ਠੀਕ ਕਰਦਾ ਹੈ। ਇਹ ਚੰਗੀ ਤਰ੍ਹਾਂ ਜਾਣਦਾ ਹੈ ਕਿ ਇਸ ਨੂੰ ਕਿਵੇਂ ਕਰਨਾ ਹੈ। ਡਾਕਟਰ ਜ਼ਖਮ 'ਤੇ ਪੱਟੀ ਬੰਨ੍ਹ ਕੇ ਕਹਿੰਦਾ ਹੈ, "ਪ੍ਰਕਿਰਤੀ ਇਸ ਨੂੰ ਠੀਕ ਕਰ ਦੇਵੇਗੀ!" ਪ੍ਰਕਿਰਤੀ ਦਾ ਅਰਥ ਹੈ ਕੁਦਰਤੀ ਨਿਜਮ, ਅਵਚੇਤਨ ਮਨ ਦਾ ਨਿਜਮ ਜਾਂ ਸ੍ਵੈ-ਰੱਖਿਆ ਦੀ ਪ੍ਰਵਿਰਤੀ ਕੁਦਰਤ ਦਾ ਪਹਿਲਾ ਨਿਜਮ ਹੈ। ਤੁਹਾਡੀ ਸਭ ਤੋਂ ਪ੍ਰਬਲ ਪ੍ਰਵਿਰਤੀ ਹੀ ਸਾਰੇ ਸ੍ਵੈ-ਸੁਝਾਵਾਂ 'ਚੋਂ ਸਭ ਤੋਂ ਵੱਡੀ ਤੇ ਸ਼ਕਤੀਸ਼ਾਲੀ ਹੈ।

ਵਿਆਪਕ ਤੌਰ 'ਤੇ ਵੱਖ-ਵੱਖ ਸਿਧਾਂਤ

ਵਿਭਿੰਨ ਧਾਰਮਿਕ ਪੰਥ ਅਤੇ ਪ੍ਰਾਰਥਨਾ ਉਪਚਾਰ-ਸਮੂਹਾਂ ਦੁਆਰਾ ਵਿਕਸਿਤ ਕੀਤੇ ਗਏ ਅਨੇਕ ਸਿਧਾਂਤਾਂ 'ਤੇ ਕਿਸੇ ਵੀ ਹੱਦ ਤਕ ਚਰਚਾ ਕਰਨਾ ਬੜਾ ਔਖਾ ਅਤੇ ਗ਼ੈਰ-ਲਾਹੇਵੰਦ ਹੋਵੇਗਾ। ਬੜੇ ਸਾਰੇ ਲੋਕ ਹਨ ਜੋ ਦਾਅਵਾ ਕਰਦੇ ਹਨ ਕਿ ਕਿਉਂਕਿ ਉਨ੍ਹਾਂ ਦੇ ਸਿਧਾਂਤਾਂਨੇ ਨਤੀਜੇ ਦਿੱਤੇ ਹਨ, ਇਸ ਲਈ, ਉਹੀ ਸਹੀ ਹਨ। ਜਿਵੇਂ ਕਿ ਇਸ ਅਧਿਆਇ ਵਿਚ ਸਮਝਾਇਆ ਗਿਆ ਹੈ ਕਿ ਇਹ ਸੱਚ ਨਹੀਂ ਹੋ ਸਕਦਾ।

ਜਿਵੇਂ ਤੁਸੀਂ ਜਾਣਦੇ ਹੋ, ਇਲਾਜ ਦੀਆਂ ਬਹੁਤ ਸਾਰੀਆਂ ਕਿਸਮਾਂ ਹਨ। ਫ੍ਰਾਂਜ਼ ਐਂਟੋਨ ਮੇਸਮਰ (1734-1815) ਇਕ ਆਸਟ੍ਰੀਅਨ ਡਾਕਟਰ, ਜੋ ਪੇਰਿਸ (ਫ੍ਰਾਂਸ) ਵਿਚ ਇਲਾਜ ਕਰਿਆ ਕਰਦੇ ਸਨ, ਨੂੰ ਪਤਾ ਚੱਲਿਆ ਕਿ ਰੋਗੀ ਦੇ ਸਰੀਰ 'ਤੇ ਚੁੰਬਕ ਲਗਾ ਕੇ ਉਹ ਚਮਤਕਾਰੀ ਤੌਰ 'ਤੇ ਰੋਗ ਨੂੰ ਠੀਕ ਕਰ ਸਕਦੇ ਹਨ। ਉਨ੍ਹਾਂ ਨੇ ਕੱਚ ਅਤੇ ਹੋਰ ਕਈ ਧਾਤਾਂ ਦੇ ਟੁਕੜਿਆਂ ਦੀ ਮਦਦ ਨਾਲ ਇਲਾਜ ਕਰਕੇ ਦਿਖਾਇਆ। ਉਨ੍ਹਾਂ ਨੇ ਇੰਨਾਂ ਤਰੀਕਿਆਂ ਤੋਂ ਇਲਾਜ ਕਰਨਾ ਬੰਦ ਕਰ ਦਿੱਤਾ ਅਤੇ ਦਾਅਵਾ ਕੀਤਾ ਕਿ ਉਸਦੇ ਇਲਾਜ, "ਪ੍ਰਾਣੀ ਚੁੰਬਕਤਾ (Animal Magnetism)"ਦੇ ਕਾਰਨ ਸੀ। ਉਨ੍ਹਾਂ ਨੇ ਸਿਧਾਂਤਕ ਤੌਰ 'ਤੇ ਇਹ ਦਲੀਲ ਦਿੱਤੀ ਕਿ ਇਹ ਪਦਾਰਥ ਇਲਾਜ ਕਰਨ ਵਾਲੇ ਦੇ ਹੱਥ ਤੋਂ ਰਹਸਮਈ ਚੁੰਬਕੀ ਊਰਜਾ ਪ੍ਰਵਹਿਤ ਹੋ ਕੇ ਰੋਗੀ ਦੇ ਸਰੀਰ ਵਿਚ ਪਹੁੰਚ ਜਾਂਦੀ ਹੈ।

ਉਸ ਸਮੇਂ ਤੋਂ ਉਹ ਸੰਮੋਹਨ ਜਾਂ ਹਿਪਨੋਟਿਜ਼ਮ ਦੁਆਰਾ ਰੋਗੀ ਦਾ ਇਲਾਜ ਹੋਣ ਲੱਗਿਆ, ਜਿਸ ਨੂੰ ਉਨ੍ਹਾਂ ਦੇ ਜਮਾਨੇ ਵਿਚ ਇਲਾਜ ਦੇ ਇਸ ਤਰੀਕੇ ਨੂੰ

ਮੈਸਮੇਰਿਜ਼ਮ ਕਿਹਾ ਜਾਂਦਾ ਸੀ। ਮੇਸਮੇਰ ਦੀ ਸਫਲਤਾ 'ਤੇ ਹੋਰ ਡਾਕਟਰਾਂ ਨੇ ਕਿਹਾ ਕਿ ਮੇਸਮੇਰ ਦੇ ਕੀਤੇ ਗਏ ਸਾਰੇ ਇਲਾਜ ਸੁਝਾਅ ਦੇ ਕਾਰਨ ਹਨ, ਅਤੇ ਇਸ ਤੋਂ ਇਲਾਵਾ ਹੋਰ ਕੁੱਝ ਨਹੀਂ।

ਇਸ ਸਾਰੇ ਸਮੂਹ, ਜਿਵੇਂ ਕਿ ਮਨੋਵਿਗਿਆਨੀ, ਮਨੋਚਿਕਿਤਸਕ, ਓਸਟਿਓਪੈਥ, ਕਾਇਰੋਪ੍ਰੈਕਟਰ, ਡਾਕਟਰ ਅਤੇ ਸਾਰੇ ਚਰਚ ਜਾਂ ਧਾਰਮਿਕ ਸਮੂਹ ਇਕੋ ਹੀ ਸਰਵ ਵਿਆਪਕ ਸ਼ਕਤੀ ਦੀ ਵਰਤੋਂ ਇਲਾਜ ਵਾਸਤੇ ਕਰ ਰਹੇ ਹਨ, ਜੋ ਕਿ ਅਵਚੇਤਨ ਮਨ ਵਿਚ ਮੌਜੂਦ ਹੈ। ਹਰ ਕੋਈ ਇਹ ਦਾਅਵਾ ਕਰ ਸਕਦਾ ਹੈ ਕਿ ਇਲਾਜ ਉਨ੍ਹਾਂ ਦੇ ਸਿਧਾਂਤਾਂ ਕਾਰਨ ਹੋਇਆ ਹੈ। ਸਾਰੇ ਇਲਾਜ ਦੀ ਪ੍ਰਕਿਰਿਆ ਦਾ ਇਕ ਨਿਸ਼ਚਿਤ, ਸਕਾਰਾਤਮਕ, ਮਾਨਸਿਕ ਰਵੱਈਆ ਹੈ, ਇਕ ਆਂਤਰਿਕ ਪ੍ਰਵਿਰਤੀ, ਰਵੱਈਆ ਜਾਂ ਸੋਚਣ ਦਾ ਇਕ ਤਰੀਕਾ ਹੈ, ਜਿਸ ਨੂੰ ਆਸਥਾ ਕਿਹਾ ਜਾਂਦਾ ਹੈ, ਰੋਗੀ ਨੂੰ ਠੀਕ ਕਰਦੀ ਹੈ। ਇਲਾਜ ਦੀ ਵਜ੍ਹਾ ਇਕ ਦ੍ਰਿੜ੍ਹ ਉਮੀਦ ਹੈ ਜੋ ਕਿ ਅਵਚੇਤਨ ਮਨ ਨੂੰ ਆਪਣੀ ਠੀਕ ਕਰਨ ਦੀ ਸ਼ਕਤੀ ਨੂੰ ਜਾਰੀ ਕਰਨ ਲਈ ਇਕ ਸ਼ਕਤੀਸ਼ਾਲੀ ਸੁਝਾਅ ਦਿੰਦੀ ਹੈ।

ਇਕ ਵਿਅਕਤੀ ਦੂਜੇ ਨਾਲੋਂ ਵੱਖਰੀ ਸ਼ਕਤੀ ਦੁਆਰਾ ਠੀਕ ਨਹੀਂ ਹੁੰਦਾ

ਇਹ ਸੱਚ ਹੈ ਕਿ ਉਸ ਦਾ ਕੋਈ ਆਪਣਾ ਸਿਧਾਂਤ ਜਾਂ ਤਰੀਕਾ ਹੋ ਸਕਦਾ ਹੈ। ਨਿਰੋਗੀ ਹੋਣ ਦੀ ਕੇਵਲ ਇਕੋ ਪ੍ਰਕਿਰਿਆ ਹੈ, ਉਹ ਹੈ ਆਸਥਾ। ਇਥੇ ਕੇਵਲ ਇਕ ਉਪਚਾਰਕ ਸ਼ਕਤੀ ਹੈ, ਅਰਥਾਤ, ਤੁਹਾਡਾ ਅਵਚੇਤਨ ਮਨ। ਤੁਸੀਂ ਸਿਧਾਂਤ ਅਤੇ ਤਰੀਕਾ ਚੁਣ ਲਓ। ਤੁਸੀਂ ਨਿਸ਼ਚਿਤ ਰਹੋ ਕਿ ਜੇ ਤੁਹਾਡੇ ਕੋਲ ਆਸਥਾ ਹੈ ਤਾਂ ਤੁਹਾਨੂੰ ਨਤੀਜਾ ਮਿਲੇਗਾ।

ਪੈਰਾਸੇਲਸਸ (Paracelsus) ਦੇ ਵਿਚਾਰ

ਫਿਲਿਪਸ ਪੈਰਾਸੇਲਸਸ (1493-1541) ਇਕ ਮਸ਼ਹੂਰ ਸਵਿਸ ਅਲਕੈਮਿਸਟ (ਕੀਮੀਆਗਰ) ਅਤੇ ਚਿਕਿਤਸਕ ਸਨ। ਉਹ ਆਪਣੇ ਜਮਾਨੇ ਦੇ ਬਹੁਤ ਮਸ਼ਹੂਰ ਇਲਾਜ ਕਰਨ ਵਾਲੇ ਸਨ। ਉਨ੍ਹਾਂ ਨੇ ਇਕ ਗੱਲ ਕਹੀ ਸੀ, ਜੋ ਅੱਜ ਵਿਗਿਆਨਕ ਤੌਰ 'ਤੇ ਪ੍ਰਮਾਣਿਤ ਤੱਥ ਹੈ:

"ਭਾਵੇਂ ਤੁਹਾਡੇ ਵਿਸ਼ਵਾਸ ਦੀ ਵਸਤੁ ਅਸਲੀ ਹੋਵੇ ਜਾਂ ਨਕਲੀ, ਤੁਹਾਨੂੰ ਦੋਨਾਂ ਹੀ ਸਥਿਤੀਆਂ ਵਿਚ ਨਤੀਜਾ ਇਕ ਸਮਾਨ ਹੀ ਮਿਲੇਗਾ। ਇਸੇ ਤਰ੍ਹਾਂ, ਜੇਕਰ ਮੈਂ ਸੈਂਟ ਪੀਟਰ ਦੀ ਮੂਰਤੀ 'ਚ ਵਿਸ਼ਵਾਸ ਕਰਦਾ ਹਾਂ, ਜਿਵੇਂ ਕਿ ਮੈਨੂੰ ਆਪ ਸੈਂਟ ਪੀਟਰ ਵਿਚ ਵਿਸ਼ਵਾਸ ਕਰਨਾ ਚਾਹੀਦਾ ਸੀ, ਤਾਂ ਮੈਨੂੰ ਉਸੇ ਤਰ੍ਹਾਂ ਦੇ ਹੀ ਨਤੀਜੇ ਮਿਲਣਗੇ, ਜੋਂਮੈਂ ਸੈਂਟ ਪੀਟਰ ਕੋਲੋਂ

ਪ੍ਰਾਪਤ ਕਰਨਾ ਚਾਹੁੰਦਾ ਹਾਂ। ਪਰ ਇਹ ਅੰਧ ਵਿਸ਼ਵਾਸ ਹੈ। ਹਾਲਾਂਕਿ, ਆਸਥਾ, ਚਮਤਕਾਰ ਪੈਦਾ ਕਰਦੀ ਹੈ; ਭਾਵੇ ਉਹ ਸੱਚਾ ਹੋਵੇ ਜਾਂ ਝੂਠਾ, ਚਮਤਕਾਰ ਹਮੇਸ਼ਾ ਇਕੋ ਜਿਹਾ ਹੀ ਕਰੇਗਾ।"

ਪੈਰਾਸੇਲਸਸ ਦੇ ਵਿਚਾਰਾਂ ਨੂੰ ਸੋਲ੍ਹਵੀਂ ਸਦੀ ਵਿਚ ਪਿਯੇਤਰੋ ਪਾਂਪੋਨੈਜ਼ੀ, ਜੋ ਕਿ ਇਟਲੀ ਦੇ ਇੱਕ ਦਾਰਸ਼ਨਿਕ ਅਤੇ ਪੈਰਾਸੇਲਸਸ ਦੇ ਸਮਕਾਲੀ ਸਨ, ਨੇ ਵੀ ਮੰਨਿਆ:

"ਅਸੀਂ ਆਸਾਨੀ ਨਾਲ ਉਸੇ ਤਰ੍ਹਾਂ ਦੇ ਅਦਭੁੱਤ ਪ੍ਰਭਾਵ ਉਤਪੰਨ ਕਰ ਸਕਦੇ ਹਾਂ, ਜਿਵੇਂ ਵਿਸ਼ਵਾਸ ਅਤੇ ਕਲਪਨਾ ਤੋਂ ਉਤਪੰਨ ਹੋ ਸਕਦੇ ਹਨ, ਖ਼ਾਸ ਕਰਕੇ ਜਦੋਂ ਇਨ੍ਹਾਂ ਦੋਵੇਂ ਗੁਣਾਂ ਨੂੰ ਰੋਗੀ ਅਤੇ ਉਹ ਵਿਅਕਤੀ ਜੋ ਉਸ ਨੂੰ ਪ੍ਰਭਾਵਿਤ ਕਰਦਾ ਹੈ, ਦੇ ਵਿਚਕਾਰ ਲੈਣ-ਦੇਣ ਕੀਤਾ ਗਿਆ ਹੋਵੇ। ਇਲਾਜ ਦੀ ਵਜ੍ਹਾ ਉਨ੍ਹਾਂ ਖ਼ਾਸ ਅਵਸ਼ੇਸ਼ਾਂ ਦੀ ਸ਼ਕਤੀ ਹੈ ਜੋ ਕਿ ਉਨ੍ਹਾਂ ਦੀ ਕਲਪਨਾਸ਼ੀਲਤਾ ਅਤੇ ਵਿਸ਼ਵਾਸ ਦੇ ਪ੍ਰਭਾਵ ਦੇ ਕਾਰਨ ਸਨ। ਨੀਮ-ਹਕੀਮ ਅਤੇ ਦਾਰਸ਼ਨਿਕ ਜਾਣਦੇ ਹਨ ਕਿ ਜੇ ਕਿਸੇ ਪਿੰਜਰ ਦੀ ਹੱਡੀ ਨੂੰ ਕਿਸੇ ਸੰਤ ਦੀ ਅਸਥੀਆਂ ਦੀ ਥਾਂ 'ਤੇ ਰੱਖ ਦਿੱਤਾ ਜਾਵੇ ਤਾਂ ਵੀ ਰੋਗੀ ਨੂੰ ਕਿਸੇ ਵੀ ਪ੍ਰਕਾਰ ਤੋਂ ਘੱਟ ਫਾਇਦਾ ਨਹੀਂ ਹੋਵੇਗਾ, ਬਸ਼ਰਤੇ ਉਨ੍ਹਾਂ ਨੂੰ ਇਹ ਜਕੀਨ ਹੋਵੇ ਕਿ ਇਹੀ ਹਕੀਕਤਨ ਅਵਸ਼ੇਸ਼ ਹਨ।

ਫਿਰ, ਜੇ ਤੁਹਾਨੂੰ ਸੰਤ ਦੀਆਂ ਅਸਥੀਆਂ 'ਤੇ ਇਲਾਜ ਕਰਨ ਦਾ ਜਕੀਨ ਹੈ ਜਾਂ ਜੇ ਤੁਹਾਨੂੰ ਖ਼ਾਸ ਪਾਣੀ ਦੇ ਪ੍ਰਭਾਵੀਂ ਹੋਣ ਦਾ ਵਿਸ਼ਵਾਸ ਹੈ ਤਾਂ ਤੁਹਾਨੂੰ ਨਤੀਜੇ ਜਰੂਰ ਮਿਲਣਗੇ, ਕਿਉਂਕਿ ਤੁਹਾਡੇ ਅਵਚੇਤਨ ਮਨ ਨੂੰ ਸ਼ਕਤੀਸ਼ਾਲੀ ਸੁਝਾਅ ਦਿੱਤਾ ਗਿਆ ਹੈ। ਇਹ ਅਵਚੇਤਨ ਮਨ ਹੈ ਜੋ ਇਲਾਜ ਕਰਦਾ ਹੈ।

ਬਰਨਹਾਈਮ (Bernheitn) ਦੇ ਪ੍ਰਯੋਗ

ਹਿਪੋਲਾਇਟ ਬਰਨਹਾਈਮ, ਨੈਨਸੀ (ਫ੍ਰਾਂਸ) 1910 ਤੋਂ 1919 ਵਿਚ ਪ੍ਰੋਫੈਸਰ ਆਫ ਮੈਡੀਸਿਨ, ਇਸ ਤੱਥ ਦੀ ਵਿਆਖਿਆ ਕਰਨ ਵਾਲੇ ਸਨ ਕਿ ਡਾਕਟਰ ਦੁਆਰਾ ਰੋਗੀ ਨੂੰ ਸੁਝਾਅ ਅਵਚੇਤਨ ਮਨ ਦੁਆਰਾ ਦਿੱਤੇ ਗਏ ਸਨ।

ਬਰਨਹਾਈਮ, ਆਪਣੇ ਸਜੈਸਟਿਵ ਥੈਰਾਪਿਊਟਿਕਸ (Suggestive Therapeutics) ਦੇ ਪੰਨਾ 197 ਵਿਚ ਇਕ ਆਦਮੀ ਦੀ ਕਹਾਣੀ ਦੱਸਦੇ ਹਨ, ਜਿਸਦੀ ਜੀਭ ਨੂੰ ਲਕਵਾ ਮਾਰ ਗਿਆ ਸੀ ਅਤੇ ਕਿਸੇ ਤਰ੍ਹਾਂ ਦਾ ਇਲਾਜ ਵੀ ਉਸ 'ਤੇ ਕਾਰਗਰ ਨਹੀਂ ਹੋਇਆ ਸੀ। ਡਾਕਟਰ ਨੇ ਆਪਣੇ ਮਰੀਜ ਨੂੰ ਦੱਸਿਆ ਕਿ ਉਸ ਨੂੰ ਇਕ ਨਵਾਂ ਯੰਤਰ ਮਿਲ ਗਿਆ ਹੈ, ਜਿਸ ਨਾਲ ਉਹ ਉਸ ਨੂੰ ਠੀਕ ਕਰ ਦੇਵੇਗਾ। ਡਾਕਟਰ ਨੇ ਮਰੀਜ਼ ਦੇ ਮੂੰਹ ਵਿਚ ਇਕ ਜੈਬੀ ਥਰਮਾਮੀਟਰ ਲਾ ਦਿੱਤਾ।

ਮਰੀਜ਼ ਨੂੰ ਲੱਗਿਆ ਕਿ ਇਹ ਉਹ ਜੰਤਰ ਹੈ, ਜੋ ਉਸ ਨੂੰ ਠੀਕ ਕਰ ਦੇਵੇਗਾ। ਕੁੱਝ ਹੀ ਪਲਾਂ ਵਿਚ ਉਹ ਖ਼ੁਸ਼ੀ ਨਾਲ ਚੀਕਿਆ ਕਿ ਉਹ ਇਕ ਵਾਰ ਫਿਰ ਤੋਂ ਆਪਣੀ ਜੀਭ ਨੂੰ ਹਰ ਪਾਸੇ ਖੁੱਲ੍ਹ ਕੇ ਘੁੰਮਾ-ਫਿਰਾ ਸਕਦਾ ਹੈ।

"ਸਾਡੇ ਇਨ੍ਹਾਂ ਮਾਮਲਿਆਂ ਵਿਚ," ਬਰਨਹਾਈਮ ਕਹਿੰਦਾ ਹੈ, "ਇਕੋ ਹੀ ਤਰ੍ਹਾਂ ਦੇ ਤੱਥ ਮਿਲ ਜਾਣਗੇ। ਇਕ ਮੁਟਿਆਰ ਮੇਰੇ ਆਫਿਸ ਵਿਚ ਆਈ, ਜਿਸਦੀ ਲਗਭਗ ਚਾਰ ਹਫਤਿਆਂ ਤੋਂ ਬੋਲਣ ਦੀ ਸ਼ਕਤੀ ਪੂਰੀ ਤਰ੍ਹਾਂ ਨਾਲ ਖ਼ਤਮ ਹੋ ਗਈ ਸੀ। ਨਿਦਾਨ ਦੀ ਪੁਸ਼ਟੀ ਕਰਨ ਤੋਂ ਬਾਅਦ, ਮੈਂ ਆਪਣੇ ਵਿਦਿਆਰਥੀਆਂ ਨੂੰ ਦੱਸਿਆ ਕਿ ਕਦੇ-ਕਦਾਈਂ ਨਾ ਬੋਲਣ ਦੀ ਸਥਿਤੀ ਬਿਜਲੀ ਦੀ ਵਰਤੋਂ ਨਾਲ ਤੁਰੰਤ ਹੀ ਮੁੜ ਆਉਂਦੀ ਹੈ, ਕੇਵਲ ਸੁਝਾਅ ਦਾ ਪ੍ਰਭਾਵ ਵੀ ਕੰਮ ਕਰ ਸਕਦਾ ਹੈ। ਮੈਂ ਆਪਣਾ ਇੰਡਕਸ਼ਨ ਯੰਤਰ ਮੰਗਵਾਇਆ। ਮੈਂ ਆਪਣਾ ਹੱਥ ਉਸ ਦੇ ਸਵਰਯੰਤਰ (larynx) ਨੂੰ ਲਗਾਇਆ ਅਤੇ ਥੋੜ੍ਹਾ ਜਿਹਾ ਹਿਲਾ ਕੇ ਕਿਹਾ, 'ਹੁਣ ਤੁਸੀਂ ਉੱਚੀ ਜਾਂ ਜੋਰ ਨਾਲ ਬੋਲ ਸਕਦੇ ਹੋ।' ਇਕ ਹੀ ਪਲ ਵਿਚ ਮੈਂ ਉਸ ਤੋਂ 'A' ਬੁਲਵਾ ਲਿਆ, ਫਿਰ 'B' ਅਤੇ ਫਿਰ 'ਮਾਰੀਆ' ਬੁਲਵਾਇਆ। ਉਹ ਬਿਨਾਂ ਰੁੱਕੇ ਸਪੱਸ਼ਟਤਾ ਨਾਲ ਬੋਲਦੀ ਰਹੀ; ਉਸਦੀ ਗੁਆਚੀ ਹੋਈ ਆਵਾਜ਼ ਦੁਬਾਰਾ ਆ ਗਈ।"

ਇੱਥੇ ਬਰਨਹਾਈਮ ਮਰੀਜ ਦੇ ਵਿਸ਼ਵਾਸ ਅਤੇ ਉਮੀਦ ਦੀ ਸ਼ਕਤੀ ਬਾਰੇ ਦੱਸ ਰਹੇ ਹਨ, ਜੋ ਅਵਚੇਤਨ ਮਨ ਲਈ ਇਕ ਸ਼ਕਤੀਸ਼ਾਲੀ ਸੁਝਾਅ ਵਜੋਂ ਕੰਮ ਕਰਦਾ ਹੈ।

ਸੁਝਾਅ ਦੁਆਰਾ ਛਾਲੇ ਉਤਪੰਨ ਕਰਨਾ

ਬਰਨਹਾਈਮ ਨੇ ਦੱਸਿਆ ਕਿ ਉਨ੍ਹਾਂ ਨੇ ਇਕ ਮਰੀਜ ਦੀ ਗਰਦਨ ਦੇ ਪਿੱਛਲੇ ਪਾਸੇ ਇਕ ਡਾਕ ਟਿਕਟ ਲਗਾ ਕੇ ਮਰੀਜ ਨੂੰ ਸੁਝਾਅ ਦਿੱਤਾ ਕਿ ਇਹ ਇਕ ਫਲਾਈ-ਪਲਾਸਟਰ ਹੈ, ਅਤੇ ਉੱਥੇ ਇਕ ਛਾਲਾ ਪੈਦਾ ਹੋ ਗਿਆ। ਦੁਨੀਆ ਦੇ ਕਈ ਹਿੱਸਿਆਂ ਵਿੱਚ ਬਹੁਤ ਸਾਰੇ ਡਾਕਟਰਾਂ ਦੇ ਪ੍ਰਯੋਗਾਂ ਅਤੇ ਤਜ਼ਰਬਿਆਂ ਦੁਆਰਾ ਸਿੱਧ ਕੀਤਾ ਅਤੇ ਯਕੀਨ ਦਿਲਾਇਆ ਗਿਆ ਹੈ ਕਿ ਮਰੀਜ ਨੂੰ ਮੂੰਹ ਜ਼ਬਾਨੀ ਸੁਝਾਅ ਦੇ ਕੇ ਉਨ੍ਹਾਂ ਦੇ ਆਕਾਰ ਜਾਂ ਸਰੀਰਕ ਢਾਂਚੇ ਵਿਚ ਤਬਦੀਲੀਆਂ ਕੀਤੀਆਂ ਜਾਣੀਆਂ ਸੰਭਵ ਹਨ।

ਲਹੂ ਨਿਕਲਨ ਦਾ ਕਾਰਨ

ਹਡਸਨ ਦੇ ਮਨੋਵਿਗਿਆਨਕ ਵਰਤਾਰੇ ਦੇ ਕਾਨੂੰਨ (Law of Psychic Phenomena) ਵਿਚ, ਪੰਨਾ 153, ਉਹ ਕਹਿੰਦੇ ਹਨ, "ਕੁੱਝ ਵਿਸ਼ਿਆਂ ਨੂੰ ਸੁਝਾਵਾਂ

ਨਾਲ ਪ੍ਰੇਰਿਤ ਕਰ ਨਕਸੀਰ ਅਤੇ ਖੂਨੀ ਵਰਤਿਕਾ ਤੋਂ ਲਹੂ ਵੀ ਕੱਢਵਾਇਆ ਜਾ ਸਕਦਾ ਹੈ। ''

ਡਾ. ਐਮ. ਬੂਰੂ ਨੇ ਇਕ ਵਿਅਕਤੀ ਨੂੰ ਸੁਪਨ-ਗਮਤਾ (Somnambulistic) ਅਵਸਥਾ ਵਿਚ ਲਿਆ ਕੇ ਉਸ ਨੂੰ ਇਹ ਸੁਝਾਅ ਦਿੱਤਾ:

'ਅੱਜ ਦੁਪਹਿਰ ਚਾਰ ਵਜੇ, ਸੰਮੋਹਨ ਤੋਂ ਬਾਅਦ, ਤੁਸੀਂ ਮੇਰੇ ਦਫਤਰ ਵਿਚ ਆਉਗੇ, ਆਰਾਮ ਕੁਰਸੀ 'ਤੇ ਬੈਠੋਗੇ, ਆਪਣੀਆਂ ਬਾਹਾਂ ਨੂੰ ਆਪਣੀ ਛਾਤੀ 'ਤੇ ਰੱਖ ਕੇ ਬੰਨ੍ਹ ਲਵੋਗੇ, ਅਤੇ ਫਿਰ ਤੁਹਾਡੀ ਨੱਕ ਤੋਂ ਲਹੂ ਵੱਗਣਾ ਸ਼ੁਰੂ ਹੋ ਜਾਵੇਗਾ।' ਦਿੱਤੇ ਗਏ ਸਮੇਂ 'ਤੇ ਨੌਜਵਾਨ ਨੇ ਠੀਕ ਉਸੇ ਤਰ੍ਹਾਂ ਹੀ ਕੀਤਾ, ਜਿਵੇਂ ਉਸ ਨੂੰ ਨਿਰਦੇਸ਼ ਦਿੱਤੇ ਗਏ ਸਨ, ਉਸ ਦੀ ਨੱਕ ਦੇ ਖੱਬੇ ਪਾਸਿਓ ਲਹੂ ਦੀਆਂ ਕਈ ਬੂੰਦਾਂ ਵੱਗਣ ਲੱਗੀਆਂ।

"ਇਹ ਹੋਰ ਮੌਕੇ 'ਤੇ ਉਸੇ ਜਾਂਚਕਰਤਾ ਨੇ ਇਕ ਰੋਗੀ ਨੂੰ ਸੰਮੋਹਿਤ ਕਰ ਕੇ ਉਸਦਾ ਨਾਂ ਉਸਦੀਆਂ ਦੋਵੇਂ ਬਾਂਹਾਂ 'ਤੇ ਇਕ ਔਜਾਰ ਦੀ ਭੋਥੜੀ ਨੋਕ ਨਾਲ ਲਿਖ ਦਿੱਤਾ। ਫਿਰ ਜਦੋਂ ਉਨ੍ਹਾਂ ਨੇ ਰੋਗੀ ਨੂੰ ਸੁਪਨ-ਗਮਤਾ ਅਵਸਥਾ 'ਚ ਲਿਆ ਕੇ ਕਿਹਾ:

ਅੱਜ ਦੁਪਹਿਰ ਚਾਰ ਵੱਜੇ ਤੂੰ ਸੋ ਜਾਵੇਗਾ। ਮੇਰੀਆਂ ਖਿੱਚੀਆਂ ਹੋਈਆਂ ਲਕੀਰਾਂ 'ਤੇ ਤੁਹਾਡੀਆਂ ਬਾਹਾਂ 'ਚੋਂ ਲਹੂ ਨਿਕਲੇਗਾ, ਜਿਸ ਨਾਲ ਤੁਹਾਡਾ ਨਾਂ ਬਾਹਾਂ 'ਤੇ ਉਭਰ ਜਾਵੇਗਾ। ਉਸ ਰੋਗੀ 'ਤੇ ਚਾਰ ਵੱਜੇ ਤੱਕ ਨਜ਼ਰ ਰੱਖੀ ਗਈ ਅਤੇ ਦੇਖਿਆ ਗਿਆ ਕਿ ਉਹ ਸੋਂ ਗਿਆ। ਉਸ ਦੀ ਖੱਬੀ ਬਾਂਹ 'ਤੇ ਉਸ ਦਾ ਨਾਂ ਸਾਫ਼-ਸਾਫ਼ ਲਿਖਿਆ ਦੇਖਿਆ ਗਿਆ ਅਤੇ ਕਈ ਥਾਵਾਂ ਤੋਂ ਲਹੂ ਦੇ ਤੁਪਕੇ ਵੀ ਦਿਖਣ ਲੱਗੇ। ਇਹ ਅੱਖਰ ਤਿੰਨ ਮਹੀਨੇ ਬਾਅਦ ਵੀ ਦਿਖਾਈ ਦੇ ਰਹੇ ਸਨ ਅਤੇ ਉਹ ਹੌਲੀ-ਹੌਲੀ ਮੱਧਮ ਪੈ ਗਏ। ''

ਇਹ ਤੱਥ ਇੱਕੋ ਸਮੇਂ ਪਹਿਲਾਂ ਦੱਸੇ ਗਏ ਦੋ ਬੁਨਿਆਦੀ ਪ੍ਰਸਤਾਵਾਂ ਨੂੰ ਸਹੀ ਸਾਬਿਤ ਕਰਦੇ ਹਨ, ਅਰਥਾਤ, ਸੁਝਾਵਾਂ ਦੀ ਸ਼ਕਤੀ ਅਤੇ ਸੰਪੂਰਨ ਨਿਯੰਤਰਣ ਲਈ ਅਵਚੇਤਨ ਮਨ ਦੀ ਨਿਰੰਤਰਤਾ ਅਨੁਕੂਲਤਾ, ਜਿਸ ਦਾ ਅਵਚੇਤਨ ਮਨ ਕਾਰਜਾਂ, ਸੰਵੇਦਨਾਵਾਂ ਅਤੇ ਸਰੀਰਕ ਸਥਿਤੀਆਂ 'ਤੇ ਅਭਿਆਸ ਕਰਦਾ ਹੈ।

ਉਪਰੋਕਤ ਦੱਸੇ ਗਏ ਸਾਰੇ ਵਰਤਾਰੇ ਸੁਝਾਅ ਦੁਆਰਾ ਪ੍ਰੇਰਿਤ ਅਸਧਾਰਨ ਸਥਿਤੀਆਂ ਨੂੰ ਨਾਟਕੀ ਰੂਪ ਵਿਚ ਪੇਸ਼ ਕਰਦੇ ਹਨ ਜੋ ਇਸ ਗੱਲ ਦੇ ਨਿਰਣਾਇਕ ਪ੍ਰਮਾਣ ਹਨ ਕਿ ਜਿਵੇਂ ਵਿਅਕਤੀ ਆਪਣੇ ਦਿਲ (ਅਵਚੇਤਨ ਮਨ) ਵਿੱਚ ਸੋਚ ਦਾ ਹੈ ਉਹ ਉਸੇ ਤਰ੍ਹਾਂ ਦਾ ਹੀ ਬਣ ਜਾਂਦਾ ਹੈ।

ਇਲਾਜ ਬਿੰਦੂਆਂ ਦੀ ਸਮੀਖਿਆ

1. ਆਪਣੇ-ਆਪ ਨੂੰ ਵਾਰ-ਵਾਰ ਯਾਦ ਦਿਲਾਉ ਕਿ ਉਪਚਾਰਕ ਸ਼ਕਤੀ ਤੁਹਾਡੇ ਅਵਚੇਤਨ ਮਨ ਵਿਚ ਹੈ।

2. ਜਾਣ ਲਉ ਕਿ ਆਸਥਾ ਜ਼ਮੀਨ 'ਚ ਬੀਜੇ ਗਏ ਬੀਜ ਵਾਂਗ ਹੈ; ਇਹ ਆਪਣੀ ਕਿਸਮ ਵਾਂਗ ਤੇਜੀ ਨਾਲ ਵਧਦਾ ਹੈ। ਇਸ ਵਿਚਾਰ (ਬੀਜ) ਨੂੰ ਆਪਣੇ ਮਨ ਵਿਚ ਬੀਜ ਦਿਉ, ਇਸ ਨੂੰ ਆਸ 'ਤੇ ਨਿਸ਼ਚੇ ਰੂਪੀ ਪਾਣੀ ਅਤੇ ਖਾਦ ਦਿਉ, ਇਹ ਅਸਲ ਵਿਚ ਪ੍ਰਗਟ ਹੋ ਜਾਵੇਗਾ।

3. ਇਕ ਵਿਚਾਰ ਜੋ ਕਿਸੇ ਕਿਤਾਬ, ਨਵੀਂ ਕਾਢ ਜਾਂ ਨਾਟਕ ਲਈ ਹੈ, ਉਹ ਤੁਹਾਡੇ ਮਨ ਅੰਦਰ ਅਸਲ ਵਿਚ ਹੈ। ਇਹ ਕਾਰਨ ਹੈ ਕਿ ਤੁਸੀਂ ਇਸ ਦੇ ਹੋਣ 'ਤੇ ਯਕੀਨ ਕਰਦੇ ਹੋ। ਆਪਣੇ ਵਿਚਾਰ, ਯੋਜਨਾ ਜਾਂ ਕਾਢ ਦੀ ਸੱਚਾਈ 'ਤੇ ਯਕੀਨ ਕਰੋ ਅਤੇ ਜਦੋਂ ਤੁਸੀਂ ਇੰਝ ਕਰਦੇ ਹੋ, ਉਦੋਂ ਉਹ ਪ੍ਰਗਟ ਹੋ ਜਾਂਦਾ ਹੈ।

4. ਕਿਸੇ ਹੋਰ ਲਈ ਪ੍ਰਾਰਥਨਾ ਕਰਨ ਸਮੇਂ, ਇਹ ਜਾਣ ਲਵੋਂ ਕਿ ਤੁਹਾਡੀ ਸੰਪੂਰਨਤਾ, ਸੁੰਦਰਤਾ ਅਤੇ ਆਦਰਸ਼ਤਾ ਦਾ ਸ਼ਾਂਤ ਅੰਦਰੂਨੀ ਗਿਆਨ ਕਿਸੇ ਦੂਜੇ ਦੇ ਅਵਚੇਤਨ ਮਨ ਦੇ ਨਕਾਰਾਤਮਕ ਸਰੂਪ ਨੂੰ ਬਦਲ ਸਕਦਾ ਹੈ ਤੇ ਅਦਭੁੱਤ ਅਤੇ ਸ਼ਾਨਦਾਰ ਨਤੀਜੇ ਲਿਆ ਸਕਦਾ ਹੈ।

5. ਤੁਸੀਂ ਵੱਖ-ਵੱਖ ਧਰਮ ਅਸਥਾਨਾਂ 'ਤੇ ਜਿਨ੍ਹਾਂ ਚਮਤਕਾਰੀ ਉਪਚਾਰਾਂ ਬਾਰੇ ਸੁਣਦੇ ਹੋ, ਉਹ ਕਲਪਨਾ ਅਤੇ ਅੰਨ੍ਹੀ ਸ਼ਰਧਾ ਦੇ ਕਾਰਨ ਹਨ, ਜੋ ਕਿ ਅਵਚੇਤਨ ਮਨ 'ਤੇ ਕੰਮ ਕਰਕੇ ਇਲਾਜ ਕਰਨ ਦੀ ਸ਼ਕਤੀ ਨੂੰ ਜਾਰੀ ਕਰਦੇ ਹਨ।

6. ਸਾਰੀਆਂ ਬਿਮਾਰੀਆਂ ਦਾ ਸ੍ਰੋਤ ਮਸਤਿਸ਼ਕ ਹੈ। ਸ਼ਰੀਰ 'ਤੇ ਪ੍ਰਤੱਖ ਤੌਰ 'ਤੇ ਕੁੱਝ ਵੀ ਪ੍ਰਗਟ ਨਹੀਂ ਹੁੰਦਾ, ਜਦੋਂ ਤਕ ਇਸ ਨਾਲ ਮੇਲ ਖਾਂਦੇ ਮਾਨਸਿਕ ਪੈਟਰਨ ਨਾ ਹੋਣ।

7. ਹਿਪੋਨੋਟਿਕ ਸੁਝਾਅ ਦੁਆਰਾ ਤੁਹਾਡੇ 'ਚ ਕਿਸੇ ਵੀ ਬਿਮਾਰੀ ਦੇ ਲੱਛਣਾਂ ਨੂੰ ਪੈਦਾ ਕੀਤਾ ਜਾ ਸਕਦਾ ਹੈ। ਇਹ ਤੁਹਾਨੂੰ ਤੁਹਾਡੇ ਵਿਚਾਰਾਂ ਦੀ ਸ਼ਕਤੀ ਦਿਖਾਉਂਦਾ ਹੈ।

8. ਕੇਵਲ ਇਕੋ ਹੀ ਇਲਾਜ ਦੀ ਪ੍ਰਕਿਰਿਆ ਹੈ, ਅਤੇ ਉਹ ਹੈ ਆਸਥਾ। ਕੇਵਲ ਇੱਕੋ ਹੀ ਇਲਾਜ ਸ਼ਕਤੀ ਹੈ, ਅਤੇ ਉਹ ਹੈ ਤੁਹਾਡਾ ਅਵਚੇਤਨ ਮਨ।

9. ਭਾਵੇਂ ਤੁਹਾਡੀ ਆਸਥਾ ਦੀ ਵਸਤੂ ਅਸਲੀ ਹੈ ਜਾਂ ਨਕਲੀ, ਤੁਹਾਨੂੰ ਨਤੀਜੇ ਮਿਲਣਗੇ। ਤੁਹਾਡਾ ਅਵਚੇਤਨ ਮਨ ਤੁਹਾਡੇ ਮਸਤਿਸ਼ਕ ਵਿਚ ਵਿਚਾਰ ਦਾ ਜਵਾਬ ਦਿੰਦਾ ਹੈ। ਆਸਥਾ ਨੂੰ ਆਪਣੇ ਮਸਤਿਸ਼ਕ 'ਚ ਵਿਚਾਰ ਵਜੋਂ ਦੇਖੋ, ਅਤੇ ਇਹ ਕਾਫੀ ਹੋਵੇਗਾ।

ਆਧੁਨਿਕ ਸਮੇਂ ਵਿੱਚ ਮਾਨਸਿਕ ਇਲਾਜ

ਹਰ ਵਿਅਕਤੀ ਨਿਸ਼ਚਿਤ ਤੌਰ 'ਤੇ ਸਰੀਰਕ ਸਥਿਤੀਆਂ ਅਤੇ ਮਾਨਵੀ ਸੰਬੰਧਾਂ ਬਾਰੇ ਫਿਕਰਮੰਦ ਹੈ। ਉਹ ਕਿਹੜੀ ਚੀਜ਼ ਹੈ ਜੋ ਇਲਾਜ ਕਰਦੀ ਹੈ? ਇਲਾਜ ਸ਼ਕਤੀ ਕੀ ਹੈ? ਹਰ ਕੋਈ ਇਹ ਸਵਾਲ ਕਰਦਾ ਹੈ। ਇਸ ਦਾ ਉੱਤਰ ਹੈ ਕਿ ਇਹ ਇਲਾਜ ਸ਼ਕਤੀ ਹਰੇਕ ਦੇ ਅਵਚੇਤਨ ਮਨ ਅੰਦਰ ਮੌਜੂਦ ਹੈ ਅਤੇ ਬਿਮਾਰ ਵਿਅਕਤੀ ਦਾ ਬਦਲਿਆ ਹੋਇਆ ਮਾਨਸਿਕ ਨਜ਼ਰੀਏ ਨਾਲ ਇਹ ਇਲਾਜ ਸ਼ਕਤੀ ਸਰਗਰਮ ਹੋ ਜਾਂਦੀ ਹੈ।

ਕਿਸੇ ਵੀ ਮਾਨਸਿਕ ਜਾਂ ਧਾਰਮਿਕ-ਵਿਗਿਆਨਕ ਉਪਚਾਰਕ, ਮਨੋਵਿਗਿਆਨੀ, ਮਨੋਚਿਕਿਤਸਕ ਜਾਂ ਡਾਕਟਰ ਨੇ ਕਦੇ ਵੀ ਕਿਸੇ ਮਰੀਜ਼ ਨੂੰ ਠੀਕ ਨਹੀਂ ਕੀਤਾ ਹੈ। ਇਕ ਪੁਰਾਣਾ ਅਖਾਣ ਹੈ, "ਡਾਕਟਰ ਜ਼ਖਮ 'ਤੇ ਪੱਟੀ ਬੰਨ੍ਹ ਸਕਦਾ ਹੈ, ਪਰ ਉਸ ਨੂੰ ਠੀਕ ਪਰਮਾਤਮਾ ਕਰਦਾ ਹੈ।" ਮਨੋਵਿਗਿਆਨੀ ਜਾਂ ਮਨੋਚਿਕਿਤਸਕ ਮਰੀਜ਼ ਦੀਆਂ ਮਾਨਸਿਕ ਰੁਕਾਵਟਾਂ ਨੂੰ ਹਟਾਉਂਦੇ ਹਨ, ਤਾਂ ਜੁ ਉਪਚਾਰਕ ਸਿਧਾਂਤ ਸਰਗਰਮ ਕੀਤਾ ਜਾ ਸਕੇ ਅਤੇ ਮਰੀਜ਼ ਨੂੰ ਮੁੜ ਕੇ ਸਿਹਤਮੰਦ ਕੀਤਾ ਜਾ ਸਕੇ। ਇਸੇ ਤਰ੍ਹਾਂ, ਸਰਜਨ ਸਰੀਰਕ ਰੁਕਾਵਟ ਨੂੰ ਹਟਾਉਂਦਾ ਹੈ, ਤਾਂ ਜੁ ਉਪਚਾਰਕ ਪ੍ਰਵਾਹ ਕੁਦਰਤੀ ਤੌਰ 'ਤੇ ਕੰਮ ਕਰ ਸਕੇ। ਕੋਈ ਵੀ ਡਾਕਟਰ, ਸਰਜਨ ਜਾਂ ਮਨੋਚਿਕਿਤਸਕ ਇਹ ਦਾਅਵਾ ਨਹੀਂ ਕਰ ਸਕਦਾ ਕਿ ਉਸ ਨੇ "ਮਰੀਜ਼ ਨੂੰ ਠੀਕ ਕਰ ਦਿੱਤਾ।" ਇਸ ਉਪਚਾਰਕ ਸ਼ਕਤੀ ਨੂੰ ਅਨੇਕਾ ਨਾਵਾਂ ਨਾਲ ਪੁਕਾਰਿਆ ਜਾਂਦਾ ਹੈ, ਜਿਵੇਂ ਪ੍ਰਕਿਰਤੀ, ਜੀਵਨ, ਦੈਵੀ ਰਚਨਾਤਮਕ ਬੁੱਧੀਮੱਤਾ ਅਤੇ ਅਵਚੇਤਨ ਸ਼ਕਤੀ।

ਜਿਵੇਂ ਕਿ ਪਹਿਲਾਂ ਦੱਸਿਆ ਗਿਆ ਹੈ ਕਿ ਮਾਨਸਿਕ, ਭਾਵਨਾਤਮਕ ਅਤੇ ਸਰੀਰਕ ਰੁਕਾਵਟਾਂ ਨੂੰ ਹਟਾਉਣ ਲਈ ਬਹੁਤ ਸਾਰੇ ਵੱਖ-ਵੱਖ ਤਰੀਕੇ ਵਰਤੇਂ ਜਾਂਦੇ ਹਨ ਜੋ ਸਾਡੇ ਸਾਰਿਆਂ ਨੂੰ ਸਜੀਵ ਜਾਂ ਚੇਤਨ ਕਰਨ ਵਾਲੇ ਉਪਚਾਰਕ ਜੀਵਨ ਸਿਧਾਂਤ ਦੇ ਪ੍ਰਵਾਹ ਨੂੰ ਰੋਕਦੇ ਹਨ। ਤੁਹਾਡੇ ਅਵਚੇਤਨ ਮਨ ਵਿਚ ਵਸਿਆ ਇਹ

ਉਪਚਾਰਕ ਸਿਧਾਂਤ ਤੁਹਾਨੂੰ ਸਾਰਿਆਂ ਨੂੰ ਮਾਨਸਿਕ ਤੇ ਸਰੀਰਕ ਰੋਗਾਂ ਤੋਂ ਮੁਕਤ ਕਰ ਸਕਦਾ ਹੈ ਅਤੇ ਕਰੇਗਾ, ਬਸ਼ਰਤੇ ਤੁਸੀਂ ਜਾਂ ਕੋਈ ਹੋਰ ਵਿਅਕਤੀ ਇਸ ਨੂੰ ਸਹੀ ਢੰਗ ਨਾਲ ਨਿਰਦੇਸ਼ਿਤ ਕਰ ਸਕੋ। ਇਹ ਉਪਚਾਰਕ ਸਿਧਾਂਤ, ਸਾਰੇ ਲੋਕਾਂ ਭਾਵੇਂ ਉਹ ਕਿਸੇ ਵੀ ਜਾਤਿ, ਨਸਲ ਜਾਂ ਪੰਥ ਦੇ ਹੋਣ, 'ਤੇ ਕੰਮ ਕਰਦਾ ਹੈ। ਇਸ ਉਪਚਾਰਕ ਪ੍ਰਕਿਰਿਆ 'ਚ ਭਾਗ ਲੈਣ ਲਈ ਤੁਹਾਡਾ ਕਿਸੇ ਖ਼ਾਸ ਚਰਚ ਨਾਲ ਜੁੜਨਾ ਜ਼ਰੂਰੀ ਨਹੀਂ ਹੈ। ਤੁਹਾਡਾ ਅਵਚੇਤਨ ਤੁਹਾਡੀ ਬਾਂਹ ਦੇ ਕਿਸੇ ਵੀ ਸੜੇ ਹੋਏ ਹਿੱਸੇ ਜਾਂ ਜ਼ਖਮ ਨੂੰ ਠੀਕ ਕਰ ਕਰ ਸਕਦਾ ਹੈ, ਭਾਵੇਂ ਤੁਸੀਂ ਆਪਣੇ-ਆਪ ਨੂੰ ਨਾਸਤਿਕ ਜਾਂ ਸ਼ੰਕਾਵਾਦੀ ਹੋਣ ਦਾ ਦਾਅਵਾ ਕਰਦੇ ਹੋਵੇ।

ਆਧੁਨਿਕ ਮਾਨਸਿਕ ਚਿਕਿਤਸਾ ਪ੍ਰਣਾਲੀ ਦਾ ਆਧਾਰ ਉਹ ਸੱਚ ਹੈ ਕਿ ਅਸੀਮ ਬੁੱਧੀਮੱਤਾ ਅਤੇ ਤੁਹਾਡਾ ਅਵਚੇਤਨ ਮਨ ਤੁਹਾਡੀ ਆਸਥਾਂ ਦੇ ਅਨੁਸਾਰ ਪ੍ਰਤੀਕਿਰਿਆ ਕਰਦਾ ਹੈ। ਮਨੋ ਵਿਗਿਆਨ ਚਿਕਿਤਸਕ ਜਾਂ ਪਾਦਰੀ ਬਾਈਬਲ ਦੇ ਹੁਕਮ ਦੀ ਪਾਲਨਾ ਕਰਦੇ ਹਨ। ਮਿਸਾਲ ਲਈ, ਉਹ ਆਪਣੀ ਅਲਮਾਰੀ ਤਕ ਜਾਂਦਾ ਹੈ, ਦਰਵਾਜ਼ਾ ਬੰਦ ਕਰਦਾ ਹੈ, ਜਿਸ ਦਾ ਅਰਥ ਹੈ ਕਿ ਉਹ ਆਪਣੇ ਮਸਤਿਸ਼ਕ ਨੂੰ ਅਡੋਲ, ਨਿਸ਼ਚਿੰਤ ਅਤੇ ਖੁੱਲ੍ਹਾ ਛੱਡ ਦਿੰਦਾ ਹੈ ਅਤੇ ਆਪਣੇ ਅੰਦਰ ਮੌਜੂਦ ਅਸੀਮ ਉਪਚਾਰਕ ਸ਼ਕਤੀ ਬਾਰੇ ਸੋਚਣ ਲੱਗ ਜਾਂਦਾ ਹੈ। ਉਹ ਆਪਣੇ ਮਸਤਿਸ਼ਕ ਦੇ ਦੁਆਰ ਨੂੰ ਸਮੂਹ ਬਾਹਰੀ ਅੜਚਨਾਂ ਅਤੇ ਭਟਕੜਾਵਾਂ ਦੇ ਨਾਲੋ-ਨਾਲ ਹੀ ਉਂਵ ਦੀ ਦਿਖਲਾਈ ਬੰਦ ਕਰ ਦਿੰਦਾ ਹੈ ਅਤੇ ਫਿਰ ਉਹ ਹੌਲੀ ਦੇ ਕੇ ਅਤੇ ਜਾਣ-ਬੁੱਝ ਕੇ ਆਪਣੀ ਪ੍ਰਾਰਥਨਾ ਜਾਂ ਇੱਛਾ ਨੂੰ ਆਪਣੇ ਅਵਚੇਤਨ ਮਨ ਵੱਲ ਕੇਂਦ੍ਰਿਤ ਕਰਦਾ ਅਤੇ ਜਾਣਦਾ ਹੈ ਕਿ ਉਸ ਦੇ ਮਸਤਿਸ਼ਕ ਦੀ ਬੁੱਧੀਮੱਤਾ ਉਸ ਦੀਆਂ ਵਿਸ਼ੇਸ਼ ਲੋੜਾਂ ਅਨੁਸਾਰ ਜਵਾਬ ਦੇਵੇਗੀ।

ਸਭ ਤੋਂ ਸ਼ਾਨਦਾਰ ਗੱਲ ਇਹ ਹੈ: "ਇੱਛਤ ਨਤੀਜੇ ਦੀ ਕਲਪਨਾ ਕਰੋ ਅਤੇ ਇਸਦੀ ਅਸਲੀਅਤ ਨੂੰ ਮਹਿਸੂਸ ਕਰੋ; ਫਿਰ ਅਸੀਮ ਜੀਵਨ-ਸਿਧਾਂਤ ਤੁਹਾਡੀ ਚੇਤਨ ਚੋਣ ਅਤੇ ਤੁਹਾਡੀ ਚੇਤਨ ਪ੍ਰਾਰਥਨਾ 'ਤੇ ਪ੍ਰਤੀਕਿਰਿਆ ਦੇਵੇਗਾ। ਇਹ ਉਸ ਵਿਸ਼ਵਾਸ ਦਾ ਅਰਥ ਹੈ ਜਿਸ ਨੂੰ ਤੁਸੀਂ ਪ੍ਰਾਪਤ ਕੀਤਾ ਹੈ ਅਤੇ ਤੁਸੀਂ ਪ੍ਰਾਪਤ ਕਰੋਗੇ। ਇਹੀ ਇੱਕ ਆਧੁਨਿਕ ਮਾਨਸਿਕ ਵਿਗਿਆਨੀ ਕਰਦਾ ਹੈ, ਜਦੋਂ ਉਹ ਪ੍ਰਾਰਥਨਾ ਚਿਕਿਤਸਾ ਦਾ ਅਭਿਆਸ ਕਰਦਾ ਹੈ।

ਉਪਚਾਰ ਦੀ ਇਕ ਪ੍ਰਕਿਰਿਆ

ਸਾਰੀਆਂ ਚੀਜ਼ਾਂ, ਬਿੱਲੀ, ਕੁੱਤਾ, ਰੁੱਖ, ਘਾਹ, ਹਵਾ, ਧਰਤੀ 'ਚੋਂ ਜੋ ਕੁੱਝ ਵੀ ਸਜੀਵ ਹੈ, ਉਸ 'ਤੇ ਇਹ ਸਦੀਵੀ ਉਪਚਾਰਕ ਸਿਧਾਂਤ ਕੰਮ ਕਰਦਾ ਹੈ। ਇਹ ਜੀਵਨ ਸਿਧਾਂਤ ਸਾਰੇ ਜਾਨਵਰਾਂ, ਸਬਜੀਆਂ ਤੇ ਖਨਿਜ ਸਾਮਰਾਜਾਂ 'ਤੇ ਪ੍ਰਵਿਰਤੀ (ਸਹਿਜ-ਬੋਧ) ਅਤੇ ਵਿਕਾਸ ਦੇ ਨਿਯਮ ਵਜੋਂ ਕੰਮ ਕਰਦਾ ਹੈ। ਮਨੁੱਖ ਇਸ

ਜੀਵਨ-ਸਿਧਾਂਤ ਨੂੰ ਚੇਤਨ ਤੌਰ 'ਤੇ ਜਾਣਦਾ ਹੈ, ਅਤੇ ਉਹ ਆਪਣੇ-ਆਪ ਨੂੰ ਅਸੀਸ ਦੇਣ ਲਈ ਚੇਤਨ ਤੌਰ 'ਤੇ ਅਣਗਿਣਤ ਤਰੀਕਿਆਂ ਨਾਲ ਨਿਰਦੇਸ਼ਿਤ ਕਰ ਸਕਦਾ ਹੈ।

ਇਸ ਸਦੀਵੀ ਸ਼ਕਤੀ ਦੀ ਵਰਤੋਂ ਵੱਖ-ਵੱਖ ਤਰੀਕਿਆਂ, ਤਕਨੀਕਾਂ ਅਤੇ ਵਿਧੀਆਂ ਦੁਆਰਾ ਕੀਤੀ ਜਾ ਸਕਦੀ ਹੈ, ਪਰ ਇਥੇ ਇਲਾਜ ਦੀ ਇਕੋ ਹੀ ਪ੍ਰਕਿਰਿਆ ਹੈ, ਉਹ ਹੈ ਆਸਥਾ, ਕਿਉਂਕਿ ਤੁਹਾਡੀ ਆਸਥਾ ਦੇ ਅਨੁਸਾਰ ਹੀ ਤੁਹਾਡੇ ਲਈ ਕੀਤਾ ਜਾਂਦਾ ਹੈ।

ਵਿਸ਼ਵਾਸ ਦਾ ਨਿਜਮ

ਸੰਸਾਰ ਦੇ ਸਾਰੇ ਧਰਮ ਕਿਸੇ ਨ ਕਿਸੇ ਵਿਸ਼ਵਾਸ ਦੀ ਪ੍ਰਤਿਨਿਧਤਾ ਕਰਦੇ ਹਨ ਅਤੇ ਇਹਨਾਂ ਵਿਸ਼ਵਾਸਾਂ ਦੀ ਕਈ ਤਰੀਕਿਆਂ ਨਾਲ ਵਿਆਖਿਆ ਕੀਤੀ ਜਾਂ ਸਕਦੀ ਹੈ। ਜੀਵਨ ਦਾ ਨਿਜਮ ਵਿਸ਼ਵਾਸ ਹੈ। ਆਪਣੇ ਜੀਵਨ ਅਤੇ ਬ੍ਰਹਿਮੰਡ ਬਾਰੇ ਤੁਹਾਡਾ ਕੀ ਵਿਸ਼ਵਾਸ ਹੈ? ਤੁਹਾਡੇ ਨਾਲ ਉਹੀ ਹੁੰਦਾ ਹੈ ਜਿਸ 'ਤੇ ਤਸੀਂ ਵਿਸ਼ਵਾਸ ਕਰਦੇ ਹੋ।

ਵਿਸ਼ਵਾਸ ਤੁਹਾਡੇ ਮਸਤਿਸ਼ਕ ਦਾ ਇਕ ਵਿਚਾਰ ਹੈ, ਜਿਸ ਕਾਰਣ ਤੁਹਾਡੇ ਅਵਚੇਤਨ ਦੀ ਸ਼ਕਤੀ ਤੁਹਾਡੀ ਆਦਤਨ ਸੋਚ ਅਨੁਸਾਰ ਜੀਵਨ ਦੇ ਸਾਰੇ ਪੜਾਵਾਂ ਵਿਚ ਵੰਡਣ ਦਾ ਕਾਰਨ ਬਣਦੀ ਹੈ। ਤੁਹਾਨੂੰ ਇਹ ਅਹਿਸਾਸ ਹੋਣਾ ਚਾਹੀਦਾ ਹੈ ਕਿ ਬਾਈਬਲ ਤੁਹਾਡੀ ਕਿਸੇ ਰੀਤ, ਰਸਮ, ਸੰਸਥਾ, ਰੂਪ, ਪੂਰਵਾਭਾਸ, ਮਨੁੱਖ ਜਾਂ ਫਾਰਮੁਲਿਆਂ ਬਾਰੇ ਜ਼ਿਕਰ ਨਹੀਂ ਕਰਦੀ ਹੈ ਇਹ ਤਾਂ ਕੇਵਲ ਆਪਣੇ-ਆਪ ਵਿਚ ਵਿਸ਼ਵਾਸ ਬਾਰੇ ਗੱਲ ਕਰ ਰਹੀ ਹੈ। ਤੁਹਾਡੇ ਮਨ ਦਾ ਵਿਸ਼ਵਾਸ ਸਿਰਫ਼ ਤੁਹਾਡੇ ਮਨ ਦਾ ਵਿਚਾਰ ਹੈ।

> ਜੇ ਤੁਸੀਂ ਵਿਸ਼ਵਾਸ ਕਰ ਸਕਦੇ ਹੋ, ਤਾਂ ਉਹ ਸਾਰੀਆਂ ਚੀਜ਼ਾਂ ਸੰਭਵ ਹੈ, ਜਿਸ ਵਿਚ ਤੁਹਾਡਾ ਵਿਸ਼ਵਾਸ ਹੈ।
>
> **ਮਾਰਕ 9:23**

ਕੋਈ ਵੀ ਅਜਿਹੀ ਗੱਲ ਜੋ ਤੁਹਾਨੂੰ ਸੱਟ ਜਾਂ ਨੁਕਸਾਨ ਪਹੁੰਚਾ ਸਕਦੀ ਹੈ, ਉਸ 'ਤੇ ਵਿਸ਼ਵਾਸ ਕਰਨਾ ਮੂਰਖਤਾ ਹੈ। ਯਾਦ ਰੱਖੋ, ਇਹ ਉਹ ਚੀਜ਼ ਨਹੀਂ ਹੈ ਜਿਸ 'ਚ ਤੁਸੀਂ ਵਿਸ਼ਵਾਸ ਕਰਦੇ ਹੋ, ਜੋ ਤੁਹਾਨੂੰ ਦੁਖੀ ਜਾਂ ਨੁਕਸਾਨ ਪਹੁੰਚਾ ਸਕਦੀ ਹੈ, ਲੇਕਿਨ ਇਹ ਤੁਹਾਡੇ ਮਸਤਿਸ਼ਕ ਦਾ ਵਿਸ਼ਵਾਸ ਜਾਂ ਵਿਚਾਰ ਹੈ ਜੋ ਨਤੀਜਾ ਪੈਦਾ ਕਰਦਾ ਹੈ। ਤੁਹਾਡੇ ਸਾਰੇ ਅਨੁਭਵ, ਤੁਹਾਡੇ ਸਾਰੇ ਕੰਮ ਜਾਂ ਜੀਵਨ ਦੀਆਂ ਸਾਰੀਆਂ ਘਟਨਾਵਾਂ ਅਤੇ ਹਾਲਤ ਤੁਹਾਡੇ ਆਪਣੇ ਵਿਚਾਰਾਂ ਦੀਆਂ ਪ੍ਰਤੀਕਿਰਿਆਵਾਂ ਅਤੇ ਪ੍ਰਤੀਬਿੰਬ ਹਨ।

ਪ੍ਰਾਰਥਨਾ ਚਿਕਿਤਸਾ ਵਿਗਿਆਨਕ ਤੌਰ 'ਤੇ ਨਿਰਦੇਸ਼ਤ ਚੇਤਨ ਅਤੇ ਅਵਚੇਤਨ ਮਨ ਦਾ ਸੰਯੁਕਤ ਕਾਰਜ ਹੈ

ਪ੍ਰਾਰਥਨਾ ਚਿਕਿਤਸਾ (Prayer Therapy) ਮਸਤਿਸ਼ਕ ਦੇ ਚੇਤਨ ਅਤੇ ਅਚੇਤਨ ਪੱਧਰਾਂ ਦਾ ਸਮਕਾਲੀ, ਇਕਸੁਰਤਾ ਅਤੇ ਬੁੱਧੀਮੱਤਾ ਪੂਰਨ ਕਾਰਜ ਹੈ, ਜਿਸ ਨੂੰ ਖ਼ਾਸ ਤੌਰ 'ਤੇ ਕਿਸੇ ਨਿਸ਼ਚਿਤ ਉੱਦੇਸ਼ ਲਈ ਨਿਰਦੇਸ਼ਿਤ ਕੀਤਾ ਗਿਆ ਹੈ। ਵਿਗਿਆਨਕ ਪ੍ਰਾਰਥਨਾ ਜਾਂ ਪ੍ਰਾਰਥਨਾ ਚਿਕਿਤਸਾ ਲਈ ਤੁਹਾਨੂੰ ਇਹ ਪਤਾ ਹੋਣਾ ਚਾਹੀਦਾ ਹੈ ਕਿ ਤੁਸੀਂ ਕੀ ਅਤੇ ਕਿਉਂ ਕਰ ਰਹੇ ਹੋ। ਤੁਸੀਂ ਇਲਾਜ ਦੇ ਨਿਜਮ 'ਤੇ ਯਕੀਨ ਕਰਦੇ ਹੋ। ਪ੍ਰਾਰਥਨਾ ਚਿਕਿਤਸਾ ਨੂੰ ਕਈ ਵਾਰ ਮਾਨਸਿਕ ਇਲਾਜ ਵੀ ਕਿਹਾ ਜਾਂਦਾ ਹੈ ਅਤੇ ਇਸਦਾ ਇਕ ਹੋਰ ਨਾਂ ਵਿਗਿਆਨਕ ਪ੍ਰਾਰਥਨਾ ਹੈ।

ਪ੍ਰਾਰਥਨਾ ਚਿਕਿਤਸਾ ਵਿਚ ਤੁਸੀਂ ਇੱਕ ਖ਼ਾਸ ਜਾਂ ਨਿਸ਼ਚਿਤ ਵਿਚਾਰ, ਮਾਨਸਿਕ ਤਸਵੀਰ ਜਾਂ ਯੋਜਨਾ ਚੁਣਦੇ ਹੋ, ਜਿਸ ਦਾ ਤੁਸੀਂ ਅਨੁਭਵ ਕਰਨਾ ਚਾਹੁੰਦੇ ਹੋ। ਤੁਸੀਂ ਇਸ ਵਿਚਾਰ ਜਾਂ ਮਾਨਸਿਕ ਪ੍ਰਤਿਬਿੰਬ ਨੂੰ ਆਪਣੇ ਅਵਚੇਤਨ ਤਕ ਪਹੁੰਚਾਉਣ ਦੀ ਆਪਣੀ ਸਮਰੱਥਾ ਨੂੰ ਸਮਝਦੇ ਹੋ, ਜਿਸ ਨਾਲ ਤੁਸੀਂ ਕਾਲਪਨਿਕ ਅਵਸਥਾ ਦੀ ਅਸਲੀਅਤ ਨੂੰ ਅਨੁਭਵ ਕਰਦੇ ਹੋ। ਜਦੋਂ ਤੁਸੀਂ ਆਪਣੇ ਮਾਨਸਿਕ ਰਵੱਈਏ ਪ੍ਰਤੀ ਵਫ਼ਾਦਾਰ ਰਹਿੰਦੇ ਹੋ, ਉਦੋਂ ਤੁਹਾਨੂੰ ਤੁਹਾਡੀ ਪ੍ਰਾਰਥਨਾ ਦਾ ਜਵਾਬ ਮਿਲ ਜਾਵੇਗਾ। ਪ੍ਰਾਰਥਨਾ ਚਿਕਿਤਸਾ ਇੱਕ ਖ਼ਾਸ ਅਤੇ ਵਿਸ਼ੇਸ਼ ਉੱਦੇਸ਼ ਲਈ ਇਕ ਨਿਸ਼ਚਿਤ ਮਾਨਸਿਕ ਕਿਰਿਆ ਹੈ।

ਮੰਨ ਲਓ, ਤੁਸੀਂ ਪ੍ਰਾਰਥਨਾ ਚਿਕਿਤਸਾ ਰਾਹੀਂ ਕਿਸੇ ਖ਼ਾਸ ਸਮੱਸਿਆ ਨੂੰ ਠੀਕ ਕਰਨ ਦਾ ਫ਼ੈਸਲਾ ਕਰਦੇ ਹੋ। ਤੁਸੀਂ ਜਾਣਦੇ ਹੋ ਕਿ ਤੁਹਾਡੀ ਸਮੱਸਿਆ ਜਾਂ ਬਿਮਾਰੀ, ਭਾਵੇਂ ਉਹ ਜੋ ਕੁੱਝ ਵੀ ਹੋਵੇ, ਤੁਹਾਡੇ ਅਵਚੇਤਨ ਮਨ ਵਿਚ ਰਹਿਣ ਵਾਲੇ ਨਕਾਰਾਤਮਕ ਵਿਚਾਰਾਂ ਦੇ ਡਰ ਕਾਰਨ ਪੈਦਾ ਹੋਈ ਹੈ, ਅਤੇ ਜੇ ਤੁਸੀਂ ਇਨ੍ਹਾਂ ਵਿਚਾਰਾਂ ਤੋਂ ਆਪਣੇ ਮਨ ਨੂੰ ਸਾਫ ਕਰਨ ਵਿਚ ਸਫਲ ਹੋ ਗਏ ਤਾਂ ਤੁਹਾਨੂੰ ਇੱਕ ਇਲਾਜ ਮਿਲੇਗਾ।

ਇਸ ਲਈ, ਤੁਸੀਂ ਆਪਣੇ ਅਵਚੇਤਨ ਮਨ ਦੀ ਉਪਚਾਰਕ ਸ਼ਕਤੀ ਵੱਲ ਮੁੜਦੇ ਹੋ, ਅਤੇ ਤੁਸੀਂ ਆਪਣੇ-ਆਪ ਨੂੰ ਇਸ ਦੀ ਅਨੰਤ ਸ਼ਕਤੀ ਤੇ ਬੁੱਧੀਮੱਤਾ ਅਤੇ ਸਾਰੇ ਹਾਲਾਤਾਂ ਨੂੰ ਠੀਕ ਕਰਨ ਦੀ ਸਮਰੱਥਾ ਬਾਰੇ ਯਾਦ ਦਿਵਾਉਂਦੇ ਹੋ। ਤੁਸੀਂ ਆਪਣੇ-ਆਪ ਨੂੰ ਇਹ ਵੀ ਯਾਦ ਦਿਲਾਉਂਦੇ ਹੋ ਕਿ ਇਹ ਹਰ ਬਿਮਾਰੀ ਦਾ ਉਪਚਾਰ ਕਰਨ ਵਿਚ ਸਮਰੱਥ ਹੈ। ਜਦੋਂ ਤੁਸੀਂ ਇਨ੍ਹਾਂ ਸੱਚਾਈਆਂ 'ਤੇ ਯਕੀਨ ਕਰ ਲਓਗੇ, ਤਾਂ ਤੁਹਾਡਾ ਡਰ ਖ਼ਤਮ ਹੋਣਾ ਸ਼ੁਰੂ ਹੋ ਜਾਂਦਾ ਹੈ ਅਤੇ ਇਨ੍ਹਾਂ ਸੱਚਾਈਆਂ ਨੂੰ ਯਾਦ ਕਰਨ ਨਾਲ ਗਲਤ ਵਿਸ਼ਵਾਸਾਂ ਨੂੰ ਵੀ ਠੀਕ ਕੀਤਾ ਜਾ ਸਕਦਾ ਹੈ।

ਤੁਸੀਂ ਉਸ ਇਲਾਜ ਲਈ ਧੰਨਵਾਦ ਦਿੰਦੇ ਹੋ, ਜੋ ਤੁਸੀਂ ਜਾਣਦੇ ਹੋ ਕਿ ਜ਼ਰੂਰ ਹੋਵੇਗਾ। ਫਿਰ ਤੁਸੀਂ ਆਪਣੇ ਮਨ ਨੂੰ ਉਸ ਮੁਸ਼ਕਿਲ ਤੋਂ ਉਦੋਂ ਤਕ ਦੂਰ ਰੱਖਦੇ ਹੋ,

ਜਦੋਂ ਤਕ ਤੁਸੀਂ ਕੁੱਝ ਅੰਤਰਾਲ ਤੋਂ ਬਾਅਦ ਮੁੜ ਪ੍ਰਾਰਥਨਾ ਕਰਨ ਲਈ ਤੁਹਾਨੂੰ ਮਾਰਗਦਰਸ਼ਨ ਮਿਲਣ ਦਾ ਅਹਿਸਾਸ ਨਹੀਂ ਹੁੰਦਾ। ਜਦੋਂ ਤੁਸੀਂ ਪ੍ਰਾਰਥਨਾ ਕਰ ਰਹੇ ਹੁੰਦੇ ਹੋ ਤਾਂ ਤੁਸੀਂ ਪੂਰਨ ਤੌਰ 'ਤੇ ਕਿਸੇ ਵੀ ਨਕਾਰਾਤਮਕ ਸਥਿਤੀ ਨੂੰ ਕਿਸੇ ਵੀ ਪ੍ਰਕਾਰ ਦੀ ਸ਼ਕਤੀ ਦੇਣ ਤੋਂ ਇਨਕਾਰ ਕਰ ਦਿੰਦੇ ਹੋ ਜਾਂ ਇਕ ਸਕਿੰਟ ਲਈ ਵੀ ਇਹ ਨਹੀਂ ਸੋਚ ਦੇ ਕਿ ਇਲਾਜ ਨਹੀਂ ਹੋਵੇਗਾ। ਇਸ ਤਰ੍ਹਾਂ ਦੇ ਮਾਨਸਿਕ ਰਵੱਈਏ ਨਾਲ ਚੇਤਨ ਅਤੇ ਅਵਚੇਤਨ ਮਨ ਦਾ ਇਕਸੁਰਤਾ ਵਾਲਾ ਤਾਲਮੇਲ ਬਣਦਾ ਹੈ, ਜੋ ਉਪਚਾਰਕ ਸ਼ਕਤੀ ਨੂੰ ਜਾਰੀ ਕਰਦਾ ਹੈ।

ਆਸਥਾ ਰਾਹੀਂ ਇਲਾਜ, ਇਸ ਦਾ ਕੀ ਮਤਲਬ ਹੈ ਤੇ ਅੰਨ੍ਹੀ ਸ਼ਰਧਾ ਕਿਵੇਂ ਕੰਮ ਕਰਦੀ ਹੈ

ਜਿਸ ਨੂੰ ਆਮ ਤੌਰ 'ਤੇ ਲੋਕ ਆਸਥਾ ਰਾਹੀਂ ਇਲਾਜ (Faith Healing) ਕਿਹਾ ਜਾਂਦਾ ਹੈ, ਉਹ ਬਾਈਬਲ ਵਿਚ ਦੱਸੀ ਗਈ ਆਸਥਾ ਨਹੀਂ ਹੈ, ਜਿਸਦਾ ਮਤਲਬ ਚੇਤਨ ਅਤੇ ਅਵਚੇਤਨ ਮਨ ਦੇ ਪਰਸਪਰ ਪ੍ਰਭਾਵਾਂ ਦਾ ਗਿਆਨ ਹੋਣਾ ਹੈ। ਆਸਥਾ ਰਾਹੀਂ ਇਲਾਜ ਕਰਨ ਵਾਲਾ ਉਹ ਹੁੰਦਾ ਹੈ, ਜੋ ਇਸ ਵਿਚ ਸ਼ਾਮਿਲ ਸ਼ਕਤੀ ਅਤੇ ਤਾਕਤਾਂ ਦੀ ਅਸਲ ਵਿਗਿਆਨਕ ਸਮਝ ਤੋਂ ਬਿਨਾ ਇਲਾਜ ਕਰਦਾ ਹੈ। ਉਹ ਦਾਅਵਾ ਕਰ ਸਕਦਾ ਹੈ ਕਿ ਉਸ ਕੋਲ ਇਲਾਜ ਕਰਨ ਦੀ ਵਿਸ਼ੇਸ਼ ਸਮਰੱਥਾ ਹੈ, ਅਤੇ ਬਿਮਾਰ ਵਿਅਕਤੀ ਦਾ ਉਸ ਵਿਚ ਜਾਂ ਉਸ ਦੀਆਂ ਸ਼ਕਤੀਆਂ ਵਿਚ ਅੰਧ ਵਿਸ਼ਵਾਸ (Blind Belief) ਨਤੀਜੇ ਲਿਆ ਸਕਦਾ ਹੈ।

ਦੱਖਣੀ ਅਫ਼ਰੀਕਾ ਅਤੇ ਦੁਨੀਆ ਦੇ ਹੋਰ ਹਿੱਸਿਆਂ ਵਿਚ ਵੂਡੂ ਡਾਕਟਰ ਮੰਤਰ ਜਾਪ ਦੁਆਰਾ ਇਲਾਜ ਕਰ ਸਕਦੇ ਹਨ, ਜਾਂ ਕੋਈ ਵਿਅਕਤੀ ਸੰਤਾਂ ਦੀਆਂ ਅਖੌਤੀ ਹੱਡੀਆਂ ਨੂੰ ਛੂਹਣ ਨਾਲ ਚੰਗਾ ਹੋ ਸਕਦਾ ਹੈ ਜਾਂ ਕਿਸੇ ਵੀ ਅਜਿਹੇ ਕਾਰਨ ਜਾਂ ਵਸਤੂ ਜਿਸ ਦੀ ਵਜ੍ਹਾ ਨਾਲ ਮਰੀਜ਼ ਇਮਾਨਦਾਰੀ ਨਾਲ ਉਪਾਵਾਂ ਅਤੇ ਪ੍ਰਕਿਰਿਆਵਾਂ 'ਤੇ ਵਿਸ਼ਵਾਸ ਕਰਦਾ ਹੋਵੇ। ਕੋਈ ਵੀ ਅਜਿਹਾ ਤਰੀਕਾ ਜੋ ਤੁਹਾਨੂੰ ਡਰ ਅਤੇ ਚਿੰਤਾ ਤੋਂ ਵਿਸ਼ਵਾਸ ਤੇ ਉੱਮੀਦ ਵੱਲ ਲਿਆਉਂਦਾ ਹੈ, ਉਹ ਤੁਹਾਨੂੰ ਠੀਕ ਕਰ ਸਕਦਾ ਹੈ। ਅਨੇਕਾਂ ਹੀ ਵਿਅਕਤੀ ਹਨ, ਜਿਨ੍ਹਾਂ ਵਿੱਚੋਂ ਹਰ ਕੋਈ ਦਾਅਵਾ ਕਰਦਾ ਹੈ ਕਿਉਂਕਿ ਉਸਦੇ ਨਿਜੀ ਸਿਧਾਂਤ ਨਤੀਜੇ ਦਿੰਦੇ ਹਨ, ਇਸ ਲਈ ਉਹ ਹੀ ਸਹੀ ਹੈ। ਇਹ, ਜਿਵੇਂ ਕਿ ਇਸ ਅਧਿਆਇ ਵਿਚ ਦੱਸਿਆ ਗਿਆ ਹੈ, ਸੱਚ ਨਹੀਂ ਹੈ।

ਇਹ ਦਰਸਾਉਣ ਲਈ ਕਿ ਅੰਨ੍ਹੀ ਸ਼ਰਧਾ ਕਿਵੇਂ ਕੰਮ ਕਰਦੀ ਹੈ: ਤੁਹਾਨੂੰ ਸਵਿਸ ਡਾਕਟਰ ਫ੍ਰੈਂਜ਼ ਐਂਟੋਨ ਮੈਸਮੇਰ ਬਾਰੇ ਸੋਚੋ, ਜਿਨ੍ਹਾਂ ਦਾ ਜ਼ਿਕਰ ਅਸੀਂ ਪਹਿਲਾਂ ਕਰ ਚੁੱਕੇ ਹਾਂ। 1776 ਈ. ਵਿਚ ਜਦੋਂ ਉਨ੍ਹਾਂ ਨੇ ਆਪਣੇ ਅਨੇਕਾਂ ਹੀ ਮਰੀਜ਼ਾਂ ਦੇ ਸਰੀਰ ਤੋਂ ਬਨਾਉਟੀ ਜਾਂ ਨਕਲੀ ਚੁੰਬਕ ਛੁਹਾ ਕੇ ਇਲਾਜ ਕਰ ਕੇ ਠੀਕ ਕਰਨ ਦਾ ਦਾਅਵਾ ਕੀਤਾ ਸੀ। ਬਾਅਦ ਵਿਚ ਉਨ੍ਹਾਂ ਨੇ ਚੁੰਬਕ ਛੱਡ ਕੇ ਪ੍ਰਾਣੀ

ਚੁੰਬਕਤਾ (Animal Magnetism) ਦੇ ਸਿਧਾਂਤ ਦਾ ਵਿਕਾਸ ਕੀਤਾ। ਉਨ੍ਹਾਂ ਦਾ ਮੰਨਣਾ ਸੀ ਕਿ ਇਹ ਤਰਲ ਹੈ ਜੋ ਉਂਵ ਤਾਂ ਸਾਰੇ ਬ੍ਰਹਿਮੰਡ ਵਿਚ ਫੈਲਿਆ ਹੋਇਆ ਹੈ, ਪਰ ਮਨੁੱਖੀ ਜੀਵਾਂ ਦੇ ਸਰੀਰਾਂ ਵਿਚ ਸਭ ਤੋਂ ਵੱਧ ਸਰਗਰਮ ਹੈ।

ਉਨ੍ਹਾਂ ਦਾ ਦਾਅਵਾ ਸੀ ਕਿ ਇਹ ਚੁੰਬਕੀ ਤਰਲ, ਜੋ ਉਨ੍ਹਾਂ ਤੋਂ ਮਰੀਜਾਂ ਨੂੰ ਜਾ ਰਿਹਾ ਸੀ, ਨੇ ਉਨ੍ਹਾਂ ਮਰੀਜਾਂ ਨੂੰ ਸਿਹਤਮੰਦ ਬਣਾ ਦਿੱਤਾ। ਇਸ ਤੋਂ ਬਾਅਦ ਬਹੁਤ ਸਾਰੇ ਲੋਕ ਉਨ੍ਹਾਂ ਕੋਲ ਆਉਣ ਲੱਗੇ ਅਤੇ ਉਨ੍ਹਾਂ 'ਚੋਂ ਕਈ ਸ਼ਾਨਦਾਰ ਅਤੇ ਅਦਭੁੱਤ ਇਲਾਜ ਤੋਂ ਪ੍ਰਭਾਵਿਤ ਹੋਏ।

ਮੈਸਮੇਰ ਪੇਰਿਸ (ਫ਼੍ਰਾਂਸ) ਆ ਗਏ, ਉੱਥੇ ਦੀ ਸਰਕਾਰ ਨੇ ਉਨ੍ਹਾਂ ਦੇ ਇਲਾਜਾਂ ਦੀ ਪੜਤਾਲ ਕਰਨ ਲਈ ਇਕ ਕਮਿਸ਼ਨ ਦਾ ਗਠਨ ਕੀਤਾ, ਜਿਸ ਵਿਚ ਮਸ਼ਹੂਰ ਚਿਕਿਤਸਕ ਅਤੇ ਅਕੈਡਮੀ ਆਫ਼ ਸਾਇੰਸ ਦੇ ਮੈਂਬਰ ਬੈਂਜਾਮਿਨ ਫ੍ਰੈਂਕਲਿਨ ਵੀ ਸ਼ਾਮਿਲ ਸਨ। ਕਮਿਸ਼ਨ ਦੀ ਦਿੱਤੀ ਰਿਪੋਰਟ ਵਿਚ ਮੈਸਮਰ ਦੁਆਰਾ ਕੀਤੇ ਗਏ ਦਾਅਵਿਆਂ ਦੇ ਤੱਥਾਂ ਨੂੰ ਸਵੀਕਾਰ ਕੀਤਾ। ਹਾਲਾਂਕਿ ਇਹ ਵੀ ਕਿਹਾ ਗਿਆ ਕਿ ਉਨ੍ਹਾਂ ਦੇ ਚੁੰਬਕੀ ਤਰਲ ਸਿਧਾਂਤ ਨੂੰ ਸਹੀ ਸਾਬਤ ਕਰਨ ਵਾਲਾ ਕੋਈ ਵੀ ਸਬੂਤ ਨਹੀਂ ਹੈ, ਅਤੇ ਕਿਹਾ ਕਿ ਇਸ ਪ੍ਰਕਾਰ ਦੇ ਪ੍ਰਭਾਵ ਮਰੀਜ਼ਾਂ ਦੀ ਕਲਪਨਾ ਦੇ ਕਾਰਨ ਸਨ।

ਇਸ ਤੋਂ ਤੁਰੰਤ ਬਾਅਦ ਮੈਸਮੇਰ ਨੂੰ ਜਲਾਵਤਨ ਕਰ ਦਿੱਤਾ ਗਿਆ ਅਤੇ ਉਨ੍ਹਾਂ ਦੀ ਮਿਰਤੂ 1815 ਈ. ਵਿਚ ਹੋਈ। ਇਸ ਤੋਂ ਥੋੜ੍ਹੇ ਸਮਾਂ ਬਾਅਦ, ਮੈਨਚੈਸਟਰ ਦੇ ਡਾ. ਬ੍ਰੇਡ ਨੇ ਇਹ ਸਾਬਤ ਕਰਨ ਦਾ ਬੀੜਾ ਚੁੱਕਿਆ ਕਿ ਚੁੰਬਕੀ ਤਰਲ ਦਾ ਡਾ. ਮੈਸਮੇਰ ਦੇ ਇਲਾਜਾਂ ਨਾਲ ਕੋਈ ਲੈਣਾ-ਦੇਣਾ ਨਹੀਂ ਸੀ। ਡਾ. ਬ੍ਰੇਡ ਨੇ ਪਾਇਆ ਕਿ ਮਰੀਜਾਂ ਨੂੰ ਸੁਝਾਅ ਦੇਕੇ ਹਿਪਨੌਟਿਕ ਨੀਂਦ ਵਿਚ ਭੇਜਿਆ ਜਾ ਸਕਦਾ ਹੈ, ਜਿਸ ਦੌਰਾਨ ਮੈਸਮੇਰ ਦੁਆਰਾ ਚੁੰਬਕਤਾ ਨਾਲ ਸੰਬੰਧਿਤ ਬਹੁਤ ਸਾਰੀਆਂ ਮਸ਼ਹੂਰ ਘਟਨਾਵਾਂ ਪੈਦਾ ਕੀਤੀਆਂ ਜਾ ਸਕਦੀਆਂ ਹਨ।

ਤੁਸੀਂ ਇਹ ਆਸਾਨੀ ਨਾਲ ਦੇਖ ਸਕਦੇ ਹੋ ਕਿ ਇਹ ਸਾਰੇ ਇਲਾਜ ਨਿਸ਼ਚਿਤ ਤੌਰ 'ਤੇ ਮਰੀਜਾਂ ਦੀ ਸਰਗਰਮ ਕਲਪਨਾ ਦੇ ਨਾਲ-ਨਾਲ ਉਨ੍ਹਾਂ ਦੇ ਅਵਚੇਤਨ ਮਨ ਨੂੰ ਦਿੱਤੇ ਗਏ ਚੰਗੀ ਸਿਹਤ ਦੇ ਸ਼ਕਤੀਸ਼ਾਲੀ ਸੁਝਾਅ ਸਨ। ਇਨ੍ਹਾਂ ਸਾਰਿਆਂ ਨੂੰ ਅੰਨ੍ਹੀਂ ਸ਼ਰਧਾ ਵੀ ਕਿਹਾ ਜਾ ਸਕਦਾ ਹੈ, ਕਿਉਂਕਿ ਉਨ੍ਹਾਂ ਦਿਨਾਂ ਵਿਚ ਲੋਕਾਂ ਨੂੰ ਕੋਈ ਸਮਝ ਨਹੀਂ ਸੀ ਕਿ ਇਲਾਜ ਕਿਵੇਂ ਕੀਤੇ ਜਾਂਦੇ ਹਨ।

ਕਲਪਨਾਵਾਦੀ ਆਸਥਾ ਅਤੇ ਇਸ ਦਾ ਕੀ ਅਰਥ ਹੈ

ਤੁਹਾਨੂੰ ਇਹ ਕਥਨ ਯਾਦ ਹੋਵੇਗਾ ਅਤੇ ਜਿਸ ਦੇ ਵਿਸਤਾਰ ਨੂੰ ਦੁਹਰਾਉਣ ਦੀ ਲੋੜ ਨਹੀਂ ਹੈ ਕਿ ਕਿਸੇ ਵਿਅਕਤੀ ਦਾ ਕਲਪਨਾਵਾਦੀ (Subjective) ਜਾਂ ਅਵਚੇਤਨ ਮਨ ਉਸਦੇ ਚੇਤਨ ਜਾਂ ਯਥਾਰਥਵਾਦੀ (Objective) ਮਨ ਦੇ ਨਿਯੰਤਰਣ ਲਈ ਉਨਾ ਹੀ ਜਿੰਮੇਵਾਰ ਹੁੰਦਾ ਹੈ, ਜਿੰਨਾ ਕਿਸੇ ਹੋਰ ਦੁਆਰਾ ਦਿੱਤੇ ਸੁਝਾਵਾਂ ਦਾ।

ਇਸਦਾ ਮਤਲਬ ਇਹ ਹੈ ਕਿ ਜੋ ਕੁੱਝ ਵੀ ਤੁਹਾਡਾ ਚੇਤਨ ਵਿਸ਼ਵਾਸ ਹੈ, ਜੇ ਤੁਸੀਂ ਉਸ ਵਿਸ਼ਵਾਸ ਨੂੰ ਸਰਗਰਮੀ (ਕਿਰਿਆਸ਼ੀਲਤਾ) ਜਾਂ ਨਿਸ਼ਕਿਰਿਆ ਹੋ ਕੇ ਸਵੀਕਾਰ ਕਰੋਗੇ, ਤਾਂ ਤੁਹਾਡਾ ਅਵਚੇਤਨ ਮਨ ਉਸ ਸੁਝਾਅ ਰਾਹੀਂ ਨਿਯੰਤਰਿਤ ਹੋਵੇਗਾ ਅਤੇ ਤੁਹਾਡੀ ਇੱਛਾ ਪੂਰੀ ਹੋ ਜਾਵੇਗੀ। ਮਾਨਸਿਕ ਇਲਾਜ ਵਿਚ ਲੋੜੀਂਦੀ ਆਸਥਾ ਪੂਰਨ ਤੌਰ 'ਤੇ ਕਲਪਨਾਵਾਦੀ ਆਸਥਾ ਹੈ ਅਤੇ ਇਹ ਚੇਤਨ ਮਸਤਿਸ਼ਕ ਜਾਂ ਯਥਾਰਥਵਾਦੀ ਦੁਆਰਾ ਵਿਰੋਧ ਨਾ ਕੀਤੇ ਜਾਣ 'ਤੇ ਪ੍ਰਾਪਤ ਹੋ ਸਕਦੀ ਹੈ।

ਸਪੱਸ਼ਟ ਹੈ, ਸਰੀਰ ਦੇ ਪ੍ਰਭਾਵੀ ਇਲਾਜਵਿਚ, ਬੇਸ਼ੱਕ, ਚੇਤਨ ਅਤੇ ਅਵਚੇਤਨ ਮਨ ਦੋਵਾਂ ਦੇ ਸਮਕਾਲੀ ਵਿਸ਼ਵਾਸ ਨੂੰ ਸੁਰੱਖਿਅਤ ਕਰਨਾ ਲਾਹੇਵੰਦ ਹੈ। ਹਾਲਾਂਕਿ, ਇਹ ਹਮੇਸ਼ਾ ਲੋੜੀਂਦਾ ਨਹੀਂ ਹੁੰਦਾ ਜੇ ਤੁਸੀਂ ਆਪਣੇ ਮਨ ਅਤੇ ਸਰੀਰ ਨੂੰ ਆਰਾਮ ਦੇ ਕੇ ਅਤੇ ਨੀਂਦ ਦੀ ਅਵਸਥਾ 'ਚ ਪ੍ਰਾਪਤ ਕਰਕੇ ਅਕਿਰਿਆਸ਼ੀਲਤਾ ਅਤੇ ਗ੍ਰਹਿਣਸ਼ੀਲਤਾ ਦੀ ਸਥਿਤੀ ਵਿਚ ਦਾਖਲ ਹੋ ਸਕਦੇ ਹੋ। ਇਸ ਸੁਸਤੀ ਅਵਸਥਾ ਵਿਚ ਤੁਹਾਡੀ ਅਕਿਰਿਆਸੀਲਤਾ ਕਲਪਨਾਵਾਦੀ ਪ੍ਰਭਾਵ ਨੂੰ ਸਵੀਕਾਰ ਕਰਨ ਵਾਲੀ ਬਣ ਜਾਂਦੀ ਹੈ।

ਹਾਲ ਵਿਚ ਹੀ, ਮੈਨੂੰ ਇਕ ਆਦਮੀ ਨੇ ਪੁੱਛਿਆ, "ਇੰਝ ਕਿਉਂ ਹੈ ਕਿ ਮੇਰਾ ਇਲਾਜ ਇੱਕ ਪਾਦਰੀ ਨੇ ਕੀਤਾ? ਜੋ ਕੁੱਝ ਉਸ ਨੇ ਕਿਹਾ ਮੈਂ ਉਸ 'ਤੇ ਵਿਸ਼ਵਾਸ ਨਹੀਂ ਕੀਤਾ ਉਸ ਨੇ ਕਿਹਾ, "ਬਿਮਾਰੀ ਵਰਗੀ ਕੋਈ ਚੀਜ਼ ਨਹੀਂ ਹੈ ਅਤੇ ਇਸ ਦਾ ਕੋਈ ਅਸਤਿਤਵ ਨਹੀਂ ਹੈ।"

ਇਸ ਆਦਮੀ ਨੇ ਪਹਿਲਾਂ ਸੋਚਿਆ ਕਿ ਉਸ ਦੀ ਬੁੱਧੀ ਦਾ ਅਪਮਾਨ ਕੀਤਾ ਜਾ ਰਿਹਾ ਹੈ, ਅਤੇ ਉਸ ਨੇ ਅਜਿਹੀ ਸਪੱਸ਼ਟ ਬੇਤੁਕੀ ਗੱਲ ਦਾ ਵਿਰੋਧ ਕੀਤਾ। ਇਸ ਦੀ ਵਿਆਖਿਆ ਸਧਾਰਨ ਹੈ। ਉਹ ਸੁਖਾਵੇਂ ਸ਼ਬਦਾਂ ਨਾਲ ਸ਼ਾਂਤ ਹੋ ਗਿਆ ਅਤੇ ਫਿਰ ਉਸ ਨੂੰ ਕੁੱਝ ਸਮੇਂ ਲਈ ਪੂਰਨ ਨਿਸ਼ਕ੍ਰੀਆ ਅਵਸਥਾ ਵਿਚ ਹੋਣ, ਕੁੱਝ ਨਾ ਬੋਲਣ ਜਾਂ ਸੋਚਣ ਦੀ ਸਲਾਹ ਦਿਤੀ। ਉਹ ਪਾਦਰੀ ਵੀ ਨਿਸ਼ਕਰੀਅ ਹੋ ਗਿਆ, ਅਤੇ ਤਕਰੀਬਨ ਡੇਢ ਘੰਟੇ ਤਕ ਸ਼ਾਂਤੀ ਨਾਲ, ਹੌਲੀ-ਹੌਲੀ ਅਤੇ ਬੜੀ ਦ੍ਰਿੜਤਾ ਨਾਲ ਲਗਾਤਾਰ ਪੁਸ਼ਟੀ ਕਰਦਾ ਰਿਹਾ ਕਿ ਇਸ ਵਿਅਕਤੀ ਕੋਲ ਆਦਰਸ਼ ਤੰਦਰੁਸਤੀ, ਸ਼ਾਂਤੀ, ਇਕਸੁਰਤਾ ਅਤੇ ਸੰਪੂਰਨਤਾ ਹੋਵੇਗੀ। ਉਸ ਨੇ ਬਹੁਤ ਰਾਹਤ ਮਹਿਸੂਸ ਕੀਤੀ ਅਤੇ ਸਿਹਤ ਮੁੜ ਬਹਾਲ ਹੋ ਗਈ।

ਇਹ ਦੇਖਣਾ ਕਿੰਨਾ ਸੌਖਾ ਹੈ ਕਿ ਇਲਾਜ ਵੇਲੇ ਨਿਸ਼ਕਿਰਿਅਤਾ ਦੇ ਕਾਰਨ ਉਸ ਦੀ ਕਲਪਨਾਵਾਦੀ ਆਸਥਾ ਪ੍ਰਗਟ ਹੋ ਗਈ ਸੀ ਅਤੇ ਪਾਦਰੀ ਰਾਹੀਂ ਦਿੱਤੇ ਗਏ ਆਦਰਸ਼ ਤੰਦਰੁਸਤੀ ਦੇ ਸੁਝਾਅ ਉਸ ਦੇ ਅਵਚੇਤਨ ਮਨ ਤਕ ਪਹੁੰਚਾਏ ਗਏ ਸਨ। ਦੋਵੇਂ ਕਲਪਨਾਵਾਦੀ ਮਨ ਦਾ ਉਦੋਂ ਤਾਲਮੇਲ ਸੀ। ਡਾਕਟਰ ਦੀ ਸ਼ਕਤੀ 'ਤੇ ਸ਼ੱਕ ਜਾਂ ਸਿਧਾਂਤ ਦੇ ਸਹੀ ਹੋਣ ਦੀ ਸ਼ੰਕਾਂ 'ਤੇ ਮਰੀਜ ਦੁਆਰਾ ਵਿਰੋਧੀ ਆਤਮ ਸੁਝਾਵਾਂ ਨਾਲ ਪਾਦਰੀ ਅਪਾਹਿਜ ਨਹੀਂ ਹੋਇਆ। ਇਸ ਨੀਂਦ, ਸੁਸਤ ਅਵਸਥਾ ਵਿਚ ਚੇਤਨ ਮਨ ਦਾ ਵਿਰੋਧ ਘੱਟ ਤੋਂ ਘੱਟ ਹੋ ਜਾਂਦਾ ਹੈ ਅਤੇ ਨਤੀਜੇ ਪ੍ਰਾਪਤ ਹੁੰਦੇ

ਹਨ। ਮਰੀਜ ਦੇ ਅਵਚੇਤਨ ਮਨ ਨੂੰ ਨਿਸਚਿਤ ਤੌਰ 'ਤੇ ਅਜਿਹੇ ਸੁਝਾਅ ਨਾਲ ਨਿਯੰਤਰਣ ਕਰਨ ਦੇ ਕੰਮ ਇੱਛਾ ਦੇ ਅਨੁਸਾਰ ਹੋਏ ਅਤੇ ਇਲਾਜ ਸ਼ੁਰੂ ਹੋ ਗਿਆ।

ਗੈਰਹਾਜ਼ਰ ਇਲਾਜ ਦਾ ਅਰਥ

ਮੰਨ ਲਓ, ਤੁਹਾਨੂੰ ਇਹ ਖ਼ਬਰ ਮਿਲਦੀ ਹੈ ਕਿ ਤੁਹਾਡੀ ਮਾਂ ਨਿਊਯਾਰਕ ਸਿਟੀ ਵਿਚ ਬਹੁਤ ਬਿਮਾਰ ਹੈ ਅਤੇ ਤੁਸੀਂ ਲਾਸ ਐਂਜਲਸ ਵਿਚ ਰਹਿੰਦੇ ਹੋ। ਤੁਹਾਡੀ ਮਾਂ ਸ਼ਰੀਰਕ ਤੌਰ 'ਤੇ ਜਿੱਥੇ ਤੁਸੀਂ ਹੋ ਉੱਥੇ ਮੌਜੂਦ ਨਹੀਂ ਹੈ, ਪਰ ਤੁਸੀਂ ਉਨ੍ਹਾਂ ਲਈ ਪ੍ਰਾਰਥਨਾ ਤਾਂ ਕਰ ਸਕਦੇ ਹੋ। ਪਰਮਾਤਮਾ ਸਾਰਿਆਂ ਦੇ ਅੰਦਰ ਰਹਿੰਦੇ ਹਨ ਜੋ ਇਹ ਕੰਮ ਕਰਦੇ ਹਨ। ਮਨ ਦਾ ਰਚਨਾਤਮਕ ਨਿਯਮ (ਅਵਚੇਤਨ ਮਨ) ਤੁਹਾਡੀ ਸੇਵਾ ਕਰਦਾ ਹੈ ਅਤੇ ਉਹੀ ਕੰਮ ਨੂੰ ਕਰੇਗਾ। ਉਸ ਦੀ ਤੁਹਾਡੇ ਲਈ ਪ੍ਰਤੀਕਿਰਿਆ ਕੁਦਰਤੀ ਹੈ। ਤੁਹਾਡੇ ਇਲਾਜ ਦਾ ਅਰਥ ਹੈ ਤੁਹਾਡੇ ਅੰਦਰ ਸਿਹਤ ਅਤੇ ਇਕਸੁਰਤਾ ਦੀ ਭਾਵਨਾ ਪੈਦਾ ਕਰਨਾ। ਅਵਚੇਤਨ ਮਨ ਦੁਆਰਾ ਕਰਨ ਵਾਲਾ ਅੰਦਰੂਨੀ ਅਹਿਸਾਸ ਤੁਹਾਡੀ ਮਾਂ ਦੇ ਅਵਚੇਤਨ ਮਨ ਰਾਹੀਂ ਕੰਮ ਕਰਦਾ ਹੈ ਕਿਉਂਕਿ ਇੱਥੇ ਕੇਵਲ ਇਕੋ ਹੀ ਮਨ ਹੈ। ਤੁਹਾਡੀ ਸਿਹਤ, ਜੀਵਨ ਸ਼ਕਤੀ ਅਤੇ ਪੂਰਨਤਾ ਇਕ ਸਦੀਵੀ ਚੇਤਨ ਮਨ ਦੁਆਰਾ ਸੰਚਾਲਿਤ ਹੁੰਦੇ ਹਨ, ਅਤੇ ਇਹ ਜੀਵਨ ਦੇ ਕਲਪਨਾਵਾਦੀ ਜਾਂ ਰਚਨਾਤਮਕ ਪਹਿਲੂ ਵਿਚ ਇਕ ਗਤੀ ਦਾ ਨਿਯਮ ਨਿਸਚਿਤ ਕਰਦੇ ਹਨ ਜੋ ਉਨ੍ਹਾਂ ਦੇ ਸ਼ਰੀਰ ਅੰਦਰ ਇਕ ਇਲਾਜ ਦੇ ਰੂਪ 'ਚ ਪ੍ਰਗਟ ਹੁੰਦਾ ਹੈ।

ਮਸਤਿਸ਼ਕ ਸਿਧਾਂਤ ਵਿਚ ਸਮੇਂ ਜਾਂ ਸਥਾਨ ਦਾ ਕੋਈ ਮਹੱਤਵ ਨਹੀਂ ਹੁੰਦਾ। ਉਹੀ ਮਸਤਿਸ਼ਕ ਤੁਹਾਡੀ ਮਾਂ ਅਤੇ ਤੁਹਾਡੇ ਵਿਚ ਕੰਮ ਕਰਦਾ ਹੈ ਭਾਵੇਂ ਉਹ ਕਿਤੇ ਵੀ ਹੋਣ। ਅਸਲ ਵਿਚ ਗੈਰ-ਹਾਜ਼ਰ ਇਲਾਜ ਅਤੇ ਹਾਜ਼ਰ ਇਲਾਜ ਵਿਚ ਕੋਈ ਅੰਤਰ ਨਹੀਂ ਹੈ, ਕਿਉਂਕਿ ਸ਼ਦੀਵੀ ਮਸਤਿਸ਼ਕ ਸਰਵ-ਵਿਆਪੀ (ਹਰ ਜਗ੍ਹਾ ਹਾਜ਼ਰ ਪਰਮਾਤਮਾ) ਹੈ। ਤੁਸੀਂ ਕਿਸੇ ਨੂੰ ਵਿਚਾਰ ਭੇਜਣ ਜਾਂ ਰੋਕਣ ਦੀ ਕੋਸ਼ਿਸ਼ ਨਹੀਂ ਕਰਦੇ। ਤੁਹਾਡਾ ਇਲਾਜ ਵਿਚਾਰ ਦੀ ਚੇਤਨ ਗਤੀ ਹੈ ਅਤੇ ਜਦੋਂ ਤੁਸੀਂ ਆਪਣੀ ਸਿਹਤ, ਤੰਦਰੁਸਤੀ ਅਤੇ ਆਰਾਮ ਦੇ ਗੁਣਾਂ ਪ੍ਰਤੀ ਸੁਚੇਤ ਹੋ ਜਾਂਦੇ ਹੋ, ਤਾਂ ਇਹ ਸਾਰੇ ਗੁਣ ਤੁਹਾਡੀ ਮਾਂ ਦੇ ਅਨੁਭਵਾਂ ਵਿਚ ਦੁਬਾਰਾ ਪ੍ਰਗਟ ਹੁੰਦੇ ਹਨ, ਅਤੇ ਨਤੀਜੇ ਮਿਲਦੇ ਹਨ।

ਹੇਠਾਂ ਦਿੱਤਾ ਗਿਆ ਗੈਰ-ਹਾਜ਼ਰ ਇਲਾਜ (Absent Treatment) ਦਾ ਇੱਕ ਆਦਰਸ਼ ਉਦਾਹਰਣ ਹੈ। ਹਾਲ ਹੀ ਵਿਚ, ਲਾਸ ਐਂਜੇਲਸ ਵਿਖੇ ਸਾਡੇ ਰੇਡੀਓ ਪ੍ਰੋਗ੍ਰਾਮ ਦੀ ਇਕ ਸ੍ਰੋਤੇ ਨੇ ਨਿਊਯਾਰਕ ਵਿਚ ਰਹਿਣ ਵਾਲੀ ਆਪਣੀ ਮਾਂ, ਜਿਨ੍ਹਾਂ ਦੀ ਨੂੰ ਕੋਰੋਨਰੀ ਆਰਟਰੀ ਵਿਚ ਖੂਨ ਦੇ ਥੱਕੇ (Coronary Thrombosis) ਹੋ ਗਿਆ ਸੀ, ਲਈ ਉਸ ਨੇ ਇਸ ਤਰ੍ਹਾਂ ਪ੍ਰਾਰਥਨਾ ਕੀਤੀ:

"ਇਲਾਜ ਦੀ ਮੌਜੂਦਗੀ ਉੱਥੇ ਹੀ ਹੈ ਜਿੱਥੇ ਮੇਰੀ ਮਾਂ ਹੈ। ਉਨ੍ਹਾਂ ਦੇ ਸਰੀਰਕ ਸਥਿਤੀ ਉਨ੍ਹਾਂ ਦੇ ਵਿਚਾਰ-ਜੀਵਨ ਦਾ ਉੱਂਝ ਦਾ ਪ੍ਰਤਿਬਿੰਬ ਹੈ, ਜਿਸ ਤਰ੍ਹਾਂ ਪਰਛਾਵੇਂ ਪਰਦੇ 'ਤੇ ਪੈਂਦੇ ਹਨ। ਮੈਂ ਜਾਣਦੀ ਹਾਂ ਕਿ ਉਸ ਪਰਦੇ ਦੀਆਂ ਤਸਵੀਰਾਂ ਨੂੰ ਬਦਲਣ ਲਈ ਮੈਨੂੰ ਪ੍ਰੋਜੈਕਸ਼ਨ ਰੀਲ ਨੂੰ ਬਦਲਣਾ ਪਵੇਗਾ। ਮੇਰਾ ਮਨ ਪ੍ਰੋਜੈਕਸ਼ਨ ਰੀਲ ਹੈ ਅਤੇ ਮੈਂ ਹੁਣ ਆਪਣੇ ਮਸਤਿਸ਼ਕ ਵਿਚ ਆਪਣੀ ਮਾਂ ਲਈ ਸੰਪੂਰਨਤਾ, ਇਕਸੁਰਤਾ ਵਾਲੀ ਤੰਦਰੁਸਤੀ ਦੀ ਤਸਵੀਰ ਬਣਾ ਰਹੀ ਹਾਂ, ਜਿਸ ਅਸੀਮ ਉਪਚਾਰਕ ਸ਼ਕਤੀ ਨੇ ਮੇਰੀ ਮਾਂ ਦਾ ਸਰੀਰ ਅਤੇ ਉਨ੍ਹਾਂ ਦੇ ਸਾਰੇ ਅੰਗਾਂ ਨੂੰ ਬਣਾਇਆ ਹੈ, ਹੁਣ ਉਹ ਉਨ੍ਹਾਂ ਦੇ ਅਸਤਿਤਵ ਦੇ ਹਰ ਪਰਮਾਣੂ ਨੂੰ ਸੰਤ੍ਰਿਪਤ ਕਰ ਰਿਹਾ ਹੈ ਅਤੇ ਉਨ੍ਹਾਂ ਦੇ ਸਰੀਰ ਦੀ ਹਰ ਕੋਸ਼ਿਕਾ ਜਾਂ ਸੈੱਲ 'ਚੋਂ ਸ਼ਾਂਤੀ ਦੀ ਨਦੀ ਵਾਂਗ ਵਹਿ ਰਹੀ ਹੈ। ਡਾਕਟਰਾਂ ਨੂੰ ਦੈਵੀ ਮਾਰਗਦਰਸ਼ਨ ਅਤੇ ਨਿਰਦੇਸ਼ ਮਿਲ ਰਹੇ ਹਨ ਅਤੇ ਜੋ ਵੀ ਮੇਰੀ ਮਾਂ ਨੂੰ ਛੂਹ ਰਿਹਾ ਹੈ, ਉਸ ਨੂੰ ਸਹੀ ਕੰਮ ਕਰਨ ਦਾ ਮਾਰਗਦਰਸ਼ਨ ਮਿਲਦਾ ਹੈ। ਮੈਂ ਜਾਣਦੀ ਹਾਂ ਕਿ ਬਿਮਾਰੀ ਦੀ ਕੋਈ ਅਸਲੀਅਤ ਨਹੀਂ ਹੈ; ਜੇ ਇੰਝ ਹੁੰਦਾ, ਤਾਂ ਕੋਈ ਵੀ ਸਿਹਤਮੰਦ ਨਹੀਂ ਹੋ ਪਾਉਂਦਾ। ਮੈਂ ਹੁਣ ਆਪਣੇ-ਆਪ ਨੂੰ ਪਿਆਰ ਅਤੇ ਜੀਵਨ ਦੇ ਅਨੰਤ ਸਿਧਾਂਤ ਨਾਲ ਜੋੜਦੀ ਹਾਂ, ਤੇ ਮੈਂ ਜਾਣਦੀ ਅਤੇ ਸਵੀਕਾਰ ਕਰਦੀ ਹਾਂ ਕਿ ਇਕਸੁਰਤਾ, ਸਿਹਤ ਅਤੇ ਸ਼ਾਂਤੀ ਮੇਰੀ ਮਾਂ ਦੇ ਸਰੀਰ ਵਿਚ ਵਿਅਕਤ ਹੋ ਰਹੀਆਂ ਹਨ।"

ਉਸ ਨੇ ਰੋਜ਼ਾਨਾ ਕਈ ਵਾਰ ਉਪਰੋਕਤ ਤਰੀਕੇ ਨਾਲ ਪ੍ਰਾਰਥਨਾ ਕੀਤੀ, ਅਤੇ ਕੁੱਝ ਦਿਨਾਂ ਬਾਅਦ ਉਸਦੀ ਮਾਂ ਦੀ ਹਾਲਤ ਵਿਚ ਕਮਾਲ ਦਾ ਸੁਧਾਰ ਹੋਇਆ, ਜਿਸ ਨੂੰ ਦੇਖ ਕੇ ਉਸ ਦੇ ਮਾਹਿਰ ਚਿਕਿਤਸਕ ਨੂੰ ਵੀ ਬੜੀ ਹੈਰਾਨੀ ਹੋਈ। ਉਸ ਨੇ ਵੀ ਪਰਮਾਤਮਾ ਦੀ ਸ਼ਕਤੀ ਵਿਚ ਉਸ ਦੀ ਪ੍ਰਬਲ ਆਸਥਾ ਲਈ ਸ਼ਲਾਘਾ ਕੀਤੀ।

ਜਿਵੇਂ ਦਾ ਨਤੀਜਾ ਜੋ ਉਸ ਦੀ ਧੀ ਦੇ ਮਨ ਵਿਚ ਆਇਆ, ਉਸ ਨੇ ਮਨ ਦੇ ਸਿਰਜਣਾਤਮਕ ਨਿਜਮ ਨੂੰ ਜੀਵਨ ਦੇ ਸਦੀਵੀ ਕਲਪਨਾਵਾਦੀ ਪੱਖ ਵੱਲ ਗਤੀ ਦਿੱਤੀ ਜਿਸ ਨੇ ਆਪਣੇ-ਆਪ ਨੂੰ ਉਸ ਦੀ ਮਾਂ ਦੇ ਸਰੀਰ ਅੰਦਰ ਸੰਪੂਰਨ ਸਿਹਤ ਅਤੇ ਇਕਸੁਰਤਾ ਦੇ ਰੂਪ ਵਿਚ ਪ੍ਰਗਟ ਕੀਤਾ। ਧੀ ਨੇ ਆਪਣੀ ਮਾਂ ਲਈ ਜੋ ਕੁੱਝ ਵੀ ਸੱਚ ਦੀ ਤਰ੍ਹਾਂ ਮਹਿਸੂਸ ਕੀਤਾ, ਉਹ ਉਸੇ ਸਮੇਂ ਉਸ ਦੀ ਮਾਂ ਦੇ ਅਨੁਭਵਾਂ ਵਿਚ ਦੁਬਾਰਾ ਪ੍ਰਗਟ ਹੋਇਆ।

ਅਵਚੇਤਨ ਮਨ ਦੇ ਗਤੀਸ਼ੀਲ ਕਿਰਿਆ ਨੂੰ ਜਾਰੀ ਕਰਨਾ

ਮੇਰੇ ਇਕ ਮਨੋਵਿਗਿਆਨੀ ਮਿੱਤਰ ਨੇ ਮੈਨੂੰ ਦੱਸਿਆ ਕਿ ਉਸਦੇ ਇਕ ਫੇਫੜੇ ਵਿਚ ਲਾਗ ਲੱਗ ਗਈ ਸੀ। ਐਕਸ-ਰੇ ਅਤੇ ਵਿਸ਼ਲੇਸ਼ਣ ਨੇ ਤਪੇਦਿਕ (ਟੀ.ਬੀ.) ਹੋਣ ਦਾ

ਪਤਾ ਚੱਲਿਆ। ਹਰ ਰਾਤ ਸੌਣ ਤੋਂ ਪਹਿਲਾਂ ਉਹ ਬਹੁਤ ਚੁੱਪੀ ਨਾਲ ਇਹ ਵਿਸ਼ਵਾਸ ਦੀ ਪ੍ਰਸ਼ਟੀ ਕਰਦਾ ਸੀ, "ਮੇਰੇ ਫੇਫੜਿਆਂ ਦੇ ਹਰ ਸੈੱਲ, ਨਸਾਂ, ਟਿਸ਼ੂ ਅਤੇ ਮਾਂਸ-ਪੈਸ਼ੀਆਂ ਹੁਣ ਪੂਰੀ ਤਰ੍ਹਾਂ ਪੂਰਨ, ਨਿਰੋਲ ਅਤੇ ਆਦਰਸ਼ ਬਣ ਰਹੇ ਹਨ। ਮੇਰੇ ਸਾਰੇ ਸਰੀਰ ਵਿਚ ਸਿਹਤ ਅਤੇ ਇਕਸੁਰਤਾ ਨੂੰ ਬਹਾਲ ਕੀਤਾ ਜਾ ਰਿਹਾ ਹੈ।"

ਇਹ ਉਸ ਦੇ ਸਟੀਕ ਸ਼ਬਦ ਨਹੀਂ ਸਨ, ਪਰ ਜੋ ਕੁੱਝ ਉਹ ਕਹਿਣਾ ਚਾਹੁੰਦਾ ਸੀ, ਉਸ ਦਾ ਸਾਰ ਹੈ-ਤਕਰੀਬਨ ਇਕ ਮਹੀਨੇ ਵਿਚ ਉਹ ਪੂਰੀ ਤਰ੍ਹਾਂ ਨਾਲ ਠੀਕ ਹੋ ਗਿਆ। ਬਾਅਦ ਵਿਚ ਲਏ ਗਏ ਐਕਸ-ਰੇ ਨੇ ਸੰਪੂਰਨ ਇਲਾਜ ਦਿਖਲਾਇਆ। ਮੈਂ ਉਸ ਦਾ ਅਪਣਾਇਆ ਤਰੀਕਾ ਜਾਣਨਾ ਚਾਹੁੰਦਾ ਸੀ, ਇਸ ਲਈ ਮੈਂ ਉਸ ਨੂੰ ਪੁੱਛਿਆ ਕਿ ਕਿਉਂ ਉਹ ਇੰਨਾਂ ਸ਼ਬਦਾਂ ਨੂੰ ਸੌਣ ਤੋਂ ਪਹਿਲਾਂ ਕਹਿੰਦਾ ਸੀ। ਉਸ ਦਾ ਜਵਾਬ ਇਹ ਸੀ, "ਅਵਚੇਤਨ ਮਨ ਦੀ ਗਤੀਸ਼ੀਲ ਕਿਰਿਆ ਤੁਹਾਡੀ ਨੀਂਦ ਦੌਰਾਨ ਜਾਰੀ ਰਹਿੰਦੀ ਹੈ। ਇਹ ਬੜਾ ਸਿਆਣਪ ਭਰਿਆ ਜਵਾਬ ਸੀ, ਇਕਸੁਰਤਾ ਅਤੇ ਸੰਪੂਰਨ ਸਿਹਤ ਦੇ ਬਾਰੇ ਵਿਚ ਸੋਚਦਿਆਂ ਉਸ ਨੇ ਕਦੇ ਵੀ ਨਾਮ ਲੈ ਕੇ ਆਪਣੀ ਮੁਸੀਬਤ ਦਾ ਜ਼ਿਕਰ ਨਹੀਂ ਕੀਤਾ।

ਮੈਂ ਪ੍ਰਬਲਤਾ ਨਾਲ ਸੁਝਾਅ ਦਿੰਦਾ ਹੈ ਕਿ ਤੁਸੀਂ ਆਪਣੀ ਬਿਮਾਰੀਆਂ ਬਾਰੇ ਗੱਲਾਂ ਕਰਨਾ ਬੰਦ ਕਰ ਦਿਓ ਜਾਂ ਉਨ੍ਹਾਂ ਦਾ ਨਂ ਨਾ ਲਓ। ਤੁਹਾਡਾ ਉਨ੍ਹਾਂ ਲਈ ਧਿਆਨ ਅਤੇ ਡਰ ਉਨ੍ਹਾਂ ਦੀ ਖ਼ੁਰਾਕ ਹੈ। ਜਿਵੇਂ ਉਪਰੋਕਤ ਮਨੋਵਿਗਿਆਨੀ ਇਕ ਮਾਨਸਿਕ ਸਰਜਨ ਬਣ ਗਿਆ, ਉਸ ਤਰ੍ਹਾਂ ਬਣੋ, ਉਦੋਂ ਤੁਹਾਡੀਆਂ ਮੁਸੀਬਤਾਂ ਇੰਝ ਕੱਟੀਆਂ ਜਾਣਗੀਆਂ ਜਿਵੇਂ ਰੁੱਖ ਦੀਆਂ ਮੁਰਦਾ ਟਾਹਣੀਆਂ ਕੱਟੀਆਂ ਜਾਂਦੀਆਂ ਹਨ। ਇਸ ਦੇ ਵਿਪਰੀਤ, ਜੇ ਤੁਸੀਂ ਲਗਾਤਾਰ ਆਪਣੇ ਦਰਦ ਅਤੇ ਲੱਖਣਾਂ ਨੂੰ ਨਾਮ ਦਿੰਦੇ ਹੋ, ਤਾਂ ਤੁਸੀਂ ਗਤੀਸ਼ੀਲ ਕਿਰਿਆ ਨੂੰ ਰੋਕ ਦੇ ਹੋ, ਜਿਸ ਦਾ ਅਰਥ ਹੈ ਤੁਸੀਂ ਅਵਚੇਤਨ ਮਨ ਦੀ ਉਪਚਾਰਕ ਸ਼ਕਤੀ ਅਤੇ ਊਰਜਾ ਦੀ ਸਰਗਰਮੀ ਨੂੰ ਘੱਟ ਕਰਦੇ ਹੋ। ਇਹੀ ਨਹੀਂ, ਤੁਹਾਡੇ ਆਪਣੇ ਮਸਤਿਸ਼ਕ ਦੇ ਨਿਜਮ ਰਾਹੀਂ ਇਹ ਕਲਪਨਾਵਾਂ ਆਕਾਰ ਲੈਂਦੀਆ ਹਨ, ਉਨਾਂ ਚੀਜ਼ਾ ਵਾਂਗ ਜਿਨਾਂ ਤੋਂ ਮੈਂ ਬਹੁਤ ਡਰਦਾ ਹਾਂ। ਆਪਣੇ ਮਨ ਨੂੰ ਜੀਵਨ ਦੀਆਂ ਮਹਾਨ ਸੱਚਾਈਆਂ ਨਾਲ ਭਰੋਂ ਅਤੇ ਪਿਆਰ ਦੀ ਰੋਸ਼ਨੀ ਵਿਚ ਅੱਗੇ ਵਧੋ।

ਸਿਹਤ ਲਈ ਤੁਹਾਡੀਆਂ ਸਹਾਇਤਾ ਦਾ ਸਾਰ

1. ਪਤਾ ਕਰੋ ਕਿ ਇਹ ਕੀ ਹੈ, ਜੋ ਤੁਹਾਡਾ ਇਲਾਜ ਕਰਦਾ ਹੈ। ਇਹ ਮਹਿਸੂਸ ਕਰੋ ਕਿ ਤੁਹਾਡੇ ਅਵਚੇਤਨ ਮਨ ਨੂੰ ਦਿੱਤੇ ਗਏ ਸਹੀ ਦਿਸ਼ਾ-ਨਿਰਦੇਸ਼ ਤੁਹਾਡੇ ਮਸਤਿਸ਼ਕ ਅਤੇ ਸਰੀਰ ਨੂੰ ਠੀਕ ਕਰ ਦੇਣਗੇ।

2. ਆਪਣੀਆਂ ਬੇਨਤੀਆਂ ਜਾਂ ਇੱਛਾਵਾਂ ਨੂੰ ਆਪਣੇ ਅਵਚੇਤਨ ਮਨ ਵਿਚ ਬਦਲਣ ਲਈ ਇੱਕ ਨਿਸ਼ਚਿਤ ਯੋਜਨਾ ਵਿਕਸਿਤ ਕਰੋ।

3. ਆਪਣੀ ਇੱਛਾ ਦੇ ਅੰਤਲੇ ਨਤੀਜੇ ਦੀ ਕਲਪਨਾ ਕਰੋ ਅਤੇ ਇਸਦੀ ਅਸਲੀਅਤ ਨੂੰ ਮਹਿਸੂਸ ਕਰੋ। ਇਸ ਦੀ ਪਾਲਣਾ ਕਰੋ, ਅਤੇ ਤੁਹਾਨੂੰ ਨਿਸ਼ਚਿਤ ਤੌਰ 'ਤੇ ਨਤੀਜੇ ਮਿਲਣਗੇ।

4. ਫੈਸਲਾ ਕਰੋ ਕਿ ਵਿਸ਼ਵਾਸ ਕੀ ਹੈ। ਜਾਣ ਲਓ ਕਿ ਵਿਸ਼ਵਾਸ ਤੁਹਾਡੇ ਮਨ ਦਾ ਇਕ ਵਿਚਾਰ ਹੈ ਅਤੇ ਤੁਸੀਂ ਜੋ ਸੋਚ ਦੇ ਹੋ, ਉਹ ਤੁਸੀਂ ਬਣਾਉਂਦੇ ਹੋ।

5. ਬਿਮਾਰੀ ਜਾਂ ਉਹ ਚੀਜ ਜੋ ਤੁਹਾਨੂੰ ਦੁੱਖ ਜਾਂ ਨੁਕਸਾਨ ਪਹੁੰਚਾਉਂਦੀ ਹੈ, ਉਸ 'ਤੇ ਵਿਸ਼ਵਾਸ ਕਰਨਾ ਮੂਰਖਤਾ ਹੈ। ਸੰਪੂਰਨ ਸਿਹਤ, ਖ਼ੁਸ਼ਹਾਲੀ, ਸ਼ਾਂਤੀ, ਦੌਲਤ ਅਤੇ ਦੈਵੀ ਮਾਰਗਦਰਸ਼ਨ 'ਤੇ ਵਿਸ਼ਵਾਸ ਕਰੋ।

6. ਮਹਾਨ ਅਤੇ ਨੇਕ ਵਿਚਾਰ ਜਿਨ੍ਹਾਂ 'ਤੇ ਤੁਸੀਂ ਆਦਤਨ ਸੋਚ ਦੇ ਹੋ, ਉਹ ਮਹਾਨ ਕੰਮ ਬਣ ਜਾਂਦੇ ਹਨ।

7. ਆਪਣੇ ਜੀਵਨ ਵਿਚ ਪ੍ਰਾਰਥਨਾ ਇਲਾਜ ਦੀ ਸ਼ਕਤੀ ਨੂੰ ਅਪਣਾਓ। ਇੱਕ ਨਿਸ਼ਚਿਤ ਯੋਜਨਾ, ਵਿਚਾਰ ਜਾਂ ਮਾਨਸਿਕ ਤਸਵੀਰ ਬਣਾਓ। ਮਾਨਸਿਕ ਤੇ ਭਾਵਨਾਤਮਕ ਤੌਰ 'ਤੇ ਉਸ ਵਿਚਾਰ ਨਾਲ ਜੁੜੋ ਅਤੇ ਜਿਸ ਪ੍ਰਕਾਰ ਤੁਸੀਂ ਆਪਣੇ ਮਾਨਸਿਕ ਰਵੱਈਏ ਪ੍ਰਤੀ ਆਸਥਾਵਾਨ ਰਹਿੰਦੇ ਹੋ, ਉਸ ਤੋਂ ਤੁਹਾਡੀ ਪ੍ਰਾਰਥਨਾ ਦਾ ਜਵਾਬ ਮਿਲੇਗਾ।

8. ਯਾਦ ਰੱਖੋ, ਜੇ ਤੁਸੀਂ ਸੱਚਮੁੱਚ ਇਲਾਜ ਕਰਨ ਦੀ ਸ਼ਕਤੀ ਚਾਹੁੰਦੇ ਹੋ, ਤਾਂ ਤੁਸੀਂ ਇਸ ਨੂੰ ਆਸਥਾ ਦੁਆਰਾ ਪਾ ਸਕਦੇ ਹੋ, ਜਿਸ ਦਾ ਅਰਥ ਹੈ ਤੁਹਾਡੇ ਚੇਤਨ ਅਤੇ ਅਵਚੇਤਨ ਮਨ ਦੀ ਕਾਰਜਵਿਧੀ ਦਾ ਗਿਆਨ। ਆਸਥਾ ਸਿਆਣਪ ਨਾਲ ਆਉਂਦੀ ਹੈ।

9. ਅੰਨ੍ਹੀ ਸ਼ਰਧਾ ਦਾ ਅਰਥ ਹੈ ਕਿ ਇਕ ਵਿਅਕਤੀ ਨੂੰ ਇਲਾਜ ਦੇ ਨਤੀਜੇ ਬਿਨਾਂ ਕਿਸੇ ਸ਼ਕਤੀ ਅਤੇ ਤਾਕਤਾਂ ਦੀ ਵਿਗਿਆਨਕ ਸਮਝ ਤੋਂ ਮਿਲਨਾ।

10. ਆਪਣੇ ਅਜ਼ੀਜ਼ਾਂ ਲਈ ਪ੍ਰਾਰਥਨਾ ਕਰਨਾ ਸਿੱਖੋ ਜੋ ਬਿਮਾਰ ਹੋ ਸਕਦੇ ਹਨ। ਆਪਣੇ ਮਸਤਿਸ਼ਕ ਨੂੰ ਸ਼ਾਂਤ ਕਰੋ ਅਤੇ ਇਕ ਸਦੀਵੀ ਕਲਪਨਾਵਾਦੀ ਮਸਤਿਸ਼ਕ ਦੁਆਰਾ ਸੰਚਾਲਤ ਸਿਹਤ, ਜੀਵਨ ਸ਼ਕਤੀ ਅਤੇ ਸੰਪੂਰਨਤਾ ਦੇ ਤੁਹਾਡੇ ਵਿਚਾਰ ਤੁਹਾਡੇ ਅਜ਼ੀਜ਼ ਦੇ ਮਨ ਵਿਚ ਮਹਿਸੂਸ ਕੀਤੇ ਜਾਣਗੇ ਅਤੇ ਦੁਬਾਰਾ ਜੀਵਿਤ ਜਾਂ ਪ੍ਰਗਟ ਹੋ ਜਾਣਗੇ।

ਮਾਨਸਿਕ ਇਲਾਜ ਵਿਚ ਵਿਹਾਰਕ ਤਕਨੀਕਾਂ

ਇਕ ਇੰਜੀਨੀਅਰ ਕੋਲ ਪੁੱਲ ਜਾਂ ਇੰਜਨ ਬਨਾਉਣ ਦੀ ਤਕਨੀਕ ਅਤੇ ਪ੍ਰਕਿਰਿਆ ਹੁੰਦੀ ਹੈ। ਇੰਜੀਨੀਅਰ ਵਾਂਗ ਤੁਹਾਡੇ ਮਸਤਿਸ਼ਕ ਦੇ ਕੋਲ ਵੀ ਸੰਚਾਲਨ, ਨਿਯੰਤਰਣ ਅਤੇ ਆਪਣੇ ਜੀਵਨ ਨੂੰ ਨਿਰਦੇਸ਼ਿਤ ਕਰਨ ਦੀ ਤਕਨੀਕ ਹੈ। ਤੁਹਾਨੂੰ ਸਮਝਣਾ ਹੋਵੇਗਾ ਕਿ ਤਰੀਕੇ ਅਤੇ ਤਕਨੀਕਾਂ ਮੁੱਢਲੀਆਂ ਹਨ। ਗੋਲਡਨ ਗੇਟ ਬ੍ਰਿਜ ਬਨਾਉਣ ਤੋਂ ਪਹਿਲਾਂ ਚੀਫ਼ ਇੰਜੀਨੀਅਰ ਨੇ ਗਣਿਤ ਦੇ ਸਿਧਾਂਤ, ਦਬਾਅ ਅਤੇ ਤਣਾਅ ਨੂੰ ਸਮਝਿਆ। ਦੂਜਾ, ਉਨ੍ਹਾਂ ਕੋਲ ਖਾੜੀ ਨੂੰ ਪਾਰ ਕਰਨ ਵਾਲੇ ਪੁੱਲ ਦੀ ਆਦਰਸ਼ ਤਸਵੀਰ ਸੀ। ਤੀਜਾ ਕਦਮ, ਉਸ ਤਸਵੀਰ ਨੂੰ ਸਾਕਾਰ ਕਰਨ ਲਈ ਅਜ਼ਮਾਏ ਅਤੇ ਸਾਬਿਤ ਹੋਏ ਤਰੀਕਿਆਂ ਦੀ ਵਰਤੋਂ ਸੀ ਜਿਸ ਦੁਆਰਾ ਸਿਧਾਂਤਾਂ ਨੂੰ ਲਾਗੂ ਕੀਤਾ ਗਿਆ ਸੀ ਜਦੋਂ ਤੱਕ ਉਹ ਪੁੱਲ ਬਣ ਨਹੀਂ ਗਿਆ ਅਤੇ ਅੱਜ ਅਸੀਂ ਇਸ 'ਤੇ ਗੱਡੀਆਂ ਚਲਾਉਂਦੇ ਹਾਂ।

ਇੱਥੇ ਕਈ ਤਰ੍ਹਾਂ ਦੀਆਂ ਤਕਨੀਕਾਂ ਅਤੇ ਵਿਧੀਆਂ ਵੀ ਹਨ ਜਿਨ੍ਹਾਂ ਦੁਆਰਾ ਤੁਹਾਡੀਆਂ ਪ੍ਰਾਰਥਨਾਵਾਂ ਦਾ ਜਵਾਬ ਮਿਲਦਾ ਹੈ। ਜਵਾਬ ਮਿਲਣ ਦਾ ਇਕ ਵਿਸ਼ੇਸ਼ ਤਰੀਕਾ ਹੈ ਅਤੇ ਇਹ ਤਰੀਕਾ ਵਿਗਿਆਨਕ ਹੈ। ਅਚਨਚੇਤ ਕੁੱਝ ਨਹੀਂ ਹੰਦਾ। ਇਹ ਵਿਵਸਥਾ ਅਤੇ ਨਿਯਮ-ਕਾਇਦੇ ਦੀ ਦੁਨੀਆ ਹੈ।

ਇਸ ਅਧਿਆਇ ਵਿਚ ਤੁਸੀਂ ਆਪਣੇ ਅਧਿਆਤਮਕ ਜੀਵਨ ਦੇ ਪ੍ਰਗਟਾਵੇਂ ਅਤੇ ਪਾਲਣ-ਪੋਸ਼ਣ ਲਈ ਵਿਹਾਰਕ ਤਕਨੀਕਾਂ ਪਾਓਗੇ। ਤੁਹਾਡੀਆਂ ਪ੍ਰਾਰਥਨਾਵਾਂ ਨੂੰ ਗੁਬਾਰੇ ਵਾਂਗ ਹਵਾ ਵਿਚ ਰਹਿਣ ਦੀ ਲੋੜ ਨਹੀਂ ਹੈ। ਉਨ੍ਹਾਂ ਨੂੰ ਕਿਤੇ ਜਾਣਾ ਚਾਹੀਦਾ ਹੈ ਅਤੇ ਤੁਹਾਡੇ ਜੀਵਨ ਵਿਚ ਕੁੱਝ ਪ੍ਰਾਪਤੀ ਵੀ ਹੋਣੀ ਚਾਹੀਦੀ ਹੈ।

ਜਦੋਂ ਅਸੀਂ ਪ੍ਰਾਰਥਨਾ ਦਾ ਵਿਸ਼ਲੇਸ਼ਣ ਕਰਦੇ ਹਾਂ, ਉਦੋਂ ਸਾਨੂੰ ਪਤਾ ਚੱਲਦਾ ਹੈ ਕਿ ਇਨ੍ਹਾਂ ਨੂੰ ਕਰਨ ਲਈ ਵੱਖ-ਵੱਖ ਵਿਧੀਆਂ ਅਤੇ ਤਰੀਕੇ ਹਨ। ਅਸੀਂ ਇਸ

ਕਿਤਾਬ ਅੰਦਰ ਧਾਰਮਿਕ ਕਿਰਿਆਵਾਂ ਵਿਚ ਵਰਤੀਆਂ ਜਾਣ ਵਾਲੀਆਂ ਰਸਮਾਂ, ਉਪਚਾਰਕ ਪ੍ਰਾਰਥਨਾਵਾਂ 'ਤੇ ਵਿਚਾਰ ਨਹੀਂ ਕਰਾਂਗੇ। ਇਨ੍ਹਾਂ ਸਾਰਿਆਂ ਦਾ ਸਮੂਹਿਕ ਆਰਧਨਾ ਵਿਚ ਮਹੱਤਵਪੂਰਨ ਸਥਾਨ ਹੈ। ਸਾਡਾ ਮੁੱਢਲਾ ਧਿਆਨ ਤਾਂ ਨਿਜੀ ਪ੍ਰਾਰਥਨਾ ਦੀਆਂ ਉਨ੍ਹਾਂ ਪ੍ਰਭਾਵੀ ਵਿਧੀਆਂ 'ਤੇ ਹੈ, ਜੋ ਸਾਡੀ ਰੋਜ਼ਾਨਾ ਦੀ ਜਿੰਦਗੀ ਵਿਚ ਸ਼ਾਮਿਲ ਕੀਤੇ ਜਾ ਸਕਣ ਅਤੇ ਇਨ੍ਹਾਂ ਦੀ ਵਰਤੋਂ ਦੂਜਿਆਂ ਦੀ ਮਦਦ ਲਈ ਕੀਤੀ ਜਾ ਸਕੇ।

ਪ੍ਰਾਰਥਨਾ ਕਿਸੇ ਵੀ ਵਿਚਾਰ ਜਾਂ ਮਨਚਾਹੀ ਚੀਜ਼, ਜਿਸ ਨੂੰ ਅਸੀਂ ਪ੍ਰਾਪਤ ਕਰਨਾ ਚਾਹੁੰਦੇ ਹਾਂ। ਪ੍ਰਾਰਥਨਾ ਸਾਡੀ ਆਤਮਾ ਦੀ ਦਿਲੋਂ ਅਤੇ ਸੱਚੀ ਮਨੋਕਾਮਨਾ ਹੈ। ਤੁਹਾਡੀ ਮਨੋਕਾਮਨਾ ਹੀ ਤੁਹਾਡੀ ਪ੍ਰਾਰਥਨਾ ਹੈ। ਇਹ ਤੁਹਾਡੀ ਸਭ ਤੋਂ ਡੂੰਘੀ ਲੋੜਾਂ 'ਚੋਂ ਨਿਕਲਦੀ ਹੈ ਅਤੇ ਉਨ੍ਹਾਂ ਚੀਜ਼ਾਂ ਨੂੰ ਪ੍ਰਗਟ ਕਰਦੀ ਹੈ, ਜਿਨ੍ਹਾਂ ਨੂੰ ਤੁਸੀਂ ਆਪਣੇ ਜੀਵਨ ਵਿਚ ਪਾਉਣਾ ਚਾਹੁੰਦੇ ਹੋ। ਉਹ ਲੋਕ ਧੰਨ ਹਨ, ਜੋ ਧਾਰਮਿਕਤਾ ਲਈ ਭੁੱਖੇ ਅਤੇ ਪਿਆਸੇ ਹਨ, ਕਿਉਂਕਿ ਉਹ ਰੱਜ ਜਾਣਗੇ ਭਾਵ ਉਨ੍ਹਾਂ ਦੀਆਂ ਸਾਰੀਆਂ ਇੱਛਾਵਾਂ ਪੂਰੀਆਂ ਹੋ ਜਾਣਗੀਆਂ। ਜੀਵਨ ਲਈ ਭੁੱਖ, ਸ਼ਾਂਤੀ, ਇਕਸੁਰਤਾ, ਤੰਦਰੁਸਤੀ, ਖ਼ੁਸ਼ੀ, ਅਨੰਦ ਅਤੇ ਹੋਰ ਸਾਰੀਆਂ ਬਖ਼ਸ਼ਿਸ਼ਾਂ ਲਈ ਪਿਆਸ, ਇਹੀ ਸੱਚੀ ਪ੍ਰਾਰਥਨਾ ਹੈ।

ਤਕਨੀਕ ਜਿਸ ਰਾਹੀਂ ਅਵਚੇਤਨ ਨੂੰ ਬੀਜਿਆਂ ਜਾ ਸਕੇ

ਇਸ ਵਿਚ ਮੁੱਢਲੇ ਤੌਰ 'ਤੇ ਅਵਚੇਤਨ ਮਨ ਨੂੰ ਪ੍ਰੇਰਿਤ ਕੀਤਾ ਜਾਂਦਾ ਹੈ, ਤਾਂ ਜੁ ਇਹ ਚੇਤਨ ਮਨ ਦੀ ਬੇਨਤੀ ਨੂੰ ਉਸੇ ਰੂਪ ਵਿਚ ਸਵੀਕਾਰ ਕਰ ਲਵੇ। ਇਸ ਨੂੰ ਸੌਂਪਣ ਦਾ ਸਭ ਤੋਂ ਵਧੀਆ ਸਮਾਂ ਸੁਪਨ ਅਵਸਥਾ ਹੈ।

ਇਸ ਤੱਥ ਨੂੰ ਜਾਣ ਲਓ ਕਿ ਤੁਹਾਡੇ ਮਨ ਦੀ ਡੂੰਗਿਆਈਆਂ ਵਿਚ ਅਨੰਤ ਗਿਆਨ ਅਤੇ ਅਸੀਮ ਸ਼ਕਤੀ ਹੈ। ਬਸ, ਕੇਵਲ ਸ਼ਾਂਤੀ ਨਾਲ ਸੋਚੋ ਕਿ ਤੁਸੀਂ ਕੀ ਚਾਹੁੰਦੇ ਹੋ, ਅਗਲੇ ਹੀ ਪਲ ਅੰਦਰ ਤੁਸੀਂ ਇਸ ਨੂੰ ਪੂਰਾ ਹੁੰਦਿਆ ਦੇਖੋਗੇ। ਆਪਣੇ-ਆਪ ਨੂੰ ਇੱਕ ਨਿੱਕੀ ਕੁੜੀ ਵਾਂਗ ਮਹਿਸੂਸ ਕਰੋ, ਜਿਸ ਨੂੰ ਬਹੁਤ ਬੁਰੀ ਤਰ੍ਹਾਂ ਖੰਘ ਆ ਰਹੀ ਸੀ ਅਤੇ ਉਸ ਦੇ ਗਲੇ ਵਿੱਚ ਖਰਾਸ਼ ਸੀ। ਉਸ ਨੇ ਦ੍ਰਿੜ੍ਹਤਾ ਨਾਲ ਵਾਰ-ਵਾਰ ਐਲਾਨਿਆਂ, 'ਇਹ ਹੁਣ ਬੀਤ ਰਿਹਾ ਹੈ, ਇਹ ਹੁਣ ਖਤਮ ਹੋ ਰਿਹਾ ਹੈ।' ਕਰੀਬ ਇੱਕ ਘੰਟੇ ਦੇ ਅੰਦਰ ਉਸ ਦੀ ਖੰਘ ਗਾਇਬ ਹੋ ਗਈ। ਇਸ ਤਕਨੀਕ ਨੂੰ ਸਾਦਗੀ, ਸੱਚਾਈ ਅਤੇ ਭੋਲੇਪਣ ਨਾਲ ਵਰਤੋਂ ਵਿਚ ਲਿਆਓ।

ਤੁਹਾਡਾ ਅਵਚੇਤਨ ਤੁਹਾਡੇ ਬਲੂਪ੍ਰਿੰਟ ਨੂੰ ਸਵੀਕਾਰ ਕਰੇਗਾ

ਜੇ ਤੁਸੀਂ ਆਪਣੇ ਅਤੇ ਪਰਿਵਾਰ ਲਈ ਨਵਾਂ ਘਰ ਬਣਵਾ ਰਹੇ ਹੋ, ਤਾਂ ਤੁਸੀਂ ਜਾਣਦੇ ਹੋ ਕਿ ਤੁਸੀਂ ਆਪਣੇ ਘਰ ਦੇ ਨਕਸ਼ੇ ਲਈ ਬਹੁਤ ਦਿਲਚਸਪੀ ਰੱਖਦੇ

ਹੋ; ਤੁਸੀਂ ਇਹ ਸੁਨਿਸ਼ਚਤ ਕਰਨਾ ਚਾਹੋਗੇ ਕਿ ਬਿਲਡਰ ਤੁਹਾਡੇ ਬਲੂਪ੍ਰਿੰਟ ਦੇ ਅਨੁਕੂਲ ਕੰਮ ਕਰੇ। ਤੁਸੀਂ ਉਸ ਦੇ ਵੱਲੋਂ ਲਾਈ ਜਾਣ ਵਾਲੀ ਨਿਰਮਾਣ ਸਮਗਰੀ 'ਤੇ ਵੀ ਨਜ਼ਰ ਰੱਖੋਗੇ। ਤੁਸੀਂ ਜਾਣਦੇ ਹੋ ਕਿ ਤੁਹਾਡੇ ਭਾਵੀ ਮਕਾਨ ਦਾ ਜੀਵਨ ਇਸ ਸਮਗਰੀ ਦੀ ਗੁਣਵੱਤਾ 'ਤੇ ਨਿਰਭਰ ਕਰਦਾ ਹੈ, ਇਸ ਲਈ ਤੁਸੀਂ ਸਭ ਤੋਂ ਵਧੀਆ ਲੱਕੜ, ਸਟੀਲ ਆਦਿ ਨੂੰ ਹੀ ਚੁਣੋਗੇ।

ਤੁਹਾਡੇ ਮਾਨਸਿਕ ਘਰ ਅੰਦਰ ਖ਼ੁਸ਼ੀ ਅਤੇ ਭਰਪੂਰਤਾ ਦੇ ਨਕਸ਼ੇ ਬਾਰੇ ਤੁਹਾਡੇ ਕੀ ਵਿਚਾਰ ਹਨ? ਤੁਹਾਡੇ ਸਾਰੇ ਅਨੁਭਵ ਅਤੇ ਸਾਰਾ ਕੁੱਝ ਜੋ ਤੁਹਾਡੇ ਜੀਵਨ ਵਿਚ ਹੁੰਦਾ ਹੈ, ਉਹ ਤੁਹਾਡੇ ਮਾਨਸਿਕ ਨਿਰਮਾਣ ਇੱਟਾਂ ਤੇ ਪੱਥਰਾਂ ਦੀ ਪ੍ਰਕਿਰਤੀ 'ਤੇ ਨਿਰਭਰ ਕਰਦਾ ਹੈ, ਜਿਨ੍ਹਾਂ ਨੂੰ ਤੁਸੀਂ ਆਪਣੇ ਮਾਨਸਿਕ ਘਰ ਨੂੰ ਬਣਾਉਣ ਵੇਲੇ ਵਰਤਦੇ ਹੋ।

ਜੇ ਤੁਹਾਡਾ ਬਲੂਪ੍ਰਿੰਟ ਡਰ, ਚਿੰਤਾ, ਤਣਾਅ ਜਾਂ ਘਾਟਦੇ ਮਾਨਸਿਕ ਪੈਟਰਨਾਂ ਨਾਲ ਭਰਿਆ ਹੋਇਆ ਹੈ ਅਤੇ ਜੇ ਤੁਸੀਂ ਨਿਰਾਸ਼, ਸ਼ੱਕੀ ਅਤੇ ਸਨਕੀ ਹੋ, ਤਾਂ ਤੁਹਾਡੀ ਇਸ ਮਾਨਸਿਕ ਸਮਗਰੀ ਦੇ ਕਾਰਣ ਤੁਹਾਡੇ ਜੀਵਨ ਅੰਦਰ ਹੋਰ ਵਾਧੂ ਥਕਾਵਟ, ਸ਼ੰਕਾ, ਤਣਾਅ, ਚਿੰਤਾ ਅਤੇ ਹਰ ਤਰ੍ਹਾਂ ਦੀਆਂ ਰੁਕਾਵਟਾਂ ਪ੍ਰਗਟ ਹੋ ਜਾਣਗੀਆਂ।

ਜੀਵਨ ਵਿਚ ਸਭ ਤੋਂ ਬੁਨਿਆਦੀ ਅਤੇ ਸਭ ਤੋਂ ਜ਼ਿਆਦਾ ਦੂਰਗਾਮੀ ਅਸਰ ਦਿਖਾਉਣ ਵਾਲੀ ਕਿਰਿਆ ਉਹ ਹੈ ਜੋ ਤੁਸੀਂ ਹਰ ਜਾਗਰਤ ਅਵਸਥਾ ਅੰਦਰ ਆਪਣੀ ਮਾਨਸਿਕਤਾ ਵਿਚ ਬਣਾਉਂਦੇ ਹੋ। ਤੁਹਾਡੇ ਸ਼ਬਦ ਖ਼ਾਮੋਸ਼ ਅਤੇ ਅਦਿੱਖ ਹਨ; ਫਿਰ ਵੀ, ਇਹ ਅਸਲ ਵਿਚ ਹੁੰਦੇ ਹਨ।

ਤੁਸੀਂ ਹਰ ਸਮੇਂ ਆਪਣਾ ਮਾਨਸਿਕ ਘਰ ਤਿਆਰ ਕਰਦੇ ਰਹਿੰਦੇ ਹੋ, ਅਤੇ ਤੁਹਾਡੇ ਵਿਚਾਰ ਅਤੇ ਮਾਨਸਿਕ ਤਸਵੀਰਾਂ ਤੁਹਾਡੇ ਬਲੂਪ੍ਰਿੰਟ ਨੂੰ ਦਰਸਾਉਂਦੀਆਂ ਹਨ। ਹਰ ਘੰਟੇ, ਹਰ ਪਲ ਤੁਸੀਂ ਬੇਹਤਰੀਨ ਸਿਹਤ, ਸਫਲਤਾ ਅਤੇ ਖ਼ੁਸ਼ਹਾਲੀ ਦਾ ਨਿਰਮਾਣ ਕਰ ਸਕਦੇ ਹੋ, ਉਨ੍ਹਾਂ ਵਿਚਾਰਾਂ ਨਾਲ ਜੋ ਤੁਸੀਂ ਸੋਚ ਦੇ ਜਾਂ ਰੱਖ ਦੇ ਹੋ, ਅਜਿਹੇ ਵਿਸ਼ਵਾਸ ਜਿਨ੍ਹਾਂ ਨੂੰ ਤੁਸੀਂ ਸਵੀਕਾਰ ਕਰਦੇ ਹੋ ਅਤੇ ਉਨ੍ਹਾਂ ਦ੍ਰਿਸ਼ਾਂ ਨਾਲ, ਜਿਨ੍ਹਾਂ ਦੀ ਤੁਸੀਂ ਆਪਣੇ ਮਸਤਿਸ਼ਕ ਦੇ ਲੁਕੇ ਹੋਏ ਸਟੂਡਿਓ ਵਿਚ ਅਭਿਆਸ ਕਰਦੇ ਹੋ। ਅਜੀਹੇ ਆਲੀਸ਼ਾਨ ਰਾਜਸੀ ਮਹਿਲ, ਜਿਸ ਦੇ ਨਿਰਮਾਣ ਵਿਚ ਤੁਸੀਂ ਲਗਾਤਾਰ ਰੁੱਝੇ ਰਹਿੰਦੇ ਹੋ, ਉਹ ਤੁਹਾਡੀ ਸ਼ਖਸੀਅਤ ਹੈ, ਇਸ ਧਰਾਤਲ 'ਤੇ ਤੁਹਾਡੀ ਪਛਾਣ ਹੈ, ਇਸ ਪ੍ਰਿਥਵੀ 'ਤੇ ਤੁਹਾਡੇ ਸਾਰੇ ਜੀਵਨ ਦੀ ਕਹਾਣੀ ਹੈ।

ਇਕ ਨਵਾਂ ਬਲੂਪ੍ਰਿੰਟ ਬਣਾਓ, ਉਸ ਦਾ ਨਿਰਮਾਣ ਮੌਜੂਦਾ ਸਮੇਂ ਵਿਚ ਸ਼ਾਂਤੀ, ਇਕਸਰਤਾ, ਅਨੰਦ ਅਤੇ ਚੰਗੀ ਭਾਵਨਾ ਦੇ ਅਹਿਸਾਸ ਨਾਲ ਚੁੱਪ-ਚੁਪੀਤੇ ਕਰੋ। ਇਨ੍ਹਾਂ ਸਾਰੀਆਂ ਚੀਜ਼ਾਂ 'ਤੇ ਧਿਆਨ ਰੱਖ ਦੇ ਹੋਏ ਅਤੇ ਉਨ੍ਹਾਂ ਨੂੰ ਸਪੱਸ਼ਟ ਕਰਨ ਨਾਲ ਤੁਹਾਡਾ ਅਵਚੇਤਨ ਤੁਹਾਡੇ ਬਲੂਪ੍ਰਿੰਟ ਨੂੰ ਸਵੀਕਾਰ ਕਰ ਲਵੇਗਾ ਅਤੇ ਇਨ੍ਹਾਂ

ਸਾਰੀਆਂ ਚੀਜ਼ਾਂ ਨੂੰ ਪੂਰਾ ਕਰੇਗਾ। ਫਿਰ ਤੁਸੀਂ ਆਪਣੇ ਪ੍ਰਾਪਤ ਫੱਲਾਂ (ਨਤੀਜਿਆਂ) ਨਾਲ ਉਨ੍ਹਾਂ ਨੂੰ ਜਾਣ ਜਾਵੋਗੇ।

ਸੱਚੀ ਪ੍ਰਾਰਥਨਾ ਕਰਨ ਦਾ ਵਿਗਿਆਨ ਅਤੇ ਕਲਾ

"ਵਿਗਿਆਨ" ਸ਼ਬਦ ਦਾ ਅਰਥ ਹੈ ਗਿਆਨ, ਅਜਿਹਾ ਗਿਆਨ ਜੋ ਤਾਲਮੇਲ ਨਾਲ ਵਿਵਸਥਿਤ ਅਤੇ ਲੜੀਬੱਧ ਹੈ। ਆਓ, ਸੱਚੀ ਪ੍ਰਾਰਥਨਾ ਦੇ ਵਿਗਿਆਨ ਅਤੇ ਕਲਾ ਬਾਰੇ ਜ਼ਰਾ ਗੌਹ ਨਾਲ ਸੋਚੀਏ, ਕਿਉਂਕਿ ਇਹ ਗਿਆਨ ਜੀਵਨ ਦੇ ਬੁਨਿਆਦੀ ਸਿਧਾਂਤਾਂ, ਤਕਨੀਕਾਂ ਅਤੇ ਪ੍ਰਕਿਰਿਆਵਾਂ ਨਾਲ ਸੰਬੰਧਿਤ ਹੈ, ਜਿਨ੍ਹਾਂ ਨੂੰ ਅਸੀਂ ਆਪਣੇ ਜੀਵਨ ਵਿਚ ਦੇਖਦੇ ਹਾਂ, ਇਹੀ ਨਹੀਂ ਸਾਰੀ ਮਨੁੱਖਾਂ ਜਾਤਿ ਦੇ ਜੀਵਨ ਵਿਚ ਜਦੋਂ ਉਹ ਇਸ ਦੀ ਵਰਤੋਂ ਸ਼ਰਧਾ ਨਾਲ ਕਰਦੇ ਹਨ। ਕਲਾ ਤੁਹਾਡੀ ਤਕਨੀਕ ਜਾਂ ਪ੍ਰਕਿਰਿਆ ਹੈ, ਅਤੇ ਤੁਹਾਡੇ ਮਨ ਵਿਚ ਵਸੀ ਤਸਵੀਰ ਜਾਂ ਵਿਚਾਰ 'ਤੇ ਤੁਹਾਡੇ ਸਿਰਜਣਾਤਮਕ ਮਨ ਦੀ ਨਿਸ਼ਚਿਤ ਪ੍ਰਤੀਕਿਰਿਆ ਜਿਸ ਦੇ ਪਿੱਛੇ ਦਾ ਵਿਗਿਆਨ ਹੈ।

> ਮੰਗੋ, ਤੇ ਇਹ ਤੁਹਾਨੂੰ ਦੇਵੇਗਾ; ਭਾਲੋ, ਅਤੇ ਤੁਸੀਂ ਪਾਓਗੇ, ਖੜਕਾਓ, ਅਤੇ ਇਹ ਤੁਹਾਡੇ ਲਈ ਖੋਲ੍ਹਿਆ ਜਾਵੇਗਾ।
>
> **ਮੈਥਯੂ 7:7**

ਇੱਥੇ ਤੁਹਾਨੂੰ ਦੱਸਿਆ ਜਾਂਦਾ ਹੈ ਕਿ ਤੁਸੀਂ ਜਿਸ ਚੀਜ਼ ਦੀ ਇੱਛਾ ਕਰਦੇ ਹੋ, ਉਹ ਤੁਹਾਨੂੰ ਮਿਲੇਗੀ, ਜਦੋਂ ਤੁਸੀਂ ਖੜਕਾਉਂਦੇ ਹੋ, ਇਹ ਤੁਹਾਡੇ ਲਈ ਖੋਲ੍ਹਿਆ ਜਾਵੇਗਾ, ਤੇ ਜਿਸ ਚੀਜ਼ ਨੂੰ ਤੁਸੀਂ ਖੋਜ ਰਹੇ ਹੋ, ਉਸ ਨੂੰ ਪਾ ਲਵੋਗੇ। ਇਹ ਸਿੱਖਿਆ ਮਾਨਸਿਕ ਅਤੇ ਅਧਿਆਤਮਿਕ ਨਿਯਮਾਂ ਦੀ ਸਪੱਸ਼ਟਤਾ ਜਾਂ ਨਿਸ਼ਚਿਤਤਾ ਨੂੰ ਦਰਸਾਉਂਦੀ ਹੈ। ਤੁਹਾਡੇ ਅਵਚੇਤਨ ਮਨ ਦੀ ਅਨੰਤ ਬੁੱਧੀ ਤੁਹਾਡੀ ਚੇਤਨ ਸੋਚ ਤੋਂ ਹਮੇਸ਼ਾ ਇੱਕ ਸਿੱਧੀ ਪ੍ਰਤੀਕਿਰਿਆ ਦਿੰਦੀ ਹੈ। ਜੇ ਤੁਸੀਂ ਰੋਟੀ ਮੰਗੋਗੇ, ਤਾਂ ਤੁਹਾਨੂੰ ਪੱਥਰ ਨਹੀਂ ਮਿਲਣਗੇ। ਤੁਹਾਨੂੰ ਹਮੇਸ਼ਾ ਇਸ ਵਿਸ਼ਵਾਸ ਨਾਲ ਮੰਗਣਾ ਹੈ ਕਿ ਮੈਨੂੰ ਮਿਲਣਾ ਹੀ ਹੈ।

ਤੁਹਾਡਾ ਮਨ ਵਿਚਾਰ ਤੋਂ ਵਸਤੂ ਵੱਲ ਵਧਦਾ ਹੈ। ਜਦੋਂ ਤਕ ਮਸਤਿਸ਼ਕ ਵਿਚ ਕੋਈ ਤਸਵੀਰ ਨਾ ਹੋਵੇ, ਇਹ ਹਿੱਲ ਨਹੀਂ ਸਕਦਾ, ਕਿਉਂਕਿ ਇਸ ਦੇ ਕੋਲ ਅੱਗੇ ਵਧਣ ਲਈ ਕੁੱਝ ਨਹੀਂ ਹੈ। ਤੁਹਾਡੀ ਪ੍ਰਾਰਥਨਾ, ਜੋ ਤੁਹਾਡੀ ਮਾਨਸਿਕ ਕਿਰਿਆ ਹੈ, ਇਸ ਤੋਂ ਪਹਿਲਾਂ ਕਿ ਅਵਚੇਤਨ ਦੀ ਸ਼ਕਤੀ ਇਸ 'ਤੇ ਕੰਮ ਕਰੇ ਅਤੇ ਇਸ ਨੂੰ ਉਤਪਾਦਕ ਬਣਾਏ। ਉਸ ਨੂੰ ਇਕ ਤਸਵੀਰ ਵਾਂਗ ਤੁਹਾਨੂੰ ਆਪਣੇ ਮਸਤਿਸ਼ਕ ਵਿਚ ਸਹਿਮਤੀ ਦੇ ਇਕ ਬਿੰਦੂ 'ਤੇ ਪੁੱਜਣਾ ਹੋਵੇਗਾ, ਸਹਿਮਤੀ ਦੀ ਇਕ ਅਸੀਮਿਤ ਅਤੇ ਨਿਰਵਿਵਾਦ ਸਮਝੌਤੇ ਦੀ ਸਥਿਤੀ 'ਤੇ ਪੂਰਨ ਸਹਿਮਤੀ ਨਾਲ।

ਇਸ ਤਰ੍ਹਾਂ ਦੇ ਵਿਚਾਰ ਨਾਲ ਇਕ ਖ਼ੁਸ਼ੀ ਦਾ ਅਹਿਸਾਸ ਅਤੇ ਆਪਣੀ ਇੱਛਾ ਨੂੰ ਭਵਿੱਖ ਵਿਚ ਜ਼ਰੂਰ ਫੱਲ ਪ੍ਰਾਪਤ ਕਰਨ ਦੀ ਨਿਸ਼ਚਿੰਤਤਾ ਹੋਣੀ ਜ਼ਰੂਰੀ ਹੈ। ਸੱਚੀ ਪ੍ਰਾਰਥਨਾ ਦੀ ਕਲਾ ਅਤੇ ਵਿਗਿਆਨ ਦਾ ਪ੍ਰੁਖੱਤਾ ਆਧਾਰ ਤੁਹਾਡਾ ਗਿਆਨ ਅਤੇ ਦ੍ਰਿੜ੍ਹ ਵਿਸ਼ਵਾਸ ਹੈ ਕਿ ਤੁਹਾਡੇ ਚੇਤਨ ਮਨ ਨੂੰ ਤੁਹਾਡੇ ਅਵਚੇਤਨ ਮਨ ਤੋਂ ਨਿਸ਼ਚਿਤ ਪ੍ਰਤੀਕਿਰਿਆ ਮਿਲੇਗੀ। ਇਸ ਪ੍ਰਕਿਰਿਆ ਦੀ ਪਾਲਣਾ ਕਰਨ ਨਾਲ ਤੁਹਾਡੀਆਂ ਪ੍ਰਾਰਥਨਾਵਾਂ ਦਾ ਜਵਾਬ ਮਿਲ ਜਾਵੇਗਾ।

ਦਿੱਖ ਤਕਨੀਕ

ਕਿਸੇ ਵਿਚਾਰ ਨੂੰ ਤਿਆਰ ਕਰਨ ਦਾ ਸਭ ਤੋਂ ਆਸਾਨ ਤੇ ਸਭ ਤੋਂ ਸੁਭਾਵਿਕ ਤਰੀਕਾ ਹੈ ਇਸ ਦੀ ਕਲਪਨਾ ਕਰਨਾ, ਇਸ ਨੂੰ ਆਪਣੇ ਮਨ ਦੀਆਂ ਅੱਖਾਂ ਤੋਂ ਇੰਨੀ ਸਪੱਸ਼ਟਤਾ ਨਾਲ ਦੇਖਣਾ, ਜਿਵੇਂ ਇਹ ਸਜੀਵ ਹੋਣ। ਬਾਹਰੀ ਦੁਨੀਆ 'ਚ ਤੁਹਾਡੀਆਂ ਅੱਖਾਂ ਸਿਰਫ਼ ਉਹੀ ਦੇਖ ਸਕਦੀਆਂ ਹਨ, ਜੋ ਅਸਲ 'ਚ ਮੌਜੁਦ ਹਨ; ਇਸੇ ਤਰ੍ਹਾਂ, ਤੁਸੀਂ ਮਨ ਦੀਆਂ ਅੱਖਾਂ ਨਾਲ ਜੋ ਤਸਵੀਰ ਦੇਖ ਸਕਦੇ ਹੋ, ਉਹ ਪਹਿਲਾਂ ਤੋਂ ਤੁਹਾਡੇ ਮਨ ਦੇ ਅਦਿੱਖ ਖੇਤਰਾਂ ਵਿਚ ਮੌਜੁਦ ਹੁੰਦੀ ਹੈ। ਕੋਈ ਵੀ ਤਸਵੀਰ ਜੋ ਤੁਹਾਡੇ ਮਸਤਿਸ਼ਕ 'ਚ ਹੈ, ਉਹ ਚੀਜ਼ ਜਿਸ ਦੀ ਤੁਸੀਂ ਉਮੀਦ ਕਰ ਰਹੇ ਹੋ ਅਤੇ ਉਨ੍ਹਾਂ ਚੀਜ ਦਾ ਸਬੂਤ ਦਿੱਖਦਾ ਨਹੀਂ ਹੈ। ਜੋ ਵੀ ਆਕਾਰ ਤੁਸੀਂ ਆਪਣੀ ਕਲਪਨਾ ਵਿਚ ਦੇਖ ਰਹੇ ਹੋ, ਉਹ ਉਨ੍ਹਾਂ ਹੀ ਅਸਲ ਹੈ ਜਿੰਨਾ ਕਿ ਤੁਹਾਡੇ ਸਰੀਰ ਦਾ ਅੰਗ। ਵਿਚਾਰ ਤੇ ਸੋਚ ਅਸਲੀਅਤ 'ਚ ਹਨ ਅਤੇ ਇਕ ਦਿਨ ਇਸ ਯਥਾਰਥਵਾਦੀ ਦੁਨੀਆ ਵਿਚ ਪ੍ਰਗਟ ਹੋਣਗੇ, ਜੇ ਤੁਸੀਂ ਆਪਣੀ ਮਾਨਸਿਕ ਤਸਵੀਰ ਪ੍ਰਤੀ ਵਫਾਦਾਰ ਹੋ।

ਸੋਚਣ ਦੀ ਇਹ ਪ੍ਰਕਿਰਿਆ ਤੁਹਾਡੇ ਮਸਤਿਸ਼ਕ 'ਤੇ ਪ੍ਰਭਾਵ ਬਣਾਉਂਦੀ ਹੈ; ਇਹ ਪ੍ਰਭਾਵ ਅੱਗੇ ਚੱਲ ਕੇ ਤੁਹਾਡੇ ਜੀਵਨ ਵਿਚ ਤੱਥਾਂ ਅਤੇ ਅਨੁਭਵਾਂ ਦੇ ਰੂਪ ਵਿਚ ਪ੍ਰਗਟ ਹੁੰਦੇ ਹਨ। ਬਿਲਡਰ ਜਿਵੇਂ ਦਾ ਨਿਰਮਾਣ ਉਹ ਕਰਨਾ ਚਾਹੁੰਦਾ ਹੈ, ਉਸ ਦੀ ਉਹ ਕਲਪਨਾ ਕਰਦਾ ਹੈ; ਉਹ ਉਸ ਨੂੰ ਉਸੇ ਰੂਪ ਵਿਚ ਦੇਖਦਾ ਹੈ, ਜਿਸ ਰੂਪ ਵਿਚ ਉਹ ਇਸ ਨੂੰ ਪੂਰਾ ਕਰਨਾ ਚਾਹੁੰਦਾ ਹੈ। ਉਸ ਦੀ ਕਲਪਨਾ ਅਤੇ ਵਿਚਾਰ ਪ੍ਰਕਿਰਿਆ ਇਕ ਪਲਾਸਟਿਕ ਦਾ ਸਾਂਚਾ ਬਣ ਜਾਂਦੇ ਹਨ, ਜਿਸ 'ਚੋਂ ਇਮਾਰਤ ਉਭਰਦੀ ਹੈ – ਇਹ ਸੁੰਦਰ ਜਾਂ ਬਦਸੂਰਤ, ਗਗਨਚੁੰਬੀ ਜਾਂ ਬਹੁਤ ਨੀਵੀਂ ਹੋ ਸਕਦੀ ਹੈ। ਉਸ ਦੀ ਮਾਨਸਿਕ ਤਸਵੀਰ ਉਂਵ ਦੀ ਦਿੱਖਦੀ ਹੈ, ਜਿਵੇਂ ਉਸ ਨੂੰ ਕਾਗਜ਼ 'ਤੇ ਖਿੱਚਿਆ ਗਿਆ ਹੈ। ਆਖ਼ਿਰਕਾਰ, ਠੇਕੇਦਾਰ ਅਤੇ ਉਸ ਦੇ ਕਰਮਚਾਰੀ ਜ਼ਰੂਰੀ ਸਮੱਗਰੀ ਇਕੱਠਾ ਕਰਦੇ ਹਨ, ਅਤੇ ਇਮਾਰਤ ਉਦੋਂ ਤਕ ਵਿਕਸਤ ਹੁੰਦੀ ਰਹਿੰਦੀ ਹੈ ਜਦੋਂ ਤੱਕ ਇਹ ਪੂਰੀ ਨਹੀਂ ਹੋ ਜਾਂਦੀ ਹੈ ਜੋ ਕਿ ਆਰਕੀਟੈਕਟ ਦੇ ਮਾਨਸਿਕ ਪੈਟਰਨਾਂ ਦੇ ਪੂਰੀ ਤਰ੍ਹਾਂ ਅਨੁਕੂਲ ਹੁੰਦੀ ਹੈ।

ਮੈਂ ਸਟੇਜ਼ ਤੋਂ ਬੋਲਣ ਤੋਂ ਪਹਿਲਾਂ ਕਲਪਨਾ (Visualization) ਦੀ ਤਕਨੀਕ ਨੂੰ ਵਰਤਦਾ ਹਾਂ। ਮੈਂ ਆਪਣੇ ਮਨ ਦੇ ਪਹੀਏ ਨੂੰ ਸ਼ਾਂਤ ਕਰ ਲੈਂਦਾ ਹਾਂ, ਤਾਂ ਜੁ ਮੈਂ ਆਪਣੇ ਵਿਚਾਰਾਂ ਦੀਆਂ ਤਸਵੀਰਾਂ ਨੂੰ ਆਪਣੇ ਅਵਚੇਤਨ ਮਨ ਦੇ ਸਾਮੂਣੇ ਪੇਸ਼ ਕਰ ਸਕਾਂ। ਫਿਰ ਮੈਂ ਪੂਰੇ ਆਡੀਟੋਰੀਅਮ, ਮਰਦਾਂ ਅਤੇ ਔਰਤਾਂ ਨਾਲ ਭਰੀਆਂ ਸੀਟਾਂ ਦੀ ਕਲਪਨਾ ਕਰਦਾ ਹਾਂ, ਅਤੇ ਉਨ੍ਹਾਂ 'ਚੋਂ ਹਰ ਇੱਕ ਇਸ ਅਨੰਤ ਇਲਾਜ ਦੀ ਮੌਜੂਦਗੀ ਦੁਆਰਾ ਪ੍ਰੇਰਿਤ ਅਤੇ ਪ੍ਰਕਾਸ਼ਮਾਨ ਹੈ। ਮੈਂ ਉਨ੍ਹਾਂ ਨੂੰ ਰੋਸ਼ਨ, ਖੁਸ਼ ਅਤੇ ਸੁਤੰਤਰ ਵਜੋਂ ਦੇਖਦਾ ਹਾਂ।

ਆਪਣੀ ਕਲਪਨਾ ਵਿਚ ਸਭ ਤੋਂ ਪਹਿਲਾਂ ਵਿਚਾਰ ਨੂੰ ਬਣਾ ਕੇ ਮੈਂ ਸ਼ਾਂਤ ਮਾਨਸਿਕ ਤਸਵੀਰ ਵਾਂਗ ਇਸ ਨੂੰ ਬਰਕਰਾਰ ਰੱਖਦਾ ਹਾਂ ਅਤੇ ਨਾਲੋ-ਨਾਲ ਕਲਪਨਾ 'ਚ ਔਰਤਾਂ ਅਤੇ ਮਰਦਾਂ ਨੂੰ ਇਹ ਕਹਿੰਦੇ ਹੋਏ ਸੁਣਦਾ ਹਾਂ, "ਮੈਂ ਠੀਕ ਹੋ ਗਿਆ," "ਮੈਨੂੰ ਬਹੁਤ ਵਧੀਆ ਮਹਿਸੂਸ ਹੋ ਰਿਹਾ ਹੈ," "ਮੇਰਾ ਇਲਾਜ ਇਕੋਦਮ ਹੋ ਗਿਆ," "ਮੇਰੀ ਕਾਇਆਪਲਟ ਹੋ ਗਈ ਹੈ," "ਮੈਂ ਬਦਲ ਗਿਆ ਹਾਂ," ਮੈਂ ਇਸ ਨੂੰ ਦਸ ਜਾਂ ਕੁੱਝ ਜ਼ਿਆਦਾ ਮਿੰਟਾਂ ਤਕ ਇੰਝ ਹੀ ਕਰਦਾ ਹਾਂ। ਇਹ ਮੰਨਦਾ ਤੇ ਅਹਿਸਾਸ ਕਰਦਾ ਹਾਂ ਕਿ ਹਰ ਵਿਅਕਤੀ ਦਾ ਮਨ ਅਤੇ ਸਰੀਰ ਪਿਆਰ, ਸੰਪੂਰਨਤਾ, ਸੁੰਦਰਤਾ ਅਤੇ ਉੱਤਮਤਾ ਨਾਲ ਭਰਪੂਰ ਹੈ। ਮੇਰੀ ਜਾਗਰੂਕਤਾ ਉਸ ਬਿੰਦੂ ਤੱਕ ਵੱਧ ਜਾਂਦੀ ਹੈ, ਜਿੱਥੇ ਮੈਂ ਆਪਣੇ ਮਨ ਅੰਦਰ ਅਸਲ ਵਿਚ ਲੋਕਾਂ ਦੀਆਂ ਆਵਾਜ਼ਾਂ ਨੂੰ ਸੁਣ ਸਕਦਾ ਹਾਂ, ਜੋ ਉਨ੍ਹਾਂ ਦੀ ਸਿਹਤ ਅਤੇ ਖੁਸ਼ੀ ਦਾ ਐਲਾਨ ਜਾਂ ਦਾਅਵਾ ਕਰਦੀਆਂ ਹਨ। ਫਿਰ ਮੈਂ ਪੂਰੀ ਤਸਵੀਰ ਨੂੰ ਆਜ਼ਾਦ ਕਰ ਕੇ ਸਟੇਜ਼ ਵੱਲ ਚੱਲਾ ਜਾਂਦਾ ਹਾਂ। ਲਗਭਗ ਹਰ ਐਤਵਾਰ ਨੂੰ ਕੁੱਝ ਲੋਕ ਰੁੱਕ ਜਾਂਦੇ ਹਨ ਅਤੇ ਕਹਿੰਦੇ ਹਨ ਕਿ ਉਨ੍ਹਾਂ ਦੀਆਂ ਪ੍ਰਾਰਥਨਾਵਾਂ ਦਾ ਜਵਾਬ ਦਿੱਤਾ ਗਿਆ ਸੀ।

ਮਾਨਸਿਕ ਫ਼ਿਲਮ ਵਿਧੀ

ਇੱਕ ਚੀਨੀ ਅਖਾਣ ਦਾਅਵਾ ਕਰਦਾ ਹੈ, "ਇਕ ਤਸਵੀਰ ਹਜ਼ਾਰ ਸ਼ਬਦਾਂ ਦੇ ਬਰਾਬਰ ਹੈ।" ਅਮਰੀਕੀ ਮਨੋਵਿਗਿਆਨ ਦੇ ਪਿਤਾਮਾ ਵਿਲੀਅਮ ਜੇਮਜ਼ ਨੇ ਇਸ ਤੱਥ 'ਤੇ ਜੋਰ ਦਿੱਤਾ ਕਿ ਅਵਚੇਤਨ ਮਨ ਕਿਸੇ ਵੀ ਅਜਿਹੀ ਤਸਵੀਰ ਨੂੰ ਜੋ ਮਨ ਵਿਚ ਬਣੀ ਹੈ ਅਤੇ ਜਿਸ 'ਤੇ ਆਸਥਾ ਹੈ, ਉਸ ਨੂੰ ਸਾਕਾਰ ਕਰ ਦੇਵੇਗਾ, ਬਸ਼ਰਤੇ ਉਸ ਦੇ ਪਿੱਛੇ ਆਸਥਾ ਦਾ ਸਮਰਥਨ ਹੋਵੇ। ਇਸ ਤਰ੍ਹਾਂ ਕੰਮ ਕਰੋ, ਜਿਵੇਂ ਮੈਂ ਹਾਂ ਅਤੇ ਮੈਂ ਰਹਾਂਗਾ।

ਕੁੱਝ ਸਾਲ ਪਹਿਲਾਂ ਮੈਂ ਮੱਧ-ਪੂੱਛਮ ਦੇ ਕਈ ਰਾਜਾਂ ਵਿਚ ਇਕ ਲੈਕਚਰ ਦੇ ਰਿਹਾ ਸੀ ਅਤੇ ਮੈਂ ਉਸ ਇਲਾਕੇ ਵਿਚ ਇਕ ਸਥਾਈ ਸਥਾਨ ਪ੍ਰਾਪਤ ਕਰਨ ਚਾਹੁੰਦਾ ਸੀ, ਜਿੱਥੋਂ ਮੈਂ ਉਨ੍ਹਾਂ ਲੋੜਵੰਦ ਲੋਕਾਂ ਦੀ ਸੇਵਾ ਕਰ ਸਕਾਂ। ਉੱਤੇ ਮੈਂ ਬਹੁਤ

ਦੂਰ-ਦੂਰ ਤੱਕ ਸਫ਼ਰ ਕੀਤਾ, ਲੇਕਿਨ ਮੇਰੇ ਮਨ 'ਚ ਸਥਾਈ ਜਗ੍ਹਾਂ ਦੀ ਇੱਛਾ ਬਣੀ ਰਹੀ। ਇਕ ਸ਼ਾਮ, ਜਦੋਂ ਮੈਂ ਸਪੋਕੇਨ, ਵਾਸ਼ਿੰਗਟਨ ਵਿਚ ਮੈਂ ਆਪਣੇ ਹੋਟਲ ਵਿਚ ਬੇਫ਼ਿਕਰ ਹੋ ਕੇ ਸੋਫ਼ੇ 'ਤੇ ਆਰਾਮ ਕਰ ਰਿਹਾ ਸੀ। ਮੈਂ ਆਪਣੇ ਧਿਆਨ ਨੂੰ ਅਡੋਲ ਕਰ ਲਿਆ, ਅਤੇ ਫਿਰ ਸ਼ਾਂਤ ਤੇ ਨਿਸ਼ਕ੍ਰੀਅ ਤਰੀਕੇ ਨਾਲ ਕਲਪਨਾ ਕੀਤੀ ਕਿ ਮੈਂ ਇੱਕ ਵਿਸ਼ਾਲ ਸ਼੍ਰੋਤਿਆਂ ਦੇ ਸਮੂਹ ਨਾਲ ਗੱਲਾਂ ਕਰ ਰਿਹਾ ਹਾਂ, ਅਤੇ ਮੈਂ ਉਨ੍ਹਾਂ ਨੂੰ ਅਸਲ ਵਿਚ ਕਹਿ ਰਿਹਾ ਹਾਂ ਕਿ "ਮੈਨੂੰ ਇੱਥੇ ਆ ਕੇ ਬਹੁਤ ਖ਼ੁਸ਼ੀ ਹੋਈ, ਮੈਂ ਅਜਿਹੇ ਆਦਰਸ਼ ਮੌਕਿਆਂ ਲਈ ਪ੍ਰਾਰਥਨਾ ਕੀਤੀ ਹੈ।" ਮੈਂ ਆਪਣੇ ਮਨ ਦੀਆਂ ਅੱਖਾਂ ਨਾਲ ਕਾਲਪਨਿਕ ਸ਼੍ਰੋਤਿਆਂ ਨੂੰ ਦੇਖਿਆ ਅਤੇ ਮੈਂ ਇਨ੍ਹਾਂ ਸਾਰਿਆਂ ਦੀ ਅਸਲੀਅਤ ਨੂੰ ਮਹਿਸੂਸ ਕੀਤਾ। ਮੈਂ ਇੱਕ ਐਕਟਰ ਵਾਂਗ ਭੂਮਿਕਾ ਨਿਭਾਈ, ਆਪਣੀ ਮਾਨਸਿਕ ਫ਼ਿਲਮ ਨੂੰ ਹੋਰ ਨਾਟਕੀ ਕੀਤਾ। ਮੈਂ ਇਹ ਜਾਣ ਕੇ ਤਸੱਲੀ ਮਹਿਸੂਸ ਕੀਤੀ ਕਿ ਮੇਰੀ ਇਸ ਫ਼ਿਲਮ ਨੂੰ ਮੇਰੇ ਅਵਚੇਤਨ ਮਨ 'ਚ ਭੇਜ ਦਿੱਤਾ ਗਿਆ ਹੈ, ਜੋ ਅੱਗੇ ਚੱਲ ਕੇ ਆਪਣੇ ਤਰੀਕਿਆਂ ਨਾਲ ਇਸ ਨੂੰ ਹਕੀਕਤ ਵਿਚ ਬਦਲ ਦੇਵੇਗਾ। ਅਗਲੀ ਸਵੇਰ ਜਾਗਣ 'ਤੇ ਮੈਨੂੰ ਬਹੁਤ ਸ਼ਾਂਤੀ ਅਤੇ ਤਸੱਲੀ ਦੀ ਭਾਵਨਾ ਮਹਿਸੂਸ ਕੀਤੀ, ਅਤੇ ਕੁੱਝ ਦਿਨਾਂ ਬਾਅਦ ਮੈਨੂੰ ਇੱਕ ਟੈਲੀਗ੍ਰਾਮ ਪ੍ਰਾਪਤ ਹੋਇਆ, ਜਿਸ ਵਿਚ ਮੈਨੂੰ ਮੱਧ-ਪੱਛਮੀ ਇਲਾਕੇ ਦੇ ਇਕ ਸੰਗਠਨ ਨੂੰ ਸੰਭਾਲਣ ਦੀ ਪੇਸ਼ਕਸ਼ ਕੀਤੀ ਗਈ, ਜਿਸ ਨੂੰ ਮੈਂ ਸਵੀਕਾਰ ਕਰ ਲਿਆ ਅਤੇ ਕਈ ਸਾਲਾਂ ਤਕ ਮੈਂ ਇਸ ਦਾ ਬਹੁਤ ਅਨੰਦ ਮਾਣਿਆ।

ਬਹੁਤ ਸਾਰੇ ਲੋਕਾਂ ਨੂੰ ਉੱਪਰ ਦੱਸਿਆ ਗਿਆ ਤਰੀਕਾ ਅਪੀਲ ਕਰਦਾ ਹੈ, ਜਿਨ੍ਹਾਂ ਨੇ ਇਸ ਨੂੰ "ਮਾਨਸਿਕ ਫ਼ਿਲਮ ਵਿਧੀ (Mental-Movie Method) ਵਜੋਂ ਦਰਸਾਇਆ ਹੈ। ਅਨੇਕਾਂ ਹੀ ਲੋਕ, ਜੋ ਮੇਰੇ ਰੇਡੀਓ ਭਾਸ਼ਣਾਂ, ਹਫਤਾਵਾਰੀ ਜਨਤਕ ਵਖਿਆਨਾਂ ਨੂੰ ਸੁਣਦੇ ਹਨ, ਦੇ ਬਹੁਤ ਸਾਰੇ ਪੱਤਰ ਪ੍ਰਾਪਤ ਹੋਏ, ਜਿਨ੍ਹਾਂ ਵਿਚ ਉਹ ਦੱਸਦੇ ਹਨ ਕਿ ਇਸ ਤਰੀਕੇ ਨੂੰ ਅਪਨਾਉਣ ਤੋਂ ਬਾਅਦ ਉਨ੍ਹਾਂ ਨੂੰ ਆਪਣੀਆਂ ਜਾਇਦਾਦਾਂ ਨੂੰ ਵੇਚਣ ਵਿਚ ਸ਼ਾਨਦਾਰ ਸਫਲਤਾਵਾਂ ਮਿਲੀਆਂ ਹਨ। ਮੈਂ ਉਨ੍ਹਾਂ ਸਾਰਿਆਂ ਨੂੰ, ਜਿਨ੍ਹਾਂ ਦਾ ਘਰ ਜਾਂ ਜਾਇਦਾਦ ਵਿਕਰੀ ਲਈ ਹੈ, ਸੁਝਾਅ ਦਿੰਦਾ ਹਾਂ ਕਿ ਉਹ ਆਪਣੇ ਮਨ ਵਿਚ ਆਪਣੇ-ਆਪ ਨੂੰ ਤਸੱਲੀ ਦੇਣ ਕਿ ਉਨ੍ਹਾਂ ਦਾ ਉਨ੍ਹਾਂ ਵਲੋਂ ਨਿਸ਼ਚਿਤ ਕੀਤਾ ਹੋਇਆ ਮੁੱਲ ਸਹੀ ਹੈ, ਫਿਰ ਮੈਂ ਦਾਅਵਾ ਕਰਦਾ ਹਾਂ ਕਿ ਅਨੰਤ ਬੁੱਧੀ ਉਨ੍ਹਾਂ ਲਈ ਖਰੀਦਦਾਰਾਂ ਨੂੰ ਆਕਰਸ਼ਿਤ ਕਰੇਗੀ ਜੋ ਵਾਕਈ ਇਸ ਜਾਇਦਾਦ ਨੂੰ ਪ੍ਰਾਪਤ ਕਰਨਾ ਚਾਹੁੰਦੇ ਹਨ ਅਤੇ ਉਹ ਇਸ ਨਾਲ ਪਿਆਰ ਕਰਨਗੇ ਤੇ ਇਸ ਨਾਲ ਉਨ੍ਹਾਂ ਦੀ ਖੁਸ਼ਹਾਲੀ ਹੋਰ ਵਧੇਗੀ। ਇਸ ਤਰ੍ਹਾਂ ਕਰਨ ਤੋਂ ਬਾਅਦ ਮੈਂ ਉਨ੍ਹਾਂ ਨੂੰ ਸੁਝਾਅ ਦਿੰਦਾ ਹਾਂ ਕਿ ਉਹ ਆਪਣੇ ਮਨ ਨੂੰ ਸ਼ਾਂਤ, ਨਿਸ਼ਚਿੰਤ ਅਤੇ ਖੁੱਲ੍ਹਾ ਛੱਡ ਦੇਣ ਅਤੇ ਸੁਸਤ, ਨੀਂਦ ਵਾਲੀ ਸਥਿਤੀ ਵਿਚ ਚੱਲੇ ਜਾਣ ਜੋ ਸਾਰੇ ਮਾਨਸਿਕ ਜਤਨਾਂ ਨੂੰ ਘੱਟ ਤੋਂ ਘੱਟ ਕਰ ਦਿੰਦੀ ਹੈ। ਫਿਰ ਉਹ ਆਪਣੇ ਹੱਥਾਂ ਵਿਚ ਜਾਇਦਾਦ ਤੋਂ ਪ੍ਰਾਪਤ ਰਾਸ਼ੀ ਦੇ ਚੈੱਕ ਦੀ ਕਲਪਨਾ ਕਰਨ, ਉਸ ਚੈੱਕ ਲਈ

ਖ਼ੁਸ਼ੀ ਮਹਿਸੂਸ ਕਰਨ। ਉਸ ਚੈੱਕ ਦਾ ਧੰਨਵਾਦ ਕਰਨ ਅਤੇ ਆਪਣੀ ਮਨ 'ਚ ਬਣੀ ਇਸ ਫਿਲਮ ਦੀ ਅਸਲੀਅਤ ਨੂੰ ਮਹਿਸੂਸ ਕਰਦੇ ਹੋਏ ਸੌਂ ਜਾਣ। ਉਨ੍ਹਾਂ ਨੂੰ ਅਜਿਹਾ ਦਿਖਾਉਣਾ ਚਾਹੀਦਾ ਹੈ ਕਿ ਇਹ ਇਕ ਬਾਹਰਮੁਖੀ ਹਕੀਕਤ ਸੀ, ਅਤੇ ਅਵਚੇਤਨ ਮਨ ਇਸ ਨੂੰ ਇਕ ਪ੍ਰਭਾਵ ਦੇ ਰੂਪ ਵਿਚ ਸਵੀਕਾਰ ਕਰੇਗਾ ਅਤੇ ਮਨ ਦੀਆਂ ਡੂੰਘੀਆਂ ਧਾਰਾਵਾਂ ਦੁਆਰਾ ਖਰੀਦਦਾਰ ਅਤੇ ਵਿਕਰੀ ਕਰਨ ਵਾਲੇ ਦੋਨਾਂ ਨੂੰ ਨਾਲ ਲੈ ਆਏਗਾ। ਇਕ ਮਾਨਸਿਕ ਤਸਵੀਰ ਜਿਸ ਨੂੰ ਮਨ ਵਿਚ ਵਸਾਇਆ ਹੋਇਆ ਹੈ ਅਤੇ ਜਿਸ 'ਤੇ ਪੂਰਨ ਆਸਥਾ ਹੈ, ਉਹ ਹੋ ਕੇ ਰਹੇਗਾ, ਆਸਥਾ ਹੋਣ 'ਤੇ ਮਨ ਵਿਚ ਪਈ ਮਾਨਸਿਕ ਤਸਵੀਰ ਹਕੀਕਤ ਬਣ ਹੀ ਜਾਵੇਗੀ।

ਬਾਉਡੋਇਨ (Baudoin) ਤਕਨੀਕ

ਚਾਰਲਸ ਬਾਉਡੋਇਨ ਫ੍ਰਾਂਸ ਵਿਚ ਰੂਸੋ ਇੰਸਟੀਚਿਊਟ ਵਿਖੇ ਪ੍ਰੋਫੈਸਰ ਸਨ। ਉਹ ਨਿਊ ਨੈਂਸੀ ਸਕੂਲ ਆਫ ਹੀਲਿੰਗ ਦੇ ਸ਼ਾਨਦਾਰ ਮਨੋ-ਚਿਕਿਤਸਕ (Psychotherapist) ਅਤੇ ਖੋਜ ਨਿਦੇਸ਼ਕ (Research Director) ਸਨ, ਜਿਨ੍ਹਾਂ ਨੇ 1910 ਵਿਚ ਸਿਖਾਇਆ ਸੀ ਕਿ ਅਵਚੇਤਨ ਮਨ ਨੂੰ ਪ੍ਰਭਾਵਿਤ ਕਰਨ ਦਾ ਸਭ ਤੋਂ ਵਧੀਆ ਤਰੀਕਾ ਆਪਣੀ ਨਿਸ਼ਕ੍ਰੀਆ ਜਾਂ ਨੀਂਦ ਵਰਗੀਂ ਅਵਸਥਾ ਵਿਚ ਦਾਖ਼ਿਲ ਹੋਣਾ ਹੈ, ਜੋ ਸਾਰੀਆਂ ਕੋਸ਼ਿਸ਼ਾਂ ਨੂੰ ਘੱਟ ਤੋ ਘੱਟ ਕਰ ਦਿੰਦਾ ਹੈ। ਫਿਰ ਇਹ ਸ਼ਾਂਤ, ਨਿਸ਼ਕ੍ਰੀਆ, ਗ੍ਰਹਿਣਸ਼ੀਲ ਤਰੀਕੇ ਨਾਲ ਪ੍ਰਤੀਬਿੰਬ ਦੁਆਰਾ ਆਪਣੇ ਵਿਚਾਰ ਨੂੰ ਅਵਚੇਤਨ ਮਨ ਤੱਕ ਪਹੁੰਚਾ ਦਿੰਦਾ ਹੈ। ਉਨ੍ਹਾਂ ਦਾ ਫਾਰਮੂਲਾ ਅੱਗੇ ਦਿੱਤਾ ਗਿਆ ਹੈ:

> "ਇਸ ਨੂੰ ਸੁਰੱਖਿਅਤ ਕਰਨ ਦਾ ਇਕ ਬਹੁਤ ਹੀ ਸੌਖਾ ਤਰੀਕਾ ਹੈ (ਅਵਚੇਤਨ ਮਨ ਦੀ ਧਾਰਨਾ) ਉਸ ਵਿਚਾਰ ਨੂੰ ਸੰਘਣਾ ਕਰਨਾ ਜੋ ਸੁਝਾਅ ਦਾ ਉੱਦੇਸ਼ ਹੋਣਾ ਚਾਹੀਦਾ ਹੈ, ਇਸ ਨੂੰ ਤਤਕਾਲ ਯਾਦ ਹੋਣ ਵਲੇ ਸੰਖੇਪਿਤ ਵਾਕਾਂਸ਼ ਵਿਚ ਵਿਅਕਤ ਕਰਨਾ ਹੈ ਜਿਸ ਨੂੰ ਆਸਾਨੀ ਨਾਲ ਉਕੇਰਿਆ ਜਾ ਸਕਦਾ ਹੈ। ਯਾਦਦਾਸ਼ਤ, ਅਤੇ ਇਸ ਨੂੰ ਇਕ ਲੋਰੀ ਦੇ ਰੂਪ ਵਿਚ ਵਾਰ-ਵਾਰ ਦੁਹਰਾਉਣਾ ਹੈ।"

ਕੁੱਝ ਸਾਲ ਪਹਿਲਾਂ, ਲਾਸ ਏਂਜਲਸ ਵਿਚ ਇਕ ਮੁਟਿਆਰ ਇਕ ਵਸੀਅਤ ਨੂੰ ਲੈ ਕੇ ਲੰਮੇ ਸਮੇਂ ਤੱਕ ਖ਼ਰਾਬ ਜਿਹੇ ਪਰਿਵਾਰਕ ਮਸਲੇ ਵਿਚ ਰੁੱਝੀ ਹੋਈ ਸੀ। ਉਸ ਦੇ ਪਤੀ ਨੇ ਆਪਣੀ ਪੂਰੀ ਜਾਇਦਾਦ ਉਸ ਦੇ ਨਾਂ ਕਰ ਦਿੱਤੀ ਸੀ, ਅਤੇ ਪਿਛਲੇ ਵਿਆਹ ਕਰਕੇ ਉਸ ਦੇ ਧੀਆਂ-ਪੁੱਤਾਂ ਉਸ ਨਾਲ ਇਸ ਵਸੀਅਤ ਨੂੰ ਤੋੜਨ (ਗੈਰ-ਕਾਨੂੰਨੀ ਠਹਿਰਾਉਣ) ਲਈ ਡੂੰਘੀ ਲੜਾਈ ਲੜ ਰਹੇ ਸਨ। ਉਸ ਨੂੰ ਬਾਉਡੋਇਨ ਤਕਨੀਕ ਦਰਸਾਈ ਗਈ ਅਤੇ ਇਹ ਉਹ ਹੈ ਜੋ ਉਸ ਨੇ ਕੀਤਾ:

"ਉਸ ਨੇ ਆਪਣੇ ਸ਼ਰੀਰ ਨੂੰ ਇਕ ਆਰਾਮ ਕੁਰਸੀ 'ਚ ਢਿੱਲਾ ਕੀਤਾ ਅਤੇ ਸੁਪਨ-ਅਵਸਥਾ ਵਿਚ ਦਾਖ਼ਿਲ ਹੋਈ, ਫਿਰ, ਜਿਵੇਂ ਕਿ ਸੁਝਾਅ ਦਿੱਤਾ ਗਿਆ ਸੀ, ਉਸ ਦੀ ਜ਼ਰੂਰਤ ਦੇ ਵਿਚਾਰ ਨੂੰ ਇਕ ਵਾਕਾਂਸ਼ ਦੇ ਰੂਪ 'ਚ ਸੰਘਣਾ ਕੀਤਾ, ਜਿਸ ਵਿਚ ਛੇ ਸ਼ਬਦਾਂ ਨੂੰ ਆਸਾਨੀ ਨਾਲ ਯਾਦ ਕੀਤਾ ਜਾਂਦਾ ਹੈ। ਉਸ ਨੇ ਜੋ ਵਾਕਾਂਸ਼ ਚੁਣਿਆ, ਉਹ ਸੀ, "ਇਹ ਬ੍ਰਹਮ ਆਦੇਸ਼ ਵਿਚ ਖਤਮ ਹੋ।" ਇਨ੍ਹਾਂ ਸ਼ਬਦਾਂ ਦੇ ਅਰਥਾਂ ਦਾ ਉਸ ਲਈ ਇਹੀ ਮਹੱਤਵ ਸੀ ਕਿ ਉਸ ਦੇ ਅਵਚੇਤਨ ਮਨ ਦੁਆਰਾ ਉਸ ਦੀ ਅਨੰਤ ਬੁੱਧੀ ਕੰਮ ਕਰਦੀ ਹੈ, ਉਹ ਇਕਸੁਰਤਾ ਸਿਧਾਂਤ ਰਾਹੀਂ ਇਕਸੁਰਤਾਪੂਰਨ ਸਮਾਜੋਜਨ ਲੈ ਆਵੇਗੀ। ਉਸ ਨੇ ਇਹ ਪ੍ਰਕਿਰਿਆ ਨੂੰ ਹਰ ਰਾਤ ਤੇ ਕਰੀਬ ਦਸ ਰਾਤਾਂ ਤੱਕ ਜਾਰੀ ਰੱਖਿਆ। ਸੌਣ ਦੀ ਅਵਸਥਾ ਵਿਚ ਆ ਕੇ ਉਹ ਹੋਲੀ-ਹੋਲੀ, ਸ਼ਾਂਤੀ ਤੇ ਭਾਵਨਾਤਮਕ ਤੌਰ 'ਤੇ ਇਸ ਕਥਨ ਨੂੰ ਮਹਿਸੂਸ ਕਰਦੇ ਹੋਏ ਵਾਰ-ਵਾਰ ਦਿੜਤਾ ਨਾਲ ਬੋਲਦੀ, "ਇਹ ਬ੍ਰਹਮ ਆਦੇਸ਼ ਵਿਚ ਖਤਮ ਹੋ।" ਇਸਦਾ ਵਾਰ-ਵਾਰ ਦੁਹਰਾਉ ਕਰਦੇ ਹੋਏ ਉਸ ਨੂੰ ਆਪਣੀ ਆਂਤਰਿਕ ਸ਼ਾਂਤੀ ਅਤੇ ਸਰਵ-ਵਿਆਪੀ ਸ਼ਾਂਤੀ ਦੀ ਭਾਵਨਾ ਦਾ ਅਹਿਸਾਸ ਹੁੰਦਾ ਅਤੇ ਫਿਰ ਉਹ ਆਪਣੀ ਆਮ ਡੂੰਘੀ ਨੀਂਦ ਵਿਚ ਜਾ ਕੇ ਸੌਂ ਜਾਂਦੀ।

ਗਿਆਰਵੇਂ ਦਿਨ ਦੀ ਸਵੇਰ ਨੂੰ, ਉਪਰੋਕਤ ਤਕਨੀਕ ਦੀ ਵਰਤੋਂ ਕਰਨ ਤੋਂ ਬਾਅਦ ਉਹ ਖ਼ੁਸੀ ਤੇ ਤੰਦਰੁਸਤੀ ਦੀ ਭਾਵਨਾ ਨੂੰ ਮਹਿਸੂਸ ਕਰਦਿਆਂ ਇਸ ਧਾਰਨਾ ਨਾਲ ਜਾਗ ਪਈ ਕਿ ਉਸ ਦਾ ਕੰਮ ਹੋ ਗਿਆ ਹੈ। ਉਸੇ ਦਿਨ ਉਸ ਦੇ ਵਕੀਲ ਨੇ ਉਸ ਨੂੰ ਫੋਨ 'ਤੇ ਦੱਸਿਆ ਕਿ ਵਿਰੋਧੀ ਪਾਸੇ ਦਾ ਵਕੀਲ ਅਤੇ ਉਸ ਦੇ ਮੁਵੱਕਿਲ ਸਮਝੌਤਾ (Settle) ਕਰਨ ਲਈ ਤਿਆਰ ਹਨ। ਇਕਸੁਰਤਾ ਪੂਰਨ ਸਮਝੌਤਾ ਹੋ ਗਿਆ ਅਤੇ ਕਾਨੂੰਨੀ ਲੜਾਈ ਦਾ ਅੰਤ ਵੀ।

ਸੌਣ ਦੀ ਤਕਨੀਕ

ਨੀਂਦ, ਸੁਸਤ ਜਾਂ ਨਿਸ਼ਕ੍ਰੀਅ ਅਵਸਥਾ ਵਿਚ ਦਾਖ਼ਿਲ ਹੋਣ ਨਾਲ ਕੋਸ਼ਿਸ਼ ਘੱਟ ਤੇ ਘੱਟ ਹੋ ਜਾਂਦੀ ਹੈ। ਜਦੋਂ ਚੇਤਨ ਮਨ ਨੀਂਦ ਦੀ ਅਵਸਥਾ ਵਿਚ ਹੁੰਦਾ ਹੈ ਬਹੁਤ ਹੱਦ ਤੱਕ ਨਿਸ਼ਕ੍ਰੀਅ ਹੋ ਜਾਂਦਾ ਹੈ। ਇਸਦਾ ਕਾਰਣ ਅਵਚੇਤਨ ਦੇ ਬਾਹਰ ਨਿਕਲਣ ਦੀ ਸਭ ਤੋਂ ਵਧ ਡਿਗਰੀ ਸੌਣ ਦੀ ਅਵਸਥਾ ਤੋਂ ਠੀਕ ਪਹਿਲਾਂ ਅਤੇ ਜਾਗਣ ਤੋਂ ਠੀਕ ਬਾਅਦ ਵਿਚ ਹੁੰਦੀ ਹੈ। ਇਸ ਅਵਸਥਾ ਵਿਚ ਜੋ ਨਕਾਰਾਤਮਕ ਵਿਚਾਰ, ਤੁਹਾਡੀ ਇੱਛਾ ਨੂੰ ਬੇਅਸਰ ਕਰ ਦਿੰਦੇ ਹਨ ਅਤੇ ਇਸ ਲਈ ਤੁਹਾਡੇ ਅਵਚੇਤਨ ਮਨ ਦੁਆਰਾ ਸਵੀਕਾਰ ਕਰਨ ਤੋਂ ਰੋਕਣ ਵਾਲੇ, ਹੁਣ ਮੌਜੂਦ ਨਹੀਂ ਹਨ।

ਮੰਨ ਲਓ, ਤੁਸੀਂ ਕਿਸੇ ਵਿਨਾਸ਼ਕਾਰੀ ਆਦਤ ਤੋਂ ਛੁਟਕਾਰਾ ਪਾਉਣਾ ਚਾਹੁੰਦੇ ਹੋ। ਨੀਂਦ ਦੀ ਅਵਸਥਾ ਨੂੰ ਮੰਨ ਲਓ, ਅਤੇ ਉਸੇ ਅਵਸਥਾ ਵਿਚ, ਚੁੱਪ-ਚੁੱਪੀਤੇ ਵਾਰ-ਵਾਰ ਲੋਰੀ ਵਾਂਗ ਦੁਹਰਾਉਂਦੇ ਰਹੋ, "ਮੈਂ ਇਸ ਆਦਤ ਤੋਂ ਪੂਰੀ ਤਰ੍ਹਾਂ

ਆਜ਼ਾਦ ਹਾਂ; ਮੈਂ ਇਕਸੁਰਤਾ ਅਤੇ ਪੂਰਨ ਮਾਨਸਿਕ ਸ਼ਾਂਤੀ ਸਰਵਉੱਚ ਰਾਜ ਕਰਦੀ ਹੈ।'' ਇਨ੍ਹਾਂ ਸ਼ਬਦਾਂ ਨੂੰ ਰਾਤੀ ਅਤੇ ਸਵੇਰੇ ਪੰਜ-ਦਸ ਮਿੰਟਾਂ ਤਕ ਹੌਲੀ-ਹੌਲੀ ਅਤੇ ਪਿਆਰ ਨਾਲ ਦੁਹਰਾਓ। ਹਰ ਵਾਰ ਜਦੋਂ ਤੁਸੀਂ ਸ਼ਬਦਾਂ ਨੂੰ ਦੁਹਰਾਉਂਦੇ ਹੋ, ਤਾਂ ਉਨ੍ਹਾਂ ਦਾ ਭਾਵਨਾਤਮਕ ਮੁੱਲ ਵੱਧਦਾ ਜਾਂਦਾ ਹੈ। ਜੇ ਨਕਾਰਾਤਮਕ ਆਦਤਾਂ ਨੂੰ ਦੁਹਰਾਉਣ ਦੀ ਇੱਛਾ ਹੁੰਦੀ ਹੈ, ਤਾਂ ਉਪਰੋਕਤ ਸੂਤਰ ਨੂੰ ਆਪਣੇ-ਆਪ ਦੁਆਰਾ ਉੱਚੀ ਆਵਾਜ਼ 'ਚ ਕਹੋ, ਇਸ ਦਾ ਅਰਥ ਹੈ ਤੁਸੀਂ ਆਪਣੇ ਅਵਚੇਤਨ ਦੇ ਵਿਚਾਰ ਨੂੰ ਸਵੀਕਾਰ ਕਰਨ ਲਈ ਪ੍ਰੇਰਿਤ ਕਰਦੇ ਹੋ, ਅਤੇ ਇਸ ਤੋਂ ਬਾਅਦ ਇਲਾਜ ਹੋਣ ਲੱਗਦਾ ਹੈ।

''ਧੰਨਵਾਦ'' ਤਕਨੀਕ

ਬਾਈਬਲ ਵਿਚ, ਪਾਲ ਸਲਾਹ ਦਿੰਦੇ ਹਨ ਕਿ ਅਸੀਂ ਆਪਣੀਆਂ ਬੇਨਤੀਆਂ ਨੂੰ ਉਸਤਤੀ ਅਤੇ ਧੰਨਵਾਦ ਦੁਆਰਾ ਗਿਆਤ ਕਰਵਾਉਂਦੇ ਹਾਂ। ਪ੍ਰਾਰਥਨਾ ਦੀ ਇਸ ਸਧਾਰਨ ਵਿਧੀ ਦਾ ਪਾਲਨ ਕਰਦਿਆਂ ਸਾਨੂੰ ਕੁੱਝ ਅਸਧਾਰਨ ਨਤੀਜੇ ਪ੍ਰਾਪਤ ਹੁੰਦੇ ਹਨ। ਸ਼ੁਕਰਗੁਜ਼ਾਰ ਦਿਲ ਹਮੇਸ਼ਾ ਬ੍ਰਹਿਮੰਡ ਦੀ ਸਿਰਜਨਾਤਮਕ ਸ਼ਕਤੀਆਂ ਦੇ ਨੇੜੇ ਹੁੰਦਾ ਹੈ, ਜਿਸ ਨਾਲ ਪਰਸਪਰ ਸੰਬੰਧ ਦੇ ਨਿਜਮ, ਕਿਰਿਆ ਅਤੇ ਪ੍ਰਤੀਕਿਰਿਆ ਦੇ ਬ੍ਰਹਿਮੰਡੀ ਨਿਜਮ ਦੇ ਆਧਾਰ 'ਤੇ ਇਸ ਦੇ ਵੱਲ ਅਣਗਿਣਤ ਰਹਿਮਤਾਂ ਪ੍ਰਵਾਹਿਤ ਹੋਣ ਲਗਦੀਆਂ ਹਨ।

ਮਿਸਾਲ ਲਈ, ਇੱਕ ਪਿਤਾ ਆਪਣੇ ਪੁੱਤਰ ਨੂੰ ਗ੍ਰੈਜੁਏਟ ਹੋਣ 'ਤੇ ਕਾਰ ਦੇਣ ਦਾ ਵਾਇਦਾ ਕਰਦਾ ਹੈ; ਪੁੱਤਰ ਨੂੰ ਹੁਣ ਤੱਕ ਕਾਰ ਮਿਲੀ ਨਹੀਂ ਹੈ, ਪਰ ਉਹ ਪਿਤਾ ਦੇ ਪ੍ਰਤੀ ਸ਼ੁਕਰਗੁਜ਼ਾਰ ਅਤੇ ਖ਼ੁਸ਼ ਹੈ, ਅਤੇ ਇੰਨਾ ਖ਼ੁਸ਼ ਹੈ ਕਿ ਜਿਵੇਂ ਉਸ ਨੂੰ ਕਾਰ ਅਸਲ ਵਿਚ ਮਿਲ ਗਈ ਹੈ। ਉਹ ਜਾਣਦਾ ਹੈ ਕਿ ਉਸ ਦਾ ਪਿਤਾ ਆਪਣਾ ਵਾਇਦਾ ਪੂਰਾ ਕਰੇਗਾ, ਅਤੇ ਉਹ ਇਸ ਲਈ ਬਹੁਤ ਸ਼ੁਕਰਗੁਜ਼ਾਰ ਤੇ ਖ਼ੁਸ਼ ਹੈ, ਹਾਲਾਂਕਿ, ਅਜੇ ਤੱਕ ਉਸ ਨੂੰ ਕਾਰ ਨਹੀਂ ਮਿਲੀ ਹੈ। ਨਿਰਪੱਖ ਤੌਰ 'ਤੇ ਬੋਲਿਆ ਜਾਏ ਤਾਂ ਉਸ ਨੇ ਇਸ ਖ਼ੁਸ਼ੀ ਅਤੇ ਸ਼ੁਕਰਗੁਜ਼ਾਰੀ ਨੂੰ ਆਪਣੇ ਮਨ ਵਿਚ ਸਵੀਕਾਰ ਕਰ ਲਿਆ ਹੈ।

ਮੈਂ ਇਹ ਦਿਖਾਉਂਦਾ ਹਾਂ, ਕਿਵੇਂ ਮਿਸਟਰ ਬੌਕ ਨੇ ਇਸ ਤਕਨੀਕ ਨੂੰ ਸ਼ਾਨਦਾਰ ਨਤੀਜਿਆਂ ਦੇ ਨਾਲ ਵਰਤੋਂ ਵਿਚ ਲਿਆਇਆ। ਉਨ੍ਹਾਂ ਨੇ ਕਿਹਾ, ''ਬਕਾਇਆ ਬਿਲਾਂ ਦੇ ਫੇਰ ਲੱਗ ਰਹੇ ਹਨ, ਮੇਰੇ ਕੋਲ ਕੋਈ ਕੰਮ ਵੀ ਨਹੀਂ ਹੈ, ਮੇਰੇ ਤਿੰਨ ਬੱਚੇ ਹਨ ਅਤੇ ਮੇਰੇ ਕੋਲ ਕੋਈ ਪੈਸਾ ਵੀ ਨਹੀਂ ਹੈ, ਮੈਂ ਕੀ ਕਰਾਂ?'' ਤਕਰੀਬਨ ਤਿੰਨ ਹਫ਼ਤਿਆਂ ਤਕ ਉਸ ਨੇ ਨਿਯਮਿਤ ਤੌਰ 'ਤੇ ਹਰ ਰਾਤ ਤੇ ਸਵੇਰ ਇਹ ਸ਼ਬਦ, ''ਪਰਮ ਪਿਤਾ, ਮੇਰੀ ਦੌਲਤ ਲਈ ਤੁਹਾਡਾ ਧੰਨਵਾਦ,'' ਬੜੇ ਆਰਾਮ ਤੇ ਸ਼ਾਂਤੀਪੂਰਨ ਢੰਗ ਨਾਲ ਉਦੋਂ ਤਕ ਦੁਹਰਾਇਆ, ਜਦੋਂ ਤਕ ਉਸ ਦੇ ਮਨ 'ਤੇ

ਸ਼ੁਕਰਗੁਜ਼ਾਰੀ ਦਾ ਭਾਵ ਹਾਵੀ ਨਾ ਹੋ ਗਿਆ। ਉਸ ਨੇ ਕਲਪਨਾ ਕੀਤੀ ਕਿ ਉਹ ਆਪਣੀ ਅੰਦਰਲੀ ਅਨੰਤ ਸ਼ਕਤੀ ਅਤੇ ਬੁੱਧੀ ਨੂੰ ਸੰਬੋਧਿਤ ਕਰ ਰਿਹਾ ਹੈ, ਇਹ ਜਾਣਦੇ ਹੋਏ ਵੀ ਕਿ ਉਹ ਰਚਨਾਤਮਕ ਬੁੱਧੀਮੱਤਾ ਜਾਂ ਅਨੰਤ ਮਨ ਨੂੰ ਦੇਖ ਨਹੀਂ ਸਕਦਾ। ਉਹ ਇਸ ਨੂੰ ਆਪਣੀ ਅਧਿਆਤਮਿਕ ਧਾਰਨਾ ਨੂੰ ਅੰਦਰਲੀ ਅੱਖਾਂ ਨਾਲ ਦੇਖ ਰਿਹਾ ਸੀ, ਇਹ ਮਹਿਸੂਸ ਕਰਦੇ ਹੋਏ ਕਿ ਉਨ੍ਹਾਂ ਦੀ ਸੰਪਤੀ ਬਾਰੇ ਸੋਚੀ ਹੋਈ ਤਸਵੀਰ, ਉਸ ਦਾ ਪਹਿਲਾ ਕਾਰਨ ਸੀ ਜਿਸ ਦਾ ਸੰਬੰਧ ਧਨ, ਸਮਾਜਿਕ ਰੁਤਬਾ ਅਤੇ ਖਾਣਾ ਜੋ ਉਨ੍ਹਾਂ ਦੀ ਲੋੜ ਹੈ, ਤੋਂ ਹੈ। ਉਸਦੀਆਂ ਭਾਵਨਾਵਾਂ ਵਿਚ ਕੇਵਲ ਬੇਰੋਕ ਦੌਲਤ ਦਾ ਪਦਾਰਥ ਸੀ, ਜਿਸ ਵਿਚ ਕਿਸੇ ਕਿਸਮ ਦੀਆਂ ਪੂਰਵ-ਅਨੁਮਾਨਤ ਰੁਕਾਵਟਾਂ ਨਹੀਂ ਸਨ। ਵਾਰ-ਵਾਰ, "ਧੰਨਵਾਦ ਪਰਮ ਪਿਤਾ," ਨੂੰ ਦੁਹਰਾਉਣ ਨਾਲ, ਉਸ ਦਾ ਮਨ ਅਤੇ ਦਿਲ ਨੂੰ ਸਵੀਕਾਰ ਕਰਨ ਦੀ ਹੱਦ ਤੱਕ ਉੱਚਾ ਹੋ ਜਾਂਦਾ ਹੈ ਅਤੇ ਜਦੋਂ ਕਦੇ ਡਰ, ਕਦੇ ਗਰੀਬੀ ਅਤੇ ਨਿਰਾਸ਼ਾ ਦਾ ਵਿਚਾਰ ਉਸ ਦੇ ਮਨ ਵਿਚ ਆਇਆ ਤਾਂ ਉਹ, "ਧੰਨਵਾਦ ਪਰਮ ਪਿਤਾ," ਜਿੰਨੀ ਵਾਰ ਹੋ ਸਕਦਾ ਸੀ, ਕਹਿੰਦਾ ਰਿਹਾ। ਉਹ ਜਾਣਦਾ ਸੀ ਕਿ ਜਿੰਨਾ ਵੀ ਉਹ ਧੰਨਵਾਦ ਦਾ ਨਜ਼ਰੀਆ ਅਪਨਾਇਗਾ, ਉਹ ਆਪਣੇ ਮਨ ਨੂੰ ਧਨ-ਦੌਲਤ ਲਈ ਤਿਆਰ ਕਰੇਗੇ ਅਤੇ ਉਸੇ ਤਰ੍ਹਾਂ ਹੀ ਹੋਇਆ।

ਉਸ ਦਾ ਪ੍ਰਾਰਥਨਾ ਕਰਨ ਦਾ ਨਤੀਜਾ ਬਹੁਤ ਦਿਲਚਸਪ ਸੀ। ਉਪਰੋਕਤ ਤਰੀਕੇ ਨਾਲ ਪ੍ਰਾਰਥਨਾ ਕਰਨ ਤੋਂ ਬਾਅਦ ਉਹ ਸੜਕ 'ਤੇ ਆਪਣੇ ਇਕ ਸਾਬਕਾ ਮਾਲਕ ਨੂੰ ਮਿਲਿਆ ਜਿਸ ਨੂੰ ਉਹ ਪਿਛਲੇ ਵੀਹ ਸਾਲਾਂ ਤੋਂ ਨਹੀਂ ਮਿਲਿਆ ਸੀ। ਉਸ ਵਿਅਕਤੀ ਨੇ ਉਨ੍ਹਾਂ ਨੂੰ ਬਹੁਤ ਹੀ ਆਕਰਸ਼ਕ ਉਹਦੇ ਦੀ ਪੇਸ਼ਕਸ਼ ਕੀਤੀ ਅਤੇ 500 ਡਾਲਰ ਬਤੌਰ ਕਰਜ ਕੁੱਝ ਸਮੇਂ ਲਈ ਦੇ ਦਿੱਤਾ। ਅੱਜ, ਮਿਸਟਰ ਬ੍ਰੋਕ ਉਸ ਕੰਪਨੀ ਵਿਚ ਬਤੌਰ ਮੀਤ-ਪ੍ਰਧਾਨ (Vice-President) ਹਨ। ਹਾਲ ਹੀ ਵਿਚ ਉਨ੍ਹਾਂ ਨੇ ਮੈਨੂੰ ਕਿਹਾ, *"ਮੈਂ ਕਦੇ ਵੀ 'ਧੰਨਵਾਦ ਪਰਮ ਪਿਤਾ' ਦੇ ਚਮਤਕਾਰ ਨੂੰ ਨਹੀਂ ਭੁੱਲਾਂਗਾ। ਇਸ ਨੇ ਮੇਰੇ ਲਈ ਅਦਭੁੱਤ ਕੰਮ ਕੀਤਾ ਹੈ।"*

ਹਾਂ-ਪੱਖੀ ਵਿਧੀ

ਕਿਸੇ ਵੀ ਸਵੀਕਾਰਾਤਮਕਤਾ ਦੀ ਪ੍ਰਭਾਵਸ਼ੀਲਤਾ ਮੁੱਖ ਤੌਰ 'ਤੇ ਤੁਹਾਡੀ ਸੱਚਾਈ ਦੀ ਸਮਝ ਅਤੇ ਸ਼ਬਦਾਂ ਦੇ ਪਿੱਛਲੇਰੇ ਅਰਥਾਂ ਰਾਹੀਂ ਨਿਰਧਾਰਿਤ ਕੀਤੀ ਜਾਂਦੀ ਹੈ। "ਪ੍ਰਾਰਥਨਾ ਕਰਨ ਵਿੱਚ ਵਿਅਰਥ ਦੁਹਰਾਓ ਨਾ ਵਰਤੋਂ।" ਇਸ ਲਈ, ਸਕਾਰਾਤਮਕ ਤਸਦੀਕ ਦੀ ਸ਼ਕਤੀ ਨਿਸ਼ਚਤ ਅਤੇ ਖਾਸ ਸਕਾਰਾਤਮਕਾਵਾਂ ਦੇ ਨਜ਼ਰੀਏ ਦੀ ਵਰਤੋਂ ਪੂਰਨ ਬੁੱਧੀਮੱਤਾ ਢੰਗ ਨਾਲ ਅਮਲ ਕਰਨ 'ਤੇ ਨਿਰਭਰ ਹੈ। ਮਿਸਾਲ ਲਈ, ਇੱਕ ਮੁੰਡਾ ਤਿੰਨ ਤੇ ਤਿੰਨ ਨੂੰ ਜੋੜ ਕੇ ਬਲੈਕ-ਬੋਰਡ 'ਤੇ ਸੱਤ ਲਿਖ ਦਿੰਦਾ ਹੈ। ਅਧਿਆਪਕ ਗਣਿਤ ਦੀ ਨਿਸ਼ਚਤਤਾ ਨਾਲ ਪੁਸ਼ਟੀ ਕਰਦਾ ਹੈ ਕਿ ਤਿੰਨ ਅਤੇ ਤਿੰਨ ਛੇ ਹੁੰਦੇ ਹਨ; ਇਸ ਲਈ ਮੁੰਡਾ ਉਸ ਅਨੁਸਾਰ ਆਪਣੇ ਅੰਕੜੇ

ਨੂੰ ਬਦਲਦਾ ਹੈ। ਅਧਿਆਪਕ ਦੀ ਤਸਦੀਕ ਨਾਲ ਤਿੰਨ ਤੇ ਤਿੰਨ ਛੇ ਨਹੀਂ ਹੋਏ ਕਿਉਂਕਿ ਇਹ ਤਾਂ ਪਹਿਲਾਂ ਤੋਂ ਹੀ ਗਨਿਤ ਦੀ ਸੱਚਾਈ ਸੀ। ਇਸੇ ਸੱਚਾਈ ਦੇ ਕਾਰਨ ਮੁੰਡੇ ਨੇ ਬਲੈਕ-ਬੋਰਡ 'ਤੇ ਅੰਕੜਿਆਂ ਨੂੰ ਮੁੜ ਵਿਵਸਥਿਤ ਕੀਤਾ।

ਬਿਮਾਰ ਹੋਣਾ ਅਸਧਾਰਨ ਹੈ; ਸਿਹਤਮੰਦ ਹੋਣਾ ਆਮ ਗੱਲ ਹੈ। ਸਿਹਤ ਤੁਹਾਡੇ ਹੋਣ ਦਾ ਸੱਚ ਹੈ। ਜਦੋਂ ਤੁਸੀਂ ਆਪਣੇ ਜਾਂ ਕਿਸੇ ਹੋਰ ਲਈ ਸਿਹਤ, ਇਕਸੁਰਤਾ ਅਤੇ ਸ਼ਾਂਤੀ ਦੀ ਤਸਦੀਕ ਕਰਦੇ ਹੋ,ਅਤੇ ਜਦੋਂ ਤੁਹਾਨੂੰ ਇਹ ਅਹਿਸਾਸ ਹੁੰਦਾ ਹੈ ਕਿ ਤੁਹਾਡੇ ਹੋਣ ਦਾ ਸਦੀਵੀ ਸਿਧਾਂਤ ਹੈ, ਤਾਂ ਤੁਸੀਂ ਅਵਚੇਤਨ ਮਨ ਦੇ ਨਕਾਰਾਤਮਕ ਪੈਟਰਨਾਂ ਨੂੰ ਆਪਣੇ ਆਸਥਾ ਅਤੇ ਸਮਝ ਦੇ ਅਧਾਰ 'ਤੇ ਦੁਬਾਰਾ ਵਿਵਸਥਿਤ ਕਰੋਗੇ ਜਿਸ ਦੀ ਤੁਸੀਂ ਤਸਦੀਕ ਕਰਦੇ ਹੋ।

ਪ੍ਰਾਰਥਨਾ ਦੀ ਸਕਾਰਾਤਮਕਤਾ ਪ੍ਰਕਿਰਿਆ ਦਾ ਨਤੀਜਾ ਤੁਹਾਡੇ ਜੀਵਨ ਦੇ ਸਿਧਾਂਤਾਂ ਦੇ ਅਨੁਕੂਲ ਹੋਣ 'ਤੇ ਨਿਰਭਰ ਕਰਦਾ ਹੈ, ਇਸ 'ਤੇ ਤੁਸੀਂ ਦਿਖਾਈ ਦਿੰਦੇ ਹੋ, ਇਸ ਦਾ ਕੋਈ ਪ੍ਰਭਾਵ ਨਹੀਂ ਪੈਂਦਾ। ਇਕ ਪਲ ਲਈ ਵਿਚਾਰ ਕਰੋ ਕਿ ਗਨਿਤ ਦਾ ਇਕ ਸਿਧਾਂਤ ਹੁੰਦਾ ਹੈ, ਅਤੇ ਉਸ ਵਿਚ ਕੋਈ ਗਲਤੀ ਨਹੀਂ ਹੈ; ਸੱਚਾਈ ਦਾ ਸਿਧਾਂਤ ਹੈ, ਪਰ ਬੇਈਮਾਨੀ ਦਾ ਕੋਈ ਨਹੀਂ। ਅਕਲ ਦਾ ਸਿਧਾਂਤ ਹੁੰਦਾ ਹੈ, ਪਰ ਅਗਿਆਨਤਾ ਦਾ ਕੋਈ ਨਹੀਂ। ਇਕਸੁਰਤਾ ਦਾ ਸਿਧਾਂਤ ਹੁੰਦਾ ਹੈ, ਪਰ ਮੱਤਭੇਦ ਦਾ ਨਹੀਂ ਹੁੰਦਾ। ਸਿਹਤ ਦਾ ਸਿਧਾਂਤ ਹੁੰਦਾ ਹੈ, ਪਰਬਿਮਾਰੀ ਦਾ ਨਹੀਂ ਅਤੇ ਭਰਪੂਰਤਾ ਦਾ ਸਿਧਾਂਤ ਹੁੰਦਾ ਹੈ, ਪਰ ਗ਼ਰੀਬੀ ਦਾ ਨਹੀਂ।

ਲਿਖਾਰੀ ਨੇ ਆਪਣੀ ਭੈਣ 'ਤੇ ਵਰਤਣ ਲਈ ਹਾਂ-ਪੱਖੀ ਤਰੀਕਾ ਚੁਣਿਆ ਸੀ, ਜਿਸ ਦਾ ਇੰਗਲੈਂਡ ਦੇ ਇਕ ਹਸਪਤਾਲ ਵਿਚ ਪਿੱਤੇ ਦੀ ਪਥਰੀ ਨੂੰ ਕੱਢਣ ਲਈ ਆਪਰੇਸ਼ਨ ਹੋਣਾ ਸੀ। ਹਸਪਤਾਲ 'ਚ ਕੀਤੀਆਂ ਗਈਆਂ ਜਾਂਚਾਂ ਅਤੇ ਆਮ ਤੌਰ 'ਤੇ ਕੀਤੇ ਜਾਣ ਵਾਲੇ ਐਕਸਰੇ ਪ੍ਰਕਿਰਿਆ ਰਾਹੀਂ ਉਸਦੇ ਰੋਗ ਦੀ ਤਸਦੀਕ ਹੋ ਚੁੱਕੀ ਸੀ। ਉਸ ਨੇ ਮੈਨੂੰ ਆਪਣੀ ਸਿਹਤ ਲਈ ਪ੍ਰਾਰਥਨਾ ਕਰਨ ਵਾਸਤੇ ਕਿਹਾ। ਅਸੀਂ ਇਕ-ਦੂਜੇ ਤੋਂ ਭੁਗੋਲਿਕ ਤੌਰ 'ਤੇ ਕੋਈ 6,500 ਮੀਲਾਂ ਦੀ ਦੂਰੀ 'ਤੇ ਸੀ, ਪਰ ਇਸ ਨਾਲ ਮੈਂ ਪਰੇਸ਼ਾਨ ਨਹੀਂ ਹੋਇਆ। ਮਸਤਿਸ਼ਕ-ਸਿਧਾਂਤ 'ਚ ਸਮਾਂ ਅਤੇ ਦੂਰੀ ਦਾ ਕੋਈ ਮਹੱਤਵ ਨਹੀਂ ਹੁੰਦਾ। ਅਨੰਤ ਮਨ ਜਾਂ ਬੁੱਧੀਮੱਤਾ ਆਪਣੇ ਸੰਪੂਰਨ ਰੂਪ ਵਿਚ ਹਰ ਬਿੰਦੂ 'ਤੇ ਇਕੋ ਹੀ ਸਮੇਂ ਅੰਦਰ ਮੌਜੂਦ ਰਹਿੰਦੀ ਹੈ।

ਮੈਂ ਰੋਗ ਦੇ ਲੱਖਣਾਂ ਅਤੇ ਸਰੀਰਕ ਸ਼ਖਸੀਅਤ ਸੰਬੰਧੀ ਸਾਰੇ ਵਿਚਾਰਾਂ ਨੂੰ ਪੂਰੀ ਤਰ੍ਹਾਂ ਕੱਢ ਦਿੱਤਾ। ਮੈਂ ਇਸ ਗੱਲ ਦੀ ਸਕਾਰਾਤਮਕ ਤਸਦੀਕ ਕੀਤੀ:

"ਇਹ ਪ੍ਰਾਰਥਨਾ ਮੈਂ ਆਪਣੀ ਭੈਣ ਕੈਥਰੀਨ ਲਈ ਕਰ ਰਿਹਾ ਹਾਂ। ਉਹ ਆਰਾਮਦਾਈ ਸਥਿਤੀ 'ਚ ਹੈ ਅਤੇ ਸ਼ਾਂਤੀ, ਸਥਿਰ, ਸੰਤੁਲਿਤ ਅਤੇ ਪੂਰੀ ਤਰ੍ਹਾਂ ਸ਼ਾਂਤ ਹੈ। ਉਸ ਦੇ ਅਵਚੇਤਨ ਮਨ ਦੀ ਚੰਗਾ ਕਰਨ ਵਾਲੀ ਉਪਚਾਰਕ ਬੁੱਧੀ, ਜਿਸ ਨੇ ਉਸ ਦੇ ਸਰੀਰ ਨੂੰ ਬਣਾਇਆ ਹੈ,

ਹੁਣ ਉਹ ਉਸ ਦੀ ਹਰ ਕੋਸ਼ਿਕਾ, ਨਸਾਂ, ਟਿਸ਼ੂ, ਮਾਂਸਪੇਸ਼ੀ ਅਤੇ ਉਸਦੇ ਸ਼ਰੀਰ ਦੀ ਹੱਡੀਆਂ ਨੂੰ ਉਸ ਦੇ ਅਵਚੇਤਨ ਮਨ ਵਿਚ ਦਰਜ਼ ਸਾਰੇ ਅੰਗਾਂ ਨੂੰ ਉੱਤਮ ਆਕਾਰ ਦੇ ਅਨੁਰੂਪ ਬਣਾ ਰਹੀ ਹੈ। ਸ਼ਾਂਤੀ ਅਤੇ ਖ਼ਾਮੋਸ਼ੀ ਨਾਲ ਉਸ ਦੇ ਅਵਚੇਤਨ ਮਨ ਵਿਚ ਬੈਠੇ ਸਾਰੇ ਵਿਕਰਿਤ ਆਕਾਰਾਂ ਨੂੰ ਹਟਾ ਅਤੇ ਗਾਇਬ ਕਰ ਰਹੀ ਹੈ, ਤੇ ਉਸਦੀ ਹੋਂਦ ਦੇ ਹਰ ਅਣੂ ਵਿਚ ਜੀਵਨ ਸਿਧਾਂਤ ਦੀ ਸਜੀਵਤਾ, ਸੰਪੂਰਨਤਾ ਤੇ ਸੁੰਦਰਤਾ ਪ੍ਰਗਟ ਹੋ ਰਹੀ ਹੈ। ਉਹ, ਉਨ੍ਹਾਂ ਉਪਚਾਰਕ ਧਾਰਾਵਾਂ ਨੂੰ ਜੋ ਉਸ ਵਿਚੋਂ ਹੋ ਕੇ ਨਦੀ ਵਹਿ ਰਹੀਆਂ ਹਨ, ਅਤੇ ਉਸਦੀ ਸੰਪੂਰਨ ਸਿਹਤ, ਇਕਸੁਰਤਾ ਅਤੇ ਸ਼ਾਂਤੀ ਨੂੰ ਬਹਾਲ ਕਰ ਰਹੀ ਹੈ, ਉਨ੍ਹਾਂ ਲਈ ਖੁੱਲ੍ਹੀ ਅਤੇ ਸਵੀਕਾਰ ਕਰਨ ਯੋਗ ਹੈ। ਸਾਰੀਆਂ ਵਿਕਰਤੀਆਂ ਅਤੇ ਬਦਸੂਰਤ ਤਸਵੀਰਾਂ ਨੂੰ, ਉਸ ਵਿਚ ਵਹਿ ਰਹੇ ਪਿਆਰ ਅਤੇ ਸ਼ਾਂਤੀ ਦੇ ਅਸੀਮ ਸਮੁੰਦਰ ਨਾਲ ਧੋਤੀਆਂ ਜਾ ਰਹੀਆਂ ਹਨ ਅਤੇ ਇੰਝ ਹੀ ਹੋ!''

ਮੈਂ ਉਪਰੋਕਤ ਵਾਕਾਂ ਨੂੰ ਦਿਨ ਵਿਚ ਕਈ ਵਾਰ ਦ੍ਰਿੜ੍ਹਤਾ ਨਾਲ ਕਿਹਾ ਅਤੇ ਦੋ ਹਫ਼ਤਿਆਂ ਬਾਅਦ ਮੇਰੀ ਭੈਣ ਦੀ ਇਕ ਵਾਰੀ ਫਿਰ ਤੋਂ ਜਾਂਚ ਹੋਈ, ਜਿਸਨੇ ਉਸ ਦੇ ਅੰਦਰ ਅਦਭੁੱਤ ਢੰਗ ਤੋਂ ਸਿਹਤਮੰਦ ਹੋਣਾ ਦੱਸਿਆ ਅਤੇ ਉਸ ਦੇ ਐਕਸਰੇ ਦੇ ਨਤੀਜੇ ਨਕਾਰਾਤਮਕ ਭਾਵ ਉਸ ਵਿਚ ਕੋਈ ਗੜਬੜ ਨਹੀਂ ਨਿਕਲੀ।

ਕਿਸੇ ਚੀਜ਼ ਨੂੰ ਦ੍ਰਿੜ੍ਹਤਾ ਨਾਲ ਸਵੀਕਾਰਨ ਦਾ ਅਰਥ ਹੈ, ਇਹ ਕਹਿਣਾ ਕਿ ਇੰਝ ਹੀ ਹੋਵੇ, ਅਤੇ ਜਿਵੇਂ ਤੁਸੀਂ ਆਪਣਾ ਨਜ਼ਰੀਆ ਆਪਣੇ ਮਨ ਵਿਚ ਸੱਚ ਵਾਂਗ ਰੱਖੋ, ਭਾਵੇਂ ਹਰ ਤਰ੍ਹਾਂ ਦੇ ਤੱਥ ਉਲਟ ਜਾਂ ਵਿਪਰੀਤ ਹੋਣ, ਤੁਹਾਨੂੰ ਤੁਹਾਡੀ ਪ੍ਰਾਰਥਨਾ ਦਾ ਜਵਾਬ ਜ਼ਰੂਰ ਮਿਲੇਗਾ। ਤੁਹਾਡੇ ਵਿਚਾਰ ਸਿਰਫ਼ ਸਵੀਕਾਰ ਕਰ ਸਕਦੇ ਹਨ, ਭਾਵੇਂ ਤੁਸੀਂ ਕਿਸੇ ਲਈ ਇਨਕਾਰ ਕਿਉਂ ਨਹੀਂ ਕਰ ਰਹੇ ਹੋਵੋ, ਉਦੋਂ ਵੀ ਅਸਲ ਵਿਚ ਤੁਸੀਂ ਜਿਸ ਚੀਜ਼ ਤੋਂ ਇਨਕਾਰ ਕਰ ਰਹੇ ਹੋ, ਉਸ ਲਈ ਤੁਸੀਂ ਆਪਣੀ ਸਹਿਮਤੀ ਦੇ ਰਹੇ ਹੋ। ਕਿਸੇ ਵੀ ਸਵੀਕਿਰਤੀ ਨੂੰ ਦੁਹਰਾਉਣਾ ਇਹ ਜਾਣਦੇ ਹੋਏ ਵੀ ਕਿ ਤੁਸੀਂ ਕੀ ਕਰ ਰਹੇ ਹੋ ਅਤੇ ਕੀ ਕਹਿ ਰਹੇ ਹੋ, ਇਹ ਮਨ ਨੂੰ ਚੇਤਨ ਵੱਲ ਲੈ ਜਾਂਦਾ ਹੈ, ਜਿੱਥੇ ਤੁਹਾਡੇ ਕਹੇ ਹੋਏ ਨੂੰ ਸੱਚ ਵਾਂਗ ਸਵੀਕਾਰ ਕੀਤਾ ਜਾਂਦਾ ਹੈ। ਜੀਵਨ ਦੇ ਸੱਚ ਨੂੰ ਸਵੀਕਾਰ ਕਰੋ, ਜਦੋਂ ਤੱਕ ਕਿ ਤੁਹਾਨੂੰ ਅਵਚੇਤਨ ਦੀ ਪ੍ਰਤੀਕਿਰਿਆ ਨਾ ਮਿਲਣ, ਜਿਸ ਨਾਲ ਤੁਹਾਨੂੰ ਤਸੱਲੀ ਮਿਲਦੀ ਹੈ।

ਦਲੀਲ ਦਾ ਤਰੀਕਾ

ਇਹ ਜਿਵੇਂ ਕਿ ਸ਼ਬਦ ਤੋਂ ਸਪੱਸ਼ਟ ਹੈ, ਇਹ ਸਿਰਫ਼ ਉਹੀ ਵਿਧੀ ਹੈ। ਇਹ ਡਾਕਟਰ ਫ਼ਿਨੀਅਸ ਪਾਰਕਹਰਸਟ ਕੁਇੰਬੀ ਦੀ ਪ੍ਰਕਿਰਿਆ ਨਾਲ ਵਿਕਸਤ ਹੋਈ। ਡਾ. ਕੁਇੰਬੀ, ਮਾਨਸਿਕ ਤੇ ਅਧਿਆਤਮਿਕ ਇਲਾਜ ਦੇ ਖੇਤਰ ਵਿਚ ਮੋਹਰੀ ਸਨ ਅਤੇ

ਕਰੀਬ ਸੌ ਸਾਲ ਪਹਿਲਾਂ ਮੇਨ, ਬੇਲਫਾਸਟ ਵਿਚ ਰਹਿੰਦੇ ਹੋਏ ਇਲਾਜ ਕਰਦੇ ਸਨ। ਦ *ਕੁਇੰਬੀ ਮੈਨਸਕ੍ਰਿਪਟਸ* (The Quimby Manuscripts) ਨਾਂ ਦੀ ਇਕ ਕਿਤਾਬ, 1921 ਵਿਚ ਥਾਮਸ ਕ੍ਰੋਵੇਲ, ਨਿਊਯਾਰਕ ਸਿਟੀ ਦੁਆਰਾ ਪ੍ਰਕਾਸ਼ਿਤ ਅਤੇ *ਹੋਰੇਟੀਓ ਡ੍ਰੈਸਰ* (Horatio Dresser) ਦੁਆਰਾ ਸੰਪਾਦਿਤ ਤੁਹਾਡੀ ਲਾਇਬ੍ਰੇਰੀ ਵਿਚ ਉਪਲਬਧ ਹੈ। ਇਹ ਕਿਤਾਬ ਬਿਮਾਰਾਂ ਦੇ ਪ੍ਰਾਰਥਨਾ ਦੇ ਇਲਾਜ ਵਿਚ ਇਸ ਆਦਮੀ ਦੇ ਸ਼ਾਨਦਾਰ ਜਾਂ ਅਦਭੁੱਤ ਨਤੀਜਿਆਂ ਬਾਰੇ ਅਖ਼ਬਾਰਾਂ ਦੇ ਬਿਰਤਾਂਤ ਦਿੰਦੀ ਹੈ। ਕੁਇੰਬੀ ਨੇ ਬਾਈਬਲ ਵਿਚ ਦਰਜ ਕੀਤੇ ਬਹੁਤ ਸਾਰੇ ਚੰਗਾ ਕਰਨ ਵਾਲੇ ਚਮਤਕਾਰਾਂ ਦੀ ਹੂਬਹੂ ਨਕਲ ਕੀਤੀ। ਸੰਖੇਪ ਵਿਚ, ਕੁਇੰਬੀ ਦੇ ਅਨੁਸਾਰ ਤਾਰਕਿਕ ਵਿਧੀ ਵਿਚ ਅਧਿਆਤਮਿਕ ਤਰਕ ਜਿਸ ਵਿਚ ਤੁਸੀਂ ਮਰੀਜ ਅਤੇ ਆਪਣੇ-ਆਪ ਨੂੰ ਇਹ ਵਿਸ਼ਵਾਸ ਦਿਲਾਉਂਦੇ ਹੋ ਕਿ ਉਸਦੀ ਬਿਮਾਰੀ ਉਸਦੇ ਝੂਠੇ ਵਿਸ਼ਵਾਸਾਂ, ਬੇਬੁਨਿਆਦ ਡਰ ਅਤੇ ਨਕਾਰਾਤਮਕ ਪੈਟਰਨ, ਜੋ ਉਸਦੇ ਅਵਚੇਤਨ ਮਨ ਵਿਚ ਦਰਜ ਹਨ, ਦੀ ਵਜ੍ਹਾ ਨਾਲ ਹੈ। ਤੁਸੀਂ ਇਸ ਨੂੰ ਆਪਣੇ ਮਸਤਿਸ਼ਕ ਵਿਚ ਸਪਸ਼ਟਤੌਰ 'ਤੇ ਸਮਝਾਉਂਦੇ ਹੋ ਅਤੇ ਆਪਣੇ ਮਰੀਜ਼ ਨੂੰ ਵਿਸ਼ਵਾਸ ਦਿਲਾ ਦਿੰਦੇ ਹੋ ਕਿ ਬਿਮਾਰੀ ਜਾਂ ਪੀੜਾ ਸਿਰਫ਼ ਇਕ ਵਿਗੜਿਆ, ਮਰੋੜੀਆਂ ਭਰੇ ਢਾਂਚੇ ਦੇ ਕਾਰਣ ਹਨ, ਜੋ ਉਸ ਦੇ ਸਰੀਰ ਵਿਚ ਪ੍ਰਗਟ ਹੋ ਚੁੱਕੇ ਹਨ। ਕੁੱਝ ਬਾਹਰਲੀ ਸ਼ਕਤੀ ਜਾਂ ਬਾਹਰਲੇ ਕਾਰਣ ਵਿਚ ਇਸ ਗ਼ਲਤ ਵਿਸ਼ਵਾਸ ਨੇ ਹੁਣ ਆਪਣੇ-ਆਪ ਨੂੰ ਬਿਮਾਰੀ ਦੇ ਰੂਪ ਵਿਚ ਬਾਹਰੀ ਰੂਪ ਦੇ ਦਿੱਤਾ ਹੈ, ਅਤੇ ਸੋਚਣ ਦੇ ਪੈਟਰਨ ਨੂੰ ਬਦਲ ਕੇ ਰੋਗ ਦਾ ਇਲਾਜ ਕੀਤਾ ਜਾ ਸਕਦਾ ਹੈ।

ਤੁਸੀਂ ਰੋਗੀ ਦੇ ਸਮਝਾਉਂਦੇ ਹੋ ਕਿ ਇਲਾਜ ਦਾ ਆਧਾਰ ਆਪਣੇ ਵਿਸ਼ਵਾਸ ਵਿਚ ਤਬਦੀਲੀ ਲਿਆਉਣਾ ਹੈ। ਤੁਸੀਂ ਇਹ ਵੀ ਦੱਸਦੇ ਹੋ ਕਿ ਅਵਚੇਤਨ ਮਨ ਨੇ ਸਰੀਰ ਅਤੇ ਇਸ ਦੇ ਸਾਰੇ ਅੰਗਾਂ ਨੂੰ ਬਣਾਇਆ ਹੈ, ਇਸ ਲਈ ਇਹ ਜਾਣਦਾ ਹੈ ਕਿ ਇਸ ਨੂੰ ਕਿਵੇਂ ਠੀਕ ਕਰਨਾ ਹੈ, ਇਹ ਠੀਕ ਕਰ ਸਕਦਾ ਹੈ ਅਤੇ ਜਿਵੇਂ ਹੀ ਇਸ ਨੂੰ ਕਹਿੰਦੇ ਹੋ ਇਹ ਕਰਨ ਲੱਗਦਾ ਹੈ। ਤੁਸੀਂ ਆਪਣੇ ਮਨ ਦੇ ਕੋਰਟ ਰੂਮ ਵਿਚ ਇਹ ਦਲੀਲ ਦਿੰਦੇ ਹੋ ਕਿ ਬਿਮਾਰੀ ਤੁਹਾਡੇ ਮਨ ਦਾ ਇਕ ਪਰਛਾਵਾਂ ਹੈ, ਜਿਸ ਦਾ ਆਧਾਰ ਬਿਮਾਰੀ ਨਾਲ ਭਿੱਜੀ, ਰੋਗੀ ਸੋਚ ਵਾਲੀ ਕਲਪਨਾ ਹੈ। ਤੁਸੀਂ ਆਪਣੇ ਅੰਦਰ ਮੌਜੂਦ ਉਪਚਾਰ ਚਿਕਿਤਸਾ, ਜਿਸ ਨੇ ਸਭ ਤੋਂ ਪਹਿਲਾਂ ਸਾਰੇ ਅੰਗਾਂ ਨੂੰ ਬਣਾਇਆ ਅਤੇ ਜਿਸ ਦੇ ਕੋਲ ਆਪਣੇ ਅੰਦਰ ਸਭ ਤੋਂ ਉੱਤਮ ਆਕਾਰ ਦੀ ਕੋਸ਼ਿਕਾ ਜਾਂ ਸੈੱਲ, ਨਸਾਂ ਜਾਂ ਤੰਤ੍ਰਿਕਾ ਅਤੇ ਟਿਸ਼ੂ ਹੈ, ਵਲੋਂ ਤੱਥਾਂ ਨੂੰ ਇਕੱਠਾ ਕਰਦੇ ਰਹਿੰਦੇ ਹਨ। ਫਿਰ, ਤੁਸੀਂ ਆਪਣੇ ਮਨ ਦੀ ਅਦਾਲਤ ਵਿਚ ਆਪਣੇ ਜਾਂ ਆਪਣੇ ਮਰੀਜ ਦੇ ਪੱਖ ਵਿਚ ਫੈਸਲਾ ਸੁਣਾਉਂਦੇ ਹੋ। ਤੁਸੀਂ ਮਰੀਜ ਨੂੰ ਆਸਥਾ ਅਤੇ ਅਧਿਆਤਮਿਕ ਸਿਆਣਪ ਦੁਆਰਾ ਬਿਮਾਰੀ ਤੋਂ ਆਜ਼ਾਦੀ ਦਿਲਾਉਂਦੇ ਹੋ। ਤੁਹਾਡੇ 'ਤੇ ਮਾਨਸਿਕ ਅਤੇ ਅਧਿਆਤਮਿਕ ਤੱਥ ਹਾਵੀ ਹੋ ਜਾਂਦੇ ਹਨ, ਅਤੇ ਕਿਉਂਕਿ ਉੱਥੇ ਇਕੋ ਹੀ ਮਸਤਿਸ਼ਕ ਹੈ, ਜੋ ਕੁੱਝ ਤੁਸੀਂ ਸੱਚ ਵਾਂਗ ਮਹਿਸੂਸ

ਕਰਦੇ ਹੋ, ਉਹ ਮਰੀਜ਼ ਵਿਚ ਅਨੁਭਵ ਦੇ ਤੌਰ 'ਤੇ ਪ੍ਰਗਟ ਹੁੰਦਾ ਹੈ। ਇਹ ਵਿਧੀ ਨਿਸ਼ਚਿਤ ਤੌਰ 'ਤੇ 1849 ਤੋਂ 1869 ਤੱਕ ਮੇਨ ਦੇ ਡਾ. ਕੁਇੰਬੇ ਵਲੋਂਵਰਤੀ ਗਈ ਦਲੀਲਪੂਰਨ ਵਿਧੀ ਹੈ।

ਪਰਮ ਵਿਧੀ ਆਧੁਨਿਕ ਸਾਊਂਡ ਵੇਵ ਥੈਰੇਪੀ ਵਰਗੀ ਹੀ ਹੈ

ਸਾਰੀ ਦੁਨੀਆ ਵਿਚ ਕਈ ਲੋਕ ਇਸ ਵਿਧੀ ਨਾਲ ਪ੍ਰਾਰਥਨਾ ਉਪਚਾਰ ਦੁਆਰਾ ਅਦਭੁੱਤ ਨਤੀਜੇ ਪ੍ਰਾਪਤ ਕਰਦੇ ਹਨ। ਪਰਮ ਵਿਧੀ (Absolute Method) ਦੀਵਰਤੋਂ ਕਰਨ ਵਾਲਾ ਵਿਅਕਤੀ ਮਰੀਜ਼ ਦਾ ਨਾਂ ਲੈਂਦਾ ਹੈ, ਜਿਵੇਂ ਜਾਨ ਜੌਂਸ ਅਤੇ ਫਿਰ ਚੁੱਪੀ ਅਤੇ ਸ਼ਾਂਤੀ ਨਾਲ ਪਰਮਾਤਮਾ ਅਤੇ ਉਸ ਦੇ ਗੁਣਾਂ ਤੇ ਵਿਸ਼ੇਸ਼ਤਾਵਾਂ ਜਿਵੇਂ ਪਰਮਾਤਮਾ ਹੀ ਪਰਮ ਆਨੰਦ ਹੈ, ਅਸੀਮਤ ਪਿਆਰ, ਅਨੰਤ ਬੁੱਧੀਮੱਤਾ, ਸਰਵ-ਸ਼ਕਤੀਮਾਨ, ਅਨੰਤ ਗਿਆਨ, ਸੰਪੂਰਨ ਸਦਭਾਵ ਹੈ, ਨਾ-ਵਰਨਣਯੋਗ ਸੁੰਦਰਤਾ ਅਤੇ ਪੂਰਨਤਾ ਨੂੰ ਯਾਦ ਕਰਦਾ ਹੈ। ਜਦੋਂ ਉਹ ਇਸ ਤਰ੍ਹਾਂ ਬੜੀ ਸ਼ਾਂਤੀ ਨਾਲ ਇਨ੍ਹਾਂ ਲਾਇਨਾਂ 'ਤੇ ਸੋਚਦਾ ਹੈ ਤਾਂ ਉਹ ਚੇਤਨਾ ਵਿਚ ਇਕ ਨਵੀਂ ਅਧਿਆਤਮਿਕ ਤਰੰਗ ਦੀ ਲੰਬਾਈ 'ਚ ਉੱਚਾ ਹੋ ਜਾਂਦਾ ਹੈ, ਉਸ ਵੇਲੇ ਉਹ ਮਹਿਸੂਸ ਕਰਦਾ ਹੈ ਕਿ ਪਰਮਾਤਮਾ ਦੇ ਪਿਆਰ ਦਾ ਅਨੰਤ ਸਮੁੰਦਰ ਹੁਣ ਜਾਨ ਜੌਂਸ ਦੇ ਸਰੀਰ ਤੇ ਮਨ ਵਿਚ ਘੁੱਲ ਰਿਹਾ ਹੈ, ਜਿਸ ਦੇ ਲਈ ਉਹ ਪ੍ਰਾਰਥਨਾ ਕਰ ਰਿਹਾ ਹੈ। ਉਹ ਮਹਿਸੂਸ ਕਰਦਾ ਹੈ ਕਿ ਉਸ ਦੀ ਸਾਰੀ ਸ਼ਕਤੀ ਅਤੇ ਪਰਮਾਤਮਾ ਦਾ ਪਿਆਰ ਜਾਨ ਜੌਂਸ 'ਤੇ ਕੇਂਦਰਿਤ ਹੋ ਗਿਆ ਹੈ ਅਤੇ ਜੋ ਕੁੱਝ ਵੀ ਪਰੇਸ਼ਾਨ ਜਾਂ ਤੰਗ ਕਰ ਰਿਹਾ ਹੈ, ਉਹ ਹੁਣ ਜੀਵਨ ਅਤੇ ਪਿਆਰ ਦੇ ਅਸੀਮ ਸਮੁੰਦਰ ਦੀ ਮੌਜੂਦਗੀ ਵਿਚ ਪੂਰੀ ਤਰ੍ਹਾਂ ਨਿਸ਼ਕ੍ਰੀਅ ਜਾਂ ਨਿਰਪੱਖ ਹੋ ਗਿਆ ਹੈ।

ਪ੍ਰਾਰਥਨਾ ਦੀ ਪਰਮ ਵਿਧੀ ਦੀ ਤੁਲਨਾ, ਧੁਨੀ ਤਰੰਗ ਜਾਂ ਆਵਾਜ਼ ਦੀ ਚਿਕਿਤਸਾ ਬਾਰੇ ਲਾਸ ਏਂਜਲਸ ਵਿਚ ਇਕ ਪ੍ਰਸਿੱਧ ਡਾਕਟਰ ਦੁਆਰਾ ਮੈਨੂੰ ਹਾਲ ਵਿਚ ਹੀ ਦਿਖਾਈ ਗਈ, ਧੁਨੀ ਤਰੰਗ ਜਾਂ ਸੋਨਿਕ ਥੈਰੇਪੀ ਨਾਲ ਕੀਤੀ ਜਾ ਸਕਦੀ ਹੈ। ਉਸ ਕੋਲ ਇਕ ਅਲਟਰਾ ਸਾਊਂਡ ਵੇਵ ਮਸ਼ੀਨ ਹੈ, ਜੋ ਹਾਈ-ਫ੍ਰੀਕਿਉਂਸੀ ਦੀ ਸਦੀਵੀਂ ਧੁਨੀ-ਲਹਿਰਾਂ ਉਤਪੰਨ ਕਰ ਸਰੀਰ ਦੇ ਕਿਸੇ ਵੀ ਖੇਤਰ 'ਤੇ ਕੇਂਦਰਿਤ ਕਰ, ਜਿਸ ਵੱਲ ਨਿਰਦੇਸ਼ਿਤ ਕੀਤਾ ਜਾਂਦਾ ਹੈ, ਧੁਨੀ ਤਰੰਗਾਂ ਭੇਜਦੀ ਹੈ, ਇਨ੍ਹਾਂ ਤਰੰਗਾਂ ਨੂੰ ਨਿਜੰਤਰਿਤ ਕੀਤਾ ਜਾ ਸਕਦਾ ਹੈ, ਅਤੇ ਉਸ ਨੇ ਮੈਨੂੰ ਦੱਸਿਆ ਕਿ ਇਸ ਰਾਹੀਂ ਗਠੀਆ ਰੋਗ ਵਿਚ ਕੈਲਸ਼ੀਅਮ ਦੇ ਜਮ੍ਹਾ ਨੂੰ ਗਲਾਉਣ ਦੇ ਨਾਲੋ-ਨਾਲ ਹੋਰ ਪਰੇਸ਼ਾਨੀ ਪੈਦਾ ਕਰਨ ਵਾਲੀਆਂ ਸਥਿਤੀਆਂ ਨੂੰ ਹਟਾਉਣ ਅਤੇ ਇਲਾਜ ਵਿਚ ਬੜੇ ਸ਼ਾਨਦਾਰ ਨਤੀਜੇ ਮਿਲਦੇ ਹਨ। ਪਰਮਾਤਮਾ ਦੇ ਗੁਣਾਂ ਅਤੇ ਵਿਸ਼ੇਸ਼ਤਾਵਾਂ ਬਾਰੇ ਸੋਚ ਕੇ ਅਸੀਂ ਆਪਣੇ ਅਵਚੇਤਨ ਨੂੰ ਉੱਚਾਈਆਂ ਤਕ ਪਹੁੰਚਾਉਂਦੇ ਹਾਂ, ਅਸੀਂ ਇਕਸੁਰਤਾ, ਸਿਹਤ ਤੇ ਸ਼ਾਂਤੀ ਦੀਆਂ ਅਧਿਆਤਮਕ ਲਹਿਰਾਂ ਨੂੰ ਉਤਪੰਨ ਕਰਦੇ ਹਾਂ ਪ੍ਰਾਰਥਨਾ ਦੀ ਇਸ ਤਕਨੀਕ ਤੋਂ ਕਈ ਅਦਭੁੱਤ ਇਲਾਜ ਹੋਏ ਹਨ।

ਇਕ ਅਪਾਹਜ ਤੁਰਦਾ ਹੈ

ਡਾਕਟਰ ਫ਼ਿਨੀਅਸ ਪਾਰਕਹਰਸਟ ਕੁਇੰਬੀ, ਜਿੰਨ੍ਹਾਂ ਬਾਰੇ ਅਸੀਂ ਪਹਿਲਾਂ ਇਸ ਅਧਿਆਏ ਵਿਚ ਗੱਲ ਕੀਤੀ ਸੀ, ਨੇ ਆਪਣੇ ਇਲਾਜ ਦੇ ਕੈਰੀਅਰ ਅੰਦਰ ਬਾਅਦ ਦੇ ਸਾਲਾਂ 'ਚ ਪਰਮ ਵਿਧੀ ਦੀ ਵਰਤੋਂ ਬੜੀ ਵਾਰੀ ਕੀਤੀ। ਉਹ ਦਰਅਸਲ ਮਨੋਦੈਹਿਕ (Psychosomatic) ਚਿਕਿਤਸਾ ਦੇ ਮੋਢੀ ਅਤੇ ਪਹਿਲੇ ਮਨੋਵਿਗਿਆਨੀ ਸਨ। ਉਨ੍ਹਾਂ ਕੋਲ ਮਰੀਜ਼ ਦੀਆਂ ਪਰੇਸ਼ਾਨੀਆਂ, ਪੀੜਾਵਾਂ ਅਤੇ ਦਰਦ ਦੇ ਕਾਰਨਾਂ ਦੀ ਸਪਸ਼ੱਟਤਾ ਨਾਲ ਨਿਦਾਨ ਕਰਨ ਦੀ ਵਿਲੱਖਣ ਸਮਰੱਥਾ ਸੀ।

ਕੁਇੰਬੀ ਦੀਆਂ ਹੱਥ-ਲਿਖਤਾਂ ਵਿਚ ਦਰਜ ਕੀਤੇ ਅਨੁਸਾਰ ਇਕ ਅਪਾਹਜ ਦੇ ਇਲਾਜ ਦਾ ਇੱਕ ਸੰਖਣਾ ਬਿਰਤਾਂਤ

ਅੱਗੇ ਦਿੱਤਾ ਗਿਆ ਹੈ: ਕੁਇੰਬੀ ਨੂੰ ਇੱਕ ਔਰਤ ਨੂੰ ਮਿਲਣ ਲਈ ਬੁਲਾਇਆ ਗਿਆ ਸੀ ਜੋ ਕਿ ਅਪਾਹਜ, ਬੁੱਢੀ ਅਤੇ ਬਿਸਤਰੇ 'ਤੇ ਪਈ ਹੋਈ ਸੀ, ਉਸ ਦੇ ਇਲਾਜ ਲਈ ਬੁਲਾਇਆ ਗਿਆ। ਉਹ ਦੱਸਦੇ ਹਨ ਕਿ ਉਸਦੀ ਬਿਮਾਰੀ ਦੀ ਵਜ੍ਹਾ ਉਸ ਨੂੰ ਇਕ ਛੋਟੀ ਅਤੇ ਸੰਕੁਚਿਤ ਨਸਲ ਜਾਂ ਪ੍ਰਜਾਤਿ ਦੁਆਰਾ ਬੰਧਕ ਬਨਾਉਣਾ ਸੀ, ਜਿੱਥੇ ਉਹ ਸਿੱਧੀ ਖੜੀ ਨਹੀਂ ਹੋ ਸਕਦੀ ਸੀ ਅਤੇ ਨਾ ਹੀ ਘੁੰਮ-ਫਿਰ ਸਕਦੀ ਸੀ। ਉਹ ਡਰ ਅਤੇ ਅਗਿਆਨਤਾ ਦੀ ਕਬਰ ਵਿਚ ਰਹਿ ਰਹੀ ਸੀ; ਇਸ ਤੋਂ ਇਲਾਵਾ ਉਹ ਅਸਲ ਵਿਚ ਬਾਈਬਲ ਨੂੰ ਉਸ ਦੇ ਸ਼ਾਬਦਿਕ ਤੌਰ 'ਤੇ ਲੈ ਰਹੀ ਸੀ, ਅਤੇ ਇਸ ਨੇ ਉਸ ਨੂੰ ਹੋਰ ਡਰਾਇਆ। "ਇਸ ਕਬਰ ਵਿਚ," ਕੁਇੰਬੀ ਨੇ ਕਿਹਾ, "ਪਰਮਾਤਮਾ ਦੀ ਮੌਜੂਦਗੀ ਅਤੇ ਸ਼ਕਤੀ ਸੀ ਜੋ ਬੰਧਨਾਂ ਨੂੰ ਤੋੜਨ ਦੀ ਕੋਸ਼ਿਸ਼ ਕਰਕੇ ਮੁਰਦਿਆਂ ਵਿਚ ਜੀ ਉੱਠਣ ਦੀ ਕੋਸ਼ਿਸ਼ ਕਰ ਰਹੀ ਸੀ।" ਜਦੋਂ ਉਹ ਦੂਜਿਆਂ ਕੋਲੋਂ ਬਾਈਬਲ ਦੇ ਕੁੱਝ ਅੰਸ਼ਾਂ ਦੀ ਸਪਸੱਟੀਕਰਨ ਮੰਗਦੀ ਤਾਂ ਜਵਾਬ ਵਿਚ ਚੁੱਪੀ ਜਾਂ ਸੰਨਾਟਾ ਹੀ ਮਿਲਦਾ, ਫਿਰ ਉਸ ਨੂੰ ਜੀਵਨ ਰੂਪੀ ਰੋਟੀ ਦੀ ਭੁੱਖ ਮਹਿਸੂਸ ਹੋਣ ਲੱਗੀ। ਡਾ. ਕੁਇੰਬੀ ਨੇ ਇਸ ਮਾਮਲੇ ਦਾ ਅਜਿਹੇ ਦਿਮਾਗ ਵਾਂਗ ਨਿਦਾਨ ਕੀਤਾ ਜੋ ਉਸ ਦੇ ਬਾਈਬਲ ਦੇ ਅੰਸ਼ ਦੇ ਅਰਥ ਨੂੰ ਨਾ ਸਮਝ ਪਾਉਣ ਦੀ ਵਜ੍ਹਾ ਕਾਰਨ ਸੀ ਜਿਨ੍ਹਾਂ ਨੂੰ ਉਹ ਪੜ੍ਹ ਰਹੀ ਸੀ ਉਸ ਦੇ ਕਾਰਨ ਇਸ ਦੇ ਮਨ ਵਿਚ ਉਤਸੁਕਤਾ, ਡਰ ਅਤੇ ਅੜੀਕਾ ਉਤਪੰਨ ਹੋਇਆ। ਇਹ ਉਸ ਦੇ ਸ਼ਰੀਰ ਵਿਚ ਭਾਰੀ ਤੇ ਥਕਾਵਟ ਨਾਲ ਭਰੇ ਅਹਿਸਾਸ ਦੇ ਰੂਪ ਵਿਚ ਉਭਰਿਆ, ਜਿਸ ਦਾ ਅੰਤ ਅਧਰੰਗ ਵਿਚ ਹੋਇਆ।

ਇਸ ਮੌਕੇ 'ਤੇ ਕੁਇੰਬੀ ਨੇ ਉਸ ਨੂੰ ਪੁੱਛਿਆ ਕਿ ਬਾਈਬਲ ਦੀ ਇਨ੍ਹਾਂ ਪੰਕਤੀਆਂ ਦਾ ਕੀ ਅਰਥ ਹੈ: ਥੋੜ੍ਹੇ ਸਮੇਂ ਲਈ ਮੈਂ ਤੁਹਾਡੇ ਨਾਲ ਹਾਂ ਅਤੇ ਫਿਰ ਮੈਂ ਉਸ (ਪਰਮਪਿਤਾ ਦੇ) ਕੋਲ ਚਲਾ ਜਾਵਾਂਗਾ, ਜਿਸ ਨੇ ਮੈਨੂੰ ਭੇਜਿਆ ਹੈ। ਤੁਸੀਂ ਮੈਨੂੰ ਲੱਭੋਗੇ, ਪਰ ਮੈਂ ਤੁਹਾਨੂੰ ਨਹੀਂ ਮਿਲਾਂਗਾ:

ਅਤੇ ਜਿੱਥੇ ਮੈਂ ਹਾਂ, ਉੱਥੇ ਤੁਸੀਂ ਆ ਨਹੀਂ ਸਕਦੇ।

ਜਾਨ 7:33-34।

ਉਸ ਨੇ ਜਵਾਬ ਦਿੱਤਾ ਕਿ ਇਸ ਦਾ ਮਤਲਬ ਈਸਾ ਸੁਰਗ ਚਲੇ ਗਏ। ਕੁਇੰਬੀ ਨੇ ਉਸ ਨੂੰ ਇਸ ਦਾ ਅਸਲ ਅਰਥ ਸਮਝਾਇਆ ਕਿ ਇਸ ਦਾ ਅਸਲ ਅਰਥ ਕੀ ਸੀ। ਉਨ੍ਹਾਂ ਨੇ ਦੱਸਿਆ ਕਿ *ਉਸਦੇ ਨਾਲ ਥੋੜ੍ਹਾ ਸਮਾਂ ਰਹਿਣ* ਦਾ ਅਰਥ ਸੀ, ਉਸ ਦੇ ਲੱਖਣਾਂ, ਭਾਵਨਾਵਾਂ ਅਤੇ ਉਨ੍ਹਾਂ ਦੇ ਕਾਰਨਾਂ ਦੀ ਵਿਆਖਿਆ ਕਰਨਾ ਹੈ; ਮਿਸਾਲ ਦੇ ਤੌਰ 'ਤੇ ਪਲ ਭਰ ਲਈ ਉਸ ਦੇ ਲਈ ਉਨ੍ਹਾਂ ਦੇ ਮਨ ਤੋਂ ਦਇਆ ਅਤੇ ਹਮਦਰਦੀ ਸੀ, ਪਰ ਉਹ ਇਸ ਮਾਨਸਿਕ ਸਥਿਤੀ 'ਚ ਜ਼ਿਆਦਾ ਦੇਰ ਨਹੀਂ ਰਹਿ ਸਕਦੇ ਸਨ। ਅਗਲਾ ਪੜਾਅ – ਉਸ ਦੇ ਕੋਲ ਕੋਲ ਜਾਣਾ ਹੈ, ਜਿਸ ਨੇ ਉਸ ਨੂੰ ਭੇਜਿਆ ਸੀ, ਜਿਸ ਬਾਰੇ ਕੁਇੰਬੀ ਨੇ ਦੱਸਿਆ ਕਿ ਇਹ ਪਰਮਾਤਮਾ ਦੀ ਰਚਨਾਤਮਕ ਸ਼ਕਤੀ ਸੀ ਜੋ ਸਾਡੇ ਸਾਰਿਆਂ ਵਿਚ ਹੈ।

ਕੁਇੰਬੀ ਨੇ ਤੁਰੰਤ ਆਪਣੇ ਮਨ 'ਚ ਯਾਤਰਾ ਕੀਤੀ ਅਤੇ ਦੈਵੀ ਸੰਪੂਰਨਤਾ ਦਾ ਚਿੰਤਨ ਕੀਤਾ: ਭਾਵ, ਜਿਵੇਂ ਜੀਵਨ ਸ਼ਕਤੀ, ਬੁੱਧੀਮੱਤਾ, ਇਕਸੁਰਤਾ ਅਤੇ ਪਰਮਾਤਮਾ ਦੀ ਸ਼ਕਤੀ ਜੋ ਬਿਮਾਰ ਵਿਅਕਤੀ ਵਿਚ ਕੰਮ ਕਰ ਰਹੀ ਹੈ। ਇਸ ਲਈ ਉਨ੍ਹਾਂ ਨੇ ਮਹਿਲਾ ਨੂੰ ਕਿਹਾ, "ਇਸ ਲਈ ਜਿੱਥੇ ਮੈਂ ਜਾਂਦਾ ਹਾਂ, ਉੱਥੇ ਤੁਸੀਂ ਨਹੀਂ ਆ ਸਕਦੇ, ਕਿਉਂਕਿ ਤੂੰ ਆਪਣੇ ਸੌਂਣੇ ਜਾਂ ਤੰਗ, ਸੀਮਤ ਵਿਚਾਰਾਂ ਵਿਚ ਹੋ ਅਤੇ ਮੈਂ ਤੰਦਰੁਸਤ ਹਾਂ।"

ਇਸ ਪ੍ਰਾਰਥਨਾ ਅਤੇ ਵਿਆਖਿਆ ਨੇ ਤੁਰੰਤ ਹੀ ਸਨਸਨੀ ਪੈਦਾ ਕੀਤੀ ਅਤੇ ਉਸ ਦੇ ਮਨ ਵਿਚ ਇਕ ਤਬਦੀਲੀ ਆ ਗਈ। ਉਹ ਬਿਨਾ ਬੈਸਾਖੀਆਂ ਦੇ ਚੱਲਣ ਲੱਗੀ। ਕੁਇੰਬੀ ਨੇ ਕਿਹਾ ਕਿ ਇਹ ਉਸ ਦੇ ਸਾਰੇ ਇਲਾਜਾਂ 'ਚੋਂ ਸਭ ਤੋਂ ਇਕੱਲਾ ਤੇ ਅਨੂਠਾ ਸੀ। ਉਹ, ਜਿਵੇਂ ਕਿ ਇਹ ਸੀ, ਗਲਤੀ ਲਈ ਮਰੀ ਹੋਈ ਸੀ, ਅਤੇ ਉਸ ਨੂੰ ਸਜੀਵ ਕਰਨਾ ਜਾਂ ਸੱਚਾਈ ਵਿਚ ਲਿਆਉਣਾ ਉਸ ਨੂੰ ਮੁਰਦਿਆਂ ਵਿਚੋਂ ਜੀਉਂਦਾ ਕਰਨਾ ਸੀ। ਕੁਇੰਬੀ ਨੇ ਈਸਾ ਦੇ ਪੁਨਰਜੀਵਨ (Resurrection) ਦਾ ਹਵਾਲਾ ਦਿੱਤਾ ਅਤੇ ਇਸ ਨੂੰ ਆਪਣੇ ਖ਼ੁਦ ਦੇ ਮਸੀਹ ਜਾਂ ਸਿਹਤ ਲਈ ਲਾਗੂ ਕੀਤਾ; ਇਸ ਨੇ ਉਸ 'ਤੇ ਇਕ ਸ਼ਕਤੀਸ਼ਾਲੀ ਪ੍ਰਭਾਵ ਪੈਦਾ ਕੀਤਾ। ਉਸ ਨੇ ਉਸ ਮਹਿਲਾ ਨੂੰ ਸਮਝਾਇਆ ਕਿ ਸੱਚ ਜਿਸ ਨੂੰ ਉਸ ਨੇ ਸਵੀਕਾਰ ਕੀਤਾ ਉਹ ਇਕ ਦੂਤ ਜਾਂ ਵਿਚਾਰ ਸੀ, ਜਿਸ ਨੇ ਡਰ, ਅਗਿਆਨਤਾ, ਅਤੇ ਅੰਧ-ਵਿਸ਼ਵਾਸ ਰੂਪੀ ਪੱਥਰ ਨੂੰ ਦੂਰ ਕਰ ਦਿੱਤਾ ਅਤੇ ਇਸ ਤਰ੍ਹਾਂ ਪਰਮਾਤਮਾ ਦੀ ਇਲਾਜ ਸ਼ਕਤੀ ਨੂੰ ਜਾਰੀ ਕੀਤਾ, ਜਿਸ ਨੇ ਉਸ ਨੂੰ ਸੰਪੂਰਨ ਬਣਾ ਦਿੱਤਾ।

ਹੁਕਮ ਵਿਧੀ

ਸਾਡੇ ਸ਼ਬਦਾਂ ਵਿਚ ਸ਼ਕਤੀ ਉਨ੍ਹਾਂ ਦੇ ਪਿੱਛੇ ਦੀ ਭਾਵਨਾ ਅਤੇ ਆਸਥਾ ਦੇ ਅਨੁਰੂਪ ਹੁੰਦੀ ਹੈ। ਜਦੋਂ ਸਾਨੂੰ ਇਹ ਅਹਿਸਾਸ ਹੁੰਦਾ ਹੈ ਕਿ ਸ਼ਕਤੀ ਜੋ ਸਾਰੀ ਦੁਨੀਆਂ ਨੂੰ ਘੁੰਮਾ ਰਹੀ ਹੈ, ਉਹ ਸਾਡੀ ਤਰਫੋਂ ਅੱਗੇ ਵਧ ਰਹੀ ਹੈ ਅਤੇ ਸਾਡੇ ਸ਼ਬਦਾਂ ਦਾ ਸਮਰਥਨ ਕਰ ਰਹੀ ਹੈ, ਤਾਂ ਸਾਡਾ ਆਤਮ-ਵਿਸ਼ਵਾਸ ਅਤੇ ਭਰੋਸਾ ਵੱਧ ਜਾਂਦਾ ਹੈ। ਤੁਸੀਂ ਇਸ ਵਿਚ ਹੋਰ ਜ਼ਿਆਦਾ ਸ਼ਕਤੀ ਜੋੜਨ ਦੀ ਕੋਸ਼ਿਸ਼ ਨਹੀਂ ਕਰਦੇ; ਇਸ ਲਈ, ਇਨ੍ਹਾਂ ਵਿਚ ਕੋਈ ਮਾਨਸਿਕ ਸੰਘਰਸ਼, ਦਬਾਅ, ਜ਼ਬਰਦਸਤੀ ਜਾਂ ਮਾਨਸਿਕ ਕੁਸ਼ਤੀ ਨਹੀਂ ਹੋਣੀ ਚਾਹੀਦੀ।

ਇਕ ਮੁਟਿਆਰ ਨੇ ਹੁਕਮ ਵਿਧੀ (Decree Method) ਦੀ ਵਰਤੋਂ ਇਕ ਗਭਰੂ 'ਤੇ ਕੀਤੀ, ਜੋ ਲਗਾਤਾਰ ਉਸ ਨੂੰ ਫੋਨ ਕਰ ਰਿਹਾ ਸੀ, ਉਸ 'ਤੇ ਡੇਟਿੰਗ ਲਈ ਜਾਣ ਦਾ ਦਬਾਅ ਪਾ ਰਿਹਾ ਸੀ, ਉਹ ਉਸ ਦੇ ਆਫਿਸ ਵਿਚ ਵੀ ਮਿਲਣ ਲਈ ਆਉਣ ਲੱਗਾ; ਉਸ ਨੂੰ ਉਸ ਕੋਲੋਂ ਛੁਟਕਾਰਾ ਪਾਉਣਾ ਬੜਾ ਮੁਸ਼ਕਿਲ ਲੱਗ ਰਿਹਾ ਸੀ। ਤਾਂ ਉਸ ਨੇ ਅੱਗੇ ਦਿੱਤੇ ਅਨੁਸਾਰ ਹੁਕਮ ਦਿੱਤਾ:

"ਮੈਂ.... ਨੂੰ ਪਰਮਾਤਮਾ 'ਤੇ ਛੱਡ ਦਿੱਤਾ ਹੈ। ਉਹ ਹਰ ਸਮੇਂ ਆਪਣੇ ਸੱਚੇ ਸਥਾਨ 'ਤੇ ਹੁੰਦਾ ਹੈ। ਮੈਂ ਆਜ਼ਾਦ ਹਾਂ ਅਤੇ ਉਹ ਵੀ ਆਜ਼ਾਦ ਹੈ। ਮੈਂ ਹੁਣ ਆਪਣੇ ਸ਼ਬਦਾਂ ਨੂੰ ਅਨੰਤ ਮਸਤਿਸ਼ਕ ਵਿਚ ਪੁੱਜ ਜਾਣ ਲਈ ਹੁਕਮ ਦਿੰਦੀ ਹਾਂ ਅਤੇ ਇਸ ਨੂੰ ਜਾਣ ਲਈ ਕਹਿੰਦੀ ਹਾਂ। ਇੰਝ ਹੀ ਹੋਵੇ।"

ਉਸ ਨੇ ਕਿਹਾ, ਕਿ ਉਹ ਨੌਜਵਾਨ ਉਸ ਦੀ ਜਿੰਦਗੀ ਤੋਂ ਇਕਦਮ ਹੀ ਗਾਇਬ ਹੋ ਗਿਆ ਅਤੇ ਉਸ ਨੇ ਉਸ ਨੂੰ ਦੁਬਾਰਾ ਕਦੇ ਨਹੀਂ ਦੇਖਿਆ, ਉਸ ਨੇ ਅੱਗੇ ਕਿਹਾ, "ਇੰਝ ਲੱਗਿਆ, ਜਿਵੇਂ ਜ਼ਮੀਨ ਉਸ ਨੂੰ ਨਿਗਲ ਗਈ ਹੋਵੇ।"

"ਤੁਸੀਂ ਕਿਸੇ ਚੀਜ਼ ਨੂੰ ਹੁਕਮ ਦਿਓਗੇ, ਉਹ ਤੁਹਾਡੇ ਵਿਚ ਸਥਾਪਿਤ ਹੋ ਜਾਵੇਗੀ: ਅਤੇ ਤੁਹਾਡੇ ਰਾਸਤੇ 'ਤੇ ਰੋਸ਼ਨੀ ਬਲ ਜਾਵੇਗੀ।"

ਜਾੱਬ 22:28

ਵਿਗਿਆਨਕ ਸੱਚਾਈ ਨਾਲ ਆਪਣੇ-ਆਪ
ਦੀ ਸੇਵਾ ਕਰੋ

1.   ਮਾਨਸਿਕ ਇੰਜੀਨੀਅਰ ਬਣੋ ਅਤੇ ਸ਼ਾਨਦਾਰ ਤੇ ਵਿਸ਼ਾਲ ਮਹਾਨ ਜੀਵਨ ਦੇ ਨਿਰਮਾਣ ਲਈ ਪਹਿਲਾਂ ਤੋਂ ਅਜ਼ਮਾਈ ਗਈਆਂ ਅਤੇ ਸਾਬਿਤ ਤਕਨੀਕਾਂ ਦੀ ਵਰਤੋਂ ਕਰੋ।

2. ਤੁਹਾਡੀ ਇੱਛਾ ਤੁਹਾਡੀ ਪ੍ਰਾਰਥਨਾ ਹੈ। ਆਪਣੀ ਇੱਛਾ ਪੂਰੀ ਹੋਣ ਦੀ ਤਸਵੀਰ ਨੂੰ ਦੇਖੋ ਤੇ ਇਸਦੀ ਅਸਲੀਅਤ ਨੂੰ ਮਹਿਸੂਸ ਕਰੋ ਅਤੇ ਤੁਹਾਨੂੰ ਜਵਾਬ ਮਿਲਣ ਦੀ ਖ਼ੁਸ਼ੀ ਦਾ ਅਹਿਸਾਸ ਹੋਵੇਗਾ।

3. ਚੀਜ਼ਾਂ ਨੂੰ ਪ੍ਰਾਪਤ ਕਰਨ ਦੀ ਇੱਛਾ ਕਰਨਾ ਮਾਨਸਿਕ ਵਿਗਿਆਨ ਦਾ ਸਭ ਤੋਂ ਸੌਖਾ ਅਤੇ ਨਿਸ਼ਚਿਤ ਤਰੀਕਾ ਹੈ।

4. ਤੁਸੀਂ ਚਮਕਦਾਰ ਸਿਹਤ, ਸਫਲਤਾ ਅਤੇ ਖ਼ੁਸ਼ੀਆਂ ਉਨ੍ਹਾਂ ਵਿਚਾਰਾਂ ਤੋਂ ਬਣਾ ਸਕਦੇ ਹੋ, ਜਿਨ੍ਹਾਂ ਨੂੰ ਤੁਸੀਂ ਆਪਣੇ ਮਨ ਦੇ ਲੁਕਵੇਂ ਸਟੂਡੀਓ ਵਿਚ ਸੋਚਦੇ ਹੋ।

5. ਵਿਗਿਆਨਕ ਵਿਧੀ ਤੋਂ ਪ੍ਰਯੋਗ ਕਰੋ, ਜਦੋਂ ਤਕ ਕਿ ਤੁਸੀਂ ਆਪ ਨਿਜੀ ਤੌਰ 'ਤੇ ਸਾਬਿਤ ਨਾ ਕਰ ਦਿਓ ਕਿ ਤੁਹਾਡੀ ਚੇਤਨ ਸੋਚ ਨੂੰ ਤੁਹਾਡੇ ਅਵਚੇਤਨ ਮਨ ਦੀ ਅਨੰਤ ਬੁੱਧੀਮੱਤਾ ਤੋਂ ਹਮੇਸ਼ਾ ਸਿੱਧਾ ਜਵਾਬ ਆਉਂਦਾ ਹੈ।

6. ਆਪਣੀਆਂ ਇੱਛਾਵਾਂ ਵਿਚ ਕੁੱਝ ਨਿਸ਼ਚਿਤ ਤੌਰ 'ਤੇ ਮਿਲਣਾ ਇਸ ਨੂੰ ਪਹਿਲਾਂ ਤੋਂ ਹੀ ਦੇਖ ਕੇ ਖ਼ੁਸ਼ੀ ਅਤੇ ਸ਼ਾਂਤੀ ਮਹਿਸੂਸ ਕਰੋ। ਤੁਹਾਡੇ ਮਨ ਵਿਚ ਕਿਸੇ ਸਰੂਪ ਦੀ ਤਸਵੀਰ ਉਸ ਚੀਜ ਦੀ ਹੈ ਜਿਨ੍ਹਾਂ ਦੀ ਤੁਸੀਂ ਉਮੀਦ ਕਰ ਰਹੇ ਹੋ ਅਤੇ ਉਸ ਚੀਜ ਦਾ ਕੋਈ ਸਬੂਤ ਨਹੀਂ ਦੇਖਿਆ ਗਿਆ।

7. ਇਕ ਮਾਨਸਿਕ ਤਸਵੀਰ ਹਜ਼ਾਰ ਸ਼ਬਦਾਂ ਦੇ ਬਰਾਬਰ ਹੈ। ਤੁਹਾਡਾ ਅਵਚੇਤਨ ਕਿਸੇ ਵੀ ਤਸਵੀਰ ਨੂੰ ਸਵੀਕਾਰ ਕਰੇਗਾ, ਜਿਸ ਨੂੰ ਮਨ ਵਿਚ ਆਸਥਾ ਪ੍ਰਾਪਤ ਹੋ।

8. ਪ੍ਰਾਰਥਨਾ ਕਰਦੇ ਸਮੇਂ ਸਾਰੇ ਜਤਨ ਜਾਂ ਮਾਨਸਿਕ ਦਬਾਅ ਤੋਂ ਬਚੋ। ਉਨੀਂਦਰੀ, ਨਿਸ਼ਕਰੀਅ ਅਵਸਥਾ ਵਿਚ ਜਾਓ ਅਤੇ ਆਪਣੇ-ਆਪ ਨੂੰ ਲੋਰੀ ਸੁਣਾ ਕੇ ਸੌਣ ਦਾ ਅਹਿਸਾਸ ਕਰੋ ਅਤੇ ਜਾਣੋ ਕਿ ਤੁਹਾਡੀ ਪ੍ਰਾਰਥਨਾ ਦਾ ਜਵਾਬ ਮਿਲ ਗਿਆ ਹੈ।

9. ਯਾਦ ਰੱਖੋ, ਸ਼ੁਕਰਗੁਜ਼ਾਰ ਦਿਲ ਹਮੇਸ਼ਾ ਬ੍ਰਹਿਮੰਡ ਦੀ ਸੰਪਦਾ ਜਾਂ ਧਨ ਦੇ ਨੇੜੇ ਹੁੰਦਾ ਹੈ।

10. ਕਿਸੇ ਚੀਜ਼ ਨੂੰ ਦ੍ਰਿੜਤਾ ਨਾਲ ਕਹਿਣਾ ਕਿ ਇੰਝ ਹੀ ਹੈ ਅਤੇ ਜਦੋਂ ਤੁਹਾਡਾ ਮਨ ਦਾ ਨਜ਼ਰੀਆ ਸੱਚ ਵਰਗਾ ਹੈ, ਭਾਵੇਂ ਸਾਰੇ ਤੱਥ ਵਿਪਰੀਤ ਹੋਣ ਤਾਂ ਤੁਹਾਨੂੰ ਤੁਹਾਡੀ ਪ੍ਰਾਰਥਨਾ ਦਾ ਜਵਾਬ ਮਿਲੇਗਾ।

11. ਪਰਮਾਤਮਾ ਦੇ ਪਿਆਰ ਅਤੇ ਮਹਿਮਾ ਬਾਰੇ ਸੋਚ ਦੇ ਹੋਏ ਇਕਸੁਰਤਾ, ਸਿਹਤ ਅਤੇ ਸ਼ਾਂਤੀ ਦੀਆਂ ਇਲੈਕਟ੍ਰੋਨਿਕ ਲਹਿਰਾਂ ਨੂੰ ਉਤਪੰਨ ਕਰੋ।

12. ਜਿਸ ਚੀਜ਼ ਨੂੰ ਤੁਸੀਂ ਆਗਿਆ ਦਿੰਦੇ ਹੋ ਅਤੇ ਉਸ ਨੂੰ ਸੱਚ ਵਰਗਾ ਸਮਝਦੇ ਹੋ, ਉਹ ਜ਼ਰੂਰ ਹੋਵੇਗਾ। ਇਕਸੁਰਤਾ, ਸਿਹਤ, ਸ਼ਾਂਤੀ ਅਤੇ ਭਰਪੂਰਤਾ ਦਾ ਆਦੇਸ਼ ਦਿਓ।

ਅਵਚੇਤਨ ਦੀ ਪ੍ਰਵਿਰਤੀ ਜੀਵਨ ਵੱਲ ਹੈ

ਤੁਹਾਡੇ ਮਾਨਸਿਕ ਜੀਵਨ ਦਾ 90% ਤੋਂ ਵੱਧ ਅਵਚੇਤਨ ਹੈ। ਇਸ ਲਈ ਉਹ ਮਰਦ ਅਤੇ ਔਰਤਾਂ ਜੋ ਇਸ ਅਦਭੁੱਤ ਸ਼ਕਤੀ ਦੀ ਵਰਤੋਂ ਕਰਨ 'ਚ ਅਸਫਲ ਰਹਿੰਦੇ ਹਨ ਉਨ੍ਹਾਂ ਦੀ ਜੀਵਨ ਸੰਕੁਚਿਤ ਸੀਮਾਵਾਂ ਵਿਚ ਰਹਿੰਦਿਆਂ ਹਨ।

ਤੁਹਾਡੀਆਂ ਅਵਚੇਤਨ ਦੀਆਂ ਪ੍ਰਕਿਰਿਆਵਾਂ ਹਮੇਸ਼ਾ ਜੀਵਨ ਮੁੱਖੀ ਅਤੇ ਉਸਾਰੂ ਹੁੰਦੀਆਂ ਹਨ। ਤੁਹਾਡਾ ਅਵਚੇਤਨ ਤੁਹਾਡੇ ਸਰੀਰ ਦਾ ਨਿਰਮਾਤਾ ਹੈ ਅਤੇ ਇਸ ਦੇ ਸਾਰੇ ਮਹੱਤਵਪੂਰਨ ਕਾਰਜਾਂ ਦਾ ਸੰਚਾਲਨ ਕਰਦਾ ਹੈ। ਇਹ ਦਿਨ ਦੇ ਚੌਵੀਂ ਘੰਟੇ ਆਪਣਾ ਕੰਮ ਕਰਦਾ ਹੈ ਅਤੇ ਕਦੇ ਨਹੀਂ ਸੌਂਦਾ। ਇਹ ਹਮੇਸ਼ਾ ਤੁਹਾਡੀ ਸਹਾਇਤਾ ਕਰਨ ਅਤੇ ਤੁਹਾਨੂੰ ਨੁਕਸਾਨ ਤੋਂ ਬਚਾਉਣ ਦੀ ਕੋਸ਼ਿਸ਼ ਕਰ ਰਿਹਾ ਹੈ।

ਤੁਹਾਡਾ ਅਵਚੇਤਨ ਮਨ ਅਨੰਤ ਜੀਵਨ ਤੇ ਅਸੀਮਤ ਬੁੱਧੀਮੱਤਾ ਦੇ ਸੰਪਰਕ ਵਿਚ ਰਹਿੰਦਾ ਹੈ, ਅਤੇ ਇਸ ਦੇ ਆਵੇਗ ਅਤੇ ਵਿਚਾਰ ਦਾ ਰੁੱਖ ਹਮੇਸ਼ਾ ਜੀਵਨ ਵੱਲ ਪ੍ਰੇਰਿਤ ਹੁੰਦੇ ਹਨ। ਇਕ ਸ਼ਾਨਦਾਰ ਅਤੇ ਉੱਤਮ ਜੀਵਨ ਜਿਉਣ ਲਈ ਮਹਾਨ ਇੱਛਾਵਾਂ, ਪ੍ਰੇਰਨਾਵਾਂ ਅਤੇ ਦੂਰ ਅੰਦੇਸ਼ੀ ਅਵਚੇਤਨ ਤੋਂ ਹੀ ਉਤਪੰਨ ਹੁੰਦੀਆਂ ਹਨ। ਤੁਹਾਡੀਆਂ ਡੂੰਘੀਆਂ ਧਾਰਨਾਵਾਂ ਉਹ ਹੁੰਦੇ ਹਨ, ਜਿਨ੍ਹਾਂ ਬਾਰੇ ਤੁਸੀਂ ਤਰਕ-ਕੁਤਰਕ ਜਾਂ ਵਿਵੇਕਪੂਰਨ ਬਹਿਸ ਨਹੀਂ ਕਰ ਸਕਦੇ, ਕਿਉਂਕਿ ਉਹ ਤੁਹਾਡੇ ਚੇਤਨ ਮਸਤਿਸ਼ਕ ਤੋਂ ਨਹੀਂ ਆਉਂਦੇ; ਬਲਕਿ ਤੁਹਾਡੇ ਅਵਚੇਤਨ ਮਨ ਤੋਂ ਆਉਂਦੇ ਹਨ। ਤੁਹਾਡਾ ਅਵਚੇਤਨ ਤੁਹਾਡੇ ਅੰਤਰ-ਗਿਆਨ, ਆਵੇਗਾਂ, ਹੰਝੂਆਂ, ਅਨੁਭੂਤੀਆਂ, ਸੰਕੇਤਾਂ, ਮਨੋਕਾਮਨਾਵਾਂ ਅਤੇ ਵਿਚਾਰਾਂ ਰਾਹੀਂ ਗੱਲਾਂ ਕਰਦਾ ਹੈ, ਅਤੇ ਇਹ ਤੁਹਾਨੂੰ ਹਮੇਸ਼ਾ ਅੱਗੇ ਵੱਧਣ, ਵਿਕਸਤ ਹੋਣ, ਪ੍ਰਗਤੀਸ਼ੀਲ, ਹਿੰਮਤੀ ਬਨਣ ਲਈ ਪ੍ਰੇਰਿਤ ਕਰਦਾ ਰਹਿੰਦਾ ਹੈ ਤਾਂ ਜੋ ਤੁਸੀਂ ਆਪਣੇ ਜੀਵਨ 'ਚ ਹੋਰ ਜ਼ਿਆਦਾ ਉਚਾਈਆਂ 'ਤੇ ਪੁੱਜੋ।

ਪਿਆਰ ਕਰਨ ਜਾਂ ਦੂਜਿਆਂ ਦੇ ਜੀਵਨ ਬਚਾਉਣ ਦੀ ਇੱਛਾ ਤੁਹਾਡੇ ਅਵਚੇਤਨ ਦੀ ਡੂੰਘਿਆਈ ਤੋਂ ਆਉਂਦੀ ਹੈ। ਉਦਾਹਰਣ ਲਈ, 18 ਅਪ੍ਰੈਲ 1906

ਨੂੰ ਮਹਾਨ ਸਾਨ ਫਰਾਂਸਿਸਕੋ ਭੂਚਾਲ ਅਤੇ ਲੱਗੀਆਂ ਅੱਗਾਂ ਦੌਰਾਨ ਲੰਗੜੇ-ਲੂਲੇ ਤੇ ਅਪਾਹਿਜ ਲੋਕ ਜੋ ਲੰਮੇ ਸਮੇਂ ਤੋਂ ਬਿਸਤਰਿਆਂ ਤੱਕ ਹੀ ਸੀਮਤ ਸਨ, ਉਹ ਵੀ ਉੱਠ ਖਲੋਤੇ ਅਤੇ ਉਨ੍ਹਾਂ ਨੇ ਵੀ ਬਹਾਦਰੀ ਅਤੇ ਧੀਰਜ ਨਾਲ ਕਈ ਹੈਰਾਨੀਕੁਨ ਕੰਮ ਕਰ ਦਿਖਾਏ। ਉਨ੍ਹਾਂ ਅੰਦਰ ਵੀ ਦੂਜਿਆਂ ਨੂੰ ਕਿਸੇ ਵੀ ਹਾਲਤ ਵਿਚ ਹਰ ਕੀਮਤ 'ਤੇ ਬਚਾਉਣ ਦੀ ਤੀਬਰ ਇੱਛਾ ਜਾਗਰਿਤ ਹੋਈ ਅਤੇ ਉਨ੍ਹਾਂ ਦੇ ਅਵਚੇਤਨ ਨੇ ਵੀ ਉਸ ਅਨੁਸਾਰ ਜਵਾਬ ਦਿੱਤਾ।

ਮਹਾਨ ਕਲਾਕਾਰ, ਸੰਗੀਤਕਾਰ, ਕਵੀ, ਬੁਲਾਰੇ ਅਤੇ ਲਿਖਾਰੀ ਆਪਣੀਆਂ ਅਵਚੇਤਨ ਸ਼ਕਤੀਆਂ ਨਾਲ ਤਾਲਮੇਲ ਰੱਖਦਿਆਂ ਜੋਸ਼ ਨਾਲ ਭਰਪੂਰ ਅਤੇ ਪ੍ਰੇਰਿਤ ਹੋ ਜਾਂਦੇ ਹਨ। ਮਿਸਾਲ ਲਈ, ਰਾਬਰਟ ਲੂਈਸ ਸਟੀਵਨਸਨ, ਸੌਣ ਲਈ ਜਾਣ ਤੋਂ ਪਹਿਲਾਂ ਆਪਣੇ ਅਵਚੇਤਨ ਨੂੰ ਨੀਂਦ ਦੌਰਾਨ ਨਵੀਆਂ ਕਹਾਣੀਆਂ ਬਨਾਉਣ ਤੇ ਵਿਕਸਤ ਕਰਨ ਦਾ ਕੰਮ ਸੌਂਪ ਦਿੰਦੇ ਸਨ। ਜਦੋਂ ਵੀ ਉਨ੍ਹਾਂ ਦੇ ਬੈਂਕ ਖ਼ਾਤੇ ਵਿਚ ਪੈਸਿਆਂ ਦੀ ਕਮੀ ਹੋ ਜਾਂਦੀ, ਤਾਂ ਉਹ ਆਪਣੇ ਅਵਚੇਤਨ ਨੂੰ ਉਸ ਨੂੰ ਇਕ ਚੰਗਾ, ਵਿਕਣ ਵਾਲਾ ਥ੍ਰਿਲਰ ਕਹਾਣੀ ਜਾਂ ਨਾਵਲ ਦੇਣ ਲਈ ਕਹਿੰਦੇ ਸਨ। ਸਟੀਵਨਸਨ ਨੇ ਕਿਹਾ ਕਿ ਉਨ੍ਹਾਂ ਦੇ ਅਵਚੇਤਨ ਮਨ ਦੀ ਡੂੰਘੀ ਬੁੱਧੀਮੱਤਾ ਨੇ ਇੱਕ ਸੀਰੀਅਲ ਵਾਂਗ ਇਕ-ਇਕ ਦਰਿਸ਼ਦੇ ਤੌਰ 'ਤੇ ਉਨ੍ਹਾਂ ਨੂੰ ਕਹਾਣੀ ਦਿੱਤੀ। ਇਹ ਸਪੱਸ਼ਟ ਤੌਰ 'ਤੇ ਦਰਸਾਉਂਦਾ ਹੈ ਕਿ ਤੁਹਾਡਾ ਅਵਚੇਤਨ ਕਿੰਨੀ ਮਹਾਨ ਤੇ ਗਿਆਨ ਵਧਾਉਣ ਵਾਲੀਆਂ ਗੱਲਾਂ ਤੁਹਾਡੇ ਰਾਹੀਂ ਵਿਅਕਤ ਕਰਦਾ ਹੈ, ਜਿਸ ਬਾਰੇ ਤੁਹਾਡਾ ਚੇਤਨ ਮਨ ਕੁੱਝ ਵੀ ਨਹੀਂ ਜਾਣਦਾ।

ਮਾਰਕ ਟਵੇਨ ਨੇ ਕਈ ਵਾਰੀ ਦੁਨਿਆ ਸਾਮ੍ਹਣੇ ਸਵੀਕਾਰ ਕੀਤਾ ਸੀ ਕਿ ਉਨ੍ਹਾਂ ਨੇ ਆਪਣੇ ਜੀਵਨ ਵਿਚ ਕਦੇ ਕੋਈ ਕੰਮ ਨਹੀਂ ਕੀਤਾ। ਉਸ ਦੇ ਸਾਰੇ ਹਾਸੇ ਅਤੇ ਉਸ ਦੀਆਂ ਸਾਰੀਆਂ ਮਹਾਨ ਲਿਖਤਾਂ ਇਸ ਤੱਥ ਦੇ ਕਾਰਨ ਸਨ ਕਿ ਉਸ ਨੇ ਆਪਣੇ ਅਵਚੇਤਨ ਮਨ ਦੇ ਅਮੁੱਕ ਭੰਡਾਰ ਦਾ ਦੋਹਨ ਕਰਨ ਦੀ ਯੋਗਤਾ ਹਾਸਿਲ ਕਰ ਲਈ ਸੀ।

ਕਿਵੇਂ ਸਰੀਰ ਮਨ ਦੇ ਕੰਮਾਂ ਨੂੰ ਦਰਸਾਉਂਦਾ ਹੈ

ਤੁਹਾਡਾ ਚੇਤਨ ਤੇ ਅਵਚੇਤਨ ਮਨ ਦੇ ਆਪਸੀ ਤਾਲਮੇਲ ਲਈ ਤੰਤੂਆ ਦੇ ਅਨੁਸਾਰੀ ਪ੍ਰਣਾਲੀ ਦੇ ਵਿਚਕਾਰ ਇਕ ਸਮਾਨ ਪਰਸਪਰ ਪ੍ਰਭਾਵ ਦੀ ਲੋੜ ਹੁੰਦੀ ਹੈ। ਮਸਤਿਸ਼ਕ ਮੇਰੂ ਪ੍ਰਣਾਲੀ (Cerebrospinal System) ਚੇਤਨ ਮਨ ਦਾ ਅੰਗ ਹੈ ਅਤੇ ਹਮਦਰਦੀ ਪ੍ਰਣਾਲੀ (Sympathetic System) ਅਵਚੇਤਨ ਮਨ ਦਾ ਅੰਗ ਹੈ। ਸਵੈ-ਇੱਛਤ ਤੰਤੂ ਰਾਹੀਂ ਤੁਸੀਂ ਆਪਣੀ ਪੰਜ ਸਰੀਰਕ ਇੰਦਰੀਆਂ ਦੁਆਰਾ ਚੇਤਨ ਅਨੁਭੂਤੀ ਪ੍ਰਾਪਤ ਕਰਦੇ ਹੋ ਅਤੇ ਇਸ ਦੇ ਦੁਆਰਾ ਤੁਸੀਂ ਆਪਣੇ ਸਰੀਰ ਦੀਆਂ ਗਤੀਵਿਧੀਆਂ 'ਤੇ ਸਵੈ-ਇੱਛਤ ਨਿਯੰਤਰਣ ਕਰਦੇ ਹੋ। ਇਸ ਪ੍ਰਣਾਲੀ

ਵਿਚ ਮਸਤਿਸ਼ਕ ਦੀਆਂ ਤੰਤੂਕਾਵਾਂ ਹਨ ਅਤੇ ਇਹ ਤੁਹਾਡੀ ਇੱਛਾ ਅਤੇ ਚੇਤਨ ਮਾਨਸਿਕ ਕਿਰਿਆਵਾਂ ਦਾ ਚੈਨਲ ਹੈ।

ਹਮਦਰਦੀ ਪ੍ਰਣਾਲੀ (Sympathetic System) ਨੂੰ ਕਈ ਵਾਰੀ ਅਣ-ਇੱਛਤ ਤੰਤੂਕਾ ਤੰਤੂ ਵੀ ਕਿਹਾ ਜਾਂਦਾ ਹੈ। ਇਸਦਾ ਗੈਂਗਲਿਓਨਿਕ ਪਿੰਡ (Ganglionic Mass) ਕੇਂਦਰ ਪੇਟ ਦੇ ਪਿੱਛਲੇ ਹਿੱਸੇ ਵਿੱਚ ਹੁੰਦਾ ਹੈ, ਜਿਸ ਨੂੰ ਸੋਲਰ ਪਲੇਕਸਸ ਵੀ ਕਿਹਾ ਜਾਦਾ ਹਾਂ, ਅਤੇ ਕਈ ਵਾਰੀ ਇਸ ਨੂੰ ਪੇਟ ਦਾ ਦਿਮਾਗ ਜਾਂ ਢਿੱਡ ਮਸਤਿਸ਼ਕ ਵੀ ਕਹਿੰਦੇ ਹਨ। ਇਹ ਉਨ੍ਹਾਂ ਮਾਨਸਿਕ ਕਿਰਿਆਵਾਂ ਦਾ ਚੈਨਲ ਹੈ ਜੋ ਅਚੇਤਨ ਤੌਰ 'ਤੇ ਸਰੀਰ ਦੇ ਸਾਰੇ ਜ਼ਰੂਰੀ ਕੰਮਾਂ ਨੂੰ ਕਰਦਾ ਹੈ।

ਇਹ ਦੋਵੇਂ ਪ੍ਰਣਾਲੀਆਂ ਵੱਖਰੇ-ਵੱਖਰੇ ਜਾਂ ਸਮਕਾਲੀ ਤੌਰ 'ਤੇ ਕੰਮ ਕਰ ਸਕਦੀਆ ਹਨ। ਜੱਜ ਥਾਮਸ ਟ੍ਰੋਵਾਰਡ ਕਹਿੰਦੇ ਹਨ, "ਸੈ-ਇੱਛਤ ਪ੍ਰਣਾਲੀ ਦੇ ਇਕ ਹਿੱਸੇ ਵਜੋਂ ਮਸਤਿਸ਼ਕ ਦੇ ਖੇਤਰ ਤੋਂ ਅਸਪਸ਼ਟਤਾ ਨਾਲ ਤੰਤੂਕਾ 'ਚੋਂ ਨਿਕਲਦੀ ਹੈ ਅਤੇ ਇਸ ਦੇ ਦੁਆਰਾ ਅਸੀਂ ਆਪਣੇ ਬੋਲਣ ਵਾਲੇ ਅੰਗਾਂ ਨੂੰ ਨਿਯੰਤਰਿਤ ਕਰਦੇ ਹਾਂ; ਫਿਰ ਇਹ ਬਾਹਰੋਂ ਥੋਰੈਕਸ ਵੱਲ ਜਾ ਕੇ ਸ਼ਾਖਾਵਾਂ ਕੱਢਦੀ ਹੈ ਜੋ ਦਿਲ ਅਤੇ ਫੇਫੜਿਆਂ 'ਚੋਂ ਲੰਘਦੀਆਂ ਹਨ; ਅੰਤ ਵਿਚ ਇਹ ਡਾਇਆਫ੍ਰਾਮ ਤੋਂ ਲੰਘਦਿਆਂ ਆਪਣੀ ਬਾਹਰੀ ਪਰਤ ਗੁਆ ਦਿੰਦੀ ਹੈ, ਜਿਸ ਕਾਰਨ ਸੈ-ਇੱਛਤ ਪ੍ਰਣਾਲੀ ਦੀਆਂ ਨਾੜੀਆਂ ਵੱਖਰੀਆਂ ਦਿਖਦੀਆਂ ਹਨ ਅਤੇ ਹਮਦਰਦੀ ਪ੍ਰਣਾਲੀ ਦੇ ਤੌਰ 'ਤੇ ਪਛਾਣੀਆਂ ਜਾਂਦੀਆਂ ਹਨ, ਇਸ ਤਰ੍ਹਾਂ ਆਪਸੀ ਤਾਲਮੇਲ ਬਣਦਾ ਹੈ ਜੋ ਮਨੁੱਖ ਨੂੰ ਸਰੀਰਕ ਤੌਰ 'ਤੇ ਇਕ ਇਕਾਈ ਬਣਾਉਂਦਾ ਹੈ।

"ਇਸੇ ਤਰ੍ਹਾਂ ਮਸਤਿਸ਼ਕ 'ਚ ਵੱਖੋ-ਵੱਖਰੇ ਖੇਤਰ ਕ੍ਰਮਵਾਰ ਆਪਣਾ ਸੰਬੰਧ ਮਸਤਿਸ਼ਕ ਦੇ ਉਦੇਸ਼ ਤੇ ਯਥਾਰਥਵਾਦੀ ਗਤੀਵਿਧੀਆਂ ਨਾਲ ਦਰਸਾਉਂਦੇ ਹਨ, ਆਮ ਤੌਰ 'ਤੇ ਅਸੀਂ ਮਸਤਿਸ਼ਕ ਦੇ ਅਗਲੇ ਭਾਗ ਨੂੰ ਉਦੇਸ਼ ਅਤੇ ਪਿੱਛਲੇ ਵਾਲੇ ਹਿੱਸੇ ਨੂੰ ਯਥਾਰਥਵਾਦ ਨਾਲ ਜੋੜਦੇ ਹਾਂ ਅਤੇ ਵਿਚਕਾਰਲੇ ਹਿੱਸੇ ਵਿਚ ਦੋਨਾਂ ਦੇ ਗੁਣ ਹੁੰਦੇ ਹਨ।"

ਮਾਨਸਿਕ ਤੇ ਸਰੀਰਕ ਅੰਤਰ-ਸੰਬੰਧ ਨੂੰ ਦੇਖਣ ਦਾ ਇਕ ਸੌਖਾ ਤਰੀਕਾ ਇਹ ਅਹਿਸਾਸ ਕਰਨਾ ਹੈ ਕਿ ਤੁਹਾਡਾ ਚੇਤਨ ਮਨ ਕਿਸੇ ਵਿਚਾਰ ਨੂੰ ਸਵੀਕਾਰ ਕਰ ਲੈਂਦਾ ਹੈ, ਜੋ ਤੁਹਾਡੀ ਨਾੜੀਆਂ ਦੀਆ ਸੈ-ਇੱਛਤ ਪ੍ਰਣਾਲੀ ਦੇ ਕੰਪਨ ਦੇ ਅਨੁਰੂਪ ਲੜੀ ਹੈ। ਤੁਹਾਡੀ ਨਾੜੀ ਦੇ ਅਣ-ਇੱਛਤ ਪ੍ਰਣਾਲੀ ਵਿਚ ਇਸੇ ਤਰ੍ਹਾਂ ਦਾ ਇਕ ਪ੍ਰਵਾਹ ਉਤਪੰਨ ਹੁੰਦਾ ਹੈ, ਜਿਸ ਨਾਲ ਵਿਚਾਰ ਤੁਹਾਡੇ ਅਵਚੇਤਨ ਮਨ ਤੱਕ ਪਹੁੰਚ ਜਾਂਦੇ ਹਨ, ਜੋ ਤੁਹਾਡਾ ਰਚਨਾਤਮਕ ਸਾਧਨ ਹੈ। ਇਸੇ ਤਰ੍ਹਾਂ ਤੁਹਾਡੇ ਵਿਚਾਰ ਵਸਤੂਆਂ ਵਿਚ ਬਦਲ ਜਾਂਦੇ ਹਨ।

ਇਸ ਤਰ੍ਹਾਂ ਤੁਹਾਡੇ ਵਿਚਾਰ ਚੀਜਾਂ ਵਿਚ ਤਬਦੀਲ ਹੋ ਜਾਂਦੇ ਹਨ। ਤੁਹਾਡੇ ਚੇਤਨ ਮਨ ਦੁਆਰਾ ਸੋਚਿਆ ਤੇ ਸੱਚ ਵਜੋਂ ਮੰਨਿਆ ਗਿਆ ਹਰ ਵਿਚਾਰ ਤੁਹਾਡੇ

ਮਸਤਿਸ਼ਕ ਦੁਆਰਾ ਸੋਲਰ ਪਲੇਕਸਸ ਤਕ ਭੇਜਿਆ ਜਾਂਦਾ ਹੈ, ਜੋ ਤੁਹਾਡੇ ਅਵਚੇਤਨ ਮਨ ਦਾ ਸਾਥ ਦਿੰਦਾ ਹੈ। ਫਿਰ ਅਵਚੇਤਨ ਮਨ ਇਸ ਨੂੰ ਮਾਂਸ (ਸ਼ਰੀਰ) ਵਿਚ ਤਬਦੀਲ ਕਰ ਤੁਹਾਨੂੰ ਦੁਨੀਆ ਵਿਚ ਬਤੌਰ ਅਸਲੀਅਤ ਪੇਸ਼ ਕਰਦਾ ਹੈ।

ਇਹ ਅਕਲ ਹੈ, ਜੋ ਸਰੀਰ ਦੀ ਸੰਭਾਲ ਕਰਦੀ ਹੈ

ਜਦੋਂ ਤੁਸੀਂ ਕੋਸ਼ਿਕਾਵਾਂ ਪ੍ਰਨਾਲੀ ਅਤੇ ਅੰਗਾਂ ਦੀ ਬਣਤਰ ਦਾ ਅਧਿਐਨ ਕਰਦੇ ਹੋ, ਜਿਵੇਂ ਅੱਖਾਂ, ਕੰਨ, ਦਿਲ, ਜਿਗਰ, ਬਲੈਡਰ ਆਦਿ ਤਾਂ ਤੁਸੀਂ ਸਿੱਖਦੇ ਹੋ ਕਿ ਇਹ ਕੋਸ਼ਿਕਾਵਾਂ ਦੇ ਸਮੂਹਾਂ ਰਾਹੀਂ ਬਣਦੇ ਹਨ, ਜੋ ਅੱਗੇ ਚੱਲ ਕੇ ਸਮੂਹ ਬੁੱਧੀ ਦਾ ਨਿਰਮਾਣ ਕਰਦੇ ਹਨ, ਤਾਂ ਜੁ ਉਹ ਤਾਲਮੇਲ ਨਾਲ ਕੰਮ ਕਰਨ ਤੇ ਹੁਕਮ ਮੰਨਣ ਯੋਗ ਅਤੇ ਮਾਸਟਰ ਮਾਇੰਡ (ਚੇਤਨ ਮਸਤਿਸ਼ਕ) ਦੇ ਸੁਝਾਵਾਂ ਦੀ ਪਾਲਨਾ ਕਰ ਕਟੌਤੀ ਕਾਰਜਾਂ ਨੂੰ ਪੂਰਾ ਕਰਨ ਵਿਚ ਸਮਰਥ ਹੁੰਦੇ ਹਨ।

ਇੱਕ ਇਕੱਲੀ ਕੋਸ਼ਿਕਾ ਵਾਲੇ ਜੀਵ ਦਾ ਧਿਆਨ ਨਾਲ ਅਧਿਐਨ ਤੋਂ ਤੁਹਾਨੂੰ ਪਤਾ ਚੱਲਦਾ ਹੈ ਕਿ ਤੁਹਾਡੇ ਜਟਿਲ ਸਰੀਰ ਵਿਚ ਕੀ ਚਲਦਾ ਰਹਿੰਦਾ ਹੈ। ਹਾਲਾਂਕਿ ਇਕ-ਕੋਸ਼ੀ ਜੀਵ ਵਿਚ ਕੋਈ ਅੰਗ ਨਹੀਂ ਹੁੰਦਾ, ਫਿਰ ਵੀ ਇਹ ਮਸਤਿਸ਼ਕ ਦੀ ਕਿਰਿਆ ਅਤੇ ਪ੍ਰਤੀਕਿਰਿਆ ਦੇ ਸਬੂਤ ਦਿੰਦਿਆ ਗਤੀ, ਪਾਚਨ, ਪਾਲਨਾ, ਨਿਕਾਸ ਦੇ ਬੁਨਿਆਦੀ ਕਾਰਜਾਂ ਨੂੰ ਕਰਦਾ ਹੈ।

ਬਹੁਤ ਸਾਰੇ ਲੋਕ ਕਹਿੰਦੇ ਹਨ ਕਿ ਇਹ ਅਕਲ ਹੈ, ਜੋ ਤੁਹਾਡੇ ਸਰੀਰ ਦੀ ਦੇਖਭਾਲ ਕਰਦੀ ਹੈ, ਬਸ਼ਰਤੇ ਤੁਸੀਂ ਇਸ ਨੂੰ ਕੰਮ ਕਰਣ ਲਈ ਇਕੱਲਾ ਛੱਡ ਦਿਓ। ਇਹ ਸੱਚ ਹੈ। ਪਰ, ਮੁਸ਼ਕਿਲ ਇਹ ਹੈ ਕਿ ਚੇਤਨ ਮਸਤਿਸ਼ਕ ਹਮੇਸ਼ਾ ਆਪਣੀ ਪੰਜ ਇੰਦਰੀਆਂ ਦੁਆਰਾ ਸਬੂਤਾਂ ਵਿਚ ਦਖਲ-ਅੰਦਾਜੀ ਕਰਦਾ ਰਹਿੰਦਾ ਹੈ, ਜਿਸ ਦਾ ਆਧਾਰ ਬਾਹਰੀ ਤੌਰ 'ਤੇ ਝੂਠੇ ਵਿਸ਼ਵਾਸ, ਡਰ ਅਤੇ ਨਜ਼ਰੀਏ ਦਾ ਪ੍ਰਭਾਵ ਹੁੰਦਾ ਹੈ। ਜਦੋਂ ਤੁਹਾਡੇ ਅਵਚੇਤਨ ਮਨ ਵਿਚ ਮਨੋਵਿਗਿਆਨਕ, ਭਾਵਨਾਤਮਕ ਤਰੀਕਿਆਂ ਜਾਂ ਕੰਡੀਸ਼ਨਿੰਗ ਰਾਹੀਂ ਡਰ, ਝੂਠੇ ਵਿਸ਼ਵਾਸ ਅਤੇ ਨਕਾਰਾਤਮਕ ਪੈਟਰਨ ਦਰਜ ਹੁੰਦੇ ਹਨ, ਤਾਂ ਅਵਚੇਤਨ ਮਨ ਦੇ ਕੋਲ ਇਸ ਨੂੰ ਦਿੱਤੇ ਜਾ ਰਹੇ ਬਲੂਪ੍ਰਿੰਟ 'ਤੇ ਕੰਮ ਕਰਨ ਤੋਂ ਇਲਾਵਾ ਹੋਰ ਕੋਈ ਰਾਹ ਨਹੀਂ ਹੁੰਦਾ।

ਅਵਚੇਤਨ ਮਨ ਸਧਾਰਨ ਭਲੇ ਲਈ ਨਿਰੰਤਰ ਕੰਮ ਕਰਦਾ ਹੈ

ਤੁਹਾਡੇ ਅੰਦਰ ਦਾ ਸਵੈ ਵਿਅਕਤੀਨਿਸ਼ਠ ਸਾਰਿਆਂ ਦੀ ਭਲਾਈ ਲਈ ਨਿਰੰਤਰ ਕੰਮ ਕਰਦਾ ਰਹਿੰਦਾ ਹੈ, ਜੋ ਸਾਰੀਆਂ ਚੀਜ਼ਾਂ ਦੇ ਪਿੱਛੇ ਇਕਸੁਰਤਾ ਦੇ ਅੰਤਰੀਵ ਸਿਧਾਂਤ ਨੂੰ ਦਰਸਾਉਂਦਾ ਹੈ। ਤੁਹਾਡੇ ਅਵਚੇਤਨ ਮਨ ਦੀ ਆਪਣੀ ਇੱਛਾ ਸ਼ਕਤੀ ਹੈ ਅਤੇ ਇਹ ਆਪਣੇ ਆਪ ਵਿਚ ਇਕ ਬਹੁਤ ਹੀ ਅਸਲ ਚੀਜ਼ ਹੈ। ਇਹ ਦਿਨ ਰਾਤ ਕੰਮ ਕਰਦੀ ਹੈ, ਭਾਵੇਂ ਤੁਸੀਂ ਇਸ 'ਤੇ ਅਮਲ ਕਰਦੇ ਹੋ ਜਾਂ ਨਹੀਂ। ਇਹ

ਤੁਹਾਡੇ ਸਰੀਰ ਦਾ ਨਿਰਮਾਤਾ ਹੈ, ਪਰ ਤੁਸੀਂ ਇਸ ਨੂੰ ਬਣਾਉਂਦੇ ਹੋਏ ਦੇਖ, ਸੁਣ ਜਾਂ ਮਹਿਸੂਸ ਨਹੀਂ ਕਰ ਸਕਦੇ, ਕਿਉਂਕਿ ਇਹ ਬਿਲਕੁਲ ਸ਼ਾਂਤ ਪ੍ਰਕਿਰਿਆ ਹੈ। ਤੁਹਾਡੇ ਅਵਚੇਤਨ ਦਾ ਆਪਣੀ ਖ਼ੁਦ ਦੀ ਇੱਕ ਜਿੰਦਗੀ ਹੈ, ਜੋ ਹਮੇਸ਼ਾ ਇਕਸੁਰਤਾ, ਸਿਹਤ ਅਤੇ ਸ਼ਾਂਤੀ ਵੱਲ ਵੱਧਦੀ ਰਹਿੰਦੀ ਹੈ। ਇਹ ਇਸ ਦੇ ਅੰਦਰ ਦਾ ਬ੍ਰਹਮ ਆਦਰਸ਼ ਹੈ, ਜੋ ਹਰ ਸਮੇਂ ਤੁਹਾਡੇ ਮਾਧਿਅਮ ਰਾਹੀਂ ਪ੍ਰਗਟਾਵੇਂ ਦੀ ਮੰਗ ਕਰਦਾ ਹੈ।

ਇਨਸਾਨ ਇਕਸੁਰਤਾ ਵਾਲੇ ਅੰਤਰੀਵ ਸਿਧਾਂਤ ਨਾਲ ਕਿਵੇਂ ਦਖ਼ਲਾਂਦਾਜੀ ਕਰਦਾ ਹੈ

ਸਹੀ ਜਾਂ ਵਿਗਿਆਨਕ ਤਰੀਕਿਆਂ ਨਾਲ ਸੋਚਣ ਲਈ ਸਾਨੂੰ "ਸੱਚ" ਦਾ ਪਤਾ ਹੋਣਾ ਚਾਹੀਦਾ ਹੈ। ਸੱਚ ਨੂੰ ਜਾਨਣ ਲਈ ਤੁਹਾਡੇ ਅਵਚੇਤਨ ਮਨਦੀ ਅਨੰਤ ਬੁੱਧੀ ਅਤੇ ਸ਼ਕਤੀ ਨੂੰ ਇਕਸੁਰ ਹੋਣਾ ਜ਼ਰੂਰੀ ਹੈ ਜੋ ਇਸ ਨੂੰ ਹਮੇਸ਼ਾ ਜੀਵਨ ਵੱਲ ਲੈ ਜਾਂਦੀ ਹੈ।

ਹਰ ਇਕ ਵਿਚਾਰ ਜਾਂ ਕਿਰਿਆ, ਜਿਨ੍ਹਾਂ ਵਿਚ ਇਕਸੁਰਤਾ ਨਹੀਂ ਹੈ, ਭਾਵੇਂ ਉਹ ਅਗਿਆਨਤਾ ਜਾਂ ਯੋਜਨਾ (Design) ਦੇ ਕਾਰਨ ਹੋਵੇ, ਉਸ ਦਾ ਨਤੀਜਾ ਕਲੇਸ਼ ਅਤੇ ਹਰ ਕਿਸਮ ਦੀ ਘਾਟ ਹੋਵੇਗੀ।

ਵਿਗਿਆਨੀ ਸਾਨੂੰ ਸੁਚੇਤ ਕਰਦੇ ਹਨ ਕਿ ਤੁਸੀਂ ਹਰ ਗਿਆਰਾਂ ਮਹੀਨਿਆਂ ਵਿਚ ਇੱਕ ਨਵਾਂ ਸ਼ਰੀਰ ਬਣਾਉਂਦੇ ਹੋ; ਇਸ ਲਈ, ਤੁਸੀਂ ਅਸਲ ਵਿਚ ਸਰੀਰਕ ਨਜ਼ਰੀਏ ਤੋਂ ਸਿਰਫ਼ ਗਿਆਰਾਂ ਮਹੀਨਿਆਂ ਦੇ ਹੋ। ਜੇ ਤੁਸੀਂ ਡਰ, ਕ੍ਰੋਧ, ਈਰਖਾ ਅਤੇ ਮਾੜੀ-ਇੱਛਾ ਭਾਵ ਦੁਰਭਾਵਨਾ ਵਾਲੇ ਵਿਚਾਰਾਂ ਨਾਲ ਆਪਣੇ ਸਰੀਰ ਵਿਚ ਨੁਕਸ ਪੈਦਾ ਕਰਦੇ ਹੋ, ਤਾਂ ਇਸ ਵਿਚ ਤੁਹਾਡੇ ਇਲਾਵਾ ਕੋਈ ਹੋਰ ਦੋਸ਼ੀ ਨਹੀਂ ਹੈ।

ਤੁਸੀਂ ਆਪਣੇ ਕੁਲ ਵਿਚਾਰਾਂ ਦਾ ਜੋੜ ਹੋ। ਤੁਹਾਨੂੰ ਨਕਾਰਾਤਮਕ ਵਿਚਾਰ ਅਤੇ ਕਲਪਨਾ 'ਤੇ ਧਿਆਨ ਦੇਣ ਦੀ ਕੋਈ ਲੋੜ ਨਹੀਂ ਹੈ। ਹਨ੍ਹੇਰੇ ਤੋਂ ਛੁਟਕਾਰਾ ਪਾਉਣ ਲਈ ਉਜਾਲਾ ਚਾਹੀਦਾ ਹੈ। ਠੰਡ 'ਤੇ ਕਾਬੂ ਪਾਉਣ ਦਾ ਤਰੀਕਾ ਗਰਮੀ ਹੈ; ਇਸੇ ਤਰ੍ਹਾਂ ਨਕਾਰਾਤਮਕ ਸੋਚ ਤੋਂ ਛੁਟਕਾਰਾ ਪਾਉਣ ਦਾ ਤਰੀਕਾ ਉਨ੍ਹਾਂ ਨੂੰ ਸਕਾਰਾਤਮਕ ਜਾਂ ਚੰਗੇ ਵਿਚਾਰਾਂ 'ਚ ਬਦਲਣਾ ਹੈ। ਚੰਗਿਆਈ ਨੂੰ ਸਵੀਕਾਰ ਜਾਂ ਪੁਸ਼ਟੀ ਕਰੋ, ਬੁਰਿਆਈ ਆਪਣੇ-ਆਪ ਗਾਇਬ ਹੋ ਜਾਵੇਗੀ।

ਕਿਉਂ ਸਿਹਤਮੰਦ, ਮਹੱਤਵਪੂਰਨ ਤੇ ਮਜ਼ਬੂਤ ਹੋਣਾ ਸੁਭਾਵਿਕ ਅਤੇ ਬਿਮਾਰ ਹੋਣਾ ਅਸੁਭਾਵਿਕ ਹੈ

ਜ਼ਿਆਦਾਤਰ ਔਸਤ ਬੱਚਾ ਜੋ ਇਸ ਦੁਨੀਆ ਵਿਚ ਜਨਮ ਲੈਂਦਾ ਹੈ, ਬਿਲਕੁਲ ਸਿਹਤਮੰਦ ਅਤੇ ਉਸ ਦੇ ਸਾਰੇ ਅੰਗ ਸਟੀਕਤਾ ਨਾਲ ਕੰਮ ਕਰਦੇ ਹਨ। ਇਹ

ਇਕ ਸੁਭਾਵਿਕ ਅਵਸਥਾ ਹੈ, ਅਤੇ ਸਾਨੂੰ ਸਿਹਤਮੰਦ, ਮਹੱਤਵਪੂਰਨ ਅਤੇ ਮਜ਼ਬੂਤ ਰਹਿਣਾ ਚਾਹੀਦਾ ਹੈ। ਸੈ-ਰੱਖਿਆ ਦੀ ਪ੍ਰਵਿਰਤੀ ਤੁਹਾਡੇ ਸੁਭਾਅ ਦੀ ਸਭ ਤੋਂ ਪ੍ਰਬਲ ਪ੍ਰਵਿਰਤੀ ਹੈ। ਇਹ ਤੁਹਾਡੇ ਸੁਭਾਅ ਦੇ ਅੰਤਰੀਵ ਸਭ ਤੋਂ ਸ਼ਕਤੀਸ਼ਾਲੀ, ਹਮੇਸ਼ਾ-ਮੌਜੂਦ ਅਤੇ ਲਗਾਤਾਰ ਕੰਮ ਕਰਨ ਵਾਲੀ ਸੱਚਾਈ ਹੈ। ਇਸ ਲਈ ਇਹ ਸਪੱਸ਼ਟ ਹੈ ਕਿ ਤੁਹਾਡੇ ਸਾਰੇ ਵਿਚਾਰ, ਸੋਚ ਅਤੇ ਵਿਸ਼ਵਾਸ ਹਮੇਸ਼ਾ ਵੱਧ ਤਾਕਤ ਨਾਲ ਕੰਮ ਕਰਦੇ ਹਨ, ਜਦੋਂ ਉਹ ਤੁਹਾਡੇ ਅੰਦਰਲੇ ਜੀਵਨ ਸਿਧਾਂਤਾਂ ਨਾਲ ਅਨੁਕੂਲ ਹੋਣ, ਤਾਂ ਇਹ ਹਮੇਸਾ ਤੁਹਾਨੂੰ ਹਰ ਤਰ੍ਹਾਂ ਤੋਂ ਸੁਰਖਿਅਤ ਰੱਖਣ ਦੀ ਕੋਸ਼ਿਸ਼ ਕਰਦੇ ਹਨ। ਇਸ ਨਾਲ ਇਹ ਨਤੀਜਾ ਨਿਕਲਦਾ ਹੈ ਕਿ ਅਸੁਭਾਵਿਕ ਸਥਿਤੀਆਂ ਨੂੰ ਪ੍ਰੇਰਿਤ ਕਰਨ ਨਾਲੋਂ ਸੁਭਾਵਿਕ ਸਥਿਤੀਆਂ ਨੂੰ ਵਧੇਰੇ ਆਸਾਨੀ ਅਤੇ ਨਿਸ਼ਚਿਤਤਾ ਨਾਲ ਬਹਾਲ ਕੀਤੀਆਂ ਜਾ ਸਕਦੀਆਂ ਹਨ।

ਬਿਮਾਰ ਹੋਣਾ ਅਸੁਭਾਵਿਕ ਹੈ; ਇਸਦਾ ਸਿੱਧਾ ਮਤਲਬ ਹੈ ਕਿ ਤੁਸੀਂ ਜੀਵਨ ਦੀ ਧਾਰਾ ਦੇ ਉਲਟ ਜਾ ਰਹੇ ਹੋ ਅਤੇ ਤੁਹਾਡੀ ਸੋਚ ਨਕਾਰਾਤਮਕ ਹੈ। ਜੀਵਨ ਦਾ ਨਿਜਮ ਵਿਕਾਸ ਦਾ ਨਿਜਮ ਹੈ; ਸਾਰੀ ਕੁਦਰਤ ਖ਼ਾਮੋਸ਼ੀ ਨਾਲ ਨਿਰੰਤਰ ਹੌਲੀ-ਹੌਲੀ ਵਿਕਾਸ ਕਰਕੇ ਇਸ ਨਿਜਮ ਦੀ ਗਵਾਹੀ ਦਿੰਦੀ ਹੈ। ਜਿੱਥੇ ਵੀ ਵਿਕਾਸ ਅਤੇ ਪ੍ਰਗਟਾਵਾ ਹੈ, ਉੱਥੇ ਜੀਵਨ ਹੋਣਾ ਚਾਹੀਦਾ ਹੈ। ਜਿੱਥੇ ਜੀਵਨ ਹੈ, ਉੱਥੇ ਇਕਸੁਰਤਾ ਹੋਣੀ ਚਾਹੀਦੀ ਹੈ ਅਤੇ ਜਿੱਥੇ ਇਕਸੁਰਤਾ ਹੈ, ਉੱਥੇ ਸੰਪੂਰਨ ਜਾਂ ਆਦਰਸ਼ ਸਿਹਤ ਹੈ।

ਜੇ ਤੁਹਾਡੀ ਸੋਚ ਤੁਹਾਡੇ ਅਵਚੇਤਨ ਮਨ ਦੇ ਸਿਰਜਨਾਤਮਕ ਸਿਧਾਂਤ ਨਾਲ ਮੇਲ ਖਾਂਦੀ ਹੈ, ਤਾਂ ਤੁਸੀਂ ਇਕਸੁਰਤਾ ਦੇ ਅੰਤਰੀਵ ਤੇ ਮੂਲ ਸਿਧਾਂਤ ਦਾ ਲਾਹਾ ਲੈ ਰਹੇ ਹੋ। ਜੇ ਤੁਹਾਡੇ ਵਿਚਾਰ ਇਕਸੁਰਤਾ ਦੇ ਸਿਧਾਂਤ ਦੇ ਅਨੁਰੂਪ ਨਹੀਂ ਹਨ, ਤਾਂ ਇਹ ਤੁਹਾਡੇ ਨਾਲ ਚਿੰਬੜ ਜਾਣਗੇ, ਤੁਹਾਨੂੰ ਤੰਗ ਅਤੇ ਪਰੇਸ਼ਾਨ ਕਰਨਗੇ, ਤੁਹਾਨੂੰ ਚਿੰਤਤ ਕਰਨਗੇ ਅਤੇ ਅੰਤ ਵਿਚ ਬਿਮਾਰੀਆਂ ਨੂੰ ਜਨਮ ਦੇਣਗੇ, ਅਤੇ ਜੇ ਇਸੇ ਤਰ੍ਹਾਂ ਜਾਰੀ ਰਹੇ ਤਾਂ ਇਸ ਦਾ ਨਤੀਜਾ ਸੰਭਵ ਤੌਰ 'ਤੇ ਮੌਤ ਹੈ।

ਬਿਮਾਰੀ ਦਾ ਇਲਾਜ ਕਰਨ ਸਮੇਂ ਤੁਹਾਨੂੰ ਆਪਣੇ ਅਵਚੇਤਨ ਮਨ ਨੂੰ ਊਰਜਾ ਨਾਲ ਭਰਪੂਰ ਮਹੱਤਵਪੂਰਨ ਸ਼ਕਤੀਆਂ ਨੂੰ ਆਪਣੀ ਪੂਰੀ ਪ੍ਰਣਾਲੀ ਵਿਚ ਵੰਡਣਾ ਹੋਵੇਗਾ। ਇਸ ਨੂੰ ਕਰਨ ਲਈ ਤੁਹਾਨੂੰ ਡਰ, ਚਿੰਤਾ, ਤਣਾਅ, ਈਰਖਾ, ਨਫ਼ਰਤ ਅਤੇ ਇਸ ਤਰ੍ਹਾਂ ਦੀਆਂ ਹੋਰ ਸਾਰੀਆਂ ਵਿਨਾਸ਼ਕਾਰੀ ਵਿਚਾਰਾਂ, ਜੋ ਤੁਹਾਡੀਆਂ ਨਾੜੀਆਂ ਅਤੇ ਗ੍ਰੰਥੀਆਂ-ਸ਼ਰੀਰ ਦੇ ਉਤਕਾਂ ਜਾਂ ਟਿਸ਼ੂਜ਼, ਜੋ ਕਿ ਸਾਰੇ ਵਿਅਰਥ ਪਦਾਰਥਾਂ ਦੇ ਨਿਕਾਸ ਨੂੰ ਨਿਯੰਤਰਿਤ ਕਰਦੇ ਹਨ, ਨੂੰ ਕਮਜ਼ੋਰ ਅਤੇ ਨਸ਼ਟ ਕਰ ਦਿੰਦੇ ਹਨ, ਉਨ੍ਹਾਂ ਨੂੰ ਬਾਹਰ ਕੱਢਣਾ ਪਵੇਗਾ।

ਤਪੇਦਿਕ ਜਾਂ ਪੋਟ ਦੀ ਬਿਮਾਰੀ ਠੀਕ ਹੋ ਜਾਂਦੀ ਹੈ

ਮਾਰਚ, 1917 ਦੇ *ਨਾਟਿਲਸ (Nautilus)* ਰਸਾਲੇ ਵਿਚ ਇਕ ਲੜਕੇ ਬਾਰੇ ਇਕ ਲੇਖ ਪ੍ਰਕਾਸ਼ਿਤ ਹੁੰਦਾ ਹੈ ਜੋ ਪੋਟ ਦੀ ਬਿਮਾਰੀ (Pott's disease) ਜਾਂ ਰੀੜ ਦੀ ਹੱਡੀ ਵਿਚ ਤਪੇਦਿਕ (Tuberculosis) ਨਾਲ ਪੀੜਤ ਸੀ, ਉਸ ਦੇ ਅਦਭੁੱਤ ਇਲਾਜ ਦਾ ਵਰਨਣ ਸੀ। ਉਸਦਾ ਨਾਂ ਇੰਡੀਆਨਾ ਪੌਲਿਸ ਵਿਚ ਰਹਿਣ ਵਾਲੇ ਫ੍ਰੈਡਰਿਕ ਇਲੀਆਸ ਐਂਡਰਿਊਜ਼ ਸੀ, ਜੋ ਹੁਣ ਯੂਨਿਟੀ ਸਕੂਲ ਆਫ ਕ੍ਰਿਸਚੀਅਨ, ਕੰਸਾਸ ਸਿਟੀ, ਮਿਸੂਰੀ ਦਾ ਪਾਦਰੀ ਹੈ। ਉਸ ਦੇ ਡਾਕਟਰ ਨੇ ਉਸ ਨੂੰ ਲਾਇਲਾਜ ਕਰਾਰ ਦਿੱਤਾ। ਉਸ ਨੇ ਪ੍ਰਾਰਥਨਾ ਕਰਨੀ ਸ਼ੁਰੂ ਕੀਤੀ ਅਤੇ ਉਹ ਵਿਅਕਤੀ ਜੋ ਟੇਢੇ-ਮੇਢੇ, ਤਰੋੜੇ-ਮਰੋੜੇ ਅਪੰਗ ਹੱਥਾਂ ਅਤੇ ਗੋਡਿਆਂ ਭਾਰ ਚੱਲਣ ਵਾਲਾ ਸੀ, ਉਸ ਤੋਂ ਉਹ ਮਜ਼ਬੂਤ, ਸਿੱਧਾ, ਚੰਗੀ ਤਰ੍ਹਾਂ ਚੱਲਣ-ਫਿਰਨ ਵਾਲਾ ਸਿਹਤਮੰਦ ਵਿਅਕਤੀ ਬਣ ਗਿਆ। ਉਸ ਨੇ ਆਪਣੀ ਸਕਾਰਾਤਮਕ ਘੋਸ਼ਣਾ ਨੂੰ ਆਪ ਤਿਆਰ ਕੀਤਾ ਅਤੇ ਦਿੜ੍ਹਤਾ ਨਾਲ ਜਿਨ੍ਹਾਂ ਗੁਣਾਂ ਦੀ ਉਸ ਨੂੰ ਲੋੜ ਸੀ, ਉਸ ਨੂੰ ਉਸ ਨੇ ਘੜਿਆ।

ਉਸ ਨੇ ਦਿਨ 'ਚ ਕਈ ਵਾਰ ਦਿੜ੍ਹਤਾ ਨਾਲ ਦੁਹਰਾਇਆ ਅਤੇ ਮਾਨਸਿਕ ਤੌਰ 'ਤੇ ਲੋੜੀਂਦੇ ਗੁਣ ਧਾਰਣ ਕੀਤੇ: "ਮੈਂ ਪੂਰਨ, ਆਦਰਸ਼, ਸਦੀਵੀ, ਸ਼ਕਤੀਸ਼ਾਲੀ, ਪਿਆਰ ਕਰਨ ਵਾਲਾ, ਇਕਸੁਰ ਅਤੇ ਖ਼ੁਸ਼ ਹਾਂ।" ਉਸ ਨੇ ਇਸ ਨੂੰ ਬਣਾਈ ਰੱਖਿਆ ਅਤੇ ਕਿਹਾ ਕਿ ਰਾਤ ਨੂੰ ਸੌਣ ਵੇਲੇ ਇਹ ਉਸ ਦੇ ਅੰਤਲੇ ਸ਼ਬਦ ਹੁੰਦੇ ਸਨ ਅਤੇ ਸਵੇਰੇ ਜਾਗਣ ਵੇਲੇ ਸਭ ਤੋਂ ਪਹਿਲਾਂ ਬੋਲੇ ਗਏ, ਹਰ ਵੇਲੇ ਸੌਂਦੇ-ਜਾਗਦੇ ਇਹੀ ਪ੍ਰਾਰਥਨਾ ਉਸ ਦੇ ਬੁੱਲ੍ਹਾਂ 'ਤੇ ਰਹਿੰਦੀ ਸੀ। ਉਹ ਹੋਰਾਂ ਲਈ ਵੀ ਪ੍ਰਾਰਥਨਾ ਕਰਦਾ ਅਤੇ ਉਨ੍ਹਾਂ ਨੂੰ ਆਪਣੇ ਪਿਆਰ ਅਤੇ ਸਿਹਤ ਦੇ ਵਿਚਾਰ ਭੇਜਦਾ ਸੀ। ਮਾਨਸਿਕ ਰਵੱਈਏ ਅਤੇ ਪ੍ਰਾਰਥਨਾ ਦਾ ਇਹੋ ਤਰੀਕਾ ਉਸ ਕੋਲ ਕਈ ਗੁਣਾ ਵੱਧਕੇ ਵਾਪਿਸ ਆਇਆ। ਉਸਦੀ ਆਸਥਾ ਅਤੇ ਦਿੜ੍ਹਤਾ ਨਾਲ ਉਸ ਨੂੰ ਕਾਫੀ ਫਾਇਦਾ ਹੋਇਆ। ਜਦੋਂ ਕਦੇ ਮਨ ਵਿਚ ਡਰ, ਕ੍ਰੋਧ, ਈਰਖਾ ਦੇ ਵਿਚਾਰ ਉਸਦਾ ਧਿਆਨ ਆਪਣੇ ਵੱਲ ਖਿੱਚਦੇ ਤਾਂ ਉਹ ਇਕਦਮ ਨਿਸ਼ਕ੍ਰੀਆ ਕਰਨ ਵਾਲੀਆਂ ਤਾਕਤਾਂ ਨੂੰ ਸਵੀਕਾਰ ਕਰਨ ਲੱਗਦਾ। ਉਸਦੇ ਅਵਚੇਤਨ ਮਨ ਨੇ ਉਸ ਦੀ ਆਦਤਨ ਸੋਚ ਦੀ ਪ੍ਰਕਿਰਤੀ ਦੇ ਅਨੁਰੂਪ ਜਵਾਬ ਦਿੱਤੇ। ਬਾਈਬਲ ਦੇ ਇਸ ਕਥਨ ਦਾ ਇਹੀ ਅਰਥ ਹੈ:

ਆਪਣੇ ਰਾਸਤੇ ਜਾਓ, ਤੁਹਾਡੀ ਆਸਥਾ ਨੇ ਤੁਹਾਨੂੰ ਸੰਪੂਰਨ ਬਣਾਇਆ ਹੈ।

ਮਾਰਕ 10:52

ਅਵਚੇਤਨ ਸ਼ਕਤੀਆਂ ਵਿਚ ਆਸਥਾ ਤੁਹਾਨੂੰ ਕਿਵੇਂ ਤੰਦਰੁਸਤ ਬਣਾਉਂਦੀ ਹੈ

ਇਕ ਨੌਜਵਾਨ, ਜੋ ਮੇਰੇ ਅਵਚੇਤਨ ਮਨ ਦੀ ਇਲਾਜ ਸ਼ਕਤੀ 'ਤੇ ਮੇਰਾ ਲੈਕਚਰ ਸੁਣਨ ਲਈ ਆਉਂਦਾ ਸੀ। ਉਸਦੀਆਂ ਅੱਖਾਂ ਵਿਚ ਗੰਭੀਰ ਸਮੱਸਿਆ ਸੀ, ਉਸ ਲਈ ਉਸ ਦੇ ਡਾਕਟਰ ਨੇ ਇਕ ਆਪਰੇਸ਼ਨ ਨੂੰ ਉਸ ਲਈ ਜ਼ਰੂਰੀ ਦੱਸਿਆ। ਉਸ ਨੇ ਆਪਣੇ-ਆਪ ਨੂੰ ਕਿਹਾ, "ਮੇਰੇ ਅਵਚੇਤਨ ਨੇ ਮੇਰੀਆਂ ਅੱਖਾਂ ਬਣਾਈਆਂ ਹਨ, ਅਤੇ ਇਹ ਮੈਨੂੰ ਠੀਕ ਕਰ ਸਕਦਾ ਹੈ।"

ਹਰ ਰਾਤ, ਜਦੋਂ ਉਹ ਸੌਣ ਲਈ ਜਾਂਦਾ, ਉਹ ਇੱਕ ਸੁਪਨ-ਗਮਤਾ, ਧਿਆਨ ਦੀ ਅਵਸਥਾ ਵਿਚ ਦਾਖ਼ਲ ਹੁੰਦਾ, ਜੋ ਕਿ ਨੀਂਦ ਵਰਗੀ ਸਥਿਤੀ ਸੀ। ਉਸ ਦਾ ਧਿਆਨ ਸਥਿਰ ਹੋ ਕੇ ਆਪਣੇ ਅੱਖਾਂ ਦੇ ਡਾਕਟਰ 'ਤੇ ਕੇਂਦ੍ਰਿਤ ਹੁੰਦਾ। ਉਸ ਨੇ ਕਲਪਨਾ ਕੀਤੀ ਕਿ ਡਾਕਟਰ ਉਸ ਦੇ ਸਾਹਮਣੇ ਹੈ ਅਤੇ ਉਸ ਨੇ ਸਪੱਸਟ ਤੌਰ 'ਤੇ ਸੁਣਿਆ ਜਾਂ ਕਲਪਨਾ ਕੀਤੀ ਕਿ ਡਾਕਟਰ ਉਸ ਨੂੰ ਕਹਿ ਰਿਹਾ ਹੈ, "ਇੱਕ ਚਮਤਕਾਰ ਹੋਇਆ ਹੈ!" ਉਸ ਨੇ ਇਸ ਨੂੰ ਵਾਰ-ਵਾਰ ਹਰ ਰਾਤ ਸੌਣ ਤੋਂ ਪਹਿਲਾਂ ਤਿੰਨ ਜਾਂ ਚਾਰ ਮਿੰਟਾਂ ਤਕ ਸੁਣਿਆ। ਤਿੰਨ ਹਫ਼ਤਿਆਂ ਬਾਅਦ ਉਹ ਫਿਰ ਅੱਖਾਂ ਦੇ ਮਾਹਿਰ ਕੋਲ ਗਿਆ, ਜਿਸ ਨੇ ਉਸਦੀਆਂ ਅੱਖਾਂ ਦੀ ਜਾਂਚ ਪਹਿਲਾਂ ਕੀਤੀ ਸੀ ਅਤੇ ਡਾਕਟਰ ਨੂੰ ਉਸ ਨੂੰ ਕਿਹਾ, "ਇਹ ਚਮਤਕਾਰ ਹੈ, ਕੀ ਹੋਇਆ?" ਇਸ ਵਿਅਕਤੀ ਨੇ ਆਪਣੇ ਅਵਚੇਤਨ ਮਨ ਨੂੰ ਯਕੀਨ ਦਿਲਾਇਆ ਕਿ ਡਾਕਟਰ ਉਸ ਲਈ ਸਾਧਨ ਜਾਂ ਮਾਧਿਅਮ ਵਜੋਂ ਹੈ ਅਤੇ ਇਹ ਵਿਚਾਰ ਆਪਣੇ ਅਵਚੇਤਨ ਨੂੰ ਦਿੱਤਾ। ਵਾਰ-ਵਾਰ ਦੁਹਰਾ ਕੇ, ਆਸਥਾ ਅਤੇ ਉੱਮੀਦ ਨੂੰ ਆਪਣੇ ਅਵਚੇਤਨ ਵਿਚ ਬੀਜਿਆ। ਉਸ ਦੇ ਅਵਚੇਤਨ ਮਨ ਨੇ ਉਸਦੀਆਂ ਅੱਖਾਂ ਬਣਾਈਆਂ, ਜਿਸ ਦੇ ਅੰਦਰ ਸੰਪੂਰਨ ਪੈਟਰਨ ਸੀ ਅਤੇ ਤੁਰੰਤ ਇਹ ਅੱਖ ਨੂੰ ਠੀਕ ਕਰਨ ਲਈ ਅੱਗੇ ਵਧਿਆ।

ਇਹ ਇਕ ਹੋਰ ਮਿਸਾਲ ਹੈ ਕਿ ਕਿਵੇਂ ਅਵਚੇਤਨ ਦੀ ਚੰਗਾ ਕਰਨ ਦੀ ਸ਼ਕਤੀ ਵਿਚ ਆਸਥਾ ਤੁਹਾਨੂੰ ਸੰਪੂਰਨ ਤੌਰ 'ਤੇ ਤੰਦਰੁਸਤ ਬਣਾ ਸਕਦੀ ਹੈ।

ਸਮੀਖਿਆ ਕਰਨ ਲਈ ਸੰਕੇਤ

1. ਤੁਹਾਡਾ ਅਵਚੇਤਨ ਤੁਹਾਡੇ ਸਰੀਰ ਦਾ ਨਿਰਮਾਤਾ ਹੈ ਅਤੇ ਇਹ ਚੌਵੀ ਘੰਟੇ ਕੰਮ ਕਰਦਾ ਰਹਿੰਦਾ ਹੈ। ਤੁਸੀਂ ਆਪਣੀ ਨਕਾਰਾਤਮਕ ਸੋਚ ਦੁਆਰਾ ਇਸ ਦੇ ਜੀਵਨਦਾਈ ਪੈਟਰਨਾਂ ਵਿਚ ਦਖਲ-ਅੰਦਾਜ਼ੀ ਕਰਦੇ ਹੋ।

2. ਆਪਣੀ ਮੁਸ਼ਕਲਾਂ ਜਾਂ ਸਮੱਸਿਆਵਾ ਦਾ ਜਵਾਬ ਕੱਢਣ ਲਈ ਸੌਣ ਤੋਂ ਪਹਿਲਾਂ ਆਪਣੇ ਅਵਚੇਤਨ ਨੂੰ ਊਰਜਾ ਦਿਓ, ਇਹ ਤੁਹਾਨੂੰ ਜਵਾਬ ਦੇਵੇਗਾ।

3. ਆਪਣੇ ਵਿਚਾਰਾਂ 'ਤੇ ਨਜ਼ਰ ਰੱਖੋ। ਹਰ ਵਿਚਾਰ ਜਿਸ ਨੂੰ ਸੱਚ ਵਜੋਂ ਸਵੀਕਾਰ

ਕੀਤਾ ਜਾਂਦਾ ਹੈ, ਉਸ ਨੂੰ ਤੁਹਾਡਾ ਦਿਮਾਗ਼ ਤੁਹਾਡੇ ਸੋਲਰ ਪਲੇਕਸਸ ਨੂੰ ਭੇਜਦਾ ਹੈ ਜੋ ਕਿ ਤੁਹਾਡੇ ਢਿੱਡ ਦਾ ਦਿਮਾਗ਼ ਵੀ ਹੈ ਅਤੇ ਇਹ ਅਸਲ ਵਿਚ ਸੱਚ ਦੇ ਤੌਰ 'ਤੇ ਤੁਹਾਡੀ ਦੁਨੀਆ ਵਿਚ ਲੈ ਆਇਆ ਜਾਂਦਾ ਹੈ।

4. ਜਾਣ ਲਓ ਕਿ ਤੁਸੀਂ ਆਪਣੇ ਅਵਚੇਤਨ ਮਨ ਨੂੰ ਨਵਾਂ ਬਲੂਪ੍ਰਿੰਟ ਦੇ ਕੇ ਆਪਣੇ-ਆਪ ਨੂੰ ਦੁਬਾਰਾ ਬਣਾ ਸਕਦੇ ਹੋ।

5. ਤੁਹਾਡੇ ਅਵਚੇਤਨ ਦੀ ਪ੍ਰਵਿਰਤੀ ਹਮੇਸ਼ਾ ਜੀਵਨਮੁਖੀ ਹੁੰਦੀ ਹੈ। ਤੁਹਾਡਾ ਕੰਮ ਤੁਹਾਡੇ ਚੇਤਨ ਮਨ ਨਾਲ ਹੈ। ਆਪਣੇ ਅਵਚੇਤਨ ਨੂੰ ਉਨ੍ਹਾਂ ਚੀਜਾਂ ਨੂੰ ਦਿਖਾਓ ਜੋ ਕਿ ਸੱਚੀਆਂ ਹਨ। ਤੁਹਾਡਾ ਅਵਚੇਤਨ ਹਮੇਸ਼ਾ ਤੁਹਾਡੇ ਆਦਤਨ ਮਾਨਸਿਕ ਪੈਟਰਨਾਂ ਦੇ ਅਨੁਸਾਰ ਦੁਬਾਰਾ ਪੈਦਾ ਹੁੰਦਾ ਹੈ।

6. ਤੁਸੀਂ ਹਰ ਗਿਆਰਵੇਂ ਮਹੀਨੇ ਇਕ ਨਵਾਂ ਸਰੀਰ ਬਣਾਉਂਦੇ ਹੋ। ਆਪਣੇ ਸ਼ਰੀਰ ਨੂੰ ਆਪਣੇ ਵਿਚਾਰਾਂ ਨਾਲ ਬਦਲੋ ਅਤੇ ਬਦਲਦੇ ਰਵ੍ਹੋ।

7. ਸਿਹਤਮੰਦ ਰਹਿਣਾ ਸੁਭਾਵਿਕ ਹੈ ਅਤੇ ਬਿਮਾਰ ਹੋਣਾ ਅਸੁਭਾਵਿਕ। ਤੁਹਾਡਾ ਇਕਸੁਰਤਾ ਦਾ ਮੂਲ ਸਿਧਾਂਤ ਇਸ ਦੇ ਅੰਦਰ ਹੈ।

8. ਈਰਖਾ, ਡਰ, ਚਿੰਤਾ ਅਤੇ ਪਰੇਸ਼ਾਨੀ ਦੇ ਵਿਚਾਰ ਤੁਹਾਡੇ ਤੰਤੂਆਂ ਅਤੇ ਗ੍ਰੰਥੀਆਂ ਨੂੰ ਢਾਅ ਜਾਂ ਨਸ਼ਟ ਕਰ ਸਕਦੇ ਹਨ, ਜਿਸ ਨਾਲ ਹਰ ਕਿਸਮ ਦੀਆਂ ਮਾਨਸਿਕ ਤੇ ਸਰੀਰਕ ਬਿਮਾਰੀਆਂ ਉਤਪੰਨ ਹੁੰਦੀਆਂ ਹਨ।

9. ਜਿਸ ਚੀਜ਼ ਨੂੰ ਤੁਸੀਂ ਚੇਤਨ ਤੌਰ 'ਤੇ ਸਵੀਕਾਰਦੇ ਹੋ ਅਤੇ ਇਸ ਨੂੰ ਸੱਚ ਸਮਝਦੇ ਹੋ, ਉਹ ਤੁਹਾਡੇ ਮਸਤਿਸ਼ਕ, ਸਰੀਰ ਅਤੇ ਮਾਮਲਿਆਂ ਵਿਚ ਪ੍ਰਗਟ ਹੋ ਜਾਵੇਗੀ। ਚੰਗੀਆ ਚੀਜਾਂ ਨੂੰ ਸਵੀਕਾਰ ਕਰੋ ਅਤੇ ਖ਼ੁਸ਼ਹਾਲ ਜਿੰਦਗੀ ਦਾ ਆਨੰਦ ਮਾਣੋ।

ਕਿਵੇਂ ਆਪਣੇ ਮਨਭਾਉਂਦੇ ਨਤੀਜੇ ਪ੍ਰਾਪਤ ਕਰੀਏ

ਕਿਸੇ ਵੀ ਅਸਫਲਤਾ ਦੇ ਮੁੱਖ ਕਾਰਨ ਹਨ: ਆਤਮ ਵਿਸ਼ਵਾਸ ਦੀ ਕਮੀ ਅਤੇ ਵਾਧੂ ਜਤਨ। ਬਹੁਤ ਸਾਰੇ ਲੋਕ ਆਪਣੇ ਅਵਚੇਤਨ ਦੀ ਕੰਮ ਕਰਨ ਦੇ ਢੰਗ ਨੂੰ ਪੂਰੀ ਤਰ੍ਹਾਂ ਸਮਝਣ ਵਿਚ ਅਸਮਰਥ ਹੁੰਦੇ ਹਨ, ਇਸ ਕਾਰਨ ਉਹ ਆਪਣੀਆਂ ਪ੍ਰਾਰਥਨਾਵਾਂ ਦੇ ਜਵਾਬ ਪ੍ਰਾਪਤ ਕਰਨ ਦੀਆਂ ਰਾਹਾਂ ਨੂੰ ਬੰਦ ਕਰ ਦਿੰਦੇ ਹਨ। ਜਦੋਂ ਤੁਸੀਂ ਜਾਣਦੇ ਹੋ ਕਿ ਤੁਹਾਡਾ ਮਸਤਿਸ਼ਕ ਕਿਵੇਂ ਕੰਮ ਕਰਦਾ ਹੈ, ਤੁਹਾਡਾ ਆਤਮ ਵਿਸ਼ਵਾਸ ਵੱਧਦਾ ਹੈ। ਤੁਹਾਨੂੰ ਇਹ ਜ਼ਰੂਰ ਯਾਦ ਰੱਖਣਾ ਚਾਹੀਦਾ ਹੈ ਕਿ ਜਦੋਂ ਕਦੇ ਵੀ ਤੁਹਾਡਾ ਅਵਚੇਤਨ ਮਨਕਿਸੇ ਵਿਚਾਰ ਨੂੰ ਸਵੀਕਾਰਦਾ ਹੈ, ਉਦੋਂ ਉਹ ਉਸ ਕੰਮ ਨੂੰ ਕਰਨਾ ਸ਼ੁਰੂ ਕਰ ਦਿੰਦਾ ਹੈ। ਇਹ ਆਪਣੇ ਸਾਰੇ ਸ੍ਰੋਤਾਂ ਦੀ ਵਰਤੋਂ ਇਸ ਉਦੇਸ਼ ਜਾਂ ਕਾਰਜ ਦੀ ਪੂਰਤੀ ਲਈ ਤੁਹਾਡੇ ਡੂੰਘੇ ਮਨ ਦੇ ਸਾਰੇ ਮਾਨਸਿਕ ਅਤੇ ਅਧਿਆਤਮਿਕ ਨਿਯਮਾਂ ਨੂੰ ਲੱਗਾ ਦਿੰਦਾ ਹੈ। ਇਹ ਨਿਯਮ ਚੰਗੇ ਜਾਂ ਮਾੜੇ ਵਿਚਾਰਾਂ 'ਤੇ ਲਾਗੂ ਹੁੰਦਾ ਹੈ। ਇਸੇ ਵਜ੍ਹਾ ਨਾਲ ਜੇ ਤੁਸੀਂ ਆਪਣੇ ਅਵਚੇਤਨ ਮਨ ਨੂੰ ਨਕਾਰਾਤਮਕ ਤੌਰ 'ਤੇ ਵਰਤੋਂ ਵਿਚ ਲਿਆਉਂਦੇ ਹੋ ਤਾਂ ਇਹ ਪਰੇਸ਼ਾਨੀ, ਅਸਫਲਤਾ ਅਤੇ ਉਲਝਣ ਨੂੰ ਪੈਦਾ ਕਰਨ ਲੱਗਦਾ ਹੈ। ਜਦੋਂ ਤੁਸੀਂ ਇਸਦੀ ਉਸਾਰੂ ਵਰਤੋਂ ਕਰਦੇ ਹੋ, ਤਾਂ ਇਹ ਮਾਰਗਦਰਸ਼ਨ, ਆਜ਼ਾਦੀ ਅਤੇ ਮਾਨਸਿਕ ਸ਼ਾਂਤੀ ਪ੍ਰਦਾਨ ਕਰਦਾ ਹੈ।

ਜੇ ਤੁਹਾਡੇ ਵਿਚਾਰ ਸਕਾਰਾਤਮਕ, ਸਿਰਜਨਾਤਮਕ ਤੇ ਪਿਆਰ ਕਰਨ ਵਾਲੇ ਹੋਣਗੇ, ਤਾਂ ਸਹੀ ਜਵਾਬ ਮਿਲਣਾ ਅਟਲ ਹੈ। ਇਸ ਤੋਂ ਇਹ ਬਿਲਕੁੱਲ ਸਪੱਸ਼ਟ ਹੋ ਜਾਂਦਾ ਹੈ ਕਿ ਅਸਫਲਤਾ 'ਤੇ ਕਾਬੂ ਪਾਉਣ ਲਈ ਤੁਹਾਡੇ ਕੋਲ ਸਿਰਫ਼ ਇਕੋ ਹੀ ਤਰੀਕਾ ਹੈ ਕਿ ਤੁਸੀਂ ਆਪਣੇ ਅਵਚੇਤਨ ਨੂੰ ਆਪਣੇ ਵਿਚਾਰ ਦੀ ਅਸਲੀਅਤ ਵਾਂਗ ਸਵੀਕਾਰ ਕਰੋ ਅਤੇ ਫਿਰ ਬਾਕੀ ਦਾ ਸਾਰਾ ਕੰਮ ਤੁਹਾਡੇ ਮਸਤਿਸ਼ਕ ਦਾ ਨਿਯਮ ਕਰ ਦੇਵੇਗਾ। ਆਪਣੀ ਬੇਨਤੀ ਨੂੰ ਆਸਥਾ ਅਤੇ ਭਰੋਸੇ ਨਾਲ ਸੌਂਪ ਦਿਓ

ਅਤੇ ਇਸ ਤੋਂ ਬਾਅਦ ਤੁਹਾਡਾ ਅਵਚੇਤਨ ਇਸ ਦੀ ਜ਼ਿੰਮੇਵਾਰੀ ਲੈ ਕੇ ਤੁਹਾਡੀ ਇੱਛਾ ਨੂੰ ਹਕੀਕਤ ਵਿਚ ਬਦਲ ਦੇਵੇਗਾ।

ਜੇ ਤੁਸੀਂ ਆਪਣੇ ਅਵਚੇਤਨ ਮਨ ਨੂੰ ਜ਼ਬਰਦਸਤੀ ਕੰਮ ਕਰਾਉਣ ਦੀ ਕੋਸ਼ਿਸ਼ ਕਰ ਰਹੇ ਹੋ, ਤਾਂ ਤੁਹਾਨੂੰ ਹਮੇਸ਼ਾ ਅਸਫਲਤਾ ਹੀ ਮਿਲੇਗੀ – ਤੁਹਾਡਾ ਅਵਚੇਤਨ ਮਨ ਮਾਨਸਿਕ ਦਬਾਅ 'ਤੇ ਪ੍ਰਤੀਕਿਰਿਆ ਨਹੀਂ ਕਰਦਾ ਬਲਕਿ ਇਹ ਤਾਂ ਤੁਹਾਡੀ ਆਸਥਾ ਅਤੇ ਚੇਤਨ ਮਨ ਦੀ ਸਵੀਕਿਰਤੀ 'ਤੇ ਪ੍ਰਤੀਕਿਰਿਆ ਕਰਦਾ ਹੈ। ਨਤੀਜਾ ਪ੍ਰਾਪਤ ਕਰਨ ਵਿਚ ਅਸਫਲਤਾ ਅਜਿਹੇ ਬਿਆਨਾਂ ਤੋਂ ਵੀ ਪੈਦਾ ਹੋ ਸਕਦੀਆਂ ਹਨ, ਜਿਵੇਂ: "ਚੀਜਾਂ ਵਿਗੜਦੀਆਂ ਜਾ ਰਹੀਆਂ ਹਨ।" "ਮੈਨੂੰ ਕਦੇ ਜਵਾਬ ਨਹੀਂ ਮਿਲੇਗਾ।" "ਮੈਨੂੰ ਕੋਈ ਰਾਹ ਨਜ਼ਰ ਨਹੀਂ ਆਉਂਦਾ।" "ਸਾਰਾ ਕੁੱਝ ਬੇਕਾਰ ਹੈ।" "ਮੈਨੂੰ ਨਹੀਂ ਪਤਾ ਕਿ ਕੀ ਕਰਨਾ ਹੈ।" "ਮੈਂ ਉਲਝਣ ਵਿਚ ਹਾਂ।" ਜਦੋਂ ਤੁਸੀਂ ਅਜਿਹੇ ਬਿਆਨਾਂ ਦੀ ਵਰਤੋਂ ਕਰਦੇ ਹੋ, ਉਦੋਂ ਤੁਹਾਨੂੰ ਤੁਹਾਡੇ ਅਵਚੇਤਨ ਮਨ ਤੋਂ ਕੋਈ ਜਵਾਬ ਜਾਂ ਸਹਿਯੋਗ ਨਹੀਂ ਮਿਲਦਾ।

ਸਮੇਂ ਦੀ ਨਿਸ਼ਾਨਦੇਹੀ ਕਰਨ ਵਾਲੇ ਸਿਪਾਹੀ ਵਾਂਗ, ਨਾ ਤੇ ਤੁਸੀਂ ਅੱਗੇ ਵੱਧਦੇ ਹੋ ਅਤੇ ਨਾ ਹੀ ਪਿੱਛੇ ਜਾ ਸਕਦੇ ਹੋ; ਦੂਜੇ ਸ਼ਬਦਾਂ 'ਚ, ਤੁਸੀਂ ਕਿਤੇ ਵੀ ਨਹੀਂ ਜਾ ਰਹੇ। ਜੇ ਤੁਸੀਂ ਕਿਸੇ ਟੈਕਸੀ 'ਤੇ ਚੜ੍ਹਦੇ ਜਾਂ ਬੈਠਦੇ ਹੋ ਅਤੇ ਪੰਜ ਮਿੰਟਾਂ ਵਿਚ ਹੀ ਡ੍ਰਾਈਵਰ ਨੂੰ ਕੋਈ ਅੱਧਾ ਦਰਜਨ ਵੱਖੋ-ਵੱਖ ਥਾਂਵਾਂ ਜਾਂ ਦਿਸ਼ਾਵਾਂ ਦੱਸ ਦਿੰਦੇ ਹੋ ਤਾਂ ਉਹ ਬੁਰੀ ਤਰ੍ਹਾਂ ਨਾਲ ਉਲਝਣ ਵਿਚ ਪੈ ਜਾਵੇਗਾ, ਅਤੇ ਹੋ ਸਕਦਾ ਹੈ, ਉਹ ਤੁਹਾਨੂੰ ਕਿਤੇ ਵੀ ਲਿਜਾਉਣ ਤੋਂ ਇਨਕਾਰ ਕਰ ਦੇਵੇ। ਇੰਝ ਹੀ ਤੁਹਾਡੇ ਅਵਚੇਤਨ ਮਨ ਨਾਲ ਕੰਮ ਕਰਨ ਵੇਲੇ ਹੁੰਦਾ ਹੈ। ਤੁਹਾਡੇ ਮਸਤਿਸ਼ਕ 'ਚ ਇਕ ਸਪੱਸ਼ਟ ਵਿਚਾਰ ਹੋਣਾ ਚਾਹੀਦਾ ਹੈ। ਤੁਹਾਨੂੰ ਨਿਸ਼ਚਿਤ ਫੈਸਲੇ 'ਤੇ ਪਹੁੰਚਣਾ ਚਾਹੀਦਾ ਹੈ ਕਿ ਇਸਦਾ ਇਹ ਰਾਹ ਹੈ ਉਹ ਰਾਹ ਤੁਹਾਡੀ ਬਿਮਾਰੀ ਵਿਚ ਪਰੇਸ਼ਾਨ ਕਰਨ ਵਾਲੀ ਸਮੱਸਿਆ ਦਾ ਹੱਲ ਹੈ। ਤੁਹਾਡੇ ਅਵਚੇਤਨ ਦੇ ਅੰਦਰ ਮੌਜੂਦ ਅਨੰਦ ਗਿਆਨ ਤੋਂ ਹੀ ਉਹ ਉੱਤਰ ਪ੍ਰਾਪਤ ਕਰੰਦਾ ਹੈ। ਜਦੋਂ ਤੁਸੀਂ ਆਪਣੇ ਚੇਤਨ ਮਸਤਿਸ਼ਕ 'ਚ ਸਮੱਸ਼ਟ ਨਤੀਜੇ 'ਤੇ ਪਹੁੰਚਦੇ ਹੋ, ਤਾਂ ਤੁਹਾਡਾ ਮਨ ਤਿਆਰ ਹੋ ਜਾਂਦਾ ਹੈ, ਤੁਹਾਡੇ ਵਿਸ਼ਵਾਸ ਦੇ ਅਨੁਸਾਰ।

ਨਿਸ਼ਚਿੰਤ ਰਵੋ ਹੋ ਜਾਵੇਗਾ

ਇਕ ਮਕਾਨ ਮਾਲਿਕ ਨੇ ਇੱਕ ਵਾਰ ਇਕ ਭੱਟੀ ਠੀਕ ਕਰਨ ਵਾਲੇ ਨੂੰ ਬਾਇਲਰ ਠੀਕ ਕਰਨ ਲਈ 200 ਡਾਲਰ ਦੀ ਮਜ਼ਦੂਰੀ ਲੈਣ 'ਤੇ ਡਾਂਟਿਆ। ਮੈਕੇਨਿਕ ਨੇ ਕਿਹਾ, "ਮੈਂ ਗੁਆਚੇ ਹੋਏ ਬੋਲਟ ਲਈ 5 ਸੈਂਟ ਅਤੇ ਬਾਕੀ 199.95 ਡਾਲਰ ਇਹ ਸਮਝਣ ਲਈ ਲਏ ਕਿ ਇਸ ਵਿਚ ਕੀ ਖ਼ਰਾਬੀ ਜਾਂ ਨੁਕਸ ਹੈ!"

ਇਸੇ ਤਰ੍ਹਾਂ, ਤੁਹਾਡਾ ਅਵਚੇਤਨ ਮਨ ਇਕ ਮਾਸਟਰ ਮੈਕੇਨਿਕ ਹੈ, ਹਰ

ਚੀਜ਼ ਦਾ ਗਿਆਤਾ ਜਾਂ ਕਹੋ ਸਭ ਤੋਂ ਸਿਆਣਾ। ਉਹ,ਜੋ ਤੁਹਾਡੇ ਸਰੀਰ ਦੇ ਕਿਸੇ ਵੀ ਅੰਗ ਨੂੰ ਠੀਕ ਕਰਣ ਦੇ ਤਰੀਕੇ ਅਤੇ ਸਾਧਨ ਜਾਣਦਾ ਹੈ ਨਾਲ ਹੀ ਤੁਹਾਡੇ ਸਾਰੇ ਮਾਮਲਿਆਂ ਨੂੰ ਵੀ। ਚੰਗੀ ਸਿਹਤ ਲਈ ਹੁਕਮ ਦਿਓ, ਤੁਹਾਡਾ ਅਵਚੇਤਨ ਉਸ ਨੂੰ ਕਰੇਗਾ, ਪਰ ਇਨ੍ਹਾਂ ਸਾਰਿਆਂ ਪਿੱਛੇ ਆਰਾਮ, ਧੀਰਜ ਹੀ ਇਸਦੀ ਚਾਬੀ ਹੈ। "ਇਹ ਸੌਖਾ ਕਰਦਾ ਹੈ," ਵੇਰਵਿਆਂ ਅਤੇ ਸਾਧਨਾ ਜਾਂ ਮਾਧਿਅਮਾਂ ਦੀ ਚਿੰਤਾ ਨਾ ਕਰੋ, ਪਰ ਅੰਤਮ ਨਤੀਜੇ ਨੂੰ ਜਾਣੋ। ਆਪਣੀ ਸਮੱਸਿਆ ਦੇ ਸੁਖਦ ਸਮਾਧਾਨ ਨੂੰ ਮਹਿਸੂਸ ਕਰੋ, ਚਾਹੇ ਇਹ ਸਿਹਤ, ਪੈਸਿਆਂ ਜਾਂ ਰੁਜ਼ਗਾਰ ਨਾਲ ਸੰਬੰਧਿਤ ਹੋਵੇ। ਯਾਦ ਰੱਖੋ ਤੁਹਾਨੂੰ ਕਿਵੇਂ ਦਾ ਮਹਿਸੂਸ ਹੋਇਆ ਸੀ, ਜਦੋਂ ਤੁਸੀਂ ਗੰਭੀਰ ਬਿਮਾਰੀ ਤੋਂ ਠੀਕ ਹੋਏ ਸੀ। ਇਹ ਗੱਲ ਹਮੇਸ਼ਾ ਧਿਆਨ ਵਿਚ ਰੱਖੋ ਕਿ ਤੁਹਾਡੀ ਭਾਵਨਾ ਸਾਰੇ ਅਵਚੇਤਨ ਪ੍ਰਦਰਸ਼ਨਾਂ ਦਾ ਪੈਮਾਨਾ ਹੈ, ਛੋਹ ਹੈ। ਤੁਹਾਨੂੰ ਨਵੇਂ ਵਿਚਾਰਾਂ ਨੂੰ ਸੰਪੂਰਨ ਤੌਰ 'ਤੇ ਪੂਰੀ ਸੱਚਾਈ ਨਾਲ ਮਹਿਸੂਸ ਕਰਣਾ ਚਾਹੀਦਾ ਹੈ, ਜੋ ਭਵਿੱਖ ਵਿਚ ਨਹੀਂ, ਪਰ ਇੰਝ, ਜਿਵੇਂ ਇਹ ਹੁਣੇ ਹੀ ਹੋ ਰਹੀ ਹੋਵੇ।

ਕਿਸੇ ਵਿਰੋਧੀ ਦਾ ਅੰਦਾਜ਼ਾਂ ਨਾ ਲਗਾਓ, ਇੱਛਾ ਸ਼ਕਤੀ ਨਹੀਂ ਕਲਪਨਾ ਸ਼ਕਤੀ ਦੀ ਵਰਤੋਂ ਕਰੋ

ਆਪਣੇ ਅਵਚੇਤਨ ਮਨ ਦੀ ਵਰਤੋਂ ਕਰਦਿਆਂ ਤੁਸੀਂ ਕਿਸੇ ਵਿਰੋਧੀ ਬਾਰੇ ਨਹੀਂ ਸੋਚੋਗੇ ਨਾ ਹੀ ਆਪਣੀ ਇੱਛਾ ਸ਼ਕਤੀ ਦੀ ਵਰਤੋਂ ਕਰੋਗੇ। ਤੁਸੀਂ ਅੰਤ ਜਾਂ ਨਤੀਜੇ ਦੀ ਕਲਪਨਾ ਕਰੋਗੇ ਅਤੇ ਸੁਤੰਤਰਤਾ ਦੀ ਸਥਿਤੀ ਦਾ ਅਹਿਸਾਸ ਕਰੋਗੇ। ਤੁਸੀਂ ਦੇਖੋਗੇ ਕਿ ਤੁਹਾਡੀ ਬੁੱਧੀ ਆਪਣੀ ਰਾਹ 'ਤੇ ਆ ਰਹੀ ਹੈ, ਪਰ, ਇਕ ਮਾਸੂਮ, ਬੱਚੇ ਵਾਂਗ, ਚਮਤਕਾਰ ਹੋਣ 'ਚ ਭਰੋਸਾ ਬਣਾਈ ਰੱਖੋ। ਆਪਣੇ-ਆਪ ਨੂੰ ਬਿਨਾਂ ਕਿਸੇ ਬਿਮਾਰੀ ਜਾਂ ਮੁਸ਼ਕਿਲ ਦੀ ਕਲਪਨਾ ਕਰੋ, ਉਸ ਸੁਤੰਤਰ ਸਥਿਤੀ ਜਿਸਦੀ ਤੁਹਾਨੂੰ ਤੀਬਰ ਇੱਛਾ ਹੈ, ਉਸ ਨੂੰ ਪਾਉਣ 'ਤੇ ਤੁਹਾਡੀ ਭਾਵਨਾਤਮਕ ਸਥਿਤੀ ਕਿੱਦਾ ਦੀ ਹੋਵੇਗੀ, ਇਸਦੀ ਕਲਪਨਾ ਕਰੋ। ਇਸ ਪ੍ਰਕਿਰਿਆ ਨਾਲ ਸਾਰੀਆਂ ਅੜਚਨਾਂ ਭਾਵ ਲਾਲ-ਫੀਤੀਆਂ ਨੂੰ ਕੱਟ ਦਿਓ। ਸੌਖਾ ਤਰੀਕਾ ਸਭ ਤੋਂ ਵਧੀਆ ਤਰੀਕਾ ਹੈ।

ਕਿਵੇਂ ਅਨੁਸ਼ਾਸਿਤ ਕਲਪਨਾ ਹੈਰਾਨੀਜਨਕ ਕੰਮ ਕਰਦੀ ਹੈ

ਤੁਹਾਡੇ ਅਵਚੇਤਨ ਮਨ ਤੋਂ ਜਵਾਬ ਪ੍ਰਾਪਤ ਕਰਣ ਦਾ ਇਕ ਅਦਭੁੱਤ ਤੇ ਸ਼ਾਨਦਾਰ ਤਰੀਕਾ ਅਨੁਸ਼ਾਸਿਤ ਜਾਂ ਵਿਗਿਆਨਕ ਕਲਪਨਾ ਦੁਆਰਾ ਹੈ। ਜਿਵੇਂ ਕਿ ਪਹਿਲਾਂ ਸਾਨੂੰ ਦੱਸਿਆ ਗਿਆ ਹੈ ਕਿ ਤੁਹਾਡਾ ਅਵਚੇਤਨ ਮਨ ਸਰੀਰ ਦਾ ਨਿਰਮਾਤਾ ਹੈ ਅਤੇ ਇਸ ਦੇ ਸਾਰੇ ਮਹੱਤਵਪੂਰਨ ਕਿਰਿਆਵਾਂ ਨੂੰ ਨਿਯੰਤਰਿਤ ਕਰਦਾ ਹੈ।

ਬਾਈਬਲ ਕਹਿੰਦੀ ਹੈ, ਜੋ ਕੁੱਝ ਵੀ ਤੁਸੀਂ ਪ੍ਰਾਰਥਨਾ ਵਿਚ ਵਿਸ਼ਵਾਸ ਨਾਲ ਮੰਗੋਗੇ, ਵਿਸ਼ਵਾਸ ਰੱਖੋ ਉਹ ਤੁਹਾਨੂੰ ਮਿਲੇਗਾ। ਕਿਸੇ 'ਤੇ ਵਿਸ਼ਵਾਸ ਦਾ ਅਰਥ ਹੈ, ਉਸ ਨੂੰ ਹਕੀਕਤ ਜਾਂ ਸੱਚ ਦੀ ਤਰ੍ਹਾਂ ਸਵੀਕਾਰ ਕਰਨਾ ਜਾਂ ਉਸ ਦੇ ਹੋਣ ਦੀ ਅਵਸਥਾ ਵਿਚ ਰਹਿਣਾ। ਜਦੋਂ ਤੁਸੀਂ ਅਜਿਹਾ ਸੁਭਾਅ ਨੂੰ ਕਾਇਮ ਰੱਖਦੇ ਹੋ, ਉਦੋਂ ਤੁਸੀਂ ਜਵਾਬੀ ਪ੍ਰਾਰਥਨਾ ਦੀ ਖ਼ੁਸ਼ੀ ਦਾ ਅਨੁਭਵ ਕਰੋਗੇ!

ਪ੍ਰਾਰਥਨਾ ਵਿਚ ਸਫਲਤਾ ਲਈ ਤਿੰਨ ਕਦਮ

ਆਮ ਵਿਧੀ ਹੇਠ ਲਿਖੇ ਅਨੁਸਾਰ ਹੈ :

1. ਸਮੱਸਿਆ 'ਤੇ ਨਜ਼ਰ ਮਾਰੋ।
2. ਉਸ ਦੇ ਹੱਲ ਜਾਂ ਸਮਾਧਾਨ ਵੱਲ ਜਾਓ ਜਾਂ ਉਸ ਤੋਂ ਬਾਹਰ ਨਿਕਲਣ ਵਾਲੇ ਰਾਹ ਵੱਲ, ਜਿਸ ਦਾ ਹੱਲ ਸਿਰਫ਼ ਅਵਚੇਤਨ ਮਨ ਨੂੰ ਪਤਾ ਹੈ।
3. ਇਸ ਦੇ ਹੋਣ ਦੇ ਡੂੰਘੇ ਵਿਸ਼ਵਾਸ ਨੂੰ ਮਹਿਸੂਸ ਕਰਦੇ ਹੋਏ ਨਿਸ਼ਚਿੰਤ ਹੋ ਜਾਓ।

ਇਹ ਕਹਿ ਕੇ ਆਪਣੀ ਪ੍ਰਾਰਥਨਾ ਨੂੰ ਕਮਜ਼ੋਰ ਨਾ ਕਰੋ, "ਕਾਸ਼ ਮੈਂ ਠੀਕ ਹੋ ਜਾਵਾਂ," "ਆਸ ਕਰਦਾ ਹਾਂ," ਤੁਹਾਡੇ ਕੀਤੇ ਜਾਣ ਵਾਲੇ ਕੰਮ ਬਾਰੇ ਅਹਿਸਾਸ "ਬੱਸ" ਹੈ। ਅਵਚੇਤਨ ਮਨ ਦੀ ਅਨੰਤ ਇਲਾਜ ਸ਼ਕਤੀ ਲਈ ਇਕ ਗੱਡੀ ਬਣ ਕੇ ਬੁੱਧੀਮਾਨ ਬਣੋ। ਆਪਣੀ ਚੰਗੀ ਸਿਹਤ ਦੇ ਵਿਚਾਰ ਨੂੰ ਯਕੀਨ ਦੇ ਤੌਰ 'ਤੇ ਆਪਣੇ ਅਵਚੇਤਨ ਮਨ ਨੂੰ ਦੇ ਦਿਓ, ਅਤੇ ਫਿਰ ਨਿਸ਼ਚਿੰਤ ਹੋ ਜਾਓ।

ਆਪਣੇ ਹੱਥਾਂ ਨੂੰ ਢਿੱਲਾ ਛੱਡ ਦਿਓ। ਹਰ ਸਥਿਤੀ ਤੇ ਪਰੀਸਥਿਤੀ ਵਿਚ ਕਹੋ, "ਇਹ ਵੀ ਲੰਘ ਜਾਵੇਗਾ।" ਨਿਸ਼ਚਿੰਤਤਾ ਦੁਆਰਾ ਤੁਸੀਂ ਆਪਣੇ ਅਵਚੇਤਨ ਮਨ ਨੂੰ ਪ੍ਰਭਾਵਿਤ ਕਰਦੇ ਹੋ, ਜਿਸ ਨਾਲ ਵਿਚਾਰ ਦੇ ਪਿੱਛੋਂ ਦੀ ਗਤੀਮਾਨ ਊਰਜਾ ਇਸ ਨੂੰ ਪ੍ਰਾਪਤ ਕਰਨ ਲਈ ਕੀਤੇ ਜਾਣ ਵਾਲੇ ਕਾਰਜਾਂ ਨੂੰ ਆਪਣੇ ਹੱਥਾਂ ਵਿਚ ਲੈ ਲੈਂਦੀ ਹੈ।

ਉਲਟ ਕੋਸ਼ਿਸ਼ਾਂ ਦਾ ਨਿਜਮ ਅਤੇ ਤੁਸੀਂ ਜੋ ਪ੍ਰਾਰਥਨਾ ਕਰਦੇ ਹੋ ਉਸ ਦੇ ਉਲਟ ਕਿਉਂ ਪ੍ਰਾਪਤ ਕਰਦੇ ਹੋ

ਫ਼੍ਰਾਂਸ ਦੀ ਮਸ਼ਹੂਰ ਮਨੋਵਿਗਿਆਨੀ ਐਮੀਲ ਕੂਏ, ਜਿਸ ਨੇ ਤਕਰੀਬਨ ਚਾਲੀ ਸਾਲ ਪਹਿਲਾਂ ਅਮਰੀਕਾ ਦਾ ਦੌਰਾ ਕੀਤਾ ਸੀ, ਨੇ ਉਲਟ ਕੋਸ਼ਿਸ਼ਾਂ ਦੇ ਨਿਜਮ ਦੀ ਪਰਿਭਾਸ਼ਾ ਇਸ ਤਰ੍ਹਾਂ ਕੀਤੀ: "ਜਦੋਂ ਤੁਹਾਡੀਆਂ ਇੱਛਾਵਾਂ ਅਤੇ ਕਲਪਨਾ ਵਿਚਕਾਰ ਟਕਰਾਅ ਹੁੰਦਾ ਹੈ, ਤਾਂ ਹਰ ਵਾਰੀ ਤੁਹਾਡੀ ਕਲਪਨਾ ਦੀ ਜਿੱਤ ਹੁੰਦੀ ਹੈ।"

ਜੇਕਰ, ਮਿਸਾਲ ਲਈ, ਤੁਹਾਨੂੰ ਜ਼ਮੀਨ 'ਤੇ ਪਈ ਹੋਈ ਇਕ ਤਖਤੀ 'ਤੇ ਚਲਣ ਲਈ ਕਿਹਾ ਜਾਵੇ, ਤਾਂ ਤੁਸੀਂ ਬਿਨਾ ਕੋਈ ਸਵਾਲ ਕੀਤੇ ਇਸ ਲਈ ਤਿਆਰ ਹੋ ਜਾਵੋਗੇ। ਹੁਣ ਮੰਨ ਲਓ, ਉਸੇ ਤਖ਼ਤੀ ਨੂੰ ਵੀਹ ਫੁੱਟ ਉੱਚੀ ਦੋ ਦੀਵਾਰਾਂ ਦੇ ਵਿਚਕਾਰ ਹਵਾ ਵਿਚ ਰੱਖਿਆ ਗਿਆ ਹੋਵੇ, ਤਾਂ, ਕੀ ਤੁਸੀਂ ਉਸ 'ਤੇ ਚਲੋਗੇ? ਕੀ ਤੁਸੀਂ ਇੰਞ ਕਰ ਪਾਓਗੇ? ਤੁਹਾਡੀ ਤੁਰਨ ਦੀ ਇੱਛਾ ਨੂੰ ਤੁਹਾਡੇ ਡਿੱਗਣ ਦੇ ਡਰ ਦੀ ਕਲਪਨਾ, ਇਸ ਦਾ ਵਿਰੋਧ ਕਰੇਗੀ। ਡਿੱਗਣ ਦੀ ਤਸਵੀਰ ਦਾ ਵਿਚਾਰ ਤੁਹਾਡੇ 'ਤੇ ਜ਼ਿਆਦਾ ਪ੍ਰਭਾਵ ਪਾਵੇਗਾ। ਤੁਹਾਡੀ ਇੱਛਾ ਜਾਂ ਇਰਾਦਾ ਤੁਹਾਡੀ ਤਖਤੀ 'ਤੇ ਚੱਲਣ ਦੀ ਕੋਸ਼ਿਸ਼ ਨੂੰ ਉਲਟ ਦੇਣਗੇ ਅਤੇ ਇਸ ਦੀ ਵਜ੍ਹਾ ਨਾਲ ਅਸਫਲਤਾ ਦਾ ਵਿਚਾਰ ਹੋਰ ਦ੍ਰਿੜ੍ਹ ਹੋ ਜਾਵੇਗਾ।

ਮਾਨਸਿਕ ਜਤਨ ਨਿਸ਼ਚਿਤ ਤੌਰ 'ਤੇ ਆਪਣੇ-ਆਪ ਨੂੰ ਹਰਾਉਣ ਵਾਲਾ ਹੁੰਦਾ ਹੈ, ਹੋਣ ਦੀ ਸੰਭਾਵਨਾ ਹਮੇਸ਼ਾ ਜਿਸ ਚੀਜ਼ ਦੀ ਤੁਸੀਂ ਇੱਛਾ ਕਰਦੇ ਹੋ, ਉਸਦੇ ਠੀਕ ਉਲਟ ਹੁੰਦਾ ਹੈ। ਇਸ ਸਥਿਤੀ ਤੋਂ ਉਭਰਨ ਲਈ ਸ਼ਕਤੀਹੀਨਤਾ ਦੇ ਸੁਝਾਅ ਹਮੇਸ਼ਾ ਮਨ ਨੂੰ ਜ਼ਿਆਦਾ ਪ੍ਰਭਾਵਿਤ ਕਰਦੇ ਹਨ; ਤੁਹਾਡਾ ਅਵਚੇਤਨ ਹਮੇਸ਼ਾ ਪ੍ਰਭਾਵਸ਼ਾਲੀ ਵਿਚਾਰ ਦੁਆਰਾ ਨਿਯੰਤਰਿਤ ਹੁੰਦਾ ਹੈ। ਤੁਹਾਡਾ ਅਵਚੇਤਨ ਦੋ ਪਰਸਪਰ ਵਿਰੋਧੀ ਪ੍ਰਸਤਾਵਾਂ ਵਿਚੋਂ ਜੋ ਜ਼ਿਆਦਾ ਮਜ਼ਬੂਤ ਹੈ, ਉਸ ਨੂੰ ਸਵੀਕਾਰ ਕਰੇਗਾ। ਜਿਸ ਵਿਚ ਕੋਸ਼ਿਸ਼ ਨਾ ਕਰਨੀ ਪਵੇ, ਉਹ ਬਿਹਤਰ ਹੈ।

ਜੇ ਤੁਸੀਂ ਕਹਿੰਦੇ ਹੋ, "ਮੈਨੂੰ ਇਲਾਜ ਚਾਹੀਦਾ ਹੈ, ਪਰ ਮੈਂ ਇਹ ਪ੍ਰਾਪਤ ਨਹੀਂ ਕਰ ਸਕਦਾ;" "ਮੈਂ ਬੜੀ ਕੋਸ਼ਿਸ਼ ਕਰਦਾ ਹਾਂ," "ਮੈਂ ਆਪਣੇ-ਆਪ ਨੂੰ ਪ੍ਰਾਰਥਨਾ ਕਰਨ ਲਈ ਮਜ਼ਬੂਰ ਕਰਦਾ ਹਾਂ," "ਮੈਂ ਆਪਣੀ ਸਾਰੀ ਇੱਛਾ ਸ਼ਕਤੀ ਦੀਵਰਤੋਂ ਕਰਦਾ ਹਾਂ,"। ਤੁਹਾਨੂੰ ਇਹ ਅਹਿਸਾਸ ਹੋਣਾ ਚਾਹੀਦਾ ਹੈ ਕਿ ਤੁਹਾਡੀ ਗਲਤੀ ਤੁਹਾਡੇ ਜਤਨਾਂ ਵਿਚ ਹੈ। ਕਦੇ ਵੀ ਆਪਣੇ ਅਵਚੇਤਨ ਮਨ ਨੂੰ ਆਪਣੀ ਇੱਛਾਸ਼ਕਤੀ ਦੀ ਵਰਤੋਂ ਕਰ ਉਸ ਤੋਂ ਆਪਣੇ ਵਿਚਾਰ ਨੂੰ ਸਵੀਕਾਰ ਕਰਨ ਲਈ ਮਜ਼ਬੂਰ ਕਰਨ ਦੀ ਕੋਸ਼ਿਸ਼ ਨਾ ਕਰੋ। ਅਜਿਹੀਆਂ ਕੋਸ਼ਿਸ਼ਾਂ ਦਾ ਅਸਫਲ ਹੋਣਾ ਨਿਸ਼ਚਿਤ ਹੁੰਦਾ ਹੈ, ਤੁਹਾਨੂੰ ਉਸ ਚੀਜ਼ ਦੇ ਉਲਟ ਮਿਲਦਾ ਹੈ, ਜਿਸਦੇ ਲਈ ਤੁਸੀਂ ਪ੍ਰਾਰਥਨਾ ਕੀਤੀ ਸੀ।

ਅੱਗੇ ਇਕ ਆਮ ਜਿਹਾ ਅਨੁਭਵ ਹੈ। ਵਿਦਿਆਰਥੀ ਜਦੋਂ ਇਮਤਿਹਾਨ ਦੇਣ ਵੇਲੇ ਆਪਣੇ ਪ੍ਰਸ਼ਨ ਪੇਪਰ ਨੂੰ ਪੜ੍ਹ ਰਹੇ ਹੁੰਦੇ ਹਨ, ਤਾਂ ਉਨ੍ਹਾਂ ਨੂੰ ਲੱਗਦਾ ਹੈ ਕਿ ਉਨ੍ਹਾਂ ਦਾ ਸਾਰਾ ਗਿਆਨ ਅਚਾਨਕ ਹਵਾ ਹੋ ਗਿਆ ਜਾਂ ਉਨ੍ਹਾਂ ਦਾ ਪੜ੍ਹਿਆ-ਲਿਖਿਆ ਸਾਰਾ ਗਾਇਬ ਹੋ ਗਿਆ। ਉਨ੍ਹਾਂ ਦਾ ਦਿਮਾਗ ਇਕਦਮ ਖਾਲੀ ਹੋ ਜਾਂਦਾ ਹੈ, ਅਤੇ ਉਹ ਇਕ ਵੀ ਸੰਬੰਧਿਤ ਵਿਚਾਰ ਨੂੰ ਯਾਦ ਕਰਨ ਵਿਚ ਅਸਮਰੱਥ ਹੁੰਦੇ ਹਨ। ਜਿੰਨੀ ਜ਼ਿਆਦਾ ਜ਼ਬਰਦਸਤੀ ਨਾਲ ਉਹ ਯਾਦ ਕਰਨ ਦੀ ਕੋਸ਼ਿਸ਼ ਕਰਦੇ ਹਨ, ਆਪਣੇ ਦੰਦਾਂ ਨੂੰ ਪੀਸਦੇ ਹਨ, ਆਪਣੀ ਸਾਰੀ ਇੱਛਾ ਸ਼ਕਤੀ ਨੂੰ ਸੱਦਾ ਦਿੰਦੇ ਹਨ, ਉੱਨੇ ਹੀ ਜਵਾਬ ਉਨ੍ਹਾਂ ਤੋਂ ਦੂਰ ਭੱਜ ਦੇ ਜਾਂਦੇ ਹਨ। ਪਰ ਜਿਵੇਂ ਹੀ ਉਹ

ਇਮਤਿਹਾਨ ਦੇ ਕਮਰੇ 'ਚੋਂ ਬਾਹਰ ਨਿਕਲਦੇ ਹਨ ਅਤੇ ਮਾਨਸਿਕ ਦਬਾਅ ਘੱਟ ਹੋ ਜਾਂਦਾ ਹੈ, ਤਾਂ ਉਹ ਜਵਾਬ ਜੋ ਉਹ ਲੱਭ ਰਹੇ ਸਨ, ਉਨ੍ਹਾਂ ਦੇ ਮਨਾਂ 'ਚ ਮੁੜ ਆ ਜਾਂਦੇ ਹਨ। ਆਪਣੇ-ਆਪ ਨੂੰ ਯਾਦ ਕਰਨ ਲਈ ਮਜ਼ਬੂਰ ਕਰਨ ਦੀ ਕੋਸ਼ਿਸ਼ ਕਰਨਾ ਉਨ੍ਹਾਂ ਦੀ ਅਸਫਲਤਾ ਦਾ ਕਾਰਨ ਸੀ। ਇਹ ਵਿਪਰੀਤ ਜਾਂ ਉਲਟ ਕੋਸ਼ਿਸ਼ ਨਿਜਮ ਦੀ ਮਿਸਾਲ ਸੀ, ਜਿੱਥੇ ਤੁਹਾਨੂੰ ਜੋ ਤੁਸੀਂ ਮੰਗਦੇ ਜਾਂ ਪ੍ਰਾਰਥਨਾ ਕਰਦੇ ਹੋ ਉਸਦੇ ਉਲਟ ਮਿਲਦਾ ਹੈ।

ਇੱਛਾ ਅਤੇ ਕਲਪਨਾ ਦੇ ਟਕਰਾਅ ਦਾ ਮੇਲ ਹੋਣਾ ਚਾਹੀਦਾ ਹੈ

ਮਾਨਸਿਕ ਸ਼ਕਤੀ ਦੀ ਵਰਤੋਂ ਕਰਨਾ ਇਹ ਮੰਨ ਲੈਨਾ ਹੈ ਕਿ ਉੱਥੇ ਪਹਿਲਾਂ ਤੋਂ ਹੀ ਕਿਤੇ ਨਾ ਕਿਤੇ ਵਿਰੋਧ ਹੈ। ਜਦੋਂ ਤੁਹਾਡਾ ਮਸਤਿਸ਼ਕ ਕਿਸੇ ਸਮੱਸਿਆ ਨੂੰ ਖ਼ਤਮ ਕਰਨ ਦੇ ਸਾਧਨਾਂ 'ਤੇ ਕੇਂਦ੍ਰਿਤ ਹੁੰਦਾ ਹੈ, ਉਦੋਂ ਉਸ ਨੂੰ ਰੁਕਾਵਟ ਨਾਲ ਕੋਈ ਮਤਲਬ ਨਹੀਂ ਹੁੰਦਾ। ਮੈਥਯੂ 18:19ਦੇ ਅਨੁਸਾਰ, ਜੇ ਤੁਹਾਡੇ ਦੋਨਾਂ ਇਸ ਦੁਨੀਆਂ ਦੀ ਕਿਸੇ ਵੀ ਚੀਜ਼ ਨੂੰ ਜਿਸਦੀ ਤੁਹਾਨੂੰ ਚਾਹੁਣਾ ਹੈ, ਉਸ ਨੂੰ ਛੂਹਣ ਲਈ ਸਹਿਮਤ ਹੋਵੋਗੇ, ਤਾਂ ਉਸ ਨੂੰ ਮੇਰੇ ਪਿਤਾ ਜੋ ਸੁਰਗ ਵਿਚ ਹਨ ਜ਼ਰੂਰ ਪੂਰਾ ਕਰਨਗੇ। ਇਹ ਦੋਵੇਂ ਕੌਣ ਹਨ, ਜਿਨ੍ਹਾਂ ਬਾਰੇ ਵਿਚ ਬੋਲਿਆ ਗਿਆ ਹੈ? ਇਸ ਦਾ ਅਰਥ ਹੈ ਕਿਸੇ ਵੀ ਵਿਚਾਰ, ਇੱਛਾ ਜਾਂ ਮਾਨਸਿਕ ਚਿੱਤਰ 'ਤੇ ਤੁਹਾਡੇ ਚੇਤਨ ਅਤੇ ਅਵਚੇਤਨ ਵਿਚਕਾਰ ਇਕਸੁਰਤਾ ਵਾਲਾ ਮੇਲ (ਸੰਧ) ਜਾਂ ਸਮਝੌਤਾ (ਸਹਿਮਤੀ)। ਜਦੋਂ ਤੁਹਾਡੇ ਮਸਤਿਸ਼ਕ ਦੇ ਕਿਸੇ ਵੀ ਹਿੱਸੇ ਵਿਚ ਕੋਈ ਸੰਘਰਸ਼ ਜਾਂ ਟਕਰਾਅ ਨਹੀਂ ਹੋਵੇਗਾ, ਤਾਂ ਤੁਹਾਡੀ ਪ੍ਰਾਰਥਨਾ ਦਾ ਨਤੀਜਾ ਮਿਲੇਗਾ। ਜੋ ਦੋ ਲੋਕ ਸਹਿਮਤ ਹਨ, ਉਹ ਹੋ ਸਕਦਾ ਹੈ ਤੁਸੀਂ ਅਤੇ ਤੁਹਾਡੀ ਇੱਛਾ ਹੋਵੇ, ਤੁਹਾਡਾ ਵਿਚਾਰ ਤੇ ਭਾਵਨਾ ਜਾਂ ਭਾਵ ਹੋਣ, ਤੁਹਾਡੀ ਇੱਛਾ ਤੇ ਕਲਪਨਾ ਦੇ ਤੌਰ 'ਤੇ ਦਰਸਾਇਆ ਜਾ ਸਕਦਾ ਹੈ।

ਤੁਸੀਂ ਆਪਣੀਆਂ ਇੱਛਾਵਾਂ ਤੇ ਕਲਪਨਾਵਾਂ ਵਿਚਕਾਰਲੇ ਸਾਰੇ ਟਕਰਾਵਾਂ ਨੂੰ ਨਿਸ਼ਕ੍ਰੀਆ, ਸੁਪਨ ਅਵਸਥਾ ਵਿਚ ਪੁੱਜਣਾ ਹੈ ਜੋ ਸਾਰੀਆਂ ਕੋਸ਼ਿਸ਼ਾਂ ਨੂੰ ਘੱਟ ਕਰ ਦਿੰਦੀ ਹੈ, ਰਾਹੀਂ ਦੂਰ ਕੀਤਾ ਜਾ ਸਕਦਾ ਹੈ। ਚੇਤਨ ਮਸਤਿਸ਼ਕ ਜਦੋਂ ਸੁਪਨ ਅਵਸਥਾ ਵਿਚ ਹੁੰਦਾ ਹੈ ਉਦੋਂ ਬਹੁਤ ਡੂੰਘਾ (ਕਾਫੀ ਦੂਰ ਤਕ) ਡੁੱਬ ਜਾਂਦਾ ਹੈ। ਆਪਣੇ ਅਵਚੇਤਨ 'ਚ ਵਿਚਾਰ ਪਾਉਣ ਦਾ ਸਭ ਤੋਂ ਵਧੀਆ ਸਮਾਂ ਸੁਪਨ ਅਵਸਥਾ ਤੋਂ ਪਹਿਲਾਂ ਦਾ ਹੈ। ਇਸਦਾ ਕਾਰਨ ਹੈ ਕਿ ਅਵਚੇਤਨ ਸੌਣ ਤੋਂ ਠੀਕ ਪਹਿਲਾਂ ਤੇ ਜਾਗਣ ਦੇ ਠੀਕ ਬਾਅਦ ਸਭ ਤੋਂ ਜ਼ਿਆਦਾ ਕਿਰਿਆਸ਼ੀਲ ਹੁੰਦਾ ਹੈ। ਇਸ ਅਵਸਥਾ ਵਿਚ ਨਕਾਰਾਤਮਕ ਵਿਚਾਰ ਅਤੇ ਕਲਪਨਾ ਤੁਹਾਡੀ ਇੱਛਾਵਾਂ ਨੂੰ ਨਿਸ਼ਕ੍ਰੀਆ ਕਰ ਦਿੰਦੀਆਂ ਹਨ, ਜਿਸ ਨਾਲ ਤੁਹਾਡਾ ਅਵਚੇਤਨ ਆਪਣੇ ਵਿਚਾਰਾਂ ਨੂੰ ਸਵੀਕਾਰ ਨਹੀਂ ਰੱਖ ਪਾਉਂਦਾ। ਜਦੋਂ ਤੁਸੀਂ ਆਪਣੀ ਇੱਛਾ ਦੇ ਪੂਰੀ ਹੋਣ ਦੀ ਕਲਪਨਾ ਕਰਦੇ ਹੋ ਅਤੇ ਉਸ ਨੂੰ ਪ੍ਰਾਪਤ ਕਰਨ ਦਾ ਅਹਿਸਾਸ ਕਰਦੇ ਹੋ, ਉਦੋਂ ਤੁਹਾਡਾ ਅਵਚੇਤਨ ਤੁਹਾਡੀ ਇੱਛਾ ਨੂੰ ਸਾਕਾਰ ਰੂਪ ਦੇਕੇ ਪੂਰਾ ਕਰ ਦਿੰਦਾ ਹੈ।

ਬਹੁਤ ਸਾਰੇ ਲੋਕ ਆਪਣੀ ਆਪਣੀ ਨਿਯੰਤਰਿਤ, ਨਿਰਦੇਸ਼ਿਤ ਅਤੇ ਅਨੁਸ਼ਾਸਿਤ ਕਲਪਨਾ ਦੇ ਖੇਡ ਰਾਹੀਂ ਆਪਣੀਆਂ ਸਾਰੀਆਂ ਦੁਚਿੱਤੀਆਂ ਅਤੇ ਸਮੱਸਿਆਵਾਂ ਨੂੰ ਸੁਲਝਾ ਲੈਂਦੇ ਹਨ, ਇਹ ਜਾਨਦੇ ਹੋਏ ਕਿ ਉਹ ਜੋ ਵੀ ਕਲਪਨਾ ਕਰਦੇ ਅਤੇ ਜਿਸ ਸੱਚ ਨੂੰ ਮਹਿਸੂਸ ਕਰਦੇ ਹਨ, ਉਹ ਉਨੂੰ ਦੀ ਸੱਚੀ ਇੱਛਾ ਹੈ ਅਤੇ ਉਹ ਪੂਰੀ ਹੋਣੀ ਚਾਹੀਦੀ ਹੈ ਭਾਵਅਵੱਸ਼ ਪੂਰੀ ਹੋਵੇਗੀ।

ਅੱਗੇ ਸਪੱਸ਼ਟ ਤੌਰ 'ਤੇ ਦਿਖਾਇਆ ਜਾਵੇਗਾ ਕਿ ਕਿਵੇਂ ਇਕ ਜਵਾਨ ਕੁੜੀ ਨੇ ਆਪਣੀ ਇੱਛਾ ਅਤੇ ਆਪਣੀ ਕਲਪਨਾ ਦੇ ਵਿਚਕਾਰਲੇ ਟਕਰਾਅ ਨੂੰ ਦੂਰ ਕੀਤਾ। ਉਹ ਆਪਣੀ ਕਾਨੂੰਨੀ ਸਮੱਸਿਆ ਦਾ ਇਕਸੁਰਤਾਪੂਰਨ ਹੱਲ ਕਰਨਾ ਚਾਹੁੰਦੀ ਸੀ, ਪਰ ਉਸ ਦੀ ਮਾਨਸਿਕ ਕਲਪਨਾ ਹਮੇਸ਼ਾ ਅਸਫਲਤਾ, ਨੁਕਸਾਨ, ਦੀਵਾਲੀਆਪਨ ਅਤੇ ਗਰੀਬੀ 'ਤੇ ਸੀ। ਇਹ ਇਕ ਗੁੰਝਲਦਾਰ ਕਾਨੂੰਨੀ ਸਮੱਸਿਆ ਵਾਲਾ ਮੁਕੱਦਮਾ ਸੀ ਅਤੇ ਇਕ ਤੋਂ ਬਾਅਦ ਇਕ ਕਰਕੇ ਤਾਰੀਖਾਂ ਅੱਗੇ ਵੱਧਦੀਆਂ ਜਾ ਰਹੀਆਂ ਸਨ ਅਤੇ ਇਸ ਦਾ ਕੋਈ ਹੱਲ ਵੀ ਨਜ਼ਰ ਨਹੀਂ ਸੀ ਆ ਰਿਹਾ।

ਮੇਰੇ ਸੁਝਾਅ ਤੇ, ਉਹ ਹਰ ਰਾਤ ਸੌਣ ਤੋਂ ਪਹਿਲਾਂ ਆਪਣੇ-ਆਪ ਨੂੰ ਉਨੀਂਦੀ, ਨਿਸ਼ਕਰੀਆ ਅਵਸਥਾ ਵਿਚ ਲੈ ਜਾਂਦੀ ਤੇ ਆਪਣੀ ਸਮੱਸਿਆ ਦੇ ਸਭ ਤੋਂ ਚੰਗੇ ਸੰਭਾਵਿਤ ਸੁਖਦ ਅੰਤ ਦੀ ਕਲਪਨਾ ਕਰਦੀ ਅਤੇ ਉਸ ਨੂੰ ਮਹਿਸੂਸ ਕਰਨਾ ਵੀ ਸ਼ੁਰੂ ਕੀਤਾ। ਉਹ ਜਾਣਦੀ ਸੀ ਕਿ ਉਸਦੇ ਮਨ ਦੀ ਕਲਪਨਾ ਨੂੰ ਉਸ ਦੇ ਦਿਲ ਦੀ ਇੱਛਾ ਦੇ ਵਿਚਕਾਰ ਸਹਿਮਤੀ ਹੋਣੀ ਚਹੀਦੀ ਹੈ। ਸੌਣ ਤੋਂ ਪਹਿਲਾਂ ਅਤੇ ਨਿਸ਼ਕਰੀਆ ਹੋਣ 'ਤੇ ਉਹ ਬੜੇ ਨਾਟਕੀ ਤਰੀਕੇ ਨਾਲ ਇਹ ਕਲਪਨਾ ਕਰਨ ਲੱਗ ਜਾਂਦੀ ਕਿ ਉਹ ਆਪਣੇ ਵਕੀਲ ਨੂੰ ਸਵਾਲ ਪੁੱਛੇਗੀ, ਅਤੇ ਉਹ ਉਸ ਦਾ ਢੁੱਕਵਾਂ ਜਵਾਬ ਦੇਵੇਗਾ। ਉਹ ਉਸ ਨੂੰ ਵਾਰ-ਵਾਰ ਕਹਿੰਦਾ ਹੈ, "ਇਕ ਸੰਪੂਰਨ, ਇਕਸੁਰਤਾਪੂਰਵਕ ਹੱਲ ਹੋ ਗਿਆ ਹੈ। ਮੁਕੱਦਮੇ ਦਾ ਅਦਾਲਤ ਤੋਂ ਬਾਹਰ ਨਿਪਟਾਰਾ ਜਾਂ ਸਮਝੌਤਾ ਹੋ ਗਿਆ ਹੈ।" ਦਿਨ ਵੇਲੇ ਜਦੋਂ ਉਸ ਦੇ ਮਨ ਵਿਚ ਡਰ ਦੇ ਵਿਚਾਰ ਆਉਂਦੇ ਸਨ, ਤਾਂ ਉਹ ਇਸ਼ਾਰਿਆਂ, ਆਵਾਜਾਂ ਅਤੇ ਆਡੀਓ ਉਪਕਰਨਾਂ ਨਾਲ ਆਪਣੀ ਮਾਨਸਿਕ ਫਿਲਮ ਚਲਾਉਂਦੀ ਸੀ। ਉਹ ਆਸਾਨੀ ਨਾਲ ਉਸਦੀ ਆਵਾਜ਼, ਮੁਸਕਰਾਹਟ ਅਤੇ ਵਿਵਹਾਰਕਤਾ ਦੀ ਕਲਪਨਾ ਕਰ ਸਕਦੀ ਸੀ। ਉਸ ਨੇ ਇਸ ਮਾਨਸਿਕ ਤਸਵੀਰ ਨੂੰ ਇੰਨੀ ਜ਼ਿਆਦਾ ਵਾਰ ਅਤੇ ਇੰਨੀ ਲਗਨ ਨਾਲ ਕੀਤਾ ਕਿ ਡਰ ਦਿਮਾਗ ਵਿਚ ਵੜਨ ਤੋਂ ਪਹਿਲਾਂ ਹੀ ਖ਼ਤਮ ਹੋ ਗਿਆ। ਕੁੱਝ ਹਫਤਿਆਂ ਬਾਅਦ ਉਸਦੇ ਵਕੀਲ ਨੇ ਉਸ ਨੂੰ ਫੋਨ ਕਰ ਕੇ ਬੁਲਾਇਆ ਅਤੇ ਨਿਰਪੱਖ ਤੌਰ 'ਤੇ ਪ੍ਰਸ਼ਟੀ ਕੀਤੀ ਕਿ ਜੋ ਕੁੱਝ ਉਹ ਕਲਪਨਾ ਵਿਚ ਦੇਖ ਅਤੇ ਮਹਿਸੂਸ ਕਰ ਰਹੀ ਸੀ, ਉਹ ਅਸਲ ਵਿਚ ਹੋ ਰਿਹਾ ਸੀ।

ਇਹੀ ਜੰਬੂਰਾ ਦਾ ਮਤਲਬ ਸੀ, ਜਦੋਂ ਉਸ ਨੇ ਲਿਖਿਆ ਸੀ:

ਮੇਰੇ ਮੂੰਹ ਦੇ ਸ਼ਬਦ (ਤੁਹਾਡੇ ਵਿਚਾਰ, ਮਾਨਸਿਕ ਤਸਵੀਰ, ਚੰਗਿਆਈ) ਅਤੇ ਮੇਰੇ ਦਿਲ ਦਾ ਸਿਮਰਨ (ਤੁਹਾਡੀ ਭਾਵਨਾਵਾਂ, ਸੁਭਾਅ, ਮਨੋਭਾਵ) ਤੁਹਾਡੀ ਨਜ਼ਰ ਵਿਚ ਸਵੀਕਾਰਜੋਗ ਹੋਣ, ਹੇ ਪ੍ਰਭੂ (ਦਾ) (ਤੁਹਾਡੇ ਅਵਚੇਤਨ ਮਨ ਦਾ ਨਿਯਮ), ਮੇਰੀ ਤਾਕਤ, ਅਤੇ ਮੇਰਾ ਮੁਕਤੀਦਾਤਾ (ਤੁਹਾਡੇ ਅਵਚੇਤਨ ਮਨ ਦੀ ਸ਼ਕਤੀ ਅਤੇ ਬੁੱਧੀਮੱਤਾ, ਜੋ ਤੁਹਾਨੂੰ ਬਿਮਾਰੀ, ਬੰਧਨਾ ਅਤੇ ਦੁੱਖ ਤੋਂ ਤੁਹਾਡਾ ਉੱਧਾਰ ਕਰ ਜਾਂ ਛੁਟਕਾਰਾ ਦੇ ਸਕਦੀ ਹੈ)।

ਸਾਲਮ 19:14

ਯਾਦ ਕਰਨਜੋਗ ਵਿਚਾਰ

1. ਮਾਨਸਿਕ ਦਬਾਅ ਜਾਂ ਬਹੁਤ ਜ਼ਿਆਦਾ ਜਤਨ ਚਿੰਤਾ ਅਤੇ ਡਰ ਨੂੰ ਦਰਸਾਉਂਦੇ ਹਨ, ਜੋ ਤੁਹਾਡੇ ਜਵਾਬ ਨੂੰ ਰੋਕਦੇ ਹਨ। ਆਸਾਨੀ ਇਸ ਨੂੰ ਕਰਨ ਦਿੰਦੀ ਹੈ।

2. ਜਦੋਂ ਤੁਹਾਡਾ ਮਸਤਿਸ਼ਕ ਨਿਸ਼ਚਿੰਤ ਹੁੰਦਾ ਹੈ ਅਤੇ ਤੁਸੀਂ ਕਿਸੇ ਵਿਚਾਰ ਨੂੰ ਸਵੀਕਾਰ ਕਰਦੇ ਹੋ, ਤਾਂ ਤੁਹਾਡਾ ਅਵਚੇਤਨ ਉਸ ਵਿਚਾਰ ਨੂੰ ਸਫਲ ਬਨਾਉਣ ਵਿਚ ਰੁੱਝ ਜਾਂਦਾ ਹੈ।

3. ਰਵਾਇਤੀ ਤਰੀਕਿਆਂ ਤੋਂ ਵੱਖ ਹੋ ਕੇ ਸੋਚੋ ਅਤੇ ਯੋਜਨਾ ਬਣਾਓ। ਜਾਣ ਲਓ ਕਿ ਹਮੇਸ਼ਾ ਹਰ ਸਮੱਸਿਆ ਦਾ ਇੱਕ ਜਵਾਬ ਅਤੇ ਹੱਲ ਹੁੰਦਾ ਹੈ।

4. ਆਪਣੇ ਦਿਲ ਦੀ ਧੜਕਣ, ਆਪਣੇ ਫੇਫੜਿਆਂ ਦੇ ਸਾਹ ਲੈਣ ਜਾਂ ਆਪਣੇ ਸਰੀਰ ਵਿਗਿਆਨ ਦੇ ਕਿਸੇ ਹਿੱਸੇ ਦੇ ਕਾਰਜਾਂ ਨੂੰ ਲੈ ਕੇ ਜ਼ਿਆਦਾ ਫਿਕਰ ਨਾ ਕਰੋ। ਆਪਣੇ ਅਵਚੇਤਨ 'ਤੇ ਪੂਰਾ ਭਰੋਸਾ ਕਰੋ ਅਤੇ ਅਕਸਰ ਐਲਾਨ ਜਾਂ ਦਾਅਵਾ ਕਰੋ ਕਿ ਬ੍ਰਹਿਮ ਸ਼ਕਤੀ ਦੁਆਰਾ ਸਹੀ ਕਿਰਿਆ ਹੋ ਰਹੀ ਹੈ।

5. ਸਿਹਤ ਦੀ ਭਾਵਨਾ ਸਿਹਤ ਉਤਪੰਨ ਕਰਦੀ ਹੈ, ਦੌਲਤ ਦੀ ਭਾਵਨਾ ਦੌਲਤ ਪੈਦਾ ਕਰਦੀ ਹੈ। ਤੁਸੀਂ ਕਿਹੋ ਜਿਹਾ ਮਹਿਸੂਸ ਕਰਦੇ ਹੋ?

6. ਕਲਪਨਾ ਤੁਹਾਡਾ ਸਭ ਤੋਂ ਸ਼ਕਤੀਸ਼ਾਲੀ ਸਾਧਨ ਹੈ। ਚੰਗੀਆਂ ਅਤੇ ਸੋਹਣੀਆਂ ਚੀਜ਼ਾਂ ਦੀ ਕਲਪਨਾ ਕਰੋ। ਤੁਸੀਂ ਉਸੇ ਤਰ੍ਹਾਂ ਦੇ ਹੋ, ਜਿਵੇਂ ਤੁਸੀਂ ਆਪਣੇ ਬਾਰੇ ਕਲਪਨਾ ਕਰਦੇ ਹੋ।

7. ਸੁਪਨ-ਗਮਤਾ/ਅਵਸਥਾ ਜਾਂ ਨੀਂਦ ਦੀ ਅਵਸਥਾ ਵਿਚ ਤੁਸੀਂ ਚੇਤਨ ਤੇ ਅਵਚੇਤਨ ਮਨ ਦੇ ਵਿਚਕਾਰ ਟਕਰਾਅ ਤੋਂ ਬੱਚਦੇ ਹੋ। ਸੌਣ ਤੋਂ ਪਹਿਲਾਂ ਆਪਣੀ ਇੱਛਾ ਦੇ ਪੂਰੀ ਹੋਣ ਦੀ ਵਾਰ-ਵਾਰ ਕਲਪਨਾ ਕਰੋ। ਸ਼ਾਂਤੀ ਨਾਲ ਸੌਂ ਜਾਓ ਅਤੇ ਖੁਸ਼ੀ-ਖੁਸ਼ੀ ਜਾਗੋ।

ਦੌਲਤ ਪਾਉਣ ਲਈ ਅਵਚੇਤਨ ਦੀ ਸ਼ਕਤੀ ਨੂੰ ਕਿਵੇਂ ਵਰਤੀਏ

ਜੇਕਰ ਤੁਸੀਂ ਵਿੱਤੀ ਮੁਸ਼ਕਿਲਾਂ ਨਾਲ ਜੂਝ ਰਹੇ ਹੋ, ਜੇਕਰ ਤੁਸੀਂ ਦੋਨਾਂ ਅੰਤਾਂ ਨੂੰ ਮਿਲਾਉਣ ਦੀ ਕੋਸ਼ਿਸ਼ ਕਰ ਰਹੇ ਹੋ ਜਾਨੀ ਬੜੀ ਤੰਗਹਾਲੀ ਨਾਲ ਗੁਜ਼ਾਰਾ ਕਰ ਰਹੇ ਹੋ, ਇਸ ਦਾ ਅਰਥ ਇਹ ਹੈ ਕਿ ਤੁਸੀਂ ਆਪਣੇ ਅਵਚੇਤਨ ਮਨ ਨੂੰ ਇਹ ਯਕੀਨ ਨਹੀਂ ਦਿਲਾਇਆ ਕਿ ਤੁਹਾਡੇ ਕੋਲ ਹਮੇਸ਼ਾ ਪਰਜਾਪਤ ਹੋਵੇਗਾ ਅਤੇ ਕੁੱਝ ਦੇਣ ਲਈ ਬਚਤ ਵੀ ਕਰੋਗੇ। ਤੁਸੀਂ ਅਜਿਹੇ ਮਰਦਾਂ ਤੇ ਔਰਤਾਂ ਨੂੰ ਜਾਣਦੇ ਹੋ, ਜੋ ਹਫਤੇ ਵਿਚ ਸਿਰਫ਼ ਕੁੱਝ ਹੀ ਘੰਟੇ ਕੰਮ ਕਰਦੇ ਹਨ, ਲੇਕਿਨ ਉਹ ਬਹੁਤ ਸ਼ਾਨਦਾਰ ਪੈਸੇ ਕਮਾਉਂਦੇ ਹਨ। ਉਹ ਸਖ਼ਤ ਮਿਹਨਤ ਜਾਂ ਗ਼ੁਲਾਮੀ ਨਹੀਂ ਕਰਦੇ। ਇਸ ਕਹਾਣੀ 'ਤੇ ਯਕੀਨ ਨਾ ਕਰੋ ਕਿ ਕਰੜੀ ਮਿਹਨਤ ਅਤੇ ਪਸੀਨਾ ਬਹਾਉਣ ਨਾਲ ਤੁਸੀਂ ਅਮੀਰ ਬਣ ਸਕਦੇ ਹੋ। ਇੰਵ ਨਹੀਂ ਹੈ, ਕਿ ਬਿਨਾਂ ਕਿਸੇ ਮਿਹਨਤ ਦੇ ਜੀਵਨ ਸਭ ਤੋਂ ਵਧੀਆ ਹੈ। ਤੁਸੀਂ ਉਹੀ ਕੰਮ ਕਰੋ, ਜੋਅਸਲ ਵਿਚ ਤੁਸੀਂ ਕਰਨਾ ਚਾਹੁੰਦੇ ਜਾਂ ਪਸੰਦ ਕਰਦੇ ਹੋ, ਅਤੇ ਇਸ ਨੂੰ ਆਪਣੀ ਖ਼ੁਸ਼ੀ ਅਤੇ ਰੋਮਾਂਚ ਲਈ ਕਰੋ।

ਮੈਂ ਲਾਸ ਐਂਜਲਸ ਦੇ ਇਕ ਅਫਸਰ ਜਾਂ ਕਾਰਜਕਾਰੀ ਨੂੰ ਜਾਣਦਾ ਹਾਂ, ਜੋ 75,000 ਡਾਲਰ ਦੀ ਸਾਲਾਹ ਕਮਾਉਂਦਾ ਹੈ। ਪਿਛਲੇ ਸਾਲ ਉਹ ਨੌ ਮਹੀਨਿਆਂ ਦੀਆਂ ਛੁੱਟੀਆਂ ਲੈ ਕੇ ਕਰੂਜ਼ ਰਾਹੀਂ ਦੁਨੀਆ ਦੀ ਖ਼ੂਬਸੂਰਤ ਜਗ੍ਹਾਵਾਂ ਦੀ ਸੈਰ ਕਰਨ ਲਈ ਨਿਕਲਿਆ। ਉਸ ਨੇ ਮੈਨੂੰ ਦੱਸਿਆ ਕਿ ਉਸ ਨੇ ਆਪਣੇ ਅਵਚੇਤਨ ਮਨ ਨੂੰ ਇਹ ਯਕੀਨ ਦਿਵਾਉਣ ਵਿਚ ਸਫਲ ਹੋ ਗਿਆ ਸੀ ਕਿ ਉਹ ਇਸ ਦਾ ਹੱਕਦਾਰ ਹੈ। ਉਸ ਨੇ ਮੈਨੂੰ ਇਹ ਵੀ ਦੱਸਿਆ ਕਿ ਉਸਦੀ ਕੰਪਨੀ ਵਿਚ ਅਜਿਹੇ ਅਨੇਕ ਲੋਕ ਵੀ ਹਨ, ਜੋ ਸਿਰਫ਼ 100 ਡਾਲਰ ਹਫਤੇ ਦਾ ਪ੍ਰਾਪਤ ਕਰਦੇ ਹਨ ਪਰ ਕਾਰੋਬਾਰ ਬਾਰੇ ਉਸ ਤੋਂ ਬਹੁਤ ਜ਼ਿਆਦਾ ਜਾਣਦੇ ਹਨ; ਉਸ ਇਸ ਦਾ ਬਿਹਤਰ ਢੰਗ ਨਾਲ ਪ੍ਰਬੰਧਿਤ ਕਰ ਸਕਦੇ ਹਨ, ਪਰ ਉਨ੍ਹਾਂ ਦੀ ਨਾ ਤੇ ਕੋਈ ਤਾਂਘ ਹੈ ਨਾ

ਕੋਈ ਰਚਨਾਤਮਕ ਵਿਚਾਰ ਅਤੇ ਆਪਣੇ ਅਵਚੇਤਨ ਮਨ ਦੇ ਚਮਤਕਾਰਾਂ ਵਿਚ ਕੋਈ ਦਿਲਚਸਪੀ ਨਹੀਂ ਹੈ।

ਦੌਲਤ ਮਨ ਦੀ ਹੈ

ਕਿਸੇ ਵਿਅਕਤੀ ਲਈ ਧਨ-ਦੌਲਤ ਅਵਚੇਤਨ ਤੌਰ 'ਤੇ ਕੇਵਲ ਇਕ ਵਿਸ਼ਵਾਸ ਹੈ। ਤੁਸੀਂ ਕੇਵਲ ਕਰੋੜਪਤੀ ਇਹ ਕਹਿਣ ਨਾਲ ਨਹੀਂ ਹੋ ਜਾਵੋਗੇ ਕਿ, "ਮੈਂ ਇਕ ਕਰੋੜਪਤੀ, ਮੈਂ ਕਰੋੜਪਤੀ ਹਾਂ।" ਤੁਸੀਂ ਆਪਣੇ ਮਾਨਸਿਕ ਤੌਰ 'ਤੇ ਦੌਲਤ ਅਤੇ ਭਰਪੂਰਤਾ ਦੇ ਵਿਚਾਰ ਨੂੰ ਬਣਾ ਕੇ ਦੌਲਤ ਦੀ ਚੇਤਨਾ ਵੱਲ ਵੱਧਦੇ ਜਾਂਦੇ ਹੋ।

ਸਮਰਥਨ ਦੇ ਅਦਿੱਖ ਸਾਧਨ

ਬਹੁਤੇ ਲੋਕਾਂ ਨਾਲ ਮੁਸੀਬਤ ਇਹ ਹੈ ਕਿ ਉਨ੍ਹਾਂ ਕੋਲ ਸਹਾਇਤਾਂ ਦਾ ਕੋਈ ਅਦ੍ਰਿਸ਼ ਮਾਧਿਅਮ ਨਹੀਂ ਹੁੰਦਾ ਹੈ। ਜਦੋਂ ਬਿਜ਼ਨਿਸ ਫੈਲ ਹੋ ਜਾਂਦਾ ਹੈ, ਸਟਾਕ ਮਾਰਕੀਟ ਡਿੱਗ ਜਾਂਦਾ ਹੈ ਜਾਂ ਉਹ ਆਪਣਾ ਨਿਵੇਸ਼ ਗੁਆ ਦਿੰਦੇ ਹਨ, ਉਹ ਬੇਵੱਸ ਪ੍ਰਤੀਤ ਹੁੰਦੇ ਹਨ। ਅਜਿਹੀ ਅਸੁਰਖਿਆ ਦਾ ਕਾਰਣ ਇਹ ਹੈ ਕਿ ਉਹ ਨਹੀਂ ਜਾਣਦੇ ਕਿ ਅਵਚੇਤਨ ਮਨ ਦਾ ਟੈਪ ਜਾਂ ਦੋਹਨ ਕਰਣ ਦਾ ਤਰੀਕਾ ਨਹੀਂ ਜਾਣਦੇ ਹਨ। ਉਹ ਆਪਣੇ ਅੰਦਰਲੇ ਭਰੇ ਹੋਏ ਇਸ ਅਮੁੱਕ (ਕਦੇ ਨਾ ਖ਼ਤਮ ਹੋਣ ਵਾਲਾ) ਭੰਡਾਰ ਤੋਂ ਅਨਜਾਣ ਹਨ।

ਇਕ ਗਰੀਬੀ ਕਿਸਮ ਦੀ ਮਾਨਸਿਕਤਾ ਵਾਲਾ ਆਦਮੀ ਆਪਣੇ-ਆਪ ਨੂੰ ਗਰੀਬੀ-ਪੀੜਤ ਹਾਲਾਤਾਂ ਵਿਚ ਪਾਉਂਦਾ ਹੈ। ਦੂਜਾ ਵਿਅਕਤੀ ਜਿਸ ਦਾ ਮਸਤਿਸ਼ਕ ਧਨ-ਦੌਲਤ ਦੇ ਵਿਚਾਰਾਂ ਨਾਲ ਭਰਿਆ ਹੁੰਦਾ ਹੈ, ਉਸਦੇ ਕੋਲ ਤਮਾਮ ਲੋੜੀਂਦੀਆਂ ਸੁੱਖ-ਸੁਵਿਧਾਵਾਂ ਮੌਜੂਦ ਹੁੰਦੀਆਂ ਹਨ। ਪਰਮਾਤਮਾ ਦਾ ਇਰਾਦਾ ਕਦੇ ਵੀ ਅਜਿਹਾ ਨਹੀਂ ਸੀ ਕਿ ਮਨੁੱਖ ਨੂੰ ਗਰੀਬ ਦੀ ਜ਼ਿੰਦਗੀ ਜਿਉਣੀ ਚਾਹੀਦੀ ਹੈ। ਤੁਹਾਡੇ ਕੋਲ ਧਨ-ਦੌਲਤ, ਤੁਹਾਡੀ ਲੋੜ ਦੀ ਹਰ ਚੀਜ਼, ਅਤੇ ਬਚਾਉਣ ਲਈ ਬਹੁਤ ਕੁੱਝ ਹੋ ਸਕਦਾ ਹੈ। ਤੁਹਾਡੇ ਸ਼ਬਦਾਂ 'ਚ ਤੁਹਾਡੇ ਦਿਮਾਗ ਤੋਂ ਗਲਤ ਵਿਚਾਰਾਂ ਨੂੰ ਕੱਢ ਕੇ ਮਨ ਨੂੰ ਸਾਫ ਰੱਖਣ ਲਈ ਅਤੇ ਉਨ੍ਹਾਂ ਦੀ ਥਾਂ 'ਤੇ ਸਹੀ ਵਿਚਾਰ ਪੈਦਾ ਕਰਨ ਦੀ ਸ਼ਕਤੀ ਹੈ।

ਦੌਲਤ ਦੀ ਚੇਤਨਾ ਬਨਾਉਣ ਲਈ ਆਦਰਸ਼ ਤਰੀਕਾ

ਸ਼ਾਇਦ ਤੁਸੀਂ ਇਸ ਅਧਿਆਇ ਨੂੰ ਪੜ੍ਹਦੇ ਸਮੇਂ ਕਹਿ ਰਹੇ ਹੋਵੋਗੇ, "ਮੈਨੂੰ ਦੌਲਤ ਅਤੇ ਸਫਲਤਾ ਦੀ ਲੋੜ ਹੈ।" ਇਹ ਉਹ ਹੈ ਜੋ ਤੁਹਾਨੂੰ ਕਰਨਾ ਹੈ:

ਰੋਜ਼ਾਨਾ ਦਿਨ ਵਿਚ ਤਿੰਨ ਜਾਂ ਚਾਰ ਵਾਰ ਆਪਣੇ-ਆਪ ਲਈ ਪੰਜ ਮਿੰਟਾਂ ਤਕ ਇਹ ਦੋ ਸ਼ਬਦ ਦੁਹਰਾਓ, "ਧਨ-ਦੌਲਤ, ਸਫਲਤਾ।" ਇਨ੍ਹਾਂ ਸ਼ਬਦਾਂ ਵਿਚ

ਅਦਭੁੱਤ ਸ਼ਕਤੀ ਹੈ। ਇਹ ਅਵਚੇਤਨ ਮਨ ਦੀ ਆਂਤਰਿਕ ਸ਼ਕਤੀ ਨੂੰ ਦਰਸਾਉਣ ਦੀ ਪ੍ਰਤਿਨਿਧਤਾ ਕਰਦੇ ਹਨ। ਆਪਣੇ ਮਸਤਿਸ਼ਕ 'ਚੋਂ ਆਪਣੇ ਅੰਦਰ ਦੀ ਪ੍ਰਬਲ ਸ਼ਕਤੀ ਦਾ ਲੰਗਰ ਪਾ ਦਿਓ; ਇਸ ਤੋਂ ਬਾਅਦ ਉਨ੍ਹਾਂ ਦੀ ਪ੍ਰਕਿਰਤੀ ਤੇ ਗੁਣਾਂ ਨਾਲ ਮੇਲ ਖਾਂਦੀਆਂ ਸਥਿਤੀਆਂ ਅਤੇ ਹਾਲਤ ਤੁਹਾਡੇ ਜੀਵਨ ਅੰਦਰ ਪ੍ਰਗਟ ਹੋ ਜਾਣਗੇ। ਤੁਸੀਂ ਇਹ ਨਹੀਂ ਕਹਿ ਰਹੇ ਹੋ, "ਮੈਂ ਅਮੀਰ ਹਾਂ," ਤੁਸੀਂ ਤਾਂ ਆਪਣੇ ਅੰਦਰ ਦੀ ਅਸਲ ਸ਼ਕਤੀਆਂ 'ਤੇ ਭਰੋਸਾ ਕਰ ਰਹੇ ਹੋ। "ਧਨ-ਦੌਲਤ" ਕਹਿਣ ਨਾਲ ਤੁਹਾਡੇ ਮਸਤਿਸ਼ਕ ਵਿਚ ਕੋਈ ਕਲੇਸ਼ ਜਾਂ ਦੁਚਿੱਤੀ ਨਹੀਂ ਹੁੰਦੀ। ਇਸ ਤੋਂ ਇਲਾਵਾ, ਦੌਲਤ ਦੀ ਭਾਵਨਾ ਤੁਹਾਡੇ ਅੰਦਰ ਚੰਗੀ ਤਰ੍ਹਾਂ ਵਧੇਗੀ ਕਿਉਂਕਿ ਤੁਸੀਂ ਦੌਲਤ ਦੇ ਵਿਚਾਰ 'ਤੇ ਰਹਿੰਦੇ ਹੋ। ਅੱਗੇ ਚੱਲ ਕੇ ਜਿਵੇਂ ਹੀ ਤੁਸੀਂ ਆਪਣਾ ਧਿਆਨ ਧਨ-ਦੌਲਤ 'ਤੇ ਕੇਂਦ੍ਰਿਤ ਕਰਦੇ ਹੋ, ਤਿਵੇਂ ਹੀ ਅਮੀਰੀ ਦਾ ਅਹਿਸਾਸ ਤੁਹਾਡੇ ਅੰਦਰ ਵੱਧੇਗਾ।

ਇਸ ਗੱਲ ਨੂੰ ਹਮੇਸ਼ਾ ਆਪਣੇ ਮਨ ਵਿਚ ਬਣਾਈ ਰੱਖੋ ਕਿ ਧਨ-ਦੌਲਤ ਦਾ ਅਹਿਸਾਸ ਧਨ-ਦੌਲਤ ਪੈਦਾ ਕਰਦਾ ਹੈ। ਤੁਹਾਡਾ ਅਵਚੇਤਨ ਮਨ ਇਕ ਬੈਂਕ ਵਰਗਾਂ ਹੈ, ਇਕ ਤਰ੍ਹਾਂ ਦੀ ਸਦੀਵੀ ਵਿੱਤੀ ਸੰਸਥਾ। ਇਹ ਹਰ ਉਸ ਚੀਜ਼ ਨੂੰ ਵਧਾ ਦਿੰਦੀ ਹੈ, ਜੋ ਕੁੱਝ ਵੀ ਤੁਸੀਂ ਇਸ ਵਿਚ ਜਮ੍ਹਾ ਕਰਦੇ ਹੋ ਜਾਂ ਜਿਸਦੀ ਵੀ ਤੁਸੀਂ ਇਸ 'ਤੇ ਛਾਪ ਜਾਂ ਪ੍ਰਭਾਵ ਪਾਉਂਦੇ ਹੋ, ਭਲੇ ਹੀ ਇਹ ਧਨ-ਦੌਲਤ ਦਾ ਵਿਚਾਰ ਹੋਵੇ ਜਾਂ ਗਰੀਬੀ ਦਾ। ਧਨ-ਦੌਲਤ ਨੂੰ ਚੁਣੋ।

ਦੌਲਤ ਦੇ ਸੰਕਲਪ ਅਸਫਲ ਕਿਉਂ ਹੁੰਦੇ ਹਨ

ਮੈਂ ਪਿਛਲੇ ਪੈਂਤੀ ਸਾਲਾਂ ਦੌਰਾਨ ਬਹੁਤ ਸਾਰੇ ਲੋਕਾਂ ਨਾਲ ਗੱਲਾਂ ਕੀਤੀਆਂ ਹਨ, ਜਿਨ੍ਹਾਂ ਦੀ ਆਮ ਸ਼ਿਕਾਇਤ ਇਹ ਹੁੰਦੀ ਹੈ, "ਮੈਂ ਕਈ ਹਫ਼ਤਿਆਂ ਅਤੇ ਮਹੀਨਿਆਂ ਤੋਂ ਲਗਾਤਾਰ ਕਹਿ ਰਿਹਾ ਹਾਂ, 'ਮੈਂ ਅਮੀਰ ਹਾਂ, ਮੈਂ ਖੁਸ਼ਹਾਲ ਹਾਂ,' ਪਰ ਹੋਇਆ ਕੁੱਝ ਨਹੀਂ।"

ਮੈਨੂੰ ਪਤਾ ਲੱਗਾ ਕਿ ਜਦੋਂ ਉਨ੍ਹਾਂ ਨੇ ਕਿਹਾ, "ਮੈਂ ਖੁਸ਼ਹਾਲ ਹਾਂ, ਮੈਂ ਅਮੀਰ ਹਾਂ," ਤਾਂ ਉਨ੍ਹਾਂ ਨੇ ਮਹਿਸੂਸ ਕੀਤਾ ਕਿ ਉਹ ਆਪਣੇ-ਆਪ ਨਾਲ ਝੂਠ ਬੋਲ ਰਹੇ ਸਨ। ਇਕ ਵਿਅਕਤੀ ਨੇ ਮੈਨੂੰ ਦੱਸਿਆ, "ਮੈਂ ਤਸਦੀਕ ਕੀਤੀ ਹੈ ਕਿ ਮੈਂ ਉਦੋਂ ਤੱਕ ਹੀ ਖੁਸ਼ਹਾਲ ਹਾਂ ਜਦੋਂ ਤੱਕ ਮੈਂ ਥੱਕ ਨਹੀਂ ਜਾਂਦਾ। ਚੀਜਾਂ ਹੁਣ ਪਹਿਲਾਂ ਤੋਂ ਵੀ ਬਦਤਰ ਹਨ। ਆਪਣੀ ਅਮੀਰੀ ਦੀ ਪੁਸ਼ਟੀ ਕਰਦੇ ਸਮੇਂ ਮੈਂ ਜਾਣਦਾ ਸੀ ਕਿ ਇਹ ਸੱਚ ਨਹੀਂ ਹੈ।" ਉਸ ਦੇ ਬਿਆਨਾਂ ਨੂੰ ਚੇਤਨ ਮਨ ਦੁਆਰਾ ਰੱਦ ਕਰ ਦਿੱਤਾ ਗਿਆ, ਅਤੇ ਉਸ ਨੇ ਬਾਹਰੀ ਤੌਰ 'ਤੇ ਜਿਸਦੀ ਪ੍ਰੋੜਤਾ ਕਰਕੇ ਦਾਅਵਾ ਕੀਤਾ ਸੀ, ਉਸ ਦੇ ਬਿਲਕੁਲ ਉਲਟ ਜਾਂ ਵਿਪਰੀਤ ਨਤੀਜਾ ਮਿਲਿਆ।

ਤੁਹਾਡੀ ਸਕਾਰਾਤਮਕ ਪੁਸ਼ਟੀ ਉਦੋਂ ਸਭ ਤੋਂ ਵਧੀਆ ਜਾਂ ਸਫਲ ਹੁੰਦੀ ਹੈ,

ਜਦੋਂ ਇਹ ਖ਼ਾਸ ਹੋਵੇ ਅਤੇ ਇਹ ਮਾਨਸਿਕ ਟਕਰਾਅ ਜਾਂ ਦਲੀਲ ਪੈਦਾ ਨਹੀਂ ਕਰਦੀ ਹੋਵੇ; ਇਸ ਲਈ, ਇਸ ਵਿਅਕਤੀ ਦੁਆਰਾ ਦਿਤੇ ਗਏ ਬਿਆਨਾਂ ਨਾਲ ਸਥਿਤੀ ਜਾਂ ਮਾਮਲੇ ਨੂੰ ਹੋਰ ਵਿਗਾੜ ਦਿੱਤਾ, ਕਿਉਂਕਿ ਉਸ ਦੇ ਸੁਝਾਵਾਂ ਵਿਚ ਵਿਸ਼ਵਾਸ ਦੀ ਘਾਟ ਸੀ। ਤੁਹਾਡਾ ਅਵਚੇਤਨ ਉਸੇ ਨੂੰ ਸਵੀਕਾਰ ਕਰਦਾ ਹੈ, ਜਿਸ ਨੂੰ ਤੁਸੀਂ ਅਸਲ ਵਿਚ ਸੱਚ ਮੰਨਦੇ ਹੋ, ਨਾ ਕਿ ਸਿਰਫ਼ ਵਿਹਲੇ ਸ਼ਬਦਾਂ ਜਾਂ ਬਿਆਨਾਂ ਨੂੰ। ਅਵਚੇਤਨ ਮਨ ਹਮੇਸ਼ਾ ਪ੍ਰਬਲ ਵਿਚਾਰ ਜਾਂ ਵਿਸ਼ਵਾਸ ਨੂੰ ਹੀ ਸਵੀਕਾਰ ਕਰਦਾ ਹੈ।

ਮਾਨਸਿਕ ਟਕਰਾਅ ਤੋਂ ਕਿਵੇਂ ਬਚਿਆ ਜਾਵੇ

ਜਿਨ੍ਹਾਂ ਲੋਕਾਂ ਨੂੰ ਇਹ ਮੁਸ਼ਕਿਲ ਲੱਗਦਾ ਹੈ, ਉਨ੍ਹਾਂ ਲਈ ਇਸ ਟਕਰਾਅ ਨੂੰ ਦੂਰ ਕਰਨ ਦਾ ਆਦਰਸ਼ ਤਰੀਕਾ ਹੇਠਾਂ ਦਿੱਤਾ ਗਿਆ ਹੈ। ਇਹ ਵਿਹਾਰਕ ਬਿਆਨ ਨੂੰ ਅਕਸਰ ਕਹੋ ਜਾਂ ਵਾਰ-ਵਾਰ ਦੁਹਰਾਓ, ਖ਼ਾਸ ਤੌਰ 'ਤੇ ਸੌਣ ਤੋਂ ਠੀਕ ਪਹਿਲਾਂ, "ਦਿਨ-ਰਾਤ ਮੈਂ ਆਪਣੇ ਹਿਤਾਂ ਵਿਚ ਖ਼ੁਸ਼ਹਾਲ ਹੋ ਰਿਹਾ ਹਾਂ।" ਇਹ ਸਕਾਰਾਤਮਕ ਤਸਦੀਕ ਜਾਂ ਪੁਸ਼ਟੀ ਤੋਂ ਕੋਈ ਦਲੀਲ ਨਹੀਂ ਪੈਦਾ ਹੋਵੇਗੀ, ਕਿਉਂਕਿ ਇਹ ਤੁਹਾਡੇ ਅਵਚੇਤਨ ਮਨ ਦੀ ਵਿੱਤੀ ਘਾਟ ਦੇ ਪ੍ਰਭਾਵ ਦਾ ਖੰਡਨ ਨਹੀਂ ਕਰਦੀ।

ਮੈਂ ਇਕ ਵਪਾਰੀ, ਜਿਸ ਦੀ ਵਿਕਰੀ ਅਤੇ ਵਿੱਤੀ ਸਥਿਤੀ ਬੜੀ ਖ਼ਰਾਬ ਚੱਲ ਰਹੀ ਸੀ, ਜੋ ਬਹੁਤ ਪਰੇਸ਼ਾਨ ਅਤੇ ਚਿੰਤਤ ਸੀ, ਨੂੰ ਸੁਝਾਅ ਦਿੱਤਾ ਕਿ ਉਹ ਆਪਣੇ ਦਫਤਰ ਵਿਚ ਬੈਠੇ, ਆਪਣੇ-ਆਪ ਨੂੰ ਸ਼ਾਂਤ ਕਰੇ ਅਤੇ ਇਸ ਕਥਨ ਨੂੰ ਵਾਰ-ਵਾਰ ਦੁਹਰਾਇਏ: "ਮੇਰੀ ਵਿਕਰੀ ਹਰ ਰੋਜ਼ ਵੱਧਦੀ ਜਾ ਰਹੀ ਹੈ।" ਇਸ ਕਥਨ ਨੂੰ ਇਨ੍ਹਾਂ ਦੋਨਾਂ ਭਾਵ ਚੇਤਨ ਤੇ ਅਵਚੇਤਨ ਮਨ ਦਾ ਸਹਿਯੋਗ ਮਿਲਿਆ ਅਤੇ ਛੇਤੀ ਹੀ ਉਸਦਾ ਨਤੀਜਾ ਸਾਹਮਣੇ ਆਇਆ।

ਖਾਲੀ ਚੈੱਕ 'ਤੇ ਦਸਤਖ਼ਤ ਨਾ ਕਰੋ

ਜਦੋਂ ਤੁਸੀਂ ਖਾਲੀ ਚੈੱਕ 'ਤੇ ਦਸਤਖ਼ਤ ਕਰਦੇ ਹੋ, ਤਾਂ ਤੁਹਾਡਾ ਕਹਿਣ ਦਾ ਮਤਲਬ ਹੁੰਦਾ ਹੈ, "ਇੱਥੇ ਘੁੰਮਣ ਲਈ ਜ਼ਿਆਦਾ ਕੁਝ ਨਹੀਂ ਹੈ," "ਕੰਮ ਚਲਾਉਣ ਲਈ ਲੋੜੀਂਦੇ ਪੈਸੇ ਨਹੀਂ ਹਨ," "ਕਾਫ਼ੀ ਤੰਗੀ ਹੈ," "ਮੈਂ ਗਿਰਵੀਂ ਰੱਖਣ ਕਾਰਨ ਆਪਣਾ ਘਰ ਗੁਆਂ ਲਵਾਂਗਾ," ਆਦਿ। ਜੇ ਤੁਸੀਂ ਭਵਿੱਖ ਲਈ ਬਹੁਤ ਡਰੇ ਹੋਏ ਹੋ, ਤਾਂ ਤੁਸੀਂ ਇਕ ਖਾਲੀ ਚੈੱਕ ਵੀ ਲਿਖ ਰਹੇ ਹੋ ਅਤੇ ਆਪਣੇ ਵੱਲ ਨਕਾਰਾਤਮਕ ਸਥਿਤੀਆਂ ਨੂੰ ਖਿੱਚ ਕਰ ਰਹੇ ਹੋ। ਤੁਹਾਡਾ ਅਵਚੇਤਨ ਮਨ ਤੁਹਾਡੇ ਡਰ ਅਤੇ ਨਕਾਰਾਤਮਕ ਬਿਆਨ ਨੂੰ ਤੁਹਾਡੀ ਬੇਨਤੀ ਵੱਜੋਂ ਸਵੀਕਾਰ ਕਰਦਾ ਹੈ ਅਤੇ ਤੁਹਾਡੇ ਜੀਵਨ ਵਿਚ ਰੁਕਾਵਟਾਂ, ਦੇਰੀ, ਕਮੀਆਂ ਅਤੇ ਸੀਮਾਵਾਂ ਲੈ ਆਉਣ ਲਈ ਆਪਣੇ ਤਰੀਕੇ ਨਾਲ ਅੱਗੇ ਵੱਧਦਾ ਹੈ।

ਤੁਹਾਡਾ ਅਵਚੇਤਨ ਮਨ ਤੁਹਾਨੂੰ ਮਿਸ਼ਰਿਤ ਵਿਆਜ਼ ਦਿੰਦਾ ਹੈ

ਜਿਸ ਨੂੰ ਦੌਲਤ ਦੀ ਭਾਵਨਾ ਹੈ, ਉਸ ਲਈ ਹੋਰ ਦੌਲਤ ਜੋੜੀ ਜਾਵੇਗੀ; ਜਿਸ ਨੂੰ ਕਮੀ ਦਾ ਅਹਿਸਾਸ ਹੁੰਦਾ ਹੈ, ਉਸ ਵਿਚ ਹੋਰ ਕਮੀ ਹੋ ਜਾਂਦੀ ਹੈ। ਤੁਹਾਡਾ ਅਵਚੇਤਨ ਜਮ੍ਹਾ ਕੀਤੇ ਗਏ ਹਰ ਵਿਚਾਰ ਜਾਂ ਵਸਤੂ ਨੂੰ ਕਈ ਗੁਣਾ ਕਰਦਾ ਹੈ ਅਤੇ ਉਸ ਨੂੰ ਹੋਰ ਵੱਡਾ ਕਰਦਾ ਹੈ। ਹਰ ਸਵੇਰੇ ਜਦੋਂ ਤੁਸੀਂ ਖੁਸ਼ਹਾਲੀ, ਸਫਲਤਾ, ਦੌਲਤ ਅਤੇ ਸ਼ਾਂਤੀ ਦੇ ਵਿਚਾਰਾਂ ਨਾਲ ਜਾਗਦੇ ਹੋ, ਉਦੋਂ ਇਨ੍ਹਾਂ ਧਾਰਨਾਵਾਂ 'ਤੇ ਆਪਣਾ ਧਿਆਨ ਕੇਂਦ੍ਰਿਤ ਕਰੋ। ਆਪਣੇ ਮਸਤਿਸ਼ਕ ਨੂੰ ਜਿਨ੍ਹਾਂ ਵੱਧ ਤੋਂ ਵੱਧ ਸੰਭਵ ਹੋ ਸਕੇ ਉਨ੍ਹਾਂ 'ਚ ਵਿਅਸਤ ਰੱਖੋ। ਇਸ ਤਰ੍ਹਾਂ ਦੇ ਉਸਾਰੂ ਵਿਚਾਰ ਤੁਹਾਡੇ ਅਵਚੇਤਨ ਮਨ ਵਿਚ ਜਮ੍ਹਾ ਹੋ ਜਾਣਗੇ ਅਤੇ ਫਿਰ ਉਹ ਤੁਹਾਡੇ ਸਾਹਮਣੇ ਬਹੁਲਤਾ ਅਤੇ ਖੁਸ਼ਹਾਲੀ ਲੈ ਆਉਣਗੇ।

ਕਿਉਂ ਕੁੱਝ ਨਹੀਂ ਹੋਇਆ

ਮੈਂ ਤੁਹਾਨੂੰ ਇਹ ਕਹਿੰਦੇ ਹੋਏ ਸੁਣ ਸਕਦਾ ਹਾਂ, "ਓਹ, ਮੈਂ ਇਹ ਕੀਤਾ ਸੀ, ਅਤੇ ਕੁੱਝ ਨਹੀਂ ਹੋਇਆ।" ਤੁਹਾਨੂੰ ਨਤੀਜੇ ਨਹੀਂ ਮਿਲੇ, ਕਿਉਂਕਿ ਸ਼ਾਇਦ ਦਸ ਮਿੰਟ ਬਾਅਦ ਹੀ ਤੁਸੀਂ ਡਰ ਦੇ ਵਿਚਾਰਾਂ ਅੰਦਰ ਉੱਲਝੇ ਹੋਏ ਸੀ ਅਤੇ ਤੁਹਾਡੇ ਦੁਆਰਾ ਤਸਕੀਦ ਜਾਂ ਪੁਸ਼ਟੀ ਕੀਤੀ ਗਈ ਚੰਗੀ ਚੀਜ਼ ਨੂੰ ਬੇਅਸਰ ਕਰ ਦਿੱਤਾ ਸੀ। ਜਦੋਂ ਤੁਸੀਂ ਜ਼ਮੀਨ ਵਿਚ ਕੋਈ ਬੀਜ ਬੀਜਦੇ ਹੋ, ਤਾਂ ਤੁਸੀਂ ਉਸ ਨੂੰ ਪੁੱਟਦੇ ਨਹੀਂ ਹੋ। ਤੁਸੀਂ ਇਸ ਨੂੰ ਜੜ੍ਹ ਫੜਨ ਅਤੇ ਵੱਧਣ ਦਿੰਦੇ ਹੋ। ਮੰਨ ਲਓ, ਮਿਸਾਲ ਲਈ ਤੁਸੀਂ ਇਹ ਕਹਿਣ ਜਾ ਰਹੇ ਹੋ, "ਮੈਂ ਉਹ ਭੁਗਤਾਨ ਕਰਨ ਦੇ ਜੋਗ ਨਹੀਂ ਹੋਵਾਂਗਾ।" ਇਸ ਤੋਂ ਪਹਿਲਾਂ ਕਿ ਤੁਸੀਂ "ਮੈਂ ......" ਤੋਂ ਅੱਗੇ ਵੱਧੋ, ਉਥੇ ਰੁਕ ਜਾਓ ਅਤੇ ਇੱਕ ਰਚਨਾਤਮਕ ਬਿਆਨ 'ਤੇ ਧਿਆਨ ਦਿਓ, ਜਿਵੇਂ ਕਿ, "ਹਰ ਦਿਨ ਹਰ ਰਾਤ ਮੈਂ ਹਰ ਤਰ੍ਹਾਂ ਨਾਲ ਖੁਸ਼ਹਾਲ ਹੋ ਰਿਹਾ ਹਾਂ।"

ਦੌਲਤ ਦਾ ਸੱਚਾ ਸ੍ਰੋਤ

ਤੁਹਾਡੇ ਅਵਚੇਤਨ ਮਨ ਵਿਚ ਕਦੇ ਵੀ ਵਿਚਾਰਾਂ ਦੀ ਘਾਟ ਨਹੀਂ ਹੁੰਦੀ। ਅਣਗਿਣਤ ਤਰੀਕਿਆਂ ਨਾਲ ਅਸੀਮਤ ਗਿਣਤੀ ਵਿਚ ਇਸ ਦੇ ਕੋਲ ਵਿਚਾਰ ਤਿਆਰ ਹਨ ਜੋ ਤੁਹਾਡੀ ਪਾਕੇਟ ਜਾਂ ਜੇਬ ਵਿਚ ਨਗਦੀ ਦੇ ਤੌਰ 'ਤੇ ਪ੍ਰਗਟ ਹੁੰਦੇ ਹਨ। ਇਹ ਪ੍ਰਕਿਰਿਆ ਤੁਹਾਡੇ ਮਸਤਿਸ਼ਕ ਵਿਚ ਚੱਲਦੀ ਰਹੇਗੀ, ਭਾਵੇਂ ਸਟਾਕ ਮਾਰਕੀਟ ਉੱਪਰ ਜਾਵੇ ਜਾਂ ਹੇਠਾਂ ਡਿੱਗੇ, ਜਾਂ ਕਿ ਪਾਉਂਡ-ਸਟਰਲਿੰਗ ਜਾਂ ਡਾਲਰ ਦੇ ਮੁੱਲ ਵਿਚ ਗਿਰਾਵਟ ਆਵੇ। ਦਰਅਸਲ ਤੁਹਾਡੀ ਦੌਲਤ ਕਦੇ ਵੀ ਬਾਂਡਾਂ, ਸਟਾਕਾਂ ਜਾਂ ਬੈਂਕ ਦੇ ਪੈਸਿਆਂ 'ਤੇ ਨਿਰਭਰ ਨਹੀਂ ਹੁੰਦੀ ਹੈ; ਇਹ ਅਸਲ ਵਿਚ ਤਾਂ ਸਿਰਫ ਪ੍ਰਤੀਕ ਹਨ, ਲੋੜੀਂਦੇ ਅਤੇ ਉਪਯੋਗੀ, ਬੇਸ਼ੱਕ, ਪਰ ਸਿਰਫ ਪ੍ਰਤੀਕ।

ਮੈਂ ਜਿਸ ਨੁਕਤੇ 'ਤੇ ਜ਼ੋਰ ਦੇਣਾ ਚਾਹੁੰਦਾ ਹਾਂ, ਉਹ ਇਹ ਹੈ ਕਿ ਜੇ ਤੁਸੀਂ ਆਪਣੇ ਅਵਚੇਤਨ ਮਨ ਨੂੰ ਯਕੀਨ ਦਿਲਾਉਂਦੇ ਹੋ ਕਿ ਦੌਲਤ ਤੁਹਾਡੀ ਹੈ, ਅਤੇ ਇਹ ਤੁਹਾਡੇ ਜੀਵਨ ਵਿਚ ਹਮੇਸ਼ਾ ਘੁੰਮਦੀ ਰਹਿੰਦੀ ਹੈ, ਤਾਂ ਤੁਹਾਡੇ ਕੋਲ ਹਮੇਸ਼ਾ ਲਾਜ਼ਮੀ ਤੌਰ 'ਤੇ ਇਹ ਹੋਵੇਗੀ, ਭਾਵੇਂ ਇਹ ਕੋਈ ਵੀ ਰੂਪ ਲੈ ਲਵੇ।

ਤੰਗੀ ਵਿਚ ਦਿਨ ਗੁਜ਼ਾਰਨ ਦੇ ਅਸਲ ਕਾਰਨ

ਅਨੇਕ ਲੋਕ ਦਾਅਵਾ ਕਰਦੇ ਰਹਿੰਦੇ ਹਨ ਕਿ ਉਹ ਕਿਸੇ ਤਰ੍ਹਾਂ ਨਾਲ ਗੁਜ਼ਾਰਾ ਕਰਨ ਦੀ ਕੋਸ਼ਿਸ਼ ਕਰ ਰਹੇ ਹਨ। ਇੰਝ ਲੱਗਦਾ ਹੈ ਕਿ ਉਹ ਆਪਣੇ ਫ਼ਰਜਾਂ ਦੀ ਪੂਰਤੀ ਕਰਨ ਵਿਚ ਭਟਕ ਗਏ ਹਨ। ਕੀ ਕਦੇ ਤੁਸੀਂ ਉਨ੍ਹਾਂ ਨੂੰ ਗੱਲਬਾਤ ਕਰਦੇ ਹੋਏ ਸੁਣਿਆ ਹੈ? ਕਈ ਮੌਕਿਆਂ 'ਤੇ ਉਨ੍ਹਾਂ ਦੀ ਗੱਲਬਾਤ ਇਸ ਤਰ੍ਹਾਂ ਚੱਲਦੀ ਰਹਿੰਦੀ ਹੈ। ਉਹ ਲੋਕ ਹਮੇਸ਼ਾ ਉਨ੍ਹਾਂ ਦੀ ਲਗਾਤਾਰ ਨਿੰਦਾ ਕਰਦੇ ਰਹਿੰਦੇ ਹਨ ਜਿਨ੍ਹਾਂ ਨੇ ਆਪਣੀ ਜ਼ਿੰਦਗੀ ਵਿਚ ਸਫਲਤਾ ਹਾਸਲ ਕੀਤੀ ਹੋਈ ਹੈ ਅਤੇ ਜਿਨ੍ਹਾਂ ਨੇ ਭੀੜ ਤੋਂ ਉੱਪਰ ਉੱਠ ਕੇ ਆਪਣਾ ਸਿਰ ਉੱਚਾ ਕੀਤਾ ਹੋਇਆ ਜਾਂ ਆਪਣੀ ਪਛਾਣ ਬਣਾਈ ਹੋਈ ਹੈ। ਸ਼ਾਇਦ ਉਹ ਕਹਿ ਰਹੇ ਹਨ, "ਓਹ, ਉਹ ਤਾਂ ਆਪਣਾ ਰੈਕੇਟ ਚੱਲਾ ਰਿਹਾ ਹੈ, ਉਹ ਬੇਰਹਿਮ ਹੈ; ਉਹ ਇੱਕ ਬਦਮਾਸ਼ ਹੈ।" ਇਸ ਲਈ ਉਨ੍ਹਾਂ ਦੇ ਕੋਲ ਪੈਸਿਆਂ ਦੀ ਕਮੀ ਰਹਿੰਦੀ ਹੈ। ਉਹ ਲਗਾਤਾਰ ਉਸੇ ਚੀਜ਼ ਦੀ ਨਿੰਦਾ ਕਰ ਰਹੇ ਹੁੰਦੇ ਹਨ, ਜੋ ਉਹ ਆਪਣੇ ਲਈ ਚਾਹੁੰਦੇ ਹਨ। ਉਹ ਆਪਣੇ ਤੋਂ ਵਧੇਰੇ ਖ਼ੁਸ਼ਹਾਲ ਸਾਥੀਆਂ ਦੀ ਨੁਕਤਾਚੀਨੀ ਜਾਂ ਆਲੋਚਨਾ ਇਸ ਲਈ ਕਰਦੇ ਹਨ, ਕਿਉਂਕਿ ਉਹ ਉਨ੍ਹਾਂ ਦੀ ਖ਼ੁਸ਼ਹਾਲੀ ਤੋਂ ਸੜਦੇ ਅਤੇ ਈਰਖਾ ਕਰ ਰਹੇ ਹੁੰਦੇ ਹਨ। ਦੌਲਤ ਦੇ ਖੰਭ ਨੂੰ ਫੜ੍ਹਨ ਜਾਂ ਉੱਡਣ ਦਾ ਸਭ ਤੋਂ ਤੇਜ ਤਰੀਕਾ ਹੈ ਉਨ੍ਹਾਂ ਲੋਕਾਂ ਦੀ ਆਲੋਚਨਾ ਅਤੇ ਨਿੰਦਾ ਕਰਨਾ ਜਿਨ੍ਹਾਂ ਕੋਲ ਤੁਹਾਡੇ ਨਾਲੋਂ ਜ਼ਿਆਦਾ ਦੌਲਤ ਹੈ।

ਦੌਲਤ ਲਈ ਇਕ ਸਧਾਰਨ ਰੁਕਾਵਟ

ਇਕ ਭਾਵਨਾ, ਜੋ ਬਹੁਤੇ ਲੋਕਾਂ ਦੇ ਜੀਵਨ ਵਿਚ ਦੌਲਤ ਦੀ ਘਾਟ ਦਾ ਕਾਰਣ ਹੈ। ਜ਼ਿਆਦਾਤਰ ਲੋਕ ਇਸ ਨੂੰ ਔਖੇ ਤਰੀਕੇ ਨਾਲ ਸਿੱਖਦੇ ਹਨ, ਇਹ ਹੈ ਈਰਖਾ। ਮਿਸਾਲ ਲਈ, ਜੇ ਤੁਸੀਂ ਆਪਣੇ ਕਿਸੇ ਸ਼ਰੀਕ ਨੂੰ ਬੈਂਕ ਵਿਚ ਵੱਡੀਆਂ ਰਕਮਾਂ ਜਮ੍ਹਾ ਕਰਦੇ ਹੋਏ ਦੇਖਦੇ ਹੋ, ਅਤੇ ਤੁਹਾਡੇ ਕੋਲ ਜਮ੍ਹਾ ਕਰਨ ਲਈ ਬਹੁਤ ਘੱਟ ਰਕਮ ਹੈ, ਤਾਂ ਕੀ ਇਸ ਨਾਲ ਤੁਹਾਨੂੰ ਈਰਖਾ ਹੁੰਦੀ ਹੈ? ਇਸ ਭਾਵਨਾ 'ਤੇ ਕਾਬੂ ਪਾਉਣ ਦਾ ਤਰੀਕਾ ਆਪਣੇ-ਆਪ ਨੂੰ ਇਹ ਕਹਿਣਾ ਹੈ, "ਕੀ ਇਹ ਕਿੰਨੀ ਵਧੀਆ ਗੱਲ ਹੈ! ਮੈਂ ਉਸ ਵਿਅਕਤੀ ਦੀ ਖ਼ੁਸ਼ਹਾਲੀ ਵਿਚ ਖ਼ੁਸ਼ ਹਾਂ। ਮੈਂ ਉਸ ਲਈ ਹੋਰ ਜ਼ਿਆਦਾ ਦੌਲਤ ਅਤੇ ਖ਼ੁਸ਼ਹਾਲੀ ਦੀ ਕਾਮਨਾ ਕਰਦਾ ਹਾਂ।"

ਈਰਖਾ ਦੇ ਵਿਚਾਰ ਦੀ ਪਾਲਣਾ ਕਰਨਾ ਵਿਨਾਸ਼ਕਾਰੀ ਹੈ, ਕਿਉਂਕਿ ਇਹ

ਤੁਹਾਨੂੰ ਬਹੁਤਾ ਨਕਾਰਾਤਮਕ ਸਥਿਤੀ ਵਿਚ ਰੱਖਦਾ ਹੈ; ਇਸ ਲਈ, ਦੌਲਤ ਤੁਹਾਡੇ ਕੋਲ ਹੋਣ ਦੀ ਬਜਾਇ ਤੁਹਾਡੇ ਕੋਲੋਂ ਦੂਰ ਹੋ ਜਾਂਦੀ ਹੈ। ਜੇ ਤੁਸੀਂ ਕਿਸੇ ਹੋਰ ਦੀ ਖ਼ੁਸ਼ਹਾਲੀ ਜਾਂ ਬਹੁਤੀ ਦੌਲਤ ਨੂੰ ਦੇਖ ਕੇ ਚਿੜਦੇ ਜਾਂ ਪਰੇਸ਼ਾਨ ਹੁੰਦੇ ਹੋ, ਤਾਂ ਤੁਸੀਂ ਤੁਰੰਤ ਹਰ ਸੰਭਾਵ ਤਰੀਕੇ ਨਾਲ ਦਾਅਵਾ ਕਰੋ ਕਿ ਤੁਸੀਂ ਸੱਚਮੁੱਚ ਹੀ ਉਸ ਨੂੰ ਹੋਰ ਜ਼ਿਆਦਾ ਦੌਲਤਮੰਦ ਦੇਖਣਾ ਚਾਹੁੰਦੇ ਹੋ। ਇਹ ਤੁਹਾਡੇ ਮਸਤਿਸ਼ਕ ਦੇ ਨਕਾਰਾਤਮਕ ਵਿਚਾਰਾਂ ਨੂੰ ਬੇਅਸਰ ਕਰ ਦੇਵੇਗਾ ਅਤੇ ਫਿਰ ਤੁਹਾਡੇ ਆਪਣੇ ਅਵਚੇਤਨ ਮਨ ਦੇ ਕਾਨੂੰਨ ਅਨੁਸਾਰ ਤੁਹਾਡੇ ਵੱਲ ਬਹੁਤ ਜ਼ਿਆਦਾ ਦੌਲਤ ਦਾ ਪ੍ਰਵਾਹ ਕਰ ਦੇਵੇਗਾ।

ਦੌਲਤ ਲਈ ਵੱਡੀ ਮਾਨਸਿਕ ਰੁਕਾਵਟ ਨੂੰ ਹਟਾਉਣਾ

ਜੇ ਤੁਸੀਂ ਕਿਸੇ ਅਜਿਹੇ ਵਿਅਕਤੀ ਬਾਰੇ ਫਿਕਰਮੰਦ ਅਤੇ ਆਲੋਚਨਾਤਮਕ ਹੋ, ਜੋ ਬੇਈਮਾਨੀ ਕਰ ਕੇ ਪੈਸੇ ਕਮਾ ਰਿਹਾ ਹੈ, ਤਾਂ ਉਸ ਬਾਰੇ ਚਿੰਤਾ ਕਰਨਾ ਛੱਡ ਦਿਓ। ਤੁਸੀਂ ਜਾਣਦੇ ਹੋ ਕਿ ਅਜਿਹਾ ਵਿਅਕਤੀ ਮਸਤਿਸ਼ਕ ਦੇ ਨਿਯਮ ਦੀ ਨਕਾਰਾਤਮਕ ਢੰਗ ਨਾਲ ਵਰਤੋਂ ਕਰ ਰਿਹਾ ਹੈ, ਮਸਤਿਸ਼ਕ ਦਾ ਨਿਯਮ ਉਸ ਨਾਲ ਆਪੇ ਨਿਬੜ ਲਾਵੇਗਾ। ਸਾਵਧਾਨ ਰਹੋ, ਪਹਿਲਾਂ ਦੱਸੇ ਗਏ ਕਾਰਨਾਂ ਕਰ ਕੇ ਉਸ ਦੀ ਆਲੋਚਨਾ ਨਾ ਕਰੋ। ਜਾਦ ਰੱਖੋ: ਦੌਲਤ ਦੀ ਰਾਹ ਵਿਚ ਰੁਕਾਵਟ ਤੁਹਾਡੇ ਆਪਣੇ ਮਸਤਿਸ਼ਕ ਵਿਚ ਹੈ। ਹੁਣ ਤੁਸੀਂ ਆਪਣੀ ਮਾਨਸਿਕ ਰੁਕਾਵਟ ਨੂੰ ਨਸ਼ਟ ਕਰ ਸਕਦੇ ਹੋ। ਅਜਿਹਾ ਤੁਸੀਂ ਸਾਰਿਆਂ ਨਾਲ ਚੰਗੇ ਮਾਨਸਿਕ ਸੰਬੰਧ ਬਣਾ ਕੇ ਵੀ ਕਰ ਸਕਦੇ ਹੋ।

ਸੌਂਵੋ ਅਤੇ ਅਮੀਰ ਬਣੋ

ਜਦੋਂ ਤੁਸੀਂ ਰਾਤ ਨੂੰ ਸੌਣ ਲਈ ਜਾਓ ਤਾਂ ਅੱਗੇ ਲਿਖੀ ਤਕਨੀਕ ਦਾ ਅਭਿਆਸ ਕਰੋ। "ਦੌਲਤ" ਸ਼ਬਦ ਨੂੰ ਚੁੱਪਚਾਪ, ਆਸਾਨੀ ਨਾਲ ਅਤੇ ਭਾਵਨਾਤਮਕ ਤੌਰ 'ਤੇ ਦੁਹਰਾਓ। ਇਸ ਨੂੰ ਵਾਰ-ਵਾਰ ਕਰੋ, ਜਿਵੇਂ ਕੋਈ ਲੋਰੀ ਗਾਉਂਦਾ ਜਾਂ ਸੁਣਾਉਂਦਾ ਹੈ। ਖ਼ੁਦ ਨੂੰ ਇਕ ਸ਼ਬਦ, "ਦੌਲਤ" ਨਾਲ ਸੌਣ ਲਈ ਬਹਿਲਾਓ। ਤੁਸੀਂ ਨਤੀਜਾ ਦੇਖ ਕੇ ਹੈਰਾਨ ਰਹਿ ਜਾਓਗੇ, ਦੌਲਤ ਤੁਹਾਡੇ ਵੱਲ ਬਹੁਤਾਤ ਦੇ ਬਰਫ਼ ਵੰਗ ਵਹਿਣੀ ਚਾਹੀਦੀ ਹੈ। ਇਹ ਤੁਹਾਡੇ ਅਵਚੇਤਨ ਮਨ ਦੀ ਜਾਦੂਈ ਸ਼ਕਤੀ ਦੀ ਇਕ ਹੋਰ ਮਿਸਾਲ ਹੈ।

ਆਪਣੇ ਮਨ ਦੀਆਂ ਸ਼ਕਤੀਆਂ ਨਾਲ ਆਪਣੀ ਸੇਵਾ ਕਰੋ

1. ਆਪਣੇ ਅਵਚੇਤਨ ਮਨ ਦੀ ਬੇਮਿਸਾਲ ਸਹਾਇਤਾ ਨਾਲ, ਸੌਖੇ ਤਰੀਕਿਆਂ ਰਾਹੀਂ ਅਮੀਰ ਬਣਨ ਦਾ ਫੈਸਲਾ ਕਰੋ।

2. ਖ਼ੁਨ-ਪਸੀਨਾ ਬਹਾ ਕੇ, ਕਰੜੀ ਮਿਹਨਤ ਨਾਲ ਦੌਲਤ ਇਕੱਠੀ ਕਰ ਕੇ ਸਭ

ਤੋਂ ਅਮੀਰ ਤੁਸੀਂ ਕਬ੍ਰਿਸਤਾਨ ਵਿਚ ਬਣਦੇ ਹੋ। ਤੁਹਾਨੂੰ ਕਰੜੀ ਮਿਹਨਤ ਕਰਨ ਦੀ ਕੋਈ ਜ਼ਰੂਰਤ ਨਹੀਂ ਹੈ।

3. ਦੌਲਤ ਇਕ ਅਵਚੇਤਨ ਦਾ ਯਕੀਨ ਹੈ। ਆਪਣੀ ਮਾਨਸਿਕਤਾ ਵਿਚ ਦੌਲਤ ਦਾ ਵਿਚਾਰ ਬਣਾਓ।

4. ਜ਼ਿਆਦਾਤਰ ਲੋਕਾਂ ਦੀ ਮੁਸ਼ਕਿਲ ਇਹ ਹੈ ਕਿ ਉਨ੍ਹਾਂ ਕੋਲ ਕੋਈ ਅਦਿੱਖ ਸਮਰਥਨ ਦਾ ਮਾਧਿਅਮ ਨਹੀਂ ਹੈ।

5. ਸੌਣ ਤੋਂ ਪਹਿਲਾਂ ਲਗਭਗ ਪੰਜ ਮਿੰਟ ਲਈ "ਦੌਲਤ" ਸ਼ਬਦ ਹੌਲੀ-ਹੌਲੀ ਅਤੇ ਚੁੱਪਚਾਪ ਆਪਣੇ ਲਈ ਦੁਹਰਾਓ ਅਤੇ ਤੁਹਾਡਾ ਅਵਚੇਤਨ ਮਨ ਤੁਹਾਡੇ ਅਨੁਭਵ (ਜੀਵਨ) ਵਿਚ ਦੌਲਤ ਲੈ ਆਵੇਗਾ।

6. ਦੌਲਤ ਦੀ ਭਾਵਨਾ ਨਾਲ ਦੌਲਤ ਪੈਦਾ ਹੁੰਦੀ ਹੈ। ਇਸ ਨੂੰ ਆਪਣੇ ਮਨ ਵਿਚ ਹਮੇਸ਼ਾ ਕਾਇਮ ਰੱਖੋ।

7. ਤੁਹਾਡੇ ਚੇਤਨ ਤੇ ਅਵਚੇਤਨ ਨੂੰ ਸਹਿਮਤ ਹੋਣਾ ਜ਼ਰੂਰੀ ਹੈ। ਤੁਹਾਡਾ ਅਵਚੇਤਨ ਉਸੇ ਨੂੰ ਹੀ ਸਵੀਕਾਰ ਕਰਦਾ ਹੈ, ਜਿਸ ਨੂੰ ਤੁਸੀਂ ਸੱਚ ਮੰਨਦੇ ਹੋ। ਤੁਹਾਡਾ ਅਵਚੇਤਨ ਮਨ ਹਮੇਸ਼ਾ ਪ੍ਰਭਾਵਸ਼ਾਲੀ ਵਿਚਾਰ ਨੂੰ ਸਵੀਕਾਰ ਕਰਦਾ ਹੈ। ਤੁਹਾਡਾ ਪ੍ਰਭਾਵਸ਼ਾਲੀ ਵਿਚਾਰ ਅਮੀਰੀ ਦਾ ਹੋਣਾ ਚਾਹੀਦਾ ਹੈ, ਗਰੀਬੀ ਦਾ ਨਹੀ।

8. ਤੁਸੀਂ ਦੌਲਤ ਦੇ ਬਾਰੇ ਵਿਚ ਕਿਸੇ ਵੀ ਮਾਨਸਿਕ ਟਕਰਾਅ ਨੂੰ ਅਕਸਰ ਇਹ ਤਸਦੀਕ ਕਰਕੇ ਦੂਰ ਕਰ ਸਕਦੇ ਹੋ, "ਦਿਨ ਅਤੇ ਰਾਤ ਮੈਂ ਆਪਣੇ ਹਿਤਾਂ ਵਿਚ ਖੁਸ਼ਹਾਲ ਹੋ ਰਿਹਾ ਹਾਂ।"

9. ਆਪਣੀ ਵਿਕਰੀ ਨੂੰ ਇਸ ਵਾਕ ਨੂੰ ਵਾਰ-ਵਾਰ ਦੁਹਰਾ ਕੇ ਵਧਾਓ, "ਮੇਰੀ ਵਿਕਰੀ ਹਰ ਦਿਨ ਸੁਧਰ ਰਹੀ ਹੈ, ਮੈਂ, ਅੱਗੇ ਵੱਧ ਰਿਹਾ ਹਾਂ; ਉੱਨਤੀ ਕਰ ਰਿਹਾ ਹਾਂ ਅਤੇ ਹਰ ਦਿਨ ਹੋਰ ਜ਼ਿਆਦਾ ਅਮੀਰ ਬਣ ਰਿਹਾ ਹਾਂ।"

10. ਖਾਲੀ ਚੈੱਕ ਲਿਖਣਾ ਬੰਦ ਕਰੋ, ਜਿਵੇਂ "ਇੱਥੇ ਕਰਨ ਲਈ ਕੁੱਝ ਜਾਂ ਕਾਫ਼ੀ ਨਹੀਂ ਹੈ" ਜਾਂ "ਬੜੀ ਤੰਗੀ ਹੈ" ਆਦਿ। ਅਜਿਹੇ ਬਿਆਨ ਤੁਹਾਡੇ ਨੁਕਸਾਨ ਨੂੰ ਕਈ ਗੁਣਾ ਵਧਾ ਦਿੰਦੇ ਹਨ।

11. ਤੁਹਾਡੇ ਅਵਚੇਤਨ ਮਨ ਵਿਚ ਖੁਸ਼ਹਾਲੀ, ਦੌਲਤ ਅਤੇ ਸਫਲਤਾ ਦੇ ਵਿਚਾਰ ਜਮ੍ਹਾ ਕਰੋ, ਅਤੇ ਬਾਅਦ ਵਾਲਾ ਤੁਹਾਨੂੰ ਮਿਸ਼ਰਿਤ ਵਿਆਜ ਦੇਵੇਗਾ।

12. ਜਿਸ ਚੀਜ ਨੂੰ ਤੁਸੀਂ ਦ੍ਰਿੜਤਾ ਨਾਲ ਸਵੀਕਾਰ ਕਰਦੇ ਹੋ, ਉਸ ਨੂੰ ਕੁੱਝ ਪਲਾਂ ਬਾਅਦ ਹੀ ਮਾਨਸਿਕ ਤੌਰ 'ਤੇ ਨਾ ਨਕਾਰੋ। ਇਸ ਤਰ੍ਹਾਂ ਕਰਨ ਨਾਲ ਉਹ ਚੰਗਿਆਈ ਨਿਸ਼ਕ੍ਰੀਅ ਹੋ ਜਾਵੇਗੀ, ਜਿਸ ਨੂੰ ਤੁਸੀਂ ਸਵੀਕਾਰ ਕੀਤਾ ਹੈ।

13. ਦੌਲਤ ਦਾ ਸੱਚਾ ਸ੍ਰੋਤ ਤੁਹਾਡੇ ਵਿਚਾਰ ਹਨ। ਤੁਹਾਡੇ ਇਕ ਵਿਚਾਰ ਦਾ ਮੁੱਲ

ਲੱਖਾਂ ਡਾਲਰਾਂ ਦਾ ਵੀ ਹੋ ਸਕਦਾ ਹੈ। ਤੁਹਾਡਾ ਅਵਚੇਤਨ ਤੁਹਾਨੂੰ ਉਹੀ ਵਿਚਾਰ ਦੇਵੇਗਾ ਜੋ ਤੁਸੀਂ ਚਾਹੁੰਦੇ ਹੋ।

14. ਈਰਖਾ ਅਤੇ ਜਲਨ ਦੌਲਤ ਦੇ ਪ੍ਰਵਾਹ ਵਿਚ ਰੁਕਾਵਟਾਂ ਹਨ। ਦੂਜਿਆਂ ਦੀ ਖੁਸ਼ਹਾਲੀ 'ਤੇ ਖ਼ੁਸ਼ ਹੋਵੋ।

15. ਦੌਲਤ ਦੀ ਰੁਕਾਵਟ ਤੁਹਾਡੇ ਆਪਣੇ ਮਸਤਿਸ਼ਕ ਵਿਚ ਹੀ ਹੈ। ਸਾਰਿਆਂ ਨਾਲ ਚੰਗੇ ਮਾਨਸਿਕ ਸੰਬੰਧ ਬਣਾ ਕੇ ਉਸ ਰੁਕਾਵਟ ਨੂੰ ਨਸ਼ਟ ਕਰ ਦਿਓ।

ਅਮੀਰ ਬਣਨਾ ਤੁਹਾਡਾ ਅਧਿਕਾਰ

ਇਹ ਤੁਹਾਡਾ ਅਧਿਕਾਰ ਹੈ ਕਿ ਤੁਸੀਂ ਅਮੀਰ ਬਣੋ। ਤੁਸੀਂ ਇੱਥੇ ਭਰਪੂਰ ਜੀਵਨ ਜਿਊਣ ਦੀ ਪ੍ਰਤਿਨਿਧਤਾ ਕਰਨ ਅਤੇ ਖ਼ੁਸ਼, ਸ਼ਾਨਦਾਰ ਸਿਹਤ ਅਤੇ ਆਜ਼ਾਦ ਰਹਿਣ ਦੇ ਲਈ ਹੋ। ਇਸ ਲਈ, ਤੁਹਾਡੇ ਕੋਲ ਸੰਪੂਰਨ, ਸੁੱਖੀ ਅਤੇ ਖੁਸ਼ਹਾਲ ਜੀਵਨ ਜਿਊਣ ਲਈ ਪਰਜਾਪਤ ਜਾਂ ਲੋੜੀਂਦਾ ਪੈਸਾ ਹੋਣਾ ਚਾਹੀਦਾ ਹੈ।

ਤੁਸੀਂ ਇੱਥੇ ਅਧਿਆਤਮਕ, ਮਾਨਸਿਕ ਅਤੇ ਭੌਤਿਕ ਤੌਰ 'ਤੇ ਵਧਣ, ਪਾਸਾਰਾ ਅਤੇ ਪ੍ਰਗਟ ਕਰਨ ਲਈ ਹੋ। ਤੁਹਾਨੂੰ ਆਪਣੀਆਂ ਸਾਰੀਆਂ ਸੰਭਾਵਨਾਵਾਂ ਦਾ ਪੂਰਾ ਵਿਕਾਸ ਕਰਨ ਅਤੇ ਆਪਣੇ-ਆਪ ਨੂੰ ਪ੍ਰਗਟ ਕਰਨ ਦਾ ਅਟੱਲ ਅਧਿਕਾਰ ਹੈ। ਤੁਹਾਨੂੰ ਆਪਣੇ-ਆਪ ਨੂੰ ਸੁੰਦਰਤਾ ਅਤੇ ਵਿਲਾਸਤਾ ਨਾਲ ਘਿਰਿਆ ਰੱਖਣਾ ਚਾਹੀਦਾ ਹੈ।

ਜਦੋਂ ਤੁਸੀਂ ਆਪਣੇ ਅਵਚੇਤਨ ਮਨ ਦੀ ਅਮੀਰੀ ਦਾ ਆਨੰਦ ਮਾਣ ਸਕਦੇ ਹੋ, ਉਦੋਂ ਕੇਵਲ ਕੰਮ ਚਲਾਉਣ ਲਾਇਕ ਪੈਸਿਆ ਦੀ ਤੰਗੀ ਵਿਚ ਕਿਉਂ ਰਿਹਾ ਜਾਵੇ; ਇਸ ਅਧਿਆਇ ਵਿਚ ਤੁਸੀਂ ਪੈਸਿਆਂ ਨਾਲ ਦੋਸਤ ਬਨਾਉਣਾ ਸਿਖ ਸਕਦੇ ਹੋ ਅਤੇ ਤੁਹਾਡੇ ਕੋਲ ਹਮੇਸ਼ਾ ਆਪਣੀ ਲੋੜ ਤੋਂ ਵੱਧ ਪੈਸਾ ਹੋਣਾ ਚਾਹੀਦਾ ਹੈ। ਅਮੀਰ ਬਣਨ ਦੀ ਤੁਹਾਡੀ ਇੱਛਾ ਇਕ ਭਰਪੂਰ, ਖ਼ੁਸ਼ਹਾਲ, ਵਧੇਰੇ ਸ਼ਾਨਦਾਰ ਜੀਵਨ ਜਿਊਣ ਦੀ ਇੱਛਾ ਹੈ। ਇਹ ਇੱਕ ਬ੍ਰਹਿਮੰਡੀ ਇੱਛਾ ਹੈ। ਇਹ ਨਾ ਸਿਰਫ਼ ਚੰਗੀ ਹੈ, ਪਰ ਹੈ ਵੀ ਬਹੁਤ ਵਧੀਆ।

ਪੈਸਾਂ ਜਾਂ ਧਨ ਇਕ ਪ੍ਰਤੀਕ ਹੈ

ਪੈਸਾ ਵਟਾਂਦਰੇ ਦਾ ਪ੍ਰਤੀਕ ਜਾਂ ਚਿੰਨ੍ਹ ਹੈ। ਇਸ ਦਾ ਮਤਲਬ ਤੁਹਾਡੇ ਲਈ ਨਾ ਸਿਰਫ਼ ਲੋੜ ਤੋਂ ਆਜ਼ਾਦੀ ਹੈ, ਸਗੋਂ ਸੁੰਦਰਤਾ, ਐਸ਼-ਓ-ਆਰਾਮ, ਭਰਪੂਰਤਾ, ਖ਼ੁਸ਼ਹਾਲੀ ਤੇ ਸੁਧਾਈ ਹੈ। ਇਹ ਕਿਸੇ ਵੀ ਦੇਸ਼ ਦੀ ਆਰਥਿਕ ਸਿਹਤ ਦਾ ਪ੍ਰਤੀਕ ਹੈ। ਜਦੋਂ ਤੁਹਾਡਾ ਖ਼ੂਨ ਤੁਹਾਡੇ ਸਰੀਰ 'ਚ ਖੁੱਲ੍ਹੇ ਤੌਰ 'ਤੇ ਪ੍ਰਵਾਹਿਤ ਹੁੰਦਾ ਹੈ, ਤਾਂ

ਤੁਸੀਂ ਸਰੀਰਕ ਤੌਰ 'ਤੇ ਸਿਹਤਮੰਦ ਹੋ। ਜਦੋਂ ਪੈਸਾ ਜਾਂ ਧਨ ਤੁਹਾਡੀ ਜ਼ਿੰਦਗੀ ਵਿਚ ਖੁੱਲ੍ਹੇ ਤੌਰ 'ਤੇ ਪ੍ਰਵਾਹਿਤ ਹੋ ਰਿਹਾ ਹੈ, ਤਾਂ ਤੁਸੀਂ ਆਰਥਿਕ ਤੌਰ 'ਤੇ ਸਿਹਤਮੰਦ ਹੋ। ਜਦੋਂ ਲੋਕ ਧਨ ਜਾਂ ਪੈਸਾਜਮ੍ਹਾ ਕਰਨ ਲੱਗ ਜਾਂਦੇ ਹਨ, ਇਸ ਨੂੰ ਟੀਨ ਦੇ ਬੱਕਸਿਆਂ ਵਿਚ ਪਾ ਕੇ ਰੱਖਣ ਲੱਗਦੇ ਹਨ, ਉਦੋਂ ਉਨ੍ਹਾਂ ਦੇ ਅੰਦਰ ਡਰ ਦਾ ਸੰਚਾਰ ਹੁੰਦਾ ਹੈ, ਤਾਂ ਇਹ ਆਰਥਿਕ ਬਿਮਾਰੀ ਹੈ। ਸਦੀਆਂ ਤੋਂ ਪੈਸੇ ਜਾਂ ਧਨ ਨੇ ਵੱਖ-ਵੱਖ ਮਾਧਿਅਮਾਂ ਦਾ ਆਕਾਰ ਲਿਆ ਹੈ ਜਿਵੇਂ ਕਿ ਲੂਣ, ਮੋਤੀ-ਜਵਾਹਰਾਤ ਦੀ ਵੱਖਰੀਆਂ-ਵੱਖਰੀਆਂ ਕਿਸਮਾਂ। ਪ੍ਰਾਚੀਨ ਕਾਲ ਵਿਚ ਕਿਸੇ ਵਿਅਕਤੀ ਦੀ ਦੌਲਤ ਉਸ ਕੋਲ ਭੇਡਾਂ ਅਤੇ ਬਲਦਾਂ ਦੀ ਗਿਣਤੀ ਦੁਆਰਾ ਨਿਰਧਾਰਿਤ ਕੀਤੀ ਜਾਂਦੀ ਸੀ। ਹੁਣ ਅਸੀਂ ਮੁਦਰਾ, ਹੋਰ ਤੋਲ ਅਤੇ ਮੁੱਲ ਨਿਸ਼ਚਿਤ ਕਰਨ ਵਾਲੇ ਸਾਧਨਾਂ ਜਾਂ ਯੰਤਰਾਂ ਦੀ ਵਰਤੋਂ ਕਰਦੇ ਹਾਂ ਕਿਉਂਕਿ ਬਿਲਾਂ ਦਾ ਭੁਗਤਾਨ ਕਰਨ ਲਈ ਆਪਣੇ ਨਾਲ ਕੁੱਝ ਭੇਡਾਂ ਨੂੰ ਲੈ ਜਾਣ ਦੀ ਥਾਂ ਚੈੱਕ ਲਿੱਖਣਾ ਜ਼ਿਆਦਾ ਸੌਖਾ ਹੈ।

ਅਮੀਰੀ ਲਈ ਸ਼ਾਹੀ ਰਾਹ 'ਤੇ ਕਿਵੇਂ ਤੁਰਨਾ ਹੈ

ਤੁਹਾਡੇ ਅਵਚੇਤਨ ਮਨ ਦੀਆਂ ਸ਼ਕਤੀਆਂ ਦਾ ਗਿਆਨ ਹਰ ਕਿਸਮ ਦੀ ਅਮੀਰੀ – ਅਧਿਆਤਮਿਕ, ਮਾਨਸਿਕ ਤੇ ਆਰਥਿਕਤਾ ਲਈ ਸ਼ਾਹੀ ਮਾਰਗ 'ਤੇ ਚੱਲਣ ਦਾ ਮਾਧਿਅਮ ਜਾਂ ਸਾਧਨ ਹੈ। ਮਸਤਿਸ਼ਕ ਦੇ ਨਿਯਮਾਂ ਦਾ ਵਿਦਿਆਰਥੀ ਨਿਸ਼ਚਿਤ ਤੌਰ 'ਤੇ ਇਸ ਉੱਪਰ ਵਿਸ਼ਵਾਸ ਰੱਖਦਾ ਅਤੇ ਜਾਣਦਾ ਹੈ ਕਿ ਭਾਵੇਂ ਸਟਾਕ ਮਾਰਕੀਟ ਦੇ ਉਤਰਾਅ-ਚੜ੍ਹਾਅ, ਮੰਦੀਆਂ, ਹੜਤਾਲਾਂ, ਜੰਗ ਜਾਂ ਹੋਰ ਸਥਿਤੀਆਂ ਅਤੇ ਪਰੀਸਥਿਤੀਆਂ ਕਿਹੋ ਜਿਹੀਆਂ ਵੀ ਹੋਣ, ਉਸ ਨੂੰ ਹਮੇਸ਼ਾ ਭਰਪੂਰ ਨਾਲ ਮਿਲਦਾ ਰਵ੍ਹੇਗਾ, ਭਾਵੇਂ ਧਨ ਜਾਂ ਪੈਸੇ ਦਾ ਕੋਈ ਵੀ ਰੂਪ 'ਚ ਲਿਆ ਜਾਵੇ। ਇਸ ਦਾ ਕਾਰਨ ਇਹ ਹੈ ਕਿ ਉਸ ਨੇ ਦੌਲਤ ਦੇ ਵਿਚਾਰ ਨੂੰ ਆਪਣੇ ਅਵਚੇਤਨ ਮਨ ਤਕ ਪਹੁੰਚਾਇਆ ਹੋਇਆ ਹੈ, ਅਤੇ ਉਹ ਇਸ ਦੀ ਜਿੱਥੇ ਕਿਤੇ ਵੀ ਹੈ, ਆਪੂਰਤੀ ਕਰਦਾ ਰਹਿੰਦਾ ਹੈ ਭਾਵ ਉਸ ਦਾ ਮਨ ਉਸ ਨੂੰ ਦੌਲਤ ਦਿੰਦਾ ਰਹਿੰਦਾ ਹੈ, ਭਾਵੇਂ ਉਹ ਕਿੱਥੇ ਵੀ ਰਹੇ। ਉਸ ਵਿਅਕਤੀ ਨੇ ਆਪਣੇ ਮਸਤਿਸ਼ਕ ਨੂੰ ਵਿਸ਼ਵਾਸ ਦਿਵਾ ਦਿੱਤਾ ਹੈ ਕਿ ਧਨ ਉਸ ਦੇ ਜੀਵਨ ਵਿਚ ਸਦਾ ਲਈ ਖੁੱਲ੍ਹ ਕੇ ਪ੍ਰਵਾਹਿਤ ਹੋ ਰਿਹਾ ਹੈ ਅਤੇ ਉਸ ਦੇ ਕੋਲ ਹਮੇਸ਼ਾ ਲੋੜ ਤੋਂ ਵੱਧ ਧਨ ਬਣਿਆ ਰਵ੍ਹੇਗਾ। ਜੇ ਕੱਲ ਨੂੰ ਸਰਕਾਰ ਆਰਥਿਕ ਜਾਂ ਵਿੱਤੀ ਤੌਰ 'ਤੇ ਢਹਿ-ਢੇਰੀ ਹੋ ਜਾਵੇ ਅਤੇ ਮਨੁੱਖ ਦੀਆਂ ਸਾਰੀਆਂ ਮੌਜੂਦਾ ਸੰਪਤੀਆਂ ਮੁੱਲ ਤੋਂ ਬਗ਼ੈਰ ਹੋ ਜਾਣ, ਜਿਵੇਂ ਕਿ ਜਰਮਨੀ ਨੇ ਪਹਿਲੀ ਸੰਸਾਰ ਜੰਗ ਤੋਂ ਬਾਅਦ ਕੀਤਾ ਸੀ, ਉਹ ਫਿਰ ਵੀ ਦੌਲਤ ਨੂੰ ਆਕਰਸ਼ਿਤ ਕਰ ਉਸ ਦੀ ਸੰਭਾਲ ਕਰ ਲਵੇਗਾ ਭਾਵੇਂ ਨਵੀਂ ਕਰੰਸੀ ਜਾਂ ਮੁਦਰਾ ਕਿਹੋ ਜਿਹੀ ਵੀ ਹੋਵੇ।

ਤੁਹਾਡੇ ਕੋਲ ਜ਼ਿਆਦਾ ਪੈਸੇ ਕਿਉਂ ਨਹੀਂ ਹਨ

ਜਦੋਂ ਤੁਸੀਂ ਇਸ ਅਧਿਆਇ ਨੂੰ ਪੜ੍ਹ ਰਹੇ ਹੁੰਦੇ ਹੋ, ਉਦੋਂ ਤੁਸੀਂ ਸ਼ਾਇਦ ਇਹ ਸੋਚ ਰਹੇ ਹੁੰਦੇ ਹੋ, "ਮੈਂ, ਜਿੰਨੀ ਤਨਖਾਹ ਪ੍ਰਾਪਤ ਕਰ ਰਿਹਾ ਹਾਂ ਉਸ ਨਾਲੋਂ ਵੱਧ ਤਨਖਾਹ ਪ੍ਰਾਪਤ ਕਰਨ ਦੇ ਯੋਗ ਹਾਂ।" ਮੇਰਾ ਵਿਸ਼ਵਾਸ ਹੈ ਕਿ ਜ਼ਿਆਦਾਤਰ ਲੋਕਾਂ ਨੂੰ ਘੱਟ ਇਵਜਾਨਾ ਜਾਂ ਨਾਕਾਫੀ ਮੁਹਾਵਜਾ ਦਿੱਤਾ ਜਾਂਦਾ ਹੈ। ਬਹੁਤ ਸਾਰੇ ਲੋਕਾਂ ਕੋਲ ਜ਼ਿਆਦਾ ਪੈਸੇ ਨਹੀਂ ਹੋਣ ਦਾ ਇਕ ਕਾਰਨ ਇਹ ਵੀ ਹੈ ਕਿ ਉਹ ਚੁੱਪ-ਚੁਪੀਤੇ ਜਾਂ ਖੁੱਲ੍ਹ ਕੇ ਇਸ ਦੀ ਨਿੰਦਾ ਕਰ ਰਹੇ ਹੁੰਦੇ ਹਨ। ਉਹ ਧਨ ਜਾਂ ਪੈਸੇ ਨੂੰ "ਗੰਦੀ ਕਮਾਈ" ਜਾਂ "ਧਨ ਜਾਂ ਪੈਸਿਆਂ ਦਾ ਪਿਆਰ ਹੀ ਸਾਰੀਆਂ ਬੁਰਾਈਆਂ ਦੀ ਜੜ੍ਹ ਹੈ।" ਵਾਂਗ ਸੰਬੋਧਿਤ ਹੁੰਦੇ ਹਨ। ਉਨ੍ਹਾਂ ਦੇ ਖੁਸ਼ਹਾਲ ਨਾ ਹੋਣ ਦਾ ਇਕ ਕਾਰਨ ਇਹ ਵੀ ਹੈ ਕਿ ਉਨ੍ਹਾਂ ਵਿਚ ਇੱਕ ਲੁਕੀ ਜਾਂ ਛੁਪੀ ਹੋਈ ਅਵਚੇਤਨ ਭਾਵਨਾ ਇਹ ਹੈ ਕਿ ਗਰੀਬੀ ਵਿਚ ਕੋਈ ਸਦਗੁਣ ਹੈ। ਇਹ ਅਵਚੇਤਨ ਪੈਟਰਨ ਜਾਂ ਭਾਵ ਬਚਪਨ ਦੀ ਸ਼ੁਰੂਆਤੀ ਸਿਖਲਾਈ, ਅੰਧ-ਵਿਸ਼ਵਾਸ ਦੇ ਕਾਰਨ, ਜਾਂ ਇਹ ਧਰਮ-ਗ੍ਰੰਥਾਂ ਦੀ ਗਲਤ ਵਿਆਖਿਆ 'ਤੇ ਅਧਾਰਿਤ ਹੋ ਸਕਦੀ ਹੈ।

ਧਨ ਅਤੇ ਸੰਤੁਲਿਤ ਜੀਵਨ

ਇਕ ਵਾਰੀ ਇਕ ਆਦਮੀ ਨੇ ਮੈਨੂੰ ਕਿਹਾ, "ਮੈਂ ਦੀਵਾਲੀਆ ਹੋ ਗਿਆ ਹਾਂ। ਮੈਨੂੰ ਧਨ ਜਾਂ ਪੈਸੇ ਪਸੰਦ ਨਹੀਂ ਹਨ। ਇਹ ਸਾਰੀਆਂ ਬੁਰਾਈਆਂ ਦੀ ਜੜ੍ਹ ਹਨ।" ਇਹ ਬਿਆਨ ਇੱਕ ਦੁਚਿੱਤੀ, ਉਲਝਣ ਵਾਲੇ ਦਿਮਾਗ ਦੀ ਮਾਨਸਿਕਤਾ ਨੂੰ ਦਰਸਾਉਂਦਾ ਹੈ। ਧਨ ਜਾਂ ਪੈਸੇ ਦਾ ਪਿਆਰ ਜੇ ਹਰ ਚੀਜ਼ ਨੂੰ ਛੱਡ ਕੇ ਜ਼ਿਆਦਾ ਹੋ ਜਾਵੇ, ਤਾਂ ਇਹ ਤੁਹਾਨੂੰ ਇਕ ਪਾਸੜ ਅਤੇ ਅਸੰਤੁਲਿਤ ਬਣਾ ਸਕਦਾ ਹੈ।

ਤੁਸੀਂ ਆਪਣੀ ਸ਼ਕਤੀ ਨੂੰ ਸਿਆਣਪ ਨਾਲ ਵਰਤਣ ਲਈ ਇੱਥੇ ਹੋ

ਕੁੱਝ ਲੋਕ ਸੱਤਾ ਨੂੰ ਲੋਚਦੇ ਹਨ, ਕੁੱਝ ਸ਼ਕਤੀ ਦੇ ਭੁੱਖੇ ਹੁੰਦੇ ਹਨ, ਅਤੇ ਬਾਕੀ ਧਨ ਦੇ ਭੁੱਖੇ ਹੁੰਦੇ ਹਨ। ਜੇ ਤੁਸੀਂ ਸਿਰਫ਼ ਧਨ ਜਾਂ ਪੈਸਿਆਂ 'ਤੇ ਪੂਰਾ ਧਿਆਨ ਲੱਗਾ ਦਿੰਦੇ ਅਤੇ ਕਹਿੰਦੇ ਹੋ, "ਮੈਨੂੰ ਸਿਰਫ਼ ਪੈਸਾ ਚਾਹੀਦਾ ਹੈ; ਮੈਂ ਆਪਣਾ ਪੂਰਾ ਧਿਆਨ ਪੈਸੇ ਇਕੱਠਾ ਕਰਨ 'ਤੇ ਕੇਂਦਿਤ ਕਰ ਰਿਹਾ ਹਾਂ; ਹੋਰ ਕਿਸੇ ਚੀਜ਼ ਜਾਂ ਗੱਲ ਦਾ ਕੋਈ ਮਹੱਤਵ ਨਹੀਂ ਹੈ," ਤਾਂ ਹੋ ਸਕਦਾ ਹੈ ਕਿ ਧਨ ਜਾਂ ਪੈਸਾ ਤੁਹਾਨੂੰ ਮਿਲ ਸਕਦਾ ਹੈ ਅਤੇ ਫੇਰ ਸਾਰਾ ਪੈਸਾ ਜੇ ਜਮ੍ਹਾ ਵੀ ਕਰ ਲਓ! ਸ਼ਾਇਦ ਤੁਸੀਂ ਭੁੱਲ ਚੁੱਕੇ ਹੋ ਕਿ ਤੁਸੀਂ ਇੱਥੇ ਸੰਤੁਲਿਤ ਜੀਵਨ ਜਿਉਣ ਦੀ ਅਗਵਾਈ ਕਰਨ ਲਈ ਹੋ। ਤੁਹਾਨੂੰ ਮਾਨਸਿਕ ਸ਼ਾਂਤੀ, ਇਕਸੁਰਤਾ, ਪਿਆਰ, ਆਨੰਦ ਅਤੇ ਸੰਪੂਰਨ ਸਿਹਤ ਦੀ ਲੋੜ ਨੂੰ ਵੀ ਪੂਰਾ ਕਰਨਾ ਚਾਹੀਦਾ ਹੈ।

ਧਨ ਜਾਂ ਪੈਸੇ ਨੂੰ ਆਪਣਾ ਇਕਲੌਤਾ ਉਦੇਸ਼ ਬਣਾ ਕੇ, ਤੁਸੀਂ ਸਿਰਫ਼ ਗਲਤ ਚੋਣ ਕੀਤੀ ਹੈ। ਤੁਸੀਂ ਸੋਚਿਆ ਹੋਵੇਗਾ ਕਿ ਤੁਹਾਨੂੰ ਸਿਰਫ਼ ਇਸੇ ਦੀ ਹੀ ਲੋੜ ਹੈ, ਪਰ, ਇੰਨੀਆਂ ਤਮਾਮ ਕੋਸ਼ਿਸ਼ਾਂ ਕਰਨ ਤੋਂ ਬਾਅਦ ਵੀ ਤੁਹਾਨੂੰ ਪਤਾ ਚੱਲਦਾ ਹੈ ਕਿ ਸਿਰਫ਼ ਧਨ ਜਾਂ ਪੈਸਿਆਂ ਦੀ ਲੋੜ ਨਹੀਂ ਸੀ। ਤੁਹਾਨੂੰ ਆਪਣੀਆਂ ਲੁਕੀਆਂ ਹੋਈਆਂ ਯੋਗਤਾਵਾਂ ਨੂੰ ਪ੍ਰਗਟ ਕਰਨ ਦੀ ਥਾਂ, ਜੀਵਨ ਵਿਚ ਸਹੀ ਸਥਾਨ ਪ੍ਰਾਪਤ ਕਰਨ, ਸੁੰਦਰਤਾ, ਦੂਜਿਆਂ ਦੀ ਭਲਾਈ ਅਤੇ ਸਫਲਤਾ 'ਚ ਆਪਣਾ ਸਹਿਯੋਗ ਦੇਣ ਦੀ ਖ਼ੁਸ਼ੀ ਵੀ ਸੀ। ਆਪਣੇ ਅਵਚੇਤਨ ਮਨ ਦੇ ਨਿਯਮਾਂ ਨੂੰ ਸਿੱਖਣ ਨਾਲ, ਤੁਹਾਡੇ ਕੋਲ ਇਕ ਮਿਲੀਅਨ ਜਾਂ ਕਈ ਮਿਲੀਅਨ ਡਾਲਰ ਹੋ ਸਕਦੇ ਹਨ, ਜੇ ਤੁਸੀਂ ਉਨ੍ਹਾਂ ਨੂੰ ਚਾਹੁੰਦੇ ਹੋ, ਫਿਰ ਮਾਨਸਿਕ ਸ਼ਾਂਤੀ, ਇਕਸੁਰਤਾ, ਸੰਪੂਰਣ ਸਿਹਤ ਅਤੇ ਸੰਪੂਰਨਤਾ ਦਾਪ੍ਰਗਟਾਵਾਂ ਵੀ ਤੁਹਾਡੇ ਕੋਲ ਹੋਵੇਗਾ।

ਗਰੀਬੀ ਇਕ ਮਾਨਸਿਕ ਰੋਗ ਹੈ

ਗਰੀਬੀ ਵਿਚ ਕੋਈ ਵੀ ਗੁਣ ਨਹੀਂ ਹੈ। ਇਹ ਕਿਸੇ ਹੋਰ ਮਾਨਸਿਕ ਰੋਗ ਵਾਂਗ ਇਕ ਬਿਮਾਰੀ ਹੈ। ਜੇਕਰ ਤੁਸੀਂ ਸਰੀਰਕ ਤੌਰ 'ਤੇ ਬਿਮਾਰ ਹੋ, ਤਾਂ ਤੁਹਾਨੂੰ ਇਹ ਅਹਿਸਾਸ ਹੋਵੇਗਾ ਕਿ ਤੁਹਾਡੇ ਨਾਲ ਕੁੱਝ ਨਾ ਕੁੱਝ ਗਲਤ ਸੀ। ਤੁਸੀਂ ਸਹਾਇਤਾ ਮੰਗ ਦੇ ਹੋ ਅਤੇ ਆਪਣੀ ਸਥਿਤੀ ਦੇ ਇਲਾਜ ਕਰਣ ਦੀ ਕੋਸ਼ਿਸ਼ ਕਰੋਗੇ। ਇਸੇ ਤਰ੍ਹਾਂ, ਜੇਕਰ ਤੁਹਾਡੇ ਜੀਵਨ ਵਿਚ ਧਨ ਦਾ ਨਿਰੰਤਰ ਪ੍ਰਵਾਹ ਨਹੀਂ ਹੋ ਰਿਹਾ ਹੈ, ਤਾਂ ਤੁਹਾਡੇ ਵਿਚ ਕੁੱਝ ਨਾ ਕੁੱਝ ਗਲਤ ਹੈ ਜਾਂ ਕੋਈ ਗੜਬੜ ਹੈ।

ਤੁਹਾਡੇ ਅੰਦਰ ਜੀਵਨ ਦੇ ਸਿਧਾਂਤ ਦੀ ਚਾਹਤ ਜਾਂ ਤਾਕੀਦ ਵਿਕਾਸ, ਵਿਸਤਾਰ ਅਤੇ ਜੀਵਨ ਨੂੰ ਹੋਰ ਭਰਪੂਰਤਾ ਨਾਲ ਖੁਸ਼ਹਾਲ ਬਣਾਉਣ ਵੱਲ ਹੈ। ਤੁਸੀਂ ਇੱਥੇ ਕਿਸੇ ਝੌਪੜੇ ਜਾਂ ਦੜਬੇ ਵਿਚ ਰਹਿਣ, ਚੀਥੜੇ ਪਾਉਣ ਅਤੇ ਭੁੱਖੇ ਰਹਿਣ ਲਈ ਨਹੀਂ ਆਏ ਹੋ। ਤੁਹਾਨੂੰ ਖ਼ੁਸ਼ਹਾਲ, ਸਫਲ ਅਤੇ ਅਮੀਰ ਹੋਣਾ ਚਾਹੀਦਾ ਹੈ।

ਤੁਹਾਨੂੰ ਪੈਸੇ ਦੀ ਆਲੋਚਨਾ ਕਦੇ ਵੀ ਕਿਉਂ ਨਹੀਂ ਕਰਨੀ ਚਾਹੀਦੀ

ਪੈਸੇ ਬਾਰੇ ਸਾਰੇ ਅਜੀਬ-ਓ-ਗਰੀਬ ਅਤੇ ਅੰਧ ਵਿਸ਼ਵਾਸਾਂ ਨੂੰ ਆਪਣੇ ਦਿਮਾਗ਼ ਅੰਦਰੋਂ ਹਟਾ ਦਿਓ। ਕਦੇ ਵੀ ਪੈਸੇ ਨੂੰ ਮਾੜਾ ਜਾਂ ਗੰਦਾ ਨਾ ਸਮਝੋ। ਜੇ ਤੁਸੀਂ ਅਜਿਹਾ ਕਰਦੇ ਹੋ, ਤਾਂ ਤੁਸੀਂ ਇਸ ਨੂੰ ਖੰਭ ਲਗਾ ਕੇ ਆਪਣੇ ਕੋਲੋਂ ਦੂਰ ਉੱਡ ਜਾਣ ਲਈ ਪ੍ਰੇਰਿਤ ਕਰਦੇ ਹੋ। ਯਾਦ ਰੱਖੋ, ਤੁਸੀਂ ਜਿਸਦੀ ਬੁਰਿਆਈ ਕਰਦੇ ਹੋ, ਉਸ ਨੂੰ ਗੁਆ ਦਿੰਦੇ ਹੋ। ਤੁਸੀਂ ਉਸ ਨੂੰ ਆਪਣੇ ਵੱਲ ਆਕਰਸ਼ਿਤ ਨਹੀਂ ਕਰ ਸਕਦੇ, ਜਿਸਦੀ ਤੁਸੀਂ ਆਲੋਚਨਾ ਕਰ ਰਹੇ ਹੁੰਦੇ ਹੋ।

ਧਨ ਦੇ ਪ੍ਰਤੀ ਸਹੀ ਰਵੱਈਆ ਅਪਨਾਉਣਾ

ਇਥੇ ਇਕ ਸਧਾਰਨ ਤਕਨੀਕ ਹੈ, ਜਿਸ ਨੂੰ ਵਰਤ ਕੇ ਤੁਸੀਂ ਆਪਣੇ ਧਨ ਜਾਂ ਪੈਸੇ ਨੂੰ ਕਈ ਗੁਣਾ ਵਧਾਉਣ ਦੇ ਅਹਿਸਾਸ ਨੂੰ ਧਾ ਸਕਦੇ ਹੋ। ਹੇਠ ਦਿੱਤੇ ਬਿਆਨ ਨੂੰ ਦਿਨ ਵਿਚ ਕਈ ਵਾਰੀ ਦੁਹਰਾਓ:

"ਮੈਨੂੰ ਧਨ ਪਸੰਦ ਹੈ, ਮੈਂ ਇਸ ਨਾਲ ਪਿਆਰ ਕਰਦਾ ਹਾਂ, ਮੈਂ ਇਸਦਾ ਸਿਆਣਪ ਨਾਲ ਸਿਰਜਨਾਤਮਕ ਤਰੀਕਿਆਂ ਰਾਹੀਂ ਨਿਆਂਪੂਰਨ ਵਰਤੋਂ ਕਰ ਰਿਹਾ ਹਾਂ। ਮੇਰੇ ਜੀਵਨ ਵਿਚ ਧਨ ਦਾ ਲਗਾਤਾਰ ਪ੍ਰਵਾਹ ਹੋ ਰਿਹਾ ਹੈ। ਮੈਂ ਇਸ ਨੂੰ ਖ਼ੁਸ਼ੀ ਨਾਲ ਛੱਡ ਰਿਹਾ ਹਾਂ ਅਤੇ ਇਹ ਅਦਭੁੱਤ ਤਰੀਕੇ ਨਾਲ ਕਈ ਗੁਣਾ ਵੱਧ ਹੋ ਕੇ ਮੇਰੇ ਕੋਲ ਵਾਪਸ ਆਉਂਦਾ ਹੈ। ਇਹ ਸ਼ਾਨਦਾਰ ਤਰੀਕਾ ਹੈ, ਚੰਗਾ ਅਤੇ ਬਹੁਤ ਵਧੀਆ। ਧਨ ਬਹੁਤਾਤ ਦੀ ਬਰਫ਼ਬਾਰੀ ਵਾਂਗ ਮੇਰੇ ਵੱਲ ਪ੍ਰਵਾਹਿਤ ਹੋ ਰਿਹਾ ਹੈ। ਮੈਂ ਇਸ ਨੂੰ ਸਿਰਫ਼ ਭਲਾਈ ਲਈ ਵਰਤਦਾ ਹਾਂ, ਅਤੇ ਮੈਂ ਆਪਣੀ ਭਲਿਆਈ ਅਤੇ ਮਾਨਸਿਕ ਦੌਲਤ ਲਈ ਸ਼ੁਕਰਗੁਜ਼ਾਰ ਹਾਂ।"

ਵਿਗਿਆਨਕ ਚਿੰਤਕ ਪੈਸਿਆਂ ਵੱਲ ਕਿਵੇਂ ਦੇਖਦੇ ਹਨ

ਮਿਸਾਲ ਲਈ, ਮੰਨ ਲਓ, ਤੁਹਾਨੂੰ ਜ਼ਮੀਨ 'ਤੋਂ ਸੋਨਾ, ਚਾਂਦੀ, ਸੀਸਾ, ਤਾਂਬਾ ਜਾਂ ਲੋਹਾ ਮਿਲਿਆ ਹੈ। ਕੀ ਤੁਸੀਂ ਇਨ੍ਹਾਂ ਚੀਜ਼ਾਂ ਨੂੰ ਬੁਰਾ ਜਾਂ ਮਾੜਾ ਆਖੋਗੇ? ਸਾਰੀਆਂ ਬੁਰਿਆਈਆਂ ਮਨੁੱਖਾਂ ਦੀ ਹੰਨੇਰੀ ਸਮਝ, ਉਸ ਦੀ ਅਗਿਆਨਤਾ, ਜੀਵਨ ਦੀ ਉਸ ਦੀ ਗ਼ਲਤ ਵਿਆਖਿਆ ਅਤੇ ਅਵਚੇਤਨ ਮਨ ਦੀ ਦੁਰਵਰਤੋਂ ਤੋਂ ਆਉਂਦੀਆਂ ਹਨ। ਯੂਰੇਨੀਅਮ, ਸੀਸਾ, ਜਾਂ ਕੋਈ ਹੋਰ ਧਾਤ ਨੂੰ ਵਟਾਂਦਰੇ ਦੇ ਮਾਧਿਅਮ ਵਜੋਂ ਵਰਤਿਆ ਜਾ ਸਕਦਾ ਹੈ। ਅਸੀਂ ਕਾਗਜ਼ ਦੇ ਬਿੱਲ, ਚੈੱਕ, ਗਿਲਟ ਅਤੇ ਚਾਂਦੀ ਦੀ ਵਰਤੋਂ ਕਰਦੇ ਹਾਂ, ਯਕੀਨਨ ਇਹ ਮਾੜੇ ਨਹੀਂ ਹਨ।

ਅੱਜ ਭੌਤਿਕ ਅਤੇ ਰਸਾਇਣ ਵਿਗਿਆਨੀ ਜਾਣਦੇ ਹਨ ਕਿ ਇਕ ਧਾਤੂ ਅਤੇ ਦੂਜੀ ਧਾਤੂ ਵਿਚ ਅੰਤਰ ਕੇਵਲ ਉਨ੍ਹਾਂ ਦੇ ਕੇਂਦਰੀ ਨਿਊਕਲੀਅਸ ਦੁਆਲੇ ਘੁੰਮਣ ਵਾਲੇ ਪਰਮਾਣੂਆਂ ਦੀ ਸੰਖਿਆ ਅਤੇ ਗਤੀ ਦੀ ਦਰ 'ਤੇ ਆਧਾਰਿਤ ਹੁੰਦੀ ਹੈ। ਹੁਣ ਉਹ ਸ਼ਕਤੀਸ਼ਾਲੀ ਸਾਈਕਲੋਟ੍ਰੌਨ ਵਿਚ ਪਰਮਾਣੂਆਂ ਦੀ ਬੰਬਾਰੀ ਦੁਆਰਾ ਇੱਕ ਧਾਤ ਨੂੰ ਦੂਜੀ ਧਾਤ ਵਿਚ ਬਦਲ ਸਕਦੇ ਹਨ। ਕੁੱਝ ਸ਼ਰਤਾਂ ਅਧੀਨ ਸੋਨਾ ਪਾਰੇ ਵਿਚ ਬਦਲ ਜਾਂਦਾ ਹੈ। ਮੈਨੂੰ ਵਿਸ਼ਵਾਸ ਹੈ ਕਿ ਆਉਣ ਵਾਲੇ ਸਮੇਂ ਵਿਚ ਅਸੀਂ ਸੋਨਾ, ਚਾਂਦੀ, ਅਤੇ ਹੋਰ ਧਾਤੂਆਂ ਨੂੰ ਸਿੰਥੈਟਿਕ ਜਾਂ ਕ੍ਰਿਤਮ ਤੌਰ 'ਤੇ ਬਣਾਉਣ ਦੇ ਜੋਗ ਹੋ ਜਾਵਾਂਗੇ। ਅਜੇ ਇਨ੍ਹਾਂ ਧਾਤਾਂ ਨੂੰ ਬਣਾਉਣਾ ਮਹਿੰਗਾ ਹੋ ਸਕਦਾ ਹੈ, ਪਰ ਅਜਿਹਾ ਕੀਤਾ ਜਾ ਸਕਦਾ ਹੈ। ਮੈਨੂੰ ਲਗਦਾ ਹੈ ਕੋਈ ਵੀ ਬੁੱਧੀਮਾਨ ਵਿਅਕਤੀ

ਇਲੈਕਟ੍ਰੌਨ, ਨਿਊਟ੍ਰੌਨ, ਪ੍ਰੋਟੋਨ ਅਤੇ ਆਈਸੋਟੋਪਾਂ 'ਚ ਕੋਈ ਵੀ ਬੁਰਿਆਈ ਨਹੀਂ ਦੇਖਦਾ ਹੈ।

ਤੁਹਾਡੀ ਜੇਬ ਵਿੱਚ ਪਿਆ ਕਾਗਜ਼ ਦਾ ਟੁਕੜਾ ਪਰਮਾਣੂਆਂ ਅਤੇ ਅਣੂਆਂ ਨਾਲ ਬਣਿਆ ਹੁੰਦਾ ਹੈ, ਜਿਸ ਦੇ ਇਲੈਕਟ੍ਰੌਨਾਂ ਅਤੇ ਪ੍ਰੋਟੋਨਾਂ ਨੂੰ ਵੱਖਰੇ-ਵੱਖਰੇ ਤਰੀਕਿਆਂ ਨਾਲ ਵਿਵਸਥਿਤ ਕੀਤਾ ਜਾਂਦਾ ਹੈ। ਉਨ੍ਹਾਂ ਦੀ ਗਿਣਤੀ ਜਾਂ ਸੰਖਿਆ ਅਤੇ ਗਤੀ ਦੀ ਦਰ ਵੱਖਰੀ ਹੁੰਦੀ ਹੈ। ਤੁਹਾਡੀ ਜੇਬ ਵਿਚ ਪਏ ਕਾਗਜ਼ ਅਤੇ ਚਾਂਦੀ ਵਿਚਕਾਰ ਕੇਵਲ ਇਹੀ ਫਰਕ ਹੁੰਦਾ ਹੈ।

ਤੁਹਾਨੂੰ ਲੋੜੀਂਦੇ ਧਨ ਨੂੰ ਕਿਵੇਂ ਆਕਰਸ਼ਿਤ ਕਰਨਾ ਹੈ

ਕਈ ਸਾਲ ਪਹਿਲਾਂ ਮੈਂ ਆਸਟ੍ਰੇਲੀਆ ਵਿਚ ਇਕ ਨੌਜਵਾਨ ਲੜਕੇ ਨੂੰ ਮਿਲਿਆ, ਜੋ ਇਕ ਡਾਕਟਰ ਅਤੇ ਸਰਜਨ ਬਣਨਾ ਚਾਹੁੰਦਾ ਸੀ, ਪਰ ਉਸ ਕੋਲ ਧਨ ਨਹੀਂ ਸੀ। ਮੈਂ ਉਸ ਨੂੰ ਸਮਝਾਇਆ ਕਿ ਮਿੱਟੀ ਵਿਚ ਬੀਜਿਆ ਗਿਆ ਬੀਜ ਆਪਣੇ ਵੱਲ ਉਨ੍ਹਾਂ ਸਾਰੀਆਂ ਚੀਜ਼ਾਂ ਨੂੰ ਆਕਰਸ਼ਿਤ ਕਰਦਾ ਹੈ, ਜੋ ਇਸ ਨੂੰ ਸਹੀ ਤਰੀਕੇ ਨਾਲ ਪੁੰਗਰਣ ਜਾਂ ਪ੍ਰਗਟ ਹੋਣ ਲਈ ਜ਼ਰੂਰੀਆਂ ਹੁੰਦੀਆਂ ਹਨ, ਅਤੇ ਉਸ ਨੂੰ ਤਾਂ ਬਸ ਬੀਜ ਕੋਲੋਂ ਸਬਕ ਲੈਣ ਦੀ ਲੋੜ ਸੀ ਅਤੇ ਆਪਣੇ ਅਵਚੇਤਨ ਮਨ ਵਿਚ ਜ਼ਰੂਰੀ ਵਿਚਾਰਾਂ ਦੇ ਬੀਜ ਬੀਜਣੇ ਜਾਂ ਵਿਚਾਰ ਜਮ੍ਹਾ ਕਰਨਾ ਸੀ।

ਖਰਚਿਆਂ ਲਈ ਇਹ ਹੁਸ਼ਿਆਰ ਨੌਜਵਾਨ ਡਾਕਟਰਾਂ ਦੇ ਆਫਿਸਾਂ ਦੀ ਸਫਾਈ, ਖਿੜਕੀਆਂ ਧੋਣ ਅਤੇ ਮੁਰੰਮਤ ਵਰਗੇ ਅਜੀਬ ਜਿਹੇ ਕੰਮ ਕਰਿਆ ਕਰਦਾ ਸੀ। ਉਸ ਨੇ ਮੈਨੂੰ ਦੱਸਿਆ ਕਿ ਹਰ ਰਾਤ, ਜਦੋਂ ਉਹ ਸੌਣ ਲਈ ਜਾਂਦਾ ਤਾਂ ਆਪਣੇ ਮਨ ਦੀਆਂ ਅੱਖਾਂ ਨਾਲ ਆਪਣੇ ਦਿਮਾਗ ਅੰਦਰ ਇੱਕ ਕੰਧ 'ਤੇ ਮੈਡੀਕਲ ਡਿਪਲੋਮਾ ਸਰਟੀਫਿਕਟ ਦੀ ਤਸਵੀਰ ਨੂੰ ਦੇਖਦਾ ਸੀ, ਜਿਸ 'ਤੇ ਉਸ ਦਾ ਨਾਂ ਵੱਡੇ-ਮੋਟੇ ਅੱਖਰਾਂ ਵਿਚ ਲਿਖਿਆ ਰਹਿੰਦਾ। ਉਹ ਜਿਸ ਮੈਡੀਕਲ ਬਿਲਡਿੰਗ ਵਿਚ ਕੰਮ ਕਰਦਾ ਸੀ, ਉੱਥੇ ਉਹ ਫ੍ਰੇਮ ਕੀਤੇ ਹੋਏ ਡਿਪਲੋਮਾ ਦੀ ਧੂੜ-ਮਿੱਟੀ ਨੂੰ ਸਾਫ਼ ਕਰਕੇ ਚਮਕਾਉਂਦਾ ਸੀ। ਉਸ ਲਈ ਆਪਣੇ ਮਨ ਵਿਚ ਡਿਪਲੋਮਾ ਦੀ ਤਸਵੀਰ ਉਕੇਰਨਾ ਕੋਈ ਔਖਾ ਨਹੀਂ ਸੀ। ਚਾਰ ਮਹੀਨਿਆਂ ਤੱਕ ਉਸ ਨੇ ਹਰ ਰਾਤ ਆਪਣੀ ਮਾਨਸਿਕ ਤਸਵੀਰ ਬਣਾਉਣਾ ਜਾਰੀ ਰੱਖਿਆ ਅਤੇ ਫਿਰ ਇਸ ਦੇ ਸਕਾਰਾਤਮਕ ਨਤੀਜੇ ਸਾਹਮਣੇ ਆਏ।

ਇਸ ਕਹਾਣੀ ਦਾ ਕ੍ਰਮ ਜਾਂ ਸੀਕਵਲ ਬਹੁਤ ਦਿਲਚਸਪ ਸੀ। ਉਨ੍ਹਾਂ ਵਿੱਚੋਂ ਇੱਕ ਡਾਕਟਰ ਇਸ ਨੌਜਵਾਨ ਨੂੰ ਬਹੁਤ ਪਸੰਦ ਕਰਨ ਲੱਗਿਆ ਅਤੇ ਫਿਰ ਉਸ ਨੂੰ ਉਪਕਰਣਾਂ ਨੂੰ ਕਿਟਾਣੂਰਹਿਤ ਬਨਾਉਣ, ਹਾਈਪੋਡਰਮਿਕ ਟੀਕੇ ਦੇਣ ਅਤੇ ਇਸ ਤਰ੍ਹਾਂ ਦੇ ਹੋਰ ਫੁਟਕਲ ਫਰਸਟ-ਏਡ ਦੀ ਸਿਖਲਾਈ ਦੇਣ ਤੋਂ ਬਾਅਦ, ਡਾਕਟਰ ਨੇ ਉਸ ਨੂੰ ਆਪਣੇ ਆਫਿਸ ਵਿਚ ਤਕਨੀਕੀ ਸਹਾਇਕ ਵਜੋਂ ਨਿਯੁਕਤ ਕਰ ਲਿਆ।

ਡਾਕਟਰ ਨੇ ਫਿਰ ਉਸ ਨੂੰ ਆਪਣੇ ਖ਼ਰਚੇ 'ਤੇ ਮੈਡੀਕਲ ਸਕੂਲ ਭੇਜ ਦਿੱਤਾ। ਹੁਣ ਉਹ ਨੌਜਵਾਨ ਮਾਂਟਰੀਅਲ, ਕਨੇਡਾ ਵਿਚ ਇਕ ਮੰਨਿਆ-ਪਰਮੰਨਿਆ ਡਾਕਟਰ ਹੈ। ਉਸ ਨੇ ਅਵਚੇਤਨ ਮਨ ਦੀ ਸਹੀ ਵਰਤੋਂ ਕਰਦੇ ਹੋਏ ਆਕਰਸ਼ਣ ਦੇ ਨਿਜਮ ਦੀ ਖੋਜ ਕੀਤੀ। ਉਸ ਨੇ ਪ੍ਰਾਚੀਨ ਨਿਜਮ ਅਨੁਸਾਰ ਕੰਮ ਕੀਤਾ ਜੋ ਕਹਿੰਦਾ ਹੈ, "ਅੰਤ ਨੂੰ ਵੇਖ ਕੇ, ਤੁਸੀਂ ਇਨਾਂ ਮਾਧਿਅਮਾਂ ਨੂੰ ਅੰਤ ਤੱਕ ਲੈ ਜਾਉਣ ਜਾਂ ਪ੍ਰਾਪਤ ਕਰਨ ਲਈ ਸਾਧਨਾਂ ਦੀ ਇੱਛਾ ਕੀਤੀ ਹੈ।" ਇਸ ਮਾਮਲੇ ਦੇ ਆਖ਼ਿਰ ਵਿਚ ਉਸ ਦਾ ਡਾਕਟਰ ਬਣਨਾ ਨਿਸ਼ਚਿਤ ਸੀ।

ਇਹ ਨੌਜਵਾਨ ਡਾਕਟਰ ਬਣਨ ਦੀ ਕਲਪਨਾ ਨੂੰ ਅਸਲੀਅਤ ਵਿਚ ਦੇਖ ਅਤੇ ਮਹਿਸੂਸ ਕਰ ਸਕਦਾ ਸੀ। ਉਹ ਇਸ ਵਿਚਾਰ ਦੇ ਨਾਲ ਜੀਅ ਰਿਹਾ ਸੀ, ਉਸ ਨੇ ਇਸ ਵਿਚਾਰ ਨੂੰ ਬਣਾਈ ਰੱਖਿਆ, ਇਸ ਦੀ ਪਾਲਨਾ ਕੀਤੀ ਅਤੇ ਇਸ ਨੂੰ ਪਿਆਰ ਕੀਤਾ, ਜਦੋਂ ਤੱਕ ਉਸ ਨੇ ਆਪਣੀ ਕਲਪਨਾ ਤੋਂ ਆਪਣੇ ਅਵਚੇਤਨ ਮਨ ਦੀਆਂ ਪਰਤਾਂ ਦੀ ਡੂੰਘਿਆਈ ਵਿਚ ਇਸ ਨੂੰ ਬਿਠਾਇਆ, ਉਦੋਂ ਇਹ ਇਕ ਦ੍ਰਿੜ੍ਹ ਵਿਸ਼ਵਾਸ ਬਣ ਜਾਂਦਾ ਹੈ, ਜਿਸ ਨੇ ਉਸ ਦੇ ਸੁਫਨੇ ਨੂੰ ਸਾਕਾਰ ਕਰਨ ਲਈ ਉਨਾਂ ਸਾਰੀਆਂ ਚੀਜ਼ਾਂ ਨੂੰ ਆਕਰਸ਼ਿਤ ਕੀਤਾ, ਜੋ ਇਸ ਲਈ ਲੋੜੀਂਦੀਆਂ ਸਨ।

ਕਿਉਂ ਕੁੱਝ ਮਰਦਾਂ ਨੂੰ ਤਨਖ਼ਾਹ ਵਿਚ ਵਾਧਾ ਨਹੀਂ ਮਿਲਦਾ

ਜੇ ਤੁਸੀਂ ਕਿਸੇ ਵੱਡੇ ਸੰਗਠਨ ਵਿਚ ਕੰਮ ਕਰ ਰਹੇ ਹੁੰਦੇ ਹੋ ਅਤੇ ਇਹ ਸੋਚ ਕੇ ਪਛਤਾਉਂਦੇ ਹੋ ਕਿ ਤੁਹਾਨੂੰ ਘੱਟ ਤਨਖ਼ਾਹ ਮਿਲ ਰਹੀ ਹੈ ਅਤੇ ਤੁਹਾਡੇ ਕੰਮ ਦੀ ਕੋਈ ਤਾਰੀਫ਼ ਵੀ ਨਹੀਂ ਹੁੰਦੀ, ਨਾ ਕੋਈ ਕਦਰ ਹੁੰਦੀ ਹੈ, ਜਦੋਂ ਕਿ ਤੁਸੀਂ ਨਿਰੰਤਰ ਸੋਚ ਦੇ ਹੋ ਕਿ ਤੁਸੀਂ ਵਧੇਰੀ ਤਨਖ਼ਾਹ ਅਤੇ ਮਾਨਤਾ ਦੇ ਹੱਕਦਾਰ ਹੋ, ਤਾਂ ਤੁਸੀਂ ਅਵਚੇਤਨ ਤੌਰ 'ਤੇ ਆਪਣੇ ਸੰਬੰਧ ਉਸ ਸੰਗਠਨ ਨਾਲੋਂ ਤੋੜ ਰਹੇ ਹੋ, ਅਤੇ ਫਿਰ ਸੁਪਰਡੈਂਟ ਜਾਂ ਮੈਨੇਜ਼ਰ ਤੁਹਾਨੂੰ ਕਹੇਗਾ, "ਸਾਨੂੰ ਤੁਹਾਨੂੰ ਜਾਣ ਲਈ ਕਹਿਣਾ ਪਵੇਗਾ।" ਅਸਲ ਵਿਚ ਤੁਸੀਂ ਆਪਣੇ-ਆਪ ਨੂੰ ਬਰਖ਼ਾਸਤ ਕੀਤਾ ਹੈ। ਮੈਨੇਜ਼ਰ ਜਾਂ ਪ੍ਰਬੰਧਕ ਤਾਂ ਕੇਵਲ ਇਕ ਸਾਧਨ ਦੇ ਤੌਰ 'ਤੇ ਕੰਮ ਕਰ ਰਹੇ ਹਨ, ਜਿਸ ਨੂੰ ਤੁਹਾਡੀ ਆਪਣੀ ਨਕਾਰਾਤਮਕ ਮਾਨਸਿਕ ਅਵਸਥਾ ਨੇ ਨਿਸ਼ਚਿਤ ਕੀਤਾ ਹੈ। ਇਹ ਕਿਰਿਆ ਤੇ ਪ੍ਰਤੀਕਿਰਿਆ ਦੇ ਨਿਜਮ ਦਾ ਇਕ ਉਦਾਹਰਣ ਸੀ। ਕਿਰਿਆ ਤੁਹਾਡੀ ਸੋਚ ਸੀ, ਅਤੇ ਪ੍ਰਤੀਕਿਰਿਆ ਤੁਹਾਡੇ ਅਵਚੇਤਨ ਮਨ ਦਾ ਜਵਾਬ।

ਅਮੀਰੀ ਦੀ ਰਾਹ ਵਿਚ ਅੜੀਕੇ ਅਤੇ ਰੁਕਾਵਟਾਂ

ਮੈਨੂੰ ਯਕੀਨ ਹੈ ਕਿ ਤੁਸੀਂ ਲੋਕਾਂ ਨੂੰ ਇਹ ਕਹਿੰਦੇ ਹੋਏ ਸੁਣਿਆ ਹੋਵੇਗਾ, "ਉਸ ਵਿਅਕਤੀ ਕੋਲ ਰੈਕੇਟ ਹੈ।" "ਉਹ ਇੱਕ ਰੈਕੀਟਰ ਹੈ।" "ਉਹ ਠੱਗ ਹੈ।" "ਉਸ ਨੂੰ ਬੇਈਮਾਨੀ ਦਾ ਪੈਸਾ ਮਿਲ ਰਿਹਾ ਹੈ।" "ਉਹ ਇੱਕ ਫਰਜ਼ੀ ਹੈ।" "ਮੈਂ

ਉਸ ਨੂੰ ਉਦੋਂ ਤੋਂ ਜਾਣਦਾ ਹਾਂ ਜਦੋਂ ਉਸ ਕੋਲ ਕੁੱਝ ਵੀ ਨਹੀਂ ਸੀ।" "ਉਹ ਇੱਕ ਬਦਮਾਸ਼, ਚੋਰ ਅਤੇ ਠੱਗ ਹੈ।"

ਜੇਕਰ ਤੁਸੀਂ ਉਸ ਆਦਮੀ ਦਾ ਵਿਸ਼ਲੇਸ਼ਣ ਕਰਦੇ ਹੋ ਜੋ ਇਸ ਤਰ੍ਹਾਂ ਦੀਆਂ ਗੱਲਾਂ ਕਰ ਰਿਹਾ ਹੁੰਦਾ ਹੈ, ਤਾਂ ਤੁਹਾਨੂੰ ਪਤਾ ਚੱਲਦਾ ਹੈ ਕਿ ਉਹ ਆਮ ਤੌਰ 'ਤੇ ਲੋੜੀਂਦਾ ਹੈ ਜਾਂ ਕਿਸੇ ਵਿੱਤੀ ਜਾਂ ਸਰੀਰਕ ਬਿਮਾਰੀ ਤੋਂ ਪੀੜਤ ਹੈ। ਸ਼ਾਇਦ ਉਸ ਦੇ ਆਪਣੇ ਕਾਲਿਜ ਦੇ ਪੁਰਾਣੇ ਦੋਸਤ ਸਫਲਤਾ ਦੀਆਂ ਪੌੜੀਆਂ ਚੜ੍ਹ ਗਏ ਅਤੇ ਉਹ ਸਾਰੇ ਉਸ ਤੋਂ ਜ਼ਿਆਦਾ ਸਫਲ ਅਤੇ ਖ਼ੁਸ਼ਹਾਲ ਹੋਣ। ਹੁਣ ਉਹ ਉਨ੍ਹਾਂ ਦੇ ਪ੍ਰਤੀ ਕੌੜਾ ਅਤੇ ਈਰਖਾਲੂ ਹੈ। ਕਈ ਹਾਲਾਤਾਂ ਵਿੱਚ ਇਹ ਉਸ ਦੇ ਪਤਨ ਜਾਂ ਅਸਫਲਤਾ ਦਾ ਕਾਰਨ ਹੈ। ਉਹ ਆਪਣੇ ਜਮਾਤੀਆਂ ਬਾਰੇ ਨਕਾਰਾਤਮਕ ਵਿਚਾਰ ਰੱਖ ਕੇ ਅਤੇ ਉਨ੍ਹਾਂ ਦੀ ਦੌਲਤ ਦੀ ਬੁਰਿਆਈ ਕਰ ਕੇ ਆਪਣੇ-ਆਪ ਲਈ ਜਿਸ ਦੌਲਤ ਤੇ ਅਮੀਰੀ ਵਾਸਤੇ ਪ੍ਰਾਰਥਨਾ ਕਰ ਰਿਹਾ ਹੁੰਦਾ ਹੈ, ਉਹ ਗਾਇਬ ਅਤੇ ਦੂਰ ਉੱਡ ਜਾਵੇਗੀ ਕਿਉਂਕਿ ਉਹ ਉਸ ਚੀਜ਼ ਦੀ ਬੁਰਿਆਈ ਕਰ ਰਿਹਾ ਹੈ, ਜਿਸ ਨੂੰ ਉਹ ਆਪਣੇ ਲਈ ਚਾਹੁੰਦਾ ਹੈ ਅਤੇ ਉਸ ਲਈ ਉਹ ਪ੍ਰਾਰਥਨਾ ਕਰ ਰਿਹਾ ਹੈ।

ਉਹ ਦੋ ਤਰੀਕਿਆਂ ਨਾਲ ਪ੍ਰਾਰਥਨਾ ਕਰ ਰਿਹਾ ਹੈ। ਇਕ ਪਾਸੇ ਤਾਂ ਉਹ ਕਹਿ ਰਿਹਾ ਹੈ, "ਮੈਂ ਚਾਹੁੰਦਾ ਹਾਂ ਕਿ ਹੁਣ ਧਨ-ਦੌਲਤ ਮੇਰੇ ਵੱਲ ਪ੍ਰਵਾਹਿਤ ਹੋ ਰਹੀ ਹੈ।" ਪਰ ਅਗਲੇ ਹੀ ਸਾਹ ਵਿਚ, ਚੁੱਪ ਜਾਂ ਸੁਣਨ ਵਿਚ, ਉਹ ਦੂਜੇ ਪਾਸੇ ਕਹਿ ਰਿਹਾ ਹੈ, "ਮੈਂ ਉਸ ਵਿਅਕਤੀ ਦੀ ਅਮੀਰੀ ਤੋਂ ਖ਼ੁਸ਼ ਨਹੀਂ ਹਾਂ।" ਇਸ ਗੱਲ ਦਾ ਖ਼ਾਸ ਧਿਆਨ ਰੱਖੋ ਕਿ ਤੁਸੀਂ ਦੂਜੇ ਵਿਅਕਤੀ ਦੀ ਦੌਲਤ ਅਤੇ ਖ਼ੁਸ਼ਹਾਲੀ 'ਤੇ ਵਿਸ਼ੇਸ਼ ਤੌਰ 'ਤੇ ਪ੍ਰਸੰਨ ਹੋਵੋ।

ਆਪਣੇ ਨਿਵੇਸ਼ਾਂ ਦੀ ਰੱਖਿਆ ਕਰੋ

ਜੇਕਰ ਤੁਸੀਂ ਨਿਵੇਸ਼ ਦੇ ਸੰਬੰਧ 'ਚ ਗਿਆਨ ਪ੍ਰਾਪਤ ਕਰਨਾ ਚਾਹੁੰਦੇ ਹੋ ਜਾਂ ਜੇ ਤੁਸੀਂ ਆਪਣੇ ਸਟਾਕਾਂ ਜਾਂ ਬਾਂਡਾਂ ਲਈ ਚਿੰਤਤ ਹੋ, ਤਾਂ ਚੁੱਪਚਾਪ ਦਾਅਵਾ ਕਰੋ, "ਅਨੰਤ ਬੁੱਧੀਮੱਤਾ (ਗਿਆਨ) ਮੇਰੇ ਸਾਰੇ ਵਿੱਤੀ ਲੈਣ-ਦੇਣ ਨੂੰ ਦੇਖਦਾ ਅਤੇ ਨਿਯੰਤਰਿਤ ਕਰਦਾ ਹੈ ਅਤੇ ਮੈਂ ਜੋ ਵੀ ਕਰਾਂਗਾ, ਉਸ ਨਾਲ ਖ਼ੁਸ਼ਹਾਲ ਹੋਵਾਂਗਾ।" ਜੇ ਤੁਸੀਂ ਇਹ ਵਾਰ-ਵਾਰ ਕਰੋ ਅਤੇ ਤੁਸੀਂ ਦੇਖੋਗੇ ਕਿ ਤੁਹਾਡੇ ਨਿਵੇਸ਼ ਅਕਲਮੰਦੀ ਵਾਲੇ ਹੋਣਗੇ, ਇੰਨਾ ਹੀ ਨਹੀਂ ਤੁਸੀਂ ਨੁਕਸਾਨ ਤੋਂ ਸੁਰੱਖਿਅਤ ਰਵੋਗੇ, ਕਿਉਂਕਿ ਨੁਕਸਾਨ ਹੋਣ ਤੋਂ ਪਹਿਲਾਂ ਹੀ ਤੁਹਾਨੂੰ ਜੋਖਿਮ ਭਰੇ ਸਟਾਕਾਂ ਜਾਂ ਬਾਂਡਾਂ ਨੂੰ ਵੇਚਣ ਦਾ ਸੁਨੇਹਾ ਮਿਲ ਜਾਵੇਗਾ।

ਕੁੱਝ ਵੀ ਨਾ ਕਰਨ 'ਤੇ ਤੁਹਾਨੂੰ ਕੁੱਝ ਨਹੀਂ ਮਿਲੇਗਾ

ਵੱਡੇ ਸਟੋਰਾਂ ਵਿਚ ਪ੍ਰਬੰਧਨ ਲੋਕਾਂ ਨੂੰ ਚੋਰੀ ਤੋਂ ਰੋਕਣ ਲਈ ਸਟੋਰ ਡਿਟੈਕਟਿਵਾਂ ਨੂੰ ਨਿਯੁਕਤ ਕਰਦਾ ਹੈ। ਉਹ ਹਰ ਰੋਜ ਕਈ ਲੋਕਾਂ ਨੂੰ ਫੜਦੇ ਹਨ ਜੋ ਕੁੱਝ ਨਾ ਕੁੱਝ ਚੋਰੀ ਕਰਨ ਦੀ ਕੋਸ਼ਿਸ਼ ਕਰ ਰਹੇ ਹੁੰਦੇ ਹਨ, ਅਜਿਹੇ ਸਾਰੇ ਲੋਕ ਕਮੀ ਜਾਂ ਘਾਟ ਅਤੇ ਸੀਮਾ ਦੀ ਮਾਨਸਿਕ ਮਾਹੌਲ ਵਿਚ ਜੀਅ ਰਹੇ ਹਨ ਅਤੇ ਆਪਣੇ-ਆਪ ਤੋਂ ਸ਼ਾਂਤੀ, ਇਕਸੁਰਤਾ ਜਾਂ ਸਦਭਾਵਨਾ, ਵਿਸ਼ਵਾਸ, ਇਮਾਨਦਾਰੀ, ਸੱਚਾਈ, ਨੇਕ ਇੱਛਾ ਅਤੇ ਆਤਮਵਿਸ਼ਵਾਸ ਦੀ ਚੋਰੀ ਕਰ ਰਹੇ ਹਨ। ਇਸ ਤੋਂ ਇਲਾਵਾ, ਉਹ ਹਰ ਤਰ੍ਹਾਂ ਦੇ ਨੁਕਸਾਨ ਨੂੰ ਆਪਣੇ ਵੱਲ ਆਕਰਸ਼ਿਤ ਕਰ ਰਹੇ ਹਨ ਜਿਵੇਂ ਚਰਿੱਤਰ, ਵੱਕਾਰ, ਸਮਾਜਿਕ ਰੁਤਬਾ ਅਤੇ ਮਾਨਸਿਕ ਸ਼ਾਂਤੀ ਦਾ ਨੁਕਸਾਨ। ਇਨ੍ਹਾਂ ਲੋਕਾਂ ਨੂੰ ਪੂਰਤੀ ਦੇ ਸ੍ਰੋਤਾਂ ਅਤੇ ਉਹ ਇਹ ਨਹੀਂ ਸਮਝ ਪਾਉਂਦੇ ਕਿ ਉਨ੍ਹਾਂ ਦਾ ਮਸਤਿਸ਼ਕ ਕਿਵੇਂ ਕੰਮ ਕਰਦਾ ਹੈ, ਜੇਕਰ ਉਹ ਮਾਨਸਿਕ ਤੌਰ 'ਤੇ ਆਪਣੇ ਅਵਚੇਤਨ ਮਨ ਦੀ ਸ਼ਕਤੀ ਨੂੰ ਬੁਲਾਉਂਦੇ ਹਨ ਅਤੇ ਇਹ ਦਾਅਵਾ ਕਰਦੇ ਹਨ ਕਿ ਉਨ੍ਹਾਂ ਨੂੰ ਆਪਣੀ ਸੱਚੇ ਪ੍ਰਗਟਾਵੇ ਲਈ ਮਾਰਗਦਰਸ਼ਨ ਦਿੱਤਾ ਗਿਆ ਹੈ ਤਾਂ ਉਨ੍ਹਾਂ ਨੂੰ ਕੰਮ ਅਤੇ ਨਿਰੰਤਰ ਅਪੂਰਤੀ ਮਿਲੇਗੀ, ਫਿਰ ਇਮਾਨਦਾਰੀ, ਅਡੋਲਤਾ ਅਤੇ ਲਗਨ ਨਾਲ ਉਹ ਆਪਣੇ-ਆਪ ਨੂੰ ਵੱਡੇ ਪੱਧਰ 'ਤੇ ਸਮਾਜ ਲਈ ਸਿਹਰਾ ਦੇਣ ਵਾਲੇ ਬਣ ਜਾਣਗੇ।

ਤੁਹਾਨੂੰ ਪੈਸੇ ਦੀ ਨਿਰੰਤਰ ਆਪੂਰਤੀ

ਆਪਣੇ ਅਵਚੇਤਨ ਮਨ ਦੀ ਸ਼ਕਤੀ ਅਤੇ ਆਪਣੇ ਵਿਚਾਰ ਜਾਂ ਮਾਨਸਿਕ ਚਿੰਤਨ ਦੀ ਉਸਾਰੂ ਸ਼ਕਤੀ ਹੀ ਤੁਹਾਡੀ ਅਮੀਰੀ, ਸੁਤੰਤਰਤਾ, ਆਰਾਮ ਤੇ ਲੋੜੀਂਦੀ ਖ਼ੁਸ਼ਹਾਲੀ ਦੀ ਨਿਰੰਤਰ ਆਪੂਰਤੀ ਕਰਨ ਦਾ ਤਰੀਕਾ ਹੈ। ਆਪਣੇ ਮਸਤਿਸ਼ਕ ਵਿਚ ਅਮੀਰੀ ਤੋਂ ਭਰਪੂਰ ਜੀਵਨ ਨੂੰ ਸਵੀਕਾਰ ਕਰੋ। ਤੁਹਾਡੀ ਮਾਨਸਿਕ ਸਵੀਕ੍ਰਿਤੀ ਅਤੇ ਦੌਲਤ ਦੀ ਉਮੀਦ ਦਾ ਆਪਣਾ ਗਣਿਤ ਅਤੇ ਪ੍ਰਗਟਾਵੇ ਦੀ ਆਪਣੀ ਪ੍ਰਣਾਲੀ ਹੁੰਦੀ ਹੈ। ਜਿਵੇਂ ਹੀ ਤੁਸੀਂ ਅਮੀਰੀ ਤੇ ਭਰਪੂਰਤਾ ਦੀ ਮਾਨਸਿਕਤਾ ਵਿਚ ਦਾਖ਼ਿਲ ਹੁੰਦੇ ਹੋ, ਤਾਂ ਭਰਪੂਰ ਤੇ ਖ਼ੁਸ਼ਹਾਲ ਜੀਵਨ ਨੂੰ ਸੰਭਵ ਬਣਾਉਣ ਵਾਲੀਆਂ ਸਾਰੀਆਂ ਲੋੜੀਂਦੀਆਂ ਚੀਜ਼ਾਂ ਪੂਰੀਆਂ ਹੋ ਜਾਣਗੀਆਂ।

ਇਸਦੀ ਰੋਜ਼ਾਨਾ ਤਸਦੀਕ ਕਰੋ, ਇਸ ਨੂੰ ਆਪਣੇ ਦਿਲ ਵਿਚ ਲਿਖ ਲਓ:

ਮੈਂ ਆਪਣੇ ਅਵਚੇਤਨ ਦੇ ਅਨੰਤ ਧਨ ਦੇ ਨਾਲ ਇਕ-ਮਿੱਕ ਹਾਂ। ਅਮੀਰ, ਖ਼ੁਸ਼ ਅਤੇ ਸਫ਼ਲ ਹੋਣਾ ਮੇਰਾ ਅਧਿਕਾਰ ਹੈ। ਪੈਸਾ ਮੇਰੇ ਵੱਲ ਖੁੱਲ੍ਹੇ, ਭਰਪੂਰ ਅਤੇ ਬੇਅੰਤ ਤੌਰ 'ਤੇ ਪ੍ਰਵਾਹਿਤ ਹੋ ਰਿਹਾ ਹੈ। ਮੈਂ ਹਮੇਸ਼ਾ ਲਈ ਆਪਣੇ ਸੱਚੇ ਮੁੱਲ ਦੇ ਪ੍ਰਤੀ ਸੁਚੇਤ ਹਾਂ। ਮੈਂ ਆਪਣੀ ਪ੍ਰਤਿਭਾ ਨੂੰ ਖੁੱਲ੍ਹ ਦਿੰਦਾ ਹਾਂ ਅਤੇ ਮੈਨੂੰ ਬਹੁਤ ਜ਼ਿਆਦਾ ਵਿੱਤੀ ਵਰਦਾਨ ਮਿਲਦੇ ਹਨ। ਇਹ ਅਦਭੁੱਤ ਹੈ!

ਅਮੀਰੀ ਦੀ ਰਾਹ 'ਤੇ ਅੱਗੇ ਵੱਧਣ ਦੇ ਪੈਂਡੇ

1. ਇਹ ਦਾਅਵਾ ਕਰਨ ਲਈ ਦਲੇਰ ਬਣੋ ਕਿ ਅਮੀਰ ਹੋਣਾ ਤੁਹਾਡਾ ਅਧਿਕਾਰ ਹੈ ਅਤੇ ਤੁਹਾਡਾ ਅਵਚੇਤਨ ਮਨ ਤੁਹਾਡੇ ਦਾਅਵੇ ਦਾ ਸਨਮਾਨ ਕਰੇਗਾ।

2. ਤੁਹਾਨੂੰ ਕੇਵਲ ਕੰਮ ਚਲਾਉਣ ਲਈ ਧਨ ਨਹੀਂ ਚਾਹੀਦਾ। ਤੁਹਾਨੂੰ ਆਪਣੀ ਇੱਛਾ ਮੁਤਾਬਿਕ ਸਾਰੀਆਂ ਚੀਜ਼ਾਂ ਕਰਨ ਲਈ ਭਰਪੂਰ ਨਾਲ ਧਨ ਚਾਹੀਦਾ ਹੈ, ਜਿਸ ਤੋਂ ਤੁਸੀਂ ਕਿਤੇ ਵੀ ਆਪਣੀ ਇੱਛਾ ਪੂਰੀ ਕਰ ਸਕੋ। ਆਪਣੇ ਅਵਚੇਤਨ ਮਨ ਦੀ ਦੌਲਤ ਤੋਂ ਜਾਣੂ ਹੋਵੋ।

3. ਜਦੋਂ ਪੈਸਾ ਤੁਹਾਡੀ ਜਿੰਦਗੀ ਵਿਚ ਖੁੱਲ੍ਹੇ ਤੌਰ 'ਤੇ ਪ੍ਰਵਾਹਿਤ ਹੁੰਦਾ ਹੈ, ਤਾਂ ਤੁਸੀਂ ਆਰਥਿਕ ਤੌਰ 'ਤੇ ਸਿਹਤਮੰਦ ਹੋ। ਪੈਸੇ ਨੂੰ ਉੱਚੀਆਂ ਲਹਿਰਾਂ ਵਾਂਗ ਦੇਖੋ, ਅਤੇ ਇਹ ਤੁਹਾਡੇ ਕੋਲ ਹਮੇਸ਼ਾ ਬਹੁਤਾਤ 'ਚ ਹੋਵੇਗਾ। ਲਹਿਰਾ ਦਾ ਆਉਣਾ ਅਤੇ ਜਾਣਾ ਨਿਰੰਤਰ ਹੁੰਦਾ ਹੈ। ਜਦੋਂ ਲਹਿਰ ਖ਼ਤਮ ਹੋ ਜਾਂਦੀ ਹੈ, ਉਦੋਂ ਵੀ ਤੁਹਾਨੂੰ ਪੂਰਾ ਵਿਸ਼ਵਾਸ ਹੁੰਦਾ ਹੈ ਕਿ ਇਹ ਵਾਪਸ ਜ਼ਰੂਰ ਆ ਜਾਵੇਗੀ।

4. ਆਪਣੇ ਅਵਚੇਤਨ ਮਨ ਦੇ ਨਿਜਮ ਜਾਣਨ ਤੋਂ ਬਾਅਦ ਤੁਹਾਨੂੰ ਹਮੇਸ਼ਾ ਧਨ-ਦੌਲਤ ਦੀ ਆਪੂਰਤੀ ਮਿਲਦੀ ਰਵ੍ਹੇਗੀ, ਭਾਵੇਂ ਕਿ ਇਹ ਪੈਸਾ ਕਿਸੇ ਰੂਪ ਵਿਚ ਵੀ ਮਿਲੇ।

5. ਬਹੁਤ ਸਾਰੇ ਲੋਕ ਕੋਲ ਕੇਵਲ ਗੁਜ਼ਾਰੇ ਲਾਇਕ ਧਨ ਜਾਂ ਪੈਸੇ ਹੋਣ ਦਾ ਇਕੋ ਹੀ ਕਾਰਨ ਹੈ, ਕਿ ਉਹ ਹਮੇਸ਼ਾ ਧਨ ਦੀ ਨਿੰਦਾ ਕਰਦੇ ਰਹਿੰਦੇ ਹਨ। ਤੁਸੀਂ ਜਿਸ ਦੀ ਨਿੰਦਾ ਕਰਦੇ ਹੋ, ਉਹ ਖੰਬ ਲਾ ਕੇ ਦੂਰ ਉੱਡ ਜਾਂਦਾ ਹੈ।

6. ਧਨ ਨੂੰ ਭਗਵਾਨ ਨਾ ਬਣਾਓ। ਇਹ ਸਿਰਫ਼ ਇਕ ਪ੍ਰਤੀਕ ਹੈ। ਯਾਦ ਰੱਖੋ, ਅਸਲ ਧਨ ਤੁਹਾਡੇ ਚਿੱਤ ਵਿਚ ਹੈ। ਤੁਸੀਂ ਇੱਥੇ ਸੰਤੁਲਿਤ ਜੀਵਨ ਜਿਉਣ ਦੀ ਅਗਵਾਈ ਕਰਨ ਲਈ ਆਏ ਹੋ, ਜਿਸ ਵਿਚ ਲੋੜੀਂਦਾ ਸਾਰਾ ਧਨ ਹਾਸਲ ਕਰਨਾ ਸ਼ਾਮਿਲ ਹੈ।

7. ਧਨ ਨੂੰ ਆਪਣਾ ਇਕੱਲਾ ਉਦੇਸ਼ ਨਾ ਬਣਾਓ। ਦੌਲਤ, ਖ਼ੁਸ਼ੀ, ਸ਼ਾਂਤੀ, ਸੱਚੇ ਪ੍ਰਗਟਾਵੇਂ ਅਤੇ ਪਿਆਰ ਦਾ ਦਾਅਵਾ ਕਰੋ, ਅਤੇ ਨਿਜੀ ਤੌਰ 'ਤੇ ਸਾਰਿਆਂ ਵਿਚ ਪਿਆਰ ਅਤੇ ਇਕਸੁਰਤਾ ਨੂੰ ਫੈਲਾਓ। ਫਿਰ ਤੁਹਾਡਾ ਅਵਚੇਤਨ ਮਨ ਇਨ੍ਹਾਂ ਸਾਰੇ ਖੇਤਰਾਂ ਵਿਚ ਤੁਹਾਨੂੰ ਮਿਸ਼ਰਿਤ ਵਿਆਜ ਦੇਵੇਗਾ।

8. ਗਰੀਬੀ ਵਿਚ ਕੋਈ ਸਦਗੁਣ ਨਹੀਂ ਹੈ। ਇਹ ਮਾਨਸਿਕ ਰੋਗ ਹੈ, ਅਤੇ ਤੁਹਾਨੂੰ ਇਸ ਮਾਨਸਿਕ ਟਕਰਾਓ ਜਾਂ ਬਿਮਾਰੀ ਤੋਂ ਆਪਣੇ-ਆਪ ਨੂੰ ਬਚਾਉਣ ਲਈ ਤੁਰੰਤ ਇਲਾਜ ਕਰਨਾ ਚਾਹੀਦਾ ਹੈ।

9. ਤੁਸੀਂ ਇੱਥੇ ਕਿਸੇ ਦੜਬੇ ਜਾਂ ਝੋਪੜੀ ਵਿਚ ਰਹਿਣ, ਚੀਥੜੇ ਪਹਿਨਣ ਜਾਂ ਭੁੱਖੇ ਮਰਨ ਲਈ ਨਹੀਂ ਆਏ ਹੋ। ਤੁਸੀਂ ਇੱਥੇ ਵਧੇਰੇ ਭਰਪੂਰ ਜੀਵਨ ਜਿਉਣ ਦੀ ਅਗਵਾਈ ਕਰਨ ਲਈ ਆਏ ਹੋ।

10.	ਕਦੇ ਵੀ "ਗੰਦਾ ਪੈਸਾ" ਸ਼ਬਦਾਵਲੀ ਦੀ ਵਰਤੋਂ ਨਾ ਕਰੋ ਜਾਂ ਇਹ ਨਾ ਕਹੋ, "ਮੈਂ ਪੈਸੇ ਨਾਲ ਨਫ਼ਰਤ ਕਰਦਾ ਹਾਂ।" ਤੁਸੀਂ ਉਸ ਚੀਜ਼ ਨੂੰ ਗੁਆ ਦਿੰਦੇ ਹੋ ਜਿਸ ਦੀ ਤੁਸੀਂ ਆਲੋਚਨਾ ਕਰਦੇ ਹੋ। ਇਥੇ ਕੁਝ ਚੰਗਾ ਜਾਂ ਮਾੜਾ ਨਹੀਂ ਹੈ, ਪਰ ਕਿਸੇ ਵੀ ਰੋਸ਼ਨੀ ਵਿਚ ਇਸ ਬਾਰੇ ਸੋਚਣ ਨਾਲ ਇਹ ਇਸ ਨੂੰ ਅਜਿਹਾ ਬਣਾਉਂਦਾ ਹੈ।

11.	ਵਾਰ-ਵਾਰ ਦੁਹਰਾਓ, "ਮੈਂ ਪੈਸੇ ਨੂੰ ਪਸੰਦ ਕਰਦਾ ਹਾਂ। ਮੈਂ ਇਸ ਨੂੰ ਸਿਆਣਪ, ਉਸਾਰੂ ਤਰੀਕੇ ਅਤੇ ਨਿਆਂਪੂਰਨ ਢੰਗ ਨਾਲ ਵਰਤੋਂ ਵਿਚ ਲਿਆਉਂਦਾ ਹਾਂ। ਮੈਂ ਇਸ ਨੂੰ ਖ਼ੁਸ਼ੀ ਦੇ ਨਾਲ ਛੱਡਦਾ ਹਾਂ ਅਤੇ ਇਹ ਹਜ਼ਾਰ ਗੁਣਾ ਹੋ ਕੇ ਮੇਰੇ ਕੋਲ ਵਾਪਸ ਆ ਜਾਂਦਾ ਹੈ।"

12.	ਪੈਸਾ ਤਾਂਬਾ, ਸੀਸਾ, ਟਿਨ ਜਾਂ ਲੋਹੇ ਨਾਲੋਂ ਕਿਤੇ ਵੀ ਬੁਰਾ ਨਹੀਂ ਹੈ, ਜੋ ਤੁਸੀਂ ਜ਼ਮੀਨ 'ਚੋਂ ਪਾ ਸਕਦੇ ਹੋ। ਸਾਰੀਆਂ ਬੁਰਿਆਈਆਂ ਅਗਿਆਨਤਾ ਅਤੇ ਮਾਨਸਿਕ ਸ਼ਕਤੀ ਦੀ ਦੁਰਵਰਤੋਂ ਦੇ ਕਾਰਣ ਹੁੰਦੀਆਂ ਹਨ।

13.	ਆਪਣੇ ਮਸਤਿਸ਼ਕ ਵਿਚ ਅੰਤਿਮ ਨਤੀਜੇ ਦੀ ਤਸਵੀਰ ਬਣਾਉਣ ਲਈ ਤੁਹਾਡਾ ਅਵਚੇਤਨ ਤੁਹਾਡੀ ਮਾਨਸਿਕ ਤਸਵੀਰ 'ਤੇ ਪ੍ਰਤੀਕਿਰਿਆ ਕਰਦਾ ਹੈ ਅਤੇ ਉਸ ਨੂੰ ਸਾਕਾਰ ਕਰਨ ਦਾ ਕਾਰਨ ਵੀ ਬਣਦਾ ਹੈ।

14.	ਬਿਨਾ ਕੁਝ ਕੀਤੇ ਕੁਝ ਪ੍ਰਾਪਤ ਕਰਨ ਦੀ ਕੋਸ਼ਿਸ਼ ਨਾ ਕਰੋ। ਮੁਫ਼ਤ ਦੁਪਹਿਰ ਦੇ ਖਾਣੇ ਭਾਵ ਲੰਚ ਵਰਗੀ ਇੱਥੇ ਕੋਈ ਚੀਜ਼ ਨਹੀਂ ਹੁੰਦੀ। ਤੁਹਾਨੂੰ ਕੁਝ ਪ੍ਰਾਪਤ ਕਰਨ ਲਈ ਕੁਝ ਦੇਣਾ ਪਵੇਗਾ। ਤੁਹਾਨੂੰ ਆਪਣੇ ਟੀਚਿਆਂ, ਆਦਰਸ਼ਾਂ, ਉੱਦਮਾਂ ਵੱਲ ਮਾਨਸਿਕ ਧਿਆਨ ਦੇਣਾ ਚਾਹੀਦਾ ਹੈ, ਅਤੇ ਤੁਹਾਡਾ ਡੂੰਘਾ ਮਨ ਹਮੇਸ਼ਾ ਤੁਹਾਡਾ ਸਹਿਯੋਗ ਕਰੇਗਾ। ਦੌਲਤ ਦੀ ਕੁੰਜੀ ਅਵਚੇਤਨ ਮਨ ਦੇ ਨਿਯਮ ਹੈ ਜੋ ਅਮੀਰੀ ਦੇ ਵਿਚਾਰ ਨੂੰ ਤੁਹਾਡੇ ਅੰਦਰ ਵਿਆਪਤ ਕਰਦਾ ਹੈ ਜਾਂ ਇਸ ਵਿਚ ਦੌਲਤ ਦੇ ਵਿਚਾਰ ਦਾ ਬੀਜ ਬੀਜਦਾ ਹੈ।

ਤੁਹਾਡੀ ਸਫਲਤਾ ਵਿਚ ਭਾਈਵਾਲ ਹੈ ਤੁਹਾਡਾ ਅਵਚੇਤਨ ਮਨ

ਸਫਲਤਾ ਦਾ ਅਰਥ ਹੈ ਸਫਲ ਜੀਵਨ। ਇਸ ਧਰਤੀ 'ਤੇ ਸ਼ਾਂਤੀਪੂਰਨ, ਮਸਤੀ ਅਤੇ ਖੁਸ਼ੀਂ ਨਾਲ ਭਰਪੂਰ ਲੰਮੇ ਜੀਵਨ ਨੂੰ ਸਫਲ ਜੀਵਨ ਕਿਹਾ ਜਾ ਸਕਦਾ ਹੈ। ਈਸਾ ਦੇ ਅਨੁਸਾਰ, ਅਜਿਹੇ ਗੁਣਾਂ ਦਾ ਅਨੰਤ ਅਨੁਭਵ ਚਿਰਸਥਾਈ ਜੀਵਨ ਹੈ। ਜੀਵਨ ਦਾ ਜਥਾਰਥ, ਜਿਵੇਂ ਸ਼ਾਂਤੀ, ਇਕਸੁਰਤਾ, ਅਖੰਡਤਾ, ਸੁਰੱਖਿਆ ਅਤੇ ਖੁਸ਼ੀ ਅਮੂਰਤ ਹੈ। ਇਹ ਸਾਰੇ ਮਨੁੱਖ ਦੀ ਡੂੰਘਿਆਈ ਤੋਂ ਨਿਰਲਦੇ ਹਨ। ਇਨ੍ਹਾਂ ਗੁਣਾ 'ਤੇ ਆਪਣਾ ਧਿਆਨ ਕੇਂਦ੍ਰਿਤ ਕਰਨ ਨਾਲ ਇਹ ਸਾਡੇ ਅਵਚੇਤਨ ਵਿਚ ਸੁਰਗ ਦੇ ਖ਼ਜਾਨੇ ਬਣਾਉਂਦੇ ਹਨ। ਇਹੀ ਉਹ ਸਥਾਨ ਹੈ, ਜਿਸ ਨੂੰ ਕੀੜੇ

ਅਤੇ ਜੰਗਾਲ ਨਹੀਂ ਖਾਉਂਦੇ ਅਤੇ ਜਿੱਥੇ ਚੋਰ ਪਹੁੰਚ ਕੇ ਵੀ ਚੋਰੀ ਨਹੀਂ ਕਰ ਸਕਦੇ।

ਮੈਥਯੂ 6:20।

ਸਫਲਤਾ ਲਈ ਤਿੰਨ ਕਦਮ

ਚੱਲੋ ਸਫਲਤਾ ਦੇ ਤਿੰਨ ਕਦਮਾਂ ਬਾਰੇ ਗੱਲਾਂ ਕਰਦੇ ਹਾਂ। ਸਫਲਤਾ ਦਾ ਪਹਿਲਾ ਕਦਮ ਹੈ, ਉਸ ਕੰਮ ਦਾ ਪਤਾ ਕਰਨਾ ਜਿਸ ਨੂੰ ਕਰਨਾ ਤੁਸੀਂ ਪਸੰਦ ਕਰਦੇ ਹੋ, ਉਸ ਨੂੰ ਕਰੋ। ਸਫਲਤਾ, ਆਪਣੇ ਕੰਮ ਨਾਲ ਪਿਆਰ ਕਰਨ ਵਿਚ ਹੈ। ਹਾਲਾਂਕਿ, ਜੇਕਰ ਇਕ ਵਿਅਕਤੀ ਮਨੋਵਿਗਿਆਨੀ ਹੈ, ਤਾਂ ਸਿਰਫ਼ ਡਿਪਲੋਮਾ ਹੋਣਾ ਅਤੇ ਉਸ ਨੂੰ ਕੰਧ 'ਤੇ ਟੰਗਣਾ ਕਾਫੀ ਨਹੀਂ ਹੈ; ਉਸ ਨੂੰ ਸਮੇਂ ਨਾਲ ਚੱਲਣਾ ਹੋਵੇਗਾ, ਉਸ ਨੂੰ ਸਮਾਗਮਾਂ ਵਿਚ ਜਾਣਾ ਅਤੇ ਮਸਤਿਸ਼ਕ ਲਈ ਪੜ੍ਹਾਈ ਤੇ ਇਸਦੀ ਕਾਰਜਵਿਧੀ

ਨੂੰ ਸਮਝਦਾ ਰਹਿਣਾ ਹੋਵੇਗਾ। ਇਕ ਸਫਲ ਮਨੋਵਿਗਿਆਨੀ ਕਲੀਨਿਕ ਜਾਂਦਾ ਹੈ, ਅਤੇ ਨਵੇਂ ਤੋਂ ਨਵੇਂ ਵਿਗਿਆਨਕ ਲੇਖ ਪੜ੍ਹਦਾ ਹੈ। ਆਮ ਸ਼ਬਦਾਂ 'ਚ ਕਿਹਾ ਜਾਏ ਤਾਂ ਉਸ ਨੂੰ ਸਭ ਤੋਂ ਵਿਕਸਿਤ ਪ੍ਰਣਾਲੀਆਂ ਦਾ ਗਿਆਨ ਹੈ, ਜਿਸ ਨਾਲ ਉਹ ਮਨੁੱਖੀ ਪੀੜ੍ਹਾ ਨੂੰ ਘੱਟ ਕਰ ਸਕੇ। ਇਕ ਸਫਲ ਮਨੋਚਿਕਿਤਸਕ ਜਾਂ ਡਾਕਟਰ ਦੇ ਦਿਲ 'ਚ ਮਰੀਜ ਦੀ ਭਲਿਆਈ ਸਰਵਉੱਚ ਹੈ।

ਕੋਈ ਇਹ ਵੀ ਕਹਿ ਸਕਦਾ ਹੈ, "ਮੈਂ ਆਪਰੇਸ਼ਨ ਕਰਨ ਲਈ ਪਹਿਲਾ ਕਦਮ ਕਿਵੇਂ ਚੁੱਕਾ? ਮੈਨੂੰ ਨਹੀਂ ਪਤਾ, ਇਸ ਨੂੰ ਕਿਵੇਂ ਕਰਨਾ ਹੈ?" ਇਸ ਸਥਿਤੀ ਵਿਚ, ਅੱਗੇ ਦਿੱਤੇ ਤਰੀਕੇ ਤੋਂ ਮਾਰਗਦਰਸ਼ਨ ਲਈ ਪ੍ਰਾਰਥਨਾ ਕਰੋ: "ਮੇਰੇ ਅਵਚੇਤਨ ਮਨ ਦਾ ਅਨੰਤ-ਗਿਆਨ ਮੈਨੂੰ ਜੀਵਨ ਵਿਚ ਮੇਰੀ ਸਥਿਤੀ ਦਿਖਾਉਂਦਾ ਹੈ।" ਇਸ ਪ੍ਰਾਰਥਨਾ ਨੂੰ ਹੌਲੀ-ਹੌਲੀ, ਸਕਾਰਾਤਮਕ ਢੰਗ ਅਤੇ ਪਿਆਰ ਨਾਲ ਆਪਣੇ ਮਨ ਦੀਆਂ ਡੂੰਘਿਆਈਆਂ ਨੂੰ ਕਹੋ। ਜੇ ਤੁਸੀਂ ਆਪਣੇ ਵਿਸ਼ਵਾਸ ਅਤੇ ਆਸਥਾ ਨਾਲ ਜੁਟੇ ਰਹੋਗੇ, ਉਦੋਂ ਜਵਾਬ ਤੁਹਾਡੇ ਕੋਲ ਅਹਿਸਾਸ, ਸੰਕੇਤ ਜਾਂ ਕਿਸੇ ਨਿਸ਼ਚਿਤ ਦਿਸ਼ਾ 'ਚ ਪ੍ਰਵਿਰਤੀ ਦੀ ਤਰ੍ਹਾਂ ਆਵੇਗਾ। ਇਹ ਤੁਹਾਡੇ ਕੋਲ ਸਪੱਸ਼ਟ ਤੌਰ 'ਤੇ ਸ਼ਾਂਤੀ ਨਾਲ ਅਤੇ ਅੰਦਰ ਦੀ ਸ਼ਾਂਤ ਜਾਗਰੁਕਤਾ ਵਾਂਗ ਆਵੇਗਾ।

ਸਫਲਤਾ ਦੀ ਦੂਜਾ ਕਦਮ ਕੰਮ ਦੀ ਕਿਸੇ ਵਿਸ਼ੇਸ਼ ਸ਼ਾਖਾ ਵਿਚ ਮਾਹਿਰਤਾ ਹਾਸਿਲ ਲਿਆਉਣ ਲਈ ਹੋਰਾਂ ਦੇ ਮੁਕਾਬਲੇ ਜਿਆਦਾ ਗਿਆਨ ਤੇ ਜਾਣਕਾਰੀ ਦਾ ਹੋਣਾ ਹੈ। ਮਿਸਾਲ ਲਈ, ਜੇ ਕੋਈ ਨੌਜਵਾਨ ਰਸਾਇਣ ਜਾਂ ਕੈਮਿਸਟਰੀ ਨੂੰ ਬਤੌਰ ਕਾਰੋਬਾਰ ਵਾਂਗ ਚੁਣਦਾ ਹੈ, ਤਾਂ ਉਸ ਨੂੰ ਉਸ ਦੇ ਕਈ ਖੇਤਰਾਂ 'ਚੋਂ ਕਿਸੇ ਇਕ 'ਤੇ ਆਪਣਾ ਧਿਆਨ ਕੇਂਦ੍ਰਿਤ ਕਰਨਾ ਚਾਹੀਦਾ ਹੈ। ਉਸ ਨੂੰ ਪੂਰੇ ਉਤਸਾਹ ਨਾਲ ਉਸ ਖੇਤਰ ਬਾਰੇ ਜੋ ਕੁੱਝ ਵੀ ਸੂਚਨਾ ਵੀ ਉਪਲਬਧ ਹੈ ਉਸ ਨੂੰ ਜਾਣਨਾ ਚਾਹੀਦਾ ਹੈ ਅਤੇ ਜੇ ਸੰਭਵ ਹੋ ਸਕੇ, ਤਾਂ ਉਸ ਨੂੰ ਹੋਰਾਂ ਤੋਂ ਜ਼ਿਆਦਾ ਗਿਆਨ ਹੋਣਾ ਚਾਹੀਦਾ ਹੈ। ਉਸ ਨੂੰ ਆਪਣੇ ਕੰਮ ਵਿਚ ਬੜੀ ਉਤਸ਼ਾਹਪੂਰਨ ਦਿਲਚਸਪੀ ਲੈਣੀ ਅਤੇ ਉਸ ਦੇ ਮਨ ਵਿਚ ਦੁਨੀਆ ਦੀ ਸੇਵਾ ਕਰਨ ਦੀ ਇੱਛਾ ਹੋਣੀ ਚਾਹੀਦੀ ਹੈ। ਤੁਹਾਡੇ ਵਿਚ ਜੋ ਸਭ ਤੋਂ ਵੱਡਾ ਹੈ, ਉਸ ਨੂੰ ਆਪਣਾ ਗ਼ੁਲਾਮ (ਸੇਵਾਦਾਰ) ਬਣਨ ਦਿਓ।

ਮਨ ਦੇ ਇਸ ਰਵੱਈਏ ਅਤੇ ਉਸ ਆਦਮੀ ਦੀ ਤੁਲਨਾ 'ਚ ਬਹੁਤ ਅੰਤਰ ਹੈ ਜੋ ਰੋਜ਼ੀ-ਰੋਟੀ ਕਮਾਉਣਾ ਚਾਹੁੰਦਾ ਹੈ ਜਾਂ ਸਿਰਫ਼ "ਗੱਲ" ਕਰਨਾ ਚਾਹੁੰਦਾ ਹੈ। "ਜਿਵੇਂ-ਤਿਵੇਂ ਰੋਜ਼ੀ ਕਮਾਉਣਾ" ਸੱਚੀ ਸਫਲਤਾ ਨਹੀਂ ਹੈ। ਮਨੁੱਖ ਦਾ ਮਨੋਰਥ ਮਹਾਨ, ਉਦਾਰ ਅਤੇ ਪਰਉਪਕਾਰੀ ਹੋਣਾ ਚਾਹੀਦਾ ਹੈ। ਉਨ੍ਹਾਂ ਨੂੰ ਦੂਜਿਆਂ ਦੀ ਸੇਵਾ ਕਰਨੀ ਚਾਹੀਦੀ ਹੈ, ਇਸ ਤਰ੍ਹਾਂ, ਆਪਣੀ ਰੋਟੀ ਪਾਣੀ 'ਤੇ ਸੁੱਟ ਕੇ ਭਾਵ ਅਸੰਭਵ ਨੂੰ ਸੰਭਵ ਕਰ ਸਕੋ।

ਤੀਜਾ ਕਦਮ ਸਭ ਤੋਂ ਮਹੱਤਵਪੂਰਨ ਹੈ। ਤੁਹਾਨੂੰ ਇਸ ਗੱਲ 'ਤੇ ਯਕੀਨ ਹੋਣਾ ਚਾਹੀਦਾ ਹੈ ਕਿ ਜੋ ਕੁੱਝ ਵੀ ਤੁਸੀਂ ਕਰਨਾ ਚਾਹੁੰਦੇ ਹੋ, ਉਹ ਕੇਵਲ ਤੁਹਾਨੂੰ ਹੀ ਸਫਲ ਨਾ ਬਣਾਏ। ਤੁਹਾਡੀ ਇੱਛਾ ਸੁਆਰਥੀ ਜਾਂ ਮਤਲਬੀ ਨਹੀਂ ਹੋਣਾ ਚਾਹੀਦਾ;

ਇਸ ਨਾਲ ਮਨੁੱਖਤਾ ਦਾ ਵੀ ਭਲਾ ਹੋਣਾ ਚਾਹੀਦਾ। ਮਾਰਗ ਦੀ ਇਕ ਸੰਪੂਰਨ ਪਰਿਕਰਮਾ (Circuit) ਬਣਾਈ ਜਾਣੀ ਚਾਹੀਦੀ ਹੈ। ਦੂਜੇ ਸ਼ਬਦਾਂ 'ਚ, ਤੁਹਾਡਾ ਉਦੇਸ਼ ਦੁਨੀਆ ਦੀ ਸੇਵਾ ਜਾਂ ਉਸ ਦਾ ਭਲਾ ਕਰਨਾ ਹੋਣਾ ਚਾਹੀਦਾ ਹੈ। ਅਜਿਹੇ ਵਿਚਾਰ ਚਾਰੋਂ ਪਾਸਿਓ ਆਉਣਾ ਚਾਹੀਦੇ ਹਨ। ਜੇ ਇਸ ਦਾ ਫਾਇਦਾ ਤੁਹਾਨੂੰ ਪੂਰੀ ਤਰ੍ਹਾਂ ਨਾਲ ਲੈਣਾ ਹੈ ਅਤੇ ਜੇ ਪਰਿਕਰਮਾ ਪੂਰੀ ਨਹੀਂ ਬਣੀ ਹੈ ਤਾਂ ਤੁਸੀਂ ਆਪਣੀ ਜਿੰਦਗੀ ਵਿਚ ਜੋ ਅੜੀਕਾ/ਪਰੇਸ਼ਾਨੀ (Short Circuit) ਨੂੰ ਅਨੁਭਵ ਕਰ ਸਕਦੇ ਹੋ ਜੋ ਕਿਸੇ ਪ੍ਰਕਾਰ ਦੀ ਸੀਮਾ (limitation) ਜਾਂ ਬਿਮਾਰੀ ਵੀ ਹੋ ਸਕਦੀ ਹੈ।

ਸੱਚੀ ਸਫਲਤਾ ਦਾ ਪੈਮਾਨਾ

ਕੁੱਝ ਲੋਕ ਕਹਿ ਸਕਦੇ ਹਨ, "ਲੇਕਿਨ ਮਿਸਟਰ ਜੋਸ ਨੇ ਬੇਈਮਾਨੀ ਨਾਲ ਤੇਲ ਦਾ ਭੰਡਾਰ ਵੇਚ ਕੇ ਸੰਪੱਤੀ ਬਣਾਈ," ਇਕ ਵਿਅਕਤੀ ਥੋੜ੍ਹੇ ਸਮੇਂ ਲਈ ਸਫਲ ਹੁੰਦਾ ਦਿਖ ਸਕਦਾ ਹੈ, ਪਰ ਜੋ ਧਨ ਉਸਨੇ ਬੇਈਮਾਨੀ ਨਾਲ ਬਣਾਇਆ ਹੈ, ਜ਼ਿਆਦਾਤਰ ਉਹ ਖੰਭ ਲਾ ਕੇ ਉੱਡ ਜਾਂਦਾ ਹੈ। ਜਦੋਂ ਅਸੀਂ ਦੂਜਿਆਂ ਨੂੰ ਲੁੱਟਦੇ ਹਾਂ ਤਾਂ ਅਸੀਂ ਆਪਣੇ-ਆਪ ਨੂੰ ਲੁੱਟਦੇ ਹਾਂ, ਕਿਉਂਕਿ ਸਾਡੀ ਮਨੋਦਸ਼ਾ ਕਮੀਆਂ ਨਾਲ ਭਰੀ ਹੋਈ ਤੇ ਸੀਮਤ ਹੈ। ਇਹ ਸਾਡੇ ਸ਼ਰੀਰ ਵਿਚ, ਘਰ ਵਿਚ, ਜੀਵਨ ਵਿਚ ਅਤੇ ਸਾਡੀ ਕਾਰਜਸ਼ੈਲੀ ਵਿਚ ਪ੍ਰਦਰਸ਼ਿਤ ਹੁੰਦੀ ਹੈ। ਜਿਵੇਂ ਅਸੀਂ ਸੋਚ ਦੇ ਅਤੇ ਮਹਿਸੂਸ ਕਰਦੇ ਹਾਂ, ਉਸ ਨੂੰ ਅਸੀਂ ਉਸੇ ਤਰ੍ਹਾਂ ਦਾ ਬਣਾਉਂਦੇ ਹਾਂ। ਹਾਲਾਂਕਿ ਧੋਖੇ ਨਾਲ ਦੌਲਤ ਇਕੱਤਰ ਕਰਨ ਵਾਲੇ ਵਿਅਕਤੀ ਨੂੰ ਸਫਲ ਨਹੀਂ ਮੰਨਿਆ ਜਾ ਸਕਦਾ। ਮਾਨਸਿਕ ਸ਼ਾਂਤੀ ਤੋਂ ਬਿਨਾ ਕੋਈ ਸਫਲਤਾ ਨਹੀਂ ਹੁੰਦੀ। ਅਜਿਹੀ ਇਕੱਤਰ ਕੀਤੀ ਦੌਲਤ ਦਾ ਕੀ ਫਾਇਦਾ, ਜੇਕਰ ਉਹ ਰਾਤ ਨੂੰ ਸੌਂ ਨਹੀਂ ਸਕਦਾ, ਉਹ ਬਿਮਾਰ ਹੈ ਜਾਂ ਉਸ 'ਚ ਅਪਰਾਧੀ ਹੋਣ ਦੀ ਭਾਵਨਾ ਹੋਵੇ?

ਮੈਂ ਲੰਡਨ ਦੇ ਇਕ ਵਿਅਕਤੀ ਨੂੰ ਜਾਣਦਾ ਸੀ, ਜਿਸ ਨੇ ਮੈਨੂੰ ਆਪਣੇ ਕਾਰਨਾਮਿਆਂ ਬਾਰੇ ਦੱਸਿਆ। ਉਹ ਇਕ ਪੇਸ਼ੇਵਰ ਜੇਬਕਤਰਾ ਸੀ ਅਤੇ ਉਸ ਨੇ ਢੇਰ ਸਾਰੀ ਦੌਲਤ ਇਕੱਤੂ ਕਰ ਲਈ ਸੀ। ਉਸ ਦੇ ਕੋਲ ਗਰਮੀਆਂ ਵਿਚ ਰਹਿਣ ਲਈ ਫ੍ਰਾਂਸ ਵਿਚ ਘਰ ਅਤੇ ਲੰਡਨ ਵਿਚ ਉਹ ਸ਼ਾਹੀ ਅੰਦਾਜ ਨਾਲ ਰਹਿੰਦਾ ਸੀ। ਉਸ ਦੀ ਕਹਾਣੀ ਇਹ ਸੀ ਕਿ ਉਸ ਨੂੰ ਹਮੇਸ਼ਾ ਸਕਾਟਲੈਂਡ ਯਾਰਡ ਦੁਆਰਾ ਫੜੇ ਜਾਣ ਦਾ ਡਰ ਰਹਿੰਦਾ ਸੀ। ਉਸ ਦੇ ਅੰਦਰ ਬਹੁਤ ਸਾਰੀਆਂ ਆਂਤਰਿਕ ਸਮੱਸਿਆਵਾਂ ਵੀ ਸਨ, ਜਿਨ੍ਹਾਂ ਦਾ ਮੁੱਖ ਕਾਰਨ ਉਸ ਦੇ ਅੰਦਰ ਦਾ ਡਰ ਅਤੇ ਮਨ ਵਿਚ ਬੈਠਾ ਅਪਰਾਧ ਬੋਧ ਸੀ। ਉਸ ਨੂੰ ਪਤਾ ਸੀ ਕਿ ਉਸ ਨੇ ਗ਼ਲਤ ਕੰਮ ਕੀਤੇ ਹਨ। ਉਸ ਦੇ ਅੰਦਰਲੇ ਡੂੰਘੇ ਅਪਰਾਧ ਬੋਧ ਦੀ ਵਜ੍ਹਾ ਨਾਲ ਹਰ ਤਰ੍ਹਾਂ ਦੀਆਂ ਮੁਸੀਬਤਾਂ ਉਸ ਵੱਲ ਆਕਰਸ਼ਿਤ ਹੋ ਰਹੀਆਂ ਸਨ। ਆਖਿਰਕਾਰ, ਉਸ ਨੇ ਆਪਣੀ ਇੱਛਾ ਨਾਲ ਆਪਣੇ-ਆਪ ਨੂੰ ਪੁਲਿਸ ਦੇ ਹਵਾਲੇ ਕਰ ਦਿੱਤਾ ਅਤੇ

ਜੇਲ ਦੀ ਸਜ਼ਾ ਕੱਟੀ। ਜੇਲ ਤੋਂ ਬਾਹਰ ਆ ਕੇ ਉਸ ਨੇ ਮਨੋਵਿਗਿਆਨਿਕ ਅਤੇ ਅਧਿਆਤਮਿਕ ਸਲਾਹ ਲਈ ਜਿਸ ਨਾਲ ਉਸ ਵਿਚ ਬਹੁਤ ਸ਼ਾਨਦਾਰ ਬਦਲਾਅ ਆਇਆ। ਉਹ ਕੰਮ ਕਰਨ ਲੱਗ ਪਿਆ ਅਤੇ ਇਕ ਇਮਾਨਦਾਰ ਅਤੇ ਕਾਨੂੰਨ ਦੀ ਪਾਲਣਾ ਕਰਨ ਵਾਲਾ ਨਾਗਰਿਕ ਬਣ ਕੇ ਹੁਣ ਉਹ ਬਹੁਤ ਖ਼ੁਸ਼ ਸੀ।

ਇਕ ਸਫ਼ਲ ਵਿਅਕਤੀ ਆਪਣੇ ਕੰਮ ਨਾਲ ਪਿਆਰ ਕਰਦਾ ਹੈ ਅਤੇ ਆਪਣੇ-ਆਪ ਨੂੰ ਪੂਰੀ ਤਰ੍ਹਾਂ ਨਾਲ ਵਿਅਕਤ ਕਰਦਾ ਹੈ। ਸਫਲਤਾ ਸਿਰਫ਼ ਦੌਲਤ ਇਕੱਠੀ ਕਰਨ ਲਈ ਨਹੀਂ ਹੈ, ਇਹ ਤਾਂ ਇਸ ਤੋਂ ਵੀ ਉੱਚੇ ਆਦਰਸ਼ ਪ੍ਰਾਪਤ ਕਰਨ ਲਈ ਵੀ ਹੈ। ਸਫਲ ਵਿਅਕਤੀ ਉਹ ਹੈ, ਜਿਸ ਕੋਲ ਮਹਾਨ ਮਨੋਵਿਗਿਆਨਕ ਤੇ ਅਧਿਆਤਮਿਕ ਸਮਝ ਹੈ। ਅੱਜ ਦੇ ਕਈ ਮਹਾਨ ਉਦਯੋਗਪਤੀ ਸਫਲਤਾ ਲਈ ਆਪਣੇ ਅਵਚੇਤਨ ਦੀ ਸਹੀ ਵਰਤੋਂ 'ਤੇ ਨਿਰਭਰ ਹਨ।

ਕੁੱਝ ਸਾਲ ਪਹਿਲਾਂ ਇਕ ਲੇਖ ਪ੍ਰਕਾਸ਼ਿਤ ਹੋਇਆ ਸੀ, ਜਿਸ ਵਿਚ ਫਲੈਗਲਰ ਜੋ ਕਿ ਤੇਲ ਦੀ ਵੱਡਾ ਵਪਾਰੀ ਸੀ, ਉਸ ਬਾਰੇ ਸੀ, ਉਸ ਨੇ ਸਵੀਕਾਰ ਕੀਤਾ ਸੀ ਕਿ ਉਸ ਦੀ ਸਫਲਤਾ ਦਾ ਰਹੱਸ ਉਸ ਦੇ ਪ੍ਰੋਜੈਕਟ ਨੂੰ ਪੂਰਨ ਤੌਰ 'ਤੇ ਦੇਖਣ ਦੀ ਸਮਰੱਥਾ ਸੀ। ਜਿਵੇਂ, ਉਸ ਦੇ ਆਪਣੇ ਮਾਮਲੇ ਵਿਚ ਉਸ ਨੇ ਅੱਖਾਂ ਬੰਦ ਕਰ ਕੇ ਇਕ ਵੱਡੇ ਤੇਲ ਉਦਯੋਗ ਦੀ ਕਲਪਨਾ ਕੀਤੀ ਅਤੇ ਟ੍ਰੇਨ ਨੂੰ ਟ੍ਰੈਕ 'ਤੇ ਚਲਦੇ ਹੋਏ ਦੇਖਿਆ, ਉਸਦੀ ਸੀਟੀ ਦੀ ਆਵਾਜ਼ਾਂ ਨੂੰ ਸੁਣਿਆ ਅਤੇ ਧੁੰਹਾਂ ਨਿਕਲ ਦਿਆਂ ਦੇਖਿਆ।

ਇਸ ਤਰ੍ਹਾਂ ਦੇਖਣ ਅਤੇ ਆਪਣੀ ਪ੍ਰਾਰਥਨਾ ਨੂੰ ਪੂਰਾ ਹੁੰਦੇ ਦੇਖਦਿਆਂ ਉਸ ਦੇ ਅਵਚੇਤਨ ਮਨ ਨੇ ਇਸ ਨੂੰ ਅਸਲੀਅਤ ਵਿਚ ਕੀਤਾ। ਜੇਕਰ ਤੁਸੀਂ ਇਕ-ਇਕ ਚੀਜ਼ ਨੂੰ ਸਾਫ-ਸਾਫ ਦੇਖੋਗੇ ਤਾਂ ਤੁਹਾਨੂੰ ਲੋੜੀਂਦੀਆਂ ਵਸਤੂਆਂ ਮਿਲ ਜਾਣਗੀਆਂ, ਉਹ ਵੀ ਅਜਿਹੇ ਤਰੀਕਿਆਂ ਨਾਲ ਜਿਨ੍ਹਾਂ ਬਾਰੇ ਤੁਹਾਨੂੰ ਕੁੱਝ ਵੀ ਨਹੀਂ ਪਤਾ, ਇਹ ਸਭ ਕੁੱਝ ਤੁਹਾਡੇ ਅਵਚੇਤਨ ਦੀ ਚਮਤਕਾਰੀ ਤੌਰ 'ਤੇ ਕੰਮ ਕਰਨ ਦੀ ਸ਼ਕਤੀ ਦੁਆਰਾ ਹੁੰਦਾ ਹੈ।

ਸਫਲਤਾ ਦੀਆਂ ਤਿੰਨੇ ਕਦਮਾਂ ਨੂੰ ਧਿਆਨ ਵਿਚ ਰੱਖਦੇ ਹੋਇਆਂ ਤੁਹਾਡੇ ਆਪਣੇ ਅਵਚੇਤਨ ਮਨ ਦੀ ਰਚਨਾਤਮਕ ਸ਼ਕਤੀ ਦੀ ਲੁਕੀ ਹੋਈ ਤਾਕਤ ਨੂੰ ਕਦੇ ਨਹੀਂ ਭੁੱਲਣਾ ਚਾਹੀਦਾ। ਇਹ ਤੁਹਾਡੀ ਸਫਲਤਾ ਦੀ ਯੋਜਨਾ ਵਿਚਲੇ ਸਾਰੇ ਕਦਮਾਂ ਦੇ ਪਿੱਛੇ ਦੀ ਊਰਜਾ ਹੈ। ਤੁਹਾਡਾ ਵਿਚਾਰ ਰਚਨਾਤਮਕ ਹੈ। ਜਦੋਂ ਵਿਚਾਰ ਅਹਿਸਾਸ ਦੇ ਨਾਲ ਮਿਲਦੇ ਹਨ ਉਦੋਂ ਉਹ ਇਕ ਕਲਪਨਾਵਾਦੀ ਆਸਥਾ ਜਾਂ ਵਿਸ਼ਵਾਸ ਬਣ

ਜਾਂਦੇ ਹਨ ਅਤੇ ਤੁਹਾਡੀ ਆਸਥਾ ਦੇ ਅਨੁਸਾਰ ਤੁਹਾਡੇ ਨਾਲ ਉਸੇ ਤਰ੍ਹਾਂ ਦਾ ਘਟਿਤ ਹੁੰਦਾ ਹੈ।

ਮੈਥਯੂ 9:29।

ਪ੍ਰਬਲ ਸ਼ਕਤੀ ਦਾ ਗਿਆਨ ਜਿਸਦੀ ਵਜ੍ਹਾ ਨਾਲ ਤੁਹਾਡੀਆਂ ਸਾਰੀਆਂ ਇੱਛਾਵਾਂ ਪੂਰੀਆਂ ਹੁੰਦੀਆਂ ਹਨ, ਉਹ ਤੁਹਾਨੂੰ ਆਤਮ-ਵਿਸ਼ਵਾਸ ਅਤੇ ਸ਼ਾਂਤੀ ਦਾ ਅਹਿਸਾਸ ਦਿਲਾਉਂਦਾ ਹੈ। ਤੁਹਾਡਾ ਕਾਰਜ ਖੇਤਰ ਕਿਸੇ ਤਰ੍ਹਾਂ ਦਾ ਵੀ ਹੋਵੇ, ਤੁਹਾਨੂੰ ਆਪਣੇ ਅਵਚੇਤਨ ਮਨ ਦੇ ਨਿਜ਼ਮ ਨੂੰ ਜ਼ਰੂਰ ਸਿੱਖਣਾ ਚਾਹੀਦਾ ਹੈ। ਜਦੋਂ ਤੁਸੀਂ ਆਪਣੇ ਮਸਤਿਸ਼ਕ ਦੀ ਸ਼ਕਤੀ ਨੂੰ ਕਿਵੇਂ ਵਰਤੋਂ ਵਿਚ ਲਿਆਉਣਾ ਹੈ, ਉਸ ਨੂੰ ਜਾਣਦੇ ਹੋ, ਅਤੇ ਜਦੋਂ ਤੁਸੀਂ ਆਪਣੇ-ਆਪ ਨੂੰ ਪੂਰਨ ਤੌਰ 'ਤੇ ਪ੍ਰਗਟ ਕਰਦੇ ਹੋ ਅਤੇ ਆਪਣੀ ਕਾਬਲੀਅਤ ਹੋਰਾਂ ਨੂੰ ਦਿੰਦੇ ਹੋ, ਤਾਂ ਤੁਸੀਂ ਨਿਸ਼ਚਿਤ ਤੌਰ 'ਤੇ ਸਫਲਤਾ ਦੇ ਮਾਰਗ 'ਤੇ ਵੱਸ ਰਹੇ ਹੋ। ਜੇ ਤੁਹਾਡਾ ਕੰਮ ਪਰਮਾਤਮਾ ਦੇ ਕੰਮ ਜਾਂ ਇਸ ਦੇ ਕਿਸੇ ਹਿੱਸੇ ਨਾਲ ਸੰਬੰਧਤ ਹੈ, ਤਾਂ ਪਰਮਾਤਮਾ ਆਪਣੀ ਪ੍ਰਕ੍ਰਿਤੀ ਦੇ ਅਨੁਸਾਰ ਤੁਹਾਡੇ ਲਈ ਹਨ, ਫਿਰ ਤੁਹਾਡੇ ਖ਼ਿਲਾਫ਼ ਕੌਣ ਹੋ ਸਕਦਾ ਹੈ? ਭਾਵ ਇਸ ਧਰਤੀ ਜਾਂ ਸੁਰਗ ਵਿਚ ਕੋਈ ਅਜਿਹੀ ਸ਼ਕਤੀ ਨਹੀਂ ਹੈ, ਜੋ ਤੁਹਾਨੂੰ ਸਫਲ ਹੋਣ ਤੋਂ ਰੋਕ ਸਕੇ।

ਉਸ ਨੇ ਆਪਣੇ ਸੁਫਨੇ ਨੂੰ ਕਿਵੇਂ ਸਾਕਾਰ ਕੀਤਾ

ਇਕ ਫ਼ਿਲਮ ਐਕਟਰ ਨੇ ਮੈਨੂੰ ਦੱਸਿਆ ਕਿ ਉਹ ਬਹੁਤ ਘੱਟ ਪੜ੍ਹਿਆ-ਲਿਖਿਆ ਸੀ, ਪਰ ਉਸ ਦਾ ਸੁਫਨਾ ਸੀ, ਇਕ ਸਫਲ ਫ਼ਿਲਮ ਐਕਟਰ ਬਣਨ ਦਾ। ਖੇਤਾਂ 'ਚ ਘਾਹ ਵੱਢਦਿਆਂ, ਗਾਂਵਾਂ ਨੂੰ ਘਰ ਵੱਲ ਵਾਪਸੀ ਲਈ ਹੱਕਦਿਆਂ, ਜਦੋਂ ਉਹ ਦੁੱਧ ਚੋ ਰਿਹਾ ਹੁੰਦਾ ਸੀ, ਉਸ ਨੇ ਕਿਹਾ, "ਮੈਂ ਲਗਾਤਰ ਆਪਣਾ ਨਾਂ ਵੱਡੇ-ਵੱਡੇ ਥਿਏਟਰਾਂ ਵਿਚ ਰੋਸ਼ਨ ਹੁੰਦੇ ਹੋਏ ਦੇਖਦਾ ਰਹਿੰਦਾ ਸੀ। ਇਹ ਮੈਂ ਕਈ ਸਾਲਾਂ ਤੱਕ ਕਰਦਾ ਰਿਹਾ, ਅਖੀਰ ਮੈਂ ਆਪਣਾ ਘਰ ਛੱਡ ਕੇ ਦੌੜ ਗਿਆ। ਮੈਂ ਫ਼ਿਲਮੀ ਦੁਨੀਆ ਦੇ ਖੇਤਰ ਵਿਚ ਵੱਖ-ਵੱਖ ਪ੍ਰਕਾਰ ਦੇ ਕੰਮ ਕਰਦਾ ਰਿਹਾ ਅਤੇ ਫਿਰ ਇਕ ਦਿਨ ਇਹ ਵੀ ਆਇਆ, ਜਦੋਂ ਮੈਂ ਉਸੇ ਤਰ੍ਹਾਂ ਆਪਣਾ ਨਾਂ ਵੱਡੀ ਰੋਸ਼ਨੀ ਵਿਚ ਜਗਮਗਾਉਂਦੇ ਹੋਏ ਦੇਖ ਰਿਹਾ ਸੀ ਜਿਵੇਂ ਮੈਂ ਆਪਣੇ ਬਾਲਪਨ ਵਿਚ ਦੇਖਿਆ ਕਰਦਾ ਸੀ।" ਫਿਰ ਉਸ ਨੇ ਇਹ ਵਾਕ ਕਿਹਾ, "ਮੈਨੂੰ ਸਫਲਤਾ ਪਾਉਣ ਲਈ ਲਗਾਤਾਰ ਕਲਪਨਾ ਕਰਨ ਦੀ ਤਾਕਤ ਦਾ ਪਤਾ ਚੱਲ ਗਿਆ ਸੀ।"

ਉਸ ਦੇ ਸੁਫਨੇ ਦੀ ਫ਼ਾਰਮੇਸੀ ਅਸਲੀਅਤ ਵਿਚ ਬਣੀ

ਤੀਹ ਸਾਲ ਪਹਿਲਾਂ ਮੈਂ ਇਕ ਫ਼ਾਰਮਾਸਿਸਟ ਨੂੰ ਜਾਣਦਾ ਸੀ, ਜਿਸ ਨੂੰ ਹਫਤੇ ਦੇ ਚਾਲੀਂ ਡਾਲਰ ਮਿਲਿਆ ਕਰਦੇ ਸਨ ਅਤੇ ਥੋੜ੍ਹਾ ਬਹੁਤ ਵਿਕਰੀ 'ਤੇ ਕਮੀਸ਼ਨ। "ਪੱਚੀਹ ਸਾਲਾਂ ਬਾਅਦ, ਉਸ ਨੇ ਮੈਨੂੰ ਕਿਹਾ, "ਮੈਨੂੰ ਪੈਂਸ਼ਨ ਮਿਲੇਗੀ ਤੇ ਮੈਂ ਰਿਟਾਇਰ ਹੋ ਜਾਵਾਂਗਾ।" ਮੈਂ ਉਸ ਨੌਜਵਾਨ ਨੂੰ ਕਿਹਾ, "ਕਿਉਂ ਨਹੀਂ ਤੁਸੀਂ ਆਪਣਾ ਸਟੋਰ ਖੋਲ੍ਹਦੇ?" ਇਸ ਜਗ੍ਹਾਂ ਤੋਂ ਬਾਹਰ ਨਿਕਲੋ, ਆਪਣੀ ਸੋਚ ਨੂੰ ਉੱਪਰ

ਕਰੋ, ਆਪਣੇ ਬੱਚਿਆਂ ਲਈ ਸੁਫਨੇ ਦੇਖੋ। ਹੋ ਸਕਦਾ ਹੈ ਤੁਹਾਡਾ ਬੇਟਾ ਡਾਕਟਰ ਬਣਨਾ ਚਾਹੇ, ਸ਼ਾਇਦ ਤੁਹਾਡੀ ਬੇਟੀ ਮਹਾਨ ਸੰਗੀਤਕਾਰ ਬਣਨਾ ਚਾਹੇ।''

ਉਸ ਦਾ ਜਵਾਬ ਸੀ ਕਿ ਉਸ ਦੇ ਕੋਲ ਧਨ ਨਹੀਂ ਸੀ। ਉਸ ਦੇ ਅੰਦਰ ਇਕ ਭਾਵਨਾ ਜਾਗਰਿਤ ਹੋਈ ਕਿ ਜੋ ਕੁੱਝ ਉਹ ਸੱਚ ਦੀ ਤਰ੍ਹਾਂ ਸੋਚੇਗਾ, ਉਸ ਦੀ ਸੋਚ ਪੂਰੀ ਹੋਵੇਗੀ। ਉਸ ਦੇ ਟੀਚੇ ਦਾ ਪਹਿਲਾ ਕਦਮ ਉਸ ਦੇ ਅੰਦਰ ਅਵਚੇਤਨ ਮਨ ਦੀ ਸ਼ਕਤੀ ਬਾਰੇ ਜਾਗਰੂਕਤਾ ਪੈਦਾ ਕਰਨਾ ਸੀ ਜਿਸ ਨੂੰ ਮੈਂ ਉਸ ਦੇ ਫਾਇਦੇ ਲਈ ਵਿਸਤਾਰ ਨਾਲ ਸਮਝਾਇਆ। ਉਸ ਦਾ ਦੂਜਾ ਕਦਮ ਸੀ ਕਿ ਜੇ ਉਹ ਆਪਣੇ ਵਿਚਾਰ ਨੂੰ ਆਪਣੇ ਅਵਚੇਤਨ ਤਕ ਪਹੁੰਚਾਉਣ ਵਿਚ ਸਫਲ ਹੋ ਗਿਆ ਤਾਂ ਅਵਚੇਤਨ ਮਨ ਉਸ ਨੂੰ ਕਿਸੇ ਵੀ ਤਰ੍ਹਾਂ ਪੂਰਾ ਕਰੇਗਾ।

ਉਸ ਨੇ ਕਲਪਨਾ ਵਿਚ ਸੋਚਣਾ ਸ਼ੁਰੂ ਕਰ ਦਿੱਤਾ ਕਿ ਉਸ ਦਾ ਆਪਣਾ ਸਟੋਰ ਹੈ। ਉਸ ਨੇ ਆਪਣੇ ਮਨ 'ਚ ਬੋਤਲਾਂ ਨੂੰ ਵਿਵਸਥਿਤ ਕੀਤਾ, ਨੁਸਖਿਆਂ ਨੂੰ ਨਿਬੇੜਿਆ ਅਤੇ ਕਲਪਨਾ ਕੀਤੀ ਕਿ ਕਈ ਕਲਰਕ ਗਾਹਕਾਂ ਨੂੰ ਦੇਖ ਅਤੇ ਸੰਭਾਲ ਰਹੇ ਹਨ। ਉਸ ਨੇ ਇਕ ਚੰਗੇ-ਖ਼ਾਸੇ ਬੈਂਕ ਬੈਲੇਂਸ ਦੀ ਵੀ ਕਲਪਨਾ ਕੀਤੀ। ਮਾਨਸਿਕ ਤੌਰ 'ਤੇ ਉਹ ਆਪਣੇ ਕਾਲਪਨਿਕ ਸਟੋਰ ਵਿਚ ਕੰਮ ਕਰਦਾ ਸੀ। ਇੱਕ ਚੰਗੇ ਐਕਟਰ ਵਾਂਗ ਉਸ ਨੇ ਆਪਣੀ ਭੂਮਿਕਾ ਚੰਗੀ ਤਰ੍ਹਾਂ ਨਿਭਾਈ। ਅਜਿਹੀ ਭੂਮਿਕਾ ਨਿਭਾਓ ਜਿਵੇਂ ਕਿ ਮੈਂ ਇਸ ਤਰ੍ਹਾਂ ਦਾ ਹਾਂ ਅਤੇ ਅਜਿਹਾ ਹੀ ਰਹਾਂਗਾ। ਫਾਰਮਾਸਿਸਟ ਆਪਣੇ ਪੂਰੇ ਦਿਲ ਨਾਲ ਉਸ ਭੂਮਿਕਾ ਵਿਚ ਮਗਨ ਹੋ ਗਿਆ, ਜਿਸ ਵਿਚ ਉਸ ਦਾ ਹਰ ਕੰਮ ਅਜਿਹਾ ਹੁੰਦਾ ਜਿਵੇਂ ਕਿ ਉਹ ਸਟੋਰ ਉਸ ਦਾ ਆਪਣਾ ਹੀ ਹੈ।

ਨਤੀਜਾ ਬਹੁਤ ਦਿਲਚਸਪ ਸੀ। ਉਸ ਨੂੰ ਨੌਕਰੀ ਤੋਂ ਕੱਢ ਦਿੱਤਾ ਗਿਆ। ਉਸ ਨੂੰ ਇਕ ਨਵਾਂ ਰੁਜ਼ਗਾਰ ਇੱਕ ਵੱਡੀ ਚੈਨ ਸਟੋਰ ਵਿਚ ਮਿਲਿਆ, ਉਹ ਮੈਨੇਜ਼ਰ ਬਣ ਗਿਆ, ਅਤੇ ਫਿਰ ਬਾਅਦ ਵਿਚ ਡਿਸਟ੍ਰਿਕਟ ਮੈਨੇਜ਼ਰ। ਉਸ ਨੇ ਚਾਰ ਸਾਲ ਵਿਚ ਕਾਫ਼ੀ ਪੈਸਾ ਬਚਾਇਆ, ਜਿਸ ਨਾਲ ਉਸ ਨੇ ਆਪਣੇ ਸਟੋਰ ਲਈ ਬਿਆਨਾ ਦਿੱਤਾ। ਉਸ ਨੇ ਇਸ ਨੂੰ, "ਕਲਪਨਾ ਦੀ ਫਾਰਮੇਸੀ" ਨਾਂ ਦਿੱਤਾ। "ਇਹ ਉਹ ਜਿਹਾ ਹੀ ਸਟੋਰ ਸੀ,'' ਉਸ ਨੇ ਕਿਹਾ, "ਇਕਦਮ ਉਹੋ ਜਿਹਾ ਜਿਵੇਂ ਦੇ ਸਟੋਰ ਦੀ ਮੈਂ ਕਲਪਨਾ ਕਰਦਾ ਸੀ।'' ਉਹ ਆਪਣੇ ਖੇਤਰ ਦਾ ਮੰਨਿਆ-ਪਰਮੰਨਿਆ ਸਫਲ ਕਾਰੋਬਾਰੀ ਬਣਿਆ ਅਤੇ ਜੋ ਕੁੱਝ ਉਹ ਕਰ ਰਿਹਾ ਸੀ ਉਸ ਵਿਚ ਉਹ ਬਹੁਤ ਖ਼ੁਸ਼ ਹੈ।

ਕਾਰੋਬਾਰ ਵਿਚ ਅਵਚੇਤਨ ਮਨ ਦੀ ਵਰਤੋਂ ਕਰਨਾ

ਕੁੱਝ ਸਾਲ ਪਹਿਲਾਂ ਮੈਂ ਕਾਰੋਬਾਰੀਆਂ ਦੇ ਇਕ ਸਮੂਹ ਨੂੰ ਕਲਪਨਾ ਅਤੇ ਅਵਚੇਤਨ ਮਨ ਦੀ ਸ਼ਕਤੀਆਂ ਬਾਰੇ ਵਖਿਆਨ ਦਿੱਤਾ। ਵਖਿਆਨ ਵਿਚ ਮੈਂ ਇਹ ਦੱਸਿਆ

ਕਿ ਕਿਵੇਂ ਗੋਇਥੇ ਨੇ ਆਪਣੀ ਕਲਪਨਾ ਸ਼ਕਤੀ ਦੀ ਵਰਤੋਂ ਬੁੱਧੀਮੱਤਾ ਨਾਲ ਕੀਤੀ, ਜਦੋਂ ਉਸ ਦੇ ਸਾਹਮਣੇ ਮੁਸ਼ਕਿਲ ਹਾਲਾਤ ਅਤੇ ਸਮੱਸਿਆਵਾਂ ਆਈਆਂ। ਉਸ ਦੀ ਜੀਵਨੀ ਲਿਖਣ ਵਾਲਿਆਂ ਨੇ ਦੱਸਿਆ ਕਿ ਕਿਵੇਂ ਉਹ ਘੰਟਿਆਂ ਬੱਧੀ ਚੁੱਪਚਾਪ ਆਪਣੀ ਕਾਲਪਨਿਕ ਗੱਲਾਂ-ਬਾਤਾਂ 'ਚ ਰੁੱਝਿਆ ਰਹਿੰਦਾ ਸੀ। ਇਹ ਗੱਲ ਸਾਰਿਆਂ ਨੂੰ ਪਤਾ ਹੈ ਕਿ ਉਹ ਕਲਪਨਾ ਵਿਚ ਆਪਣੇ ਇਕ ਦੋਸਤ ਨੂੰ ਆਪਣੇ ਸਾਹਮਣੇ ਦੀ ਕੁਰਸੀ ਵਿਚ ਬੈਠਾ ਕੇ ਉਸ ਨੂੰ ਸਹੀ ਜਵਾਬ ਦੇ ਰਹੇ ਸਨ। ਦੂਜੇ ਸ਼ਬਦਾਂ 'ਚ, ਉਨ੍ਹਾਂ ਨੇ ਕਲਪਨਾ ਕੀਤੀ ਕਿ ਉਨ੍ਹਾਂ ਦਾ ਦੋਸਤ ਉਸ ਨੂੰ ਸਹੀ ਜਵਾਬ ਦੇ ਰਿਹਾ ਹੈ, ਇਸ ਨੂੰ ਸਾਕਾਰ ਰੂਪ ਦੇਣ ਲਈ ਉਸ ਦੇ ਹਾਵ-ਭਾਵ ਅਤੇ ਆਵਾਜ਼ ਦੀ ਪ੍ਰਕ੍ਰਿਤੀ ਅਸਲ ਵਰਗੀ ਹੁੰਦੀ ਸੀ।

ਵਖਿਆਨ ਵਿਚ ਇਕ ਨੌਜਵਾਨ ਸਟਾਕ-ਬ੍ਰੋਕਰ ਵੀ ਮੌਜੂਦ ਸੀ। ਉਸ ਨੇ ਗੋਇਥੇ ਦੀ ਤਕਨੀਕ ਅਪਨਾਉਣੀ ਸ਼ੁਰੂ ਕੀਤੀ। ਉਸ ਨੇ ਆਪਣੇ ਇਕ ਕਰੋੜਪਤੀ ਬੈਂਕਰ ਦੋਸਤ ਦੀ ਕਲਪਨਾ ਕੀਤੀ ਅਤੇ ਉਸ ਨਾਲ ਗੱਲਾਂ ਕਰਨੀਆਂ ਸ਼ੁਰੂ ਕਰ ਦਿੱਤਾ ਜੋ ਉਸ ਨੂੰ ਸਿਆਣਪ ਨਾਲ ਭਰੇ ਨਿਰਣਿਆਂ ਲਈ ਵਧਾਈ ਦਿੰਦਾ ਅਤੇ ਉਸ ਨੂੰ ਸਹੀ ਸ਼ੇਅਰ ਖਰੀਦਣ 'ਤੇ ਉਸ ਦੀ ਤਾਰੀਫ਼ ਕਰਦਾ। ਉਹ ਇਸ ਕਾਲਪਨਿਕ ਗੱਲਬਾਤ ਦੇ ਹੋਣ ਦਾ ਨਾਟਕ ਕਰਦਾ ਰਿਹਾ, ਜਦੋਂ ਤੱਕ ਉਸ ਨੇ ਇਸ ਨੂੰ ਆਪਣੇ ਮਨ ਵਿਚ ਪੂਰੀ ਤਰ੍ਹਾਂ ਅੰਕਿਤ ਨਹੀਂ ਕਰ ਲਿਆ।

ਉਸ ਬ੍ਰੋਕਰ ਦੀ ਆਂਤਰਿਕ ਗੱਲਬਾਤ ਤੇ ਨਿਯੰਤਰਿਤ ਕਲਪਨਾ ਨੇ ਉਸ ਦੇ ਟੀਚੇ ਨਾਲ ਇਕਸੁਰਤਾ ਬਣਾਈ ਜੋ ਉਸ ਦੇ ਆਪਣੇ ਗਾਹਕਾਂ ਲਈ ਸਹੀ ਨਿਵੇਸ਼ ਕਰਨਾ ਸੀ। ਉਸ ਦੇ ਜੀਵਨ ਦਾ ਟੀਚਾ ਆਪਣੇ ਗਾਹਕਾਂ ਲਈ ਧਨ ਅਰਜਿਤ ਕਰਨਾ ਸੀ ਅਤੇ ਆਪਣੇ ਸਿਆਣਪ ਭਰੇ ਸੁਝਾਵਾਂ ਦੁਆਰਾ ਉਨ੍ਹਾਂ ਨੂੰ ਅਮੀਰ ਬਣਦੇ ਦੇਖਣਾ ਸੀ। ਉਹ ਹੁਣੇ ਵੀ ਆਪਣੇ ਅਵਚੇਤਨ ਮਨ ਦੀ ਵਰਤੋਂ ਆਪਣੇ ਕਾਰੋਬਾਰ ਲਈ ਕਰਦਾ ਹੈ ਅਤੇ ਆਪਣੀਆਂ ਕੋਸ਼ਿਸ਼ਾਂ ਵਿਚ ਕਾਮਜਾਬ ਵੀ ਹੈ।

ਸੋਲ੍ਹਾਂ ਸਾਲ ਦਾ ਲੜਕਾ ਅਸਫਲਤਾ ਨੂੰ ਸਫਲਤਾ ਵਿਚ ਬਦਲਦਾ ਹੈ

ਹਾਈ ਸਕੂਲ ਵਿਚ ਪੜ੍ਹਨ ਵਾਲੇ ਸੋਲ੍ਹਾਂ ਸਾਲ ਦੇ ਮੁੰਡੇ ਨੇ ਮੈਨੂੰ ਕਿਹਾ, "ਮੈਨੂੰ ਬਹੁਤ ਖ਼ਰਾਬ ਗ੍ਰੇਡ ਮਿਲ ਰਹੇ ਹਨ, ਮੇਰੀ ਯਾਦਦਾਸ਼ਤ ਘੱਟ ਹੋ ਰਹੀ ਹੈ। ਮੈਨੂੰ ਨਹੀਂ ਪਤਾ ਕਿ ਗੱਲ ਕੀ ਹੈ?" ਮੈਨੂੰ ਪਤਾ ਲੱਗਾ ਕਿ ਇਸ ਮੁੰਡੇ ਦੀ ਇਕ ਗਲਤੀ ਸਿਰਫ ਉਸਦਾ ਰਵੱਈਆ ਸੀ, ਜੋ ਉਸ ਦੇ ਕੁਝ ਅਧਿਆਪਕਾਂ ਅਤੇ ਸਾਥੀ ਵਿਦਿਆਰਥੀਆਂ ਪ੍ਰਤੀ ਉਦਾਸੀਨਤਾ ਅਤੇ ਨਾਰਾਜ਼ਗੀ ਦਾ ਸੀ। ਮੈਂ ਉਸ ਨੂੰ ਸਿਖਾਇਆ ਕਿ ਆਪਣੇ ਅਵਚੇਤਨ ਮਨ ਦੀ ਵਰਤੋਂ ਕਰ ਕੇ ਕਿਵੇਂ ਆਪਣੀ ਪੜ੍ਹਾਈ ਵਿਚ ਸਫਲ ਬਣੇ।"

ਉਸ ਨੇ ਖ਼ਾਸ ਸੱਚਾਈਆਂ ਨੂੰ ਦਿਨ ਵਿਚ ਕਈ ਵਾਰ ਖ਼ਾਸ ਤੌਰ 'ਤੇ ਸੌਣ ਤੋਂ ਠੀਕ ਪਹਿਲਾਂ ਅਤੇ ਸਵੇਰੇ ਜਾਗਣ ਤੋਂ ਠੀਕ ਬਾਅਦ ਦ੍ਰਿੜ੍ਹਤਾ ਨਾਲ ਸਵੀਕਾਰ ਕਰਨਾ ਸ਼ੁਰੂ ਕੀਤਾ। ਅਵਚੇਤਨ ਮਨ ਤੱਕ ਵਿਚਾਰ ਪਹੁੰਚਾਉਣ ਲਈ ਇਹ ਸਭ ਤੋਂ ਵਧੀਆ ਸਮਾਂ ਹੁੰਦਾ ਹੈ।

ਉਸ ਨੇ ਅੱਗੇ ਦਿੱਤੇ ਵਿਚਾਰਾਂ ਨੂੰ ਦ੍ਰਿੜ੍ਹਤਾ ਨਾਲ ਕਿਹਾ, "ਮੈਂ ਜਾਣਦਾ ਹਾਂ ਕਿ ਮੇਰਾ ਅਵਚੇਤਨ ਮਨ ਯਾਦਾਂ ਦਾ ਭੰਡਾਰ ਹੈ ਅਤੇ ਇਹ ਜੋ ਕੁੱਝ ਪੜ੍ਹਦਾ ਅਤੇ ਆਪਣੇ ਅਧਿਆਪਕਾਂ ਤੋਂ ਸੁਣਦਾ ਹੈ ਉਹ ਬਣਿਆ ਰਹਿੰਦਾ ਹੈ, ਮੇਰੀ ਯਾਦਦਾਸ਼ਤ ਆਦਰਸ਼ ਹੈ ਅਤੇ ਮੇਰੇ ਅਵਚੇਤਨ ਮਨ ਦੀ ਅਸੀਮ ਬੁੱਧੀਮੱਤਾ ਲਗਾਤਾਰ ਉਹ ਸਾਰੀਆਂ ਜਾਣਕਾਰੀਆਂ ਜਿਸ ਦੀ ਮੈਨੂੰ ਪਰੀਖਿਆ ਲਈ ਜਾਣਨ ਦੀ ਜ਼ਰੂਰਤ ਹੈ, ਭਾਵੇਂ ਉਹ ਲਿਖਤੀ ਹੋਣ ਜਾਂ ਮੂੰਹ-ਜ਼ੁਬਾਨੀ ਹੋਣ, ਸਾਰਾ ਕੁੱਝ ਦੱਸਦੀਆਂ ਰਹਿੰਦੀਆਂ ਹਨ। ਮੈਂ ਆਪਣੇ ਸਾਰੇ ਅਧਿਆਪਕਾਂ ਤੇ ਸਾਥੀ ਵਿਦਿਆਰਥੀਆਂ ਪ੍ਰਤੀ ਪਿਆਰ ਤੇ ਸਦਭਾਵਨਾ ਰੱਖਦਾ ਹਾਂ। ਮੈਂ ਦਿਲੋਂ ਉਨ੍ਹਾਂ ਸਾਰਿਆਂ ਲਈ ਸਫਲਤਾ ਅਤੇ ਚੰਗੀਆਂ ਚੀਜਾਂ ਦੀ ਕਾਮਨਾ ਕਰਦਾ ਹਾਂ।"

ਇਹ ਮੁੰਡਾ ਹੁਣ ਪਹਿਲੇ ਤੋਂ ਵੀ ਜ਼ਿਆਦਾ ਆਜ਼ਾਦੀ ਦਾ ਆਨੰਦ ਮਾਣ ਰਿਹਾ ਹੈ, ਜਿੰਨਾ ਉਸ ਨੇ ਕਦੀ ਨਹੀਂ ਸੀ ਮਾਣਿਆ। ਹੁਣ ਉਸ ਨੂੰ ਸਾਰਿਆਂ ਵਿਸ਼ਿਆਂ ਵਿਚ 'A' ਗ੍ਰੇਡ ਮਿਲ ਰਹੇ ਹਨ। ਉਹ ਲਗਾਤਾਰ ਆਪਣੀ ਮਾਂ ਅਤੇ ਅਧਿਆਪਕਾਂ ਨੂੰ ਉਸ ਨੂੰ ਪੜ੍ਹਾਈ ਵਿਚ ਸਫਲ ਹੋਣ ਦੀ ਵਧਾਈ ਦੇਣ ਦੀ ਕਲਪਨਾ ਕਰਦਾ ਰਹਿੰਦਾ ਹੈ।

ਖਰੀਦਣ ਤੇ ਵੇਚਣ ਵਿਚ ਸਫ਼ਲ ਕਿਵੇਂ ਬਣਨਾ ਹੈ

ਖਰੀਦਣ ਜਾਂ ਵੇਚਣ ਸਮੇਂ, ਯਾਦ ਰਖੋ ਕਿ ਤੁਹਾਡਾ ਚੇਤਨ ਮਨ ਸ਼ੁਰੂ ਕਰਨ ਵਾਲਾ (Starter) ਹੈ ਅਤੇ ਤੁਹਾਡਾ ਅਵਚੇਤਨ ਮਨ ਉਸ ਦੀ ਗੱਡੀ (Motor) ਹੈ। ਤੁਹਾਨੂੰ ਕੰਮ ਕਰਨ ਲਈ ਮੋਟਰ ਨੂੰ ਚਾਲੂ ਕਰਨਾ ਹੋਵੇਗਾ। ਤੁਹਾਡਾ ਚੇਤਨ ਮਨ ਉਸ ਦਾ ਡਾਇਨਮੋ ਹੈ ਜੋ ਤੁਹਾਡੇ ਅਵਚੇਤਨ ਮਨ ਦੀ ਸ਼ਕਤੀ ਨੂੰ ਜਗਾਉਂਦਾ ਹੈ।

ਸਭ ਤੋਂ ਪਹਿਲਾਂ ਕਦਮ ਜਿਸ ਨਾਲ ਤੁਹਾਡੇ ਮਨ ਦੀ ਡੂੰਘਿਆਈਆਂ ਤੱਕ ਤੁਹਾਡੇ ਸਪਸ਼ਟ ਵਿਚਾਰ, ਇੱਛਾ ਜਾਂ ਤਸਵੀਰ ਪਹੁੰਚ ਸਕੇ ਉਸ ਦੇ ਲਈ ਆਰਾਮ ਅਵਸਥਾ ਵਿਚ, ਬਿਨਾਂ ਧਿਆਨ ਵੰਡਾਏ, ਇਕਾਗਰ ਚਿੱਤ ਹੋ ਕੇ, ਮਨ ਨੂੰ ਅਡੋਲ ਰੱਖਦਿਆਂ ਸ਼ਾਂਤ ਹੋ ਜਾਓ। ਇਹ ਸ਼ਾਂਤ, ਨਿਸ਼ਚਿੰਤ ਅਤੇ ਸ਼ਾਂਤ ਪ੍ਰਵਿਰਤੀ ਬਾਹਰੀ ਮਾਮਲਿਆਂ ਤੇ ਨਕਲੀ ਵਿਚਾਰਾਂ ਨੂੰ ਆਪਣੇ ਆਦਰਸ਼ਕ ਮਨ ਅੰਦਰ ਦਾਖਿਲ ਹੋਣ ਤੋਂ ਰੋਕਦਾ ਹੈ। ਇਹੀ ਨਹੀਂ, ਇਸੇ ਪ੍ਰਕਾਰ ਦੀ ਸ਼ਾਂਤ, ਨਿਸ਼ਕ੍ਰੀਅ ਅਤੇ ਸਾਰਾ ਕੁੱਝ ਗ੍ਰਹਿਣ ਕਰਨ ਵਾਲੀ ਮਨ ਦੀ ਪ੍ਰਵਿਰਤੀ ਦੀ ਵਜ੍ਹਾ ਨਾਲ ਤੁਹਾਡੀ ਕੋਸ਼ਿਸ਼ ਸਭ ਤੋਂ ਘੱਟ ਰਹਿੰਦੀ ਹੈ।

ਦੂਜਾ ਕਦਮ ਆਪਣੀ ਇੱਛਾ ਨੂੰ ਇਕ ਸੱਚ ਵਾਂਗ ਕਲਪਨਾ ਕਰਨਾ ਹੈ। ਮਿਸਾਲ ਲਈ, ਤੁਸੀਂ ਘਰ ਖਰੀਦਣਾ ਚਾਹੁੰਦੇ ਹੋ ਅਤੇ ਆਪਣੇ ਮਨ ਦੀ ਆਰਾਮ ਅਵਸਥਾ ਵਿਚ ਅੱਗੇ ਲਿਖੀ ਗੱਲ ਨੂੰ ਬਹੁਤ ਦ੍ਰਿੜਤਾ ਨਾਲ ਸਵੀਕਾਰ ਕਰੋ: "ਮੇਰੇ ਅਵਚੇਤਨ ਮਨ ਦੀ ਅਸੀਮ ਬੁੱਧੀਮੱਤਾ ਸਰਵ-ਗਿਆਨੀ ਹੈ, ਇਹ ਮੈਨੂੰ ਦੱਸਦੀ ਹੈ ਕਿ ਆਦਰਸ਼ ਘਰ ਸਾਰਿਆਂ ਦੇ ਵਿਚਕਾਰ ਅਤੇ ਇਕ ਖ਼ੁਬਸੂਰਤ ਮਾਹੌਲ ਵਿਚ ਹੈ ਅਤੇ ਮੇਰੀ ਸਾਰੀਆਂ ਲੋੜਾਂ ਨੂੰ ਪੂਰਾ ਕਰਦਾ ਹੈ ਅਤੇ ਮੇਰੀ ਆਮਦਨ ਦੇ ਵੀ ਅਨੁਕੂਲ ਹੈ। ਮੈਂ ਆਪਣੀ ਇਸ ਯਾਚਨਾ ਨੂੰ ਆਪਣੇ ਅਵਚੇਤਨ ਮਨ ਨੂੰ ਸੌਂਪ ਦਿੰਦਾ ਹਾਂ। ਮੈਂ ਇਸ ਯਾਚਨਾ ਨੂੰ ਪੂਰਨ ਆਸਥਾ ਅਤੇ ਵਿਸ਼ਵਾਸ ਦੇ ਨਾਲ ਉਸੇ ਤਰ੍ਹਾਂ ਦੇ ਰਿਹਾ ਹਾਂ, ਜਿਵੇਂ ਇਕ ਕਿਰਸਾਨ ਜ਼ਮੀਨ ਵਿਚ ਬੀਜ ਬੀਜਦਾ ਹੈ ਅਤੇ ਜਿਸ ਦੇ ਵਿਕਾਸ 'ਤੇ ਉਸ ਨੂੰ ਪੂਰਾ ਭਰੋਸਾ ਹੈ।"

ਤੁਹਾਡੀ ਪ੍ਰਾਰਥਨਾ ਦਾ ਜਵਾਬ ਅਖ਼ਬਾਰ ਦੇ ਕਿਸੀ ਵਿਗਿਆਪਨ ਰਾਹੀਂ ਕਿਸੇ ਦੋਸਤ ਜਾਂ ਤੁਹਾਨੂੰ ਸਿੱਧਾ ਕਿਸੇ ਅਜਿਹੇ ਮਕਾਨ ਵੱਲ ਮਾਰਗਦਰਸ਼ਿਤ ਕੀਤਾ ਜਾਵੇਗਾ, ਜਿਵੇਂ ਦਾ ਤੁਸੀਂ ਚਾਹੁੰਦੇ ਹੋ। ਕਈ ਤਰੀਕਿਆਂ ਨਾਲ ਤੁਹਾਡੀ ਪ੍ਰਾਰਥਨਾ ਦਾ ਜਵਾਬ ਮਿਲ ਸਕਦਾ ਹੈ। ਪ੍ਰਮੁੱਖ ਗਿਆਨ, ਜਿਸ 'ਤੇ ਤੁਹਾਨੂੰ ਵਿਸ਼ਵਾਸ ਹੈ, ਉਸ ਦਾ ਜਵਾਬ ਪਹਿਲੇ ਆ ਜਾਂਦਾ ਹੈ, ਬਸ਼ਰਤੇ ਜੇ ਤੁਸੀਂ ਆਪਣੇ ਮਨ ਦੀ ਡੂੰਘਿਆਈ ਦੀ ਕੰਮ ਕਰਨ ਦੇ ਢੰਗ 'ਤੇ ਪੂਰਾ ਭਰੋਸਾ ਜਾਂ ਯਕੀਨ ਰੱਖਦੇ ਹੋਵੋ।

ਤੁਸੀਂ ਕੋਈ ਮਕਾਨ, ਜ਼ਮੀਨ ਜਾਂ ਕਿਸੇ ਵੀ ਪ੍ਰਕਾਰ ਦੀ ਜਾਇਦਾਦ ਨੂੰ ਵੇਚਣਾ ਚਾਹ ਸਕਦੇ ਹੋ। ਜਮੀਨ ਦੇ ਦਲਾਲਾਂ ਨੂੰ ਮੈਂ ਨਿਜੀ ਸੁਝਾਵਾਂ ਵਿਚ ਦੱਸ ਚੁੱਕਿਆ ਹਾਂ ਕਿ ਕਿਵੇਂ ਮੈਂ ਲਾਸ ਐਂਜਲਸ ਦੇ ਆਰਲੈਂਡੋ ਐਵਨਿਊ ਦਾ ਆਪਣਾ ਘਰ ਵੇਚਿਆ ਸੀ। ਉਨ੍ਹਾਂ ਵਿੱਚੋਂ ਕਈਆਂ ਨੇ ਮੇਰੀ ਉਸ ਤਕਨੀਕ ਨੂੰ ਅਪਣਾਇਆ ਅਤੇ ਬੜੇ ਸ਼ਾਨਦਾਰ ਅਤੇ ਛੇਤੀ ਨਤੀਜੇ ਪ੍ਰਾਪਤ ਕੀਤੇ। ਮੈਂ ਆਪਣੇ ਘਰ ਦੇ ਸਾਹਮਣੇ ਇਕ ਬਗੀਚੇ ਅੰਦਰ ਇਕ ਬੋਰਡ ਲਗਾਇਆ, ਜਿਸ 'ਤੇ ਲਿਖਿਆ ਹੋਇਆ ਸੀ, "ਮਕਾਨ ਮਾਲਿਕ ਵਲੋਂ ਬਿਕਾਊ ਜਾਇਦਾਦ।" ਅਗਲੇ ਦਿਨ ਸੌਣ ਤੋਂ ਠੀਕ ਪਹਿਲਾਂ ਮੈਂ ਆਪਣੇ-ਆਪ ਨੂੰ ਕਿਹਾ, "ਮੰਨ ਲਓ ਆਪਣਾ ਘਰ ਵੇਚਣ ਤੋਂ ਬਾਅਦ ਤੁਸੀਂ ਕੀ ਕਰੋਗੇ?"

ਮੈਂ ਆਪਣੇ ਸਵਾਲ ਦਾ ਆਪ ਹੀ ਜਵਾਬ ਦਿੱਤਾ ਅਤੇ ਕਿਹਾ, "ਮੈਂ ਉਸ ਸਾਇਨਬੋਰਡ ਨੂੰ ਕੱਢ ਕੇ ਗੈਰਾਜ ਵਿਚ ਸੁੱਟ ਦਿਆਂਗਾ। ਆਪਣੀ ਕਲਪਨਾ ਵਿਚ ਮੈਂ ਉਸ ਸਾਇਨਬੋਰਡ ਨੂੰ ਫੜ ਕੇ ਜਮੀਨ ਤੋਂ ਉਖਾੜਿਆ, ਅਤੇ ਆਪਣੇ ਮੋਢੇ 'ਤੇ ਚੁੱਕ ਕੇ ਗੈਰੇਜ ਵਿਚ ਗਿਆ ਅਤੇ ਉਸ ਦੇ ਫਰਸ਼ 'ਤੇ ਸੁੱਟ ਦਿੱਤਾ ਅਤੇ ਮਖ਼ੌਲ ਕਰਦਿਆਂ ਸਾਇਨਬੋਰਡ ਨੂੰ ਕਿਹਾ, "ਮੈਨੂੰ ਹੁਣ ਤੇਰੀ ਲੋੜ ਨਹੀਂ ਹੈ!" ਮੈਂ ਘਰ ਵਿਕਣ ਦਾ ਅਨੁਭਵ ਕਰਦੇ ਹੋਏ ਆਂਤਰਿਕ ਸ਼ਾਂਤੀ ਮਹਿਸੂਸ ਕਰ ਰਿਹਾ ਸੀ।

ਅਗਲੇ ਦਿਨ ਇਕ ਵਿਅਕਤੀ ਨੇ ਮੈਨੂੰ ਹਜ਼ਾਰ ਡਾਲਰ ਦਿੱਤੇ ਅਤੇ ਕਿਹਾ, "ਆਪਣਾ ਸਾਇਨਬੋਰਡ ਹਟਾਓ, ਅਸੀਂ ਹੁਣ ਸੌਦਾ ਕਰਾਂਗੇ। ਮੈਂ ਤੁਰੰਤ ਹੀ

ਸਾਇਨਬੋਰਡ ਨੂੰ ਉਖਾੜਿਆ ਅਤੇ ਗੈਰੇਜ਼ ਵਿਚ ਲੈ ਗਿਆ।

ਬਾਹਰੀ ਕਿਰਿਆ ਨੇ ਆਂਤਰਿਕ ਕਿਰਿਆ ਦਾ ਸਾਥ ਦਿੱਤਾ। ਇਸ ਵਿਚ ਕੋਈ ਗੱਲ ਨਹੀਂ ਹੈ। ਜਿਵੇਂ ਅੰਦਰ, ਤਿਵੇਂ ਬਾਹਰ, ਭਾਵ ਜਿਹੋ ਜਹੀ ਤਸਵੀਰ ਤੁਹਾਡੇ ਅਵਚੇਤਨ ਮਨ 'ਚ ਛੁਪੀ ਹੁੰਦੀ ਹੈ, ਉਹੀ ਤੁਹਾਡੇ ਜੀਵਨ ਦੇ ਪਰਦੇ 'ਤੇ ਘਟਿਤ ਹੁੰਦੀ ਹੈ। ਬਾਹਰੀ ਸਰੂਪ ਆਂਤਰਿਕ ਸਰੂਪ ਦਾ ਪਰਛਾਵਾ ਦਿਖਾਉਂਦਾ ਹੈ। ਬਾਹਰੀ ਕਿਰਿਆ ਆਂਤਰਿਕ ਕਿਰਿਆ ਦਾ ਅਨੁਸਰਣ ਜਾਂ ਪਿੱਛਾ ਕਰਦੀ ਹੈ।

ਆਪਣਾ ਘਰ, ਜ਼ਮੀਨ ਜਾਂ ਕੋਈ ਹੋਰ ਜਾਇਦਾਦ ਨੂੰ ਵੇਚਣ ਦਾ ਇਕ ਹੋਰ ਪ੍ਰਭਾਵੀ ਤਰੀਕਾ ਦੱਸਿਆ ਜਾ ਰਿਹਾ ਹੈ। ਹੌਲੀ-ਹੌਲੀ, ਚੁੱਪਚਾਪ ਅਨੁਭਵ ਕਰਦੇ ਹੋਏ ਦ੍ਰਿੜ੍ਹਤਾ ਨਾਲ ਇਸ ਤਰ੍ਹਾਂ ਤਸਦੀਕ ਕਰੋ:

"ਅਸੀਮ ਬੁੱਧੀਮੱਤਾ ਇਸ ਘਰ ਲਈ ਖਰੀਦਾਰ ਨੂੰ ਮੇਰੇ ਵੱਲ ਆਕਰਸ਼ਿਤ ਕਰ ਰਹੀ ਹੈ, ਜੋ ਇਸ ਜਾਇਦਾਦ ਨੂੰ ਚਾਹੁੰਦਾ ਹੈ, ਉਹ ਇਸ ਨਾਲ ਖ਼ੁਸ਼ਹਾਲ ਹੋਵੇਗਾ। ਇਸ ਖ਼ਰੀਦਾਰ ਨੂੰ ਮੇਰੇ ਅਵਚੇਤਨ ਮਨ ਦੇ ਰਚਨਾਤਮਕ ਗਿਆਨ ਨੇ ਭੇਜਿਆ ਹੈ ਅਤੇ ਉਹ ਕਦੇ ਗਲਤੀਆਂ ਨਹੀਂ ਕਰਦਾ। ਇਹ ਖਰੀਦਾਰ ਕਈ ਹੋਰ ਘਰਾਂ ਨੂੰ ਦੇਖ ਸਕਦਾ ਹੈ, ਲੇਕਿਨ ਮੇਰਾ ਹੀ ਘਰ ਹੈ ਜਿਸ ਨੂੰ ਉਹ ਚਾਹੁੰਦਾ ਹੈ ਅਤੇ ਖਰੀਦੇਗਾ, ਕਿਉਂਕਿ ਉਸ ਦੇ ਅੰਦਰ ਦੀ ਅਸੀਮ ਸ਼ਕਤੀ ਉਸ ਦਾ ਮਾਰਗਦਰਸ਼ਨ ਕਰ ਰਹੀ ਹੈ ਅਤੇ ਦੈਵੀ ਵਿਧਾਨ ਸਾਨੂੰ ਕ੍ਰਮ ਵਿਚ ਇਕ ਦੂਜੇ ਦੇ ਕੋਲ ਲਿਆ ਰਿਹਾ ਹੈ। ਮੈਂ ਜਾਣਦਾ ਹਾਂ ਕਿ ਇੰਝ ਹੀ ਹੈ।"

ਹਮੇਸ਼ਾ ਯਾਦ ਰੱਖੋ ਕਿ ਜਿਸ ਵਸਤੁ ਨੂੰ ਤੁਸੀਂ ਖੋਜ ਰਹੇ ਹੋ, ਉਹ ਵੀ ਤੁਹਾਨੂੰ ਖੋਜ ਰਹੀ ਹੈ, ਅਤੇ ਜਦੋਂ ਕਦੇ ਵੀ ਤੁਸੀਂ ਕਿਸੇ ਘਰ, ਜਮੀਨ ਜਾਂ ਹੋਰ ਜਾਇਦਾਦ ਨੂੰ ਵੇਚਣਾ ਚਾਹੁੰਦਾ ਹੋ, ਉੱਥੇ ਹਮੇਸ਼ਾ ਕੋਈ ਹੈ ਜੋ ਇਸ ਨੂੰ ਖਰੀਦਣਾ ਜਾਂ ਲੈਣਾ ਚਾਹੁੰਦਾ ਹੈ। ਆਪਣੇ ਅਵਚੇਤਨ ਮਨ ਦੀ ਸ਼ਕਤੀ ਦੀ ਸਹੀ ਵਰਤੋਂ ਕਰਨ ਨਾਲ ਤੁਸੀਂ ਆਪਣੇ ਮਨ ਨੂੰ ਸਾਰੇ ਮੁਕਾਬਲਿਆਂ ਅਤੇ ਚਿੰਤਾਵਾਂ ਤੋਂ ਆਜਾਦ ਕਰਦੇ ਹੋ।

ਉਹ ਜੋ ਚਾਹੁੰਦੀ ਸੀ, ਉਸ ਨੂੰ ਪ੍ਰਾਪਤ ਕਰਨ ਵਿਚ ਉਹ ਕਿਵੇਂ ਕਾਮਜਾਬ ਹੋਈ

ਇਕ ਮੁਟਿਆਰ ਨਿਜਮਤ ਤੌਰ 'ਤੇ ਮੇਰੇ ਵਖਿਆਨਾਂ ਅਤੇ ਕਲਾਸਾਂ ਵਿਚ ਆਉਂਦੀ ਸੀ। ਉਸ ਨੂੰ ਤਿੰਨ ਵਾਰੀ ਬਸਾਂ ਬਦਲਣੀਆਂ ਪੈਂਦੀਆਂ ਸਨ: ਮੇਰੇ ਹਰ ਵਖਿਆਨ 'ਤੇ ਪਹੁੰਚਣ ਲਈ ਉਸ ਨੂੰ ਡੇਢ ਘੰਟਾ ਲੱਗਦਾ ਸੀ। ਕਿਸੇ ਇਕ ਵਖਿਆਨ ਵਿਚ ਮੈਂ ਦੱਸਿਆ ਕਿ ਕਿਵੇਂ ਇਕ ਨੌਜਵਾਨ ਨੂੰ ਕਾਰ ਦੀ ਲੋੜ ਸੀ ਅਤੇ ਉਸ ਨੂੰ ਉਹ ਆਪਣੇ ਕੰਮ ਦੇ ਦੌਰਾਨ ਮਿਲੀ।

ਉਹ ਘਰ ਗਈ ਅਤੇ ਜਿਵੇਂ ਮੈਂ ਆਪਣੇ ਵਖਿਆਨ ਵਿਚ ਕਿਹਾ ਸੀ ਉਸ ਨੇ ਉਸ ਦੀ ਵਰਤੋਂ ਕੀਤੀ। ਮੈਂ ਉਸ ਦੇ ਖੱਤ ਦਾ ਹਿੱਸਾ ਜਿਵੇਂ ਉਸ ਨੇ ਮੇਰਾ ਤਰੀਕਾ ਅਪਣਾਉਂਦੇ ਹੋਏ ਲਿਖਿਆ ਸੀ ਅਤੇ ਉਸ ਦੀ ਮੰਜੂਰੀ ਮਿਲਣ 'ਤੇ ਪ੍ਰਕਾਸ਼ਿਤ ਕਰ ਰਿਹਾ ਹਾਂ ਜਾਂ ਉਸ ਬਾਰੇ ਦੱਸ ਰਿਹਾ ਹਾਂ:

ਪਿਆਰੇ ਡਾ. ਮਰਫ਼ੀ,

ਇਸ ਪ੍ਰਕਾਰ ਮੈਨੂੰ ਕੈਡੀਲਾਕ ਕਾਰ ਪ੍ਰਾਪਤ ਹੋਈ – ਮੈਂ ਵਖਿਆਨ ਵਿਚ ਰੋਜ਼ ਆਉਣ ਲਈ ਇਕ ਕਾਰ ਚਾਹੁੰਦੀ ਸੀ। ਮੈਂ ਆਪਣੀ ਕਲਪਨਾ ਵਿਚ ਉਸੇ ਪ੍ਰਕਾਰ ਦੀ ਪ੍ਰਤੀਕਿਰਿਆ ਦਿੱਤੀ, ਮੈਂ ਜਿਵੇਂ ਕਾਰ ਚੱਲਾ ਰਹੀ ਹਾਂ। ਆਪਣੀ ਕਲਪਨਾ ਵਿਚ ਮੈਂ ਉਹ ਸਾਰੇ ਕਦਮ ਚੁੱਕੇ, ਜੋ ਮੈਂ ਕਰਦੀ, ਜੇ ਮੈਂ ਸੱਚਮੁੱਚ ਕਾਰ ਖਰੀਦਦੀ ਅਤੇ ਚਲਾਉਂਦੀ। ਮੈਂ ਆਪਣੇ-ਆਪ ਨੂੰ ਸ਼ੋਰੂਮ ਵਿਚ ਜਾਂਦੇ ਦੇਖਿਆ ਤੇ ਉਸੇ ਮਾੱਡਲ ਦਾ ਟੇਸਟ ਡ੍ਰਾਇਵ ਲੈਣ ਸਮੇਂ ਮੈਂ ਉਸ ਨੂੰ ਕੁੱਝ ਦੂਰੀ ਤੱਕ ਚਲਾਇਆ। ਮੈਂ ਵਾਰ-ਵਾਰ ਕੈਡੀਲਾਕ 'ਤੇ ਹੱਕ ਜਤਾਇਆ। ਮੈਂ ਕਾਰ ਵਿਚ ਬੈਠਣ, ਉਸ ਨੂੰ ਚਲਾਉਣ, ਉਸ ਦੇ ਡੈਸ਼ਬੋਰਡ ਨੂੰ ਛੂਹਣ ਦੀ ਮਾਨਸਿਕ ਤਸਵੀਰ ਦੇਖੀ ਅਤੇ ਲਗਾਤਾਰ ਦੋ ਹਫ਼ਤੇ ਤੱਕ ਦੇਖਦੀ ਰਹੀ। ਪਿਛਲੇ ਹਫ਼ਤੇ ਮੈਂ ਤੁਹਾਡੇ ਵਖਿਆਨ ਨੂੰ ਸੁਣਨ ਲਈ ਕੈਡੀਲਾਕ ਚੱਲਾ ਕੇ ਆਈ। ਇੰਗਲਵੁੱਡ ਵਿਖੇ ਮੇਰੇ ਅੰਕਲ ਦੀ ਮਿਰਤੂ ਹੋ ਗਈ ਅਤੇ ਉਹ ਆਪਣੀ ਕੈਡੀਲਾਕ ਅਤੇ ਆਪਣੀ ਸਾਰੀ ਜਾਇਦਾਦ ਮੇਰੇ ਨਾਮ ਕਰ ਗਏ ਸਨ।

ਕਈ ਸਿਰਮੌਰ ਐਕਜ਼ੀਕਿਊਟਿਵਜ਼ ਵਲੋਂ ਅਪਣਾਈ ਜਾਣ ਵਾਲੀ ਸਫਲਤਾ ਦੀ ਤਕਨੀਕ

ਕਈ ਪ੍ਰਮੁੱਖ ਵਪਾਰੀ ਦਿਨ ਵਿਚ ਕਈ ਵਾਰ "ਸਫਲਤਾ" ਸ਼ਬਦ ਦਾ ਉਦੋਂ ਤਕ ਇਸਤੇਮਾਲ ਕਰਦੇ ਹਨ, ਜਦੋਂ ਤਕ ਕਿ ਉਨ੍ਹਾਂ ਨੂੰ ਯਕੀਨ ਨਹੀਂ ਹੋ ਜਾਂਦਾ ਹੈ ਕਿ ਸਫਲਤਾ ਉਨ੍ਹਾਂ ਦੀ ਹੈ। ਉਹ ਜਾਣਦੇ ਹਨ ਕਿ ਸਫਲਤਾ ਦੇ ਵਿਚਾਰ ਅੰਦਰ ਹੀ ਸਫਲ ਹੋਣ ਦੇ ਸਾਰੇ ਜ਼ਰੂਰੀ ਤੱਤ ਸ਼ਾਮਿਲ ਹਨ। ਇਸ ਲਈ, ਹੁਣ ਤੁਸੀਂ ਵੀ ਵਾਰ-ਵਾਰ ਆਸਥਾ ਅਤੇ ਵਿਸ਼ਵਾਸ ਨਾਲ "ਸਫਲਤਾ" ਸ਼ਬਦ ਨੂੰ ਦੁਹਰਾਓ। ਤੁਹਾਡਾ ਅਵਚੇਤਨ ਮਨ ਇਸ ਨੂੰ ਤੁਹਾਡੇ ਸੱਚ ਵਾਂਗ ਸਵੀਕਾਰ ਕਰੇਗਾ ਤੇ ਤੁਹਾਡਾ ਅਵਚੇਤਨ ਮਨ ਇਸ ਨੂੰ ਸਫਲ ਬਨਾਉਣ ਲਈ ਬੇਵੱਸ ਹੋ ਜਾਵੇਗਾ।

ਤੁਸੀਂ ਆਪਣੇ ਕਲਪਨਾਵਾਦੀ ਵਿਸ਼ਵਾਸਾਂ, ਪ੍ਰਤੀਕਾਂ ਅਤੇ ਈਰਾਦਿਆਂ ਨੂੰ ਪ੍ਰਗਟ ਕਰਨ ਲਈ ਮਜਬੂਰ ਹੋ। ਸਫਲਤਾ ਦਾ ਤੁਹਾਡੇ ਲਈ ਕੀ ਮਤਲਬ ਹੈ? ਜ਼ਾਹਿਰ ਹੈ, ਤੁਸੀਂ ਆਪਣੇ ਘਰ, ਜੀਵਨ ਅਤੇ ਹੋਰਾਂ ਨਾਲ ਸੰਬੰਧਾਂ ਵਿਚ ਸਫਲ ਹੋਣਾ ਚਾਹੁੰਦੇ ਹੋ। ਤੁਸੀਂ ਆਪਣੇ ਚੁਣੇ ਹੋਏ ਕਾਰਜ ਖੇਤਰ ਵਿਚ ਸਫਲ ਹੋਣਾ ਚਾਹੁੰਦੇ

ਹੋ। ਤੁਸੀਂ ਇਕ ਸੁੰਦਰ ਘਰ, ਆਰਾਮਦਾਈ ਤੇ ਖੁਸ਼ਹਾਲ ਜੀਵਨ ਜਿਊਣ ਲਈ ਪਰਜਾਪਤ ਧਨ ਚਾਹੁੰਦੇ ਹੋ। ਤੁਸੀਂ ਆਪਣੇ ਪ੍ਰਾਰਥਨਾ ਦੀ ਜਿੰਦਗੀ ਤੇ ਅਵਚੇਤਨ ਮਨ ਦੀ ਸ਼ਕਤੀ ਦੇ ਸੰਪਰਕ ਵਿਚ ਸਫਲਤਾ ਨਾਲ ਰਹਿਣਾ ਚਾਹੁੰਦੇ ਹੋ।

ਤੁਸੀਂ ਇਕ ਕਾਰੋਬਾਰੀ ਹੋ, ਕਿਉਂਕਿ ਤੁਸੀਂ ਜਿਊਣ ਦੇ ਕਿੱਤੇ ਵਿਚ ਹੋ। ਇਕ ਸਫਲ ਕਾਰੋਬਾਰੀ ਬਣੋ, ਇਹ ਕਲਪਨਾ ਕਰਦੇ ਹੋਏ ਕਿ ਤੁਸੀਂ ਉਹੀ ਕਰ ਰਹੇ ਹੋ, ਜਿਸ ਨੂੰ ਤੁਸੀਂ ਕਰਨਾ ਚਾਹੁੰਦੇ ਹੋ ਅਤੇ ਉਹੀ ਵਸਤੂਆਂ ਪ੍ਰਾਪਤ ਕਰ ਰਹੇ ਹੋ, ਜਿਸ ਦੀ ਇੱਛਾ ਤੁਸੀਂ ਰੱਖਦੇ ਹੋ। ਕਲਪਨਾਸ਼ੀਲ ਬਣੋ, ਮਾਨਸਿਕ ਤੌਰ 'ਤੇ ਸਫਲ ਸਥਿਤੀ ਦੀ ਅਸਲੀਅਤ ਦਾ ਅਨੁਭਵ ਲਓ ਅਤੇ ਉਸ ਵਿਚ ਹਿੱਸਾ ਲਓ। ਇਸ ਦੀ ਆਦਤ ਪਾਓ। ਹਰ ਰਾਤ ਸੌਣ ਵੇਲੇ ਸਫਲਤਾ ਨੂੰ ਮਹਿਸੂਸ ਕਰਦੇ ਹੋਏ ਪੂਰਨ ਤੌਰ 'ਤੇ ਨਿਸ਼ਚਿਤ ਹੋ ਕੇ ਸੌਣ ਜਾਓ, ਇਸ ਦੇ ਕਾਰਨ ਆਖਰ ਤੁਸੀਂ ਆਪਣੇ ਅਵਚੇਤਨ ਵਿਚ ਸਫਲਤਾ ਦੇ ਇਸ ਵਿਚਾਰ ਨੂੰ ਬੀਜਣ ਵਿਚ ਕਾਮਯਾਬ ਹੋ ਜਾਵੋਗੇ। ਇਸ ਗੱਲ 'ਤੇ ਯਕੀਨ ਕਰੋ ਕਿ ਤੁਹਾਡਾ ਜਨਮ ਸਫਲ ਹੋਣ ਲਈ ਹੋਇਆ ਹੈ ਅਤੇ ਜਿਵੇਂ ਦੀ ਤੁਸੀਂ ਪ੍ਰਾਰਥਨਾ ਕਰੋਗੇ ਤੁਹਾਡੇ ਜੀਵਨ ਵਿਚ ਚਮਤਕਾਰ ਹੋ ਜਾਣਗੇ।

ਲਾਭਦਾਇਕ ਸੰਕੇਤ

1. ਸਫਲਤਾ ਦਾ ਮਤਲਬ ਸਫਲਤਾਪੂਰਨ ਜੀਵਨ। ਜਦੋਂ ਤੁਸੀਂ ਸ਼ਾਂਤ, ਖੁਸ਼, ਸੁੱਖੀ ਅਤੇ ਉਹ ਕਰਦੇ ਹੋ, ਜਿਸ ਨੂੰ ਕਰਨਾ ਤੁਸੀਂ ਪਸੰਦ ਕਰਦੇ ਹੋ ਤਾਂ ਤੁਸੀਂ ਸਫਲ ਹੋ।

2. ਪਤਾ ਕਰੋ ਕਿ ਤੁਹਾਨੂੰ ਕੀ ਕਰਦੇ ਹੋਏ ਚੰਗਾ ਲੱਗਦਾ ਹੈ, ਫਿਰ ਉਸ ਨੂੰ ਕਰ ਲਓ। ਜੇਕਰ ਤੁਸੀਂ ਆਪਣੇ ਸੱਚੇ ਪ੍ਰਗਟਾਵੇਂ ਨੂੰ ਨਹੀਂ ਜਾਣਦੇ, ਤਾਂ ਮਾਰਗਦਰਸ਼ਨ ਲਈ ਪੁੱਛੋ ਅਤੇ ਰਾਹ ਤੁਹਾਨੂੰ ਮਿਲੇਗਾ।

3. ਕਿਸੇ ਖ਼ਾਸ ਖੇਤਰ ਵਿਚ ਮਾਹਿਰਤਾ ਹਾਸਿਲ ਕਰੋ ਅਤੇ ਕਿਸੇ ਹੋਰ ਦੀ ਤੁਲਨਾ ਵਿਚ ਜ਼ਿਆਦਾ ਜਾਣੋਗੇ।

4. ਇਕ ਸਫਲ ਵਿਅਕਤੀ ਮਤਲਬੀ ਨਹੀਂ ਹੁੰਦਾ। ਉਸ ਦੀ ਮੁੱਖ ਇੱਛਾ ਮਾਨਵਤਾ ਦੀ ਸੇਵਾ ਕਰਨਾ ਹੈ।

5. ਮਾਨਸਿਕ ਸ਼ਾਂਤੀ ਤੋਂ ਬਿਨਾ ਕੋਈ ਸੱਚੀ ਸਫਲਤਾ ਨਹੀਂ ਹੈ।

6. ਇਕ ਸਫਲ ਵਿਅਕਤੀ ਦੇ ਕੋਲ ਜ਼ਿਆਦਾ ਡੂੰਘੀ ਮਨੋਵਿਗਿਆਨੀ ਅਤੇ ਅਧਿਆਤਮਿਕ ਸਿਆਣਪ ਹੁੰਦੀ ਹੈ।

7. ਜੇਕਰ ਤੁਸੀਂ ਆਪਣੇ ਉਦੇਸ਼ ਦੀ ਸਪੱਸ਼ਟ ਕਲਪਨਾ ਕਰੋਗੇ ਹੋ ਤਾਂ ਤੁਹਾਨੂੰ ਆਪਣੀ ਜ਼ਰੂਰੀ ਚੀਜ਼ਾਂ ਆਪਣੇ ਅਵਚੇਤਨ ਮਨ ਦੀ ਚਮਤਕਾਰੀ ਕਾਰਜ ਸ਼ਕਤੀ ਨਾਲ ਮਿਲੇਗੀ।

8. ਜਦੋਂ ਤੁਹਾਡੀ ਸੋਚ ਤੁਹਾਡੇ ਉਤਸ਼ਾਹ ਨਾਲ ਮਿਲ ਕੇ ਨਿਜੀ ਆਸਥਾ ਬਣ ਜਾਂਦੀ ਹੈ ਤਾਂ ਤੁਹਾਡੀ ਆਸਥਾ ਦੇ ਅਨੁਸਾਰ ਉਸੇ ਤਰ੍ਹਾਂ ਹੁੰਦੀ ਹੈ।

9. ਲਗਾਤਾਰ ਬਣੇ ਰਹਿਣ ਵਾਲੀ ਕਲਪਨਾ ਦੀ ਸ਼ਕਤੀ ਤੁਹਾਡੇ ਅਵਚੇਤਨ ਮਨ ਦੀ ਚਮਤਕਾਰੀ ਕਾਰਜ ਸ਼ਕਤੀ ਨੂੰ ਆਪਣੇ ਵੱਲ ਖਿਚ ਜਾਂ ਆਕਰਸ਼ਿਤ ਕਰਦੀ ਹੈ।

10. ਜੇਕਰ ਤੁਸੀਂ ਆਪਣੇ ਕੰਮ ਵਿਚ ਪ੍ਰਮੋਸ਼ਨ ਚਾਹੁੰਦੇ ਹੋ, ਤਾਂ ਆਪਣੇ ਨਿਯੋਕਤਾ ਜਾਂ ਮਾਲਿਕ, ਸੁਪਰਵਾਇਜ਼ਰ ਜਾਂ ਕਿਸੇ ਆਪਣੇ ਪਿਆਰੇ ਨੂੰ ਪ੍ਰਮੋਸ਼ਨ ਹੋਣ 'ਤੇ ਤੁਹਾਨੂੰ ਵਧਾਈ ਦਿੰਦੇ ਹੋਏ ਦੀ ਕਲਪਨਾ ਕਰੋ। ਇਸ ਤਸਵੀਰ ਨੂੰ ਸਪਸ਼ਟ ਤੇ ਸਜੀਵ ਹੋਣ ਦੀ ਕਲਪਨਾ ਕਰੋ। ਆਵਾਜ਼ ਸੁਣੋ, ਹਾਵ-ਭਾਵ ਵੇਖੋ, ਇਸ ਪਲ ਦੀ ਅਸਲੀਅਤ ਨੂੰ ਮਹਿਸੂਸ ਕਰੋ। ਇਸ ਨੂੰ ਅਕਸਰ ਕਰਦੇ ਰਹੋ ਅਤੇ ਮਨ ਨੂੰ ਅਕਸਰ ਅਜਿਹੀ ਤਸਵੀਰ ਭਰਣ ਨਾਲ ਤੁਹਾਨੂੰ ਆਪਣੀ ਪ੍ਰਾਰਥਨਾ ਦੇ ਜਵਾਬ ਦੀ ਖੁਸ਼ੀ ਦਾ ਅਨੁਭਵ ਹੋਵੇਗਾ।

11. ਤੁਹਾਡਾ ਅਵਚੇਤਨ ਮਨ ਯਾਦਾਂ ਦਾ ਭੰਡਾਰ ਹੈ। ਇਕ ਉੱਤਮ ਯਾਦ ਲਈ ਅਕਸਰ ਦ੍ਰਿੜਤਾ ਨਾਲ ਸਵੀਕਾਰ ਕਰੋ: "ਮੇਰੇ ਅਵਚੇਤਨ ਮਨ ਦੀ ਅਸੀਮ ਬੁੱਧੀਮੱਤਾ ਮੈਨੂੰ ਉਹ ਸਾਰਾ ਕੁੱਝ ਹਰ ਜਗ੍ਹਾਂ 'ਤੇ ਦਿਖਾਉਂਦਾ ਹੈ ਜਿਸ ਨੂੰ ਜਾਨਣ ਦੀ ਮੈਨੂੰ ਜ਼ਰੂਰਤ ਹੈ।"

12. ਜੇ ਤੁਸੀਂ ਕਿਸੇ ਘਰ, ਕਿਸੇ ਵੀ ਪ੍ਰਕਾਰ ਦੀ ਜਾਇਦਾਦ ਨੂੰ ਵੇਚਣਾ ਚਾਹੁੰਦਾ ਹੋ, ਤਾਂ ਹੌਲੀ-ਹੌਲੀ, ਸ਼ਾਂਤੀ ਅਤੇ ਅਨੁਭਵ ਕਰਦੇ ਹੋਏ ਦ੍ਰਿੜਤਾ ਨਾਲ ਸਵੀਕਾਰ ਕਰੋ: "ਅਸੀਮ ਬੁੱਧੀਮੱਤਾ ਮੇਰੀ ਵੱਲ ਇਸ ਨੂੰ ਖ਼ਰੀਦਨ ਵਾਲੇ ਨੂੰ ਆਕਰਸ਼ਿਤ ਕਰ ਰਹੀ ਹੈ, ਗਾਹਕ ਜੋ ਇਸ ਨੂੰ ਚਾਹੁੰਦਾ ਹੈ ਉਹ ਇਸ ਵਿਚ ਹੋਰ ਜ਼ਿਆਦਾ ਖ਼ੁਸ਼ਹਾਲ ਹੋਵੇਗਾ।" ਇਸ ਜਾਗਰੂਕਤਾ ਨੂੰ ਕਾਇਮ ਰੱਖੋ ਅਤੇ ਆਪਣੇ ਅਵਚੇਤਨ ਮਨ ਦੀ ਅੰਦਰਲੀਆਂ ਲਹਿਰਾਂ ਇਸ ਨੂੰ ਯਕੀਨਨ ਕਰਨਗੀਆਂ।

13. ਸਫਲਤਾ ਦੇ ਵਿਚਾਰ ਵਿਚ ਸਫਲਤਾ ਦੇ ਸਾਰੇ ਤੱਤ ਸ਼ਾਮਿਲ ਹਨ। "ਸਫਲਤਾ" ਸ਼ਬਦ ਨੂੰ ਆਸਥਾ ਅਤੇ ਵਿਸ਼ਵਾਸ ਦੇ ਨਾਲ ਆਪਣੇ ਅੰਦਰ ਵਾਰ-ਵਾਰ ਦੁਹਰਾਓ, ਅਤੇ ਅਵਚੇਤਨ ਇਸ ਨੂੰ ਸਫਲ ਬਨਾਉਣ ਲਈ ਬੇਵੱਸ ਹੋਵੇਗਾ।

ਵਿਗਿਆਨੀ ਅਵਚੇਤਨ ਮਨ ਦੀ ਵਰਤੋਂ ਕਰਦੇ ਹਨ

ਕਈ ਵਿਗਿਆਨੀ ਅਵਚੇਤਨ ਮਨ ਦੇ ਸੱਚੇ ਮਹੱਤਵ ਨੂੰ ਸਮਝਦੇ ਹਨ। ਐਡੀਸਨ, ਮਾਰਕੋਨੀ, ਕੈਟਰਿੰਗ, ਪੋਇਨਕੇਅਰ, ਆਇਨਸਟੀਨ ਤੇ ਕਈ ਹੋਰਾਂ ਨੇ ਅਵਚੇਤਨ ਮਨ ਦੀ ਵਰਤੋਂ ਕੀਤੀ ਹੈ। ਆਧੁਨਿਕ ਵਿਗਿਆਨ ਅਤੇ ਉਦਯੋਗ ਵਿਚ ਉਨ੍ਹਾਂ ਦੀਆਂ ਪ੍ਰਾਪਤੀਆਂ ਵਿਚ ਉਨ੍ਹਾਂ ਦੀ ਅੰਤਰਦ੍ਰਿਸ਼ਟੀ ਅਤੇ ਤਕਨੀਕੀ ਜਾਣਕਾਰੀਆਂ ਅਵਚੇਤਨ ਮਨ ਨੇ ਹੀ ਦਿੱਤੀਆਂ। ਖੋਜਾਂ ਨੇ ਦਿਖਾਇਆ ਹੈ ਕਿ ਅਵਚੇਤਨ ਮਨ ਦੀ ਸ਼ਕਤੀ ਨੂੰ ਅਮਲ ਵਿਚ ਲੈ ਆਉਣ ਦੀ ਸਮਰੱਥਾ ਸਾਰੇ ਮਹਾਨ ਵਿਗਿਆਨੀਆਂ ਤੇ ਸ਼ੋਧਕਰਤਾਵਾਂ ਦੀ ਸਫਲਤਾ ਨੂੰ ਨਿਰਧਾਰਿਤ ਕਰਦਾ ਹੈ।

ਮਸ਼ਹੂਰ ਰਸਾਇਣ-ਵਿਗਿਆਨੀ ਫ੍ਰੈਡਰਿਕ ਵਾਨ ਸਟ੍ਰਾਡੋਨਿਟਜ਼ ਦੇ ਜੀਵਨ ਦਾ ਇਕ ਦ੍ਰਿਸਟਾਂਤ ਹੈ, ਕਿਵੇਂ ਉਨ੍ਹਾਂ ਨੇ ਅਵਚੇਤਨ ਮਨ ਨੂੰ ਵਰਤੋਂ ਵਿਚ ਲਿਆ ਕੇ ਆਪਣੀ ਸਮੱਸਿਆ ਦਾ ਹੱਲ ਇਸ ਤਰ੍ਹਾਂ ਕੀਤਾ: ਉਹ ਕਾਫ਼ੀ ਸਮਾਂ ਤੋਂ ਕਾਰਬਨ ਅਤੇ ਹਾਈਡ੍ਰੋਜ਼ਨ ਦੇ ਛੇ-ਛੇ ਪਰਮਾਣੂਆਂ ਨੂੰ ਮੁੜ ਵਿਵਸਥਿਤ ਕਰਨ ਲਈ ਬੜੀ ਮਿਹਨਤ ਨਾਲ ਕੰਮ ਕਰ ਰਹੇ ਸਨ ਅਤੇ ਇਸ ਸਮੱਸਿਆ ਦਾ ਹੱਲ ਨਾ ਲੱਭਣ ਕਾਰਨ ਉਹ ਲਗਾਤਾਰ ਪਰੇਸ਼ਾਨ ਹੋ ਰਹੇ ਸਨ। ਉਨ੍ਹਾਂ ਦੀਆਂ ਤਮਾਮ ਕੋਸ਼ਿਸ਼ਾਂ ਨਾਕਾਮਜਾਬ ਹੋ ਰਹੀਆਂ ਸਨ। ਜਦੋਂ ਉਹ ਇਸ ਸਮੱਸਿਆਂ ਨੂੰ ਸੁਲਝਾਉਣ ਵਿਚ ਕਾਮਜਾਬ ਨਹੀਂ ਹੋਏ, ਤਾਂ ਉਨ੍ਹਾਂ ਨੇ ਥੱਕ-ਹਾਰ ਕੇ ਇਸ ਸਮੱਸਿਆ ਨੂੰ ਆਪਣੇ ਅਵਚੇਤਨ ਮਨ ਨੂੰ ਸੌਂਪ ਦਿੱਤਾ। ਕੁੱਝ ਸਮਾਂ ਬਾਅਦ ਜਦੋਂ ਉਹ ਲੰਡਨ ਦੀ ਬਸ ਵਿਚ ਚੜ੍ਹਨ ਵਾਲੇ ਹੀ ਸਨ, ਉਦੋਂ ਉਨ੍ਹਾਂ ਦੇ ਅਵਚੇਤਨ ਨੇ ਚੇਤਨ ਮਨ ਨੂੰ ਇਕ ਤਸਵੀਰ ਪੇਸ਼ ਕੀਤੀ। ਜਿਸ ਵਿਚ ਉਨ੍ਹਾਂ ਨੇ ਸੱਪ ਦੀ ਤਸਵੀਰ ਦੇਖੀ, ਜੋ ਆਪਣੀ ਹੀ ਪੁੱਛ ਨੂੰ ਡੰਗ ਮਾਰ ਰਿਹਾ ਸੀ ਅਤੇ ਪਿੰਨ-ਵ੍ਹੀਲ ਵਾਂਗ ਗੋਲ-ਗੋਲ ਘੁੰਮ ਰਿਹਾ ਸੀ। ਅਵਚੇਤਨ ਮਨ ਦੇ ਇਸ ਸੁਨੇਹਾ ਤੋਂ ਪ੍ਰੇਰਿਤ ਹੋ ਕੇ ਉਨ੍ਹਾਂ ਨੇ ਆਪਣੀ ਖੋਜ ਦੀ ਦਿਸ਼ਾ ਬਦਲ ਲਈ ਅਤੇ ਛੇਤੀ ਹੀ ਫ੍ਰੈਡਰਿਕ ਨੂੰ ਉਹ ਜਵਾਬ ਮਿਲ ਗਿਆ

ਜਿਸਦੀ ਉਹ ਬੜੇ ਲੰਮੇ ਸਮੇਂ ਤੋਂ ਉਡੀਕ ਕਰ ਰਹੇ ਸਨ, ਉਹ ਸੀ: ਪਰਮਾਣੂਆਂ ਦਾ ਗੋਲਾਕਾਰ ਪੁਨਰਗਠਨ, ਜਿਸ ਨੂੰ ਬੈਂਜ਼ੀਨ ਰਿੰਗ ਵਜੋਂ ਜਾਣਿਆ ਜਾਂਦਾ ਹੈ।

ਕਿਵੇਂ ਇਕ ਮਸ਼ਹੂਰ ਵਿਗਿਆਨੀ ਨੇ ਆਪਣੀਆਂ ਅਵਿਸ਼ਕਾਰਾਂ ਨੂੰ ਸਾਹਮਣੇ ਲਿਆਂਦਾ

ਨਿਕੋਲਾ ਟੇਸਲਾ ਇਕ ਪ੍ਰਤਿਭਾਸ਼ਾਲੀ ਇਲੈਕਟ੍ਰੀਕਲ ਵਿਗਿਆਨੀ ਸਨ, ਜਿਨਾਂ ਨੇ ਸਭ ਤੋਂ ਅਦਭੁੱਤ ਨਵੀ ਕਾਢਾਂ ਕੱਢੀਆਂ। ਜਦੋਂ ਕੋਈ ਵੀ ਨਵੀਂ ਕਾਢ ਦਾ ਵਿਚਾਰ ਉਨ੍ਹਾਂ ਦੇ ਮਨ ਵਿਚ ਆਇਆ, ਉਦੋਂ ਉਨ੍ਹਾਂ ਨੇ ਇਸ ਨੂੰ ਆਪਣੀ ਕਲਪਨਾ ਵਿਚ ਉਸਾਰਿਆ, ਉਹ ਜਾਣਦੇ ਸਨ ਕਿ ਉਨ੍ਹਾਂ ਦਾ ਅਵਚੇਤਨ ਮਨ ਇਸ ਨੂੰ ਬਣਾ ਕੇ ਚੇਤਨ ਮਨ ਦੇ ਸਾਰੇ ਜਰੂਰੀ ਹਿੱਸਿਆ ਨੂੰ ਦਿਖਾਏਗਾ, ਜਿਨ੍ਹਾਂ ਦੀ ਲੋੜ ਇਸ ਨੂੰ ਯਥਾਰਥ ਜਾਂ ਮੂਰਤ ਰੂਪ ਵਿਚ ਬਨਾਉਣ ਲਈ ਪਵੇਗੀ। ਚੁੱਪਚਾਪ ਹਰ ਸੰਭਵ ਸੁਧਾਰ ਬਾਰੇ ਵਿਚਾਰ ਕਰਦਿਆਂ ਉਨ੍ਹਾਂ ਨੇ ਆਪਣੇ ਨੁਕਸਾਂ ਨੂੰ ਛੇਤੀ ਸੁਧਾਰਿਆ ਅਤੇ ਉਹ ਆਪਣੇ ਮਨ ਵਿਚ ਬਣੀ ਤਸਵੀਰ ਦੇ ਅਨੁਰੂਪ ਸੰਪੂਰਨ ਉਤਪਾਦ ਤਕਨੀਸ਼ੀਅਨਾਂ ਨੂੰ ਦੇ ਸਕੇ।

ਉਨ੍ਹਾਂ ਨੇ ਕਿਹਾ, *"ਆਖਿਰਕਾਰ, ਜਿਵੇਂ ਦੀ ਮੈਂ ਕਲਪਨਾ ਕੀਤੀ ਸੀ, ਉਵੇਂ ਹੀ ਮੇਰਾ ਯੰਤਰ ਕੰਮ ਕਰਦਾ ਹੈ। ਵੀਂਹ ਸਾਲਾਂ ਵਿਚ ਇਸ ਦਾ ਇਕ ਵੀ ਅਪਵਾਦ ਨਹੀਂ ਹੋਇਆ ਹੈ।"*

ਕਿਵੇਂ ਇਕ ਮਸ਼ਹੂਰ ਪ੍ਰਕਿਰਤੀ ਵਿਗਿਆਨੀ ਨੇ ਆਪਣੀ ਸਮੱਸਿਆ ਸੁਲਝਾਈ

ਪ੍ਰੋਫੈਸਰ ਅਗਾਸੀਜ਼, ਇੱਕ ਉੱਘੇ ਤੇ ਮਸ਼ਹੂਰ ਅਮਰੀਕੀ ਪ੍ਰਕਿਰਤੀਵਾਦੀ ਨੇ ਆਪਣੇ ਅਵਚੇਤਨ ਮਨ ਦੀਆਂ ਅਥਾਹ ਗਤੀਵਿਧੀਆਂ ਬਾਰੇ ਉਦੋਂ ਪਤਾ ਲੱਗਿਆ ਜਦੋਂ ਉਹ ਸੌਂ ਰਹੇ ਸਨ। ਉਨ੍ਹਾਂ ਦੀ ਵਿਧਵਾ ਪਤਨੀ ਨੇ ਆਪਣੇ ਮਸ਼ਹੂਰ ਪਤੀ ਦੀ ਜੀਵਨੀ ਵਿਚ ਹੇਠ ਲਿਖੇ ਅਨੁਸਾਰ ਜਾਣਕਾਰੀ ਦਿੱਤੀ ਹੈ।

"ਉਹ ਦੋ ਹਫਤਿਆਂ ਤੋਂ ਇਕ ਪੱਥਰ ਦੀ ਸਲੈਬ ਜਾਂ ਟੁਕੜੇ 'ਤੇ ਸੁਰੱਖਿਅਤ ਇਕ ਮੱਛੀ ਦੇ ਜੀਵਾਸ਼ਮ (Fossil) ਦੇ ਚਿੰਨ ਜਾਂ ਅਸਪਸ਼ਟ ਪ੍ਰਭਾਵ ਨੂੰ ਪੜ੍ਹਨ ਜਾਂ ਸਮਝਣ ਦੀ ਕੋਸ਼ਿਸ਼ ਕਰ ਰਹੇ ਸਨ। ਥੱਕ ਕੇ ਅਤੇ ਪਰੇਸ਼ਾਨ ਹੋ ਕੇ, ਆਖਰਕਾਰ ਉਨ੍ਹਾਂ ਨੇ ਆਪਣੇ ਕੰਮ ਨੂੰ ਇਕ ਪਾਸੇ ਰੱਖ ਕੇ ਇਸ ਵਿਚਾਰ ਨੂੰ ਆਪਣੇ ਦਿਮਾਗ 'ਚੋਂ ਕੱਢਣ ਦੀ ਕੋਸ਼ਿਸ਼ ਕੀਤੀ। ਇਕ ਰਾਤ ਉਹ ਕੁਝ ਦੇਰ ਬਾਅਦ ਇਸ ਯਕੀਨ ਨਾਲ ਉਠੇ ਕਿ ਜਦੋਂ ਉਹ ਸੁੱਤੇ ਹੋਏ ਸੀ, ਤਾਂ ਉਨ੍ਹਾਂ ਨੇ ਉਸ ਮੱਛੀ ਨੂੰ ਉਸ ਦੇ ਸਾਰੇ ਗੁਆਚੇ ਹੋਏ ਅੰਗਾਂ ਨਾਲ ਸਪੱਸ਼ਟ ਤੌਰ 'ਤੇ ਦੇਖਿਆ। ਲੇਕਿਨ, ਜਦੋਂ ਉਨ੍ਹਾਂ ਨੇ ਉਸ ਤਸਵੀਰ ਨੂੰ ਧਿਆਨ ਵਿਚ ਰੱਖਣ ਦੀ ਕੋਸ਼ਿਸ਼ ਕੀਤੀ, ਤਾਂ ਉਹ ਉਨ੍ਹਾਂ ਤੋਂ

ਦੂਰ ਹੋ ਗਈ। ਬਹਰਹਾਲ, ਉਹ ਇਹ ਸੋਚ ਕੇ ਆਪਣੀ ਪ੍ਰਯੋਗਸ਼ਾਲਾ ਜਾਰੋਡਿਨ ਡੀ ਪਲਾਂਟਿਸ ਗਏ ਕਿ ਉਸ ਨੂੰ ਫਿਰ ਤੋਂ ਦੇਖਣ 'ਤੇ ਸ਼ਾਇਦ ਉਨਾਂ ਦੀ ਸੁਫਨੇ ਦੀ ਤਸਵੀਰ ਵਾਪਸ ਯਾਦ ਆ ਜਾਏ। ਇਹ ਕੋਸ਼ਿਸ਼ ਬੇਕਾਰ ਗਈ – ਧੁੰਧਲਾ ਰਿਕਾਰਡ ਪਹਿਲਾਂ ਵਾਂਗ ਹੀ ਅਸਪੱਸ਼ਟ ਸੀ। ਅਗਲੀ ਰਾਤ ਉਨਾਂ ਨੇ ਮੱਛੀ ਨੂੰ ਫਿਰ ਤੋਂ ਦੇਖਿਆ, ਲੇਕਿਨ ਨਤੀਜਾ ਪਹਿਲਾਂ ਤੋਂ ਜਿਆਦਾ ਤਸੱਲੀਬਖ਼ਸ਼ ਨਹੀਂ ਸੀ। ਜਦੋਂ ਉਹ ਜਾਗੇ ਤਾਂ ਪਹਿਲਾਂ ਵਾਂਗ ਉਹ ਉਨਾਂ ਦੀ ਯਾਦਦਾਸ਼ਤ ਤੋਂ ਗਾਇਬ ਹੋ ਚੁੱਕੀ ਸੀ। ਇਸੇ ਆਸ ਨਾਲ ਕਿ ਉਸੇ ਤਰਾਂ ਦਾ ਅਨੁਭਵ ਇਕ ਵਾਰ ਫਿਰ ਤੋਂ ਹੋ ਸਕਦਾ ਹੈ, ਤੀਜੀ ਰਾਤ ਉਨਾਂ ਨੇ ਸੌਣ ਤੋਂ ਪਹਿਲਾਂ ਇਕ ਪੈਂਸਿਲ ਤੇ ਕਾਗਜ ਨੂੰ ਆਪਣੇ ਪਲੰਗ ਦੇ ਕੋਲ ਰੱਖ ਲਿਆ।

"ਜਿਵੇਂ ਉਨਾਂ ਨੇ ਸੋਚਿਆ ਸੀ, ਸਵੇਰ ਵੇਲੇ ਉਨਾਂ ਦੇ ਸੁਫਨੇ ਵਿਚ ਮੱਛੀ ਫਿਰ ਤੋਂ ਆਈ, ਪਹਿਲਾਂ ਤਾਂ ਧੁੰਧਲੀ, ਫਿਰ, ਆਖਿਰ ਵਿਚ ਇਕਦਮ ਸਪੱਸ਼ਟ ਜਿੰਨੀ ਕਿ ਉਸਦੇ ਜੈਵਿਕ ਅੰਗਾਂ ਬਾਰੇ ਕੋਈ ਵੀ ਸ਼ੰਕਾ ਨਹੀਂ ਰਿਹਾ। ਫਿਰ ਵੀ ਔਧੇ ਸੁਪਨਾਵਸਥਾ ਵਿਚ ਉਨਾਂ ਉਸ ਪੂਰੀ ਕਾਲੀ ਰਾਤ ਵਿਚ ਆਪਣੇ ਸਿਰਹਾਨੇ ਰੱਖੇ ਕਾਗਜ਼ 'ਤੇ ਮੱਛੀ ਦੀ ਆਕ੍ਰਿਤੀ ਬਣਾ ਲਈ। ਸਵੇਰੇ ਜਦੋਂ ਉਹ ਜਾਗੇ, ਤਾਂ ਆਪਣੇ ਰਾਤ ਨੂੰ ਬਣਾਈ ਗਈ ਆਕ੍ਰਿਤੀ ਨੂੰ ਦੇਖ ਕੇ ਹੈਰਾਨ ਰਹਿ ਗਏ, ਉਨਾਂ ਨੂੰ ਯਕੀਨ ਨਹੀਂ ਸੀ ਕਿ ਉਸ ਜੀਵਾਸ਼ਮ ਵਿਚ ਅਜਿਹੇ ਲੱਖਣ ਇੰਨੇ ਸਪੱਸ਼ਟ ਤੌਰ 'ਤੇ ਹੋਣਗੇ। ਉਹ ਛੇਤੀ ਹੀ ਜਾਰੋਡਿਨ ਡੀ ਪਲਾਂਟਿਸ ਚਲੇ ਗਏ, ਜਿਥੇ ਉਨਾਂ ਦੁਆਰਾ ਬਣਾਇਆ ਸਕੇਚ ਉਨਾਂ ਦਾ ਮਾਰਗਦਰਸ਼ਨ ਕਰ ਰਿਹਾ ਸੀ ਅਤੇ ਉਹ ਉਸੇ ਪੱਥਰ ਦੀ ਸਤਹ ਨੂੰ ਹਟਾਉਣ ਵਿਚ ਕਾਮਜਾਬ ਹੋ ਗਏ, ਜਿਸਦੇ ਥੱਲੇ ਮੱਛੀ ਦੇ ਬਾਕੀ ਅੰਗ ਲੁਕੇ ਹੋਏ ਸਨ। ਜਦੋਂ ਇਹ ਪੂਰੀ ਤਰਾਂ ਉਜਾਗਰ ਹੋਇਆ ਤਾਂ ਇਹ ਉਨਾਂ ਦੇ ਸੁਫਨੇ ਅਤੇ ਸਕੇਚ ਨਾਲ ਮੇਲ ਖਾਂਦੀ ਸੀ ਅਤੇ ਉਹ ਇਸ ਨੂੰ ਬੜੀ ਆਸਾਨੀ ਨਾਲ ਸ਼੍ਰੇਣੀਬੱਧ ਕਰਨ ਵਿਚ ਸਫਲ ਹੋ ਗਏ।"

ਕਿਵੇਂ ਇਕ ਮੋਹਰੀ ਡਾਕਟਰ ਨੇ ਸ਼ੁਗਰ ਦੀ ਸਮੱਸਿਆ ਨੂੰ ਹੱਲ ਕੀਤਾ

ਕੁੱਝ ਸਾਲ ਪਹਿਲਾਂ ਮੈਨੂੰ ਇਕ ਮੈਗਜ਼ੀਨ ਵਿਚ ਲੇਖ ਮਿਲਿਆ, ਜਿਸ ਵਿਚ ਇੰਸੁਲਿਨ ਦੀ ਖੋਜ ਦੇ ਸ੍ਰੋਤ ਦਾ ਵਰਨਣ ਸੀ। ਯਾਦ ਕਰਨ 'ਤੇ ਉਸ ਲੇਖ ਦਾ ਸਾਰ ਇਸ ਪ੍ਰਕਾਰ ਸੀ।

ਕਰੀਬ ਚਾਲੀ ਜਾਂ ਇਸ ਤੋਂ ਕੁੱਝ ਹੋਰ ਸਾਲ ਪਹਿਲਾਂ, ਡਾ. ਫ੍ਰੇਡਰਿਕ ਬੈਂਟਿੰਗ, ਜੋ ਕਿ ਕਨਾਡਾ ਦੇ ਮਸ਼ਹੂਰ ਡਾਕਟਰ ਤੇ ਸਰਜਨ ਸੀ, ਨੇ ਆਪਣਾ ਧਿਆਨ ਸ਼ੁਗਰ (Diabetes) ਤੋਂ ਹੋਣ ਵਾਲੇ ਨੁਕਸਾਨ 'ਤੇ ਕੇਂਦ੍ਰਿਤ ਕੀਤਾ। ਉਸ ਵੇਲੇ ਤਕ ਚਿਕਿਤਸਾ ਵਿਗਿਆਨ ਅੰਦਰ ਇਸ ਬਿਮਾਰੀ ਨੂੰ ਪ੍ਰਭਾਵੀ ਤਰੀਕੇ ਨਾਲ ਰੋਕਣ ਦਾ

ਕੋਈ ਵਿਕਲਪ ਜਾਂ ਉਪਾਅ ਨਹੀਂ ਸੀ। ਡਾਂ. ਬੈਂਟਿੰਗ ਨੇ ਇਸ ਵਿਸ਼ੇ 'ਤੇ ਬਹੁਤ ਸਾਰੇ ਪ੍ਰਯੋਗ ਕਰਨ ਅਤੇ ਇਸ ਵਿਸ਼ੇ 'ਤੇ ਉਪਲਬਧ ਅੰਤਰ-ਕੌਮੀ ਸਾਹਿਤ ਦੇ ਅਧਿਐਨ ਕਰਨ ਵਿਚ ਕਾਫੀ ਸਮਾਂ ਬਤੀਤ ਕੀਤਾ। ਇਕ ਰਾਤ ਉਹ ਬਹੁਤ ਥੱਕ ਗਏ ਅਤੇ ਉਨ੍ਹਾਂ ਨੂੰ ਨੀਂਦ ਆ ਗਈ। ਸੌਣ ਵੇਲੇ, ਉਨ੍ਹਾਂ ਦੇ ਅਵਚੇਤਨ ਮਨ ਨੇ ਉਨ੍ਹਾਂ ਨੂੰ ਕੁੱਤਿਆਂ ਦੀ ਵਿਗੜੇ ਹੋਏ ਪੈਨਕ੍ਰੀਆਟਿਕ ਡਕਟ ਤੋਂ ਅਵਸ਼ੇਸ਼ ਕੱਢਣ ਦਾ ਨਿਰਦੇਸ਼ ਦਿੱਤਾ। ਇਸ ਪ੍ਰੇਰਣਾ ਨਾਲ ਇੰਸੁਲਿਨ ਦੀ ਖੋਜ ਹੋਈ, ਜਿਸ ਨੇ ਲੱਖਾਂ ਲੋਕਾਂ ਦੀ ਸਹਾਇਤਾ ਕੀਤੀ।

ਸਫਲਤਾ ਦੇ ਵਿਚਾਰ 'ਚ ਉਸ ਦੇ ਸਾਰੇ ਤੱਤ ਸ਼ਾਮਿਲ ਹਨ। ਆਸਥਾ ਅਤੇ ਦ੍ਰਿੜ੍ਹ ਵਿਸ਼ਵਾਸ ਨਾਲ ਆਪਣੇ-ਆਪ ਲਈ "ਸ਼ਫਲਤਾ" ਸ਼ਬਦ ਨੂੰ ਵਾਰ-ਵਾਰ ਦੁਹਰਾਓ ਅਤੇ ਤੁਸੀਂ ਇਸ ਦੇ ਅਧੀਨ ਹੋ ਜਾਓਗੇ।

ਤੁਸੀਂ ਦੇਖੋਗੇ ਕਿ ਡਾਂ. ਬੈਂਟਿੰਗ ਕੁੱਝ ਸਮੇਂ ਤੋਂ ਲਗਾਤਾਰ ਇਸ ਸਮੱਸਿਆ ਨੂੰ ਸੁਲਝਾਉਣ ਦੀ ਕੋਸ਼ਿਸ਼ ਕਰ ਰਹੇ ਸਨ, ਉਹ ਇਕ ਰਾਹ ਕੱਢਣਾ ਚਾਹੁੰਦੇ ਸੀ ਅਤੇ ਉਨ੍ਹਾਂ ਦੇ ਅਵਚੇਤਨ ਨੇ ਉਸੇ ਅਨੁਸਾਰ ਆਪਣੀ ਪ੍ਰਤੀਕਿਰਿਆ ਦਿੱਤੀ।

ਇਸਦਾ ਇਹ ਅਰਥ ਨਹੀਂ ਹੈ ਕਿ ਤੁਹਾਨੂੰ ਹਮੇਸ਼ਾ ਰਾਤੋ-ਰਾਤ ਆਪਣਾ ਜਵਾਬ ਮਿਲ ਜਾਵੇਗਾ। ਹੋ ਸਕਦਾ ਹੈ, ਜਵਾਬ ਕੁੱਝ ਸਮੇਂ ਤੱਕ ਨਾ ਵੀ ਮਿਲੇ। ਨਿਰਾਸ਼ ਨਾ ਹੋਵੋ। ਹਰ ਰਾਤ ਸੌਣ ਤੋਂ ਪਹਿਲਾਂ ਆਪਣੀ ਸਮੱਸਿਆ ਨੂੰ ਆਪਣੇ ਅਵਚੇਤਨ ਮਨ ਦੇ ਹਵਾਲੇ ਇਸ ਤਰ੍ਹਾਂ ਕਰਦੇ ਰਹੋ, ਜਿਵੇਂ ਤੁਸੀਂ ਇਹ ਕੰਮ ਪਹਿਲਾਂ ਕਦੇ ਵੀ ਨਾ ਕੀਤਾ ਹੋਵੇ।

ਦੇਰੀ ਹੋਣ ਦਾ ਇਕ ਇਹ ਵੀ ਕਾਰਨ ਹੋ ਸਕਦਾ ਹੈ ਕਿ ਤੁਸੀਂ ਇਸ ਨੂੰ ਇਕ ਵੱਡੀ ਸਮੱਸਿਆ ਦੇ ਰੂਪ ਵਿਚ ਦੇਖਦੇ ਹੋ। ਤੁਸੀਂ ਇਹ ਵਿਸ਼ਵਾਸ ਕਰ ਕੇ ਚੱਲਦੇ ਹੋ ਕਿ ਇਸ ਨੂੰ ਹੱਲ ਕਰਨ ਵਿਚ ਜ਼ਿਆਦਾ ਲੰਮਾ ਸਮਾਂ ਲੱਗੇਗਾ।

ਤੁਹਾਡਾ ਅਵਚੇਤਨ ਮਨ ਸਮਾਂ ਅਤੇ ਸਥਾਨ ਦੇ ਬੰਧਨਾਂ ਤੋਂ ਮੁਕਤ ਹੈ। ਇਹ ਯਕੀਨ ਕਰਦਿਆਂ ਸੌਂ ਜਾਵੋ ਕਿ ਤੁਹਾਨੂੰ ਜਵਾਬ ਹੁਣੇ ਮਿਲ ਗਿਆ ਹੈ। ਆਪਣੇ ਜਵਾਬ ਨੂੰ ਭਵਿੱਖ ਲਈ ਨਾ ਛੱਡੋ। ਨਤੀਜਿਆਂ ਵਿਚ ਪੂਰਨ ਆਸਥਾ ਰੱਖੋ। ਇਸ ਗੱਲ 'ਤੇ ਸੁਨਿਸ਼ਚਿਤ ਹੋ ਜਾਓ ਕਿ ਜਿਵੇਂ-ਜਿਵੇਂ ਤੁਸੀਂ ਇਸ ਕਿਤਾਬ ਨੂੰ ਪੜ੍ਹਦੇ ਹੋ, ਤੁਹਾਡੀ ਸਮੱਸਿਆ ਦਾ ਠੀਕ ਜਵਾਬ ਅਤੇ ਇਕ ਉੱਤਮ ਹੱਲ ਤੁਹਾਨੂੰ ਮਿਲਦਾ ਹੈ।

ਇਕ ਮਸ਼ਹੂਰ ਭੌਤਿਕ ਵਿਗਿਆਨੀ ਰੂਸੀ ਨਜ਼ਰਬੰਦੀ ਕੈਂਪ ਤੋਂ ਕਿਵੇਂ ਬਚਿਆ ਸੀ

ਡਾਂ. ਲੋਥਰ ਵਾਨ ਬਲੈਂਕ-ਸ਼ਿਮਿਟ, ਰਾਕੇਟ ਸੋਸਾਇਟੀ ਦੇ ਇਕ ਮੈਂਬਰ ਅਤੇ ਪ੍ਰਤਿਭਾਸ਼ਾਲੀ ਇਲੈਕਟ੍ਰਾਨਿਕ ਇੰਜੀਨੀਅਰਿੰਗ ਦੇ ਇਕ ਉੱਤਮ ਸ਼ੋਧਕਰਤਾ ਸਨ, ਉਹ ਹੇਠਾਂ ਦਿੱਤੇ ਸੰਖੇਪ ਸਾਰ ਵਿਚ ਇਸ ਤਰ੍ਹਾਂ ਦੱਸਦੇ ਹਨ ਕਿ ਕਿਵੇਂ ਉਨ੍ਹਾਂ ਨੇ

ਆਪਣੇ ਅਵਚੇਤਨ ਰਾਹੀਂ ਕੋਲੇ ਦੀ ਖਦਾਨ ਵਿਚ ਇਕ ਰੂਸੀ ਨਜ਼ਰਬੰਦੀ ਕੈਂਪ ਦੇ ਬੇਰਹਿਮ ਗਾਰਡਾਂ ਦੇ ਹੱਥੋਂ ਆਪਣੇ-ਆਪ ਨੂੰ ਨਿਸ਼ਚਿਤ ਮੌਤ ਤੋਂ ਮੁਕਤ ਹੋਣ ਲਈ ਵਰਤੋਂ ਕੀਤੀ। ਉਹ ਇਸ ਤਰ੍ਹਾਂ ਦੱਸਦੇ ਹਨ:

''ਮੈਂ ਰੂਸ ਦੀ ਇਕ ਕੋਲਾ ਖਦਾਨ ਵਿਚ ਜੰਗੀ ਕੈਦੀ ਸੀ ਅਤੇ ਮੈਂ ਉਸ ਜੇਲ ਦੇ ਅਹਾਤੇ ਵਿਚ ਆਪਣੇ ਆਲੇ-ਦੁਆਲੇ ਲੋਕਾਂ ਨੂੰ ਮਰਦਿਆਂ ਦੇਖਿਆ। ਸਾਡੇ 'ਤੇ ਬੇਰਹਿਮ ਗਾਰਡਾਂ, ਹੰਕਾਰੀ ਅਫ਼ਸਰਾਂ, ਤੇਜ਼-ਤਿੱਖੀ ਸੋਚ ਵਾਲੇ ਕਮੀਸਰਾਂ ਦੁਆਰਾ ਨਜ਼ਰ ਰੱਖੀ ਜਾਂਦੀ ਸੀ। ਇਕ ਛੋਟੀ ਮੈਡੀਕਲ ਜਾਂਚ ਤੋਂ ਬਾਅਦ ਹਰ ਵਿਅਕਤੀ ਨੂੰ ਕੋਲੇ ਦੀ ਇਕ ਨਿਸ਼ਚਿਤ ਮਾਤਰਾ ਜਾਂ ਕੋਟਾ ਨਿਰਧਾਰਿਤ ਕੀਤਾ ਜਾਂਦਾ ਸੀ। ਮੇਰਾ ਕੋਟਾ ਤਿੰਨ ਸੌ ਪੌਂਡ ਪ੍ਰਤਿਦਿਨ ਦਾ ਸੀ। ਜੇ ਕੋਈ ਵਿਅਕਤੀ ਆਪਣਾ ਨਿਸ਼ਚਿਤ ਕੋਟਾ ਪੂਰਾ ਨਹੀਂ ਕਰਦਾ, ਤਾਂ ਉਸ ਦੀ ਖੁਰਾਕ 'ਚੋਂ ਇਕ ਹਿੱਸਾ ਘੱਟ ਕਰ ਦਿੱਤਾ ਜਾਂਦਾ ਅਤੇ ਥੋੜ੍ਹੇ ਸਮੇਂ ਬਾਅਦ ਹੀ ਉਹ ਕਬਰੀਸਤਾਨ ਵਿਚ ਆਰਾਮ ਕਰ ਰਿਹਾ ਹੁੰਦਾ ਸੀ।

''ਮੈਂ ਆਪਣਾ ਧਿਆਨ ਇਸ ਕੈਂਪ ਤੋਂ ਭੱਜਣ 'ਤੇ ਕੇਂਦ੍ਰਿਤ ਕਰਨਾ ਸ਼ੁਰੂ ਕਰ ਦਿੱਤਾ। ਮੈਨੂੰ ਪਤਾ ਸੀ ਕਿ ਮੇਰਾ ਅਵਚੇਤਨ ਮਨ ਕਿਸੇ ਤਰ੍ਹਾਂ ਇਕ ਰਾਹ ਲੱਭ ਲਵੇਗਾ। ਜਰਮਨੀ ਵਿਚ ਮੇਰਾ ਘਰ ਤਬਾਹ ਕਰ ਦਿੱਤਾ ਗਿਆ ਸੀ ਅਤੇ ਮੇਰੇ ਪਰਿਵਾਰ ਨੂੰ ਵੀ ਖ਼ਤਮ ਕਰ ਦਿੱਤਾ ਗਿਆ ਸੀ, ਮੇਰੇ ਸਾਰੇ ਦੋਸਤ ਤੇ ਸਾਬਕਾ ਸਹਿਯੋਗੀ ਜਾਂ ਤੇ ਜੰਗ ਵਿਚ ਮਾਰੇ ਜਾ ਚੁੱਕੇ ਸਨ ਜਾਂ ਮੇਰੀ ਤਰ੍ਹਾਂ ਕਿਸੇ ਨਜ਼ਰਬੰਦੀ ਕੈਂਪਾਂ ਵਿਚ ਸਨ।

''ਮੈਂ ਆਪਣੇ ਅਵਚੇਤਨ ਮਨ ਨੂੰ ਕਿਹਾ, ''ਮੈਂ ਲਾਸ ਏਂਜਲਸ ਜਾਣਾ ਚਾਹੁੰਦਾ ਹਾਂ ਤੇ ਮੈਨੂੰ ਤੁਸੀਂ ਰਾਹ ਦਿਖਾਓ।'' ਮੈਂ ਲਾਸ ਏਂਜਲਸ ਦੀਆਂ ਤਸਵੀਰਾਂ ਦੇਖੀਆਂ ਤੇ ਮੈਨੂੰ ਕੁੱਝ ਸੜਕਾਂ ਤੇ ਇਮਾਰਤਾਂ ਵੀ ਬੜੀ ਚੰਗੀ ਤਰ੍ਹਾਂ ਨਾਲ ਯਾਦ ਸਨ।

''ਹਰ ਦਿਨ, ਹਰ ਰਾਤ ਮੈਂ ਕਲਪਨਾ ਕਰਦਾ ਸੀ ਕਿ ਮੈਂ ਵਿਲਸ਼ਾਇਰ ਬੁਲੇਵਾਰਡ 'ਤੇ ਅਪਣੀ ਅਮਰੀਕੀ ਦੋਸਤ, ਜੋ ਹੁਣ ਮੇਰੀ ਪਤਨੀ ਹੈ, ਨਾਲ ਘੁੰਮ ਰਿਹਾ ਹਾਂ, ਜਿਸ ਨੂੰ ਮੈਂ ਜੰਗ ਤੋਂ ਪਹਿਲਾਂ ਬਰਲਿਨ ਵਿਚ ਮਿਲਿਆ ਸੀ। ਮੇਰੀ ਕਲਪਨਾ ਵਿਚ ਅਸੀਂ ਸਟੋਰ ਵਿਚ ਗਏ, ਬਸਾਂ 'ਚ ਸਵਾਰੀਆਂ ਕੀਤੀ ਅਤੇ ਰੇਸਤਰਾਂ ਵਿਚ ਖਾਣ ਲਈ ਜਾਂਦੇ ਰਹੇ। ਹਰ ਰਾਤ ਮੈਂ ਖ਼ਾਸ ਤੌਰ 'ਤੇ ਅਮਰੀਕੀ ਕਾਰ ਨੂੰ ਲਾਸ ਏਂਜਲਸ ਦੀਆਂ ਸੜਕਾਂ 'ਤੇ ਇਧਰ-ਉਧਰ ਅਤੇ ਉੱਪਰ-ਥੱਲੇ ਚਲਾਉਂਦਾ ਦੇਖਦਾ ਸੀ। ਮੈਂ ਇਹ ਸਾਰਾ ਕੁੱਝ ਬੜਾ ਸਪਸ਼ਟ ਅਤੇ ਅਸਲੀਅਤ ਵਾਂਗ ਕੀਤਾ। ਮੇਰੇ ਮਸਤਿਸਕ ਵਿਚ ਇਹ ਤਸਵੀਰਾਂ ਉੱਨੀਆਂ ਹੀ ਅਸਲੀ ਜਾਂ ਕੁਦਰਤੀ ਸਨ, ਜਿੰਨੀਆਂ ਨਜ਼ਰਬੰਦੀ ਕੈਂਪ ਦੇ ਬਾਹਰਲੇ ਦਰੱਖਤਾਂ 'ਚੋਂ ਇਕ।

"ਹਰ ਸਵੇਰ ਮੁੱਖ ਗਾਰਡ ਕੈਦੀਆਂ ਨੂੰ ਲਾਇਨ ਵਿਚ ਖੜ੍ਹਾ ਕਰ ਗਿਣਤੀ ਕਰਦਾ ਸੀ। ਉਹ "ਇਕ, ਦੋ, ਤਿੰਨ," ਕਹਿ ਕੇ ਪੁਕਾਰਦਾ ਸੀ ਆਦਿ। ਇਕ ਦਿਨ ਜਦੋਂ ਉਸ ਨੇ ਸਤਾਰਹ ਨੰਬਰ ਪੁਕਾਰਿਆ, ਜੋ ਕਿ ਕ੍ਰਮ ਵਿਚ ਮੇਰਾ ਨੰਬਰ ਸੀ, ਤਾਂ ਮੈਂ ਇਕ ਪਾਸੇ ਵੱਖਰਾ ਹੋ ਕੇ ਖੜ੍ਹਾ ਹੋ ਗਿਆ। ਇਸ ਦੌਰਾਨ ਗਾਰਡ ਨੂੰ ਕਿਸੇ ਨੇ ਇਕ-ਅੱਧੇ ਮਿੰਟ ਲਈ ਦੂਰ ਬੁਲਾਇਆ ਅਤੇ ਵਾਪਸ ਮੁੜਨ 'ਤੇ ਉਸ ਨੇ ਗ਼ਲਤੀ ਨਾਲ ਅਗਲੇ ਆਦਮੀ ਨੂੰ ਸਤਾਰਹ ਨੰਬਰ ਵਜੋਂ ਗਿਣ ਲਿਆ। ਜਦੋਂ ਸ਼ਾਮ ਨੂੰ ਕੈਦੀਆਂ ਦਾ ਅਮਲਾ ਵਾਪਸ ਆਇਆ, ਤਾਂ ਕੈਦੀਆਂ ਦੀ ਗਿਣਤੀ ਇਕੋ ਜਿਹੀ ਸੀ। ਉਨ੍ਹਾਂ ਨੂੰ ਮੇਰੀ ਕਮੀ ਮਹਿਸੂਸ ਹੀ ਨਹੀਂ ਹੋਈ, ਜਦੋਂ ਤੱਕ ਪਤਾ ਚੱਲਦਾ, ਉਦੋਂ ਤੱਕ ਕਾਫੀ ਸਮਾਂ ਹੋ ਚੁੱਕਿਆ ਸੀ ਅਤੇ ਉਨ੍ਹਾਂ ਨੂੰ ਲੱਭਣ ਵਿਚ ਵੀ ਕਾਫੀ ਵਕਤ ਲੱਗਿਆ।

"ਮੈਂ ਬਿਨਾ ਕਿਸੇ ਨੂੰ ਪਤਾ ਚਲੇ ਕੈਂਪ ਤੋਂ ਬਾਹਰ ਨਿਕਲ ਗਿਆ ਅਤੇ ਪੂਰੇ ਚੌਵੀਂ ਘੰਟਿਆਂ ਤੱਕ ਬਿਨਾਂ ਰੁੱਕੇ ਤੁਰਦਾ ਰਿਹਾ, ਅਗਲੇ ਦਿਨ ਮੈਂ ਇਕ ਉਜਾੜ ਕਸਬੇ 'ਚ ਆਰਾਮ ਕੀਤਾ। ਮੈਂ ਮੱਛੀਆਂ ਫੜ੍ਹ ਕੇ, ਕੁੱਝ ਜੰਗਲੀ ਪੰਖੇਰੂਆਂ ਜਾਂ ਜਾਨਵਰਾਂ ਨੂੰ ਮਾਰ ਕੇ ਕੁੱਝ ਸਮਾਂ ਗੁਜ਼ਾਰਾ ਕੀਤਾ। ਮੈਨੂੰ ਪੋਲੈਂਡ ਨੂੰ ਜਾਣ ਵਾਲੀਆਂ ਕੋਲੇ ਦੀਆਂ ਰੇਲਗੱਡੀਆਂ ਮਿਲੀਆਂ ਅਤੇ ਮੈਂ ਉਨ੍ਹਾਂ 'ਤੇ ਸਫ਼ਰ ਕੀਤਾ, ਜਦੋਂ ਤਕ ਮੈਂ ਪੋਲੈਂਡ ਨਹੀਂ ਪਹੁੰਚਿਆ ਉੱਥੋਂ ਦੋਸਤਾਂ ਦੀ ਮਦਦ ਨਾਲ ਮੈਂ ਲੂਜ਼ਰਨ, ਸਵਿਟਜ਼ਰਲੈਂਡ ਦਾ ਰੁਖ ਕੀਤਾ।

"ਇਕ ਸ਼ਾਮ ਪੈਲੇਸ ਹੋਟਲ, ਲੂਜ਼ਰਨ ਵਿਚ ਮੈਂ ਇਕ ਅਮਰੀਕੀ ਆਦਮੀ ਅਤੇ ਉਸਦੀ ਪਤਨੀ ਨਾਲ ਗੱਲ ਕੀਤੀ। ਇਸ ਆਦਮੀ ਨੇ ਮੈਨੂੰ ਪੁੱਛਿਆ ਕਿ ਕੀ ਮੈਂ ਸਾਂਤਾ ਮੋਨਿਕਾ, ਕੈਲੀਫੋਰਨੀਆ ਵਿਚ ਉਸ ਦੇ ਘਰ ਮਿਹਮਾਨ ਵਾਂਗ ਰਹਿਣਾ ਪਸੰਦ ਕਰਾਗਾਂ। ਮੈਂ ਸਵੀਕਾਰ ਕਰ ਲਿਆ, ਅਤੇ ਜਦੋਂ ਮੈਂ ਲਾਸ ਏਂਜਲਸ ਪਹੁੰਚਿਆਂ ਉਦੋਂ ਮੈਂ ਦੇਖਿਆ ਕਿ ਉਨ੍ਹਾਂ ਦਾ ਸ਼ੋਫਰ ਮੈਨੂੰ ਵਿਲਸ਼ਾਇਰ ਰੋਡ ਅਤੇ ਕਈ ਹੋਰ ਸੜਕਾਂ 'ਤੇ ਲੈ ਜਾ ਰਿਹਾ ਸੀ, ਜਿਸਦੀ ਮੈਂ ਕਈ ਮਹੀਨਿਆਂ ਤੱਕ ਰੂਸੀ ਕੋਲੇ ਦੀਆਂ ਖਦਾਨਾਂ ਵਿਚ ਕਲਪਨਾ ਰਾਹੀਂ ਇੰਨਾ ਸਜੀਵ ਦੇਖਦਾ ਸੀ। ਮੈਂ ਉਨ੍ਹਾਂ ਇਮਾਰਤਾਂ ਨੂੰ ਹੁਣ ਹਕੀਕਤ ਵਿਚ ਪਛਾਣ ਲਿਆ ਜਿਨ੍ਹਾਂ ਨੂੰ ਮੈਂ ਆਪਣੇ ਮਨ ਵਿਚ ਦੇਖਿਆ ਸੀ, ਇੰਝ ਪ੍ਰਤੀਤ ਹੋਇਆ ਕਿ ਮੈਂ ਲਾਸ ਏਂਜਲਸ 'ਚ ਪਹਿਲਾਂ ਆ ਚੁੱਕਿਆ ਹਾਂ। ਮੈਂ ਆਪਣੀ ਮੰਜ਼ਿਲ ਤੱਕ ਪਹੁੰਚ ਗਿਆ ਸੀ।

"ਮੈਂ ਕਦੇ ਵੀ ਅਵਚੇਤਨ ਮਨ ਦੇ ਚਮਤਕਾਰਾਂ 'ਤੇ ਹੈਰਾਨ ਹੋਣਾ ਛੱਡ ਨਹੀਂ ਸਕਦਾ। ਸੱਚਮੁੱਚ, ਇਸਦੇ ਕੋਲ ਅਜਿਹੇ ਤਰੀਕੇ ਹਨ, ਜਿਨ੍ਹਾਂ ਬਾਰੇ ਸਾਨੂੰ ਕੋਈ ਗਿਆਨ ਨਹੀਂ ਹੈ।"

ਕਿਵੇਂ ਪੁਰਾਤੱਤਵ ਅਤੇ ਜੀਵ ਵਿਗਿਆਨੀ ਪ੍ਰਾਚੀਨ ਦ੍ਰਿਸ਼ਾਂ ਦਾ ਪੁਨਰ ਨਿਰਮਾਣ ਕਰਦੇ ਹਨ

ਇਹ ਵਿਗਿਆਨੀ ਜਾਣਦੇ ਹਨ ਕਿ ਉਨ੍ਹਾਂ ਦੇ ਅਵਚੇਤਨ ਮਨ, ਜੋ ਕੁੱਝ ਅਤੀਤ ਵਿਚ ਵਾਪਰਿਆਂ ਹੈ, ਨੂੰ ਯਾਦ ਰੱਖਦਾ ਹੈ। ਜਦੋਂ ਉਹ ਪ੍ਰਾਚੀਨ ਖੰਡਰਾਂ ਅਤੇ ਜੀਵਾਸ਼ਮਾਂ ਦਾ ਅਧਿਐਨ ਕਰ ਰਹੇ ਹੁੰਦੇ ਹਨ ਤਾਂ ਕਲਪਨਾ ਸ਼ਕਤੀ ਦੁਆਰਾ, ਉਨ੍ਹਾਂ ਦਾ ਅਵਚੇਤਨ ਮਨ ਪ੍ਰਾਚੀਨ ਦ੍ਰਿਸ਼ਾਂ ਨੂੰ ਦੁਬਾਰਾ ਬਨਾਉਣ (ਪੁਨਰ-ਨਿਰਮਾਣ) ਵਿਚ ਸਹਾਇਤਾ ਕਰਦਾ ਹੈ। ਇਕ ਬਾਰ ਫਿਰ ਤੋਂ ਮਿਰਤ ਅਤੀਤ ਸਜੀਵ ਅਤੇ ਸੁਣਨ ਯੋਗ ਹੋ ਜਾਂਦਾ ਹੈ। ਇਨ੍ਹਾਂ ਪ੍ਰਾਚੀਨ ਮੰਦਰਾਂ ਨੂੰ ਦੇਖਦੇ ਹੋਏ ਅਤੇ ਇਨ੍ਹਾਂ ਪੁਰਾਤਨ ਸਮੇਂ ਦੇ ਮਿੱਟੀ ਦੇ ਭਾਂਡਿਆਂ, ਮੁਰਤੀਆਂ, ਸੰਦਾਂ ਜਾਂ ਔਜਾਰਾਂ ਅਤੇ ਘਰੇਲੂ ਬਰਤਨਾਂ ਦਾ ਅਧਿਐਨ ਕਰਦੇ ਹੋਏ, ਵਿਗਿਆਨੀ ਸਾਨੂੰ ਉਸ ਯੁੱਗ ਬਾਰੇ ਦੱਸਦੇ ਹਨ ਜਦੋਂ ਕੋਈ ਭਾਸ਼ਾ ਨਹੀਂ ਸੀ।

ਸੰਚਾਰ ਜਾਂ ਗੱਲਬਾਤ ਦਾ ਮਾਧਿਅਮ ਗੁੱਰਾਹਟਾਂ, ਗਰਜਾਂ ਅਤੇ ਸੰਕੇਤਾਂ ਦੁਆਰਾ ਕੀਤਾ ਜਾਂਦਾ ਸੀ।

ਵਿਗਿਆਨੀ ਦੀ ਡੂੰਘੀ ਇਕਾਗਰਤਾ ਤੇ ਅਨੁਸ਼ਾਸਿਤ ਕਲਪਨਾ ਉਨ੍ਹਾਂ ਦੇ ਅਵਚੇਤਨ ਮਨ ਦੀਆਂ ਅੰਤਰੀਵ ਜਾਂ ਲੁਕੀ ਹੋਈ ਸ਼ਕਤੀਆਂ ਨੂੰ ਜਗਾਉਂਦੀਆਂ ਸਨ ਜਿਸ ਨਾਲ ਉਹ ਪ੍ਰਾਚੀਨ ਮੰਦਰਾਂ ਨੂੰ ਛੱਤਾਂ ਨਾਲ ਪਹਿਰਾਵਾਂ ਦਿੰਦਾ ਹੈ, ਇਮਾਰਤਾਂ ਨੂੰ ਚਾਰੇ ਪਾਸੇ ਬਗੀਚਿਆਂ, ਤਲਾਬਾਂ ਅਤੇ ਝਰਨਿਆਂ ਨਾਲ ਘੇਰ ਲੈਂਦਾ ਹੈ। ਜੀਵਾਵਸ਼ਾਂ ਦੇ ਅਵਸ਼ੇਸ਼ ਅੱਖਾਂ, ਨਾੜਾ ਅਤੇ ਮਾਂਸਪੇਸ਼ੀਆਂ ਨਾਲ ਲਿਬੜੇ ਹੋਏ ਸਨ ਅਤੇ ਉਹ ਇਕ ਵਾਰੀ ਫਿਰ ਬੋਲਦੇ ਅਤੇ ਤੁਰਦੇ ਹਨ। ਅਤੀਤ ਵਰਤਮਾਨ ਬਣ ਜਾਂਦਾ ਹੈ ਅਤੇ ਅਸੀਂ ਜਾਣਦੇ ਹਾਂ ਕਿ ਮਨ ਵਿਚ ਕੋਈ ਸਮਾਂ ਜਾਂ ਸਥਾਨ ਨਹੀਂ ਹੁੰਦਾ। ਆਪਣੀ ਅਨੁਸ਼ਾਸਿਤ, ਨਿਯੰਤਰਿਤ ਤੇ ਨਿਰਦੇਸ਼ਿਤ ਕਲਪਨਾ ਦੁਆਰਾ ਤੁਸੀਂ ਹਰ ਯੁੱਗ ਦੇ ਸਭ ਤੋਂ ਮਹਾਨ ਵਿਗਿਆਨੀਆਂ ਅਤੇ ਪ੍ਰੇਰਿਤ ਚਿੰਤਕਾਂ ਦੇ ਸਾਥੀ ਬਣ ਸਕਦੇ ਹੋ।

ਆਪਣੇ ਅਵਚੇਤਨ ਤੋਂ ਮਾਰਗਦਰਸ਼ਨ ਕਿਵੇਂ ਪ੍ਰਾਪਤ ਕਰਨਾ ਹੈ

ਜਦੋਂ ਕਦੇ ਤੁਸੀਂ ਕਿਸੇ ਕੰਮ ਨੂੰ "ਇਕ ਔਖਾ ਫੈਸਲਾ" ਦੀ ਸੰਗਿਆ ਦਿੰਦੇ ਹੋ ਜਾਂ ਆਪਣੀ ਕਿਸੇ ਸਮੱਸਿਆ ਦਾ ਹੱਲ ਵੇਖਣ ਵਿਚ ਅਸਫਲ ਰਹਿੰਦੇ ਹੋ, ਉਦੋਂ ਤੁਰੰਤ ਇਸ ਬਾਰੇ ਸਿਰਜਨਾਤਮਕ ਤੌਰ 'ਤੇ ਸੋਚਣਾ ਸ਼ੁਰੂ ਕਰੋ। ਜੇ ਤੁਸੀਂ ਡਰੇ ਹੋਏ ਅਤੇ ਚਿੰਤਤ ਹੋ ਤਾਂ ਇਸਦਾ ਅਰਥ ਹੈ ਕਿ ਅਸਲ ਵਿਚ ਤੁਸੀਂ ਸੋਚ ਨਹੀਂ ਰਹੇ ਹੋ। ਇਕ ਸੱਚੀ ਸੋਚ ਡਰ ਤੋਂ ਮੁਕਤ ਹੁੰਦੀ ਹੈ।

ਇਥੇ ਇਕ ਸੌਖੀ ਤਕਨੀਕ ਦਿੱਤੀ ਜਾ ਰਹੀ ਹੈ, ਜਿਸ ਨੂੰ ਤੁਸੀਂ ਕਿਸੇ ਵੀ ਵਿਸ਼ੇ 'ਤੇ ਮਾਰਗਦਰਸ਼ਨ ਪ੍ਰਾਪਤ ਕਰਨ ਲਈ ਵਰਤ ਸਕਦੇ ਹੋ; ਮਸਤਿਸ਼ਕ ਨੂੰ

ਸ਼ਾਂਤ ਕਰੋ ਅਤੇ ਸਰੀਰ ਨੂੰ ਅਡੋਲ। ਆਪਣੇ ਸਰੀਰ ਨੂੰ ਆਰਾਮ ਕਰਨ ਲਈ ਕਹੋ; ਇਸ ਨੂੰ ਤੁਹਾਡਾ ਆਦੇਸ਼ ਮੰਨਣਾ ਪਵੇਗਾ। ਇਸ ਦੀ ਕੋਈ ਇੱਛਾ, ਪਹਿਲਕਦਮੀ ਜਾਂ ਸੈ-ਚੇਤਨ ਬੁੱਧੀ ਨਹੀਂ ਹੁੰਦੀ। ਤੁਹਾਡਾ ਸਰੀਰ ਸਿਰਫ਼ ਇਕ ਭਾਵਨਾਤਮਕ ਡਿਸਕ ਹੈ, ਜੋ ਤੁਹਾਡੇ ਵਿਸ਼ਵਾਸ਼ਾਂ ਤੇ ਪ੍ਰਭਾਵਾਂ ਨੂੰ ਰਿਕਾਰਡ ਕਰਦਾ ਹੈ। ਆਪਣੇ ਧਿਆਨ ਨੂੰ ਲਾਮਬੰਦ ਕਰੋ; ਆਪਣੀ ਸਮੱਸਿਆ ਦੇ ਹੱਲ 'ਤੇ ਆਪਣੇ ਵਿਚਾਰ ਕੇਂਦ੍ਰਿਤ ਕਰ ਲਓ।

ਆਪਣੇ ਸੁਚੇਤ ਮਨ ਨਾਲ ਇਸ ਨੂੰ ਸੁਲਝਾਉਣ ਦੀ ਕੋਸ਼ਿਸ਼ ਕਰੋ। ਸੋਚੋ ਕਿ ਤੁਸੀਂ ਆਦਰਸ਼ ਹੱਲ ਬਾਰੇ ਕਿੰਨੀ ਖ਼ੁਸ਼ੀ ਜ਼ਾਹਿਰ ਕਰੋਗੇ। ਜੇ ਤੁਹਾਨੂੰ ਆਪਣੀ ਸਮੱਸਿਆ ਦਾ ਆਦਰਸ਼ ਜਵਾਬ ਮਿਲਦਾ ਹੈ ਤਾਂ ਤੁਹਾਨੂੰ ਕਿਹੋ ਜਿਹਾ ਅਨੁਭਵ ਹੁੰਦਾ, ਉਸੇ ਭਾਵਨਾ ਨੂੰ ਮਹਿਸੂਸ ਕਰੋ। ਆਪਣੇ ਮਸਤਿਸ਼ਕ ਨੂੰ ਇਕ ਆਰਾਮਦੇਹ ਤਰੀਕੇ ਨਾਲ ਭਾਵ ਖ਼ੁਸ਼ੀ ਅਤੇ ਸੰਤੁਸ਼ਟੀ ਜਾਂ ਮਨ ਨੂੰ ਨਿਸ਼ਚਿੰਤ ਹੋ ਕੇ ਇਸ ਮੂਡ ਨਾਲ ਖੋਡਣ ਦਿਓ; ਫਿਰ ਸੌਣ ਲਈ ਛੱਡ ਦਿਓ। ਜਦੋਂ ਤੁਸੀਂ ਜਾਗਦੇ ਹੋ ਅਤੇ ਤੁਹਾਨੂੰ ਆਪਣਾ ਜਵਾਬ ਨਹੀਂ ਮਿਲਦਾ, ਤਾਂ ਆਪਣੇ-ਆਪ ਨੂੰ ਕਿਸੇ ਹੋਰ ਕੰਮ ਵਿਚ ਰੁੱਝਾ ਲਓ। ਸੰਭਵ ਹੈ, ਜਦੋਂ ਤੁਸੀਂ ਕਿਸੇ ਹੋਰ ਕੰਮ ਵਿਚ ਰੁੱਝੇ ਹੋਵੋਗੇ, ਤਾਂ ਜਵਾਬ ਆਪਣੇ-ਆਪ ਦਿਮਾਗ਼ 'ਚ ਉਸੇ ਤਰ੍ਹਾਂ ਆ ਜਾਵੇਗਾ ਜਿਵੇਂ ਟੋਸਟਰ ਵਿਚੋਂ ਬ੍ਰੈਡ ਸਲਾਇਸ ਬਾਹਰ ਆਉਂਦੀ ਹੈ।

ਅਵਚੇਤਨ ਮਨ ਤੋਂ ਮਾਰਗਦਰਸ਼ਨ ਪਾਉਣ ਦਾ ਸੌਖਾ ਤਰੀਕਾ ਹੀ ਸਭ ਤੋਂ ਵਧੀਆ ਹੈ, ਇਹ ਇਕ ਉਦਾਹਰਣ ਹੈ: ਇਕ ਵਾਰ ਮੇਰੀ ਇਕ ਕੀਮਤੀ ਅੰਗੂਠੀ ਗੁਆਚ ਗਈ, ਜੋ ਕਿ ਵਿਰਾਸਤੀ ਚੀਜ ਜਾਂ ਪੁਸ਼ਤੈਨੀ ਪਰਿਵਾਰਕ ਨਿਸ਼ਾਨੀ ਸੀ। ਮੈਂ ਉਸ ਨੂੰ ਹਰ ਜਗ੍ਹਾ ਲੱਭਿਆ, ਪਰ ਮੈਨੂੰ ਉਹ ਕਿਤੇ ਵੀ ਨਹੀਂ ਮਿਲੀ। ਉਸ ਰਾਤ ਮੈਂ ਆਪਣੇ ਅਵਚੇਤਨ ਮਨ ਨਾਲ ਉਸੇ ਤਰ੍ਹਾਂ ਗੱਲਾਂ ਕੀਤੀਆਂ, ਜਿਸ ਤਰ੍ਹਾਂ ਮੈਂ ਕਿਸੇ ਹੋਰ ਨਾਲ ਗੱਲਾਂ ਕਰਦਾ ਹਾਂ। ਸੌਣ ਤੋਂ ਪਹਿਲਾਂ ਮੈਂ ਇਸ ਨੂੰ ਕਿਹਾ, "ਤੂੰ ਸਾਰਾ ਕੁੱਝ ਜਾਣਦਾ ਹੈ। ਤੂੰ ਜਾਣਦਾ ਹੈ ਕਿ ਅੰਗੂਠੀ ਕਿੱਥੇ ਹੈ, ਅਤੇ ਤੂੰ ਹੁਣੇ ਹੀ ਮੈਨੂੰ ਦੱਸੇਗਾ ਕਿ ਇਹ ਕਿੱਥੇ ਹੈ।" ਸਵੇਰੇ ਮੇਰੇ ਕੰਨਾਂ ਵਿਚ ਇਹ ਸ਼ਬਦ ਵੱਜਣ ਨਾਲ ਮੈਂ ਅਚਨਚੇਤ ਜਾਗਿਆ, "ਰਾਬਰਟ ਨੂੰ ਪੁੱਛੋ!"

ਇਹ ਮੈਨੂੰ ਬੜਾ ਅਜੀਬ ਲੱਗਿਆ ਕਿ ਮੈਨੂੰ ਰਾਬਰਟ, ਲਗਭਗ ਨੌ ਸਾਲਾਂ ਦੇ ਮੁੰਡੇ ਤੋਂ ਪੁੱਛਣਾ ਚਾਹੀਦਾ ਹੈ; ਬਹਰਹਾਲ, ਮੈਂ ਆਪਣੇ ਅਵਚੇਤਨ ਦੀ ਆਂਤਰਿਕ ਆਵਾਜ਼ ਦੀ ਪਾਲਨਾ ਕੀਤੀ।"

ਰਾਬਰਟ ਨੇ ਜਵਾਬ ਦਿੱਤਾ, "ਓਹ, ਹਾਂ। ਦਰਅਸਲ ਮੈਂ ਇਸ ਨੂੰ ਵਿਹੜੇ 'ਚੋਂ ਚੁੱਕ ਲਿਆ ਸੀ ਜਦੋਂ ਮੈਂ ਕੱਲੂ ਹੋਰ ਮੁੰਡਿਆਂ ਨਾਲ ਖੇਡ ਰਿਹਾ ਸੀ। ਮੈਨੂੰ ਨਹੀਂ ਸੀ ਪਤਾ ਕਿ ਇਹ ਕਿਸਦੀ ਹੈ, ਇਸ ਲਈ ਮੈਂ ਇਸ ਨੂੰ ਆਪਣੇ ਕਮਰੇ ਵਿਚ ਲੈ ਗਿਆ ਅਤੇ ਆਪਣੀ ਡੈਸਕ 'ਤੇ ਰੱਖ ਦਿੱਤਾ ਕਿਉਂਕਿ ਮੇਰੀ ਨਜ਼ਰ 'ਚ ਇਸ ਦਾ ਕੋਈ ਮੁੱਲ ਨਹੀਂ ਸੀ, ਇਸ ਲਈ ਮੈਂ ਇਸ ਬਾਰੇ ਕੁੱਝ ਨਹੀਂ ਕਿਹਾ।"

ਜੇ ਤੁਸੀਂ ਇਸ 'ਤੇ ਭਰੋਸਾ ਕਰਦੇ ਹੋ ਤਾਂ ਅਵਚੇਤਨ ਮਨ ਤੁਹਾਨੂੰ ਹਮੇਸ਼ਾ ਜਵਾਬ ਦੇਵੇਗਾ।

ਅਵਚੇਤਨ ਨੇ ਉਸਦੇ ਪਿਤਾ ਦੀ ਵਸੀਅਤ ਦੇ ਸਥਾਨ ਦਾ ਖੁਲਾਸਾ ਕੀਤਾ

ਇੱਕ ਨੌਜਵਾਨ ਜੋ ਮੇਰੇ ਲੈਕਚਰਾਂ ਨੂੰ ਸੁਣਨ ਲਈ ਕਲਾਸ ਵਿਚ ਆਇਆ ਕਰਦਾ ਸੀ। ਉਸਦੇ ਪਿਤਾ ਦੀ ਮਿਰਤੂ ਹੋ ਗਈ ਅਤੇ ਇੰਝ ਲੱਗਦਾ ਸੀ ਕਿ ਉਨ੍ਹਾਂ ਨੇ ਕੋਈ ਵਸੀਅਤ ਨਹੀਂ ਛੱਡੀ। ਫਿਰ ਉਸਦੀ ਭੈਣ ਨੇ ਉਸ ਨੂੰ ਦੱਸਿਆ ਕਿ ਉਨ੍ਹਾਂ ਦੇ ਪਿਤਾ ਨੇ ਇਕ ਵਸੀਅਤ ਬਣਾਈ ਸੀ, ਜਿਸ ਵਿਚ ਹਰ ਇਕ ਨੂੰ ਜਾਇਜ਼ ਹਿੱਸਾ ਦਿੱਤਾ ਗਿਆ ਸੀ। ਵਸੀਅਤ ਦਾ ਪਤਾ ਲਗਾਉਣ ਦੀ ਹਰ ਕੋਸ਼ਿਸ਼ ਅਸਫਲ ਰਹੀ।

ਸੌਣ ਤੋਂ ਪਹਿਲਾਂ ਉਸ ਨੇ ਆਪਣੇ ਡੂੰਘੇ ਮਨ ਨੂੰ ਕਿਹਾ: "ਮੈਂ ਹੁਣ ਇਸ ਯਾਚਨਾ ਨੂੰ ਆਪਣੇ ਅਵਚੇਤਨ ਮਨ ਨੂੰ ਸੌਂਪਦਾ ਹਾਂ। ਮੇਰਾ ਅਵਚੇਤਨ ਮਨ ਜਾਣਦਾ ਹੈ ਕਿ ਮੇਰੇ ਪਿਤਾ ਦੀ ਵਸੀਅਤ ਕਿੱਥੇ ਹੈ ਅਤੇ ਇਹ ਮੈਨੂੰ ਉਹ ਸਥਾਨ ਦੱਸ ਰਿਹਾ ਹੈ।" ਫਿਰ ਉਸਨੇ ਆਪਣੇ ਬੇਨਤੀ ਜਾਂ ਯਾਚਨਾ ਨੂੰ ਇਕ ਸ਼ਬਦ, "ਜਵਾਬ ਦਿਓ" ਤੱਕ ਘਟਾ ਦਿੱਤਾ, ਅਤੇ ਇਕ ਲੋਰੀ ਦੇ ਰੂਪ ਵਿਚ ਵਾਰ-ਵਾਰ ਗਾਉਣ ਲੱਗਾ। ਉਹ ਸੌਂਦੇ ਹੋਏ ਇਸ ਇਕ ਸ਼ਬਦ ਨੂੰ ਦੁਹਰਾਉਂਦਾ ਰਿਹਾ, "ਜਵਾਬ ਦਿਓ।"

ਅਗਲੀ ਸਵੇਰ ਜਦੋਂ ਉਹ ਜਾਗਿਆ, ਤਾਂ ਉਸਦੇ ਮਨ ਵਿਚ ਪ੍ਰਬਲ ਇੱਛਾ ਜਾਗੀ ਕਿ ਉਹ ਡਾਊਨ-ਟਾਊਨ ਲਾਸ ਐਂਜਲਸ ਦੇ ਇਕ ਖ਼ਾਸ ਬੈਂਕ ਵਿਚ ਜਾਏ। ਜਿੱਥੇ ਜਾ ਕੇ ਉਸ ਨੂੰ ਆਪਣੇ ਪਿਤਾ ਦੇ ਨਾਮ 'ਤੇ ਰਜਿਸਟਰਡ ਇੱਕ ਸੁਰੱਖਿਅਤ ਡਿਪਾਜ਼ਿਟ ਵਾਲਟ ਮਿਲਿਆ, ਜਿਸ ਦੀ ਸਮੱਗਰੀ ਨੇ ਉਸ ਦੀਆਂ ਸਾਰੀਆਂ ਸਮੱਸਿਆਵਾਂ ਨੂੰ ਹੱਲ ਕਰ ਦਿੱਤਾ।

ਜਦੋਂ ਤੁਸੀਂ ਸੌਣ ਜਾਂਦੇ ਹੋ, ਤਾਂ ਤੁਹਾਡਾ ਵਿਚਾਰ ਤੁਹਾਡੇ ਅੰਦਰਲੇ ਦੀ ਅੰਤਰੀਵ ਸ਼ਕਤੀਆਂ ਨੂੰ ਜਗਾ ਦਿੰਦਾ ਹੈ। ਉਦਾਹਰਨ ਲਈ, ਮੰਨ ਲਓ, ਤੁਸੀਂ ਸੋਚ ਰਹੇ ਹੋ ਕਿ ਕੀ ਤੁਹਾਨੂੰ ਆਪਣਾ ਘਰ ਵੇਚਣਾ ਹੈ, ਕੋਈ ਸਟਾਕ ਖਰੀਦ ਲੈਣਾ ਚਾਹੀਦਾ ਹੈ, ਕਿਸੇ ਸਾਂਝੇਦਾਰੀ ਨੂੰ ਤੋੜ ਦੇਣਾ ਚਾਹੀਦਾ ਹੈ, ਨਿਊਯਾਰਕ ਜਾਣਾ ਹੈ ਜਾਂ ਫਿਰ ਲਾਸ ਐਂਜਲਸ ਵਿਚ ਰਹਿਣਾ ਹੈ, ਮੌਜੂਦਾ ਇਕਰਾਰਨਾਮੇ ਨੂੰ ਖਤਮ ਜਾਂ ਭੰਗ ਕਰਨਾ ਹੈ ਜਾਂ ਨਵਾਂ ਅਹਿਦਨਾਮਾ ਕਰ ਲੈਣਾ ਚਾਹੀਦਾ ਹੈ। ਇਹ ਕਰੋ: ਆਪਣੀ ਕੁਰਸੀ 'ਤੇ ਜਾਂ ਆਪਣੇ ਆਫ਼ਿਸ ਦੀ ਡੈਸਕ 'ਤੇ ਚੁੱਪਚਾਪ ਬੈਠ ਜਾਓ। ਯਾਦ ਰੱਖੋ ਕਿ ਕਿਰਿਆ ਅਤੇ ਪ੍ਰਤੀਕਿਰਿਆ ਦਾ ਸਰਵਵਿਆਪੀ ਨਿਯਮ ਹੈ। ਕਿਰਿਆ ਤੁਹਾਡਾ ਵਿਚਾਰ ਹੈ। ਪ੍ਰਤੀਕਰਮ ਤੁਹਾਡਾ ਅਵਚੇਤਨ ਮਨ ਦੀ ਪ੍ਰਤੀਕਿਰਿਆ ਹੈ। ਅਵਚੇਤਨ ਮਨ ਪ੍ਰਤਿਕਿਰਿਆਸ਼ੀਲ ਹੈ; ਇਹ ਇਸ ਦੀ ਪ੍ਰਕਿਰਤੀ ਜਾਂ ਸੁਭਾਅ ਹੈ। ਇਹ ਜਵਾਬ ਦਿੰਦਾ ਹੈ, ਇਨਾਮ ਦਿੰਦਾ ਹੈ, ਮੁੜ ਅਦਾਇਗੀ ਕਰਦਾ ਹੈ।

ਇਹ ਅਨੁਰੂਪਤਾ ਦੇ ਨਿਯਮ ਹੈ। ਇਹ ਵਿਚਾਰ ਦੇ ਅਨੁਰੂਪ ਪ੍ਰਤਿਕਿਰਿਆ ਕਰਦਾ ਹੈ। ਜਿਵੇਂ ਤੁਸੀਂ ਸਹੀ ਕਾਰਵਾਈ ਬਾਰੇ ਸੋਚਦੇ ਜਾਂ ਮਨਨ ਕਰਦੇ ਹੋ, ਤਾਂ ਤੁਹਾਨੂੰ ਆਪਣੇ ਅੰਦਰ ਅਜਿਹੀ ਪ੍ਰਤੀਕਿਰਿਆ ਜਾਂ ਜਵਾਬ ਹੋਣ ਨੂੰ ਮਹਿਸੂਸ ਕਰਦੇ ਹੋ ਜੋ ਕਿ ਤੁਹਾਡੇ ਅਵਚੇਤਨ ਮਨ ਦੀ ਅਗਵਾਈ ਜਾਂ ਜਵਾਬ ਨੂੰ ਦਰਸਾਉਂਦਾ ਹੈ।

ਮਾਰਗਦਰਸ਼ਨ ਦੀ ਖੋਜ ਵਿਚ, ਤੁਸੀਂ ਸ਼ਾਂਤੀ ਨਾਲ ਸਿਰਫ਼ ਸਹੀ ਕਾਰਵਾਈ ਬਾਰੇ ਸੋਚਦੇ ਹੋ, ਜਿਸਦਾ ਮਤਲਬ ਹੈ ਕਿ ਤੁਸੀਂ ਆਪਣੇ ਅਵਚੇਤਨ ਮਨ ਵਿਚ ਰਹਿਣ ਵਾਲੀ ਅਸੀਮ ਬੁੱਧੀਮੱਤਾ ਨੂੰ ਉਸ ਬਿੰਦੂ ਤੱਕ ਵਰਤ ਰਹੇ ਹੋ, ਜਿੱਥੇ ਇਹ ਤੁਹਾਨੂੰ ਵਰਤਣਾ ਸ਼ੁਰੂ ਕਰਦਾ ਹੈ। ਉਸ ਤੋਂ ਬਾਅਦ ਤੁਹਾਡੀ ਕਿਰਿਆ ਦੀ ਦਿਸ਼ਾ ਤੁਹਾਡੇ ਕਲਪਨਾਵਾਦੀ ਗਿਆਨ ਦੁਆਰਾ ਨਿਰਦੇਸ਼ਿਤ ਤੇ ਨਿਯੰਤਰਿਤ ਹੁੰਦੀ ਹੈ, ਜੋਕਿ ਸਰਵ-ਗਿਆਨੀ ਅਤੇ ਸਰਵ-ਸ਼ਕਤੀਮਾਨ ਹੈ। ਤੁਹਾਡਾ ਫੈਸਲਾ ਸਹੀ ਹੋਵੇਗਾ। ਸਿਰਫ਼ ਸਹੀ ਕਾਰਵਾਈ ਹੋਵੇਗੀ ਕਿਉਂਕਿ ਤੁਸੀਂ ਸਹੀ ਕੰਮ ਕਰਨ ਲਈ ਵਿਅਕਤੀਗਤ ਮਜ਼ਬੂਰੀ ਅਧੀਨ ਹੋ। ਮੈਂ ਮਜ਼ਬੂਰੀ ਸ਼ਬਦ ਦੀ ਵਰਤੋਂ ਕਰਦਾ ਹਾਂ ਕਿਉਂਕਿ ਅਵਚੇਤਨ ਦਾ ਨਿਯਮ ਮਜ਼ਬੂਰੀ ਹੈ।

ਮਾਰਗਦਰਸ਼ਨ ਦਾ ਰਹੱਸ

ਮਾਰਗਦਰਸ਼ਨ ਜਾਂ ਸਹੀ ਕਾਰਵਾਈ ਦਾ ਰਹੱਸ ਮਾਨਸਿਕ ਤੌਰ 'ਤੇ ਆਪਣੇ-ਆਪ ਨੂੰ ਸਹੀ ਜਵਾਬ ਦੇ ਪ੍ਰਤੀ ਸਮਰਪਿਤ ਬਨਾਉਣਾ ਹੈ, ਜਦੋਂ ਤਕ ਤੁਸੀਂ ਇਸਦਾ ਜਵਾਬ ਜਾਂ ਪ੍ਰਤਿਕਿਰਿਆ ਤੁਹਾਡੇ ਵਿਚ ਨਹੀਂ ਲੱਭ ਲੈਂਦੇ। ਹੁੰਗਾਰਾ ਇਕ ਭਾਵਨਾ ਹੈ, ਇਕ ਆਂਤਰਿਕ ਜਾਗਰੂਕਤਾ ਹੈ ਅਤੇ ਇਕ ਜੋਰਦਾਰ ਸੰਕੇਤ ਹੈ। ਇਸ ਦੇ ਰਾਹੀਂ ਤੁਸੀਂ ਜਾਣਦੇ ਹੋ ਕਿ ਤੁਹਾਨੂੰ ਜਵਾਬ ਮਿਲ ਗਿਆ ਹੈ। ਤੁਸੀਂ ਇਸ ਸ਼ਕਤੀ ਨੂੰ ਉਸ ਬਿੰਦੂ ਤੱਕ ਵਰਤਣਾ ਹੈ ਕਿ ਜਿੱਥੇ ਇਹ ਤੁਹਾਨੂੰ ਵਰਤਣਾ ਸ਼ੁਰੂ ਕਰ ਦੇਵੇ। ਤੁਸੀਂ ਆਪਣੇ ਅੰਦਰਲੀ ਵਿਅਕਤੀਵਾਦੀ ਬੁੱਧੀਮੱਤਾ ਦੇ ਅਧੀਨ ਕੰਮ ਕਰਦੇ ਹੋਏ ਸੰਭਵ ਤੌਰ 'ਤੇ ਅਸਫਲ ਜਾਂ ਇਕ ਵੀ ਗਲਤ ਕਦਮ ਨਹੀਂ ਚੁੱਕ ਸਕਦੇ। ਤੁਸੀਂ ਪਾਓਗੇ ਕਿ ਤੁਹਾਡੇ ਸਾਰੇ ਰਾਸਤੇ ਖ਼ੁਸ਼ੀਆਂ ਨਾਲ ਸੁਖਦਾਈ ਹਨ।

ਯਾਦ ਕਰਨ ਲਈ ਲਾਇਕ ਵਿਚਾਰ

1. ਯਾਦ ਰੱਖੋ, ਅਵਚੇਤਨ ਮਨ ਨੇ ਸਾਰੇ ਮਹਾਨ ਵਿਗਿਆਨੀਆਂ, ਕਰਮਚਾਰੀਆਂ ਦੀ ਸਫਲਤਾ ਅਤੇ ਉਨਾਂ ਦੀਆਂ ਅਦਭੁਤ ਅਤੇ ਸ਼ਾਨਦਾਰ ਪ੍ਰਾਪਤੀਆਂ ਨੂੰ ਨਿਰਧਾਰਤ ਕੀਤਾ ਹੈ।

2. ਕਿਸੇ ਵੀ ਜਟਿਲ ਜਾਂ ਉਲਝਣ ਵਾਲੀ ਸਮੱਸਿਆ ਦੇ ਹੱਲ ਲਈ ਆਪਣਾ

ਸੁਚੇਤ ਧਿਆਨ ਅਤੇ ਸਮਰਪਣ ਦੇਣ ਨਾਲ ਤੁਹਾਡਾ ਅਵਚੇਤਨ ਮਨ ਸਾਰੀਆਂ ਲੋੜੀਂਦੀ ਜਾਣਕਾਰੀਆਂ ਨੂੰ ਇਕੱਤਰ ਕਰਕੇ ਚੇਤਨ ਮਨ ਨੂੰ ਪੂਰੀ ਤਰ੍ਹਾਂ ਨਾਲ ਪੇਸ਼ ਕਰਦਾ ਹੈ।

3. ਜੇ ਤੁਸੀਂ ਕਿਸੇ ਸਮੱਸਿਆ ਦੇ ਜਵਾਬ ਬਾਰੇ ਸੋਚ ਹੋ ਰਹੇ ਹੋ, ਤਾਂ ਇਸ ਨੂੰ ਬਾਹਰਮੁਖੀ ਜਾਂ ਯਥਾਰਥਕ ਤਰੀਕਿਆਂ ਨਾਲ ਸੁਲਝਾਉਣ ਦੀ ਕੋਸ਼ਿਸ਼ ਕਰੋ। ਸ਼ੋਧ ਅਤੇ ਦੂਜਿਆਂ ਤੋਂ ਜਿੰਨੀ ਜਾਣਕਾਰੀ ਹਾਸਿਲ ਕਰ ਸਕਦੇ ਹੋ, ਹਾਸਿਲ ਕਰੋ। ਜੇ ਕੋਈ ਜਵਾਬ ਨਹੀਂ ਮਿਲਦਾ ਹੈ, ਤਾਂ ਸੌਣ ਤੋਂ ਪਹਿਲਾਂ ਇਸ ਨੂੰ ਅਵਚੇਤਨ ਮਨ ਦੇ ਹਵਾਲੇ ਕਰ ਦਿਓ, ਫਿਰ ਤੁਹਾਨੂੰ ਹਮੇਸ਼ਾ ਜਵਾਬ ਮਿਲੇਗਾ। ਇਹ ਤਰੀਕਾ ਕਦੇ ਅਸਫਲ ਨਹੀਂ ਹੁੰਦਾ।

4. ਤੁਹਾਨੂੰ ਹਮੇਸ਼ਾ ਰਾਤੋਂ-ਰਾਤ ਜਵਾਬ ਨਹੀਂ ਮਿਲਦਾ। ਆਪਣੇ ਅਵਚੇਤਨ ਨਾਲ ਉਦੋਂ ਤਕ ਬੇਨਤੀ ਕਰਦੇ ਰਹੋ, ਜਦੋਂ ਤਕ ਕਿ ਸਵੇਰਾ ਨਾ ਹੋ ਜਾਵੇ ਅਤੇ ਪਰਛਾਵੇਂ ਗਾਇਬ ਨਾ ਹੋ ਜਾਣ।

5. ਤੁਸੀਂ ਜਵਾਬ ਦੀ ਦੇਰੀ ਨਾਲ ਮਿਲਣ ਲਈ ਜਿੰਮੇਵਾਰ ਹੋ, ਇਸ ਸੋਚ ਦੇ ਨਾਲ ਇਸ ਵਿਚ ਦੇਰ ਲੱਗੇਗੀ ਜਾਂ ਇਸ ਵਿਚ ਕੁੱਝ ਵੱਡੀ ਸਮੱਸਿਆ ਹੈ। ਤੁਹਾਡੇ ਅਵਚੇਤਨ ਕੋਲ ਕੋਈ ਸਮੱਸਿਆ ਨਹੀਂ ਹੈ। ਇਸ ਦੇ ਕੋਲ ਸਿਰਫ਼ ਜਵਾਬ ਹਨ।

6. ਇਸ ਗੱਲ 'ਤੇ ਵਿਸ਼ਵਾਸ ਕਰੋ ਕਿ ਤੁਹਾਡੇ ਕੋਲ ਹੁਣੇ ਜਵਾਬ ਹਨ। ਜਵਾਬ ਪ੍ਰਾਪਤ ਕਰਨ ਦੀ ਖ਼ੁਸ਼ੀ ਦਾ ਆਨੰਦ ਮਾਣੋ, ਜਿਵੇਂ ਤੁਹਾਨੂੰ ਆਦਰਸ਼ ਜਵਾਬ ਮਿਲ ਗਿਆ ਹੈ। ਤੁਹਾਡਾ ਅਵਚੇਤਨ ਤੁਹਾਡੀ ਭਾਵਨਾਵਾਂ 'ਤੇ ਪ੍ਰਤੀਕਿਰਿਆ ਕਰੇਗਾ।

7. ਕੋਈ ਵੀ ਮਾਨਸਿਕ ਤਸਵੀਰ, ਜਿਸ ਦੇ ਪਿੱਛੇ ਆਸ਼ਥਾ ਅਤੇ ਲਗਨ ਹੋਵੇ, ਉਹ ਤੁਹਾਡੇ ਅਵਚੇਤਨ ਦੀ ਚਮਤਕਾਰੀ ਕਾਰਜ ਸ਼ਕਤੀਆਂ ਰਾਹੀਂ ਸਾਕਾਰ ਹੋਣਗੀਆਂ। ਇਸ 'ਤੇ ਭਰੋਸਾ ਕਰੋ, ਇਸਦੀ ਸ਼ਕਤੀ 'ਤੇ ਵਿਸ਼ਵਾਸ ਕਰੋ ਅਤੇ ਜਦੋਂ ਤੁਸੀਂ ਪ੍ਰਾਰਥਨਾ ਕਰੋਗੇ, ਤਾਂ ਚਮਤਕਾਰ ਵਾਪਰਨਗੇ।

8. ਤੁਹਾਡਾ ਅਵਚੇਤਨ ਯਾਦਾਂ ਦਾ ਭੰਡਾਰ ਹੈ ਅਤੇ ਤੁਹਾਡੇ ਅਵਚੇਤਨ ਵਿਚ ਬਚਪਨ ਤੋਂ ਲੈ ਕੇ ਅੱਜ ਤਕ ਦੇ ਸਾਰੇ ਅਨੁਭਵ ਦਰਜ ਹਨ।

9. ਵਿਗਿਆਨੀ ਜੋ ਪ੍ਰਾਚੀਨ ਲਿਪੀਆਂ ਜਾਂ ਲਿਖਾਵਟਾਂ, ਮੰਦਿਰਾਂ, ਜੀਵਾਸ਼ਮ ਆਦਿ 'ਤੇ ਆਪਣਾ ਧਿਆਨ ਕੇਂਦ੍ਰਿਤ ਕਰ ਰਹੇ ਹਨ, ਉਹ ਅਤੀਤ ਦੇ ਦ੍ਰਿਸ਼ਾਂ ਦਾ ਪੁਨਰ ਨਿਰਮਾਣ ਕਰ ਸਕਦੇ ਹਨ। ਉਨ੍ਹਾਂ ਦਾ ਅਵਚੇਤਨ ਮਨ ਉਨ੍ਹਾਂ ਦੀ ਮਦਦ ਕਰਦਾ ਹੈ।

10. ਸੌਣ ਤੋਂ ਪਹਿਲਾਂ ਆਪਣੇ ਜਵਾਬ ਦੀ ਜਾਚਨਾ ਆਪਣੇ ਅਵਚੇਤਨ ਮਨ ਨੂੰ ਸੌਂਪ ਦਿਓ। ਇਸ 'ਤੇ ਵਿਸ਼ਵਾਸ ਰੱਖੋ, ਅਤੇ ਤੁਹਾਨੂੰ ਜਵਾਬ ਜ਼ਰੂਰ

ਮਿਲੇਗਾ। ਇਹ ਸਾਰਾ ਕੁੱਝ ਜਾਣਦਾ ਅਤੇ ਦੇਖਦਾ ਹੈ, ਪਰ ਤੁਸੀਂ ਇਸਦੀ ਸ਼ਕਤੀ 'ਤੇ ਕੋਈ ਸ਼ੱਕ ਜਾਂ ਸਵਾਲ ਨਹੀਂ ਕਰੋਗੇ।

11. ਕੋਈ ਵੀ ਕਿਰਿਆ ਤੁਹਾਡਾ ਵਿਚਾਰ ਹੈ ਅਤੇ ਇਸਦੀ ਪ੍ਰਤੀਕਿਰਿਆ ਤੁਹਾਡੇ ਅਵਚੇਤਨ ਮਨ ਦਾ ਜਵਾਬ ਹੈ। ਜੇ ਤੁਹਾਡੇ ਵਿਚਾਰ ਸਿਆਣਪ ਨਾਲ ਭਰੇ ਹੋਏ ਹਨ, ਤਾਂ ਤੁਹਾਡੇ ਕੰਮ ਅਤੇ ਨਿਰਣੇ ਵੀ ਸਿਆਣਪ ਨਾਲ ਪੂਰਨ ਹੋਣਗੇ।

12. ਮਾਰਗਦਰਸ਼ਨ ਇਕ ਅਹਿਸਾਸ ਵਾਂਗ ਆਉਂਦਾ ਹੈ, ਇਕ ਆਂਤਰਿਕ ਜਾਗਰੁਕਤਾ, ਇਕ ਸਦੀਵੀ ਸੰਕੇਤ ਜਾਂ ਵਿਚਾਰ ਜਿਸ ਵਿਚ ਤੁਸੀਂ ਜਾਣ ਜਾਂਦੇ ਹੋ ਕਿ ਤੁਹਾਨੂੰ ਪਤਾ ਚੱਲ ਗਿਆ ਹੈ। ਇਹ ਛੂਹਣ ਦਾ ਅੰਦੂਰਨੀ ਅਹਿਸਾਸ ਹੈ, ਇਸਦੀ ਪਾਲਨਾ ਕਰੋ।

ਤੁਹਾਡਾ ਅਵਚੇਤਨ ਅਤੇ ਨੀਂਦ ਦੇ ਚਮਤਕਾਰ

ਤੁਸੀਂ ਹਰ ਚੌਵੀ ਘੰਟਿਆਂ 'ਚੋਂ ਅੱਠ ਘੰਟੇ ਸੌਂ ਕੇ ਵਤੀਤ ਕਰਦੇ ਹੋ, ਭਾਵ ਆਪਣੀ ਪੂਰੀ ਜ਼ਿੰਦਗੀ ਦਾ ਇਕ ਤਿਹਾਈ ਹਿੱਸਾ, ਨੀਂਦ ਵਿਚ। ਇਹ ਜੀਵਨ ਦਾ ਅਟੱਲ ਨਿਯਮ ਹੈ। ਇਹ ਜੀਵ ਜੰਤੂਆਂ ਅਤੇ ਪੌਦਿਆਂ 'ਤੇ ਸਮਾਨ ਤੌਰ 'ਤੇ ਲਾਗੂ ਹੁੰਦਾ ਹੈ। ਨੀਂਦ ਇਕ ਦੈਵੀ ਨਿਯਮ ਹੈ ਅਤੇ ਉਦੋਂ ਸਾਡੀਆਂ ਸਮੱਸਿਆਵਾਂ ਦੇ ਬਹੁਤ ਸਾਰੇ ਜਵਾਬ ਸਾਡੇ ਕੋਲ ਆਉਂਦੇ ਹਨ ਜਦੋਂ ਅਸੀਂ ਬਿਸਤਰੇ 'ਤੇ ਸੁੱਤੇ ਹੋਏ ਹੁੰਦੇ ਹਾਂ।

ਕਈ ਲੋਕਾਂ ਨੇ ਇਸ ਸਿਧਾਂਤ ਦੀ ਵਕਾਲਤ ਕੀਤੀ ਹੈ ਕਿ ਜਦੋਂ ਅਸੀਂ ਦਿਨ ਵਿਚ ਥੱਕ ਜਾਂਦੇ ਹਾਂ, ਉਦੋਂ ਅਸੀਂ ਸਰੀਰ ਨੂੰ ਆਰਾਮ ਦੇਣ ਲਈ ਸੌਣ ਲਈ ਜਾਂਦੇ ਹਾਂ, ਅਤੇ ਜਦੋਂ ਤੁਸੀਂ ਸੌਂ ਰਹੇ ਹੁੰਦੇ ਹੋ, ਉਦੋਂ ਸਰੀਰ ਵਿਚ ਮੁਰੰਮਤ ਦੀ ਸਕਾਰਾਤਮਕ ਪ੍ਰਕਿਰਿਆ ਹੁੰਦੀ ਹੈ। ਨੀਂਦ ਵਿਚ ਸਰੀਰ ਕਦੇ ਵੀ ਆਰਾਮ ਨਹੀਂ ਕਰਦਾ ਹੈ। ਜਦੋਂ ਤੁਸੀਂ ਸੌਂ ਰਹੇ ਹੁੰਦੇ ਹੋ ਉਦੋਂ ਤੁਹਾਡਾ ਦਿਲ, ਫੇਫੜੇ ਅਤੇ ਸਾਰੇ ਮਹੱਤਵਪੂਰਨ ਅੰਗ ਕੰਮ ਕਰਦੇ ਰਹਿੰਦੇ ਹਨ। ਜੇ ਤੁਸੀਂ ਸੌਣ ਤੋਂ ਪਹਿਲਾਂ ਖਾਣਾ ਖਾਂਦੇ ਹੋ, ਤਾਂ ਖਾਣਾ ਹਜ਼ਮ ਅਤੇ ਸਮਾਈ ਹੋ ਜਾਂਦਾ ਹੈ; ਨਾਲ ਹੀ, ਤੁਹਾਡੀ ਚਮੜੀ 'ਚੋਂ ਪਸੀਨਾ ਨਿਕਲਦਾ ਹੈ ਅਤੇ ਤੁਹਾਡੇ ਨਹੁੰ ਤੇ ਵਾਲ ਵੱਧਦੇ ਰਹਿੰਦੇ ਹਨ।

ਤੁਹਾਡਾ ਅਵਚੇਤਨ ਮਨ ਕਦੇ ਵੀ ਆਰਾਮ ਕਰਦਾ ਜਾਂ ਸੌਂਦਾ ਨਹੀਂ ਹੈ। ਇਹ ਹਮੇਸ਼ਾ ਸਰਗਰਮ ਰਹਿੰਦਾ ਹੈ ਅਤੇ ਤੁਹਾਡੀਆਂ ਸਾਰੀਆਂ ਜ਼ਰੂਰੀ ਸ਼ਕਤੀਆਂ ਨੂੰ ਨਿਯੰਤਰਿਤ ਕਰਦਾ ਹੈ। ਜਦੋਂ ਤੁਸੀਂ ਸੁੱਤੇ ਹੋਏ ਹੁੰਦੇ ਹੋ, ਉਦੋਂ ਸ਼ਰੀਰ ਨੂੰ ਚੰਗਾ ਕਰਨ ਦੀ ਪ੍ਰਕਿਰਿਆ ਵਧੇਰੀ ਤੇਜ਼ੀ ਨਾਲ ਚੱਲ ਰਹੀ ਹੁੰਦੀ ਹੈ, ਕਿਉਂਕਿ ਉਸ ਵੇਲੇ ਤੁਹਾਡੇ ਚੇਤਨ ਮਨ ਦਾ ਕੋਈ ਦਖਲ ਨਹੀਂ ਹੁੰਦਾ। ਜਦੋਂ ਤੁਸੀਂ ਸੁੱਤੇ ਹੋਏ ਹੁੰਦੇ ਹੋ, ਉਦੋਂ ਤੁਹਾਨੂੰ ਸਵਾਲਾਂ ਦੇ ਕਮਾਲ ਦੇ ਜਵਾਬ ਦਿੱਤੇ ਜਾਂਦੇ ਹਨ।

ਅਸੀਂ ਕਿਉਂ ਸੌਂਦੇ ਹਾਂ

ਡਾ. ਜਾਨ ਬਿਗਲੋ, ਜੋ ਕਿ ਨੀਂਦ 'ਤੇ ਇਕ ਮਸ਼ਹੂਰ ਸ਼ੋਧ ਕਰਤਾ (ਨਿਉਯਾਰਕ ਅਤੇ ਲੰਡਨ ਤੋਂ ਹਾਰਪਰ ਬ੍ਰਦਰਜ਼ ਵਲੋਂ 1903 ਵਿਚ ਪ੍ਰਕਾਸ਼ਿਤ ਠਹਏ *Mystery of Sleep*) ਦਾ ਨਾਂ ਜ਼ਿਕਰਜੋਗ ਹੈ। ਉਹ ਇਹ ਦਿਖਾਉਣ ਵਿਚ ਸਫਲ ਹੋਏ ਕਿ ਰਾਤ ਨੂੰ ਜਦੋਂ ਤੁਸੀਂ ਸੌਂਦੇ ਹੋ, ਉਦੋਂ ਤੁਹਾਨੂੰ ਇਸ ਤਰ੍ਹਾਂ ਦੇ ਪ੍ਰਭਾਵ ਇਹ ਦਰਸਾਉਂਦੇ ਹਨ ਕਿ ਨੀਂਦ ਕੇ ਦੌਰਾਨ ਅੱਖਾਂ, ਕੰਨ, ਨੱਕ ਅਤੇ ਸੁਆਦ ਦੀਆਂ ਮੁਕਲਾਂ ਦੀਆਂ ਨਸਾਂ ਸਰਗਰਮ ਹੁੰਦੀਆਂ ਹਨ। ਇਹ ਵੀ ਦਿਖਾਇਆ ਗਿਆ ਹੈ ਕਿ ਤੁਹਾਡੇ ਦਿਮਾਗ ਦੀਆਂ ਤੰਤੁਆਂ ਬਹੁਤ ਕਿਰਿਆਸ਼ੀਲ ਰਹਿੰਦੀਆਂ ਹਨ। ਉਨ੍ਹਾਂ ਦੇ ਅਨੁਸਾਰ, ਸਾਡੇ ਸੌਣ ਦਾ ਮੁੱਖ ਕਾਰਨ ਇਹ ਹੈ ਕਿ, "ਸਾਡੀ ਆਤਮਾ ਦਾ ਬਿਹਤਰ ਹਿੱਸਾ ਸਾਡੇ ਉੱਚੇ ਪ੍ਰਕ੍ਰਿਤੀ ਜਾਂ ਸੁਭਾਅ ਨਾਲ ਅਮੂਰਤ ਹੋ ਕੇ ਇਕਜੁੱਟ ਹੋ ਜਾਂਦਾ ਹੈ, ਦੈਵੀ ਬੁੱਧੀਮਤਾ ਅਤੇ ਪੂਰਵ-ਗਿਆਨ ਵਿਚ ਭਾਗੀਦਾਰ ਬਣ ਜਾਂਦਾ ਹੈ।"

ਡਾ. ਬਿਗਲੋ ਇਹ ਵੀ ਕਹਿੰਦੇ ਹਨ, ਕਿ ਮੇਰੇ ਇਨ੍ਹਾਂ ਅਧਿਐਨਾਂ ਤੋਂ ਮਿਲੇ ਨਤੀਜਿਆਂ ਨੇ ਨਾ ਕੇਵਲ ਮੇਰੀ ਸੋਚ ਪੱਕੀ ਕੀਤੀ ਹੈ ਕਿ ਰਵਾਇਤੀ ਮਿਹਨਤ ਅਤੇ ਕਾਰਜਾਂ ਤੋਂ ਕੇਵਲ ਮੁਕਤ ਕਰਨਾ ਹੀ ਨੀਂਦ ਦਾ ਮੁੱਖ ਉਦੇਸ਼ ਹੈ, ਬਲਕਿ ਇਸਨੇ ਮੇਰੀ ਇਸ ਸੋਚ ਨੂੰ ਵੀ ਸਪੱਸਟ ਕੀਤਾ ਕਿ ਮਨੁੱਖੀ ਜੀਵਨ ਦਾ ਕੋਈ ਵੀ ਹਿੱਸਾ ਵਿਸ਼ੇਸ਼ਤਾ ਅਤੇ ਉੱਤਮ ਅਧਿਆਤਮਿਕ ਵਿਕਾਸ ਲਈ ਇੰਨਾ ਜ਼ਰੂਰੀ ਨਹੀਂ ਸਮਝਾ ਜਾਣਾ ਚਾਹੀਦਾ ਹੈ ਜਿੰਨਾ ਉਹ ਆਪਣੀ ਨੀਂਦ ਵਿਚ ਇਸ ਅਸਧਾਰਣ ਦੁਨੀਆ ਤੋਂ ਵੱਖ ਰਹਿਣ 'ਤੇ ਹੁੰਦਾ ਹੈ।

ਪ੍ਰਾਰਥਨਾ, ਨੀਂਦ ਦੀ ਇਕ ਕਿਸਮ ਹੈ

ਤੁਹਾਡਾ ਚੇਤਨ ਮਨ ਰੋਜ਼ਾਨਾ ਦੀਆਂ ਚਿੰਤਾਵਾਂ, ਕਲੇਸ਼ਾਂ ਅਤੇ ਟਕਰਾਵਾਂ ਵਿਚ ਉਲਝਿਆ ਰਹਿੰਦਾ ਹੈ। ਇਸ ਨੂੰ ਸਮੇਂ-ਸਮੇਂ 'ਤੇ ਗਿਆਨ, ਪ੍ਰਮਾਣਾਂ ਅਤੇ ਬਾਹਰਮੁੱਖੀ ਦੁਨੀਆ ਤੋਂ ਕਦੇ-ਕਦੇ ਸੰਪਰਕ ਤੋੜ੍ਹਦੇ ਰਹਿਣਾ ਚਾਹੀਦਾ ਹੈ ਅਤੇ ਅਵਚੇਤਨ ਮਨ ਦੀ ਆਂਤਰਿਕ ਬੁੱਧੀਮੱਤਾ ਦੇ ਨਾਲ ਚੁੱਪ-ਚੁਪੀਤੇ ਸ਼ਾਂਤੀ ਨਾਲ ਗੱਲਬਾਤ ਕਰਨੀ ਚਾਹੀਦੀ ਹੈ। ਤੁਹਾਡੇ ਜੀਵਨ ਦੀਆਂ ਸਾਰੀਆਂ ਅਵਸਥਾਵਾਂ ਵਿਚ ਮਾਰਗਦਰਸ਼ਨ, ਸ਼ਕਤੀ ਤੇ ਵੱਧੀ ਹੋਈ ਬੁੱਧੀਮੱਤਾ ਨੂੰ ਪਾ ਕੇ ਤੁਸੀਂ ਆਪਣੀਆਂ ਸਾਰੀਆਂ ਸਮੱਸਿਆਵਾਂ 'ਤੇ ਕਾਬੂ ਪਾ ਸਕਦੇ ਹੋ ਅਤੇ ਆਪਣੀਆਂ ਰੋਜ਼ਾਨਾ ਦੀਆਂ ਪਰੇਸ਼ਾਨੀਆਂ ਨੂੰ ਹੱਲ ਕਰ ਲਓਗੇ।

ਇਸ ਪ੍ਰਕਾਰ ਦੇ ਗਿਆਨ, ਸਬੂਤਾਂ ਅਤੇ ਰੌਲੇ-ਰੱਪੇ ਅਤੇ ਰੋਜ਼ ਦੀਆਂ ਉਲਝਨਾਂ ਤੋਂ ਦੂਰ ਹਟਣਾ ਵੀ ਨੀਂਦ ਦਾ ਇਕ ਪ੍ਰਕਾਰ ਹੈ। ਉਦਾਹਰਣ ਲਈ ਤੁਸੀਂ ਇੰਦੀਆਂ ਦੀ ਦੁਨੀਆ ਲਈ ਸੁੱਤੇ ਹੋਏ ਅਤੇ ਆਪਣੇ ਅਵਚੇਤਨ ਮਨ ਦੀ ਬੁੱਧੀਮੱਤਾ ਅਤੇ ਸ਼ਕਤੀ ਲਈ ਜਾਗਦੇ ਹੋ।

ਨੀਂਦ ਦੀ ਕਮੀ ਦੇ ਸ਼ੁਰੂਆਤੀ ਪ੍ਰਭਾਵ

ਨੀਂਦ ਦੀ ਕਮੀ ਕਾਰਨ ਤੁਸੀਂ ਚਿੜਚਿੜੇ, ਬਦਮਿਜ਼ਾਜ ਅਤੇ ਉਦਾਸ ਹੋ ਸਕਦੇ ਹੋ। ਨੈਸ਼ਨਲ ਐਸੋਸੀਏਸ਼ਨ ਫਾਰ ਮੈਂਟਲ ਹੈਲਥ ਦੇ ਡਾ. ਜਾਰਜ ਸਟੀਵਨਸਨ ਦੇ ਅਨੁਸਾਰ, "ਮੈਨੂੰ ਵਿਸ਼ਵਾਸ ਹੈ ਕਿ ਇਹ ਸਹਿਜ ਜਾਂ ਸੁਰੱਖਿਅਤ ਤੌਰ 'ਤੇ ਕਿਹਾ ਜਾ ਸਕਦਾ ਹੈ ਕਿ ਸਾਰੇ ਮਨੁੱਖਾਂ ਨੂੰ ਸਿਹਤਮੰਦ ਰਹਿਣ ਲਈ ਘੱਟੋ-ਘੱਟ ਛੇ ਘੰਟਿਆਂ ਦੀ ਨੀਂਦ ਦੀ ਲੋੜ ਹੁੰਦੀ ਹੈ। ਜ਼ਿਆਦਾਤਰ ਲੋਕਾਂ ਨੂੰ ਇਸ ਨਾਲੋਂ ਜ਼ਿਆਦਾ ਨੀਂਦ ਦੀ ਲੋੜ ਹੁੰਦੀ ਹੈ। ਜੋ ਲੋਕ ਸੋਚਦੇ ਹਨ ਕਿ ਉਹ ਇਸ ਤੋਂ ਘੱਟ ਨਾਲ ਕੰਮ ਚਲਾ ਸਕਦੇ ਹਨ, ਆਪਣੇ-ਆਪ ਨੂੰ ਮੂਰਖ ਬਣਾ ਰਹੇ ਹਨ।"

ਮੈਡੀਕਲ ਸ਼ੋਧਕਰਤਾਵਾਂ ਨੇ ਨੀਂਦ ਦੀਆਂ ਪ੍ਰਕਿਰਿਆਵਾਂ ਅਤੇ ਨੀਂਦ ਦੀ ਕਮੀ 'ਤੇ ਪੜਤਾਲ ਕਰ ਰਹੇ ਹਨ, ਉਨ੍ਹਾਂ ਨੇ ਇਸ ਵੱਲ ਸੰਕੇਤ ਵੀ ਕੀਤਾ ਹੈ ਕਿ ਕੁੱਝ ਮਾਮਲਿਆਂ ਵਿਚ ਨਰਵਸ ਬ੍ਰੈਕ ਡਾਊਨ ਤੋਂ ਪਹਿਲਾਂ ਗੰਭੀਰ ਅਨਿੰਦਰਾ ਰੋਗ ਪ੍ਰਗਟ ਹੁੰਦਾ ਹੈ। ਜਾਦ ਰੱਖੋ, ਨੀਂਦ ਦੌਰਾਨ ਤੁਸੀਂ ਅਧਿਆਤਮਿਕ ਤੌਰ 'ਤੇ ਤਰੋਤਾਜਾ ਹੋ ਜਾਂਦੇ ਹੋ। ਜੀਵਨ ਵਿਚ ਖ਼ੁਸ਼ੀ ਅਤੇ ਫੁਰਤੀ ਲਿਆਉਣ ਲਈ ਢੁੱਕਵੀਂ ਨੀਂਦ ਲੈਣੀ ਜ਼ਰੂਰੀ ਹੈ।

ਤੁਹਾਨੂੰ ਵਾਧੂ ਨੀਂਦ ਦੀ ਲੋੜ ਹੈ

ਇਕ ਲੇਖ ਵਿਚ ਰਾਬਰਟ ਓ ਬ੍ਰਾਇਨ ਲਿਖਦੇ ਹਨ, "ਸ਼ਾਇਦ ਤੁਹਾਨੂੰ ਵਾਧੂ ਨੀਂਦ ਦੀ ਲੋੜ ਹੈ," ਰੀਡਰਜ਼ ਡਾਇਜੈਸਟ ਦੇ ਇਕ ਅੰਕ ਵਿਚ ਨੀਂਦ 'ਤੇ ਕੀਤੇ ਗਏ ਹੇਠਲੇ ਪ੍ਰਯੋਗ ਬਾਰੇ ਦੱਸਿਆ ਗਿਆ ਹੈ;

"ਪਿਛਲੇ ਤਿੰਨ ਸਾਲ ਤੋਂ ਵਾਸ਼ਿੰਗਟਨ ਡੀ.ਸੀ. ਦੇ ਵਾਲਟਰ ਰੀਡ ਆਰਮੀ ਇੰਸਟੀਚਿਊਟ ਆਫ ਰਿਸਰਚ ਵਿਖੇ 100 ਤੋਂ ਵੱਧ ਫ਼ੌਜੀਆਂ ਅਤੇ ਨਾਗਰਿਕ ਵਲੰਟੀਅਰਾਂ 'ਤੇ ਪ੍ਰਯੋਗ ਕੀਤੇ ਗਏ, ਉਨ੍ਹਾਂ ਨੂੰ ਚਾਰ ਦਿਨਾਂ ਤਕ ਜਗਾ ਕੇ ਰੱਖਿਆ ਗਿਆ। ਉਨ੍ਹਾਂ ਦੇ ਵਿਵਹਾਰ ਅਤੇ ਵਿਅਕਤੀਤਵ 'ਤੇ ਉਸਦਾ ਅਸਰ ਮਾਪਨ ਲਈ ਹਜ਼ਾਰਾਂ ਹੀ ਪਰੀਖਣ ਕੀਤੇ ਗਏ। ਇਨ੍ਹਾਂ ਪਰੀਖਣਾਂ ਤੋਂ ਪ੍ਰਾਪਤ ਨਤੀਜਿਆਂ ਨੇ ਵਿਗਿਆਨੀਆਂ ਨੂੰ ਨੀਂਦ ਦੇ ਰਹੱਸ 'ਤੇ ਹੈਰਾਨੀਕੁਨ ਨਵੀਆਂ ਜਾਣਕਾਰੀਆਂ ਪ੍ਰਦਾਨ ਕੀਤੀਆਂ ਹਨ।

"ਉਹ ਹੁਣ ਜਾਣਦੇ ਹਨ ਕਿ ਥੱਕਿਆ ਹੋਇਆ ਮਸਤਿਸ਼ਕ ਜ਼ਾਹਿਰਾ ਤੌਰ 'ਤੇ ਨੀਂਦ ਲਈ ਇੰਨਾ ਭੁੱਖਾ ਹੈ ਕਿ ਉਹ ਇਸ ਨੂੰ ਪਾਉਣ ਲਈ ਕੋਈ ਵੀ ਕੁਰਬਾਨੀ ਦੇ ਸਕਦਾ ਹੈ। ਸਿਰਫ ਕੁੱਝ ਘੰਟਿਆਂ ਦੀ ਨੀਂਦ ਦੀ ਘਾਟ ਵਿਚ, ਨਿੱਕੀ-ਨਿੱਕੀ ਨੀਂਦ ਜਿਨ੍ਹਾਂ ਨੂੰ ਝਪਕੀਆਂ ਵੀ ਕਹਿੰਦੇ ਹਾਂ ਜਾਂ ਸੂਖਮ ਨੀਂਦ, ਇਕ ਘੰਟੇ ਅੰਦਰ ਤਿੰਨ ਜਾਂ ਚਾਰ ਵਾਰੀ ਆਉਣ ਲੱਗਦੀਆਂ ਹਨ, ਜਿਵੇਂ ਕਿ ਅਸਲ ਨੀਂਦ ਵਿਚ ਹੁੰਦਾ ਹੈ, ਪਲਕਾਂ ਝੁਕ ਜਾਂਦੀਆਂ ਹਨ, ਦਿਲ ਦੀ ਧੜਕਨ ਹੌਲੀ ਹੋ ਜਾਂਦੀ ਹੈ। ਹਰ ਝਪਕੀ

ਕੁੱਝ ਪਲਾਂ ਦੀ ਹੁੰਦੀ ਹੈ; ਕਦੇ ਖਾਲੀ ਤਾਂ ਕਦੇ-ਕਦੇ ਉਹ ਚਿੱਤਰਾਂ ਨਾਲ ਭਰੀਆਂ ਹੁੰਦੀਆਂ ਹਨ, ਤਾਂ ਕਦੇ ਸੁਫਨਿਆਂ ਦੇ ਬੋਝ ਨਾਲ। ਜਿਵੇਂ ਜਿਵੇਂ ਅਨਿੰਦਰਾ ਦਾ ਸਮਾਂ ਵੱਧਦਾ ਗਿਆ, ਝਪਕੀਆਂ ਹੋਰ ਵੱਧੀਆਂ ਗਈਆਂ, ਅਤੇ ਉਨ੍ਹਾਂ ਦਾ ਸਮਾਂ ਵੀ ਵੱਧਦਾ ਗਿਆ, ਸ਼ਾਇਦ ਦੋ ਤੋਂ ਤਿੰਨ ਸਕਿੰਟਾਂ ਦਾ। ਜੇ ਉਹ ਵਿਅਕਤੀ ਇਕ ਏਅਰਲਾਈਨਰ ਨੂੰ ਬਤੌਰ ਪਾਇਲਟ ਤੂਫ਼ਾਨ ਵਿੱਚੋਂ ਵੀ ਚਲਾ ਰਿਹਾ ਹੁੰਦਾ, ਤਾਂ ਵੀ ਉਹ ਇਨ੍ਹਾਂ ਸੂਖਮ ਨੀਂਦਾਂ ਨੂੰ ਕੁੱਝ ਬੇਸ਼ਕੀਮਤੀ ਸਕਿੰਟਾਂ ਲਈ ਛੱਡ ਨਹੀਂ ਪਾਉਂਦਾ। ਅਜਿਹਾ ਤੁਹਾਡੇ ਨਾਲ ਵੀ ਹੋ ਸਕਦਾ ਹੈ, ਜਿਵੇਂ ਕਿ ਬਹੁਤੇ ਲੋਕ ਜੋ ਕਾਰ ਚਲਾਉਣ ਸਮੇਂ ਸੌਂ ਗਏ ਸਨ, ਉਹ ਵੀ ਇਸਦੀ ਗਵਾਹੀ ਦੇ ਸਕਦੇ ਹਨ।

"ਨੀਂਦ ਦੀ ਕਮੀ ਦਾ ਇਕ ਹੋਰ ਹੈਰਾਨ ਕਰਨ ਵਾਲਾ ਪ੍ਰਭਾਵ ਇਸਦਾ ਮਨੁੱਖੀ ਯਾਦਦਾਸ਼ਤ ਅਤੇ ਸੋਚਣ ਦੀ ਸ਼ਕਤੀ 'ਤੇ ਪਿਆ। ਕਈ ਨੀਂਦ ਤੋਂ ਵਾਂਝੇ ਵਾਲੇ ਵਿਅਕਤੀ ਉਨ੍ਹਾਂ ਸੂਚਨਾਵਾਂ ਨੂੰ ਯਾਦ ਰੱਖਣ ਵਿਚ ਨਾਕਾਮਯਾਬ ਰਹੇ ਜੋ ਉਨ੍ਹਾਂ ਨੂੰ ਕੰਮ ਦੌਰਾਨ ਕਰਨ ਲਈ ਕਹੀਆਂ ਗਈਆਂ ਸਨ, ਉਹ ਹੜਬੜਾ ਗਏ, ਉਸੇ ਪ੍ਰਕਾਰ ਜਿਵੇਂ ਕਿਸੇ ਪਾਇਲਟ ਨੂੰ ਕਰਨਾ ਚਾਹੀਦਾ ਹੈ, ਜਦੋਂ ਉਹ ਨਿਪੁੰਨਤਾ ਨਾਲ ਹਵਾ ਦੇ ਰੁੱਖ, ਉਸਦੀ ਗਤੀ, ਉੱਚਾਈ ਦਾ ਧਿਆਨ ਕੇਂਦ੍ਰਿਤ ਕਰਕੇ ਸੁਰੱਖਿਅਤ ਲੈਂਡਿੰਗ ਲਈ ਰਾਹ ਚੁਣਦਾ ਹੈ।

ਨੀਂਦ ਸਲਾਹ ਲਿਆਉਂਦੀ ਹੈ

ਲਾਸ ਏਂਜਲਸ ਦੀ ਇਕ ਮੁਟਿਆਰ, ਜੋ ਅਕਸਰ ਰੇਡਿਓ 'ਤੇ ਮੇਰੇ ਭਾਸ਼ਣਾਂ ਨੂੰ ਸੁਣਦੀ ਹੈ, ਨੇ ਮੈਨੂੰ ਦੱਸਿਆ ਕਿ ਉਸ ਨੂੰ ਨਿਊਯਾਰਕ ਸਿਟੀ ਵਿਚ ਉਸਦੀ ਮੌਜੂਦਾ ਤਨਖਾਹ ਤੋਂ ਦੁੱਗਣੀ ਤਨਖ਼ਾਹ ਦੀ ਲਾਹੇਵੰਦ ਨੌਕਰੀ ਦੀ ਪੇਸ਼ਕਸ਼ ਕੀਤੀ ਗਈ ਹੈ। ਉਹ ਸੋਚ ਰਹੀ ਸੀ ਕਿ ਉਸ ਨੂੰ ਉਹ ਸਵੀਕਾਰ ਕਰੇ ਜਾਂ ਨਹੀਂ ਅਤੇ ਸੌਣ ਜਾਣ ਤੋਂ ਪਹਿਲਾਂ ਉਸ ਨੇ ਇਨ੍ਹਾਂ ਸ਼ਬਦਾਂ ਵਿਚ ਪ੍ਰਾਰਥਨਾ ਕੀਤੀ:

> "ਮੇਰੇ ਅਵਚੇਤਨ ਮਨ ਦੀ ਰਚਨਾਤਮਕ ਬੁੱਧੀਮੱਤਾ ਨੂੰ ਪਤਾ ਹੈ ਕਿ ਮੇਰੇ ਲਈ ਸਭ ਤੋਂ ਵਧੀਆ ਕੀ ਹੈ। ਇਸਦਾ ਰੁਝਾਨ ਹਮੇਸ਼ਾ ਜੀਵਨ ਵੱਲ ਹੁੰਦਾ ਹੈ ਅਤੇ ਇਹ ਮੇਰੇ ਲਈ ਸਹੀ ਫੈਸਲੇ ਦਾ ਖੁਲਾਸਾ ਕਰੇਗੀ, ਜੋ ਮੇਰੇ ਲਈ ਅਤੇ ਹੋਰ ਸਾਰੇ ਸੰਬੰਧਤ ਲੋਕਾਂ ਲਈ ਲਾਹੇਵੰਦ ਹੋਵੇਗਾ। ਮੈਂ ਉਸ ਜਵਾਬ ਲਈ ਧੰਨਵਾਦ ਕਰਦੀ ਹਾਂ, ਜੋ ਮੈਂ ਜਾਣਦੀ ਹਾਂ ਕਿ ਮੇਰੇ ਕੋਲ ਆਵੇਗਾ।"

ਉਸ ਨੇ ਸੌਣ ਤੋਂ ਪਹਿਲਾਂ ਇਸ ਸਧਾਰਨ ਜਹੀ ਪ੍ਰਾਰਥਨਾ ਨੂੰ ਲੋਰੀ ਵਾਂਗ ਵਾਰ-ਵਾਰ ਦੁਹਰਾਇਆ ਅਤੇ ਸਵੇਰੇ ਉਸ ਨੂੰ ਪ੍ਰਬਲ ਅਹਿਸਾਸ ਹੋਇਆ ਕਿ ਉਸ ਨੂੰ ਨਵੀਂ ਨੌਕਰੀ ਦੀ ਪੇਸ਼ਕਸ਼ ਨੂੰ ਸਵੀਕਾਰ ਨਹੀਂ ਕਰਨਾ ਚਾਹੀਦਾ। ਉਸ ਨੇ ਉਸ ਪੇਸ਼ਕਸ਼ ਨੂੰ ਠੁਕਰਾ ਦਿਤਾ ਅਤੇ ਬਾਅਦ ਦੀਆਂ ਘਟਨਾਵਾਂ ਨੇ ਉਸ ਦੇ ਅੰਦਰੂਨੀ ਅਹਿਸਾਸ

ਨੂੰ ਸਹੀ ਠਹਿਰਾਇਆ, ਕਿਉਂਕਿ ਕੁੱਝ ਹੀ ਮਹੀਨਿਆਂ ਬਾਅਦ ਹੀ ਉਹ ਕੰਪਨੀ ਦੀਵਾਲੀਆ ਹੋ ਗਈ ਸੀ।

ਚੇਤਨ ਮਨ ਯਥਾਰਥਵਾਦੀ ਜਾਂ ਬਾਹਰਮੁੱਖੀ ਤੱਥਾਂ ਦੇ ਮਾਮਲੇ ਵਿਚ ਸਹੀ ਹੋ ਸਕਦਾ ਹੈ, ਪਰ, ਉਸਦੇ ਅਵਚੇਤਨ ਮਨ ਦੇ ਅੰਤਰ-ਗਿਆਨ ਜਾਂ ਸਹਿਜ ਬੋਧ ਦੀ ਸਮਰਥਾ ਨੇ ਪੁੱਛੇ ਗਏ ਸਵਾਲ ਦੀ ਅਸਫਲਤਾ ਨੂੰ ਦੇਖ ਲਿਆ ਸੀ, ਇਸੇ ਲਈ, ਉਸ ਨੇ ਉਸ ਨੂੰ ਉਸ ਦੇ ਅਨੁਸਾਰ ਕਰਨ ਲਈ ਪ੍ਰੇਰਿਤ ਕੀਤਾ।

ਕੁੱਝ ਤਬਾਹੀਆਂ ਤੋਂ ਬਚਾਇਆ ਗਿਆ

ਮੈਂ ਇਹ ਦਰਸਾਵਾਂਗਾ ਕਿ ਕਿਵੇਂ ਤੁਹਾਡੇ ਅਵਚੇਤਨ ਮਨ ਦੀ ਬੁੱਧੀਮੱਤਾ ਤੁਹਾਨੂੰ ਹਿਦਾਇਤਾਂ ਦੇ ਸਕਦੀ ਹੈ ਅਤੇ ਜਦੋਂ ਤੁਸੀਂ ਸੌਂਦੇ ਹੋ ਤਾਂ ਸਹੀ ਕੰਮ ਲਈ ਤੁਹਾਡੀ ਵਲੋਂ ਕੀਤੀ ਗਈ ਪ੍ਰਾਰਥਨਾ ਅਨੁਸਾਰ ਤੁਹਾਡੀ ਰੱਖਿਆ ਕਰ ਸਕਦੀ ਹੈ।

ਕਈ ਸਾਲ ਪਹਿਲਾਂ, ਦੂਜੀ ਸੰਸਾਰ ਜੰਗ ਤੋਂ ਪਹਿਲਾਂ, ਮੈਨੂੰ ਸੁਦੂਰ ਪੂਰਬ ਵਿਚ ਆਰਥਿਕ ਤੌਰ 'ਤੇ ਕਾਫੀ ਆਕਰਸ਼ਕ ਪੇਸ਼ਕਸ਼ ਦਿੱਤੀ ਗਈ, ਅਤੇ ਮੈਂ ਮਾਰਗਦਰਸ਼ਨ 'ਤੇ ਸਹੀ ਫੈਸਲਾ ਲੈਣ ਲਈ ਇਸ ਤਰ੍ਹਾਂ ਪ੍ਰਾਰਥਨਾ ਕੀਤੀ:

> "ਮੇਰੇ ਅੰਦਰ ਦੀ ਅਨੰਤ ਬੁੱਧੀਮੱਤਾ ਸਭ ਕੁੱਝ ਜਾਣਦੀ ਹੈ, ਅਤੇ ਮੇਰੇ ਲਈ ਸਹੀ ਫੈਸਲਾ ਦੈਵੀ ਵਿਧਾਨ ਰਾਹੀਂ ਦੱਸਿਆ ਜਾਵੇਗਾ। ਜਦੋਂ ਇਹ ਜਵਾਬ ਮਿਲੇਗਾ, ਤਾਂ ਮੈਂ ਉਸ ਨੂੰ ਪਛਾਣ ਲਵਾਂਗਾ।"

ਮੈਂ ਸੌਂ ਜਾਣ ਤੋਂ ਪਹਿਲਾਂ ਇਸ ਪ੍ਰਾਰਥਨਾ ਨੂੰ ਵਾਰ-ਵਾਰ ਲੋਰੀ ਵਾਂਗ ਦੁਹਰਾਉਂਦਾ ਰਿਹਾ, ਅਤੇ ਫਿਰ ਸੁਫਨੇ ਵਿੱਚ ਉਹ ਸਪੱਸ਼ਟ ਤੌਰ 'ਤੇ ਤਿੰਨ ਸਾਲ ਬਾਅਦ ਆਉਣ ਵਾਲੀਆਂ ਚੀਜਾਂ ਦਾ ਅਹਿਸਾਸ ਹੋਇਆ। ਸੁਫਨੇ ਵਿਚ ਮੇਰਾ ਇਕ ਪੁਰਾਣਾ ਦੋਸਤ ਮੇਰੇ ਕੋਲ ਆਇਆ ਤੇ ਬੋਲਿਆ, "ਇਹਨਾਂ ਸੁਰਖੀਆਂ ਨੂੰ ਪੜ੍ਹੋ! ਨਾ ਜਾਓ!" ਜੰਗ ਨਾਲ ਸੰਬੰਧਿਤ ਅਖ਼ਬਾਰਾਂ ਦੀਆਂ ਸੁਰਖੀਆਂ, ਜੋ ਉਸ ਸੁਫਨੇ ਵਿਚ ਦੇਖੀਆਂ, ਉਹ ਪਰਲ ਹਾਰਬਰ 'ਤੇ ਹੋਏ ਹਮਲੇ ਨਾਲ ਸੰਬੰਧਤ ਸਨ।

ਕਦੇ-ਕਦਾਈਂ, ਲਿਖਾਰੀ ਵੀ ਅਸਲ ਵਿਚ ਸੁਫਨੇ ਦੇਖਦੇ ਹਨ। ਉੱਪਰ ਦਿੱਤਾ ਸੁਫਨਾ ਬੇਸ਼ੱਕ ਅਵਚੇਤਨ ਮਨ ਦਾ ਨਾਟਕ ਸੀ, ਜਿਸ ਨੇ ਉਸ ਵਿਅਕਤੀ ਨੂੰ ਦਿਖਾਇਆ ਜਿਸਦਾ ਮੈਂ ਆਦਰ ਅਤੇ ਵਿਸ਼ਵਾਸ ਕਰਦਾ ਸੀ। ਕੁੱਝ ਲੋਕਾਂ ਲਈ ਇਹ ਚਿਤਾਵਨੀ ਇਕ ਮਾਂ ਦੇ ਰੂਪ ਵਿਚ ਆ ਸਕਦੀ ਹੈ। ਉਹ ਉਸ ਵਿਅਕਤੀ ਨੂੰ ਇਥੇ ਜਾਂ ਉੱਥੇ ਨਾ ਜਾਣ ਲਈ ਦਿੱਤੀ ਚਿਤਾਵਨੀ ਦੇ ਕਾਰਨ ਵੀ ਦੱਸਦੀ ਹੈ। ਤੁਹਾਡਾ ਅਵਚੇਤਨ ਸਰਵਗਿਆਤਾ ਹੈ। ਉਸ ਨੂੰ ਸਾਰਾ ਕੁੱਝ ਪਤਾ ਹੈ। ਅਕਸਰ ਇਹ ਉਸ ਆਵਾਜ਼ ਵਿਚ ਗੱਲਾਂ ਕਰਦਾ ਹੈ, ਜਿਸ ਨੂੰ ਤੁਹਾਡਾ ਚੇਤਨ ਮਨ ਤੁਰੰਤ ਸੱਚ ਵਾਂਗ ਸਵੀਕਾਰਦਾ ਹੈ। ਕਦੇ-ਕਦੇ ਤੁਹਾਡਾ ਅਵਚੇਤਨ ਉਸ ਆਵਾਜ਼ ਵਿਚ

ਚਿਤਾਵਨੀ ਦਿੰਦਾ ਹੈ ਜੋ ਤੁਹਾਡੀ ਮਾਂ ਜਾਂ ਤੁਹਾਡੇ ਕਿਸੇ ਹੋਰ ਸਨੇਹੀ ਦੀ ਹੋ ਸਕਦੀ ਹੈ ਜੋ ਤੁਹਾਨੂੰ ਸੜਕ 'ਤੇ ਰੋਕਦਾ ਹੈ ਅਤੇ ਤੁਹਾਨੂੰ ਪਤਾ ਚੱਲਦਾ ਹੈ ਕਿ ਜੇ ਤੁਸੀਂ ਦੂਜਾ ਪੈਰ ਅੱਗੇ ਵਧਾਉਂਦੇ ਤਾਂ ਖਿੜਕੀ ਤੋਂ ਡਿੱਗਣ ਵਾਲੀ ਵਸਤੁ ਸਿੱਧਾ ਤੁਹਾਡੇ ਸਿਰ 'ਤੇ ਡਿੱਗਦੀ।

ਮੇਰਾ ਅਵਚੇਤਨ ਮਨ ਸਰਵ-ਵਿਆਪੀ ਅਵਚੇਤਨ ਨਾਲ ਇਕ-ਮਿਕ ਹੈ, ਅਤੇ ਇਹ ਜਾਣਦਾ ਹੈ ਕਿ ਜਾਪਾਨੀ ਯੁੱਧ ਦੀ ਇਕ ਯੋਜਨਾ ਬਣਾ ਰਹੇ ਸਨ ਅਤੇ ਇਸ ਨੂੰ ਇਹ ਵੀ ਪਤਾ ਸੀ ਕਿ ਯੁੱਧ ਕਦੋਂ ਸ਼ੁਰੂ ਹੋਵੇਗਾ।

ਡਾ. ਰਾਈਨ, ਜੋ ਡਿਊਕ ਯੂਨੀਵਰਸਿਟੀ ਦੇ ਮਨੋਵਿਗਿਆਨ ਵਿਭਾਗ ਦੇ ਡਾਇਰੈਕਟਰ ਸਨ, ਨੇ ਬਹੁਤ ਸਾਰੇ ਸਬੂਤ ਇਕੱਤਰ ਕੀਤੇ ਹੋਏ ਹਨ ਉਹ ਇਹ ਦਰਸਾਉਂਦੇ ਹਨ ਕਿ ਦੁਨੀਆ ਭਰ ਦੇ ਬਹੁਤ ਸਾਰੇ ਲੋਕ ਭਵਿੱਖ ਵਿਚ ਹੋਣ ਵਾਲੀਆਂ ਘਟਨਾਵਾਂ ਨੂੰ ਉਨ੍ਹਾਂ ਦੇ ਵਾਪਰਨ ਤੋਂ ਪਹਿਲਾਂ ਦੇਖ ਸਕਦੇ ਹਨ ਅਤੇ ਬਹੁਤ ਸਾਰੇ ਹਾਲਾਤਾਂ ਵਿਚ, ਇਸ ਦੇ ਕਾਰਨ ਉਨ੍ਹਾਂ ਨੇ ਦੁਖਦਾਈ ਘਟਨਾਵਾਂ ਨੂੰ ਹੋਣ ਤੋਂ ਬਚਾਇਆ, ਜਿਸ ਨੂੰ ਉਨ੍ਹਾਂ ਨੇ ਸਪੱਸ਼ਟਤਾ ਨਾਲ ਆਪਣੇ ਸੁਫਨਿਆਂ ਵਿਚ ਦੇਖਿਆ ਸੀ।

ਉਹ ਸੁਫਨਾ ਜਿਸ ਵਿਚ ਮੈਂ ਨਿਊਯਾਰਕ ਟਾਈਮਜ਼ ਦੀ ਸੁਰਖੀਆਂ ਨੂੰ ਪਰਲ ਹਾਰਬਰ 'ਚ ਵਾਪਰਨ ਤੋਂ ਤਿੰਨ ਸਾਲ ਪਹਿਲਾਂ ਦੇਖਿਆ ਸੀ। ਇਸ ਸੁਫਨੇ ਦੇ ਆਧਾਰ 'ਤੇ ਮੈਂ ਤੁਰੰਤ ਹੀ ਉਹ ਯਾਤਰਾ ਰੱਦ ਕਰ ਦਿੱਤੀ, ਕਿਉਂਕਿ ਮੇਰੇ ਅਵਚੇਤਨ ਨੇ ਮੈਨੂੰ ਇੰਝ ਕਰਨ ਲਈ ਮਜ਼ਬੂਰ ਕੀਤਾ। ਤਿੰਨ ਸਾਲ ਬਾਅਦ ਦੂਜੀ ਸੰਸਾਰ ਜੰਗ ਦੇ ਮੇਰੇ ਅਨੁਭਵ ਦੀ ਅੰਦਰਲੀ ਆਵਾਜ਼ ਦੀ ਸੱਚਾਈ ਨੂੰ ਸਾਬਤ ਕੀਤਾ।

ਤੁਹਾਡਾ ਭਵਿੱਖ ਤੁਹਾਡੇ ਅਵਚੇਤਨ ਮਨ ਵਿੱਚ ਹੈ

ਯਾਦ ਰੱਖੋ ਕਿ ਭਵਿੱਖ, ਤੁਹਾਡੀ ਆਦਤਨ ਸੋਚ ਦਾ ਨਤੀਜਾ ਹੈ, ਉਹ ਤੁਹਾਡੇ ਮਸਤਿਸ਼ਕ ਵਿਚ ਪਹਿਲਾਂ ਤੋਂ ਹੀ ਮੌਜੂਦ ਹੈ, ਜਦੋਂ ਤਕ ਕਿ ਤੁਸੀਂ ਇਸ ਨੂੰ ਪ੍ਰਾਰਥਨਾ ਰਾਹੀਂ ਬਦਲ ਨਾ ਲਓ। ਇਸੇ ਤਰ੍ਹਾਂ, ਦੇਸ਼ ਦਾ ਭਵਿੱਖ ਵੀ ਦੇਸ਼ਵਾਸੀਆਂ ਦੀ ਸਮੂਹਕ ਅਵਚੇਤਨਾ ਵਿਚ ਹੈ। ਮੇਰੇ ਸੁਫਨੇ ਵਿਚ ਕੁਝ ਵੀ ਅਜੀਬ ਨਹੀਂ ਸੀ, ਜਿਸ ਵਿਚ ਮੈਂ ਨਿਊਯਾਰਕ ਦੇ ਅਖਬਾਰਾਂ ਦੀਆਂ ਸੁਰਖੀਆਂ ਦੇਖੀਆਂ ਸਨ, ਹਾਲਾਂਕਿ ਉਹ ਘਟਨਾਵਾਂ ਉਸ ਸਮੇਂ ਤਕ ਨਹੀਂ ਵਾਪਰੀਆਂ ਸਨ। ਬਹਰਹਾਲ, ਉਹ ਘਟਨਾਵਾਂ ਉਨ੍ਹਾਂ ਲੋਕਾਂ ਦੇ ਮਨਾਂ ਵਿਚ ਤਾਂ ਪਹਿਲਾਂ ਹੀ ਵਾਪਰ ਚੁੱਕੀ ਸੀ, ਅਤੇ ਹਮਲੇ ਦੀ ਯੋਜਨਾ ਪਹਿਲਾਂ ਤੋਂ ਹੀ ਇਸ ਮਹਾਨ ਰਿਕਾਰਡਿੰਗ ਯੰਤਰ ਭਾਵ ਅਵਚੇਤਨ ਮਨ ਜਾਂ ਵਿਸ਼ਵ-ਵਿਆਪੀ ਮਨ ਦੇ ਸਮੂਹਿਕ ਅਵਚੇਤਨ 'ਤੇ ਪਹਿਲਾਂ ਤੋਂ ਹੀ ਉਕਰੀ ਹੋਈ ਸੀ। ਆਉਣ ਵਾਲੇ ਕੱਲ੍ਹ ਦੀਆਂ ਘਟਨਾਵਾਂ ਤੁਹਾਡੇ ਅਵਚੇਤਨ ਮਨ ਵਿਚ ਹਨ। ਇਸੇ ਤਰ੍ਹਾਂ ਅਗਲੇ ਹਫਤੇ ਅਤੇ ਅਗਲੇ ਮਹੀਨੇ ਦੀਆਂ ਵੀ

ਜਿਨ੍ਹਾਂ ਨੂੰ ਬੜੇ ਮਾਨਸਿਕ ਜਾਂ ਦਾਅਵੇਦਾਰ ਵਿਅਕਤੀ ਦੁਆਰਾ ਦੇਖਿਆ ਜਾ ਸਕਦਾ ਹੈ।

ਜੇ ਤੁਸੀਂ ਪ੍ਰਾਰਥਨਾ ਕਰਨ ਦਾ ਫੈਸਲਾ ਕਰਦੇ ਹੋ, ਤਾਂ ਤੁਹਾਡੇ ਨਾਲ ਕੋਈ ਤਬਾਹੀ ਜਾਂ ਦੁਖਾਂਤ ਨਹੀਂ ਵਾਪਰ ਸਕਦਾ। ਕੋਈ ਵੀ ਚੀਜ਼ ਪਹਿਲਾਂ ਤੋਂ ਹੀ ਤੈਅ ਜਾਂ ਨਿਰਧਾਰਿਤ ਨਹੀਂ ਹੈ। ਤੁਹਾਡਾ ਮਾਨਸਿਕ ਰਵੱਈਆ, ਜਿਸ ਤਰ੍ਹਾਂ ਨਾਲ ਤੁਸੀਂ ਸੋਚਦੇ, ਮਹਿਸੂਸ ਅਤੇ ਯਕੀਨ ਕਰਦੇ ਹੋ, ਵੀ ਤੁਹਾਡੀ ਕਿਸਮਤ ਨਿਸ਼ਚਤ ਕਰਦੇ ਹਨ। ਵਿਗਿਆਨੀ ਪ੍ਰਾਰਥਨਾ ਦੁਆਰਾ, ਜਿਸ ਬਾਰੇ ਤੁਹਾਨੂੰ ਪਿਛਲੇ ਅਧਿਆਇ ਵਿਚ ਸਮਝਾਇਆ ਗਿਆ ਹੈ, ਤੁਸੀਂ ਆਪਣੇ ਭਵਿਖ ਨੂੰ ਢਾਲ ਸਕਦੇ ਹੋ, ਆਕਾਰ ਦੇ ਸਕਦੇ ਹੋ ਅਤੇ ਬਣਾ ਸਕਦੇ ਹੋ। ਮਨੁੱਖ ਜੋ ਕੁੱਝ ਵੀ ਬੀਜਦਾ ਹੈ, ਉਹੀ ਉਸ ਨੂੰ ਵੱਢਣਾ ਪਵੇਗਾ।

ਇਕ ਨਿੱਕੀ ਜਹੀ ਝਪਕੀ ਨਾਲ ਉਸ ਨੂੰ 15,000 ਡਾਲਰ ਮਿਲੇ

ਮੇਰੇ ਇਕ ਵਿਦਿਆਰਥੀ ਨੇ ਮੈਨੂੰ ਤਿੰਨ-ਚਾਰ ਸਾਲ ਪਹਿਲਾਂ ਇੱਕ ਵਿਅਕਤੀ ਰੈ ਹੈਮਰਸਟ੍ਰੋਮ ਬਾਰੇ ਅਖ਼ਬਾਰ ਦੀ ਖ਼ਬਰ ਭੇਜੀ ਸੀ, ਜੋ ਪਿਟਸਬਰਗ ਵਿਚ ਜੋਨਸ ਐਂਡ ਲਾਫਲਿਨ ਸਟੀਲ ਕਾਰਪੋਰੇਸ਼ਨ ਦੁਆਰਾ ਸੰਚਾਲਿਤ ਸਟੀਲ ਵਰਕਸ ਵਿਚ ਬਤੌਰ ਰੋਲਰ ਕੰਮ ਕਰਦਾ ਸੀ। ਉਸ ਨੂੰ ਆਪਣੇ ਸੁਫਨੇ ਲਈ $ 15,000 ਪ੍ਰਾਪਤ ਕੀਤੇ।

ਲੇਖ ਦੇ ਅਨੁਸਾਰ, ਕਈ ਇੰਜੀਨੀਅਰ ਇਕ ਨਵੀਂ ਸਥਾਪਿਤ ਬਾਰ ਮਿਲ ਦੇ ਨੁਕਸਦਾਰ ਸਵੀਚ ਨੂੰ ਠੀਕ ਨਹੀਂ ਕਰ ਪਾ ਰਹੇ ਸਨ, ਜੋ ਬਣ ਕੇ ਨਿਕਲਣ ਵਾਲੀ ਗਰਮ ਸਟੀਲ ਦੀਆਂ ਬਾਰਾਂ ਨੂੰ ਕੂਲਿੰਗ ਬੈਡ ਤੱਕ ਦੀ ਡਿਲੇਵਰੀ ਨੂੰ ਨਿਯੰਤਰਿਤ ਕਰਦਾ ਸੀ। ਇੰਜੀਨੀਅਰਾਂ ਨੇ ਇਸ ਸਵੀਚ ਨੂੰ ਗਿਆਰਾਂ ਜਾਂ ਬਾਰਾਂ ਵਾਰ ਸੁਧਾਰਨ ਲਈ ਕੰਮ ਕੀਤਾ ਪਰ ਕੋਈ ਫਾਇਦਾ ਨਹੀਂ ਹੋਇਆ। ਹੈਮਰਸਟ੍ਰੋਮ ਨੇ ਇਸ ਸਮੱਸਿਆ ਬਾਰੇ ਬਹੁਤ ਸੋਚਿਆ ਅਤੇ ਇਕ ਨਵੀਂ ਡਿਜ਼ਾਇਨ ਬਨਾਉਣ ਦੀ ਕੋਸ਼ਿਸ਼ ਵੀ ਕੀਤੀ, ਪਰ ਇਸ ਨਾਲ ਵੀ ਕੋਈ ਕੰਮ ਨਾ ਹੋ ਸਕਿਆ।

ਇਕ ਦੁਪਹਿਰ ਉਹ ਝਪਕੀ ਲੈਣ ਲਈ ਲੇਟ ਗਿਆ। ਝਪਕੀ ਲੈਣ ਤੋਂ ਪਹਿਲਾਂ ਵੀ ਉਹ ਸਵੀਚ ਦੀ ਸਮੱਸਿਆ ਬਾਰੇ ਸੋਚ ਰਿਹਾ ਸੀ। ਝਪਕੀ ਦੌਰਾਨ ਉਸ ਨੇ ਇਕ ਸੁਫਨਾ ਦੇਖਿਆ, ਜਿਸ ਵਿਚ ਉਸ ਨੇ ਸਵੀਚ ਦੀ ਆਦਰਸ਼ ਡਿਜ਼ਾਇਨ ਬਣਿਆ ਹੋਇਆ ਦੇਖਿਆ। ਜਦੋਂ ਉਹ ਜਾਗਿਆ, ਤਾਂ ਉਸਨੇ ਸੁਫਨੇ ਵਿਚ ਦੇਖੀ ਆਕ੍ਰਿਤੀ ਅਨੁਸਾਰ ਆਪਣੇ ਨਵੇਂ ਡਿਜ਼ਾਇਨ ਦਾ ਸਕੈਚ ਬਣਾ ਲਿਆ।

ਉਸ ਦੀ ਇਸ ਦੂਰਦਰਸ਼ੀ ਝਪਕੀ ਕਾਰਨ ਹੈਮਰਸਟ੍ਰੋਮ ਨੂੰ $15,000 ਦਾ ਚੈੱਕ ਬਤੌਰ ਇਨਾਮ ਜਿਤਿਆਂ; ਫਰਮ ਵੱਲੋਂ ਕਿਸੇ ਵੀ ਕਰਮਚਾਰੀ ਨੂੰ ਨਵੇਂ ਵਿਚਾਰ ਲਈ ਦਿੱਤਾ ਗਿਆ ਇਹ ਸਭ ਤੋਂ ਵੱਡਾ ਇਨਾਮ ਸੀ।

ਕਿਵੇਂ ਇਕ ਮਸ਼ਹੂਰ ਪ੍ਰੋਫੈਸਰ ਨੇ ਨੀਂਦ ਵਿਚ ਆਪਣੀ ਸਮੱਸਿਆ ਦਾ ਹੱਲ ਕੀਤਾ

ਡਾ. ਐਚ.ਵੀ. ਹੈਲਪ੍ਰੇਚ, ਜੋ ਪੈਨਸਿਲਵੇਨੀਆ ਯੂਨੀਵਰਸਿਟੀ ਵਿਚ ਪ੍ਰੋਫੈਸਰ ਆਫ ਐਸਰੀਅਨ ਸਨ, ਨੇ ਇਸ ਤਰ੍ਹਾਂ ਲਿਖਿਆ: "ਇੱਕ ਸ਼ਨੀਵਾਰ ਦੀ ਸ਼ਾਮ ਮੈਂ ਬੇਕਾਰ ਦੀਆਂ ਕੋਸ਼ਿਸ਼ਾਂ ਕਾਰਨ ਥੱਕ ਚੁੱਕਿਆ ਸੀ। ਮੈਂ ਸੁਲੇਮਾਨੀ ਪੱਥਰ (Agate) ਦੇ ਦੋ ਛੋਟੇ ਟੁਕੜ੍ਹਿਆ ਦੇ ਰਹੱਸ ਨੂੰ ਨਹੀਂ ਸੁਲਝਾ ਪਾ ਰਿਹਾ ਸੀ, ਜਿਨ੍ਹਾਂ ਨੂੰ ਦੇਖ ਕੇ ਲੱਗਦਾ ਸੀ ਕਿ ਉਹ ਕਿਸੇ ਬੇਬੀਲਾਨਵਾਸੀ ਦੀ ਉਂਗਲੀ ਦੀ ਮੁੰਦਰੀ ਜਾਂ ਅੰਗੂਠੀ ਨਾਲ ਸੰਬੰਧਤ ਹੋਣਗੇ।

"ਅੱਧੀ ਰਾਤ ਦੇ ਕਰੀਬ ਮੈਂ ਪਰੇਸ਼ਾਨ ਅਤੇ ਥੱਕਿਆ ਹੋਣ ਕਾਰਨ ਸੌਣ ਚਲਾ ਗਿਆ ਅਤੇ ਮੈਂ ਹੇਠ ਲਿਖਿਆ ਇਕ ਅਦਭੁੱਤ ਤੇ ਸ਼ਾਨਦਾਰ ਸੁਫਨਾ ਦੇਖਿਆ: ਨਿੱਪੁਰ ਦਾ ਇਕ ਲੰਮਾ, ਪਤਲਾ ਪੁਜਾਰੀ, ਜਿਸਦੀ ਉਮਰ ਕੋਈ ਚਾਲੀ ਸਾਲ ਸੀ, ਮੈਨੂੰ ਮੰਦਿਰ ਦੇ ਖਜ਼ਾਨੇ ਵੱਲ ਲੈ ਗਿਆ... ਇਕ ਛੋਟਾ, ਘੱਟ ਉੱਚਾਈ ਦੀ ਛੱਤ ਵਾਲਾ ਕਮਰਾ, ਜਿਸ ਵਿਚ ਬਾਰੀਆਂ ਨਹੀਂ ਸਨ, ਉਸ ਦੇ ਫਰਸ਼ 'ਤੇ ਸੁਲੇਮਾਨੀ ਪੱਥਰ ਤੇ ਲਹਿਸਣਿਆ (Lapis Lazuli) ਦੇ ਟੁਕੜੇ ਖਿੱਲਰੇ ਹੋਏ ਪਏ ਸਨ। ਇੱਥੇ ਉਸ ਨੇ ਮੈਨੂੰ ਇਸ ਤਰ੍ਹਾਂ ਸੰਬੋਧਿਤ ਕੀਤਾ: ਜੋ ਦੋ ਟੁਕੜ੍ਹਿਆ ਦਾ ਸਕੈਚ ਤੁਸੀਂ ਪੰਨਾ 22 ਅਤੇ 26 'ਤੇ ਵੱਖਰੇ ਤੌਰ 'ਤੇ ਪ੍ਰਕਾਸ਼ਿਤ ਕੀਤੇ ਹਨ, ਉਹ ਉਂਗਲਾਂ ਦੀ ਵੱਖ-ਵੱਖ ਮੁੰਦਰੀਆਂ ਨਹੀਂ ਹਨ, ਉਹ ਇਕੱਠੀਆਂ ਹਨ। ਪਹਿਲੀ ਦੋ ਮੁੰਦਰੀਆਂ ਦੇਵਤਾ ਦੀ ਮੂਰਤੀ ਦੇ ਕੰਨਾਂ ਦੀਆਂ ਵਾਲੀਆਂ ਹਨ; ਜੋ ਦੋ ਟੁਕੜੇ ਤੁਹਾਡੇ ਕੋਲ ਹਨ, ਉਹ ਉਨ੍ਹਾਂ ਦੇ ਹਿੱਸੇ ਹਨ। ਜੇ ਤੁਸੀਂ ਉਨ੍ਹਾਂ ਨੂੰ ਜੋੜ ਕੇ ਦੇਖੋਗੇ, ਤਾਂ ਮੇਰੀ ਗੱਲ ਦੀ ਤਸਦੀਕ ਹੋ ਜਾਵੇਗੀ।"...ਮੈਂ ਇਕਦਮ ਜਾਗ ਗਿਆ... ਮੈਂ ਟੁਕੜ੍ਹਿਆਂ ਦੀ ਜਾਂਚ ਕੀਤੀ... ਅਤੇ ਮੈਨੂੰ ਹੈਰਾਨੀ ਹੋਈ ਕਿ ਮੇਰਾ ਸੁਫਨਾ ਸੱਚ ਸੀ। ਆਖ਼ਿਰਕਾਰ ਸਮੱਸਿਆ ਦਾ ਹੱਲ ਮਿਲ ਹੀ ਗਿਆ।"

ਇਹ ਉਸ ਦੇ ਅਵਚੇਤਨ ਮਨ ਦੇ ਰਚਨਾਤਮਕ ਪ੍ਰਗਟਾਵੇ ਨੂੰ ਸਪੱਸ਼ਟ ਤੌਰ 'ਤੇ ਦਰਸਾਉਂਦਾ ਹੈ, ਜੋ ਉਨ੍ਹਾਂ ਦੀਆਂ ਸਾਰੀਆਂ ਸਮੱਸਿਆਵਾਂ ਦਾ ਜਵਾਬ ਜਾਣਦਾ ਸੀ।

ਕਿਵੇਂ ਅਵਚੇਤਨ ਨੇ ਇਕ ਮਸ਼ਹੂਰ ਲੇਖਕ ਲਈ ਕੰਮ ਕੀਤਾ ਜਦੋਂ ਉਹ ਸੁੱਤਾ ਪਿਆ ਸੀ

ਰਾਬਰਟ ਲੂਈ ਸਟੀਵੇਂਸਨ ਨੇ ਆਪਣੀ ਇਕ ਕਿਤਾਬ ਐਕਰਾਸ ਦ ਪਲੇਨਜ਼ (Across the Plains) ਵਿਚ, ਸੁਫਨੇ ਦੇ ਵਿਸ਼ੇ 'ਤੇ ਇਕ ਪੂਰਾ ਅਧਿਆਇ

ਲਿੱਖਿਆ ਹੈ। ਉਹ ਪ੍ਰਬਲ ਸੁਫਨ-ਦਰਸ਼ੀ ਸਨ ਅਤੇ ਹਰ ਰਾਤ ਸੌਣ ਤੋਂ ਪਹਿਲਾਂ ਉਨ੍ਹਾਂ ਦੀ ਆਪਣੇ ਅਵਚੇਤਨ ਮਨ ਨੂੰ ਲਗਾਤਾਰ ਨਿਰਦੇਸ਼ ਦੇਣ ਦੀ ਆਦਤ ਸੀ। ਜਦੋਂ ਉਹ ਸੌਣ ਲਈ ਜਾਂਦੇ ਤਾਂ ਉਸ ਤੋਂ ਪਹਿਲਾਂ ਆਪਣੇ ਅਵਚੇਤਨ ਨਾਲ ਬੇਨਤੀ ਕਰਦੇ ਸੀ ਕਿ ਉਹ ਉਨ੍ਹਾਂ ਲਈ ਕਹਾਣੀਆਂ ਘੜ ਕੇ ਵਿਕਸਿਤ ਕਰੇ। ਮਿਸਾਲ ਲਈ, ਜੇ ਸਟੀਵੇਂਸਨ ਦੇ ਫੰਡ ਜਾਂ ਪੈਸੇ ਘੱਟ ਹੋ ਜਾਂਦੇ ਸਨ, ਤਾਂ ਉਹ ਆਪਣੇ ਅਵਚੇਤਨ ਨੂੰ ਕੁੱਝ ਇਸ ਤਰ੍ਹਾਂ ਦਾ ਆਦੇਸ਼ ਦਿੰਦੇ ਸਨ: "ਮੈਨੂੰ ਇਕ ਵਧੀਆ ਰੋਮਾਂਚਕ ਨਾਵਲ ਦਿਉ, ਜੋ ਵਿਕਾਊ ਅਤੇ ਲਾਹੇਵੰਦ ਹੋਵੇ।" ਉਨ੍ਹਾਂ ਦਾ ਅਵਚੇਤਨ ਬੜੀ ਚੰਗੀ ਤਰ੍ਹਾਂ ਨਾਲ ਜਵਾਬ ਦਿੰਦਾ ਸੀ।

ਸਟੀਵੇਂਸਨ ਕਹਿੰਦੇ ਹਨ:

"ਇਹ ਨਿੱਕੇ ਬੌਣੇ (ਉਨ੍ਹਾਂ ਦੇ ਅਵਚੇਤਨ ਦੀ ਬੁੱਧੀ ਅਤੇ ਸ਼ਕਤੀਆਂ) ਮੈਨੂੰ ਟੁਕੜੇ-ਟੁਕੜੇ ਵਿਚ, ਕਿਸੇ ਸੀਰੀਅਲ ਵਾਂਗ ਕਹਾਣੀ ਸੁਣਾਉਂਦੇ ਸਨ ਅਤੇ ਉਨ੍ਹਾਂ ਦਾ ਟੀਚਾ ਕੀ ਹੈ, ਇਸ ਬਾਰੇ ਉਹ ਮੈਨੂੰ ਭਾਵ ਸਿਰਜਣਹਾਰ ਨੂੰ ਵੀ ਪੂਰੀ ਤਰ੍ਹਾਂ ਅਨਜਾਣਤਾ ਵਿਚ ਹੀ ਰੱਖ ਸਕਦੇ ਹਨ। ਫਿਰ ਉਨ੍ਹਾਂ ਨੇ ਅੱਗੇ ਕਿਹਾ, "ਜਾਗਰਿਤ ਅਵਸਥਾ ਵਿਚ ਮੈਂ ਜੋ ਵੀ ਕੰਮ ਕਰਦਾ ਹਾਂ (ਜਿਸਦੇ ਬਾਰੇ ਮੈਂ ਚੇਤਨ ਤੌਰ 'ਤੇ ਜਾਗਰੂਕ ਰਹਿੰਦਾ ਹਾਂ), ਉਹ ਵੀ ਲੋੜੀਂਦੇ ਤੌਰ 'ਤੇ ਮੇਰਾ ਨਹੀਂ ਹੈ, ਕਿਉਂਕਿ ਇਹ ਸਾਰਾ ਕੁੱਝ ਦਰਸਾਉਂਦਾ ਹੈ ਕਿ ਇਸ ਵਿਚ ਬੌਣਿਆਂ ਦਾ ਹੱਥ ਹੈ।"

ਸ਼ਾਂਤੀ ਨਾਲ ਸੌਂਵੋ ਅਤੇ ਖੁਸ਼ੀ ਵਿਚ ਜਾਗੋ

ਜੋ ਲੋਕ ਅਨੀਂਦਰਾ (Insomnia) ਰੋਗ ਤੋਂ ਪੀੜਤ ਹਨ, ਤਾਂ ਉਨ੍ਹਾ ਨੂੰ ਹੇਠ ਲਿਖੀ ਪ੍ਰਾਰਥਨਾ ਬਹੁਤ ਪ੍ਰਭਾਵਸ਼ਾਲੀ ਲੱਗੇਗੀ। ਇਸ ਪ੍ਰਾਰਥਨਾ ਨੂੰ ਸੌਣ ਤੋਂ ਪਹਿਲਾਂ ਹੌਲੀ-ਹੌਲੀ, ਸ਼ਾਂਤੀ ਨਾਲ ਅਤੇ ਪਿਆਰ ਨਾਲ ਦੁਹਰਾਓ।

"ਮੇਰੇ ਪੈਰਾਂ ਦੇ ਅੰਗੂਠੇ ਆਰਾਮ ਦੀ ਅਵਸਥਾ 'ਚ ਹਨ, ਮੇਰੇ ਗਿੱਟੇ ਆਰਾਮ ਨਾਲ ਹਨ, ਮੇਰੇ ਢਿੱਡ ਜਾਂ ਪੇਟ ਦੀਆਂ ਮਾਂਸਪੇਸ਼ੀਆਂ ਆਰਾਮ ਵਿਚ ਹਨ, ਮੇਰਾ ਦਿਲ ਅਤੇ ਫੇਫੜੇ ਆਰਾਮ ਵਿਚ ਹਨ, ਮੇਰੇ ਹੱਥ ਅਤੇ ਬਾਹਾਂ ਆਰਾਮ ਅਵਸਥਾ ਵਿਚ ਹਨ, ਮੇਰੀ ਗਰਦਨ ਜਾਂ ਧੌਣ ਆਰਾਮ ਵਿਚ ਹੈ, ਮੇਰਾ ਮਸਤਿਸ਼ਕ ਆਰਾਮਦਾਇਕ ਹੈ, ਮੇਰਾ ਚਿਹਰਾ ਸ਼ਾਂਤ ਹੈ, ਮੇਰੀਆਂ ਅੱਖਾਂ ਸ਼ਾਂਤ ਹਨ, ਮੇਰਾ ਸਾਰਾ ਮਨ ਅਤੇ ਸਰੀਰ ਆਰਾਮਦਾਇਕ ਹੈ। ਮੈਂ ਸਾਰਿਆਂ ਨੂੰ ਪੂਰੀ ਤਰ੍ਹਾਂ ਅਤੇ ਖੁੱਲ੍ਹੇ ਤੌਰ 'ਤੇ ਹਰ ਇਕ ਨੂੰ ਮੁਆਫ਼ ਕਰਦਾ ਹਾਂ ਅਤੇ ਮੈਂ ਸਾਰਿਆਂ ਲਈ ਇਸਸੁਰਤਾ, ਸਿਹਤ, ਸ਼ਾਂਤੀ ਅਤੇ ਜੀਵਨ ਦੀਆਂ ਸਾਰੀਆਂ ਰਹਿਮਤਾਂ ਦੀ ਸੱਚੀ ਕਾਮਨਾ ਕਰਦਾ ਹਾਂ। ਮੈਂ ਸ਼ਾਂਤੀ ਨਾਲ ਹਾਂ; ਮੈਂ ਸੰਤੁਲਿਤ ਅਤੇ ਸ਼ਾਂਤ ਹਾਂ। ਮੈਂ ਸੁਰੱਖਿਆ ਅਤੇ

ਸ਼ਾਂਤੀ ਵਿਚ ਆਰਾਮ ਕਰਦਾ ਹਾਂ। ਇਕ ਡੂੰਘੀ ਸ਼ਾਂਤੀ ਮੇਰੇ ਸਾਰੀ ਹੋਂਦ ਨੂੰ ਸ਼ਾਂਤ ਕਰਦੀ ਹੈ, ਜਦੋਂ ਮੈਂ ਆਪਣੇ ਅੰਦਰ ਦਿਵਜ ਸ਼ਕਤੀ ਦੀ ਮੌਜੂਦਗੀ ਨੂੰ ਮਹਿਸੂਸ ਕਰਦਾ ਹਾਂ। ਮੈਂ ਜਾਣਦਾ ਹਾਂ ਕਿ ਜੀਵਨ ਅਤੇ ਪਿਆਰ ਦਾ ਅਹਿਸਾਸ ਮੈਨੂੰ ਚੰਗਾ ਕਰਦਾ ਹੈ। ਮੈਂ ਆਪਣੇ-ਆਪ ਨੂੰ ਪਿਆਰ ਦੀ ਚਾਦਰ ਵਿਚ ਲਪੇਟਦਾ ਹਾਂ ਅਤੇ ਸਾਰਿਆਂ ਲਈ ਚੰਗੀਆਂ ਇੱਛਾਵਾਂ ਨਾਲ ਸੌਂ ਜਾਂਦਾ ਹਾਂ। ਸਾਰੀ ਰਾਤ ਮੇਰੇ ਨਾਲ ਸ਼ਾਂਤੀ ਬਣੀ ਰਹਿੰਦੀ ਹੈ, ਅਤੇ ਸਵੇਰ ਨੂੰ ਮੈਂ ਜੀਵਨ ਅਤੇ ਪਿਆਰ ਨਾਲ ਭਰਪੂਰ ਹੋ ਜਾਂਦਾ ਹੈ। ਮੇਰੇ ਆਲੇ-ਦੁਆਲੇ ਪਿਆਰ ਦਾ ਦਾਇਰਾ ਹੈ। ਮੈਂ ਕਿਸੇ ਬੁਰਾਈ ਜਾਂ ਅਮੰਗਲ ਦੀ ਭਾਵਨਾ ਤੋਂ ਨਹੀਂ ਡਰਾਂਗਾ, ਕਿਉਂਕਿ ਤੂੰ (ਪਰਮਾਤਮਾ) ਮੇਰੇ ਨਾਲ ਹੈ। ਮੈਂ ਸ਼ਾਂਤੀ ਨਾਲ ਸੌਵਾਂਗਾ, ਖੁਸ਼ੀ ਨਾਲ ਜਾਗਾਂਗਾ ਅਤੇ ਉਨ੍ਹਾਂ ਵਿਚ ਜੀਵਾਂਗਾ, ਤੁਰਾਂਗਾ-ਫਿਰਾਂਗਾ, ਅਤੇ ਮੇਰਾ ਅਸਤਿਤਵ ਜਾਂ ਹੋਂਦ ਹੈ।"

ਨੀਂਦ ਦੇ ਅਜੂਬਿਆਂ ਲਈ ਤੁਹਾਡੀ ਸਹਾਇਤਾ ਦਾ ਸਾਰ

1. ਜੇ ਤੁਸੀਂ ਚਿੰਤਤ ਹੋ ਕਿ ਤੁਸੀਂ ਸਮੇਂ ਸਿਰ ਨਹੀਂ ਜਾਗ ਪਾਓਗੇ, ਤਾਂ ਸੌਣ ਤੋਂ ਪਹਿਲਾਂ ਆਪਣੇ ਅਵਚੇਤਨ ਮਨ ਨੂੰ ਉਹ ਸਹੀ ਜਾਂ ਸਟੀਕ ਸਮਾਂ ਦੱਸ ਦਿਓ, ਜਿਸ ਸਮੇਂ ਤੁਸੀਂ ਉੱਠਣਾ ਚਾਹੁੰਦੇ ਹੋ ਅਤੇ ਇਹ ਤੁਹਾਨੂੰ ਉਠਾ ਜਾਂ ਜਗਾ ਦੇਵੇਗਾ। ਇਸ ਨੂੰ ਕਿਸੇ ਘੜੀ ਦੀ ਲੋੜ ਨਹੀਂ ਹੈ। ਸਾਰੀਆਂ ਸਮੱਸਿਆਵਾਂ ਲਈ ਇੰਝ ਹੀ ਕਰੋ। ਤੁਹਾਡੇ ਅਵਚੇਤਨ ਲਈ ਕੋਈ ਵੀ ਕੰਮ ਮੁਸ਼ਕਿਲ ਨਹੀਂ ਹੈ।

2. ਤੁਹਾਡਾ ਅਵਚੇਤਨ ਕਦੇ ਨਹੀਂ ਸੌਂਦਾ। ਇਹ ਹਮੇਸ਼ਾ ਕੰਮ ਕਰਦਾ ਰਹਿੰਦਾ ਹੈ। ਇਹ ਤੁਹਾਡੇ ਸਾਰੇ ਮਹੱਤਵਪੂਰਨ ਕਾਰਜਾਂ ਨੂੰ ਨਿਯੰਤਰਿਤ ਕਰਦਾ ਹੈ। ਆਪਣੇ-ਆਪ ਨੂੰ ਅਤੇ ਬਾਕੀ ਸਾਰਿਆਂ ਨੂੰ ਮੁਆਫ਼ ਕਰ ਦਿਓ। ਸੌਣ ਤੋਂ ਪਹਿਲਾਂ ਅਤੇ ਜਾਗਣ ਤੋਂ ਠੀਕ ਬਾਅਦ ਇਲਾਜ ਬਹੁਤ ਤੇਜੀ ਨਾਲ ਹੋਵੇਗਾ।

3. ਜਦੋਂ ਤੁਸੀਂ ਸੁੱਤੇ ਹੋਏ ਹੁੰਦੇ ਹੋ, ਤਾਂ ਕਈ ਵਾਰ ਸੁਫਨੇ ਵਿਚ ਤੁਹਾਨੂੰ ਮਾਰਗਦਰਸ਼ਨ ਦਿੱਤਾ ਜਾਂਦਾ ਹੈ। ਇਸ ਸਮੇਂ ਇਲਾਜ ਦੀਆਂ ਤਰੰਗਾਂ ਦਾ ਪ੍ਰਵਾਹ ਵੀ ਮੁਕਤ ਹੁੰਦਾ ਹੈ, ਜਿਸ ਨਾਲ ਤੁਸੀਂ ਸਵੇਰੇ ਫੁਰਤੀ ਅਤੇ ਤਾਜ਼ਗੀ ਮਹਿਸੂਸ ਕਰਦੇ ਹੋ।

4. ਜਦੋਂ ਤੁਸੀਂ ਸਾਰੇ ਦਿਨ ਦੀਆਂ ਪਰੇਸ਼ਾਨੀਆਂ ਅਤੇ ਝਗੜਿਆਂ ਕਾਰਨ ਸੰਤਾਪ ਵਿਚ ਹੋਵੋ, ਤਾਂ ਆਪਣੇ ਦਿਮਾਗ ਨੂੰ ਸ਼ਾਂਤ ਕਰ ਲਓ ਤੇ ਆਪਣੇ ਅਵਚੇਤਨ ਮਨ ਵਿਚ ਵਾਸ ਕਰਨ ਵਾਲੀ ਅਸੀਮ ਬੁੱਧੀਮੱਤਾ ਅਤੇ ਗਿਆਨ ਬਾਰੇ ਸੋਚੋ, ਜੋ ਤੁਹਾਨੂੰ ਜਵਾਬ ਦੇਣ ਲਈ ਤਿਆਰ ਹੈ। ਇਸ ਨਾਲ ਤੁਹਾਨੂੰ ਸ਼ਾਂਤੀ, ਸ਼ਕਤੀ ਤੇ ਆਤਮਵਿਸ਼ਵਾਸ ਮਿਲੇਗਾ।

5. ਮਾਨਸਿਕ ਸ਼ਾਂਤੀ ਅਤੇ ਸਰੀਰਕ ਸਿਹਤ ਲਈ ਨੀਂਦ ਜ਼ਰੂਰੀ ਹੈ। ਨੀਂਦ ਦੀ ਕਮੀ ਕਾਰਨ ਚਿੜਚਿੜਾਪਨ, ਤਣਾਅ ਤੇ ਮਾਨਸਿਕ ਵਿਕਾਰ ਹੋ ਸਕਦੇ ਹਨ। ਤੁਹਾਨੂੰ ਅੱਠ ਘੰਟਿਆਂ ਦੀ ਨੀਂਦ ਚਾਹੀਦੀ ਹੈ।

6. ਚਿਕਿਤਸਾ ਸ਼ੋਧ ਕਰਨ ਵਾਲੇ ਵਿਦਵਾਨ ਦੱਸਦੇ ਹਨ ਕਿ ਅਨਿੰਦਰਾ (Insommia) ਕਈ ਵਾਰੀ ਨਰਵਸ ਬ੍ਰੈਕਡਾਊਨ ਤੋਂ ਠੀਕ ਪਹਿਲਾਂ ਹੁੰਦੀ ਹੈ।

7. ਨੀਂਦ ਦੌਰਾਨ ਤੁਸੀਂ ਅਧਿਆਤਮਕ ਤੌਰ 'ਤੇ ਤਰੋਤਾਜ਼ਾ ਹੁੰਦੇ ਹੋ। ਜੀਵਨ ਵਿਚ ਆਨੰਦ ਅਤੇ ਫੁਰਤੀ ਲਈ ਲੋੜੀਂਦੀ ਨੀਂਦ ਜ਼ਰੂਰੀ ਹੈ।

8. ਤੁਹਾਡਾ ਥੱਕਿਆ ਹੋਇਆ ਮਸਤਿਸ਼ਕ ਨੀਂਦ ਲਈ ਇੰਨਾ ਭੁੱਖਾਂ ਰਹਿੰਦਾ ਹੈ ਕਿ ਇਸ ਨੂੰ ਪ੍ਰਾਪਤ ਕਰਨ ਲਈ ਇਹ ਕੋਈ ਵੀ ਕੁਰਬਾਨੀ ਦੇਣ ਲਈ ਤਿਆਰ ਰਹਿੰਦਾ ਹੈ। ਕਾਰ ਚਲਾਉਣ ਸਮੇਂ ਸੌ ਜਾਣ ਵਾਲੇ ਲੋਕ ਇਸ ਗੱਲ ਦੀ ਗਵਾਹੀ ਦੇ ਸਕਦੇ ਹਨ।

9. ਨੀਂਦ ਦੀ ਕਮੀ ਦੇ ਸ਼ਿਕਾਰ ਕਈ ਲੋਕਾਂ ਦੀਆਂ ਯਾਦਾਂ ਮਾੜੀਆਂ ਜਾਂ ਕਮਜ਼ੋਰ ਹੋ ਜਾਂਦੀਆਂ ਹਨ ਅਤੇ ਸਹੀ ਤਾਲਮੇਲ ਦੀ ਘਾਟ ਰਹਿੰਦੀ ਹੈ। ਉਹ ਉਲਝੇ ਹੋਏ, ਦੁਚਿੱਤੀਪਣ ਅਤੇ ਦਿਸ਼ਾਹੀਣ ਜਾਂ ਭਟਕਣ ਵਾਲੇ ਬਣ ਜਾਂਦੇ ਹਨ।

10. ਨੀਂਦ ਸਲਾਹ ਲੈ ਆਉਂਦੀ ਹੈ। ਸੌਣ ਤੋਂ ਪਹਿਲਾ ਦਾਅਵਾ ਕਰੋ ਕਿ ਤੁਹਾਡੇ ਅਵਚੇਤਨ ਮਨ ਦੀ ਅਸੀਮ ਬੁੱਧੀਮੱਤਾ ਤੁਹਾਨੂੰ ਮਾਰਗਦਰਸ਼ਨ ਅਤੇ ਨਿਰਦੇਸ਼ਿਤ ਕਰ ਰਹੀ ਹੈ। ਫਿਰ, ਉਸ ਸੰਕੇਤ 'ਤੇ ਨਜ਼ਰ ਰੱਖੋ, ਜੋ ਸ਼ਾਇਦ ਜਾਗਣ ਵੇਲੇ ਤੁਹਾਨੂੰ ਮਿਲੇਗਾ।

11. ਆਪਣੇ ਅਵਚੇਤਨ 'ਤੇ ਪੂਰਾ ਭਰੋਸਾ ਕਰੋ। ਇਹ ਜਾਣ ਲਓ ਕਿ ਇਸਦੀ ਪ੍ਰਵਿਰਤੀ ਹਮੇਸ਼ਾ ਜੀਵਨ ਵੱਲ ਹੁੰਦੀ ਹੈ। ਕਦੇ-ਕਦਾਈਂ, ਤੁਹਾਡਾ ਅਵਚੇਤਨ ਮਨ ਰਾਤੀ ਕਿਸੇ ਬਹੁਤ ਸਪੱਸ਼ਟ ਸੁਫਨੇ ਵਿਚ ਤੁਹਾਨੂੰ ਜਵਾਬ ਦਿੰਦਾ ਹੈ। ਤੁਹਾਨੂੰ ਸੁਫਨੇ ਵਿਚ ਉਸੇ ਤਰ੍ਹਾਂ ਦੀ ਚੇਤਾਵਨੀ ਦਿੱਤੀ ਜਾ ਸਕਦੀ ਹੈ, ਜਿਵੇਂ ਇਸ ਕਿਤਾਬ ਦੇ ਲਿਖਾਰੀ ਨੂੰ ਮਿਲੀ ਸੀ।

12. ਤੁਹਾਡਾ ਭਵਿੱਖ ਹੁਣੇ ਤੁਹਾਡੇ ਮਨ ਵਿਚ ਹੈ, ਜਿਸਦਾ ਆਧਾਰ ਤੁਹਾਡੀ ਆਦਤਨ ਸੋਚ ਅਤੇ ਵਿਸ਼ਵਾਸ ਹੈ। ਇਹ ਦਾਅਵਾ ਕਰੋ ਕਿ ਅਨੰਤ ਬੁੱਧੀ ਤੁਹਾਡੀ ਅਗਵਾਈ ਤੇ ਮਾਰਗਦਰਸ਼ਨ ਕਰ ਰਹੀ ਹੈ, ਅਤੇ ਇਹ ਕਿ ਸਭ ਕੁੱਝ ਤੁਹਾਡਾ ਹੈ, ਅਤੇ ਤੁਹਾਡਾ ਭਵਿਖ ਸ਼ਾਨਦਾਰ ਜਾਂ ਅਦਭੁੱਤ ਹੋਵੇਗਾ। ਇਸ 'ਤੇ ਯਕੀਨ ਕਰੋ, ਇਸ ਨੂੰ ਸਵੀਕਾਰ ਕਰੋ। ਸਭ ਤੋਂ ਵਧੀਆ ਦੀ ਆਸ ਕਰੋ, ਤਾਂ ਨਿਸ਼ਚਤ ਤੌਰ 'ਤੇ ਤੁਹਾਨੂੰ ਹਮੇਸ਼ਾ ਸਭ ਤੋਂ ਵਧੀਆ ਮਿਲੇਗਾ।

13. ਜੇ ਤੁਸੀਂ ਕੋਈ ਨਾਵਲ, ਨਾਟਕ ਜਾਂ ਕਿਤਾਬ ਲਿਖ ਰਹੇ ਹੋ ਜਾਂ ਕਿਸੇ ਅਵਿਸ਼ਕਾਰ 'ਤੇ ਕੰਮ ਕਰ ਰਹੇ ਹੋ, ਤਾਂ ਆਪਣੇ ਅਵਚੇਤਨ ਮਨ ਨਾਲ ਰਾਤ

ਨੂੰ ਗੱਲਾਂ ਕਰੋ। ਦਲੇਰੀ ਨਾਲ ਦਾਅਵਾ ਕਰੋ ਕਿ ਇਸਦੀ ਬੁੱਧੀਮੱਤਾ, ਗਿਆਨ ਤੇ ਸ਼ਕਤੀ ਤੁਹਾਡਾ ਮਾਰਗਦਰਸ਼ਨ ਤੇ ਨਿਰਦੇਸ਼ਨ ਕਰ ਰਹੀਆਂ ਹਨ, ਅਤੇ ਉਹ ਤੁਹਾਨੂੰ ਆਦਰਸ਼ ਨਾਟਕ, ਨਾਵਲ, ਕਿਤਾਬ ਜਾਂ ਜਿਸ ਚੀਜ਼ ਨੂੰ ਖੋਜ ਰਹੇ ਹੋ, ਉਸਦਾ ਆਦਰਸ਼ ਜਵਾਬ ਪ੍ਰਗਟ ਹੋਵੇਗਾ, ਭਾਵੇਂ ਉਹ ਕੁੱਝ ਵੀ ਹੋਵੇ। ਜਦੋਂ ਤੁਸੀਂ ਇਸ ਤਰ੍ਹਾਂ ਦੀ ਪ੍ਰਾਰਥਨਾ ਕਰੋਗੇ, ਉਦੋਂ ਤੁਹਾਡੇ ਨਾਲ ਚਮਤਕਾਰ ਹੋ ਜਾਣਗੇ।

ਅਧਿਆਇ 14

ਤੁਹਾਡਾ ਅਵਚੇਤਨ ਮਨ ਅਤੇ ਵਿਆਹੁਤਾ ਸਮੱਸਿਆਵਾਂ

ਮਸਤਿਸ਼ਕ ਦੇ ਕਾਰਜਾਂ ਅਤੇ ਇਸ ਦੀ ਸ਼ਕਤੀਆਂ ਤੋਂ ਅਗਿਆਨਤਾ ਸਾਰੇ ਵਿਆਹੁਤਾ ਸਮੱਸਿਆਵਾਂ ਦਾ ਕਾਰਨ ਹੈ। ਜੇ ਪਤੀ ਤੇ ਪਤਨੀ ਦੋਵੇਂ ਹੀ ਮਸਤਿਸ਼ਕ ਦੇ ਨਿਜਮ ਦੀ ਸਹੀ ਵਰਤੋਂ ਕਰਨ, ਤਾਂ ਉਨ੍ਹਾਂ ਵਿਚਕਾਰਲੇ ਕਲੇਸ਼ ਕਾਰਨ ਹੋ ਰਹੇ ਝਗੜਿਆਂ ਨੂੰ ਹੱਲ ਕੀਤਾ ਜਾ ਸਕਦਾ ਹੈ। ਇਕੱਠਿਆਂ ਪ੍ਰਾਰਥਨਾ ਕਰਨ ਨਾਲ ਉਹ ਇਕੱਠੇ ਰਹਿ ਸਕਦੇ ਹਨ। ਬ੍ਰਹਮ ਆਦਰਸ਼ਾਂ 'ਤੇ ਵਿਚਾਰ ਕਰਕੇ, ਜੀਵਨ ਦੇ ਨਿਜਮਾਂ ਦਾ ਅਧਿਐਨ ਕਰਕੇ, ਇਕ ਸਾਂਝੇ ਉੱਦੇਸ਼ ਤੇ ਯੋਜਨਾ 'ਤੇ ਆਪਸੀ ਸਮਝੌਤਾ, ਅਤੇ ਵਿਅਕਤੀਗਤ ਆਜ਼ਾਦੀ ਦੁਆਰਾ ਇਕਸੁਰਤਾਪੂਰਨ ਵਿਆਹੁਤਾ ਜੀਵਨ ਦਾ ਆਨੰਦ ਮਾਣਿਆ ਜਾ ਸਕਦਾ ਹੈ, ਵਿਆਹੁਤਾ ਆਨੰਦ, ਇਕ ਹੋਣ ਦਾ ਅਹਿਸਾਸ, ਜਿਸ ਵਿਚ ਦੋ ਵਿਅਕਤੀ ਇੱਕ ਹੋ ਜਾਂਦੇ ਹਨ।

ਤਲਾਕ ਨੂੰ ਰੋਕਣ ਦਾ ਸਭ ਤੋਂ ਵਧੀਆ ਸਮਾਂ ਵਿਆਹ ਤੋਂ ਪਹਿਲੇ ਹੈ। ਕਿਸੇ ਬਹੁਤ ਮਾੜੀ ਸਥਿਤੀ ਤੋਂ ਬਾਹਰ ਨਿਕਲਣ ਦੀ ਕੋਸ਼ਿਸ਼ ਕਰਨ 'ਚ ਕੁੱਝ ਵੀ ਗਲਤ ਨਹੀਂ ਹੈ। ਪਰ, ਉਸ ਤੋਂ ਵੀ ਪਹਿਲਾਂ ਇੰਨੀ ਮਾੜੀ ਸਥਿਤੀ ਆਉਣ ਹੀ ਕਿਉਂ ਦਈਏ? ਕੀ ਵਿਆਹੁਤਾ ਸਮੱਸਿਆਵਾਂ ਦੇ ਅਸਲ ਕਾਰਨਾਂ 'ਤੇ ਧਿਆਨ ਦੇਣਾ ਬਿਹਤਰ ਨਹੀਂ ਹੋਵੇਗਾ, ਦੂਜੇ ਸ਼ਬਦਾਂ ਵਿਚ, ਇਸ ਨਾਲ ਸੰਬੰਧਿਤ ਸ਼ਾਮਿਲ ਮਾਮਲੇ ਦੇ ਮੂਲ ਕਾਰਨਾਂ ਨੂੰ ਜਾਣਨਾ ਚਾਹੀਦਾ ਹੈ।

ਜਿਵੇਂ ਕਿ ਸਾਰੇ ਮਰਦ ਅਤੇ ਔਰਤਾਂ ਦੀਆਂ ਸਮੱਸਿਆਵਾਂ ਹੁੰਦੀਆਂ ਹਨ, ਤਲਾਕ, ਵੱਖਰੇਵਾਂ, ਵਿਛੋੜੇ ਅਤੇ ਅੰਤਹੀਣ ਮੁਕੱਦਮੇਬਾਜੀ ਦੀਆਂ ਸਮੱਸਿਆਵਾਂ ਦੀ ਬਹੁਤ ਸਿੱਧੀ ਜਹੀ ਵਜ੍ਹਾ ਹੈ, ਉਹ ਹੈ ਚੇਤਨ ਅਤੇ ਅਵਚੇਤਨ ਮਨ ਦੇ ਕਾਰਜਕਾਰੀ ਅਤੇ ਆਪਸੀ ਸੰਬੰਧਾਂ ਬਾਰੇ ਗਿਆਨ ਦੀ ਕਮੀ।

177

ਵਿਆਹ ਦਾ ਅਰਥ

ਵਿਆਹ ਦਾ ਅਸਲੀਅਤ 'ਚ ਹੋਣ ਤੋਂ ਪਹਿਲਾਂ ਉਸ ਦਾ ਅਧਿਆਤਮਿਕ ਆਧਾਰ ਜ਼ਰੂਰੀ ਹੈ। ਇਹ ਦਿਲ ਤੋਂ ਹੋਣਾ ਚਾਹੀਦਾ ਹੈ, ਕਿਉਂਕਿ ਦਿਲ ਹੀ ਪਿਆਰ ਦਾ ਪਾਤਰ ਹੈ। ਹਾਲਾਂਕਿ ਇਮਾਨਦਾਰੀ, ਸੱਚਾਈ, ਦਿਆਲੂਤਾ ਅਤੇ ਵਫ਼ਾਦਾਰੀ ਇਹ ਸਾਰੇ ਪਿਆਰ ਦੇ ਪ੍ਰਕਾਰ ਹਨ। ਦੋਵੇਂ ਹੀ ਜੀਵਨਸਾਥੀਆਂ ਨੂੰ ਇਕ-ਦੂਜੇ ਦੇ ਪ੍ਰਤਿ ਪੂਰੀ ਤਰ੍ਹਾਂ ਇਮਾਨਦਾਰ ਅਤੇ ਸੱਚਾ ਹੋਣਾ ਚਾਹੀਦਾ ਹੈ। ਜੇ ਕੋਈ ਮਰਦ ਇਸਤਰੀ ਨਾਲ ਵਿਆਹ ਪੈਸੇ, ਸਮਾਜਿਕ ਰੁਤਬੇ ਜਾਂ ਆਪਣੀ ਹਉਮੇਂ ਲਈ ਕਰਦਾ ਹੈ ਤਾਂ ਇਹ ਵਿਆਹ ਸੱਚਾ ਨਹੀਂ ਹੈ, ਕਿਉਂਕਿ ਇਹ ਵਫ਼ਾਦਾਰੀ, ਇਮਾਨਦਾਰੀ ਅਤੇ ਸੱਚੇ ਪਿਆਰ ਦੀ ਕਮੀ ਵੱਲ ਸੰਕੇਤ ਕਰਦਾ ਹੈ। ਇਸ ਤਰ੍ਹਾਂ ਦਾ ਵਿਆਹ ਇਕ ਪਾਖੰਡ, ਵਿਖਾਵਾ, ਫਰੇਬ ਅਤੇ ਸਿਰਫ਼ ਡਰਾਮਾ ਹੈ।

ਜਦੋਂ ਕੋਈ ਔਰਤ ਕਹਿੰਦੀ ਹੈ, "ਮੈਂ ਕੰਮ ਕਰਦੇ-ਕਰਦੇ ਥੱਕ ਚੁੱਕੀ ਹਾਂ; ਮੈਂ ਸੁਰੱਖਿਆ ਦੀ ਖ਼ਾਤਰ ਵਿਆਹ ਕਰਨਾ ਚਾਹੁੰਦੀ ਹਾਂ।" ਤਾਂ ਉਸਦਾ ਆਧਾਰ ਹੀ ਝੂਠਾ ਹੈ। ਉਹ ਮਸਤਿਸ਼ਕ ਦੇ ਨਿਯਮਾਂ ਦੀ ਸਹੀ ਵਰਤੋਂ ਨਹੀਂ ਕਰ ਰਹੀ ਹੈ। ਉਸ ਦੀ ਸੁਰੱਖਿਆ ਚੇਤਨ ਤੇ ਅਵਚੇਤਨ ਮਨ ਦੇ ਆਪਸੀ ਤਾਲਮੇਲ ਅਤੇ ਇਸ ਦੀ ਵਰਤੋਂ 'ਤੇ ਨਿਰਭਰ ਕਰਦੀ ਹੈ।

ਮਿਸਾਲ ਲਈ, ਇਕ ਔਰਤ ਕੋਲ ਕਦੇ ਵੀ ਸੰਪੱਤੀ ਜਾਂ ਸਿਹਤਮੰਦ ਜੀਵਨ ਦੀ ਕਮੀ ਨਹੀਂ ਹੋਵੇਗੀ, ਜੇ ਉਹ ਇਸ ਕਿਤਾਬ ਦੇ ਅਧਿਆਵਾਂ ਵਿਚ ਦੱਸੀਆਂ ਗਈਆਂ ਤਕਨੀਕਾਂ ਦੀ ਵਰਤੋਂ ਕਰੇਗੀ। ਉਸ ਦੀ ਸੰਪੱਤੀ ਦਾ ਉਸ ਦੇ ਪਤੀ, ਪਿਤਾ ਜਾਂ ਕਿਸੇ ਹੋਰ ਨਾਲ ਕੋਈ ਲੈਣਾ-ਦੇਣਾ ਨਹੀਂ ਹੈ। ਇਕ ਔਰਤ ਪੈਸੇ, ਸ਼ਾਂਤੀ, ਸਿਹਤ, ਖ਼ੁਸ਼ੀ, ਪ੍ਰੇਰਣਾ, ਮਾਰਗਦਰਸ਼ਨ, ਪਿਆਰ, ਸੁਰੱਖਿਆ, ਖ਼ੁਸ਼ਹਾਲੀ ਜਾਂ ਇਸ ਦੁਨੀਆ ਦੀ ਕਿਸੇ ਹੋਰ ਚੀਜ਼ ਲਈ ਆਪਣੇ ਪਤੀ 'ਤੇ ਨਿਰਭਰ ਨਹੀਂ ਹੈ। ਉਸ ਦੀ ਸੁਰੱਖਿਆ ਅਤੇ ਮਾਨਸਿਕ ਸ਼ਾਂਤੀ ਉਸ ਦੇ ਅੰਦਰਲੀਆਂ ਸ਼ਕਤੀਆਂ ਦੇ ਗਿਆਨ ਅਤੇ ਆਪਣੇ ਮਸਤਿਸ਼ਕ ਦੇ ਨਿਯਮਾਂ ਦੀ ਲਗਾਤਾਰ ਵਰਤੋਂ ਇਕ ਉਸਾਰੂ ਤਰੀਕੇ ਨਾਲ ਕਰਨ ਦੀ ਵਜ੍ਹਾ ਨਾਲ ਆਉਂਦੀ ਹੈ।

ਆਦਰਸ਼ ਪਤੀ ਨੂੰ ਕਿਵੇਂ ਆਕਰਸ਼ਿਤ ਕਰੀਏ

ਹੁਣ ਤੁਸੀਂ ਜਾਣਦੇ ਹੋ ਕਿਵੇਂ ਤੁਹਾਡਾ ਅਵਚੇਤਨ ਮਨ ਕੰਮ ਕਰਦਾ ਹੈ। ਤੁਹਾਨੂੰ ਪਤਾ ਹੈ ਕਿ ਜੋ ਕੁੱਝ ਤੁਸੀਂ ਇਸ ਨੂੰ ਦੱਸਦੇ ਹੋ, ਓਹੀ ਤੁਹਾਡੀ ਦੁਨੀਆ ਵਿਚ ਤੁਹਾਨੂੰ ਅਨੁਭਵ ਹੋਵੇਗਾ। ਹੁਣ ਤੁਸੀਂ ਆਪਣੇ ਅਵਚੇਤਨ ਮਨ ਨੂੰ ਪ੍ਰਭਾਵਿਤ ਕਰਨਾ ਸ਼ੁਰੂ ਕਰ ਦਿਓ, ਕਿ ਕਿਸ ਤਰ੍ਹਾਂ ਦੇ ਗੁਣ ਅਤੇ ਵਿਸ਼ੇਸ਼ਤਾਵਾਂ ਤੁਸੀਂ ਆਪਣੇ ਜੀਵਨ-ਸਾਥੀ ਵਿਚ ਚਾਹੁੰਦੇ ਹੋ।

ਅੱਗੇ ਦਿੱਤੀ ਤਕਨੀਕ ਬਹੁਤ ਵਧੀਆ ਹੈ: ਰਾਤੀਂ ਆਰਾਮ ਕੁਰਸੀ 'ਤੇ ਬੈਠ ਜਾਓ, ਆਪਣੀਆਂ ਅੱਖਾਂ ਬੰਦ ਕਰ ਲਿਓ, ਬੇਫਿਕਰ ਹੋ ਜਾਓ, ਸ਼ਾਂਤ ਚਿੱਤ, ਬਿਨਾਂ ਕਿਸੇ ਵਿਚਾਰ ਦੇ, ਸਾਰਾ ਕੁੱਝ ਗ੍ਰਹਿਣ ਕਰਨ ਲਈ ਤਿਆਰ ਹੋ ਜਾਓ। ਆਪਣੇ ਅਵਚੇਤਨ ਨਾਲ ਗੱਲਾਂ ਕਰੋ, ਉਸ ਨੂੰ ਕਹੋ, ''ਮੈਂ ਇਕ ਵਿਅਕਤੀ ਨੂੰ ਆਪਣੇ ਅਨੁਭਵ ਵਿਚ ਆਕਰਸ਼ਿਤ ਕਰਨਾ ਚਾਹੁੰਦੀ ਹਾਂ, ਜੋ ਕਿ ਇਮਾਨਦਾਰ, ਸੱਚਾ, ਵਫ਼ਾਦਾਰ, ਨਿਸ਼ਠਾਵਾਨ, ਸ਼ਾਂਤ, ਖ਼ੁਸ਼ ਮਿਜ਼ਾਜ ਅਤੇ ਖੁਸ਼ਹਾਲ ਹੋਵੇ। ਉਹ ਸਾਰੇ ਗੁਣ ਜਿਨ੍ਹਾਂ ਨੂੰ ਮੈਂ ਪਸੰਦ ਕਰਦੀ ਹਾਂ, ਉਨ੍ਹਾਂ ਨੂੰ ਹੁਣ ਮੈਂ ਆਪਣੇ ਅਵਚੇਤਨ ਮਨ ਵਿਚ ਬੈਠਾ ਰਹੀ ਹਾਂ। ਜਦੋਂ ਮੈਂ ਇਨ੍ਹਾਂ ਦੇ ਗੁਣਾਂ ਬਾਰੇ ਸੋਚ ਦੀ ਹਾਂ, ਉਹ ਮੇਰਾ ਹਿੱਸਾ ਬਣ ਜਾਂਦੇ ਹਨ ਅਤੇ ਅਵਚੇਤਨ ਤੌਰ 'ਤੇ ਡੂੰਘੇ ਬੈਠ ਜਾਂਦੇ ਹਨ।''

''ਮੈਨੂੰ ਪਤਾ ਹੈ ਕਿ ਆਕਰਸ਼ਣ ਦਾ ਲਾਜ਼ਮੀ ਨਿਜ਼ਮ ਹੈ ਅਤੇ ਮੈਂ ਆਪਣੇ ਅਵਚੇਤਨ ਵਿਸ਼ਵਾਸ ਦੇ ਅਨੁਸਾਰ ਇਕ ਵਿਅਕਤੀ ਨੂੰ ਆਪਣੇ ਵੱਲ ਆਕਰਸ਼ਿਤ ਕਰਦੀ ਹਾਂ, ਜਿਸ ਬਾਰੇ ਮੇਰਾ ਵਿਸ਼ਵਾਸ ਹੈ ਕਿ ਇਹ ਮੇਰੇ ਅਵਚੇਤਨ ਮਨ ਵਿਚ ਹਕੀਕਤ ਅੰਦਰ ਹੈ।

''ਮੈਨੂੰ ਪਤਾ ਹੈ ਕਿ ਮੈਂ ਉਸ ਦੀ ਸ਼ਾਂਤੀ ਅਤੇ ਖੁਸ਼ੀ ਵਿਚ ਯੋਗਦਾਨ ਦੇ ਸਕਦੀ ਹਾਂ। ਉਹ ਮੇਰੇ ਆਦਰਸ਼ਾਂ ਨੂੰ ਪਿਆਰ ਕਰਦਾ ਹੈ, ਅਤੇ ਮੈਂ ਉਸ ਦੇ ਆਦਰਸ਼ਾਂ ਨੂੰ। ਉਹ ਮੇਰੇ 'ਤੇ ਹਾਵੀ ਨਹੀਂ ਹੁੰਦਾ ਅਤੇ ਨਾ ਹੀ ਮੈਂ ਉਸ 'ਤੇ। ਇੱਥੇ ਇਕ ਆਪਸੀ ਪਿਆਰ, ਆਜ਼ਾਦੀ ਅਤੇ ਸਨਮਾਨ ਹੈ।''

ਇਸ ਤਰੁੰ ਆਪਣੇ ਅਵਚੇਤਨ 'ਚ ਭਰਣ ਦੀ ਪ੍ਰਕਿਰਿਆ ਦਾ ਅਭਿਆਸ ਕਰੋ। ਫਿਰ ਤੁਸੀਂ ਇਸ ਪ੍ਰਕਾਰ ਦੇ ਗੁਣਾਂ ਤੇ ਵਿਸ਼ੇਸ਼ਤਾਵਾਂ, ਜਿਨ੍ਹਾਂ ਬਾਰੇ ਤੁਸੀਂ ਮਾਨਸਿਕ ਤੌਰ 'ਤੇ ਸੋਚਦੇ ਰਹੇ ਹੋ, ਉਸੇ ਤਰੁੰ ਦੇ ਗੁਣਾਂ ਵਾਲੇ ਵਿਅਕਤੀ ਨੂੰ ਆਪਣੇ ਵੱਲ ਆਕਰਸ਼ਿਤ ਕਰਨ ਦੀ ਖ਼ੁਸ਼ੀ ਪਾਓਗੇ। ਤੁਹਾਡੀ ਅਵਚੇਤਨ ਬੁੱਧੀਮੱਤਾ ਇਕ ਰਾਹ ਕੱਢੇਗੀ, ਆਪਣੇ ਅਵਚੇਤਨ ਮਨ ਦੇ ਲਾਜ਼ਮੀ ਤੇ ਨਾ-ਬਦਲਣ ਵਾਲੇ ਪ੍ਰਵਾਹ ਦੇ ਅਨੁਸਾਰ ਤੁਸੀਂ ਦੋਨੋ ਮਿਲੋਗੇ। ਤੁਹਾਡੇ ਅੰਦਰ ਆਪਣੇ ਪਿਆਰ, ਨਿਸ਼ਠਾ (ਭਗਤੀ) ਅਤੇ ਸਹਿਯੋਗ ਦੁਆਰਾ ਸਭ ਤੋਂ ਵਧੀਆ ਹੋਣ ਦੀ ਡੂੰਘੀ ਇੱਛਾ ਹੋਣੀ ਚਾਹੀਦੀ ਹੈ। ਪਿਆਰ ਦਾ ਤੋਹਫ਼ਾ ਜਿਸ ਨੂੰ ਤੁਸੀਂ ਆਪਣੇ ਅਵਚੇਤਨ ਮਨ ਨੂੰ ਦਿੱਤਾ ਹੈ ਉਸ ਨੂੰ ਲੈਣ ਲਈ ਵੀ ਤਿਆਰ ਰਹੋ।

ਆਦਰਸ਼ ਪਤਨੀ ਨੂੰ ਕਿਵੇਂ ਆਕਰਸ਼ਿਤ ਕਰੀਏ

ਇਹ ਸੰਕਲਪ ਲਓ:

''ਮੈਂ ਹੁਣ ਇਕ ਸਹੀ ਇਸਤ੍ਰੀ, ਜਿਸ ਦੇ ਨਾਲ ਮੇਰਾ ਪੂਰਾ ਤਾਲਮੇਲ ਹੈ, ਨੂੰ ਆਰਕਸ਼ਿਤ ਕਰ ਰਿਹਾ ਹਾਂ। ਇਹ ਅਧਿਆਤਮਕ ਮੇਲ ਹੈ, ਕਿਉਂਕਿ

ਇਹ ਦੈਵੀ ਪਿਆਰ ਦੇ ਕੰਮ ਕਰਨ ਦਾ ਢੰਗ ਹੈ। ਅਜਿਹੇ ਵਿਅਕਤੀਤਵ ਨਾਲ, ਜਿਸ ਦੇ ਨਾਲ ਮੈਂ ਪੂਰੀ ਤਰ੍ਹਾਂ ਨਾਲ ਘੁਲ-ਮਿਲ ਸਕਦਾ ਹਾਂ। ਮੈਨੂੰ ਪਤਾ ਹੈ ਕਿ ਮੈਂ ਇਸ ਇਸਤ੍ਰੀ ਨੂੰ ਪਿਆਰ, ਸ਼ਾਂਤੀ ਅਤੇ ਖੁਸ਼ੀ ਦੇ ਸਕਦਾ ਹਾਂ। ਮੈਨੂੰ ਇਸ ਗੱਲ ਦਾ ਅਹਿਸਾਸ ਹੈ ਕਿ ਮੈਂ ਇਸਤ੍ਰੀ ਦੇ ਜੀਵਨ ਨੂੰ ਸੰਪੂਰਨ ਅਤੇ ਅਦਭੁੱਤ ਬਣਾ ਸਕਦਾ ਹਾਂ।

"ਮੈਂ ਆਦੇਸ਼ ਦਿੰਦਾ ਹਾਂ ਕਿ ਉਸ ਵਿਚ ਇਹ ਗੁਣ ਅਤੇ ਵਿਸ਼ੇਸ਼ਤਾਵਾਂ ਹੋਣ: ਉਹ ਅਧਿਆਤਮਕ, ਨਿਸ਼ਠਾਵਾਨ, ਵਫ਼ਾਦਾਰ ਅਤੇ ਸੱਚੀ ਹੋਵੇ। ਉਹ ਇਕਸੁਰਤਾਪੂਰਨ, ਸ਼ਾਂਤ ਤੇ ਖੁਸ਼ਮਿਜ਼ਾਜ ਹੋਵੇ। ਮੇਰੇ ਅਨੁਭਵਾਂ ਵਿਚ ਉਹੀ ਹੈ, ਜਿਸ ਕੋਲ ਪਿਆਰ, ਸੱਚਾਈ ਅਤੇ ਸੁੰਦਰਤਾ ਹੋ। ਮੈਂ ਆਪਣੇ ਆਦਰਸ਼ ਸਾਥੀ ਨੂੰ ਸਵੀਕਾਰ ਕਰਦਾ ਹਾਂ।"

ਜਦੋਂ ਤੁਸੀਂ ਸ਼ਾਂਤੀ ਅਤੇ ਡੂੰਘੀ ਰੁਚੀ ਨਾਲ ਉਨ੍ਹਾਂ ਗੁਣਾਂ ਤੇ ਵਿਸ਼ੇਸ਼ਤਾਵਾਂ ਬਾਰੇ ਸੋਚਦੇ ਹੋ, ਜਿਨ੍ਹਾਂ ਨੂੰ ਤੁਸੀਂ ਆਪਣੇ ਬਤੌਰ ਚਾਹੇ ਗਏ ਸਾਥੀ ਦੇ ਪਸੰਦ ਕਰਦੇ ਹੋ, ਤਾਂ ਤੁਸੀਂ ਆਪਣੀ ਮਾਨਸਿਕਤਾ ਵਿਚ ਉਸ ਦਾ ਮਾਨਸਿਕ ਸਮਤੁੱਲ ਬਣਾ ਲੈਂਦੇ ਹੋ। ਫਿਰ, ਤੁਹਾਡਾ ਅਵਚੇਤਨ ਮਨ ਦਾ ਵਾਯੂ ਡੂੰਘਾ ਪ੍ਰਵਾਹ ਤੁਹਾਨੂੰ ਦੋਨਾਂ ਨੂੰ ਦੈਵੀ ਵਿਧਾਨ ਦੇ ਤਹਿਤ ਨਾਲ ਲੈ ਆਵੇਗਾ।

ਤੀਜ਼ੀ ਗਲਤੀ ਦੀ ਲੋੜ ਨਹੀਂ ਹੈ

ਹਾਲ 'ਚ ਇਕ ਅਧਿਆਪਕਾਂ ਨੇ ਮੈਨੂੰ ਕਿਹਾ, "ਮੇਰੇ ਤਿੰਨ ਪਤੀ ਸਨ ਅਤੇ ਉਹ ਸਾਰੇ ਹੀ ਨਿਸ਼ਕ੍ਰੀਅ, ਦੱਬੂ ਅਤੇ ਫੈਸਲਿਆਂ ਤੇ ਨਿਯੰਤਰਣਾਂ ਲਈ ਮੇਰੇ 'ਤੇ ਨਿਰਭਰ ਸਨ। ਮੈਂ ਅਜਿਹੇ ਲੋਕਾਂ ਵੱਲ ਕਿਉਂ ਆਕਰਸ਼ਿਤ ਹੁੰਦੀ ਹਾਂ?"

ਮੈਂ ਉਸ ਨੂੰ ਪੁੱਛਿਆ ਕਿ ਕੀ ਉਸ ਦਾ ਦੂਜਾ ਪਤੀ ਜਨਾਨਾ (ਇਸਤ੍ਰੀਆਂ) ਵਾਂਗ ਸੀ?" ਉਸ ਨੇ ਜਵਾਬ ਦਿੱਤਾ, "ਇਕਦਮ ਨਹੀਂ।" ਜੇ ਮੈਨੂੰ ਪਤਾ ਹੁੰਦਾ ਤਾਂ ਮੈਂ ਕਦੇ ਵੀ ਉਸ ਨਾਲ ਵਿਆਹ ਨਹੀਂ ਕਰਦੀ," ਜ਼ਾਹਰ ਹੈ ਉਸ ਨੇ ਆਪਣੀ ਪਹਿਲੀ ਗਲਤੀ ਤੋਂ ਸਬਕ ਨਹੀਂ ਲਿਆ ਸੀ। ਉਸ ਨੂੰ ਆਪਣੇ ਵਿਅਕਤੀਤਵ ਨਾਲ ਸੰਬੰਧਤ ਸਮੱਸਿਆ ਸੀ। ਉਹ ਬਹੁਤੀ ਮਰਦਾਂ ਵਾਂਗ ਤਾਕਤਵਰ, ਰੌਬ-ਦਾਬ ਵਾਲੀ ਅਤੇ ਅਨਜਾਣੇ ਵਿਚ ਅਜਿਹਾ ਪਤੀ ਚਾਹੁੰਦੀ ਸੀ ਜੋ ਦੱਬੂ ਅਤੇ ਨਿਸ਼ਕ੍ਰੀਅ ਹੋ ਅਤੇ ਜਿਸ 'ਤੇ ਉਹ ਆਪਣਾ ਰੌਬ ਝਾੜ ਸਕੇ। ਇਹ ਸਾਰਾ ਕੁੱਝ ਅਨਜਾਣੇ 'ਚ ਹੋ ਰਿਹਾ ਸੀ ਅਤੇ ਉਸ ਦੇ ਅਵਚੇਤਨ ਨੇ ਉਸ ਨੂੰ, ਉੱਥੇ ਆਕਰਸ਼ਿਤ ਕਰਵਾਇਆ, ਜਿਸ ਨੂੰ ਉਹ ਵਿਅਕਤੀਨਿਸ਼ਠ (Subjectively) ਦੇ ਰੂਪ 'ਚ ਚਾਹੁੰਦੀ ਸੀ। ਇਕ ਸਹੀ ਪ੍ਰਾਰਥਨਾ ਪ੍ਰਕਿਰਿਆ ਦੁਆਰਾ ਉਸ ਨੂੰ ਇਸ ਤਰੀਕੇ 'ਤੇ ਰੋਕ ਲਾਉਣਾ ਸਿੱਖਣਾ ਪਿਆ।

ਉਸ ਨੇ ਕਿਵੇਂ ਨਕਾਰਾਤਮਕ ਸਰੂਪ ਨੂੰ ਤੋੜਿਆ

ਉੱਤੇ ਦਰਸਾਈ ਅਧਿਆਪਕਾਂ ਨੇ ਸਰਲ ਸੱਚਾਈ ਨੂੰ ਸਿੱਖਿਆ। ਜਦੋਂ ਤੁਸੀਂ ਵਿਸ਼ਵਾਸ ਕਰਦੇ ਹੋ ਕਿ ਜਿਸ ਤਰ੍ਹਾਂ ਦਾ ਆਦਰਸ਼ ਸਾਥੀ ਪਾਉਣ ਦੀ ਕਾਮਨਾ ਤੁਹਾਨੂੰ ਹੈ, ਤਾਂ ਤੁਹਾਡੇ ਵਿਸ਼ਵਾਸ ਦੇ ਅਨੁਰੂਪ ਇੰਵ ਹੀ ਹੋਵੇਗਾ। ਪੁਰਾਣੇ ਅਵਚੇਤਨ ਸਰੂਪ ਨੂੰ ਤੋੜ ਕੇ ਅਤੇ ਨਵੇਂ ਆਦਰਸ਼ ਜੀਵਨਸਾਥੀ ਨੂੰ ਆਪਣੇ ਵੱਲ ਆਕਰਸ਼ਿਤ ਕਰਨ ਲਈ ਉਸ ਨੇ ਇਸ ਵਿਸ਼ੇਸ਼ ਪ੍ਰਾਰਥਨਾ ਦੀ ਵਰਤੋਂ ਕੀਤੀ :

ਮੈਂ ਆਪਣੀ ਸੋਚ ਵਿਚ ਉਸ ਤਰ੍ਹਾਂ ਦੇ ਪੁਰਖ ਦਾ ਸਿਰਜਨਾ ਕਰ ਰਹੀ ਹਾਂ, ਜਿਸ ਨੂੰ ਮੈਂ ਦਿਲੀ ਤੌਰ 'ਤੇ ਚਾਹੁੰਦੀ ਹਾਂ। ਮੈਂ ਅਜਿਹੇ ਪੁਰਖ ਨੂੰ ਆਕਰਸ਼ਿਤ ਕਰਾਂਗੀ ਜੋ ਪ੍ਰਭਾਵੀ, ਤਾਕਤਵਰ, ਪਿਆਰ ਕਰਨ ਵਾਲਾ, ਬੜਾ ਮਰਦਾਨਾ, ਸਫਲ, ਇਮਾਨਦਾਰ, ਵਫ਼ਾਦਾਰ ਤੇ ਭਰੋਸਾ ਕਰਨ ਯੋਗ ਹੋਵੇ। ਉਸ ਨੂੰ ਮੇਰੇ ਨਾਲ ਪਿਆਰ ਅਤੇ ਖ਼ੁਸ਼ੀ ਮਿਲੇ। ਉਹ ਜਿੱਥੇ ਮੈਨੂੰ ਲੈ ਜਾਵੇਗਾ ਮੈਂ ਉਸ ਦੇ ਨਾਲ ਜਾਣਾ ਪਸੰਦ ਕਰਾਂਗੀ।

"ਮੈਂ ਜਾਣਦੀ ਹਾਂ ਕਿ ਉਹ ਮੈਨੂੰ ਚਾਹੁੰਦਾ ਹਾਂ ਅਤੇ ਮੈਂ ਉਸ ਨੂੰ ਚਾਹੁੰਦੀ ਹਾਂ। ਮੈਂ ਇਮਾਨਦਾਰ, ਸੱਚੀ, ਪਿਆਰ ਕਰਨ ਵਾਲੀ ਅਤੇ ਦਿਆਲੂ ਹਾਂ। ਮੇਰੇ ਕੋਲ ਉਸ ਨੂੰ ਦੇਣ ਲਈ ਅਦਭੁੱਤ ਤੋਹਫ਼ੇ ਹਨ। ਉਹ ਚੰਗੀ ਭਾਵਨਾ, ਇਕ ਖ਼ੁਸ਼ੀਆਂ ਨਾਲ ਭਰਿਆ ਦਿਲ ਅਤੇ ਸਿਹਤਮੰਦ ਸ਼ਰੀਰ ਹੈ। ਉਹ ਵੀ ਮੈਨੂੰ ਇਹੀ ਕੁੱਝ ਦੇਵੇਗਾ। ਇਹ ਆਪਸੀ ਸਹਿਮਤੀ ਵਾਲਾ ਲੈਣ ਦੇਣ ਹੈ। ਮੈਂ ਦਿੰਦੀ ਹਾਂ ਅਤੇ ਉਹ ਲੈਂਦਾ ਹੈ। ਦੈਵੀ ਬੁੱਧੀਮੱਤਾ ਜਾਣਦੀ ਹੈ ਕਿ ਉਹ ਪੁਰਖ ਕਿੱਥੇ ਹੈ ਅਤੇ ਮੇਰੇ ਅਵਚੇਤਨ ਮਨ ਦੀ ਅਗਾਧ ਡੂੰਘੀ ਬੁੱਧੀਮੱਤਾ ਸਾਨੂੰ ਦੋਨਾਂ ਨੂੰ ਨਾਲ ਲਿਆ ਰਹੀ ਹੈ। ਅਸੀਂ ਇਕ-ਦੂਜੇ ਨੂੰ ਤੁਰੰਤ ਪਛਾਣ ਜਾਂਦੇ ਹਾਂ। ਮੈਂ ਇਸ ਬੇਨਤੀ ਨੂੰ ਆਪਣੇ ਅਵਚੇਤਨ ਮਨ ਦੇ ਹਵਾਲੇ ਕਰਦੀ ਹਾਂ, ਅਤੇ ਉਹ ਜਾਣਦਾ ਹੈ ਕਿ ਇਸ ਨੂੰ ਕਿਵੇਂ ਪੂਰਾ ਕਰਨਾ ਹੈ। ਮੈਂ ਇਸ ਆਦਰਸ਼ ਜਵਾਬ ਲਈ ਉਸ ਨੂੰ ਧੰਨਵਾਦ ਦੇਂਦੀ ਹਾਂ।"

ਉਸ ਨੇ ਉਪਰੋਕਤ ਤਰੀਕੇ ਨਾਲ ਦਿਨ-ਰਾਤ ਪ੍ਰਾਰਥਨਾ ਕੀਤੀ, ਇਸ ਸੱਚਾਈ ਨੂੰ ਸਵੀਕਾਰ ਕਰਦੇ ਅਤੇ ਇਹ ਜਾਣਦੇ ਹੋਏ ਕਿ ਮਸਤਿਸ਼ਕ 'ਚ ਨੂੰ ਇਸ ਨੂੰ ਵਾਰ-ਵਾਰ ਪਹੁੰਚਾਉਣ ਨਾਲ ਉਹ ਮਾਨਸਿਕ ਤੌਰ 'ਤੇ ਉਸ ਤੱਕ ਪਹੁੰਚ ਜਾਵੇਗੀ, ਜਿਸ ਨੂੰ ਉਹ ਖੋਜ ਰਹੀ ਹੈ।

ਉਸ ਦੀ ਪ੍ਰਾਰਥਨਾ ਦਾ ਜਵਾਬ

ਕਈ ਮਹੀਨੇ ਬੀਤ ਗਏ। ਉਸ ਦੇ ਕੋਲ ਬੜੇ ਸਾਰੇ ਪ੍ਰਸਤਾਵ ਆਉਂਦੇ ਉਸ ਦੇ ਸਮਾਜਕ ਰੁਝੇਵੇ ਵੀ ਸਨ, ਪਰ ਉਸ ਨੂੰ ਕੋਈ ਵੀ ਪਸੰਦ ਨਹੀਂ ਆਇਆ। ਜਦੋਂ

ਉਹ ਕੁਝ ਸਵਾਲ ਪੁੱਛਣ ਨੂੰ, ਜਾਂ ਉਸ ਨੂੰ ਛੱਡਣ, ਸ਼ਕ ਅਤੇ ਇਧਰ-ਉਧਰ ਕਰਨ ਦੀ ਕੋਸ਼ਿਸ਼ਾਂ ਕਰਦੀ ਤਾਂ ਫਿਰ ਉਹ ਆਪਣੇ-ਆਪ ਨੂੰ ਮੁੜ ਜਾਦ ਦਿਲਾਉਂਦੀ ਕਿ ਅਨੰਤ ਬੁੱਧੀਮੱਤਾ ਇਸ ਨੂੰ ਆਪਣੇ ਤਰੀਕੇ ਨਾਲ ਹਟਾ ਦੇਵੇਗੀ ਅਤੇ ਇਸ 'ਤੇ ਧਿਆਨ ਦੇਣ ਦੀ ਕੋਈ ਲੋੜ ਨਹੀਂ ਹੈ। ਅੰਤ ਉਸ ਨੂੰ ਤਲਾਕ ਮਿਲ ਗਿਆ, ਜਿਸ ਨਾਲ ਉਹ ਮਾਨਸਿਕ ਤੌਰ 'ਤੇ ਬਹੁਤ ਆਜ਼ਾਦ ਤੇ ਨਿਸ਼ਚਿੰਤ ਹੋ ਗਈ।

ਛੇਤੀ ਹੀ, ਉਹ ਇਕ ਡਾਕਟਰ ਦੇ ਆੱਫਿਸ ਵਿਚ ਬਤੌਰ ਰਿਸੇਪਸ਼ਨਿਸ਼ਟ ਦੀ ਨੌਕਰੀ ਕਰਨ ਲੱਗੀ। ਉਸ ਨੇ ਮੈਨੂੰ ਕਿਹਾ, ਜਿਸ ਵੇਲੇ ਉਸ ਨੇ ਡਾਕਟਰ ਨੂੰ ਦੇਖਿਆ, ਉਸ ਨੂੰ ਪਤਾ ਚੱਲ ਗਿਆ ਕਿ ਇਹੀ ਉਹ ਆਦਮੀ ਸੀ, ਜਿਸ ਦੇ ਲਈ ਉਹ ਪ੍ਰਾਰਥਨਾ ਕਰ ਰਹੀ ਸੀ। ਇੰਝ ਪ੍ਰਤੀਤ ਹੋ ਰਿਹਾ ਸੀ ਕਿ ਉਸ ਨੂੰ ਵੀ ਇਹ ਪਤਾ ਚੱਲ ਗਿਆ ਸੀ, ਕਿਉਂਕਿ ਉਸ ਨੇ ਉਸ ਦੇ ਆੱਫਿਸ ਆਉਣ ਦੇ ਪਹਿਲੇ ਹਫਤੇ ਵਿਚ ਹੀ ਵਿਆਹ ਦੀ ਪੇਸ਼ਕਸ ਕਰ ਦਿੱਤੀ ਅਤੇ ਵਿਆਹ ਤੋਂ ਬਾਅਦ ਉਹ ਆਦਰਸ਼ਕ ਤੌਰ 'ਤੇ ਪ੍ਰਸੰਨ ਹਨ।

ਇਹ ਡਾਕਟਰ ਨਿਸ਼ਕ੍ਰੀਆ ਜਾਂ ਦੱਬੂ ਕਿਸਮ ਦੇ ਸੁਭਾਅ ਦਾ ਨਹੀਂ ਸੀ, ਪਰ ਉਹ ਇਕ ਅਸਲ ਮਰਦ ਸੀ, ਪਹਿਲਾਂ ਉਹ ਇਕ ਬਿਹਤਰੀਨ ਫੁਟਬਾਲ ਖਿਡਾਰੀ ਅਤੇ ਐਥਲੀਟ ਸੀ ਅਤੇ ਉਹ ਬੜਾ ਅਧਿਆਤਮਿਕ ਵਿਅਕਤੀ ਸੀ, ਹਾਲਾਂਕਿ ਉਹ ਕਿਸੇ ਵਿਸ਼ੇਸ਼ ਧਰਮ ਜਾਂ ਜਾਤੀ ਨਾਲ ਲਗਾਅ ਨਹੀਂ ਸੀ ਰੱਖਦਾ।

ਉਸ ਨੂੰ ਉਹੀ ਮਿਲਿਆ ਜਿਸ ਲਈ ਉਹ ਪ੍ਰਾਰਥਨਾ ਕਰ ਰਹੀ ਸੀ, ਕਿਉਂਕਿ ਉਸ ਨੇ ਮਾਨਸਿਕ ਤੌਰ 'ਤੇ ਉਸ ਨੂੰ ਸਵੀਕਾਰ ਕਰ ਲਿਆ ਸੀ, ਜਦੋਂ ਤੱਕ ਉਹ ਪੂਰੀ ਤਰ੍ਹਾਂ ਨਾਲ ਸੰਤੁਸ਼ਟ ਨਹੀਂ ਹੋਈ। ਹੋਰ ਸ਼ਬਦਾਂ 'ਚ, ਉਹ ਆਪਣੇ ਵਿਚਾਰਾਂ ਨਾਲ ਮਾਨਸਿਕ ਤੇ ਭਾਵਨਾਤਮਕ ਤੌਰ 'ਤੇ ਇਕਾਕਾਰ ਹੋ ਗਈ ਅਤੇ ਇਹ ਉਸ ਦੇ ਜੀਵਨ ਦਾ ਹਿੱਸਾ ਬਣ ਗਿਆ, ਉਸੇ ਪ੍ਰਕਾਰ ਜਿਵੇਂ ਇਕ ਸੇਬ ਉਸ ਵਿਚ ਪ੍ਰਵਾਹਿਤ ਹੋਣ ਵਾਲੇ ਲਹੂ ਦਾ ਹਿੱਸਾ ਬਣ ਜਾਂਦਾ ਹੈ।

ਕੀ ਮੈਨੂੰ ਤਲਾਕ ਲੈਣਾ ਚਾਹੀਦਾ ਹੈ?

ਤਲਾਕ ਕੇਵਲ ਇਕ ਵਿਅਕਤੀਗਤ ਸਮੱਸਿਆ ਹੈ। ਇਸ ਨੂੰ ਸਧਾਰਨ ਤੌਰ 'ਤੇ ਨਹੀਂ ਲਿਆ ਜਾ ਸਕਦਾ। ਕੁਝ ਮਾਮਲਿਆਂ ਵਿਚ, ਜਿੱਥੇ ਵਿਆਹ ਹੋਣਾ ਹੀ ਨਹੀਂ ਚਾਹੀਦਾ ਸੀ। ਕੁਝ ਹੋਰ ਮਾਮਲਿਆਂ ਵਿਚ, ਤਲਾਕ ਦਾ ਕੋਈ ਹੱਲ ਨਹੀਂ ਹੈ, ਠੀਕ ਉਸੇ ਤਰ੍ਹਾਂ ਜਿਵੇਂ ਕਿਸੇ ਇਕੱਲੇ ਵਿਅਕਤੀ ਲਈ ਵਿਆਹ ਹੋਣਾ ਉਸ ਲਈ ਸਮਾਧਾਨ ਹੈ। ਤਲਾਕ ਇਕ ਵਿਅਕਤੀ ਦੇ ਲਈ ਸਹੀ ਤੇ ਦੂਜੇ ਲਈ ਗ਼ਲਤ ਹੋ ਸਕਦਾ ਹੈ। ਇਕ ਤਲਾਕਸ਼ੁਦਾ ਮਹਿਲਾ ਆਪਣੀ ਹੋਰ ਵਿਆਹੀਆਂ ਭੈਣਾਂ, ਜਿਨ੍ਹਾਂ' ਚੋਂ ਕੋਈ ਝੂਠੀ ਜਿੰਦਗੀ ਜਿਉਣ ਵਾਲੀ ਦੀ ਤੁਲਨਾ 'ਚ ਕਿਤੇ ਜ਼ਿਆਦਾ ਸੱਚੀ ਤੇ ਬਿਹਤਰ ਹੋ ਸਕਦੀ ਹੈ।

ਮਿਸਾਲ ਲਈ, ਇਕ ਵਾਰ ਮੈਂ ਅਜਿਹੀ ਮਹਿਲਾ ਨਾਲ ਗੱਲ ਕੀਤੀ ਜਿਸ ਦਾ ਪਤੀ ਨਸ਼ੇੜੀ, ਦੁਸ਼ਟ, ਸਾਬਕਾ ਮੁੱਜਰਿਮ, ਪਤਨੀ ਨੂੰ ਮਾਰਨ-ਕੁੱਟਣ ਵਾਲਾ ਅਤੇ ਉਸ ਲਈ ਕੁੱਝ ਵੀ ਨਾ ਕਰਨ ਵਾਲਾ ਸੀ। ਮੈਂ ਉਸ ਨੂੰ ਸਮਝਾਇਆ ਕਿ ਵਿਆਹ ਦਿਲਾਂ ਦਾ ਹੁੰਦਾ ਹੈ। ਜੇ ਦੋ ਦਿਲ ਇਕਸੁਰਤਾਪੂਰਨ ਤਰੀਕੇ ਨਾਲ, ਪਿਆਰ ਨਾਲ, ਅਤੇ ਪੂਰਨ ਸੱਚਾਈ ਨਾਲ ਮਿਲਦੇ ਹਨ ਤਾਂ ਇਹ ਇਕ ਆਦਰਸ਼ ਵਿਆਹ ਹੈ। ਹਿਰਦੇ ਦੀ ਸ਼ੁੱਧ ਕਿਰਿਆ ਪਿਆਰ ਹੈ।

ਇਸੇ ਸਪੱਸ਼ਟੀਕਰਨ ਤੋਂ ਬਾਅਦ ਉਸ ਨੂੰ ਪਤਾ ਸੀ ਕਿ ਅਜਿਹਾ ਕੋਈ ਦੈਵੀ-ਵਿਧਾਨ ਨਹੀਂ ਹੈ, ਜਿਸ ਦੀ ਵਜ੍ਹਾ ਨਾਲ ਉਹ ਇਸ ਤਰ੍ਹਾਂ ਮਾਰ ਖਾਂਦੀ, ਡਰਦੀ ਅਤੇ ਧੌਂਸ ਵਿਚ ਰਹੇ, ਕਿਉਂਕਿ ਕਿਸੇ ਨੇ ਕਿਹਾ ਸੀ, "ਮੈਂ ਤੁਹਾਨੂੰ ਪਤੀ-ਪਤਨੀ ਐਲਾਨਦਾ ਹੈ।" ਜੇ ਤੁਹਾਨੂੰ ਕੋਈ ਸ਼ੱਕ ਹੈ ਕਿ ਤੁਸੀਂ ਕੀ ਕਰੋ ਤਾਂ ਮਾਰਗਦਰਸ਼ਨ ਮੰਗੋ, ਇਹ ਜਾਣਦੇ ਹੋਏ ਕਿ ਉੱਥੇ ਜਵਾਬ ਹਮੇਸ਼ਾ ਹੈ ਅਤੇ ਉਹ ਤੁਹਾਨੂੰ ਮਿਲੇਗਾ। ਆਪਣੀ ਆਤਮਾ ਦੀ ਚੁੱਪੀ ਵਿਚ ਉਸ ਸੰਕੇਤ ਨੂੰ ਸਮਝੋ ਅਤੇ ਉਸ ਨੂੰ ਮੰਨੋ। ਇਹ ਤੁਹਾਡੇ ਨਾਲ ਸ਼ਾਂਤ ਵਾਰਤਾਲਾਪ ਕਰਦਾ ਹੈ।

ਤਲਾਕ ਵਿੱਚ ਵਹਿਣਾ

ਹਾਲ ਹੀ ਵਿਚ ਮੈਂ ਇਕ ਨੌਜਵਾਨ ਜੋੜੇ, ਜਿਨ੍ਹਾਂ ਦੇ ਵਿਆਹ ਨੂੰ ਕੁੱਝ ਹੀ ਮਹੀਨੇ ਹੋਏ ਸਨ ਤੇ ਉਹ ਤਲਾਕ ਲੈਣ ਦੀ ਤਿਆਰੀ ਕਰ ਰਹੇ ਸਨ, ਨੂੰ ਮਿਲਿਆ। ਉਨ੍ਹਾਂ ਨਾਲ ਗੱਲਬਾਤ ਕਰ ਕੇ ਮੈਨੂੰ ਮਹਿਸੂਸ ਹੋਇਆ ਕਿ ਇਸ ਨੌਜਵਾਨ ਨੂੰ ਹਮੇਸ਼ਾ ਇਹ ਡਰ ਲੱਗਿਆ ਰਹਿੰਦਾ ਹੈ ਕਿ ਉਸਦੀ ਪਤਨੀ ਉਸ ਨੂੰ ਛੱਡ ਦੇਵੇਗੀ। ਉਸ ਨੂੰ ਅਸਵੀਕਿਰਤੀ ਦੀ ਆਸ਼ੰਕਾ ਸੀ ਤੇ ਉਹ ਮੰਨਦਾ ਸੀ ਕਿ ਉਸ ਦੀ ਪਤਨੀ ਉਸ ਦੇ ਨਾਲ ਵਿਸਾਹਘਾਤ ਕਰੇਗੀ। ਇਹ ਵਿਚਾਰ ਉਸ ਨੂੰ ਹਮੇਸ਼ਾ ਡਰਾਉਂਦੇ ਰਹਿੰਦੇ ਸਨ ਅਤੇ ਇਹ ਉਸ ਦਾ ਜ਼ਨੂੰਨ ਬਣ ਗਿਆ ਸੀ।

ਉਸ ਦੀ ਮਾਨਸਿਕ ਪ੍ਰਵਿਰਤੀ ਵੱਖਰੇਵਾਂ ਅਤੇ ਸ਼ੰਕਾਲੂ ਦੀ ਸੀ। ਉਸ ਦੀ ਪਤਨੀ ਆਪਣੇ ਪਤੀ 'ਤੇ ਕੋਈ ਪ੍ਰਤੀਕਿਰਿਆ ਨਹੀਂ ਦੇਂਦੀ ਸੀ, ਇਹ ਉਸ ਦੇ ਪਤੀ ਦਾ ਆਪਣਾ ਵਿਸ਼ਵਾਸ ਜਾਂ ਛੱਡੇ ਜਾਣ ਦਾ ਖ਼ਿਆਲ ਸੀ ਅਤੇ ਵੱਖ ਹੋਣ ਦੀ ਪ੍ਰਕਿਰਿਆ ਉਨ੍ਹਾਂ ਵਿਚਕਾਰ ਕੰਮ ਕਰ ਰਹੀ ਸੀ। ਇਨ੍ਹਾਂ ਸਾਰਿਆਂ ਨੇ ਉਨ੍ਹਾਂ ਦੇ ਵਿਚਕਾਰ ਅਜਿਹੇ ਹਾਲਾਤ ਜਾਂ ਕਿਰਿਆ ਪੈਦਾ ਕਰ ਦਿੱਤੀ ਸੀ; ਜਿਨ੍ਹਾਂ ਦੇ ਪਿੱਛੇ ਉਨ੍ਹਾਂ ਦਾ ਮਾਨਸਿਕ ਵਿਵਹਾਰ ਸੀ। ਇੱਥੇ ਕਿਰਿਆ ਤੇ ਪ੍ਰਤੀਕਿਰਿਆ ਜਾਂ ਕਾਰਣ ਤੇ ਅਸਰ ਦਾ ਨਿਯਮ ਹੈ। ਸੋਚ ਇਕ ਕਿਰਿਆ ਹੈ, ਅਤੇ ਅਵਚੇਤਨ ਮਨ ਦਾ ਜਵਾਬ ਪ੍ਰਤਿਕਿਰਿਆ ਹੈ।

ਉਸ ਦੀ ਪਤਨੀ ਨੇ ਘਰ ਛੱਡ ਕੇ ਉਸ ਤੋਂ ਤਲਾਕ ਦੀ ਮੰਗ ਕੀਤੀ, ਉਸ ਨੂੰ ਇਸੇ ਦਾ ਡਰ ਸੀ ਅਤੇ ਉਸਦਾ ਵਿਸ਼ਵਾਸ ਸੀ ਕਿ ਉਸ ਦੀ ਪਤਨੀ ਇੰਝ ਹੀ ਕਰੇਗੀ।

ਤਲਾਕ ਮਸਤਿਸ਼ਕ ਵਿੱਚੋਂ ਸ਼ੁਰੂ ਹੁੰਦਾ ਹੈ

ਤਲਾਕ ਸਭ ਤੋਂ ਪਹਿਲਾਂ ਮਸਤਿਸ਼ਕ ਦੇ ਅੰਦਰੋਂ ਸ਼ੁਰੂ ਹੁੰਦਾ ਹੈ; ਕਾਨੂੰਨੀ ਪ੍ਰਕਿਰਿਆ ਉਸ ਤੋਂ ਬਾਅਦ। ਇਹ ਨੌਜਵਾਨ ਜੋੜਾ ਪਛਤਾਵੇਂ, ਡਰ, ਸ਼ੰਕਾ ਅਤੇ ਕ੍ਰੋਧ ਨਾਲ ਭਰਿਆ ਹੋਇਆ ਸੀ। ਅਜਿਹੀ ਪ੍ਰਵਿਰਤੀ ਪੂਰੇ ਅਸਤਿਤਵ ਨੂੰ ਕਮਜ਼ੋਰ, ਥਕਾਉਣ ਵਾਲੀ ਸੀ। ਉਨ੍ਹਾਂ ਨੇ ਸਿੱਖਿਆ ਕਿ ਨਫ਼ਰਤ ਵੱਖਰਾ ਕਰਦੀ ਹੈ ਅਤੇ ਪਿਆਰ ਜੋੜਦਾ ਹੈ। ਉਨ੍ਹਾਂ ਨੇ ਅਨੁਭਵ ਕਰਨਾ ਸ਼ੁਰੂ ਕੀਤਾ ਕਿ ਉਹ ਆਪਣੇ ਮਸਤਿਸ਼ਕ ਨਾਲ ਕੀ ਕਰ ਰਹੇ ਸਨ। ਉਨ੍ਹਾਂ ਵਿੱਚੋਂ ਕੋਈ ਵੀ ਮਾਨਸਿਕ ਕਿਰਿਆ ਦੇ ਨਿਜਮ ਨੂੰ ਨਹੀਂ ਸੀ ਜਾਣਦਾ ਅਤੇ ਉਹ ਮਸਤਿਸ਼ਕ ਦੀ ਵਰਤੋਂ ਗਲਤ ਢੰਗ ਨਾਲ ਕਰ ਆਪਣੇ ਜੀਵਨ ਵਿਚ ਤਰਥੱਲੀ ਅਤੇ ਪਰੇਸ਼ਾਨੀਆਂ ਲਿਆ ਰਹੇ ਸਨ। ਮੇਰੇ ਸੁਝਾਅ ਦੇਣ 'ਤੇ ਇਹ ਜੋੜਾ ਨਾਲ-ਨਾਲ ਵਾਪਸ ਗਿਆ ਅਤੇ ਪ੍ਰਾਰਥਨਾ ਚਿਕਿਤਸਾ ਵਿਧੀ ਦੀ ਵਰਤੋਂ ਕਰਨ ਲੱਗਿਆ।

ਉਨ੍ਹਾਂ ਨੇ ਇਕ-ਦੂਜੇ ਨੂੰ ਪਿਆਰ, ਸ਼ਾਂਤੀ ਅਤੇ ਸਦਭਾਵਨਾ ਦੇਣੀ ਸ਼ੁਰੂ ਕੀਤੀ। ਦੋਨਾਂ ਨੇ ਵੱਖ-ਵੱਖ ਇਕ ਦੂਜੇ ਦੇ ਪ੍ਰਤਿ ਇਕਸੁਰਤਾ, ਸਿਹਤ, ਸ਼ਾਂਤੀ ਅਤੇ ਪਿਆਰ ਦੇਣ ਦਾ ਅਭਿਆਸ ਕੀਤਾ ਅਤੇ ਰਾਤੀਂ ਉਹ ਧਾਰਮਿਕ ਉਪਦੇਸ਼ਾਂ ਨੂੰ ਵਾਰੀ-ਵਾਰੀ ਪੜ੍ਹਦੇ। ਉਨ੍ਹਾਂ ਦਾ ਵਿਆਹੁਤਾ ਜੀਵਨ ਹਰ ਦਿਨ ਖ਼ੁਬਸੂਰਤੀ ਨਾਲ ਵੱਧਦਾ ਜਾ ਰਿਹਾ ਹੈ।

ਤੰਗ ਕਰਨ ਵਾਲੀ ਪਤਨੀ

ਕਈ ਵਾਰ ਪਤਨੀ ਇਸ ਲਈ ਬੜ-ਬੜਾਉਂਦੀ ਹੈ, ਕਿਉਂਕਿ ਉਸ 'ਤੇ ਕੋਈ ਧਿਆਨ ਨਹੀਂ ਦਿੱਤਾ ਜਾਂਦਾ। ਕਈ ਵਾਰ ਉਸ ਨੂੰ ਪਿਆਰ ਅਤੇ ਸਨੇਹ ਦੀ ਚਾਹ ਹੁੰਦੀ ਹੈ। ਆਪਣੀ ਪਤਨੀ 'ਤੇ ਧਿਆਨ ਦਿਓ ਅਤੇ ਉਸ ਦੀ ਸ਼ਲਾਘਾ ਕਰੋ। ਸ਼ਲਾਘਾ ਅਤੇ ਵਡਿਆਈ ਉਸ ਦੇ ਚੰਗੇ ਗੁਣਾਂ ਨੂੰ ਉਭਾਰਦੇ ਹਨ। ਇੱਥੇ ਅਜਿਹੀ ਨੁਕਤਾਚੀਨੀ ਕਰਨ ਵਾਲੀਆਂ ਪਤਨੀਆਂ ਵੀ ਹੁੰਦੀਆਂ ਹਨ ਜੋ ਵਿਅਕਤੀ ਨੂੰ ਆਪਣੇ ਅਨੁਸਾਰ ਚਲਾਉਣਾ ਚਾਹੁੰਦੀਆਂ ਹਨ। ਕਿਸੇ ਵੀ ਵਿਅਕਤੀ ਤੋਂ ਛੇਤੀ ਛੁਟਾਕਰਾ ਪਾਉਣ ਦਾ ਦੁਨੀਆਂ ਵਿਚ ਇਹ ਸਭ ਤੋਂ ਕਾਰਗਰ ਤਰੀਕਾ ਹੈ।

ਪਤਨੀ ਤੇ ਪਤੀ ਗਿਰਝਾ ਵਾਂਗ ਇਕ-ਦੂਜੇ ਨੂੰ ਘੂਰ ਦੇ ਅਤੇ ਹਰ ਵੇਲੇ ਇਕ-ਦੂਜੇ ਦੀਆਂ ਛੋਟੀ-ਛੋਟੀ ਗਲਤੀਆਂ ਨੂੰ ਦੇਖਣਾ ਬੰਦ ਕਰ ਦੇਣਾ ਚਾਹੀਦਾ ਹੈ। ਇਕ-ਦੂਜੇ 'ਤੇ ਧਿਆਨ ਦਿਓ ਅਤੇ ਇਕ-ਦੂਜੇ ਦੇ ਰਚਨਾਤਮਕ ਅਤੇ ਚੰਗੇ ਗੁਣਾਂ ਦੀ ਸ਼ਲਾਘਾ ਕਰੋ।

ਮੂੰਹ ਫੁਲਾਉਣ ਵਾਲਾ ਪਤੀ

ਜਦੋਂ ਕੋਈ ਵਿਅਕਤੀ ਹਰ ਵੇਲੇ ਸੋਚਦਾ ਰਹਿੰਦਾ ਹੈ, ਆਪਣੀ ਪਤਨੀ ਦੇ ਕੁੱਝ ਕਹਿਣ ਜਾਂ ਕਰਨ 'ਤੇ ਮੂੰਹ ਸੁਜਾ ਲੈਂਦਾ ਹੈ, ਉਦੋਂ ਮਨੋਵਿਗਿਆਨੀ ਭਾਸ਼ਾ ਵਿਚ ਵਿਭਚਾਰੀ (Adultery) ਹੈ। ਵਿਭਚਾਰੀ ਦਾ ਇਕ ਹੋਰ ਅਰਥ *ਆਇਡੋਲੇਟਰੀ* (Idolatry) ਭਾਵ ਕਿਸੇ ਖ਼ਾਸ ਨੂੰ ਪਿਆਰ ਕਰਨਾ ਵੀ, ਯਾਨੀ ਮਾਨਸਿਕ ਤੌਰ 'ਤੇ ਕਿਸੇ ਦੇ ਨਾਲ ਇਕ-ਮਿਕ ਹੋਣਾ ਜੋ ਨਕਾਰਾਤਮਕ ਅਤੇ ਵਿਨਾਸ਼ਕਾਰੀ ਹੈ। ਜਦੋਂ ਕੋਈ ਵਿਅਕਤੀ ਖ਼ਾਮੋਸ਼ੀ ਨਾਲ ਆਪਣੀ ਪਤਨੀ ਤੋਂ ਨਾਰਾਜ਼ ਅਤੇ ਦੁਸ਼ਮਣੀ ਨਾਲ ਭਰਿਆ ਹੋਇਆ ਹੈ ਤਾਂ ਉਹ ਬੇਵਫ਼ਾ ਹੈ। ਉਹ ਆਪਣੀ ਵਿਆਹ ਦੀਆਂ ਕਸਮਾਂ ਦੇ ਪ੍ਰਤੀ ਵੀ ਵਫ਼ਾਦਾਰ ਨਹੀਂ ਹੈ, ਜਿਨ੍ਹਾਂ ਦਾ ਅਰਥ ਉਸ ਨੂੰ ਸਾਰਾ ਜੀਵਨ ਪਿਆਰ ਦੇਣਾ, ਚਾਹੁਣਾ ਅਤੇ ਸਨਮਾਨ ਕਰਨਾ ਹੈ।

ਉਹ ਵਿਅਕਤੀ ਜੋ ਹਮੇਸ਼ਾ ਨਾਰਾਜ, ਕੁੜੱਤਣ ਨਾਲ ਭਰਿਆ, ਫ਼ਿਕਰਮੰਦ ਤੇ ਕ੍ਰੋਧੀ ਰਹਿੰਦਾ ਹੈ, ਉਹ ਆਪਣੀਆਂ ਤਿੱਖੀ ਟਿੱਪਣੀਆਂ ਨੂੰ ਨਿਗਲ ਸਕਦਾ ਹੈ, ਆਪਣੇ ਗੁੱਸੇ ਨੂੰ ਦਬਾਅ ਸਕਦਾ ਹੈ ਅਤੇ ਕੋਸ਼ਿਸ਼ ਕਰਨ 'ਤੇ ਸਿਆਣਾ, ਦਿਆਲੂ ਅਤੇ ਤਮੀਜ਼ਦਾਰ ਬਣ ਸਕਦਾ ਹੈ। ਉਹ ਬੜੀ ਸਾਵਧਾਨੀ ਨਾਲ ਇਨ੍ਹਾਂ ਮਤਭੇਦਾਂ ਨੂੰ ਘੱਟ ਕਰ ਸਕਦਾ ਹੈ। ਤਾਰੀਫ਼ ਤੇ ਮਾਨਸਿਕ ਕੋਸ਼ਿਸ਼ਾਂ ਨਾਲ ਉਹ ਇਸ ਦੁਸ਼ਮਨੀ ਪ੍ਰਵਿਰਤੀ ਤੋਂ ਬਾਹਰ ਨਿਕਲ ਸਕਦਾ ਹੈ। ਫਿਰ ਉਹ ਸਰਲਤਾ ਨਾਲ ਬਿਹਤਰ ਜ਼ਿੰਦਗੀ ਜੀਅ ਸਕਦਾ ਹੈ, ਨਾ ਕੇਵਲ ਆਪਣੀ ਪਤਨੀ ਨਾਲ, ਬਲਕਿ ਆਪਣੇ ਕਾਰੋਬਾਰੀ ਸਹਿਜੋਗੀਆਂ ਨਾਲ ਵੀ। ਇਕਸਾਰਤਾ ਵਾਲੀ ਅਵਸਥਾ ਅਪਣਾ ਲਓ, ਨਤੀਜ਼ਤਨ ਤੁਸੀਂ ਸ਼ਾਂਤੀ ਅਤੇ ਇਕਸੁਰਤਾ ਪ੍ਰਾਪਤ ਕਰ ਲਓਗੇ।

ਬਹੁਤ ਵੱਡੀ .ਗਲਤੀ

ਇਕ ਬਹੁਤ ਵੱਡੀ .ਗਲਤੀ ਹੈ ਆਪਣੀਆਂ ਵਿਆਹੁਤਾ ਸਮੱਸਿਆਵਾਂ ਜਾਂ ਮੁਸਕਿਲਾਂ ਬਾਰੇ ਗੁਆਂਢੀਆਂ ਤੇ ਰਿਸ਼ਤੇਦਾਰਾਂ ਨਾਲ ਗੱਲਬਾਤ ਕਰਨਾ। ਕਲਪਨਾ ਕਰੋ, ਮਿਸਾਲ ਦੇ ਤੌਰ 'ਤੇ, ਇਕ ਪਤਨੀ ਆਪਣੀ ਗੁਆਂਢਣ ਨੂੰ ਕਹਿੰਦੀ ਹੈ, "ਜਾਨ ਮੈਨੂੰ ਕਦੇ ਪੈਸੇ ਨਹੀਂ ਦਿੰਦਾ। ਉਹ ਮੇਰੀ ਮਾਂ ਨਾਲ ਬੜੀ ਮਾੜੀ ਤਰ੍ਹਾਂ ਨਾਲ ਪੇਸ਼ ਆਉਂਦਾ ਹੈ, ਬਹੁਤ ਜ਼ਿਆਦਾ ਸ਼ਰਾਬ ਪੀਂਦਾ ਹੈ ਅਤੇ ਹਮੇਸ਼ਾ ਬੇਇੱਜਤੀ ਕਰਦਾ ਅਤੇ ਗਾਲਾਂ ਵੀ ਕੱਢਦਾ ਰਹਿੰਦਾ ਹੈ।"

ਇੱਥੇ ਪਤਨੀ ਹੁਣ ਆਪਣੇ ਪਤੀ ਨੂੰ ਗੁਆਂਢੀਆਂ ਤੇ ਰਿਸ਼ਤੇਦਾਰਾਂ ਦੀਆਂ ਨਜ਼ਰਾਂ ਵਿਚ ਨੀਚਾ ਅਤੇ ਬਹੁਤ ਛੋਟਾ ਦਿਖਾ ਰਹੀ ਹੈ। ਉਨ੍ਹਾਂ ਦੀਆਂ ਨਜ਼ਰਾਂ 'ਚ ਹੁਣ ਉਹ ਆਦਰਸ਼ ਪਤੀ ਨਹੀਂ ਹੈ। ਸਿੱਖਿਅਤ ਸਲਾਹਕਾਰ ਤੋਂ ਇਲਾਵਾ ਕਦੇ ਵੀ ਆਪਣੇ ਵਿਆਹੁਤਾ ਜੀਵਨ ਦੀਆਂ ਸਮੱਸਿਆਵਾਂ ਨੂੰ ਕਿਸੇ ਨਾਲ ਨਾ ਵੰਡਾਓ। ਕਿਉਂ ਇੰਨੇ ਸਾਰੇ ਲੋਕਾਂ ਦੇ ਵਿਚ ਆਪਣੇ ਵਿਆਹੁਤਾ ਜੀਵਨ ਬਾਰੇ ਨਕਾਰਾਤਮਕ

ਨਜ਼ਰੀਆ ਬਨਾਉਣਾ, ਇਹੀ ਨਹੀਂ, ਜਦੋਂ ਤੁਸੀਂ ਆਪਣੇ ਪਤੀ ਦੀ ਅਜਿਹੀਆਂ ਕਮੀਆਂ ਬਾਰੇ ਗੱਲ ਕਰਦੇ ਜਾਂ ਸੋਚਦੇ ਹੋ, ਉਦੋਂ ਅਸਲ ਵਿਚ ਇਸ ਤਰ੍ਹਾਂ ਦੇ ਹਾਲਾਤ ਤੁਸੀਂ ਆਪਣੇ ਅੰਦਰ ਬਣਾ ਰਹੇ ਹੁੰਦੇ ਹੋ। ਕੌਣ ਅਜਿਹੀਆਂ ਗੱਲਾਂ ਸੋਚ ਜਾਂ ਮਹਿਸੂਸ ਕਰ ਰਿਹਾ ਹੈ? ਤੁਸੀਂ ਕੀ ਕਰ ਰਹੇ ਹੋ? ਜਿਵੇਂ ਤੁਸੀਂ ਸੋਚ ਦੇ ਅਤੇ ਮਹਿਸੂਸ ਕਰਦੇ ਹੋ, ਉਸੇ ਤਰ੍ਹਾਂ ਦੇ ਤੁਸੀਂ ਆਪ ਵੀ ਹੋ।

ਅਸਲ ਵਿਚ, ਰਿਸ਼ਤੇਦਾਰ ਤੁਹਾਨੂੰ ਗਲਤ ਸਲਾਹ ਦੇਣਗੇ। ਇਹ ਜ਼ਿਆਦਾਤਰ ਇੱਕ ਪੱਖੀ ਜਾਂ ਪੱਖਪਾਤੀ ਹੁੰਦੇ ਹਨ, ਕਿਉਂਕਿ ਸਲਾਹ ਕਦੇਂ ਵੀਂ ਨਿਰਪੱਖ ਢੰਗ ਨਾਲ ਨਹੀਂ ਦਿੱਤੀ ਜਾਂਦੀ ਹੈ। ਜੋ ਵੀ ਸਲਾਹ ਦਿੱਤੀ ਜਾਂਦੀ ਹੈ, ਉਹ ਉਸ ਸੁਨਹਿਰੇ ਨਿਯਮ ਦੀ ਨਿਰਾਦਰੀ ਕਰਦੀ ਹੈ, ਜੋ ਕਿ ਬ੍ਰਹਿਮੰਡੀ ਨਿਯਮ ਹੈ, ਅਜਿਹੀ ਸਲਾਹ ਕਦੀ ਵੀ ਸਹੀ ਜਾਂ ਠੀਕ ਨਹੀਂ ਹੋ ਸਕਦੀ।

ਇਹ ਗੱਲ ਬੜੇ ਚੰਗੇ ਢੰਗ ਨਾਲ ਸਮਝਣ ਵਾਲੀ ਹੈ ਕਿ ਕੋਈ ਵੀ ਦੋ ਮਨੁੱਖ ਕਦੇ ਵੀ ਕਿਸੇ ਇਕ ਛੱਤ ਹੇਠਾਂ ਬਿਨਾਂ ਬਹਿਸ, ਦੁੱਖ ਅਤੇ ਪੀੜਾ ਦੇ ਨਹੀਂ ਰਹਿ ਸਕਦੇ। ਕਦੇ ਵੀ ਆਪਣੇ ਵਿਆਹੁਤਾ ਜੀਵਨ ਦੇ ਮਾੜੇ ਪੱਖਾਂ ਨੂੰ ਆਪਣੇ ਦੋਸਤਾਂ ਨੂੰ ਨਾ ਦਿਖਾਓ। ਆਪਣੀ ਲੜਾਈ ਆਪਣੇ ਤੱਕ ਸੀਮਤ ਰੱਖੋ। ਆਪਣੇ ਸਾਥੀ ਦੀ ਆਲੋਚਨਾ, ਬੁਰਾਈ ਅਤੇ ਨਿੰਦਾ ਕਰਨ ਤੋਂ ਹਮੇਸ਼ਾ ਬੱਚੋ।

ਆਪਣੀ ਪਤਨੀ ਨੂੰ ਆਪਣੀ ਤਰ੍ਹਾਂ ਬਨਾਉਣ ਦੀ ਕੋਸ਼ਿਸ਼ ਨਾ ਕਰੋ

ਇਕ ਪਤੀ ਨੂੰ ਆਪਣੀ ਪਤਨੀ ਨੂੰ ਆਪਣੀ ਤਰ੍ਹਾਂ ਬਨਾਉਣ ਦੀ ਕੋਸ਼ਿਸ਼ ਨਹੀਂ ਕਰਨੀ ਚਾਹੀਦੀ। ਉਸ ਦੇ ਸੁਭਾਅ ਦੇ ਉਲਟ ਉਸ ਨੂੰ ਬਦਲਣਾ ਅਵਿਵਹਾਰਕ ਕੋਸ਼ਿਸ਼ ਹੈ। ਇਸ ਤਰ੍ਹਾਂ ਦੀਆਂ ਕੋਸ਼ਿਸ਼ਾਂ ਹਮੇਸ਼ਾ ਮੂਰਖਤਾ ਨਾਲ ਭਰੀਆਂ ਅਤੇ ਕਈ ਵਾਰ ਵੱਖਰੇਵੇਂ ਦਾ ਕਾਰਨ ਬਣਦੀਆਂ ਹਨ। ਇਸ ਤਰ੍ਹਾਂ ਦੀਆਂ ਕੋਸ਼ਿਸ਼ਾਂ ਉਸ ਦੇ ਸ੍ਵੈਮਾਨ ਤੇ ਆਤਮਵਿਸ਼ਵਾਸ ਨੂੰ ਖ਼ਤਮ ਅਤੇ ਇਕ ਉਲਟ ਭਾਵਨਾ ਤੇ ਪਛਤਾਵਾ ਪੈਦਾ ਕਰਦੇ ਹਨ ਜੋ ਕਿ ਵਿਆਹੁਤਾ ਬੰਧਨ ਲਈ ਖ਼ਤਰਨਾਕ ਸਾਬਿਤ ਹੁੰਦਾ ਹੈ। ਜ਼ਾਹਿਰ ਹੈ, ਸਮਝੌਤੇ ਦੀ ਲੋੜ ਹੁੰਦੀ ਹੈ, ਪਰ ਜੇ ਤੁਸੀਂ ਆਪਣੇ ਮਨ ਅੰਦਰ ਚੰਗੀ ਤਰ੍ਹਾਂ ਨਜ਼ਰਸਾਨੀ ਕਰੋ, ਆਪਣੇ ਚਰਿੱਤਰ ਤੇ ਵਿਵਹਾਰ ਨੂੰ ਪੜ੍ਹੋ ਤਾਂ ਤੁਹਾਨੂੰ ਕਈ ਕਮੀਆਂ ਮਿਲਣਗੀਆਂ, ਅਤੇ ਉਹ ਸਾਰਾ ਕੁੱਝ ਤੁਹਾਨੂੰ ਪੂਰੀ ਜ਼ਿੰਦਗੀ ਵਿਅਸਤ ਰੱਖੇਗੀ। ਜੇ ਤੁਸੀਂ ਕਹਿੰਦੇ ਹੋ, "ਮੈਂ ਜਿਵੇਂ ਦਾ ਚਾਹੁੰਦਾ ਹਾਂ, ਉਸ ਨੂੰ ਉਸੇ ਤਰ੍ਹਾਂ ਬਦਲ ਦਿਆਂਗਾ," ਤਾਂ ਤੁਸੀਂ ਪਰੇਸ਼ਾਨੀਆਂ ਅਤੇ ਤਲਾਕ ਦੇ ਕੋਰਟ ਦਾ ਮੌਕਾ ਦੇਖ ਰਹੇ ਹੋ। ਤੁਸੀਂ ਪਰੇਸ਼ਾਨੀਆਂ ਨੂੰ ਸੱਦਾ ਦੇ ਰਹੇ ਹੋ। ਤੁਹਾਨੂੰ ਇਸੇ ਹੇਠਲੇ ਤਰੀਕੇ ਨਾਲ ਸਿੱਖਣਾ ਹੋਵੇਗਾ ਕਿ ਬਦਲਣਾ ਕਿਸੇ ਹੋਰ ਨੂੰ ਨਹੀਂ, ਬਲਕਿ ਆਪਣੇ-ਆਪ ਨੂੰ ਹੈ।

ਇਨ੍ਹਾਂ ਕਦਮਾਂ ਰਾਹੀਂ ਪ੍ਰਾਰਥਨਾ ਕਰ ਕੇ ਇੱਕ-ਦੂਜੇ ਨਾਲ ਰਹੋ

ਪਹਿਲਾ ਕਦਮ: ਨਿੱਕੀਆਂ-ਮੋਟੀਆਂ ਨਿਰਾਸ਼ਾਵਾਂ ਨਾਲ ਹੋਣ ਵਾਲੀ ਚਿੜ ਨੂੰ ਕਦੇ ਵੀ ਇਕ ਦਿਨ ਤੋਂ ਦੂਜੇ ਦਿਨ ਤੱਕ ਨਾ ਢੋਵੋ। ਰਾਤ ਨੂੰ ਸੌਣ ਤੋਂ ਪਹਿਲਾਂ ਹੋਈ ਤਿੱਖੀ ਤਕਰਾਰ ਨੂੰ ਜ਼ਰੂਰ ਮੁਆਫ਼ ਕਰੋ। ਜਿਸ ਵੇਲੇ ਸਵੇਰੇ ਤੁਸੀਂ ਜਾਗਦੇ ਹੋ ਆਪਣੀ ਅਨੰਤ ਬੁੱਧੀਮੱਤਾ ਨੂੰ ਆਪਣਾ ਮਾਰਗਦਰਸ਼ਨ ਕਰਨ ਲਈ ਕਹੋ। ਆਪਣੇ ਜੀਵਨਸਾਥੀ, ਪਰਿਵਾਰ ਦੇ ਸਾਰੇ ਮੈਂਬਰਾਂ ਅਤੇ ਸੰਪੂਰਨ ਵਿਸ਼ਵ ਨੂੰ ਸ਼ਾਂਤੀ, ਇਕਸੁਰਤਾ ਅਤੇ ਪਿਆਰ ਦੀ ਸੋਚ ਭੇਜੋ।

ਦੂਜਾ ਕਦਮ: ਨਾਸ਼ਤੇ ਵੇਲੇ ਪ੍ਰਾਰਥਨਾ ਕਰੋ, ਸ਼ਾਨਦਾਰ ਭੋਜਨ ਲਈ, ਭਰਪੂਰਤਾ ਲਈ ਅਤੇ ਆਪਣੇ ’ਤੇ ਕੀਤੀਆਂ ਗਈਆਂ ਅਸੀਸਾਂ ਲਈ ਧੰਨਵਾਦ ਦਿਓ। ਸੁਨਿਸ਼ਚਿਤ ਕਰੋ ਕਿ ਖਾਣ ਦੀ ਮੇਜ਼ ’ਤੇ ਗੱਲਬਾਤ ਵਿਚ ਕੋਈ ਪਰੇਸ਼ਾਨੀਆਂ, ਚਿੰਤਾਵਾਂ ਜਾਂ ਬਹਿਸਾਂ ਨਾ ਹੋਣ; ਇਹੀ ਗੱਲ ਰਾਤ ਦੇ ਖਾਣ ਵੇਲੇ ਵੀ ਹੋਣੀਆਂ ਚਾਹੀਦੀਆ ਹਨ। ਆਪਣੇ ਪਤੀ ਜਾਂ ਪਤਨੀ ਨੂੰ ਇਹ ਕਹੋ: *“ਮੈਂ ਤੁਹਾਡੇ ਕੰਮਾਂ ਦੀ ਸ਼ਲਾਘਾ ਕਰਦਾ ਹਾਂ ਅਤੇ ਮੈਂ ਤੁਹਾਡੇ ਲਈ ਸਾਰਾ ਦਿਨ ਪਿਆਰ ਅਤੇ ਚੰਗੀਆਂ ਕਾਮਨਾ ਕਰਦਾ ਹਾਂ।”*

ਤੀਜਾ ਕਦਮ: ਪਤੀ ਤੇ ਪਤਨੀ ਨੂੰ ਹਰ ਰਾਤ ਪ੍ਰਾਰਥਨਾ ਇਕ ਤੋਂ ਬਾਦ ਇਕ ਕਰਕੇ ਕਰਨੀ ਚਾਹੀਦੀ ਹੈ। ਆਪਣੇ ਵਿਆਹੁਤਾ ਸਾਥੀ ਨੂੰ ਸਧਾਰਨ ਤੌਰ ’ਤੇ ਨਹੀਂ ਲੈਣਾ ਚਾਹੀਦਾ। ਆਪਣੀ ਸ਼ਲਾਘਾ ਅਤੇ ਪਿਆਰ ਦਿਖਾਓ। ਬੁਰਾਈ ਕਰਨ, ਨੀਵਾਂ ਦਿਖਾਉਣ ਅਤੇ ਬਹਿਸ-ਮੁਬਹਿਸਾਂ ਵਿਚ ਪੈਣ ਤੋਂ ਚੰਗਾ ਹੋਵੇਗਾ ਕਿ ਤੁਸੀਂ ਸ਼ਲਾਘਾ ਤੇ ਇਕਸੁਰਤਾ ਦਰਸਾਓ। ਇਕ ਸ਼ਾਂਤੀਪੂਰਨ ਘਰ ਅਤੇ ਖੁਸ਼ਹਾਲ ਵਿਆਹੁਤਾ ਜੀਵਨ ਨੂੰ ਬਨਾਉਣ ਲਈ ਪਿਆਰ, ਸੁੰਦਰਤਾ, ਸਦਭਾਵ, ਆਪਸੀ ਸਨਮਾਨ ਇਕ ਦੂਜੇ ਲਈ। ਪਰਮਾਤਮਾ ’ਚ ਆਸਥਾ ਅਤੇ ਸਾਰੀਆਂ ਚੰਗੀਆਂ ਚੀਜ਼ਾਂ ਦੀ ਆਧਾਰ ਬਨਾਓ, ਸੌਣ ਤੋਂ ਪਹਿਲਾਂ 23ਵੇਂ, 27ਵੇਂ ਅਤੇ 91ਵੇਂ ਸਾਲਮ (Psalms), ਹਿਬਰੂਜ਼ ਦੇ 11 ਅਤੇ 13ਵੇਂ ਅਧਿਆਇ ਦਾ ਵਨ ਕੋਰਿਨਥੀਅਨਸ (I Corinthians) ਦੇ 13ਵੇਂ ਅਧਿਆਇ ਨੂੰ ਪੜ੍ਹੋ ਅਤੇ ਬਾਈਬਲ ਦੇ ਮਹਾਨ ਪ੍ਰਸੰਗਾਂ ਨੂੰ ਪੜ੍ਹੋ। ਜਦੋਂ ਤੁਸੀਂ ਇਨ੍ਹਾਂ ਸੱਚਾਈਆਂ ਦਾ ਅਭਿਆਸ ਕਰੋਗੇ, ਉਦੋਂ ਤੁਹਾਡਾ ਵਿਆਹੁਤਾ ਜੀਵਨ ਆਉਣ ਵਾਲੇ ਸਾਲਾਂ ਵਿਚ ਅਤੇ ਵਾਧੂ ਅਸੀਸਾਂ ਨਾਲ ਭਰਿਆ ਹੋਵੇਗਾ।

ਆਪਣੀ ਕਾਰਵਾਈ ਦੀ ਸਮੀਖਿਆ ਕਰੋ

1. ਮਾਨਸਿਕ ਤੇ ਅਧਿਆਤਮਕ ਨਿਯਮਾਂ ਬਾਰੇ ਅਗਿਆਨਤਾ ਹੀ ਸਾਰੇ ਵਿਆਹੁਤਾ ਦੁੱਖਾਂ ਦਾ ਕਾਰਨ ਹੈ। ਵਿਗਿਆਨ ਪੂਰਨ ਤਰੀਕਿਆ ਨਾਲੋ-ਨਾਲ ਪ੍ਰਾਰਥਨਾ ਕਰਨ ਸਮੇਂ ਤੁਸੀਂ ਹਮੇਸ਼ਾ ਨਾਲ ਬਣੇ ਰਹਿੰਦੇ ਹੋ।

2. ਤਲਾਕ ਤੋਂ ਬੱਚਣ ਦਾ ਸਭ ਤੋਂ ਵਧੀਆ ਸਮਾਂ ਵਿਆਹ ਤੋਂ ਪਹਿਲੋਂ ਹੁੰਦਾ ਹੈ। ਜੇ ਤੁਸੀਂ ਸਹੀ ਤਰੀਕੇ ਨਾਲ ਪ੍ਰਾਰਥਨਾ ਕਰਨਾ ਸਿੱਖ ਲਓ ਤਾਂ ਤੁਸੀਂ ਸਾਥੀ ਨੂੰ ਆਪਣੇ ਵੱਲ ਆਕਰਸ਼ਿਤ ਕਰੋਗੇ।

3. ਵਿਆਹ ਪੁਰਖ ਤੇ ਇਸਤਰੀ ਦਾ ਮੇਲ ਹੈ, ਜੋ ਪਿਆਰ ਨਾਲ ਬੰਨ੍ਹੇ ਹੁੰਦੇ ਹਨ। ਉਨ੍ਹਾਂ ਦੇ ਦਿਲ ਇਕ ਧੜਕਣ ਵਾਂਗ ਧੜਕਦੇ ਹਨ ਤੇ ਉਹ ਅੱਗੇ, ਉੱਪਰ ਪਰਮਾਤਮਾ ਵੱਲ ਵੱਧਦੇ ਹਨ।

4. ਵਿਆਹ ਖ਼ੁਸ਼ਹਾਲੀ ਦੀ ਗਰੰਟੀ ਨਹੀਂ ਦਿੰਦੇ। ਲੋਕਾਂ ਨੂੰ ਖੁੱਸ਼ੀ ਪਰਮਾਤਮਾ ਦੇ ਸਦੀਵੀ ਸੱਚ ਅਤੇ ਜੀਵਨ ਦੇ ਅਧਿਆਤਮਕ ਕਦਰਾਂ-ਕੀਮਤਾਂ 'ਤੇ ਧਿਆਨ ਕੇਂਦ੍ਰਿਤ ਕਰਨ ਨਾਲ ਮਿਲਦੀ ਹੈ, ਤਾਂ ਹੀ ਸਾਰੇ ਪੁਰਖ ਤੇ ਮਹਿਲਾਵਾਂ ਇਕ-ਦੂਜੇ ਨੂੰ ਖ਼ੁਸ਼ੀਆਂ ਅਤੇ ਆਨੰਦ ਦੇ ਸਕਦੇ ਹਨ।

5. ਉਨ੍ਹਾਂ ਸਾਰੇ ਗੁਣਾਂ ਅਤੇ ਵਿਸ਼ੇਸ਼ਤਾਵਾਂ, ਜਿਨ੍ਹਾਂ ਨੂੰ ਤੁਸੀਂ ਆਪਣੇ ਜੀਵਨਸਾਥੀ 'ਚ ਚਾਹੁੰਦੇ ਹੋ, ਉਨ੍ਹਾਂ 'ਤੇ ਧਿਆਨ ਕੇਂਦ੍ਰਿਤ ਕਰ ਤੁਸੀਂ ਸਹੀ ਸਾਥੀ ਨੂੰ ਆਪਣੇ ਵੱਲ ਆਕਰਸ਼ਿਤ ਕਰ ਸਕਦੇ ਹੋ, ਫਿਰ ਤੁਹਾਡਾ ਅਵਚੇਤਨ ਮਨ ਤੁਹਾਨੂੰ ਬ੍ਰਹਮ ਆਦੇਸ਼ ਵਿੱਚ ਇਕੱਠੇ ਲੈ ਆਵੇਗਾ।

6. ਤੁਹਾਨੂੰ ਆਪਣੀ ਮਾਨਸਿਕਤਾ ਅਤੇ ਮਾਨਸਿਕ ਰੂਪ ਤੋਂ ਸਮਾਨ ਗੁਣ, ਜਿਨ੍ਹਾਂ ਨੂੰ ਤੁਸੀਂ ਆਪਣੇ ਵਿਆਹੁਤਾ ਸਾਥੀ ਵਿਚ ਚਾਹੁੰਦੇ ਹੋ, ਉਸ ਨੂੰ ਜ਼ਰੂਰ ਬਨਾਉਣਾ ਚਾਹੀਦਾ ਹੈ। ਜੇ ਤੁਸੀਂ ਜੀਵਨ ਵਿਚ ਇਕ ਇਮਾਨਦਾਰ, ਸੱਚਾ ਅਤੇ ਪਿਆਰ ਕਰਨ ਵਾਲਾ ਜੀਵਨਸਾਥੀ ਚਾਹੁੰਦੇ ਹੋ ਤਾਂ ਤੁਹਾਨੂੰ ਵੀ ਆਪ ਈਮਾਨਦਾਰ, ਸੱਚਾ ਤੇ ਪਿਆਰ ਕਰਨ ਵਾਲਾ ਬਣਨਾ ਹੋਵੇਗਾ।

7. ਤੁਹਾਨੂੰ ਆਪਣੇ ਵਿਆਹ ਵਿਚ ਗ਼ਲਤੀਆਂ ਨਹੀਂ ਦੁਹਰਾਉਣੀ ਚਾਹੀਦੀ। ਜਦੋਂ ਤੁਹਾਨੂੰ ਸੱਚਮੁੱਚ ਯਕੀਨ ਹੁੰਦਾ ਹੈ ਕਿ ਇਸ ਤਰ੍ਹਾਂ ਦੇ ਪੁਰਖ ਜਾਂ ਇਸਤਰੀ ਤੁਹਾਡੇ ਆਦਰਸ਼ ਹਨ ਤਾਂ ਤੁਹਾਡੇ ਨਾਲ ਵੀ ਇੰਝ ਹੀ ਹੋਵੇਗਾ ਜਿਵੇਂ ਤੁਹਾਡਾ ਵਿਸ਼ਵਾਸ ਹੈ। ਇਸ 'ਤੇ ਸੱਚ ਵਾਂਗ ਵਿਸ਼ਵਾਸ ਰੱਖੋ। ਆਪਣੇ ਆਦਰਸ਼ ਸਾਥੀ ਨੂੰ ਮਾਨਸਿਕ ਤੌਰ 'ਤੇ ਹੁਣੇ ਹੀ ਸਵੀਕਾਰ ਕਰੋ।

8. ਜਿਸ ਸਾਥੀ ਲਈ ਤੁਸੀਂ ਪ੍ਰਾਰਥਨਾ ਕਰ ਰਹੇ ਹੋ, ਤਾਂ ਇਸ 'ਤੇ ਕੋਈ ਹੈਰਾਨੀ, ਕਿਉਂ, ਕਿੱਥੇ ਅਤੇ ਕਿਵੇਂ ਸਾਥੀ ਮਿਲਣਗੇ, ਇਸ ਬਾਰੇ ਕੋਈ ਸਵਾਲ ਨਾ ਕਰੋ। ਆਪਣੇ ਅਵਚੇਤਨ ਮਨ ਦੀ ਬੁੱਧੀ 'ਤੇ ਪੂਰਾ ਭਰੋਸਾ ਰੱਖੋ। ਇਸ ਨੂੰ ਸਭ ਕੁੱਝ ਪਤਾ ਹੈ, ਤੁਹਾਨੂੰ ਇਸ ਦੀ ਸਹਾਇਤਾ ਕਰਨ ਦੀ ਕੋਈ ਜ਼ਰੂਰਤ ਨਹੀਂ ਹੈ।

9. ਜਦੋਂ ਤੁਸੀਂ ਝੁੰਝਲਾਉਂਦੇ ਹੋ, ਬੜਬੜਾਉਂਦੇ ਹੋ, ਮਾੜੀਆਂ ਭਾਵਨਾ ਰੱਖਦੇ ਹੋ, ਉਦੋਂ ਮਾਨਸਿਕ ਤੌਰ 'ਤੇ ਤੁਹਾਡਾ ਤਲਾਕ ਹੋ ਗਿਆ ਹੈ। ਤੁਸੀਂ ਆਪਣੇ ਮਨ ਵਿਚ ਮਾਨਸਿਕ ਤੌਰ 'ਤੇ ਗ਼ਲਤੀ ਮੰਨ ਰਹੇ ਹੋ। ਆਪਣੀ ਵਿਆਹੁਤਾ

ਕਸਮਾਂ ਨੂੰ ਯਾਦ ਕਰੋ, "ਮੈਂ ਆਪਣੀ ਜ਼ਿੰਦਗੀ ਦੇ ਸਾਰੇ ਦਿਨ ਉਸ ਦੀ ਕਦਰ ਕਰਨ, ਪਿਆਰ ਕਰਨ ਅਤੇ ਉਸ ਦਾ ਸਨਮਾਨ ਕਰਨ ਦਾ ਵਾਇਦਾ ਕਰਦਾ ਹਾਂ।"

10. ਆਪਣੇ ਜੀਵਨਸਾਥੀ ਦੇ ਪ੍ਰਤੀ ਡਰ ਦੇ ਵਿਚਾਰ ਰੱਖਣਾ ਬੰਦ ਕਰ ਦਿਓ। ਉਸ ਦੇ ਪ੍ਰਤੀ ਪਿਆਰ, ਸ਼ਾਂਤੀ, ਸਦਭਾਵ ਅਤੇ ਤਾਲਮੇਲ ਦੇ ਵਿਚਾਰ ਰੱਖੋ; ਅਤੇ ਤੁਹਾਡਾ ਵਿਆਹੁਤਾ ਜੀਵਨ ਆਉਣ ਵਾਲੇ ਸਾਲਾਂ ਵਿਚ ਹੋਰ ਜ਼ਿਆਦਾ ਸੁੰਦਰ ਅਤੇ ਸ਼ਾਨਦਾਰ ਹੋ ਜਾਵੇਗਾ।

11. ਇਕ-ਦੂਜੇ ਦੇ ਪ੍ਰਤਿ ਪਿਆਰ, ਸ਼ਾਂਤੀ ਅਤੇ ਸਦਭਾਵਨਾ ਰੱਖੋ। ਤੁਹਾਡਾ ਅਵਚੇਤਨ ਮਨ ਇਨ੍ਹਾਂ ਕੰਪਨਾਂ ਨੂੰ ਫੜ ਲੈਂਦਾ ਹੈ, ਜਿਸ ਦਾ ਨਤੀਜਾ ਆਪਸੀ ਵਿਸ਼ਵਾਸ, ਪਿਆਰ, ਸਨਮਾਨ ਅਤੇ ਆਦਰ ਹੋਵੇਗਾ।

12. ਇਕ ਨੁਕਤਾਚੀਨੀ ਕਰਨ ਵਾਲੀ ਪਤਨੀ ਅਸਲ ਵਿਚ ਤੁਹਾਡਾ ਧਿਆਨ ਅਤੇ ਸ਼ਲਾਘਾ ਚਾਹੁੰਦੀ ਹੈ। ਉਹ ਪਿਆਰ ਅਤੇ ਸਨੇਹ ਦੀ ਭੁੱਖੀ ਹੈ। ਉਸਦੀ ਸ਼ਲਾਘਾ ਕਰ ਕੇ ਉਸਦੇ ਚੰਗੇ ਗੁਣਾਂ ਨੂੰ ਵਧਾਓ। ਉਸ ਨੂੰ ਦਿਖਾਓ ਕਿ ਤੁਸੀਂ ਉਸ ਨੂੰ ਕਿੰਨਾ ਪਿਆਰ ਅਤੇ ਕਿੰਨੀ ਕਦਰ ਕਰਦੇ ਹੋ।

13. ਇਕ ਵਿਅਕਤੀ ਜੋ ਆਪਣੀ ਪਤਨੀ ਨਾਲ ਪਿਆਰ ਕਰਦਾ ਹੈ, ਉਹ ਕੁੱਝ ਅਜਿਹਾ ਨਹੀਂ ਕਰਦਾ ਜਿਸ 'ਚ ਪਿਆਰ ਨਾ ਹੋ, ਕਿਸੇ ਵੀ ਤਰ੍ਹਾਂ ਦੇ ਬੇਰਹਿਮ ਸ਼ਬਦ, ਵਿਵਹਾਰ ਜਾਂ ਕੰਮ ਨਹੀਂ ਕਰੋ। ਪਿਆਰ ਇਸੇ ਨੂੰ ਕਹਿੰਦੇ ਹਾਂ।

14. ਵਿਆਹੁਤਾ ਸਮੱਸਿਆਵਾਂ ਵਿਚ ਹਮੇਸ਼ਾ ਮਾਹਿਰਾਂ ਦੀ ਸਲਾਹ ਲਓ। ਤੁਸੀਂ ਕਿਸੇ ਤਰਖਾਣ ਕੋਲ ਦੰਦ ਕੱਢਵਾਉਣ ਲਈ ਨਹੀਂ ਜਾਂਦੇ; ਨਾ ਹੀ ਤੁਹਾਨੂੰ ਆਪਣੀਆਂ ਵਿਆਹੁਤਾ ਸਮੱਸਿਆਵਾਂ ਕਿਸੇ ਰਿਸ਼ਤੇਦਾਰ ਜਾਂ ਦੋਸਤਾਂ ਨਾਲ ਵੰਡਾਉਣੀ ਚਾਹੀਦੀਆਂ ਹਨ। ਤੁਹਾਨੂੰ ਕਿਸੇ ਸਿੱਖਿਅਤ ਵਿਅਕਤੀ ਕੋਲੋਂ ਹੀ ਸਲਾਹ ਲੈਣ ਲਈ ਜਾਣਾ ਚਾਹੀਦਾ ਹੈ।

15. ਕਦੇ ਵੀ ਆਪਣੇ ਪਤੀ ਜਾਂ ਪਤਨੀ ਨੂੰ ਆਪਣੀ ਤਰ੍ਹਾਂ ਨਾ ਬਣਾਓ। ਅਜਿਹੀਆਂ ਕੋਸ਼ਿਸ਼ਾਂ ਹਮੇਸ਼ਾ ਮੂਰਖਤਾਪੂਰਨ ਹੁੰਦੀਆਂ ਹਨ, ਅਤੇ ਇਹ ਸੈਮਾਨ ਅਤੇ ਆਤਮ ਸਨਮਾਨ ਨੂੰ ਖਤਮ ਕਰਦੇ ਹਨ। ਇਹੀ ਨਹੀਂ, ਇਸ ਨਾਲ ਕ੍ਰੋਧ ਪੈਦਾ ਹੁੰਦਾ ਹੈ ਅਤੇ ਇਹ ਵਿਆਹੁਤਾ ਸੰਬੰਧਾਂ ਲਈ ਘਾਤਕ ਹੁੰਦਾ ਹੈ। ਆਪਣੇ ਸਾਥੀ ਨੂੰ ਆਪਣਾ ਦੂਜੀ ਐਡੀਸ਼ਨ ਬਣਾਉਣ ਦੀ ਕੋਸ਼ਿਸ਼ ਬੰਦ ਕਰੋ।

16. ਇੱਕਠਿਆਂ ਪ੍ਰਾਰਥਨਾ ਕਰੋ, ਅਤੇ ਤੁਸੀਂ ਹਮੇਸ਼ਾ ਨਾਲ ਰਹੋਗੇ। ਵਿਗਿਆਨਕ ਪ੍ਰਾਰਥਨਾ ਸਾਰੀਆਂ ਸਮੱਸਿਆਵਾਂ ਨੂੰ ਸੁਲਝਾਅ ਦਿੰਦੀ ਹੈ। ਮਾਨਸਿਕ ਤੌਰ 'ਤੇ ਆਪਣੀ ਪਤਨੀ ਨੂੰ ਜਿਹੋ ਜਿਹਾ ਉਸ ਨੂੰ ਹੋਣਾ ਚਾਹੀਦਾ ਹੈ, ਉਸੇ ਰੂਪ ਵਿਚ ਦੇਖੋ, ਖੁਸ਼, ਸੁੱਖੀ, ਸਿਹਤਮੰਦ ਅਤੇ ਸੁੰਦਰ। ਆਪਣੇ ਪਤੀ ਨੂੰ ਉਸੇ ਰੂਪ ਵਿਚ ਦੇਖੋ, ਜਿਵੇਂ ਉਸ ਨੂੰ ਚਾਹੁੰਦੇ ਹੋ, ਸ਼ਕਤੀਸ਼ਾਲੀ, ਮਜ਼ਬੂਤ, ਪਿਆਰ

ਕਰਨ ਵਾਲਾ, ਇਕਸੁਰ ਅਤੇ ਦਿਆਲੂ। ਇਸ ਤਸਵੀਰ ਨੂੰ ਬਣਾਈ ਰੱਖੋ ਅਤੇ ਤੁਹਾਨੂੰ ਅਨੁਭਵ ਹੋਵੇਗਾ ਕਿ ਵਿਆਹ ਸੁਰਗ ਵਿਚ ਬਣਦੇ ਹਨ, ਜਿੱਥੇ ਇਕਸੁਰਤਾ ਅਤੇ ਸ਼ਾਂਤੀ ਹੈ।

ਤੁਹਾਡਾ ਅਵਚੇਤਨ ਮਨ ਅਤੇ ਤੁਹਾਡੀ ਖ਼ੁਸ਼ੀ

ਅਮਰੀਕੀ ਮਨੋਵਿਗਿਆਨ ਦੇ ਪਿਤਾਮਾ ਵਿਲੀਅਮ ਜੇਮਸ ਨੇ ਕਿਹਾ ਕਿ ਉਨ੍ਹੀਵੀਂ ਸਦੀ ਦੀ ਮਹਾਨ ਖੋਜ ਵਿਗਿਆਨ ਦੇ ਖੇਤਰ ਵਿਚ ਨਹੀਂ ਹੋਈ। ਉਸ ਸਦੀ ਦੀ ਸਭ ਤੋਂ ਵੱਡੀ ਖੋਜ ਆਸਥਾ ਨਾਲ ਪ੍ਰੇਰਿਤ ਅਵਚੇਤਨ ਦੀ ਸ਼ਕਤੀ ਸੀ। ਹਰ ਇਕ ਇਨਸਾਨ ਵਿਚ ਇਸ ਸ਼ਕਤੀ ਦਾ ਅਸੀਮਤ ਭੰਡਾਰ ਹੈ, ਜੋ ਦੁਨੀਆ ਦੀ ਕਿਸੇ ਵੀ ਸਮੱਸਿਆ ਨੂੰ ਖਤਮ ਕਰ ਸਕਦੀ ਹੈ।

ਜਿਸ ਦਿਨ ਤੁਹਾਨੂੰ ਅਹਿਸਾਸ ਹੋਵੇਗਾ ਕਿ ਤੁਹਾਡਾ ਅਵਚੇਤਨ ਤੁਹਾਡੀਆਂ ਸਮੱਸਿਆਵਾਂ ਨੂੰ ਹੱਲ ਕਰ ਸਕਦਾ ਹੈ। ਤੁਹਾਡੇ ਸ਼ਰੀਰ ਨੂੰ ਸਿਹਤਮੰਦ ਕਰ ਸਕਦਾ ਹੈ, ਤੁਹਾਡੇ ਸਭ ਤੋਂ ਪਿਆਰੇ ਸੁਫਨੇ ਤੋਂ ਕਿਤੇ ਅੱਗੇ ਤੁਹਾਨੂੰ ਲੈ ਜਾ ਸਕਦਾ ਹੈ। ਇਸ ਤਰ੍ਹਾਂ ਦੇ ਸਪੱਸ਼ਟ ਅਹਿਸਾਸ ਨਾਲ ਤੁਸੀਂ ਆਪਣੀਆਂ ਸਾਰੀਆਂ ਕਮੀਆਂ ਨੂੰ ਦੂਰ ਕਰ ਸਕਦੇ ਹੋ ਅਤੇ ਇਸ ਦੇ ਨਤੀਜੇ ਵਜੋਂ ਤੁਹਾਡੇ ਜੀਵਨ ਵਿਚ ਸੱਚੀ ਤੇ ਹਮੇਸ਼ਾ ਰਹਿਣ ਵਾਲੀਆਂ ਖ਼ੁਸ਼ੀਆਂ ਆਉਣਗੀਆਂ।

ਤੁਹਾਨੂੰ ਬਹੁਤ ਖ਼ੁਸ਼ੀ ਹੋਈ ਹੋਵੇਗੀ ਜਦੋਂ ਤੁਹਾਡਾ ਬੱਚਾ ਪੈਦਾ ਹੋਇਆ, ਤੁਹਾਨੂੰ ਇਤਿਹਾਸਕ ਜਿੱਤ ਜਾਂ ਇਨਾਮ ਮਿਲਿਆ ਸੀ, ਉਦੋਂ ਤੁਸੀਂ ਬਹੁਤ ਖ਼ੁਸ਼ ਹੋਏ ਹੋਵੋਗੇ। ਜਦੋਂ ਤੁਹਾਡੀ ਕੁੜਮਾਈ ਸਭ ਤੋਂ ਸੁੰਦਰ ਕੁੜੀ ਜਾਂ ਮੁੰਡੇ ਨਾਲ ਹੋਈ ਸੀ, ਉਦੋਂ ਵੀ ਤੁਸੀਂ ਖ਼ੁਸ਼ ਹੋਏ ਹੋਵੋਗੇ। ਜਦੋਂ ਤੁਹਾਡੇ ਕੋਲ ਇਸ ਤਰ੍ਹਾਂ ਦੇ ਕਈ ਅਣਗਿਣਤ ਮੌਕੇ ਆਏ ਹੋਣਗੇ, ਉਦੋਂ ਤੁਸੀਂ ਬਹੁਤ ਖ਼ੁਸ਼ ਹੋਏ ਹੋਵੋਗੇ। ਇਸਦੇ ਬਾਵਜੂਦ ਕਿ ਇਹ ਅਨੁਭਵ ਕਿੰਨੇ ਵੀ ਅਦਭੁੱਤ ਕਿਉਂ ਨਾ ਹੋਏ ਹੋਣ, ਉਹ ਤੁਹਾਨੂੰ ਹਮੇਸ਼ਾ ਬਣੀ ਰਹਿਣਵਾਲੀ ਖ਼ੁਸ਼ੀਆਂ ਨਹੀਂ ਦਿੰਦੇ, ਇਹ ਸਾਰਾ ਅਸਥਾਈ ਹੁੰਦਾ ਹੈ।

ਮੁਹਾਵਰਿਆਂ ਦੀ ਕਿਤਾਬ ਵਿਚ ਇਸ ਦਾ ਜਵਾਬ ਹੈ: ਜਿਸ ਦਾ ਵਿਸ਼ਵਾਸ ਪਰਮਾਤਮਾ 'ਤੇ ਹੁੰਦਾ ਹੈ, ਉਹੀ ਖ਼ੁਸ਼ ਰਹਿੰਦਾ ਹੈ। ਜਦੋਂ ਤੁਸੀਂ ਪਰਮਾਤਮਾ 'ਤੇ

ਵਿਸ਼ਵਾਸ ਕਰਦੇ ਹੋ (ਭਾਵ ਤੁਹਾਡੇ ਅਵਚੇਤਨ ਦੀ ਸ਼ਕਤੀ ਅਤੇ ਬੁੱਧੀਮੱਤਾ) ਅਤੇ ਉਸ ਤੋਂ ਆਪਣੇ ਸਾਰੇ ਰਾਹਾਂ ਦੀ ਅਗਵਾਈ, ਮਾਰਗਦਰਸ਼ਨ ਅਤੇ ਨਿਰਦੇਸ਼ਤ ਕਰਨ ਦਾ ਬਿਨੈ ਕਰਦੇ ਹੋ। ਉਦੋਂ ਤੁਸੀਂ ਸੰਤੁਲਿਤ, ਸ਼ਾਂਤ, ਆਰਾਮ ਨਾਲ ਅਤੇ ਨਿਸ਼ਚਿੰਤ ਹੋ ਜਾਂਦੇ ਹੋ। ਜਦੋਂ ਤੁਸੀਂ ਆਪਣੇ ਚਾਰੇ ਪਾਸੇ ਪਿਆਰ, ਸ਼ਾਂਤੀ ਅਤੇ ਇਕਸੁਰਤਾ ਖਿਲਾਰਦੇ ਹੋ ਤਾਂ ਅਸਲ ਵਿਚ ਤੁਸੀਂ ਆਪਣੇ ਆਉਣ ਵਾਲੇ ਦਿਨਾਂ ਲਈ ਇਕ ਇਮਾਰਤ ਬਣਾ ਰਹੇ ਹੁੰਦੇ ਹੋ।

ਤੁਹਾਨੂੰ ਖੁਸ਼ੀ ਦੀ ਚੋਣ ਕਰਨੀ ਚਾਹੀਦੀ ਹੈ

ਖੁਸ਼ੀ ਇਕ ਮਾਨਸਿਕ ਅਵਸਥਾ ਹੈ। ਬਾਈਬਲ ਵਿਚ ਇਕ ਵਾਕ ਹੈ, ਜਿਸ ਦੇ ਅਨੁਸਾਰ, ਤੁਸੀਂ ਅੱਜ ਹੀ ਚੁਣੋ ਜੋ ਤੁਹਾਡੀ ਇੱਛਾ ਹੈ। ਤੁਹਾਡੇ ਕੋਲ ਖੁਸ਼ੀ ਚੁਣਨ ਦੀ ਆਜ਼ਾਦੀ ਹੈ। ਇਹ ਬੜਾ ਸੌਖਾ ਪ੍ਰਤੀਤ ਹੁੰਦਾ ਹੈ ਅਤੇ ਇਹ ਇੰਵ ਹੀ। ਇਹੀ ਕਾਰਨ ਹੈ ਕਿ ਲੋਕ ਖੁਸ਼ੀ ਦੀ ਰਾਹਾਂ 'ਚ ਲੜਖੜਾਉਣ ਲੱਗਦੇ ਹਨ, ਉਹ ਖੁਸ਼ੀਆਂ ਦੇ ਰਾਹਾਂ ਦੀ ਸਰਲਤਾ ਦੀ ਵਜ੍ਹਾ ਨੂੰ ਨਹੀਂ ਦੇਖ ਪਾਉਂਦੇ। ਜੀਵਨ ਦੀ ਮਹਾਨ ਵਸਤੂਆਂ ਸੌਖੀਆਂ, ਊਰਜਾ ਨਾਲ ਪੂਰਨ ਅਤੇ ਰਚਨਾਤਮਕ ਹੁੰਦੀਆਂ ਹਨ। ਉਹ ਖੁਸ਼ਹਾਲੀ ਅਤੇ ਪ੍ਰਸੰਨਤਾ ਨੂੰ ਉਤਪੰਨ ਕਰਦੀਆਂ ਹਨ।

ਸੈਂਟ ਪਾਲ ਤੁਹਾਨੂੰ ਅੱਗੇ ਦਿੱਤੇ ਸ਼ਬਦਾਂ ਰਾਹੀਂ ਦਰਸਾਉਂਦੇ ਹਨ ਕਿ ਤੁਸੀਂ ਕਿਵੇਂ ਊਰਜਾਵਾਨ ਅਤੇ ਪ੍ਰਸੰਨਤਾ ਨੂੰ ਪਾ ਸਕਦੇ ਹੋ:

ਆਖ਼ਿਰਕਾਰ, ਭਰਾਵੋਂ, ਜੋ ਕੁੱਝ ਚੀਜ਼ਾਂ ਸੱਚੀਆਂ ਹਨ, ਜੋ ਕੁੱਝ ਵਸਤੂਆਂ ਵੀ ਇਮਾਨਦਾਰ ਹਨ, ਜੋ ਵੀ ਚੀਜ਼ਾਂ ਨਿਆਂਪੂਰਨ ਹਨ, ਜੋ ਕੁੱਝ ਵੀ ਸ਼ੁੱਧ ਹਨ, ਜੋ ਕੁੱਝ ਵੀ ਸੋਹਣਾ ਹੈ, ਜਿਸ ਕਿਸੇ ਦੇ ਬਾਰੇ ਚੰਗੀਆਂ ਖਬਰਾਂ ਹਨ; ਜੇਕਰ ਕੋਈ ਵੀ ਚੰਗਾ ਗੁਣ ਹੈ ਅਤੇ ਜੇ ਤੁਹਾਡੀ ਸ਼ਲਾਘਾ ਹੁੰਦੀ ਹੈ, ਤਾਂ ਤੁਸੀਂ ਇਨ੍ਹਾਂ ਵਸਤੂਆ ਬਾਰੇ ਚਿੰਤਨ ਕਰੋ।

ਫ਼ਿਲ 4:8।

ਖੁਸ਼ੀ ਦੀ ਚੋਣ ਕਿਵੇਂ ਕਰੀਏ

ਖੁਸ਼ੀਆਂ ਚੁਣਨਾ ਸ਼ੁਰੂ ਕਰੋ। ਇਸ ਨੂੰ ਤੁਸੀਂ ਇਸ ਤਰ੍ਹਾਂ ਕਰੋ:

ਜਦੋਂ ਤੁਸੀਂ ਸਵੇਰੇ ਆਪਣੀਆਂ ਅੱਖਾਂ ਖੋਲ੍ਹਦੇ ਹੋ, ਉਦੋਂ ਆਪਣੇ-ਆਪ ਨੂੰ ਕਹੋ, "ਦੈਵੀ ਵਿਧਾਨ ਅੱਜ ਤੇ ਹਰ ਦਿਨ ਮੇਰੇ ਜੀਵਨ ਦਾ ਸੰਚਾਲਨ ਕਰਦਾ ਹੈ। ਸਾਰੀਆਂ ਚੀਜ਼ਾਂ ਅੱਜ ਮੇਰੇ ਭਲੇ ਲਈ ਕੰਮ ਕਰਨਗੀਆਂ। ਇਹ ਮੇਰੇ ਲਈ ਇਕ ਨਵਾਂ ਤੇ ਅਦਭੁਤ ਦਿਨ ਹੈ। ਇਸ ਦਿਨ ਵਰਗਾ ਕੋਈ ਦੂਜਾ

ਦਿਨ ਕਦੇ ਨਹੀਂ ਹੋਵੇਗਾ। ਮੈਨੂੰ ਸਾਰਾ ਦਿਨ ਦੈਵੀ ਮਾਰਗਦਰਸ਼ਨ ਮਿਲਦਾ ਹੈ ਅਤੇ ਮੈਂ ਆਪਣੇ ਹਰ ਕੰਮ ਨਾਲ ਖੁਸ਼ਹਾਲ ਬਣਾਂਗਾ। ਦੈਵੀ ਪਿਆਰ ਨੇ ਮੈਨੂੰ ਆਪਣੀਆਂ ਬਾਹਾਂ ਨਾਲ ਵਲੇਟਿਆ ਹੋਇਆ ਹੈ, ਮੇਰੇ ਚਾਰੇ ਪਾਸੇ ਹੈ ਅਤੇ ਮੈਂ ਸ਼ਾਂਤੀ ਨਾਲ ਹਾਂ। ਜਦੋਂ ਵੀ ਮੇਰਾ ਧਿਆਨ ਚੰਗਿਆਈ ਅਤੇ ਰਚਨਾਤਮਕ ਤੋਂ ਭਟਕਦਾ ਹਾਂ, ਉਦੋਂ ਮੈਂ ਉਸ ਚੀਜ਼ ਦੇ ਬਾਰੇ ਤੁਰੰਤ ਸੋਚਣ ਲੱਗਾਂਗਾ, ਜੋ ਸੁੰਦਰ ਅਤੇ ਚੰਗੀ ਹੈ। ਮੈਂ ਅਧਿਆਤਮਕ ਹਾਂ ਅਤੇ ਮਾਨਸਿਕ ਚੁੰਬਕ ਮੇਰੇ ਵੱਲ ਉਨ੍ਹਾਂ ਚੀਜ਼ਾਂ ਨੂੰ ਆਕਰਸ਼ਿਤ ਕਰਦਾ ਹਾਂ, ਜੋ ਮੈਨੂੰ ਰਹਿਮਤਾਂ ਦਿੰਦੀਆਂ ਅਤੇ ਖੁਸ਼ਹਾਲ ਬਣਾਉਂਦੀਆਂ ਹਨ। ਅੱਜ ਮੈਂ ਆਪਣੇ ਸਾਰੇ ਕੰਮਾਂ ਵਿਚ ਅਦਭੁੱਤ ਤੇ ਸ਼ਾਨਦਾਰ ਸਫਲਤਾ ਹਾਸਿਲ ਕਰਾਂਗਾ। ਨਿਸ਼ਚਤ ਤੌਰ 'ਤੇ ਅੱਜ ਮੈਂ ਸਾਰਾ ਦਿਨ ਖ਼ੁਸ਼ ਰਹਾਂਗਾ।

ਆਪਣਾ ਹਰ ਦਿਨ ਇਸੇ ਤਰ੍ਹਾਂ ਸ਼ੁਰੂ ਕਰੋ; ਉਦੋਂ ਤੁਸੀਂ ਇਕ ਖ਼ੁਸ਼ੀ ਦੀ ਚੋਣ ਕਰ ਰਹੇ ਹੋਵੋਗੇ, ਅਤੇ ਤੁਸੀਂ ਇਕ ਰੋਸ਼ਨ, ਅਨੰਦਮਈ ਵਿਅਕਤੀ ਹੋਵੋਗੇ।

ਉਸ ਨੇ ਖ਼ੁਸ਼ ਰਹਿਣ ਦੀ ਆਦਤ ਬਣਾ ਲਈ

ਕੁੱਝ ਸਾਲ ਪਹਿਲਾਂ, ਮੈਂ ਆਇਰਲੈਂਡ ਦੇ ਪੱਛਮੀ ਕੰਢੇ 'ਤੇ ਕੋਨੇਮਇਰਾ ਵਿਚ ਇਕ ਕਿਸਾਨ ਦੇ ਘਰ ਤਕਰੀਬਨ ਇਕ ਹਫਤਾ ਠਹਿਰਿਆ। ਮੇਰਾ ਮੇਜ਼ਬਾਨ ਹਮੇਸ਼ਾ ਗੁਣਗੁਣਾਉਂਦਾ ਤੇ ਸੀਟੀ ਵਜਾਉਂਦਾ ਰਹਿੰਦਾ ਸੀ ਅਤੇ ਉਹ ਬਹੁਤ ਹੀ ਹੱਸਮੁੱਖ ਤੇ ਖ਼ੁਸ਼ਨੁਮਾਂ ਸੀ।

ਮੈਂ ਉਸ ਕੋਲੋਂ ਉਸ ਦੀ ਖ਼ੁਸ਼ੀ ਦਾ ਰਾਜ਼ ਪੁੱਛਿਆ ਤਾਂ ਉਸ ਦਾ ਜਵਾਬ ਸੀ: "ਖ਼ੁਸ਼ ਰਹਿਣਾ ਮੇਰੀ ਆਦਤ ਹੈ। ਜਦੋਂ ਮੈਂ ਸਵੇਰੇ ਜਾਗਦਾ ਅਤੇ ਰਾਤ ਨੂੰ ਸੌਣ ਜਾਂਦਾ ਹਾਂ, ਉਦੋਂ ਆਪਣੇ ਪਰਿਵਾਰ ਨੂੰ, ਫ਼ਸਲ ਨੂੰ, ਜਾਨਵਰਾਂ ਨੂੰ ਅਸੀਸਾਂ ਦਿੰਦਾ ਹਾਂ ਅਤੇ ਇੰਨੀ ਸ਼ਾਨਦਾਰ ਤੇ ਅਦਭੁੱਤ ਫ਼ਸਲ ਲਈ ਪਰਮਾਤਮਾ ਦਾ ਧੰਨਵਾਦ ਕਰਦਾ ਹਾਂ।"

ਇਸ ਕਿਸਾਨ ਨੇ ਕਰੀਬ ਚਾਲੀਂ ਸਾਲ ਪਹਿਲਾਂ ਤੋਂ ਇੰਝ ਕਰਨ ਦੀ ਆਦਤ ਪਾ ਲਈ ਸੀ। ਜਿਵੇਂ ਕਿ ਤੁਸੀਂ ਜਾਣਦੇ ਹੋ, ਜਿਨ੍ਹਾਂ ਵਿਚਾਰਾਂ ਨੂੰ ਨਿਰੰਤਰ ਦੁਹਰਾਇਆ ਜਾਂਦਾ ਹੈ, ਉਹ ਇਕ ਆਦਤ ਬਣ ਜਾਂਦੇ ਹਨ। ਉਸ ਨੇ ਸਮਝ ਲਿਆ ਸੀ ਕਿ ਖ਼ੁਸ਼ੀ ਇਕ ਆਦਤ ਹੈ।

ਤੁਹਾਨੂੰ ਖ਼ੁਸ਼ ਹੋਣਾ ਚਾਹੀਦਾ ਹੈ

ਖ਼ੁਸ਼ ਰਹਿਣ ਬਾਰੇ ਤੁਹਾਨੂੰ ਇਕ ਮਹੱਤਵਪੂਰਨ ਨੁਕਤਾ ਜਾਂ ਬਿੰਦੂ ਯਾਦ ਰੱਖਣ ਚਾਹੀਦਾ ਹੈ। ਤੁਹਾਡੇ ਮਨ ਵਿਚ ਖ਼ੁਸ਼ ਰਹਿਣ ਦੀ ਸੱਚੀ ਇੱਛਾ ਹੋਣੀ ਚਾਹੀਦੀ ਹੈ। ਕੁੱਝ ਲੋਕ ਜੋ ਕਾਫੀ ਲੰਮੇ ਸਮੇਂ ਤੋਂ ਉਦਾਸ, ਦੁਖੀ ਤੇ ਨਕਾਰੇ ਹੁੰਦੇ ਹਨ ਅਤੇ

ਜੇ ਉਹ ਕਿਸੇ ਅਦਭੁੱਤ, ਚੰਗੀ, ਸੁਖਮਈ ਖ਼ਬਰ ਨਾਲ ਅਚਾਨਕ ਖ਼ੁਸ਼ ਹੋ ਜਾਣ, ਤਾਂ ਉਹ ਉਸ ਮਹਿਲਾਂ ਦੀ ਤਰ੍ਹਾਂ ਪ੍ਰਤੀਕਿਰਿਆ ਕਰਣਗੇ, ਜਿਸ ਨੇ ਮੈਨੂੰ ਇਕ ਵਾਰ ਕਿਹਾ ਸੀ, "ਇੰਨਾ ਖ਼ੁਸ਼ ਹੋਣਾ ਠੀਕ ਨਹੀਂ ਹੈ!" ਉਨ੍ਹਾਂ ਨੂੰ ਆਪਣੀ ਪੁਰਾਣੇ ਮਾਨਸਿਕ ਤਰੀਕਿਆਂ ਦੀ ਇੰਨੀ ਜ਼ਿਆਦਾ ਆਦਤ ਹੋ ਗਈ ਹੈ ਕਿ ਉਹ ਖ਼ੁਸ਼ ਹੋਣ 'ਤੇ ਆਪਣੇ-ਆਪ ਨੂੰ ਸਹਿਜ ਨਹੀਂ ਮਹਿਸੂਸ ਕਰਦੇ, ਉਹ ਆਪਣੇ ਜਾਣੇ-ਪਛਾਣੇ ਪੁਰਾਣੀਆਂ ਪਰੇਸ਼ਾਨੀਆਂ ਅਤੇ ਦੁਖੀ ਅਵਸਥਾ ਦੀ ਕਮੀ ਨੂੰ ਮਹਿਸੂਸ ਕਰਦੇ ਹਨ, ਅਤੇ ਉਸੇ ਦੀਆਂ ਹੀ ਕਾਮਨਾ ਕਰਦੇ ਰਹਿੰਦੇ ਹਨ।

ਮੈਂ ਇੰਗਲੈਂਡ ਦੀ ਇਕ ਬਿਰਧ ਮਹਿਲਾ ਨੂੰ ਜਾਣਦਾ ਹਾਂ, ਜਿਸ ਨੂੰ ਕਈ ਸਾਲਾਂ ਤੋਂ ਹੱਡੀਆਂ ਦਾ ਰੋਗ (Rheumatism) ਸੀ। ਉਹ ਆਪਣੇ ਗੋਡਿਆਂ ਨੂੰ ਥਪਥਪਾ ਕੇ ਕਹਿੰਦੀ ਸੀ, "ਮੇਰਾ ਹੱਡੀ ਦਾ ਰੋਗ ਅੱਜ ਮਾੜੀ ਹਾਲਤ ਵਿਚ ਹੈ। ਅੱਜ ਮੈਂ ਬਾਹਰ ਨਹੀਂ ਜਾ ਸਕਦੀ। ਮੇਰੀ ਇਹ ਬਿਮਾਰੀ ਮੈਨੂੰ ਦੁੱਖੀ ਕਰ ਰਹੀ ਹੈ।"

ਮਹਿਲਾ ਦੀ ਇਸੇ ਸਥਿਤੀ ਕਾਰਣ ਉਸ ਦੇ ਪੁੱਤਰ, ਉਸਦੀਆਂ ਧੀਆਂ ਅਤੇ ਉਸ ਦੇ ਗੁਆਂਢੀ ਉਸ ਦਾ ਬੜਾ ਧਿਆਨ ਰੱਖਦੇ ਸਨ। ਦਰਅਸਲ ਇਸੇ ਕਾਰਣ ਉਹ ਆਪਣੀ ਬਿਮਾਰੀ ਨੂੰ ਪਸੰਦ ਕਰਦੀ ਸੀ। ਉਹ ਆਪਣੇ "ਦੁੱਖ" ਨੂੰ ਪਸੰਦ ਕਰਦੀ ਸੀ। ਆਪਣੇ ਅਵਚੇਤਨ ਮਨ ਦੇ ਸਤਰ 'ਤੇ ਉਹ ਖ਼ੁਸ਼ ਨਹੀਂ ਹੋਣਾ ਚਾਹੁੰਦੀ ਸੀ।

ਮੈਂ ਉਸ ਨੂੰ ਇਲਾਜ ਦਾ ਇਕ ਤਰੀਕਾ ਸੁਝਾਇਆ। ਮੈਂ ਉਸ ਨੂੰ ਬਾਈਬਲ ਦੀਆਂ ਕੁੱਝ ਆਇਤਾਂ ਲਿਖ ਕੇ ਦਿੱਤੀਆਂ ਅਤੇ ਕਿਹਾ ਕਿ ਜੇ ਉਹ ਇਨ੍ਹਾਂ ਸੱਚਾਈਆਂ 'ਤੇ ਧਿਆਨ ਕੇਂਦ੍ਰਿਤ ਕਰੇਗੀ, ਤਾਂ ਉਸ ਦਾ ਮਾਨਸਿਕ ਰਵੱਈਆ ਬੇਸ਼ੱਕ ਬਦਲ ਜਾਵੇਗਾ। ਉਸ ਦੀ ਆਸਥਾ ਅਤੇ ਵਿਸ਼ਵਾਸ ਉਸ ਨੂੰ ਸਿਹਤਮੰਦ ਕਰ ਦੇਣਗੇ। ਉਸ ਨੇ ਇਸ ਵਿਚ ਦਿਲਚਸਪੀ ਨਹੀਂ ਲਈ। ਕਈ ਲੋਕਾਂ ਵਿਚ ਇਸ ਤਰ੍ਹਾਂ ਦੀਆਂ ਖ਼ਾਸ ਮਾਨਸਿਕ, ਨਿਸ਼ਕ੍ਰੀਆ ਆਦਤਾਂ ਹੁੰਦੀਆਂ ਹਨ, ਜਿਸ ਦੀ ਵਜ੍ਹਾਂ ਨਾਲ ਉਹ ਦੁੱਖੀ ਅਤੇ ਪਰੇਸ਼ਾਨੀ ਦਾ ਆਨੰਦ ਮਾਣਦੇ ਹਨ।

ਦੁੱਖ ਕਿਉਂ ਚੁਣੀਏ?

ਕਈ ਲੋਕ ਅੱਗੇ ਦਿੱਤੇ ਵਿਚਾਰਾਂ ਨੂੰ ਸਵੀਕਾਰ ਕਰ ਕੇ ਦੁੱਖ ਦੀ ਚੋਣ ਕਰਦੇ ਹਨ: "ਅੱਜ ਦਾ ਦਿਨ ਮਾੜਾ ਹੈ; ਅੱਜ ਸਾਰਾ ਕੁੱਝ ਗਲਤ ਹੋਵੇਗਾ।" "ਮੈਂ ਸਫਲ ਨਹੀਂ ਹੋ ਪਾਵਾਂਗਾ।" "ਹਰ ਵਿਅਕਤੀ ਮੇਰੇ ਖ਼ਿਲਾਫ਼ ਹੈ।" "ਧੰਧਾ ਮਾੜਾ ਹੈ ਅਤੇ ਇਹ ਪਹਿਲਾਂ ਤੋਂ ਜ਼ਿਆਦਾ ਮਾੜਾ ਹੋਣ ਵਾਲਾ ਹੈ।" "ਮੈਂ ਹਮੇਸ਼ਾ ਦੇਰ ਨਾਲ ਪਹੁੰਚਦਾ ਹਾਂ।" "ਮੈਨੂੰ ਕਦੇ ਸੁਨਹਿਰੇ ਮੌਕੇ ਨਹੀਂ ਮਿਲਦੇ।" "ਉਹ ਕਰ ਸਕਦਾ ਹੈ, ਪਰ ਮੈਂ ਨਹੀਂ।" ਜੇ ਸਵੇਰੇ-ਸਵੇਰੇ ਤੁਹਾਡਾ ਇਹ ਮਾਨਸਿਕ ਰਵੱਈਆ ਰਹਿੰਦਾ ਹੈ,

ਤਾਂ ਤੁਸੀਂ ਆਪਣੇ ਵੱਲ ਇਨ੍ਹਾਂ ਸਾਰੇ ਦੁੱਖਦ ਅਨੁਭਵਾਂ ਨੂੰ ਆਕਰਸ਼ਿਤ ਕਰੋਗੇ ਅਤੇ ਤੁਸੀਂ ਬਹੁਤ ਦੁੱਖੀ ਹੋਵੋਗੇ।

ਇਹ ਅਹਿਸਾਸ ਕਰਨਾ ਸ਼ੁਰੂ ਕਰੋ ਕਿ ਜਿਸ ਦੁਨੀਆ ਵਿਚ ਤੁਸੀਂ ਰਹਿੰਦੇ ਹੋ, ਉਸਦਾ ਨਿਰਣਾ ਜ਼ਿਆਦਾਤਰ ਉਹੀ ਹੁੰਦਾ ਹੈ ਕਿ ਜੋ ਤੁਹਾਡੇ ਦਿਮਾਗ਼ ਵਿਚ ਚੱਲ ਰਿਹਾ ਹੁੰਦਾ ਹੈ। ਮਹਾਨ ਰੋਮਨ ਦਾਰਸ਼ਨਿਕ ਅਤੇ ਸੰਨਿਆਸੀ ਮਾਰਕਸ ਆਰੇਲੀਅਸ ਨੇ ਕਿਹਾ ਸੀ, "ਇਕ ਇਨਸਾਨ ਦੀ ਜ਼ਿੰਦਗੀ ਉਸ ਦੇ ਵਿਚਾਰਾਂ ਨਾਲ ਬਣਦੀ ਹੈ।" ਅਮਰੀਕਾ ਦੇ ਮੋਹਰੀ ਦਾਰਸ਼ਨਿਕ ਐਮਰਸਨ ਦੇ ਅਨੁਸਾਰ, "ਇਕ ਵਿਅਕਤੀ ਜੋ ਕੁੱਝ ਉਹ ਸਾਰਾ ਦਿਨ ਸੋਚ ਦਾ ਰਹਿੰਦਾ ਹੈ, ਉਹ ਉਹੀ ਬਣਦਾ ਹੈ।" ਉਹ ਵਿਚਾਰ ਜਿਨ੍ਹਾਂ ਨੂੰ ਤੁਸੀਂ ਆਪਣੀ ਆਦਤ ਦੇ ਅਨੁਸਾਰ ਆਪਣੇ ਮਸਤਿਸ਼ਕ ਵਿਚ ਸੋਚਦੇ ਹੋ, ਉਨ੍ਹਾਂ ਦੀ ਆਦਤ ਹੁੰਦੀ ਹੈ ਕਿ ਉਹ ਭੌਤਿਕ ਤੌਰ 'ਤੇ ਆਪਣੇ-ਆਪ ਨੂੰ ਅਸਲ ਵਿਚ ਪ੍ਰਗਟ ਕਰ ਦਿੰਦੇ ਹਨ।

ਇਸ ਗੱਲ ਨੂੰ ਸੁਨਿਸ਼ਚਤ ਕਰੋ ਕਿ ਤੁਹਾਡੇ ਮਨ ਵਿਚ ਨਕਾਰਾਤਮਕ, ਹਾਰੇ ਹੋਏ ਖ਼ਰਾਬ ਵਿਚਾਰ ਜਾਂ ਪਰੇਸ਼ਾਨੀ ਵਾਲੇ ਜਾਂ ਨਿਰਾਸ਼ਾਵਾਦੀ ਵਿਚਾਰ ਨਾ ਆਉਣ। ਆਪਣੇ ਮਸਤਿਸ਼ਕ ਵਿਚ ਵਾਰ-ਵਾਰ ਦੁਹਰਾਓ ਕਿ ਤੁਹਾਨੂੰ ਆਪਣੀ ਸੋਚ ਜਾਂ ਮਾਨਸਿਕਤਾ ਤੋਂ ਬਾਹਰ ਕੁੱਝ ਵੀ ਅਨੁਭਵ ਨਹੀਂ ਹੁੰਦਾ।

ਜੇ ਮੇਰੇ ਕੋਲ ਦਸ ਲੱਖ ਡਾਲਰ ਹੁੰਦੇ, ਤਾਂ ਮੈਂ ਸੁੱਖੀ ਹੁੰਦਾ

ਮੈਂ ਕਈ ਵਾਰ ਪਾਗਲਖਾਨੇ ਅੰਦਰ ਕਈ ਵਿਅਕਤੀਆਂ ਨੂੰ ਮਿਲਣ ਲਈ ਗਿਆ ਜੋ ਕਰੋੜਪਤੀ ਸਨ, ਪਰ ਉਸ ਦੇ ਬਾਵਜੂਦ ਉਨ੍ਹਾਂ ਨੇ ਇਸ ਗੱਲ 'ਤੇ ਜੋਰ ਦਿੱਤਾ ਕਿ ਉਨ੍ਹਾਂ ਦੇ ਕੋਲ ਫੁੱਟੀ ਕਉਡੀ ਵੀ ਨਹੀਂ ਹੈ ਅਤੇ ਉਹ ਅਨਾਥ ਹਨ। ਉਨ੍ਹਾਂ ਨੂੰ ਬੰਦ ਇਸ ਲਈ ਕਰ ਦਿੱਤਾ ਗਿਆ ਸੀ, ਕਿਉਂਕਿ ਉਹ ਮਾਨਸਿਕ ਰੋਗੀ, ਪਾਗਲ, ਉਨਮਤ ਅਤੇ ਅਵਸਾਦਗ੍ਰਸਤ ਪ੍ਰਵਿਰਤੀ ਦੇ ਸਨ। ਸੰਪੱਤੀ ਖ਼ੁਦ ਤੁਹਾਨੂੰ ਖ਼ੁਸ਼ ਨਹੀਂ ਕਰ ਸਕਦੀ। ਦੂਜੇ ਪਾਸੇ ਇਹ ਖ਼ੁਸ਼ੀ ਦੇਣ ਵਿਚ ਅੜਿਕਾ ਵੀ ਨਹੀਂ ਹੈ। ਅੱਜ-ਕੱਲ੍ਹ ਕਈ ਵਿਅਕਤੀ ਖ਼ੁਸ਼ੀ ਦਾ ਰੇਡੀਓ, ਟੈਲੀਵਿਜਨ, ਗੱਡੀਆਂ, ਦੇਸ਼ ਵਿਚ ਮਕਾਨ ਅਤੇ ਨਿਜੀ ਜਹਾਜ, ਇਕ ਤਰਣ ਲਈ ਤਾਲਾਬ ਖਰੀਦ ਕੇ ਮਹਿਸੂਸ ਕਰਦੇ ਹਨ; ਪਰ ਖ਼ੁਸ਼ੀਆਂ ਨੂੰ ਇਸ ਪ੍ਰਕਾਰ ਖਰੀਦ ਕੇ ਨਹੀਂ ਪਾਇਆ ਜਾ ਸਕਦਾ।

ਖ਼ੁਸ਼ੀ ਦਾ ਸਾਮਰਾਜ ਤੁਹਾਡੀਆਂ ਭਾਵਨਾਵਾਂ ਅਤੇ ਅਹਿਸਾਸਾਂ ਵਿਚ ਹੈ। ਬਹੁਤੇ ਵਿਅਕਤੀਆਂ ਦੀ ਧਾਰਨਾ ਹੈ ਕਿ ਖ਼ੁਸ਼ੀ ਨੂੰ ਪੈਦਾ ਕਰਨ ਲਈ ਕੁੱਝ ਬਨਾਵਟੀ ਕਰਨਾ ਪਵੇਗਾ। ਕੁੱਝ ਦੇ ਅਨੁਸਾਰ, "ਜੇ ਮੈਂ ਮੇਅਰ ਬਣ ਜਾਵਾਂ, ਕਿਸੇ ਸੰਗਠਨ ਜਾਂ ਕਾਰਪੋਰੇਸ਼ਨ ਦਾ ਪ੍ਰਧਾਨ ਬਣਾ ਦਿੱਤਾ ਜਾਵੇ, ਕਿਸੇ ਸੰਗਠਨ ਦਾ ਜਨਰਲ ਮੈਨੇਜ਼ਰ ਬਣਾ ਦਿੱਤਾ ਜਾਏ ਤਾਂ ਮੈਂ ਬਹੁਤ ਖ਼ੁਸ਼ ਹੋਵਾਂਗਾ।"

ਸੱਚ ਤਾਂ ਇਹ ਹੈ ਕਿ ਖ਼ੁਸ਼ੀ ਇਕ ਮਾਨਸਿਕ ਅਤੇ ਅਧਿਆਤਮਿਕ ਅਵਸਥਾ

ਹੈ ਜ਼ਰੂਰੀ ਨਹੀਂ ਕਿ ਉਪਰੋਕਤ ਅਹੁਦੇ ਤੁਹਾਨੂੰ ਖ਼ੁਸ਼ੀ ਦਿਲਾ ਸਕਣ। ਤੁਹਾਡੀ ਅਸਲ ਸ਼ਕਤੀ, ਖ਼ੁਸ਼ੀ ਅਤੇ ਸੁਖ ਆਪਣੇ ਦੈਵੀ ਵਿਧਾਨ ਦੇ ਨਿਜਮ ਅਤੇ ਆਪਣੇ ਅਵਚੇਤਨ ਮਨ ਵਿਚ ਸਹੀ ਕਿਰਿਆ ਨੂੰ ਪ੍ਰਾਪਤ ਕਰਨ ਅਤੇ ਇਨ੍ਹਾਂ ਸਿਧਾਂਤਾਂ ਨੂੰ ਆਪਣੇ ਜੀਵਨ ਦੇ ਸਾਰੇ ਖੇਤਰਾਂ ਵਿਚ ਲਾਗੂ ਕਰਨ ਵਿਚ ਸ਼ਾਮਿਲ ਹੈ।

ਉਸ ਨੂੰ ਖ਼ੁਸ਼ੀ ਮਾਨਸਿਕ ਸ਼ਾਂਤੀ ਦੀ ਫ਼ਸਲ ਵਜੋਂ ਮਿਲੀ

ਕੁੱਝ ਸਾਲ ਪਹਿਲਾਂ ਸੈਨ ਫ੍ਰਾਂਸਿਸਕੋ ਵਿਚ ਵਖਿਆਨ ਦੌਰਾਨ ਮੈਂ ਇਕ ਵਿਅਕਤੀ ਦਾ ਇੰਟਰਵਿਊ ਲਿਆ ਜੋ ਬਹੁਤ ਦੁੱਖੀ, ਪਰੇਸਾਨ ਤੇ ਨਿਰਾਸ਼ ਸੀ, ਕਿਉਂਕਿ ਉਸ ਦਾ ਬਿਜ਼ਨਿਸ ਡਾਂਵਾਡੋਲ ਸੀ। ਉਹ ਇਕ ਕੰਪਨੀ ਦਾ ਜਨਰਲ ਮੈਨੇਜਰ ਸੀ। ਉਸ ਦੇ ਅੰਦਰ ਆਪਣੀ ਕੰਪਨੀ ਦੇ ਵਾਇਸ ਪ੍ਰੈਸੀਡੈਂਟ ਅਤੇ ਪ੍ਰੈਸੀਡੈਂਟ ਦੇ ਪ੍ਰਤਿ ਬੜਾ ਰੋਸ਼ ਸੀ। ਉਸ ਦਾ ਦਾਅਵਾ ਸੀ ਕਿ ਉਹ ਉਸਦੇ ਵਿਰੋਧੀ ਹਨ।

ਇਸ ਤਰ੍ਹਾਂ ਦੇ ਆਂਤਰਿਕ ਕਲੇਸ਼ ਦੀ ਵਜ੍ਹਾ ਨਾਲ ਵਪਾਰ ਘੱਟ ਹੋ ਰਿਹਾ ਸੀ ਅਤੇ ਉਸ ਨੂੰ ਆਪਣੇ ਸ਼ੇਅਰਾਂ 'ਤੇ ਕੋਈ ਬੋਨਸ ਜਾਂ ਡਿਵਿਡੈਂਟ ਨਹੀਂ ਮਿਲ ਰਿਹਾ ਸੀ।

ਉਸ ਨੇ ਆਪਣੀ ਵਪਾਰਿਕ ਸਮੱਸਿਆ ਨੂੰ ਇਸ ਤਰ੍ਹਾਂ ਨਾਲ ਹੱਲ ਕੀਤਾ। ਸਵੇਰੇ-ਸਵੇਰੇ ਉਹ ਸਭ ਤੋਂ ਪਹਿਲਾਂ ਅੱਗੇ ਦਿੱਤੇ ਗਏ ਵਾਕ ਨੂੰ ਸ਼ਾਂਤੀ ਨਾਲ ਇਸ ਤਰ੍ਹਾਂ ਸਵੀਕਾਰ ਕਰ ਤਸਦੀਕ ਕਰਦਾ ਸੀ:

> ਸਾਡੀ ਕੰਪਨੀ ਵਿਚ ਕੰਮ ਕਰਨ ਵਾਲੇ ਸਾਰੇ ਕਰਮਚਾਰੀ ਇਮਾਨਦਾਰ, ਨੇਕਨੀਅਤ ਵਾਲੇ, ਸਹਿਯੋਗੀ, ਵਫ਼ਾਦਾਰ ਤੇ ਸਭ ਦੇ ਪ੍ਰਤਿ ਸਦਭਾਵਨਾ ਰੱਖਣ ਵਾਲੇ ਹਨ। ਉਹ ਸਾਰੇ ਇਸ ਕੰਪਨੀ ਦੇ ਵਿਕਾਸ, ਭਲਿਆਈ ਤੇ ਖੁਸ਼ਹਾਲੀ ਦੀ ਜੰਜ਼ੀਰ ਵਿਚ ਮਾਨਸਿਕ ਤੇ ਅਧਿਆਤਮਿਕ ਕੜੀਆਂ ਹਨ। ਮੈਂ ਆਪਣੇ ਦੋਨੋ ਸਹਿਯੋਗੀਆਂ ਅਤੇ ਕੰਪਨੀ ਦੇ ਬਾਕੀ ਸਾਰੇ ਕਰਮਚਾਰੀਆਂ ਵਿਚ ਪਿਆਰ, ਸ਼ਾਂਤੀ ਤੇ ਇਕਸੁਰਤਾ ਵਾਲੇ ਆਪਣੇ ਵਿਚਾਰ, ਸ਼ਬਦਾਂ ਤੇ ਕਾਰਜਾਂ ਰਾਹੀਂ ਫੈਲਾਉਂਦਾ ਹਾਂ। ਇਸ ਕੰਪਨੀ ਦੇ ਪ੍ਰੈਸੀਡੈਂਟ (ਪ੍ਰਧਾਨ) ਤੇ ਵਾਇਸ-ਪ੍ਰੈਸੀਡੈਂਟ (ਮੀਤ-ਪ੍ਰਧਾਨ) ਦੋਨੋਂ ਨੂੰ ਆਪਣੇ ਸਾਰੇ ਕੰਮਾਂ 'ਚ ਦੈਵੀ ਮਾਰਗਦਰਸ਼ਨ ਮਿਲ ਰਿਹਾ ਹੈ। ਮੇਰੇ ਅਵਚੇਤਨ ਮਨ ਦੀ ਅਸੀਮ ਬੁੱਧੀਮੱਤਾ ਮੇਰੇ ਸਾਰੇ ਫੈਸਲੇ ਲੈਂਦੀ ਹੈ। ਸਾਡੇ ਸਾਰੇ ਬਿਜ਼ਨਿਸ ਸੌਦਿਆਂ ਅਤੇ ਆਪਸੀ ਸੰਬੰਧਾਂ ਵਿਚ ਇਕਸੁਰਤਾ ਹੈ। ਮੈਂ ਆਪਣੇ-ਆਪ ਤੋਂ ਪਹਿਲਾਂ ਸ਼ਾਂਤੀ, ਪਿਆਰ ਅਤੇ ਇਕਸੁਰਤਾ ਦੇ ਹਰਕਾਰੇ ਜਾਂ ਦੂਤ ਨੂੰ ਆਫਿਸ ਭੇਜਦਾ ਹਾਂ। ਕੰਪਨੀ ਵਿਚ ਕੰਮ ਕਰਨ ਵਾਲੇ ਸਾਰੇ ਲੋਕਾਂ, ਜਿਨ੍ਹਾਂ ਵਿਚ ਮੈਂ ਵੀ ਸ਼ਾਮਿਲ ਹਾਂ, ਦੇ ਦਿਲਾਂ ਵਿਚ ਸ਼ਾਂਤੀ, ਪਿਆਰ ਅਤੇ ਇਕਸੁਰਤਾ ਦੀ ਭਾਵਨਾ ਸਾਰਿਆਂ ਦੇ ਮਸਤਿਸ਼ਕਾਂ

ਵਿਚ ਸਭ ਤੋਂ ਉੱਪਰ ਕਾਇਮ ਰਹੇ। ਮੈਂ ਇਸ ਨਵੇਂ ਦਿਨ ਦੀ ਸ਼ੁਰੂਆਤ ਆਸਥਾ, ਵਿਸ਼ਵਾਸ ਅਤੇ ਪੂਰੀ ਵਫ਼ਾਦਾਰੀ ਨਾਲ ਕਰਦਾ ਹਾਂ।"

ਇਸ ਬਿਜ਼ਨਿਸ ਐਕਜ਼ੀਕਿਊਟਿਵ ਨੇ ਇਹ ਵਿਚਾਰ ਸੱਚ ਮੰਨਦਿਆਂ ਸਵੇਰੇ ਤਿੰਨ ਵਾਰ ਹੌਲੀ-ਹੌਲੀ ਭਾਵਨਾ ਨਾਲ ਦੁਹਰਾਇਆ। ਦਿਨ ਵਿਚ ਜਦੋਂ ਵੀ ਉਸ ਦੇ ਮਨ ਵਿਚ ਡਰ ਜਾਂ ਗੁੱਸੇ ਦੇ ਵਿਚਾਰ ਆਉਂਦੇ ਤਾਂ ਉਹ ਆਪਣੇ-ਆਪ ਨੂੰ ਕਹਿੰਦਾ, "ਸ਼ਾਂਤੀ, ਸਦਭਾਵ ਅਤੇ ਸ਼ਾਂਤ ਚਿੱਤਤਾ ਮੇਰੇ 'ਤੇ ਹਰ ਸਮੇਂ ਕਾਬੂ ਕਰਦੀ ਹੈ।"

ਜਦੋਂ ਉਸ ਨੇ ਆਪਣੇ ਮਨ ਨੂੰ ਇਸ ਤਰ੍ਹਾਂ ਅਨੁਸ਼ਾਸਤ ਕਰਨਾ ਸੁਰੂ ਕੀਤਾ, ਉਦੋਂ ਨੁਕਸਾਨ ਦੇਣ ਵਾਲੇ ਭਾਵ ਉਸ ਦੇ ਮਨ ਵਿਚ ਆਉਣਾ ਬੰਦ ਹੋ ਗਏ, ਅਤੇ ਉਸਦਾ ਮਨ ਸ਼ਾਂਤ ਹੋ ਗਿਆ। ਉਸ ਨੇ ਬਹੁਤ ਵਧੀਆਂ ਫ਼ਸਲ ਵੱਢੀ।

ਕੁੱਝ ਸਮਾਂ ਬਾਅਦ, ਉਸ ਨੇ ਮੈਨੂੰ ਲਿਖਿਆ ਕਿ ਆਪਣੇ ਮਸਤਿਸ਼ਕ ਨੂੰ ਵਿਵਸਥਤ ਕਰਣ ਦੇ ਲਗਭਗ ਦੋ ਹਫਤਿਆਂ ਬਾਅਦ ਪ੍ਰੈਸੀਡੈਂਟ ਤੇ ਵਾਇਸ-ਪ੍ਰੈਸੀਡੈਂਟ ਨੇ ਉਸ ਨੂੰ ਆਪਣੇ ਆਫ਼ਿਸ ਵਿਚ ਬੁਲਾਇਆ, ਅਤੇ ਉਸ ਦੇ ਕੰਮਾਂ ਤੇ ਨਵੇਂ ਸਿਰਜਨਾਤਮਕ ਵਿਚਾਰਾਂ ਦੀ ਸ਼ਲਾਘਾ ਕੀਤੀ ਤੇ ਕਿਹਾ ਕਿ ਉਹ ਮੇਰੇ ਵਰਗਾ ਜਰਨਲ ਮੈਨੇਜ਼ਰ ਪਾ ਕੇ ਜ਼ਿਆਦਾ ਭਾਗਸ਼ਾਲੀ ਹਨ। ਉਸ ਨੂੰ ਇਹ ਜਾਣ ਕੇ ਬੜੀ ਖ਼ੁਸ਼ੀ ਹੋਈ ਕਿ ਵਿਅਕਤੀ ਨੂੰ ਖ਼ੁਸ਼ੀ ਆਪਣੇ ਅੰਦਰੋਂ ਮਿਲਦੀ ਹੈ।

ਰੁਕਾਵਟ ਜਾਂ ਔਕੜ ਅਸਲ ਵਿਚ ਉੱਥੇ ਨਹੀਂ ਹੈ

ਕੁੱਝ ਸਾਲਾਂ ਪਹਿਲਾਂ ਮੈਂ ਅਖਬਾਰ ਵਿਚ ਇਕ ਲੇਖ ਪੜ੍ਹਿਆ, ਜਿਸ ਵਿਚ ਇਕ ਘੋੜੇ ਦੇ ਬਾਰੇ ਲਿਖਿਆ ਹੋਇਆ ਸੀ ਜੋ ਸੜਕ 'ਤੇ ਇਕ ਲਕੜ ਦੇ ਟੁਕੜੇ ਦੀ ਵਜ੍ਹਾ ਨਾਲ ਰੁਕ ਗਿਆ ਸੀ, ਜਦੋਂ ਵੀ ਘੋੜਾ ਉਸ ਡੰਡੇ ਕੋਲ ਆਉਂਦਾ ਤਾਂ ਰੁਕ ਜਾਂਦਾ। ਕਿਸਾਨ ਨੇ ਉਸ ਲਕੜ ਦੇ ਟੁਕੜੇ ਨੂੰ ਪੁੱਟ ਕੇ ਜ਼ਮੀਨ ਨੂੰ ਸਮਤਲ ਕਰ ਦਿੱਤਾ, ਪਰ ਫਿਰ ਵੀ ਪੱਚੀ ਸਾਲਾਂ ਤੱਕ, ਹਰ ਵਾਰ ਉਹ ਘੋੜਾ ਜਦੋਂ ਉੱਥੇ ਲੰਘਦਾ, ਉਦੋਂ ਉਹ ਜਗ੍ਹਾਂ 'ਤੇ ਰੁਕ ਜਾਂਦਾ, ਜਿੱਥੇ ਉਹ ਟੁਕੜਾ ਗੱਡਿਆ ਹੋਇਆ ਸੀ। ਘੋੜਾ ਉਸ ਲੱਕੜੀ ਨੂੰ ਯਾਦ ਕਰਕੇ, ਉਸ ਜਗ੍ਹਾਂ 'ਤੇ ਰੁਕ ਜਾਂਦਾ ਸੀ।

ਤੁਹਾਡੇ ਮਨ ਜਾਂ ਕਲਪਨਾ ਵਿਚ ਇਸ ਤਰ੍ਹਾਂ ਦੀ ਕੋਈ ਰੁਕਾਵਟ ਨਹੀਂ ਹੈ। ਕੀ ਤੁਹਾਨੂੰ ਡਰ ਅਤੇ ਚਿੰਤਾਵਾਂ ਰੋਕ ਰਹੀਆਂ ਹਨ? ਡਰ ਤੁਹਾਡੇ ਮਨ ਦਾ ਇਕ ਵਿਚਾਰ ਹੈ। ਤੁਸੀਂ ਇਸੇ ਵੇਲੇ ਇਸ ਨੂੰ ਪੁੱਟ ਕੇ ਉਸ ਦੇ ਅੰਦਰ ਆਪਣੀ ਸਫਲਤਾ ਦਾ ਵਿਸ਼ਵਾਸ, ਪ੍ਰਾਪਤੀਆਂ ਅਤੇ ਸਾਰੀਆਂ ਮੁਸ਼ਕਿਲਾਂ 'ਤੇ ਜਿੱਤ ਪਾਉਣ ਦੇ ਵਿਚਾਰਾਂ ਨਾਲ ਭਰ ਸਕਦੇ ਹੋ।

ਮੈਂ ਇਕ ਵਿਅਕਤੀ ਨੂੰ ਜਾਣਦਾ ਹਾਂ ਜੋ ਵਪਾਰ ਵਿਚ ਅਸਫਲ ਹੋ ਗਿਆ ਸੀ। ਉਸ ਨੇ ਮੈਨੂੰ ਕਿਹਾ, "ਮੈਂ ਗ਼ਲਤੀਆਂ ਕੀਤੀਆਂ ਸਨ, ਪਰ ਮੈਂ ਉਨ੍ਹਾਂ ਕੋਲੋਂ ਕਾਫ਼ੀ ਕੁੱਝ ਸਿੱਖ ਵੀ ਲਿਆ ਹੈ। ਮੈਂ ਦੁਬਾਰਾ ਵਪਾਰ ਸ਼ੁਰੂ ਕਰਨ ਜਾ ਰਿਹਾ ਹਾਂ ਅਤੇ ਮੈਨੂੰ

ਇਸ ਵਿਚ ਅਪਾਰ ਸਫਲਤਾ ਮਿਲੇਗੀ।" ਉਸ ਨੇ ਉਸ ਰੁਕਾਵਟ ਦਾ ਸਾਹਮਣਾ ਕੀਤਾ, ਉਸ ਨੇ ਕੋਈ ਸ਼ਿਕਾਇਤ ਨਹੀਂ ਕੀਤੀ, ਨਾ ਹੀ ਕੁਝ ਬੜਬੜਾਇਆ, ਪਰ ਉਸ ਨੇ ਉਸ ਹਾਰ ਰੂਪੀ ਰੁਕਾਵਟ ਨੂੰ ਤੋੜ ਦਿੱਤਾ ਅਤੇ ਆਪਣੇ ਅੰਦਰੂਨੀ ਸ਼ਕਤੀ 'ਤੇ ਵਿਸ਼ਵਾਸ ਦੁਆਰਾ ਸਹਿਯੋਗ ਪਾਇਆ। ਉਸ ਨੇ ਆਪਣੇ ਡਰ ਅਤੇ ਪੁਰਾਣੀ ਨਿਰਾਸ਼ਾਵਾਂ ਦੇ ਸਾਰੇ ਵਿਚਾਰਾਂ ਨੂੰ ਨਸ਼ਟ ਕਰ ਦਿੱਤਾ। ਆਪਣੇ-ਆਪ 'ਤੇ ਯਕੀਨ ਕਰੋ; ਤੁਸੀਂ ਸਫਲ ਅਤੇ ਸੁੱਖੀ ਬਣ ਜਾਓਗੇ।

ਸਭ ਤੋਂ ਖੁਸ਼ਹਾਲ ਲੋਕ

ਸਭ ਤੋਂ ਸੁੱਖੀ ਵਿਅਕਤੀ ਉਹ ਹੈ, ਜੋ ਲਗਾਤਾਰ ਆਪਣੇ ਅੰਦਰ ਦੇ ਸਭ ਤੋਂ ਵਧੀਆ ਸਰੂਪ ਨੂੰ ਵਾਰ-ਵਾਰ ਸਾਹਮਣੇ ਲਿਆਉਂਦਾ ਅਤੇ ਅਭਿਆਸ ਕਰਦਾ ਹੈ। ਸੁੱਖ ਅਤੇ ਸਦਗੁਣ ਇਕ-ਦੂਜੇ ਦੇ ਪੂਰਕ ਹਨ। ਸਭ ਤੋਂ ਚੰਗੇ ਲੋਕ ਨਾ ਸਿਰਫ਼ ਸਭ ਤੋਂ ਸੁੱਖੀ ਹੁੰਦੇ ਹਨ, ਬਲਕਿ ਆਮ ਤੌਰ 'ਤੇ ਸਫਲਤਾ ਨਾਲ ਜਿਉਣ ਦੀ ਕਲਾ ਵਿਚ ਵੀ ਸਭ ਤੋਂ ਮਾਹਿਰ ਹੁੰਦੇ ਹਨ। ਪਰਮਾਤਮਾ ਤੁਹਾਡੇ ਅੰਦਰ ਸਭ ਤੋਂ ਉੱਚਾ ਅਤੇ ਸਭ ਤੋਂ ਚੰਗਾ ਹੈ। ਪਰਮਾਤਮਾ ਦੇ ਪਿਆਰ, ਪ੍ਰਕਾਸ਼, ਸੱਚ ਅਤੇ ਸੁੰਦਰਤਾ ਨੂੰ ਜਿੰਨਾ ਜ਼ਿਆਦਾ ਵਿਅਕਤ ਕਰੋਗੇ, ਉੱਨਾ ਹੀ ਤੁਸੀਂ ਦੁਨੀਆ ਦੇ ਸਭ ਤੋਂ ਸੁੱਖੀ ਵਿਅਕਤੀਆਂ ਵਿਚੋਂ ਇਕ ਬਣ ਜਾਓਗੇ।

ਗ੍ਰੀਕ ਸਟੋਇਕ ਦਾਰਸ਼ਨਕ ਐਪਿਕਟੇਟਸ ਨੇ ਕਿਹਾ ਸੀ, "ਮਾਨਸਿਕ ਸ਼ਾਂਤੀ ਅਤੇ ਸੁੱਖ ਦਾ ਬਸ ਇਕੋ ਹੀ ਰਾਸਤਾ ਹੈ; ਇਸ ਲਈ, ਇਸ ਨੂੰ ਆਪਣੇ ਹਮੇਸ਼ਾ ਨਾਲ ਰੱਖੋ, ਉਦੋਂ ਵੀ ਜਦੋਂ ਤੁਸੀਂ ਸਵੇਰੇ ਜਾਗੋ ਅਤੇ ਪੂਰਾ ਦਿਨ ਅਤੇ ਉਦੋਂ ਵੀ ਜਦੋਂ ਤੁਸੀਂ ਸੌਣ ਜਾਓ। ਬਾਹਰੀ ਚੀਜ਼ਾਂ ਨਾਲ ਪ੍ਰਭਾਵਿਤ ਨਾ ਹੋਵੇ, ਬਲਕਿ ਇਨ੍ਹਾਂ ਸਾਰਿਆਂ ਨੂੰ ਪਰਮਾਤਮਾ ਨੂੰ ਸਮਰਪਿਤ ਕਰ ਦਿਓ।"

ਖੁਸ਼ਹਾਲੀ ਦੇ ਕਦਮਾਂ ਦਾ ਸਾਰ

1. ਵਿਲੀਅਮ ਜੋਮਸ ਨੇ ਕਿਹਾ ਸੀ ਕਿ ਉਨ੍ਹੀਵੀਂ ਸਦੀ ਦੀ ਸਭ ਤੋਂ ਵੱਡੀ ਖੋਜ ਆਸਥਾ ਨਾਲ ਪ੍ਰੇਰਿਤ ਅਵਚੇਤਨ ਮਨ ਦੀ ਸ਼ਕਤੀ ਹੈ।

2. ਤੁਹਾਡੇ ਅੰਦਰ ਜ਼ਬਰਦਸਤ ਸ਼ਕਤੀ ਹੈ। ਜਦੋਂ ਤੁਸੀਂ ਇਸ ਸ਼ਕਤੀ ਵਿਚ ਪਰਮ ਵਿਸ਼ਵਾਸ ਕਰਨ ਲਗੋਗੇ ਤਾਂ, ਤੁਸੀਂ ਸੁੱਖੀ ਹੋ ਜਾਵੋਗੇ। ਉਦੋਂ ਤੁਸੀਂ ਆਪਣੇ ਸੁਫਨਿਆਂ ਨੂੰ ਸਾਕਾਰ ਕਰ ਪਾਓਗੇ।

3. ਤੁਸੀਂ ਆਪਣੇ ਅਵਚੇਤਨ ਮਨ ਦੀ ਅਦਭੁੱਤ ਸ਼ਕਤੀ ਦੁਆਰਾ ਕਿਸੇ ਵੀ ਹਾਰ 'ਤੇ ਜਿੱਤ ਪਾ ਸਕਦੇ ਹੋ ਅਤੇ ਕਿਸੇ ਵੀ ਮਨੋਕਾਮਨਾ ਨੂੰ ਪੂਰਾ ਕਰ ਸਕਦੇ ਹੋ।

ਇੱਥੇ ਇਸ ਵਾਕ ਦਾ ਮਤਲਬ ਹੈ ਕਿ ਜੋ ਵਿਅਕਤੀ ਪਰਮਾਤਮਾ (ਅਵਚੇਤਨ ਮਨ ਦੇ ਅਧਿਆਤਮਕ ਨਿਜਮ) ਵਿਚ ਭਰੋਸਾ ਕਰਦਾ ਹੈ, ਉਹ ਸੁਖੀ ਹੁੰਦਾ ਹੈ।

4. ਤੁਹਾਨੂੰ ਖ਼ੁਸ਼ੀ ਦੀ ਚੋਣ ਕਰਨੀ ਹੋਵੇਗੀ। ਖ਼ੁਸ਼ੀ ਇਕ ਆਦਤ ਹੈ। ਇਹ ਇਕ ਚੰਗੀ ਆਦਤ ਹੈ, ਜਿਸ 'ਤੇ ਅਕਸਰ ਵਿਚਾਰ ਕੀਤਾ ਜਾਣਾ ਚਾਹੀਦਾ ਹੈ।

ਜੋ ਵੀ ਚੀਜ਼ਾਂ ਸੱਚੀਆਂ ਹਨ, ਜੋ ਵੀ ਚੀਜ਼ਾਂ ਇਮਾਨਦਾਰ ਹਨ, ਜੋ ਵੀ ਚੀਜ਼ਾਂ ਨਿਆਂਪੂਰਨ ਹਨ, ਜੋ ਵੀ ਚੀਜ਼ਾਂ ਸ਼ੁੱਧ ਹਨ, ਜੋ ਵੀ ਚੀਜ਼ਾਂ ਪਿਆਰੀਆਂ ਹਨ, ਜੋ ਵੀ ਚੀਜ਼ਾਂ ਚੰਗੇ ਮਾਣ ਦੀਆਂ ਹਨ, ਜੇ ਕੋਈ ਗੁਣ ਹੈ, ਅਤੇ ਜੇ ਕੋਈ ਸ਼ਲਾਘਾ ਹੈ, ਤਾਂ ਇਨ੍ਹਾਂ ਬਾਰੇ ਸੋਚੋ।

ਫਿਲ 4:8।

5. ਜਦੋਂ ਤੁਸੀਂ ਸਵੇਰ ਨੂੰ ਆਪਣੀ ਅੱਖਾਂ ਖੋਲ੍ਹੋ, ਤਾਂ ਆਪਣੇ-ਆਪ ਨੂੰ ਕਹੋ, "ਮੈਂ ਅੱਜ ਖ਼ੁਸ਼ੀ ਦੀ ਚੋਣ ਕਰਦਾ ਹਾਂ। ਮੈਂ ਅੱਜ ਸਫਲਤਾ ਦੀ ਚੋਣ ਕਰਦਾ ਹਾਂ। ਮੈਂ ਅੱਜ ਸਹੀ ਕੰਮ ਕਰਨ ਦੀ ਚੋਣ ਕਰਦਾ ਹਾਂ। ਮੈਂ ਅੱਜ ਸਾਰਿਆਂ ਲਈ ਪਿਆਰ ਅਤੇ ਇਕਸੁਰਤਾ ਦੀ ਚੋਣ ਕਰਦਾ ਹਾਂ। ਮੈਂ ਅੱਜ ਸ਼ਾਂਤੀ ਦੀ ਚੋਣ ਕਰਦਾ ਹਾਂ।" ਇਸ ਸਕਾਰਾਤਮਕ ਤਸਦੀਕ ਨਾਲ ਸਜੀਵਤਾ, ਪਿਆਰ ਤੇ ਦਿਲਚਸਪੀ ਭਰੋਗੇ, ਤਾਂ ਤੁਹਾਨੂੰ ਖ਼ੁਸ਼ੀ ਮਿਲ ਜਾਵੇਗੀ।

6. ਹਰ ਦਿਨ ਕਈ ਵਾਰ ਆਪਣੀ ਸਾਰੀਆਂ ਰਹਿਮਤਾਂ ਲਈ ਸ਼ੁਕਰੀਆ ਅਦਾ ਕਰੋ। ਇਸ ਤੋਂ ਇਲਾਵਾ, ਆਪਣੇ ਪਰਿਵਾਰ ਦੇ ਮੈਂਬਰਾਂ, ਸਹਿਜੋਗੀਆਂ ਦੇ ਨਾਲ ਸਾਰੀ ਦੁਨੀਆ ਲਈ ਸ਼ਾਂਤੀ, ਪਿਆਰ ਅਤੇ ਖੁਸ਼ਹਾਲੀ ਦੀ ਪ੍ਰਾਰਥਨਾ ਕਰੋ।

7. ਤੁਹਾਡੇ ਮਨ ਵਿਚ ਖ਼ੁਸ਼ ਰਹਿਣ ਦੀ ਸੱਚੀ ਇੱਛਾ ਹੋਣੀ ਚਾਹੀਦੀ ਹੈ। ਬਿਨਾ ਇੱਛਾ ਦੇ ਕੁਝ ਹਾਸਿਲ ਨਹੀਂ ਹੁੰਦਾ। ਇੱਛਾ ਕਲਪਨਾ ਅਤੇ ਆਸਥਾ ਦੇ ਖੰਭਾਂ ਦੇ ਨਾਲ ਕੀਤੀ ਗਈ ਕਾਮਨਾ ਹੈ। ਆਪਣੀ ਇੱਛਾ ਦੇ ਸਾਕਾਰ ਹੋਣ ਦੀ ਕਲਪਨਾ ਕਰੋ, ਇਸਦੀ ਅਸਲੀਅਤ ਨੂੰ ਮਹਿਸੂਸ ਕਰੋ ਅਤੇ ਇਹ ਸਾਕਾਰ ਹੋ ਜਾਵੇਗੀ। ਖ਼ੁਸ਼ੀ ਪ੍ਰਾਰਥਨਾ ਦੇ ਜਵਾਬ ਵਿਚ ਮਿਲਦੀ ਹੈ।

8. ਲਗਾਤਾਰ ਡਰ, ਚਿੰਤਾ, ਗੁੱਸਾ, ਨਫਰਤ ਅਤੇ ਅਸਫਲਤਾ ਦੇ ਵਿਚਾਰਾਂ ਨੂੰ ਸੋਚ ਕੇ ਤੁਸੀਂ ਨਿਰਾਸ਼ ਅਤੇ ਦੁੱਖੀ ਬਣ ਜਾਵੋਗੇ। ਯਾਦ ਰੱਖੋ, ਤੁਹਾਡੀ ਜ਼ਿੰਦਗੀ ਉਸੇ ਤਰ੍ਹਾਂ ਦੀ ਹੀ ਹੈ, ਜਿਵੇਂ ਤੁਹਾਡੇ ਵਿਚਾਰ ਇਸ ਨੂੰ ਬਣਾਉਂਦੇ ਹਨ।

9. ਤੁਸੀਂ ਦੁਨੀਆ ਦੇ ਸਾਰੇ ਪੈਸਿਆਂ ਨਾਲ ਵੀ ਖ਼ੁਸ਼ੀ ਨਹੀਂ ਖਰੀਦ ਸਕਦੇ। ਕੁਝ ਕਰੋੜਪਤੀ ਖ਼ੁਸ਼ ਹਨ, ਕੁਝ ਦੁੱਖੀ। ਜਿਨ੍ਹਾਂ ਲੋਕਾਂ ਦੇ ਕੋਲ ਬਹੁਤ ਘੱਟ ਦੌਲਤ

ਹੈ, ਉਨ੍ਹਾਂ ਵਿਚੋਂ ਕੁੱਝ ਸੁੱਖੀ ਹਨ ਅਤੇ ਕੁੱਝ ਦੁੱਖੀ। ਕੁੱਝ ਵਿਆਹੁਤਾ ਲੋਕ ਖ਼ੁਸ਼ ਹਨ ਅਤੇ ਕੁੱਝ ਦੁੱਖੀ। ਕੁੱਝ ਕੁੰਵਾਰੇ ਲੋਕ ਖ਼ੁਸ਼ ਹਨ ਅਤੇ ਕੁੱਝ ਦੁੱਖੀ। ਖ਼ੁਸ਼ੀ ਦਾ ਸਾਮਰਾਜ ਤੁਹਾਡੇ ਵਿਚਾਰਾਂ ਅਤੇ ਭਾਵਨਾਵਾਂ ਵਿਚ ਹੈ।

10. ਖ਼ੁਸ਼ੀ ਸ਼ਾਂਤ ਮਸਤਿਸ਼ਕ ਦੀ ਫ਼ਸਲ ਹੈ। ਆਪਣੇ ਵਿਚਾਰਾਂ ਦਾ ਲੰਗਰ ਸ਼ਾਂਤੀ, ਸੰਤੁਲਨ, ਸੁਰੱਖਿਆ ਅਤੇ ਦੈਵੀ ਮਾਰਗਦਰਸ਼ਨ ਨਾਲ ਬੰਨ੍ਹੋ। ਤੁਹਾਡਾ ਮਸਤਿਸ਼ਕ ਖ਼ੁਸ਼ੀ ਉਤਪੰਨ ਕਰ ਦੇਵੇਗਾ।

11. ਤੁਹਾਡੀ ਖ਼ੁਸ਼ੀ ਵਿਚ ਕੋਈ ਰੁਕਾਵਟ ਨਹੀਂ ਹੈ। ਬਾਹਰੀ ਚੀਜ਼ਾਂ ਕਾਰਣ ਨਹੀਂ ਹਨ। ਉਹ ਕਾਰਣ ਨਹੀਂ, ਨਤੀਜੇ ਹਨ। ਤੁਹਾਡੇ ਅੰਦਰਲੇ ਨੂੰ ਇਕੱਲੇ ਰਚਨਾਤਮਕ ਸਿਧਾਂਤ ਨਾਲ ਪ੍ਰੇਰਣਾ ਦਿਓ। ਤੁਹਾਡੇ ਵਿਚਾਰ ਕਾਰਣ ਹਨ ਅਤੇ ਨਵਾਂ ਕਾਰਣ ਇਕ ਨਵਾਂ ਨਤੀਜਾ ਉਤਪੰਨ ਕਰਦਾ ਹੈ। ਖ਼ੁਸ਼ੀ ਦੀ ਚੋਣ ਕਰੋ।

12. ਸਭ ਤੋਂ ਸੁੱਖੀ ਵਿਅਕਤੀ ਉਹ ਹੈ, ਜੋ ਆਪਣੇ ਅੰਦਰਲੇ ਦੇ ਸਭ ਤੋਂ ਉੱਚੇ ਅਤੇ ਚੰਗੇ ਸਰੂਪ ਨੂੰ ਬਾਹਰ ਲਿਆਉਂਦਾ ਹੈ। ਪਰਮਾਤਮਾ ਸਭ ਤੋਂ ਉੱਚਾ, ਸਭ ਤੋਂ ਚੰਗਾ ਹੈ ਅਤੇ ਤੁਹਾਡੇ ਅੰਦਰ ਪਰਮਾਤਮਾ ਦਾ ਸਾਮਰਾਜ ਹੈ।

ਤੁਹਾਡਾ ਅਵਚੇਤਨ ਮਨ ਅਤੇ ਇਕਸੁਰਤਾ ਵਾਲੇ ਮਨੁੱਖੀ ਰਿਸ਼ਤੇ

ਇਸ ਕਿਤਾਬ ਦਾ ਅਧਿਐਨ ਕਰਨ 'ਚ, ਤੁਸੀਂ ਸਿੱਖਦੇ ਹੋ ਕਿ ਤੁਹਾਡਾ ਅਵਚੇਤਨ ਮਨ ਇਕ ਰਿਕਾਰਡਿੰਗ ਮਸ਼ੀਨ ਹੈ, ਜੋ ਕਿ ਉਹੀ ਫਿਰ ਤੋਂ ਬਣਾਉਂਦਾ ਹੈ ਜਿਸ ਕਿਸੇ ਨਾਲ ਤੁਸੀਂ ਇਸ ਨੂੰ ਪ੍ਰਭਾਵਿਤ ਕਰਦੇ ਹੋ। ਇਹ ਮਨੁੱਖੀ ਰਿਸ਼ਤਿਆਂ ਵਿਚ ਸੁਨਹਿਰੀ ਨਿਯਮ (Golden Rule) ਦੇ ਲਾਗੂ ਹੋਣ ਦਾ ਇਕ ਮਹੱਤਵਪੂਰਨ ਕਾਰਨ ਹੈ।

ਮੈਥਯੂ 7:12 ਕਹਿੰਦੇ ਹਨ, ਤੁਸੀਂ ਦੂਜਿਆਂ ਕੋਲੋਂ ਆਪਣੇ ਲਈ ਜਿਵੇਂ ਦਾ ਚਾਹੁੰਦੇ ਹੋ, ਉਨ੍ਹਾਂ ਦੇ ਨਾਲ ਉਸੇ ਤਰ੍ਹਾਂ ਹੀ ਕਰੋ। ਇਸ ਸਬਕ ਦੇ ਬਾਹਰੀ ਤੇ ਅੰਦਰੂਨੀ ਦੋਵੇਂ ਅਰਥ ਹਨ। ਅੰਦਰੂਨੀ ਅਰਥ ਤੁਹਾਡੇ ਚੇਤਨ ਤੇ ਅਵਚੇਤਨ ਮਨ ਨਾਲ ਸੰਬੰਧਤ ਹਨ। ਬਾਈਬਲ ਦੇ ਇਸ ਸੰਦੇਸ਼ ਅਨੁਸਾਰ: ਜਿਵੇਂ ਤੁਸੀਂ ਚਾਹੁੰਦੇ ਹੋ ਕਿ ਲੋਕ ਤੁਹਾਡੇ ਬਾਰੇ ਸੋਚਣ, ਉਂਝ ਹੀ ਤੁਸੀਂ ਉਨ੍ਹਾਂ ਬਾਰੇ ਸੋਚੋ। ਜਿਵੇਂ ਤੁਸੀਂ ਚਾਹੁੰਦੇ ਹੋ ਕਿ ਲੋਕ ਤੁਹਾਡੇ ਬਾਰੇ ਮਹਿਸੂਸ ਕਰਨ, ਉਂਝ ਹੀ ਤੁਸੀਂ ਉਨ੍ਹਾਂ ਬਾਰੇ ਮਹਿਸੂਸ ਕਰੋ। ਜਿਵੇਂ ਦੇ ਵਿਵਹਾਰ ਦੀ ਆਸ ਤੁਸੀਂ ਲੋਕਾਂ ਕੋਲੋਂ ਕਰਦੇ ਹੋ, ਉਂਝ ਤੁਸੀਂ ਉਨ੍ਹਾਂ ਪ੍ਰਤੀ ਵਿਵਹਾਰ ਕਰੋ।

ਉਦਾਹਰਨ ਲਈ, ਹੋ ਸਕਦਾ ਹੈ ਤੁਸੀਂ ਆਫ਼ਿਸ ਵਿਚ ਕਿਸੇ ਦੇ ਪ੍ਰਤਿ ਨਿਮਰ ਤੇ ਤਮੀਜ਼ਦਾਰ ਹੋਵੋ, ਪਰ ਉਸਦੀ ਪਿੱਠ ਪਿੱਛੇ ਉਸ ਦੇ ਬਾਰੇ ਆਲੋਚਨਾਤਮਕ ਤੇ ਦਵੈਖਪੁਰਨ ਵਿਚਾਰ ਸੋਚਦੇ ਹੋਵੋ। ਇਸ ਤਰ੍ਹਾਂ ਦੇ ਨਕਾਰਾਤਮਕ ਵਿਚਾਰ ਤੁਹਾਡੇ ਲਈ ਬਹੁਤ ਵਿਨਾਸ਼ਕਾਰੀ ਹਨ। ਇਹ ਜ਼ਹਿਰ ਖਾਣ ਵਾਂਗ ਹਨ। ਅਸਲ ਵਿਚ ਤੁਸੀਂ ਜੋ ਨਕਾਰਾਤਮਕ ਊਰਜਾ ਉਤਪੰਨ ਕਰ ਰਹੇ ਹੋ, ਉਹ ਤੁਹਾਡੀ ਫੁਰਤੀ, ਤਾਜ਼ਗੀ, ਉਤਸ਼ਾਹ, ਸ਼ਕਤੀ, ਮਾਰਗਦਰਸ਼ਨ ਤੇ ਸਦਭਾਵਨਾ ਨੂੰ ਘੱਟ ਕਰ ਦਿੰਦੇ ਹਨ। ਜਦੋਂ ਇਹ ਨਕਾਰਾਤਮਕ ਵਿਚਾਰ ਅਤੇ ਭਾਵ ਤੁਹਾਡੇ ਅਵਚੇਤਨ ਦੀ ਡੂੰਘਿਆਈ ਵਿਚ

ਉੱਤਰ ਜਾਂਦੇ ਹਨ, ਤਾਂ ਉਹ ਤੁਹਾਡੇ ਜੀਵਨ ਵਿਚ ਅਨੇਕ ਪ੍ਰਕਾਰਾਂ ਦੀਆਂ ਮੁਸ਼ਕਿਲਾਂ ਤੇ ਬਿਮਾਰੀਆਂ ਪੈਦਾ ਕਰ ਦਿੰਦੇ ਹਨ।

ਦੂਜਿਆਂ ਨਾਲ ਖੁਸ਼ਹਾਲ ਰਿਸ਼ਤਿਆਂ ਦੀ ਸਫਲ ਕੁੰਜੀ

ਆਪਣੀ ਰਾਇ ਨਾ ਬਣਾਓ, ਤਾਂ ਜੁ ਤੁਹਾਡੇ ਬਾਰੇ ਕੋਈ ਰਾਇ ਨਾ ਬਣਾਏ। ਕਿਉਂਕਿ ਤੁਸੀਂ ਜੋ ਵੀ ਨਿਰਣਾ ਲੈਂਦੇ ਹੋ, ਉਸੇ ਦੇ ਹੀ ਆਧਾਰ 'ਤੇ ਤੁਹਾਡਾ ਬਾਰੇ ਵੀ ਨਿਰਣਾ ਲਿਆ ਜਾਵੇਗਾ, ਅਤੇ ਜਿਸ ਪੈਮਾਨੇ 'ਤੇ ਤੁਸੀਂ ਮਿਣਦੇ ਹੋ, ਉਂਵ ਦੇ ਹੀ ਪੈਮਾਨੇ 'ਤੇ ਤੁਹਾਨੂੰ ਦੁਬਾਰਾ ਮਿਣਿਆ ਜਾਵੇਗਾ।

ਮੈਥਿਊ 7:1-2

ਇਨ੍ਹਾਂ ਆਇਤਾਂ ਦਾ ਅਧਿਐਨ ਅਤੇ ਉਸ ਦੇ ਅੰਦਰ ਮੌਜੂਦ ਆਂਤਰਿਕ ਸੱਚਾਈ ਦੀ ਵਰਤੋਂ ਹੀ ਇਕਸੁਰਤਾ ਵਾਲੇ ਰਿਸ਼ਤਿਆਂ ਦੀ ਮੁੱਖ ਕੁੰਜੀ ਹੈ। ਕਿਸੇ ਬਾਰੇ ਆਪਣੀ ਰਾਇ ਦੇਣ ਦਾ ਅਰਥ ਹੈ ਸੋਚਨਾ, ਕਿਸੇ ਮਾਨਸਿਕ ਨਿਰਣੇ ਜਾਂ ਮਨ ਵਿਚ ਕਿਸੇ ਨਤੀਜੇ 'ਤੇ ਪੁੱਜਣਾ। ਕਿਸੇ ਵਿਅਕਤੀ ਦੇ ਬਾਬਤ ਕੋਈ ਵਿਚਾਰ ਇਹ ਤੁਹਾਡਾ ਆਪਣਾ ਵਿਚਾਰ ਹੈ, ਕਿਉਂਕਿ ਇਹ ਸਾਰਾ ਕੁੱਝ ਤੁਸੀਂ ਸੋਚ ਰਹੇ ਹੋ। ਤੁਹਾਡੇ ਵਿਚਾਰ ਰਚਨਾਤਮਕ ਹਨ। ਇਸ ਲਈ, ਅਸਲ ਵਿਚ ਤੁਸੀਂ ਆਪਣੇ ਅਨੁਭਵ ਵਿਚ ਉਹੀ ਬਣਾਉਂਦੇ ਹੋ, ਜਿਵੇਂ ਤੁਸੀਂ ਸੋਚਦੇ ਅਤੇ ਦੂਜੇ ਵਿਅਕਤੀ ਬਾਰੇ ਅਨੁਭਵ ਕਰਦੇ ਹੋ। ਇਹ ਵੀ ਸੱਚ ਹੈ ਕਿ ਜੋ ਸੁਝਾਅ ਤੁਸੀਂ ਕਿਸੇ ਦੂਜੇ ਨੂੰ ਦਿੰਦੇ ਹੋ, ਉਹੀ ਤੁਸੀਂ ਆਪਣੇ-ਆਪ ਨੂੰ ਵੀ ਦਿੰਦੇ ਹੋ, ਕਿਉਂਕਿ ਤੁਹਾਡਾ ਮਸਤਿਸ਼ਕ ਹੀ ਰਚਨਾਤਮਕ ਮਾਧਿਅਮ ਹੈ।

ਇਹੀ ਕਾਰਨ ਹੈ ਕਿ ਅਜਿਹਾ ਕਿਉਂ ਕਿਹਾ ਜਾਂਦਾ ਹੈ, *ਜਿਸ ਨਿਰਣਾ ਤੋਂ ਤੁਸੀਂ ਮਾਪ ਦੇ ਹੋ, ਉਂਵ ਹੀ ਤੁਹਾਨੂੰ ਮਿਣਿਆ ਜਾਵੇਗਾ।* ਜਦੋਂ ਤੁਸੀਂ ਇਸ ਨਿਯਮ ਨੂੰ ਜਾਣਦੇ ਹੋ ਅਤੇ ਜਿਵੇਂ ਤੁਹਾਡਾ ਅਵਚੇਤਨ ਮਨ ਕੰਮ ਕਰਦਾ ਹੈ। ਇਕ ਦੂਜੇ ਦੇ ਪ੍ਰਤੀ ਤੁਸੀਂ ਸੋਚਦੇ, ਮਹਿਸੂਸ ਕਰਦੇ ਅਤੇ ਸਹੀ ਤਰੀਕੇ ਨਾਲ ਕੰਮ ਕਰਦੇ ਹੋਏ ਤੁਸੀਂ ਸਾਵਧਾਨੀ ਅਪਨਾਉਂਦੇ ਹੋ। ਇਹ ਆਇਤਾਂ ਤੁਹਾਨੂੰ ਮਨੁੱਖ ਦੀ ਮੁਕਤੀ ਬਾਰੇ ਸਿਖਾਉਂਦੀਆਂ ਹਨ ਅਤੇ ਤੁਹਾਡੀਆਂ ਵਿਅਕਤੀਗਤ ਸਮੱਸਿਆਵਾਂ ਦਾ ਹੱਲ ਵੀ ਦੱਸਦੀਆਂ ਹਨ।

ਜਿਸ ਮਾਪ ਨਾਲ ਤੁਸੀਂ ਮਿਣਦੇ ਹੋ, ਉਸੇ ਨਾਲ ਤੁਹਾਨੂੰ ਦੁਬਾਰਾ ਮਿਣਿਆ ਜਾਵੇਗਾ

ਜਿੰਨੀ ਚੰਗਿਆਈ ਤੁਸੀਂ ਦੂਸਰਿਆਂ ਲਈ ਕਰਦੇ ਹੋ, ਉਹ ਉਸੇ ਤਰ੍ਹਾਂ ਤੁਹਾਡੇ ਵੱਲ ਮੁੜਦੀ ਹੈ ਅਤੇ ਜੋ ਕੁੱਝ ਤੁਸੀਂ ਬੁਰਿਆਈ ਕਰਦੇ ਹੋ, ਉਹ ਵੀ ਤੁਹਾਡੇ ਮਸਤਿਸ਼ਕ

ਦੇ ਨਿਯਮਾਂ ਦੇ ਅਨੁਸਾਰ ਤੁਹਾਡੇ ਕੋਲ ਵਾਪਸ ਆਉਂਦੀ ਹੈ। ਜੇਕਰ ਕੋਈ ਕਿਸੇ ਵਿਅਕਤੀ ਨੂੰ ਲੁੱਟਦਾ ਜਾਂ ਧੋਖਾ ਦਿੰਦਾ ਹੈ, ਤਾਂ ਉਹ ਅਸਲ ਵਿਚ ਆਪਣੇ-ਆਪ ਨੂੰ ਲੁੱਟ ਅਤੇ ਧੋਖਾ ਦੇ ਰਿਹਾ ਹੈ। ਉਸ ਦੇ ਅੰਦਰਲਾ ਅਪਰਾਧਬੋਧ ਅਤੇ ਨੁਕਸਾਨ ਦੀ ਮਨੋਦਸ਼ਾ, ਲਾਜ਼ਮੀ ਤੌਰੇ 'ਤੇ ਕਿਸੇ ਨਾ ਕਿਸੇ ਤਰੀਕੇ ਨਾਲ ਨੁਕਸਾਨ ਨੂੰ ਕਿਸੇ ਸਮੇਂ ਉਸ ਵੱਲ ਆਕਰਸ਼ਿਤ ਕਰਨਗੇ। ਉਸ ਦਾ ਅਵਚੇਤਨ ਉਸ ਦੇ ਮਾਨਸਿਕ ਕਾਰਜ ਨੂੰ ਰਿਕਾਰਡ ਕਰਦਾ ਹੈ ਅਤੇ ਮਾਨਸਿਕ ਇਰਾਦੇ ਜਾਂ ਪ੍ਰੇਰਨਾ ਦੇ ਅਨੁਰੂਪ ਪ੍ਰਤੀਕਿਰਿਆ ਕਰਦਾ ਹੈ।

ਤੁਹਾਡਾ ਅਵਚੇਤਨ ਮਨ ਨਿਰਪੱਖ ਅਤੇ ਬਿਨਾ ਕਿਸੇ ਬਦਲਾਅ ਵਾਲਾ ਹੈ। ਇਹ ਨਾ ਤਾਂ ਵਿਅਕਤੀਵਾਦ ਜਾਂ ਜਾਤੀਵਾਦ ਤੋਂ ਜਾਂ ਨਾ ਹੀ ਕਿਸੇ ਤਰ੍ਹਾਂ ਦੇ ਧਾਰਮਕ ਪੰਥ ਜਾਂ ਸੰਸਥਾ ਨਾਲ ਲਗਾਅ ਰੱਖਦਾ ਹੈ। ਇਹ ਨਾ ਤਾਂ ਦਿਆਲੂ ਹੁੰਦਾ ਹੈ ਅਤੇ ਨਾ ਹੀ ਕਿਸੇ ਨਾਲ ਬਦਲਾ ਲੈਣ ਵਾਲਾ। ਦੂਜਿਆਂ ਬਾਰੇ ਤੁਸੀਂ ਜਿਵੇਂ ਸੋਚਦੇ, ਮਹਿਸੂਸ ਕਰਦੇ ਅਤੇ ਕੰਮ ਕਰਦੇ ਹੋ, ਉਹੀ ਅੰਤ ਵਿਚ ਤੁਹਾਡੇ ਵੱਲ ਮੁੜ ਵਾਪਸ ਆਉਂਦਾ ਹੈ।

ਰੋਜ਼ਾਨਾ ਦੀਆਂ ਖ਼ਬਰਾਂ ਉਸ ਨੂੰ ਬੀਮਾਰ ਬਣਾਉਂਦੀਆਂ ਹਨ

ਹੁਣ ਆਪਣੇ-ਆਪ ਨੂੰ ਗੌਹ ਨਾਲ ਦੇਖਣਾ ਸ਼ੁਰੂ ਕਰੋ। ਵਿਅਕਤੀਆਂ, ਸਥਿਤੀਆਂ ਤੇ ਪਰੀਸਥਿਤੀਆਂ 'ਤੇ ਆਪਣੀ ਪ੍ਰਤੀਕਿਰਿਆਵਾਂ 'ਤੇ ਗੌਹ ਕਰੋ। ਤੁਹਾਡੀ ਦਿਨ ਦੀਆਂ ਘਟਨਾਵਾਂ ਤੇ ਖ਼ਬਰਾਂ 'ਤੇ ਕਿਹੋ ਜਿਹੀ ਪ੍ਰਤੀਕਿਰਿਆ ਹੁੰਦੀਆਂ ਹਨ? ਇਸ ਨਾਲ ਕੋਈ ਫਰਕ ਨਹੀਂ ਪੈਂਦਾ, ਜੇ ਬਾਕੀ ਸਾਰੇ ਲੋਕ ਗ਼ਲਤ ਸਨ ਅਤੇ ਇੱਕਲੇ ਤੁਸੀਂ ਹੀ ਸਹੀ ਸੀ। ਜੇ ਕੋਈ ਖ਼ਬਰ ਤੁਹਾਨੂੰ ਵਿਚਲਤ ਕਰਦੀ ਹੈ ਤਾਂ ਇਹ ਤੁਹਾਡੀ ਕਸਰ ਹੈ, ਕਿਉਂਕਿ ਤੁਹਾਡੇ ਨਕਰਾਤਮਕ ਭਾਵਨਾਵਾਂ ਨੇ ਤੁਹਾਡੇ ਕੋਲੋਂ ਸ਼ਾਂਤੀ ਅਤੇ ਸਦਭਾਵਨਾ ਖੋਹ ਲਈਆਂ ਹਨ।

ਇਕ ਮਹਿਲਾ ਨੇ ਮੈਨੂੰ ਆਪਣੇ ਪਤੀ ਬਾਰੇ ਲਿਖਿਆ ਇਹ ਕਹਿੰਦੇ ਹੋਏ ਕਿ ਵਿਸ਼ੇਸ਼ ਅਖ਼ਬਾਰ ਦੇ ਕੁੱਝ ਕਾਲਮ ਲੇਖਕਾਂ ਦੇ ਲੇਖ ਪੜ੍ਹਨ 'ਤੇ ਉਹ ਬਹੁਤ ਗੁੱਸਾ ਹੋ ਜਾਂਦਾ ਹੈ। ਨਾਲ ਹੀ ਉਸ ਨੇ ਇਹ ਵੀ ਲਿਖਿਆ ਕਿ ਇਸ ਤਰ੍ਹਾਂ ਲਗਾਤਾਰ ਕ੍ਰੋਧ ਅਤੇ ਦਬਾਏ ਹੋਏ ਗੁੱਸੇ ਕਾਰਨ ਉਸ ਨੂੰ ਲਹੂ ਵਹਾਉਣ ਵਾਲਾ ਅਲਸਰ ਹੋ ਗਿਆ ਅਤੇ ਡਾਕਟਰ ਨੇ ਉਸ ਨੂੰ ਮਾਨਸਿਕ ਤੌਰ 'ਤੇ ਰੀਕੰਡੀਸ਼ਨਿੰਗ ਦਾ ਸੁਝਾਅ ਦਿੱਤਾ ਹੈ। ਮੈਂ ਉਸ ਵਿਅਕਤੀ ਨੂੰ ਸੱਦਿਆ ਅਤੇ ਸਮਝਾਇਆ ਕਿ ਉਸ ਦੇ ਮਸਤਿਸ਼ਕ ਦੀ ਕੰਮ ਕਰਨ ਦਾ ਕੀ ਢੰਗ ਦਰਸਾਉਂਦਾ ਹੈ ਕਿ ਕਿਸੇ ਵੀ ਹੋਰਾਂ ਲਈ ਲਿਖੇ ਲੇਖ ਨੂੰ ਪੜ੍ਹ ਕੇ ਜਿਸ ਨਾਲ ਉਹ ਸਹਿਮਤ ਜਾਂ ਅਸਹਿਮਤ ਹੁੰਦਾ ਹੈ, ਉਸ 'ਤੇ ਇੰਝ ਗੁੱਸਾ ਹੋਣਾ, ਉਹ ਭਾਵਨਾਤਮਕ ਤੌਰ 'ਤੇ ਅਪੱਛਤਾ ਦਾ ਸੂਚਕ ਹੈ।

ਉਸ ਨੇ ਅਨੁਭਵ ਕੀਤਾ ਕਿ ਉਸ ਨੂੰ ਅਖ਼ਬਾਰ ਨੂੰ ਵਿਅਕਤ ਕਰਨ ਦੀ

ਆਜ਼ਾਦੀ ਦੇਣੀ ਚਾਹੀਦੀ ਹੈ, ਭਾਵੇਂ ਉਹ ਉਸ ਨਾਲ ਕਿੰਨਾ ਵੀ ਰਾਜਨੀਤਕ, ਧਾਰਮਿਕ ਜਾਂ ਕਿਸੇ ਹੋਰ ਤਰ੍ਹਾਂ ਨਾਲ ਅਸਹਿਮਤ ਕਿਉਂ ਨਾ ਹੋਵੇ। ਇਸੇ ਤਰ੍ਹਾਂ, ਅਖ਼ਬਾਰ ਉਸ ਨੂੰ ਇਸ ਗੱਲ ਲਈ ਆਜ਼ਾਦੀ ਦੇਣਗੇ ਕਿ ਉਹ ਉਨ੍ਹਾਂ ਨੂੰ ਕਿਸੇ ਵੀ ਪ੍ਰਕਾਸ਼ਿਤ ਲੇਖ 'ਤੇ ਆਪਣੀ ਅਸਹਿਮਤੀ ਜਤਾਂਦਿਆ ਪੱਤ੍ਰ ਲਿਖ ਸਕਦਾ ਹੈ। ਉਸ ਨੇ ਸਿੱਖਿਆ ਕਿ ਉਹ ਬਿਨਾਂ ਨਾਰਾਜ਼ ਹੋਏ ਆਪਣੀ ਅਸਹਿਮਤੀ ਵਿਅਕਤ ਕਰ ਸਕਦਾ ਹੈ। ਉਹ ਇਸ ਸੱਚ ਤੋਂ ਵੀ ਰੂ-ਬ-ਰੂ ਹੋ ਗਿਆ ਕਿ ਵਿਅਕਤੀ ਜੋ ਕੁੱਝ ਕਹਿੰਦਾ ਅਤੇ ਕਰਦਾ ਹੈ, ਉਹ ਨਹੀਂ, ਬਲਕਿ ਉਸ 'ਤੇ ਉਸ ਦੀ ਪ੍ਰਤੀਕਿਰਿਆ ਕੀ ਹੈ, ਇਹ ਜ਼ਰੂਰੀ ਹੁੰਦਾ ਹੈ।

ਇਸ ਸਪਸ਼ਟੀਕਰਣ ਨਾਲ ਉਸ ਆਦਮੀ ਦਾ ਇਲਾਜ ਹੋ ਗਿਆ, ਅਤੇ ਉਸ ਨੇ ਮਹਿਸੂਸ ਕੀਤਾ ਕਿ ਥੋੜ੍ਹੇ ਜਿਹੇ ਅਭਿਆਸ ਨਾਲ ਉਹ ਆਪਣੀ ਸਵੇਰ ਦੇ ਗੁੱਸੇ 'ਤੇ ਕਾਬੂ ਪਾ ਸਕਦਾ ਹੈ। ਉਸ ਦੀ ਪਤਨੀ ਨੇ ਬਾਅਦ ਵਿਚ ਮੈਨੂੰ ਦੱਸਿਆ ਕਿ ਫਿਰ ਉਹ ਆਪਣੇ-ਆਪ 'ਤੇ ਅਤੇ ਉਸ ਕਾਲਮ ਲੇਖਕਾਂ ਦੇ ਲੇਖਾਂ 'ਤੇ ਵੀ ਹੱਸਿਆ। ਹੁਣ ਅਖ਼ਬਾਰਾਂ ਦੇ ਲੇਖਾਂ ਵਿਚ ਉਸ ਨੂੰ ਵਿਚਲਿਤ ਕਰਨ, ਚਿੜਾਉਣ ਜਾਂ ਪਰੇਸ਼ਾਨ ਕਰਨ ਦੀ ਸ਼ਕਤੀ ਨਹੀਂ ਰਹੀ। ਉਸ ਦੀ ਭਾਵਨਾਤਮਕ ਅਡੋਲਤਾ ਜਾਂ ਸੰਤੁਲਨ ਅਤੇ ਸਹਿਜਤਾ ਕਾਰਨ ਉਸ ਦਾ ਅਲਸਰ ਗਾਇਬ ਹੋ ਗਿਆ।

ਮੈਂ ਔਰਤਾਂ ਕੋਲੋਂ ਨਫ਼ਰਤ ਕਰਦੀ ਹਾਂ, ਪਰ ਮਰਦਾਂ ਨੂੰ ਪਸੰਦ ਕਰਦੀ ਹਾਂ

ਇਕ ਨਿਜੀ ਸਕੱਤਰ ਆਪਣੇ ਆਫ਼ਿਸ ਦੀਆਂ ਕੁੱਝ ਕੁੜੀਆਂ ਪ੍ਰਤੀ ਬਹੁਤ ਕੜਵਾਹਟ ਭਰੀ ਹੋਈ ਸੀ, ਕਿਉਂਕਿ ਉਹ ਉਸ ਦੇ ਬਾਰੇ ਗਪਸ਼ਪ ਕਰਦਿਆਂ ਅਤੇ ਝੂਠੀਆਂ ਅਫਵਾਹਾਂ ਫੈਲਾਉਂਦੀਆਂ ਸਨ। ਉਸ ਨੇ ਮੰਨਿਆ ਕਿ ਉਸ ਨੂੰ ਔਰਤਾਂ ਪਸੰਦ ਨਹੀਂ ਸਨ। ਉਸ ਨੇ ਕਿਹਾ, "ਮੈਨੂੰ ਔਰਤਾਂ ਨਾਲ ਨਫ਼ਰਤ ਹੈ, ਪਰ ਮਰਦਾਂ ਨੂੰ ਪਸੰਦ ਕਰਦੀ ਹਾਂ।" ਮੈਨੂੰ ਇਹ ਵੀ ਪਤਾ ਲੱਗਿਆ ਕਿ ਉਹ ਉਸ ਦੇ ਅਧੀਨ ਰਹਿਣ ਵਾਲੀਆਂ ਕੁੜੀਆਂ ਨਾਲ ਬੜੀ ਹੀ ਹੰਕਾਰੀ, ਰੌਬੀਲੀ ਅਤੇ ਚਿੜਚਿੜੀ ਆਵਾਜ਼ ਵਿਚ ਗੱਲਾਂ ਕਰਦੀ ਹੈ। ਉਸ ਦੇ ਬੋਲਣ ਦੇ ਲਹਿਜੇ ਵਿਚ ਘਮੰਡ ਦੀ ਝਲਕਾਰ ਪੈਂਦੀ ਸੀ, ਮੈਂ ਸਮਝ ਗਿਆ ਕਿ ਉਸ ਦੇ ਬੋਲਣ ਦੇ ਅੰਦਾਜ਼ ਨਾਲ ਕੁੱਝ ਲੋਕਾਂ 'ਤੇ ਕਿੱਥੋਂ ਤੱਕ ਪ੍ਰਭਾਵਿਤ ਹੋਣਗੇ।

ਜੇ ਤੁਹਾਡੇ ਆਫ਼ਿਸ ਜਾਂ ਫੈਕਟਰੀ ਦੇ ਸਾਰੇ ਲੋਕ ਤੁਹਾਨੂੰ ਪਰੇਸ਼ਾਨ ਕਰਦੇ ਹਨ ਤਾਂ ਕੀ ਇਹ ਸੰਭਵ ਨਹੀਂ ਹੈ ਕਿ ਇਸ ਤਰ੍ਹਾਂ ਦੀਆਂ ਝੰਝਟਾਂ, ਚਿੜ-ਚਿੜਾਪਨ ਅਤੇ ਹਫੜਾ-ਦਫੜੀ ਤੁਹਾਡੇ ਹੀ ਕਿਸੇ ਅਵਚੇਤਨ ਤਰੀਕੇ ਜਾਂ ਮਾਨਸਿਕਤਾ ਦੇ ਕਾਰਨ ਹੋਣ? ਅਸੀਂ ਸਾਰੇ ਜਾਣਦੇ ਹਾਂ ਕਿ ਜੇ ਤੁਸੀਂ ਕੁੱਤੇ ਕੋਲੋਂ ਨਫ਼ਰਤ ਕਰਦੇ ਜਾਂ ਡਰਦੇ ਹੋ, ਤਾਂ ਉਹ ਬਹੁਤ ਖੂੰਖਾਰ ਤਰੀਕੇ ਨਾਲ ਪ੍ਰਤੀਕਿਰਿਆ ਕਰੇਗਾ। ਦਰਅਸਲ,

ਜਾਨਵਰ ਤੁਹਾਡੀਆਂ ਅਵਚੇਤਨ ਦੀ ਧਮਕ ਜਾਂ ਕੰਬਣੀ ਨੂੰ ਭਾਂਪ ਜਾਂਦੇ ਹਨ ਅਤੇ ਉਸ ਅਨੁਸਾਰ ਪ੍ਰਤੀਕਿਰਿਆ ਕਰਦੇ ਹਨ। ਬਹੁਤ ਸਾਰੇ ਅਨੁਸ਼ਾਸਨਹੀਣ ਮਨੁੱਖ ਕੁੱਤਿਆਂ, ਬਿੱਲੀਆਂ ਅਤੇ ਹੋਰ ਜਾਨਵਰਾਂ ਵਾਂਗ ਹੀ ਸੰਵੇਦਨਸ਼ੀਲ ਹੁੰਦੇ ਹਨ।

ਮੈਂ ਇਸ ਨਿਜੀ ਸਕੱਤਰ, ਜੋ ਔਰਤਾਂ ਨਾਲ ਨਫ਼ਰਤ ਕਰਦੀ ਸੀ, ਨੂੰ ਪ੍ਰਾਰਥਨਾ ਕਰਨ ਦੀ ਇਕ ਪ੍ਰਕਿਰਿਆ ਸੁਝਾਈ। ਮੈਂ ਉਸ ਨੂੰ ਸਮਝਾਇਆ ਕਿ ਜਦੋਂ ਉਹ ਆਪਣੇ-ਆਪ ਨੂੰ ਅਧਿਆਤਮਕ ਕਦਰਾਂ-ਕੀਮਤਾਂ ਤੇ ਜੀਵਨ ਦੀ ਸੱਚਾਈਆਂ ਦੀ ਤਸਦੀਕ ਕਰੇਗੀ ਤਾਂ ਉਸਦੀ ਆਵਾਜ਼, ਉਸ ਦਾ ਵਿਵਹਾਰ ਅਤੇ ਔਰਤਾਂ ਦੇ ਪ੍ਰਤੀ ਉਸ ਦੀ ਨਫ਼ਰਤ ਪੂਰੀ ਤਰ੍ਹਾਂ .ਗਾਇਬ ਹੋ ਜਾਵੇਗੀ। ਉਸ ਨੂੰ ਇਹ ਜਾਣ ਕੇ ਹੈਰਾਨੀ ਹੋਈ ਕਿ ਨਫ਼ਰਤ ਦੀ ਭਾਵਨਾ ਕਾਰਨ ਵਿਅਕਤੀ ਦੇ ਬੋਲਣ, ਕਿਰਿਆਵਾਂ, ਉਸ ਦੀਆਂ ਲਿਖਤਾ ਅਤੇ ਉਨ੍ਹਾਂ ਦੇ ਜੀਵਨ ਦੇ ਸਾਰੇ ਖੇਤਰਾਂ ਵਿਚ ਦਿਖਾਈ ਦਿੰਦੀ ਹੈ। ਉਸ ਨੇ ਆਮ, ਨਾਰਾਜ਼ਗੀ ਅਤੇ ਗੁੱਸੇ ਵਾਲੇ ਤਰੀਕਿਆਂ ਨਾਲ ਪ੍ਰਤੀਕਿਰਿਆ ਕਰਨਾ ਬੰਦ ਕਰ ਦਿੱਤਾ। ਉਸ ਨੇ ਪ੍ਰਾਰਥਨਾ ਦਾ ਇਕ ਨਿਸ਼ਚਿਤ ਤਰੀਕਾ ਸਥਾਪਿਤ ਕਰ ਕੇ ਇਮਾਨਦਾਰੀ ਅਤੇ ਯੋਜਨਾਬੱਧ ਹੋ ਕੇ ਆਪਣੇ ਆਫ਼ਿਸ 'ਚ ਇਸ ਦਾ ਅਭਿਆਸ ਨਿਯਮਤ ਤੌਰ 'ਤੇ ਕੀਤਾ।

ਪ੍ਰਾਰਥਨਾ ਇਸ ਪ੍ਰਕਾਰ ਸੀ:

ਮੈਂ ਪਿਆਰ, ਸ਼ਾਂਤ ਤੇ ਆਰਾਮ ਨਾਲ ਸੋਚਦੀ ਹਾਂ, ਬੋਲਦੀ ਹਾਂ ਅਤੇ ਕੰਮ ਕਰਦੀ ਹਾਂ। ਮੈਂ ਹੁਣ ਉਨ੍ਹਾਂ ਸਾਰੀਆਂ ਕੁੜੀਆਂ ਪ੍ਰਤੀ ਪਿਆਰ, ਸ਼ਾਂਤੀ, ਸਹਿਨਸ਼ੀਲਤਾ (ਧੀਰਜ) ਅਤੇ ਦਿਆਲੂਤਾ ਦਾ ਪ੍ਰਗਟਾਵਾਂ ਕਰਦੀ ਹਾਂ, ਜੋ ਮੇਰੀ ਆਲੋਚਨਾ ਅਤੇ ਮੇਰੇ ਬਾਰੇ ਗਪਸ਼ਪ ਕਰਦੀਆਂ ਹਨ। ਮੈਂ ਆਪਣੇ ਵਿਚਾਰਾਂ ਦਾ ਲੰਗਰ ਸਾਰਿਆਂ ਲਈ ਸਦਭਾਵਨਾ, ਸ਼ਾਂਤੀ ਤੇ ਇਕਸਾਰਤਾ ਨਾਲ ਪਾ ਲਿਆ ਹੈ। ਜਦੋਂ ਵੀ ਮੈਂ ਨਕਾਰਾਤਮਕ ਪ੍ਰਤੀਕਿਰਿਆ ਕਰਨ ਵਾਲੀ ਹੁੰਦੀ ਹਾਂ, ਤਾਂ ਮੈਂ ਆਪਣੇ-ਆਪ ਨੂੰ ਦ੍ਰਿੜਤਾ ਨਾਲ ਕਹਿੰਦੀ ਹਾਂ, "ਮੈਂ ਆਪਣੇ ਅੰਦਰ ਦੇ ਸਦਭਾਵ, ਸਿਹਤ ਤੇ ਸ਼ਾਂਤੀ ਦੇ ਸਿਧਾਂਤ ਦੇ ਨਜ਼ਰੀਏ ਨਾਲ ਸੋਚਦੀ ਹਾਂ, ਬੋਲਦੀ ਹਾਂ ਅਤੇ ਕੰਮ ਕਰਦੀ ਹਾਂ।" ਰਚਨਾਤਮਕ ਬੁੱਧੀਮੱਤਾ ਮੇਰੇ ਸਾਰੇ ਤਰੀਕਿਆਂ ਵਿਚ ਅਗਵਾਈ ਕਰਦੀ ਹੈ, ਨਿਯਮ ਦਿੰਦੀ ਹੈ ਅਤੇ ਮਾਰਗਦਰਸ਼ਨ ਕਰਦੀ ਹੈ।

ਪ੍ਰਾਰਥਨਾ ਦੇ ਇਸ ਅਭਿਆਸ ਨਾਲ ਉਸਦੀ ਜ਼ਿੰਦਗੀ ਬਦਲ ਗਈ। ਉਸ ਨੇ ਪਾਇਆ ਕਿ ਉਸ ਦੇ ਆਫ਼ਿਸ ਵਿਚ ਆਲੋਚਨਾ ਤੇ ਚਿੜਚਿੜਾਹਟ ਦਾ ਮਾਹੌਲ ਗਾਇਬ ਹੋ ਗਿਆ। ਨਾਲ ਕੰਮ ਕਰਣ ਵਾਲੀਆਂ ਕੁੜੀਆਂ ਜੀਵਨ ਦੀ ਯਾਤਰਾ ਵਿਚ ਉਸਦੀਆਂ ਸਹਿਕਰਮੀਆਂ ਅਤੇ ਸਹੇਲੀਆਂ ਬਣ ਗਈਆਂ। ਉਸ ਨੇ ਇਸ

ਸੱਚਾਈ ਨੂੰ ਜਾਣ ਲਿਆ ਸੀ ਕਿ ਇੱਥੇ ਕਿਸੇ ਹੋਰ ਨੂੰ ਨਹੀਂ, ਸਗੋਂ ਆਪਣੇ-ਆਪ ਨੂੰ ਹੀ ਬਚਲਣਾ ਸੀ ਜਾਂ ਮੈਨੂੰ ਬਦਲਣ ਵਾਲਾ ਕੋਈ ਨਹੀਂ ਹੈ।

ਉਸ ਦੀ ਆਂਤਰਿਕ ਭਾਸ਼ਾ ਨੇ ਉਸ ਦਾ ਪ੍ਰਮੋਸ਼ਨ ਰੋਕ ਦਿੱਤਾ

ਇਕ ਦਿਨ ਇਕ ਸੈਲਜ਼ਮੈਨ ਮੈਨੂੰ ਮਿਲਣ ਆਇਆ ਅਤੇ ਆਪਣੀ ਕੰਪਨੀ ਦੇ ਸੈਲਜ਼ ਮੈਨੇਜ਼ਰ ਨਾਲ ਕੰਮ ਕਰਨ ਵਿਚ ਹੋ ਰਹੀਆਂ ਆਪਣੀਆਂ ਮੁਸ਼ਕਿਲਾਂ ਦਾ ਜ਼ਿਕਰ ਕੀਤਾ।

ਉਹ ਕੰਪਨੀ ਵਿਚ ਪਿਛਲੇ ਦੱਸ ਸਾਲਾਂ ਤੋਂ ਕੰਮ ਕਰ ਰਿਹਾ ਸੀ, ਅਤੇ ਹੁਣ ਤੱਕ ਉਸ ਨੂੰ ਕਦੇ ਵੀ ਕਿਸੇ ਤਰ੍ਹਾਂ ਦੀ ਨਾ ਤਰੱਕੀ ਜਾਂ ਮਾਨਤਾ ਨਹੀਂ ਮਿਲੀ ਸੀ। ਉਸ ਨੇ ਮੈਨੂੰ ਆਪਣੀ ਵਿਕਰੀ ਦੇ ਅੰਕੜੇ ਦਿਖਾਏ ਜੋ ਕਿ ਇਸੇ ਖੇਤਰ ਦੇ ਹੋਰ ਸੈਲਜ਼ਮੈਨਾਂ ਨਾਲੋਂ ਅਨੁਪਾਤਾਂ ਵਿਚ ਕਿਤੇ ਵੱਧ ਸਨ। ਉਸ ਨੇ ਕਿਹਾ ਕਿ ਸੈਲਜ਼ ਮੈਨੇਜ਼ਰ ਉਸ ਨੂੰ ਪਸੰਦ ਨਹੀਂ ਕਰਦਾ ਸੀ। ਉਸ ਨਾਲ ਵਿਤਕਰਾ ਕੀਤਾ ਜਾਂਦਾ ਹੈ ਅਤੇ ਕਾਨਫਰਸਾਂ ਵਿਚ ਮੈਨੇਜ਼ਰ ਉਸ ਨਾਲ ਬਦਤਮੀਜ਼ੀ ਨਾਲ ਪੇਸ਼ ਆਉਂਦਾ ਸੀ, ਅਤੇ ਅਨੇਕਾਂ ਵਾਰ ਉਸ ਵਲੋਂ ਦਿੱਤੇ ਗਏ ਸੁਝਾਵਾਂ ਦੀ ਖਿੱਲੀ ਵੀ ਉਡਾਉਂਦਾ ਸੀ।

ਮੈਂ ਉਸ ਨੂੰ ਸਮਝਾਇਆ ਕਿ ਨਿਸ਼ਚਿਤ ਤੌਰ 'ਤੇ ਇਸਦੀ ਵਜ੍ਹਾ ਕਾਫ਼ੀ ਹੱਦ ਤਕ ਉਸ ਦੇ ਅੰਦਰ ਸੀ, ਅਤੇ ਉਸ ਦੇ ਆਪਣੇ ਮੈਨੇਜ਼ਰ ਬਾਰੇ ਉਸਦੀ ਧਾਰਨਾ ਤੇ ਵਿਸ਼ਵਾਸ ਉਸ ਦੀ ਇਸ ਪ੍ਰਤੀਕਿਰਿਆ ਦੀ ਗਵਾਹੀ ਦਿੰਦੇ ਹਨ। ਜਿਸ ਪੈਮਾਨੇ ਦੀ ਵਰਤੋਂ ਕਰ ਮਿਣਾਂਗੇ, ਉਸੇ ਪੈਮਾਨੇ ਨਾਲ ਸਾਨੂੰ ਦੁਬਾਰਾ ਮਾਪਿਆ ਜਾਵੇਗਾ। ਸੈਲਜ਼ ਮੈਨੇਜ਼ਰ ਬਾਰੇ ਉਸਦਾ ਮਾਨਸਿਕ ਪੈਮਾਨਾ ਜਾਂ ਸੰਕਲਪ ਇਹ ਸੀ ਕਿ ਉਹ ਘੱਟੀਆ, ਪੱਖਪਾਤੀ ਤੇ ਝਗੜਾਲੂ ਸੀ। ਉਹ ਆਪਣੇ ਐਗਜ਼ੀਕਿਊਟਿਵ ਪ੍ਰਤੀ ਦੁਸ਼ਮਣੀ ਅਤੇ ਕੁੜੱਤਣ ਨਾਲ ਭਰਿਆ ਪਿਆ ਸੀ। ਆਫ਼ਿਸ ਜਾਣ ਸਮੇਂ ਉਹ ਰਾਹ ਵਿਚ ਮਨ ਹੀ ਮਨ ਜੋ ਵਿਚਾਰ ਸੋਚਦਾ, ਉਨ੍ਹਾਂ ਵਿਚ ਸੈਲਜ਼ ਮੈਨੇਜ਼ਰ ਦੀ ਆਲੋਚਨਾ, ਮਾਨਸਿਕ ਦਲੀਲਾਂ, ਦੋਸ਼ ਅਤੇ ਨਿੰਦਿਆ ਨਾਲ ਭਰਿਆ ਰਹਿੰਦਾ ਸੀ।

ਜੋ ਉਸ ਨੇ ਮਾਨਸਿਕ ਤੌਰ 'ਤੇ ਦਿੰਦਾ ਸੀ, ਲੋੜੀਂਦੇ ਤੌਰ 'ਤੇ ਉਸ ਨੂੰ ਵੀ ਉਹੀ ਕੁੱਝ ਵਾਪਸ ਪ੍ਰਾਪਤ ਕਰਨ ਲਈ ਪਾਬੰਦ ਸੀ। ਇਸ ਸੈਲਜ਼ਮੈਨ ਨੂੰ ਇਹ ਅਹਿਸਾਸ ਹੋ ਗਿਆ ਸੀ ਕਿ ਉਸ ਦੀ ਅੰਦਰੂਨੀ ਭਾਸ਼ਣ ਬਹੁਤ ਵਿਨਾਸ਼ਕਾਰੀ ਸੀ, ਕਿਉਂਕਿ ਉਸ ਦੇ ਖ਼ਾਮੋਸ਼ ਵਿਚਾਰਾਂ ਤੇ ਭਾਵਨਾਵਾਂ ਦੀ ਸ਼ਕਤੀ ਅਤੇ ਡੂੰਘਿਆਈ, ਜਿਨ੍ਹਾਂ ਨਾਲ ਉਹ ਸੈਲਜ਼ ਮੈਨੇਜ਼ਰ ਦੀ ਮਾਨਸਿਕ ਨਿੰਦਾ ਤੇ ਬੁਰਾਈ ਕਰਦਾ ਸੀ, ਉਸ ਦੇ ਆਪਣੇ ਅਵਚੇਤਨ ਮਨ ਇਚ ਦਾਖਲ ਹੋ ਗਈ ਸੀ। ਇਸੇ ਕਾਰਨ ਉਸ ਨੂੰ ਆਪਣਾ ਬਾੱਸ ਤੋਂ ਨਕਾਰਾਤਮਕ ਪ੍ਰਤਿਕਿਰਿਆ ਦੇ ਨਾਲ ਨਾਲ ਕਈ ਹੋਰ ਵਿਅਕਤੀਗਤ, ਸਰੀਰਕ ਅਤੇ ਭਾਵਨਾਤਮਕ ਵਿਕਾਰਾਂ ਨੂੰ ਵੀ ਪੈਦਾ ਕਰ ਦਿੰਦੀਆਂ ਸਨ।

ਉਸ ਨੇ ਅੱਗੇ ਦਿੱਤੀ ਪ੍ਰਾਰਥਨਾ ਵਾਰ ਵਾਰ ਕਰਨੀ ਸ਼ੁਰੂ ਕੀਤੀ: ਆਪਣੇ ਬ੍ਰਹਿਮੰਡ ਵਿਚ ਮੈਂ ਇਕੱਲਾ ਚਿੰਤਕ ਹਾਂ। ਮੈਂ ਆਪਣੇ ਬਾਸ ਬਾਰੇ ਜੋ ਕੁੱਝ ਸੋਚਦਾ ਹਾਂ ਉਸ ਲਈ ਮੈਂ ਹੀ ਜਿੰਮੇਵਾਰ ਹਾਂ। ਮੈਂ ਉਸ ਬਾਰੇ ਜਿਸ ਤਰ੍ਹਾਂ ਸੋਚਦਾ ਹਾਂ ਉਸ ਲਈ ਮੇਰਾ ਸੇਲਜ਼ ਮੈਨੇਜ਼ਰ ਜਿੰਮੇਵਾਰ ਨਹੀਂ ਹੈ। ਮੈਂ ਕਿਸੇ ਵੀ ਵਿਅਕਤੀ, ਸਥਾਨ ਜਾਂ ਚੀਜ਼ ਨੂੰ ਮੈਨੂੰ ਚਿੜਾਉਣ ਜਾਂ ਵਿਚਲਤ ਕਰਨ ਦੀ ਸ਼ਕਤੀ ਨਹੀਂ ਦਿੰਦਾ ਹਾਂ। ਮੈਂ ਆਪਣੇ ਬਾਸ ਲਈ ਸਿਹਤ, ਸਫਲਤਾ, ਮਾਨਸਿਕ ਸ਼ਾਂਤੀ ਅਤੇ ਖ਼ੁਸ਼ੀ ਦੀ ਕਾਮਨਾ ਕਰਦਾ ਹਾਂ। ਮੈਂ ਸੱਚੇ ਦਿਲ ਨਾਲ ਉਨ੍ਹਾਂ ਦਾ ਭਲਾ ਚਾਹੁੰਦਾ ਹਾਂ ਅਤੇ ਮੈਂ ਜਾਣਦਾ ਹਾਂ ਕਿ ਉਨ੍ਹਾਂ ਨੂੰ ਆਪਣੇ ਸਾਰੇ ਕੰਮਾਂ ਵਿਚ ਬ੍ਰਹਮ ਸ਼ਕਤੀ ਦਾ ਮਾਰਗਦਰਸ਼ਨ ਮਿਲੇਗਾ।

ਉਸ ਨੇ ਇਸ ਪ੍ਰਾਰਥਨਾ ਨੂੰ ਹੌਲੀ-ਹੌਲੀ, ਸ਼ਾਂਤੀ ਅਤੇ ਭਾਵਨਾਤਮਕ ਤੌਰ 'ਤੇ ਦੁਹਰਾਇਆ, ਇਹ ਜਾਣਦੇ ਹੋਏ ਕਿ ਉਸ ਦਾ ਮਸਤਿਸ਼ਕ ਇਕ ਬਾਗ ਵਾਂਗ ਹੈ ਅਤੇ ਜੋ ਕੁੱਝ ਵੀ ਉਹ ਬਾਗ ਵਿਚ ਬੀਜਦਾ ਹੈ, ਉਸ ਨੂੰ ਉਸੇ ਤਰ੍ਹਾਂ ਦੇ ਬੀਜ ਰੂਪ ਵਿਚ ਉੱਗਦਾ ਜਾਂ ਪ੍ਰੰਗਰ ਕੇ ਮਿਲਦਾ ਹੈ।

ਮੈਂ ਉਸ ਨੂੰ ਸੌਣ ਤੋਂ ਪਹਿਲਾਂ ਮਾਨਸਿਕ ਤਸਵੀਰਾਂ ਬਨਾਉਣ ਦਾ ਅਭਿਆਸ ਕਰਨਾ ਇਸ ਤਰ੍ਹਾਂ ਸਿਖਾਇਆ:

> ਉਸ ਨੇ ਕਲਪਨਾ ਕੀਤੀ ਕਿ ਬਾਸ ਉਸ ਦੇ ਚੰਗੇ ਕੰਮ, ਉਸ ਦੇ ਉਤਸ਼ਾਹ ਅਤੇ ਜੋਸ਼ ਲਈ ਅਤੇ ਉਸ ਨੂੰ ਆਪਣੇ ਗਾਹਕਾਂ ਤੋਂ ਵਧੀਆ ਪ੍ਰਤੀਕਿਰਿਆਵਾਂ ਮਿਲਣ 'ਤੇ ਵਧਾਈ ਦੇ ਰਿਹਾ ਹੈ। ਉਸ ਨੇ ਇਸ ਦੀ ਅਸਲੀਅਤ ਨੂੰ ਮਹਿਸੂਸ ਕੀਤਾ, ਬਾਸ ਨਾਲ ਹੱਥ ਮਿਲਾਉਣ, ਉਸ ਦੀ ਆਵਾਜ਼ ਦਾ ਲਹਿਜਾ ਅਤੇ ਉਸ ਨੂੰ ਮੁਸਕਾਉਂਦੇ ਹੋਏ ਦੇਖਿਆ। ਉਸ ਨੇ ਆਪਣੇ ਮਨ ਵਿਚ ਇਸ ਸਜੀਵ ਮਾਨਸਿਕ ਫਿਲਮ ਬਣਾਈ ਅਤੇ ਇਸ ਨੂੰ ਆਪਣੀ ਸਮਰੱਥਾ ਅਨੁਸਾਰ ਨਾਟਕੀ ਬਣਾਇਆ। ਹਰ ਰਾਤ ਉਹ ਇਸ ਤਰ੍ਹਾਂ ਮਾਨਸਿਕ ਫਿਲਮ ਬਣਾਉਂਦਾ ਸੀ। ਉਹ ਜਾਣਦਾ ਸੀ ਕਿ ਉਸ ਦਾ ਅਵਚੇਤਨ ਮਨ ਹੀ ਉਹ ਗ੍ਰਹਿਣਸ਼ੀਲ ਮਾਧਿਅਮ ਹੈ, ਜਿਸ ਨਾਲ ਉਸ ਦੀ ਚੇਤਨ ਚਿੱਤਰਕਾਰੀ ਜਾਂ ਕਲਪਨਾ ਪ੍ਰਭਾਵਿਤ ਹੋਵੇਗੀ।

ਇਸ ਪ੍ਰਕਿਰਿਆ ਨਾਲ, ਜਿਸ ਨੂੰ ਅਸੀਂ ਮਾਨਸਿਕ ਤੇ ਅਧਿਆਤਮਿਕ ਪ੍ਰਸਾਰਣ (Osmosis) ਮੰਨ ਸਕਦੇ ਹਾਂ, ਉਸ ਦੇ ਅਵਚੇਤਨ ਮਨ 'ਤੇ ਹੌਲੀ-ਹੌਲੀ ਅਸਰ ਹੋਇਆ। ਇਸ ਦੀ ਅਭਿਵਿਅਕਤੀ ਆਪਣੇ-ਆਪ ਸਾਹਮਣੇ ਆਈ। ਉਸ ਦੇ ਸੈਲਜ਼ ਮੈਨੇਜ਼ਰ ਨੇ ਉਸ ਨੂੰ ਸੈਨ ਫ੍ਰਾਂਸਿਸਕੋ ਫ਼ੋਨ ਕਰਕੇ ਵਧਾਈ ਦਿੱਤੀ ਅਤੇ ਉਸ ਦਾ ਡਿਵੀਜ਼ਨਲ ਸੈਲਜ਼ ਮੈਨੇਜ਼ਰ ਦੇ ਅਹੁਦੇ 'ਤੇ ਪ੍ਰਮੋਸ਼ਨ ਕਰ ਦਿੱਤਾ। ਇਸ ਨਾਲ ਉਸ ਦੀ ਜਿੰਮੇਵਾਰੀਆਂ ਅਤੇ ਤਨਖ਼ਾਹ ਦੋਵੇਂ ਬਹੁਤ ਵੱਧ ਗਈ। ਉਸ ਨੇ ਬਾਸ ਬਾਰੇ ਆਪਣੇ ਸੰਕਲਪ ਅਤੇ ਅੰਦਾਜ਼ੇ ਨੂੰ ਬਦਲ ਲਿਆ, ਤਾਂ ਉਸ ਦੇ ਅਵਚੇਤਨ ਮਨ ਨੇ ਇਹ ਸੁਨਿਸ਼ਚਤ ਕੀਤਾ ਕਿ ਉਸਦਾ ਬਾਸ ਉਸੇ ਅਨੁਸਾਰ ਹੀ ਜਵਾਬ ਦੇਵੇ।

ਭਾਵਨਾਤਮਕ ਤੌਰ 'ਤੇ ਪਰਿਪੱਕ ਬਣਨਾ

ਕੋਈ ਦੂਜਾ ਵਿਅਕਤੀ ਚਾਹੇ ਜੋ ਕਹਿੰਦਾ ਜਾਂ ਕਰਦਾ ਹੈ, ਤੁਹਾਨੂੰ ਉਦੋਂ ਤਕ ਪਰੇਸ਼ਾਨ ਜਾਂ ਵਿਚਲਤ ਨਹੀਂ ਕਰ ਸਕਦਾ, ਜਦੋਂ ਤੱਕ ਤੁਸੀਂ ਉਸ ਨੂੰ ਪਰੇਸ਼ਾਨ ਕਰਨ ਦੀ ਇਜਾਜਤ ਨਹੀਂ ਦਿਓ। ਉਹ ਤੁਹਾਨੂੰ ਕੇਵਲ ਤੁਹਾਡੇ ਵਿਚਾਰਾਂ ਰਾਹੀਂ ਤੰਗ ਕਰ ਸਕਦਾ ਹੈ। ਮਿਸਾਲ ਲਈ, ਜੇ ਤੁਸੀਂ ਨਾਰਾਜ਼ ਹੋ ਤਾਂ ਤੁਹਾਨੂੰ ਆਪਣੇ ਮਸਤਿਸ਼ਕ ਦੇ ਚਾਰ ਪੜਾਵਾਂ ਵਿਚੋਂ ਲੰਘਣਾ ਪੈਂਦਾ ਹੈ:

ਤੁਸੀਂ ਸੋਚਣ ਲੱਗਦੇ ਹੋ ਕਿ ਕੀ ਕਿਹਾ ਗਿਆ। ਤੁਸੀਂ ਗੁੱਸਾ ਹੋਣ ਅਤੇ ਗੁੱਸੇ ਦੇ ਭਾਵ ਪੈਦਾ ਕਰਨ ਦਾ ਫੈਸਲਾ ਕਰਦੇ ਹੋ। ਫਿਰ ਤੁਸੀਂ ਕੰਮ ਕਰਨ ਦਾ ਫੈਸਲਾ ਕਰਦੇ ਹੋ, ਸ਼ਾਇਦ ਤੁਸੀਂ ਪਲਟ ਕੇ ਜਵਾਬ ਦਿੰਦੇ ਹੋ ਅਤੇ ਉਸੇ ਤਰ੍ਹਾਂ ਦੀ ਪ੍ਰਤੀਕਿਰਿਆ ਕਰਦੇ ਹੋ, ਤੁਸੀਂ ਦੇਖਿਆ ਕਿ ਵਿਚਾਰ, ਭਾਵਨਾ, ਪ੍ਰਤੀਕਿਰਿਆ ਅਤੇ ਕਿਰਿਆ ਸਾਰਾ ਕੁੱਝ ਤੁਹਾਡੇ ਮਸਤਿਸ਼ਕ ਵਿਚ ਵਾਪਰ ਰਿਹਾ ਹੁੰਦਾ ਹੈ।

ਜਦੋਂ ਤੁਸੀਂ ਭਾਵਨਾਤਮਕ ਤੌਰ 'ਤੇ ਪਰਿਪੱਕ ਹੋ ਜਾਂਦੇ ਹੋ, ਤਾਂ ਤੁਸੀਂ ਕਿਸੇ ਆਲੋਚਨਾ ਜਾਂ ਨਾਰਾਜ਼ਗੀ 'ਤੇ ਨਕਾਰਾਤਮਕ ਢੰਗ ਨਾਲ ਪ੍ਰਤੀਕਿਰਿਆ ਨਹੀਂ ਦਿੰਦੇ, ਅਤੇ ਕਿਸੇ ਹੋਰ ਲਈ ਮਾੜਾ ਨਹੀਂ ਸੋਚਦੇ। ਇਸ ਤਰ੍ਹਾਂ ਕਰਨ ਦਾ ਮਤਲਬ ਹੈ ਕਿ ਤੁਸੀਂ ਘੱਟ ਮਾਨਸਿਕ ਤਰੰਗਾਂ ਜਾਂ ਵਾਈਬ੍ਰੇਸ਼ਨ ਦੀ ਉਸ ਅਵਸਥਾ ਵਿਚ ਪਹੁੰਚ ਕੇ ਦੂਜਿਆਂ ਦੇ ਨਕਾਰਾਤਮਕ ਮਾਹੌਲ ਨਾਲ ਇਕ-ਮਿਕ ਹੋ ਗਏ ਹੋ। ਆਪਣੇ ਜੀਵਨ ਦੇ ਉੱਦੇਸ਼ ਨੂੰ ਪਛਾਣੋ, ਅਤੇ ਕਿਸੇ ਹੋਰ ਵਿਅਕਤੀ, ਸਥਾਨ ਜਾਂ ਵਸਤੂ ਨੂੰ ਆਪਣੇ ਮਨ ਦੀ ਆਂਤਰਿਕ ਖਾਮੋਸ਼ੀ, ਸ਼ਾਂਤੀ ਅਤੇ ਚਮਕਦੀ ਸਿਹਤ ਦੀ ਭਾਵਨਾ ਤੋਂ ਵਿਚਲਤ ਜਾਂ ਦੂਰ ਕਰਨ ਦੀ ਇਜਾਜਤ ਨਾ ਦਿਓ।

ਇਕਸੁਰ ਮਨੁੱਖੀ ਰਿਸ਼ਤਿਆਂ ਵਿਚ ਪਿਆਰ ਦਾ ਅਰਥ

ਸਿਗਮੰਡ ਫ਼ਰਾਇਡ, ਆਸਟ੍ਰੀਅਨ ਮਨੋਵਿਸ਼ਲੇਸ਼ਣ ਦੇ ਬਾਨੀ ਨੇ ਕਿਹਾ ਸੀ ਕਿ ਜਦੋਂ ਵਿਅਕਤੀ ਦੀ ਸ਼ਖਸੀਅਤ ਵਿਚ ਪਿਆਰ ਨਹੀਂ ਹੁੰਦਾ, ਉਦੋਂ ਉਹ ਬੀਮਾਰ ਹੋ ਜਾਂਦਾ ਹੈ, ਮਰ ਜਾਂਦਾ ਹੈ। ਪਿਆਰ ਵਿਚ ਦੂਜੇ ਵਿਅਕਤੀ ਵਿਚ ਮੌਜੂਦ ਦੈਵੀ ਅੰਸ਼ ਦੇ ਲਈ ਸਮਝ, ਸਦਭਾਵ ਤੇ ਬੁਹਿਮੱਤਾ ਲਈ ਸਤਿਕਾਰ ਸ਼ਾਮਿਲ ਹੁੰਦਾ ਹੈ। ਤੁਸੀਂ ਜਿੰਨਾ ਜ਼ਿਆਦਾ ਪਿਆਰ ਤੇ ਸਦਭਾਵਨਾ ਪ੍ਰਵਾਹਿਤ ਕਰਦੇ ਹੋ, ਉਨਾ ਹੀ ਜ਼ਿਆਦਾ ਤੁਹਾਡੇ ਕੋਲ ਵਾਪਸ ਆਉਂਦਾ ਹੈ।

ਜੇ ਤੁਸੀਂ ਦੂਜੇ ਸਾਥੀ ਦੇ ਅਹਿਮ ਨੂੰ ਚੂਰ-ਚੂਰ ਕਰ ਦਿੰਦੇ ਹੋ ਅਤੇ ਉਸ ਦੇ ਆਪਣੇ ਸ੍ਵੈਮਾਨ ਨੂੰ ਸੱਟ ਪਹੁੰਚਾਉਂਦੇ ਹੋ, ਤਾਂ ਤੁਸੀਂ ਉਸ ਕੋਲੋਂ ਕਦੇ ਵੀ ਸਦਭਾਵਨਾ ਨਹੀਂ ਪਾ ਸਕਦੇ। ਇਹ ਗੱਲ ਨੂੰ ਪਛਾਣ ਲਓ, ਹਰ ਵਿਅਕਤੀ ਪਿਆਰ ਅਤੇ

ਸ਼ਲਾਘਾ ਚਾਹੁੰਦਾ ਹੈ ਅਤੇ ਉਹ ਚਾਹੁੰਦਾ ਹੈ ਕਿ ਦੁਨੀਆ ਵਿਚ ਉਸ ਦੀ ਅਹਿਮੀਅਤ ਹੋਵੇ ਜਾਂ ਉਸ ਨੂੰ ਮਹੱਤਵਪੂਰਨ ਸਮਝਿਆ ਜਾਵੇ। ਇਸ ਗੱਲ ਦਾ ਅਨੁਭਵ ਕਰੋ ਕਿ ਦੂਜਾ ਵਿਅਕਤੀ ਜਾਣਦਾ ਹੈ ਕਿ ਉਸ ਦੀ ਅਸਲ ਹੈਸੀਅਤ ਕੀ ਹੈ ਅਤੇ ਤੁਹਾਡੇ ਵਾਂਗ ਉਹ ਜਾਣਦਾ ਹੈ ਕਿ ਇਕ ਜੀਵਨ ਦਾ ਸਿਧਾਂਤ ਸਾਰੇ ਮਨੁੱਖਾਂ ਦਾ ਮਾਣ ਹੈ। ਜਦੋਂ ਤੁਸੀਂ ਇਹ ਜਾਣ-ਬੁੱਝ ਕੇ ਅਤੇ ਆਪਣੀ ਚੇਤਨਾ ਨਾਲੋਂ ਕਰਦੇ ਹੋ, ਉਦੋਂ ਤੁਸੀਂ ਉਸ ਵਿਅਕਤੀ ਨੂੰ ਉੱਚਾ ਚੁੱਕਦੇ ਹੋ ਅਤੇ ਉਹ ਤੁਹਾਡੇ ਪਿਆਰ ਅਤੇ ਸਦਭਾਵਨਾ ਨੂੰ ਮੋੜ ਦਿੰਦਾ ਹੈ।

ਉਹ ਦਰਸ਼ਕਾਂ ਕੋਲੋਂ ਨਫ਼ਰਤ ਕਰਦਾ ਸੀ

ਇਕ ਐਕਟਰ ਨੇ ਮੈਨੂੰ ਦੱਸਿਆ ਕਿ ਦਰਸ਼ਕਾਂ ਨੇ ਉਸ ਦੇ ਪਹਿਲੀ ਵਾਰ ਸਟੇਜ਼ 'ਤੇ ਆਉਣ ਸਮੇਂ ਚਿੜਾਉਂਦੇ ਹੋਏ ਹੋ-ਹੱਲਾ ਮਚਾਉਂਦੇ ਸਨ। ਉਸ ਨੇ ਅੱਗੇ ਕਿਹਾ ਕਿ ਨਾਟਕ ਬਹੁਤ ਮਾੜੇ ਢੰਗ ਨਾਲ ਲਿਖਿਆ ਗਿਆ ਸੀ ਅਤੇ ਜ਼ਾਹਿਰ ਹੈ ਕਿ ਉਸ ਨੇ ਆਪਣਾ ਪਾਤਰ ਸਹੀ ਢੰਗ ਨਾਲ ਨਹੀਂ ਨਿਭਾਇਆ ਸੀ। ਉਸ ਨੇ ਮੈਨੂੰ ਬੜੀ ਬੇਬਾਕੀ ਨਾਲ ਕਿਹਾ ਕਿ ਉਸ ਦੇ ਬਾਅਦ ਕਈ ਮਹੀਨਿਆਂ ਤਕ ਉਹ ਦਰਸ਼ਕਾਂ ਤੋਂ ਨਫ਼ਰਤ ਕਰਦਾ ਰਿਹਾ। ਉਹ ਉਨ੍ਹਾਂ ਨੂੰ ਨਸ਼ੇੜੀ, ਪੁਤਲੇ, ਬੇਵਕੂਫ਼, ਨਾਦਾਨ ਅਤੇ ਛੋਟੀ ਗੱਲਾਂ ਵਿਚ ਆ ਜਾਣ ਵਾਲੇ ਕਹਿ ਕੇ ਨਫ਼ਰਤ ਨਾਲ ਸਟੇਜ ਛੱਡ ਕੇ ਇਕ ਸਾਲ ਲਈ ਇਕ ਦਵਾਈਆਂ ਦੀ ਦੁਕਾਨ ਵਿਚ ਕੰਮ ਕਰਨ ਲੱਗਾ।

ਇਕ ਦਿਨ ਉਸ ਦੀ ਇਕ ਦੋਸਤ ਉਸ ਨੂੰ ਨਿਉਯਾਰਕ ਸਿਟੀ ਦੇ ਟਾਉਨ ਹਾਲ ਵਿਚ ਹੋ ਰਹੇ ਇਕ ਲੈਕਚਰ ਜਿਸ ਦਾ ਵਿਸ਼ਾ "ਆਪਣੇ ਨਾਲ ਕਿਵੇਂ ਚੱਲਣਾ ਹੈ।" ਸੁਣਨ ਲਈ ਸੱਦਿਆ। ਇਸ ਲੈਕਚਰ ਨੇ ਉਸ ਦੀ ਜ਼ਿੰਦਗੀ ਬਦਲ ਦਿੱਤੀ। ਉਹ ਸਟੇਜ਼ 'ਤੇ ਵਾਪਸ ਆ ਗਿਆ, ਦਿਲ ਤੋਂ ਆਪਣੇ ਦਰਸ਼ਕਾਂ ਅਤੇ ਆਪਣੇ ਲਈ ਪ੍ਰਾਰਥਨਾ ਕੀਤੀ। ਉਸ ਨੇ ਸਟੇਜ਼ 'ਤੇ ਆਉਣ ਤੋਂ ਪਹਿਲਾਂ ਆਪਣਾ ਪੂਰਾ ਪਿਆਰ ਅਤੇ ਸਦਭਾਵਨਾ ਦਰਸ਼ਕਾ ਵੱਲ ਡੋਲ ਦਿੱਤੀਆ। ਉਸ ਨੇ ਇਹ ਦਾਅਵਾ ਕਰਨ ਦੀ ਆਦਤ ਬਣਾ ਲਈ ਕਿ ਪਰਮਾਤਮਾ ਦੀ ਸ਼ਾਂਤੀ ਨੇ ਸਾਰੇ ਮੌਜੂਦ ਲੋਕਾਂ ਦੇ ਦਿਲਾਂ ਨੂੰ ਭਰ ਦਿੱਤਾ ਅਤੇ ਸਾਰੇ ਹਾਜ਼ਰ ਲੋਕ ਉਤਸਾਹਿਤ ਅਤੇ ਪ੍ਰੇਰਿਤ ਹੋ ਚੁੱਕੇ ਹਨ। ਹਰ ਰਾਤ ਉਹ ਆਪਣੇ ਦਰਸ਼ਕਾਂ ਵਿਚ ਪਿਆਰ ਦੀਆਂ ਤਰੰਗਾ ਭੇਜਦਾ। ਅੱਜ ਉਹ ਇਕ ਮਹਾਨ ਐਕਟਰ ਹੈ, ਅਤੇ ਉਹ ਲੋਕਾਂ ਨੂੰ ਪਿਆਰ ਅਤੇ ਸਤਿਕਾਰ ਕਰਦਾ ਹੈ। ਉਸ ਦੀ ਨੇਕ-ਇੱਛਾ ਅਤੇ ਸੈਮਾਨ ਦੂਜਿਆਂ ਨੂੰ ਦਿੱਤਾ ਜਾ ਰਿਹਾ ਹੈ ਅਤੇ ਉਹ ਵੀ ਇਸ ਨੂੰ ਅਨੁਭਵ ਕਰਦੇ ਹਨ।

ਮੁਸ਼ਕਿਲ ਲੋਕਾਂ ਨੂੰ ਸੰਭਾਲਣਾ

ਦੁਨੀਆ ਵਿਚ ਔਖੇ ਜਾਂ ਮੁਸ਼ਕਿਲ ਲੋਕ ਹੁੰਦੇ ਹਨ, ਟੇਢੇ-ਮੇਢੇ ਅਤੇ ਵਿਕਰਿਤ ਮਾਨਸਿਕਤਾ ਵਾਲੇ। ਉਹ ਖ਼ਰਾਬ ਹਨ। ਬਹੁਤ ਸਾਰੇ ਮਾਨਸਿਕ ਅਪਰਾਧੀ ਹਨ, ਦਲੀਲਬਾਜੀ ਕਰਨ ਵਾਲੇ, ਅਸਹਿਯੋਗੀ, ਝਗੜਾਲੂ, ਅੜਬੀ, ਸਨਕੀ ਅਤੇ ਜੀਵਨ 'ਤੇ ਬਦਨੁਮਾ ਦਾਗ ਲਾ ਚੁੱਕੇ ਹਨ। ਉਹ ਮਨੋਵਿਗਿਆਨਕ ਤੌਰ 'ਤੇ ਬੀਮਾਰ ਹਨ। ਉਨ੍ਹਾਂ ਦੇ ਮਸਤਿਸ਼ਕ ਵਿਕਰਤ ਤੇ ਬੇਡੌਲ ਹੋ ਗਏ ਹਨ, ਸ਼ਾਇਦ ਬੱਚਪਨ ਵਿਚ ਉਨ੍ਹਾਂ ਨਾਲ ਕੁੱਝ ਮਾੜਾ ਵਾਪਰਿਆ ਹੋਣਾ ਹੈ। ਕਈਆਂ ਵਿਚ ਇਹ ਜਮਾਂਦਰੂ ਜਾਂ ਪੈਦਾਇਸ਼ੀ ਵਿਕਾਰ ਹਨ। ਤੁਹਾਨੂੰ ਕਿਸੇ ਵਿਅਕਤੀ ਦੀ ਨਿੰਦਾ ਨਹੀਂ ਕਰਨੀ ਚਾਹੀਦੀ ਕਿਉਂਕਿ ਉਸ ਨੂੰ ਤਪੇਦਿਕ ਜਾਂ ਟੀ.ਬੀ. (Tuberculosis) ਸੀ, ਅਤੇ ਨਾ ਹੀ ਅਜਿਹੀ ਵਿਅਕਤੀ ਦੀ ਬੁਰਿਆਈ ਕਰਨੀ ਚਾਹੀਦੀ ਹੈ ਜੋ ਮਾਨਸਿਕ ਤੌਰ 'ਤੇ ਬਿਮਾਰ ਹੈ। ਮਿਸਾਲ ਲਈ, ਕੋਈ ਵੀ ਕੁੱਬੇ (Hunchback) ਤੋਂ ਨਫ਼ਰਤ ਜਾਂ ਨਾਰਾਜ਼ਗੀ ਨਹੀਂ ਕਰਦਾ। ਇੱਥੇ ਕਈ ਤਰ੍ਹਾਂ ਦੇ ਮਾਨਸਿਕ ਕੁੱਬੇ ਹਨ। ਤੁਹਾਨੂੰ ਉਨ੍ਹਾਂ ਦੇ ਪ੍ਰਤੀ ਦਿਆਲਤਾ ਅਤੇ ਸਿਆਣਪ ਵਾਲਾ ਹੋਣਾ ਚਾਹੀਦਾ ਹੈ। ਸਾਰਿਆਂ ਨੂੰ ਸਮਝਣ ਤੋਂ ਭਾਵ ਹੈ ਸਾਰਿਆਂ ਨੂੰ ਮੁਆਫ਼ ਕਰਨਾ।

ਦੁੱਖੀ ਵਿਅਕਤੀ ਹੋਰਾਂ ਨੂੰ ਵੀ ਦੁੱਖੀ ਦੇਖਣਾ ਚਾਹੁੰਦਾ ਹੈ

ਨਫ਼ਰਤ ਨਾਲ ਭਰਿਆ ਨਿਰਾਸ਼, ਵਿਕਰਤੀ ਅਤੇ ਤਰੋੜੀ-ਮਰੋੜੀ ਹੋਈ ਸ਼ਖਸੀਅਤ ਦਾ ਅਨੰਤ ਨਾਲ ਕੋਈ ਮੇਲ ਨਹੀਂ ਹੁੰਦਾ। ਇਹ ਵਿਅਕਤੀ ਉਨ੍ਹਾਂ ਵਿਅਕਤੀਆਂ, ਜੋ ਸ਼ਾਂਤ, ਖ਼ੁਸ਼ਹਾਲ ਤੇ ਆਨੰਦ ਵਿਚ ਹਨ, ਨਾਲ ਨਾਰਾਜ਼ ਹੁੰਦਾ ਜਾਂ ਈਰਖਾ ਕਰਦਾ ਹੈ। ਆਮ ਤੌਰ 'ਤੇ ਉਹ ਉਨ੍ਹਾਂ ਲੋਕਾਂ ਦੀ ਆਲੋਚਨਾ ਕਰਦਾ ਹੈ, ਨਿੰਦਾ ਕਰਦਾ ਹੈ ਅਤੇ ਬੁਰਿਆਈ ਕਰਦਾ ਹੈ, ਜੋ ਉਸ ਨਾਲ ਬਹੁਤ ਚੰਗੇ ਤੇ ਦਿਆਲੂ ਰਹੇ ਹਨ। ਉਸ ਦਾ ਰਵੱਈਆ ਇਹ ਹੈ: ਜਦੋਂ ਮੈਂ ਇੰਨਾ ਦੁੱਖੀ ਹਾਂ, ਤਾਂ ਉਹ ਇੰਨੇ ਖ਼ੁਸ਼ ਕਿਉਂ ਹੋਣ? ਉਹ ਉਨ੍ਹਾਂ ਨੂੰ ਆਪਣੇ ਪੱਧਰ ਤੱਕ ਹੇਠਾਂ ਘੜੀਸਣਾ ਚਾਹੁੰਦਾ ਹੈ। ਪੁਰਾਣਾ ਅਖਾਣ ਹੁਣ ਵੀ ਸੱਚ ਹੈ, "ਦੁਖੀ ਲੋਕ ਹੋਰਾਂ ਨੂੰ ਵੀ ਦੁੱਖੀ ਦੇਖਣਾ ਚਾਹੁੰਦੇ ਹਨ ।" ਜਦੋਂ ਤੁਸੀਂ ਇਹ ਸਮਝ ਲੈਂਦੇ ਹੋ, ਤਾਂ ਤੁਸੀਂ ਅਡੋਲ, ਸ਼ਾਂਤ ਅਤੇ ਨਿਰਲੇਪ ਜਾਂ ਉਦਾਸੀਨ ਰਹਿੰਦੇ ਹੋ।

ਮਨੁੱਖੀ ਰਿਸ਼ਤਿਆਂ ਵਿਚ ਹਮਦਰਦੀ ਦਾ ਅਭਿਆਸ

ਹਾਲ ਵਿਚ ਹੀ ਇਕ ਮੁਟਿਆਰ ਮੈਨੂੰ ਮਿਲਣ ਆਈ ਅਤੇ ਉਸ ਨੇ ਕਿਹਾ ਕਿ ਉਹ ਆਪਣੇ ਆਫ਼ਿਸ ਦੀ ਇਕ ਹੋਰ ਮੁਟਿਆਰ ਨਾਲ ਨਫ਼ਰਤ ਕਰਦੀ ਸੀ। ਉਸ ਨੇ ਇਸਦੀ ਵਜ੍ਹਾ ਉਸ ਮੁਟਿਆਰ ਦਾ ਉਸ ਤੋਂ ਜ਼ਿਆਦਾ ਸੋਹਣੀ, ਜ਼ਿਆਦਾ ਖ਼ੁਸ਼ ਤੇ ਅਮੀਰ ਹੋਣਾ ਸੀ, ਇਸ ਦੇ ਨਾਲ ਹੀ ਉਸ ਦੀ ਕੁੜਮਾਈ ਉਸ ਕੰਪਨੀ ਦੇ ਬੌਸ

ਨਾਲ ਹੋ ਗਈ ਜਿੱਥੇ ਇਹ ਦੋਨੋ ਕੰਮ ਕਰਦੀਆਂ ਸਨ। ਵਿਆਹ ਦੇ ਇਕ ਦਿਨ ਬਾਅਦ, ਉਹ ਮਹਿਲਾ ਜਿਸ ਤੋਂ ਉਹ ਨਫ਼ਰਤ ਕਰਦੀ ਸੀ, ਆਪਣੀ ਅਪਾਹਜ ਧੀ (ਪਿਛਲੇ ਵਿਆਹ ਤੋਂ) ਨਾਲ ਆਫ਼ਿਸ ਆਈ। ਬੱਚੀ ਨੇ ਆਪਣੀ ਮਾਂ ਦੇ ਦੁਆਲੇ ਆਪਣੀਆਂ ਬਾਹਾਂ ਵਿਚ ਭਰ ਕੇ ਕਿਹਾ, "ਮੰਮੀ, ਮੰਮੀ, ਮੈਨੂੰ ਆਪਣੇ ਨਵੇਂ ਪਾਪਾ ਬਹੁਤ ਪਿਆਰੇ ਲੱਗਦੇ ਹਨ! ਦੇਖੋ ਉਨ੍ਹਾ ਨੇ ਮੈਨੂੰ ਕੀ ਦਿੱਤਾ!" ਉਸ ਨੇ ਆਪਣੀ ਮਾਂ ਨੂੰ ਸੋਹਣਾ ਤੇ ਸ਼ਾਨਦਾਰ ਖਿਡੌਣਾ ਦਿਖਾਇਆ।

ਉਸ ਨੇ ਮੈਨੂੰ ਕਿਹਾ, "ਮੇਰਾ ਦਿੱਲ ਉਸ ਨਿੱਕੀ ਜਿਹੀ ਕੁੜੀ ਵੱਲ ਚੱਲਾ ਗਿਆ, ਅਤੇ ਮੈਂ ਜਾਣ ਗਈ ਸੀ ਕਿ ਉਸ ਨੂੰ ਕਿੰਨੀ ਖੁਸ਼ੀ ਮਹਿਸੂਸ ਹੋ ਰਹੀ ਹੋਵੇਗੀ। ਮੈਨੂੰ ਇਹ ਦੇਖਣ ਨੂੰ ਮਿਲਿਆ ਕਿ ਇਹ ਮੁਟਿਆਰ ਕਿੰਨੀ ਖੁਸ਼ ਸੀ। ਅਚਨਚੇਤ ਮੇਰੇ ਮਨ ਵਿਚ ਉਸ ਲਈ ਪਿਆਰ ਉਮੜ ਪਿਆ ਅਤੇ ਮੈਂ ਉਸ ਦੇ ਆਫ਼ਿਸ ਅੰਦਰ ਚੱਲੀ ਗਈ ਅਤੇ ਉਸ ਨੂੰ ਵਧਾਈਆਂ ਦਿੰਦੀਆਂ ਦੁਨੀਆਂ ਦੀਆ ਸਾਰੀਆਂ ਖ਼ੁਸ਼ੀਆਂ ਉਸ ਨੂੰ ਪ੍ਰਾਪਤ ਹੋਣ ਦੀ ਕਾਮਨਾ ਕੀਤੀ, ਮੈਂ ਵਾਕਈ ਇੰਝ ਹੀ ਉਸ ਦੇ ਲਈ ਕਾਮਨਾ ਕਰ ਰਹੀ ਸੀ।"

ਅੱਜ ਮਨੋਵਿਗਿਆਨੀ ਸਰਕਲਾਂ ਵਿਚ ਇਸ ਨੂੰ ਹਮਦਰਦੀ (Empathy) ਕਿਹਾ ਜਾਂਦਾ ਹੈ, ਜਿਸ ਦਾ ਸਿੱਧਾ ਅਰਥ ਹੈ ਕਿਸੇ ਹੋਰ ਲਈ ਤੁਹਾਡੇ ਮਾਨਸਿਕ ਰਵੱਈਏ ਦਾ ਕਲਪਨਾ ਸ਼ਕਤੀ ਦਾ ਪ੍ਰੋਜੈਕਸ਼ਨ ਜਾਂ ਉਦਭਾਵ। ਉਸ ਨੇ ਆਪਣੀ ਮਾਨਸਿਕ ਮਨੋਦਸ਼ਾ ਜਾਂ ਉਸ ਦੇ ਦਿਲ ਦੀ ਭਾਵਨਾ ਨੂੰ ਦੂਜੀ ਔਰਤ ਵਿਚ ਪੇਸ਼ ਕੀਤਾ, ਅਤੇ ਉਸ ਨੇ ਦੂਸਰੀ ਮਹਿਲਾ ਦੇ ਦਿਮਾਗ ਦੁਆਰਾ ਸੋਚਣਾ ਅਤੇ ਮਹਿਸੂਸ ਕਰਨਾ ਸ਼ੁਰੂ ਕੀਤਾ। ਅਸਲ ਵਿਚ ਉਹ ਦੂਜੀ ਮਹਿਲਾਂ ਵਾਂਗ ਮਹਿਸੂਸ ਕਰ ਸੋਚ ਰਹੀ ਸੀ, ਅਤੇ ਇਕ ਬੱਚੇ ਵਾਂਗ ਵੀ, ਕਿਉਂਕਿ ਇਸੇ ਤਰ੍ਹਾਂ ਉਸ ਨੇ ਬੱਚੀ ਦੇ ਦਿਮਾਗ਼ ਵਾਂਗ ਸੋਚਨਾ ਸ਼ੁਰੂ ਕੀਤਾ। ਉਹ ਬੱਚੀ ਦੀ ਮਾਂ ਦੇ ਨਜ਼ਰੀਏ ਨਾਲ ਵੀ ਦੇਖ ਰਹੀ ਸੀ।

ਜਦੋਂ ਵੀ ਤੁਹਾਡੇ ਮਨ ਵਿਚ ਕਿਸੇ ਨੂੰ ਸੱਟ ਪਹੁੰਚਾਉਣ ਜਾਂ ਉਸ ਦੇ ਬਾਰੇ ਮਾੜਾ ਸੋਚਣ ਦੀ ਇੱਛਾ ਹੋਵੇ, ਤਾਂ ਆਪਣੇ-ਆਪ ਨੂੰ ਮਾਨਸਿਕ ਤੌਰ 'ਤੇ ਮੂਸਾ ਦੇ ਮਸਤਿਸ਼ਕ ਵਿਚ ਰੱਖੋ ਅਤੇ ਦਸ ਹੁਕਮਾਂ (Ten Commandments) ਦੇ ਨਜ਼ਰੀਏ ਨਾਲ ਸੋਚੋ। ਜੇ ਤੁਸੀਂ ਈਰਖਾ, ਸਾੜਾ ਜਾਂ ਗੁੱਸੇ ਹੋਣ ਦੀ ਸੰਭਾਵਨਾ ਰੱਖਦੇ ਹੋ, ਤਾਂ ਆਪਣੇ-ਆਪ ਨੂੰ ਈਸਾ ਦੇ ਮਸਤਿਸ਼ਕ ਵਿਚ ਪੇਸ਼ ਕਰੋ ਅਤੇ ਉਸ ਨਜ਼ਰੀਏ ਨਾਲ ਸੋਚੋ, ਅਤੇ ਤੁਸੀਂ ਇਨ੍ਹਾਂ ਸ਼ਬਦਾਂ ਦੀ ਸੱਚਾਈ ਮਹਿਸੂਸ ਕਰੋਗੇ, ਇਕ-ਦੂਜੇ ਨਾਲ ਪਿਆਰ ਕਰੋ।

ਤੁਸ਼ਟੀਕਰਨ ਕਦੇ ਨਹੀਂ ਜਿੱਤਦਾ

ਕਦੇ ਵੀ ਲੋਕਾਂ ਨੂੰ ਆਪਣਾ ਫਾਇਦਾ ਨਾ ਚੁੱਕਣ ਦਿਓ ਅਤੇ ਤੁਹਾਡਾ ਧਿਆਨ ਗੁੱਸਾ ਦਿਖਾ ਕੇ, ਰੋ ਕੇ ਜਾਂ ਦਿਲ ਦਾ ਦੌਰਾ ਪੈਣ ਦਾ ਦਿਖਾਵਾ ਕਰਕੇ ਆਪਣੇ ਵੱਲ

ਆਕਰਸ਼ਿਤ ਨਾ ਕਰਨ ਦਿਓ। ਇਸ ਤਰ੍ਹਾਂ ਦੇ ਲੋਕ ਤਾਨਾਸ਼ਾਹ ਹੁੰਦੇ ਹਨ ਜੋ ਤੁਹਾਨੂੰ ਗ਼ੁਲਾਮ ਬਨਾਉਣਾ ਚਾਹੁੰਦੇ ਹਨ ਅਤੇ ਤੁਹਾਡੇ ਕੋਲੋਂ ਆਪਣੀਆਂ ਗੱਲਾਂ ਮਨਵਾਉਣ ਦੀ ਕੋਸ਼ਿਸ਼ ਕਰਦੇ ਹਨ। ਦਇਆਵਾਨ ਜਾਂ ਦਿਆਲੂ ਬਣੋ, ਪਰ ਵਿਚਲਤ ਨਾ ਹੋਵੋ ਅਤੇ ਉਨ੍ਹਾਂ ਦੇ ਸਾਹਮਣੇ ਨਾ ਝੁੱਕੋ।

ਤੁਸ਼ਟੀਕਰਨ ਕਦੇ ਨਹੀਂ ਜਿੱਤਦਾ। ਉਨ੍ਹਾਂ ਦੇ ਪਾਗਲਪਨ, ਖ਼ੁਦਗਰਜ਼ੀ ਅਤੇ ਅਧਿਕਾਰ ਜਮਾਉਣ 'ਚ ਆਪਣਾ ਸਹਿਯੋਗ ਨਾ ਦਿਓ। ਯਾਦ ਰੱਖੋ, ਉਹੀ ਕੰਮ ਕਰੋ ਜੋ ਸਹੀ ਹੋਣ। ਤੁਸੀਂ ਇੱਥੇ ਆਪਣੇ ਆਦਰਸ਼ ਨੂੰ ਪੂਰਾ ਕਰਨ ਅਤੇ ਆਪਣੇ ਜੀਵਨ ਵਿਚ ਸ਼ਦੀਵੀ ਸੱਚਾਈਆਂ ਅਤੇ ਅਧਿਆਤਮਿਕ ਕਦਰਾਂ-ਕੀਮਤਾਂ ਜੋ ਕਿ ਅਮਰ ਹਨ, ਉਨ੍ਹਾਂ ਪ੍ਰਤੀ ਸੱਚੇ ਰਹੋ। ਦੁਨੀਆ ਵਿਚ ਕਿਸੇ ਨੂੰ ਵੀ ਤੁਹਾਨੂੰ, ਤੁਹਾਡੇ ਉੱਦੇਸ਼, ਜੀਵਨ ਦੇ ਨਿਸ਼ਾਨੇ ਜੋ ਕਿ ਆਪਣੀ ਲੁਕੀ ਹੋਈ ਯੋਗਤਾ ਨੂੰ ਦੁਨੀਆ ਦੇ ਸਾਹਮਣੇ ਪ੍ਰਗਟ ਕਰਨਾ ਹੈ, ਮਾਨਵਤਾ ਦੀ ਸੇਵਾ ਅਤੇ ਬ੍ਰਹਮ ਬੁੱਧੀਮੱਤਾ, ਸੱਚਾਈ ਤੇ ਸੁੰਦਰਤਾ ਨੂੰ ਦੁਨੀਆ ਦੇ ਸਾਰੇ ਲੋਕਾਂ ਨੂੰ ਦਰਸਾਉਣਾ ਹੈ, ਉਸ ਤੋਂ ਵਿਚਲਤ ਕਰਨ ਦੀ ਸ਼ਕਤੀ ਨਾ ਦਿਓ। ਆਪਣੇ ਆਦਰਸ਼ਾਂ ਪ੍ਰਤੀ ਸੱਚੇ ਰਹੋ। ਉਨ੍ਹਾਂ ਚੀਜ਼ਾਂ ਬਾਰੇ ਪੂਰੀ ਤਰ੍ਹਾਂ ਅਤੇ ਨਿਸ਼ਚਿਤਤਾ ਨੂੰ ਜਾਣੋ, ਜਿਨ੍ਹਾਂ ਤੋਂ ਤੁਹਾਨੂੰ ਸ਼ਾਂਤੀ, ਖ਼ੁਸ਼ੀ ਅਤੇ ਪੂਰਨਤਾ ਮਿਲਦੀ ਹੈ। ਦੁਨੀਆ ਦੇ ਸਾਰੇ ਲੋਕਾਂ ਨੂੰ ਅਸੀਸਾਂ ਦਿਓ। ਕਿਸੇ ਵੀ ਹਿੱਸੇ ਦੀ ਇਕਸੁਰਤਾ, ਪੂਰੇ ਸਰੂਪ ਦੀ ਇਕਸਾਰਤਾ ਹੈ, ਕਿਸੇ ਵੀ ਅੰਸ਼ ਦੀ ਖ਼ੁਸ਼ੀ ਸੰਪੂਰਨ ਖ਼ੁਸ਼ੀ ਹੈ, ਕਿਉਂਕਿ ਸੰਪੂਰਨ ਅੰਸ਼ਾਂ ਵਿੱਚੋਂ ਹੈ ਅਤੇ ਅੰਸ਼ ਸੰਪੂਰਨ ਵਿੱਚੋਂ। ਜਿਵੇ ਕਿ ਪੌਲੁਸ ਕਹਿੰਦਾ ਹੈ, ਪਿਆਰ ਹੈ, ਅਤੇ ਪਿਆਰ ਸਿਹਤ, ਖ਼ੁਸ਼ੀ ਅਤੇ ਮਨ ਦੀ ਸ਼ਾਂਤੀ ਦੇ ਨਿਜਮ ਦੀ ਪੂਰਤੀ ਹੈ।

ਮਨੁੱਖੀ ਰਿਸ਼ਤਿਆਂ ਵਿਚ ਲਾਹੇਵੰਦ ਗੱਲਾਂ

1. ਤੁਹਾਡਾ ਅਵਚੇਤਨ ਮਨ ਇਕ ਰਿਕਾਰਡਿੰਗ ਮਸ਼ੀਨ ਹੈ, ਜੋ ਤੁਹਾਡੀ ਆਦਤਨ ਸੋਚ ਨੂੰ ਦੁਬਾਰਾ ਉਤਪੰਨ ਕਰਦੀ ਹੈ। ਦੂਜਿਆਂ ਬਾਰੇ ਚੰਗਾ ਸੋਚੋ, ਅਤੇ ਤੁਸੀਂ, ਅਸਲ ਵਿਚ ਆਪਣੇ ਬਾਰੇ ਚੰਗਾ ਸੋਚ ਰਹੇ ਹੋ। ਆਪਣੇ ਬਾਰੇ 'ਚ ਭਲਾ ਸੋਚ ਕੇ ਤੁਸੀਂ ਦਰਅਸਲ ਆਪਣੇ-ਆਪ ਦਾ ਭਲਾ ਸੋਚ ਰਹੇ ਹੋ।

2. ਨਫ਼ਰਤ ਭਰਿਆ ਜਾਂ ਨਾਰਾਜ਼ਗੀ ਭਰਿਆ ਵਿਚਾਰ ਇਕ ਮਾਨਸਿਕ ਜ਼ਹਿਰ ਹੈ। ਕਿਸੇ ਦੂਜੇ ਦਾ ਮਾੜਾ ਨਾ ਸੋਚੋ, ਕਿਉਂਕਿ ਇੰਝ ਕਰਨਾ ਆਪਣੇ-ਆਪ ਲਈ ਮਾੜਾ ਸੋਚਣਾ ਹੈ। ਤੁਸੀਂ ਵੀ ਆਪਣੇ ਬ੍ਰਹਿਮੰਡ ਵਿਚ ਇਕੋ-ਇਕ ਚਿੰਤਕ ਹੋ ਅਤੇ ਤੁਹਾਡੇ ਵਿਚਾਰ ਰਚਨਾਤਮਕ ਹਨ।

3. ਤੁਹਾਡਾ ਮਸਤਿਸ਼ਕ ਰਚਨਾਤਮਕ ਮਾਧਿਅਮ ਹੈ; ਇਸਲਈ ਤੁਸੀਂ ਦੂਜਿਆਂ ਬਾਰੇ ਜੋ ਸੋਚਦੇ ਅਤੇ ਮਹਿਸੂਸ ਕਰਦੇ ਹੋ, ਉਸ ਨੂੰ ਆਪਣੇ-ਆਪ ਦੇ ਅਨੁਭਵ ਵਿਚ ਲਿਆ ਰਹੇ ਹੋ। ਇਹ ਸੁਨਿਹਹੀ ਨਿਜਮ ਦਾ ਮਨੋਵਿਗਿਆਨਕ ਅਰਥ

ਹੈ। ਜਿਵੇਂ ਤੁਸੀਂ ਚਾਹੁੰਦੇ ਹੋ ਕਿ ਉਸ ਆਦਮੀ ਨੂੰ ਤੁਹਾਡੇ ਬਾਰੇ ਸੋਚਣਾ ਚਾਹੀਦਾ ਹੈ, ਉਸੇ ਤਰ੍ਹਾਂ ਤੁਸੀਂ ਉਹਨਾਂ ਦੇ ਬਾਰੇ ਸੋਚੋ।

4. ਕਿਸੇ ਹੋਰੇ ਨੂੰ ਧੋਖਾ ਦੇਣਾ, ਲੁੱਟਣਾ ਜਾਂ ਛੱਲ ਕਰਨਾ ਆਪਣੇ ਲਈ ਕਮੀ, ਘਾਟਾ ਤੇ ਸੀਮਾ ਲਿਆਉਂਦਾ ਹੈ। ਤੁਹਾਡਾ ਅਵਚੇਤਨ ਮਨ ਤੁਹਾਡੀਆਂ ਆਂਤਰਿਕ ਪ੍ਰੇਰਣਾਵਾਂ, ਵਿਚਾਰਾਂ ਤੇ ਭਾਵਨਾਵਾਂ ਦਾ ਰਿਕਾਰਡ ਰੱਖਦਾ ਹੈ। ਜਦੋਂ ਇਹ ਨਕਾਰਾਤਮਕ ਹੁੰਦਾ ਹੈ, ਤਾਂ ਅਣਗਿਣਤ ਤਰੀਕਿਆਂ ਨਾਲ ਨੁਕਸਾਨ, ਸੀਮਾ ਤੇ ਪਰੇਸ਼ਾਨੀਆਂ ਤੁਹਾਡੇ ਕੋਲ ਆਉਂਦੀਆਂ ਹਨ। ਅਸਲ ਵਿਚ, ਜੋ ਤੁਸੀਂ ਹੋਰਾਂ ਜਾਂ ਦੂਜਿਆਂ ਨਾਲ ਕਰਦੇ ਹੋ, ਉਹ ਤੁਸੀਂ ਆਪਣੇ-ਆਪ ਨਾਲ ਕਰ ਰਹੇ ਹੋ।

5. ਤੁਸੀਂ ਜੋ ਚੰਗੇ ਜਾਂ ਭਲਿਆਈ ਦੇ ਕੰਮ ਕਰਦੇ ਹੋ, ਜੋ ਦਿਆਲੂਤਾ ਤੁਸੀਂ ਦਿਖਾਉਂਦੇ ਹੋ, ਪਿਆਰ ਅਤੇ ਭਲਿਆਈ ਕਰਦੇ ਹੋ, ਉਹ ਕਈ ਗੁਣਾ ਹੋ ਕੇ ਕਈ ਤਰੀਕਿਆਂ ਨਾਲ ਤੁਹਾਡੇ ਕੋਲ ਵਾਪਸ ਆਉਂਦੀ ਹੈ।

6. ਤੁਸੀਂ ਆਪਣੀ ਦੁਨੀਆ ਦੇ ਇਕੋ-ਇਕ ਵਿਚਾਰਕ ਹੋ। ਤੁਸੀਂ ਜੋ ਕੁੱਝ ਦੂਜਿਆਂ ਬਾਰੇ ਸੋਚਦੇ ਹੋ, ਉਸ ਤਰੀਕੇ ਲਈ ਤੁਸੀਂ ਜਿੰਮੇਵਾਰ ਹੋ। ਯਾਦ ਰੱਖੋ, ਦੂਜਾ ਵਿਅਕਤੀ ਤੁਹਾਡੇ ਉਸ ਬਾਰੇ ਸੋਚਣ ਦੇ ਤਰੀਕੇ ਲਈ ਜਿੰਮੇਵਾਰ ਨਹੀਂ ਹੈ। ਤੁਹਾਡੇ ਵਿਚਾਰ ਦੁਬਾਰਾ ਜਾਂ ਹੂ-ਬ-ਹੂ ਉਂਝ ਦੇ ਹੀ ਬਣਦੇ ਜਾਂ ਨਤੀਜੇ ਦਿੰਦੇ ਹਨ। ਹੁਣ ਤੁਸੀਂ ਦੂਜੇ ਵਿਅਕਤੀ ਬਾਰੇ ਕੀ ਸੋਚ ਰਹੇ ਹੋ?

7. ਭਾਵਨਾਤਮਕ ਤੌਰ' ਤੇ ਪਰਿਪੱਕ ਬਣੋ ਤੇ ਦੂਜੇ ਲੋਕਾਂ ਨੂੰ ਤੁਹਾਡੇ ਵੱਖਰੇ ਜਾਂ ਭਿੰਨ ਰਾਇ ਜਾਂ ਮੱਤ ਰੱਖਣ ਦੀ ਇਜਾਜ਼ਤ ਦਿਓ। ਉਨ੍ਹਾਂ ਨੂੰ ਤੁਹਾਡੇ ਨਾਲ ਅਸਹਿਮਤ ਹੋਣ ਦਾ ਪੂਰਾ ਅਧਿਕਾਰ ਹੈ ਅਤੇ ਤੁਹਾਨੂੰ ਵੀ ਉਨ੍ਹਾਂ ਨਾਲ ਅਸਹਿਮਤ ਹੋਣ ਦੀ ਪੂਰੀ ਆਜ਼ਾਦੀ ਹੈ। ਤੁਸੀਂ ਬਿਨਾਂ ਮੱਤਭੇਦ ਜਾਂ ਅਪ੍ਰੀਅ ਹੋ ਕੇ ਵੀ ਅਸਹਿਮਤ ਹੋ ਸਕਦੇ ਹੋ।

8. ਜਾਨਵਰ ਤੁਹਾਡੇ ਡਰ ਦੀਆਂ ਥਰਥਰਾਹਟ ਨੂੰ ਚੁੱਕਦੇ ਅਤੇ ਤੁਹਾਡੇ ਵੱਲ ਖਿੱਚਦੇ ਹਨ। ਜੇ ਤੁਸੀਂ ਜਾਨਵਰਾਂ ਨੂੰ ਪਿਆਰ ਕਰਦੇ ਹੋ, ਤਾਂ ਤੁਹਾਡੇ 'ਤੇ ਉਹ ਕਦੇ ਹਮਲਾ ਨਹੀਂ ਕਰਣਗੇ। ਬਹੁਤ ਸਾਰੇ ਅਨੁਸ਼ਾਸਨਹੀਨ ਮਨੁੱਖ ਕੁੱਤਿਆਂ, ਬਿੱਲੀਆਂ ਅਤੇ ਹੋਰ ਜਾਨਵਰਾਂ ਵਾਂਗ ਸੰਵੇਦਨਸ਼ੀਲ ਹੁੰਦੇ ਹਨ।

9. ਤੁਹਾਡੀ ਆਂਤਰਿਕ ਭਾਸ਼ਾ, ਜੋ ਤੁਹਾਡੇ ਸ਼ਾਂਤ ਵਿਚਾਰਾਂ ਅਤੇ ਭਾਵਨਾਵਾਂ ਦੀ ਪ੍ਰਤੀਨਿਧਤਾ ਕਰ ਰਹੀ ਹੈ, ਉਸਦਾ ਅਨੁਭਵ ਤੁਹਾਡੇ 'ਤੇ ਦੂਜਿਆਂ ਦੁਆਰਾ ਕੀਤੀ ਗਈ ਪ੍ਰਤੀਕਿਰਿਆਵਾਂ ਤੋਂ ਹੁੰਦਾ ਹੈ।

10. ਦੂਜਿਆਂ ਲਈ ਉਹੀ ਕਾਮਨਾ ਕਰੋ, ਜਿਹੜੀ ਤੁਸੀਂ ਆਪਣੇ ਲਈ ਚਾਹੁੰਦੇ ਹੋ। ਇਹ ਇਕਸੁਰ ਮਨੁੱਖੀ ਰਿਸ਼ਤਿਆਂ ਦੀ ਕੁੰਜੀ ਹੈ।

11. ਆਪਣੇ ਬੌਸ ਪ੍ਰਤੀ ਆਪਣੇ ਸੰਕਲਪ ਤੇ ਅੰਦਾਜ਼ਿਆਂ ਨੂੰ ਬਦਲ ਦਿਓ।

ਮਹਿਸੂਸ ਕਰੋ ਤੇ ਜਾਣੋ ਕਿ ਉਹ ਸੁਨਿਹਰੀ ਨਿਯਮ ਅਤੇ ਪਿਆਰ ਦੇ ਨਿਯਮ ਦਾ ਅਭਿਆਸ ਕਰ ਰਿਹਾ ਹੈ, ਤੇ ਉਹ ਉਸ ਦੇ ਅਨੁਰੂਪ ਜਵਾਬ ਦੇਵੇਗਾ।

12. ਦੂਜਾ ਵਿਅਕਤੀ ਤੁਹਾਨੂੰ ਉਦੋਂ ਤਕ ਨਾਰਾਜ਼ ਨਹੀਂ ਕਰ ਸਕਦਾ, ਜਦੋਂ ਤਕ ਕਿ ਤੁਸੀਂ ਉਸ ਨੂੰ ਇੰਝ ਕਰਨ ਦੀ ਇਜਾਜ਼ਤ ਨਹੀਂ ਦਿੰਦੇ। ਤੁਹਾਡਾ ਵਿਚਾਰ ਰਚਨਾਤਮਕ ਹੈ; ਤੁਸੀਂ ਦੂਜੇ ਵਿਅਕਤੀ ਨੂੰ ਅਸੀਸ ਦੇ ਸਕਦੇ ਹੋ। ਜੇ ਕੋਈ ਤੁਹਾਨੂੰ ਅਪਮਾਨਜਨਕ ਨਾਂ ਨਾਲ ਬੁਲਾਉਂਦਾ ਹੈ, ਤਾਂ ਤੁਹਾਨੂੰ ਇਹ ਜਵਾਬ ਦੇਣ ਦੀ ਆਜ਼ਾਦੀ ਹੈ, "ਪਰਮਾਤਮਾ ਦੀ ਸ਼ਾਂਤੀ ਤੁਹਾਡੀ ਰੂਹ ਨੂੰ ਭਰ ਦੇਵੇ।"

13. ਪਿਆਰ ਦੂਜਿਆਂ ਨਾਲ ਮਿਲਣ ਦਾ ਜਵਾਬ ਹੈ। ਪਿਆਰ ਸਿਆਣਪ, ਚੰਗੀ-ਇੱਛਾ ਅਤੇ ਇਨਸਾਨ ਵਿਚ ਅੰਤਰੀਵ ਬ੍ਰਹਿਮਤਾ ਦਾ ਆਦਰ ਕਰਨਾ ਹੈ।

14. ਤੁਸੀਂ ਕਿਸੇ ਅਪਹਾਜ ਜਾਂ ਕੁੱਬੜੇ ਨਾਲ ਨਫ਼ਰਤ ਨਹੀਂ ਕਰਦੇ। ਤੁਹਾਡੇ ਵਿਚ ਦਿਆਲੂਤਾ ਹੋਵੇਗੀ। ਮਾਨਸਿਕ ਤੌਰ ਉੱਤੇ ਕੁਬਡ਼ਿਆ ਪ੍ਰਤੀ ਦਿਆਲੂਤਾ ਅਤੇ ਸਿਆਣਪ ਰੱਖੋ, ਕਿਉਂਕਿ ਉਹ ਹੀ ਮਾਨਸਿਕ ਤੌਰ 'ਤੇ ਕੁੱਬਾ ਹੋ ਸਕਦਾ ਹੈ ਜਿਸ ਨੂੰ ਨਕਾਰਾਤਮਕ ਮਾਹੌਲ ਮਿਲਿਆ ਹੋਵੇ। ਸਭ ਨੂੰ ਸਮਝਣਾ ਸਭ ਨੂੰ ਮੁਆਫ਼ ਕਰਨਾ ਹੈ।

15. ਦੂਜਿਆਂ ਦੀ ਸਫ਼ਲਤਾ, ਤਰੱਕੀ ਤੇ ਚੰਗੀ ਕਿਸਮਤ ਵਿਚ ਖ਼ੁਸ਼ ਹੋਵੋ। ਅਜਿਹਾ ਕਰਨ ਨਾਲ, ਤੁਸੀਂ ਚੰਗੀ ਕਿਸਮਤ ਨੂੰ ਆਪਣੇ ਵੱਲ ਆਕਰਸ਼ਿਤ ਕਰ ਰਹੇ ਹੋ।

16. ਕਦੇ ਵੀ ਕਿਸੇ ਦੇ ਭਾਵਨਾਤਮਕ ਦਰਿਸ਼ਾਂ ਅਤੇ ਦੂਜਿਆਂ ਦੇ ਗੁੱਸੇ ਦੇ ਅੱਗੇ ਨਾ ਝੁੱਕੋ। ਤੁਸ਼ਟੀਕਰਨ ਕਦੇ ਨਹੀਂ ਜਿੱਤਦਾ। ਪਾਇਦਾਨ ਨਾ ਬਣੋ। ਜੋ ਸਹੀ ਹੈ ਉਸ 'ਤੇ ਅਡੋਲ ਰਹੋ। ਆਪਣੇ ਆਦਰਸ਼ਾਂ 'ਤੇ ਟਿਕੇ ਰਹੋ ਤੇ ਇਹ ਨਾ ਭੁੱਲੋ ਕਿ ਜੋ ਮਾਨਸਿਕ ਨਜ਼ਰੀਆ ਤੁਹਾਨੂੰ ਸ਼ਾਂਤੀ, ਖ਼ੁਸ਼ਹਾਲੀ ਤੇ ਆਨੰਦ ਦਿੰਦਾ ਹੈ, ਉਹ ਸਹੀ, ਚੰਗਾ ਅਤੇ ਸੱਚਾ ਹੈ। ਜੋ ਤੁਹਾਨੂੰ ਅਸੀਸ ਦਿੰਦਾ ਹੈ, ਉਹ ਸਾਰਿਆਂ ਨੂੰ ਅਸੀਸ ਦਿੰਦਾ ਹੈ ਜਾਂ ਜੋ ਤੁਹਾਨੂੰ ਬਖ਼ਸ਼ਦਾ ਹੈ, ਉਹ ਸਾਰਿਆਂ ਨੂੰ ਬਖ਼ਸ਼ਦਾ ਹੈ।

17. ਕਿਸੇ ਵੀ ਵਿਅਕਤੀ ਨੂੰ ਇਸ ਦੁਨੀਆ ਵਿਚ ਕੁਝ ਦੇਣਾ ਹੈ ਤਾਂ ਉਹ ਹੈ ਪਿਆਰ, ਅਤੇ ਪਿਆਰ ਦਾ ਅਰਥ ਹੈ ਸਾਰਿਆਂ ਲਈ ਉਸੇ ਦੀ ਇੱਛਾ ਕਰਨਾ, ਜਿਸ ਦੀ ਇੱਛਾ ਤੁਸੀਂ ਆਪਣੇ ਲਈ ਕਰਦੇ ਹੋ, ਉਹ ਹੈ ਸਿਹਤ, ਖ਼ੁਸ਼ੀ ਅਤੇ ਜੀਵਨ ਦੀਆਂ ਸਾਰੀਆਂ ਰਹਿਮਤਾਂ, ਬਰਕਤਾਂ ਅਤੇ ਚੰਗੀਆਂ-ਇੱਛਾਵਾਂ।

ਮੁਆਫ਼ ਕਰਨ ਲਈ ਅਵਚੇਤਨ ਮਨ ਦੀ ਵਰਤੋਂ ਕਿਵੇਂ ਕਰੀਏ

ਜ਼ਿੰਦਗੀ ਪੱਖਪਾਤ ਨਹੀਂ ਕਰਦੀ। ਪਰਮਾਤਮਾ ਜੀਵਨ ਹੈ ਅਤੇ ਇਹ ਜੀਵਨ ਸਿਧਾਂਤ ਇਸ ਪਲ ਵੀ ਤੁਹਾਡੇ ਅੰਦਰ ਪ੍ਰਵਾਹਿਤ ਹੋ ਰਿਹਾ ਹੈ। ਪਰਮਾਤਮਾ ਆਪਣੇ-ਆਪ ਨੂੰ ਤੁਹਾਡੇ ਰਾਹੀਂ ਇਕਸੁਰਤਾ, ਸ਼ਾਂਤੀ, ਸੁੰਦਰਤਾ, ਖ਼ੁਸ਼ੀ ਅਤੇ ਭਰਪੂਰਤਾ ਦੁਆਰਾ ਵਿਅਕਤ ਹੋਣਾ ਪਸੰਦ ਕਰਦਾ ਹੈ। ਇਸ ਨੂੰ ਪਰਮਾਤਮਾ ਦੀ ਇੱਛਾ ਜਾਂ ਜੀਵਨ ਦੀ ਪ੍ਰਵਿਰਤੀ ਕਿਹਾ ਜਾਂਦਾ ਹੈ।

ਜੇ ਤੁਸੀਂ ਇਸ ਆਂਤਰਿਕ ਜੀਵਨ-ਪ੍ਰਵਾਹ ਦੇ ਖ਼ਿਲਾਫ਼ ਆਪਣੇ ਮਸਤਿਸ਼ਕ ਵਿਚ ਪ੍ਰਤੀਰੋਧ ਜਾਂ ਵਿਰੋਧ ਕਰਦੇ ਹੋ, ਤਾਂ ਇਹ ਭਾਵਨਾਤਮਕ ਰੋਕ ਤੁਹਾਡੇ ਅਵਚੇਤਨ ਮਨ ਨੂੰ ਬੜੀ ਦੁਚਿੱਤੀ ਵਿਚ ਪਾ ਕੇ ਹਰ ਤਰ੍ਹਾਂ ਦੀਆਂ ਨਕਾਰਾਤਮਕ ਸਥਿਤੀਆਂ ਉਤਪੰਨ ਕਰਨ ਦਾ ਕਾਰਣ ਬਣ ਜਾਵੇਗੀ।

ਪਰਮਾਤਮਾ ਦਾ ਦੁਨੀਆ ਦੀ ਦੁੱਖੀ ਜਾਂ ਅਰਾਜਕ ਹਾਲਾਤਾਂ ਨਾਲ ਕੋਈ ਲੈਣਾ-ਦੇਣਾ ਨਹੀਂ ਹੈ। ਇਹ ਸਥਿਤੀਆਂ ਤਾਂ ਸਾਡੀ ਨਕਾਰਾਤਮਕ ਅਤੇ ਵਿਨਾਸ਼ਕ ਸੋਚਾਂ ਦੀ ਵਜ੍ਹਾਂ ਨਾਲ ਹੁੰਦੀ ਹੈ। ਇਸ ਲਈ, ਆਪਣੀ ਮੁਸ਼ਕਿਲਾਂ ਜਾਂ ਬਿਮਾਰੀਆਂ ਲਈ ਪਰਮਾਤਮਾ ਨੂੰ ਦੋਸ਼ ਦੇਣਾ ਮੂਰਖਤਾ ਹੈ।

ਕਈ ਵਿਅਕਤੀ ਆਪਣੇ ਸੁਭਾਅ ਕਾਰਨ ਮਾਨਵ ਜਾਤੀ ਦੇ ਪਾਪਾਂ, ਬਿਮਾਰੀਆਂ ਤੇ ਦੁਖਾਂ ਲਈ ਪਰਮਾਤਮਾ ਨੂੰ ਦੋਸ਼ ਲਾ ਅਤੇ ਉਨ੍ਹਾਂ ਦਾ ਤਿਰਸਕਾਰ ਕਰਕੇ ਜੀਵਨ-ਪ੍ਰਵਾਹ ਦੀ ਰਾਹ ਵਿਚ ਮਾਨਸਿਕ ਅੜ੍ਹਿਕਾ ਖੜਾ ਕਰ ਲੈਂਦੇ ਹਨ। ਬਾਕੀ ਲੋਕ ਆਪਣੇ ਦੁੱਖ-ਦਰਦ, ਪਿਆਰਿਆਂ ਦੇ ਵਿਛੋੜੇ, ਨਿਜੀ ਦੁੱਖਾਂ ਅਤੇ ਦੁਰਘਟਨਾਵਾਂ ਲਈ ਪਰਮਾਤਮਾ 'ਤੇ ਦੋਸ਼ ਮੜ੍ਹਦੇ ਹਨ। ਉਹ ਪਰਮਾਤਮਾ 'ਤੇ ਗੁੱਸਾ ਹੁੰਦੇ ਹਨ ਅਤੇ ਉਨ੍ਹਾਂ ਨੂੰ ਇਸ 'ਤੇ ਵਿਸ਼ਵਾਸ ਹੁੰਦਾ ਹੈ ਕਿ ਉਨ੍ਹਾਂ ਦੇ ਸਾਰੇ ਦੁੱਖਾਂ ਲਈ ਪਰਮਾਤਮਾ ਜਿੰਮੇਵਾਰ ਹੈ।

ਜਦੋਂ ਤਕ ਲੋਕ ਪਰਮਾਤਮਾ ਬਾਰੇ ਇਸ ਤਰ੍ਹਾਂ ਦੀਆਂ ਨਕਾਰਾਤਮਕ ਸੰਕਲਪ ਰੱਖਣਗੇ, ਉਦੋਂ ਤੱਕ ਉਨ੍ਹਾਂ ਦਾ ਅਵਚੇਤਨ ਮਨ ਇਨ੍ਹਾਂ ਨਕਾਰਾਤਮਕ ਚੀਜ਼ਾਂ ਨੂੰ ਸਾਕਾਰ ਕਰਦਾ ਰਹੇਗਾ। ਉਹ ਇਹ ਨਹੀਂ ਸਮਝ ਪਾਉਂਦੇ ਕਿ ਉਹ ਆਪਣੇ-ਆਪ ਨੂੰ ਸਜ਼ਾ ਦੇ ਰਹੇ ਹਨ। ਉਨ੍ਹਾਂ ਨੂੰ ਇਸ ਸੱਚ ਨੂੰ ਸਮਝਣਾ ਚਾਹੀਦਾ ਹੈ, ਇਸ ਤੋਂ ਬਾਹਰ ਨਿਕਲਣ ਦਾ ਰਾਹ ਲੱਭਣਾ ਪਵੇਗਾ ਅਤੇ ਹਰ ਤਰ੍ਹਾਂ ਦੀ ਆਲੋਚਨਾਵਾਂ, ਬੁਰਾਈਆਂ ਅਤੇ ਕਿਸੇ ਦੇ ਵੀ ਪ੍ਰਤੀ ਕ੍ਰੋਧ ਅਤੇ ਆਪਣੀਆਂ ਬਾਹਰਲੀਆਂ ਤਾਕਤਾਂ ਨੂੰ ਤਿਆਗਣਾ ਪਵੇਗਾ। ਨਹੀਂ ਤਾਂ ਉਹ ਇਕ ਸਿਹਤਮੰਦ, ਖ਼ੁਸ਼ਹਾਲ ਜਾਂ ਰਚਨਾਤਮਕ ਗਤੀਵਿਧੀਆਂ ਵੱਲ ਨਹੀਂ ਵੱਧ ਸਕਦੇ। ਜਦੋਂ ਇਹ ਲੋਕ ਆਪਣੇ ਦਿਲੋ-ਦਿਮਾਗ਼ ਵਿਚ ਪਿਆਰ ਕਰਨ ਵਾਲੇ ਪਰਮਾਤਮਾ ਨੂੰ ਸੁਣਨ ਲੱਗਦੇ ਹਨ, ਅਤੇ ਜਦੋਂ ਉਹ ਇਸ ਗੱਲ 'ਤੇ ਯਕੀਨ ਕਰਦੇ ਹਨ ਕਿ ਪਰਮਾਤਮਾ ਪਿਆਰ ਕਰਨ ਵਾਲਾ ਪਿਤਾ ਹੈ, ਜੋ ਉਨ੍ਹਾਂ 'ਤੇ ਨਜ਼ਰ ਰੱਖਦਾ ਹੈ, ਉਨ੍ਹਾਂ ਦੀ ਦੇਖਭਾਲ, ਮਾਰਗਦਰਸ਼ਨ ਕਰਦਾ ਹੈ, ਉਨ੍ਹਾਂ ਨੂੰ ਬਣਾਏ ਰੱਖਦਾ ਅਤੇ ਸ਼ਕਤੀ ਦਿੰਦਾ ਹੈ, ਉਦੋਂ ਪਰਮਾਤਮਾ ਦੇ ਪ੍ਰਤੀ ਜਾਂ ਜੀਵਨ-ਸਿਧਾਂਤ ਬਾਰੇ ਵਿਚ ਇਸ ਤਰ੍ਹਾਂ ਦੀ ਧਾਰਨਾ ਨੂੰ ਉਨ੍ਹਾਂ ਦਾ ਅਵਚੇਤਨ ਮਨ ਸਵੀਕਾਰ ਕਰੇਗਾ ਅਤੇ ਉਹ ਆਪਣੇ-ਆਪ ਲਈ ਅਣਗਿਣਤ ਤਰੀਕਿਆਂ ਨਾਲ ਬਖ਼ਸ਼ਿਸ਼ਾਂ ਪ੍ਰਾਪਤ ਕਰਣਗੇ।

ਜ਼ਿੰਦਗੀ ਹਮੇਸ਼ਾ ਤੁਹਾਨੂੰ ਮੁਆਫ਼ ਕਰਦੀ ਹੈ

ਜਦੋਂ ਤੁਸੀਂ ਆਪਣੀ ਉਂਗਲ ਵੱਢ ਲੈਂਦੇ ਹੋ, ਉਦੋਂ ਜ਼ਿੰਦਗੀ ਤੁਹਾਨੂੰ ਮੁਆਫ਼ ਕਰਦੀ ਹੈ। ਤੁਹਾਡੇ ਅੰਦਰਲੀ ਅਵਚੇਤਨ ਬੁੱਧੀਮੱਤਾ ਤੁਰੰਤ ਇਸ ਨੂੰ ਠੀਕ ਕਰਨ ਲਈ ਸਰਗਰਮ ਹੋ ਜਾਂਦੀ ਹੈ। ਨਵੀਂ ਕੋਸ਼ਿਕਾਵਾਂ ਸੱਟ ਦੇ 'ਤੇ ਪੁੱਲ ਬਣਾਉਂਦੀਆਂ ਹਨ। ਜੇ ਤੁਸੀਂ ਗ਼ਲਤੀ ਨਾਲ ਗ਼ਲਤ ਖਾਣਾ ਖਾਂਦੇ ਹੋ, ਤਾਂ ਜੀਵਨ ਤੁਹਾਨੂੰ ਮੁਆਫ਼ ਕਰ ਕੇ ਤੁਹਾਨੂੰ ਉਲਟੀ ਕਰਵਾਉਂਦਾ ਹੈ, ਜਿਸ ਨਾਲ ਇਹ ਤੁਹਾਨੂੰ ਬਚਾ ਸਕੇ। ਜੇ ਤੁਸੀਂ ਆਪਣਾ ਹੱਥ ਸਾੜ ਲੈਂਦੇ ਹੋ ਤਾਂ ਜੀਵਨ ਦਾ ਸਿਧਾਂਤ ਇਸ ਵਿਚ ਕਿਸੇ ਪ੍ਰਕਾਰ ਦੀ ਸੋਜ ਜਾਂ ਜਮ੍ਹਾ ਨੂੰ ਘੱਟ ਕਰਦਾ ਹੈ ਅਤੇ ਤੁਹਾਨੂੰ ਨਵੀਂ ਚਮੜੀ, ਉੱਤਕ ਤੇ ਕੋਸ਼ਿਕਾਵਾਂ ਦਿੰਦਾ ਹੈ। ਜੀਵਨ ਤੁਹਾਡੇ ਖ਼ਿਲਾਫ਼ ਕੋਈ ਵੈਰ ਨਹੀਂ ਰੱਖਦਾ। ਇਹ ਹਮੇਸ਼ਾ ਤੁਹਾਨੂੰ ਮੁਆਫ਼ ਕਰ ਰਿਹਾ ਹੁੰਦਾ ਹੈ। ਜੀਵਨ ਤੁਹਾਨੂੰ ਸਿਹਤ, ਸਫ਼ੂਰਤੀ, ਸਦਭਾਵ ਅਤੇ ਸ਼ਾਂਤੀ ਦਿੰਦਾ ਰਹਿੰਦਾ ਹੈ, ਬਸ਼ਰਤੇ ਤੁਸੀਂ ਪ੍ਰਕਿਰਤੀ ਦੇ ਨਾਲ ਇਕਸੁਰਤਾ ਦੀ ਸੋਚ ਰੱਖਦੇ ਅਤੇ ਸਹਿਯੋਗ ਕਰਦੇ ਹੋ। ਨਕਾਰਾਤਮਕ, ਦੁਖਦਾਇਕ ਯਾਦਾਂ, ਕੁੜੱਤਣ ਅਤੇ ਦੁਰਭਾਵਨਾ ਤੁਹਾਡੇ ਅੰਦਰਲੇ ਜੀਵਨ-ਸਿਧਾਂਤ ਦੇ ਮੁਕਤ-ਪ੍ਰਵਾਹ ਨੂੰ ਰੋਕ ਦਿੰਦੀਆਂ ਹਨ।

ਕਿਵੇਂ ਉਹ ਆਪਣੇ ਅਪਰਾਧਬੋਧ ਤੋਂ ਬਾਹਰ ਨਿਕਲਿਆ

ਮੈਂ ਇਕ ਵਿਅਕਤੀ ਨੂੰ ਜਾਣਦਾ ਸੀ, ਹਰ ਰਾਤ ਕਰੀਬ ਸਵੇਰ ਦੇ ਇਕ ਵਜੇ ਤੱਕ ਉਹ ਕੰਮ ਕਰਦਾ ਸੀ। ਉਸ ਨੇ ਆਪਣੀ ਪਤਨੀ ਤੇ ਦੋ ਬੱਚਿਆਂ 'ਤੇ ਕੋਈ ਧਿਆਨ ਨਹੀਂ ਦਿੱਤਾ। ਉਹ ਹਮੇਸ਼ਾ ਮਿਹਨਤ ਕਰਨ 'ਚ ਹੀ ਰੁੱਝਿਆ ਰਿਹਾ। ਉਸ ਨੇ ਸੋਚਿਆ ਕਿ ਲੋਕੀਂ ਉਸ ਨੂੰ ਸ਼ਾਬਾਸ਼ੀ ਦੇਣਗੇ, ਕਿਉਂਕਿ ਉਹ ਅੱਧੀ ਰਾਤ ਤੋਂ ਬਾਅਦ ਤੱਕ ਇੰਨੀ ਲਗਨ ਅਤੇ ਮਿਹਨਤ ਨਾਲ ਕੰਮ ਕਰ ਰਿਹਾ ਸੀ। ਉਸ ਦਾ ਬਲੱਡ ਪ੍ਰੈਸ਼ਰ ਦੋ ਸੌ ਤੋਂ ਵੱਧ ਸੀ ਅਤੇ ਉਹ ਅਪਰਾਧ ਬੋਧ ਨਾਲ ਭਰ ਗਿਆ। ਅਨਜਾਣੇ ਵਿਚ ਉਸ ਨੇ ਕਰੜੀ ਮਿਹਨਤ ਰਾਹੀਂ ਆਪਣੇ ਨੂੰ ਹੋਰ ਤੰਗ ਕਰਨਾ ਸ਼ੁਰੂ ਕੀਤਾ ਅਤੇ ਆਪਣਿਆਂ ਬੱਚਿਆਂ ਨੂੰ ਪੂਰੀ ਤਰ੍ਹਾਂ ਨਜ਼ਰਅੰਦਾਜ਼। ਇਕ ਆਮ ਵਿਅਕਤੀ ਇਸ ਤਰ੍ਹਾਂ ਨਹੀਂ ਕਰਦਾ। ਉਹ ਆਪਣੇ ਬੱਚਿਆਂ ਅਤੇ ਉਨ੍ਹਾਂ ਦੇ ਵਿਕਾਸ ਵਿਚ ਦਿਲਚਸਪੀ ਰੱਖਦਾ ਹੈ। ਉਹ ਆਪਣੀ ਪਤਨੀ ਨੂੰ ਆਪਣੀ ਦੁਨੀਆ 'ਚੋਂ ਨਹੀਂ ਕੱਢਦਾ।

ਮੈਂ ਉਸ ਨੂੰ ਸਮਝਾਇਆ ਕਿ ਉਹ ਇੰਨੀ ਮਿਹਨਤ ਨਾਲ ਕੰਮ ਕਿਉਂ ਕਰਦਾ ਹੈ, "ਤੁਹਾਨੂੰ ਅੰਦਰੋਂ ਹੀ ਕੋਈ ਪਰੇਸ਼ਾਨ ਕਰ ਰਿਹਾ ਹੈ ਵਰਨਾ ਤੁਸੀਂ ਇਸ ਤਰ੍ਹਾਂ ਦੀਆਂ ਹਰਕਤਾਂ ਨਹੀਂ ਕਰਦੇ। ਤੁਸੀਂ ਆਪਣੇ-ਆਪ ਨੂੰ ਸਜ਼ਾ ਦੇ ਰਹੇ ਹੋ ਅਤੇ ਤੁਹਾਨੂੰ ਆਪਣੇ-ਆਪ ਨੂੰ ਮੁਆਫ਼ ਕਰਨਾ ਸਿੱਖਣਾ ਪਵੇਗਾ।" ਉਸ ਦੇ ਅੰਦਰ ਡੂੰਘਾ ਅਪਰਾਧਬੋਧ ਸੀ। ਇਹ ਉਸ ਦੇ ਆਪਣੇ ਭਰਾਂ ਲਈ ਸੀ।

ਮੈਂ ਉਸ ਨੂੰ ਸਮਝਾਇਆ ਕਿ ਪਰਮਾਤਮਾ ਉਸ ਨੂੰ ਸਜਾ ਨਹੀਂ ਦੇ ਰਿਹਾ ਸੀ, ਬਲਕਿ ਉਹ ਆਪਣੇ-ਆਪ ਨੂੰ ਸਜਾ ਦੇ ਰਿਹਾ ਸੀ। ਮਿਸਾਲ ਲਈ, ਜੇ ਤੁਸੀਂ ਜੀਵਨ ਦੇ ਨਿਯਮਾਂ ਨੂੰ ਤੋੜੋਗੇ ਤਾਂ ਤੁਸੀਂ ਉਸੇ ਦੇ ਅਨੁਸਾਰ ਪੀੜਤ ਹੋਵੋਗੇ। ਜੇ ਤੁਸੀਂ ਬਿਜਲੀ ਦੇ ਖੁੱਲ੍ਹੇ ਤਾਰਾਂ 'ਤੇ ਹੱਥ ਰੱਖੋਗੇ, ਤਾਂ ਤੁਹਾਨੂੰ ਝਟਕਾ ਲੱਗੇਗਾ ਅਤੇ ਤੁਸੀਂ ਜਲ ਜਾਵੋਗੇ। ਪ੍ਰਕਿਰਤੀ ਦੀਆਂ ਤਾਕਤਾਂ ਮਾੜੀਆਂ ਨਹੀਂ ਹੁੰਦੀਆਂ, ਜਿਵੇਂ ਤੁਸੀਂ ਉਨ੍ਹਾਂ ਦੀ ਵਰਤੋਂ ਕਰਦੇ ਹੋ, ਉਸ ਨਾਲ ਨਿਰਧਾਰਿਤ ਹੁੰਦਾ ਹੈ ਕਿ ਉਨ੍ਹਾਂ ਦਾ ਪ੍ਰਭਾਵ ਚੰਗਾ ਪੈਂਦਾ ਹੈ ਜਾਂ ਮਾੜਾ। ਬਿਜਲੀ ਆਪਣੇ 'ਚ ਬੁਰੀ ਨਹੀਂ ਹੈ; ਇਹ ਤਾਂ ਇਸ 'ਤੇ ਨਿਰਭਰ ਕਰਦਾ ਹੈ ਕਿ ਤੁਸੀਂ ਇਸਦੀ ਵਰਤੋਂ ਕਿਸ ਤਰ੍ਹਾਂ ਕਰਦੇ ਹੋ। ਕਿਸੇ ਨਿਰਮਾਣ ਨੂੰ ਡਿਗਾਉਣ ਲਈ ਜਾਂ ਕਿਸੇ ਘਰ ਨੂੰ ਰੋਸ਼ਨ ਕਰਨ ਲਈ। ਪਾਪ ਕੇਵਲ ਇੱਕ ਹੈ, ਉਹ ਹੈ ਨਿਜਮ ਦਾ ਅਗਿਆਨ ਅਤੇ ਇਸ ਦੀ ਕੇਵਲ ਇੱਕ ਹੀ ਸਜ਼ਾ ਹੈ, ਉਹ ਹੈ ਮਨੁੱਖ ਦੁਆਰਾ ਨਿਜਮ ਦੀ ਗ਼ਲਤ ਵਰਤੋਂ ਨਾਲ ਆਪਣੇ-ਆਪ ਪ੍ਰਤੀਕਿਰਿਆ ਦਾ ਮਿਲਣਾ।

ਜੇ ਤੁਸੀਂ ਰਸਾਇਨ ਦੇ ਨਿਯਮਾਂ ਦੀ ਦੁਰਵਰਤੋਂ ਕਰੋਗੇ, ਤਾਂ ਆਪਣੇ ਘਰ ਜਾਂ ਫੈਕਟਰੀ ਨੂੰ ਉਡਾ ਸਕਦੇ ਹੋ। ਜੇ ਤੁਸੀਂ ਆਪਣਾ ਹੱਥ ਕਿਸੇ ਬੋਰਡ 'ਤੇ ਮਾਰੋਗੇ, ਤਾਂ ਇਸ ਨਾਲ ਤੁਹਾਡੇ ਹੱਥਾਂ 'ਚੋਂ ਲਹੂ ਨਿਕਲ ਸਕਦਾ ਹੈ। ਬੋਰਡ ਉਸ ਲਈ ਨਹੀਂ

ਬਣਾਇਆ ਗਿਆ ਹੈ। ਹੋ ਸਕਦਾ ਹੈ ਇਸ ਨੂੰ ਤੁਹਾਡੇ ਝੁਕਣ ਜਾਂ ਆਪਣੇ ਪੈਰਾਂ ਨੂੰ ਸਹਾਰਾ ਦੇਣ ਲਈ ਬਣਾਇਆ ਗਿਆ ਹੋਵੇ।

ਇਸ ਵਿਅਕਤੀ ਨੂੰ ਇਸ ਗੱਲ ਦਾ ਅਹਿਸਾਸ ਹੋਇਆ ਕਿ ਪਰਮਾਤਮਾ ਕਿਸੇ ਨੂੰ ਪ੍ਰਤਾੜਿਤ ਜਾਂ ਸਜ਼ਾ ਨਹੀਂ ਦਿੰਦਾ ਅਤੇ ਉਸ ਦੀ ਪੂਰੀ ਪੀੜਾ ਉਸ ਦੇ ਆਪਣੇ ਨਕਾਰਾਤਮਕ ਤੇ ਵਿਨਾਸ਼ਕਾਰੀ ਵਿਚਾਰਾਂ 'ਤੇ ਉਸ ਦੇ ਅਵਚੇਤਨ ਮਨ ਦੀ ਪ੍ਰਤੀਕਿਰਿਆ ਸੀ। ਉਸ ਨੇ ਆਪਣੇ ਭਰਾ ਨੂੰ ਕਦੇ ਧੋਖਾ ਦਿੱਤਾ ਸੀ ਅਤੇ ਹੁਣ ਉਸਦੇ ਭਰਾ ਨੇ ਇਹੀ ਕੁੱਝ ਉਸ ਨੂੰ ਵਾਪਸ ਮੋੜ ਦਿੱਤਾ ਸੀ। ਇਸ ਕਰਕੇ ਉਸ ਨੂੰ ਬੜੀ ਸ਼ਰਮਿੰਦਗੀ ਅਤੇ ਅਪਰਾਧ ਬੋਧ ਸੀ। ਮੈਂ ਉਸ ਨੂੰ ਪੁੱਛਿਆ, "ਕੀ ਤੁਸੀਂ ਆਪਣੇ ਭਰਾਂ ਨੂੰ ਹੁਣ ਧੋਖਾ ਦਿਓਗੇ?" ਉਸ ਨੇ ਕਿਹਾ, "ਨਹੀਂ"।

"ਕੀ ਤੁਹਾਨੂੰ ਉਸ ਵੇਲੇ ਇਹ ਨਿਆਂ ਸੰਗਤ ਲੱਗਿਆ ਸੀ?" ਉਸਦਾ ਜਵਾਬ ਸੀ, "ਹਾਂ।"

"ਪਰ, ਕੀ ਤੁਸੀਂ ਹੁਣ ਵੀ ਇਹੀ ਕੁੱਝ ਕਰੋਗੇ?" ਉਸ ਨੇ ਅੱਗੇ ਕਿਹਾ, "ਨਹੀਂ, ਮੈਂ, ਕਿਵੇਂ ਜਿਉਣਾ ਚਾਹੀਦਾ ਹੈ, ਇਸ ਵਿਚ ਹੋਰਾਂ ਦੀ ਮਦਦ ਕਰ ਰਿਹਾ ਹਾਂ।"

ਮੈਂ ਉਸ ਵਿਚ ਅੱਗੇ ਦਿੱਤੀਆਂ ਟਿੱਪਣੀਆਂ ਜੋੜੀਆਂ, "ਹੁਣ ਤੁਹਾਡੇ ਅੰਦਰ ਬਹੁਤ ਸਿਆਣਪ ਅਤੇ ਵਿਵੇਕ ਹੈ। ਮੁਆਫ਼ੀ ਦੇਣ ਦਾ ਅਰਥ ਆਪਣੇ-ਆਪ ਨੂੰ ਮੁਆਫ਼ ਕਰਨਾ ਹੈ, ਮੁਆਫ਼ੀ ਦੇਣ ਨਾਲ ਤੁਹਾਡੇ ਵਿਚਾਰ ਬ੍ਰਹਿਮ ਵਿਧਾਨ ਨਾਲ ਇਕਸੁਰਤਾ ਦੇ ਅਨੁਰੂਪ ਹਨ। ਆਪਣੇ-ਆਪ ਦੀ ਨਿੰਦਾ ਕਰਨ ਨੂੰ ਨਰਕ (ਬੰਧਨ ਤੇ ਸੀਮਾਵਾਂ) ਕਹਿੰਦੇ ਹਨ, ਅਤੇ ਮੁਆਫ਼ੀ ਦੇਣ ਨੂੰ ਸੁਰਗ (ਇਕਸੁਰਤਾ ਤੇ ਸ਼ਾਂਤੀ)।"

ਉਸ ਦੇ ਮਸਤਿਸ਼ਕ 'ਚੋਂ ਅਪਰਾਧਬੋਧ ਅਤੇ ਆਪਣੇ-ਆਪ ਨੂੰ ਪੀੜਤ ਕਰਨ ਦਾ ਬੋਝ ਉਤਰ ਗਿਆ ਅਤੇ ਉਹ ਪੂਰੀ ਤਰ੍ਹਾਂ ਠੀਕ ਹੋ ਗਿਆ। ਡਾਕਟਰ ਨੇ ਉਸ ਦੇ ਬਲਡ ਪ੍ਰੈਸ਼ਰ ਦੀ ਜਾਂਚ ਕੀਤੀ, ਹੁਣ ਉਹ ਆਮ ਸੀ। ਸਮਝਣਾ ਹੀ ਉਸਦਾ ਇਲਾਜ ਸੀ।

ਇਕ ਕਾਤਲ ਨੇ ਆਪਣੇ-ਆਪ ਨੂੰ ਮੁਆਫ਼ ਕਰਨਾ ਸਿੱਖਿਆ

ਕਈ ਸਾਲ ਪਹਿਲਾਂ, ਇਕ ਵਿਅਕਤੀ ਨੇ ਯੂਰਪ ਵਿਚ ਆਪਣੇ ਭਰਾ ਦਾ ਕਤਲ ਕੀਤਾ ਸੀ, ਉਹ ਮੇਰੇ ਕੋਲ ਆਇਆ। ਉਹ ਬੜੀ ਮਾਨਸਕ ਸੰਤਾਪ ਤੇ ਤਸੀਹੇ ਝੱਲ ਰਿਹਾ ਸੀ ਕਿਉਂਕਿ ਉਸ ਨੂੰ ਜਕੀਨ ਸੀ ਕਿ ਪਰਮਾਤਮਾ ਉਸ ਨੂੰ ਸਜ਼ਾ ਜ਼ਰੂਰ ਦੇਵੇਗਾ। ਉਸ ਨੇ ਮੈਨੂੰ ਦੱਸਿਆ ਕਿ ਉਸ ਦੇ ਭਰਾ ਦਾ ਉਸ ਦੀ ਪਤਨੀ ਸੰਬੰਧ ਚੱਲ ਰਿਹਾ ਸੀ, ਅਤੇ ਉਸੇ ਪਲ ਮੈਂ ਉਸ ਨੂੰ ਗੋਲੀ ਮਾਰ ਦਿੱਤੀ। ਇਹ ਮੇਰੇ ਨਾਲ ਗੱਲ ਕਰਨ ਤੋਂ ਪੰਦਰਾਂ ਸਾਲ ਪਹਿਲਾਂ ਹੋਇਆ ਸੀ।

ਇਸ ਦੌਰਾਨ, ਇਸ ਵਿਅਕਤੀ ਨੇ ਇਕ ਅਮਰੀਕੀ ਮਹਿਲਾ ਨਾਲ ਵਿਆਹ ਕਰ ਲਿਆ, ਅਤੇ ਹੁਣ ਉਸ ਦੇ ਤਿੰਨ ਪਿਆਰੇ ਬੱਚੇ ਹਨ। ਹੁਣ ਉਹ ਅਜਿਹੀ ਸਥਿਤੀ ਵਿਚ ਸੀ, ਜਿੱਥੋਂ ਉਹ ਲੋਕਾਂ ਦੀ ਸਹਾਇਤਾ ਕਰ ਰਿਹਾ ਸੀ ਅਤੇ ਉਹ ਬਦਲਿਆ ਹੋਇਆ ਵਿਅਕਤੀ ਸੀ।

ਉਸ ਨੂੰ ਮੈਂ ਇਹ ਸਮਝਾਇਆ ਕਿ ਸ਼ਰੀਰਕ ਅਤੇ ਮਨੋਵਿਗਿਆਨੀ ਤੌਰ 'ਤੇ ਹੁਣ ਉਹ ਪੁਰਾਣਾ ਵਿਅਕਤੀ ਨਹੀਂ ਰਿਹਾ, ਜਿਸ ਨੇ ਆਪਣੇ ਭਰਾ ਦਾ ਕਤਲ ਕੀਤਾ ਸੀ, ਕਿਉਂਕਿ ਵਿਗਿਆਨੀਆਂ ਨੇ ਸਾਨੂੰ ਦੱਸਿਆ ਹੈ ਕਿ ਸਾਡੇ ਸ਼ਰੀਰ ਦੀ ਹਰੇਕ ਕੋਸ਼ਿਕਾ ਹਰ ਗਿਆਰਵੇਂ ਮਹੀਨੇ ਵਿਚ ਬਦਲਦੀ ਹੈ। ਇਹੀ ਨਹੀਂ, ਮਾਨਸਿਕ ਤੇ ਅਧਿਆਤਮਿਕ ਤੌਰ 'ਤੇ ਵੀ ਇਹ ਇਕ ਨਵਾਂ ਵਿਅਕਤੀ ਸੀ। ਉਹ 'ਬੁੱਢਾ' ਵਿਅਕਤੀ ਜਿਸ ਨੇ ਇਹ ਅਪਰਾਧ ਪੰਦਰੁੱ ਸਾਲ ਪਹਿਲਾਂ ਕੀਤਾ ਸੀ, ਉਹ ਹੁਣ ਮਾਨਸਿਕ ਅਤੇ ਅਧਿਆਤਮਿਕ ਤੌਰ 'ਤੇ ਮਿਰਤ ਸੀ। ਅਸਲ ਵਿਚ, ਉਹ ਇਕ ਬੇਕਸੂਰ ਵਿਅਕਤੀ ਦੀ ਨਿੰਦਾ ਕਰ ਰਿਹਾ ਸੀ!

ਇਸ ਸਪੱਸ਼ਟੀਕਰਨ ਦਾ ਉਸ 'ਤੇ ਡੂੰਘਾ ਪ੍ਰਭਾਵ ਪਿਆ ਅਤੇ ਉਸ ਨੂੰ ਇੰਝ ਲੱਗਿਆ, ਜਿਵੇਂ ਉਸ ਦੇ ਦਿਮਾਗ਼ ਤੋਂ ਬਹੁਤ ਸਾਰਾ ਭਾਰ ਲੱਥ ਗਿਆ ਹੋਵੇ। ਉਸ ਨੇ ਬਾਈਬਲ ਦੀ ਹੇਠ ਦਿੱਤੀ ਸੱਚਾਈ ਦਾ ਮਹੱਤਾ ਨੂੰ ਮਹਿਸੂਸ ਕੀਤਾ। ਚਲੋ, ਮਿਲ ਕੇ ਕਾਰਣ ਜਾਣੀਏ, ਇਹ ਜਿਹਾ ਪਰਮਾਤਮਾ ਨੇ ਕਿਹਾ,

> ਹਾਲਾਂਕਿ ਤੁਹਾਡੇ ਪਾਪ ਲਾਲ ਹੋਣ, ਉਹ ਬਰਫ਼ ਵਾਂਗ ਚਿੱਟੇ ਹੋ ਜਾਣਗੇ;
> ਭਾਵੇਂ ਉਹ ਲਾਲ, ਡੂੰਘੇ ਲਾਲ ਹੋ ਜਾਣ, ਉਹ ਇੱਕ ਉੱਨਾਂ ਦੀ ਤਰ੍ਹਾਂ ਹੋਣਗੇ।
>
> **ਇਸ਼ਾਇਆ 1:18।**

ਤੁਹਾਡੀ ਸਹਿਮਤੀ ਤੋਂ ਬਿਨਾਂ ਆਲੋਚਨਾ ਤੁਹਾਨੂੰ ਨੁਕਸਾਨ ਨਹੀਂ ਪਹੁੰਚਾ ਸਕਦੀ

ਇਕ ਸਕੂਲ ਦੀ ਅਧਿਆਪਕਾਂ ਨੇ ਮੈਨੂੰ ਦੱਸਿਆ ਕਿ ਉਸ ਦੀ ਇਕ ਸਹਿਯੋਗੀ ਨੇ ਉਸ ਦੇ ਇਕ ਭਾਸ਼ਣ ਦੀ ਆਲੋਚਨਾ ਇਹ ਕਹਿੰਦੇ ਹੋਏ ਕੀਤੀ ਕਿ ਉਸ ਨੇ ਬੜੀ ਜਲਦਬਾਜ਼ੀ ਵਿਚ ਬੋਲਿਆ ਸੀ, ਉਸ ਨੇ ਆਪਣੇ ਕੁੱਝ ਸ਼ਬਦਾਂ ਨੂੰ ਖਾ ਲਿਆ ਸੀ, ਉਨ੍ਹਾਂ ਨੂੰ ਸੁਣਿਆ ਨਹੀਂ ਜਾ ਸਕਿਆ, ਉਸ ਦਾ ਉੱਚਾਰਨ ਬਹੁਤ ਖਰਾਬ ਸੀ ਅਤੇ ਉਸ ਦੇ ਭਾਸ਼ਣ ਦਾ ਕੋਈ ਅਸਰ ਨਹੀਂ ਹੋਇਆ। ਇਹ ਅਧਿਆਪਕਾਂ ਬੜੀ ਨਾਰਾਜ਼ ਅਤੇ ਆਪਣੇ ਆਲੋਚਕ ਦੇ ਪ੍ਰਤੀ ਦੁੱਖੀ ਸੀ।

ਉਸ ਨੇ ਇਹ ਸਵੀਕਾਰ ਕੀਤਾ ਕਿ ਆਲੋਚਨਾਵਾਂ ਸਹੀ ਸਨ। ਉਸ ਦੀ ਪਹਿਲੀ ਪ੍ਰਤੀਰਿਰਿਆ, ਉਹ ਇਕਦਮ ਬਚਕਾਣੀ ਸੀ ਅਤੇ ਉਸ ਨੇ ਸਵੀਕਾਰ ਕੀਤਾ ਕਿ ਉਹ ਚਿੱਠੀ ਇਕ ਬਖ਼ਸ਼ਿਸ਼ ਵਾਂਗ ਸੀ ਅਤੇ ਉਸ ਨੂੰ ਸਹੀ ਕਰਨ ਵਿਚ

ਅਦਭੁੱਤ ਸੀ। ਉਸ ਨੇ ਤੁਰੰਤ ਆਪਣੇ ਭਾਸ਼ਣ ਦੀਆਂ ਕਮੀਆਂ ਨੂੰ ਠੀਕ ਕਰਨ ਲਈ ਇਕ ਪਬਲਿਕ ਸਪੀਕਿੰਗ ਕੋਰਸ ਕਰਨ ਲਈ ਸਿਟੀ ਕਾਲਜ ਵਿਚ ਦਾਖ਼ਿਲਾ ਲੈ ਲਿਆ। ਉਸ ਨੇ ਉਸ ਲਿਖਾਰੀ ਨੂੰ ਚਿੱਠੀ ਲਿੱਖਣ ਲਈ ਧੰਨਵਾਦ ਦਿੱਤਾ ਅਤੇ ਉਸ ਦੇ ਨਤੀਜ਼ੇ ਅਤੇ ਖੋਜਾਂ ਲਈ ਪ੍ਰਸ਼ੰਸਾ ਪ੍ਰਗਟ ਕੀਤੀ, ਜਿਸ ਨਾਲ ਅਧਿਆਪਕਾਂ ਨੂੰ ਆਪਣੀਆਂ ਗ਼ਲਤੀਆਂ ਨੂੰ ਤੁਰੰਤ ਸੁਧਾਰ ਕਰਨ ਦੇ ਜੋਗ ਬਣਾਇਆ।

ਦਿਆਲੂ ਕਿਵੇਂ ਬਣੀਏ

ਕਲਪਨਾ ਕਰੋ ਕਿ ਚਿੱਠੀ ਵਿਚ ਦੱਸੀਆਂ ਗਈਆਂ ਗੱਲਾਂ ਵਿਚੋਂ ਕੋਈ ਵੀ ਅਧਿਆਪਕਾਂ ਬਾਰੇ ਸੱਚ ਨਹੀਂ ਸੀ। ਉਸ ਨੂੰ ਇਹ ਪਤਾ ਚੱਲ ਜਾਂਦਾ ਕਿ ਉਸ ਦੀ ਕਲਾਸ ਦੇ ਵਿਸ਼ੇ 'ਤੇ ਨੋਟ ਲਿਖਣ ਵਾਲੇ ਨੂੰ ਉਸਦੀਆਂ ਪਹਿਲੀਆਂ ਧਾਰਨਾਵਾਂ, ਅੰਧਵਿਸ਼ਵਾਸਾਂ ਅਤੇ ਤੰਗ ਸੰਪ੍ਰਦਾਇਕ ਵਿਸ਼ਵਾਸਾਂ ਨੂੰ ਪਰੇਸ਼ਾਨ ਕੀਤਾ ਸੀ ਅਤੇ ਉਸ ਮਨੋਵਿਗਿਆਨੀ ਤੌਰ 'ਤੇ ਬਿਮਾਰ ਵਿਅਕਤੀ ਨੇ ਕੇਵਲ ਆਪਣੀ ਨਾਰਾਜ਼ਗੀ ਜ਼ਾਹਿਰ ਕੀਤੀ ਸੀ, ਕਿਉਂਕਿ ਇੱਕ ਮਨੋਵਿਗਿਆਨਕ ਫੋੜੇ ਨੂੰ ਸੱਟ ਲੱਗੀ ਸੀ।

ਇਸ ਤੱਥ ਨੂੰ ਸਮਝਣ ਲਈ ਤੁਹਾਡਾ ਦਇਆਵਾਨ ਹੋਣਾ ਜ਼ਰੂਰੀ ਹੈ। ਅਗਲਾ ਤਾਰਕਿਕ ਕਦਮ ਹੋਵੇਗਾ ਕਿ ਤੁਸੀਂ ਦੂਜੇ ਵਿਅਕਤੀ ਲਈ ਸ਼ਾਂਤੀ, ਸਦਭਾਵ ਤੇ ਸਮਝ ਲਈ ਪ੍ਰਾਰਥਨਾ ਕਰਨਾ ਹੈ। ਜਦੋਂ ਤੁਸੀਂ ਜਾਣਦੇ ਹੋ ਕਿ ਤੁਸੀਂ ਆਪਣੇ ਵਿਚਾਰਾਂ, ਪ੍ਰਤਿਕਿਰਿਆਵਾਂ ਤੇ ਭਾਵਨਾਵਾਂ ਦੇ ਮਾਲਕ ਹੋ, ਤਾਂ ਤੁਹਾਨੂੰ ਕੋਈ ਦੁੱਖ ਨਹੀਂ ਪਹੁੰਚਿਆ ਜਾ ਸਕਦਾ। ਭਾਵਨਾਵਾਂ ਵਿਚਾਰਾਂ ਦਾ ਪਾਲਣ ਕਰਦੀਆਂ ਹਨ, ਅਤੇ ਤੁਹਾਡੇ ਕੋਲ ਉਨ੍ਹਾਂ ਸਾਰੇ ਵਿਚਾਰਾਂ ਨੂੰ ਰੱਦ ਜਾਂ ਅਸਵੀਕਿਰਤ ਕਰਣ ਦੀ ਸ਼ਕਤੀ ਹੈ, ਜੋ ਤੁਹਾਨੂੰ ਵਿਚਲਤ ਜਾਂ ਪਰੇਸ਼ਾਨ ਕਰ ਸਕਦੇ ਹਨ।

ਵਿਆਹ ਦੀ ਵੇਦੀ ਤੇ ਇਕੱਲੀ

ਕੁੱਝ ਸਾਲ ਪਹਿਲਾਂ ਮੈਂ ਇਕ ਨੇੜੇ ਦੇ ਚਰਚ ਵਿਚ ਵਿਆਹ ਕਰਾਉਣ ਲਈ ਗਿਆ। ਹੋਣ ਵਾਲਾ ਲਾੜਾ ਜਾਂ ਨੌਜਵਾਨ ਕਾਫੀ ਸਮੇਂ ਬੀਤਣ ਤੋਂ ਬਾਅਦ ਵੀ ਨਹੀਂ ਆਇਆ। ਹੋਣ ਵਾਲੀ ਲਾੜੀ ਜਾਂ ਦੁਲਹਨ ਨੇ ਦੋ ਘੰਟੇ ਤੱਕ ਹੰਝੂ ਕੇਰੇ, ਫਿਰ ਉਸ ਨੇ ਮੈਨੂੰ ਕਿਹਾ, "ਮੈਂ ਬ੍ਰਹਮ ਮਾਰਗਦਰਸ਼ਨ ਲਈ ਪ੍ਰਾਰਥਨਾ ਕੀਤੀ ਹੈ। ਨੌਜਵਾਨ ਦਾ ਨਾ ਆਉਣਾ ਸ਼ਾਇਦ ਮੇਰੀ ਪ੍ਰਾਰਥਨਾ ਦਾ ਜਵਾਬ ਹੈ, ਕਿਉਂਕਿ ਪਰਮਾਤਮਾ ਕਦੇ ਗ਼ਲਤ ਮਾਰਗਦਰਸ਼ਨ ਨਹੀਂ ਦਿੰਦੇ।"

ਇਹ ਉਸਦੀ ਪ੍ਰਤਿਕਿਰਿਆ ਸੀ ਪਰਮਾਤਮਾ ਅਤੇ ਸਾਰੀਆਂ ਚੰਗੀਆਂ ਚੀਜ਼ਾਂ ਵਿਚ ਉਸ ਦੀ ਆਸਥਾ। ਉਸ ਦੇ ਦਿਲ ਵਿਚ ਕੋਈ ਕੁੜੱਤਣ ਨਹੀਂ ਸੀ, ਕਿਉਂਕਿ ਜਿਵੇਂ ਉਸਨੇ ਕਿਹਾ, "ਹਾਲਾਂਕਿ ਮੈਂ ਵਿਆਹ ਲਈ ਬੇਤਾਬ ਸੀ, ਪਰ, ਮੈਨੂੰ ਲੱਗਦਾ ਹੈ ਕਿ ਇਹ ਵਿਆਹ ਸਹੀ ਕਰਮ ਨਹੀਂ ਹੁੰਦਾ, ਕਿਉਂਕਿ ਮੇਰੀ ਪ੍ਰਾਰਥਨਾ ਸਹੀ

ਕਿਰਿਆ ਲਈ ਸੀ – ਸਿਰਫ਼ ਮੇਰੇ ਲਈ ਨਹੀਂ, ਬਲਕਿ ਸਾਡੇ ਦੋਨਾਂ ਲਈ।'' ਜੇ ਇੰਝ ਦਾ ਅਨੁਭਵ ਕਿਸੇ ਹੋਰ ਨਾਲ ਹੁੰਦਾ ਤਾਂ ਉਹ ਤੂਫ਼ਾਨ ਖੜਾ ਕਰ ਦਿੰਦਾ, ਭਾਵਨਾਤਮਕ ਤੌਰ 'ਤੇ ਦੌਰਾ ਪੈ ਜਾਂਦਾ, ਉਸ ਨੂੰ ਉੱਥੇ ਬੇਸ਼ੁਰਤ ਜਾਂ ਬੇਹੋਸ਼ ਕਰਨ ਦੀ ਲੋੜ ਪੈਂਦੀ, ਸ਼ਾਇਦ ਉਸ ਨੂੰ ਹਸਪਤਾਲ ਵਿਚ ਦਾਖ਼ਲ ਕਰਾਉਣ ਦੀ ਵੀ ਜ਼ਰੂਰਤ ਪੈਂਦੀ।

ਵਿਆਹ ਕਰਨਾ ਗਲਤ ਹੈ; ਸੈਕਸ ਬੁਰਾਈ ਹੈ ਅਤੇ ਮੈਂ ਬੁਰੀ ਹਾਂ

ਕੁੱਝ ਸਮਾਂ ਪਹਿਲਾਂ ਮੈਂ ਇਕ ਮੁਟਿਆਰ ਨਾਲ ਗੱਲ ਕੀਤੀ, ਜਿਸ ਦੀ ਉਮਰ ਬਾਈਂ ਸਾਲਾਂ ਦੀ ਸੀ। ਉਸ ਨੂੰ ਇਹ ਯਕੀਨ ਦਿਵਾਇਆ ਗਿਆ ਸੀ ਕਿ ਨੱਚਣਾ, ਤਾਸ਼ ਖੇਡਣਾ, ਤਰਨਾ ਜਾਂ ਮਰਦਾਂ ਨਾਲ ਘੁੰਮਣਾ-ਫਿਰਨਾ ਪਾਪ ਹੈ। ਉਸ ਨੂੰ ਉਸ ਦੀ ਮਾਂ ਦੁਆਰਾ ਧਮਕੀ ਦਿੱਤੀ ਗਈ ਸੀ ਕਿ ਜੇ ਉਹ ਉਸ ਦੀ ਆਗਿਆ ਅਤੇ ਉਸਦੀ ਧਾਰਮਿਕ ਸਿੱਖਿਆਵਾਂ ਦੀ ਉਲੰਘਣਾ ਕਰੇਗੀ, ਤਾਂ ਉਹ ਹਮੇਸ਼ਾ ਲਈ ਨਰਕ ਦੀ ਅੱਗ ਵਿਚ ਸੜ ਜਾਵੇਗੀ। ਉਹ ਮੁਟਿਆਰ ਨੇ ਕਾਲੇ ਰੰਗ ਦਾ ਪਹਿਰਾਵਾ ਅਤੇ ਕਾਲੀਆਂ ਜ਼ੁਰਾਬਾਂ ਜਾਂ ਸਟੌਕਿੰਗਜ਼ ਪਾਈਆਂ ਹੋਈਆਂ ਸਨ। ਉਸ ਨੇ ਕੋਈ ਲਾਲੀ, ਲਿਪਸਟਿਕ ਜਾਂ ਕਿਸੇ ਪ੍ਰਕਾਰ ਦਾ ਕੋਈ ਸਿੰਗਾਰ ਨਹੀਂ ਕੀਤਾ ਸੀ ਕਿਉਂਕਿ ਉਸ ਦੀ ਮਾਂ ਨੇ ਕਿਹਾ ਸੀ ਕਿ ਇਹ ਵਸਤੂਆਂ ਪਾਪਾਂ ਨਾਲ ਭਰੀਆ ਹੁੰਦੀਆ ਹਨ। ਉਸ ਦੀ ਮਾਂ ਨੇ ਉਸ ਨੂੰ ਦੱਸਿਆ ਸੀ ਕਿ ਸਾਰੇ ਮਰਦ ਦੁਸ਼ਟ ਹੁੰਦੇ ਹਨ ਅਤੇ ਸੈਕਸ ਇਕ ਸ਼ੈਤਾਨੀ ਕੰਮ ਹੈ ਅਤੇ ਇਹ ਕੇਵਲ ਜਾਲਿਮਾਨਾ ਬੇਵਕੂਫੀ ਸੀ।

ਇਸ ਮੁਟਿਆਰ ਨੂੰ ਆਪਣੇ-ਆਪ ਨੂੰ ਮੁਆਫ਼ ਕਰਨਾ ਸਿੱਖਣਾ ਪਿਆ, ਕਿਉਂਕਿ ਉਸ ਦੇ ਅੰਦਰ ਅਪਰਾਧਬੋਧ ਭਰਿਆ ਹੋਇਆ ਸੀ। ਮੁਆਫ਼ ਕਰਨ ਦਾ ਮਤਲਬ ਸੀ ਤਿਆਗਣਾ। ਉਸ ਨੂੰ ਆਪਣੀ ਜ਼ਿੰਦਗੀ ਦੀਆਂ ਸੱਚਾਈਆਂ ਅਤੇ ਆਪਣੇ ਬਾਰੇ ਨਵੇਂ ਸਿਰਿਆਂ ਤੋਂ ਜਾਨਣ ਲਈ ਉਸ ਨੂੰ ਇਹ ਸਾਰੇ ਝੂਠੇ ਵਿਸ਼ਵਾਸਾਂ ਨੂੰ ਪੂਰਨ ਤੌਰ 'ਤੇ ਤਿਆਗਣਾ ਪਿਆ। ਜਦੋਂ ਆਫਿਸ ਵਿਚ ਜਿਥੇ ਉਹ ਕੰਮ ਕਰਦੀ ਸੀ, ਆਪਣੇ ਆਫ਼ਿਸ ਦੇ ਨੌਜਵਾਨਾਂ ਦੇ ਨਾਲ ਜਦੋਂ ਘੁੰਮਣ ਜਾਂਦੀ, ਤਾਂ ਉਸ ਨੂੰ ਡੂੰਘਾ ਅਪਰਾਧਬੋਧ ਹੁੰਦਾ। ਉਸ ਨੂੰ ਲੱਗਦਾ ਸੀ ਕਿ ਪਰਮਾਤਮਾ ਉਸ ਨੂੰ ਸਜ਼ਾ ਦੇਵੇਗਾ। ਕਈ ਯੋਗ ਯੁਵਾ ਵਿਅਕਤੀਆਂ ਨੇ ਉਸ ਨੂੰ ਵਿਆਹ ਲਈ ਪ੍ਰਸਤਾਵਿਤ ਕੀਤਾ, ਪਰ, ਉਸ ਨੇ ਮੈਨੂੰ ਕਿਹਾ, "ਵਿਆਹ ਕਰਨਾ ਗਲਤ ਹੈ, ਸੈਕਸ ਬੁਰਾਈ ਹੈ ਅਤੇ ਮੈਂ ਬੁਰੀ ਹਾਂ।'' ਇਹ ਉਸ ਦੀ ਚੇਤਨਾ ਅਤੇ ਪਹਿਲਾਂ ਤੋਂ ਬਿਠਾਏ ਗਏ ਵਿਚਾਰ ਬੋਲ ਰਹੇ ਸਨ।

ਉਹ ਕਰੀਬ ਦਸ ਹਫ਼ਤਿਆਂ ਤੱਕ, ਹਰ ਹਫ਼ਤੇ ਵਿਚ ਇਕ ਵਾਰ ਮੇਰੇ ਕੋਲ ਆਉਂਦੀ ਰਹੀ, ਅਤੇ ਮੈਂ ਉਸ ਨੂੰ ਚੇਤਨ ਅਤੇ ਅਵਚੇਤਨ ਮਨ ਦੀ ਕਾਰਜਵਿਧੀ

ਬਾਰੇ ਉਹ ਸਾਰਾ ਕੁੱਝ ਸਿਖਾਇਆ, ਜੋ ਮੈਂ ਇਸ ਕਿਤਾਬ ਵਿਚ ਦਰਸਾਇਆ ਹੈ। ਇਸ ਮੁਟਿਆਰ ਨੂੰ ਹੌਲੀ-ਹੌਲੀ ਇਹ ਸਮਝ ਆ ਗਈ ਕਿ ਅਗਿਆਨੀ, ਅੰਧ-ਵਿਸ਼ਵਾਸੀ, ਕੱਟੜ ਤੇ ਨਿਰਾਸ਼ ਮਾਂ ਨੇ ਉਸ ਨੂੰ ਪੂਰੀ ਤਰ੍ਹਾਂ ਨਾਲ ਸੰਮੋਹਤ ਕਰ ਕੇ ਉਸ ਦੇ ਦਿਮਾਗ਼ ਵਿਚ ਇਸ ਪ੍ਰਕਾਰ ਦੇ ਵਿਚਾਰਾਂ ਨੂੰ ਡੂੰਘਿਆਈ ਤੱਕ ਬਿਠਾ ਦਿੱਤਾ ਸੀ। ਉਸ ਨੇ ਆਪਣੇ-ਆਪ ਨੂੰ ਪੂਰੀ ਤਰ੍ਹਾਂ ਨਾਲ ਪਰਿਵਾਰ ਤੋਂ ਵੱਖ ਕਰ ਲਿਆ ਅਤੇ ਇਕ ਸ਼ਾਨਦਾਰ ਜੀਵਨ ਬਤੀਤ ਕਰਨ ਦੀ ਸ਼ੁਰੂਆਤ ਕੀਤੀ।

ਮੇਰੇ ਸੁਝਾਅ 'ਤੇ ਉਹ ਵਾਧੂ ਆਕਰਸ਼ਕ ਕਪੜੇ ਪਾਉਣ ਲੱਗੀ ਅਤੇ ਆਪਣੇ ਵਾਲਾਂ ਨੂੰ ਚੰਗੇ ਢੰਗ ਨਾਲ ਬਨਾਉਣੇ ਸ਼ੁਰੂ ਕੀਤਾ। ਉਸ ਨੇ ਇਕ ਵਿਅਕਤੀ ਤੋਂ ਨੱਚਣ ਦੀ ਕਲਾਸ ਲਈ, ਤੇ ਕਾਰ ਚਲਾਉਣਾ ਵੀ ਸਿੱਖ ਲਿਆ। ਉਸ ਨੇ ਤਰਨਾ, ਤਾਸ਼ ਖੇਡਣਾ ਅਤੇ ਕਈ ਨੌਜਵਾਨਾਂ ਨਾਲ ਘੁੰਮਨ-ਫਿਰਨ ਵੀ ਗਈ। ਉਹ ਪਿਆਰ ਕਰਨ ਲੱਗੀ। ਆਪਣੀ ਆਂਤਰਿਕ ਪ੍ਰਕਿਰਤੀ ਨੂੰ ਜਾਨਣ ਤੋਂ ਬਾਅਦ ਉਹ ਆਦਰਸ਼ ਜੀਵਨਸਾਥੀ ਲਈ ਪ੍ਰਾਰਥਨਾ ਕਰਨ ਲੱਗੀ। ਉਹ ਇਹ ਦਾਅਵਾ ਕਰਨ ਲੱਗੀ ਕਿ ਅਸੀਮ ਬੁੱਧੀਮੱਤਾ ਉਸ ਦੇ ਵੱਲ ਅਜਿਹੇ ਵਿਅਕਤੀ ਨੂੰ ਆਕਰਸ਼ਿਤ ਕਰੇਗੀ, ਜੋ ਪੂਰੀ ਤਰ੍ਹਾਂ ਉਸ ਨਾਲ ਚੰਗੀ ਤਰ੍ਹਾਂ ਮੇਲ ਖਾਂਦਾ ਹੋਵੇਗਾ। ਆਖ਼ਰਕਾਰ ਇਹ ਸੱਚ ਹੋਇਆ। ਇਕ ਸ਼ਾਮ ਜਦੋਂ ਉਹ ਮੇਰੇ ਆਫ਼ਿਸ ਤੋਂ ਨਿਕਲ ਰਹੀ ਸੀ, ਉਦੋਂ ਇਕ ਵਿਅਕਤੀ ਜੋ ਮੈਨੂੰ ਮਿਲਣ ਲਈ ਉਡੀਕ ਕਰ ਰਿਹਾ ਸੀ ਅਤੇ ਮੈਂ ਅਚਣਚੇਤ ਉਨ੍ਹਾਂ ਦੀ ਇਕ-ਦੂਜੇ ਨਾਲ ਜਾਣ-ਪਛਾਣ ਕਰਵਾਈ। ਉਹ ਹੁਣ ਵਿਆਹੇ ਹੋਏ ਹਨ ਅਤੇ ਇਕ-ਦੂਜੇ ਨਾਲ ਪੂਰੀ ਤਰ੍ਹਾਂ ਮੇਲ ਖਾਂਦੇ ਅਤੇ ਬਹੁਤ ਜ਼ਿਆਦਾ ਖ਼ੁਸ਼ ਵੀ ਹਨ।

ਚੰਗਾ ਕਰਨ ਲਈ ਮੁਆਫ਼ੀ ਲੋੜੀਂਦੀ ਹੈ

> ਅਤੇ ਜਦੋਂ ਤੁਸੀਂ ਖੜ੍ਹੇ ਹੋ ਕੇ ਪ੍ਰਾਰਥਨਾ ਕਰਦੇ ਹੋ, ਮੁਆਫ਼ ਕਰ ਦਿਓ, ਜੇ ਤੁਹਾਨੂੰ ਕਿਸੇ ਦੇ ਵਿਰੁੱਧ ਹੋਣਾ ਚਾਹੀਦਾ ਹੈ
>
> **ਮਾਰਕ 11:25**

ਦੂਜਿਆਂ ਨੂੰ ਮੁਆਫ਼ੀ ਮਾਨਸਿਕ ਸ਼ਾਂਤੀ ਤੇ ਚੰਗੀ ਸਿਹਤ ਲਈ ਲੋੜੀਂਦੀ ਹੈ। ਜੇ ਤੁਸੀਂ ਸੰਪੂਰਨ ਸਿਹਤ ਅਤੇ ਖ਼ੁਸ਼ੀ ਚਾਹੁੰਦੇ ਹੋ, ਤਾਂ ਤੁਹਾਨੂੰ ਹਰ ਉਸ ਵਿਅਕਤੀ ਨੂੰ ਮੁਆਫ਼ ਕਰਨਾ ਚਾਹੀਦਾ ਹੈ, ਜਿਸ ਨੇ ਤੁਹਾਨੂੰ ਕਦੇ ਦੁੱਖ ਪਹੁੰਚਾਇਆ ਹੈ। ਆਪਣੇ ਵਿਚਾਰਾਂ ਨੂੰ ਦੈਵੀ ਨਿਯਮਾਂ ਅਤੇ ਵਿਵਸਥਾ ਨਾਲ ਤਾਲਮੇਲ ਵਿਚ ਲਿਆ ਕੇ ਆਪਣੇ-ਆਪ ਨੂੰ ਮੁਆਫ਼ ਕਰੋ। ਤੁਸੀਂ ਆਪਣੇ-ਆਪ ਨੂੰ ਉਦੋਂ ਤੱਕ ਪੂਰੀ ਤਰ੍ਹਾਂ ਮੁਆਫ਼ ਨਹੀਂ ਕਰ ਸਕਦੇ, ਜਦੋਂ ਤੱਕ ਤੁਸੀਂ ਦੂਜਿਆਂ ਨੂੰ ਪਹਿਲਾਂ ਮੁਆਫ਼ ਨਹੀਂ ਕਰ ਲੈਂਦੇ। ਆਪਣੇ-ਆਪ ਨੂੰ ਮੁਆਫ਼ ਕਰਨ ਤੋਂ ਇਨਕਾਰ ਕਰਨਾ ਸਿਰਫ਼ ਅਧਿਆਤਮਿਕ ਹੰਕਾਰ ਜਾਂ ਅਗਿਆਨਤਾ ਤੋਂ ਵੱਧ ਜਾਂ ਘੱਟ ਨਹੀਂ ਹੈ।

ਅੱਜ ਚਿਕਿਤਸਾ ਦੇ ਮਨੋਦੈਹਿਕ ਖੇਤਰ ਵਿਚ, ਇਸ ਗੱਲ 'ਤੇ ਲਗਾਤਾਰ ਜ਼ੋਰ ਦਿੱਤਾ ਜਾ ਰਿਹਾ ਹੈ ਕਿ ਦੂਜਿਆਂ ਦੀ ਆਲੋਚਨਾ, ਨਾਰਾਜਗੀ, ਪਛਤਾਵਾ ਅਤੇ ਦੁਸ਼ਮਨੀ ਕਈ ਰੋਗਾਂ ਦੇ ਕਾਰਣ ਹਨ, ਜਿਨ੍ਹਾਂ ਵਿਚ ਆਥਰਾਇਟਸ ਤੋਂ ਲੈ ਕੇ ਦਿਲ ਦੀਆਂ ਬਿਮਾਰੀਆਂ ਵੀ ਸ਼ਾਮਿਲ ਹਨ। ਇਸ ਤੱਥ ਵੱਲ ਇਸ਼ਾਰਾ ਕੀਤਾ ਗਿਆ ਹੈ ਕਿ ਅਜਿਹੇ ਬਿਮਾਰ ਵਿਅਕਤੀ ਜਿਨ੍ਹਾਂ ਨਾਲ ਮਾੜਾ ਵਿਵਹਾਰ ਕੀਤਾ ਗਿਆ, ਜਿਨ੍ਹਾਂ ਨੂੰ ਸੱਟ ਮਾਰੀ ਗਈ, ਜਿਨ੍ਹਾਂ ਨੂੰ ਧੋਖਾ ਦਿੱਤਾ ਗਿਆ ਜਾਂ ਜ਼ਖਮੀ ਕੀਤਾ ਗਿਆ, ਉਨ੍ਹਾਂ ਦੀ ਨਾਰਾਜ਼ਗੀ ਅਤੇ ਨਫ਼ਰਤ ਉਨ੍ਹਾਂ ਲੋਕਾਂ ਲਈ ਸੀ, ਜਿਨ੍ਹਾਂ ਨੇ ਉਨ੍ਹਾਂ ਨਾਲ ਇਸ ਤਰ੍ਹਾਂ ਵਿਵਹਾਰ ਕੀਤਾ ਸੀ। ਇਸ ਦੀ ਵਜ੍ਹਾ ਨਾਲ ਉਨ੍ਹਾਂ ਦੇ ਅਵਚੇਤਨ ਮਨ ਵਿਚ ਸੋਜ ਅਤੇ ਤਪਸ ਵਾਲੇ ਜ਼ਖਮ ਸਕ੍ਰੀਅ ਹੋ ਗਏ। ਇਸ ਦਾ ਕੇਵਲ ਇਕੋ ਹੀ ਇਲਾਜ ਹੈ, ਉਨ੍ਹਾਂ ਨੂੰ ਆਪਣੇ ਜ਼ਖਮਾਂ ਜਾਂ ਦੁੱਖਾਂ ਨੂੰ ਕੱਟਣਾ ਅਤੇ ਛੱਡਣਾ ਪੈਂਦਾ ਹੈ ਤੇ ਇਸ ਦਾ ਇਕੋ ਹੀ ਸਫਲ ਢੰਗ ਹੈ : ਮੁਆਫ਼ੀ ਦੇਣਾ।

ਮੁਆਫ਼ੀ ਦੇਣਾ ਪਿਆਰ ਦਾ ਕਾਰਜ ਹੈ

ਮੁਆਫ਼ੀ ਦੀ ਕਲਾ ਵਿਚ ਲੋੜੀਂਦੇ ਤੱਤ ਮੁਆਫ਼ ਕਰਣ ਦੀ ਇੱਛਾ ਹੋਣਾ ਹੈ। ਜੇ ਤੁਸੀਂ ਸੱਚੇ ਦਿਲੋਂ ਦੂਜੇ ਨੂੰ ਮੁਆਫ਼ ਕਰਣ ਦੀ ਇੱਛਾ ਰੱਖਦੇ ਹੋ, ਤਾਂ ਸਮਝੋ ਤੁਸੀਂ ਅੱਧੇ ਤੋਂ ਜ਼ਿਆਦਾ ਭਾਵ ਇਕਵੰਜਾ ਫੀਸਦੀ ਰੁਕਾਵਟ ਨੂੰ ਪਾਰ ਕਰ ਲਿਆ ਹੈ। ਮੈਨੂੰ ਜਕੀਨ ਹੈ ਕਿ ਤੁਸੀਂ ਜਾਣਦੇ ਹੋ ਕਿ ਦੂਜਿਆਂ ਨੂੰ ਮੁਆਫ਼ ਕਰਨਾ ਜ਼ਰੂਰੀ ਨਹੀਂ ਕਿ ਇਹ ਮਤਲਬ ਹੋ ਕਿ ਤੁਸੀਂ ਉਸ ਨੂੰ ਚਾਹੁੰਦੇ ਜਾਂ ਉਸ ਦੇ ਨਾਲ ਸੰਬੰਧ ਵਧਾਉਣਾ ਚਾਹੁੰਦੇ ਹੋ। ਕੋਈ ਤੁਹਾਨੂੰ ਕਿਸੇ ਨੂੰ ਚਾਹੁਣ ਲਈ ਮਜ਼ਬੂਰ ਨਹੀਂ ਕਰ ਸਕਦਾ, ਨਾ ਹੀ ਕੋਈ ਸਰਕਾਰ, ਇਕਸੁਰਤਾ, ਪਿਆਰ, ਸ਼ਾਂਤੀ ਜਾਂ ਸਹਿਨਸ਼ੀਲਤਾ ਦਾ ਕਾਨੂੰਨ ਬਣਾ ਸਕਦੀ ਹੈ। ਕਿਸੇ ਨੂੰ ਪਸੰਦ ਕਰਨਾ ਅਸੰਭਵ ਹੈ, ਕਿਉਂਕਿ ਵਾਸ਼ਿੰਗਟਨ ਤੋਂ ਇਸ ਤਰ੍ਹਾਂ ਕਰਣ ਦਾ ਕੋਈ ਆਦੇਸ਼ ਦਿੰਦਾ ਹੈ। ਫਿਰ ਵੀ, ਅਸੀਂ ਲੋਕਾਂ ਨੂੰ ਪਸੰਦ ਕੀਤੇ ਬਗ਼ੈਰ ਉਨ੍ਹਾਂ ਨੂੰ ਪਿਆਰ ਕਰ ਸਕਦੇ ਹਾਂ।

ਬਾਈਬਲ ਕਹਿੰਦੀ ਹੈ, ਇਕ-ਦੂਜੇ ਨਾਲ ਪਿਆਰ ਕਰੋ। ਜੇ ਕੋਈ ਚਾਹੇ ਤਾਂ ਅਸਲ ਵਿਚ ਕਰ ਸਕਦਾ ਹੈ। ਪਿਆਰ ਦਾ ਅਰਥ ਹੈ ਕਿ ਤੁਸੀਂ ਕਿਸੇ ਹੋਰ ਲਈ ਸਿਹਤ, ਖ਼ੁਸ਼ੀ, ਸ਼ਾਂਤੀ, ਸੁੱਖ ਤੇ ਜੀਵਨ ਦੀਆਂ ਸਾਰੀਆਂ ਬਖ਼ਸ਼ਿਸ਼ਾਂ ਦੀ ਇੱਛਾ ਕਰ ਸਕਦੇ ਹੋ। ਇਨ੍ਹਾਂ ਸਾਰਿਆਂ ਲਈ ਸਿਰਫ਼ ਇਕੋ ਹੀ ਚੀਜ਼ ਦੀ ਜ਼ਰੂਰਤ ਹੈ, ਉਹ ਹੈ ਦਿਲੋਂ ਕਰਨਾ। ਤੁਸੀਂ ਕੋਈ ਮਹਾਨ ਕੰਮ ਨਹੀਂ ਕਰ ਰਹੇ ਹੋ, ਜਦੋਂ ਤੁਸੀਂ ਕਿਸੇ ਨੂੰ ਮੁਆਫ਼ ਕਰਦੇ ਹੋ। ਅਸਲ ਵਿਚ ਤੁਸੀਂ ਬਹੁਤ ਸੁਆਰਥੀ ਹੋ, ਕਿਉਂਕਿ ਤੁਸੀਂ ਜੋ ਕੁੱਝ ਦੂਜਿਆਂ ਲਈ ਕਾਮਨਾ ਕਰਦੇ ਹੋ, ਅਸਲ ਵਿਚ ਉਹ ਸਾਰਾ ਕੁੱਝ ਆਪਣੇ ਲਈ ਮੰਗ ਰਹੇ ਹੋ। ਇਸਦੀ ਵਜ੍ਹਾ ਹੈ ਕਿ ਜਦੋਂ ਤੁਸੀਂ ਵਿਚਾਰ ਕਰ ਰਹੇ ਹੁੰਦੇ ਹੋ, ਉਦੋਂ ਤੁਸੀਂ ਉਸਦਾ ਅਨੁਭਵ ਕਰ ਰਹੇ ਹੁੰਦੇ ਹੋ। ਜਿਵੇਂ ਤੁਸੀਂ ਸੋਚਦੇ ਅਤੇ ਅਨੁਭਵ

ਕਰ ਰਹੇ ਹੁੰਦੇ ਹੋ, ਉਂਝ ਦੇ ਹੀ ਤੁਸੀਂ ਹੁੰਦੇ ਹੋ। ਇਸ ਤੋਂ ਵੀ ਸੌਖੀ ਕੀ ਕੁੱਝ ਹੋਰ ਚੀਜ਼ ਹੋ ਸਕਦੀ ਹੈ?

ਮੁਆਫ਼ੀ ਦੇਣ ਦੀ ਤਕਨੀਕ

ਅੱਗੇ ਸੌਖੇ ਤਰੀਕੇ ਨਾਲ ਅਭਿਆਸ ਕਰਨ ਨਾਲ ਤੁਹਾਡੇ ਜੀਵਨ ਵਿਚ ਅਦਭੁੱਤ ਕੰਮ ਹੁੰਦੇ ਹਨ। "ਆਪਣੇ ਦਿਮਾਗ ਨੂੰ ਸ਼ਾਂਤ ਕਰੋ, ਨਿਸ਼ਚਿਤ ਹੋ ਅਤੇ ਉਸ ਨੂੰ ਮੁਕਤ ਕਰ ਦਿਓ। ਪਰਮਾਤਮਾ ਅਤੇ ਉਸਦੇ ਲਈ ਪਿਆਰ ਦਾ ਧਿਆਨ ਕਰੋ ਅਤੇ ਫਿਰ ਸਕਾਰਾਤਮਕ ਤਸਦੀਕ ਕਰੋ:

> "ਮੈਂ ਪੂਰਨ ਤੌਰ 'ਤੇ ਅਤੇ ਆਪਣੀ ਇੱਛਾ ਨਾਲ.... (ਤੁਹਾਨੂੰ ਤਕਲੀਫ਼ ਦੇਣ ਵਾਲੇ ਦਾ ਨਾਂ) ਨੂੰ ਮੁਆਫ਼ ਕਰਦਾ ਹਾਂ; ਮੈਂ ਉਸ ਨੂੰ ਮਾਨਸਿਕ ਅਤੇ ਅਧਿਆਤਮਿਕ ਤੌਰ 'ਤੇ ਮੁਕਤ ਕਰਦਾ ਹਾਂ। ਮੈਂ ਇਸ ਨਾਲ ਸੰਬੰਧਤ ਹਰ ਚੀਜ਼ ਨੂੰ ਪੂਰੀ ਤਰ੍ਹਾਂ ਨਾਲ ਮੁਆਫ਼ੀ ਦਿੰਦਾ ਹਾਂ। ਮੈਂ ਮੁਕਤ ਹਾਂ ਅਤੇ ਉਹ, ਮਰਦ/ਇਸਤਰੀ ਵੀ ਮੁਕਤ ਹਨ। ਇਹ ਇਕ ਅਦਭੁੱਤ ਅਹਿਸਾਸ ਹੈ। ਇਹ ਮੇਰਾ ਸਾਰਿਆਂ ਨੂੰ ਮੁਆਫ਼ੀ ਦੇਣ ਦਾ ਆਮ ਦਿਨ ਹੈ। ਮੈਂ ਹਰ ਇਕ ਅਤੇ ਸਾਰਿਆ ਨੂੰ, ਜਿਨਾਂ ਨੇ ਮੈਨੂੰ ਕਦੇ ਵੀ ਦੁੱਖ ਪਹੁੰਚਾਇਆ ਹੈ, ਮੁਕਤ ਕਰਦਾ ਹਾਂ, ਅਤੇ ਮੈਂ ਹਰ ਇਕ ਅਤੇ ਸਾਰਿਆਂ ਲਈ ਸਿਹਤ, ਖੁਸ਼ੀ, ਸ਼ਾਂਤੀ ਤੇ ਜੀਵਨ ਦੀਆਂ ਸਾਰੀਆਂ ਬਖ਼ਸ਼ਿਸ਼ਾਂ ਦੀ ਕਾਮਨਾ ਕਰਦਾ ਹਾਂ। ਮੈਂ ਇਹ ਕੰਮ ਆਪਣੇ ਦਿਲ, ਖੁਸ਼ ਹੋ ਕੇ ਅਤੇ ਪਿਆਰ ਨਾਲ ਕਰਦਾ ਹਾਂ, ਅਤੇ ਜਦੋਂ ਵੀ ਮੈਂ ਇਸ ਵਿਅਕਤੀ ਜਾਂ ਵਿਅਕਤੀਆਂ ਜਿਨ੍ਹਾਂ ਨੇ ਮੈਨੂੰ ਦੁੱਖ ਦਿੱਤਾ, ਉਨ੍ਹਾਂ ਨੂੰ ਇਹ ਕਹਿੰਦਾ ਹਾਂ, "ਮੈਂ ਤੁਹਾਨੂੰ ਮੁਕਤ ਕਰ ਦਿੱਤਾ ਹੈ ਅਤੇ ਜੀਵਨ ਦੀਆਂ ਸਾਰੀਆਂ ਬਖਸ਼ਿਸ਼ਾਂ ਤੁਹਾਡੀਆਂ ਹਨ, ਮੈਂ ਆਜ਼ਾਦ ਹਾਂ ਅਤੇ ਤੁਸੀਂ ਵੀ ਆਜ਼ਾਦ ਹੋ। ਇਹ ਸਭ ਅਦਭੁੱਤ ਹੈ!"

ਸੱਚੀ ਮੁਆਫ਼ੀ ਦਾ ਮਹਾਨ ਰਹੱਸ ਇਹ ਹੈ ਕਿ ਜਦੋਂ ਤੁਸੀਂ ਇਕ ਵਾਰ ਵਿਅਕਤੀ ਨੂੰ ਮੁਆਫ਼ ਕਰ ਦਿੰਦੇ ਹੋ, ਉਦੋਂ ਦੁਬਾਰਾ ਇਸ ਪ੍ਰਾਰਥਨਾ ਨੂੰ ਕਰਨਾ ਜ਼ਰੂਰੀ ਨਹੀਂ ਹੈ। ਜਦੋਂ ਵੀ ਉਹ ਵਿਅਕਤੀ ਜਾਂ ਉਹ ਖ਼ਾਸ ਤਕਲੀਫ਼ ਤੁਹਾਡੇ ਮਸਤਿਸ਼ਕ ਵਿਚ ਆਉਂਦੀ ਹੈ, ਉਦੋਂ ਤੁਸੀਂ ਉਸ ਮੁਜ਼ਰਿਮ ਦਾ ਭਲਾ ਸੋਚ ਦੇ ਹੋ ਅਤੇ ਕਹਿੰਦੇ ਹੋ, "ਤੁਹਾਡੇ ਨਾਲ ਸ਼ਾਂਤੀ ਬਣੀ ਰਹੇ।" ਕਿਉਂਕਿ ਅਜਿਹਾ ਵਿਚਾਰ ਤੁਹਾਡੇ ਮਨ ਵਿਚ ਆਉਂਦਾ ਹੈ, ਤਾਂ ਇਸ ਨੂੰ ਕਈ ਵਾਰ ਕਰੋ। ਤੁਸੀਂ ਦੇਖੋਗੇ ਕਿ ਕੁੱਝ ਦਿਨਾਂ ਬਾਅਦ ਉਸ ਵਿਅਕਤੀ ਜਾਂ ਉਸ ਘਟਨਾ ਦਾ ਧਿਆਨ ਵਿਚ ਆਉਣਾ ਘੱਟ ਹੁੰਦਾ ਜਾਂਦਾ ਹੈ, ਜਦੋਂ ਤਕ ਇਹ ਪੂਰੀ ਤਰ੍ਹਾਂ ਨਾਲ ਗਾਇਬ ਨਾ ਹੋ ਜਾਏ।

ਮੁਆਫ਼ ਕਰਨ ਦਾ ਅਮਲੀ ਪਰੀਖਣ (Acid Test)

ਸੋਨੇ ਦੀ ਜਾਂਚ ਕਰਨ ਲਈ ਐਸਿਡ ਟੈਸਟ ਹੁੰਦਾ ਹੈ, ਮੁਆਫ਼ੀ ਲਈ ਵੀ ਇਕ ਐਸਿਡ ਟੈਸਟ ਹੁੰਦਾ ਹੈ। ਜੇ ਮੈਂ ਤੁਹਾਨੂੰ ਅਜਿਹੇ ਵਿਅਕਤੀ ਬਾਰੇ ਸ਼ਾਨਦਾਰ ਗੱਲਾਂ ਦੱਸਾ ਜਿਸ ਨੇ ਤੁਹਾਡੇ ਨਾਲ ਮਾੜਾ ਕੀਤਾ ਹੈ, ਤੁਹਾਨੂੰ ਧੋਖਾ ਦਿੱਤਾ ਹੈ ਜਾਂ ਤੁਹਾਡੇ ਨਾਲ ਦਗਾ ਕੀਤਾ ਹੈ ਅਤੇ ਤੁਸੀਂ ਉਸ ਵਿਅਕਤੀ ਬਾਰੇ ਚੰਗੀ ਖ਼ਬਰ ਸੁਣ ਕੇ ਬਹੁਤ ਗੁੱਸਾ ਜਾਂ ਕ੍ਰੋਧਿਤ ਹੁੰਦੇ ਹੋ, ਤਾਂ ਇਹ ਜਾਣ ਲਓ ਕਿ ਨਫ਼ਰਤ ਦੀਆਂ ਜੜ੍ਹਾਂ ਹੁਣ ਵੀ ਤੁਹਾਡੇ ਅਵਚੇਤਨ ਮਨ ਵਿਚ ਹਨ ਅਤੇ ਇਹ ਤੁਹਾਨੂੰ ਤਬਾਹ ਕਰ ਸਕਦੀਆਂ ਹਨ।

ਮੰਨ ਲਓ ਕਿ ਪਿਛਲੇ ਸਾਲ ਤੁਹਾਡੇ ਜਬਾੜੇ ਵਿਚ ਇਕ ਦਰਦ ਦੇਣ ਵਾਲਾ ਫੋੜਾ ਸੀ ਅਤੇ ਤੁਸੀਂ ਇਸ ਬਾਰੇ ਮੈਨੂੰ ਦੱਸਿਆ ਸੀ, ਜ਼ਾਹਿਰ ਹੈ ਮੈਂ ਤੁਹਾਡੇ ਕੋਲੋ ਐਂਵੇ ਹੀ ਪੁੱਛਾਂਗਾ ਕਿ ਕੀ ਉੱਥੇ ਕੋਈ ਦਰਦ ਹੈ? ਤੁਸੀਂ ਇਕਦਮ ਕਹੋਗੇ, "ਬਿਲਕੁੱਲ ਨਹੀਂ! ਮੈਨੂੰ ਇਸ ਦਰਦ ਦੀ ਜਾਦ ਹੈ, ਲੇਕਿਨ ਉਹ ਦਰਦ ਹੁਣ ਨਹੀਂ ਹੈ ਅਤੇ ਨਾ ਹੀ ਇਹ ਮਹਿਸੂਸ ਹੁੰਦਾ ਹੈ।" ਇਹੀ ਪੂਰੀ ਕਹਾਣੀ ਹੈ। ਜੇ ਤੁਸੀਂ ਸੱਚਮੁੱਚ ਕਿਸੇ ਨੂੰ ਮੁਆਫ਼ ਕਰ ਦਿੱਤਾ ਹੈ, ਤਾਂ ਤੁਹਾਨੂੰ ਉਹ ਘਟਨਾ ਤਾਂ ਜਾਦ ਹੋਵੇਗੀ, ਪਰ ਹੁਣ ਉਸ ਦਾ ਡੰਕ ਜਾਂ ਦਰਦ ਵੀ ਹੋਵੇਗਾ। ਇਹ ਮੁਆਫ਼ੀ ਦਾ ਅਮਲੀ ਪਰੀਖਣ ਹੈ ਅਤੇ ਇਸ ਨੂੰ ਮਨੋਵਿਗਿਆਨਕ ਅਤੇ ਅਧਿਆਤਮਿਕ ਤੌਰ 'ਤੇ ਦੇਖਣਾ ਚਾਹੀਦਾ ਹੈ, ਵਰਨਾ ਤੁਸੀਂ ਕੇਵਲ ਆਪਣੇ-ਆਪ ਨੂੰ ਧੋਖਾ ਦੇ ਰਹੇ ਹੋ; ਬੜੀ ਸੱਚਾਈ ਨਾਲ ਤੁਸੀਂ ਮੁਆਫ਼ ਕਰਨ ਦੀ ਕਲਾ ਦਾ ਅਭਿਆਸ ਨਹੀਂ ਕਰ ਰਹੇ ਹੋ।

ਸਾਰਿਆਂ ਨੂੰ ਸਮਝਨਾ ਭਾਵ ਸਾਰਿਆਂ ਨੂੰ ਮੁਆਫ਼ ਕਰਨਾ ਹੈ

ਜਦੋਂ ਮਨੁੱਖ ਆਪਣੇ ਮਸਤਿਸ਼੍ਕ ਦੇ ਰਚਨਾਤਮਕ ਨਿਜਮ ਨੂੰ ਸਮਝ ਲੈਂਦਾ ਹੈ, ਉਦੋਂ ਉਹ ਆਪਣੀ ਜ਼ਿੰਦਗੀ ਖ਼ਰਾਬ ਕਰਨ ਦਾ ਦੋਸ਼ ਦੂਜਿਆਂ ਜਾਂ ਪਰੀਸਥਿਤੀਆਂ 'ਤੇ ਦੇਣਾ ਬੰਦ ਕਰ ਦਿੰਦਾ ਹੈ। ਜਾਣਦੇ ਹੋ ਕਿ ਉਸ ਦੇ ਆਪਣੇ ਵਿਚਾਰ ਤੇ ਭਾਵਨਾਵਾਂ ਉਸ ਦੀ ਕਿਸਮਤ ਬਣਾਉਂਦੇ ਹਨ। ਇਹੀ ਨਹੀਂ, ਉਸ ਨੂੰ ਗਿਆਨ ਹੈ ਕਿ ਬਾਹਰੀ ਵਸਤੂਆਂ ਉਸ ਦੇ ਜੀਵਨ ਦੀ ਸਥਿਤੀਆਂ ਅਤੇ ਅਨੁਭਵ ਦੇ ਕਾਰਨ ਨਹੀਂ ਹਨ। ਇਹ ਸੋਚਨਾ ਕਿ ਦੂਜੇ ਤੁਹਾਡੀ ਖ਼ੁਸ਼ੀਆਂ ਨੂੰ ਘੱਟ ਕਰ ਸਕਦੇ ਹਨ ਅਤੇ ਤੁਸੀਂ ਬੇਰਹਿਮ ਕਿਸਮਤ ਦੀ ਫੁੱਟਬਾਲ ਹੋ, ਅਤੇ ਇਨਾਂ ਸਾਰਿਆਂ ਨੂੰ ਜਿਊਣ ਲਈ ਅਤੇ ਤੁਹਾਨੂੰ ਦੂਜਿਆਂ ਦਾ ਵਿਰੋਧ ਕਰਨਾ ਪਵੇਗਾ ਤੇ ਉਨ੍ਹਾਂ ਨਾਲ ਲੜਨਾ ਪਵੇਗਾ ਉਹ ਸਾਰੇ ਨਾਲਾਇਕ ਹਨ, ਜਦੋਂ ਤੁਸੀਂ ਇਹ ਸਮਝ ਲੈਂਦੇ ਹੋ ਕਿ ਵਿਚਾਰ ਹੀ ਵਸਤੂਆਂ ਹਨ। ਬਾਈਬਲ ਵੀ ਇਹੀ ਕਹਿੰਦਾ ਹੈ, "ਕਿਉਂਕਿ ਮਨੁੱਖ ਆਪਣੇ ਹਿਰਦੇ ਵਿਚ ਅਜਿਹਾ ਹੀ ਸੋਚਦਾ ਹੈ।"

ਜਾਂ ਜਿਵੇਂ ਵਿਅਕਤੀ ਆਪਣੇ ਦਿਲ ਵਿਚ ਸੋਚਦਾ ਹੈ, ਉੱਵ ਹੀ ਉਹ ਹੁੰਦਾ ਹੈ।

ਪ੍ਰੋਵਰਬਸ 23:7

ਮੁਆਫ਼ੀ ਲਈ ਤੁਹਾਡੀਆਂ ਸਹਾਇਤਾ ਦਾ ਸਾਰ

1. ਪਰਮਾਤਮਾ ਜਾਂ ਜੀਵਨ ਕਿਸੇ ਵਿਅਕਤੀ ਦਾ ਆਦਰ ਨਹੀਂ ਕਰਦੇ। ਜੀਵਨ ਕਿਸੇ ਦੇ ਨਾਲ ਵਿਤਕਰਾ ਨਹੀਂ ਕਰਦਾ ਹੈ। ਜੀਵਨ ਅਤੇ ਪਰਮਾਤਮਾ ਤੁਹਾਡਾ ਪੱਖ ਉਦੋਂ ਹੀ ਲੈਂਦੇ ਹਨ, ਜਦੋਂ ਤੁਸੀਂ ਇਕਸੁਰਤਾ, ਸਿਹਤ, ਖ਼ੁਸ਼ੀ ਅਤੇ ਸ਼ਾਂਤੀ ਦੇ ਸਿਧਾਂਤਾਂ ਨਾਲ ਜੁੜਦੇ ਹੋ, ਤਾਂ ਜੀਵਨ ਜਾਂ ਪਰਮਾਤਮਾ ਤੁਹਾਡੇ ਲਈ ਅਨੁਕੂਲ ਹੁੰਦਾ ਹੈ।

2. ਪਰਮਾਤਮਾ ਜਾਂ ਜੀਵਨ ਕਦੇ ਵੀ ਬੀਮਾਰੀ, ਦੁਰਘਟਨਾ ਜਾਂ ਦੁੱਖ ਨੂੰ ਨਹੀਂ ਭੇਜਦਾ। ਅਸੀਂ ਇਹ ਚੀਜ਼ਾਂ ਆਪਣੇ ਆਪ 'ਤੇ ਕਾਨੂੰਨ ਦੇ ਆਧਾਰ 'ਤੇ ਆਪਣੀ ਨਕਾਰਾਤਮਕ ਵਿਨਾਸ਼ਕਾਰੀ ਸੋਚ ਦੁਆਰਾ ਲੈ ਆਉਂਦੇ ਹਾਂ ਜਿਵੇਂ ਅਸੀਂ ਬੀਜਦੇ ਹਾਂ, ਉਵੇਂ ਹੀ ਵੱਢਾਂਗੇ।

3. ਤੁਹਾਡੇ ਜੀਵਨ ਵਿਚ ਪਰਮਾਤਮਾ ਬਾਰੇ ਤੁਹਾਡੀ ਸੰਕਲਪਨਾ ਸਭ ਤੋਂ ਮਹੱਤਵਪੂਰਨ ਹੈ। ਜੇਕਰ ਤੁਸੀਂ ਅਸਲ ਵਿਚ ਪਰਮਾਤਮਾ ਦੇ ਪਿਆਰ 'ਤੇ ਪੂਰਨ ਵਿਸ਼ਵਾਸ ਰੱਖਦੇ ਹੋ, ਤਾਂ ਤੁਹਾਡਾ ਅਵਚੇਤਨ ਮਨ ਤੁਹਾਨੂੰ ਅਣਗਿਣਤ ਪ੍ਰਤੀਕਿਰਿਆ ਕਰਕੇ ਬੇਅੰਤ ਬਖਸ਼ਿਸ਼ਾਂ ਪ੍ਰਦਾਨ ਕਰੇਗਾ। ਪਰਮਾਤਮਾ ਵਿਚ ਪੂਰਨ ਵਿਸ਼ਵਾਸ ਰੱਖੋ।

4. ਜੀਵਨ ਜਾਂ ਪਰਮਾਤਮਾ ਤੁਹਾਡੇ ਖ਼ਿਲਾਫ਼ ਕੋਈ ਵੈਰ ਨਹੀਂ ਰੱਖਦੇ। ਜ਼ਿੰਦਗੀ ਕਦੇ ਵੀ ਤੁਹਾਡੀ ਨਿੰਦਾ ਨਹੀਂ ਕਰਦੀ। ਜੇ ਤੁਹਾਡੇ ਹੱਥ ਵਿਚ ਜ਼ਖਮ ਹੋ ਜਾਂਦਾ ਹੈ, ਤਾਂ ਜੀਵਨ ਉਸ ਨੂੰ ਠੀਕ ਕਰ ਦਿੰਦਾ ਹੈ। ਜੇ ਤੁਸੀਂ ਆਪਣੀ ਉਂਗਲ ਨੂੰ ਸਾੜ ਲੈਂਦੇ ਹੋ, ਤਾਂ ਜੀਵਨ ਤੁਹਾਨੂੰ ਮੁਆਫ਼ ਕਰਦਾ ਹੈ, ਜ਼ਖਮ ਨੂੰ ਭਰਦਾ ਹੈ, ਫੋੜਿਆਂ ਨੂੰ ਮਿਟਾਉਂਦਾ ਹੈ ਅਤੇ ਉਸ ਹਿੱਸੇ ਨੂੰ ਪੂਰਨ ਬਣਾ ਦਿੰਦਾ ਹੈ।

5. ਤੁਹਾਡਾ ਅਪਰਾਧਬੋਧ ਪਰਮਾਤਮਾ ਅਤੇ ਜੀਵਨ ਦੀ ਇਕ ਗਲਤ ਧਾਰਨਾ ਹੈ। ਪਰਮਾਤਮਾ ਜਾਂ ਜੀਵਨ ਤੁਹਾਨੂੰ ਸਜ਼ਾ ਨਹੀਂ ਦਿੰਦਾ ਜਾਂ ਮੁੱਲਾਂਕਣ ਨਹੀਂ ਕਰਦਾ ਹੈ। ਤੁਸੀਂ ਆਪਣੇ ਝੂਠੇ ਵਿਸ਼ਵਾਸਾਂ, ਨਕਾਰਾਤਮਕ ਸੋਚ ਅਤੇ ਸੈ-ਨਿੰਦਾ ਦੁਆਰਾ ਆਪਣੇ ਆਪ ਨਾਲ ਅਜਿਹਾ ਕਰਦੇ ਹੋ।

6. ਪਰਮਾਤਮਾ ਜਾਂ ਜੀਵਨ ਤੁਹਾਨੂੰ ਸਜ਼ਾ ਨਹੀਂ ਦਿੰਦਾ। ਪ੍ਰਕਿਰਤੀ ਦੀ ਸ਼ਕਤੀਆਂ ਬੁਰੀਆਂ ਨਹੀਂ ਹਨ। ਉਨਾਂ ਦਾ ਪ੍ਰਭਾਵ ਤਾਂ ਇਸ ਗੱਲ 'ਤੇ ਨਿਰਭਰ ਕਰਦਾ ਹੈ ਕਿ ਤੁਸੀਂ ਆਪਣੀ ਅੰਦਰਲੀ ਸ਼ਕਤੀ ਦੀ ਵਰਤੋਂ ਕਿਵੇਂ ਕਰਦੇ ਹੋ। ਤੁਸੀਂ

ਬਿਜਲੀ ਦਾ ਪ੍ਰਯੋਗ ਕਿਸੇ ਨੂੰ ਮਾਰਣ ਜਾਂ ਘਰ ਨੂੰ ਰੋਸ਼ਨ ਕਰਣ ਲਈ ਕਰ ਸਕਦੇ ਹੋ। ਤੁਸੀਂ ਪਾਣੀ ਦਾ ਪ੍ਰਯੋਗ ਕਿਸੇ ਬੱਚੇ ਨੂੰ ਡੁਬਾਉਣ ਜਾਂ ਉਸਦੀ ਪਿਆਸ ਬੁਝਾਉਣ ਲਈ ਕਰ ਸਕਦੇ ਹੋ। ਚੰਗਿਆਈ ਅਤੇ ਬੁਰਿਆਈ ਵਿਅਕਤੀ ਦੇ ਮਸਤਿਸ਼ਕ ਦੇ ਵਿਚਾਰਾਂ ਅਤੇ ਉੱਦੇਸ਼ਾਂ 'ਤੇ ਨਿਰਭਰ ਕਰਦੀਆਂ ਹਨ।

7. ਪਰਮਾਤਮਾ ਜਾਂ ਜੀਵਨ ਕਦੇ ਸਜ਼ਾ ਨਹੀਂ ਦਿੰਦਾ। ਲੋਕ ਪਰਮਾਤਮਾ, ਜੀਵਨ ਅਤੇ ਬ੍ਰਹਿਮੰਡ ਦੀ ਗ਼ਲਤ ਧਾਰਨਾਵਾਂ ਕਾਰਨ ਆਪਣੇ-ਆਪ ਨੂੰ ਸਜ਼ਾ ਦਿੰਦੇ ਹਨ। ਉਨ੍ਹਾਂ ਦੇ ਵਿਚਾਰ ਰਚਨਾਤਮਕ ਹੁੰਦੇ ਹਨ, ਇਸ ਲਈ ਉਹ ਆਪਣੇ ਦੁੱਖ ਦੀ ਰਚਨਾ ਆਪਣੇ-ਆਪ ਹੀ ਕਰ ਲੈਂਦੇ ਹਨ।

8. ਜੇ ਕੋਈ ਤੁਹਾਡੀ ਆਲੋਚਨਾ ਕਰੇ ਅਤੇ ਤੁਹਾਡੇ ਅੰਦਰ ਉਹ ਔਗੁਣ ਹੋਣ, ਤਾਂ ਖ਼ੁਸ਼ ਹੋ ਕੇ ਉਸ ਨੂੰ ਧੰਨਵਾਦ ਦਿਓ ਅਤੇ ਉਸਦੀਆਂ ਟਿੱਪਣੀਆਂ ਦੀ ਸ਼ਲਾਘਾ ਕਰੋ। ਇਸ ਨਾਲ ਤੁਹਾਨੂੰ ਉਸ ਖ਼ਾਸ ਔਗੁਣ ਨੂੰ ਸੁਧਾਰਣ ਦਾ ਮੌਕਾ ਮਿਲਦਾ ਹੈ।

9. ਤੁਹਾਨੂੰ ਆਲੋਚਨਾ ਨਾਲ ਠੇਸ ਨਹੀਂ ਪੁੱਜਦੀ ਕਿਉਂਕਿ ਤੁਸੀਂ ਜਾਣਦੇ ਹੋ ਕਿ ਤੁਸੀਂ ਆਪਣੇ ਵਿਚਾਰਾਂ, ਪ੍ਰਤਿਕਿਰਿਆਵਾਂ ਅਤੇ ਭਾਵਨਾਵਾਂ ਦੇ ਮਾਲਕ ਹੋ। ਇਸ ਨਾਲ ਤੁਹਾਨੂੰ ਸਾਹਮਣੇ ਵਾਲੇ ਲਈ ਪ੍ਰਾਰਥਨਾ ਕਰਣ ਅਤੇ ਉਸ ਨੂੰ ਅਸੀਸਾਂ ਦੇਣ ਦਾ ਅਵਸਰ ਮਿਲਦਾ ਹੈ, ਜਿਸ ਰਾਹੀਂ ਤੁਸੀਂ ਆਪਣੇ-ਆਪ ਨੂੰ ਦੁਆ ਦਿੰਦੇ ਹੋ।

10. ਜਦੋਂ ਤੁਸੀਂ ਮਾਰਗਦਰਸ਼ਨ ਅਤੇ ਸਹੀ ਕਿਰਿਆ ਕਰਨ ਲਈ ਪ੍ਰਾਰਥਨਾ ਕਰੋ, ਤਾਂ ਜੋ ਜਵਾਬ ਮਿਲੇ ਉਸ ਨੂੰ ਮੰਨ ਲਓ। ਅਹਿਸਾਸ ਕਰੋ ਕਿ ਇਹ ਚੰਗਾ ਹੈ, ਬਹੁਤ ਚੰਗਾ ਹੈ। ਫਿਰ ਆਤਮ-ਤਰਸ, ਆਲੋਚਨਾ ਜਾਂ ਨਫ਼ਰਤ ਦਾ ਕੋਈ ਕਾਰਣ ਨਹੀਂ ਹੈ।

11. ਕੋਈ ਵੀ ਚੀਜ਼ ਚੰਗੀ ਜਾਂ ਮਾੜੀ ਨਹੀਂ ਹੈ, ਇਨਸਾਨ ਦੀ ਸੋਚ ਉਸ ਨੂੰ ਅਜਿਹਾ ਬਣਾ ਦਿੰਦੀ ਹੈ। ਖਾਣਾ, ਸੈਕਸ, ਦੌਲਤ ਜਾਂ ਸੱਚੀ ਅਭਿਵਿਅਕਤੀ ਦੀ ਇੱਛਾ ਵਿਚ ਕੋਈ ਬੁਰਾਈ ਨਹੀਂ ਹੈ। ਇਹ ਇਸ 'ਤੇ ਨਿਰਭਰ ਕਰਦੀ ਹੈ ਕਿ ਤੁਸੀਂ ਇਨ੍ਹਾਂ ਇੱਛਾਵਾਂ, ਤਾਂਘਾਂ ਅਤੇ ਹਸਰਤਾਂ ਦੀ ਵਰਤੋਂ ਕਿਵੇਂ ਕਰਦੇ ਹੋ। ਤੁਹਾਡੀ ਖਾਣੇ ਦੀ ਇੱਛਾ ਕਿਸੇ ਦੀ ਜਾਨ ਲਏ ਬਿਨਾਂ ਵੀ ਪੂਰੀ ਹੋ ਸਕਦੀ ਹੈ।

12. ਰੋਸ਼, ਨਫ਼ਰਤ, ਮੰਦੀ ਭਾਵਨਾ ਅਤੇ ਦੁਸ਼ਮਣੀ ਬਹੁਤੀਆਂ ਬਿਮਾਰੀਆਂ ਦੇ ਕਾਰਣ ਹੁੰਦੇ ਹਨ। ਪਿਆਰ, ਜੀਵਨ, ਖ਼ੁਸ਼ੀ ਤੇ ਇਕਸੁਰਤਾ ਸਾਰਿਆਂ ਦੇ ਪ੍ਰਤੀ ਪ੍ਰਾਪਤ ਕਰ ਕੇ ਤੁਹਾਨੂੰ ਦੁੱਖ ਪਹੁੰਚਾਉਣ ਵਾਲਿਆਂ ਅਤੇ ਆਪਣੇ-ਆਪ ਨੂੰ ਮੁਆਫ਼ ਕਰੋ। ਇੰਝ ਉਦੋਂ ਤਕ ਕਰਦੇ ਰਹੋ, ਜਦੋਂ ਤਕ ਕਿ ਤੁਸੀਂ ਉਨ੍ਹਾਂ

ਕੋਲੋਂ ਆਪਣੇ ਮਨ ਵਿਚ ਨਾ ਮਿਲ ਲਓ ਅਤੇ ਇਹ ਨਾ ਜਾਣ ਲਓ ਕਿ ਤੁਸੀਂ ਉਨ੍ਹਾਂ ਨਾਲ ਸ਼ਾਂਤੀ ਵਿਚ ਹੋ।

13. ਮੁਆਫ਼ ਕਰਨਾ ਕਿਸੇ ਚੀਜ਼ ਲਈ ਕੁੱਝ ਦੇਣਾ ਹੈ। ਪਿਆਰ, ਸ਼ਾਂਤੀ, ਖ਼ੁਸ਼ੀ, ਬੁੱਧੀ ਤੇ ਜੀਵਨ ਦੀਆਂ ਸਾਰੀਆਂ ਬਖਸ਼ਿਸ਼ਾਂ ਉਦੋਂ ਤੱਕ ਦੂਜਿਆਂ ਨੂੰ ਦਿਓ, ਜਦੋਂ ਤੱਕ ਕਿ ਤੁਹਾਡੇ ਦਿਮਾਗ਼ ਵਿਚ ਕੋਈ ਡੰਕ ਨਾ ਬਚੇ। ਇਹ ਮੁਆਫ਼ ਕਰਨ ਦਾ ਐਸਿਡ ਟੈਸਟ ਹੈ।

14. ਜੇ ਕਿਸੇ ਨੇ ਤੁਹਾਨੂੰ ਸੱਟ ਪਹੁੰਚਾਈ ਹੈ, ਤੁਹਾਡੇ ਬਾਰੇ ਝੂਠ ਬੋਲਿਆ ਹੈ, ਨਿੰਦਾ ਕੀਤੀ ਹੈ ਅਤੇ ਤੁਹਾਡੀ ਬਹੁਤ ਬੁਰਿਆਈ ਕੀਤੀ ਹੈ। ਕੀ ਉਸ ਵਿਅਕਤੀ ਬਾਰੇ ਤੁਹਾਡਾ ਵਿਚਾਰ ਨਕਾਰਾਤਮਕ ਹੈ? ਜੇ ਇੰਝ ਹੈ, ਤਾਂ ਤੁਸੀਂ ਉਸ ਨੂੰ ਅਜੇ ਤਾਂਈ ਮੁਆਫ਼ ਨਹੀਂ ਕਰ ਸਕੇ। ਨਫ਼ਰਤ ਦੀਆਂ ਜੜਾਂ ਅਜੇ ਵੀ ਤੁਹਾਡੇ ਅਵਚੇਤਨ ਮਨ ਵਿਚ ਹਨ ਅਤੇ ਤੁਹਾਨੂੰ ਨੁਕਸਾਨ ਪਹੁੰਚਾ ਰਹੀਆਂ ਹਨ। ਉਨ੍ਹਾਂ ਜੜਾਂ ਨੂੰ ਪੁੱਟਣ ਦਾ ਇਕੱਲਾ ਤਰੀਕਾ ਪਿਆਰ ਹੈ। ਉਸ ਵਿਅਕਤੀ ਲਈ ਜੀਵਨ ਦੀ ਸਾਰੀਆਂ ਬਖਸ਼ਿਸ਼ਾਂ ਦੀ ਕਾਮਨਾ ਕਰੋ। ਇਹੀ ਸੱਤਰ ਗੁਣਾ ਸੱਤ ਵਾਰ ਮੁਆਫ਼ ਕਰਣ ਦਾ ਮਤਲਬ ਹੈ।

ਕਿਵੇਂ ਤੁਹਾਡਾ ਅਵਚੇਤਨ, ਮਾਨਸਿਕ ਰੁਕਾਵਟਾਂ ਨੂੰ ਦੂਰ ਕਰਦਾ ਹੈ

ਸਮਾਧਾਨ ਸਮੱਸਿਆ ਦੇ ਅੰਦਰ ਹੀ ਹੁੰਦਾ ਹੈ। ਹਰ ਸਵਾਲ ਵਿਚ ਇਸਦਾ ਜਵਾਬ ਨਿਸ਼ਚਿਤ ਹੁੰਦਾ ਹੈ। ਜੇ ਤੁਹਾਡੇ ਸਾਹਮਣੇ ਕੋਈ ਮੁਸ਼ਕਿਲ ਸਥਿਤੀ ਆ ਜਾਵੇ ਤੇ ਤੁਹਾਨੂੰ ਰਾਹ ਸਪੱਸ਼ਟ ਨਾ ਦਿਖ ਰਿਹਾ ਹੋਵੇ, ਤਾਂ ਤੁਸੀਂ ਕੀ ਕਰ ਸਕਦੇ ਹੋ? ਤੁਹਾਡੇ ਅਵਚੇਤਨ ਮਨ ਦੀ ਅਸੀਮ ਬੁੱਧੀਮੱਤਾ ਸਾਰਾ ਕੁੱਝ ਜਾਣਦੀ ਹੈ ਅਤੇ ਸਾਰਾ ਕੁੱਝ ਦੇਖਦੀ ਹੈ। ਇਸਦੇ ਕੋਲ ਜਵਾਬ ਹਨ ਅਤੇ ਇਹ ਤੁਹਾਨੂੰ ਉਹ ਜਵਾਬ ਹੁਣੇ ਦੱਸ ਰਹੀ ਹੈ।ਜਦੋਂ ਤੁਸੀਂ ਇਸ ਨਵੇਂ ਮਾਨਸਿਕ ਨਜ਼ਰੀਏ ਨੂੰ ਹਾਸਿਲ ਕਰ ਲੈਂਦੇ ਹੋ ਕਿ ਤੁਹਾਡਾ ਅੰਦਰਲਾ ਰਚਨਾਤਮਕ ਗਿਆਨ ਸੁਖਦ ਸਮਾਧਾਨ ਸੁੱਝਾ ਰਿਹਾ ਹੈ, ਤਾਂ ਫਿਰ ਤੁਹਾਨੂੰ ਉਹ ਜਵਾਬ ਮਿਲ ਜਾਵੇਗਾ।

ਤਸੱਲੀ ਰੱਖੋ ਕਿ ਇੰਝ ਦਾ ਮਾਨਸਿਕ ਰਵੱਈਆ ਤੁਹਾਡੇ ਸਾਰੇ ਕਾਰਜਾਂ ਵਿਚ ਵਿਵਸਥਾ, ਸ਼ਾਂਤੀ ਅਤੇ ਅਰਥ ਲਿਆਵੇਗਾ।

ਆਦਤ ਨੂੰ ਕਿਵੇਂ ਤੋੜਨਾ ਜਾਂ ਬਣਾਉਣਾ ਹੈ

ਅਸੀਂ ਸਾਰੇ ਆਦਤਾਂ ਦੇ ਹਿਸਾਬ ਨਾਲ ਜਿਉਣ ਵਾਲੇ ਪ੍ਰਾਣੀ ਹਾਂ। ਆਦਤ ਸਾਡੇ ਅਵਚੇਤਨ ਮਨ ਦਾ ਕਿਰਿਆ ਹੈ। ਅਸੀਂ ਤਰਨਾ, ਸਾਇਕਲ ਚਲਾਉਣਾ, ਨੱਚਣਾ ਤੇ ਕਾਰ ਚਲਾਉਣਾ ਚੇਤਨ ਤੌਰ 'ਤੇ ਇਨ੍ਹਾਂ ਕੰਮਾਂ ਨੂੰ ਦੁਹਰਾ ਕੇ ਸਿੱਖਦੇਹਾਂ, ਜਦੋਂ ਤੱਕ ਕਿ ਇਹ ਕੰਮ ਸਾਡੇ ਅਵਚੇਤਨ ਮਨ ਵਿਚ ਸਥਾਪਤ ਨਹੀਂ ਹੋ ਜਾਏ। ਫਿਰ ਅਵਚੇਤਨ ਮਨ ਦੀ ਆਦਤ ਨੇ ਉਸ ਕੰਮ ਨੂੰ ਆਪਣੇ ਜਿੰਮੇ ਲੈ ਲੈਂਦੀ ਹੈ। ਇਸ ਨੂੰ ਕਈ ਵਾਰ "ਦੂਜੀ ਪ੍ਰਕਿਰਤੀ" ਵੀ ਕਿਹਾ ਜਾਂਦਾ ਹੈ, ਭਾਵ ਸਾਡੀ "ਪਹਿਲੀ" ਪ੍ਰਕਿਰਤੀ ਦੇ ਚਿੰਤਨ ਅਤੇ ਕਿਰਿਆ 'ਤੇ ਅਵਚੇਤਨ ਮਨ ਦੀ ਪ੍ਰਤੀਕਿਰਿਆ।

ਤੁਸੀਂ ਚੰਗੀ ਜਾਂ ਮਾੜੀ ਆਦਤਾਂ ਚੁਣਨ ਲਈ ਆਜ਼ਾਦ ਹੋ। ਜੇ ਤੁਸੀਂ ਕੋਈ ਨਕਾਰਾਤਮਕ ਵਿਚਾਰ ਜਾਂ ਕਿਰਿਆ ਕੁੱਝ ਸਮੇਂ ਤਕ ਦੁਹਰਾਉਂਦੇ ਹੋ, ਤਾਂ ਤੁਸੀਂ

ਆਪਣੇ-ਆਪ ਨੂੰ ਇਕ ਆਦਤ ਦੇ ਦਬਾਅਹੇਠ ਰੱਖ ਲੈਂਦੇ ਹੋ। ਤੁਹਾਡੇ ਅਵਚੇਤਨ ਮਨ ਦਾ ਨਿਜਮ ਦਬਾਅ ਹੈ।

ਉਸ ਨੇ ਮਾੜੀ ਆਦਤ ਕਿਵੇਂ ਛੱਡੀ

ਮਿ. ਜੋਨਸਨੇ ਮੈਨੂੰ ਕਿਹਾ, "ਮਨ ਬੇਕਾਬੂ ਹੋ ਜਾਂਦਾ ਹੈ ਅਤੇ ਮੈਂ ਦੋ ਹਫਤੇ ਤਕ ਲਗਾਤਾਰ ਨਸ਼ੇ ਵਿਚ ਡੁੱਬਿਆਰਹਿੰਦਾ ਹਾਂ। ਇਹ ਭਿਅੰਕਰ ਹੈ।" ਇਸ ਅਭਾਗੇ ਵਿਅਕਤੀ ਦੇ ਨਾਲ ਇੰਝ ਵਾਰ-ਵਾਰ ਹੋਇਆ। ਉਸ ਨੂੰ ਅਹਿਸਾਸ ਸੀ ਕਿ ਲਗਾਤਾਰ ਪੀਣਾ ਉਸਦੀ ਆਦਤ ਬਣ ਚੁੱਕੀ ਹੈ ਅਤੇ ਉਹ ਜਾਣਦਾ ਸੀ ਕਿ ਉਸ ਨੂੰ ਇਸ ਆਦਤ ਨੂੰ ਬਦਲਕੇ ਨਵੀਂ ਆਦਤ ਪਾਉਣੀ ਚਾਹੀਦੀ ਹੈ। ਬਹਰਹਾਲ, ਇੱਛਾਵਾਂ ਨੂੰ ਦਬਾਣ ਦੀ ਕੋਸ਼ਿਸ ਨਾਲ ਹਾਲਤ ਸੁਧਰਣ ਦੀ ਬਜਾਇ ਹੋਰ ਵਿਗੜਦੀ ਜਾ ਰਹੀ ਸੀ। ਉਸਦੀ ਲਗਾਤਾਰ ਅਸਫਲਤਾਵਾਂ ਨੇ ਉਸਨੂੰ ਵਿਸ਼ਵਾਸ ਦਿਵਾ ਦਿੱਤਾ ਕਿ ਉਹ ਨਾਕਾਮਜਾਬ ਹੈ ਅਤੇ ਉਸਦੇ ਕੋਲ ਆਪਣੀ ਇੱਛਾ ਨੂੰ ਕਾਬੂ ਕਰਣ ਦੀ ਸ਼ਕਤੀ ਨਹੀਂ ਹੈ। ਸ਼ਕਤੀਹੀਣਤਾ ਦੇ ਇਸ ਵਿਚਾਰ ਨੇ ਉਸ ਦੇ ਅਵਚੇਤਨ ਮਨ 'ਤੇ ਜ਼ਬਰਦਸਤ ਸੁਝਾਅ ਦੇ ਰੂਪ ਵਿਚ ਕੰਮ ਕੀਤਾ। ਇਸੇ ਕਾਰਣ ਉਸਦੀ ਕਮਜ਼ੋਰੀ ਵੱਧਦੀ ਗਈ ਅਤੇ ਉਸਦਾ ਜੀਵਨ ਅਸਫਲਤਾਵਾਂ ਦਾ ਸਿਲਸਿਲਾ ਬਣ ਗਿਆ।

ਮੈਂ ਉਸ ਨੂੰ ਚੇਤਨ ਅਤੇ ਅਵਚੇਤਨ ਮਨ ਦੇ ਕਿਰਿਆਵਾਂ ਵਿਚ ਤਾਲਮੇਲ ਬਿਠਾਉਣਾ ਸਿਖਾਇਆ। ਇਨਾਂ ਦੋਨੋਂ ਦੇ ਸਹਿਯੋਗ ਨਾਲ ਅਵਚੇਤਨ ਮਨ ਵਿਚ ਬੀਜੀ ਗਈ ਇੱਛਾ ਜਾਂ ਵਿਚਾਰ ਸਾਕਾਰ ਹੋ ਜਾਂਦਾ ਹੈ। ਉਸਦਾ ਤਾਰਕਿਕ ਮਨ ਸਹਿਮਤ ਸੀ ਕਿ ਜੇ ਉਸਦੀ ਆਦਤ ਦੇ ਪੁਰਾਣੇ ਰਾਹ ਨੇ ਉਸ ਨੂੰ ਮੁਸ਼ਕਿਲ ਵਿਚ ਪਾ ਦਿੱਤਾ ਹੈ, ਤਾਂ ਉਹ ਚੇਤਨ ਤੌਰ 'ਤੇ ਆਜ਼ਾਦੀ, ਸੰਜਮ ਤੇ ਮਾਨਸਿਕ ਸ਼ਾਂਤੀ ਦੀ ਨਵੀਂ ਰਾਹ ਬਣਾ ਸਕਦਾ ਹੈ।

ਉਹ ਜਾਣਦਾ ਸੀ ਕਿ ਉਸਦੀ ਵਿਨਾਸ਼ਕਾਰੀ ਆਦਤ ਹੁਣ ਸ੍ਵੈਚਾਲਿਤ ਹੋ ਗਈ ਹੈ, ਪਰਇਹ ਵਿਕਲਪ ਉਸ ਨੇ ਚੇਤਨ ਤੌਰ 'ਤੇ ਚੁਣਿਆ ਸੀ। ਉਸ ਨੂੰ ਅਹਿਸਾਸ ਸੀ ਕਿ ਜੇ ਉਸਨੇ ਆਪਣੀ ਕੰਡੀਸ਼ਨਿੰਗ ਨਕਾਰਾਤਮਕ ਕਰ ਲਈ ਹੈ, ਤਾਂ ਉਹ ਇਸ ਕੰਡੀਸ਼ਨਿੰਗ ਨੂੰ ਸਕਾਰਾਤਮਕ ਬਣਾ ਸਕਦਾ ਹੈ। ਨਤੀਜ਼ਤਨ, ਉਸਨੇ ਇਹ ਸੋਚਣਾ ਛੱਡ ਦਿੱਤਾ ਕਿ ਉਹ ਇਸ ਆਦਤ ਨੂੰ ਨਹੀਂ ਛੱਡ ਸਕਦਾ। ਉਸਨੇ ਇਕ ਸਪੱਸ਼ਟ ਸਮਝ ਹਾਸਿਲ ਕੀਤੀ ਕਿ ਉਸਦੇ ਆਪਣੇ ਵਿਚਾਰਾਂ ਤੋਂ ਇਲਾਵਾ ਉਸਦੇ ਇਲਾਜ ਵਿਚ ਕੋਈ ਰੁਕਾਵਟ ਨਹੀਂ ਹੈ। ਇਸ ਲਈ ਬਹੁਤ ਜ਼ਿਆਦਾ ਮਾਨਸਿਕ ਕੋਸ਼ਸ਼ ਜਾਂ ਮਾਨਸਿਕ ਦਬਾਅ ਦੀ ਕੋਈ ਲੋੜ ਨਹੀਂ ਹੈ।

ਉਸ ਦੀ ਮਾਨਸਿਕ ਤਸਵੀਰ ਦੀ ਸ਼ਕਤੀ

ਉਸ ਨੇ ਆਪਣੇ ਸਰੀਰ ਨੂੰ ਸ਼ਿਥਲ ਕਰਣ ਦਾ ਅਭਿਆਸ ਕੀਤਾ ਤੇ ਚਿੰਤਨ

ਦੀ ਨਿਸ਼ਕ੍ਰੀਅ ਅਵਸਥਾ ਵਿਚ ਪਹੁੰਚ ਗਿਆ। ਫਿਰ ਉਸਨੇ ਇਹ ਜਾਣਦੇ ਹੋਏ ਮਸਤਿਸ਼ਕ ਵਿਚ ਇੱਛਤ ਨਤੀਜਿਆਂ ਦੀ ਤਸਵੀਰ ਭਰੀ ਕਿ ਉਸਦਾ ਅਵਚੇਤਨ ਮਨ ਸਭ ਤੋਂ ਸੌਖੇ ਢੰਗ ਨਾਲ ਇਸ ਨੂੰ ਸਾਕਾਰ ਕਰ ਸਕਦਾ ਹੈ। ਉਸਨੇ ਕਲਪਨਾ ਕੀਤੀ ਕਿ ਉਸਦੀ ਧੀ ਉਸਦੀ ਆਜ਼ਾਦੀ 'ਤੇਵਧਾਈ ਦਿੰਦੇ ਹੋਏ ਕਹਿੰਦੀ ਹੈ, "ਡੈਡੀ, ਕਿੰਨਾ ਚੰਗਾ ਹੋਇਆ ਕਿ ਤੁਸੀਂ ਘਰ ਆ ਗਏ!" ਆਪਣੀ ਪੀਣ ਦੀ ਆਦਤ ਕਾਰਨ ਉਹ ਆਪਣਾ ਪਰਿਵਾਰ ਗੁਆ ਚੁੱਕਿਆ ਸੀ, ਉਹ ਆਪਣੇ ਪਰਿਵਾਰ ਨੂੰ ਮਿਲ ਨਹੀਂ ਸੀ ਸਕਦਾ ਅਤੇ ਉਸਦੀ ਪਤਨੀ ਵੀ ਉਸ ਨਾਲ ਗੱਲ ਨਹੀਂ ਕਰਦੀ ਸੀ।

ਨਿਯਮਤ ਤੌਰ 'ਤੇ, ਵਿਵਸਥਿਤ ਢੰਗ ਨਾਲ ਉਹ ਇਸ ਤਰ੍ਹਾਂ ਬੈਠ ਕੇ ਮਨਨ ਕਰਦਾ ਰਿਹਾ। ਧਿਆਨ ਭਟਕਣ 'ਤੇ ਉਸਨੇ ਇਕਦਮ ਆਪਣੀ ਧੀ ਦੀ ਮਾਨਸਿਕ ਤਸਵੀਰ ਨੂੰ ਯਾਦ ਕਰਨ ਦੀ ਆਦਤ ਪਾ ਲਈ, ਉਸਦੀ ਮੁਸਕਰਾਹਟ ਨਾਲ ਅਤੇ ਉਸਦੇ ਘਰ ਦਾ ਦਰਿਸ਼, ਜੋਉਸਦੀ ਚਹਿਕਦੀ ਆਵਾਜ਼ ਨਾਲ ਸਜੀਵ ਸੀ। ਇਨ੍ਹਾਂ ਸਾਰਿਆਂ ਨਾਲ ਉਸਦੇ ਦਿਮਾਗ ਦੀ ਦੁਬਾਰਾ ਕੰਡੀਸ਼ਨਿੰਗ ਹੋ ਗਈ। ਇਹ ਇਕ ਲੜੀਦਾਰ ਪ੍ਰਕਿਰਿਆ ਸੀ। ਉਸਨੇ ਇਸ ਨੂੰ ਜਾਰੀ ਰੱਖਿਆ। ਉਹ ਲੱਗਿਆ ਰਿਹਾ, ਕਿਉਂਕਿ ਉਹ ਜਾਣਦਾ ਸੀ ਕਿ ਦੇਰ-ਸਵੇਰ ਉਹ ਆਪਣੇ ਅਵਚੇਤਨ ਮਨ ਵਿਚ ਆਦਤ ਦਾ ਨਵਾਂ ਪੈਟਰਨ ਬਣਾ ਹੀ ਲਵੇਗਾ।

ਮੈਂ ਉਸ ਨੂੰ ਦੱਸਿਆ ਕਿ ਉਹ ਆਪਣੇ ਚੇਤਨ ਮਨ ਨੂੰ ਕੈਮਰੇ ਵਾਂਗ ਮੰਨ ਸਕਦਾ ਹੈ, ਜਦੋਂ ਕਿ ਉਸਦਾ ਅਵਚੇਤਨ ਮਨ ਉਹ ਸੰਵੇਦਨਸ਼ੀਲ ਪਲੇਟ ਹੈ, ਜਿਸ 'ਤੇ ਉਹ ਤਸਵੀਰ ਦੀ ਛਾਪ ਛੱਡਦਾ ਹੈ। ਇਸ ਸੁਝਾਅ ਦਾ ਉਸ 'ਤੇ ਡੂੰਘਾ ਪ੍ਰਭਾਵ ਪਿਆ। ਉਸਦਾ ਪੂਰਾ ਉੱਦੇਸ਼ ਇਹ ਬਣ ਗਿਆ ਕਿ ਉਹ ਆਪਣੇ ਮਨ ਦੀ ਤਸਵੀਰ ਦੀ ਦ੍ਰਿੜ੍ਹ ਛਾਪ ਛੱਡ ਕੇ ਉਸ ਨੂੰ ਡੇਵਲਪ ਕਰੇ। ਫ਼ਿਲਮ ਨੂੰ ਹਨ੍ਹੇਰੇ ਵਿਚ ਹੀ ਡੇਵਲਪ ਕੀਤਾ ਜਾਂਦਾ ਹੈ; ਇਸੇ ਤਰ੍ਹਾਂ ਮਾਨਸਿਕ ਤਸਵੀਰਾਂ ਨੂੰ ਅਵਚੇਤਨ ਮਨ ਦੇ ਡਾਰਕ ਰੂਮ ਵਿਚ ਡੇਵਲਪ ਕੀਤਾ ਜਾਂਦਾ ਹੈ।

ਕੇਂਦ੍ਰਿਤ ਧਿਆਨ

ਉਹ ਸਮਝ ਗਿਆ ਕਿ ਉਸਦਾ ਚੇਤਨ ਮਨ ਕੈਮਰੇ ਵਾਂਗ ਹੈ, ਇਸਲਈ ਉਸਨੇ ਕੋਈ ਕੋਸ਼ਿਸ਼ ਨਹੀਂ ਕੀਤੀ। ਕੋਈ ਮਾਨਸਿਕ ਟਕਰਾਅ ਨਹੀਂ ਹੋਇਆ। ਉਸਨੇ ਸ਼ਾਂਤੀ ਨਾਲ ਆਪਣੇ ਵਿਚਾਰਾਂ ਨੂੰ ਸੰਤੁਲਿਤ ਕੀਤਾ ਤੇ ਆਪਣਾ ਧਿਆਨ ਆਪਣੇ ਸਾਹਮਣੇ ਦੇ ਦਰਿਸ਼ 'ਤੇ ਕੇਂਦ੍ਰਿਤ ਕੀਤਾ, ਜਦੋਂ ਤਕ ਕਿ ਉਹ ਤਸਵੀਰ ਦੇ ਨਾਲ ਇਕ-ਮਿਕ ਨਹੀਂ ਹੋ ਗਿਆ। ਉਹ ਮਾਨਸਿਕ ਵਾਤਾਵਰਣ ਵਿਚ ਡੁੱਬ ਗਿਆ ਅਤੇ ਮਾਨਸਿਕ ਫ਼ਿਲਮ ਨੂੰ ਵਾਰ-ਵਾਰ ਦੇਖਣ ਲੱਗਾ। ਇਲਾਜ ਹੋਣ ਦੇ ਬਾਰੇ ਕੋਈ ਸ਼ੰਕਾ ਹੀ ਨਹੀਂ ਸੀ। ਜਦੋਂ ਵੀ ਉਸਨੂੰ ਪੀਣ ਦੀ ਤਲਬ ਲੱਗਦੀ, ਉਦੋਂ ਉਹ ਆਪਣੀ ਕਲਪਨਾ ਨੂੰ ਸ਼ਰਾਬ ਦੇ ਵਿਚਾਰ ਤੋਂ ਦੂਰ ਮੋੜ ਕੇ ਆਪਣੇ ਪਰਿਵਾਰ ਦੇ ਨਾਲ ਘਰ 'ਚ ਰਹਿਣ ਦੀ ਭਾਵਨਾ ਵੱਲ ਮੋੜ ਲੈਂਦਾ। ਉਹ ਸਫਲ ਸੀ, ਕਿਉਂਕਿ ਉਸ ਨੂੰ ਵਿਸ਼ਵਾਸ ਭਰੀ

ਉੱਮੀਦ ਸੀ ਕਿ ਉਹ ਆਪਣੇ ਮਸਤਿਸ਼ਕ ਵਿਚ ਜੋ ਫ਼ਿਲਮ ਡੇਵਲਪ ਕਰ ਰਿਹਾ ਸੀ, ਉਹ ਅਵੱਸ਼ ਘਟੇਗੀ। ਅੱਜ ਉਹ ਕਰੋੜਪਤੀ ਹੋ ਕੇ ਆਪਣੇ ਪਰਿਵਾਰ ਦੇ ਨਾਲ ਬਹੁਤ ਜ਼ਿਆਦਾ ਖ਼ੁਸ਼ ਹੈ।

ਉਸ ਨੇ ਕਿਹਾ ਕਿ ਬਦਕਿਸਮਤੀ ਉਸ ਦਾ ਪਿੱਛਾ ਕਰ ਰਹੀ ਹੈ

ਮਿਸਟਰ ਬਲਾੱਕ ਨੇ ਦੱਸਿਆ ਕਿ ਉਸਦੀ ਸਾਲਾਨਾ ਆਮਦਨ ਵੀਹ ਹਜ਼ਾਰ ਡਾੱਲਰ ਸੀ, ਪਰ ਪਿਛਲੇ ਤਿੰਨ ਮਹੀਨਿਆਂ ਤੋਂ ਉਸ ਦੇ ਲਈ ਸਾਰੇ ਦਰਵਾਜੇ ਬੰਦ ਹੋ ਗਏ ਸੀ, ਲੱਗ ਰਿਹਾ ਸੀ। ਉਹ ਆਪੇ ਗ੍ਰਾਹਕਾਂ ਨੂੰ ਦਸਤਖ਼ਤ ਕਰਾਉਣ ਦੀ ਸਥਿਤੀ ਵਿਚ ਲੈ ਆਉਂਦਾ, ਪਰ ਅੰਤਲੇ ਮੌਕੇ ਤੇ ਸਾਰਾ ਕੁੱਝ ਖ਼ਤਮ ਹੋ ਜਾਂਦਾ, ਉਸ ਨੇ ਕਿਹਾ ਕਿ ਸ਼ਾਇਦ ਬਦਕਿਸਮਤੀ ਉਸਦਾ ਪਿੱਛਾ ਕਰ ਰਹੀ ਸੀ।

ਮਿਸਟਰ ਬਲਾੱਕ ਨਾਲ ਗੱਲਬਾਤ ਕਰਦਿਆਂ ਮੈਂ ਪਾਇਆ ਕਿ ਪਿਛਲੇ ਤਿੰਨ ਮਹੀਨਿਆਂ ਤੋਂ ਉਹ ਬਹੁਤ ਚਿੜ-ਚਿੜੇ ਅਤੇ ਗੁੱਸੈਲ ਹੋ ਗਏ ਸਨ। ਇਕ ਦੰਦਾਂ ਦਾ ਡਾਕਟਰ ਜਿਸਨੇ ਦਸਤਾਵੇਜ਼ਾਂ 'ਤੇ ਦਸਤਖ਼ਤ ਕਰਨ ਲਈ ਹਾਂ ਕਹੀ ਸੀ, ਅੰਤਲੇ ਮੌਕੇ 'ਤੇ ਇਨਕਾਰ ਕਰ ਦਿੱਤਾ। ਦੰਤ ਚਿਕਿਤਸਕ ਦੇ ਪ੍ਰਤਿ ਉਸਦੀ ਚਿੜ ਅਤੇ ਰੋਸ਼ ਨੇ ਉਸ ਨੂੰ ਇਹ ਅਵਚੇਤਨ ਵਿਸ਼ਵਾਸ ਦਿਲਾ ਦਿੱਤਾ ਸੀ ਕਿ ਉਸਦੇ ਹੋਰ ਸੰਭਾਵਤ ਗ੍ਰਾਹਕ ਵੀ ਬਾਅਦ ਵਿਚ ਪਿੱਛੇ ਹੱਟ ਜਾਣਗੇ। ਇਸ ਵਿਸ਼ਵਾਸ ਨੇ ਨਿਰਾਸ਼ਾ, ਦੁਸ਼ਮਣੀ ਤੇ ਅੜੀਕਿਆਂ ਦਾ ਪੈਟਰਨ ਬਣਾ ਦਿੱਤਾ। ਉਸਨੇ ਆਪਣੇ ਮਨ ਵਿਚ ਆਖ਼ਰੀ ਮਿੰਟ ਵਿਚ ਐਗ੍ਰੀਮੈਂਟ ਕੈਂਸਲ ਹੋਣ ਦੀ ਆਸ਼ੰਕਾ ਬਣਾ ਲਈ। ਉਸਨੇ ਇਕ ਸ਼ੈਲੀ ਬਣਾ ਲਈ ਸੀ। ਮਿਸਟਰ ਬਲਾੱਕ ਨੂੰ ਸਮਝ ਵਿਚ ਆਉਣ ਲੱਗਾ ਕਿ ਸਮੱਸਿਆ ਉਸਦੇ ਆਪਣੇ ਮਸਤਿਸ਼ਕ ਵਿਚ ਸੀ। ਉਸ ਨੂੰ ਅਹਿਸਾਸ ਹੋ ਗਿਆ ਕਿ ਇਲਾਜ ਉਦੋਂ ਹੀ ਹੋ ਸਕਦਾ ਹੈ, ਜਦੋਂ ਉਹ ਆਪਣੇ ਮਾਨਸਕ ਰਵੱਈਏ ਨੂੰ ਬਦਲ ਲਏ।

ਉਹ ਇਸ ਤਰੀਕੇ ਨਾਲ ਮਨਨ ਕਰਨ ਲੱਗਿਆ:

"ਮੈਨੂੰ ਅਹਿਸਾਸ ਹੈ ਕਿ ਮੈਂ ਆਪਣੇ ਅਵਚੇਤਨ ਮਨ ਦੀ ਅਸੀਮ ਬੁੱਧੀਮੱਤਾ ਦੇ ਨਾਲ ਇਕਾਕਾਰ ਹਾਂ, ਜੋ ਕਿਸੇ ਰੁਕਾਵਟ, ਮੁਸ਼ਕਿਲ ਜਾਂ ਦੇਰੀ ਨੂੰ ਨਹੀਂ ਜਾਣਦੀ ਹੈ। ਮੈਂ ਸਭ ਤੋਂ ਵਧੀਆ ਸੁਖਦ ਆਸ ਨਾਲ ਜਿਉਂਦਾ ਹਾਂ। ਮੇਰਾ ਜ਼ਿਆਦਾ ਡੂੰਘਾ ਮਨ ਮੇਰੇ ਵਿਚਾਰਾਂ 'ਤੇ ਪ੍ਰਤੀਕਿਰਿਆ ਕਰਦਾ ਹੈ। ਮੈਂ ਜਾਣਦਾ ਹਾਂ ਕਿ ਮੇਰੇ ਅਵਚੇਤਨ ਦੀ ਅਸੀਮ ਸ਼ਕਤੀ ਦਾ ਕੰਮ ਰੋਕਿਆ ਨਹੀਂ ਜਾ ਸਕਦਾ। ਅਸੀਮ ਬੁੱਧੀਮੱਤਾ ਜੋ ਕੁੱਝ ਵੀ ਸ਼ੁਰੂ ਕਰਦੀ ਹੈ, ਉਸ ਨੂੰ ਹਮੇਸ਼ਾ ਸਫਲਤਾਪੂਰਵਕ ਪੂਰਾ ਕਰਦੀ ਹੈ।

"ਰਚਨਾਤਮਕ ਗਿਆਨ ਮੇਰੇ ਰਾਹੀਂ ਕੰਮ ਕਰਕੇ ਮੇਰੀ ਸਾਰੀ ਯੋਜਨਾਵਾਂ ਅਤੇ ਉੱਦੇਸ਼ਾਂ ਨੂੰ ਪੂਰਾ ਕਰਦਾ ਹੈ। ਮੈਂ ਜੋ ਕੁੱਝ ਵੀ ਸ਼ੁਰੂ

ਕਰਦਾ ਹਾਂ, ਉਸ ਨੂੰ ਸਫਲਤਾ ਨਾਲ ਪੂਰਾ ਕਰਦਾ ਹਾਂ। ਜੀਵਨ ਵਿਚ ਮੇਰਾ ਨਿਸ਼ਾਨਾ ਅਦਭੁੱਤ ਸੇਵਾ ਦੇਣਾ ਹੈ ਅਤੇ ਮੈਂ ਜਿਨ੍ਹਾਂ ਦੇ ਵੀ ਸੰਪਰਕ ਵਿਚ ਆਉਂਦਾ ਹਾਂ, ਉਹ ਮੇਰੀਆਂ ਸੇਵਾਵਾਂ ਤੋਂ ਧੰਨ ਹੋ ਜਾਂਦੇ ਹਨ। ਮੇਰੇ ਸਾਰੇ ਕੰਮ ਦੈਵੀ ਵਿਧਾਨ ਵਿਚ ਪੂਰਨ ਉਪਭੋਗ ਤਕ ਪੁੱਜਦੇ ਹਨ।"

ਉਸਨੇ ਇਹ ਪ੍ਰਾਰਥਨਾ ਹਰ ਸਵੇਰੇ ਗ੍ਰਾਹਕਾਂ ਨੂੰ ਮਿਲਣ ਜਾਣ ਤੋਂ ਪਹਿਲਾਂ ਦੁਹਰਾਈ। ਉਸਨੇ ਹਰ ਰਾਤ ਸੌਣ ਤੋਂ ਪਹਿਲਾਂ ਵੀ ਇਹੀ ਪ੍ਰਾਰਥਨਾ ਦੁਹਰਾਈ। ਕੁੱਝ ਹੀ ਸਮੇਂ ਵਿਚ ਉਸ ਨੇ ਅਵਚੇਤਨ ਮਨ 'ਚ ਇਕ ਨਵੀਂ ਆਦਤ ਦਾ ਪੈਟਰਨ ਬਣਾ ਲਿਆ, ਅਤੇ ਉਹ ਆਪਣੇ ਪੁਰਾਣੇ ਅੰਦਾਜ਼ ਵਿਚ ਵਾਪਸ ਆਗਿਆ ਇਕ ਸਫਲ ਸੈਲਜ ਮੈਨ ਵਾਂਗ।

ਤੁਸੀਂ ਕਿੰਨਾ ਕੁੱਝ ਚਾਹੁੰਦੇ ਹੋ ਅਤੇ ਕੀ ਚਾਹੁੰਦੇ ਹੋ?

ਇਕ ਨੌਜਵਾਨ ਨੇ ਸੁਕਰਾਤ ਨੂੰ ਪੁੱਛਿਆ ਕਿ ਉਸਨੂੰ ਬੁੱਧੀ ਕਿਵੇਂ ਮਿਲ ਸਕਦੀ ਹੈ। "ਮੇਰੇ ਨਾਲ ਆਓ," ਸੁਕਰਾਤ ਨੇ ਜਵਾਬ ਦਿੱਤਾ। ਉਹ ਉਸ ਨੌਜਵਾਨ ਨੂੰ ਨਦੀ ਤੱਕ ਲੈ ਗਏ ਤੇ ਉਸ ਦਾ ਸਿਰ ਪਾਣੀ ਵਿਚ ਡੁਬੋ ਦਿੱਤਾ। ਉਨ੍ਹਾਂ ਨੇ ਉਸ ਨੂੰ ਉਦੋਂ ਤੱਕ ਡੁਬੋਏ ਰੱਖਿਆ, ਜਦੋਂ ਤੱਕ ਕਿ ਨੌਜਵਾਨ ਸਾਹ ਲਈ ਬੁਰੀ ਤਰ੍ਹਾਂ ਛਟਪਟਾਉਣ ਨਹੀਂ ਲੱਗਾ। ਫਿਰ ਉਨ੍ਹਾਂ ਨੇ ਉਸ ਨੂੰ ਛੱਡ ਦਿੱਤਾ। ਜਦੋਂ ਨੌਜਵਾਨ ਦੀ ਹਾਲਤ ਠੀਕ ਹੋ ਗਈ, ਤਾਂ ਸੁਕਰਾਤ ਨੂੰ ਉਸ ਨੂੰ ਪੁੱਛਿਆ, "ਜਦੋਂ ਤੁਹਾਡਾ ਸਿਰ ਪਾਣੀ ਵਿਚ ਡੁੱਬਿਆ ਹੋਇਆ ਸੀ, ਤਾਂ ਤੁਹਾਨੂੰ ਕਿਸ ਚੀਜ਼ ਦੀ ਸਭ ਤੋਂ ਜ਼ਿਆਦਾ ਚਾਹਤ ਸੀ?"

"ਹਵਾ ਦੀ," ਨੌਜਵਾਨ ਦਾ ਜਵਾਬ ਸੀ।

ਸੁਕਰਾਤ ਨੇ ਹੌਲੀ ਦੇ ਕੇ ਸਿਰ ਹਿਲਾਇਆ, "ਜਦੋਂ ਤੁਸੀਂ ਬੁੱਧੀਮੱਤਾ ਨੂੰ ਉੱਨਾ ਹੀ ਚਾਹੁਣ ਲੱਗੋਗੇ, ਜਿੰਨਾ ਕਿ ਪਾਣੀ ਵਿਚ ਡੁੱਬਦੇ ਵੇਲੇ ਹਵਾ ਨੂੰ ਚਾਹੁੰਦੇ ਸੀ, ਤਾਂ ਇਹ ਤੁਹਾਨੂੰ ਮਿਲ ਜਾਵੇਗੀ।"

ਇਸੇ ਤਰ੍ਹਾਂ, ਜਦੋਂ ਤੁਹਾਡੇ ਮਨ ਵਿਚ ਜੀਵਨ ਦੀ ਕਿਸੇ ਨਿਸ਼ਚਤ ਰੁਕਾਵਟ ਨੂੰ ਪਾਰ ਕਰਣ ਦੀ ਤੀਬਰ, ਡੂੰਘੀ ਤੇ ਸੱਚੀ ਇੱਛਾ ਹੋਵੇਗੀ; ਤੁਸੀਂ ਇਕ ਨਿਸ਼ਚਿਤ ਨਿਰਣੇ 'ਤੇ ਪੁੱਜੋਗੇ ਕਿ ਕੋਈ ਰਾਹ ਹੈ; ਤੁਸੀਂ ਵਿਸ਼ਵਾਸ ਨਾਲ ਫੈਸਲਾ ਕਰੋਗੇ ਕਿ ਇਹੀ ਉਹ ਰਾਹ ਹੈ ਜਿਸ 'ਤੇ ਤੁਸੀਂ ਚੱਲਣਾ ਚਾਹੁੰਦੇ ਹੋ, ਤਾਂ ਜਿੱਤ ਪੱਕੀ ਹੈ।

ਜੇ ਤੁਸੀਂ ਸੱਚਮੁੱਚ ਮਾਨਸਿਕ ਤੇ ਆਂਤਰਕ ਸ਼ਾਂਤੀ ਚਾਹੁੰਦੇ ਹੋ, ਤਾਂ ਤੁਹਾਨੂੰ ਇਹ ਮਿਲ ਜਾਵੇਗੀ। ਇਸ ਨਾਲ ਕੋਈ ਫਰਕ ਨਹੀਂ ਪੈਂਦਾ ਕਿ ਤੁਹਾਡੇ ਨਾਲ ਕਿੰਨਾ ਅਨਿਆਂ-ਪੂਰਨ ਵਿਵਹਾਰ ਹੋਇਆ ਹੈ ਜਾਂ ਬੌਸ ਨੇ ਕਿੰਨਾ ਅਨਉਚਿਤ ਪੱਖਪਾਤ ਕੀਤਾ ਹੈ ਜਾਂ ਕਿਸੇ ਨੇ ਤੁਹਾਡੇ ਨਾਲ ਕਿੰਨਾ ਘੱਟੀਆ ਕੰਮ ਕੀਤਾ ਹੈ। ਜਦੋਂ ਤੁਸੀਂ ਆਪਣੀ ਮਾਨਸਿਕ ਅਤੇ ਅਧਿਆਤਮਕ ਸ਼ਕਤੀਆਂ ਬਾਰੇ ਸੁਚੇਤ ਹੋ ਜਾਂਦੇ ਹੋ,

ਤਾਂ ਤੁਹਾਨੂੰ ਇਸ ਨਾਲ ਕੋਈ ਫ਼ਰਕ ਨਹੀਂ ਪੈਂਦਾ। ਤੁਸੀਂ ਜਾਣਦੇ ਹੋ ਕਿ ਤੁਸੀਂ ਕੀ ਚਾਹੁੰਦੇ ਹੋ, ਅਤੇ ਤੁਸੀਂ ਨਿਸ਼ਚਤ ਤੌਰ 'ਤੇ ਨਫ਼ਰਤ, ਗੁੱਸੇ, ਦੁਸ਼ਮਣੀ ਅਤੇ ਦੁਰਭਾਵਨਾ ਦੇ ਚੋਰਾਂ (ਵਿਚਾਰਾਂ) ਨੂੰ ਆਪਣੀ ਸ਼ਾਂਤੀ, ਇਕਸੁਰਤਾ, ਸਿਹਤ ਅਤੇ ਖ਼ੁਸ਼ੀ ਨੂੰ ਨਹੀਂ ਲੁੱਟਣ ਦਿੰਦੇ। ਜਦੋਂ ਤੁਸੀਂ ਆਪਣੇ ਵਿਚਾਰਾਂ ਨੂੰ ਜੀਵਨ ਦੇ ਟੀਚਿਆਂ ਨਾਲ ਇਕਾਕਾਰ ਕਰਨ ਦੀ ਆਦਤ ਸਿੱਖ ਲੈਂਦੇ ਹੋ, ਤਾਂ ਤੁਸੀਂ ਲੋਕਾਂ, ਹਾਲਾਤਾਂ, ਖ਼ਬਰਾਂ ਅਤੇ ਘਟਨਾਵਾਂ ਤੋਂ ਵਿਚਲਤ ਹੋਣਾ ਛੱਡ ਦਿੰਦੇ ਹੋ। ਤੁਹਾਡਾ ਨਿਸ਼ਾਨਾ ਸ਼ਾਂਤੀ, ਸਿਹਤ, ਪ੍ਰੇਰਨਾ, ਇਕਸੁਰਤਾ ਤੇ ਖ਼ੁਸ਼ਹਾਲੀ ਹੈ। ਮਹਿਸੂਸ ਕਰੋ ਕਿ ਸ਼ਾਂਤੀ ਦਾ ਦਰਿਆ ਤੁਹਾਡੇ ਅੰਦਰ ਇਸੇ ਸਮੇਂ ਵੱਗ ਰਿਹਾ ਹੈ। ਤੁਹਾਡਾ ਵਿਚਾਰ ਅਮੂਰਤ ਤੇ ਅਦਿਰਸ਼ ਸ਼ਕਤੀ ਹੈ ਅਤੇ ਤੁਸੀਂ ਇਸ ਦੀ ਚੋਣ ਆਪਣੇ-ਆਪ ਨੂੰ ਦੁਆ ਦੇਣ, ਪ੍ਰੇਰਿਤ ਕਰਨ ਤੇ ਸ਼ਾਂਤੀ ਪਾਉਣ ਲਈ ਕਰਦੇ ਹੋ।

ਉਸ ਦਾ ਇਲਾਜ ਕਿਉਂ ਨਹੀਂ ਹੋ ਪਾ ਰਿਹਾ ਸੀ

ਇਹ ਬਿਰਤਾਂਤ ਇਕ ਚਾਰ ਬੱਚਿਆਂ ਵਾਲੇ ਵਿਆਹੁਤਾ ਵਿਅਕਤੀ ਦਾ ਹੈ, ਜੋ ਆਪਣੇ ਵਪਾਰਕ ਦੌਰਿਆਂ ਦੌਰਾਨ ਇਕ ਹੋਰ ਮਹਿਲਾ ਨਾਲ ਨਾਜਾਇਜ਼ ਸੰਬੰਧ 'ਚ ਸੀ। ਉਹ ਨਿਰਾਸ਼ ਤੇ ਚਿੜਚਿੜਾ ਸੁਭਾਅ ਦਾ ਹੋ ਗਿਆ ਸੀ। ਉਸ ਨੂੰ ਬਿਨਾਂ ਗੋਲੀਆਂ ਦੇ ਨੀਂਦ ਨਹੀਂ ਆਉਂਦੀ ਸੀ। ਡਾਕਟਰ ਤੋਂ ਦਵਾਈ ਲੈਣ ਦੇ ਬਾਵਜੂਦ ਉਸ ਦਾ ਬਲੱਡ ਪ੍ਰੈਸ਼ਰ ਦੋ ਸੌ ਤੋਂ ਉੱਪਰ ਹੀ ਰਹਿੰਦਾ ਸੀ ਅਤੇ ਉਸ ਨੂੰ ਬਹੁਤ ਹੀ ਅੰਦਰੂਨੀ ਦਰਦ ਸਨ, ਜਿਨ੍ਹਾਂ ਨੂੰ ਡਾਕਰਟ ਨਾ ਤੇ ਫੜ ਪਾ ਰਹੇ ਸਨ, ਨਾ ਹੀ ਉਨ੍ਹਾਂ ਦਾ ਇਲਾਜ ਹੋ ਪਾ ਰਿਹਾ ਸੀ। ਸਥਿਤੀ ਹੋਰ ਵੀ ਵਿਗੜ ਗਈ, ਜਦੋਂ ਉਹ ਬੜੀ ਸ਼ਰਾਬ ਪੀਣ ਲੱਗਾ।

ਇਹ ਸਾਰਾ ਕੁੱਝ ਉਸ ਦੇ ਅਪਰਾਧ ਦਾ ਡੂੰਘਾ ਅਵਚੇਤਨ ਬੋਧ ਸੀ। ਉਸ ਦੀ ਧਾਰਮਕ ਆਸਥਾ ਵਿਆਹ ਦੀ ਪਵਿੱਤਰਤਾ 'ਤੇ ਬਹੁਤ ਜ਼ੋਰ ਦੇਂਦੀ ਸੀ, ਲੇਕਨ ਉਹ ਲਗਾਤਾਰ ਉਨ੍ਹਾਂ ਦੀ ਖੁੱਲ੍ਹੀ ਉਲੰਘਣਾ ਕਰ ਰਿਹਾ ਸੀ। ਉਹ ਜਿਸ ਧਾਰਮਕ ਆਸਥਾ ਨਾਲ ਪਾਲਿਆ-ਵਧਿਆ ਸੀ, ਉਹ ਉਸਦੇ ਅਵਚੇਤਨ ਮਨ ਦੀ ਡੂੰਘਿਆਈ ਵਿਚ ਮੌਜੂਦ ਸੀ। ਉਹ ਅਪਰਾਧਬੋਧ ਦੇ ਜ਼ਖਮ ਨੂੰ ਭਰਣ ਦੀ ਕੋਸ਼ਿਸ਼ ਵਿਚ ਜ਼ਿਆਦਾ ਪੀਣ ਲੱਗਿਆ ਸੀ। ਜਿਵੇਂ ਕੋਈ ਰੋਗੀ ਆਪਣੇ ਭਿਅੰਕਰ ਦਰਦ ਨੂੰ ਦੂਰ ਕਰਨ ਲਈ ਮਾੱਰਫੀਨ ਅਤੇ ਕੋਡੀਨ ਲੈਂਦਾ ਹੈ, ਉਵੇਂ ਉਹ ਆਪਣੇ ਮਾਨਸਿਕ ਦਰਦਾਂ ਜਾਂ ਜ਼ਖਮਾਂ ਲਈ ਸ਼ਰਾਬ ਪੀਣ ਲੱਗਾ। ਇਹ ਅੱਗ ਵਿਚ ਘਿਓ ਪਾਉਣ ਵਰਗੀ ਪੁਰਾਣੀ ਕਹਾਣੀ ਹੈ।

ਇਸਦੀ ਵਿਆਖਿਆ ਅਤੇ ਇਲਾਜ

ਉਸ ਨੇ ਛੇਤੀ ਹੀ ਮੇਰਾ ਸਪਸ਼ਟੀਕਰਨ ਸੁਣਿਆ ਕਿ ਉਸ ਦਾ ਮਸਤਿਸ਼ਕ ਕਿਵੇਂ ਕੰਮ ਕਰਦਾ ਹੈ।

ਉਸ ਨੇ ਆਪਣੀ ਸਮੱਸਿਆ ਦਾ ਸਾਹਮਣਾ ਕੀਤਾ, ਇਸ 'ਤੇ ਗੌਰ ਨਾਲ ਵਿਚਾਰ ਕੀਤਾ ਅਤੇ ਆਖ਼ਰ ਨਾਜਾਇਜ਼ ਸੰਬੰਧ ਨੂੰ ਛੱਡਣ ਦਾ ਫੈਸਲਾ ਕੀਤਾ।

ਉਸ ਨੂੰ ਇਹ ਵੀ ਅਹਿਸਾਸ ਹੋਇਆ ਕਿ ਉਸ ਦਾ ਪੀਣਾ ਪਲਾਇਨ ਦੀ ਅਵਚੇਤਨ ਕੋਸ਼ਿਸ਼ ਸੀ।

ਛੁਪਿਆ ਹੋਇਆ ਕਾਰਨ ਉਸਦੇ ਅਵਚੇਤਨ ਮਨ ਵਿਚ ਕਾਬਜ਼ ਸੀ ਅਤੇ ਉਸ ਦਾ ਸਫ਼ਾਇਆ ਕੀਤਾ ਜਾਣਾ ਸੀ। ਇਸ ਤੋਂ ਬਾਅਦ ਹੀ ਇਲਾਜ ਹੋ ਸਕਦਾ ਸੀ।

ਉਹ ਦਿਨ ਵਿਚ ਤਿੰਨ ਵਾਰ ਇਸ ਪ੍ਰਾਰਥਨਾ ਨਾਲ ਆਪਣੇ ਅਵਚੇਤਨ ਮਨ ਤੇ ਛਾਪ ਛੱਡਣ ਲੱਗਾ :

"ਮੇਰਾ ਮਸਤਿਸ਼ਕ ਸ਼ਾਂਤੀ, ਸੰਤੁਲਨ ਤੇ ਇਕਸੁਰਤਾ ਨਾਲ ਭਰਿਆ ਪਿਆ ਹੈ। ਪਰਮਾਤਮਾ ਮੇਰੇ ਅੰਦਰ ਮੁਸਕਰਾਉਂਦੀ ਸ਼ਾਂਤੀ ਨਾਲ ਆਰਾਮ ਕਰ ਰਹੇ ਹਨ। ਮੈਂ ਅਤੀਤ, ਵਰਤਮਾਨ ਜਾਂ ਭਵਿਖ ਦੀ ਕਿਸੇ ਚੀਜ਼ ਤੋਂ ਨਹੀਂ ਡਰਦਾ। ਮੇਰੇ ਅਵਚੇਤਨ ਮਨ ਦੀ ਅਸੀਮ ਬੁੱਧੀਮੱਤਾ ਸਾਰੇ ਤਰੀਕਿਆਂ ਨਾਲ ਮੇਰੀ ਅਗਵਾਹੀ, ਨਿਰਦੇਸ਼ਨ ਅਤੇ ਮਾਰਗਦਰਸ਼ਨ ਕਰ ਰਹੀ ਹੈ। ਮੈਂ ਹੁਣ ਹਰ ਸਥਿਤੀ ਦਾ ਸਾਹਮਣਾ ਆਸਥਾ, ਸੰਤੁਲਨ, ਸ਼ਾਂਤੀ ਤੇ ਵਿਸ਼ਵਾਸ ਨਾਲ ਕਰਦਾ ਹਾਂ। ਮੈਂ ਹੁਣ ਇਸ ਆਦਤ ਤੋਂ ਪੂਰੀ ਤਰ੍ਹਾਂ ਮੁਕਤ ਹਾਂ। ਮੇਰਾ ਮਸਤਿਸ਼ਕ ਆਂਤਰਿਕ ਸ਼ਾਂਤੀ, ਸੁਤੰਤਰਤਾ ਤੇ ਖ਼ੁਸ਼ੀ ਨਾਲ ਭਰਿਆ ਹੈ। ਮੈਂ ਆਪਣੇ-ਆਪ ਨੂੰ ਮੁਆਫ਼ ਕਰਦਾ ਹਾਂ, ਫਿਰ ਮੈਨੂੰ ਮੁਆਫ਼ੀ ਮਿਲਦੀ ਹੈ। ਸ਼ਾਂਤੀ, ਸੰਜਮ ਤੇ ਵਿਸ਼ਵਾਸ ਮੇਰੇ ਮਸਤਿਸ਼ਕ 'ਤੇ ਰਾਜ ਕਰਦੇ ਹਨ।"

ਜਦੋਂ ਉਸ ਨੇ ਇਹ ਪ੍ਰਾਰਥਨਾ ਦੁਹਰਾਈ, ਤਾਂ ਉਹ ਪੂਰੀ ਤਰ੍ਹਾਂ ਨਾਲ ਜਾਣਦਾ ਸੀ ਕਿ ਉਹ ਕੀ ਅਤੇ ਕਿਉਂ ਕਰ ਰਿਹਾ ਸੀ। ਉਹ ਕੀ ਕਰ ਰਿਹਾ ਸੀ, ਇਸ ਦੇ ਗਿਆਨ ਨੇ ਉਸ ਨੂੰ ਲੋੜੀਂਦਾ ਵਿਸ਼ਵਾਸ ਤੇ ਆਸਥਾ ਦਿੱਤੀ। ਮੈਂ ਉਸ ਨੂੰ ਸਮਝਾਇਆ ਕਿ ਜਦੋਂ ਉਹ ਇਨ੍ਹਾਂ ਵਾਕਾਂ ਨੂੰ ਉੱਚੀ, ਹੌਲੀ-ਹੌਲੀ, ਪਿਆਰ ਤੇ ਅਰਥਪੁਰਨ ਢੰਗ ਨਾਲ ਦੁਹਰਾਇਗਾ, ਤਾਂ ਉਹ ਹੌਲੀ-ਹੌਲੀ ਉਸ ਦੇ ਅਵਚੇਤਨ ਮਨ ਅੰਦਰ ਉਤਰ ਜਾਣਗੇ। ਬੀਜਾਂ ਵਾਂਗ ਉਹ ਵੀ ਵੱਡੇ ਹੋ ਕੇ ਫ਼ਲ ਦੇਣਗੇ। ਉਸ ਦੇ ਕੰਨ ਆਵਾਜ਼ ਸੁਣਦੇ ਸਨ ਅਤੇ ਸ਼ਬਦਾਂ ਦੇ ਉਪਚਾਰਕ ਕੰਪਨ ਉਸ ਦੇ ਅਵਚੇਤਨ ਮਨ ਤੱਕ ਪੁੱਜ ਕੇ ਉਨ੍ਹਾਂ ਸਾਰੇ ਨਕਾਰਾਤਮਕ ਮਾਨਸਿਕ ਪੈਟਰਨਾਂ ਨੂੰ ਮਿਟਾ ਦਿੰਦੇ ਸਨ, ਜਿਨ੍ਹਾਂ ਨੇ ਉਸਦੀਆਂ ਸਮੱਸਿਆਵਾਂ ਨੂੰ ਪੈਦਾ ਕੀਤਾ ਹੋਇਆ ਸੀ। ਉਜਾਲੇ ਹਨੇਰੇ ਨੂੰ ਦੂਰ ਕਰ ਦਿੰਦੀ ਹੈ। ਸਿਰਜਨਾਤਮਕ ਵਿਚਾਰ ਨਕਾਰਾਤਮਕ ਵਿਚਾਰਾਂ ਨੂੰ ਨਸ਼ਟ ਕਰ ਦਿੰਦੇ ਹਨ। ਉਹ ਮਹੀਨੇ ਅੰਦਰ ਹੀ ਬਦਲ ਗਿਆ।

ਸਵੀਕਾਰ ਕਰਨ ਲਈ ਇਨਕਾਰ ਕਰਨਾ

ਜੇ ਤੁਸੀਂ ਸ਼ਰਾਬੀ ਜਾਂ ਮਾਦਕ ਪਦਾਰਥਾਂ ਦੇ ਆਦੀ ਹੋ, ਤਾਂ ਇਸ ਨੂੰ ਸਵੀਕਾਰ ਕਰੋ। ਬਚਾਅ ਦੀ ਕੋਸ਼ਿਸ਼ ਨਾ ਕਰੋ। ਕਈ ਲੋਕ ਸ਼ਰਾਬੀ ਇਸ ਲਈ ਬਣੇ ਰਹਿੰਦੇ ਹਨ, ਕਿਉਂਕਿ ਉਹ ਇਸ ਨੂੰ ਸਵੀਕਾਰ ਨਹੀਂ ਕਰਦੇ।

ਤੁਹਾਡੀ ਬੀਮਾਰੀ ਇਕ ਅਸਥਿਰਤਾ ਹੈ, ਇਕ ਆਂਤਰਿਕ ਡਰ ਹੈ। ਤੁਸੀਂ ਜੀਵਨ ਦਾ ਸਾਹਮਣਾ ਕਰਨ ਤੋਂ ਇਨਕਾਰ ਕਰ ਰਹੇ ਹੋ, ਇਸ ਲਈ ਤੁਸੀਂ ਸ਼ਰਾਬ ਰਾਹੀਂ ਆਪਣੀਆਂ ਜ਼ਿੰਮੇਵਾਰੀਆਂ ਤੋਂ ਪਲਾਇਨ ਕਰਨ ਦੀ ਕੋਸ਼ਿਸ਼ ਕਰ ਰਹੇ ਹੋ। ਸ਼ਰਾਬੀ ਦੇ ਤੌਰ 'ਤੇ ਤੁਹਾਡੀ ਆਪਣੀ ਕੋਈ ਇੱਛਾ ਨਹੀਂ ਹੈ, ਕਿਉਂਕਿ ਤੁਸੀਂ ਸੋਚ ਸਕਦੇ ਹੋ ਕਿ ਹੈ, ਹੋ ਸਕਦਾ ਹੈ ਤੁਸੀਂ ਆਪਣੀ ਇੱਛਾਸ਼ਕਤੀ ਬਾਰੇ ਡੀਂਗਾ ਮਾਰ ਰਹੇ ਹੋਵੋ। ਜੇ ਤੁਸੀਂ ਆਦਤਨ ਸ਼ਰਾਬੀ ਹੋ ਤੇ ਹਿੰਮਤ ਨਾਲ ਇਹ ਤਸਦੀਕ ਕਰਦੇ ਹੋ, "ਹੁਣ ਮੈਂ ਇਸ ਨੂੰ ਕਦੇ ਨਹੀਂ ਛੁਹਾਂਗਾ," ਤਾਂ ਤੁਹਾਡੇ ਅੰਦਰ ਇਸ ਪੁਸ਼ਟੀ ਨੂੰ ਸਹੀ ਸਾਬਤ ਕਰਨ ਦੀ ਸ਼ਕਤੀ ਨਹੀਂ ਹੈ। ਕਾਰਨ ਇਹ ਹੈ ਕਿ ਤੁਸੀਂ ਇਹ ਨਹੀਂ ਜਾਣਦੇ ਕਿ ਸ਼ਕਤੀ ਨੂੰ ਕਿੱਥੇ ਲੱਭਣਾ ਹੈ।

ਦਰਅਸਲ ਤੁਸੀਂ ਆਪਣੀ ਹੀ ਬਣਾਈ ਗਈ ਮਨੋਵਿਗਿਆਨਕ ਜੇਲ੍ਹ ਵਿਚ ਰਹਿ ਰਹੇ ਹੋ। ਤੁਸੀਂ ਆਪਣੇ ਵਿਸ਼ਵਾਸਾਂ, ਰਾਵਾਂ, ਸਿਖਲਾਈ ਤੇ ਮਾਹੌਲ ਦੇ ਪ੍ਰਭਾਵਾਂ ਦੀ ਬੇੜੀਆਂ ਨਾਲ ਜਕੜੇ ਹੋਏ ਹੋ। ਜ਼ਿਆਦਾਤਰ ਲੋਕਾਂ ਵਾਂਗ ਤੁਸੀਂ ਵੀ ਆਦਤ ਦੇ ਗੁਲਾਮ ਹੋ। ਤੁਸੀਂ ਜਿਸ ਤਰ੍ਹਾਂ ਨਾਲ ਪ੍ਰਤਿਕਿਰਿਆ ਕਰਦੇ ਹੋ, ਉਸ ਦੇ ਲਈ ਕੰਡੀਸ਼ਨਡ ਹੋ।

ਆਜ਼ਾਦੀ ਦੇ ਵਿਚਾਰ ਬਣਾਉਣੇ

ਤੁਸੀਂ ਆਪਣੀ ਮਾਨਸਿਕਤਾ ਵਿਚ ਸੁਤੰਤਰਤਾ ਤੇ ਮਾਨਸਿਕ ਸ਼ਾਂਤੀ ਦਾ ਵਿਚਾਰ ਭਰ ਸਕਦੇ ਹੋ, ਤਾਂ ਕਿ ਇਹ ਤੁਹਾਡੀ ਅਵਚੇਤਨ ਦੀ ਡੂੰਘਿਆਈ ਤੱਕ ਪੁੱਜ ਜਾਵੇ। ਅਵਚੇਤਨ ਮਨ ਸਰਵ ਸ਼ਕਤੀਮਾਨ ਹੈ, ਇਸ ਲਈ, ਇਹ ਤੁਹਾਨੂੰ ਸ਼ਰਾਬ ਪੀਣ ਦੀ ਇੱਛਾ ਤੋਂ ਮੁਕਤ ਕਰ ਦੇਵੇਗਾ। ਫਿਰ ਤੁਹਾਨੂੰ ਇਕ ਨਵੀਂ ਸਮਝ ਮਿਲੇਗੀ ਕਿ ਤੁਹਾਡਾ ਦਿਮਾਗ਼ ਕਿਵੇਂ ਕੰਮ ਕਰਦਾ ਹੈ, ਜਿਨ੍ਹਾਂ ਰਾਹੀਂ ਤੁਸੀਂ ਆਪਣੀ ਗੱਲ ਨੂੰ ਸੱਚ ਸਾਬਤ ਕਰ ਸਕਦੇ ਹੋ।

ਇਕਵੰਜਾ ਫੀਸਦੀ ਇਲਾਜ ਹੋਇਆ

ਜੇ ਤੁਹਾਡੇ ਮਨ ਵਿਚ ਕਿਸੇ ਵਿਨਾਸ਼ਕ ਆਦਤ ਤੋਂ ਛੁਟਕਾਰਾ ਪਾਉਣ ਦੀ ਇਕ ਪ੍ਰਬਲ ਇੱਛਾ ਹੈ, ਤਾਂ ਤੁਹਾਡਾ ਇਕਵੰਜਾ ਫੀਸਦੀ ਇਲਾਜ ਪਹਿਲਾਂ ਹੀ ਹੋ ਚੁੱਕਿਆ ਹੈ। ਜਦੋਂ ਤੁਹਾਡੀ ਮਾੜੀ ਆਦਤ ਨੂੰ ਛੱਡਣ ਦੀ ਇੱਛਾ ਇਸ ਨੂੰ ਜਾਰੀ ਰੱਖਣ ਦੀ

ਲੋੜ ਤੋਂ ਜ਼ਿਆਦਾ ਵੱਡੀ ਹੋ ਜਾਂਦੀ ਹੈ, ਤਾਂ ਤੁਹਾਨੂੰ ਇਹ ਜਾਣ ਕੇ ਹੈਰਾਨੀ ਹੋਵੇਗੀ ਕਿ ਪੂਰਨ ਸੁਤੰਤਰਤਾ ਸਿਰਫ਼ ਇਕ ਕਦਮ ਦੂਰ ਹੈ।

ਜੋ ਵੀ ਵਿਚਾਰ ਤੁਸੀਂ ਆਪਣੇ ਦਿਮਾਗ਼ ਵਿਚ ਲੰਗਰ ਵਾਂਗ ਪਾਉਂਦੇ ਹੋ, ਤੁਹਾਡਾ ਮਸਤਿਸ਼ਕ ਉਸ ਦਾ ਵਿਸਤਾਰ ਕਰਦਾ ਹੈ। ਮਸਤਿਸ਼ਕ ਨੂੰ ਸੁਤੰਤਰਤਾ ਦਾ ਸੰਕਲਪ (ਭਾਵ, ਵਿਨਾਸ਼ਕ ਆਦਤ ਤੋਂ ਛੁਟਕਾਰਾ) ਤੇ ਮਾਨਸਿਕ ਸ਼ਾਂਤੀ 'ਤੇ ਕੇਂਦ੍ਰਿਤ ਕਰੋ। ਇਸ ਨੂੰ ਧਿਆਨ ਦੀ ਨਵੀਂ ਦਿਸ਼ਾ 'ਤੇ ਕੇਂਦ੍ਰਿਤ ਕਰੋ। ਇਸ ਨਾਲ ਤੁਸੀਂ ਅਜਿਹੀਆਂ ਭਾਵਨਾਵਾਂ ਉਤਪੰਨ ਕਰਦੇ ਹੋ, ਜੋ ਸੁਤੰਤਰਤਾ ਅਤੇ ਸ਼ਾਂਤੀ ਦੇ ਸੰਕਲਪ ਨੂੰ ਹੌਲੀ-ਹੌਲੀ ਗ੍ਰਹਿਣ ਕਰ ਲੈਂਦੀਆਂ ਹਨ। ਤੁਸੀਂ ਜਿਸ ਵੀ ਵਿਚਾਰ ਨੂੰ ਇੰਝ ਭਾਵਨਾਤਮਕ ਬਣਾਉਂਦੇ ਹੋ, ਉਸ ਨੂੰ ਤੁਹਾਡਾ ਅਵਚੇਤਨ ਮਨ ਸਵੀਕਾਰ ਕਰ ਕੇ ਸਾਕਾਰ ਕਰ ਦਿੰਦਾ ਹੈ।

ਬਦਲ (Substitution) ਦਾ ਨਿਯਮ

ਇਹ ਜਾਣ ਲਓ ਕਿ ਤੁਹਾਡੇ ਸੰਤਾਪ ਤੋਂ ਕੋਈ ਚੰਗੀ ਚੀਜ਼ ਉਤਪੰਨ ਹੋ ਸਕਦੀ ਹੈ। ਤੁਸੀਂ ਬਿਨਾਂ ਵਜ੍ਹਾ ਸੰਤਾਪ ਨਹੀਂ ਚੁੱਕਦੇ ਹੋ। ਬਹਰਹਾਲ, ਸੰਤਾਪ ਉਠਾਉਂਦੇ ਰਹਿਣਾ ਮੂਰਖਤਾ ਹੈ।

ਜੇ ਤੁਸੀਂ ਸ਼ਰਾਬੀ ਬਣੇ ਰਹਿੰਦੇ ਹੋ, ਤਾਂ ਇਸ ਨਾਲ ਮਾਨਸਿਕ ਤੇ ਸਰੀਰਕ ਵਿਗਾੜ ਤੇ ਪਤਨ ਹੋਵੇਗਾ। ਮਹਿਸੂਸ ਕਰੋ ਕਿ ਅਵਚੇਤਨ ਦੀ ਸ਼ਕਤੀ ਤੁਹਾਡਾ ਸਾਥ ਦੇ ਰਹੀ ਹੈ। ਹਾਲਾਂਕਿ ਤੁਹਾਨੂੰ ਮਾਨਸਿਕ ਵਿਸ਼ਾਦ ਹੋ ਸਕਦਾ ਹੈ, ਲੇਕਿਨ ਤੁਸੀਂ ਭਾਵੀ ਸੁਤੰਤਰਤਾ ਦੀ ਸੁਖਮਈ ਕਲਪਨਾ ਸ਼ੁਰੂ ਕਰ ਸਕਦੇ ਹੋ, ਜੋ ਤੁਹਾਡੇ ਅੰਦਰ ਭਰੀ ਹੋਈ ਹੈ। ਇਹ ਬਦਲ (Substitution) ਦਾ ਨਿਯਮ ਹੈ।

ਤੁਹਾਡੀ ਕਲਪਨਾ ਤੁਹਾਨੂੰ ਸ਼ਰਾਬ ਦੀ ਬੋਤਲ ਤਕ ਲੈ ਗਈ। ਇਸ ਨੂੰ ਹੁਣ ਸੁਤੰਤਰਤਾ ਤੇ ਮਾਨਸਿਕ ਸ਼ਾਂਤੀ ਤੱਕ ਲੈ ਜਾਣ ਦਿਓ। ਤੁਹਾਨੂੰ ਥੋੜ੍ਹੀ ਤਕਲੀਫ਼ ਹੋਵੇਗੀ, ਪਰ ਇਹ ਸਿਰਜਨਾਤਮਕ ਉੱਦੇਸ਼ ਲਈ ਹੋਵੇਗੀ। ਤੁਸੀਂ ਇਸ ਨੂੰ ਉਸੇ ਤਰ੍ਹਾਂ ਸਹਿਣ ਕਰੋਗੇ, ਜਿਵੇਂ ਮਾਂ ਜਨੇਪੇ ਦੀ ਪੀੜ ਨੂੰ ਸਹਿਣ ਕਰਦੀ ਹੈ ਅਤੇ ਤੁਹਾਡੇ ਮਸਤਿਸ਼ਕ ਵਿਚ ਇਕ ਬੱਚੇ ਦਾ ਜਨਮ ਹੋਵੇਗਾ। ਤੁਹਾਡਾ ਅਵਚੇਤਨ ਸੰਜਮ ਨੂੰ ਜਨਮ ਦੇਵੇਗਾ।

ਸ਼ਰਾਬੀ ਬਣਨ ਦੇ ਕਾਰਨ

ਸ਼ਰਾਬਨੋਸ਼ੀ ਦਾ ਅਸਲ ਕਾਰਣ ਨਾਕਰਾਤਮਕ ਤੇ ਵਿਨਾਸ਼ਕ ਸੋਚ ਹੈ; ਜਿਵੇਂ ਇਨਸਾਨ ਸੋਚਦਾ ਹੈ, ਤਿਵੇਂ ਹੀ ਉਹ ਹੁੰਦਾ ਹੈ। ਸ਼ਰਾਬੀ ਵਿਚ ਹੀਣ ਭਾਵਨਾ, ਅਸਮਰਥਤਾ, ਨਿਰਾਸ਼ਾ ਤੇ ਹਾਰ ਦਾ ਡੂੰਘਾ ਅਹਿਸਾਸ ਹੁੰਦਾ ਹੈ। ਅਕਸਰ ਇਨ੍ਹਾਂ ਨਾਲ ਡੂੰਘੀ ਆਂਤਰਿਕ ਦੁਸ਼ਮਣੀ ਵੀ ਹੁੰਦੀ ਹੈ। ਵਿਅਕਤੀ ਕੋਲ ਅਣਗਿਣਤ ਗਵਾਹ ਹੁੰਦੇ ਹਨ,

ਜਿਨ੍ਹਾਂ ਨਾਲ ਉਹ ਆਪਣੇ ਸ਼ਰਾਬੀਪੁਣੇ ਦਾ ਬਚਾਅ ਕਰ ਸਕਦਾ ਹੈ, ਲੇਕਨ ਅਸਲ ਕਾਰਣ ਵਿਅਕਤੀ ਦਾ ਵਿਚਾਰਕ ਜੀਵਨ ਹੁੰਦਾ ਹੈ।

ਤਿੰਨ ਜਾਦੂਈ ਕਦਮ

ਪਹਿਲਾ ਕਦਮ : ਸਥਿਰ ਹੋ ਜਾਓ, ਮਸਤਿਸਕ ਨੂੰ ਸ਼ਾਂਤ ਕਰ ਲਓ। ਉਨੀਂਦਰੇ, ਨਿਸ਼੍ਕ੍ਰੀਆ ਅਵਸਥਾ ਵਿਚ ਪੁੱਜ ਜਾਓ। ਇਸ ਸ਼ਿਥਲ, ਸ਼ਾਂਤ, ਗ੍ਰਹਿਣਸ਼ੀਲ ਅਵਸਥਾ ਵਿਚ ਤੁਸੀਂ ਦੂਜੇ ਕਦਮ ਦੀ ਤਿਆਰੀ ਕਰ ਰਹੇ ਹੋ।

ਦੂਜਾ ਕਦਮ : ਇਕ ਸੰਖੇਪਿਤ ਵਾਕ ਲੋ, ਜਿਸ ਨੂੰ ਆਸਾਨੀ ਨਾਲ ਯਾਦ-ਦਾਸ਼ਤ 'ਤੇ ਉਕੇਰ ਕੇ ਲੋਰੀ ਵਾਂਗ ਵਾਰ-ਵਾਰ ਦੁਹਰਾਇਆ ਜਾ ਸਕੇ। ਇਸ ਵਾਕ ਦੀਵਰਤੋਂ ਕਰੋ, "ਹੁਣ ਮੇਰੇ ਅੰਦਰ ਸੰਜਮ ਤੇ ਮਾਨਸਕ ਸ਼ਾਂਤੀ ਹੈ ਅਤੇ ਮੈਂ ਧੰਨਵਾਦ ਦਿੰਦਾ ਹਾਂ। " ਮਸਤਿਸ਼ਕ ਨੂੰ ਭਟਕਣ ਤੋਂ ਰੋਕਣ ਲਈ ਇਸ ਨੂੰ ਜ਼ੋਰ ਨਾਲ ਦੁਹਰਾਓ ਅਤੇ ਮਨ ਵਿਚ ਬੋਲਣ ਵੇਲੇ ਇਸਦੇ ਉੱਚਾਰਣ ਵਿਚ ਬੁੱਲ੍ਹਾਂ ਅਤੇ ਜੀਭ ਨੂੰ ਚਲਾਓ। ਇਸ ਨਾਲ ਅਵਚੇਤਨ ਮਨ ਤਕ ਪੁੱਜਣ ਵਿਚ ਸਹਾਇਤਾ ਮਿਲਦੀ ਹੈ। ਇਸ ਨੂੰ ਪੰਜ ਮਿੰਟ ਜਾਂ ਇਸ ਤੋਂ ਜ਼ਿਆਦਾ ਸਮੇਂ ਤਕ ਕਰਦੇ ਰਹੋ। ਤੁਸੀਂ ਇਕ ਡੂੰਘੀ ਭਾਵਨਾਤਮਕ ਪ੍ਰਤੀਕਿਰਿਆ ਪਾਓਗੇ।

ਤੀਜਾ ਕਦਮ : ਸੌਣ ਤੋਂ ਠੀਕ ਪਹਿਲਾਂ ਉਹ ਕਰੋ, ਜੋ ਮਹਾਨ ਜਰਮਨ ਲਿਖਾਰੀ ਜੋਹਾਨਨ ਵਾੱਨ ਗੋਇਥੇ ਕਰਦੇ ਸਨ। ਕਲਪਨਾ ਕਰੋ ਕਿ ਕੋਈ ਮਿੱਤਰ ਜਾਂ ਪਿਆਰਾ ਤੁਹਾਡੇ ਸਾਹਮਣੇ ਹੈ। ਤੁਹਾਡੀਆਂ ਅੱਖਾਂ ਬੰਦ ਹਨ, ਤੁਸੀਂ ਸ਼ਿਥਲ ਅਤੇ ਸ਼ਾਂਤ ਹੋ। ਇਹ ਪਿਆਰਾ ਜਾਂ ਮਿੱਤਰ ਕਲਪਨਾ ਵਿਚ ਤੁਹਾਨੂੰ ਆ ਕੇ ਕਹਿ ਰਿਹਾ ਹੈ, "ਵਧਾਈਆਂ!" ਤੁਸੀਂ ਉਸਦੀ ਮੁਸਕਰਾਹਟ ਦੇਖਦੇ ਹੋ; ਤੁਸੀਂ ਉਸ ਦੀ ਆਵਾਜ਼ ਸੁਣਦੇ ਹੋ। ਤੁਸੀਂ ਮਾਨਸਿਕ ਤੌਰ 'ਤੇ ਉਸ ਦਾ ਹੱਥ ਛੂੰਦੇ ਹੋ। ਸਾਰਾ ਕੁੱਝ ਵਾਸਤਵਿਕ ਤੇ ਚਿਤਰਾਤਮਕ ਹੈ। ਵਧਾਈਆਂ ਸ਼ਬਦ ਪੂਰਨ ਸੁਤੰਤਰਤਾ ਦੀ ਨਿਸ਼ਾਨੀ ਹੈ। ਇਸ ਨੂੰ ਵਾਰ-ਵਾਰ ਸੁਣੋ, ਜਦੋਂ ਤਕ ਕਿ ਤੁਹਾਨੂੰ ਤਸੱਲੀਬਖ਼ਸ਼ ਅਵਚੇਤਨ ਪ੍ਰਤੀਕਿਰਿਆ ਮਿਲ ਨਾ ਜਾਵੇ।

ਲਗਾਤਾਰ ਕਰਦੇ ਰਹੋ

ਜਦੋਂ ਡਰ ਤੁਹਾਡੇ ਮਸਤਿਸ਼ਕ ਦਾ ਦਰਵਾਜਾ ਖੜਕਾਏ ਜਾਂ ਚਿੰਤਾ, ਤਣਾਅ ਜਾਂ ਸ਼ੰਕਾ ਤੁਹਾਡੇ ਦਿਮਾਗ਼ ਵਿਚ ਆਏ, ਤਾਂ ਆਪਣੇ ਸੁਫਨਿਆਂ, ਆਪਣੇ ਟੀਚਿਆਂ ਨੂੰ ਦੇਖਦੇ ਰਹੋ। ਆਪਣੇ ਅਵਚੇਤਨ ਮਨ ਦੇ ਅੰਦਰ ਦੀ ਅਸੀਮ ਸ਼ਕਤੀ ਬਾਰੇ ਸੋਚੋ, ਜੋ ਤੁਹਾਡੇ ਚਿੰਤਨ ਅਤੇ ਕਲਪਨਾ ਨੂੰ ਉਤਪੰਨ ਕਰ ਸਕਦੀ ਹੈ। ਇਸ ਨਾਲ ਤੁਹਾਨੂੰ ਵਿਸ਼ਵਾਸ, ਸ਼ਕਤੀ ਅਤੇ ਹਿੰਮਤ ਮਿਲੇਗੀ। ਲਗਾਤਾਰ ਕਰਦੇ ਰਹੋ, ਜੁਟੇ ਰਹੋ, ਜਦੋਂ ਤਕ ਕਿ ਦਿਨ ਨਾ ਚੜ੍ਹ ਜਾਏ ਅਤੇ ਹਨ੍ਹੇਰਾ ਦੂਰ ਨਾ ਨੱਠ ਜਾਏ।

ਆਪਣੀ ਵਿਚਾਰਕ ਸ਼ਕਤੀ ਦੀ ਸਮੀਖਿਆ ਕਰੋ

1. ਸਮਾਧਾਨ ਸਮੱਸਿਆ ਵਿਚ ਹੀ ਹੁੰਦਾ ਹੈ। ਹਰ ਸਵਾਲ ਵਿਚ ਇਸਦਾ ਜਵਾਬ ਛੁਪਿਆ ਹੋਇਆ ਹੈ। ਤੁਹਾਡਾ ਗਿਆਨ ਤੁਹਾਡੀ ਪੁਕਾਰ 'ਤੇ ਪ੍ਰਤੀਕਿਰਿਆ ਕਰਦਾ ਹੈ, ਜਦੋਂ ਤੁਸੀਂ ਇਸ ਨੂੰ ਆਸਥਾ ਤੇ ਵਿਸ਼ਵਾਸ ਨਾਲ ਆਵਾਜ਼ ਦਿੰਦੇ ਹੋ।

2. ਆਦਤ ਤੁਹਾਡੇ ਅਵਚੇਤਨ ਮਨ ਦਾ ਕੰਮ ਹੈ। ਤੁਹਾਡੇ ਅਵਚੇਤਨ ਮਨ ਦੀ ਅਦਭੁੱਤ ਸ਼ਕਤੀ ਦਾ ਇਸ ਤੋਂ ਵੱਡਾ ਸਬੂਤ ਨਹੀਂ ਹੈ ਕਿ ਤੁਹਾਡੇ ਜੀਵਨ 'ਤੇ ਆਦਤ ਦੀ ਕਿੰਨੀ ਸ਼ਕਤੀ ਅਤੇ ਨਿਯੰਤਰਣ ਹੈ। ਤੁਸੀਂ ਆਦਤਾਂ ਦੇ ਗ਼ੁਲਾਮ ਹੁੰਦੇ ਹੋ।

3. ਤੁਸੀਂ ਕਿਸੇ ਵਿਚਾਰ ਅਤੇ ਕਿਰਿਆ ਨੂੰ ਦੁਹਰਾ ਕੇ ਆਪਣੇ ਅਵਚੇਤਨ ਮਨ ਵਿਚ ਆਦਤਾਂ ਦਾ ਪੈਟਰਨ ਬਣਾਉਂਦੇ ਹੋ, ਜਦੋਂ ਤਕ ਕਿ ਇਹ ਤੁਹਾਡੇ ਅਵਚੇਤਨ ਮਨ ਵਿਚ ਖਾਂਚੇ ਨਹੀਂ ਬਣਾ ਲੈਂਦਾ ਅਤੇ ਸ੍ਵੈਚਾਲਤ ਨਹੀਂ ਬਣ ਜਾਂਦਾ, ਜਿਵੇਂ ਤਰਣਾ, ਨੱਚਣਾ, ਟਾਈਪਿੰਗ, ਚੱਲਣਾ, ਅਤੇ ਗੱਡੀ ਚਲਾਉਣਾ ਆਦਿ।

4. ਤੁਹਾਡੇ ਕੋਲ ਚੋਣ ਕਰਨ ਦੀ ਆਜ਼ਾਦੀ ਹੈ। ਤੁਸੀਂ ਚੰਗੀ ਜਾਂ ਮਾੜੀ ਆਦਤ ਨੂੰ ਚੁਣ ਸਕਦੇ ਹੋ। ਪ੍ਰਾਰਥਨਾ ਇਕ ਚੰਗੀ ਆਦਤ ਹੈ।

5. ਜੋ ਵੀ ਮਾਨਸਿਕ ਤਸਵੀਰ ਤੁਸੀਂ ਆਪਣੇ ਅਵਚੇਤਨ ਮਨ ਵਿਚ ਆਸਥਾ ਨਾਲ ਦੇਖਦੇ ਹੋ, ਇਹ ਉਸ ਨੂੰ ਸਾਕਾਰ ਕਰ ਦਿੰਦੀ ਹੈ।

6. ਤੁਹਾਡੀ ਸਫਲਤਾ ਅਤੇ ਉਪਲਬਧੀ ਵਿੱਚੋਂ ਇਕੱਲੀ ਰੁਕਾਵਟ ਤੁਹਾਡਾ ਵਿਚਾਰ ਜਾਂ ਮਾਨਸਿਕ ਤਸਵੀਰ ਹੈ।

7. ਜਦੋਂ ਤੁਹਾਡਾ ਧਿਆਨ ਭਟਕੇ, ਤਾਂ ਚੰਗਿਆਈ ਜਾਂ ਟੀਚੇ ਦੇ ਵਿਚਾਰ ਤੋਂ ਇਸ ਨੂੰ ਵਾਪਸ ਮੋੜ ਲਓ। ਇਸ ਦੀ ਆਦਤ ਪਾ ਲਓ। ਇਸ ਨੂੰ ਮਸਤਿਸ਼ਕ ਨੂੰ ਅਨੁਸ਼ਾਸਿਤ ਕਰਣਾ ਕਹਿੰਦੇ ਹਨ।

8. ਤੁਹਾਡਾ ਚੇਤਨ ਮਨ ਕੈਮਰਾ ਹੈ ਅਤੇ ਤੁਹਾਡਾ ਅਵਚੇਤਨ ਮਨ ਉਹ ਸੰਵੇਦਨਸ਼ੀਲ ਪਲੇਟ ਹੈ, ਜਿਸ 'ਤੇ ਕੈਮਰੇ ਦੀ ਛਾਪ ਪੈਂਦੀ ਹੈ।

9. ਇਨਸਾਨ ਦੇ ਪਿੱਛੇ ਜੋ ਇਕਲੌਤੀ ਬਦਕਿਸਮਤੀ ਪਈ ਰਹਿੰਦੀ ਹੈ, ਉਹ ਡਰ ਦਾ ਵਿਚਾਰ ਹੈ, ਜਿਸਨੂੰ ਵਾਰ-ਵਾਰ ਦਿਮਾਗ਼ ਵਿਚ ਦੁਹਰਾਇਆ ਜਾਂਦਾ ਹੈ। ਇਸ ਗਿਆਨ ਨਾਲ ਬਦਕਿਸਮਤੀ ਤੋਂ ਪਿੱਛਾ ਛੁਡਾਓ ਕਿ ਤੁਸੀਂ ਜੋ ਵੀ ਕੰਮ ਸ਼ੁਰੂ ਕਰਦੇ ਹੋ, ਉਸਨੂੰ ਤੁਸੀਂ ਦੈਵੀ ਵਿਧਾਨ ਅੰਦਰ ਸੁਖਮਈ ਨਤੀਜੇ ਤਕ ਪਹੁੰਚਾਓਗੇ। ਸੁਖਮਈ ਅੰਤ ਦੀ ਤਸਵੀਰ ਬਣਾਓ ਅਤੇ ਇਸ ਨੂੰ ਵਿਸ਼ਵਾਸ ਨਾਲ ਬਣਾਏ ਰੱਖੋ।

10. ਨਵੀਆਂ ਆਦਤਾਂ ਪਾਉਣ ਲਈ ਤੁਹਾਨੂੰ ਵਿਸ਼ਵਾਸ ਹੋਣਾ ਚਾਹੀਦਾ ਹੈ ਕਿ

ਇਹ ਇੱਛਤ ਹੈ। ਜਦੋਂ ਮਾੜੀ ਆਦਤ ਨੂੰ ਛੱਡਣ ਦੀ ਤੁਹਾਡੀ ਇੱਛਾ ਇਸ ਨੂੰ ਜਾਰੀ ਰੱਖਣ ਦੀ ਇੱਛਾ ਨਾਲੋਂ ਜ਼ਿਆਦਾ ਵੱਡੀ ਹੋਵੇ, ਤਾਂ ਸਮਝ ਲਓ, ਤੁਹਾਡਾ ਇਕਵੰਜਾ ਫੀਸਦੀ ਇਲਾਜ ਹੋ ਚੁੱਕਿਆ ਹੈ।

11. ਦੂਜਿਆਂ ਦੀਆਂ ਗੱਲਾਂ ਤੁਹਾਨੂੰ ਉਦੋ ਤਕ ਸੱਟ ਨਹੀਂ ਪਹੁੰਚਾ ਸਕਦੀਆਂ, ਜਦੋ ਤਕ ਕਿ ਤੁਹਾਡੀ ਆਪਣੀ ਵਿਚਾਰਕ ਤੇ ਮਾਨਸਿਕ ਸਹਿਮਤੀ ਨਾ ਹੋਵੇ। ਆਪਣੇ-ਆਪ ਨੂੰ ਆਪਣੇ ਨਿਸ਼ਾਨੇ ਦੇ ਨਾਲ ਇਕਾਕਾਰ ਕਰੋ, ਜੋ ਸ਼ਾਂਤੀ, ਇਕਸੁਰਤਾ ਅਤੇ ਖ਼ੁਸ਼ੀ ਹੈ। ਤੁਸੀਂ ਹੀ ਆਪਣੇ ਬ੍ਰਹਿਮੰਡ ਦੇ ਇਕੱਲੇ ਚਿੰਤਕ ਹੋ।

12. ਵਾਧੂ ਸ਼ਰਾਬ ਪੀਣਾ ਪਲਾਇਨ ਦੀ ਅਵਚੇਤਨ ਇੱਛਾ ਹੈ। ਸ਼ਰਾਬ ਪੀਣ ਦਾ ਕਾਰਨ ਨਕਾਰਾਤਮਕ ਅਤੇ ਵਿਨਾਸ਼ਕ ਚਿੰਤਨ ਹੈ। ਇਲਾਜ ਹੈ ਸੁਤੰਤਰਤਾ, ਸੰਜਮ, ਪੂਰਨਤਾ ਬਾਰੇ ਸੋਚਣਾ ਅਤੇ ਉਪਲਬਧੀ ਦੇ ਰੁਮਾਂਚ ਨੂੰ ਮਹਿਸੂਸ ਕਰਨਾ।

13. ਕਈ ਲੋਕ ਸ਼ਰਾਬੀ ਇਸਲਈ ਬਣੇ ਰਹਿੰਦੇ ਹਨ, ਕਿਉਂਕਿ ਉਹ ਆਪਣੀਆਂ ਸਮੱਸਿਆਵਾਂ ਨੂੰ ਸਵੀਕਾਰ ਕਰਨ ਤੋਂ ਇਨਕਾਰ ਕਰ ਦਿੰਦੇ ਹਨ।

14. ਤੁਹਾਡੇ ਅਵਚੇਤਨ ਮਨ ਦਾ ਨਿਯਮ, ਜਿਸ ਨੇ ਤੁਹਾਨੂੰ ਬੰਧਨਾਂ ਵਿਚ ਰੱਖਿਆ ਅਤੇ ਤੁਹਾਡੇ ਕੰਮਾਂ ਦੀ ਆਜ਼ਾਦੀ ਨੂੰ ਸੀਮਤ ਕੀਤਾ, ਤੁਹਾਨੂੰ ਆਜ਼ਾਦੀ ਅਤੇ ਖ਼ੁਸ਼ੀ ਦੇਵੇਗਾ। ਇਹ ਇਸ ਗੱਲ 'ਤੇ ਨਿਰਭਰ ਕਰਦਾ ਹੈ ਕਿ ਤੁਸੀਂ ਇਸ ਦੀ ਵਰਤੋਂ ਕਿਵੇਂ ਕਰਦੇ ਹੋ।

15. ਤੁਹਾਡੀ ਕਲਪਨਾ ਤੁਹਾਨੂੰ ਸ਼ਰਾਬ ਦੀ ਬੋਤਲ ਤਕ ਲੈ ਗਈ ਸੀ; ਹੁਣ ਸੁਤੰਤਰ ਹੋਣ ਦੀ ਕਲਪਨਾ ਕਰਕੇ ਇਸ ਨੂੰ ਆਜ਼ਾਦੀ ਵੱਲ ਲੈ ਜਾਣ ਦਿਓ।

16. ਐਲਕੋਹਲਿਜ਼ਮ ਦਾ ਅਸਲ ਕਾਰਨ ਨਕਾਰਾਤਮਕ ਅਤੇ ਵਿਨਾਸ਼ਕ ਸੋਚ ਹੈ। ਜਿਵੇਂ ਵਿਅਕਤੀ ਆਪਣੇ ਦਿਲ (ਅਵਚੇਤਨ ਮਨ) ਵਿਚ ਸੋਚਦਾ ਹੈ, ਤਿਵੇਂ ਦਾ ਹੀ ਉਹ ਹੁੰਦਾ ਹੈ।

17. ਜਦੋਂ ਡਰ ਤੁਹਾਡੇ ਮਨ ਦਾ ਦਰਵਾਜਾ ਖੜਕਾਏ, ਤਾਂ ਪਰਮਾਤਮਾ ਵਿਚ ਆਸਥਾ ਅਤੇ ਸਾਰੀਆਂ ਚੰਗੀਆਂ ਚੀਜ਼ਾਂ ਨੂੰ ਦਰਵਾਜ਼ਾ ਖੋਲ੍ਹਣ ਦਿਓ।

ਡਰ ਨੂੰ ਦੂਰ ਕਰਨ ਲਈ ਆਪਣੇ ਅਵਚੇਤਨ ਦੀ ਵਰਤੋਂ ਕਿਵੇਂ ਕਰੀਏ

ਮੇਰੇ ਇਕ ਵਿਦਿਆਰਥੀ ਨੂੰ ਉਸਦੇ ਪੇਸ਼ੇ ਦੇ ਵਾਰਸ਼ਿਕ ਸੰਮੇਲਨ ਵਿਚ ਭਾਸ਼ਣ ਦੇਣ ਲਈ ਸੱਦਾ ਦਿੱਤਾ ਗਿਆ। ਉਸਨੇ ਮੈਨੂੰ ਦੱਸਿਆ ਕਿ ਇਕ ਹਜ਼ਾਰ ਲੋਕਾਂ ਦੇ ਸਾਹਮਣੇ ਦੇਣ ਬਾਰੇ ਹੀ ਸੋਚ ਕੇ ਹੀ ਉਹ ਦਹਿਸ਼ਤ ਵਿਚ ਆ ਗਿਆ। ਉਸਨੇ ਆਪਣੇ ਡਰ 'ਤੇ ਇੰਝ ਜਿੱਤ ਪਾਈ: ਕਈ ਰਾਤਾਂ ਤੱਕ ਉਹ ਲਗਭਗ ਪੰਜ ਮਿੰਟਾਂ ਤਕ ਕੁਰਸੀ 'ਤੇ ਸ਼ਾਂਤੀ ਨਾਲ ਬੈਠਿਆ। ਉਸਨੇ ਆਪਣੇ-ਆਪ ਨੂੰ ਹੌਲ-ਹੌਲੀ, ਸ਼ਾਂਤੀ ਨਾਲ ਅਤੇ ਸਕਾਰਾਤਮਕ ਢੰਗ ਨਾਲ ਕਿਹਾ:

> "ਮੈਂ ਇਸ ਡਰ 'ਤੇ ਜਿੱਤ ਪਾਉਣ ਵਾਲਾ ਹਾਂ। ਮੈਂ ਇਸ 'ਤੇ ਹੁਣੇ ਜਿੱਤ ਪਾ ਰਿਹਾ ਹਾਂ। ਮੈਂ ਸੰਤੁਲਨ ਅਤੇ ਵਿਸ਼ਵਾਸ ਨਾਲ ਬੋਲਦਾ ਹਾਂ। ਮੈਂ ਸ਼ਾਂਤੀ ਅਤੇ ਆਰਾਮ ਨਾਲ ਹਾਂ।"

ਇਸ ਤਰੀਕੇ ਨਾਲ ਉਸਨੇ ਆਪਣੇ ਮਸਤਿਸ਼ਕ ਨੂੰ ਇਕ ਨਿਸ਼ਚਿਤ ਨਿਯਮ ਨਾਲ ਕੰਮ ਕਰਵਾਇਆ, ਅਤੇ ਉਸਨੇ ਆਪਣੇ ਡਰ 'ਤੇ ਜਿੱਤ ਪਾਈ।

ਅਵਚੇਤਨ ਮਨ ਸੁਝਾਅ ਦੇ ਪ੍ਰਤਿ ਬੜਾ ਗ੍ਰਹਿਣਸ਼ੀਲ ਹੁੰਦਾ ਹੈ। ਇਹ ਸੁਝਾਅ ਰਾਹੀਂ ਨਿਯੰਤਰਿਤ ਹੁੰਦਾ ਹੈ। ਜਦੋਂ ਤੁਹਾਡਾ ਮਸਤਿਸ਼ਕ ਸਥਿਰ ਅਤੇ ਸ਼ਿਥਲ ਹੋ ਜਾਂਦੇ ਹੈ, ਤਾਂ ਤੁਹਾਡੇ ਚੇਤਨ ਮਨ ਦੇ ਵਿਚਾਰ ਤੁਹਾਡੇ ਅਵਚੇਤਨ ਵਿਚ ਉੱਤਰ ਜਾਂਦੇ ਹਨ। ਇਹ ਪ੍ਰਕਿਰਿਆ ਛਾਨਣੀ ਵਾਂਗ ਹੀ ਹੈ, ਜਿਸ ਵਿਚ ਮੋਰੀਆਂ ਵਾਲੇ ਪਰਦੇ ਰਾਹੀਂ ਵੰਡਿਆ ਹੋਇਆ ਦ੍ਰਵ ਆਪਸ ਵਿਚ ਮਿਲ ਜਾਂਦਾ ਹੈ। ਜਦੋਂ ਇਹ ਸਕਾਰਾਤਮਕ ਬੀਜ ਜਾਂ ਵਿਚਾਰ ਅਵਚੇਤਨ ਖੇਤਰ ਵਿਚ ਉੱਤਰਦੇ ਹਨ, ਤਾਂ ਉਹ ਆਪਣੀ ਤਰ੍ਹਾਂ ਦੇ ਫ਼ਲ ਦਿੰਦੇ ਹਨ ਅਤੇ ਤੁਸੀਂ ਸੰਤੁਲਿਤ, ਸ਼ਾਂਤ ਤੇ ਸਦਭਾਵਨਾਪੂਰਨ ਬਣ ਜਾਂਦੇ ਹੋ।

ਮਨੁੱਖਾਂ ਦਾ ਸਭ ਤੋਂ ਵੱਡਾ ਦੁਸ਼ਮਨ

ਇਹ ਕਿਹਾ ਗਿਆ ਹੈ ਕਿ ਡਰ ਲੋਕਾਂ ਦਾ ਸਭ ਤੋਂ ਵੱਡਾ ਦੁਸ਼ਮਨ ਹੈ। ਡਰ ਹੀ ਅਸਫਲਤਾ ਬੀਮਾਰੀ ਅਤੇ ਕਮਜ਼ੋਰ ਮਾਨਵੀ ਸੰਬੰਧਾਂ ਦਾ ਕਾਰਣ ਹੁੰਦਾ ਹੈ। ਲੱਖਾਂ-ਕਰੋੜਾਂ ਲੋਕ ਅਤੀਤ, ਭਵਿੱਖ, ਬੁਢਾਪੇ, ਪਾਗਲਪਣ ਅਤੇ ਮੌਤ ਕੋਲੋਂ ਡਰਦੇ ਹਨ। ਡਰ ਤੁਹਾਡੇ ਦਿਮਾਗ਼ ਦਾ ਇਕ ਵਿਚਾਰ ਹੈ, ਤੁਸੀਂ ਆਪਣੇ ਹੀ ਵਿਚਾਰਾਂ ਨਾਲ ਡਰੇ ਹੋਏ ਹੋ।

ਕੋਈ ਨਿੱਕਾ ਬੱਚਾ ਡਰ ਦੇ ਮਾਰੇ ਦਹਿਸ਼ਤ ਵਿਚ ਆ ਸਕਦਾ ਹੈ, ਜਦੋਂ ਉਸਦਾ ਸਾਥੀ ਕਹਿੰਦਾ ਹੈ ਕਿ ਬਿਸਤਰ ਹੇਠਾਂ ਇਕ ਰਾਖ਼ਸ਼ ਹੈ, ਜੋ ਰਾਤ ਨੂੰ ਉਸ ਨੂੰ ਫੜ ਲਵੇਗਾ। ਲੇਕਨ ਜਦੋਂ ਪਿਤਾ ਲਾਇਟ ਬਾਲ ਕੇ ਦਿਖਾਉਂਦੇ ਹਨ ਕਿ ਕੋਈ ਰਾਖ਼ਸ਼ ਨਹੀਂ ਹੈ, ਤਾਂ ਉਸਦਾ ਡਰ ਦੂਰ ਹੋ ਜਾਂਦਾ ਹੈ। ਬੱਚੇ ਦੇ ਦਿਮਾਗ਼ ਦਾ ਡਰ ਉੱਨਾ ਹੀ ਅਸਲੀ ਸੀ, ਜਿੰਨਾ ਕਿ ਰਾਖ਼ਸ਼ ਦਾ ਅਸਲੀ ਹੋਣਾ ਹੈ। ਉਸਦੇ ਮਨ ਦੇ ਝੂਠੇ ਵਿਚਾਰ ਦਾ ਇਲਾਜ ਹੋ ਗਿਆ। ਜਿਸ ਚੀਜ਼ ਦਾ ਉਸ ਨੂੰ ਡਰ ਸੀ, ਉਹ ਮੌਜੂਦ ਹੀ ਨਹੀਂ ਸੀ। ਇਸੇ ਤਰ੍ਹਾਂ ਨਾਲ ਤੁਹਾਡੇ ਜ਼ਿਆਦਾਤਰ ਡਰ ਅਸਲ ਵਿਚ ਨਹੀਂ ਹੁੰਦੇ। ਉਹ ਕੇਵਲ ਦੁਸ਼ਟ ਪਰਛਾਵਿਆਂ ਦਾ ਸਮੂਹ ਹੁੰਦੇ ਹਨ ਤੇ ਪਰਛਾਵੇਂ ਅਸਲੀ ਨਹੀਂ ਹੁੰਦੇ।

ਉਹ ਕੰਮ ਨੂੰ ਕਰੋ, ਜਿਸ ਨਾਲ ਤੁਸੀਂ ਡਰਦੇ ਹੋ

ਦਾਰਸ਼ਨਿਕ ਤੇ ਕਵੀ ਰਾਲਫ਼ ਵਾਲਡੋ ਐਮਰਸਨ ਨੇ ਕਿਹਾ ਸੀ, "ਜਿਸ ਕੰਮ ਨਾਲੋਂ ਤੁਸੀਂ ਡਰਦੇ ਹੋ, ਉਸ ਨੂੰ ਕਰ ਦਿਓ ਅਤੇ ਡਰ ਦੀ ਮੌਤ ਤੈਅ ਹੈ।" ਇਕ ਸਮਾਂ ਸੀ ਜਦੋਂ ਇਸ ਅਧਿਆਇ ਦਾ ਲਿਖਾਰੀ ਦਰਸ਼ਕਾਂ ਦੇ ਸਾਹਮਣੇ ਖੜ੍ਹੇ ਹੋਣ ਤੇ ਅਥਾਹ ਡਰ ਨਾਲ ਭਰ ਜਾਂਦਾ ਸੀ। ਜਿਸ ਤਰ੍ਹਾਂ ਨਾਲ ਮੈਂ ਇਸ ਡਰ 'ਤੇ ਕਾਬੂ ਪਾਇਆ ਉਹ ਸੀ ਦਰਸ਼ਕਾਂ ਸਾਹਮਣੇ ਖੜ੍ਹੇ ਹੋ ਕੇ ਉਹ ਕਰਨਾ ਜੋ ਮੈਂ ਕਰਨ ਤੋਂ ਡਰਦਾ ਸੀ, ਅਤੇ ਡਰ ਦੀ ਮੌਤ ਨਿਸ਼ਚਿਤ ਸੀ। ਜਦੋਂ ਤੁਸੀਂ ਸਕਾਰਾਤਮਕ ਤੌਰ 'ਤੇ ਤਸਦੀਕ ਕਰਦੇ ਹੋ ਕਿ ਤੁਸੀਂ ਆਪਣੇ ਡਰ 'ਤੇ ਜਿੱਤ ਪਾਉਣ ਵਾਲੇ ਹੈ ਅਤੇ ਆਪਣੇ ਚੇਤਨ ਮਨ ਵਿਚ ਇਕ ਨਿਸ਼ਚਿਤ ਨਿਰਣੇ 'ਤੇ ਪੁੱਜਦੇ ਹੋ, ਤਾਂ ਤੁਸੀਂ ਅਵਚੇਤਨ ਦੀ ਸ਼ਕਤੀ ਨੂੰ ਮੁਕਤ ਕਰ ਦਿੰਦੇ ਹੋ, ਜੋ ਤੁਹਾਡੇ ਵਿਚਾਰ ਦੀ ਪ੍ਰਕਿਰਤੀ ਦੀ ਪ੍ਰਕਿਰਿਆ ਵਿਚ ਪ੍ਰਵਾਹਿਤ ਹੁੰਦੀ ਹੈ।

ਸਟੇਜ਼ ਦੇ ਡਰ ਨੂੰ ਦੂਰ ਕਰਨਾ

ਇਕ ਮੁਟਿਆਰ ਨੂੰ ਆਡਿਸ਼ਨ ਲਈ ਸੱਦਾ ਦਿੱਤਾ ਗਿਆ ਸੀ। ਉਹ ਅਜਿਹੇ ਆਡਿਸ਼ਨ ਲਈ ਉਤਸੁਕ ਸੀ, ਹਾਲਾਂਕਿ ਪਿਛਲੇ ਤਿੰਨ ਮੌਕਿਆਂ 'ਤੇ ਉਹ ਸਟੇਜ ਡਰ ਕਾਰਨ ਬੁਰੀ ਤਰ੍ਹਾਂ ਅਸਫਲ ਰਹੀ ਸੀ।

ਉਸ ਦੀ ਆਵਾਜ਼ ਬੜੀ ਚੰਗੀ ਸੀ, ਪਰ ਉਸ ਨੂੰ ਯਕੀਨ ਸੀ ਕਿ ਜਦੋਂ ਉਸ ਦਾ ਗਾਉਣ ਦਾ ਸਮਾਂ ਆਵੇਗਾ, ਉਦੋਂ ਉਸ ਦਾ ਸਟੇਜ਼ ਡਰ ਉਸ ਨੂੰ ਗਾਉਣ ਨਹੀਂ ਦੇਵੇਗਾ। ਅਵਚੇਤਨ ਮਨ ਤੁਹਾਡੇ ਡਰ ਦੇ ਵਿਚਾਰ ਨੂੰ ਬੇਨਤੀ ਵਜੋਂ ਸਵੀਕਾਰ ਕਰ ਲੈਂਦਾ ਹੈ ਅਤੇ ਉਸ ਨੂੰ ਕਰਨਾ ਸ਼ੁਰੂ ਕਰ ਦਿੰਦਾ ਹੈ ਅਤੇ ਤੁਹਾਨੂੰ ਉਸ ਦਾ ਅਨੁਭਵ ਕਰਾਉਂਦਾ ਹੈ। ਪਿਛਲੇ ਤਿੰਨ ਮੌਕਿਆਂ 'ਤੇ ਉਸ ਨੇ ਗਲਤ ਨੋਟ ਜਾਂ ਸੁਰ ਨਾਲ ਗਾਇਆ, ਅਤੇ ਅੰਤ ਵਿਚ ਉਹ ਹੌਂਸਲਾ ਛੱਡ ਕੇ ਰੋਣ ਲੱਗ ਪਈ। ਇਸਦਾ ਕਾਰਨ ਜਿਵੇਂ ਕਿ ਪਹਿਲਾਂ ਦੱਸਿਆ ਜਾ ਚੁੱਕਿਆ ਹੈ, ਇਕ ਅਨਜਾਣੇ ਵਿਚ ਆਪਣੇ-ਆਪ ਨੂੰ ਦਿੱਤਾ ਗਿਆ ਸੁਝਾਅ ਸੀ ਭਾਵ ਇਕ ਚੁੱਪ ਡਰ ਨੂੰ ਭਾਵਨਾਤਮਕ ਤੌਰ 'ਤੇ ਅਧੀਨ ਕੀਤਾ ਗਿਆ ਸੀ।

ਉਸ ਨੇ ਅੱਗੇ ਲਿਖੀ ਗਈ ਤਕਨੀਕ ਦੁਆਰਾ ਆਪਣੇ ਡਰ 'ਤੇ ਕਾਬੂ ਪਾਇਆ: ਦਿਨ ਵਿਚ ਉਸ ਨੇ ਤਿੰਨ ਵਾਰੀ ਆਪਣੇ-ਆਪ ਨੂੰ ਇਕ ਕਮਰੇ ਅੰਦਰ ਵੱਖਰਾ ਕੀਤਾ। ਇਕ ਆਰਾਮ ਕੁਰਸੀ 'ਤੇ ਬੈਠ ਕੇ ਉਸ ਨੇ ਆਪਣੇ ਸਰੀਰ ਨੂੰ ਢਿੱਲਾ ਕਰ ਲਿਆ ਅਤੇ ਆਪਣੀਆਂ ਅੱਖਾਂ ਨੂੰ ਬੰਦ ਕਰ ਲਈਆਂ। ਉਸ ਨੇ ਆਪਣੇ ਮਸਤਿਸ਼ਕ ਅਤੇ ਸ਼ਰੀਰ ਨੂੰ ਆਪਣੀ ਪੂਰੀ ਸਮਰੱਥਾ ਨਾਲ ਅਡੋਲ ਕੀਤਾ। ਸ਼ਰੀਰਕ ਅਡੋਲਤਾ ਅਕਿਰਿਆਸ਼ੀਲਤਾ ਦਾ ਪੱਖ ਪੂਰਦੀ ਹੈ ਅਤੇ ਮਸਤਿਸ਼ਕ ਨੂੰ ਸੁਝਾਵਾਂ ਪ੍ਰਤੀ ਜ਼ਿਆਦਾ ਗ੍ਰਹਿਣਸ਼ੀਲ ਬਣਾਉਂਦੀ ਹੈ। ਆਪਣੇ ਡਰ ਦੇ ਸੁਝਾਵਾਂ ਨੂੰ ਉਸ ਦਾ ਉਲਟਾ ਸੋਚ ਕੇ ਉਸ ਨੂੰ ਨਿਸ਼ਕ੍ਰੀਅ ਬਣਾਉਂਦਿਆਂ ਆਪਣੇ-ਆਪ ਨੂੰ ਕਿਹਾ, "ਮੈਂ ਬਹੁਤ ਵਧੀਆ ਗਾਉਂਦੀ ਹਾਂ। ਮੈਂ ਸੰਜੀਮੀ, ਸਹਿਜ, ਆਤਮਵਿਸ਼ਵਾਸੀ ਅਤੇ ਸ਼ਾਂਤ ਹਾਂ।"

ਉਸ ਨੇ ਇੰਨ੍ਹਾਂ ਸ਼ਬਦਾਂ ਨੂੰ ਹੌਲੀ-ਹੌਲੀ, ਚੁੱਪਚਾਪ, ਅਤੇ ਭਾਵਨਾਤਮਕ ਜੁੜਾਅ ਨਾਲ ਹਰ ਇਕ ਬੈਠਕ ਵਿਚ ਪੰਜ ਤੋਂ ਦੱਸ ਵਾਰੀ ਦੁਹਰਾਇਆ। ਉਹ ਹਰ ਰੋਜ਼ ਅਜਿਹੀਆਂ ਤਿੰਨ "ਬੈਠਣੀਆਂ ਜਾਂ ਸਿਟਿੰਗ" ਕਰਦੀ ਸੀ ਅਤੇ ਰਾਤ ਨੂੰ ਸੌਣ ਤੋਂ ਤੁਰੰਤ ਪਹਿਲਾਂ। ਹਫ਼ਤੇ ਦੇ ਅੰਤ ਹੋਣ ਤੱਕ ਉਹ ਪੂਰਨ ਤੌਰ 'ਤੇ ਸੰਤੁਲਿਤ ਤੇ ਆਤਮਵਿਸ਼ਵਾਸ ਨਾਲ ਭਰ ਗਈ ਸੀ ਅਤੇ ਸਮੇਂ ਆਉਣ 'ਤੇ ਉਸਨੇ ਬਹੁਤ ਵਧੀਆ ਆਡਿਸ਼ਨ ਦਿੱਤਾ। ਇਸ ਦਿੱਤੀ ਗਈ ਤਕਨੀਕ ਨੂੰ ਪੂਰਾ ਕਰੋ, ਅਤੇ ਡਰ ਦੀ ਮੌਤ ਨਿਸ਼ਚਿਤ ਹੈ।

ਅਸਫਲਤਾ ਦਾ ਡਰ

ਕਦੇ-ਕਦਾਈਂਸਥਾਨੀ ਯੂਨੀਵਰਸਿਟੀ ਦੇ ਨੌਜਵਾਨਾਂ ਦੇ ਨਾਲ ਸਕੂਲ ਦੇ ਅਧਿਆਪਕ ਮੈਨੂੰ ਮਿਲਣ ਲਈ ਆਉਂਦੇ ਹਨ, ਇਨ੍ਹਾਂ ਨੂੰ ਅਕਸਰ ਪਰੀਖਿਆ ਦੌਰਾਨ ਭੁੱਲਣ ਦੀ ਬੀਮਾਰੀ ਹੁੰਦੀ ਹੈ। ਇਨ੍ਹਾਂ ਦੀ ਹਮੇਸ਼ਾ ਇਕੋ ਹੀ ਸ਼ਿਕਾਇਤ ਹੁੰਦੀ ਸੀ: "ਪਰੀਖਿਆ ਖ਼ਤਮ ਹੋਣ 'ਤੇ ਮੈਨੂੰ ਜਵਾਬ ਯਾਦ ਜਾਂ ਪਤਾ ਹੁੰਦੇ ਹਨ, ਪਰ ਮੈਨੂੰ ਪ੍ਰੀਖਿਆ ਦੌਰਾਨ ਕੋਈ ਵੀ ਜਵਾਬ ਯਾਦ ਨਹੀਂ ਸੀ ਰਹਿੰਦਾ।"

ਉਹੀ ਵਿਚਾਰ ਸਾਕਾਰ ਹੁੰਦਾ ਹੈ, ਜਿਸ 'ਤੇ ਅਸੀਂ ਸਭ ਤੋਂ ਜ਼ਿਆਦਾ ਧਿਆਨ ਕੇਂਦ੍ਰਿਤ ਕਰਦੇ ਹਾਂ। ਮੈਨੂੰ ਪ੍ਰਤੀਤ ਹੁੰਦਾ ਹੈ ਕਿ ਹਰ ਇਕ ਦੇ ਅੰਦਰ ਅਸਫਲਤਾ ਦਾ ਵਿਚਾਰ ਦਿਮਾਗ਼ 'ਚ ਜ਼ਿਆਦਾ ਛਾਏ ਰਹਿੰਦੇ ਹਨ, ਅਸਥਾਈ ਤੌਰ 'ਤੇ ਭੁੱਲਣ ਦੇ ਪਿੱਛੇ ਡਰ ਦੀ ਭਾਵਨਾ ਹੈ ਅਤੇ ਇਹ ਸੰਪੂਰਨ ਅਨੁਭਵ ਦਾ ਕਾਰਨ ਹੈ।

ਇਕ ਨੌਜਵਾਨ ਮੈਡੀਕਲ ਦਾ ਆਪਣੀ ਕਲਾਸ ਦਾ ਸਭ ਤੋਂ ਪ੍ਰਤਿਭਾਸ਼ਾਲੀ ਵਿਦਿਆਰਥੀ ਸੀ, ਫਿਰ ਵੀ, ਉਹ ਲਿਖਤੀ ਜਾਂ ਮੂੰਹ-ਜ਼ਬਾਨੀ ਪਰੀਖਿਆ ਸਮੇਂ ਸੌਖੇ ਸਵਾਲਾਂ ਦੇ ਜਵਾਬ ਦੇਣ ਵਿਚ ਅਸਫਲ ਹੋ ਜਾਂਦਾ। ਮੈਂ ਉਸ ਨੂੰ ਸਮਝਾਇਆ ਕਿ ਇਸਦਾ ਕਾਰਨ ਉਸਦਾ ਪ੍ਰੀਖਿਆਦੇ ਕਈ ਦਿਨ ਪਹਿਲਾਂ ਤੋਂ ਹੀ ਅਸਫਲਤਾ ਫਿਕਰਮੰਦ ਅਤੇ ਡਰਾ ਹੋਇਆ ਰਹਿਣਾ ਸੀ। ਇਹ ਨਕਾਰਾਤਮਕ ਵਿਚਾਰ ਡਰ ਨਾਲ ਪ੍ਰੇਰਿਤ ਹੋ ਗਏ।

ਡਰ ਦੇ ਤਾਕਤਵਰ ਜਜ਼ਬਾਤਾਂ 'ਚ ਵਲੇਟੇ ਹੋਏ ਵਿਚਾਰ ਅਵਚੇਤਨ ਮਨ ਵਿਚ ਮਹਿਸੂਸ ਕੀਤੇ ਜਾਂਦੇ ਹਨ। ਦੂਜੇ ਸ਼ਬਦਾਂ ਵਿਚ, ਇਹ ਨੌਜਵਾਨ ਆਪਣੇ ਅਵਚੇਤਨ ਮਨ ਨੂੰ ਯਕੀਨ ਦਿਲਾਰਿਹਾ ਸੀ ਕਿ ਉਹ ਅਸਫਲ ਹੋ ਜਾਏ, ਅਤੇ ਹੋਇਆ ਵੀ ਇਸੇ ਤਰ੍ਹਾਂ। ਪ੍ਰੀਖਿਆ ਵਾਲੇ ਦਿਨ ਉਸ ਨੇ ਆਪਣੇ-ਆਪ ਨੂੰ ਮਨੋਵਿਗਿਆਨੀ ਚੱਕਰਾਂ ਵਿਚ, ਸੰਕੇਤਿਕ ਭੁੱਲਣ ਦੀ ਬਿਮਾਰੀ ਨਾਲ ਘਿਰੀਆ ਹੋਇਆ ਜਾਂ ਗ੍ਰਸਤ ਪਾਇਆ।

ਉਹ ਡਰ 'ਤੇ ਕਿਵੇਂ ਕਾਬੂ ਪਾਇਆ

ਉਸ ਨੂੰ ਪਤਾ ਚੱਲਿਆ ਕਿ ਉਸ ਦਾ ਅਵਚੇਤਨ ਮਨ ਯਾਦਾਂ ਦਾ ਭੰਡਾਰ ਹੈ, ਅਤੇ ਇਸ ਦੇ ਕੋਲ, ਜੋ ਕੁੱਝ ਮੈਡੀਕਲ ਸਿਖਲਾਈ ਦੌਰਾਨ ਸੁਣਿਆ ਤੇ ਪੜ੍ਹਿਆ ਹੈ, ਉਸ ਦਾ ਸੰਪੂਰਨ ਰਿਕਾਰਡ ਦਰਜ ਹੈ। ਇਸ ਤੋਂ ਇਲਾਵਾ, ਉਸ ਨੇ ਜਾਣ ਲਿਆ ਕਿ ਅਵਚੇਤਨ ਮਨ ਜਵਾਬਦੇਹ ਅਤੇ ਪਰਸਪਰ ਜਾਂ ਦੋਤਰਫਾਂ ਹੈ। ਇਸ ਦੇ ਨਾਲ ਡੂੰਘੇ ਤਾਲਮੇਲ ਬਨਾਉਣ ਦਾ ਤਰੀਕਾ ਆਰਾਮਦਾਇਕ, ਸ਼ਾਂਤਮਈ ਅਤੇ ਭਰੋਸੇਮੰਦ ਹੋਣਾ ਸੀ।

ਹਰ ਰਾਤ ਅਤੇ ਸਵੇਰੇ ਉਹ ਇਹ ਕਲਪਨਾ ਕਰਨ ਲੱਗਾ ਕਿ ਉਸਦੀ ਮਾਂ ਨੇ ਉਸ ਨੂੰ ਅਦਭੁੱਤ ਰਿਕਾਰਡ ਬਣਾਉਣ ਲਈ ਵਧਾਈ ਦੇ ਰਹੀ ਹੈ। ਉਹ ਆਪਣੇ ਹੱਥਾਂ 'ਚ ਆਪਣੀ ਮਾਂ ਵਲੋਂ ਲਿਖੀ ਹੋਈ ਕਾਲਪਨਕ ਚਿੱਠੀ ਨੂੰ ਮਹਿਸੂਸ ਕਰਦਾ। ਜਦੋਂ ਉਸ ਨੇ ਇੰਝ ਦੇ ਖ਼ੁਸ਼ੀ ਦੇਣ ਵਾਲੇ ਨਤੀਜਿਆਂ ਨੂੰ ਦੇਖਣਾ ਸ਼ੁਰੂ ਕੀਤਾ, ਉਦੋਂ ਉਸ ਨੂੰ ਆਪਣੀ ਪ੍ਰਤੀਕਿਰਿਆ ਦੇ ਅਨੁਰੂਪ ਜਾਂ ਪਰਸਪਰ ਨੂੰ ਸੱਦਾ ਦੇ ਕੇ ਬੁਲਾਇਆ। ਇਸ ਨਿਰੰਤਰ ਪ੍ਰੇਰਣਾ ਕਾਰਨ ਅਵਚੇਤਨ ਦੀ ਸਰਵ-ਗਿਆਨੀ ਅਤੇ ਸਰਵ-ਸ਼ਕਤੀਮਾਨ ਸ਼ਕਤੀ ਨੇ ਕਮਾਂਡ ਆਪ ਸੰਭਾਲ ਲਈ, ਅਤੇ ਆਪਣੇ ਚੇਤਨ ਮਨ ਨੂੰ ਉਸ ਅਨੁਸਾਰ ਕੰਮ ਕਰਨ ਲਈ ਆਦੇਸ਼ ਦਿੱਤਾ। ਉਸ ਨੇ ਅੰਤ ਦੀ ਕਲਪਨਾ ਕਰ

ਕੇ ਇੱਛਤ ਨਤੀਜੇ ਪ੍ਰਾਪਤ ਕੀਤੇ। ਇਸ ਤਕਨੀਕ ਨੂੰ ਅਪਣਾ ਕੇ ਉਸ ਨੂੰ ਆਉਣ ਵਾਲੀ ਪ੍ਰੀਖਿਆ ਵਿਚ ਸਫਲਤਾ ਪਾਉਣ ਵਿਚ ਕੋਈ ਮੁਸ਼ਕਿਲ ਨਹੀਂ ਆਈ। ਦੂਜੇ ਸ਼ਬਦਾਂ 'ਚ, ਉਸ ਦੇ ਅਵਚੇਤਨ ਮਨ ਦੀ ਵਿਅਕਤੀਗਤ ਸਿਆਣਪ ਨੇ ਉਸ ਨੂੰ ਸਿਰਮੌਰ ਜਾਂ ਸ਼ਾਨਦਾਰ ਪ੍ਰਦਰਸ਼ਨ ਕਰਨ ਲਈ ਮਜ਼ਬੂਰ ਕੀਤਾ।

ਜਲ, ਪਹਾੜਾਂ ਅਤੇ ਬੰਦ ਸਥਾਨਾਂ ਆਦਿ ਦਾ ਡਰ

ਕਈ ਲੋਕਾਂ ਨੂੰ ਕਿਸੇ ਐਲੀਵੇਟਰ ਵਿਚ ਜਾਣ, ਪਹਾੜਾਂ 'ਤੇ ਚੜ੍ਹਨ ਜਾਂ ਪਾਣੀ ਵਿਚ ਤਰਨ ਤੋਂ ਡਰਦੇ ਹਨ। ਇਹ ਹੋ ਸਕਦਾ ਹੈ ਕਿ ਉਸ ਵਿਅਕਤੀ ਨੂੰ ਆਪਣੀ ਜਵਾਨੀ ਵਿਚ ਪਾਣੀ ਅੰਦਰ ਅਨਸੁਖਾਵੇਂ ਅਨੁਭਵ ਹੋਏ ਹੋਣ, ਜਿਵੇਂ ਕਿ ਕਿਸੇ ਨੇ ਉਸ ਨੂੰ ਪਾਣੀ ਵਿਚ ਜ਼ਬਰਦਸਤੀ ਧੱਕਾ ਦੇ ਦਿੱਤਾ ਹੋਵੇ, ਜਦੋਂ ਕਿ ਉਸ ਨੂੰ ਤੈਰਨਾ ਨਹੀਂ ਆਉਂਦਾ ਸੀ। ਇਹ ਵੀ ਹੋ ਸਕਦਾ ਹੈ ਕਿ ਉਸ ਨੂੰ ਲਿਫਟ ਵਿਚ ਚੜ੍ਹਾਇਆ ਗਿਆ ਹੋਵੇ ਜੋ ਠੀਕ ਤਰ੍ਹਾਂ ਕੰਮ ਨਹੀਂ ਕਰ ਰਹੀ ਹੋਵੇ, ਜਿਸ ਕਾਰਨ ਉਸ ਨੂੰ ਬੰਦ ਥਾਵਾਂ ਦਾ ਡਰ ਪੈਦਾ ਹੋ ਗਿਆ ਹੋਵੇ।

ਜਦੋਂ ਮੈਂ ਦਸ ਸਾਲਾਂ ਦਾ ਸੀ, ਉਦੋਂ ਮੇਰੇ ਨਾਲ ਇਕ ਘਟਨਾ ਵਾਪਰੀ। ਮੈਂ ਅਚਾਨਕ ਹੀ ਇਕ ਸਵੀਮਿੰਗ ਪੂਲ ਵਿਚ ਡਿਗ ਗਿਆ ਅਤੇ ਤਿੰਨ ਵਾਰੀ ਡੁਬਕੀਆਂ ਲਾਈ। ਮੈਨੂੰ ਮਹਿਸੂਸ ਹੋਇਆ ਕਿ ਮੈਂ ਡੁੱਬ ਰਿਹਾ ਹਾਂ। ਮੈਨੂੰ ਹੁਣ ਵੀ ਉਹ ਦਹਿਸ਼ਤ ਚੰਗੀ ਤਰ੍ਹਾਂ ਯਾਦ ਹੈ, ਜਦੋਂ ਸਿਆਹ ਪਾਣੀ ਮੈਨੂੰ ਘੇਰੇ ਹੋਏ ਸੀ। ਮੈਂ ਸਾਹ ਲੈਣ ਲਈ ਮੂੰਹ ਖੋਲ੍ਹਿਆ, ਪਰ ਮੂੰਹ ਪਾਣੀ ਨਾਲ ਭਰ ਗਿਆ। ਅੰਤਲੇ ਪਲਾਂ ਵਿਚ ਇਕ ਹੋਰ ਮੁੰਡੇ ਦੀ ਨਜ਼ਰ ਮੇਰੇ 'ਤੇ ਪਈ, ਉਸ ਨੇ ਪਾਣੀ ਵਿਚ ਛਾਲ ਮਾਰ ਕੇ ਮੈਨੂੰ ਬਾਹਰ ਕੱਢ ਲਿਆ। ਇਹ ਹਾਦਸਾ ਮੇਰੇ ਅਵਚੇਤਨ ਮਨ ਵਿਚ ਡੂੰਘਿਆਈ ਤਕ ਦਾਖਲ ਹੋ ਗਿਆ। ਨਤੀਜਾ ਇਹ ਹੋਇਆ ਕਿ ਸਾਲਾਂ ਤਕ ਮੈਂ ਪਾਣੀ ਤੋਂ ਡਰਦਾ ਰਿਹਾ।

ਇਕ ਬਜ਼ੁਰਗ ਮਨੋਵਿਗਿਆਨੀ ਨੇ ਮੈਨੂੰ ਕਿਹਾ: "ਸਵੀਮਿੰਗ ਪੂਲ 'ਤੇ ਜਾਓ, ਪਾਣੀ ਨੂੰ ਦੇਖੋ, ਅਤੇ ਉੱਚੀ ਆਵਾਜ਼ ਵਿਚ ਕਹੋ, ਮੈਂ ਤੁਹਾਡੇ 'ਚ ਮਾਹਿਰਤਾ ਹਾਸਿਲ ਕਰਨ ਜਾ ਰਿਹਾ ਹਾਂ। ਮੈਂ ਤੁਹਾਡੇ 'ਤੇ ਹਾਵੀ ਹੋ ਸਕਦਾ ਹਾਂ।" ਫਿਰ ਪਾਣੀ ਵਿਚ ਉਤਰ ਜਾਓ, ਤਰਨਾ ਸਿਖੋ ਅਤੇ ਇਸ 'ਤੇ ਕਾਬੂ ਪਾਓ।" ਮੈਂ ਇੰਝ ਹੀ ਕੀਤਾ ਅਤੇ ਪਾਣੀ ਨੂੰ ਆਪਣੇ ਕਾਬੂ ਵਿਚ ਕਰ ਲਿਆ। ਪਾਣੀ ਨੂੰ ਆਪਣੇ 'ਤੇ ਹਾਵੀ ਨਾ ਹੋਣ ਦਿਓ। ਯਾਦ ਰੱਖੋ, ਤੁਸੀਂ ਪਾਣੀ ਦੇ ਮਾਲਿਕ ਹੋ।

ਜਦੋਂ ਮੈਂ ਨਵਾਂ ਮਾਨਸਿਕ ਰਵੱਈਆ ਅਪਣਾ ਲਿਆ, ਤਾਂ ਅਵਚੇਤਨ ਦੀ ਸਰਵ-ਸ਼ਕਤੀਮਾਨ ਸ਼ਕਤੀ ਨੇ ਜਵਾਬ ਦਿੱਤਾ ਅਤੇ ਮੈਨੂੰ ਸ਼ਕਤੀ, ਆਸਥਾ ਅਤੇ ਆਤਮਵਿਸ਼ਵਾਸ ਦੇ ਕੇ ਆਪਣੇ ਡਰ 'ਤੇ ਕਾਬੂ ਕਰਨ ਦੇ ਜੋਗ ਬਣਾਇਆ।

ਕਿਸੇ ਵੀ ਖ਼ਾਸ ਡਰ 'ਤੇ ਕਾਬੂ ਪਾਉਣ ਲਈ ਅਚੂਕ ਤਕਨੀਕ

ਅੱਗੇ ਡਰ 'ਤੇ ਕਾਬੂ ਪਾਉਣ ਲਈ ਇਕ ਪ੍ਰਕਿਰਿਆ ਅਤੇ ਤਕਨੀਕ ਦਿੱਤੀ ਗਈ ਹੈ, ਜਿਸ ਨੂੰ ਮੈਂ ਸਟੇਜ਼ 'ਤੇ ਖੜੇ ਹੋ ਕੇ ਲੋਕਾਂ ਨੂੰ ਸਿਖਾਉਂਦਾ ਹਾਂ। ਇਹ ਜਾਦੂ ਦੀ ਤਰ੍ਹਾਂ ਕੰਮ ਕਰਦੀ ਹੈ। ਇਸ ਨੂੰ ਅਜ਼ਮਾ ਕੇ ਦੇਖੋ!

ਮੰਨ ਲਓ, ਤੁਸੀਂ ਪਾਣੀ, ਪਹਾੜ, ਕਿਸੇ ਇੰਟਰਵਿਊ, ਆਡੀਸ਼ਨ ਤੋਂ ਡਰਦੇ ਹੋ ਜਾਂ ਤੁਹਾਨੂੰ ਬੰਦ ਥਾਂਵਾਂ ਤੋਂ ਡਰ ਲੱਗਦਾ ਹੈ। ਜੇ ਤੁਹਾਨੂੰ ਤੈਰਾਕੀ ਕਰਨ ਤੋਂ ਡਰ ਲੱਗਦਾ ਹੈ, ਤਾਂ ਦਿਨ ਵਿਚ ਤਿੰਨ ਜਾਂ ਚਾਰ ਵਾਰ ਪੰਜ - ਦੱਸ ਮਿੰਟ ਲਈ ਸ਼ਾਂਤ ਹੋ ਕੇ ਬੈਠਣਾ ਸ਼ੁਰੂ ਕਰੋ, ਅਤੇ ਕਲਪਨਾ ਕਰੋ ਕਿ ਤੁਸੀਂ ਤੈਰਾਕੀ ਕਰ ਰਹੇ ਹੋ। ਅਸਲ ਵਿਚ, ਤੁਸੀਂ ਮਾਨਸਿਕ ਤੌਰ 'ਤੇ ਤਰ ਰਹੇ ਹੋ। ਇਹ ਇਕ ਵਿਅਕਤੀਗਤ ਅਨੁਭਵ ਹੈ।

ਮਾਨਸਿਕ ਤੌਰ 'ਤੇ ਤੁਸੀਂ ਆਪਣੇ-ਆਪ ਨੂੰ ਪਾਣੀ ਵਿਚ ਪਾ ਲਿਆ ਹੈ। ਤੁਸੀਂ ਪਾਣੀ ਦੀ ਠੰਡਕ ਅਤੇ ਆਪਣੀਆਂ ਬਾਹਾਂ ਤੇ ਲੱਤਾਂ ਦੇ ਹਿਲਣੇ-ਝੁਲਣੇ ਨੂੰ ਮਹਿਸੂਸ ਕਰਦੇ ਹੋ। ਇਹ ਸਭ ਅਸਲ, ਸਪੱਸ਼ਟ ਤੇ ਮਾਨਸਿਕ ਖ਼ੁਸ਼ੀ ਦੀ ਗਤੀਵਿਧੀ ਹੈ। ਇਹ ਨਿਰਥਰਕ ਖਿਆਲੀ-ਪੁਲਾਓ ਨਹੀਂ ਹਨ, ਕਿਉਂਕਿ ਤੁਸੀਂ ਇਹ ਤਾਂ ਜਾਣਦੇ ਹੋ ਕਿ ਤੁਸੀਂ ਆਪਣੀ ਕਲਪਨਾ ਵਿਚ ਜੋ ਅਨੁਭਵ ਕਰ ਰਹੇ ਹੋ, ਉਹ ਤੁਹਾਡੇ ਅਵਚੇਤਨ ਮਨ ਵਿਚ ਵਿਕਸਤ ਹੋਵੇਗਾ। ਇਸ ਤੋਂ ਬਾਅਦ ਤੁਹਾਡੇ ਤੇ ਦਬਾਅ ਪਵੇਗਾ ਕਿ ਤੁਸੀਂ ਆਪਣੇ ਜ਼ਿਆਦਾ ਡੂੰਘੇ ਮਸਤਿਸ਼ਕ 'ਤੇ ਜੋ ਤਸਵੀਰਾਂ ਛੱਡੀਆਂ ਹਨ, ਉਸ ਨੂੰ ਅਸਲ ਜੀਵਨ ਵਿਚ ਸਾਕਾਰ ਕਰੋ। ਇਹ ਅਵਚੇਤਨ ਦਾ ਨਿਯਮ ਹੈ।

ਜੇ ਤੁਹਾਨੂੰ ਪਹਾੜਾਂ ਜਾਂ ਉੱਚੀ ਥਾਵਾਂ ਤੋਂ ਡਰ ਲੱਗਦਾ ਹੈ, ਤਾਂ ਤੁਸੀਂ ਇਸ ਤਕਨੀਕ ਨੂੰ ਅਪਣਾ ਸਕਦੇ ਹੋ। ਕਲਪਨਾ ਕਰੋਂ ਕਿ ਤੁਸੀਂ ਪਹਾੜ 'ਤੇ ਚੜ੍ਹ ਰਹੇ ਹੋ, ਇਸ ਨੂੰ ਅਸਲ ਵਿਚ ਮਹਿਸੂਸ ਕਰੋ, ਨਜ਼ਾਰਿਆਂ ਦਾ ਆਨੰਦ ਮਾਣੋ, ਕਿਉਂਕਿ ਤੁਸੀਂ ਜਾਣਦੇ ਹੋ ਕਿ ਜਿਵੇਂ ਤੁਸੀਂ ਇਸ ਨੂੰ ਮਾਨਸਿਕ ਤੌਰ 'ਤੇ ਜਾਰੀ ਰੱਖਦੇ ਹੋ, ਤਾਂ ਸਰੀਰਕ ਤੌਰ 'ਤੇ ਤੁਸੀਂ ਆਸਾਨੀ ਅਤੇ ਆਰਾਮ ਨਾਲ ਕਰ ਪਾਓਗੇ।

ਉਸ ਨੇ ਲਿਫ਼ਟ ਨੂੰ ਅਸੀਸਾਂ ਦਿੱਤੀਆਂ

ਮੈਂ ਇਕ ਵੱਡੇ ਕਾਰਪੋਰੇਸ਼ਨ ਦੇ ਐਕਜ਼ੀਕਿਊਟਿਵ ਨੂੰ ਜਾਣਦਾ ਹਾਂ। ਜੋ ਲਿਫ਼ਟ ਵਿਚ ਚੜ੍ਹਨ ਤੋਂ ਬੜਾ ਡਰਦਾ ਸੀ। ਉਹ ਰੋਜ਼ ਸਵੇਰੇ ਪੰਜ ਮੰਜਿਲਾਂ ਦੀਆਂ ਪੌੜੀਆਂ ਚੜ੍ਹ ਕੇ ਆਪਣੇ ਆਫ਼ਿਸ ਪਹੁੰਚਦਾ ਸੀ। ਉਸਨੇ ਹਰ ਰਾਤ ਅਤੇ ਦਿਨ ਵਿਚ ਕਈ ਵਾਰ ਲਿਫ਼ਟ ਨੂੰ ਅਸੀਸਾਂ ਦੇਣੀਆਂ ਸ਼ੁਰੂ ਕੀਤੀ। ਅੰਤ, ਉਸਨੇ ਆਪਣੇ ਡਰ 'ਤੇ ਕਾਬੂ ਪਾ ਹੀ ਲਿਆ। ਉਸ ਨੇ ਲਿਫ਼ਟ ਨੂੰ ਇੰਝ ਅਸੀਸ ਦਿੱਤੀ:

"ਸਾਡੀ ਇਮਾਰਤ ਵਿਚ ਲਿਫ਼ਟ ਦਾ ਹੋਣਾ ਇਕ ਅਦਭੁੱਤ ਵਿਚਾਰ ਹੈ। ਇਹ ਸਦੀਵੀ ਮਸਤਿਸ਼ਕ ਤੋਂ ਉਤਪੰਨ ਹੋਈ ਹੈ। ਇਹ ਇਕ ਵਰਦਾਨ ਹੈ ਤੇ ਸਾਡੇ ਸਾਰੇ ਕਰਮਚਾਰੀਆਂ ਲਈ ਅਸੀਸ। ਇਹ ਇਕ ਅਦਭੁੱਤ ਸੇਵਾ ਹੈ। ਇਹ ਬ੍ਰਹਮ ਆਦੇਸ਼ ਵਿਚ ਕੰਮ ਕਰਦੀ ਹੈ। ਮੈਂ ਇਸ ਵਿਚ ਸ਼ਾਂਤੀ ਅਤੇ ਖੁਸ਼ੀ ਨਾਲ ਚੜ੍ਹਦਾ ਹਾਂ। ਮੈਂ ਹੁਣ ਸ਼ਾਂਤ ਰਹਿੰਦਾ ਹਾਂ, ਜਦੋਂ ਕਿ ਜੀਵਨ, ਪਿਆਰ ਤੇ ਸਿਆਣਪ ਦੀਆਂ ਤਰੰਗਾਂ ਮੇਰੇ ਵਿਚਾਰਾਂ ਦੇ ਪੈਟਰਨਾਂ 'ਚ ਪ੍ਰਵਾਹਿਤ ਹੁੰਦੀਆਂ ਹਨ। ਆਪਣੀ ਕਲਪਨਾ ਵਿਚ ਮੈਂ ਇਸ ਵੇਲੇ ਲਿਫ਼ਟ ਵਿਚ ਹਾਂ ਅਤੇ ਆਪਣੇ ਆਫ਼ਿਸ ਲਈ ਬਾਹਰ ਪੈਰ ਰੱਖ ਰਿਹਾ ਹਾਂ। ਲਿਫ਼ਟ ਸਾਡੇ ਕਰਮਚਾਰੀਆਂ ਨਾਲ ਭਰੀ ਹੋਈ ਹੈ। ਮੈਂ ਉਨ੍ਹਾਂ ਨਾਲ ਗੱਲਾਂ ਕਰਦਾ ਹਾਂ, ਉਹ ਸਾਰੇ ਦੋਸਤਾਨਾ, ਅਨੰਦਮਈ ਅਤੇ ਆਜ਼ਾਦ ਹਨ। ਇਹ ਆਜ਼ਾਦੀ, ਆਸਥਾ ਤੇ ਆਤਮਵਿਸ਼ਵਾਸ ਦਾ ਅਦਭੁੱਤ ਅਨੁਭਵ ਹੈ। ਮੈਂ ਇਸ ਲਈ ਤੁਹਾਨੂੰ ਧੰਨਵਾਦ ਦਿੰਦਾ ਹਾਂ।"

ਉਸ ਨੇ ਇਹ ਪ੍ਰਾਰਥਨਾ ਨੂੰ ਕੋਈ ਦਸ ਦਿਨਾਂ ਤੱਕ ਕਰਨਾ ਜਾਰੀ ਰੱਖਿਆ ਅਤੇ ਉਹ ਗਿਆਰਵੇਂ ਦਿਨ ਆਪਣੇ ਕਾਰਪੋਰੇਸ਼ਨ ਦੇ ਮੈਂਬਰਾਂ ਨੂੰ ਲੈ ਕੇ ਲਿਫ਼ਟ ਵਿਚ ਚੜ੍ਹਿਆ ਅਤੇ ਆਪਣੇ-ਆਪ ਨੂੰ ਪੂਰੀ ਤਰ੍ਹਾਂ ਆਜ਼ਾਦ ਮਹਿਸੂਸ ਕੀਤਾ।

ਸਧਾਰਨ ਅਤੇ ਅਸਧਾਰਨ ਡਰ

ਮਨੁੱਖ ਕੇਵਲ ਦੋ ਤਰ੍ਹਾਂ ਦੇ ਡਰ ਨੂੰ ਨਾਲ ਲੈ ਕੇ ਪੈਦਾ ਹੋਇਆ ਹੈ, ਡਿੱਗਣ ਦਾ ਡਰ ਤੇ ਰੌਲੇ ਦਾ ਡਰ। ਇਹ ਡਰ ਪ੍ਰਕਿਰਤੀ ਦੁਆਰਾ ਸੈ-ਰੱਖਿਆ ਦੇ ਮਾਧਿਅਮ ਵਜੋਂ ਦਿੱਤਾ ਗਿਆ ਹੈ, ਜੋ ਕਿ ਆਲਰਮ ਸਿਸਟਮ ਦੇ ਤੌਰ 'ਤੇ ਹੈ। ਸਧਾਰਨ ਡਰ ਚੰਗਾ ਹੈ। ਤੁਸੀਂ ਇਕ ਕਾਰ ਨੂੰ ਸੜਕ 'ਤੇ ਹੇਠਾਂ ਆਉਂਦੇ ਦੇਖਦੇ ਹੋ, ਤਾਂ ਤੁਸੀਂ ਆਪਣੇ-ਆਪ ਨੂੰ ਬਚਾਉਣ ਲਈ ਇਕ ਪਾਸੇ ਹੋ ਜਾਂਦੇ ਹੋ। ਕਾਰ ਦਾ ਆਪਣੇ 'ਤੇ ਚੜ੍ਹਨ ਦਾ ਇਕ ਸਕਿੰਟ ਦਾ ਡਰ ਤੁਹਾਡੀ ਕਿਰਿਆ ਨਾਲ ਦੂਰ ਹੋ ਜਾਂਦਾ ਹੈ। ਹੋਰ ਸਾਰੇ ਡਰ ਤੁਹਾਨੂੰ ਤੁਹਾਡੇ ਮਾਂਪਿਆਂ, ਰਿਸ਼ਤੇਦਾਰਾਂ, ਅਧਿਆਪਕਾਂ ਅਤੇ ਉਹ ਸਾਰੇ ਲੋਕਾਂ, ਜਿਨ੍ਹਾਂ ਨੇ ਤੁਹਾਨੂੰ ਸ਼ੁਰੂਆਤੀ ਸਾਲਾਂ 'ਚ ਪ੍ਰਭਾਵਿਤ ਕੀਤਾ, ਵੱਲੋਂ ਦਿੱਤੇ ਗਏਸਨ।"

ਅਸਧਾਰਨ ਡਰ

ਅਸਧਾਰਨ ਡਰ ਉਦੋਂ ਉਤਪੰਨ ਹੁੰਦਾ ਹੈ, ਜਦੋਂ ਮਨੁੱਖ ਆਪਣੀ ਕਲਪਨਾ ਨੂੰ ਬੇਕਾਬੂ ਹੋਣ ਦਿੰਦਾ ਹੈ। ਮੈਂ ਇਕ ਔਰਤ ਨੂੰ ਜਾਣਦਾ ਸੀ, ਜਿਸ ਨੂੰ ਹਵਾਈ ਜਹਾਜ ਰਾਹੀਂ ਸਾਰੀ ਦੁਨੀਆ ਦੀ ਯਾਤਰਾ 'ਤੇ ਜਾਣ ਦਾ ਸੱਦਾ ਦਿੱਤਾ ਗਿਆ ਸੀ। ਉਸ ਨੇ ਅਖ਼ਬਾਰਾਂ 'ਚੋਂ ਹਵਾਈ ਜਹਾਜਾਂ ਦੀਆਂ ਤਬਾਹੀਆਂ ਦੀ ਸਾਰੀਆਂ ਰਿਪੋਰਟਾਂ ਨੂੰ ਇਕੱਤਰ ਕਰਨਾ ਸ਼ੁਰੂ ਕਰ ਦਿੱਤਾ। ਉਸ ਨੇ ਆਪਣੇ-ਆਪ ਲਈ ਕਲਪਨਾ ਕੀਤੀ

ਕਿ ਉਹ ਹਵਾਈ ਜਹਾਜ ਤੋਂ ਡਿਗ ਕੇ ਸਮੁੰਦਰ ਵਿਚ ਡੁੱਬਦੀ ਜਾ ਰਹੀ ਹੈ, ਆਦਿ। ਇਹ ਅਸਧਾਰਨ ਡਰ ਸੀ।

ਜੇ ਉਹ ਇਸ ਸਥਿਤੀ 'ਤੇ ਹੀ ਸੋਚਦੀ ਰਹਿੰਦੀ, ਤਾਂ ਇਸ ਗੱਲ ਦੀ ਬਿਨਾਂ ਸ਼ੱਕ ਸੰਭਾਵਨਾ ਹੈ ਉਸਦੇ ਨਾਲ ਵੀ ਉਹੀ ਹੁੰਦਾ, ਜਿਸ ਦਾ ਉਸ ਨੂੰ ਸਭ ਤੋਂ ਜ਼ਿਆਦਾ ਡਰ ਸੀ।

ਅਸਧਾਰਨ ਡਰ ਦੀ ਇਕ ਹੋਰ ਮਿਸਾਲ ਨਿਊਯਾਰਕ ਦੇ ਇਕ ਕਾਰੋਬਾਰੀ ਵਿਅਕਤੀ ਨਾਲ ਵਾਪਰੀ, ਜੋ ਬਹੁਤ ਖ਼ੁਸ਼ਹਾਲ ਅਤੇ ਸਫਲ ਸੀ।

ਉਸ ਨੇ ਆਪਣੀ ਇਕ ਮਾਨਸਿਕ ਫ਼ਿਲਮ ਤਿਆਰ ਕੀਤੀ ਜਿਸ ਦਾ ਉਹ ਡਾਇਰੈਕਟਰ ਸੀ। ਉਹ ਆਪਣੇ ਮਨ ਵਿਚ ਆਪਣੀ ਅਸਫਲਤਾ, ਦੀਵਾਲੀਆਪਨ, ਖਾਲੀ ਅਲਮਾਰੀਆਂ ਅਤੇ ਕੋਈ ਬੈਂਕ ਬੈਲੇਂਸ ਨਾ ਹੋਣ ਦੀ ਇਸ ਮਾਨਸਿਕ ਫ਼ਿਲਮ ਨੂੰ ਜਿੰਨਾ ਜ਼ਿਆਦਾ ਦੇਖਦਾ ਸੀ, ਉੱਨਾਂ ਹੀ ਜ਼ਿਆਦਾ ਡੂੰਘੀ ਨਿਰਾਸ਼ਾ ਵਿਚ ਡੁੱਬਦਾ ਜਾਂਦਾ ਸੀ। ਉਸਨੇ ਇਸਡਰਾਉਣੀ ਤਸਵੀਰ ਨੂੰ ਦੇਖਣਾ ਨਹੀਂ ਛੱਡਿਆ। ਉਹ ਆਪਣੀ ਪਤਨੀ ਨੂੰ ਵਾਰ-ਵਾਰ ਕਹਿੰਦਾ ਰਿਹਾ ਕਿ, "ਇਹ ਚੱਲ ਨਹੀਂ ਸਕਦਾ," "ਉੱਥੇ ਮੰਦੀ ਹੋਵੇਗੀ," "ਮੈਨੂੰ ਯਕੀਨ ਹੈ ਕਿ ਅਸੀਂ ਦੀਵਾਲੀਆਂ ਹੋਣ ਵਾਲੇ ਹਾਂ," ਆਦਿ-ਆਦਿ।

ਉਸ ਦੀ ਪਤਨੀ ਨੇ ਬਾਅਦ ਵਿਚ ਮੈਨੂੰ ਦੱਸਿਆ ਕਿ ਆਖ਼ਿਰਕਾਰ ਉਹ ਸੱਚਮੁੱਚ ਹੀ ਦੀਵਾਲੀਆ ਹੋ ਗਿਆ, ਅਤੇ ਉਹ ਸਾਰੀਆਂ ਚੀਜ਼ਾਂ ਜਿਸਦੀਆਂ ਉਹ ਕਲਪਨਾ ਕਰਦੇ ਹੋਏ ਡਰਦਾ ਸੀ, ਉਹ ਹਕੀਕਤ 'ਚ ਤਬਦੀਲ ਹੋ ਗਈਆਂ। ਜਿਨ੍ਹਾਂ ਚੀਜ਼ਾਂ ਤੋਂ ਉਹ ਡਰ ਰਿਹਾ ਸੀ, ਉਨ੍ਹਾਂ ਦੀ ਕੋਈ ਹੋਂਦ ਨਹੀਂ ਸੀ, ਪਰ ਉਸਨੇ ਲਗਾਤਾਰ ਡਰ ਕੇ, ਵਿਸ਼ਵਾਸ ਕਰਕੇ ਅਤੇ ਵਿੱਤੀ ਤਬਾਹੀ ਦੀ ਉੱਮੀਦ ਕਰਕੇ ਸਾਕਾਰ ਕਰ ਦਿੱਤਾ। ਜਿਵੇਂ ਜਾੱਬ ਨੇ ਕਿਹਾ, ਜਿਸ ਗੱਲ ਦਾ ਮੈਨੂੰ ਡਰ ਸੀ, ਉਹ ਮੇਰੇ 'ਤੇ ਆ ਹੀ ਗਿਆ।

ਦੁਨੀਆ ਅਜਿਹੇ ਲੋਕਾਂ ਨਾਲ ਭਰੀ ਹੋਈ ਹੈ, ਜੋ ਇਸ ਗੱਲ ਤੋਂ ਡਰਦੇ ਹਨ ਕਿ ਉਨ੍ਹਾਂ ਦੇ ਬੱਚਿਆਂ ਨਾਲ ਕੁੱਝ ਭਿਆਨਕ ਵਾਪਰ ਜਾਵੇਗਾ ਜਾਂ ਉਨ੍ਹਾਂ 'ਤੇ ਕੋਈ ਭਿਆਨਕ ਤਬਾਹੀ ਆਵੇਗੀ। ਜਦੋਂ ਉਹ ਕਿਸੇ ਮਹਾਮਾਰੀ ਜਾਂ ਦੁਰਲਭ ਬਿਮਾਰੀ ਦੇ ਫੈਲਣ ਬਾਰੇ ਪੜ੍ਹਦੇ ਹਨ, ਤਾਂ ਉਹ ਡਰ ਜਾਂਦੇ ਹਨ ਕਿ ਕਿਤੇ ਇਹ ਉਨ੍ਹਾਂ ਨੂੰ ਨਾ ਹੋ ਜਾਵੇ। ਕੁੱਝ ਤਾਂ ਕਲਪਨਾ ਕਰਦੇ ਹਨ ਕਿ ਉਨ੍ਹਾਂ ਨੂੰ ਇਹ ਬਿਮਾਰੀ ਪਹਿਲਾਂ ਤੋਂ ਹੀ ਹੈ। ਇਹ ਸਾਰੇ ਅਸਧਾਰਨ ਡਰ ਹਨ।

ਅਸਧਾਰਨ ਡਰ ਦਾ ਜਵਾਬ

ਮਾਨਸਿਕ ਤੌਰ 'ਤੇ ਉਸ ਤੋਂ ਉਲਟ ਵੱਲ ਵਧੋ, ਡਰ ਦੇ ਸਿਖਰ 'ਤੇ ਰਹਿਣਾ ਖਝੋਂਤ ਦੇ ਨਾਲ-ਨਾਲ ਮਾਨਸਿਕ ਅਤੇ ਸਰੀਰਕ ਵਿਗਾੜ ਹੈ। ਜਦੋਂ ਵੀ ਡਰ ਪੈਦਾ ਹੁੰਦਾ ਹੈ

ਤਾਂ ਉਸ ਦੇ ਤੁਰੰਤ ਬਾਅਦ ਉਸ ਡਰ ਦੇ ਉਲਟ ਹੋਣ ਦੀ ਇੱਛਾ ਵੀ ਪੈਦਾ ਹੁੰਦੀ ਹੈ। ਆਪਣਾ ਧਿਆਨ ਡਰ ਦੇ ਤੁਰੰਤ ਹੋਣ ਵਾਲੀ ਇੱਛਾ 'ਤੇ ਕੇਂਦਰਿਤ ਕਰੋ। ਆਪਣੀ ਇੱਛਾ ਵਿਚ ਡੁੱਬ ਜਾਓ, ਇਹ ਜਾਣਦੇ ਹੋਏ ਕਿ ਅਵਚੇਤਨ ਜਗਤ ਹਮੇਸ਼ਾ ਚੇਤਨ ਜਗਤ ਨੂੰ ਬਦਲ ਦਿੰਦਾ ਹੈ। ਇਹ ਰਵੱਈਆ ਤੁਹਾਨੂੰ ਸੈ-ਭਰੋਸਾ ਦੇਵੇਗਾ ਅਤੇ ਤੁਹਾਡਾ ਹੌਸਲਾ ਵਧਾਏਗਾ। ਤੁਹਾਡੇ ਅਵਚੇਤਨ ਮਨ ਦੀ ਅਸੀਮ ਸ਼ਕਤੀ ਤੁਹਾਡੇ ਪੱਖ ਤੋਂ ਅੱਗੇ ਵਧ ਰਹੀ ਹੈ, ਅਤੇ ਇਹ ਕਦੇ ਅਸਫਲ ਨਹੀਂ ਹੋ ਸਕਦੀ। ਇਸ ਲਈ, ਸ਼ਾਂਤੀ ਅਤੇ ਭਰੋਸਾ ਤੁਹਾਡੇ ਆਪਣੇ ਹਨ।

ਆਪਣੇ ਡਰ ਦੀ ਜਾਂਚ ਕਰੋ

ਇਕ ਵੱਡੇ ਸੰਗਠਨ ਦੇ ਪ੍ਰਧਾਨ ਨੇ ਮੈਨੂੰ ਦੱਸਿਆ ਕਿ ਜਦੋਂ ਉਹ ਸੈਲਜ਼ਮੈਨ ਸੀ, ਉਦੋਂ ਉਸ ਨੂੰ ਗਾਹਕਾਂ ਕੋਲ ਜਾਣਾ ਹੁੰਦਾ ਸੀ, ਉਨ੍ਹਾਂ ਕੋਲ ਜਾਣ ਤੋ ਪਹਿਲਾਂ ਉਹ ਉਸ ਦੇ ਬਲਾੱਕ ਦੇ ਚਾਰੇ ਪਾਸਿਓ ਪੰਜ-ਛੇ ਚੱਕਰ ਲਾਉਂਦਾ ਸੀ। ਇਕ ਦਿਨ, ਉਸ ਦਾ ਸੈਲਜ਼ ਮੈਨੇਜ਼ਰ ਉਸ ਕੋਲ ਆਇਆ ਅਤੇ ਫਿਰ ਉਸ ਨੂੰ ਬੋਲਿਆ, "ਦਰਵਾਜ਼ੇ ਦੇ ਪਿੱਛੇ ਲੁਕੇ ਰਾਖਸ਼ ਤੋਂ ਨਾ ਡਰੋ। ਇਥੇ ਕੋਈ ਰਾਖਸ਼ ਨਹੀਂ ਹੈ। ਇਹ ਇਕ ਝੂਠਾ ਜਾਂ ਮਿਥੀਆ ਵਿਸ਼ਵਾਸ ਹੈ।"

ਮੈਨੇਜ਼ਰ ਨੇ ਉਸ ਨੂੰ ਦੱਸਿਆ ਕਿ ਜਦੋਂ ਕਦੇ ਵੀ ਉਹ ਆਪਣੇ ਡਰ ਨੂੰ ਦੇਖਦਾ ਹੈ ਤਾਂ ਉਹ ਸਿੱਧੇ ਡਰ ਦੀਆਂ ਅੱਖਾਂ ਵਿਚ ਅੱਖਾਂ ਪਾ ਕੇ ਦੇਖਦੇ ਹੋਏ ਉਨ੍ਹਾਂ ਵੱਲ ਜਾਂ ਸਾਹਮਣੇ ਖੜ੍ਹਾ ਹੋ ਜਾਂਦਾ ਹੈ। ਫਿਰ ਉਹ ਡਰ ਮਾਮੂਲੀ ਸੁੰਘਣ ਕੇ ਫਿੱਕਾ ਪੈ ਜਾਂਦਾ ਹੈ ਜਾਂ ਗਾਇਬ ਹੋ ਜਾਂਦਾ ਹੈ।

ਉਹ ਜੰਗਲ ਵਿਚ ਪਹੁੰਚ ਗਿਆ

ਇਕ ਪਾਦਰੀ ਨੇ ਮੈਨੂੰ ਦੂਜੀ ਸੰਸਾਰ ਜੰਗ ਦੇ ਦੌਰਾਨ ਹੋਏ ਆਪਣੇ ਤਜ਼ਰਬਿਆਂ ਬਾਰੇ ਦੱਸਿਆ। ਉਸ ਨੂੰ ਨੁਕਸਾਨ ਪਹੁੰਚਾਏ ਗਏ ਜਹਾਜ ਤੋ ਪੈਰਾਸ਼ੂਟ ਰਾਹੀਂ ਜੰਗਲ ਵਿਚ ਉਤਰਨਾ ਪਿਆ। ਉਸ ਨੇ ਕਿਹਾ ਕਿ ਉਹ ਡਰਿਆ ਹੋਇਆ ਸੀ, ਪਰ ਉਸ ਨੂੰ ਪਤਾ ਸੀ ਕਿ ਡਰ ਦੀਆਂ ਦੋ ਕਿਸਮਾਂ ਹੁੰਦੀਆਂ ਹਨ, ਸਧਾਰਨ ਤੇ ਅਸਧਾਰਨ, ਜਿਸ ਬਾਰੇ ਅਸੀਂ ਪਹਿਲਾਂ ਦੱਸ ਚੁੱਕੇ ਹਾਂ।

ਉਨ੍ਹਾਂ ਨੇ ਆਪਣੇ ਡਰ ਦੇ ਬਾਰੇ ਇਕਦਮ ਕੁੱਝ ਕਰਨ ਦਾ ਫੈਸਲਾ ਲਿਆ। ਉਹ ਆਪਣੇ-ਆਪ ਨੂੰ ਬੋਲਣ ਲੱਗੇ, "ਜਾਨ, ਤੂੰ ਆਪਣੇ ਡਰ ਦੇ ਸਾਹਮਣੇ ਸਮਰਪਣ ਨਹੀਂ ਕਰ ਸਕਦਾ। ਤੁਹਾਡਾ ਡਰ ਸੁਰੱਖਿਆ ਦੀ ਇੱਛਾ ਹੈ, ਬਾਹਰ ਨਿਕਲਣ ਦਾ ਇਕ ਰਾਹ ਹੈ।"

ਉਹ ਇਹ ਸਕਾਰਾਤਮਕ ਦਾਅਵਾ ਕਰਨ ਲੱਗੇ, "ਜੋ ਅਸੀਮ ਬੁੱਧੀਮੱਤਾ ਗ੍ਰਹਿਆਂ ਨੂੰ ਉਨ੍ਹਾਂ ਦੀ ਧੁਰੀ 'ਤੇ ਮਾਰਗਦਰਸ਼ਨ ਕਰਦੀ ਹੈ, ਹੁਣ ਉਹੀ ਮੈਨੂੰ ਇਸ

ਜੰਗਲ ਤੋਂ ਬਾਹਰ ਨਿਕਲਣ ਦਾ ਰਾਹ ਦਿਖਲਾ ਕੇ ਸੁਰੱਖਿਅਤ ਸਥਾਨ 'ਤੇ ਲੈ ਜਾ ਰਹੀ ਹੈ।''

ਉਹ ਦਸ ਮਿੰਟ ਜਾਂ ਇਸ ਤੋਂ ਵੱਧ ਸਮੇਂ ਤਕ ਇਸੇ ਤਰ੍ਹਾਂ ਆਪਣੇ-ਆਪ ਨੂੰ ਉੱਚੀ ਆਵਾਜ਼ ਵਿਚ ਇਹੀ ਕਹਿੰਦੇ ਰਹੇ। ''ਫਿਰ,'' ਉਸ ਨੇ ਅੱਗੇ ਮੈਨੂੰ ਕਿਹਾ, ''ਅਚਨਚੇਤ ਮੈਨੂੰ ਆਪਣੇ ਅੰਦਰ ਕੋਈ ਚੀਜ਼ ਹਲਚਲ ਕਰਦੀ ਹੋਈ ਮਹਿਸੂਸ ਹੋਈ। ਆਤਮਵਿਸ਼ਵਾਸ ਦਾ ਮੂਡ ਮੈਨੂੰ ਆਪਣੀ ਗਿਰਫ਼ਤ 'ਚ ਲੈਣ ਲੱਗਾ ਅਤੇ ਮੈਂ ਤੁਰਨ ਲਈ ਤਿਆਰ ਹੋ ਗਿਆ। ਕੁੱਝ ਦਿਨਾਂ ਬਾਅਦ ਮੈਂ ਚਮਤਕਾਰੀ ਤੌਰ 'ਤੇ ਜੰਗਲੋਂ ਬਾਹਰ ਆ ਗਿਆ, ਅਤੇ ਇਕ ਬਚਾਅ-ਜਹਾਜ਼ ਰਾਹੀਂ ਮੈਨੂੰ ਬਚਾ ਲਿਆ ਗਿਆ।''

ਉਸ ਦੇ ਬਦਲੇ ਹੋਏ ਮਾਨਸਿਕ ਰਵੱਈਏ ਨੇ ਉਸ ਨੂੰ ਬਚਾ ਲਿਆ। ਉਸ ਦੇ ਅੰਦਰ ਮੌਜੂਦ ਵਿਅਕਤੀਗਤ ਬੁੱਧੀ ਤੇ ਸ਼ਕਤੀ ਵਿਚ ਉਸ ਦੇ ਭਰੋਸੇ ਨੇ ਉਸ ਦੀ ਸਮੱਸਿਆ ਨੂੰ ਹੱਲ ਕਰ ਦਿੱਤਾ।

ਉਸ ਨੇ ਕਿਹਾ, ''ਜੇ ਮੈਂ ਆਪਣੀ ਕਿਸਮਤ 'ਤੇ ਅਫਸੋਸ ਕਰਨਾ ਸ਼ੁਰੂ ਕਰ ਦਿੰਦਾ ਅਤੇ ਆਪਣੇ ਡਰ ਦਾ ਸ਼ਿਕਾਰ ਹੋ ਗਿਆ ਹੁੰਦਾ, ਤਾਂ ਡਰ ਦਾ ਰਾਖਸ਼ ਮੇਰੇ ਤੋਂ ਜਿੱਤ ਜਾਂਦਾ, ਅਤੇ ਸ਼ਾਇਦ ਡਰ ਅਤੇ ਭੁੱਖ ਨਾਲ ਮੈਂ ਮਰ ਗਿਆ ਹੁੰਦਾ।''

ਉਸ ਨੇ ਆਪਣੇ-ਆਪ ਨੂੰ ਬਰਖ਼ਾਸਤ ਕਰ ਦਿੱਤਾ

ਇਕ ਸੰਸਥਾ ਦੇ ਜਨਰਲ ਮੈਨੇਜ਼ਰ ਨੇ ਮੈਨੂੰ ਦੱਸਿਆ ਕਿ ਤਿੰਨ ਸਾਲਾਂ ਤੋਂ ਉਹ ਇਸ ਦਹਿਸ਼ਤ ਵਿਚ ਸੀ ਕਿ ਉਹ ਆਪਣਾ ਅਹੁਦਾ ਗੁਆ ਦੇਵੇਗਾ। ਉਹ ਹਮੇਸ਼ਾ ਅਸਫਲਤਾ ਦੀ ਕਲਪਨਾ ਕਰਦਾ ਰਹਿੰਦਾ ਸੀ। ਜਿਸ ਚੀਜ਼ ਦੀ ਉਹ ਕਲਪਨਾ ਕਰਦਾ ਸੀ, ਉਸ ਦੀ ਕੋਈ ਹੋਂਦ ਨਹੀਂ ਸੀ, ਕੇਵਲ ਉਨ੍ਹਾਂ ਦੇ ਦਿਮਾਗ਼ ਵਿਚ ਹੀ ਇਹ ਵਿਨਾਸ਼ਕਾਰੀ ਵਿਚਾਰ ਸੀ। ਉਨ੍ਹਾਂ ਦੀ ਤੀਬਰ ਕਲਪਨਾ ਨੇ ਉਨ੍ਹਾਂ ਦੀ ਨੌਕਰੀ ਛੁੱਟਣ ਨੂੰ ਨਾਟਕੀ ਰੂਪ ਦੇ ਦਿੱਤਾ, ਜਦੋਂ ਉਹ ਘਬਰਾ ਅਤੇ ਦਿਮਾਗ਼ੀ ਤੌਰ ਤੇ ਪਰੇਸਾਨ ਹੋ ਗਏ। ਆਖ਼ਿਰਕਾਰ ਉਨ੍ਹਾਂ ਨੂੰ ਅਸਤੀਫ਼ਾ ਦੇਣ ਲਈ ਕਿਹਾ ਗਿਆ।

ਅਸਲ ਵਿਚ, ਉਸ ਨੇ ਆਪਣੇ-ਆਪ ਨੂੰ ਖ਼ਾਰਜ ਕਰਵਾ ਲਿਆ ਸੀ, ਉਸਦੇ ਅਵਚੇਤਨ ਮਨ ਨੂੰ ਲਗਾਤਾਰ ਨਕਾਰਾਤਮਕ ਕਲਪਨਾ ਅਤੇ ਭੇਜੇ ਗਏ ਡਰ ਦੇ ਸੁਝਾਵਾਂ ਨੇ ਪ੍ਰਤੀਕਿਰਿਆ ਕੀਤੀ। ਇਸ ਨਾਲ ਉਹ ਗ਼ਲਤੀਆਂ ਕਰਨ ਅਤੇ ਮੂਰਖਤਾ ਨਾਲ ਭਰੇ ਫੈਸਲੇ ਲੈਣ ਲੱਗਾ, ਜਿਸ ਕਾਰਨ ਉਹ ਬਤੌਰ ਜਨਰਲ ਮੈਨੇਜ਼ਰ ਅਸਫਲ ਹੋ ਗਿਆ। ਉਸ ਦੀ ਬਰਖ਼ਾਸਤਗੀ ਕਦੇ ਵੀ ਨਹੀਂ ਸੀ ਹੋਣੀ, ਜੇ ਉਹ ਤੁਰੰਤ ਆਪਣੇ ਮਨ ਵਿਚ ਉਲਟ ਜਾਂ ਵਿਪਰੀਤ ਦਿਸ਼ਾ ਵਿਚ ਚੱਲ ਪੈਂਦਾ।

ਉਨ੍ਹਾਂ ਨੇ ਉਸ ਦੇ ਖ਼ਿਲਾਫ਼ ਸਾਜ਼ਿਸ਼ ਘੜੀ

ਹਾਲ ਹੀ ਵਿਚ ਆਪਣੀ ਵਿਸ਼ਵ ਲੈਕਚਰ ਟੂਅਰ ਦੌਰਾਨ, ਮੇਰੀ ਇਕ ਪ੍ਰਮੁੱਖ ਸਰਕਾਰੀ ਅਫ਼ਸਰ ਨਾਲ ਦੋ ਘੰਟੇ ਤਕ ਗੱਲਬਾਤ ਹੋਈ। ਉਸ ਅਫ਼ਸਰ ਵਿਚ ਆਂਤਰਿਕ ਸ਼ਾਂਤੀ ਅਤੇ ਸਹਿਜਤਾ ਦੀ ਡੂੰਘੀ ਭਾਵਨਾ ਸੀ। ਉਸ ਨੇ ਕਿਹਾ ਕਿ ਹਾਲਾਂਕਿ ਵਿਰੋਧੀ ਦਲਾਂ ਦਾ ਸਮਰਥਨ ਕਰਨ ਵਾਲੇ ਅਖ਼ਬਾਰਾਂ ਵਿਚ ਉਸਦੀ ਲਗਾਤਾਰ ਆਲੋਚਨਾ ਹੁੰਦੀ ਹੈ, ਲੇਕਿਨ ਇਸ ਨਾਲ ਉਹ ਕਦੇ ਪਰੇਸ਼ਾਨ ਨਹੀਂ ਹੁੰਦੇ। ਉਹ ਨਿਯਮ ਨਾਲ ਹਰ ਸਵੇਰੇ ਪੰਦਰ੍ਹਾਂ ਮਿੰਟ ਲਈ ਸ਼ਾਂਤ ਤੇ ਅਡੋਲ ਬੈਠ ਕੇ ਇਹ ਮਹਿਸੂਸ ਕਰਦਾ ਹੈ ਕਿ ਉਸ ਦੇ ਅੰਦਰਲੇ ਕੇਂਦਰ ਵਿਚ ਸ਼ਾਂਤੀ ਦਾ ਇਕ ਡੂੰਘਾ ਸਮੁੰਦਰ ਹੈ। ਇਸ ਤਰ੍ਹਾਂ ਧਿਆਨ ਕਰਨ ਨਾਲ ਉਸ ਦੇ ਅੰਦਰ ਵਾਯੂ ਸ਼ਕਤੀ ਪੈਦਾ ਹੁੰਦੀ ਹੈ, ਜੋ ਹਰ ਤਰ੍ਹਾਂ ਦੀਆਂ ਮੁਸ਼ਕਿਲਾਂ ਅਤੇ ਡਰਾਂ ਨੂੰ ਦੂਰ ਕਰ ਦਿੰਦਾ ਹੈ।

ਕੁੱਝ ਸਮਾਂ ਪਹਿਲਾਂ, ਉਸ ਦੇ ਸਹਿਕਰਮੀ ਨੇ ਉਸ ਨੂੰ ਅੱਧੀ ਰਾਤ ਵੇਲੇ ਉਸ ਨੂੰ ਫ਼ੋਨ ਕੀਤਾ ਅਤੇ ਦੱਸਿਆ ਕਿ ਕੁੱਝ ਲੋਕਾਂ ਦਾ ਸਮੂਹ ਉਸਦੇ ਖ਼ਿਲਾਫ਼ ਸਾਜ਼ਿਸ਼ ਰਚ ਰਿਹਾ ਹੈ। ਜਵਾਬ ਵਿਚ ਇਸ ਅਫ਼ਸਰ ਨੇ ਆਪਣੇ ਸਹਿਕਰਮੀ ਨੂੰ ਕਿਹਾ, "ਮੈਂ ਇਸ ਸਮੇਂ ਪੂਰੀ ਸ਼ਾਂਤੀ ਨਾਲ ਸੌਣ ਜਾ ਰਿਹਾ ਹਾਂ। ਤੁਸੀਂ ਕੱਲ੍ਹ ਸਵੇਰੇ 10 ਵਜੇ ਮੇਰੇ ਨਾਲ ਇਸ ਬਾਰੇ ਗੱਲਬਾਤ ਕਰ ਸਕਦੇ ਹੋ।" ਜਿਵੇਂ ਉਸ ਨੇ ਮੈਨੂੰ ਦੱਸਿਆ, "ਮੈਂ ਜਾਣਦਾ ਹਾਂ ਕਿ ਕੋਈ ਵੀ ਨਕਾਰਾਤਮਕ ਵਿਚਾਰ ਉਦੋਂ ਤਕ ਪ੍ਰਗਟ ਨਹੀਂ ਹੋ ਸਕਦਾ, ਜਦੋਂ ਤਕ ਕਿ ਮੈਂ ਉਸ ਵਿਚਾਰ ਦੀ ਭਾਵਨਾਤਮਕ ਅਤੇ ਮਾਨਸਿਕ ਤੌਰ 'ਤੇ ਸਵੀਕਾਰ ਨਾ ਕਰ ਲਵਾਂ। ਮੈਂ ਡਰ ਦੇ ਉਨ੍ਹਾਂ ਦੇ ਸੁਝਾਅ ਨੂੰ ਮਨ ਵਿਚ ਰੱਖਣ ਤੋਂ ਇਨਕਾਰ ਕਰਦਾ ਹਾਂ। ਇਸ ਲਈ, ਮੈਨੂੰ ਉਦੋਂ ਤਕ ਕੋਈ ਨੁਕਸਾਨ ਨਹੀਂ ਪਹੁੰਚਾ ਸਕਦਾ, ਜਦੋਂ ਤਕ ਕਿ ਮੈਂ ਇਸ ਨੂੰ ਇਜਾਜ਼ਤ ਨਾ ਦਿਆਂ।"

ਧਿਆਨ ਦਿਓ ਕਿ ਉਹ ਕਿੰਨਾ ਸ਼ਾਂਤ ਸੀ, ਕਿੰਨਾ ਠੰਢਾ, ਕਿੰਨਾ ਨਿਸ਼ਚਿੰਤ! ਉਹ ਉਤੇਜਿਤ ਨਹੀਂ ਹੋਇਆ, ਆਪਣੇ ਵਾਲਾਂ ਨੂੰ ਨਹੀਂ ਪੁੱਟਿਆ, ਜਾਂ ਆਪਣੇ ਹੱਥਾਂ ਨੂੰ ਨਹੀਂ ਮੱਲਿਆ। ਉਸ ਦੇ ਕੇਂਦਰ ਵਿਚ ਉਸ ਨੂੰ ਸ਼ਾਂਤੀ ਦਾ ਸਮੁੰਦਰ ਮਿਲਿਆ, ਇਕ ਆਤਮਿਕ ਸ਼ਾਂਤੀ ਸੀ ਅਤੇ ਉੱਥੇ ਵਿਸ਼ਾਲ ਅਡੋਲਤਾ ਸੀ।

ਆਪਣੇ-ਆਪ ਨੂੰ ਹਰ ਤਰ੍ਹਾਂ ਦੇ ਡਰ ਤੋਂ ਮੁਕਤ ਰੱਖੋ

ਡਰ ਨੂੰ ਬਾਹਰ ਕੱਢਣ ਲਈ ਇਸ ਸੰਪੂਰਨ ਫਾਰਮੂਲੇ ਜਾਂ ਸੂਤਰ ਦੀ ਵਰਤੋਂ ਕਰੋ।

> ਮੈਂ ਪਰਮਾਤਮਾ ਨੂੰ ਪੁਕਾਰਿਆਂ, ਅਤੇ ਉਸ ਨੇ ਮੈਨੂੰ ਸੁਣਿਆ, ਅਤੇ ਮੈਨੂੰ ਮੇਰੇ ਸਾਰੇ ਡਰਾਂ ਤੋਂ ਮੁਕਤ ਕਰ ਦਿੱਤਾ।
>
> **ਸਾਲਮ 34:4।**

ਪਰਮਾਤਮਾ (Lord) ਇਕ ਪ੍ਰਾਚੀਨ ਸ਼ਬਦ ਹੈ, ਜਿਸ ਦਾ ਅਰਥ ਹੈ ਕਾਨੂੰਨ – ਤੁਹਾਡੇ ਅਵਚੇਤਨ ਮਨ ਦੀ ਸ਼ਕਤੀ।

ਆਪਣੇ ਅਵਚੇਤਨ ਮਨ ਦੇ ਅਜੂਬਿਆਂ ਜਾਂ ਚਮਤਕਾਰਾਂ ਨੂੰ ਜਾਣੋ, ਅਤੇ ਇਹ ਕਿਵੇਂ ਅਤੇ ਕੀ ਕੰਮ ਕਰਦਾ ਹੈ। ਇਸ ਅਧਿਆਇ ਵਿਚ ਦੱਸੀਆਂ ਗਈਆਂ ਤਕਨੀਕਾਂ ਵਿਚ ਮੁਹਾਰਤਾਂ ਹਾਸਿਲ ਕਰੋ, ਉਸ ਨੂੰ ਅੱਜ ਤੋਂ ਹੀ, ਇਸੇ ਸਮੇਂ ਤੋਂ ਉਨ੍ਹਾਂ ਦਾ ਅਭਿਆਸ ਕਰੋ! ਤੁਹਾਡਾ ਅਵਚੇਤਨ ਜਵਾਬ ਦੇਵੇਗਾ, ਅਤੇ ਤੁਸੀਂ ਸਾਰੇ ਡਰ ਤੋਂ ਮੁਕਤ ਹੋ ਜਾਵੋਗੇ। ਮੈਂ ਪਰਮਾਤਮਾ ਨੂੰ ਭਾਲਿਆ ਅਤੇ ਉਸ ਨੇ ਮੇਰੀ ਸੁਣੀ, ਅਤੇ ਸਾਰੇ ਡਰਾਂ ਤੋਂ ਮੁਕਤੀ ਦੇ ਦਿੱਤੀ।

ਡਰ ਤੋਂ ਆਜ਼ਾਦੀ ਪਾਉਣ ਦਾ ਤਰੀਕਾ

1. ਉਹ ਕੰਮ ਕਰੋ, ਜਿਸ ਨੂੰ ਕਰਣ ਤੋਂ ਤੁਹਾਨੂੰ ਡਰ ਲੱਗਦਾ ਹੈ, ਡਰ ਦੀ ਮੌਤ ਨਿਸ਼ਚਿਤ ਹੈ। ਜੇ ਤੁਸੀਂ ਆਪਣੇ-ਆਪ ਨੂੰ ਪੂਰੇ ਵਿਸ਼ਵਾਸ ਤੇ ਆਸਥਾ ਨਾਲ ਕਹਿੰਦੇ ਹੋ, "ਮੈਂ ਇਸ ਡਰ ਨੂੰ ਜਿੱਤਣ ਜਾ ਰਿਹਾ ਹਾਂ," ਅਤੇ ਇਸ ਤਰ੍ਹਾਂ ਹੀ ਹੋਵੇਗਾ।

2. ਡਰ ਤੁਹਾਡੇ ਮਸਤਿਸ਼ਕ ਦਾ ਨਕਾਰਾਤਮਕ ਵਿਚਾਰ ਹੈ। ਇਸ ਨੂੰ ਸਿਰਜਨਾਤਮਕ ਵਿਚਾਰ ਨਾਲ ਬਦਲ ਲਓ। ਡਰ ਨੇ ਲੱਖਾਂ ਲੋਕਾਂ ਦੀ ਜਾਨ ਲਈ ਹੈ। ਵਿਸ਼ਵਾਸ ਡਰ ਨਾਲੋਂ ਵੱਡਾ ਹੈ। ਪਰਮਾਤਮਾ ਅਤੇ ਚੰਗਿਆਈ ਵਿਚ ਆਸਥਾ ਤੋਂ ਵਧ ਸ਼ਕਤੀਸ਼ਾਲੀ ਹੋਰ ਕੁੱਝ ਚੀਜ਼ ਨਹੀਂ ਹੈ।

3. ਡਰ ਇਨਸਾਨ ਦਾ ਸਭ ਤੋਂ ਵੱਡਾ ਦੁਸ਼ਮਣ ਹੈ। ਇਹ ਅਸਫਲਤਾ, ਬੀਮਰੀ ਤੇ ਖ਼ਰਾਬ ਮਨੁੱਖੀ ਰਿਸ਼ਤੀਆਂ ਦੇ ਪਿੱਛੇ ਹੈ। ਪਿਆਰ ਡਰ ਨੂੰ ਬਾਹਰ ਕੱਢਦਾ ਹੈ। ਪਿਆਰ ਜੀਵਨ ਦੀਆਂ ਚੰਗੀਆਂ ਚੀਜ਼ਾਂ ਦਾ ਭਾਵਨਾਤਮਕ ਲਗਾਉ ਹੈ। ਇਮਾਨਦਾਰੀ, ਸੰਪੂਰਨਤਾ, ਨਿਆਂ, ਸਦਭਾਵਨਾ ਤੇ ਸਫਲਤਾ ਨਾਲ ਪਿਆਰ ਕਰੋ। ਵਧੀਆ ਤੋਂ ਵਧੀਆ ਦੀ ਖ਼ੁਸ਼ੀ ਦੀ ਉਮੀਦ ਵਿਚ ਜੀਓ, ਅਤੇ ਹਮੇਸ਼ਾ ਸਭ ਤੋਂ ਵਧੀਆ ਤੁਹਾਡੇ ਕੋਲ ਆਵੇਗਾ।

4. ਡਰ ਦੇ ਸੁਝਾਵਾਂ ਨੂੰ ਉਸ ਦੇ ਉਲਟ ਨਾਲ ਮੁਕਾਬਲਾ ਕਰੋ, ਜਿਵੇਂ "ਮੈਂ ਬਹੁਤ ਵਧੀਆ ਗਾਉਂਦੀ ਹਾਂ; ਮੈਂ ਸੰਤੁਲਿਤ ਅਤੇ ਸ਼ਾਂਤ ਹਾਂ।" ਇਹ ਤੁਹਾਨੂੰ ਸ਼ਾਨਦਾਰ ਲਾਭਾਂਸ ਦਾ ਭੁਗਤਾਨ ਕਰੇਗਾ।

5. ਜ਼ੁਬਾਨੀ ਅਤੇ ਲਿਖਤੀ ਪ੍ਰੀਖਿਆ ਦੇ ਸਮੇਂ 'ਤੇ ਭੁੱਲਣ ਦੀ ਬਿਮਾਰੀ ਦੇ ਪਿੱਛੇ ਡਰ ਹੈ, ਜੋ ਪ੍ਰੀਖਿਆ ਦੌਰਾਨ ਤੁਹਾਡੇ ਤੇ ਹੱਲਾ ਬੋਲਦਾ ਹੈ। ਤੁਸੀਂ ਅਕਸਰ ਇਹ ਤਸਦੀਕ ਕਰ ਕੇ ਇਸ ਕੋਲੋਂ ਉਬਰ ਸਕਦੇ ਹੋ, "ਮੈਨੂੰ ਹਰ ਉਸ ਚੀਜ਼ ਦੀ ਆਦਰਸ਼ ਯਾਦ ਹੈ, ਜਿਸ ਨੂੰ ਜਾਣਨ ਦੀ ਮੈਨੂੰ ਲੋੜ ਹੈ।" ਕਲਪਨਾ ਕਰੋ

ਕਿ ਕੋਈ ਮਿੱਤਰ ਪ੍ਰੀਖਿਆ ਵਿਚ ਤੁਹਾਡੀ ਬਿਹਤਰੀਨ ਸਫਲਤਾ 'ਤੇ ਵਧਾਈ ਦੇ ਰਿਹਾ ਹੈ। ਦ੍ਰਿੜ੍ਹ ਰਹੋ ਅਤੇ ਤੁਸੀਂ ਜਿੱਤ ਜਾਵੋਗੇ।

6. ਜੇ ਤੁਸੀਂ ਪਾਣੀ ਪਾਰ ਕਰਨ ਤੋਂ ਡਰਦੇ ਹੋ, ਤਾਂ ਤੈਰਾਕੀ ਕਰੋ। ਤੁਹਾਡੀ ਕਲਪਨਾ ਵਿਚ ਸੁਤੰਤਰ ਤੌਰ 'ਤੇ ਖ਼ੁਸ਼ੀ ਨਾਲ ਤਰੋ। ਆਪਣੇ-ਆਪ ਨੂੰ ਮਾਨਸਿਕ ਤੌਰ 'ਤੇ ਪਾਣੀ ਵਿਚ ਉਤਾਰੋ। ਪੂਲ ਦੇ ਪਾਰ ਤੈਰਾਕੀ ਦੀ ਠੰਡਕ ਤੇ ਰੋਮਾਂਚ ਨੂੰ ਮਹਿਸੂਸ ਕਰੋ। ਇਸ ਦੀ ਸਪੱਸ਼ਟ ਤਸਵੀਰ ਬਣਾ ਲਓ। ਜਦੋਂ ਤੁਸੀਂ ਇਹ ਕੰਮ ਵਿਸ਼ਵਾਸ ਨਾਲ ਕਰਦੇ ਹੋ, ਉਦੋਂ ਤੁਸੀਂ ਪਾਣੀ ਵਿਚ ਜਾਣ ਤੇ ਇਸ ਨੂੰ ਜਿੱਤਣ ਲਈ ਮਜ਼ਬੂਰ ਹੋ ਜਾਂਦੇ ਹੋ। ਇਹ ਤੁਹਾਡੇ ਮਸਤਿਸ਼ਕ ਦਾ ਨਿਯਮ ਹੈ।

7. ਜੇ ਤੁਹਾਨੂੰ ਬੰਦ ਥਾਵਾਂ ਜਿਵੇਂ ਲਿਫਟ ਤੋਂ ਡਰ ਲੱਗਦਾ ਹੋਵੇ, ਤਾਂ ਮਾਨਸਿਕ ਤੌਰ 'ਤੇ ਲਿਫਟ ਦੀ ਸਵਾਰੀ ਕਰੋ ਤੇ ਇਸ ਦੇ ਸਾਰੇ ਹਿੱਸਿਆਂ ਅਤੇ ਕੰਮਾਂ ਦੀ ਇਮਾਨਦਾਰੀ ਨਾਲ ਸ਼ਲਾਘਾ ਕਰੋ। ਤੁਸੀਂ ਇਹ ਦੇਖ ਕੇ ਹੈਰਾਨ ਰਹਿ ਜਾਓਗੇ ਕਿ ਤੁਹਾਡਾ ਡਰ ਕਿੰਨੀ ਛੇਤੀ ਗਾਇਬ ਹੋ ਜਾਂਦਾ ਹੈ।

8. ਤੁਸੀਂ ਸਿਰਫ਼ ਦੋ ਤਰ੍ਹਾਂ ਦੇ ਡਰ ਨਾਲ ਪੈਦਾ ਹੋਏ ਹੋ, ਡਿੱਗਣ ਦਾ ਅਤੇ ਰੌਲੇ ਦਾ। ਬਾਕੀ ਸਾਰੇ ਡਰ ਬਾਅਦ ਵਿਚ ਸ਼ਾਮਿਲ ਕੀਤੇ ਗਏ ਸਨ, ਉਨ੍ਹਾਂ ਤੋਂ ਮੁਕਤੀ ਪਾਓ।

9. ਸਧਾਰਨ ਡਰ ਚੰਗਾ ਹੁੰਦਾ ਹੈ। ਅਸਧਾਰਨ ਡਰ ਬੜਾ ਬੁਰਾ ਤੇ ਵਿਨਾਸ਼ਕਾਰੀ। ਹਮੇਸ਼ਾ ਡਰ ਤੋਂ ਘਿਰੇ ਰਹਿਣਾ ਅਜਿਹੇ ਵਿਚਾਰ ਅਸਧਾਰਨ ਡਰ, ਜਨੂੰਨ ਅਤੇ ਜਟਿਲਤਾ ਵਿਚ ਤਬਦੀਲ ਹੋ ਜਾਂਦੇ ਹਨ। ਕਿਸੇ ਚੀਜ਼ ਨਾਲ ਲਗਾਤਾਰ ਡਰਨ ਤੋਂ ਦਹਿਸ਼ਤ ਅਤੇ ਆਂਤਕ ਦਾ ਅਹਿਸਾਸ ਉਤਪੰਨ ਹੋ ਜਾਂਦਾ ਹੈ।

10. ਤੁਸੀਂ ਅਸਧਾਰਨ ਡਰ ਨੂੰ ਜਿੱਤ ਸਕਦੇ ਹੋ, ਜਦੋਂ ਤੁਸੀਂ ਇਹ ਜਾਣ ਜਾਂਦੇ ਹੋ ਕਿ ਤੁਹਾਡੇ ਅਵਚੇਤਨ ਮਨ ਦੀ ਸ਼ਕਤੀ ਹਾਲਾਤਾਂ ਨੂੰ ਬਦਲ ਸਕਦੀ ਹੈ ਅਤੇ ਤੁਹਾਡੇ ਦਿਲ ਦੀ ਪ੍ਰਬਲ ਇੱਛਾਵਾਂ ਨੂੰ ਸਾਕਾਰ ਕਰ ਸਕਦੀ ਹੈ। ਆਪਣੀ ਇੱਛਾ ਉੱਤੇ ਇਕਦਮ ਧਿਆਨ ਦਿਓ ਅਤੇ ਇਸਦੇ ਪ੍ਰਤੀ ਸਮਰਪਤ ਰਹੋ, ਜੋ ਤੁਹਾਡੇ ਡਰ ਦੇ ਵਿਪਰੀਤ ਹੈ। ਇਹੀ ਉਹ ਪਿਆਰ ਹੈ, ਜੋ ਡਰ ਨੂੰ ਦੂਰ ਦੋੜਾਉਂਦਾ ਹੈ।

11. ਜੇ ਤੁਸੀਂ ਅਸਫਲਤਾ ਨਾਲ ਡਰਦੇ ਹੋ, ਤਾਂ ਸਫਲਤਾ ਵੱਲ ਧਿਆਨ ਦਿਓ। ਜੇ ਤੁਸੀਂ ਬਿਮਾਰੀ ਤੋਂ ਡਰਦੇ ਹੋ, ਤਾਂ ਸੰਪੂਰਨ ਸਿਹਤ ਵੱਲ ਧਿਆਨ ਦਿਓ। ਜੇ ਤੁਸੀਂ ਕਿਸੇ ਦੁਰਘਟਨਾ ਤੋਂ ਡਰਦੇ ਹੋ, ਤਾਂ ਪਰਮਾਤਮਾ ਦੇ ਅਗਵਾਈ ਅਤੇ ਸੁਰਖਿਆ ਵੱਲ ਧਿਆਨ ਦਿਓ। ਜੇ ਤੁਸੀਂ ਮੌਤ ਨਾਲੋਂ ਡਰਦੇ ਹੋ, ਤਾਂ ਸਦੀਵੀ ਜੀਵਨ ਬਾਰੇ ਸੋਚੋ। ਪਰਮਾਤਮਾ ਜੀਵਨ ਹੈ ਅਤੇ ਇਹੀ ਹੁਣ ਤੁਹਾਡਾ ਜੀਵਨ ਹੈ।

12. ਬਦਲ ਦਾ ਮਹਾਨ ਨਿਯਮ ਡਰ ਦਾ ਜਵਾਬ ਹੈ। ਤੁਸੀਂ ਜਿਸ ਚੀਜ਼ ਤੋਂ ਡਰਦੇ ਹੋ, ਉਸਦਾ ਹੱਲ ਤੁਹਾਡੀ ਇੱਛਾ ਦੇ ਰੂਪ ਵਿਚ ਹੈ। ਜੇ ਤੁਸੀਂ ਬੀਮਾਰ ਹੋ, ਤਾਂ ਤੁਸੀਂ ਸਿਹਤ ਦੀ ਇੱਛਾ ਕਰਦੇ ਹੋ। ਜੇ ਤੁਸੀਂ ਡਰ ਦੀ ਕੈਦ ਵਿਚ ਹੋ, ਤਾਂ ਤੁਸੀਂ ਆਜ਼ਾਦੀ ਦੀ ਇੱਛਾ ਕਰਦੇ ਹੋ। ਚੰਗੇ ਦੀ ਉਮੀਦ ਕਰੋ। ਮਾਨਸਿਕ ਤੌਰ 'ਤੇ ਚੰਗਿਆਈ 'ਤੇ ਧਿਆਨ ਕੇਂਦ੍ਰਿਤ ਕਰੋ, ਤੇ ਜਾਣੋ ਕਿ ਤੁਹਾਡਾ ਅਵਚੇਤਨ ਮਨ ਤੁਹਾਨੂੰ ਹਮੇਸ਼ਾ ਜਵਾਬ ਦਿੰਦਾ ਹੈ। ਇਹ ਕਦੇ ਅਸਫਲ ਨਹੀਂ ਹੁੰਦਾ।

13. ਜਿਨ੍ਹਾਂ ਚੀਜ਼ਾਂ ਤੋਂ ਤੁਸੀਂ ਡਰਦੇ ਹੋ, ਉਹ ਅਸਲ ਵਿੱਚ ਤੁਹਾਡੇ ਮਸਤਿਸ਼ਕ ਦੇ ਵਿਚਾਰਾਂ ਤੋਂ ਇਲਾਵਾ ਕਿਤੇ ਮੌਜੂਦ ਨਹੀਂ ਹੁੰਦੀਆਂ ਹਨ। ਵਿਚਾਰ ਰਚਨਾਤਮਕ ਹੁੰਦੇ ਹਨ। ਇਸ ਲਈ, ਜਾਬ ਨੇ ਕਿਹਾ ਸੀ, ਜਿਸ ਚੀਜ਼ ਤੋਂ ਮੈਂ ਡਰਦਾ ਸੀ, ਉਹ ਮੇਰੇ 'ਤੇ ਆ ਗਿਆ ਹੈ। ਚੰਗਾ ਸੋਚੋ, ਤਾਂ ਚੰਗਾ ਹੀ ਹੋਵੇਗਾ।

14. ਆਪਣੇ ਡਰ ਵੱਲ ਦੇਖੋ। ਉਨ੍ਹਾਂ ਨੂੰ ਤਰਕ ਦੀ ਰੋਸ਼ਨੀ ਵਿਚ ਦੇਖੋ। ਆਪਣੇ ਡਰ 'ਤੇ ਹੱਸਣਾ ਸਿੱਖੋ। ਇਹ ਸਭ ਤੋਂ ਵਧੀਆ ਦਵਾਈ ਹੈ।

15. ਆਪਣੇ ਵਿਚਾਰਾਂ ਤੋਂ ਇਲਾਵਾ ਕੋਈ ਹੋਰ ਚੀਜ਼ ਤੁਹਾਨੂੰ ਪਰੇਸ਼ਾਨ ਨਹੀਂ ਕਰ ਸਕਦੀ। ਸੁਝਾਵਾਂ, ਕਥਨਾਂ ਜਾਂ ਕਿਸੇ ਹੋਰ ਨੂੰ ਧਮਕੀਆਂ ਦੇਣ 'ਚ ਕੋਈ ਸ਼ਕਤੀ ਨਹੀਂ ਹੈ। ਸ਼ਕਤੀ ਤੁਹਾਡੇ ਅੰਦਰ ਹੈ ਅਤੇ ਜਦੋਂ ਤੁਹਾਡੇ ਵਿਚਾਰ ਉਸ 'ਤੇ ਕੇਂਦ੍ਰਿਤ ਹਨ, ਤਾਂ ਪਰਮਾਤਮਾ ਦੀ ਸ਼ਕਤੀ ਤੁਹਾਡੇ ਭਲਿਆਈ ਦੇ ਵਿਚਾਰਾਂ ਨਾਲ ਹਨ। ਇੱਥੇ ਸਿਰਫ਼ ਇਕ ਹੀ ਰਚਨਾਤਮਕ ਸ਼ਕਤੀ ਹੈ ਅਤੇ ਇਹ ਸਦਭਾਵ ਦੇ ਰੂਪ ਵਿਚ ਘੁੰਮਦੀ ਹੈ। ਇਸ ਵਿਚ ਕੋਈ ਵੰਡ ਜਾਂ ਟਕਰਾਅ ਨਹੀਂ ਹੈ। ਇਸਦਾ ਸ੍ਰੋਤ ਪਿਆਰ ਹੈ। ਇਸ ਲਈ, ਪਰਮਾਤਮਾ ਦੀ ਸ਼ਕਤੀ ਤੁਹਾਡੇ ਚੰਗਿਆਈ ਦੇ ਵਿਚਾਰਾਂ ਨਾਲ ਹੈ।

ਹਮੇਸ਼ਾ ਜਵਾਨ ਰਹਿਣ ਲਈ ਕਿਵੇਂ ਉਤਸਾਹਿਤ ਰਹੀਏ

ਤੁਹਾਡਾ ਅਵਚੇਤਨ ਮਨ ਕਦੇ ਬੁੱਢਾ ਨਹੀਂ ਹੁੰਦਾ। ਇਹ ਅਜ਼ਰ, ਅਮਰ ਤੇ ਅਨੰਤ ਹੈ। ਇਹ ਪਰਮਾਤਮਾ ਦੇ ਸਦੀਵੀ ਮਸਤਿਸ਼ਕ ਦਾ ਅੰਸ਼ ਹੈ, ਜੋ ਨਾ ਕਦੇ ਪੈਦਾ ਹੋਇਆ ਹੈ, ਨਾ ਹੀ ਕਦੇ ਮਰੇਗਾ।

ਥਕਾਨ ਜਾਂ ਬੁੱਢੇਪਾ, ਤੁਹਾਡੀ ਅਧਿਆਤਮਕ ਗੁਣਵੱਤਾ ਜਾਂ ਸ਼ਕਤੀ 'ਤੇ ਕੋਈ ਪ੍ਰਭਾਵ ਨਹੀਂ ਪਾਉਂਦਾ। ਧੀਰਜ, ਦਿਆਲੁਤਾ, ਸੱਚਾਈ, ਨਿਮਰਤਾ, ਸਦਭਾਵਨਾ, ਸ਼ਾਂਤੀ, ਇਕਸੁਰਤਾ ਅਤੇ ਭਾਈਚਾਰਕ ਪਿਆਰਅਜਿਹੇ ਗੁਣ ਹਨ, ਜੋ ਕਦੇ ਬੁੱਢੇ ਨਹੀਂ ਹੁੰਦੇ। ਜੇ ਤੁਸੀਂ ਇਨ੍ਹਾਂ ਗੁਣਾਂ ਨੂੰ ਆਪਣੇ ਜੀਵਨ ਵਿਚ ਲਗਾਤਾਰ ਵੱਧਣ-ਫੁੱਲਣ ਦਿੰਦੇ ਹੋ, ਤਾਂ ਤੁਸੀਂ ਹਮੇਸ਼ਾ ਮਨ ਨਾਲ ਜਵਾਨ ਬਣੇ ਰਹਿੰਦੇ ਹੋ।

ਮੈਨੂੰ ਯਾਦ ਹੈ ਕਿ ਕੁਝ ਸਾਲ ਪਹਿਲਾਂ ਮੈਂ ਮੈਗਜ਼ੀਨ ਵਿਚ ਇਕ ਲੇਖ ਪੜ੍ਹਿਆ ਸੀ, ਜਿਸ ਅਨੁਸਾਰ ਓਹਿਯੋ ਦੇ ਸਿਨਸਿਨਾਟੀ ਸ਼ਹਿਰ ਦੇ ਡੀ. ਕੋਰਸੀ ਕਲੀਨਿਕ ਵਿਚ ਮਸ਼ਹੂਰ ਡਾਕਟਰਾਂ ਦੇ ਸਮੂਹ ਨੇ ਦੱਸਿਆ ਕਿ ਸਰੀਰ ਵਿਚ ਵੱਧਦੇ ਵਿਕਾਰਾਂ ਲਈ ਉਮਰ ਜਿੰਮੇਵਾਰ ਨਹੀਂ ਹੈ। ਇਨ੍ਹਾਂ ਡਾਕਟਰਾਂ ਨੇ ਇਹ ਵੀ ਦੱਸਿਆ ਕਿ ਇਹ ਸਮਾਂ ਨਹੀਂ, ਬਲਕਿ ਸਮੇਂ ਦਾ ਡਰ ਹੈ, ਜੋ ਸਾਡੇ ਦਿਲੋ-ਦਿਮਾਗ਼' ਤੇ ਬੁਢਾਪੇ ਦਾ ਹਾਨੀਕਾਰਕ ਪ੍ਰਭਾਵ ਪਾਉਂਦਾ ਹੈ। ਇਸ ਤੋਂ ਇਲਾਵਾ ਸਮੇਂ ਤੋਂ ਪਹਿਲਾਂ ਬੁਢਾਪੇ ਦਾ ਕਾਰਨ ਸਾਡੀਆਂ ਨਸਾਂ ਵਿਚ ਸਮਾਏ ਉਮਰ ਦੇ ਡਰ ਦਾ ਪ੍ਰਭਾਵ ਵੀ ਹੋ ਸਕਦਾ ਹੈ।

ਇੰਨੇ ਸਾਲਾਂ ਦੀ ਸਮਾਜਿਕ ਸਕ੍ਰੀਅਤਾ ਵਿਚ ਮੈਨੂੰ ਮਸ਼ਹੂਰ ਵਿਅਕਤੀਆਂ ਦੀ ਜੀਵਨੀ ਪੜ੍ਹਨ ਦਾ ਮੌਕਾ ਮਿਲਿਆ, ਜਿਨ੍ਹਾਂ ਨੇ ਆਪਣੀ ਉਸਾਰੂ ਗਤੀਵਿਧੀਆਂ ਜੀਵਨ ਦੀ ਆਮ ਅਵਧੀ ਤੋਂ ਜ਼ਿਆਦਾ ਸਾਲਾਂ ਤਕ ਜਾਰੀ ਰੱਖੀਆਂ ਸਨ। ਉਨ੍ਹਾਂ ਵਿਚੋਂ ਕੁਝ ਨੇ ਤਾਂ ਆਪਣੀ ਮਹਾਨਤਾ ਬੁਢਾਪੇ ਵਿਚ ਹਾਸਿਲ ਕੀਤੀ ਸੀ। ਇਹ ਮੇਰਾ ਸੁਭਾਗ ਰਿਹਾ ਹੈ ਕਿ ਮੈਂ ਅਜਿਹੇ ਅਸੰਖ ਵਿਅਕਤੀਆਂ ਨਾਲ ਮਿਲ ਚੁੱਕਿਆ ਹਾਂ

ਅਤੇ ਉਨ੍ਹਾਂ ਨੂੰ ਜਾਨਦਾ ਹਾਂ, ਜੋ ਕਿਸੇ ਖ਼ਾਸ ਮੁਕਾਮ 'ਤੇ ਨਹੀਂ ਪੁੱਜੇ, ਪਰ ਆਪਣੇ ਨਿਮਰ ਅੰਦਾਜ਼ ਵਿਚ ਉਨ੍ਹਾਂ ਨੇ ਇਹ ਸਾਬਤ ਕਰ ਦਿਖਾਇਆ ਹੈ ਕਿ ਬੁਢਾਪਾ ਮਸਤਿਸ਼ਕ ਅਤੇ ਸਰੀਰ ਦੀ ਰਚਨਾਤਮਕ ਸ਼ਕਤੀਆਂ ਨੂੰ ਨਸ਼ਟ ਨਹੀਂ ਕਰਦਾ।

ਆਪਣੀ ਸੋਚ ਵਿਚ ਉਹ ਬੁੱਢਾ ਹੋ ਗਿਆ ਸੀ

ਕੁੱਝ ਸਾਲ ਪਹਿਲਾਂ ਮੈਂ ਲੰਡਨ ਵਿਚ ਇਕ ਪੁਰਾਣੇ ਦੋਸਤ ਨੂੰ ਮਿਲਿਆ। ਉਹ ਉਸੇ ਵੇਲੇ ਅੱਸੀਆਂ ਸਾਲਾਂ ਤੋਂ ਉਪਰ ਸੀ, ਉਹ ਕਮਜ਼ੋਰ ਤੇ ਬੀਮਾਰ ਲੱਗ ਰਿਹਾ ਸੀ, ਅਤੇ ਜ਼ਾਹਿਰ ਹੈ ਉਹ ਆਪਣੇ ਆਉਣ ਵਾਲੇ ਸਮੇਂ ਦੇ ਅੱਗੇ ਝੁੱਕ ਰਿਹਾ ਸੀ। ਸਾਡੀ ਗੱਲਬਾਤ ਨਾਲ ਜ਼ਾਹਿਰ ਹੋਇਆ ਕਿ ਉਸਦੀ ਸ਼ਰੀਰਕ ਕਮਜ਼ੋਰੀ, ਉਸ ਵਿਚ ਨਿਰਾਸ਼ਾ ਦਾ ਅਹਿਸਾਸ ਅਤੇ ਸਭ-ਕੁੱਝ ਬਿਗੜਨ ਕਾਰਨ ਉਸਦਾ ਜੀਵਨ ਨਿਸ਼ਕ੍ਰੀਅ ਹੋ ਰਿਹਾ ਸੀ। ਉਸਦੀ ਸ਼ਿਕਾਇਤ ਸੀ ਕਿ ਉਹ ਬੇਕਾਰ ਹੈ ਅਤੇ ਉਸਦੀ ਕਿਸੇ ਨੂੰ ਲੋੜ ਨਹੀਂ ਹੈ। ਆਸਰਹਿਤ ਹੋਣ ਕਾਰਨ ਉਸਨੇ ਆਪਣੀ ਮਿਥਿਆ ਦਾਰਸ਼ਨਿਕਤਾ ਨੂੰ ਪ੍ਰਗਟ ਕੀਤਾ, "ਅਸੀਂ ਪੈਦਾ ਹੁੰਦੇ ਹਾਂ, ਵੱਡੇ ਹੁੰਦੇ ਹਾਂ, ਬੁੱਢੇ ਹੁੰਦੇ ਹਾਂ ਅਤੇ ਮਰ ਜਾਂਦੇ ਹਾਂ। ਬਸ ਕਹਾਣੀ ਖਤਮ ਹੋ ਜਾਂਦੀ ਹੈ।"

ਬੇਅਰਥੀ ਤੇ ਮਹੱਤਵਹੀਣਤਾ ਦੇ ਮਾਨਸਿਕ ਰਵੱਈਏ ਦੇ ਕਾਰਣ, ਉਹ ਬੀਮਾਰ ਸੀ। ਉਹ ਸਿਰਫ਼ ਬੁਢਾਪੇ ਨੂੰ ਦੇਖ ਰਿਹਾ ਸੀ ਅਤੇ ਉਸ ਤੋਂ ਬਾਅਦ – ਕੁੱਝ ਨਹੀਂ। ਦਰਅਸਲ ਉਹ ਆਪਣੇ ਵਿਚਾਰਾਂ ਵਿਚ ਬੁੱਢਾ ਹੋ ਗਿਆ ਸੀ ਅਤੇ ਉਸਦੇ ਅਵਚੇਤਨ ਮਨ ਨੇ ਹਰ ਉਸ ਚੀਜ਼ ਨੂੰ ਸਾਕਾਰ ਕਰ ਦਿੱਤਾ, ਜੋ ਉਸ ਦੀ ਆਦਤਨ ਸੋਚ ਦੇ ਅਨੁਸਾਰ ਸੀ।

ਬੁਢਾਪਾ ਬੁੱਧੀ ਦਾ ਪਹੁਫੁਟਾਲਾ

ਬਦਕਿਸਮਤੀ ਨਾਲ ਕਈ ਲੋਕ ਇਸ ਦੁਖੀ ਵਿਅਕਤੀ ਵਾਂਗ ਨਜ਼ਰੀਆ ਵਿਕਸਤ ਕਰ ਲੈਂਦੇ ਹਨ। ਉਨ੍ਹਾਂ ਨੂੰ ਉਸ ਚੀਜ਼ ਕੋਲੋਂ ਡਰ ਲੱਗਦਾ ਹੈ, ਜਿਸ ਨੂੰ ਉਹ "ਬੁਢਾਪਾ," ਅੰਤ ਤੇ ਸਮਾਪਤੀ ਕਹਿੰਦੇ ਹਨ। ਦਰਅਸਲ ਇਸਦਾ ਇਹ ਮਤਲਬ ਹੈ ਕਿ ਉਹ ਜੀਵਨ ਤੋਂ ਡਰ ਰਹੇ ਹਨ। ਲੇਕਿਨ ਜੀਵਨ ਅਨੰਤ ਹੈ। ਬੁਢਾਪਾ ਸਾਲਾਂ ਦੀ ਉਡਾਨ ਨਹੀਂ, ਬਲਕਿ ਬੁੱਧੀ ਦਾ ਪਹੁਫੁਟਾਲਾ ਹੈ।

ਬੁੱਧੀ ਤੁਹਾਡੇ ਅਵਚੇਤਨ ਮਨ ਵਿਚ ਅੰਤਰੀਵ ਜ਼ਬਰਦਸਤ ਅਧਿਆਤਮਿਕ ਸ਼ਕਤੀਆਂ ਦੀ ਜਾਗਰੁਕਤਾ ਹੈ ਤੇ ਇਹ ਗਿਆਨ ਹੈ ਕਿ ਸੰਪੂਰਨ ਤੇ ਸੁਖੀ ਜੀਵਨ ਜਿਉਣ ਲਈ ਇਨ੍ਹਾਂ ਸ਼ਕਤੀਆਂ ਦੀਵਰਤੋਂ ਕਿਵੇਂ ਕੀਤੀ ਜਾਵੇ। ਆਪਣੇ ਦਿਮਾਗ਼ ਤੋਂ ਇਹ ਗੱਲ ਹਮੇਸ਼ਾ ਲਈ ਕੱਢ ਦਿਓ ਕਿ ਪੈਂਹਠ, ਪੰਜ਼ਹੱਤਰ ਜਾਂ ਪੱਚਾਸੀ ਸਾਲ ਦੀ ਉਮਰ ਤੁਹਾਡੇ ਜਾਂ ਕਿਸੇ ਹੋਰ ਲਈ ਅੰਤ ਦਾ ਦੂਜਾ ਨਾਂ ਹੈ। ਇਹ ਸ਼ਾਨਦਾਰ, ਲਾਹੇਵੰਦ, ਸਰਗਰਮ ਅਤੇ ਸਭ ਤੋਂ ਜ਼ਿਆਦਾ ਉਪਯੋਗੀ ਜੀਵਨ-ਤੰਤਰ

ਦੀ ਸ਼ੁਰੂਆਤ ਹੋ ਸਕਦੀ ਹੈ, ਸ਼ਾਇਦ ਪਹਿਲਾਂ ਤੋਂ ਵੀ ਜ਼ਿਆਦਾ ਚੰਗੀ। ਇਸ 'ਤੇ ਯਕੀਨ ਕਰੋ, ਇਸਦੀ ਆਸ ਕਰੋ ਅਤੇ ਤੁਹਾਡਾ ਅਵਚੇਤਨ ਇਸ ਨੂੰ ਸਾਕਾਰ ਕਰ ਦੇਵੇਗਾ।

ਪਰਿਵਰਤਨ ਦਾ ਸੁਆਗਤ ਕਰੋ

ਬੁਢਾਪਾ ਕੋਈ ਦੁਖਦ ਘਟਨਾ ਨਹੀਂ ਹੈ। ਅਸੀਂ ਜਿਸ ਨੂੰ ਬੁਢਾਪੇ ਦੀ ਪ੍ਰਕਿਰਿਆ ਕਹਿੰਦੇ ਹਾਂ, ਉਹ ਦਰਅਸਲ ਪਰਿਵਰਤਨ ਹੈ। ਇਸਦਾ ਖ਼ੁਸ਼ੀ ਨਾਲ ਸੁਆਗਤ ਕੀਤਾ ਜਾਣਾ ਚਾਹੀਦਾ ਹੈ। ਮਨੁੱਖੀ ਜੀਵਨ ਦਾ ਹਰ ਪਹਿਲੂ ਉਸ ਰਾਹ 'ਤੇ ਅੱਗੇ ਵੱਲ ਇਕ ਕਦਮ ਹੈ, ਜਿਸਦਾ ਕੋਈ ਅੰਤ ਨਹੀਂ ਹੈ। ਸਾਡੇ ਕੋਲ ਅਜਿਹੀ ਵਾਧੂ ਸ਼ਕਤੀਆਂ ਹਨ, ਜੋ ਸਾਡੇ ਸਰੀਰਕ ਸ਼ਕਤੀਆਂ ਦੀ ਸੀਮਾਵਾਂ ਤੋਂ ਪਾਰ ਜਾਂਦੀਆਂ ਹਨ। ਸਾਡੇ ਕੋਲ ਅਦਭੁੱਤ ਇੰਦਰੀਆਂ ਹਨ, ਜੋ ਸਾਡੀ ਪੰਜ ਸਰੀਰਕ ਇੰਦਰੀਆਂ ਦੀ ਸੀਮਾਵਾਂ ਨੂੰ ਪਾਰ ਕਰ ਜਾਂਦੀਆਂ ਹਨ।

ਵਿਗਿਆਨੀਆਂ ਨੂੰ ਅੱਜ ਅਜਿਹੇ ਸਕਾਰਾਤਮਕ ਨਿਰਵਿਵਾਦ ਸਬੂਤ ਮਿਲ ਰਹੇ ਹਨ ਕਿ ਮਨੁੱਖ ਦੇ ਚੇਤਨ ਵਿਚ ਕੁੱਝ ਅਜਿਹਾ ਹੈ ਜੋ ਉਸਦੇ ਮੌਜੂਦਾ ਸਰੀਰ ਨੂੰ ਛੱਡ ਕੇ ਹਜ਼ਾਰਾਂ ਮੀਲਾਂ ਦੂਰ ਤੱਕ ਦੇਖ, ਸੁਣ, ਛੂਹ ਅਤੇ ਲੋਕਾਂ ਨਾਲ ਗੱਲਾਂ ਕਰ ਸਕਦਾ ਹੈ, ਹਾਲਾਂਕਿ ਉਸਦਾ ਭੌਤਿਕ ਸ਼ਰੀਰ ਨੇ ਉਸ ਸੋਫੇ ਨੂੰ ਨਹੀਂ ਛੱਡਿਆ ਸੀ, ਜਿੱਥੇ ਉਹ ਲੈਟਾ ਹੋਇਆ ਸੀ।

ਮਨੁੱਖੀ ਜੀਵਨ ਅਧਿਆਤਮਿਕ ਤੇ ਸਦੀਵੀ ਹੈ। ਸਾਨੂੰ ਕਦੇ ਬੁੱਢੇ ਹੋਣ ਦੀ ਲੋੜ ਨਹੀਂ ਹੈ, ਕਿਉਂਕਿ ਜੀਵਨ ਜਾਂ ਪਰਮਾਤਮਾ ਕਦੇ ਬੁੱਢਾ ਨਹੀਂ ਹੋ ਸਕਦਾ। ਬਾਈਬਲ ਵਿਚ ਕਿਹਾ ਗਿਆ ਹੈ ਕਿ ਪਰਮਾਤਮਾ ਹੀ ਜੀਵਨ ਹੈ। ਜੀਵਨ ਨਿੱਤ ਨਵਾਂ ਹੋਣ ਵਾਲਾ, ਸਦੀਵੀ ਤੇ ਅਵਿਨਾਸ਼ੀ ਹੈ ਅਤੇ ਇਹ ਸਾਰੇ ਲੋਕਾਂ ਬਾਰੇ ਸੱਚ ਵੀ ਹੈ।

ਜੀਵਤ ਰਹਿਣ ਦਾ ਸਬੂਤ

ਬ੍ਰਿਟੇਨ ਅਤੇ ਅਮਰੀਕਾ ਦੀ ਕਈ ਮਨੋਵਿਗਿਆਨਿਕ ਸ਼ੋਧ ਸੰਸਥਾਨਾਂ ਦੁਆਰਾ ਇਕੱਤਰ ਕੀਤੇ ਗਏ ਸਬੂਤ ਬਹੁਤ ਜ਼ਿਆਦਾ ਹਨ। ਤੁਸੀਂ ਕਿਸੇ ਵੀ ਮਹਾਨਗਰ ਦੀ ਲਾਇਬ੍ਰੇਰੀ ਵਿਚ ਜਾ ਕੇ ਮਨੋਵਿਗਿਆਨੀ ਸ਼ੋਧ ਦੀ ਕਾਰਵਾਈਆਂ ਦੇ ਗ੍ਰੰਥਾਂ ਨੂੰ ਦੇਖ ਸਕਦੇ ਹੋ। ਇਨ੍ਹਾਂ ਖੋਜਾਂ ਦਾ ਮੁੱਖ ਆਧਾਰ ਵਿਸ਼ਿਸ਼ਟ ਵਿਗਿਆਨੀਆਂ ਦੀ ਮਿਰਤੂ ਤੋਂ ਬਾਅਦ ਜੀਵਤ ਹੋ ਜਾਣਾ ਹੈ। ਇਹ ਮਿਰਤੂ ਦੇ ਬਾਅਦ ਜੀਵਨ ਦੇ ਸੱਚ 'ਤੇ ਕੀਤੇ ਗਏ ਵਿਗਿਆਨਿਕ ਪ੍ਰਯੋਗ ਹਨ ਅਤੇ ਇਨ੍ਹਾਂ ਦੀ ਰਿਪੋਰਟ ਹੈਰਾਨ ਕਰ ਦੇਣ ਵਾਲੀ ਹੈ। ਇਨ੍ਹਾਂ ਨੂੰ ਅਮਰੀਕਨ ਮਨੋਵਿਗਿਆਨੀ ਸੰਸਥਾਨ ਦੇ ਡਾਇਰੈਕਟਰ ਹੇਰੇਵਾਰਡ ਕੈਰਿੰਗਟਨ ਦੁਆਰਾ ਪ੍ਰਕਾਸ਼ਿਤ ਕੀਤਾ ਗਿਆ ਹੈ।

ਜੀਵਨ ਹੈ

ਇਕ ਮਹਿਲਾ ਨੇ ਇਕ ਵਾਰੀ ਬਿਜਲੀ ਦੇ ਜਾਦੂਗਰ ਥਾੱਮਸ ਐਡੀਸਨ ਨੂੰ ਪੁੱਛਿਆ ਸੀ, "ਮਿ. ਐਡੀਸਨ, ਬਿਜਲੀ ਕੀ ਹੈ?"

ਉਨ੍ਹਾਂ ਨੇ ਜਵਾਬ ਦਿੱਤਾ, "ਮੈਡਮ, ਬਿਜਲੀ ਹੈ। ਇਸਦੀਵਰਤੋਂ ਕਰੋ।"

ਬਿਜਲੀ ਉਹ ਨਾਂ ਹੈ, ਜੋ ਇਕ ਅਦ੍ਰਿਸ਼ ਸ਼ਕਤੀ ਹੈ, ਜਿਸ ਨੂੰ ਅਸੀਂ ਪੂਰੀ ਤਰ੍ਹਾਂ ਨਹੀਂ ਸਮਝਦੇ, ਬਹਰਹਾਲ, ਬਿਜਲੀ ਦੇ ਸਿਧਾਂਤਾਂ ਅਤੇ ਇਸਦੇ ਪ੍ਰਯੋਗਾਂ ਬਾਰੇ ਅਸੀਂ ਜਿੰਨਾ ਸਿੱਖ ਸਕਦੇ ਹਾਂ, ਸਿੱਖਦੇ ਹਾਂ। ਅਸੀਂ ਅਸੰਖ ਤਰੀਕਿਆਂ ਨਾਲ ਇਸਦੀਵਰਤੋਂ ਕਰਦੇ ਹਾਂ।ਵਿਗਿਆਨਕ ਆਪਣੀਆਂ ਅੱਖਾਂ ਨਾਲ ਇਲੈਕਟਰੋਨ ਨੂੰ ਨਹੀਂ ਦੇਖ ਸਕਦੇ, ਫਿਰ ਵੀ ਉਹ ਇਸ ਨੂੰ ਵਿਗਿਆਨਕ ਤੱਥ ਦੇ ਤੌਰ 'ਤੇ ਸਵੀਕਾਰ ਕਰਦੇ ਹਨ, ਕਿਉਂਕਿ ਇਹ ਹੋਰ ਪ੍ਰਯੋਗਾਤਮਕ ਸਬੂਤਾਂ ਨਾਲ ਮੇਲ ਖਾਣ ਵਾਲਾ ਇਕੱਲਾ ਜਾਇਜ਼ ਨਤੀਜਾ ਹੈ। ਅਸੀਂ ਜੀਵਨ ਨੂੰ ਨਹੀਂ ਦੇਖ ਸਕਦੇ। ਬਹਰਹਾਲ, ਅਸੀਂ ਜਾਣਦੇ ਹਾਂ ਕਿ ਅਸੀਂ ਜਿੰਦਾ ਹਾਂ। ਜੀਵਨ ਹੈ, ਅਤੇ ਅਸੀਂ ਇਥੇ ਇਸ ਨੂੰ ਇਸਦੀ ਪੂਰੀ ਸੁੰਦਰਤਾ ਅਤੇ ਮਹਿਮਾ ਵਿਚ ਵਿਅਕਤ ਕਰਣ ਲਈ ਆਏ ਹਾਂ।

ਮਸਤਿਸ਼ਕ ਅਤੇ ਆਤਮਾ ਕਦੇ ਬੁੱਢੇ ਨਹੀਂ ਹੁੰਦੇ

> ਬਾਈਬਲ ਕਹਿੰਦੀ ਹੈ, ਅਤੇ ਇਹ ਸਦੀਵੀ ਜੀਵਨ ਹੈ, ਤਾਂ ਕਿ ਉਹ ਤੁਹਾਨੂੰ ਇਕਲੌਤੇ ਸੱਚੇ ਪਰਮਾਤਮਾ ਦੇ ਰੂਪ ਵਿਚ ਜਾਣ ਸਕੇ।
>
> **ਜਾੱਨ 17:3।**

ਜੋ ਵੀ ਸੋਚਦਾ ਹੈ ਜਾਂ ਮੰਨਦਾ ਹੈ ਕਿ ਜਨਮ, ਕਿਸ਼ੋਰ ਅਵਸਥਾ, ਜਵਾਨੀ, ਪ੍ਰੌੜਤਾ ਤੇ ਬੁਢਾਪੇ ਦਾ ਧਰਤੀ ਤੇ ਚੱਕਰ ਹੀ ਜੀਵਨ ਹੈ, ਉਹ ਅਸਲ ਵਿਚ ਦਇਆ ਦਾ ਪਾਤਰ ਹੈ। ਇਸ ਤਰ੍ਹਾਂ ਦੇ ਵਿਅਕਤੀ ਦਾ ਕੋਈ ਲੰਗਰ ਨਹੀਂ ਹੈ, ਕੋਈ ਆਸ ਨਹੀਂ ਹੈ, ਕੋਈ ਸੁਫਨਾ ਨਹੀਂ ਹੈ। ਇਸ ਤਰ੍ਹਾਂ ਦੇ ਵਿਅਕਤੀ ਲਈ ਜੀਵਨ ਦਾ ਕੋਈ ਅਰਥ ਨਹੀਂ ਹੈ।

ਇਸ ਤਰ੍ਹਾਂ ਦੇ ਵਿਸ਼ਵਾਸ ਨਿਰਾਸ਼ਾ, ਠਹਿਰਾਓ, ਸਨਕੀਪਣ ਇਕ ਤਰ੍ਹਾਂ ਦੀ ਨਿਰਾਸ਼ਾ ਲਿਆਉਂਦੀ ਹੈ, ਜੋ ਨਿਊਰੋਸਿਸ ਅਤੇ ਸਾਰੀ ਤਰ੍ਹਾਂ ਦੇ ਮਾਨਸਿਕ ਵਿਕਾਰਾਂ ਵੱਲ ਲੈ ਜਾਂਦੀ ਹੈ। ਕੀ ਹੋਵੇਗਾ, ਜਦੋਂ ਤੁਸੀਂ ਟੇਨਿਸ ਦਾ ਤੇਜ਼ ਮੈਚ ਨਹੀਂ ਖੇਡ ਪਾਵੋਗੇ ਜਾਂ ਆਪਣੇ ਬੱਚਿਆਂ ਜਿੰਨਾ ਤੇਜ਼ ਨਹੀਂ ਤੈਰਾਕੀ ਕਰ ਪਾਓਗੇ? ਜਾਂ ਤੁਹਾਡਾ ਸਰੀਰ ਹੌਲੀ ਹੋ ਜਾਇਗਾ ਜਾਂ ਤੁਸੀਂ ਹੌਲੀ ਚਾਲ ਨਾਲ ਤੁਰੋਗੇ? ਯਾਦ ਰੱਖੋ, ਜੀਵਨ ਨਿੱਤ ਨਵਾਂ ਚੋਲਾ ਬਦਲਦਾ ਹੈ। ਜਿਸ ਨੂੰ ਲੋਕ ਮੌਤ ਕਹਿੰਦੇ ਹਨ, ਉਹ ਜੀਵਨ ਦਾ ਇਕ ਹੋਰ ਆਯਾਮ ਵਿਚ ਇਕ ਨਵੇਂ ਸ਼ਹਿਰ ਦੀ ਸੈਰ ਕਰਣ ਵਰਗਾ ਹੈ।

ਮੈਂ ਆਪਣਾ ਭਾਸ਼ਣ ਸੁਣਨ ਆਉਣ ਵਾਲੇ ਲੋਕਾਂ ਨੂੰ ਸਮਝਾਉਂਦਾ ਹਾਂ ਕਿ ਉਨ੍ਹਾਂ ਨੂੰ ਬੁਢਾਪੇ ਨੂੰ ਸ਼ੁਕਰਗੁਜ਼ਾਰੀ ਨਾਲ ਸਵੀਕਾਰ ਕਰਨਾ ਚਾਹੀਦਾ ਹੈ। ਉਮਰ ਦੀ ਆਪਣੀ ਮਹਿਮਾ, ਸੁੰਦਰਤਾ ਤੇ ਬਖ਼ਸ਼ਿਸ਼ ਹੁੰਦੀ ਹੈ। ਸ਼ਾਂਤੀ, ਪਿਆਰ, ਖ਼ੁਸ਼ੀ, ਸੁੰਦਰਤਾ, ਗਿਆਨ, ਸਦਭਾਵਨਾ ਤੇ ਸਿਆਣਪ ਉਹ ਗੁਣ ਹਨ, ਜੋ ਕਦੇ ਬੁੱਢੇ ਨਹੀਂ ਹੁੰਦੇ ਜਾਂ ਮਰਦੇ ਨਹੀਂ ਹਨ।

ਕਵੀ ਤੇ ਦਾਰਸ਼ਨਿਕ ਰਾਲਫ਼ ਵਾਲਡੋ ਐਮਰਸਨ ਨੇ ਕਿਹਾ ਸੀ, ''ਅਸੀਂ ਉਦੋਂ ਤਕ ਕਿਸੇ ਇਨਸਾਨ ਦੇ ਸਾਲ ਨਹੀਂ ਗਿਣਦੇ, ਜਦੋਂ ਤਕ ਕਿ ਉਸਦੇ ਕੋਲ ਗਿਣਨ ਤੋਂ ਇਲਾਵਾ ਕੁੱਝ ਹੋਰ ਨਾ ਬੱਚਿਆ ਹੋਵੇ।''ਤੁਹਾਡਾ ਚਰਿੱਤਰ, ਤੁਹਾਡੇ ਮਸਤਿਸ਼ਕ ਦੀ ਗੁਣਵੱਤਾ, ਤੁਹਾਡੀ ਆਸਥਾ ਅਤੇ ਤੁਹਾਡੇ ਵਿਸ਼ਵਾਸ ਨਸ਼ਵਰ ਨਹੀਂ ਹਨ।

ਜਿੰਨਾ ਜਵਾਨ ਤੁਸੀਂ ਆਪਣੇ ਨੂੰ ਸਮਝਦੇ ਹੋ, ਉੱਨੇ ਹੀ ਜਵਾਨ ਤੁਸੀਂ ਹੋ

ਮੈਂ ਕੁੱਝ ਸਾਲਾਂ ਵਿਚ ਲੰਡਨ ਦੇ ਕੈਕਸਟਨ ਹਾਲ ਵਿਚ ਭਾਸ਼ਣ ਦਿੰਦਾ ਹਾਂ। ਇੰਝ ਦੇ ਹੀ ਇਕ ਭਾਸ਼ਣ ਤੋਂ ਬਾਅਦ ਇਕ ਸਰਜਨ ਮੈਨੂੰ ਮਿਲਣ ਆਇਆ।ਉਸਨੇ ਮੈਨੂੰ ਕਿਹਾ, ''ਮੇਰੀ ਉਮਰ ਚੌਰਾਸੀ ਸਾਲ ਹੈ। ਮੈਂ ਹਰ ਸਵੇਰੇ ਉਪਰੇਸ਼ਨ ਕਰਦਾ ਹਾਂ, ਦੁਪਹਿਰੀ ਮਰੀਜ਼ ਦੇਖਣ ਜਾਂਦਾ ਹਾਂ ਅਤੇ ਸ਼ਾਮ ਨੂੰ ਮੈਡੀਕਲ ਤੇ ਵਿਗਿਆਨਕ ਜਨਰਲਸ ਲਈ ਲੇਖ ਲਿਖਦਾ ਹਾਂ।''

ਉਸਦਾ ਰਵੱਈਆ ਇਹ ਸੀ ਕਿ ਉੱਨਾ ਹੀ ਉਪਜੋਗੀ ਹੈ, ਜਿੰਨਾ ਉਹ ਆਪਣੇ-ਆਪ ਨੂੰ ਮੰਨਦਾ ਹੈ ਅਤੇ ਉੱਨਾ ਹੀ ਜਵਾਨ ਹੈ, ਜਿੰਨੇ ਉਸਦੇ ਵਿਚਾਰ ਹਨ। ਉਸਨੇ ਮੈਨੂੰ ਕਿਹਾ, ''ਤੁਸੀਂ ਹੁਣੇ-ਹੁਣੇ ਜੋ ਕੁੱਝ ਕਿਹਾ ਹੈ, ਉਹ ਬਿਲਕੁੱਲ ਸਹੀ ਹੈ। ਵਿਅਕਤੀ ਉੱਨਾ ਹੀ ਤਾਕਤਵਰ ਹੁੰਦਾ ਹੈ, ਜਿੰਨਾ ਉਹ ਆਪਣੇ-ਆਪ ਨੂੰ ਮੰਨਦਾ ਹੈ ਤੇ ਉੱਨਾ ਹੀ ਮੁੱਲਵਾਨ ਹੁੰਦਾ ਹੈ, ਜਿੰਨਾ ਉਹ ਆਪਣੇ-ਆਪ ਨੂੰ ਸਮਝਦਾ ਹੈ।''

ਇਸ ਸਰਜਨ ਨੇ ਬੁਢਾਪੇ ਦੇ ਸਾਹਮਣੇ ਗੋਡੇ ਨਹੀਂ ਟੇਕੇ। ਉਹ ਜਾਣਦਾ ਸੀ ਕਿ ਉਹ ਅਮਰ ਹੈ। ਉਸਦੀ ਅੰਤਲੀ ਟਿੱਪਣੀ ਇਹ ਸੀ, ''ਜੇ ਮੈਂ ਕੱਲ੍ਹ ਮਰ ਜਾਵਾਂ, ਤਾਂ ਮੈਂ ਅਗਲੇ ਆਯਾਮ ਵਿਚ ਲੋਕਾਂ ਦਾ ਇਲਾਜ ਕਰਾਂਗਾ, ਸ਼ਾਇਦ ਸਰਜਰੀ ਦੇ ਔਜਾਰਾਂ ਨਾਲ ਨਹੀਂ, ਬਲਕਿ ਮਾਨਸਿਕ ਤੇ ਅਧਿਆਤਮਿਕ ਸਰਜਰੀ।''

ਤੁਹਾਡੇ ਚਿੱਟੇ ਵਾਲ ਇਕ ਸੰਪੱਤੀ ਹਨ

ਕਦੇ ਵੀ ਇਹ ਕਹਿ ਕੇ ਕੰਮ ਨਾ ਛੱਡੋ, ''ਮੈਂ ਰਿਟਾਇਰਡ ਹਾਂ, ਮੈਂ ਬੁੱਢਾ ਹਾਂ, ਮੈਂ ਖਤਮ ਹੋ ਗਿਆ ਹਾਂ।'' ਇਸ ਸੋਚ ਦਾ ਨਤੀਜਾ ਠਰਿਹਾਓ ਤੇ ਮਾਨਸਿਕ ਮਿਰਤੂ ਹੈ, ਕੁੱਝ ਲੋਕ ਤੀਹ ਸਾਲ ਦੀ ਉਮਰ ਵਿਚ ਹੀ ਬੁੱਢੇ ਹੋ ਜਾਂਦੇ ਹਨ, ਜਦੋਂ ਕਿ ਕੁੱਝ ਅੱਸੀ

ਸਾਲਾਂ ਵਿਚ ਵੀ ਜਵਾਨ ਰਹਿੰਦੇ ਹਨ। ਮਸਤਿਸ਼ਕ ਹੀ ਸਭ ਤੋਂ ਵੱਡਾ ਬੁਣਕਰ, ਆਰਕੀਟੈਕਟ, ਡਿਜ਼ਾਇਨਰ ਤੇ ਮੂਰਤੀਕਾਰ ਹੈ।ਜਾਰਜ ਬਰਨਾਰਡ ਸ਼ਾਂ ਨੱਬੇ ਸਾਲਾਂ ਦੀ ਉਮਰ ਵਿਚ ਵੀ ਸਰਗਰਮ ਸਨ ਤੇ ਉਨ੍ਹਾਂ ਦੇ ਮਸਤਿਸ਼ਕ ਦੀ ਕਲਾਤਮਕ ਗੁਣਵੱਤਾ ਕਦੇ ਸ਼ਿਥਲ ਨਹੀਂ ਹੋਈ।

ਮੈਂ ਅਜਿਹੇ ਪੁਰਸ਼ਾਂ ਤੇ ਮਹਿਲਾਵਾਂ ਨੂੰ ਮਿਲਦਾ ਹਾਂ, ਜੋ ਦੱਸਦੇ ਹਨ ਕਿ ਕਈ ਨਿਯੋਕਤਾ ਇਹ ਸੁਣਕੇ ਹੀ ਉਨ੍ਹਾਂ ਨੂੰ ਨੌਕਰੀ 'ਤੇ ਨਹੀਂ ਰੱਖਦੇ ਕਿ ਉਨ੍ਹਾਂ ਦੀ ਉਮਰ ਚਾਲੀ ਤੋਂ ਵੱਧ ਹੈ। ਕੰਪਨੀ ਦੇ ਮਾਲਕਾਂ ਦਾ ਇਹ ਰਵੱਈਆ ਭਾਵਹੀਨ, ਕਠੋਰ ਤੇ ਕਰੁਣਾ ਅਤੇ ਸਿਆਣਪ ਤੋਂ ਵਾਂਝਾ ਹੈ। ਸਾਰਾ ਧਿਆਨ ਜਵਾਨੀ 'ਤੇ ਕੇਂਦ੍ਰਿਤ ਦਿੱਖਦਾ ਹੈ, ਜੋ ਇਹ ਹੈ ਕਿ ਪੈਂਤੀ ਸਾਲ ਤੋਂ ਘੱਟ ਉਮਰ ਵਾਲਾ ਹੀ ਬੁੱਧੀਮਾਨ ਹੁੰਦਾ ਹੈ। ਇਸਦੇ ਪਿੱਛੇ ਦੀ ਦਲੀਲ ਖੋਖਲੀ ਤੇ ਅਰਥਹੀਨ ਹੈ। ਜੇ ਕੰਪਨੀ ਦਾ ਮਾਲਿਕ ਸੋਚੇ, ਤਾਂ ਉਸ ਨੂੰ ਇਹ ਅਹਿਸਾਸ ਹੋਵੇਗਾ ਕਿ ਉਹ ਵਿਅਕਤੀ ਆਪਣੀ ਉਮਰ ਜਾਂ ਚਿੱਟੇ ਵਾਲ ਨਹੀਂ ਵੇਚ ਰਿਹਾ। ਇਸਦੀ ਬਜਾਇ, ਉਹ ਆਪਣੇ ਗੁਣ, ਅਨੁਭਵ ਤੇ ਬੁੱਧੀਮੱਤਾ ਦੇਣਾ ਚਾਹੁੰਦਾ ਹੈ, ਜੋ ਉਸਨੇ ਜੀਵਨ ਦੇ ਬਾਜ਼ਾਰ ਵਿਚ ਸਾਲਾਂ ਦੇ ਅਨੁਭਵ ਨਾਲ ਇਕੱਤਰ ਕੀਤੇ ਹਨ।

ਉਮਰ ਇਕ ਸੰਪੱਤੀ

ਤੁਹਾਡੀ ਉਮਰ ਕਿਸੇ ਵੀ ਸੰਗਠਨ ਲਈ ਸਪਸ਼ਟ ਤੌਰ 'ਤੇ ਸੰਪੱਤੀ ਹੋਣੀ ਚਾਹੀਦੀ ਹੈ, ਕਿਉਂਕਿ ਤੁਸੀਂ ਇੰਨੇ ਸਾਲਾਂ ਤੱਕ ਸੁਨਹਿਰੇ ਨਿਯਮਾਂ ਦੇ ਸਿਧਾਂਤ, ਪਿਆਰ ਅਤੇ ਸਦਭਾਵ ਦੇ ਨਿਯਮ ਦਾ ਅਭਿਆਸ ਕੀਤਾ ਹੈ। ਤੁਹਾਡੇ ਚਿੱਟੇ ਵਾਲ, ਭਾਵੇਂ ਜਿੰਨੇ ਵੀ ਬਚੇ ਹੋਣ, ਉਹ ਜ਼ਿਆਦਾ ਬੁੱਧੀਮਾਨੀ, ਯੋਗਤਾ ਅਤੇ ਸਿਆਣਪ ਦਰਸਾਉਂਦੇ ਹਨ। ਤੁਹਾਡੀ ਭਾਵਨਾਤਮਕ ਅਤੇ ਅਧਿਆਤਮਕ ਪ੍ਰੌੜ੍ਹਤਾ ਕਿਸੇ ਵੀ ਸੰਸਥਾਨ ਲਈ ਬੜੀ ਵੱਡੀ ਬਖਸ਼ਿਸ਼ ਹੋਣਾ ਚਾਹੀਦੀ ਹੈ।

ਕਿਸੇ ਨੂੰ ਵੀ ਪੈਹਠ ਜਾਂ ਉਸ ਤੋਂ ਵੱਧ ਉਮਰ ਵਿਚ ਹਾਸ਼ੀਏ 'ਤੇ ਨਹੀਂ ਰੱਖਣਾ ਚਾਹੀਦਾ। ਜੀਵਨ ਦੇ ਇਸ ਮੁਕਾਮ 'ਤੇ ਉਹ ਕਰਮਚਾਰੀਆਂ ਦੀ ਸਮੱਸਿਆ ਸੁਲਝਾਣ, ਭਵਿੱਖ ਦੀਆਂ ਯੋਜਨਾਵਾਂ ਬਨਾਉਣ, ਨਿਰਣੇ ਲੈਣ ਜਾਂ ਰਚਨਾਤਮਕ ਵਿਚਾਰਾਂ ਦੇ ਖੇਤਰ ਵਿਚ ਦੂਜਿਆਂ ਦਾ ਮਾਰਗਦਰਸ਼ਨ ਕਰਣ ਵਿਚ ਸਭ ਤੋਂ ਜ਼ਿਆਦਾ ਉਪਯੋਗੀ ਸਾਬਿਤ ਹੋ ਸਕਦੇ ਹਨ, ਕਿਉਂਕਿ ਬਿਜ਼ਨਿਸ ਦੀ ਪ੍ਰਕਿਰਤੀ ਬਾਰੇ ਉਨ੍ਹਾਂ ਦਾ ਗਿਆਨ ਅਤੇ ਅਨੁਭਵ ਬਹੁਤ ਜ਼ਿਆਦਾ ਹੈ।

ਆਪਣੀ ਉਮਰ ਦੇ ਰਹੋ

ਹੌਲੀਵੁੱਡ ਦੇ ਇਕ ਪਟਕਥਾ ਲੇਖਕ ਨੇ ਮੈਨੂੰ ਦੱਸਿਆ ਕਿ ਉਸ ਨੂੰ ਬਾਰ੍ਹਾਂ ਸਾਲ ਦੀ ਮਾਨਸਿਕਤਾ ਵਾਲੇ ਲਈ ਸਚਰਪਿਟ ਲਿਖਣੀ ਸੀ।ਇਹ ਦੁਖਦ ਸਥਿਤੀ ਹੈ।

ਜੇ ਇਸ ਤਰ੍ਹਾਂ ਦਾ ਮਾਨਸਕ ਭੋਜਨ ਖਿਲਾਇਆ ਜਾਏ ਤਾਂ ਬਹਗਿਣਤੀ ਲੋਕ ਭਾਵਨਾਤਮਕ ਤੇ ਅਧਿਆਤਮਕ ਪ੍ਰੌੜ੍ਹਤਾ ਦੀ ਕਿਵੇਂ ਉਮੀਦ ਕਰ ਸਕਦੇ ਹਨ? ਉਹ ਆਪਣੇ ਅੰਦਰ ਛੁਪੀ ਵਿਅਕਤੀਗਤ ਵਿਕਾਸ ਦੀ ਸੰਭਾਵਨਾ ਨੂੰ ਨਹੀਂ ਦੇਖ ਪਾਉਂਦੇ। ਉਨ੍ਹਾਂ ਨੂੰ ਦੱਸਿਆ ਜਾਂਦਾ ਹੈ ਕਿ ਉਨ੍ਹਾਂ ਨੂੰ ਚੜ੍ਹਦੀ ਜਵਾਨੀ ਨੂੰ ਮਹਿਮਾਮੰਡਤ ਕਰਨਾ ਚਾਹੀਦਾ, ਭਾਵੇਂ ਨੌਜਵਾਨੀ ਦਾ ਅਰਥ ਅਸਲ ਵਿਚ ਅਨੁਭਵਹੀਣਤਾ, ਗਿਆਨ ਦੀ ਘੁੜ ਅਤੇ ਜਲਦਬਾਜੀ ਭਰੇ ਨਿਰਣੇ ਹੋਣ।

ਮੈਂ ਸਾਰਿਆਂ ਤੋਂ ਚੰਗੇ ਦੀ ਬਰਾਬਰੀ ਕਰ ਸਕਦਾ ਹਾਂ

ਮੈਂ ਇਕ ਅਜਿਹੇ ਪੈਂਠ ਸਾਲ ਦੇ ਵਿਅਕਤੀ ਬਾਰੇ ਸੋਚ ਰਿਹਾ ਹਾਂ ਜੋ ਆਪਣੇ ਆਪ ਨੂੰ ਨੌਜਵਾਨ ਬਣਾਈ ਰੱਖਣ ਦੀ ਪੁਰਜੋਰ ਕੋਸ਼ਿਸ਼ ਕਰ ਰਿਹਾ ਹੈ। ਉਹ ਹਰ ਐਤਵਾਰ ਨੂੰ ਨੌਜਵਾਨਾਂ ਨਾਲ ਤੈਰਾਕੀ ਕਰਦਾ ਹੈ, ਸਾਇਕਲ 'ਤੇ ਲੰਮੀ ਦੌੜ ਲਾਉਂਦਾ ਹੈ, ਟੇਨਿਸ ਖੇਡਦਾ ਹੈ ਅਤੇ ਆਪਣੀ ਮਜ਼ਬੂਤੀ ਤੇ ਸ਼ਰੀਰਕ ਸ਼ਕਤੀਆਂ ਦੀ ਇਹ ਕਹਿ ਕੇ ਡੀਂਗਾਂ ਮਾਰਦਾ ਹੈ, "ਦੇਖੋ ਮੈਂ ਉਨ੍ਹਾਂ ਵਿਚੋਂ ਚੰਗੇ ਤੋਂ ਚੰਗੇਨਾਲ ਮੁਕਾਬਲਾ ਕਰ ਸਕਦਾ ਹਾਂ!"

ਉਸ ਨੂੰ ਇਹਮਹਾਨ ਸੱਚਾਈ ਯਾਦ ਰੱਖਣੀ ਚਾਹੀਦੀ ਹੈ:

ਇਨਸਾਨ ਆਪਣੇ ਦਿਲ ਵਿਚ ਜਿਵੇਂ ਸੋਚਦਾ ਹੈ, ਉਂਜ ਹੀ ਉਹ ਹੁੰਦਾ ਹੈ।

ਪ੍ਰੌਵਰਬ 23 : 7।

ਡਾਇਟਿੰਗ, ਮਲਟੀਵਿਟਾਮਿਨ ਤੇ ਹੋਰ ਬਾਕੀ ਹਰ ਤਰ੍ਹਾਂ ਦੇ ਸਹਾਰੇ ਇਹਿਨ੍ਹਾਂ ਲੋਕਾਂ ਨੂੰ ਜਵਾਨ ਨਹੀਂ ਰੱਖਣਗੇ। ਉਨ੍ਹਾਂ ਨੂੰ ਇਹ ਅਹਿਸਾਸ ਹੋਣਾ ਚਾਹੀਦਾ ਹੈ ਕਿ ਉਹ ਆਪਣੀ ਸੋਚ ਦੇ ਅਨੁਰੂਪ ਹੀ ਜਵਾਨ ਜਾਂ ਬੁੱਢੇ ਹੋਣਗੇ। ਤੁਹਾਡਾ ਅਵਚੇਤਨ ਮਨ ਤੁਹਾਡੀ ਸੋਚ ਤੋਂ ਸੰਚਾਲਿਤ ਹੁੰਦਾ ਹੈ। ਜੇ ਤੁਹਾਡੇ ਵਿਚਾਰ ਹਮੇਸ਼ਾ ਸੁੰਦਰ, ਨੇਕ ਅਤੇ ਚੰਗੇ ਹੋਣ ਤਾਂ ਤੁਹਾਡੀ ਉਮਰ ਭਾਵੇਂ ਕਿੰਨੀ ਵੀ ਹੋਵੇ ਤੁਸੀਂ ਨੌਜਵਾਨ ਬਣੇ ਰਵੋਗੇ।

ਬੁਢਾਪੇ ਦਾ ਡਰ

ਜਾਬ ਨੇ ਕਿਹਾ ਸੀ, ਜਿਸ ਚੀਜ਼ ਦਾ ਮੈਨੂੰ ਇੰਨਾ ਜ਼ਿਆਦਾ ਡਰ ਸੀ, ਉਹ ਹੋ ਗਈ ਹੈ। ਕਈ ਲੋਕ ਬੁਢਾਪੇ ਤੋਂ ਡਰਦੇ ਹਨ। ਉਹ ਭਵਿੱਖ ਬਾਰੇ ਅਨਿਸ਼ਚਿਤ ਰਹਿੰਦੇ ਹਨ, ਕਿਉਂਕਿ ਉਹ ਉਮਰ ਦੇ ਵੱਧਣ ਨਾਲ ਮਾਨਸਿਕ ਤੇ ਸਰੀਰਕ ਗਿਰਾਵਟ ਦੀ ਉਂਮੀਦ ਕਰਦੇ ਹਨ। ਉਹ ਜਿਵੇਂ ਸੋਚਦੇ ਅਤੇ ਮਹਿਸੂਸ ਕਰਦੇ ਹਨ, ਉਂਝ ਹੀ ਹੋ ਜਾਂਦਾ ਹੈ।

ਤੁਸੀਂ ਬੁੱਢੇ ਉਦੋਂ ਹੁੰਦੇ ਹੋ, ਜਦੋਂ ਤੁਸੀਂ ਜੀਵਨ ਵਿਚ ਦਿਲਚਸਪੀ ਖੋਹ ਦਿੰਦੇ ਹੋ, ਸੁਫਨੇ ਦੇਖਣਾ ਛੱਡ ਦਿੰਦੇ ਹੋ, ਨਵੀਂਆਂ ਸੱਚਾਈਆਂ ਦੇ ਭੁੱਖੇ ਨਹੀਂ ਰਹਿੰਦੇ ਹੋ ਤੇ ਜਿੱਤਣ ਲਈ ਨਵੇਂ ਸੰਸਾਰਾਂ ਦੀ ਖੋਜ ਨਹੀਂ ਕਰਦੇ। ਜਦੋਂ ਤਕ ਤੁਹਾਡਾ ਮਸਤਿਸ਼ਕ ਨਵੇਂ ਵਿਚਾਰਾਂ ਤੇ ਰੁਚੀਆਂ ਲਈ ਖੁੱਲ੍ਹਿਆ ਹੁੰਦਾ ਹੈ, ਜਦੋਂ ਤਕ ਤੁਸੀਂ ਪਰਦਾ ਚੁੱਕ ਕੇ ਧੁੱਪ ਨੂੰ ਅੰਦਰ ਆਉਣ ਦਿੰਦੇ ਹੋ, ਜਦੋਂ ਤਕ ਤੁਸੀਂ ਜੀਵਨ ਤੇ ਬ੍ਰਹਿਮੰਡ ਦੀ ਨਵੀਂਆਂ ਸੱਚਾਈਆਂ ਦੀ ਪ੍ਰੇਰਨਾ ਨੂੰ ਗ੍ਰਹਿਣ ਕਰਦੇ ਹੋ, ਉਦੋਂ ਤਕ ਤੁਸੀਂ ਜਵਾਨ ਤੇ ਜੀਵਨਮਈ ਬਣੇ ਰਹਿੰਦੇ ਹੋ।

ਤੁਹਾਡੇ ਕੋਲ ਬਹੁਤ ਕੁੱਝ ਹੈ ਦੇਣ ਦੇ ਲਈ

ਭਾਵੇਂ ਤੁਸੀਂ ਪੈਂਠ ਸਾਲ ਦੇ ਹੋ ਜਾਂ ਪਿਚਾਨਵੇਂ ਦੇ, ਤੁਹਾਨੂੰ ਇਹ ਅਹਿਸਾਸ ਹੋਣਾ ਚਾਹੀਦਾ ਹੈ ਕਿ ਤੁਹਾਡੇ ਕੋਲ ਦੇਣ ਲਈ ਬੜਾ ਕੁੱਝ ਹੈ। ਤੁਸੀਂ ਨੌਜਵਾਨ ਪੀੜੀ ਨੂੰ ਸਥਿਰ ਕਰ, ਸਲਾਹ ਦੇਣ ਤੇ ਮਾਰਗਦਰਸ਼ਨ ਕਰਨ ਵਿਚ ਮਦਦ ਕਰ ਸਕਦੇ ਹੋ। ਤੁਸੀਂ ਆਪਣੇ ਗਿਆਨ, ਅਨੁਭਵ ਤੇ ਬੁੱਧੀਮਾਨੀ ਦਾ ਫਾਇਦਾ ਦੇ ਸਕਦੇ ਹੋ। ਤੁਸੀਂ ਹਮੇਸ਼ਾ ਅੱਗੇ ਦੇਖ ਸਕਦੇ ਹੋ, ਕਿਉਂਕਿ ਤੁਸੀਂ ਅਸੀਮ ਜੀਵਨ ਨੂੰ ਦੇਖ ਰਹੇ ਹੋ। ਤੁਸੀਂ ਪਾਓਗੇ ਕਿ ਜੀਵਨ ਚਮਤਕਾਰਾਂ ਤੇ ਅਸਚਰਜਾਂ ਨਾਲ ਭਰਿਆ ਪਿਆ ਹੈ। ਦਿਨ ਵਿਚ ਹਰ ਪਲ ਕੁੱਝ ਨਵਾਂ ਸਿੱਖਣ ਦੀ ਕੋਸ਼ਿਸ਼ ਕਰੋ। ਇੰਵ ਕਰਨ 'ਤੇ ਤੁਸੀਂ ਪਾਓਗੇ ਕਿ ਤੁਹਾਡਾ ਮਸਤਿਸ਼ਕ ਹਮੇਸ਼ਾ ਜਵਾਨ ਬਣਿਆ ਰਹਿੰਦਾ ਹੈ।

ਇਕ ਸੌ ਦੱਸ ਸਾਲ ਦੀ ਉਮਰ

ਕੁੱਝ ਸਾਲ ਪਹਿਲਾਂ ਭਾਰਤ ਅੰਦਰ ਮੁੰਬਈ ਵਿਚ ਭਾਸ਼ਣ ਦੇਣ ਵੇਲੇ ਮੇਰਾ ਪਰਿਚੈ ਇਕ ਅਜਿਹੇ ਵਿਅਕਤੀ ਨਾਲ ਕਰਾਇਆ ਗਿਆ, ਜਿਸਦੀ ਉਮਰ ਇਕ ਸੌ ਦੱਸ ਸਾਲ ਦੀ ਸੀ। ਉਸਦਾ ਚਿਹਰਾ ਬੜਾ ਸੁੰਦਰ ਸੀ। ਉਹ ਆਂਤਰਿਕ ਪ੍ਰਕਾਸ਼ ਨਾਲ ਲਿਸ਼ਕ ਰਿਹਾ ਸੀ। ਉਸਦੀਆਂ ਅੱਖਾਂ ਵਿਚ ਦੁਰਲੱਭ ਸੁੰਦਰਤਾ ਸੀ। ਮੈਂ ਦੇਖ ਸਕਦਾ ਸੀ ਕਿ ਉਹ ਖੁਸ਼ੀ-ਖੁਸ਼ੀ ਬੁੱਢਾ ਹੋਇਆ ਸੀ ਅਤੇ ਅਜਿਹਾ ਕੋਈ ਵੀ ਚਿੰਨ੍ਹ ਨਹੀਂ ਸੀ ਕਿ ਜਿਸ ਤੋਂ ਪਤਾ ਚੱਲਦਾ ਹੋਵੇ ਕਿ ਉਸਦੇ ਦਿਮਾਗ਼ ਦੀ ਰੋਸ਼ਨੀ ਧੁੰਦਲੀ ਹੋ ਗਈ ਹੈ।

ਰਿਟਾਇਰਮੈਂਟ – ਇਕ ਨਵੀਂ ਮੁਹਿੰਮ

ਇਹ ਜਾਣ ਲਵੋ ਕਿ ਤੁਹਾਡਾ ਦਿਮਾਗ਼ ਕਦੇ ਰਿਟਾਇਰ ਨਹੀਂ ਹੁੰਦਾ। ਤੁਹਾਡਾ ਦਿਮਾਗ਼ ਪੈਰਾਸ਼ੂਟ ਵਾਂਗ ਹੋਣਾ ਚਾਹੀਦਾ ਹੈ – ਇਸਦਾ ਉਦੋਂ ਤਕ ਕੋਈ ਵਰਤੋਂ ਨਹੀਂ ਹੈ, ਜਦੋਂ ਤਕ ਇਹ ਖੁੱਲ੍ਹਿਆ ਨਾ ਹੋਵੇ। ਨਵੇਂ ਵਿਚਾਰਾਂ ਪ੍ਰਤੀ ਖੁੱਲ੍ਹੇ ਤੇ ਗ੍ਰਹਿਣਸ਼ੀਲ ਰਹੋ। ਮੈਂ ਪੈਂਠ ਅਤੇ ਸੱਤਰ ਸਾਲਾਂ ਦੇ ਲੋਕਾਂ ਨੂੰ ਰਿਟਾਇਰ ਹੁੰਦੇ ਦੇਖਿਆ ਹੈ।

ਉਹ ਕੁੱਝ ਮਹੀਨਿਆਂ ਵਿਚ ਹੀ ਚੱਲ ਵਸਦੇ ਹਨ। ਜ਼ਾਹਿਰ ਹੈ, ਉਹ ਇਹ ਮਹਿਸੂਸ ਕਰਦੇ ਹਨ ਕਿ ਉਨ੍ਹਾਂ ਦਾ ਜੀਵਨ ਖ਼ਤਮ ਹੋ ਗਿਆ ਹੈ।

ਰਿਟਾਇਰਮੈਂਟ ਇਕ ਨਵੀਂ ਮੁਹਿੰਮ, ਇਕ ਨਵੀਂ ਚੁਣੌਤੀ, ਇਕ ਨਵੀਂ ਰਾਹ, ਇਕ ਨਵੇਂ ਸੁਫਨੇ ਦੀ ਸ਼ੁਰੂਆਤ ਹੋ ਸਕਦੀ ਹੈ। ਕਿਸੇ ਨੂੰ ਇਹ ਕਹਿੰਦੇ ਸੁਣਨਾ ਬੜਾ ਹੀ ਨਿਰਾਸ਼ਾਜਨਕ ਹੁੰਦਾ ਹੈ, "ਹੁਣ ਮੈਂ ਰਿਟਾਇਰ ਹੋ ਚੁੱਕਾ ਹਾਂ, ਹੁਣ ਮੈਂ ਕੀ ਕਰਾਂਗਾ?" ਉਹ ਦਰਅਸਲ ਇਹ ਕਹਿ ਰਿਹਾ ਹੈ, "ਮੈਂ ਸਰੀਰਕ ਤੇ ਮਾਨਸਿਕ ਤੌਰ 'ਤੇ ਮਰ ਚੁੱਕਿਆ ਹਾਂ। ਮੇਰਾ ਮਸਤਿਸ਼ਕ ਵਿਚਾਰਾਂ ਤੋਂ ਦੀਵਾਲੀਆ ਹੋ ਗਿਆ ਹੈ।"

ਇਹ ਝੂਠੀ ਤਸਵੀਰ ਹੈ। ਸੱਚਾਈ ਇਹ ਹੈ ਕਿ ਤੁਸੀਂ ਸੱਠ ਸਾਲ ਦੀ ਬਜਾਇ ਨੱਬੇ ਸਾਲ ਦੀ ਉਮਰ ਵਿਚ ਜ਼ਿਆਦਾ ਹਾਸਿਲ ਕਰ ਸਕਦੇ ਹੋ, ਕਿਉਂਕਿ ਤੁਹਾਡੇ ਨਵੇਂ ਅਧਿਆਇ 'ਤੇ ਦਿਲਚਸਪੀ ਕਾਰਣ ਤੁਹਾਡੀ ਸਿਆਣਪ, ਜੀਵਨ ਅਤੇ ਬ੍ਰਹਿਮੰਡ ਦੀ ਸਮਝ ਹਰ ਦਿਨ ਵੱਧ ਰਹੀ ਹੈ।

ਉਹ ਬਿਹਤਰ ਕੰਮ ਕਰਨ ਜੋਗ ਬਣਿਆ

ਇਕ ਐਕਜ਼ੀਕਿਊਟਿਵ ਮੇਰਾ ਗੁਆਂਢੀ ਹੈ। ਕੁੱਝ ਮਹੀਨਿਆਂ ਪਹਿਲਾਂ ਉਨ੍ਹਾਂ ਨੂੰ ਜਬਰਨ ਨੌਕਰੀ ਤੋਂ ਰਿਟਾਇਰ ਕਰ ਦਿੱਤਾ ਗਿਆ, ਅਸਲ ਕਾਰਣ ਇਹ ਸੀ ਕਿ ਉਨ੍ਹਾਂ ਦੀ ਉਮਰ ਪੈਹਠ ਸਾਲ ਹੋ ਚੁੱਕੀ ਸੀ। ਉਸਨੇ ਮੈਨੂੰ ਕਿਹਾ, "ਮੈਂ ਇਸ ਨੂੰ ਇਸ ਤਰ੍ਹਾਂ ਦੇਖਦਾ ਹਾਂ, ਜਿਵੇਂ ਮੈਨੂੰ ਹੁਣੇ-ਹੁਣੇ ਕਿੰਡਰਗਾਰਟਨ ਤੋਂ ਫ਼ਰਸਟ ਗ੍ਰੇਡ ਵਿਚ ਪ੍ਰਮੋਸ਼ਨ ਮਿਲਿਆ ਹੋਵੇ।" ਉਨ੍ਹਾਂ ਨੇ ਮੈਨੂੰ ਦਾਰਸ਼ਨਿਕ ਅੰਦਾਜ਼ ਵਿਚ ਕਿਹਾ, "ਜਦੋਂ ਮੈਂ ਹਾਈ ਸਕੂਲ ਪੂਰਾ ਕੀਤਾ ਸੀ, ਤਾਂ ਪੌੜੀ ਦੀ ਅਗਲੀ ਪਾਇਦਾਨ ਚੜ੍ਹ ਕੇ ਕਾਲਿਜ ਪੁੱਜ ਗਿਆ। ਮੈਂ ਆਪਣੀ ਸਿਖਿਆ ਤੇ ਜੀਵਨ ਦੀ ਆਮ ਸਮਝ ਵਿਚ ਇਕ ਕਦਮ ਅੱਗੇ ਵਧਾ ਲਿਆ। ਮੇਰਾ ਕੈਰੀਅਰ ਇਕ ਹੋਰ ਕਦਮ ਸੀ, ਜਾਂ ਸ਼ਾਇਦ ਕਈ ਹੋਰ ਕਦਮ। ਹੁਣ ਮੈਂ ਉਹ ਕੰਮ ਕਰਣ ਲਈ ਆਜ਼ਾਦ ਹੋ ਗਿਆ ਹਾਂ, ਜਿਨ੍ਹਾਂ ਨੂੰ ਮੈਂ ਹਮੇਸ਼ਾ ਤੋਂ ਕਰਨਾ ਚਾਹੁੰਦਾ ਸੀ। ਦੂਜੇ ਸ਼ਬਦਾਂ ਵਿਚ, ਨੌਕਰੀ ਛੁੱਟਣਾ ਜੀਵਨ ਦੀ ਪੌੜੀ ਤੇ ਇਕ ਕਦਮ 'ਤੇ ਨੂੰ ਪੁੱਜਣਾ ਹੈ।"

ਉਹ ਇਸ ਸਿਆਣਪ ਨਾਲ ਭਰੇ ਨਤੀਜੇ 'ਤੇ ਪਹੁੰਚੇ ਕਿ ਉਹ ਹੁਣ ਪੈਸਾ ਕਮਾਉਣ 'ਤੇ ਧਿਆਨ ਕੇਂਦ੍ਰਿਤ ਨਹੀਂ ਕਰਣਗੇ। ਹੁਣ ਉਹ ਆਪਣਾ ਪੂਰਾ ਧਿਆਨ ਜੀਵਨ ਜਿਊਣ 'ਤੇ ਦੇਣਗੇ। ਉਹ ਸ਼ੌਕੀਆ ਫੋਟੋਗ੍ਰਾਫਰ ਹਨ, ਉਨ੍ਹਾਂ ਨੇ ਫੋਟੋਗ੍ਰਾਫਿਕ ਤਕਨੀਕ ਦਾ ਕੋਰਸ ਕਰਕੇ ਦੁਨੀਆ ਦੀ ਸੈਰ 'ਤੇ ਗਏ। ਉਹ ਜਿੱਥੇ ਵੀ ਗਏ, ਉੱਥੇ ਦੀਆਂ ਉਨ੍ਹਾਂ ਨੇ ਦਰਜਨਾਂ ਰੋਲ ਦੀਆਂ ਤਸਵੀਰਾਂ ਖਿੱਚੀਆਂ। ਹੁਣ ਉਹ ਕਈ ਸਮੂਹਾਂ ਤੇ ਕਲਬਾਂ ਵਿਚ ਭਾਸ਼ਣ ਦਿੰਦੇ ਹਨ ਅਤੇ ਉਨ੍ਹਾਂ ਦੀ ਮੰਗ ਵੱਧਦੀ ਜਾ ਰਹੀ ਹੈ।

ਆਪਣੇ ਬਾਹਰ ਦੇ ਕਿਸੇ ਮਹੱਤਵਪੂਰਨ ਚੀਜ਼ ਵਿਚ ਦਿਲਚਸਪੀ ਲੈਣ ਦੇ ਅਸੰਖ ਤਰੀਕੇ ਹਨ। ਨਵੇਂ ਰਚਨਾਤਮਕ ਵਿਚਾਰਾਂ ਪ੍ਰਤਿ ਉਤਸਾਹੀ ਬਣੋ, ਅਧਿਆਤਮਿਕ

ਪ੍ਰਗਤੀ ਕਰੋ, ਸਿੱਖਦੇ ਅਤੇ ਵਿਕਾਸ ਕਰਦੇ ਰਹੋ। ਇਸ ਤਰ੍ਹਾਂ ਤੁਸੀਂ ਦਿਲ ਤੋਂ ਜਵਾਨ ਬਣੇ ਰਹਿੰਦੇ ਹੋ, ਕਿਉਂਕਿ ਤੁਸੀਂ ਨਵੀਆਂ ਸੱਚਾਈਆਂ ਲਈ ਭੁੱਖੇ-ਪਿਆਸੇ ਹੋ ਅਤੇ ਤੁਹਾਡਾ ਸਰੀਰ ਤੁਹਾਡੀ ਸੋਚ ਨੂੰ ਹਰ ਸਮੇਂ ਪ੍ਰਤਿਬਿੰਬਤ ਕਰੇਗਾ।

ਤੁਹਾਨੂੰ ਨਿਰਮਾਤਾ ਹੋਣਾ ਚਾਹੀਦਾ ਹੈ ਸਮਾਜ ਦਾ ਕੈਦੀ ਨਹੀਂ

ਅਖ਼ਬਾਰਾਂ ਦਾ ਧਿਆਨ ਇਸ ਤੱਥ ਵੱਲ ਜਾ ਰਿਹਾ ਹੈ ਕਿ ਕੈਲੀਫੋਰਨੀਆ ਦੀ ਚੋਣ ਵਿਚ ਵੋਟ ਦੇਣ ਵਾਲੀਆਂ ਦੀ ਗਿਣਤੀ ਵਿਚ ਬੁੱਢਿਆਂ ਦੀ ਗਿਣਤੀ ਅੰਦਰ ਬਹੁਤ ਵਾਧਾ ਹੋ ਰਿਹਾ ਹੈ। ਇਸ ਦਾ ਮਤਲਬ ਹੈ ਕਿ ਉਨ੍ਹਾਂ ਦੀ ਆਵਾਜ਼ ਨੂੰ ਰਾਜ ਦੀ ਵਿਧਾਨਿਕ ਸਭਾ ਵਿਚ ਅਤੇ ਉਨ੍ਹਾਂ ਦੇ ਵਿਧਾਇਕਾਂ ਦੇ ਸਮਾਗਮ ਵਿਚ ਸੁਣਿਆ ਜਾਵੇਗਾ। ਮੇਰਾ ਵਿਸ਼ਵਾਸ ਹੈ ਕਿ ਉਹ ਇਕ ਫੈਡਰਲ ਨਿਜਮ ਨੂੰ ਲਾਗੂ ਕਰਣਗੇ, ਜਿਸ ਵਿਚ ਨਿਯੋਕਤਾਵਾਂ ਨੂੰ ਮਰਦਾਂ ਅਤੇ ਔਰਤਾਂ ਨੂੰ ਉਨ੍ਹਾਂ ਦੀ ਉਮਰ ਦੇ ਆਧਾਰ 'ਤੇ ਕਿਸੇ ਵੀ ਪ੍ਰਕਾਰ ਦੇ ਵਿਤਕਰੇ ਕਰਨ ਤੋਂ ਰੋਕਿਆ ਜਵੇਗਾ।

ਪੈਹਠ ਸਾਲ ਦਾ ਕੋਈ ਵਿਅਕਤੀ ਮਾਨਸਿਕ, ਸਰੀਰਕ ਤੇ ਵਿਗਿਆਨਕ ਤੌਰ 'ਤੇ ਤੀਹ ਸਾਲ ਦੇ ਕਈ ਲੋਕਾਂ ਨਾਲੋਂ ਜ਼ਿਆਦਾ ਜਵਾਨ ਹੋ ਸਕਦਾ ਹੈ। ਇਹ ਕਹਿਣਾ ਕਿ ਕਿਸੇ ਵਿਅਕਤੀ ਨੂੰ ਨੌਕਰੀ 'ਤੇ ਨਹੀਂ ਰੱਖਿਆ ਜਾ ਸਕਦਾ, ਕਿਉਂਕਿ ਉਸਦੀ ਉਮਰ ਚਾਲੀ ਸਾਲਾਂ ਤੋਂ ਵੱਧ ਹੈ। ਇਸਦਾ ਮਤਲਬ ਤਾਂ ਇਹ ਹੈ ਕਿ ਤੁਸੀਂ ਉਸ ਨੂੰ ਕਹਿ ਰਹੇ ਹੋ ਕਿ ਉਹ ਕੂੜੇਦਾਨ ਦੀ ਢੇਰੀ ਜਾਂ ਕੂੜੇਦਾਨ ਵਿਚ ਸੁੱਟਣ ਯੋਗ ਹੋ ਗਿਆ ਹੈ।

ਇਕ ਚਾਲੀ ਸਾਲ ਜਾਂ ਉਸ ਤੋਂ ਵੱਧ ਉਮਰ ਦੇ ਵਿਅਕਤੀ ਨੂੰ ਕੀ ਕਰਨਾ ਚਾਹੀਦਾ ਹੈ? ਕੀ ਉਸ ਨੂੰ ਆਪਣੀ ਯੋਗਤਾ ਅਤੇ ਆਪਣੇ ਗਿਆਨ ਨੂੰ ਕਿਸੇ ਝਾੜੀ ਦੇ ਹੇਠਾਂ ਦੱਬ ਦੇਣਾ ਚਾਹੀਦਾ ਹੈ? ਉਹ ਵਿਅਕਤੀ ਜਿਨ੍ਹਾਂ ਨੂੰ ਉਮਰ ਦੀ ਵਜ੍ਹਾ ਨਾਲ ਨੌਕਰੀ ਨਹੀਂ ਕਰਨ ਦਿੱਤੀ ਗਈ, ਉਨ੍ਹਾਂ ਨੂੰ ਸਰਕਾਰ ਨੂੰ ਕਿਸੇ ਜ਼ਿਲੇ, ਰਾਜ ਜਾਂ ਫੈਡਰਲ ਪਧਰ 'ਤੇ ਰੱਖਿਆ ਜਾਣਾ ਚਾਹੀਦਾ ਹੈ। ਕਈ ਸੰਗਠਨ ਜੋ ਉਨ੍ਹਾਂ ਨੂੰ ਨੌਕਰੀ ਦੇਣ ਤੋਂ ਇਨਕਾਰ ਕਰਦੇ ਹਨ ਅਤੇ ਉਨ੍ਹਾਂ ਦੇ ਗਿਆਨ ਜਾਂ ਅਨੁਭਵ ਦਾ ਫਾਇਦਾ ਨਹੀਂ ਲੈਂਦੇ ਹਨ, ਉਨ੍ਹਾਂ ਤੋਂ ਸਰਕਾਰ ਨੂੰ ਟੈਕਸ ਲੈਣਾ ਚਾਹੀਦਾ ਹੈ, ਜਿਸ ਨਾਲ ਅਜਿਹੇ ਵਿਅਕਤੀਆਂ ਦੀ ਸਹਾਇਤਾ ਕੀਤੀ ਜਾ ਸਕੇ। ਇਹ ਇਕ ਤਰ੍ਹਾਂ ਦਾ ਵਿੱਤੀ ਆਤਮ ਘਾਤ ਹੈ।

ਅਸੀਂ ਇਥੇ ਆਪਣੇ ਮਿਹਨਤ ਦੇ ਫ਼ਲਾਂ ਨਾ ਆਨੰਦ ਲੈਣ ਆਏ ਹਾਂ, ਉਪਯੋਗੀ ਬਣਨ ਆਏ ਹਾਂ, ਸਮਾਜ ਦੇ ਕੈਦੀ ਬਣਨ ਲਈ ਨਹੀਂ ਆਏ ਹਾਂ, ਜੋ ਸਾਡੀ ਉਮਰ ਦੇ ਕਾਰਨ ਸਾਨੂੰ ਆਲਸ ਦੀ ਸਜ਼ਾ ਦਿੰਦਾ ਹੈ।

ਉਮਰ ਵੱਧ ਹੋ ਜਾਣ 'ਤੇ ਵਿਅਕਤੀ ਦਾ ਸਰੀਰ ਹੌਲੀ-ਹੌਲੀ ਸੁਸਤ ਹੋ ਜਾਂਦਾ ਹੈ, ਲੇਕਿਨ ਅਵਚੇਤਨ ਮਨ ਦੀ ਪ੍ਰੇਰਨਾ ਨਾਲ ਉਸਦਾ ਚੇਤਨ ਮਨ ਜ਼ਿਆਦਾ

ਸਰਗਰਮ, ਚੁਸਤ, ਸਜੀਵ ਤੇ ਤੀਵਰ ਹੋ ਸਕਦਾ ਹੈ। ਦਰਅਸਲ ਮਤਤਿਸ਼ਕ ਕਦੇ ਬੁੱਢਾ ਨਹੀਂ ਹੁੰਦਾ। ਜਾੱਬ ਨੇ ਕਿਹਾ ਸੀ,

ਓਹ, ਕਾਸ਼ ਮੈਂ ਉੱਜ ਹੁੰਦਾ ਜਿਵੇਂ ਮਹੀਨਿਆਂ ਪਹਿਲਾਂ ਸਾਂ, ਜਿਹਨਾਂ ਦਿਨਾਂ ਵਿਚ ਪਰਮਾਤਮਾ ਨੇ ਮੇਰੀ ਰੱਖਿਆ ਕੀਤੀ ਸੀ; ਜਦੋਂ ਉਨ੍ਹਾਂ ਦੀ ਰੋਸ਼ਨੀ ਮੇਰੇ ਸਿਰ ਉੱਤੇ ਲਿਸ਼ਕੀ ਸੀ ਤੇ ਉਨ੍ਹਾਂ ਦੀ ਰੋਸ਼ਨੀ ਦੇ ਸਹਾਰੇ ਮੈਂ ਹਨ੍ਹੇਰੇ ਵਿਚ ਅੱਗੇ ਵਧਿਆ ਸੀ, ਜਦੋਂ ਮੈਂ ਆਪਣੀ ਜਵਾਨੀ ਦੇ ਦਿਨਾਂ ਵਿਚ ਸੀ, ਜਦੋਂ ਪਰਮਾਤਮਾ ਦਾ ਰਹੱਸ ਮੇਰੇ ਆਰਾਧਨਾ-ਸਥਲ ਵਿਚ ਸੀ।

ਜਾੱਬ 29 : 2 - 4

ਜਵਾਨੀ ਦਾ ਰਹੱਸ

ਜਵਾਨੀ ਦੇ ਦਿਨਾਂ ਨੂੰ ਦੁਬਾਰਾ ਫੜਨ ਲਈ ਆਪਣੀ ਪੂਰੀਹੋਂਦ ਵਿਚ ਅਵਚੇਤਨ ਮਨ ਦੀ ਚਮਤਕਾਰੀ, ਇਲਾਜ ਕਰਨ ਵਾਲੀ, ਆਪਣੇ-ਆਪ ਨੂੰ ਨਵਾਂ ਕਰਣ ਵਾਲੀ ਸ਼ਕਤੀ ਨੂੰ ਮਹਿਸੂਸ ਕਰੋ। ਜਾਣ ਲਓ ਤੇ ਮਹਿਸੂਸ ਕਰੋ ਕਿ ਤੁਸੀਂ ਪ੍ਰੇਰਿਤ ਹੋ, ਅਗਾਂਹ ਵਾਧੂ ਹੋ, ਮੁੜ ਕੇ ਜਵਾਨ ਹੋਏ ਹੋ, ਨਵੀਂ ਫੁਰਤੀ ਪਾ ਚੁੱਕੇ ਹੋ ਅਤੇ ਅਧਿਆਤਮਿਕ ਤੌਰ 'ਤੇ ਰਿਚਾਰਜ ਹੋ ਚੁੱਕੇ ਹੋ। ਤੁਸੀਂ ਉਤਸਾਹ ਅਤੇ ਖ਼ੁਸ਼ੀ ਨਾਲ ਭਰਪੂਰ ਹੋ, ਜਿਵੇਂ ਆਪਣੀ ਜਵਾਨੀ ਦੇ ਦਿਨਾਂ ਵਿਚ ਸੀ, ਸਿਰਫ਼ ਇਸ ਕਾਰਣ ਤੁਸੀਂ ਹਮੇਸ਼ਾ ਮਾਨਸਿਕ ਅਤੇ ਭਾਵਨਾਤਮਕ ਤੌਰ 'ਤੇ ਉਸ ਸੁਖਦ ਅਵਸਥਾ ਨੂੰ ਮੁੜ ਹਾਸਿਲ ਕਰ ਸਕਦੇ ਹੋ।

ਜੋ ਰੋਸ਼ਨੀ ਤੁਹਾਡੇ ਸਿਰ 'ਤੇ ਲਿਸ਼ਕਦੀ ਹੈ, ਉਹ ਦੈਵੀ ਗਿਆਨ ਹੈ। ਇਹ ਗਿਆਨ ਤੁਹਾਡੇ ਸਾਹਮਣੇ ਹਰ ਉਸ ਚੀਜ਼ ਨੂੰ ਪ੍ਰਗਟ ਕਰ ਦਿੰਦਾ ਹੈ, ਜਿਸ ਨੂੰ ਤੁਹਾਨੂੰ ਜਾਣਨ ਦੀ ਜ਼ਰੂਰਤ ਹੈ। ਭਲੇ ਹੀ ਹਾਲਾਤ ਕਿਹੋਂ ਜਿਹੇ ਵੀ ਦਿਖਣ, ਤੁਸੀਂ ਇਸਦੀ ਮਦਦ ਨਾਲ ਚੰਗਿਆਈ ਦੀ ਉਪਸਥਿਤੀ ਦੀ ਸਕਾਰਾਤਮਕ ਤਸਦੀਕ ਕਰ ਸਕਦੇ ਹੋ। ਤੁਸੀਂ ਆਪਣੇ ਅਵਚੇਤਨ ਮਨ ਦੇ ਮਾਰਗਦਰਸ਼ਨ ਵਿਚ ਚੱਲਦੇ ਹੋ, ਕਿਉਂਕਿ ਤੁਸੀਂ ਜਾਣਦੇ ਹੋ ਕਿ ਸਵੇਰ ਹੁੰਦੀ ਹੈ ਅਤੇ ਪਰਛਾਵੇਂ ਗਾਇਬ ਹੋ ਜਾਂਦੇ ਹਨ।

ਦੂਰ ਅੰਦੇਸ਼ ਬਣੋ

"ਮੈਂ ਬੁੱਢਾ ਹਾਂ" ਇਹ ਕਹਿਣ ਦੀ ਬਜਾਇ ਕਹੋ, "ਮੈਂ ਦੈਵੀ ਜੀਵਨ ਦੇ ਵਿਧਾਨ ਵਿਚ ਸਿਆਣਾ ਹਾਂ।" ਕੰਪਨੀ, ਅਖ਼ਬਾਰਾਂ ਜਾਂ ਆਂਕੜਿਆਂ ਨੂੰ ਆਪਣੇ ਸਾਹਮਣੇ ਬੁਢਾਪੇ ਦੀ ਤਸਵੀਰ ਰੱਖਣ ਦੀ ਇਜਾੱਜ਼ਤ ਨਾ ਦਿਓ: ਢੱਲਦੇ ਸਾਲ, ਸ਼ਕਤੀਹੀਨਤਾ,

ਸਠਿਆਣਾ ਤੇ ਬੇਅਰਥੀਂ। ਇਨ੍ਹਾਂ ਨੂੰ ਅਸਵੀਕਾਰ ਕਰ ਦਿਓ, ਕਿਉਂਕਿ ਇਹ ਝੂਠ ਹਨ। ਇਸ ਤਰ੍ਹਾਂ ਦੇ ਭੈੜੇ ਪ੍ਰਚਾਰ ਨੂੰ ਮੰਨਣ ਤੋਂ ਇਨਕਾਰ ਕਰ ਦਿਓ। ਮੌਤ ਦੀ ਨਹੀਂ, ਜੀਵਨ ਦੀ ਤਸਦੀਕ ਕਰੋ। ਖ਼ੁਸ਼ੀ, ਸਿਹਤ, ਸਫਲਤਾ, ਸ਼ਾਂਤ ਅਤੇ ਤਾਕਤਵਰ ਵਿਅਕਤੀ ਦੇ ਤੌਰ'ਤੇ ਆਪਣੀ ਤਸਵੀਰ ਨੂੰ ਦੇਖੋ।

ਤੁਹਾਡਾ ਮਸਤਿਸ਼ਕ ਬੁੱਢਾ ਨਹੀਂ ਹੁੰਦਾ

ਸਾਬਕਾ ਪ੍ਰੈਸੀਡੈਂਟ ਹਰਬਰਟ ਹੁਵਰ ਜਿਨ੍ਹਾਂ ਦੀ ਉਮਰ ਹੁਣ ਅੱਠਾ0ਸੀ ਸਾਲਾਂ ਦੀ ਹੈ, ਉਹ ਹੁਣ ਵੀ ਬਹੁਤ ਸਰਗਰਮ ਅਤੇ ਬੜਾ ਯਾਦਗਾਰੀ ਕੰਮ ਕਰ ਰਹੇ ਹਨ। ਮੈਂ ਕੁੱਝ ਸਾਲ ਪਹਿਲਾਂ ਨਿਊਯਾਰਕ ਸ਼ਹਿਰ ਦੇ ਵਾਲਡੋਰਫ ਐਸਟੋਰੀਆ 'ਚ ਉਨ੍ਹਾਂ ਦੇ ਕਮਰੇ ਅੰਦਰ ਇੰਟਰਵਿਊ ਲਿਆ ਸੀ। ਮੈਂ ਉਨ੍ਹਾਂ ਨੂੰ ਸਿਹਤਮੰਦ, ਖੁਸ਼, ਊਰਜਾਵਾਨ ਜੀਵਨ ਅਤੇ ਉਤਸ਼ਾਹ ਨਾਲ ਭਰਿਆ ਹੋਇਆ ਦੇਖਿਆ ਸੀ। ਉਨ੍ਹਾਂ ਨੇ ਕਈ ਸਕੱਤਰਾਂ ਨੂੰ ਆਪਣੇ ਚਿੱਠੀ-ਪਤਰੀ ਦੇ ਕੰਮਾਂ ਵਿਚ ਵਿਅਸਤ ਰੱਖਿਆ ਹੋਇਆ ਸੀ ਅਤੇ ਉਹ ਆਪ ਰਾਜਨੀਤਕ ਤੇ ਇਤਿਹਾਸਕ ਕਿਤਾਬਾਂ ਲਿਖ ਰਹੇ ਸਨ, ਮਹਾਨ ਵਿਅਕਤੀਆਂ ਵਾਂਗ ਹੀ ਮੈਂ ਉਨ੍ਹਾਂ ਨੂੰ ਮਿਲਨਸਾਰ, ਨੇਕ, ਸਰਲ, ਪਿਆਰ ਕਰਨ ਵਾਲੇ ਅਤੇ ਬਹੁਤ ਸਿਆਣੇ ਇਨਸਾਨ ਦੀ ਤਰ੍ਹਾਂ ਪਾਇਆ ਸੀ।

ਉਨ੍ਹਾਂ ਦੀ ਤੀਖਣ ਬੁੱਧੀ ਤੇ ਸਿਆਣਪ ਨੇ ਮੈਨੂੰ ਇਕ ਪੂਰੇ ਜੀਵਨ ਦਾ ਰੁਮਾਂਚ ਦਿੱਤਾ। ਉਹ ਬੜੇ ਧਾਰਮਿਕ ਵਿਅਕਤੀ ਹਨ ਅਤੇ ਉਨ੍ਹਾਂ ਦਾ ਪਰਮਾਤਮਾ ਤੇ ਜੀਵਨ ਦੀ ਸਨਾਤਨ ਸੱਚਾਈ ਦੀ ਜਿੱਤ 'ਤੇ ਪੂਰਾ ਭਰੋਸਾ ਹੈ। ਵਿਸ਼ਾਲ ਮੰਦੀ ਦੇ ਸਾਲਾਂ ਦੌਰਾਨ ਉਨ੍ਹਾਂ ਦਾ ਬਹੁਤੀਆਂ ਆਲੋਚਨਾਵਾਂ ਤੇ ਤਿਰਸਕਾਰ ਝੱਲਣਾ ਪਿਆ, ਪਰ ਉਨ੍ਹਾਂ ਨੇ ਇਸ ਤੂਫਾਨ ਨੂੰ ਝੱਲ ਲਿਆ ਅਤੇ ਕਿਸੇ ਨਫਰਤ, ਪਛਤਾਵੇਂ, ਵੈਰ ਭਾਵ ਅਤੇ ਕੁੜੱਤਣ ਦੀ ਭਾਵਨਾ ਨਾਲ ਬੁੱਢੇ ਨਹੀਂ ਹੋਏ। ਇਸਦੀ ਬਜਾਇ ਉਹ ਆਪਣੀ ਆਤਮਾ ਦੀ ਸ਼ਾਂਤੀ ਅੰਦਰ ਚਲੇ ਗਏ ਅਤੇ ਆਪਣੇ ਅੰਦਰ ਮੌਜੂਦ ਬ੍ਰਹਿਮ ਨਾਲ ਗੱਲਬਾਤ ਕਰਣ ਲੱਗ ਪਏ, ਉੱਥੇ ਉਨ੍ਹਾਂ ਨੂੰ ਸ਼ਾਂਤੀ ਮਿਲੀ ਜੋ ਪਰਮਾਤਮਾ ਦੇ ਹਿਰਦੇ (ਦਿਲ) ਦੀ ਸ਼ਕਤੀ ਹੈ।

ਉਨ੍ਹਾਂ ਦਾ ਮਸਤਿਸ਼ਕ ਨਿੜੇਨਵੇਂ ਦੀ ਉਮਰ ਵਿਚ ਚੁਸਤ ਸੀ

ਮੇਰੇ ਪਿਤਾ ਨੇ ਪੈਂਹਠ ਸਾਲ ਦੀ ਉਮਰ ਵਿਚ ਫ੍ਰੈਂਚ ਭਾਸ਼ਾ ਸਿੱਖੀ ਤੇ ਸੱਤਰ ਸਾਲ ਦੀ ਉਮਰ ਵਿਚ ਇਸਦੇ ਮਾਹਿਰ ਬਣ ਗਏ। ਉਨ੍ਹਾਂ ਨੇ ਸੱਠ ਸਾਲ ਤੋਂ ਜ਼ਿਆਦਾ ਉਮਰ ਵਿਚ ਗੈਲਿਕ ਦਾ ਅਧਿਐਨ ਕੀਤਾ ਅਤੇ ਇਸ ਵਿਸ਼ੇ ਦੇ ਮਸ਼ਹੂਰ ਟੀਚਰ ਬਣ ਗਏ। ਉਨ੍ਹਾਂ ਨੇ ਉੱਚ ਸਿਖਿਆ ਦੇ ਇਕ ਇੰਸਟੀਚਿਊਟ ਵਿਚ ਮੇਰੀ ਭੈਣ ਦੀ ਉਦੋਂ ਤਕ ਮਦਦ ਕੀਤੀ, ਜਦੋਂ ਤੱਕ ਕਿ ਉਹ ਨਿੜੇਨਵੇਂ ਸਾਲ ਦੀ ਉਮਰ ਵਿਚ ਗੁਜ਼ਰ ਨਹੀਂ ਗਏ।

ਨਿੰਨਵੇਂ ਸਾਲ ਦੀ ਉਮਰ ਵਿਚ ਵੀ ਉਨ੍ਹਾਂ ਦਾ ਦਿਮਾਗ ਉੱਨਾ ਹੀ ਤੇਜ਼ ਸੀ, ਜਿੰਨਾ ਕੀ ਵੀਹ ਸਾਲ ਦੀ ਉਮਰ ਵਿਚ ਸੀ। ਸੱਚ ਤਾਂ ਇਹ ਹੈ ਕਿ ਉਮਰ ਦੇ ਨਾਲ ਉਨ੍ਹਾਂ ਦੀ ਤਾਰਕਿਕਸ਼ਕਤੀ ਅਤੇ ਲਿਖਾਵਟ 'ਚ ਸੁਧਾਰ ਹੋਇਆ। ਅਸਲ ਵਿਚ ਤੁਸੀਂ ਉੱਨੇ ਹੀ ਬੁੱਢੇ ਹੁੰਦੇ ਹੋ, ਜਿੰਨਾ ਤੁਸੀਂ ਆਪਣੇ-ਆਪ ਨੂੰ ਮੰਨਦੇ ਅਤੇ ਮਹਿਸੂਸ ਕਰਦੇ ਹੋ।

ਸਾਨੂੰ ਸਾਡੇ ਬਜ਼ੁਰਗਾਂ ਦੀ ਲੋੜ ਹੈ

ਰੋਮਨ ਦੇਸ਼ਭਗਤ ਮਾਰਕਸ ਪੋਸੀਰੀਅਸ ਕੇਟੋ ਨੇ ਅੱਸੀ ਸਾਲਾਂ ਦੀ ਉਮਰ ਵਿਚ ਗ੍ਰੀਕ ਭਾਸ਼ਾ ਸਿੱਖੀ। ਮਹਾਨ ਜਰਮਨ-ਅਮਰੀਕਨ ਕਲਾਕਾਰ ਮੈਡਮ ਅਰਨੈਸਟਾਇਨ ਸ਼ੁਮੈਨ-ਹੇਂਕ ਦਾਦੀ ਬਣਨ ਤੋਂ ਬਾਅਦ ਆਪਣੀ ਸੰਗੀਤ ਸਫਲਤਾ ਦੀ ਟੀਸੀ ਤੇ ਪੁੱਜੀ। ਬਜ਼ੁਰਗ ਵਿਅਕਤੀਆਂ ਦੀ ਪ੍ਰਾਪਤੀਆਂ ਦੇਖਣਾ ਬੜਾ ਸ਼ਾਨਦਾਰ ਹੈ। ਜਨਰਲ ਡਗਲਸ ਮੈਕਆਰਥਰ, ਹੈਰੀ ਐਸ ਟਰੂਮੈਨ, ਜਨਰਲ ਡ੍ਵਾਇਟ ਡੇਵਿਡ ਆਇਜ਼ਨਹਾਵਰ ਅਤੇ ਅਮਰੀਕੀ ਵਿੱਤਪੋਸ਼ਕ ਬਰਨਾਰਡ ਬਾਰੂਚ ਹੁਣੇ ਵੀ ਦਿਲਚਸਪ, ਸਕ੍ਰੀਅ ਅਤੇ ਦੁਨੀਆ ਨੂੰ ਆਪਣੀ ਜੋਗਤਾ ਅਤੇ ਗਿਆਨ ਨੂੰ ਵੰਡ ਰਹੇ ਹਨ।

ਯੂਨਾਨੀ ਦਾਰਸ਼ਨਿਕ ਸੁਕਰਾਤ ਨੇ ਵਾਜਾ ਵਜਾਉਣਾ ਉਦੋਂ ਸਿੱਖਿਆ, ਜਦੋਂ ਉਹ ਅੱਸੀ ਸਾਲ ਦੇ ਸਨ। ਮਾਇਕਲ ਐਂਜੇਲੋ ਅੱਸੀ ਸਾਲ ਦੀ ਉਮਰ ਵਿਚ ਆਪਣੀ ਸਭ ਤੋਂ ਮਹਾਨ ਕੈਨਵਾਸ 'ਤੇ ਪੇਂਟਿੰਗ ਕਰ ਰਹੇ ਸਨ। ਅੱਸੀ ਸਾਲ ਦੀ ਉਮਰ ਵਿਚ ਸਿਓਸ ਸਾਇਮਨਾਇਡ੍ਸ ਨੇ ਕਵਿਤਾ ਦਾ ਇਨਾਮ ਜਿੱਤਿਆ, ਜੋਹਾਨਨ ਵਾਨ ਗੋਇਥੇ ਨੇ *ਫ਼ਾਸਟ* ਪੂਰਾ ਕੀਤਾ ਅਤੇ ਲਿਯੋਪੱਲਡ ਵਾਨ ਰੈਂਕੇ ਨੇ ਆਪਣੀ *ਹਿਸਟਰੀ ਆਫ ਦਾ ਵਰਲਡ* ਸ਼ੁਰੂ ਕੀਤੀ, ਜਿਸ ਨੂੰ ਉਨ੍ਹਾਂ ਨੇ ਬਾਂਨਵੇਂ ਸਾਲ ਦੀ ਉਮਰ ਵਿਚ ਪੂਰਾ ਕੀਤਾ।

ਐਲਫ੍ਰੇਡ ਟੈਨਿਸਨ ਦੇ ਤਿਰਾਸੀ ਸਾਲ ਦੀ ਉਮਰ ਵਿਚ ਆਪਣੀ ਬਿਹਤਰੀਨ ਕਵਿਤਾ "ਕਰਾਸਿੰਗ ਦਾ ਬਾਰ" ਲਿਖੀ। ਆਇਜੈਕ ਨਿਊਟਨ ਪੱਚਾਸੀ ਸਾਲ ਵਿਚ ਵੀ ਬਹੁਤ ਮਿਹਨਤ ਕਰਦੇ ਸਨ। ਅੱਠਾਸੀ ਸਾਲ ਦੀ ਉਮਰ ਵਿਚ ਜਾਨ ਵੈਸਲੀ ਮੈਥੋਡਿਜ਼ਮ 'ਤੇ ਭਾਸ਼ਣ ਅਤੇ ਮਾਰਗਦਰਸ਼ਨ ਦੇ ਰਹੇ ਸਨ। ਮੇਰੇ ਵਖਿਆਨਾਂ ਨੂੰ ਸੁਣਨ ਵਾਲਿਆਂ ਵਿਚ ਬਹੁਤਿਆਂ ਦੀ ਉਮਰ ਪਿਚਾਂਨਵੇਂ ਸਾਲ ਵਾਲਿਆਂ ਦੀ ਹੈ ਅਤੇ ਉਹ ਮੈਨੂੰ ਦੱਸਦੇ ਹਨ ਕਿ ਉਨ੍ਹਾਂ ਦੀ ਵੀਂਹ ਸਾਲ ਦੀ ਉਮਰ ਦੇ ਮੁਕਾਬਲੇ ਹੁਣ ਉਨ੍ਹਾਂ ਦੀ ਸਿਹਤ ਕਿਤੇ ਜ਼ਿਆਦਾ ਬਿਹਤਰ ਹੈ।

ਸਾਨੂੰ ਆਪਣੇ ਸੀਨੀਅਰ ਸਿਟੀਜ਼ਨਾਂ ਨੂੰ ਉੱਚੇ ਓਹਦੇ ਤੇ ਰੱਖਣਾ ਚਾਹੀਦਾ ਹੈ ਅਤੇ ਉਨ੍ਹਾਂ ਨੂੰ ਸੁਰਗ ਦੇ ਫੁੱਲਾਂ ਨੂੰ ਧਰਤੀ 'ਤੇ ਲਿਆਉਣ ਦਾ ਹਰ ਮੌਕਾ ਦੇਣਾ ਚਾਹੀਦਾ ਹੈ।ਜੇ ਤੁਸੀਂ ਰਿਟਾਇਰ ਹੋ ਚੁੱਕੇ ਹੋ, ਤਾਂ ਜੀਵਨ ਦੇ ਨਿਯਮਾਂ 'ਤੇ ਆਪਣੇ

ਅਵਚੇਤਨ ਮਨ ਦੇ ਅਸਚਰਜਾਂ ਵਿਚ ਰੁਚੀ ਲਓ। ਕੋਈ ਅਜਿਹਾ ਕੰਮ ਕਰੋ, ਜਿਸਨੂੰ ਤੁਸੀਂ ਹਮੇਸ਼ਾ ਤੋਂ ਕਰਨਾ ਚਾਹੁੰਦੇ ਸੀ। ਨਵੇਂ ਵਿਸ਼ਿਆਂ ਦਾ ਅਧਿਐਨ ਕਰੋ ਅਤੇ ਨਵੇਂ ਵਿਚਾਰਾਂ ਦੀ ਪਰਖ। ਇਸ ਤਰ੍ਹਾਂ ਨਾਲ ਪ੍ਰਾਰਥਨਾ ਕਰੋ,

ਹੇ ਪਰਮਾਤਮਾ, ਜਿਸ ਤਰ੍ਹਾਂ ਮਿਰਗ ਜਲਧਾਰਾ ਵੱਲ ਭੱਜਦਾ ਹੈ, ਉਸੇ ਤਰ੍ਹਾਂ ਮੇਰੀ ਆਤਮਾ ਵੀ ਤੁਹਾਡੇ ਲਈ ਵਿਆਕੁਲ ਹੁੰਦੀ ਹੈ।

ਸਾਲਮ 42 : 1

ਬੁਢਾਪੇ ਦੇ ਫ਼ਲ

ਉਸਦਾ ਮਾਂਸ ਕਿਸੇ ਬੱਚੇ ਤੋਂ ਵੀ ਤਾਜ਼ਾ ਬਣਾ ਦਿਤਾ ਜਾਵੇਗਾ: ਉਹ ਆਪਣੀ ਜਵਾਨੀ ਦੇ ਦਿਨਾਂ ਵਿਚ ਪਹੁੰਚ ਜਾਵੇਗਾ।

ਜਾੱਬ 32 : 25

ਦਰਅਸਲ ਬੁਢਾਪੇ ਦਾ ਮਤਲਬ ਹੈ ਉੱਚਤਮ ਦਰਿਸ਼ਟੀਕੋਣ ਨਾਲ ਪਰਮਾਤਮਾ ਦੀ ਸੱਚਾਈਆਂ ਤੇ ਮਨਨ ਕਰਨਾ। ਇਹ ਅਹਿਸਾਸ ਕਰੋ ਕਿ ਤੁਸੀਂ ਇਕ ਅਨੰਤ ਯਾਤਰਾ 'ਤੇ ਹੋ। ਤੁਸੀਂ ਜੀਵਨ ਦੇ ਅਵਿਰਾਮ, ਅਥੱਕ, ਅਨੰਤ ਮਹਾਸਾਗਰ ਵਿਚ ਮਹੱਤਵਪੂਰਨ ਪੌੜੀਆਂ ਦੀ ਪਾਇਦਾਨਾਂ 'ਤੇ ਹੋ। ਫਿਰ ਭਜਨਕਾਰ ਦੇ ਨਾਲ ਤੁਸੀਂ ਵੀ ਕਹੋਗੇ,

ਉਹ ਬੁਢਾਪੇ ਵਿਚ ਵੀ ਫ਼ਲ ਦੇਣਗੇ; ਉਹ ਮੋਟੇ ਤੇ ਸਮਰਿਧ ਹੋਣਗੇ।

ਭਜਨ 92 : 14।

ਲੇਕਿਨ ਆਤਮਾ ਦੇ ਫ਼ਲ ਪਿਆਰ, ਖ਼ੁਸ਼ੀ, ਧੀਰਜ, ਨਰਮੀ, ਚੰਗਿਆਈ, ਆਸਥਾ, ਨਿਮਰਤਾ, ਸਹਿਣਸ਼ੀਲਤਾ ਹੈ : ਇਨ੍ਹਾਂ ਦੇ ਖ਼ਿਲਾਫ਼ ਕੋਈ ਕਾਨੂੰਨ ਨਹੀਂ ਹੈ।

ਗੈਲੇਸ਼ੀਅਨਸ 5 : 22 – 23

ਤੁਸੀਂ ਅਨੰਤ ਜੀਵਨ ਦੇ ਸ਼ਿਸ਼ੂ ਹੋ, ਜਿਸਦਾ ਕੋਈ ਅੰਤ ਨਹੀਂ ਹੈ। ਤੁਸੀਂ ਅਮਰਤਾ ਦੇ ਵਾਰਿਸ ਹੋ।

ਲਾਹੇਵੰਦ ਵਿਚਾਰ

1. ਧੀਰਜ, ਦਿਆਲੁਤਾ, ਪਿਆਰ, ਸਦਭਾਵਨਾ, ਖ਼ੁਸ਼ੀ, ਆਨੰਦ, ਬੁੱਧੀ ਅਤੇ ਸਿਆਣਪ ਵਰਗੇ ਗੁਣ ਕਦੇ ਬੁੱਢੇ ਨਹੀਂ ਹੁੰਦੇ ਹਨ। ਉਨ੍ਹਾਂ ਨੂੰ ਵਿਕਸਤ ਤੇ ਵਿਅਕਤ ਕਰੋ, ਤਾਂ ਤੁਸੀਂ ਮਾਨਸਿਕ ਤੇ ਸਰੀਰਕ ਤੌਰ 'ਤੇ ਜਵਾਨ ਬਣਾ ਰਹੋਗੇ।

2. ਕੁੱਝ ਸ਼ੋਧ ਚਿਕਿਤਸਕਾਂ ਦਾ ਕਹਿਣਾ ਹੈ ਕਿ ਸਮੇਂ ਤੋਂ ਪਹਿਲਾਂ ਬਿਰਧ ਹੋਣ ਦਾ ਸਭ ਤੋਂ ਵੱਡਾ ਕਾਰਨ ਮਸਤਿਸ਼ਕ ਵਿਚ ਸਮੇਂ ਦੇ ਪ੍ਰਭਾਵਾਂ ਦਾ ਡਰ ਬਣਿਆ ਰਹਿਣਾ ਹੈ।

3. ਬੁਢਾਪੇ ਦਾ ਸਾਲਾਂ ਦੀ ਉਡਾਨ ਨਾਲ ਕੋਈ ਲੈਣਾ-ਦੇਣਾ ਨਹੀਂ ਹੈ; ਇਹ ਤਾਂ ਇਨਸਾਨ ਦੇ ਮਸਤਿਸ਼ਕ ਵਿਚ ਬੁੱਧੀ ਦਾ ਪਹੁਫੁਟਾਲਾ ਹੈ।

4. ਤੁਹਾਡੇ ਜੀਵਨ ਦੇ ਸਭ ਤੋਂ ਉਪਯੋਗੀ ਸਾਲ ਪੈਹਠ ਤੋਂ ਪੱਚਾਨਵੇਂ ਤੱਕ ਦੇ ਹੋ ਸਕਦੇ ਹਨ।

5. ਬੁਢਾਪੇ ਦਾ ਸੁਆਗਤ ਕਰੋ। ਇਸਦਾ ਮਤਲਬ ਇਹ ਹੈ ਕਿ ਤੁਸੀਂ ਜੀਵਨ ਦੀ ਰਾਹ 'ਤੇ ਜ਼ਿਆਦਾ ਅੱਗੇ ਵੱਧ ਰਹੇ ਹੋ, ਜਿਸਦਾ ਕੋਈ ਅੰਤ ਨਹੀਂ ਹੈ।

6. ਪਰਮਾਤਮਾ ਜੀਵਨ ਹੈ ਅਤੇ ਇਹ ਹੁਣ ਤੁਹਾਡਾ ਜੀਵਨ ਹੈ। ਜੀਵਨ ਲਗਾਤਾਰ ਨਵੀਨੀਕਰਣ ਕਰਣ ਵਾਲਾ, ਸਦੀਵੀ ਤੇ ਅਵਿਨਾਸੀ ਹੈ ਅਤੇ ਸਾਰੇ ਇਨਸਾਨਾਂ ਦੀ ਅਸਲੀਅਤ ਹੈ। ਤੁਸੀਂ ਹਮੇਸ਼ਾ ਜਿਉਂਦੇ ਹੋ, ਕਿਉਂਕਿ ਤੁਹਾਡਾ ਜੀਵਨ ਪਰਮਾਤਮਾ ਦਾ ਜੀਵਨ ਹੈ।

7. ਮਿਰਤੂ ਤੋਂ ਬਾਅਦ ਜਿੰਦਾ ਰਹਿਣ ਦੇ ਪ੍ਰਮਾਣ ਜਾਂ ਸਬੂਤ ਲਾਜ਼ਮੀ ਹਨ। ਆਪਣੀ ਲਾਇਬ੍ਰੇਰੀ ਵਿਚ ਬ੍ਰਿਟੇਨ ਤੇ ਅਮਰੀਕਾ ਦੇ ਮਨੋਵਿਗਿਆਨਕ ਸ਼ੋਧ ਸੰਸਥਾਨ ਦੀ ਕਾਰਵਾਈਆਂ ਦੀ ਅਧਿਕਿਰਤ ਰਿਪੋਰਟਾਂ ਨੂੰ ਪੜ੍ਹੋ। ਕੰਮ ਦਾ ਆਧਾਰ ਪਿੱਛਲੇ ਪੰਝਹੱਤਰ ਸਾਲਾਂ ਵਿਚ ਸ਼ਾਨਦਾਰ ਵਿਗਿਆਨਕਾਂ ਵਲੋਂ ਕੀਤੇ ਗਏ ਵਿਗਿਆਨਕ ਸ਼ੋਧ ਹਨ।

8. ਤੁਸੀਂ ਆਪਣੇ ਮਸਤਿਸ਼ਕ ਨੂੰ ਨਹੀਂ ਦੇਖ ਸਕਦੇ, ਲੇਕਿਨ ਤੁਸੀਂ ਜਾਣਦੇ ਹੋ ਕਿ ਤੁਹਾਡੇ ਕੋਲ ਇਕ ਮਸਤਿਸ਼ਕ ਹੈ। ਤੁਸੀਂ ਭਾਵਨਾ ਨੂੰ ਨਹੀਂ ਦੇਖ ਸਕਦੇ, ਲੇਕਿਨ ਤੁਸੀਂ ਜਾਣਦੇ ਹੋ ਕਿ ਖੇਡ ਭਾਵਨਾ ਹੁੰਦੀ ਹੈ; ਕਲਾ ਦੀ, ਸੰਗੀਤ ਦੀ, ਵਕਤਾ ਦੀ ਭਾਵਨਾ ਵੀ ਅਸਲੀਅਤ ਹੁੰਦੀ ਹੈ। ਇਸੇ ਤਰ੍ਹਾਂ ਤੁਹਾਡੇ ਦਿਲੋਦਿਮਾਗ ਵਿਚ ਚਲਣ ਵਾਲੀ ਚੰਗਿਆਈ, ਸੱਚ ਤੇ ਸੁੰਦਰਤਾ ਦੀਆਂ ਭਾਵਨਾਵਾਂ ਅਸਲੀ ਹਨ। ਤੁਸੀਂ ਜਿੰਦਗੀ ਨੂੰ ਨਹੀਂ ਦੇਖ ਸਕਦੇ, ਲੇਕਿਨ ਤੁਸੀਂ ਜਾਣਦੇ ਹੋ ਕਿ ਤੁਸੀਂ ਜਿੰਦਾ ਹੋ।

9. ਬੁਢਾਪੇ ਨੂੰ ਉੱਚਤਮ ਨਜ਼ਰੀਏ ਨਾਲ ਪਰਮਾਤਮਾ ਦੀ ਸੱਚਾਈਆਂ ਦਾ ਮਨਨ ਕਿਹਾ ਜਾ ਸਕਦਾ ਹੈ। ਬੁਢਾਪੇ ਦੀ ਖ਼ੁਸ਼ੀਆਂ ਜਵਾਨੀ ਦੀ ਖ਼ੁਸ਼ੀਆਂ ਤੋਂ

ਜ਼ਿਆਦਾ ਵੱਡੀਆਂ ਹਨ। ਤੁਹਾਡਾ ਮਸਤਿਸ਼ਕ ਅਧਿਆਤਮਿਕ ਤੇ ਮਾਨਸਿਕ ਖੇਡ ਵਿਚ ਰੁੱਝਿਆ ਰਹਿੰਦਾ ਹੈ। ਪ੍ਰਕਿਰਤੀ ਤੁਹਾਡੇ ਸਰੀਰ ਨੂੰ ਹੌਲਾ ਕਰ ਦਿੰਦੀ ਹੈ, ਤਾਂ ਕਿ ਤੁਹਾਨੂੰ ਦੈਵੀ ਚੀਜ਼ਾਂ 'ਤੇ ਮਨਨ ਕਰਣ ਦਾ ਮੌਕਾ ਮਿਲ ਸਕੇ।

10. ਅਸੀਂ ਕਿਸੇ ਵਿਅਕਤੀ ਦੀ ਉਮਰ ਦੇ ਸਾਲਾਂ ਉਦੋਂ ਤਕ ਨਹੀਂ ਗਿਣ ਸਕਦੇ, ਜਦੋਂ ਤੱਕ ਕਿ ਉਸਦੇ ਕੋਲ ਗਿਣਨ ਲਾਇਕ ਹੋਰ ਕੁੱਝ ਨਾ ਹੋਵੇ। ਤੁਹਾਡੀ ਆਸਥਾ ਅਤੇ ਵਿਸ਼ਵਾਸ ਦਾ ਕਦੇ ਪਤਨ ਨਹੀਂ ਹੋ ਸਕਦਾ।

11. ਤੁਸੀਂ ਉੱਨੇ ਹੀ ਜਵਾਨ ਹੋ, ਜਿੰਨਾ ਆਪਣੇ-ਆਪ ਨੂੰ ਮੰਨਦੇ ਹੋ। ਤੁਸੀਂ ਉੱਨੇ ਹੀ ਤਾਕਤਵਰ ਹੋ, ਜਿੰਨਾ ਆਪਣੇ-ਆਪ ਨੂੰ ਮੰਨਦੇ ਹੋ। ਤੁਸੀਂ ਉੱਨੇ ਹੀ ਉਪਯੋਗੀ ਹੋ, ਜਿੰਨਾ ਆਪਣੇ-ਆਪ ਨੂੰ ਮੰਨਦੇ ਹੋ। ਤੁਸੀਂ ਆਪਣੇ ਵਿਚਾਰਾਂ ਜਿੰਨੇ ਹੀ ਜਵਾਨ ਹੋ।

12. ਤੁਹਾਡੇ ਚਿੱਟੇ ਵਾਲ ਸੰਪੱਤੀ ਹਨ। ਤੁਸੀਂ ਆਪਣੇ ਚਿੱਟੇ ਵਾਲ ਨਹੀਂ ਵੇਚ ਰਹੇ ਹੋ। ਤੁਸੀਂ ਆਪਣੀ ਯੋਗਤਾ, ਕਾਬਲੀਅਤ ਤੇ ਬੁੱਧੀਮਾਨੀ ਵੇਚ ਰਹੇ ਹੋ, ਜੋ ਤੁਸੀਂ ਸਾਲਾਂ ਦੇ ਅਨੁਭਵਾਂ ਨਾਲ ਇਕੱਤਰ ਕੀਤੀ ਹੈ।

13. ਡਾਇਟਿੰਗ ਤੇ ਕਸਰਤਾਂ ਤੁਹਾਨੂੰ ਜਵਾਨ ਨਹੀਂ ਰੱਖਣਗੀਆਂ। *ਵਿਅਕਤੀ ਜਿਵੇਂ ਸੋਚਦਾ ਹੈ, ਤਿਵੇਂ ਹੀ ਹੁੰਦਾ ਹੈ।*

14. ਬੁਢਾਪੇ ਦਾ ਡਰ ਸਰੀਰਕ ਅਤੇ ਮਾਨਸਿਕ ਪਤਨ ਉਤਪੰਨ ਕਰ ਸਕਦਾ ਹੈ। *ਮੈਨੂੰ ਜਿਸ ਚੀਜ਼ ਦਾ ਬੜਾ ਡਰ ਸੀ, ਉਹ ਹੋ ਗਈ ਹੈ।*

15. ਤੁਸੀਂ ਉਦੋਂ ਬੁੱਢੇ ਹੁੰਦੇ ਹੋ, ਜਦੋਂ ਤੁਸੀਂ ਸੁਫਨੇ ਦੇਖਣੇ ਛੱਡ ਦਿੰਦੇ ਹੋ ਅਤੇ ਜੀਵਨ ਵਿਚ ਦਿਲਚਸਪੀ ਖੋਹ ਦਿੰਦੇ ਹੋ। ਤੁਸੀਂ ਉਦ ਬੁੱਢੇ ਹੁੰਦੇ ਹੋ, ਜਦੋਂ ਤੁਸੀਂ ਚਿੜਚਿੜੇ, ਸਨਕੀ, ਬਦਮਿਜ਼ਾਜ਼ ਤੇ ਝਗੜਾਲੂ ਹੋ ਜਾਂਦੇ ਹੋ। ਆਪਣੇ ਮਨ ਨੂੰ ਪਰਮਾਤਮਾ ਦੀ ਸੱਚਾਈਆਂ ਨਾਲ ਭਰੋ ਅਤੇ ਉਸਦੇ ਪਿਆਰ ਦੀ ਧੁੱਪ ਫੈਲਾਓ – ਇਹੀ ਜਵਾਨੀ ਹੈ।

16. ਅੱਗਾਂਹ ਦੇਖੋ, ਕਿਉਂਕਿ ਹਰ ਸਮੇਂ ਤੁਸੀਂ ਅਸੀਮ ਜੀਵਨ ਨੂੰ ਦੇਖ ਰਹੇ ਹੋ।

17. ਤੁਹਾਡਾ ਰਿਟਾਇਰਮੈਂਟ ਇਕ ਨਵੀਂ ਮੁਹਿੰਮ ਹੈ। ਨਵੇਂ ਅਧਿਐਨ ਅਤੇ ਰੁਚੀਆਂ 'ਤੇ ਧਿਆਨ ਦਿਓ। ਤੁਸੀਂ ਉਹ ਕੰਮ ਕਰ ਸਕਦੇ ਹੋ, ਜੋ ਤੁਸੀਂ ਹਮੇਸ਼ਾ ਤੋਂ ਕਰਨਾ ਚਾਹੁੰਦੇ ਸੀ, ਪਰ, ਪਹਿਲਾਂ ਇਸ ਲਈ ਨਹੀਂ ਕਰ ਪਾਏ, ਕਿਉਂਕਿ ਤੁਸੀਂ ਕਮਾਉਣ ਵਿਚ ਰੁੱਝੇ ਹੋਏ ਸੀ। ਜੀਵਨ ਜਿਉਣ 'ਤੇ ਧਿਆਨ ਦਿਓ।

18. ਸਮਾਜ ਦੇ ਕੈਦੀ ਨਹੀਂ, ਨਿਰਮਾਤਾ ਬਣੋ। ਆਪਣੀ ਰੋਸ਼ਨੀ ਝਾੜੀਆਂ ਹੇਠ ਨਾ ਛੁਪਾਓ।

19. ਜਵਾਨੀ ਦੇ ਰਹੱਸ ਪਿਆਰ, ਖ਼ੁਸ਼ੀ, ਆਂਤਰਿਕ ਸ਼ਾਂਤੀ ਤੇ ਹਾਸੀ ਹੈ। ਪਰਮਾਤਮਾ ਖ਼ੁਸ਼ੀ ਨਾਲ ਭਰਪੂਰ ਹੈ। ਪਰਮਾਤਮਾ ਵਿਚ ਜ਼ਰਾ ਵੀ ਹੰਨੇਰਾ ਨਹੀਂ ਹੈ।

20. ਤੁਹਾਡੀ ਲੋੜ ਹੈ। ਕਈ ਮਹਾਨ ਦਾਰਸ਼ਨਿਕਾਂ, ਕਲਾਕਾਰਾਂ, ਵਿਗਿਆਨਕਾਂ, ਲੇਖਕਾਂ ਅਤੇ ਹੋਰ ਮਸ਼ਹੂਰ ਲੋਕਾਂ ਨੇ ਆਪਣਾ ਮਹਾਨਤਮ ਕਾਰਜ ਅੱਸੀ ਸਾਲ ਦੀ ਉਮਰ ਤੋਂ ਬਾਅਦ ਹੀ ਕੀਤਾ ਹੈ।

21. ਬੁਢਾਪੇ ਦਾ ਫਲ ਹੈ ਪਿਆਰ, ਖ਼ੁਸ਼ੀ, ਸ਼ਾਂਤੀ, ਧੀਰਜ, ਨਰਮੀ, ਚੰਗਿਆਈ, ਆਸਥਾ, ਨਿਮਰਤਾ ਅਤੇ ਸੰਜਮ।

22. ਤੁਸੀਂ ਅਸੀਮ ਜੀਵਨ ਦੇ ਸ਼ਿਸ਼ੂ ਹੋ, ਜਿਸਦਾ ਕੋਈ ਅੰਤ ਨਹੀਂ ਹੈ। ਤੁਸੀਂ ਅਮਰਤਾ ਦੇ ਵਾਰਿਸ ਹੋ। ਤੁਸੀਂ ਅਨੂਠੇ ਹੋ!

ਲੇਖਕ ਬਾਰੇ

"ਡਾਂ ਜੋਸੇਫ ਮਰਫ਼ੀ ਨੇ 30 ਤੋਂ ਜ਼ਿਆਦਾ ਕਿਤਾਬਾਂ ਲਿੱਖੀਆ ਹਨ, ਜਿਨ੍ਹਾਂ ਵਿਚ ਦ ਮਿਰੈਕਲ ਆਫ਼ ਮਾਇੰਡ ਡਾਇਨੇਮਿਕਸ, ਯੋਰ ਇਨਫ਼ਿਨਿਟ ਪਾਵਰ ਟੂ ਬੀ ਰਿਚ, ਦ ਅਮੇਜ਼ਿੰਗ ਲਾੱਜ਼ ਆੱਫ਼ ਕਾੱਸਮਿਕ ਮਾਇੰਡ ਅਤੇ ਸੀਕ੍ਰਿਟਸ ਆੱਫ਼ ਆਈ-ਚਿੰਗ ਸ਼ਾਮਿਲ ਹਨ। 1940 ਦੇ ਦਾਹਕੇ ਦੇ ਮੱਧ ਵਿਚ ਅਰਨੈਸਟ ਹੋਮਜ਼ ਦੁਆਰਾ ਧਾਰਮਿਕ ਵਿਗਿਆਨ ਵਿਚ ਨਿਯੁਕਤ ਕੀਤੇ ਜਾਣ ਤੋਂ ਬਾਅਦ, ਡਾ. ਮਰਫ਼ੀ 1949 ਵਿਚ ਲਾੱਸ ਏਂਜਲਸ ਡਿਵਾਇਨ ਸਾਇੰਸ ਚਰਚ ਦੇ ਪਾਦਰੀ ਬਣੇ ਅਤੇ 28 ਸਾਲ ਤੱਕ ਸੇਵਾ ਕੀਤੀ। ਉਨ੍ਹਾਂ ਨੇ ਆਪਣੇ ਜੀਵਨ ਦਾ ਵੱਡਾ ਹਿੱਸਾ ਪੂਰਵੀ ਧਰਮਾਂ ਦੀਆਂ ਬਾਰੀਕੀਆਂ ਨੂੰ ਸਮਝਣ ਵਿਚ ਲਗਾਇਆ। ਡਾ ਮਰਫ਼ੀ ਭਾਰਤ ਵਿਚ ਰਹਿਣ ਦੌਰਾਨ ਭਾਰਤੀ ਯੂਨੀਵਰਸਿਟੀ ਵਿਖੇ ਆਂਧ੍ਰ ਰਿਸਰਚ ਫ਼ੈਲੋ ਵੀ ਸਨ।"

www.ingramcontent.com/pod-product-compliance
Lightning Source LLC
LaVergne TN
LVHW042355190726
843493LV00005B/1037